የኤፌሶን መጽሐፍ ጥናት

በአድያምሰገድ ወልደማርያም

አ.ፈ.በ.አ አገልግሎት©ሁለተኛ ዕትም ጥር 2011 ዓ.ም

WWW.GHLU.ORG

የኤፌሶን ትምህርት

የደራሲው መብት የተጠበቀ ነው።

ኮሎራዶ፤ ዩናይትድ ስቴትስ አፍ አሜሪካ ታተመ

የሽፋን ዲዛይን፡ በወንድም አድያምሰገድ ወልደማሪያም
የውስጥ ዲዛይን፡ በወንድም አድያምሰገድ ወልደማሪያም

ሕይወቴ ተመልሶ እንደገና እንዲያንሰራራ፣
የጸጋው ጉልበት የበለጠ በእኔ
ይገለጥ ዘንድ ጌታ አንድ አካል አድርጎ
ላጣመረን፣ በከፋውና በሻከረው የሕይወት
ዘመኔ ብቅ ብላ ለደገፈችኝ፣ የልብ ሰው
ለሆነችኝ ለምወዳት ባለቤቴ ለዮዲት
ዓለሙ እንዲሁም እጅግ ለምወዳቸው
ልጆቼ ለምናሴ እና ለቢንያም ይህን መጽሐፍ
በገጸ በረከትነት ሳበረክት ታላቅ ደስታ
ይሰማኛል፡፡

በክርስቶስ ....

ዓለም አቀፍ
ፈውስ
በፍቅርና በአንድነት

በአድያምሰገድ
ወልደማርያም

የኤፌሶን ትምህርት

ሁለተኛ ዕትም ጥር 2011 ዓ.ም

ምስጋና

መቼም አንድ መጽሐፍ ሲዘጋጅ ድርሻቸውን የሚወጡ በርካታ ሰዎች መኖራቸው የታመነ ነው፡፡ የሁሉንም ድርሻና ተሳትፎ በዚህች አጭር ጽሑፍ ለመዳሰስ መሞከር “አባይን በጭልፋ” ስለሚሆንብኝ አልሞክረውም፡፡ ሆኖም ግን የጎላ ድርሻ ያበረከቱትን አለመጥቀስ ደግሞ ሰውንም አምላክንም መበደል እንዳይሆንብኝ ጥቂቶቹን ልጠቅስ እወዳለሁ፡፡ ከሁሉ አስቀድሞ ግን፣ ሳላውቀው ላወቀኝ፣ ሳልፈልገው ለፈለገኝ፣ ከኃጢአተኞች ዋና የሆንኩትን እኔን በበረሃማው በሱዳን ሃገር በድንቅ መንገድ ላገኘኝ፣ ዓለም ሳይፈጠር አስቀድሞ ለወደደኝ፣ ራሱንም ለእኔ በሞት አሳልፎ ለሰጠ ለመድኃኒቴ፣ ለልዑል እግዚአብሔር ልጅ ለኢየሱስ ክርስቶስ ምስጋናዬ ይድረሰው፡፡ ይህን ቅዱስ የኤፌሶን መጽሐፍ በትምህርት መልክ እንድጽፍ ለበርካታ ዓመታት አብሮነቱ ላልተለየኝ በኃዘን፣ በደስታ፣ በችግርና በብዙ ፈተና ውስጥ ሳልፍ ላጽናናኝና ላበረታኝ ለመንፈስ ቅዱስ ምስጋናዬ ይድረሰው፡፡ ስወድቅ ላነሳኝ፤ እስከዛሬም ፈጽሞ ለተሸከመኝ የሁሉም አባት ለሆነ ለቸሩ እግዚአብሔር ምስጋናዬ ይድረሰው፡፡

ይህን መጽሐፍ በኮምፒውተር ብዙውን ጊዜዋን መስዋዕት አድርጋ ለተየበችው፤ ጽሑፉን በማስተካከል፤ ደጋግማ በማረም ቀንና ሌሊት አብራኝ ሳትታክት በመሥራት ለረዳችኝ ለባለቤቴ ለዮዲት ዓለሙ ምስጋናዬን አቀርባለሁ፡፡

አጥንት ከአጥንት እንዲጋጠም ጅማት እንደሚያስፈልግ ሁሉ መጽሐፉን ከዓመት በላይ ጊዜ ወስዶ በጥልቀት በማረም፣ ትምህርቱን በማጋጠም በማስተካከል፣ ከእርማት አልፎ በየጣልቃው ሊገቡ የሚገባቸውን ማብራሪያዎች በመስጠትና በማስገባት ለደከመው ለወንድሜ ደረጀ አበበ እንዲሁም በተመሳሳይ የበኩሉን ከፍተኛ ስራ ላበረከተው ለወንድሜ የሊበንወርቅ አየለ የከበረ ምስጋናዬን አቀርባለሁ፡፡ በድጋሚ የቃላትን ግድፈት በማረም ከባድ አስተዋፅዖ ላደረገችው እህቴ ዴቦራ የማታ ላመሰግናት እወዳለሁ፡፡

ማውጫ

አስተያየቶች

በወንድማችን አድያምሰገድ ወልደማርያም የተጻፈው ይህ የመጽሐፍ ቅዱስ ማጥኛ በብዙ ዓመታት የትጋት ጥናት እና ዝግጅት የተጻፈ ሲሆን፤ ፀሐፊው የጥናት መጽሐፉን የሚያነቡት ሰዎች ሁሉ እንደሚገባ በመጽሐፉ ውስጥ የቀረቡ መልእክቶችን ለመረዳት እንዲችሉ የሚያደርጉ ትንተናዎችን አቅርቦበታል፡፡ ይህንን በማድረግ ሂደትም ወንድም አድያምሰገድ ጥናቱን በጥልቀት እንደማድረጉ አንባቢያንም በብዙ የመጽሐፍ ቅዱሳዊ ምልከታዎች ባህር ውስጥ ከቶ ግራ ከማጋባት ይልቅ በመሰረታዊ የክርስትና አስተምህሮ ላይ አተኩሮ ተገቢውን የስነ-አፈታት መርህ የጠበቀ መጽሐፍ ቅዱሳዊ መልእክትን ለአንባቢያን ለማቅረብ ይጥራል፡፡ ይህም በሚገባ እንደተሳካለት አምናለው፡፡ ስለሆነም ይህንን መጽሐፍ ከግል የመጽሐፍ ቅዱስ ጥናታችን ጎን ለጎን በጋራ ለማጥናትም ሆነ በስነ-መለኮት ትምህርት ተቋማት በመማር ላይ ያለንም በመርጃ መጽሐፍነት ብንገለገልበት ብዙ እንጠቀምበታለን፡፡

ወንድማችንም ዋጋ ከፍሎ ይህን የመሰለ አገልግሎት ለኢትዮጵያዊያን ወገኖቹ ለማበርከት ስላሳየው ትጋት እግዚአብሔር ይባርክህ ልለው እወዳለው፡፡

ዶ/ር ወይታ ወዛ

የኢትዮጵያ ቃለ ህይወት ቤተክርስቲያን ም/ዋና ጸሐፊ

ወንድም አድያምሰገድ ወልደማሪያም ወቅቱ የሚፈልጋቸውን ክርስቲያናዊ አስተምህሮዎች ለመስጠት የሚያግዙ መጻሕፍት በማበርከት ብዙ እየደከመ ያለ አገልጋይ ነው፡፡ ይህ በወንድም አድያምሰገድ የተጻፈው መጽሐፍም ውስብስብ የስነ-መለኮት ጉዳዮች ውስጥ ባለመግባት እንዲሁም ውስብስብ የስነ-አፈታት ዝርዝሮችን ባለመነካካት ጤናማ የሆነው የስነ-መለኮት አስተምህሮ ላይ በማተኮር እንዲሁም መጽሐፍ ቅዱስ እውነታ ወሰኖችን ማዕከላዊ በማድረግ የተጻፉ በመሆናቸው እጅግ ጠቃሚና አብዛኛው ክርስቲያናዊ ማህበረሰብ በቀላሉ ተረድቶት በአግልግሎቱ ውስጥ ሊተገብራቸው ይችላል፡፡

ዶ/ር እስክንድር ታደሰ ወ/ገብርኤል

የኢትዮጵያ ሙሉ ወንጌል ስነ መለኮት ዳይሬክተር

በወንድማችን አድያምሰገድ ወልደማርያም የተጻፈው ይህ የመጽሐፍ ቅዱስ ማጥኛ መጽሐፍ የአመታት የትጋት ዝግጅቶች ውጤት ነው፡፡ ጸሐፊው አድያምሰገድ የጥናት መጽሐፉን የሚያነቡ ሰዎች ሁሉ እንደሚገባ በመጽሐፉ ውስጥ የቀረቡትን ቁልፍ አሳቦች አንብበው መረዳት ይችሉ ዘንድ የጽሁፉ ይዘት፤ ትንታኔ ፤ የጻፈው ዝርዝር ማብራሪያ በማቅረብ ነው፡፡ ገላጭ የሆነ የማብራሪያ ዘይቤን ይከተላል፡፡ ይህ በመሆኑም ለቤተክርስተያን ጠቃሚ ነው፡፡ የእግዚአብሔር ቃል ከማወቅ አኳያ ጥሩ ነው፡፡ አማኞችን እንዲሁም አገልጋይ የሆኑትን ለማስተማር ሆነ ለመማርም ወይም ለማስታጠቅ በአገራችን ቋንቋ ማብራሪያ እና ማስተማርያ መጽሐፍት የሉንም፡፡ ለምሳሌ እኔ ስማር በውጭ አገር መጽሐፍ ነው የተማርኩት፡፡ ይህ በመሆኑ በራሱ ደግሞ ችግር አለው ምክንያቱም የተጻፈው በምዕራባውያን ቋንቋ እና አውድ ስለሆነ ነው፡፡ ስዚህም ከባህላችን እና ከወጋችን የራቀ ይሆናል፡፡ ይህ መጽሐፍ ግን በአገራችን አውድ የተሰራ ስለሆነ አገልጋዮች፤ ምዕመኑ ሁሉ፤ ክርስቲያኖች ቢያነቡት ቃሉ ሊል የፈለገውን በጥልቀት እና በስፋት እንዲረዱት ያስችላል፡፡ በተጨማሪ አገልጋዮን ቃሉ ምን እንደሚል ለማወቅ ይረዳዋል፡፡ የተለያዩ አመለካከቶችን ባንስማማበትም ማወቅ አለብን፡፡ ከተለያዩ አመለካከት የመጡትን መሰረታዊ አስተምህሮ ለማስተማር አገልጋዮች በዚህ አይነት መፅሐፍቶች ታግዘው ሊማሩ እና እራሳቸውን ሊያግዙ ይቻላሉ፡፡ ኤፌሶን መጽሐፍ ወሳኝ መጽሐፍ ነው፡፡ ከምዕራፍ አንድ እስከ ሦስት ክርስቲያናዊ አስተምህሮ ሲሆን የቀረው ደግሞ ክርስቲያኖች በክርስቶስ አምነው እንዴት መኖር አለባቸው የሚል የያዘ ነው፡፡ ክርስቲያኖች አካሄዳቸውን ሊያቀኑበት የሚችሉበት መጽሐፍ ነው፡፡ ስለዚህ ይህ ማብራሪያ በጣም ጠቃሚ ነው፡፡ እኔም ጠቃሚና ረጂ መጽሐፍ ሆኖ አግኝቼዋለሁ አንብባችሁ ተጠቀሙበት፡፡

ዶ/ር ያሬድ እሸቱ

የእምነት ቅዱስ ኢንተርናሽናል ቤተ ክርስቲያን ዋና መጋቢ

ወንድም አድያም አድካሚ የሆነውን የመጽሐፍ ቅዱስ ማጥኛ መጽሐፍት የማዘጋጀት ስራ ለበርካታ አመታት በመስራት ብዙ ዋጋ ከፍሏል፡፡ ምንም እንኳን ያዘጋጀው የጥናት መጽሐፍ በመጻፍ ሂደት ተቀዳሚ ትኩረቱ በጥናት መጽሃፍቱ ተገቢ መጽሐፍ ቅዱሳዊ መልእክትን ማስተላለፍ ላይ ቢሆንም መጽሐፍቱን በመጻፍ ሂደት ግን መጽሐፍቱን ከተለመደው የጥናታዊ ጽሑፎች መጻፍ ቀጥተኛ አጻጻፍ በተለየ ቀለል ባለ መልኩ እና

ተነባቢ በሆነ ቋንቋ ጽፎዋቸዋል፡፡ ይህ መጽሐፍቱን ለአንባቢ የማይሰለቹ፣ ግልጽ እና በቀላሉ የሚነበቡ ያደርጓቸዋል፡፡ ስለሆነም መጽሐፉ ለወጣቱ ትውልድም ሆነ አማረኛ ሁለተኛ ቋንቋቸው ለሆነ አንባቢያን ሳይቸገሩ እንዲያነቡት በሚያስችል ቋንቋ መቅረቡ ወቅታዊ እና ለሁሉም አንባቢ ጠቃሚ ያደርገዋል፡፡ መጽሐፍቱ የንባብ ባህል ባልዳበረበት ማህበረሰባችን ዘንድ የገጻቸው መብዛት የሚያስፈሩ ቢያስመስላቸውም አንዴ ማንበብ ለጀመረ ሰው ግን በቀላሉ ጥልቅ መጽሐፍ ቅዱሳዊ ቁምነገርን እያስተማረን የሚሄድ ጠቃሚ መገልገያ ነው እና ሁላችንም ልንጠቀምበት እንችላለን፡፡

አቶ ተመስገን ሳህለ

የኢትዮጵያ ቃለ ህይወት ቤተክርስቲያን የኮምኒኬሽንና ስነጽሁፍ መመሪያ ኃላፊ

መግቢያ

በመጽሐፍ ቅዱስ ውስጥ ከታቀፉ ታላላቅ መልእክቶች ውስጥ የኤፌሶንን መጽሐፍ ያክል፣ ከፍተኛ ክብደትና ይዘት ያላቸውን የዶክትሪን ትምህርቶችን የያዘ እንደ ሌለ በመጽሐፉ ላይ ጠንካራና ጥልቀት ያለው ጥናት ያደረጉ ሊቃውንት ይናገራሉ:: ሳሙኤል ቴሌለር የተባለ ሊቅ ሲናገር ይህ መጽሐፍ የሰውን ማንነት ያሳየናል ብሎ መስክሯል:: የተሃድሶ መሪ ነው የሚባለው ካልቪንም ከመጽሐፍት ሁሉ የእርሱ ተወዳጅ መጽሐፍ የኤፌሶን መልእክት እንደ ሆነ ይናገራል:: ሮቢንሰን የተባለ ሊቅም ይህ መጽሐፍ ከሐዋርያው ጳውሎስ መልእክቶች ሁሉ እንደ ዘውድ የሚታይ ነው ብሎለታል:: ኤፍ ኤፍ ብሩስ የተባለው አንጋፋ ሊቅም ይህንኑ ሃሳብ በመደገም ከሐዋርያው ጳውሎስ የመልእክት ጭብጦች ሁሉ የኤፌሶን መልእክት ፋና ወጊ፣ ግንባር ቀደም ነው ብሎ አድናቆቱን በአክብሮት ይገልጣል:: ብዙዎቹ ሊቃውንት እንደሚስማሙበትም የኤፌሶን መጽሐፍ በአቻነት በጥቂቱ የሚወዳደረው የሮሜ መጽሐፍ ብቻ እንደ ሆነ ያረጋግጣሉ:: ይህ ማለት ግን የሰዎችን ምርጫ በሚመለከት የተሰነዘረ አስተያየት እንጂ መጽሐፍ ቅዱስ ውስጥ በአንድነት የተሰባሰቡ መጽሐፍ አንዳቸው ከአንዳቸው ይበላለጣሉ ማለት አይደለም:: ሁሉም የእግዚአብሔር ቃል እንደ መሆናቸው እኩልና የየራሳቸው የሆነ ፍፁም የሆነ የማይሻር መልእክት እንዳላቸው እውነት ነው::

ሆኖም የኤፌሶን መልእክት ከጥንቷ ቤተ ክርስቲያን በመጀመር እስከዛሬም ድረስ፣ በዘመናችን ቤተ ክርስቲያን ውስጥ የሚነሱ መሠረታዊ የዶክትሪን ጥያቄዎችን ምላሽ በመስጠት፣ ለቤተ ክርስቲያን አስተምህሮ ጠንካራ መሠረት ሆኖ እያገለገለ ያለ መጽሐፍ ነውና ጠቀሜታው ከፍ ያለ ነው::

አንድ አማኝ ሕይወቱን የሚመራበትን መሠረታዊ ትምህርት በማስተላለፍ፣ በክርስቶስ የተገኘውን አዲስ ሕይወት ትጋትና ንፅህና እንዲኖረው ከማመልከቱ ባሻገር የእግዚአብሔር ፍቅር በክርስቶስ ኢየሱስ አማካኝት ለሰው ልጆች ሁሉ እንደ ተገለፀ ማስገንዘብ የኤፌሶን መልእክት አይነተኛ ትኩረት ነው:: አማኞች ክርስቶስን በመምሰል እንዲመላለሱና ይህንንም የሚያደርጉት የፍቅርን ሕይወት በመኖር እንደ ሆነም ያስገነዝባል (5፥1-2):: ከየትኛዎቹም የሐዋርያው ጳውሎስ መልእክቶች በበለጠ በኤፌሶን መጽሐፍ በየምዕራፉና በየገፁ ቅዱሳን አማኞች በፍቅር ሕይወት መመላለስ እንደሚገባቸውም አፅንኦት ሰጥቶ ይናገራል::

በመጽሐፉ ውስጥ በርካታ የመሠረታዊ አስተምህሮ ዶክትሪንን የሚነኩ ጉዳዮች የተነሱ ሲሆን ከእነኚህ መካከል የሚከተሉት ይገኙበታል ፤

በረከት፣ በክርስቶስ መመረጥ፣ ኃጢአት፤ የኃጢአት ሥርየት፣ የዘር ኃጢአት፣ ኑዛዜ፣ አስቀድሞ መወሰን (Predestination)፣ መመረጥ (Election)፣ ጸጋ፣ ቤዛነት (Redemtion)፣ የክርስቶስ ደም፣ በክርስቶስ የበዛልን ጸጋ፣ የተደረገልን የመስቀሉ ምስጢር፣ ቅድመ ዘመን፣ እርቅ፣ ንስሃ፣ ዳግም ልደት፣ እምነት፣ መንፈስ ቅዱስ፣ የክብር መገለጥ፤ ዳግም ምጽአት፣ ቤተ ክርስቲያን (አክሌሽያ)፣ የሚሉት የዶክትሪን ትምህርቶች በምዕራፍ አንድ ላይ ተካተዋል::

2/ የመጽሐፉ ገጽታ

በኤፌሶን መጽሐፍ ውስጥ የተቀመጡት ተምሳሌታዊ ቃላቶችም የመጽሐፉን ሥነ መለኮታዊ ትምህርት ዋጋ እንዲሰጠው ያደርጉታል:: ከእነኚህ ተምሳሌታዊ ቃላት ውስጥ አካል፣ ሕንፃ፣ መቅደስ፣ በክርስቶስ መሆን፣ ሙሽራ፣ አዲስ ሕይወት፣ ቤተሰብ እና ትዳር የሚሉ ቃላት ዋና ዋናዎቹ ናቸው::

በዚህ ሁሉ ውስጥ ይህ ደብዳቤ ምንም እንኳን ለኤፌሶን ቤተ ክርስቲያን የተፃፈ ቢሆንም በተለይ ለማን ትኩረት ተደርጎ እንዲፃፍና በምን ጉዳይ ላይ ትኩረት እንዳደረገም የሚያሳይ አቅጣጫ የለውም:: ለእነማን ግልባጭ ተደርጎ እንዲደርሳቸው ስለ መደረጉም አይታወቅም:: ይህ ብቻ ሳይሆን ከቅርብ ጊዜ ወዲህ የተነሱ አንዳንድ የመጽሐፉ መምህራንም ይህን መልእክት ሐዋርያው ጳውሎስ አልጻፈውም በሚል ይከራከሩበታል:: እነኚህ በ18ኛውና በ19ኛው ምዕተ ዓመት መገባደጃ ላይ የተነሱ አመለካከቶች የጻፈው ጳውሎስ አይደለም እያሉ ክርክር ይዘዋል:: ለክርክራቸው ማጠናከሪያ እንዲሆኑ ይዘዋቸው የተነሱ ምክንያቶች ቀላል ግምት የማይሰጣቸው ጠንካሮች ናቸው::

ከእነኚህ ውስጥ ዋና ዋናዎቹ

1. በመግቢያው ላይ ስለ እስረኛው ጳውሎስ ቢናገርም እሥሩን በተመለከተ ግን ምንም አይነት ጥልቀት ያለው ማብራሪያ በመጽሐፉ ውስጥ አናነብም::

2. ምልከታችን መጽሐፉን ጳውሎስ ጽፎታል ለማለት ያጠራጥራል፤ ጸሐፊው ስለ አንባቢዎቹም ያለው መረዳት ዝቅተኛ እንደ ሆነ መገመት ይቻላል:: (1÷13-16)፣ ከአሕዛብ ወገን ስለ ሆኑትም ጥቂት ግንዛቤ ብቻ ነው ያለው ይላሉ(3÷2) ::

3. የኤፌሶን መልእክት የአፃፃፍ ዘይቤ ከጳውሎስ የአፃፃፍ ዘይቤ ጋር ሲነፃፀር መጠነኛ ልዩነት አለው:: (84) የሚደርሱ ቃላት በሌሎች የጳውሎስ መልእክቶች ላይ የሌሉ ሲሆን በኤፌሶን መጽሐፍ ላይ ታይተዋል:: እነኚህ ቃላት በሌሎች የአዲስ ኪዳን መልእክቶች ላይ የታዩ ሲሆን ከኤፌሶን በስተቀር በሌሎች የጳውሎስ መልእክቶች ውስጥ አልተደገሙም የሚሉ አስተያየት ሰጪዎች ኤፌሶንን ጳውሎስ አልጻፈውም ለማለት እንደ አንድ መከራከሪያ ነጥብ ያነሱታል::

የኤፌሶን መጽሐፍና የቆላስያስ መጽሐፍ በንጽጽር

በኤፌሶን መጽሐፍና በቆላስያስ መጽሐፍ ውስጥ ያለው ግንኙነትም እንደ አንድ ነጥብ ይነሳል:: **ቲኪ. አቦት** የተባለ የመጽሐፍ ቅዱስ መምህር በሁለቱ መልእክቶች መሃከል ያለውን ተመሳሳይነት ጥቅስ በጥቅስ ነቅሶ በማውጣት ኤፌሶንን ጳውሎስ የጻፈው አይመስልም ለማለት ይሞክራል:: አብዛኞቹ የነገረ መለኮት ሊቃውንትም ከዚህ ጥናት በመነሳት የኤፌሶን መጽሐፍ ከቆላስይስ የጳውሎስ መልእክት በሌላ ጸሐፊ ተቀድቶ የተወሰደ ለመሆኑ አስተያየታቸውን ይሰነዝራሉ::

ሌስሊ. ሚቶን የተባለ ሊቅ በዚህ ሃሳብ ላይ ሲያስረዳ በቆላስይስ ውስጥ ከሚገኙ 1570 ቃላት ከኤፌሶን መልእክት ጋር የማይገናኙ ሆነው እናገኛለን:: ይህም 26 ከመቶ ይሸፍናልም:: በአንፃሩ 2411 የሚደርሱ በኤፌሶን መልእክት የሚገኙ ቃላት ከቆላስይስ መጽሐፍ ጋር የማይገናኙ ሆነው እናገኛቸዋለን:: ይህም 34 ከመቶውን በርካታ ሃሳቦችን እንደ ወሰደ የሚያመለክት በመሆኑ ጳውሎስ ሳይሆን ሌላ ጸሐፊ ከጳውሎስ የቆላስይስ መልእክት በመነሳት ይህን መጽሐፍ እንዳዘጋጀው ይገምታሉ::

3/ የነገረ መለኮት አትኩሮት ልዩነት

በርካታ ሊቃውንት በኤፌሶን መጽሐፍ ላይ የምንመለከተው የነገረ መለኮት አትኩሮት ከሌሎቹ የጳውሎስ መጽሐፍት የነገረ መለኮት አስተምህሮዎች አቀራረብ ጋር ልዩነት እንዳላቸው በመግለፅ ስፊ ትንታኔን ይሰጡበታል::

እነኚህ የነገረ መለኮት ሊቃውንት ከላይ ከተገለፁት ነጥቦች በተጨማሪ ሌሎችንም ጠንካራ የምርምር ውጤቶቻቸውን በማቅረብ የኤፌሶን መጽሐፍ በጳውሎስ እንዳልተጻፈ የሚገልፅ

ማስረጃቸውን ቢያቀርቡም እስከ መጨረሻው በተጨባጭ ገፍተውበት በእርግጠኛነት የኤፌሶን መጽሐፍ በጳውሎስ አልተጻፈም ለማለት ግን የሚያደርስ እርግጠኛ ድምዳሜ ማግኘት አስቸጋሪ ሆኖባቸዋል።

በዚህ ሁሉ ውስጥ የኤፌሶንን መጽሐፍ ሐዋርያው ጳውሎስ ስለመፃፉ አከራካሪነት እንደ ተጠበቀ ሆኖ የጥንቷ ቤተ ክርስቲያን ታሪክ ላይ ግን በአብዛኛው ጳውሎስ እንደ ጻፈ የሚታመን በመሆኑ በዚህ ጥራዝ ውስጥም በእርሱ ጸሐፊነት መስማማቱ የበለጠ ተአማኒነት ይኖረዋል። በሌሎቹ የሐዋርያው ጳውሎስ መልእክቶች ውስጥ የእርሱ ጸሐፊነት ክርክር እንዳላስነሳ ሁሉ የኤፌሶን መጽሐፍም በእርሱ እንደተጻፈ በአብዛኛው ተቀባይነት ይኖረዋል።

አብዛኛዎቹ የሐዋርያው ጳውሎስ መልእክቶች ሲዘጋጁ አንድ ያነጣጠሩበት መሠረታዊ ጉዳይ ይኖራቸዋል። ለምሳሌ የሮሜ መጽሐፍ በአሕዛብና በእሥራኤል፣ በብሉይና በአዲስ ኪዳን ልዩነት ላይ ትኩረት አድርጎ የተዘጋጀ ነው። የቆሮንቶስ መልእክት በተለይ በጸጋ ስጦታዎች አጠቃቀምና ስለ አካሉ አንድነት ትኩረት ያደረገ መጽሐፍ ነው። የኤፌሶን መጽሐፍም ምንም እንኳን የተለያዩ ጉዳዮችን በየምዕራፉ ቢያነሳም፤ በሁሉም ውስጥ የክርስቶስንና የወንድማማች ፍቅርን ያንፀባርቃል። ከክርስቶስ ያገኘነውን ማንነት አውቀን እንዴት እንደምንኖርበትም ይናገረናል።

ከኤፌሶን መጽሐፍ ጋር ተወራራሽነት አለው ተብሎ የሚገመተው የቆላስይስ መጽሐፍ እንኳን ሲፃፍ፣ በቤተ ክርስቲያን ውስጥ ተሰራጭቶ የነበረውን የስህተት ትምህርት ለመከልከል ዓላማ አድርጎ የተነሳ ነው። ወግ አጥባቂነትንና ሥርዓቶችን ማምለክን ከጽድቅ ጋር በማጎዳኘት (ቆላ 2÷16-17)፣ መላእክትን ማምለክ (ቆላ 2÷18)፣ ለክርስቶስ ተገቢውን ክብር አለመስጠት (1÷15-20) ዋና ዋናዎቹ የቆላስይስ የኑፋቄ ትምህርቶች የነበሩ ሲሆን ሐዋርያው ጳውሎስ እነኚህን ድክመቶች ነቅሶ ለማውጣት መልእክቱን አዘጋጀ። በኤፌሶን ግን ይህን አንመለከትም። የኤፌሶን መጽሐፍ ከሌሎቹ የሐዋርያው ጳውሎስ መልእክቶች ለየት የሚያደርገው አንድ ትልቅ ነጥብ ወይንም በአንድ ጉዳይ ላይ ትኩረት ሳያደርግ የተለያዩ መልእክቶችን፣ ለኤፌሶንና ለሌሎች አብያተ ክርስቲያናትም በማያያዝ መጻፉ ነው።

የተጻፈበት ዘመን

የኤፌሶን መልእክት የተጻፈው ከክርስቶስ ትንሣኤ በኋላ 30 ዓመታት አልፎ ነው:: ጳውሎስ ይህን መልእክት ሲጽፍ ይህ መልእክት በዘመኑ ተዘዋዋሪ ደብዳቤ በመሆን ለተለያዩ ጳውሎስ ወንጌልን ላገለገለባቸው ከተሞች እንዲጠቅም ተደርጎ የተዘጋጀ ይመስላል:: መልእክቱ የተጻፈው በ60 ዓ.ም ነው::

በጥንት አባቶች ዘንድ የእሥር ቤት መልእክት ተብሎ የሚጠራው ይህ የኤፌሶን ትምህርት የተጻፈው በሐዋርያው ጳውሎስ እንደ ሆነ ይታመናል:: ሐዋርያው ይህን በሚፅፍበት ጊዜ በእሥር ቤት ሆኖ ነው:: ዘመኑም ጌታችን ኢየሱስ ክርስቶስ ከተወለደ በኋላ በ60-62 ዓመተ ምሕረት እንደ ሆነ በመጽሐፉ አስተማሪዎች ዘንድ ይነገራል (ሐዋ. 28÷16፤ 30-31):: በዚህ ወቅት ሐዋርያው ኤፌሶንን ሲጽፍ 2ኛ ጢሞቴዎስን እንደ ጻፈው በእግር ብረት ታስሮ አይደለም:: ሆኖም ግን የቁም እስረኛ ነበር::

የኤፌሶን መጽሐፍ ከቆላስያስ ትምህርት ጋር እጅግ ከመቀራረቡ የተነሣ ሐዋርያው ሁለቱን መጽሐፍት በተመሳሳይ ጊዜ ነው የጻፈው የሚሉ አሉ:: ቆላስያስ ከኤፌሶን የሚለየው በቆላስያስ ላይ የሐሰት ትምህርት በመቃወም የጻፈው ሃሳብ በመኖሩ ነው:: ሐዋርያው ይህን የኤፌሶንን መልእክት በመንፈስ እየተነዳ የጻፈው ሲሆን በአካልም ጠንቅቆ የሚያውቃት ከተማ ነች:: ሐኪሙ ሉቃስ ለቴዎፍሎስ በጻፈው ደብዳቤ ሐዋርያው የኤፌሶን ቅዱሳንን ለሁለት ዓመት ባይበልጥም "በየቤታቸው" እየዞረ ያገለግላቸው እንደ ነበረ ይጠቅሳል (ሐዋ. 19÷1-20)::

ይህ የኤፌሶን መጽሐፍ በተለያዩ ከተሞች ከመዘዋወሩ በፊት ለሁሉም የመሃል ከተማ ወይም አማካኝ ከተማ ወደሆነችው የኤፌሶን ቤተ ክርስቲያን ተልኮአል:: በመጽሐፉ ሊቃውንት እንደሚያስተምሩት ይህ መልእክት 1ኛ እና 2ኛ ጢሞቴዎስን፣ የዮሐንስ ራዕይን መጽሐፍ በመቅደም ወደ ኤፌሶን ክርስቲያኖች እንደ ተላከ ይነገርለታል::

4/ ኤፌሶንና የአካባቢዋ አጎራባች ከተሞች

የሐዋርያው ጳውሎስ መልእክት ምንም እንኳን ለኤፌሶን ከተማ ቤተ ክርስቲያን የተጻፈ ቢሆንም ደብዳቤው ወይም መልእክቱ ተዘዋዋሪ ደብዳቤ እንደ ነበረ ቀደም ብለን ተመልክተናል:: ተዘዋዋሪ ደብዳቤው በኤፌሶንና በአካባቢ ባሉ አጎራባች ከተሞች ሁሉ

የሚተላለፍ መልክት ነው፡፡ የኤፌሶንን መጽሐፍ ስናጠና በዚያን ወቅት የነበሩት ከተሞች በተለይም የኤፌሶን ከተማ ምን ትመስል እንደ ነበር አውቀን በምሥለ አዕምሯችን መሳሉ ለጥናታችን ከፍተኛ እገዛ ይኖረዋል፡፡

የኤፌሶን ከተማ

ኤፌሶን የተወደደች፣ እና ተቀባይነት ያገኘች ከተማ ማለት ነው። ኤፌሶን ወደ ሮም በሚኬድበት መንገድ ላይ የምትገኝ ከተማ ስትሆን ሮም ውስጥ ለአናብስት ሊወረወሩ የሚወሰዱ ክርስቲያኖች የሚያልፉባት ስለ ነበረች የሰማዕታት መንገድ ትባል ነበር።

ኤፌሶን በእስያ አህጉር ዛሬ ቱርክ ተብሎ በሚጠራው አገር አዝሚር ተብላ በምትታወቅ የቱርክ ሦስተኛ ትልቅ ከተማ በስተምዕራብ በኩል የምትገኝ ቦታ ናት፡፡ ከአዝሚር ከተማ ተነስተው ከ2-3 ሰዓት በመኪና ከተጓዙ በኋላ ዛሬም ይህቺን ታሪካዊ ቦታ ያገኙዋታል፡፡ ዛሬ ለቱሪስት መስህብነት እንድትውል ተደርጋም ትጠብቃለች፤ ይህቺ ከተማ በዘመኗ እጅግ የታወቀች ዝነኛ የንግድ ከተማም ነበረች፡፡ ከተማዋ ወደ ኤጂያን ባሕር በሚፈሰው የካይስተር ወንዝ ላይ አንድ ወደብ ነበራት፡፡ ታላላቅ የንግድ መርከቦች አቋርጠው በሚያልፉበት ቦታ የተመሠረተች በመሆኑም፣ ከተማዋ የንግድ ማእከልም ነበረች፡፡

ይህቺ ከተማ ከክርስቶስ ልደት ከ500 ዓ.ዓ በፊት እንደ ተቆረቆረችም የሚነገርላት ሲሆን በርካታ የጦርነት ታሪኮች አሳልፋለች፡፡ በተለያዩ ነገስታትም የተገዛች ሲሆን አንዱ የገነባውን ሌላው በጦርነት እያፈረሰ ቢቆይም በንግድ ሃብት የበለፀገች ከተማ በመሆኗ የዘመኑን መንግሥታት ቀልብ ስባ ታሪካዊ ትኩረትን ያገኘች ከተማ ነበረች፡፡

የኤፌሶን ከተማ በንግድ እንቅስቃሴዋ ብቻ ሳይሆን በጣዖት አምልኮም የታወቀች ከተማ ለመሆኗ በታሪክ ተዘክሯል፡፡ በተለይም "አርጤምስስ" የተባለችው ጣዖት በኤፌሶን ከተማ ላይ በከፍተኛ ደረጃ ትመለክ የነበረች ጣዖት ነበረች፡፡ በሮማው ንጉሥ በአውጉስተስ ቄሳር ዘመንም ኤፌሶን በሮማውያን ቅኝ ገዥነት ሥር የወደቀች ሲሆን፣ ከተማዋ ታላቅ እድገትም ያሳየችበት ዘመን ነበር ይባላል፡፡ በዚህ ጣዖት ኤፌሶን የእስያ አህጉር ዋና ከተማ ለመሆንም የበቃች ሲሆን፣ በባሕልና በንግድ እንቅስቃሴም በሃብት ደረጃም ከፍተኛ ግሥጋሴን ያሳየችበት ዘመን ነበር፡፡

ከክርስቶስ ልደት በኋላ በ17ኛው ዓ.ም በመሬት መንቀጥቀጥ ምክንያት ይህቺ ከተማና አጎራባቾቿ ጉዳት ደረሰባቸው፡፡ ይሁንና በዚያን ዘመን የነበረው ንጉሥ ጢባሪዮስ

የተጎዳውን የከተማዋን ክፍል እንደ ገና በማደስ መልሶ ገነባት። በዚያን ዘመንም ከ200 ሺ ሕዝብ በላይ ይኖርባት ነበር ተብሎ ይገመታል።

ነገስታቱ በኤፌሶን ከተማ የጣዖት አምልኮው እንዲስፋፋ ምክንያት የሆኑ ሲሆን ቤተ መቅደሶችን በጣዖቶቻቸው ስም ማስገንባት የተለመደ ነበር። ከእነዚህ ውስጥም የአርጤምስስ ቤተመቅደስ በዋነኛነት ትጠቀሳለች። በዚያን ዘመን በአንድ ከተማ የንጉሦቹ ቤተመቅደስ መኖር ለከተማዋ ዝናና ክብርን ያጎናፀፈ በመሆኑ፣ እና በኤፌሶን በጣዖታት ቤተመቅደስነት በአካባቢው ከነበሩ ከሰምሬንና ከጴርጋሞን ከተሞችም በበለጠ ትታወቅ ነበር። እነኚህ ሦስቱም ከተሞች በራዕይ መጽሐፍ ምዕራፍ 2 ላይ በተከታታይ ቀርበዋል።

ክርስትና ወደ ኤፌሶን የመጣው በጵርስቅላና አቂላ አማካኝነት እንደ ነበረ መጽሐፍ ቅዱስ ይነግረናል። ከዚያም በኋላ ሐዋርያው ቅዱስ ጳውሎስ ወደ ኤፌሶን መጥቶ ለ3 ዓመታት ያህል አገልግሏል። ከዚያም በድጋሚ ጎብኝቷቸዋል። ከእርሱ በኋላም የቤተ ክርስቲያን መሪዎች ከሆኑት ጢሞቴዎስ መጥቷል።

ሐዋርያው ቅዱስ ጳውሎስ ሲያገለግል ጣዖታትን ያመልኩ የነበሩ ብዙዎች ወደ ወንጌል ተመልሰዋል፤ ጳውሎስ በኤፌሶን ለተሰበሰቡ አያሌ ሕዝብ ወንጌልን ከሰበከ በኋላ ብዙዎች በመለወጣቸው ተቃውሞ ቀረበበት (ሐዋ. 19÷26)። ሐዋርያውንም ሊገድሉት ሲሉ አመለጣቸው፤ ያመለጠበት ቦታ የጨዋታ ቦታ ሲሆን በዚያም እስከ 25 ሺ ሕዝብ እንደ ሚሰበሰብ ይገመታል።

የኤፌሶን ቤተ ክርስቲያን የስህተት ትምህርት አላገኛትም ለማለት ባንችልም የሐዋርያው ጳውሎስ መልእክት ግን እንደ ሌሎቹ መልእክቶቹ የስህተት ትምህርት ላይ ያነጣጠረ እንዳልሆነ ቀደም ሲል ተመልከተናል። ከዚህ ይልቅ ግን በዚህ መጽሐፍ ውስጥ ሐዋርያው ሰዎች ከእግዚአብሔር ጋር ስላላቸው ኅብረትና ስለ እግዚአብሔር የዘላለም ዕቅድና የጸጋውን ስፋትና ጥልቀት እንዲረዱ በማሳሰብ ጽፏል። በሁለተኛ ደረጃም ሰዎች ይህንን የእግዚአብሔርን ዘላለማዊ ዕቅድ በመረዳት፣ ወደዚህ ታላቅ ኅብረት የሚያስጠጋቸውን ተግባረ ሕይወት እንዲኖሩም መልእክቱን ያስተላልፍላቸዋል፤ እኛም በዚህ መልእክት ተጠቃሚዎች እንሁን።

4/ የመልእክቱ ማዕከላዊ ጭብጥ

የኤፌሶን መጽሐፍ ማዕከላዊ ጭብጥ እርቅና ከክርስቶስ ጋር ያለን አንድነት ነው፡፡ ይህም መሠረታዊ መልእክት ከኤፌሶን 1÷9-10 ባለው ሃሳብ ላይ ይጀምራል፡፡ "በክርስቶስ ያቀደውንም የፈቃዱን ምስጢር እንደ በጎ ሃሳቡ እንድናውቅ አደረገ፡፡ በዘመን ፍፃሜ ይሆን ዘንድ ያለው ሐሳቡ በሰማይም በምድርም ያሉትን ነገሮች ሁሉ ራስ በሆነው በክርስቶስ ሥር ለመጠቅለል ነው፡፡" (ኤፌ 1÷9-10) ቲዋርቲዝ የተባለ የመጽሐፍ ቅዱስ መምህር ይህን ክፍ ብለን የተመለከትነውን ጥቅስ "የመጽሐፉ ዋና ማዕከላዊ ጥቅስ ነው" ይለዋል፡፡

5/ የመጽሐፉ አስተዋፅኦ

የኤፌሶን መጽሐፍ በሁለት ዋና ዋና ክፍሎች ይከፈላል፡፡ የመጀመሪያው በነገረ መለኮት ላይ የሚያተኩረው ከምዕራፍ 1-3 ያለው ሲሆን፣ ሁለተኛው ክፍል ደግሞ ከምዕራፍ 4-6 ያለው በሞራል ሥነ ምግባር ላይ ያተኮረ ነው ብለን ብንከፍለው አመቺ ይሆናል፡፡ በመጽሐፉ ውስጥ ምዕራፍ (1÷1-14) ክፍል ጠንካራ የነገረ መለኮት ትምህርት፣ የዶክትሪን ትምህርት የሚተላለፍበት ነው፡፡

በዚህ መሠረት መጽሐፉን በዚህ መልክ ከፍለን ማጥናት ይቻላል፡፡

1. ምዕራፍ (1÷1-2) መግቢያ፣ ሰላምታ (3-14) መለኮታዊ ዕቅድ፣ በዘመን ሁሉ የእግዚአብሔር ዘላለማዊ ሃሳብ፣ የክርስቶስ ክብርና የበላይነት፡፡ (15-23) ክርስቲያኖች በክርስቶስ ያገኙትን ታላቅ በረከት፣ ዕቅድና ኃይል እንዲያውቁ ማድረግ፣ የሐዋርያው ጸሎት

2. ምዕራፍ 2፡- ወደ መዳን ሙላት ያደረሰንን አስደናቂ የእግዚአብሔር ዓላማ ከግብ ለማድረስ የሚወሰዱ እርምጃዎች

    ሀ. በጸጋ መዳን (2÷1-10)
    ለ. በአይሁድና በአሕዛብ መካከል የተደረገው እርቅ(2÷11-18)
    ሐ. አይሁድንና አሕዛብን አንድ ቤተሰብ ማድረግ (2÷19-22)
    መ. ቤተ ክርስቲያን የእግዚአብሔርን ጥበብ ለዓለም የምትገልጥ ናት፡፡(3÷1-13)
    ሠ. የእግዚአብሔርን ሰማያዊ ምስጢር ለማወቅ የጸሎት ድርሻ (3÷14-21)

3. ምዕራፍ (4-6÷20) የእግዚአብሔር ዓላማ በቤተ ክርስቲያን ውስጥ ሙሉ ለሙሉ እንዲፈፀም ወሳኝ ተግባሮች አንድነት ብስለት፣ የግል ሕይወትን ማደስ፣ በቤተሰብ መሃከል የሚፈጠር መልካም ግንኙነት እና መንፈሳዊ ውጊያ

ሀ. አንድነት (4÷1-6)
ለ. ብስለት (4÷7-16)
ሐ. የግል ሕይወትን ማደስ (4÷17 – 5÷20)
መ. በቤተሰብ መካከል መልካም ግንኙነት (5÷21–6÷9)
ሠ. መንፈሳዊ ውጊያ (6÷10-20)

4. መዝጊያ፣ ሰላምታና ቡራኬ (6÷21-24)

6/ የመጽሐፉ ዓላማ

እንደ ሐዋርያው አገላለፅ "ምስጢር" ብሎ የሚገልጣት ቤተ ክርስቲያን የክርስቶስ አካል እንደ ሆነች አበክሮ ይናገራል:: ይህች የክርስቶስ አካል ከአይሁድና ከአሕዛብ የወጣች በክርስቶስ መዋህድን ያገኘች እንደ ሆነ ያስተምራል:: ሐዋርያው አንድ ዓለም አቀፋዊ ቤተ ክርስቲያን እንዳለች አጥቢያ የሆነችው የኤፌሶን ቤተ ክርስቲያን በአንድ የመንፈስ አንድነት እንደ ኖረች አጥብቆ የጻፈው የትምህርቱ ዋነኛ ክፍል ነው:: እጅግ በስፋት ስለ ፍቅር የገለፀበት መጽሐፍ ቢኖር ይሄ የኤፌሶን መልእክት ነው:: በፍቅር ወደ አንድነት እንደ ሚመጣ የአስተማረው የዘመናት መልእክት ሳለ ለዘመናት የሕይወት ቃል ሆኖ ለቀደመችው ብቻ ሳይሆን ለእኛ በሩቅ ላለን የተሰፋው ወራሾች ለሆንን የተሰጠን የሕይወት ሃዲድ ነው:: በፍቅር የሆነ አንድነት የክርስቶስ አካል ያላት ህልውና መሆኑን በግልጥ ያስተማረበትም ነው::

ይህ መጽሐፍ በውስጡ ተዝቆ የማያልቅ ሰማያዊ ጥበብና እውቀት የሞላው ከመሆኑ የተነሣ በዚህ መልክ ከፋፍለን እንመልከተው ብሎ መደምደም አዳጋች ነው:: ሆኖም ግን በተረዳነውና በአወቅነው መጠን ተምረን ለማስተማር በተሰጠንም ጸጋ መጽሐፉን በአራት አይነት ክፍሎች ከፋፍለን ልናየው እንችላለን::

- የመጀመሪያው (ክፍል 1) (1÷1-2) ሰላምታን ያዘለ
- ሁለተኛው (ክፍል 2) (1÷3-3÷21) የቅዱሳን ጥሪ
- ሶስተኛው (ክፍል 3) (4÷1-6÷20) መልካም ግንኙነት
- አራተኛው (ክፍል 4) (6÷21-24) ማጠቃለያ ናቸው

ሐዋርያው በስፋት የተናገራቸውና ማብራሪያ የሰጠባቸው ክፍሎች ሁለትና ሦስት መሆናቸው ግልፅ ነው፡፡ ለምሳሌ ብንወስድ ክፍል ሁለት (የቅዱሳን ጥሪ) በሁለት ክፍለን ልንመለከተው እንችላለን፡፡ አንደኛው የግለሰብ ጥሪ እና የኅብረት (corporate) ጥሪ ነው፡፡ ጌታ እግዚአብሔር በጥበቡ ወደር የለውም ስለ ሆነም ቤተ ክርስቲያንን እንደ አንድ አካል እንዲሁም ቤተ ክርስቲያን በግለሰብ ደረጃ ይመለከታታል፡፡ የክብሩ ማደሪያ እንደ አካል እንዲሁም የክብሩን ማደሪያ እንደ ግለሰብ ልንረዳ እንችላለን፡፡

እንደ ግለሰብ ሲጠራት የምንመለከትበት ክፍል ምዕራፍ (5፤24÷26) ባለው ላይ ነው፡፡ በእነዚህ አስደናቂ ቁጥሮች ውስጥ ግለሰቡን የጠራበት ዓላማ (1፤3÷14) ምክንያት (1፤15÷23) እና መሻቱ (2፤1÷10) በሰፊው ሰፍሮ እናያለን፡፡ ዓላማው ለክብር ሲሆን ምክንያቱ ደግሞ የቀደመው እውቀቱ ይህን ያደረገበት መሻቱ ደግሞ ጸጋ ይገለጥ ዘንድ እንደ ሆነ ተንትኖ ያስተማረበት ክፍል ነው፡፡

እንደ አካል የጠራበትን ሲያስጨብጥ እናያለን ይህንንም በሦስት መንገድ ያስረዳል፡፡ የክርስቶስ አካል በመንፈሳዊው ዓለም አሁን ያላት አንድነት (2÷11-22) ሌላው ደግሞ ከዚህ ቀደም ይህ እውቀት መሰወሩ (3÷1-13) ወደፊት ስለ ሚያገኛት አስደናቂ ክብር (3÷14-19) እና ወደፊት ክብርን ውዳሴን በክርስቶስ በኩል ቤተ ክርስቲያን የምትሰጠውን (Doxology) 3÷20-21 በጥልቀት ያስተምራል፡፡

ሐዋርያው ከዚያ በመቀጠል የክርስትና ሕይወት እንዴት መመራት ይገባዋል ያለውን ደረጃ በደረጃ በማስቀመጥ ያስተምራል፡፡ የክርስቲያን ሕይወት (4÷1-6÷20) ባሉት ቁጥሮች እናገኛቸዋለን፡፡ የክርስቲያን ሕይወትና መንፈሳዊ ውጊያ የሚባሉ በውስጡ ክፍለን የምናያቸው ሲሆን በክርስቲያኖች የሕይወት ጉዞ አምስት ነገሮች እንደ ሚያስፈልጉ ሐዋርያው አበክሮ ያስተምራል፡፡ ይህም፡-

1. የክርስቲያኖች አንድነት (4÷1-16)
2. የክርስቲያኖች ቅድስና (4÷17-32)
3. የክርስቲያኖች በፍቅር መመላለስ (5÷1-6)
4. የክርስቲያኖች በብርሃን መመላለስ (5÷7-14)
5. የክርስቲያኖች በጥበብ መመላለስ (5÷15-6÷9)

በክርስቲያኖች የሕይወት ጉዞ ክፍል 2 በመንፈሳዊ ውጊያ አንድ አማኝ የጠላትን ኃይል እንዴት ተዋግቶ ያሸንፋል የሚለው ይሆናል (6÷10-20)፡፡

ሐዋርያው በሌሎች መልእክቱ እንደ ሚያደርገው ትምህርቱን ያስቀድማል (Doctrine) ከዚያ በኋላ እንዴት ትምህርቱ ሥራ ላይ እንደሚውል ያስተምራል፡፡ (ኤፌ 1-3) ትምህርት (4-6) ሕይወት (application)፡፡

ከእምነት አባቶች የተጨመሩ ትምህርቶች

አዲስ ፍጥረት ሆነው በቃሉ ላይ ብቻ ስር የሰደዱትን ለምሳሌ፡- ባፕቲስት፣ ሉተራን፣ የሜቶዲስት / ዌልስሊን፣ የኤሲሽኮሊያን / የአንግሊካን ቤተክርስትያን፣ ሜኖናይት፣ ሳልቬሽን አርሚ ጤናማ ትምህርታቸውን እንጠቀማለን፡፡ በእርግጥ በሐገራችን በአሁኑ ግዜ ብዙ የአስተምህሮ ልዩነት ባይኖርም (የመንፈስ ቅዱስ እንቅስቃሴ ባስመለከተ) እነዚህ የእምነት ተቋማት (የጴንጤቆስጤ ተከታዮች/ ፕሮቴስታንት፣ አሴንብሊ ኦፍ ጋድ፣ ኢቫንጀሊካል፣ ሙሉ ወንጌል፣ ቃለ ህይወት፣ መሰረተ ክርስቶስ፣ ሐዋርያዊ፣ ካልቨሪ ቻፕል ወዘተ) ጋር በመንፈስ ቅዱስ ስጦታዎች ላይ የጎላ ልዩነት የለም፡፡ በካሪዝማው (የመንፈስ ቅዱስ ስጦታዎች የሚከተሉ) ቤተ እምነቶች የሚያደርጉት ልምምድ በአንዳንድ ስፍራዎች ነቀፌታ እንዳለው እና ከወንጌሉ ቃል ያፈነገጠ መሆኑን የማይካድ ሲሆን፤ በሚተቹበት መሰረታዊ የክርስትና አስተምህሮ እና የስጦታው አጠቃቀም ብልሹነት እኛም የምንስማማ ብንሆንም ግን በምዕራብአውያን አገር ግን ልዩነቱ እጅግ ሰፊ ነው፡፡ ስለዚህም ምክንያት እነዚህ በምዕራቡ አገር የሚኖሩ የመፅሐፍ ቅዱስ ሊቆች ስለ መንፈስ ቅዱስ ስጦታዎች ሆነ እንቅስቃሴ ያላቸውን ግንዛቤ ወደ ጎን አድርገን፣ ነገር ግን ክርስቶስን ለመምሰል በባህሪና በበጎ ሥነ ምግባር እንዲሁም በቃሉ ላይ በተመሰረተው የቅድስና ህይወት፤ የጠለቀውንም የእግዚአብሔርን ጥበብ ሚስጢር እርሱንም ክርስቶስ ኢየሱስን ከመድሐኒት ምንጮች መቅዳት ይኖርብናል፡፡ ፈሪሃ እግዚአብሔር፤ ቅድስና እና በጎ ሥነምግባር (ምሳሌ መሆን-ፀባየ ሸጋ መሆን) ማለት ከኃጢያት መንፃት፤ በመንፈስ መመላለስ፤ የባሪያን መልክ መያዝ፤ በክብር ህይወት መመላለስ ነው፡፡ ያለ ቅድስና ጌታን ማየት ማገልገል አይቻልም፡፡

ምዕራፍ አንድ

ኤፌሶን ቁጥር 1-2) 1*በእግዚአብሔር ፈቃድ የኢየሱስ ክርስቶስ ሐዋርያ የሆነ ጳውሎስ፥ በኤፌሶን ላሉት ቅዱሳን በክርስቶስ ኢየሱስም ላሉት ምእመናን፤* 2 ከእግዚአብሔር ከአባታችን ከጌታም ከኢየሱስ ክርስቶስ ጸጋና ሰላም ለእናንተ ይሁን።

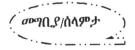

መግቢያ/ሰላምታ

ምዕራፉን የሚጀምረው የእግዚአብሔርን ሥልጣንና፣ ሉአላዊነቱን በማመልከት ነው፡፡ በመጽሐፉ ውስጥ በአጠቃላይም ጸሐፊው ሊያስገነዝበን ከሚፈልጋቸው ዋና ዋና ነጥቦች አንዱ የእግዚአብሔር የበላይነት ነው፡፡ ሐዋርያነትም ሆነ ሌሎቹ የአገልግሎት ቢሮዎች ያለ እርሱ ፈቃድ ቦታ አይኖራቸውም፡፡ በእግዚአብሔር መንግሥት አሠራር ውስጥ የሥልጣን ተዋረድ አለ፡፡ ውጤታማ ሥራ እንዲሠራ ከፍተኛ ጠቀሜታ ይኖረዋል፡፡

ሐዋርያ- በግሪኩ ትርጉም አፖስትል ሲሆን በእግዚአብሔር የተላከ ማለት ነው፡፡ ላኪው ሕያው እግዚአብሔር ነው፤ ተላኪው ደግሞ ጳውሎስ ነው፤ ተላኪው በራሱ ላይ ሥልጣን የለውም፤ የላኪውን መልእክት መፈፀም ዋነኛ ተግባሩ ነው፡፡

የሐዋርያት አገልግሎት ቢሮ እጅግ አስፈላጊ የሆነና ጌታ ዳግም ከመምጣቱ በፊት በክብር ተሸልሞ እንደሚወጣ ፤ የአገልግሎት ቢሮ የበኩሉን አስተዋፅኦ እንደሚያደርግ ልናውቅ ይገባል:: በዘመናችን ከተነሱት ውስጥ ለምድሪቱ እፎይታ የተጠቀመባቸው ስናስብ ደስታችን የላቀ ሆኖ እናገኘዋለን:: በሌላ በኩል አንዳንዶች አገልግሎቱን እንደ ሌሎቹ ቢሮዎች ሳይሆን ያለ አግባብ ሲያራምዱ ስናይ ልባችን ይሰበራል:: አባቶቻችን ለምድሪቱ ፈውስ ለአካሉ መታነፅ ይፀልዩ ነበር፤ ጌታም እንባቸውን ተመልክቶ መልስ ይዞ መጣ፤ ሆኖም ግን አንዳንዶች ግን ይህን እንባ ችላ ያሉት ይመስላል:: በገዛ ደሙ የዋጃት ጌታ ግን ግድ ይለዋል ፤ የማጥራት ስራ ይሰራል::

ሐዋርያው ጳውሎስ የአምላኩን ፈቃድና ሥልጣን የጠበቀው ራሱም ሐዋርያነቱን በመልእክቱ ውስጥ ያወጀው ራሱ በእሥር ቤት ውስጥ ሆኖ ነበር:: ይህንን ስናስብ በእግዚአብሔር መንግሥት ውስጥ ሥልጣን አገልጋይነት እንደ ሆነ እንጂ የወንበር ጉዳይ፣ የከበሬታ እንዳልሆነም ልብ እንላለን::

በዚህ ዘመን ሐዋርያት የሉም ብለው የሚከራከሩ ሌሎቹ ፅንፈኞች እንደኛው የሚቃወሙት የመከራከሪ ነጥባቸው ሐዋርያነት ለ12ቱ ሐዋርያት ብቻ የተሰጠ ሹመት ነው፣ ይህ ሹመት ከዚያ በኋላ አብቅቷል፣ በዚህ ዘመን በመንጋው ላይ ሰዎች ሥልጣናቸውን አንሠራፍተው ለመግዛት ስለ ሚፈልጉ ነው፣ ሐዋርያት አሉ የሚሉት ብለው ይቃወማሉ:: ምንም እንኳን እነርሱ እንዳሉትም ለብዙዎች ቢሠራም እውነቱ ግን እነርሱ እንደ ተረጎሙት አይደለም:: ሐዋርያነት እውነት ነው ሥልጣን ነው፣ ይህ ሥልጣን ግን ሌሎችን ለመግዛት የበላይ ሆኖ ለመገኘት አይደለም:: በዚህ ሥልጣን ውስጥ ሎሌያዊ አገልጋይነት በስፋት መታየት ይኖርበታል:: በፍቅር በትህትና በበጎነትና በጥበብ በብዙ መረዳትም ያሸበረቀ ሊሆን ይገባል:: ክርስቶስን መልበሱ በሕይወቱ ይታያል። የአገልግሎቱ ምሶሶ ነው:: *«ኢየሱስ ግን ወደ እርሱ ጠርቶ እንዲህ አላቸው። የአሕዛብ አለቆች እንዲገዙአቸው ታላላቆቹም በላያቸው እንዲሠለጥኑ ታውቃላችሁ በእናንተስ እንዲህ አይደለም፤ ነገር ግን ማንም ከእናንተ ታላቅ ሊሆን የሚወድ የእናንተ አገልጋይ ይሁን»* ማቴ 20÷25-26:: *«ለመንጋው ምሳሌ ሁኑ እንጂ ማንበሮቻችሁን **በኃይል አትግዙ**»* 1ኛ ጴጥ 5÷3:: *«የደከመውን አላጸናችሁትም የታመመውንም አላከማችሁትም የተሰበረውንም አልጠገናችሁትም የባዘነውንም አልመለሳችሁትም የጠፋውንም አልፈለጋችሁትም **በኃይልና በጭቈናም ገዛችኋቸው**»* ህዝ 34÷4 *«ጸንታችሁ የምትቆሙት በእምነት ስለ ሆነ፣ ደስ እንዲላችሁ ከእናንተ ጋር እንሠራለን እንጂ በእምነታችሁ ላይ ለመሠልጠን አይደለም» 2ኛ ቆሮ 1፡24*

«ጌዴዎንም እኔ አልገዛችሁም ፥ ልጄም አይገዛችሁም ፤ እግዚአብሔር ይገዛችኋል አላቸው» መሳ 8፡23

📖 "በተገቢው ጊዜ ምግባቸውን እንዲሰጣቸው ባለቤቱ በቤተ ሰዎቹ ላይ የሾመው ታማኝና ብልኀ አገልጋይ እንግዲህ ማነው? ባለቤቱ ተመልሶ በሚመጣበት ጊዜ የተጣለበትን ዐደራ እየፈጸመ የሚያገኘው ያ አገልጋይ የተባረከ ነው፤ እውነት እላችኋለሁ፤ በንብረቱ ሁሉ ላይ ይሾመዋል። ነገር ግን ያ አገልጋይ ክፉ ቢሆንና ለራሱ፣ 'ጌታዬ ይዘገያል' በማለት፣ ተነሥቶ ሌሎች አገልጋይ ባልንጀሮቹን መምታት ቢጀምር፣ ከሰካራሞችም ጋር ቢበላና ቢጠጣ፣ እርሱ ባልጠበቀው ቀንና ባላሰበው ሰዓት ጌታው መጥቶ፣ ይቈራርጠዋል፤ ዕድል ፈንታውንም ከግብዞች ጋር ያደርግበታል፤ በዚያም ልቅሶና ጥርስ ማፋጨት ይሆናል። ማቴ 24፡49 (አዲሱ መደበኛ ትርጉም)

አፖስትል የሚለው ቃል ጥንታዊ የግሪክ ቃል ሲሆን በጥንት ዘመን መርከቦች ለጭነት አገልግሎት ወይም ለውጊያ ተግባር ሲላኩ የሚጠቀሙበት ነበር፡፡ የቃሉ ትርጉምም መላክን ወይም መልእክተኛነትን ያመለክታል፡፡

☞ በሎሌያዊ አገልጋይነት ውስጥም ሹመት፣ ሺ- ሞት ነው፡፡

ኢየሱስ ክርስቶስ ሐዋሪያነት ራሱን በፈቃዱ ለጌታው የሰጠ የባሪነት ወይንም ሎሌዊ ህይወት ነው፡፡ በእርግጥ የጌታ ልጆች ስንሆን ወዳጆቹ ነን፡፡ ልጅነታችን ግን የባሪያን መልክ ይዞ ለአባቱ እንደታዘዘው ውድ አንድያ ልጁን እንድንመስል የተጠራንበትን አይሽፍንም ወይንም አይጣረስም፡፡ በእርግጥ ባርያ የሚለው ቃል በአማረኛችን ሆነ በእንግሊዘኛው አሁን አሁን አገልጋይ በሚለው እየተተካ ይህም የጌታን የበላይነት እያሳነሰ መጥቶአል፡፡ ለበለጠ ትንታኔ በምእራፍ ስድስት ቁጥር አምስት ይመልከቱ፡፡ የጌታ ሐዋርያ (መልእክተኛ-ሚሲዮናዊ) የሆነ ሁሉ እንዲሁ ለተጠራበት የልጅነት ህይወት ደግሞ ባሪያም ጭምር ነው፡፡

ብዙዎች በግሪክ ዶሎስ የአማረኛ ትርጉም ባሪያ የሚለውን ቃል ካኮሰሙት ወስጥ የአስራ ስድስተኛው ክፍለ ዘመን የእምነት አሰተማሪዎች ወስጥ ካለቪን እና ጆን ኖከስ ይገኙበታል፡፡ ይሁን እንጂ የዕብራይስጡ ቃል በስም መልኩ 800 ጊዜ፣ በግስ መልኩ ደግሞ ወደ 300 ገደማ ሰፍሮ ታገኙታላችሁ፡፡ ባሪያ ለሚለው ቃል አንድ ሺህ አንድ መቶ ጊዜ ምትክ ሆኖ የገባ ቃል አለ፤ ነገር ግን በእንግሊዝኛ መጽሐፍ ቅዱሳችሁ ባሪያ የሚለው ቃል አንድ ጊዜ ብቻ ተተርጎሟል፡፡ ወደ አዲስ ኪዳን ብትሄዱ፣ ባሪያ ለሚለው ቃል የግሪኩ

አቻውን በሁሉም መልኩ ወደ 150 ጊዜ ታገኙታላችሁ፤ ከእነዚህ 150 ጊዜ የቃሉ መከሰት ውስጥ በዕውነተኛ መልኩ ባሪያ በሚል የተተረጐመው በጥቂት ሥፍራ ላይ ነው፡፡ የአዲስ ኪዳን ተርጓሚዎች ብቻ ናቸው ባሪያ የሚለውን የግሪኩን ቃል ባሪያ በማለት የተረጎሙት፡፡ ይህ ባርያ የሚለው ቃል በትክክል እንዳይተረጎም ያደረገው ምክንያቶች አንዱ በነበረው የባሪያ አገዛዝ ስር መውደቅ አስከፊ ስለሆነም ነው፡፡ መፅሐፍ ቅዱስ ባይበልጠም በብሉይ ኪዳን ባርነት የሚቀበል ሲሆን በሐዋርያት ዘመን የሚደረገውን የባሪያን ግፍ ላይ የተመሰረተ አስተዳደር ሆነ ከዚያን በኋላ በየዘመናቱ ስለሚደረገው ኢ-ሰብአዊ ጭቆና ፈፅሞ ያወግዘል፡፡ ይህ እንዳለ ሆኖ ግን “ባሪያ ከጌታው አይበልጥም” ብሎ ጌታችን እንደተናገረ በዋጋ የተገዛን ንብረቱ፣ ርስቱ፣ የክብሩ መገለጫዎች፣ የፅድቅ ባሪያዎች እንደሆንን መፅሐፍ ቅዱሳችን አስረግጦ ይነግረናል፡፡ ክርስቶስ ኢየሱስ ጌታችን ሲሆን እንዲሁም ወዳጃችን ነው፡፡ “እኔ የማዝዛችሁን የምታደርጉ ከሆነ፣ እናንተ ተወዳጆቼ ናችሁ፡፡ ከእንግዲህ ወዲህ ባሪያዎች አልላችሁም፤ ወዳጆቼ ብያችኋለሁ፡፡” ዮሐንስ 15፡14፤15 አማኝ በጌታ ልጅነቱ እንዲሁም ባሪያ መሆኑን ያሳያል፡፡ የልጅነት ስልጣኑ በሃጥያት ላይ ሊነግስ ፤ በመንፈስ (በብርሃን) ሊመላለስ ፤ በጠላት ላይ እንዲጫማ ሲያደርገው ለዚህ ህይወት ወይንም ለእግዚአብሔር ክብር ለመኖር በፈቃደኝነት ራሱን ለጌታው የሰጠ ያለርሱ ጌትነት ምንም ያልሆነ፤ ነገር ግን ጌታው ከሐጢያትና ከሞት በደሙ ገዝቶት ንብረቱ ያደረገው የተመረጠ እቃው ነው፤ ይህም ማለት ወደፊት ለራሱ ላይኖር የጌታውን መሻት ሊፈፅም፡፡ ሥራ 9÷15፤ ሮሜ9÷21-24፣ 2ኛ ጢሞ 2÷20-21፤2÷4

ሐዋሪያው ጳውሎስ ጌታን ከማወቁም በፊት ትጉህና ታታሪ የተሰጠውን ሥራ ያለማቋረጥ የሚሰራ ያለመሰላቸትም የሚፈፅም ሰው ነበር፡፡ በአመነበት ጉዳይ ወደ ኋላ የማይል እንዲሁም ብዙ መከናወንና ስኬት ያገኘ ነበር፡፡

ለምሳሌ፡- ክርስቲያኖችን ይገድል ዘንድ ከባለስልጣናት ፈቃድ ለመቀበል ያላንገራገረ፤ እንዲሁም ፍቃዱን እንደተቀበለ ሳይውል ሳያድር ሥራውን የጀመረ፤ በሙሉ ኃይሉ ግዳጁን የሚወጣ ሰው ነው፡፡ ለቆመበት ዓላማ ቆራጥ በመሆን ድርሻውን መወጣቱንና ለአላማው ጨካኝ መሆኑን እናያለን፤ እስጢፋኖስ በድንጋይ ተወግሮ እንዲሞት ሰዎችን ያስተባበረ፤ ግድያው ያለ አንድ እንከን ይፈፀም ዘንድ በሰማዕታቱ ላይ በብዙ ድምጽ ይፀድቅ ዘንድ ያደራጀ ፤ በእስር ቤት ውስጥም ብዙ አማኞች ያኖረ ፤ በሌሎች ከተሞችም በመጓዝ በጥንቃቄ መረጃን በመሰብሰብና አማኞችን ከተሸሸጉበት ፈልጎ በማግኘት ወደ ምኩራቦች በማስመጣት በሞት ፍርድ ይቀጣቸው ነበር፡፡ ይህን የሚያደርግበት ምክንያትም ለሌሎች ክርስቲያኖች አቋሙ እንደማይለወጥ ፤ ለአላማው ያለውን ጽናት ለማሳየትና የጀመረውን ስራ ያለማገራገር እንደሚፈፅመው በአፅንኦት መልእክቱን ለማስተላለፍ ነበር፡፡ ጳውሎስ

ዓላማውን ከግብ ለማድረስ ያለምንም ተስፋ መቁረጥ እስከ ፍጻሜ ይሄዳል። ይህ ሰው ጌታ በደማስቆ ሲገናኘውና ክብሩን ሲገለጥለት ከጠየቀው ጥያቄ እንደምንረዳው "አንተ ማን ነህ" የሚል የማንነት ጥያቄ ነው፡፡ ሐዋርያው የጌታን ማንነት ሲያውቅ የእርሱ ማንነት በጌታ ክብር ተዋጠ፡፡ ምንም እንኳ የሐዋርያነት ስልጣን ማዕረግ ቢሰጠውም የተረዳው እውነት ነበር፡፡ ይህ እውነት ደግሞ በአገልግሎት ዘመን ሁሉ እንዲፀና አደረገው፡፡ ብዙ የመፅሐፍ ቅዱስ አስተማሪዎች እንደሚናገሩት ለ33 አመት ያገለገለ ሲሆን በ66 አመቱ ተሰይፎ ወደ ጌታ እረፍት እንደገባ ነው፡፡ በዚህ 33 አመቱ ውስጥ እንደምናጠናው ሐዋርያነቱ የጌታን ስም መሸከም (ክብሩን እንዲሁም መከራውን - የጌታን ሸክም የቤተክርስቲያንን ሥራ መሥራት) ነበር፡፡ ሮሜ 8፡17፣ ፊሊ.2÷17 ፤ 2ኛ ቆሮ 11÷28። ይህን ያደረገው የእርሱ ማንነት ከመስቀሉ ስር ሆኖ ሳለ የጌታውን ማንነት በማንፀባረቅ ነው፡፡

ጳውሎስ ስር-ነቀል አይነት በሆነ መንገድ ተቀይሯል፡፡ መንፈሳዊ እድገቱም ጤናማ ነበር፡፡ ይህ የሆነው ዋንኛ ነገር ከሥጋና ከደምጋ በመማከር ሳይሆን ጌታን በመታመን በመደገፉም ስለሆነ ነው፡፡ ለገላትያ ሰዎች ሲፅፍላቸው "ልጁን በእኔ ሁኔታ ሊገልጥ በወደደ ጊዜ፥ ወዲያው ከሥጋና ከደም ጋር አልተማከርሁም" ገላ1÷15-16 ሐዋርያው አገልግሎቱን በክብር የመጨረስ ታላቅ ሚስጢር በእዚህች ዓረፍተ ነገር ወስጥ እናገኛለን፡፡1. ልጁ (ጌታ ኢየሱስ) የወደደውን በእርሱ ህይወት ለመግለጥ እንደሚችል ተረዳ 2. በእኔ ሁኔታ (በሐዋርያው ማንነት ልምምድ - ገና ከእናቱ ማህፀን ጀምሮ ያለፈበት የህይወት ተመክሮ) ቀድሞ ሳይለወጥ አሁንም ተለውጦ እያለ ፤ (በእኔ ሁኔታ) የጳውሎስ ችሎታውን ሆነ ድካሙን ፤ ስህተቱን ሆነ ብርታቱን ፤ ከፈታውን ሆነ ዝቅታውን ወዘተ.... ነገርን ለበጎ የሚለውጥ ጌታ የምናልፍባቸውን ሁኔታዎች ሁሉ ለክብሩ መገለጫ ይጠቀምበታል ፤ የሚል አስደናቂ መረዳት ነበረው፡፡ ስለዚህ ግራ ቀኙን ሳያይ ፤ ሰዎች ምን ሥፍራ ላይ ያስቀምጡኛል ፣ ሰው ምን ያደርግልኛል ወይንም ምን ያደርገኛል በማለት ሳያቅማማ አይኑን በጌታው ላይ አሳረፈ፡፡ ለቅዱስ ቃሉ ያለው ስፍራ ከፍተኛ ነበር፡፡ ትሁት፣ አፍቃሪ እና ደግሰው ነበር። የሐዋርያት ሥራ 20÷19፣ሮሜ 9÷1-3፣ ፊልጵስዩስ 1 ላይ አብያተ ክርስቲያናቱ እያደጉ እንዲሄዱ የሚያበረታታ ነበር። ፊልጵስዩስ 1÷6 እጅግ በጣም አስቸጋሪ በሆነ ሁኔታ ውስጥ፣ በቤተክርስቲያን ጉዳዮች ላይ ለመቋቋም የሐዋርያነቱን ስልጣን ሆነ የፀጋ ስጦታውን በአግባቡ ተጠቅሞበታል፡፡ገላትያ 2÷11 ታታሪ ሠራተኛ እና ብዙ ሥራዎችንም አቀላጥፎ የሚሠራ እንደሆነ ይነገርለታል፡፡ ወደ 50 ያህል ከተሞች ተዟዙሮ 12,000ማይል ተጉዟል፡፡ የወንጌል እውነት ለማዳረስ ራሱን ያስለመደ (ሰዎችን መስሎ መኖር የሚችል - ለሰዎች ሁሉ እኩል በመሆን እራሱን ያለ አድሎ መስጠቱ) ይህ ሲሆን ግን በምንም ሁኔታ ውስጥ የእውነት ብርሐንን በመግለፅ ሆነ በማስተማር የተራመደ ሰው ነበር፡፡

(1ኛቆሮ 9÷19-23) ይቅር ባይ ነበር፤ በሮም ለፍርድ ሲወሰድ አንዳቸውም ከጎኑ አልበሩም:: በውሸት "የሮም ግዛት በእሳት እንድትጋይ ዋናቸው አንተ ነህ" ተብሎ ክስ ሲቀርብበት ወዳጆቹ ስለእርሱ ለመመስከር በፍርድ ቤት ችሎቱ ላይ አብረውት አልነበሩም:: በሰይፍ ከመሰዋቱም በፊት ጌታ በእነርሱ ላይ ይህንን በደላቸውን እንዳይቆጥር ልመናን አቀረበ:: (2ኛጢሞ 4÷16) ይቅር ባይ ብቻ ሳይሆን ታጋሽም ነበር :: በመታገስም የጌታ ክብር ውስጥ መግባት መለማመደ ሆነ መኖሪያ ማድረግ እንደሚቻል የተረዳ ነው:: አማኞች ወደዚህ ክብር እንዲገቡ፤ ፀጋውንና የሐዋርያነቱን ስልጣን በትዕግስት (በፍቅር በመሸከም፤ የራሱን በማካፈልና ለወንጌል ሲል ራሱን በመስጠት) ማለትም ወንጌል በአንዳች እንዳይከለከል የተጋ ነው:: ይህም በእርሱ ሁኔታ ጌታ ከተገለጠ እንዲሁ ደግሞ በሌሎች አማኞችም ሁኔታ ጌታ ሊከብር እንደሚችል ጠንቅቆ የተረዳ ነበር፤ ስለዚህም የሚያገለግላቸውን ባገኘው አጋጣሚ ሁሉ የሚያበረታታ ነው:: *"በእርግጥ የሐዋርያነት ምልክት በመካከላችሁ በምልክትና በድንቅ ነገር በተአምራትም በሁሉ ትዕግሥት ተደረገ"*። (2ኛ ቆሮ 12÷12) የትርሴስ ተወላጅ ሲሆን ከሞቀው የትውልድ ሃገሩ ወጥቶ ለአህዛብ ወንጌል መሰበክ ማለት ስደተኛ መሆን ሲሆን በተጨማሪም በስደት አገር ከመኖሩ ባሻገር በዚያው አገር በተቃውሞ መካከል ማገልገል እንደ ማለት ነው:: ወደ ዓረቢያ ጉዞ አደረገ (ገላ 1÷17). ብዙ ጊዜ ሰብኮ አስተምሮ ስኬት አላገኘም:: ለወንጌል ለም መሬት (ምቹ ሁኔታን ሳይጠብቅ) ብቻ ጌታ ያለውን ቢጎረብጠውም (በማያመች ሁኔታ) ያደርግ ነበር :: ጌታ በምሳሌው ዘሪ ዘርን ሊዘራ ወጣ ብሎ እንዳስተማረው ለነፍሳት ሁሉ ይሰብክ ነበር:: አሕዛብን አገለገለ (ሐዋ9÷15፣ 22 15፣እና 26÷17). በደማስቆ ለአይሁድ ሰበከ / ምንም የሚታይ ስኬት አላገኘም (ሐዋ 9÷20):: ወደ ደማስቆ ተመለሰ፤ ወደ ኢየሩሳሌምም ለመሄድ ተገደደ :: አይሁድም እንደገና ሊገድሉት ፈለጉ (ሐዋ 9÷29)።

ደፋር፣ ለአላማው ቆራጥ፣ ጀግና እና በዘመኑ ቋንቋ ወኔያም ነበር:: ድፍረት ማለት ፍራቻ አለመኖር ሳይሆን በሚያስፈራ ሁኔታ ውስጥ እንኳን ትክክል የሆነውን ማድረግ! ለምሳሌ: - በጉዞው ወደ ኢጣሊያ በመርከብ ይሄድ ዘንድ ተፈርዶበት ፥ ጳውሎስንና ሌሎችን እስረኞች ከአውግስጦስ ጭፍራ ለነበረ ዩልዮስ ለሚሉት ለመቶ አለቃ አሳልፈው ሰጡአቸው። እነርሱም በአንድ ራሚጢስ በሚባል መርከብ ገብተው መጓዝ ጀመሩ:: ሐዋርያው የታየውን ለመርከቡ አለቃ ቢናገርም የመርከቢቱ አለቃ ግን እርሱን ከመስማት ይልቅ የመቶ አለቃውን ሰማ:: መልካም መስሎአቸው መጓዝ ሲጀምሩ አውራቂስ የሚሉት ዓውሎ ነፋስ ከዚህ መጣ ሳይባል ከበባቸው አሰጨነቃቸው:: ሳይወዱ በግዳቸው ነፋሱ ወደሚነዳቸው ተጓዙ:: ሐኪሙ ሉቃስ በዘገበውና ለቴዎፍሎስ ባስተላለፈው መልእክቱ ውስጥ *"መርከቡም ተነጥቆ ነፋሱን ሲቃወም መሄድ ስላልቻለ ለቀነው ተነዳን።....ቄዳ በሚሏትም ደሴት በተገናኘን ጊዜ ታንኳይቱን ለመግዛት በጭንቅ ቻልን፤ ወደ ላይም*

ካወጡአት በኋላ መርከቡን በገመድ አስታጥቀው አጸኑ፤ ስርቲስም ወደ ሚሉት ወደ አሸዋ እንዳይወድቁ ፈርተው ሸራውን አውርደው እንዲሁ ተነዱ። ነፋሱም በርትቶ ሲያስጨንቀን በማግሥቱ ከጭነቱ ወደ ባሕር ይጥሉነበር፥ በሦስተኛውም ቀን የመርከቡን ዕቃ በእጃችን ወረወርን። ብዙ ቀንም ፀሐይን ከዋክብትንም ሳናይ ትልቅ ነፋስም ሲበረታጊዜ፥ ወደ ፊት እንድናለን የማለት ተስፋ ሁሉ ተቈረጠ።" በዚህ ጊዜ የሰው ልብ ሁሉ በቀለጠበት ሰዓት ሐዋርያውም ራሱ ተስፋ በቆረጠበት ጊዜ *"አሁንም ኢይዞአችሁ ብዬ እመክራችኋለሁ፤ ይህ መርከብ እንጂ ከእናንተ አንድ ነፍስ እንኳ ኢይጠፋምና፤ የእርሱ የምሆንና ደግሞ የማመልከው የእግዚአብሔር መልአክ በዚች ሌሊት በአጠገቤ ቆሞ ነበርና፥ እርሱም። ጳውሎስ ሆይ፥ አትፍራ፤ በቄሣር ፊት ልትቆም ይገባሃል፤ እነሆም፥ እግዚአብሔር ከአንተ ጋር የሚሄዱትን ሁሉ ሰጥቶሃል አለኝ። ስለዚህ እናንተ ሰዎች ሆይ፥ ኢይዞአችሁ፤ እንደ ተናገረኝ እንዲሁ እንዲሆን እግዚአብሔርን አምናለሁና"።* (ሐዋ 27÷22-23)

☞ ደፋር፣ ጀግና (ወኔያም) ማለት በፍራቻ ውስጥ እና ተስፋ በመቁረጥ ውስጥ ታምኖ በፅናት ትክክለኛውን ነገር በልበ ሙሉነት ማድረግ ማለት ነው፡፡

"....መርከቤ ሦስት ጊዜ ተሰበረ፤ ሌሊትና ቀን በባሕር ውስጥ ኖርሁ። ብዙ ጊዜ በመንገድ ሄድሁ፤ በወንዝ ፍርሃት፥ በወንበዴዎች ፍርሃት፥ በወገኔ በኩል ፍርሃት፥ በአሕዛብ በኩል ፍርሃት፥ በከተማ ፍርሃት፥ በምድረ በዳ ፍርሃት፥ በባሕር ፍርሃት፥ በውሸተኞች ወንድሞች በኩል ፍርሃት ነበረብኝ፤ በድካምና በጥረት ብዙ ጊዜም እንቅልፍ በማጣት፥ በራብና በጥም ብዙ ጊዜም በመጦም፥ በብርድና በራቍትነት ነበርሁ። የቀረውንም ነገር ሳልቆጥር፥ ነገር ግን ዕለት ዕለት የሚከብድብኝ የአብያተክርስቲያናት ሁሉ አሳብ ነው።" (2ኛ ቆሮ 11÷25-28)

ሌላ ምሳሌ ደግሞ (የሐዋ 14) ላይ ይገኛል፡፡ በአገልገሎታቸው በተሰራው ድንቅና ተአምራት የልስጥራ ሰዎች በቃል ሆነ በተግባር ያልተገባውን ነገር ግን በሰዎቹ ዘንድ መልካም የሆነውን ማድረግ ፈለጉ፡፡ *"በልስጥራንም እግሩ የሰለለ፥ ከእናቱም ማኅፀን ጀምሮ አንካሳ የሆነ፥ ከቶም ሄዶ የማያውቅ አንድ ሰው ተቀምጦ ነበር። ይህም ሰው ጳውሎስ ሲናገር ይሰማ ነበር፤ እርሱም ትኵር ብሎ ተመለከተውና ይድን ዘንድ እምነት እንዳለው ባየ ጊዜ፥ በታላቅ ድምፅ። ቀጥ ብለህ በእግርህ ቁም አለው። ብድግ ብሎም ተንስቶ ይመላለስ ነበር። ሕዝቡም ጳውሎስ ያደረገውን ባዩ ጊዜ ድምፃቸውን ከፍ ኢድርገው በሊቃኦንያ ቋንቋ። አማልክት ሰዎችን መስለው ወደ እኛ ወርደዋል አሉ፤ በርናባስንም ድያ አሉት፤ ጳውሎስንም እርሱ በመናገር ዋና ስለ ነበረ ሄርሜን አሉት።በከተማውም ፊት ቤተ መቅደስ ያለው የድያ ካህን ኮርማዎችንና የአበባን አክሊሎች ወደ ደጃፍ አምጥቶ ከሕዝቡ ጋር ሆኖ ሊሠዋላቸው ወደደ። ሐዋርያት በርናባስና ጳውሎስ ግን ይህን በሰሙ ጊዜ ልብሳቸውን ቀደው ወደ ሕዝቡ መካከል እየጮኹ ሮጡ፥ እንዲህም አሉ። እናንተ ሰዎች፥ ይህን ስለ ምን ታደርጋላችሁ? እኛ ደግሞ እንደ እናንተ የምንሰማ ሰዎች ነን፥ ከዚህም*

ከንቱ ነገር ሰማይንና ምድርን ባሕርንም በእነርሱም ያለውን ሁሉ ወደ ፈጠረ ወደ ሕያው እግዚአብሔር ዘወር ትሉ ዘንድ ወንጌልን እንሰብካለን"። ከዚያ ብዙም ሳይቆይ ከአንጾኪያና ከኢቆንዮን የመጡ አይሁዳውያን ሕዝቡን አነሳስተው ጳውሎስን በድንጋይ ወግረውት የሞተም መስሎአቸው ጥለውት ሄዱ (ሐዋ 14÷19)፤ ጳውሎስ ግን ቁስሉ ሳይደርቅ በድንጋይ ተወግሮ ከተጣለበት ተነሳ ፤ በሚቀጥለው ቀን ደግሞ ከበርናባስ ጋር ለደርቤን ሰዎች ለጌታ የምስራቹን ሥራ ማወጁን ቀጠለ፡፡ በድንጋይ መወገር፣ መርከቡም በአውራቂስ ንፋስ የተመታች፣ በወንድሞች የጥርስ መፋጨት (ቱራማ - የስሜት ከፋኛ ቁስል - በጣም የሚያስጨንቅ ወይም ግራ የሚያጋባ ተሞክሮ) አጋጥሞታል፡፡ በእዚህ አይነት ሁኔታ እያለፈ ጌታ ግን በተደጋጋሚ ሚናገረው *"ጌታም ሌሊት በራዕይ ጳውሎስን እኔ ከአንተ ጋር ነኝ፥ ማንም ክፉ ሊያደርግብህ የሚነሣብህ የለምና አትፍራ፥ ነገር ግን ተናገር ዝምም አትበል፤ በዚህ ከተማ ብዙ ሕዝብ አሉኝና አለው"።* (ሐዋ18÷9-10) በዚህች ከተማ መልካም መስሎአቸው እንደ አማልክት የተቆጠሩበት ጊዜ ነበር፤ ደግሞም በድንጋይ ሲወገር ተመልሰው ውግረው የሚሉ ነበሩ፡፡ በመልካምም ሆነ በክፉ ወሬ ውስጥ ሐዋርያው ጀግና ፣ ደፋር እና ወኔያም ነበር፡፡ ለቆሮንቶስ ሰዎች እንዲህ ይላቸዋል *"በክብርና በውርደት፥ በክፉ ወሬና በመልካም ወሬ ራሳችንን እናማጥናለን፤ አሳቾች ስንባል እውነተኞች ነን"* (2ኛ ቆሮ 6÷7-8) ሌላው ደግሞ ሐዋርያው ትሁት ሰው ነበር፡፡ የይሁዳ ሰዎች መገረዝን እንደ መዳን ምልክት አድርገው እንዲያስቀምጡት ያስተምሩ ነበር ፡፡ ጳውሎስ ይህን ውድቅ ለማድረግ ችሎ በየቦታው በራሱ በሐዋርያነቱ ሥልጣን አስተምሮአል ነገር ግን ይህ ጉዳይ "ለበጉ ሐዋርያት" እንዲላክለት ፈቃደኛ ነበር (ሐዋ 15÷2)፡፡ በራሱ ዙሪያ ላይ ትኩረት እንዲሰጠው የሚፈልግ ሰው አልነበርም፡፡ ቅዱስ ጳውሎስ ጥሩ የተዋጣለት የሥነ-ምግባር ሰው ነበር ፡፡ ሥነምግባር ስንል ግብረ ገባዊ ሀቀኛ እና በበጎ ልምድ የተሞላ ነበር ማለታችን ነው፡፡ ይህ ሐዋርያ ሥነ ምግባርን ሲሰብክ (ሲያስተምር) በሕይወቱ የተለማመደውን እናም ይተገብረው የኖረበትን ነው፡፡ በዚህም ጥሩ ምሳሌነተ ነበረው፡፡ (ሮሜ 12÷17)፡፡ ፊልሞና ከሐዋርያው ጋር አብሮ የሚሰራ ሰው ነበር፤ ይህ ሰው ደግሞ ገንዘቡን የወሰደበት አናሲሞስ የሚባል፤ የጌታው እዳ ያለበት ነበር፡፡ በሐዋርያው አገልግሎት ተለወጠ፡፡ ቢሆንም ግን ሐዋሪው በጎ ሥነምግባር ያለው ስለሆነ የሐዋርያነቱን ስልጣን ሳይጠቀም ነገር ግን ፊሊሞናን ያማክረዋል፡፡ ፊልሞና አናሲሞስን ተመልሶ እንደባሪያ እንዳይገዛው ቅዱስ ጳውሎስ በትህትና በእስር ቤት ሆኖ ሳለ ይጠይቀዋል እንዲህ ሲል ፡- *"ስለዚህ የሚገባውን አዝህ ዘንድ በክርስቶስ ምንም እንኳ ብዙ ድፍረት ቢኖረኝ፥ ይልቁንም እንደዚህ የሆንሁ እኔ ጳውሎስ ሽማግሌው፥ አሁንም ደግሞ የኢየሱስ ክርስቶስ እስር የሆንሁ፥ ስለ ፍቅር እለምናለሁ። አስቀድሞ ስላልጠቀመህ፥ አሁን ግን ለእኔም ለአንተም ስለሚጠቅም በእስራቴ ስለ ወለድሁት ስለ ልጄ ስለ አናሲሞስ እለምንሃለሁ። እርሱን እልከዋለሁ፤ አንተም ልቤ እንደሚሆን ተቀበለው። እኔስ በወንጌል እስራት ስለ አንተ እንዲያገለግለኝ ለራሴ ላስቀረው እፈቅድ ነበር፥ ነገር ግን በጎነትህ በፈቃድህ እንጂ በግድ እንዳይሆን፥ ሳላማከርህ ምንም እንኳ*

ላደርግ አልወደድሁም። ተቀብለህ ለዘላለም እንድትይዘው ስለዚህ ምናልባት ለጊዜው ተለይቶሃልና፤ ከእንግዲህ ወዲህ እንደ ባሪያ አይሆንም፥ ነገር ግን ለእኔ በተለየ የተወደደ ወንድም ከሆነ፥ ለአንተማ ይልቅ በሥጋውም በጌታም ዘንድ ከባሪያ የሚሻል የተወደደ ወንድም እንዴት አይሆንም። እንግዲህ እንደ ባልንጀራ ብትቆጥረኝ፥ እንደ እኔ አድርገህ ተቀበለው። በአንዳች ነገር የበደለህ ቢኖር ግን ወይም ብድር ያለበት እንደሆነ፥ ይህን በእኔ ላይ ቍጠር፤ እኔ ጳውሎስ። እኔ እመልሰዋለሁ ብዬ በእጄ እጽፋለሁ፤ ከዚህም በላይ ለእኔ የራስህ ደግሞ ብድር እንዳለብህ አልልህም። አዎን፥ ወንድሜ ሆይ፥ በጌታ እኔ እንድጠቀምብህ ይሁን፤ በክርስቶስ ልቤን አሳርፍልኝ። ከምልህ ይልቅ አብልጠህ እንድታደርግ አውቄ እንድትታዘዝም ታምኜ እጽፍልሃለሁ"።

ሐዋርያው ኤፌሶን በነበረበት ወቅት በሚገርም መንገድ በመንፈስ ቅዱስ እሳት በፀጋ ስጦታዎች ያገለገለበት ጊዜ ነበር፡፡ በ (ሐዋርያት ስራ 19÷11) እንደተመዘገበው *"እግዚአብሔርም በጳውሎስ እጅ የሚያስገርም ተአምራት ያደርግ ነበር፤ ስለዚህም ከአካሉ ጨርቅ ወይም ልብስ ወደ ድውዮች ይወስዱ ነበር፥ ደዌያቸውም ይለቃቸው ነበር ክፉዎች መናፍስትም ይወጡ ነበር።"* ካራዝማው (የመንፈስ ሙላትና - ግለት) በሙልአት ይታይበት ነበር፡፡ ይህ ብቻ አይደለም የአገልጋይ ባህሪው ፀባዩ ሥነምግባሩ የሚያስገርም ነበር፡፡ ብሉይ ኪዳንንና የሙሴን ህግጋት ጠንቅቆ ማወቁ ፤ በነብያት መፅሐፍት ያለው ቅዱሱን ልዑል እግዚአብሔርን ባህሪ መረዳቱ ለአገልግሎቱ እጅግ ጠቅሞታል፡፡ እንደምናውቀው ህግጋቱ ክርስቶስ እስኪመጣ ድርስ ሞግዚት ነው፡፡ ሞግዚት ደግሞ እናት እስክትመጣ ድርስ ህፃኑን ጤናማ ምግብ የምትመግብ፣ ግብረገብ የምታስተምር፣ የምትከባከብ፣ ከአደጋ የምትጠብቅ እና እንደ እናት ባትሆንም መጠነኛ ፍቅር የምትገልጥ ናት፡፡ ሐዋርያው ይህ የሞግዚት አገልግሎት (ህግ አዋቂነቱ) እጅግ የጠቀመው ሰው ነበር፡፡ለፊልጵስዩስ ሰዎች ከፃፈው ደብዳቤ የምንረዳው ይህ ነው *"በስምንተኛው ቀን የተገረዝሁ፥ ... ስለ ሕግ ብትጠይቁ፥ ፈሪሳዊ ነበርሁ፤ ስለ ቅንዓት ብትጠይቁ፥ ... ነበርሁ፤ በሕግ ስለሚገኝ ጽድቅ ብትጠይቁ፥ ያለ ነቀፋ ነበርሁ።"* ፊል3፡6-7 የራሱን ህይወት በቃሉ መስታዎት እየተመለከተ በብሉይ ኪዳን ያለውን ጌታ በአዲስ ኪዳንም ያለው የማይለወጥ ትናንትና ዛሬም እስከ ዘላለም ያው እንደሆነ የተረዳ ነው፡፡ የብዙዎቻችን ስህተት በይበልጥም በመንፈስ ቅዱስ ሙላትና ስጦታዎች ላይ የምናተኩር የምንዘነጋው ይህ ነው ፡፡ ከጌታችን ኢየሱስ የምድር አገልግሎቱ የምንማረው ትልቅ ቁምነገር አለ፡፡ ለምሳሌ ኒቆዲሞስ የእስራኤል መምህር መሆኑን አልነቀፈም ግን ዳግም መወለድ የሚለው መረዳት እንደሌለው ተናገረው እንዲህ ሲል፡- *« ኢየሱስም መልሶ እንዲህ አለው። አንተ የእስራኤል መምህር ስትሆን ይህን አታውቅምን? »*(ዮሐ 3÷10) ፈሪሳዊያኑን ትምህርት መቀበል እንዲሁም ማድርግ እንደሚገባቸው አዘዛቸው ፤ ነገር ግን ስለህጋቸው ሲሉ ያወጡትን ወግ እንዳይከተሉ አስጠነቃቸው፡፡ *"ስለዚህ ያዘዙአችሁን ሁሉ አድርጉ ጠብቁትም፥ ነገር ግን እየተናገሩ*

ሊያደርጉትምና እንደ ሥራቸው ኢታድርጉ ......እርሱም መልሶ እንዲህ አላቸው። እናንተስ ስለ ወጋችሁ የእግዚአብሔርን ትእዛዝ ስለ ምን ትተላለፋላችሁ? እግዚአብሔር። አባትህንና እናትህን አክብር፤ ደግሞ። አባቱን ወይም እናቱን የሰደበ ፈጽሞ ይሙት ብሎአልና፤እናንተ ግን። አባቱን ወይም እናቱን ከእኔ የምትጠቀምበት መባ ነው የሚል ሁሉ፥ አባቱን ወይም እናቱን ሊያከብርም ትላላችሁ፤ ስለ ወጋችሁም የእግዚአብሔርን ቃል ሻራችሁ።" (ማቴ23÷3 ፤ 15÷3)

በዘመናችን እንደዚሁ አዲስ ፍጥረት ሆነው ፤ በመንፈስ ቅዱስ ስጦታዎች ላይ ግን ድንግርግር የሚላቸው ፤ ታዛቢ የሆኑ ፤ አንዳንድ ጊዜ ደግሞ ተቃዋሚ ሆነው "ከአጋንንት ነው" ብለው የሚተቹ የእምነት ተቋማት፣ ነገር ግን ለጌታ ያላቸው በጎ ሥነምግባር፣ ባህርይ፣ ፀባይ፣ ቅድስና የቃሉ ሙላት (የቃሉ ብስለት) የሚያስቀና ነው:: እንደ ባቡር ሀዲድ ባቡሩን ወደሚፈለገው ስፍራ እንደሚመራው ሁሉ፤ ክርስቶስን የመምሰልና የወንጌል አገልጋይ ባሪያ ማለት ምን መሆን የሚያሳዩን መስታወቶች ስለሆኑ፤ እኛም በትምህርታችን ውስጥ የእነዚህን አባቶች የቃሉ ትንታኔ ሆነ ሐተታ እንጠቀማለን:: ቃሉ መንፈስ ነው ሕይወትም ነውና በቃሉ ውስጥ ያለውን በጥንቃቄ ማወቅ ይገባናል:: የብሉይ ኪዳን አስተማሪዎች (ራባይ) ስለ ቀደሙት ነብያት መፅሐፍት የጠለቀና ሚዛናዊ ትምህርት እንዳላቸው ሁሉ አዲስ ፍጥረት ሆነው በቃሉ ላይ ብቻ ስር የሰደዱትን ለምሳሌ:- ባፕቲስት፣ ሉተራን፣ የሜቶዲስት / ዌልስሊን፣ የኤሲሽኮሊያን / የአንግሊካን ቤተክርስትያን፣ ሜኖናይት እና ሳልቬሽን አርሚ ጤናማ ትምህርታቸውን እንጠቀማለን:: በእርግጥ በሐገራችን በአሁኑ ግዜ ብዙ የአስተምህሮ ልዩነት ባይኖርም (የመንፈስ ቅዱስ እንቅስቃሴ ባስመለከተ) እነዚህ የእምነት ተቋማት (የጴንጤቆስጤ ተከታዮች/ ፕሮቴስታንት፣ አሴንበሊ ኦፍ ጋድ፣ ኢቫንጀሊካል፣ ሙሉ ወንጌል፣ ቃለ ህይወት፣ መሰረተ ክርስቶስ እናሐዋርያዊ ወዘተ) ጋር በመንፈስ ቅዱስ ስጦታዎች ላይ የጎላ ልዩነት የለም:: ሆኖም ግን በምዕራውያን አገር ግን ልዩነቱ እጅግ ሰፊ ነው:: በዚህም ምክንያት እነዚህ በምዕራቡ አገር የሚኖሩ የመፅሐፍ ቅዱስ ሊቆች ስለ መንፈስ ቅዱስ ስጦታዎች ሆነ እንቅስቃሴ ያላቸውን ግንዛቤ ወደ ጎን አድርገን ነገር ግን ክርስቶስን ለመምሰል በባህሪና በበጎ ሥነምግባር እንዲሁም በቃሉ ላይ በተመሰረተው የቅድስና ህይወት፤ የጠለቀውንም የእግዚአብሔር ጥበብ የሆነውን ሚስጢር እርሱንም ክርስቶስ ኢየሱስን ከመድሐኒት ምንጮች መቅዳት ይኖርብናል:: ፈሪሃ እግዚአብሔር፤ ቅድስና እና በጎ ሥነምግባር (ምሳሌ መሆን - ፀባየ ሸጋ መሆን) ማለት ከሐጢያት መንፃት፤ በመንፈስ መመላለስ፤ የባሪያን መልክ መያዝ፤ በክብር ህይወት መመላለስ ነው:: ያለ ቅድስና ጌታን ማየት ማገልገል አይቻልም::

ሐዋርያው ብሉይ ኪዳን፤ የሙሴ ህግ ማወቁ በዚያም ውስጥ የጌታን ባህሪ ማስተዋሉ ፤ ለአገልግሎቱ ጠቀሜታን አስገኝቶለታል:: የመንፈስ ቅዱስ ፍሬ የተገለጠበት የክርስቶስ ባሪያ ነበር :: ኤፌሶን በነበረበት ግዜ እስደናቂ ከብር፤ የመንፈስ ቅዱስ እንቅስቃሴ ብቻ

ሳይሆን የቅድስና ህይወት የሚለማመድም ነበር ። በአንድ የቤት ጥናት ላይ የሐዋርያውን የኤፌሶን አገልግሎቱን በ (ሐዋ 20) ላይ ሲያጠኑ ብዙ መረዳትን አገኙ፡፡ ሚካኤል ማክ ካስቀመጣቸው ውስጥ

1. ትሁት (ቁ 19). 2. የአገልጋይ-ልብ (19). 3. ሀቀኝነት ምንም አይነት ዋጋ ቢያስከፍል ቃሉን ይሰብካል (20). 4. ጭፍን ጥላቻ የለሽ - ግብዝ አይደለም (20). 5. የጠፉ ሰዎችን ወደ ክርስቶስ የማምጣት ልብ ነበረው (21). 6. በመንፈስ ይመራል- የራሱን አስተሳሰቦች እና ዕቅዶች አያስቀድምም (22). 7. በአጠቃላይ በእግዚአብሔር መታመን (22). 8. አንድም ነገር አላስቀረም. ለሰዎች የምሥራቹ መቶ ከመቶ በመስጠት ይናገራል - ሁሉንም ትምህርት አግኝተዋል (27). 9. እረኛ- ለሰዎች ተንከባክቦ እና መዋዕለ ነዋይ አድርጓል (28). (በቁጥር 37 እና 38 ላይ የሰጡትን ምላሽ ተመልከቱ!) 10. ታታሪ; (34). 11. ሰጪ ለጋስ (35) 12. ስለ እነርሱ ይፀልያል(36).

በእግዚአብሔር ፈቃድ የተመረጠ

ሐዋርያው መሆኑን ጳውሎስ ይናገራል፤ ዛሬ በሀገራችን ባለው አገልግሎት ውስጥ አምስቱም የጸጋ ስጦታዎች ተግባር ላይ ውለው ሲሠራባቸው እንመለከታለን፤ ይህ ጥሩ ጅምር ነው፡፡ ሆኖም ጅምሩ በመልካም መሠረት ላይ ለመቆሙ ማረጋገጥ ያስፈልጋል፡፡ በጥንቷ የኢትዮጵያ ቤተ ክርስቲያን ውስጥ ወንጌላዊ ተብሎ መጠራትም ችግር የነበረበት ዘመን እንደ ታለፈ ታሪኩን የሚያውቁ ይናገራሉ፡፡ ለዚያውም በዚያን ዘመን ወንጌላዊ የሚለውን ስያሜ የምትሰጠው ቤተ ክርስቲያን ራሷ ነበረች፡፡ ቀጠለና በእረኝነት አገልግሎቱ ላይም ትልቅ ውዝግብ ታልፏል፡፡ ትልቁ የሚፈራው ችግር የእረኝነት አገልግሎቱ ሹመት የሚሰጣቸው ሰዎች ፈላጭ ቆራጭ ይሆናሉ የሚል ነው፡፡ ስለዚህም እስከ ቅርብ ጊዜ እረኛ፣ ፓስተር የሚለው መጠሪያ ብርቅ ነበር፡፡ ዛሬ ይህ አመለካከት በአብዛኛው ተቀይሯል፡፡ በየቤተ ክርስቲያኑ ጸጋውን በትክክል ይጠቀሙበትም አይጠቀሙበት "እረኛ" የሚለው ስያሜ ግን በሥራው ሥራ ላይ ውሏል፡፡

በዚያው መጠን "እረኛ" የሚለው ስያሜ የመበርከቱን ያህል ወንጌላዊ የሚለው ስያሜ ደግሞ እየደበዘዘ የወንጌላዊነት ጸጋ እንደ አነስተኛ ደረጃ እየተቆጠረ ይገኛል፡፡ በምድራዊ አሠራር የማያበላ ሥራ እንደ ሚባለው እስኪመስልም ደርሷል፤ ይህ አደገኛ አካሄድ ነው፡፡ ሁኔታው በዚህ አልተገታም፣ አሁን አሁን ደግሞ የነብይነትና የሐዋርያነት ጸጋ አለን የሚሉ በአብዛኛው ራሳቸውን በራሳቸው የሾሙ ሰዎችም በብዛት በሃገራችን እየተነሱ ነው፡፡ ሐዋርያው ጳውሎስ "በእግዚአብሔር ፈቃድ የክርስቶስ ሐዋርያ....." እንደ ሆነ ይናገራል፡፡ የእርሱን ሐዋርያነት የሚቃወሙ አንዳንዶች በጥንቷ ቤተ ክርስቲያን ውስጥ ባይጠፉም

እርሱ ግን ሐዋርያነቱን በእርግጠኝነት በተግባር ሕይወት አሳይቷል፡፡ ለሞት እንኳን ሳይፈራ በቁርጠኝነት ወንጌልን አገልግሏል፤ ቤተ ክርስቲያንን ተክሏል፡፡

ከዚሁ ከቁጥር 1-2 ሳንወጣ "በክርስቶስ ኢየሱስ ላሉ፣ ለታመኑ በኤፌሶን ለሚገኙ ቅዱሳን......ይላል፡፡ በኤፌሶን ለሚገኙ የሚለው ሐረግ በጥንታዊው የመጀመሪያ ቅጂ ላይ በዚህ መልክ ለመቀመጡ አጠራጣሪ እንደ ሆነ ጥናቶች ያሳያሉ፡፡

ወደ ኤፌሶን እንደ ተጻፈ የሚገልፀው የመጀመሪያው የአድራሻ ቃል በመጀመሪያዎቹ ዘመናት በተፃፉ ቅጂዎች ላይ አይገኝም፤ በዚህም ምክንያት መልእክቱ ለሎዶቂያ ቤተ ክርስቲያን የተጻፈ ነው የሚሉ ይገኛሉ፡፡ "ቅዱሳን" የሚለው አነጋገር በሐዋርያት ዘመን ለአማኞች የመለያ ስማቸው ነው፡፡ በአሁኑ ዘመን ክርስቲያን ነኝ ብለን እንደምንናገረው በጥንት የነበሩ አባቶቻችን ቅዱሳን ነን ብለው ራሳቸውን ይጠሩ ነበር፡፡

ቅዱሳን

ኤስ. ሌዊስ ጆንሰን፡- ቅዱሳን የሚለው ቃል የሚገልጸው የአማኙን የአሁን ሁኔታ ሳይሆን በእግዚአሔር ፊት በፀጋ ያለውን አቋም ነው፤ ምክንያቱም አማኞች ሁሉ ቅዱሳን ናቸው። እግዚአብሔር እንዳጸደቀን እንጂ በመንፈሳዊ ሕይወታችን የደረስንበትን የእድገት ደረጃ አያሳይም። ቢሆንም እያንዳንዱ አማኝ ቅዱስ መሆኑ በዚህ ምድር መገለጥ አለበት። በእውነት በኢየሱስ ክርስቶስ ካመንን አሁን በዚህ ምድር ያልተገለጠ ቅዱስነት ሰማይ ቤት ከሄድን በኋላ ሊገለጥ አይችልም። (ኤስ. ሌዊስ ጆንሰን.ኤፌ 1÷3-6 የአባት ሥራ)

ሬይ ስቴድማን እንዲህ ሲል ጽፎአል፡- ቅዱሳን የሚለው ቃል ትንሽ ያስደነግጠናል። ስለ ቅዱሳን የምናስበው ከሰው ዘር የተለዩ፣ እጅግ የተዋቡ እና ከእኛ በላይ የነጹና የተቀደሱ አድርገን ስለምናስባቸው እኛ ራሳችን ቅዱሳን ተብለን መጠራቱ ያስፈራናል። የአዲስ ኪዳን ቅዱሳን ግን እንዲህ አይነት ፍጡሮች አይደሉም፣ ልክ እንደ እኛው አይነት ሰዎች ናቸው። ቅዱሳን በሕይወታቸው ውስጥ ብዙ ፈተና ያለባቸው በቤት እና በሥራ ቦታ ብዙ ችግር የሚያጋጥማቸው በሁሉ ቦታ ሚረብሻቸው ነገር የማያጣቸው ሰዎች ናቸው። ግን አንድ የሚያስደንቅ ነገር አላቸው፡ ለየት ያሉ ሰዎች ናቸው። ቅዱስ ማለት ትርጉሙ የተለየ ማለት ነው። ቅዱሳን ከሌሎች ጋር የማይመሳሰሉ እና ለእግዚአብሔር የተለዩ፣ በዚህም ምክንያት በአኗኗራቸውም የተለዩ ሰዎች ማለት ነው። ቅዱስ ማለት ፈተና የሌለበት ሰው ሳይሆን የገጠመውን ፈተና የሚጋፈጥበት መንገድ ከሌሎች የተለየ ያለው ማለት ነው። የተለየ የኑሮ ዘይቤ አለው። ቅዱሳን በባሕርያቸው ታማኞች ናቸው፤ ማለትም ከእምነታቸው ወደ ኋላ አያፈገፍጉም። (ሬይ ስቴድማን. ኤፌ 1÷1-14: እግዚአብሔር በሥራ ላይ አለ)

ፊሊፕስ እንዲህ ሲል ጽፎአል፡- ኤፌሶን በሮማ ግዛት ውስጥ ከቆሮንቶስ ጋር በመፎካከር አምስተኛይቱ ታላቅ ከተማ ነበረች። በዘመኑ ሰዎች ከዓለም ዙርያ ሁሉ የአርጠሚስን ቤተመቅደስ ለማየት እና በመቅደሱ ውስጥ የሚያገለግሉትን ቅዱሳን ጋለሞቶች ለመሳለም ወደ ኤፌሶን ይመጡ ነበር። ኤፌሶን ውስጥ ልክ ዛሬ በሒንዱዊዝም እና ሌሎች የምስራቅ ሃይማኖቶች ውስጥ እንደሆነው ሁሉ ኃጥያት መሥራት የጥሩ ሃይማኖተኝነት መለያ ነበር። በአንጻሩ ደግሞ የእግዚአብሔር ሕዝብ ቅዱሳን እንዲሆኑ ተጠርተዋል፣ በውስጣቸው በሚኖረው በመንፈስ ቅዱስ ኃይል ለሕያው እግዚአብሔር እና ለልጁ ለኢየሱስ ክርስቶስ ተቀድሰዋል፣ ታጥበዋል፣ ተለይተዋል። ኤፌሶን ውስጥ እውነተኛው የእግዚአብሔር ቤተ መቅደስ ኢየሱስ ክርስቶስ ያደረበት የአማኞች አካል ነው። ለእነዚህ በኤፌሶን ለሚኖሩ ሰዎች ነው ጳውሎስ መልዕክቱን የጻፈው።(ፊሊፕስ, ጆ. ኤፌሶንን መመርመር. ግሬል 2002)

ቅዱሳን ስለሚለው ቃል ብዙ የተሳሳቱ ወይንም የተበረዙ ግንዛቤዎች አሉ። በይበልጥም ለኢትዮጲያውያን እና ለኤርትራውያን የክርስትናን እምነት (ሐይማኖት) በተያያዘ ከሰውም ስፍራ ቀይሮ ርቆ በመሄድ ፤ በየዋሻው ተደብቆ ራሱን ከኃጥያት ለማንፃት እርብና አርብ በመፆም የሚደረግ ለሌሎችም ሰዎች ቅዱስ ማለት በክርስትና ሕይወቱ ከሌሎች ክርስቲያኖች ላቅ ያለ አማኝ፣ አርአያ መሆን የሚችል ሕይወት የኖረ፣ ታላላቅ መልካም ሥራዎችን የሰራ ሰው ይመስላቸዋል። እነዚህን የፅድቅ ስራ ሁሉ ማድረግ አማኝ የሚጠበቅበት ቢሆንም መጽሐፍ ቅዱስ የሚያስተምረን ቅዱስ ማለት እግዚአብሔር በክርስቶስ ፀጋ በፊቱ የሰጠንን አቋም እንጂ በሥራም ሆነ በትጋት ያመጣነው ውጤት አይደለም። እውነተኛ አማኞች ቅዱሳን ተብለው መጠራታቸው ከልምምዳቸው ወይም ከምግባራቸው የተነሳ ሳይሆን በክርስቶስ ካገኙት ማንነት ነው። ያመነ ሰው በሙሉ በክርስቶስ ለእግዚአብሔር ስለተለየ ቅዱስ ነው። እግዚአብሔር የሚያየን ልጁን ኢየሱስ ክርስቶስን እንደሚያየው ነው። በክርስቶስ ኢየሱስ የተቀደሱ፣ የነጹ፣ ቅዱሳን ለመሆን የተጠሩ አድርጎ ነው እግዚአብሔር የሚቆጥረን (1ኛ ቆሮንቶስ 1÷2)። ከሐዋርያው ጳውሎስ ትምህርት እንደምንረዳው በቆሮንቶስም ያሉትን አማኞች በመንፈሳዊ ሕይወታቸው ብስለት የተነሳ አይደለም ቅዱሳን የተባሉት (1ኛ ቆሮንቶስ 3÷1-3) በጥሪያቸው ነው እንጂ፣ ማለትም ለመዳን የተጠሩበት ጥሪ።

በክርስቶስ ላሉ ለታመኑ

የሚለው ቃል ሐዋርያው ይህን በኤፌሶን ለሚገኙ አማኞች ብቻ እንዳልጻፈው ያመለክተናል፡፡ በልቡ ያመነ በአፉ ክርስቶስ የእግዚአብሔር ልጅ ሞቶም እንደ ተነሳ የመሰከረ ሁሉ ለዚህ ታላቅና ሕያው መልእክት እጩ እንደ ሆነ ያሳየናል፡፡

የኢ.ፌ.ቤ.ስ. አገልግሎት / የኤፌሶን መልእክት ትምህርት

በእግዚአብሔር ፈቃድ

ሐዋርያነቱ በራሱ ፈቃድ ሳይሆን በእግዚአብሔር ፈቃድ የተሰጠው እንደ ሆነ ይገልጣል:: ሐዋርያ የሚለው ሚሽነሪ ወይም ሚስዮናዊ የሚለው ቃል ሲሆን ይህን ወደ አማርኛ ስንመልሰው የተላከ የሚል ትርጉም ይይዛል:: ምንም እንኳ መልእክቱን ለማድረስ ፈቃደኝነት ከሰውየው ቢጠበቅበትም መልእክቱን ያደርስ ዘንድ የባለቤትነት ስልጣን የለውም:: ባለቤቱ እግዚአብሔር ነው:: መልእክቱም የባለቤቱ ነው:: መልእክተኛው መልእክቱን ያደርስ ዘንድ ብቃትን የሚሰጠው እርሱ ራሱ እንደ ሆነ እንረዳለን:: የሐዋርያውን የሕይወት ታሪክ ብንመለከት ደማስቆ ላይ የተገኘው ጌታ የሕይወት አቅጣጫውን አስቀየረው::

በክርስቶስ ኢየሱስ

የሚለው አነጋገር ከሞት ከተነሳውና ሕያው ከሆነው ከጌታችን ከኢየሱስ ክርስቶስ ጋር ያለንን ኅብረት ያመለክታል:: እርሱ ሕያው ስለ ሆነ የታመኑት በእርሱ ሞትና ትንሳኤ ሕያዋን ይሆናሉ:: መልእክቱ ለሕያዋን እንጂ ለሙታን አይደለም:: ለኅብረታችን መመስረት ምክንያቱ የዳሰስነው የጨበጥነው በልባችን ሥፍራ ላይ ንግሥናውን ያወጀው፣ ድንጋዩን ልባችንን ለውጦ ሥጋ ልብ የሰጠን ክርስቶስ ነው:: እነዚህ ሁሉ የሆኑት ሕያው የሆነውን ጌታ ስለ ታመንን ነው:: በኃይማኖት የታመኑ (የተደገፉ) በራሳቸው የአዕምሮ ብቃት ሕግና ደንብ ይመላለሳሉ ፤ ለእኛ ግን መቃብር ፈንቅሎ የተነሳ በልባችን ገብቶ የደስታን ዘይት ያፈሰሰ ሕያው ጌታ አለን:: በአድርግ አታድርግ ሕግና ደንብ ሳይሆን በእርሱ ነፍስን እስከ መስጠት በዘለቀ ፍቅር ላይ በተመሠረተ አዳኝነቱና በጸጋው በእምነት እንመላለሳለን::

በክርስቶስ ኢየሱስ የሚለው ሐረግ የቅዱሳንን ዘላለማዊ መንፈሳዊ መገኛና መኖሪያ ያመላክታል። ይህ ሐረግ በተለያየ ቅርጽ (በእርሱ፣ በውድ ልጁ ወዘተ...) ከ 130 ጊዜ በላይ የሚገኝ ሲሆን የሚገልጸው አማኙ ከክርስቶስ ጋር ያለውን መንፈሳዊ አንድነት ነው። ክርስቶስ አሁን ሕይወታችን ነው:: (ገላቲያ 2÷20) ኃይላችን ነው (ቆላስይስ 3÷4) ብቃታችንም ነው። ይህ በክርስቶስ የሚለው እውነት በጳውሎስ መልዕክቶች ውስጥ በተደጋጋሚ ከመገኘቱ አንጻር ከትምህርቶቹ ውስጥ ዋነኛው ነው። (ቅድመ-አስቲን ድህረ ገፅ)

ቦይስ እንዲህ ብሎ ጽፏል...በክርስቶስ፣ በእርሱ የሚሉ ቃላት በኤፌሶን 1÷3-2 ውስጥ ብቻ ዘጠኝ ጊዜ እና በጳውሎስ መልዕክቶች በሙሉ 168 ጊዜ ይገኛሉ። እነዚህ ቃላት በክርስቶስ

ማመን ማለት ብቻ ሳይሆኑ በአንድ መንፈሳዊ አካል፣ ከክርስቶስ ጋር አንድ መሆን ፣ ስለ ክርስቶስ እውነት የሆነው ሁሉ ስለ እኛ እውነት መሆኑን የሚያመለክቱ ናቸው። ይህ ለሰው ከበድ የሚል ሃሳብ ስለሆነ መጽሐፍ ቅዱስ ይህንን እውነት ግልጽ ሊያደርግልን በተለያዩ ስዕላዊ መግለጫዎችን ይጠቀማል። ለምሳሌ፡- በጋብቻ የሚፈጠር የወንድ እና የሴት አንድነት (ኤፌሶን 5÷22-33) የወይን እና የቅርንጫፎች አንድነት (ዮሐንስ 15÷1-17) ክርስቶስ የማዕዘን ራስ እና እኛ ደግሞ ሕያዋን ድንጋዮች የሆንበት መንፈሳዊ ቤተመቅደስ (ኤፌሶን 2÷20-22) በአንድ አካል ውስጥ ያለው የራስ እና የሌሎች ብልቶች አንድነት (1ኛ ቆሮንቶስ 12÷12-27)። ቢገባንም ባይገባንም ከክርስቶስ ጋር አንድ መሆን የመዳናችን ዋነኛው ትርጉም ነው። ጆን መሬይ የተባለ አስተማሪ እንዲህ ሲል ጽፎ ነበር፡- "ከክርስቶስ ጋር ያለን አንድነት መነሻው ከዓለም መፈጠር በፊት በእግዚአብሔር አብ መመረጣችን ሲሆን ፍጻሜው ደግሞ በቅዱሳን ወደ ክብር መድረስ ይሆናል። የክርስቶስ እና የእኛ አንድነት ሁለት ዋልታዎች አሉት፡- አንዱ እግዚአብሔር እኛን በፍቅር የመረጠበት ዘላለማዊ ምክሩ ሲሆን ሁለተኛው ደግሞ የክርስቶስ ክብር በሚገለጥበት ጊዜ እኛም አብረነው መክበራችን ነው። መመረጣችን ጅማሬ የሌለው ሲሆን ክብራችን ደግሞ መጨረሻ የለውም።" (ቦይስ, ጄ ኤም ኤፌሶን - ትርጓሜ ትንታኔ)

ዊሊያም ባርክሌይ እንዳለው "ጳውሎስ ክርስቲያን በክርስቶስ ውስጥ ነው ሲል፣ የክርስቲያን በክርስቶስ መሆን ወፍ በአየር ውስጥ፣ ውሃ በባሕር ውስጥ የዛፍ ሥሮች በመሬት ውስጥ እንደመሆናቸው ማለቱ ነው። ክርስቲያኑን ልዩ የሚያደርገው ሁልጊዜ በሁሉ ሥፍራ ዙርያውን የሚከበውን የክርስቶስን መገኘት ማወቁ ነው።"

ባርክሌይ በመቀጠል እንዲህ ይላል፡- ክርስቲያን ሁልጊዜ በሁለት ዓለሞች ውስጥ ይመላለሳል። በዚህ ዓለም ውስጥ በተወሰነ ቦታ ይኖራል፣ ከቦታ ቦታ ይዘዋወራል፤ ነገር ግን በሄደበት ሁሉ በክርስቶስ ይኖራል። ለዚህም ነው ክርስቲያን ውጫዊ ሁኔታዎች ብዙ የማያሳስቡት፤ የክርስቲያን ደስታው፣ ሰላሙ በውጫዊ ሁኔታዎች አይወሰንም። ለዚህም ነው ክርስቲያን ማንኛውንም አይነት ሥራ በሙሉ ልቡ የሚሰራው። ሥራ ትንሽም ቢሆን፣ ክፍያው ቢያንስ እና ምስጋና ባይኖረውም ለጌታ ብሎ እንደሚሰራ ስለሚያምን በደስታ ይሰራዋል። ይህ አይነት ኑሮ በመንፈስ ቅዱስ የተሞላ ሕይወት ነው። ሰው በአየር ውስጥ እንደሚኖር ሁሉ አማኝ በክርስቶስ ውስጥ ይኖራል፤ ፈጽሞ ከክርስቶስ አይለይም። አየር ሳምባችንን እንደሚሞላው አማኝን ክርስቶስ ይሞላዋል። የራሱ ሃሳብ የለውም፣ የክርስቶስ ልብ አለው እንጂ፤ የራሱ ፍላጎት የለውም፤ የክርስቶስ ፈቃዱ ፍላጎቱ ነው እንጂ።

ፀጋ እና ሰላም

ሐዋርያው በሌሎቹ መልእክቶቹ ሰላምታ እንደሚሰጥ እዚህም ተመሳሳይ የሆነ የሰላምታ ዘይቤ እንመለከታለን። በየትኛውም የሕይወት ልምምድ በከፍታም ይሁን በዝቅታ መልእክቱ አይለዋወጥም። ሐዋርያው ሰው ነበር። ሆኖም ግን ሰውነቱ በክርስቶስ ባለው የማስቻል ጉልበት የተዋጠ ነበር። በክርስቶስ ያመኑት የዚህ አይነት ሰላምታ እንዲለዋወጡ ይጋብዛል። እንዲያውም በተቀደሰ አሳሳም ሰላምታ እንዲለዋወጡ በማለት ለሮሜ ሰዎች በተጨማሪ ይነግራቸዋል። ይህ የሰላምታ ትእዛዝ አማኝ ሊተገብረው የሚገባና የሚችለው እንደ ሆነ ይገልጣል። ሮሜ 16÷16 ይህን የመሰለውን ተመሳሳይ የሆነ ሰላምታ (ቡራኬ) ለአሮን ልጆች እንዲያስተላልፍ እግዚአብሔር አምላክ ተናግሮት ነበር። ዘኍ. 6÷25-26 አንድ አማኝ ክርስቶስ በሕይወቱ እንደሚገባ ሳይሰራ ሲቀር እየጠወለገ ይመጣል። መጠውለጉን የሚታወቀው ለወንድሞች በሚነፍገው ፍቅር ነው። የክርስቶስ ባሕሪ የተገለጠበት አማኝም ሆነ አገልጋይ ማቀፍ፣ መሸከም፣ መሳም፣ በበጎ ቃላት መባረክና ማነፅ ይሆናል፤ ይህ የቅዱሳን ድርሻ ነው።

ሬይ ስቴድማን እንደጻፈው፡-...የክርስቲያን ሁለት ትልልቅ ሃብቶቹ ጸጋ እና ሰላም ናቸው። ምንም አይነት ሁኔታ ውስጥ ብትሆን ሁልጊዜ ጸጋ እና ሰላም ያንተ ነው። ጸጋ ለእኛ የተሰጠን የእግዚአብሔር ኃይል ሁሉ፣ ፍቅሩ ሁሉ፣ ውበቱ ሁሉ ነው።

ሰላም ማለት ከስጋት፣ ከጭንቀት እና ከፍርሃት ነጻ መሆን ማለት ነው። ጸጋ ወይም እግዚአብሔር በክርስቲያኑ ሕይወት ውስጥ በሥራ ላይ መሆኑ እንዲሁም ሰላም ወይም ክርስቲያኑ ተዘልሎ ያለጭንቀት መኖሩ እነዚህ ሁለቱ የክርስቲያን መታወቂያዎች ናቸው። ከዚህ በኋላ የጳውሎስ አጻጻፍ የተለመደ ቅርጹን ይከተላል። መጀመሪያ ትልልቅ ትምህርቶችን እና እግዚአብሔር ያቀረበልንን አስደናቂ እውቀቶች (እውነታዎች) ያካፍለናል፤ ከዚያም እነዚህን የእውነት እውቀቶች በዕለታዊ ኑሮአችን እንዴት እንደምንለማመዳቸው እና እንደምንመላለስባቸው ያስተምረናል። የመጀመሪያዎቹን ሦስት ምዕራፎች ምንም ተግባራዊ ጥቅም እንደሌላቸው ሥነ መለኮታዊ ትንታኔ ማንበብ የለብንም። ተጨባጭ እውነታዎች እንጂ አየር ላይ የሚንሳፈፉ ፍልስፍናዎች አይደሉም። እንደ ተጨባጭ እውነታዎች ካየሃቸው ሕይወትህን በእነዚህ እውነታዎች ላይ ትመሰርታለህ፣ እርምጃም ትወስድባቸዋለህ። ለዚህ ነው ጳውሎስ የሕይወትን ታላላቅ እውነታዎች በመግለጥ መልዕክቶቹን የሚጀምረው።

ጸጋ (ካሪስ) cháris / khar'-ece የሚለው የግሪክ ቃል ትርጉሙ እግዚአብሔር እኛ ሳይገባን እና ከእኛ እንደ ውለታም ይሁን እንደ ክፍያ ምንም ሳይጠብቅ የሚያፈስብን ደግነት ነው።

በተግባራዊ ገጽታው የፀጋ ትርጉሙ ዓለምን፣ ሥጋን እና ሰይጣንን ማሸነፍ እንችል ዘንድ እግዚአብሔር የሚሰጠን አቅም ወይም የሚያስችል ብቃት ነው። (የሚቀድስ ጸጋ) የሚቀድሰውን ጸጋ የማይደገፉ ክርስቲያኖች በክርስቶስ ድል የመንሳት ሕይወትን ሊለማመዱ አይችሉም። ጸጋ በነፃ ቢሰጠንም ርካሽ አይደለም፤ ደስ እንዳለን እንድንኖር ወይም ኃጥያትን እንደ ውሃ ጭልጥ አድርገን እየጠጣን የምንኖርበት ፈቃድ አይደለም (ይሁዳ 1÷4)። ስለሆነም ጸጋ ማለት ማድረግ ያለብንን የምናደርግበት ብቃተን የሚሰጠን የማስቻል **ኃይል** ነው። የእውነት ዳግም የተወለዱ ሰዎች ሁሉ እስከ መጨረሻው እንዲጸኑ የሚረዳቸው የእግዚአብሔር ጸጋ ነው። ይህ ሙሉ ሒደት መቀደስ (ሴንቲፊኬሽን) ይባላል፤ እርሱም በሙሉ ማንነታችን የምንታደስበት እና በየእለቱ ለኃጥያት እየሞትን ለጽድቅ የምንኖርበት የእግዚአብሔር ብቀት የማስቻል ጉልበት አሰራር ነው (ሮሜ 12÷2 2ኛ ቆሮንቶስ 4÷16 ኤፌሶን 4÷23 ቆላስይስ 3÷10)። (መጽሐፍ ቅዱስ ጥቅሶች የብሉይና / የአዲስ ኪዳን ግሪክ መዝገበ ቃላት. የቲየር ትርጉም)

ሰላም ማለት የግሪኩ ቃል በጥሬው ሲተረጎም ተሰብሮ ወይም ተለያይቶ የነበረውን ማገናኘት ወይም በአንድ ላይ ማሰር ነው። ስለዚህ **ሰላም** ማለት ተለያይተው የነበሩትን ኃጥያተኛ እና እግዚብሔርን በክርስቶስ ደም አማካኝነት አገናኝቶ አንድ የሚያደርግ ስምምነት ነው። **ሰላም** ማለት ሞገድ እና ሁከት የሌለበት ጸጥታ ማለት ነው። **ሰላም** የሚለው ቃል ጤናን እና ብልጽግናን እንዲሁም ምንም ያልጎደለበትን ሕይወት ያመለክታል። (መጽሐፍ ቅዱስ ጥቅሶች የብሉይና / አዲስ ኪዳን ግሪክ መዝገበ ቃላት. የቲየር ትርጉም)

ከቁጥር 3 እስከ 14

በጳውሎስ መልእክቶች ውስጥ በአብዛኛው ከሰላምታ በኋላ፣ የደብዳቤውን ተቀባዮች ያመሰግናቸዋል:: አሁን ግን አቀራረቡን በመቀየር ምሥጋናውን ያቀረበው ከቁጥር 15-23 ባለው ክፍል ነው:: በዚህ በመጀመሪያው ክፍል (ከቁጥር 3-14) ግን እግዚአብሔር ለአማኞች ስላደረገው በጎ ነገር ክብርን ለእግዚአብሔር ያቀርባል::

---

1 በእግዚአብሔር ፈቃድ የኢየሱስ ክርስቶስ ሐዋርያ የሆነው ጳውሎስ ፥ በኤፌሶን ላሉት ቅዱሳን በክርስቶስ ኢየሱስም ላሉት ምእመናን ፤

ሐዋርያ የሆነ ሮሜ 1÷1፤ 1ኛ ቆሮ 1÷1፤ ገላ 1÷1
በኤፌሶን ላሉት ቅዱሳን (ቅዱሳን ተብለው ለተጠሩት) ሮሜ 1÷7፤ 1ኛ ቆሮ 1÷2፤ 2ኛ ቆሮ 1÷1
ላሉትም እመናን (ታማኝ ለሆኑት -የታመኑ ተብለው ለተጠሩ) ኤፌ6÷21፤ ዘኁ 12÷7፤ ሉቃ 16÷10፤ ሐዋ16÷15፤ 1ኛ ቆሮ 4÷12፣17፤ ገላ 3÷9፤ ቆላ 1÷2፤ ራዕ 2÷10፣13፤ 17÷14
2 ከእግዚአብሔር ከአባታችን ከጌታም ከኢየሱስ ክርስቶስ ጸጋና ሰላም ለእናንተ ይሁን። ሮሜ 1÷7፤ 2ኛ ቆሮ 1÷2፤ ገላ 1÷3፤ ቲቶ 1÷4

1.3 "በክርስቶስ በሰማያዊ ስፍራ በመንፈሳዊ በረከት ሁሉ የባረከን የጌታችን የኢየሱስ ክርስቶስ አምላክና አባት ይባረክ። "

ይባረክ (የተባረከ፣ ቡሩክ)

በአዲስ ኪዳን ውስጥ ምስጋና የሚገባውን እግዚአብሔርን የሚገልጽ ቃል ነው። አልፎ አልፎ የእግዚአብሔር ስም ሆኖም ያገለግላል (ቡሩክ ማርቆስ 14÷61)። (መጽሐፍ ቅዱስ ጥቅሶች የብሉይና / የሐዲስ ኪዳን ግሪክ መዝገበ ቃላት. የቲየር ትርጉም)

በጥሬው (ይባረክ፣ ቡሩክ) ሲገለጽ፣ ጳውሎስ ማለት የፈለገው ይህ ነው:- እግዚአብሔር ስሙ በመልካም ይነሳ፣ ይወደስ፣ ይዘመርለት እና ስለ መልካምነቱ ባርኩት ማለቱ ነው። የእግዚአብሔርን ማንነት እና በልጁ ያደረገልንን ስናውቅ እግዚአብሔርን ከማመስገን መቆጠብ አንችልም። ጳውሎስ ራሱ መልዕክቱን እየጻፈ ሳለ ስለ እግዚአብሔር ማንነት እና በልጁ ያደረገልንን እያሰበ ውስጡ በምስጋና እየተፍለቀለቀ ስለነበር ለእግዚአብሔር ስም ምስጋናን እና ክብርን እየሰጠ ነው መልዕክቱን የጀመረው። እኛም እንደዚሁ ልናደርግ ይገባናል። በየመልዕክቶቹ ውስጥ የሚገኙት የምሥጋና ቃላት ጸሃፊዎቹ እንዲሁም አንባቢዎች የቀመሱትን እውነተኛ ጸጋ ያንጸባርቃሉ። (ቅድመ-አስቲን ድህረ ገፅ)

በጥንቱ የብሉይ ኪዳንና የአይሁድ ባሕል ውስጥ ይህን መሰሉን ባርኮት እንዲያቀርቡም ምክንያት የሆናቸው "በሰማያዊው ሥፍራ፣ በመንፈሳዊ በረከት ሁሉ በክርስቶስ የባረከን የጌታችን የኢየሱስ ክርስቶስ አምላክና አባት ይባረክ" የሚለው የቁጥር 3 ሃሳብ ነው:: እርሱ በሰማያዊው በረከት ሁሉ የባረከን ነውና ለእርሱ አምልኮን እናቅርብ የሚል ነው:: "ሁሉ" የሚለውን ቃል ከባርኮቱ ምንም ያስቀረው እንደ ሌለ ያሳያል:: በእንግሊዝኛው "every spiritual blessing" የሚል ቃል ተጠቅሟል:: ሁሉ የሚለው ቃል የእግዚአብሔርን ቸርነት፣ ለጋስነት ያሳያል:: ልጁን ኢየሱስ ክርስቶስን እንኳን ሳይቀር በዚህ በረከት ውስጥ

ከሰጠን ሌላውንማ እንዴት አይሰጠንም? ... ሁሉንስ ነገር ከእርሱ ጋር እንደ ምን በልግስና አይሰጠን? ሮሜ 8፡32 9 (አዲሱ መደበኛ)

አሊግዛንደር ማክላረን በአንደበተ ርቱዕ ቃላት እንዲህ ይላል፡- እግዚአብሔር በስጦታዎች ይባርከናል፤ እኛ ደግሞ በቃላት እንባርከዋለን። በእኛ ላይ በረከቶችን ሲያዘንብብን ዓላማው በልባችን ውስጥ ምስጋናን የሚሰዋ ፍቅርን ለመቀስቀስ ነው። እኛ መጀመሪያ ከእርሱ እንቀበልና በምሕረቱ ልባችን ተነክቶ እኛ ደግሞ ለእርሱ ምስጋና እንሰጣለን። ለውድ ስጦታዎቹ የምንመልስለት ምላሽ የመዳኒትን ጽዋ ተቀብለን እና የእግዚአብሔርን ስም እየጠራን በምስጋና ከተሞላ ልብ "የባረከን እግዚአብሔር ይባረክ" ብለን ማወደስ ነው።

በመንፈሳዊ በረከት ሁሉ የባረከን

ሀ) ሁሉ ባረከን፡-

ይህ የበረከት ቃል መልካም ምኞትን በንግግር መግለጽ ሳይሆን እውነተኛ በረከትን በተቀባዩ ራስ ላይ ማድረግ ነው።

ሁሉ ማለት በሙሉ፣ አንድም ሳይቀር ማለት ነው። ኤፌሶን ብዙ ምድራዊ ሃብት የሞላባት ከተማ ስለነበረች ጳውሎስ የኤፌሶን ሰዎች እውነተኛው ዘላለማዊው ሃብት ምን እንደሆነ፣ የት እንደሚገኝ እና ምን እንደሚደረግበት እንዲያውቁ ፈልጓል።(መጽሐፍ ቅዱስ ጥቅሶች የብሉይና / የአዲስ ኪዳን ግሪክ መዝገበ ቃላት. የቲየር ትርጉም)

ኤዲ እንዳለው ሁሉ ማለት እግዚአብሔር ሊሰጠን ቃል ከገባልን መሀከል ክርስቶስም በመስቀሉ ከከፈለልን ውስጥ ለክርስቲያን መንፈሳዊ እድገት እና ወደ ፍጹምነት ያድግ ዘንድ ከሚጠቅሙት ነገሮች ውስጥ አንድም አይቀርብንም አይጎድልብንም ማለት ነው። (ይህ እውነት መሆኑን በእውነት እናምናለን?) እነዚህ በረከቶች በሙሉ በመንፈስ ቅዱስ እጅ ነው ያሉት። ክርስትና የመንፈስ ቅዱስ ዘመን ነው፤ ስለዚህ መንፈስ ቅዱስ በውስጣችን የሚሰራባቸው ጸጋዎች በሙሉ በእርሱ ምክንያት መንፈሳዊ ተብለው ይጠራሉ። (ለኤፌሶን የጳውሎስ መልእክት በግሪክኛ ጽሑፍ ላይ የተሰጠ አስተያየትብ 1810-1876 በኤዲ. ጆን)

እግዚአብሔር እርሱ ምንጭ እንደ ሆነ ያመለክተናል፡፡ የባሪያይቱ ዐይን ወደ እመቤቷ እንደ ሆነ ሁሉ በጌታ ህልውና የመኖራችን ምንጩ እርሱ መሆኑን እንድንረዳ ይገባናል፡፡ ንጉስ ዳዊት በዘመኑ ይህን የተረዳ ሰው ነበር፡፡ "አይኖቼን ወደ ተራሮች አነሣሁ ረድኤቴ ከወዴት ይምጣ? ረድኤቴ ሰማይና ምድርን ከፈጠረ ከእግዚአብሔር ዘንድ አይደለምን?" የባረከንና

የበረከታችን ምንጭ ማን መሆኑን ማወቅ ከአደጋ ይጠብቀናል:: ባለማወቅ ከሚመጣው ትዕቢትና ትምክህት መቆጠብ የሚቻለው በረከት ሰጪው ማን እንደ ሆነ ስንገነዘብ ነው::

የቆሮንቶስ አማኞች የዘነጉት ነገር ቢኖር ይህ ነበር:: ሐዋርያው ጳውሎስ (1ኛ ቆሮ 1÷5-6) "በነገር ሁሉ...ባለጠጎች እንድትሆኑ ተደርጋችኋልና" እነዚህ አማኞች ግን መንፈሳዊ ሳይሆን ሥጋውያን እንደ ሆኑ በምዕራፍ 2 ላይ ይነግራቸዋል:: በምዕራፍ ሦስት ግን ለምን እንደ ዓለማውያን አምላኩን እንደ ማያውቅ እንደ ሆኑ ይጠይቃቸዋል? *"አንተ እንድትበልጥ ማን አደርጎሃል? ያልተቀበልኸውስ ምን አለህ? የተቀበልህ ከሆንህ ግን እንዳልተቀበልህ የምትመካ ስለ ምንድር ነው?"*(1ኛ ቆሮ 4÷6-7) በተመሳሳዩም እሥራኤል (ይሽሩን) ወፈረ ደለበ ስብ አወጣ ያን ጊዜ ጌታውን ዘነጋ፤ ነብዩ ኢሳይያስ "በሬ የገዢውን አሕያም የጌታውን ጋጣ አወቀ እሥራኤል ግን አላወቀም" ኢሳ. 1÷3 ልባቸው የበራላቸው ማስተዋልን ያገኙ ሆኑ እንደ ንጉስ ናቡከደነጾር ማስተዋላቸው የተመለሰላቸው ወደ ፅዮን ተራራ አሻቅበው ይመለከታሉ:: የሁሉም ዳኛ የሆነውን እግዚአብሔርን ያመሠግናሉ:: ሌሎችም እንደ ደመናም አንዣብበው ይገኛሉ:: (ዕብ 12÷22-21) ወደ ክብሩ ገብተን እንደ 12ቱ ሽማግሌዎች ክብራችንን ትተን ተደፍተን በዘመናት ወደ ሽመገለው ተገቢውን ባርኮት እንሰጠው ዘንድ ጌታ ይጣራል!

ለ) በመንፈሳዊ ባርኮት:-

መንፈሳዊ በረከት:- ማለት የተፈለገው በፍጥረታዊ ዓለም ያለ ሳይሆን በልዕለ ተፈጥሮው ዓለም ያለውን በረከት ነው። በረከቱ ቁሳዊ ገንዘብን ቢያካትትም ትልቁ ትኩረት ግን የተሰጠው እያንዳንዱ አማኝ ደስ ያለውን ያህል እየዛቀ ቢወስድ እንኳ የማያልቅበትን መንፈሳዊው ምንጭ ነው። ብዙ "ሃብታም" ቅዱሳን በመንፈሳዊ በረከት ሁሉ ተባርከው ሳለ እንደ መንፈሳዊ ተመጽዋቾች እየኖሩ ናቸው። (መጽሐፍ ቅዱስ ጥቅሶች የብሉይና / የአዲስ ኪዳን ግሪክ መዝገበ ቃላት. የቲየር ትርጉም)

አሊግዛንደር ማክላረን ሲያብራራ እንዲህ ይላል:-እነዚህን በረከቶች ጳውሎስ መንፈሳዊ ብሎ የሚጠራቸው በረከቶቹ ለውስጠኛው ሰው ብቻ የሚጠቅሙ ስለሆኑ አይደለም፤ ይልቁንም የሚመጡት በመንፈስ ቅዱስ አማካኝነት ስለሆነ ነው እንጂ።

ርስታችንን መውረስ አለብን

በክርስቶስ ባለጠጎች ተደርገናል፤ ስለዚህ ባለጠጋ የተደረግንባቸውን እነዚህን በረከቶች መውረስ አለብን። እውነት እንደሆኑ እያመንን መመላለስ አለብን ምክንያቱም እነዚህ

በረከቶች ብዙውን ጊዜ የማይታዩ ቢሆኑም የእውነት አሉ። በረከቶቻችንን በእምነት መጨበጥ እና የራሳችን ማድረግ ያስፈልገናል። እግዚአብሔር በብሉይ ኪዳን እንዲህ ብሎ እንደተናገረው እንደ ኢያሱ መሆን አለብን፡- “የእግራችሁ ጫማ የሚረግጠውን ቦታ ሁሉ ለእናንተ ሰጥቻለሁ።” (ኢያ1÷3) ልክ እንደ ኢያሱ እግዚአብሔር “ምድሪቱን” ሰጥቶናል፤ ነገር ግን እንደ ኢያሱ እኛም በማየት ሳይሆን በእምነት ተነስተን እግዚአብሔር በክርስቶስ በሰማያዊ ሥፍራ የሰጠንን መንፈሳዊ ግዛት ሁሉ መውረስ አለብን። ከበረከቶቹ ውስጥ ይቅር የተባልን ፣ አዲስ ፍጥረት የሆንን፣ የተቤዠን፣ ቅዱሳን የሆንን ወዘተ ይገኙበታል፡፡

አሊግዛንደር ማክላረን እንዲህ ብሎ እንደ ጻፈው፡- ...እግዚአብሔርን የፈለግነውን ያህል ማግኘት እና መውረስ ተሰጥቶናል። ኢየሱስ ቁልፉን በእጃችን ሰጥቶን የምንፈልገውን ሁሉ እንድንወስድ ጋብዞናል። አንድ ሰው የባንክ ቤት ገንዘብ ማስቀመጫ ክፍል ገብቶ የፈለገውን ያህል ገንዘብ ይዞ እንዲወጣ ቢፈቀድለትና አሥር ሳንቲም ብቻ ይዞ ቢወጣ ይህ ሰው ድሃ ሆኖ ስለመቅረቱ ተጠያቂው ማን ነው?

በሌላ መልዕክት ማክላረን ስለ መንፈሳዊ በረከቶች እንዲህ ብሏል...ልባችን በኢየሱስ ክርስቶስ ላይ ቢያርፍ መንፈሳዊ በረከቶቻችንን ሁሉ ዛሬ መውረስ እንችላለን። ሁሉ ተሰጥቶናል፤ ስለዚህ አሁን ጥያቄው ምን ያህል ወሰደናል? የሚል ነው። በእውነት ክርስቲያን ወንዶች እና ሴቶች ሆይ አስቀድሞ የተሰጠንን የተቀበልነውን ከመውረስ የበለጠ ምን ያስፈልገናል?

የዋረን ዋየርስቢ አስተያየት...ኢየሱስ ክርስቶስን እንደ አዳኝህ ስትቀበለው እግዚአብሔር “በክርስቶስ በሰማያዊ ሥፍራ በመንፈሳዊ በረከት ሁሉ” ባርኮሃል (ኤፌሶን 1÷3)። አሁን ርስትህ በእጅህ ነው። የእግዚአብሔር ቃል ወራሽነትህን የሚያረጋግጥ ሰነድህ ሲሆን እምነት ደግሞ ርስትህን የምትቀበልበት እጅህ ነው። (ታዛዥ ሁን።)

ይህን መንፈሳዊ ባርኮት በሚቀጥሉት ገጾች በሰፊው እንመለከተዋለን፡፡ ለአሁን ግን መንፈሳዊ ብሎ ሐዋርያው ጳውሎስ የሚያስተምረንን ማየት አስፈላጊ ነው፡፡ እግዚአብሔር ሕዝቡን በየጊዜው ሲባርክ እናያለን፡፡ የእሥራኤልን ሕዝብ ከምድረ ግብፅ አውጥቶ ወተትና ማር ወደምታፈሰው ምድር አስገብቶ አሳርፏቸዋል፡፡ በአባታቸው አብርሐም በኩል ቃል ኪዳን ገብቶ "የበኩር ልጅ" የሚባረከውን በረከት ይቀበሉ ዘንድ እንዳረጋቸው፤ እንኳን በአማኝ ይቅርና በአሕዛብ ዘንድ ዝናቸው በሩቅም ተሰምቶአል፡፡ ይሁን እንጂ ይህን ባርኮት የቃል ኪዳኑ ልጆች የተረዱት የተቀበሉት እንዳልሆነ እናስተውላለን፡፡ ለምን? የበረከቱን ምንጭ አንዱ በረከቱ ማን ወይም ምን እንደ ሆነ ባለማወቃቸው ለማመንም በመዘግየታቸው እንደ ሆነ ሐዋርያው ጴጥሮስ በሰለሞን ደጅ መመላለሻ ላይ ቆሞ

ያበሥርላቸው ነበር፡፡ እንዲህ ሲል፡- "እናንተ የነቢያት ልጆች እግዚአብሔር ለአብርሃም በዘርህ የምድር ወገኖች ሁሉ ይባረካሉ ብሎ ከአባታችን ጋር ያደረገው የኪዳን ልጆች ናችሁ፡፡ ለእናንተ አስቀድሞ እግዚአብሔር ብላቴናውን አስነስቶ እያንዳንዳችሁን ከጥፋታችሁ እንድትመለሱ ይባርካችሁ ዘንድ ሰደደው" (ሐዋ. 3፥25-26) ይህም የጌታ ብላቴና በገሊላ ተወለደ በዮርዳኖስ ወንዝ ተጠመቀ በመንፈስ ቅዱስ ተቀባ አባቱ እግዚአብሔር በአባቶቻቸው ዘመን እንደ ሰራ እርሱም ይሠራ ጀመር፡፡ ሐዋርያው ዮሐንስ እንደ ሚነግረን አብ በሰለሞን መቅደስ በሱራፌልና በኪሩቤል ታጅቦ ክብሩን ለቤተ እሥራኤል እንዳፈሰሰ "ጸጋና እውነትን ተሞልቶ በእኛ መካከል አደረ" (ዮሐ 1፥16)

ይህ በረከት ሰማያዊ ነው፣ መንፈሳዊ ነው፡፡ ሰማያዊው የእግዚአብሔርን መንግሥት ያመለክተናል፡፡ "አስቀድማችሁ የእግዚአብሔርን መንግሥት ጽድቁንም ፈልጉ፣ ሌላው ሁሉ ይጨመርላችኋል" ማቴ 6፥33 ሰው ምድራዊውን በረከትን የሚያገኘው ከሰማያዊው በረከት ሲጋራ ነው፡፡ ይህ ሰማያዊ በረከት መንፈሳዊ ነው፣ በመንፈስ መባረክ ከእግዚአብሔር አምላክ ጋር ያለንን ኅብረት ያጠነክረዋል፡፡ ሰው መንፈሱ ይነቃል፣ ሥጋውም ለዚህ የመንፈስ ስልጣን ይገዛል፡፡ ይህ መንፈስ ደግሞ የእግዚአብሔር መንፈስ ቅዱስ ነው፡፡ መንፈስ ቅዱስ የእግዚአብሔርን እውነት ይገልፃል፣ ወደ እውነት የሆነው ቃሉን ያበራልናል፣ የእግዚአብሔርን ፈቃድ ይገልጥልናል፡፡ ሐዋርያው ዮሐንስ በወንጌል መጽሐፍ ጌታ የተናገረውን ጠቅሶ ሲፅፍ "አፅናኝ" ይለዋል፡፡ የሰውን ሁለንተና ያሳርፋል፣ እርካታን ያመጣል፡፡ ይህ እርካታ ሰማያዊ ነው (ዮሐ 16)፡፡ ሲቀጥል በምድረዊ ህይወቱ ይገለጣል፡፡

መፈለግ ሲል ራስን ከዶ ሁሉን ትቶ መከተልን ያመለክታል፡፡ ምሳሌአችን የሆኑት የጌታ የበጉ ሐዋርያትና የመጀመሪያይቱ ቤተ ክርስቲያን ናቸው፡፡ ዘመኑ ብዙ ዋጋ ያስከፍል የነበረበት ወቅት ነበር፡፡ ሐዋርያት ደስ እያላቸው ዋጋ ከፈሉ፡፡ ክርስቲያን አላስፈላጊ በሆነ፣ ማለትም በስንፍና እጅና እግር አጣምሮ ከመቀመጥ ከሚመጣው ድንቁርና የተነሳ ከድህነት ወለል በታች እየኖረ፣ የክርስቶስ ወንጌል ለማኝ (ድሃ) አደረገኝ ሊል አልተጠራም፡፡

ስለዚህ እላችኋለሁ ፥ ስለ ነፍሳችሁ በምትበሉትና በምትጠጡት፥ ወይም ስለ ሰውነታችሁ በምትለብሱት አትጨነቁ፤ ነፍስ ከመብል ሰውነትም ከልብስ አይበልጥምን? ወደ ሰማይ ወፎች ተመልከቱ፤ አይዘሩም አያጭዱምም በጎተራም አይከቱም፥ የሰማዩ አባታችሁም ይመግባቸዋል፤ እናንተ ከእነርሱ እጅግ አትበልጡምን? ከእናንተ ተጨንቆ በቁመቱ ላይ አንድ ክንድ መጨመር የሚችል ማን ነው? ስለ ልብስስ ስለ ምን ትጨነቃላችሁ? የሜዳ አበቦች እንዴት እንዲያድጉ ልብ አድርጋችሁ ተመልከቱ፤ አይደክሙም አይፈትሉምም፤ ነገር ግን እላችኋለሁ፥ ሰሎሞንስ እንኳ በክብሩ ሁሉ ከነዚህ እንደ አንዱ አልለበሰም። እግዚአብሔር ግን ዛሬ ያለውን ነገም ወደ

እቶን የሚጣለውን የሜዳን ሣር እንዲህ የሚያለብሰው ከሆነ፥ እናንተ እምነት የጎደላችሁ፥ እናንተንማ ይልቁን እንዴት? እንግዲህ ምን እንበላለን? ምንስ እንጠጣለን? ምንስ እንለብሳለን? ብላችሁ አትጨነቁ፤ ይህንስ ሁሉ አሕዛብ ይፈልጋሉ፤ ይህ ሁሉ እንዲያስፈልጋችሁ የሰማዩ አባታችሁ ያውቃልና። ነገር ግን አስቀድማችሁ የእግዚአብሔርን መንግሥት ጽድቁንም ፈልጉ፥ ይህም ሁሉ ይጨመርላችኋል።

ምድራዊ በረከቶች ቢኖረንም እንኳ ለጽድቅና ለመንግሥቱ ካስፈለገ (ፈልጉ) አስቀድመን (*መንግሥቱን መፈለግ - ማለትም መስጠት ፥ ማስገዛት ፥ መታዘዝ ፥ መኖር*) ይገባናል:: ለወንጌሉ ካልሆነ በስተቀር ድህነት (*ደሃ መሆን*) የጌታ ፈቃድ እንዳልሆነ ከቃሉ እናስተውላለን:: የሜዳ አበቦች (Lilies) ምን ያህል እንደሚያምሩ መመልከት ተገቢ ነው:: ክርስቲያን ከድህነት ቀንበር ተላቅቆ በቅድስና ከሚገኘው መለኮታዊ ምድራዊ በረከት እንዲወርስ የጌታ ፈቃድ ነው:: ያገኘው ሁሉ ከጌታም እንደ ሆነ ተረድቶ ለወንጌል ቢያስፈልግ እራሱን እንኳ መስጠት ከጌታው የተሰጠው ጥሪ ነው:: በክርስቶስ ምድራዊ በረከቶች ቢኖሩም እግዚአብሔር በውድ ልጁ ከሚገልጠው ሰማያዊ ክብር ሲወዳደር ጭማሪ (ምርቃት) መሆኑን እናስተውላለን:: ፀጋን አትረፍርፎ ከሚሰጠው ከእግዚያብሔር በክርስቶስ የተገኘው ምርቃቱንም መልካም መአዛ ያለውም ሲሆን ሳለ መንፈሳዊው በረከት ግን እርሱንም ክርስቶስን መውረስ ግን ወሰን የሌለው ዘላለማዊ ህያው ብልፅግና ነው::

☞ ሚዛናዊ ሊሆን ይገባል::

በሁለቱ ትምህርቶች መሃከል ያለው ልዩነት ቅድሚያ የሚሰጠውን መሻት (ምኞቱ) ነው:: በአንድ ጎኑ በአሁኑ ጊዜ በብልፅግና ወንጌል አስተማሪዎች ዘንድ ምድራዊ ብልፅግና ከመጠን በላይ ተለጥጦ እንደ ዋነኛ ነጥብ ተደርጎ ትምህርት ይሰጥበታል:: በሌላ በኩል በአንዳንድ የኢትዮጵያ ወንጌላውያን ቤተ ክርስቲያን ስለ መስጠት እንኳ ጠንከር አድርጎ ማስተማር እንደ ነውር ይቆጠር ነበር፤ ይህም ተገቢ አይደለም፤ ከዚህ የተሳሳተ አካሄድ የተነሳም የጥንቷ ቤተ ክርስቲያን የገንዘብ ችግር ነበረባት:: በአንድ ወቅት ብዙ ብር ኖሮአት ወንጌላወያኑ በችግር ሆነው በዱር በገደሉ ይሰብኩ ነበር:: እንደምናውቀም ቤተ ክርስትያን በገንዘብ ገዘፈች፤ የጌታ ክብር ግን ሸሸ፤ የደመና ጠል ጠፋ፤ በጎቿም ከዚህ የተነሳ ከሰሙ:: አንዳንዶች "ለበረከት ሁን የሚባርኩህን እባርካለሁ" ብሎ የተናገረውን ቃል ትተው አገልጋዩ በድኅነት ይማቅቅ ዘንድ ፈለጉ::

👁 ወንጌል ድሃ አያደርግም (ቁሳዊ) ይልቁንም የተትረፈረፈ ህይወት እንጂ! አንድ አማኝ የተሰጠውን ምድራዊ በረከት በክርስቶስ ላይ አይኑን አሳርፎ በመመላለስ በእምነት የሚወርሰው ነው:: እረኛው የሆነው እግዚአብሔር ፅዋው ይሞላ እና ይትረፈረፍ ዘንድ በጎ ፈቃዱ ሲሆን ይህን የሚያገኘው ግን በስጋ ፣ በአለማዊነት፣ በሐጢያት ተዘፍቆ በአቋራጭ የሚገኝ ሳይሆን በጌታው ላይ ታምኖ በመኖር ፣ ለወንጌል ስራ ዘር በመዝራት (ሉቃ6:38 ፣ ዘዳ15:10 ፣ ምሳ 10:22፣ 2ኛ ቆሮ9:6-8፣ፊሊ4:17-19) ፣ ታታሪ እና ትጉህ ሰራተኛ ሆኖ ከሚወጣ ሙብዛት ነው:: ነገር ግን ስለወንጌል ሁሉን ማጣት (መስቀል መሸከም) ግን ለአማኝ የተሰጠ ነው:: በይበልጥም በመጠን መኖርን፣ ነቅቶ ባላጋራውን ዲያብሎስ መቃወም እንጂ በምድራዊ ብልፅግና ላይ ሁለመናው ተወጦ እና ተመስጦ መንፈሳዊ አይታው ታውሮ መመላለስ የክርስቶስን ህይወት ማንፀባረቅ አይደለም፤ ይልቁንም መሳት፣ ማንቀላፋት፣ በህይወት ሳለ ሙት መሆን እንጂ!

መ) በሰማያዊ ሥፍራ

ይህ ቃል በኤፌሶን መጽሐፍ 5 ጊዜ ተፅፎ እናገኘዋለን (ኤፌ 1፥3 ፤ 2፥6 ፤ 3፥10 ፤ 6፥ 12)::

በሰማይ ሥፍራ ከማለት ሰማያዊ የሚለው ፍቺ ብዙዎች የቃሉ ተማሪዎች የሚስማሙበት ነው:: ይህም በክርስቶስ የተሰጠውን ስልጣን በረከቶች ያንፀባርቃሉ:: ይህም አካላዊ ሥፍራን ወይም በመልከአምድር የተቀመጠ ቦታን ሳይሆን ልዩ ቦታ ነው:: ኤም ኤፍቲ ትርጉም እንደሚገልፀው "ይህ ቦታ በጂኦግራፊም አይታወቅም ሰማያዊ ክልል ነው ይለዋል:: ጂዲ ኤስፒ የተባለ ሰውም "መንግሥተ ሰማያዊ የመንፈስ ክልል ነው" ይለዋል:: limits mtt translatie “the heavenly sphere” GDSP translation “the heavenly realim” አንድ አማኝ ክርስቶስ ኢየሱስን እንደ ግል አዳኙ በሚቀበልበት ይህ ሥፍራ አስቀድሞ በተዘጋጀለት የሕይወት እርከን መመላለስ ይጀምራል:: ልጁ ኢየሱስ ክርስቶስን በማመኑ ወደተዘጋጀለት የሕይወት ምዕራፍ ፈልጎ ይገባል:: ከክርስቶስ ኢየሱስ ጋር አብሮ መሞቱን ከክርስቶስ ጋር አብሮ መነሳቱን መንፈሳዊ በረከትን ሊወርስ ሊለማመድና የተከፈተ በር ያገኛል:: ሥፍራውን ያወቀ ክርስቲያን ዘወትር አሸናፊ የሆነው ጌታ ጋር በደሙ ምክንያት ኅብረት ስለሚኖረው (በክርስቶስ ክህንነት ያለማቋረጥ በደሙ ስለሚነፃ) ቢወድቅ ይነሳል በጨለማ ቢሆን ጌታው ብርሃን ይሆንለታል:: የገሀነም ደጆች አይቋቋሙትም ፤ ማለትም ይዋጉት ይሆናል አሸናፊነቱ ግን በሰማያዊ ሥፍራ የተሰወረ ነው:: ይህን የአሸናፊነት ሕይወት ይኖር ዘንድ በክርስቶስ ኢየሱስ መሆን ይገባዋል::

በሰማያዊ ሥፍራ

ይህ ሐረግ የሚነግረን ሃብታችን የሚገኘው ወደፊት መኖሪያችን በሚሆነው ሥፍራ እንደሆነ ነው። ክርስቲያኖች ሁለት ከተፈጥሮ በላይ የሆኑ አድራሻዎች አሉዋቸው፤እነዚህም በሰማያዊ ሥፍራ እና በክርስቶስ ናቸው።

ሰማያዊ (ኤፑራኒዎስ) epouránios / ep-oo-ran'-ee-os፡- የእግዚአብሔርን ልዕለ ተፈጥሮአዊ የሆነ መኖሪያ፣ የመለኮታዊ አሰራሩን ሙላት የሚገልጽ ቃል ነው። ቅዱሳን በምድር በሚኖሩበት ጊዜ እንግዶች ናቸው (1ኛ ጴጥሮስ 1÷1 እና 2÷11)። ጳውሎስ እንደጻፈው ምድርን እናልፍባታለን እንጂ ለዘላለም አንኖርባትም... *"እኛ አገራችን በሰማይ ነውና፥ ከዚያም ደግሞ የሚመጣ መድኃኒትን እርሱንም ጌታን ኢየሱስ ክርስቶስን እንጠባበቃለን፤ እርሱም ሁሉን እንኳ ለራሱ ሊያስገዛ እንደሚችልበት አሠራር፥ ከቡር ሥጋውን እንዲመስል የተዋረደውን ሥጋችንን ይለውጣል።"* (ፊል3÷20-21) (መጽሐፍ ቅዱስ ጥቅሶች የብሉይና / የአዲስ ኪዳን ግሪክ መዝገበ ቃላት. የቲየር ትርጉም)

ሠ) በክርስቶስ ኢየሱስ፡-

አንዳንድ ትርጉሞች በክርስቶስ ውስጥ In Christ የሚለውን ይጠቀማሉ፡፡[በተባበሩት የመጽሐፍ ቅዱስ ሶሳይቲ ዩ.ቢ.ኤስ የእጅ መጽሀፍ ተከታታይ "ከክርስቶስ ጋር ባለን አንድነት"] በማለት ፍቺ ይሰጠዋል፡፡ ከክርስቶስ ጋር እኛ ከሚኖረን ኅብረት

- አንድ አማኝ ጌታ ስለ እርሱ መሞቱን ከሞትም እንደ ተነሳ በማወቁ ከጌታ (ከወይኑ ግንድ) ጋር ይጣበቃል፡፡
  አንድ ክርስቲያን ከግንዱ በሚያገኘው ምግብ (በረከት) በመመገብ በሕይወት ይኖራል ማለት ራሱን (እኔ) የሚለው ማንነቱ በክርስቶስ ሕይወት ይዋጣል፡፡ ክርስቶስ ሕይወቱ ይሆናል ይህ ደግሞ የጌታ ፈቃድ መሻት በሕይወቱ ይንፀባረቃል፡፡ ጌታችን ኢየሱስ አብን በሕይወቱ እንዳንፀባረቀ እንደዚሁ ክርስቶስ በአማኙ ሕይወት ይታያል፡፡ ጌታ በሰውየው ሕይወት ይታይ ይገለጥ ዘንድ የሚጎረብጠው የሚኮሰኩሰው አይገኝም ማለት ነው፡፡ ወደዚህ የማያቋርጥ ህብረት (ወደ ልጁ ህብረት) ያመጣን እግዚያብሔር ነው፡፡ ከልጁም (በክርስቶስ) ጋር ያለው ያለው ህብረት በህያውነት ክርስቶስ እስኪገለጥ ድረስ በህያው ደሙ ምክንያት የሚፀና ብቻ ሳይሆን ከክብር ወደ ክብር ህብረቱ እየተገለጠ ይመጣል፡፡ 2ኛ ቆሮ3፡18 ፤ 1ኛ ቆሮ 1፡9 ፤ ዘህ 23፡19 ፤ ዘዳ 32፡4 ፤ ኢሳ 49፡7 ፤ 1ኛ ተሰ 5፡23-24)

1.4 ዓለም ሳይፈጠር፥ በፊቱ ቅዱሳንና ነውር የሌለን በፍቅር እንሆን ዘንድ በክርስቶስ መረጠን።

በክርስቶስ መረጠን

ለይቶ አወጣን፡- ከሌሎች መካከል ነጥሎ ወሰደን ማለት ነው። የግሪኩ ቃል ከብዙዎች መካከል ጥቂቶችን ለቅሞ መውሰድን ያመለክታል። (መጽሐፍ ቅዱስ ጥቅሶች የብሉይና / የአዲስ ኪዳን ግሪክ መዝገበ ቃላት. የቲየር ትርጉም)

ኤ ኤች ስትሮንግ እንዲህ ይላል...ምርጫ እና ሉዓላዊነት የመልካም ነገር ብቸኛ ምንጮች ናቸው። ምርጫ የግድያ አዋጅ አይደለም፤ የማዳን አዋጅ እንጂ። ፕሬዚደንት ስንመርጥ ሌሎቹ ሚሊየኖች ሁሉ ፕሬዚደንት እንዳይሆኑ ለመወሰን ሁለተኛ ምርጫ አናደርግም።

እግዚአብሔር ቤተክርስቲያንን በኃጥያታቸውና በበደላቸው ሙታን ከነበሩ ብዙ ሰዎች መካከል ለምን መረጠ? አውዱን ስናነበው የፀጋው ክብር ይመሰገን ዘንድ ነው ይላል (ኤፌሶን 1፥6 1፥12 1፥14)።

ማካርተር እንዲህ ይላል...አማኞች ለራሳቸው ደህንነት ከመመረጣቸው በፊት ለእግዚአብሔር ክብር ነው የተመረጡት። አማኞች ወደ ቤተክርስቲያን የተጠሩበት ዋነኛው ምክንያት “ብዙ ልዩ ልዩ የእግዚአብሔር ጥበብ አሁን በቤተ ክርስቲያን በኩል በሰማያዊ ስፍራ ውስጥ ላሉት አለቆችና ሥልጣናት ትታወቅ ዘንድ” ነው (ኤፌሶን 3፥10)።

ጆን ማካርተር...የመጀመሪያው እግዚአብሔር እሥራኤልን መምረጡ ነው። ሙሴ ለእሥራኤል በሲና ምድረበዳ ውስጥ እንዲህ አላቸው፡- “ለአምላክህ ለእግዚአብሔር አንተ ቅዱስ ሕዝብ ነህና በምድር ፊት ከሚኖሩ አሕዛብ ሁሉ ይልቅ ለእርሱ ለራሱ ሕዝብ ትሆንለት ዘንድ አምላክህ እግዚአብሔር መረጠህ” (ዘዳግም 7፥6)። ይህ ምርጫ ግን ለመዳናቸው ዋስትና አልሰጣቸውም። ጳውሎስ እንደጻፈው፡- “እነዚህ ከእስራኤል የሚወለዱ ሁሉ እስራኤልን አይደሉምና፤ የአብርሃምም ዘር ስለሆኑ ሁላቸው ልጆች አይደሉም” (ሮሜ 9፥6-7)። የዕብራውያን ሕዝብ አባት ከሆነው ከአብራሃም በሥጋ መወለድ ለሚያምኑት አባት ከሆነው አብራሃም በመንፈስ መወለድ አይደለም (ሮሜ 4፥11)።

ሁለተኛው ምርጫ ለአገልግሎት ነው። እግዚአብሔር የሌዊ ነገድን ካህናት እንዲሆኑ መረጣቸው፤ ነገር ግን ሌዋውያን ለዚህ አገልግሎት መመረጣቸው ለመዳን ዋስትና አልሰጣቸውም። ኢየሱስ አሥራ ሁለት ሰዎችን ሐዋርያት እንዲሆኑ መረጣቸው ነገር ግን

አሥራ አንዱን ብቻ ነው ለመዳን የጠራቸው። ጳውሎስ ይድን ዘንድ በእግዚአብሔር ተመርጦ ወደ ክርስቶስ ከመጣ በኋላ፤ እግዚአብሔር እንደገና በሌላ አመራረጥ ለአሕዛብ ሐዋርያ ይሆን ዘንድ መረጠው (የሐዋርያት ሥራ 9÷15 ሮሜ 1÷5)።

ሦስተኛው ምርጫ ለመዳን መመረጥ ሲሆን ጳውሎስ አሁን በምናጠናው ክፍል የሚናገረው ስለርሱ ነው። "የላከኝ አብ ከሳበው በቀር ወደ እኔ ሊመጣ የሚችል የለም" (ዮሐንስ 6፡ 44)። የግሪኩ **ሄልኩዎ** የሚለው ቃል እምቢ ሊባል በማይቻል ኃይል ሳበ ማለት ሲሆን በግሪክ ሥነ-ጽሁፎች ውስጥ እጅግ የተራበ ሰው ወደ ምግብ የሚሳብበትን ስበት ለመግለጽ ይጠቀሙበት ነበር። (ማክአርተር, ጄ. ኤፌሶን. ቺካጎ: ሙዲ ፕሬስ)

☞ ይህ አስተምህሮ በክርስቶስ ውስጥ ላሉት (ቤተክርስቲያን፣አዲስ ፍጥረት) ለተመረጡት አየሆነ ላለው የስላሴዎች አሰራር እውነት ሆኖ ሳለ ይሁን እንጂ ልዑላዊው ምርጫው አና የሰው ፈቃድ ጎን ለጎን አብረው የሚሄዱ ናቸው፤ የክርስቶስ መሞትም ለቤተ ክርስቲያን እንደሆነም ሁሉ ለአለም (ለሰው ልጅ) በፊተኛው አዳም ለተገኙትም ጭምር ነው፡፡

በክርስቶስ (በእርሱ)

እግዚአብሔር ኃጥያተኞችን የመረጠው በክርስቶስ ነው። እግዚአብሔር ራሱ በክርስቶስ ውስጥ ነው (ዮሐንስ 14÷10-11፣ 20)፤ ነገር ግን እግዚአብሔር በክርስቶስ ውስጥ ሆኖ መረጠን ማለት ሳይሆን ሲመርጠን እኛን በክርስቶስ ውስጥ እንደሆንን አድርጎ ተመለከተን ማለት ነው፣ ልክ የሰው ዘር በሙሉ በአዳም ውስጥ እንደነበረ ወይም የእሥራኤል ሕዝብ በአብራሃም ውስጥ እንደነበር። (መጽሐፍ ቅዱስ ጥቅሶች የብሉይና / የአዲስ ኪዳን ግሪክ መዝገበ ቃላት. የቲየር ትርጉም)

ፒዩሪታኑ ጸሃፊ ቶማስ ጉድዊን እንዲህ ብሎ ጽፏል...መመረጣችን በእኛ ውስጥ ከተገኘው መልካምነት የተነሳ ነው ብሎ ማሰብ ቂልነት ነው። አንዳንዶች እግዚአብሔር የመረጠን እንደምናምን አስቀድሞ ስላየ ነው ይላሉ። እውነቱ ግን እግዚአብሔር የመረጠን ከመጀመሪያ ስላመንን ሳይሆን እናምን ዘንድ ነው። ቅዱሳን እና ነውር የሌለን እንሆን ዘንድ መረጠን (ኤፌሶን 1÷4) ከመጀመሪያው ቅዱሳን ስለሆንን ሳይሆን ቅዱሳን እንሆን ዘንድ ነው።

ቶማስ ዋትሰን የሚባል ሌላ ፒዩሪታን ጸሃፊ እንዳለው አማኙ አስቀድሞ ለሰራውም አይደለም፤ ኋላ የሚሰራውም ታስቦ አይደለም ነገር ግን የእግዚአብሔር ምክር ይጸና ዘንድ

የአማኙ የአሁንም ይሁን የወደፊት ደስታው የሚመነጨው ከእግዚአብሔር ዘላለማዊ ፈቃድ ብቻ ነው።

እግዚአብሔር ዓለምን እንዲሁ ወደደ:: የፈጠረውን የሰው ዘር በኤደን ገነት አስቀመጠው አባታችን አዳም የሰውን ዘርን በመወከል በኤደን ይኖር ነበር:: ይህ ሰው አምላኩን ፈጣሪውን ቢታዘዝ ኖሮ የሰው ዘር በኃጢአት ውስጥ ባልወደቀ ባተፈረደበትም ነበር:: ሆኖም የእግዚአብሔር የእጅ ሥራ (በመልኩና በምሳሌው) የተፈጠረው ሰው እግዚአብሔር እንዲሁ እንደ ወደደው በዮሐ 3÷16 ላይ ሐዋርያው ዮሐንስ ይነግረናል:: እግዚአብሔር፣ ይህን በመልኩና በምሳሌው የተፈጠረውን ሰው ግን ከነአመፁና ከነኃጢአቱ እንደ ወደደው የምናየው የሚወደውን አንዱን ልጁን በመስጠት ባሳየው ትልቅ ፍቅር ነው:: ሆኖም ግን እግዚአብሔር አልፋና ኦሜጋ ሁሉን አዋቂ ስለ ሆነ የጠፋው የሰው ዘር ያድን ዘንድ አስቀድሞ የደኅንነትን መንገድ አዘጋጀ:: ይህንንም በክርስቶስ ሞትና ትንሳኤ የጥሪን አዋጅ ለሰው ልጆች ያበሥር ዘንድ ልጁ ኢየሱስ ክርስቶስ ይሞት ዘንድ ዓለም ከመፈጠሩ በፊት ፈረደበት::

(ሐዋ 13÷48) ጌታ እግዚአብሔር በክርስቶስ በኩል ለዚህ የዘላለም ክብር የመረጣት ቤተ ክርስቲያን ውስጥም እነማን እንደ ሆኑ ያውቃቸዋል:: ይህ ብቻ አይደለም የታረደው በግ እርሱ የበጎች እረኛ የሆነው እርሱም ጌታ ኢየሱስ ክርስቶስ መንጎቹን ያውቃል በ (ዮሐንስ 10÷14-15) "አብ እንደሚያውቀኝ እኔም አብን እንደማውቀው የራሴን በጎች አውቃለሁ፤ የራሴም በጎች ያውቁኛል ነፍሴንም ስለ በጎች አኖራለሁ" የእርሱ የክብሩ መገለጫዎች ምርጦቹ ስላደረገን ስሙ የተባረከ ይሁን!

3 በክርስቶስ በሰማያዊ ስፍራ በመንፈሳዊ በረከት ሁሉ የባረከን የጌታችን የኢየሱስ ክርስቶስ አምላክና አባት ይባረክ።

ይባረክ ዘፍጥረት 14÷20፤ 1 ዜና 29÷20፤ነህ 9÷ 5፤ መዝ 72÷19፤ዳን 4÷34፤ሉቃ 2÷28፤ 2ኛቆሮ 1÷3 ፤ 1ኛጴጥ 1÷ 3፤ራዕ4፤ 9-11፤ 5÷ 9-14

ሰማያዊ ኤፌ 1÷20፤ 2÷6፤ 3÷10፤ 6÷12 ፤ዕብ 8÷5፤ 9÷23

በክርስቶስ ኤፌ 10፤ ዮሐ14÷20፤ 15÷2-5፤17÷21 ሮም 12÷ 5፤ 1ኛ ቆሮ 1÷30፤ 2ኛ ቆሮ 5÷17 ፤ 2ኛ ቆሮ 5÷21

ቁር 4 ...."ዓለም ሳይፈጠር፥ በፊቱ ቅዱሳንና ነውር የሌለን በፍቅር እንሆን ዘንድ በክርስቶስ መረጠን። "

"ቅዱሳን" ቅድስና የእግዚአብሔር ልዑላዊ የሆነ ባሕሪው "ማንነቱ" ነው እግዚአብሔር ልዩ የተለየ እንደ ሆነ የመረጣቸው እርሱን እንዲመስሉ ፈቅዶ ያዘጋጀው ነው:: ይህ በጸጋውና በእርሱ አሠራር የተዘጋጀ እንጂ አማኙ ወይንም ቤተ ክርስቲያን በራሷ እንዳደረገችው አስባ የምትመካበት እንዳልሆነ በተደጋጋሚ በተለያዩ የመጽሐፍ ቅዱስ ክፍሎች እንመለከታለን:: መቼም እንደ ጌታችን ኢየሱስ ክርስቶስ በምሳሌ ያስተማረ የለም:: በምሳሌውም አስደናቂ የሆኑ የሕይወት ቃሎችን ከአብ ተቀብሎ ሰጥቶናል:: በዮሐንስ 15 ስለ ወይን ግንድ አስተማረ፣ ቅርንጫፉ ከወይን ግንድ ምግብ ይመገባል:: የቅርንጫፉ ኃላፊነት ፍሬ መሸከም ነው::

ነውር የሌለን (አሞሞስ) ámōmos / am'-o-mos፡- ፍጹም እንከን የለሽ ማለት ነው። ይህ አገላለጽ በብሉይ ኪዳን ለመስዋዕት የሚፈለጉት በጎች ምንም እንከን የማይገኝባቸው እንዲሆኑ ይፈለግ እንደነበር ያስታውሰናል። የመስዋዕቱ በግ ከመቅረቡ በፊት በጥንቃቄ ይፈተሽና፣ አንድ እንከን ቢገኝበት ለእግዚአብሔር ለመቅረብ ብቁ ስላልሆነ አይቀርብም። (መጽሐፍ ቅዱስ ጥቅሶች የብሉይና / የአዲስ ኪዳን ግሪክ መዝገበ ቃላት. የቲየር ትርጉም)

ነውር የሌለን የሚለው ቃል ኑሮአችን ሁሉ ሥራችን፣ ከሰዎች ጋር ያለን ግንኙነት፣ መዝናኛዎቻችን ሁሉ ለእግዚአብሔር መስዋዕት ሆነው መቅረብ እንደሚችሉ የሚናገር ቃል ነው። ነውር የሌለን ማለት የተሻልን ሰዎች ማለት ሳይሆን ፍጹም ሰዎች ማለት ነው። ጳውሎስ ይህንኑ እውነት ሲያጠናክር እንዲህ ይላል፡- "እናንተንም ነውርና ነቀፋ የሌላችሁና ቅዱሳን አድርጎ በእርሱ ፊት ያቀርባችሁ ዘንድ፥ በፊት የተለያችሁትን ከፉ ሥራችሁንም በማድረግ በአሳባችሁ ጠላቶች የነበራችሁትን አሁን በሥጋው ሰውነት በሞቱ በኩል አስታረቃችሁ" (ቆላስይስ 1÷22)።

እንደገና በ (ኤፌሶን 5÷27) ደግሞ ጳውሎስ እንዲህ ይላል፡- "እድፈት ወይም የፊት መጨማደድ ወይም እንዲህ ያለ ነገር ሳይሆንባት ቅድስትና ያለ ነውር ትሆን ዘንድ ክብርት የሆነችን ቤተ ክርስቲያን ለራሱ እንዲያቀርብ ፈለገ።"

በፍቅር እንሆን ዘንድ

ዓለም ከመፈጠሩ በፊት በክርስቶስ ኢየሱስ የባረከን (ቤተ ክርስቲያን - የክርስቶስ አካል) በእግዚአብሔር የመለኮት የጸጋ አሰራር የተነሳ እንደ ተወዳጁ ልጅ እንደ ኢየሱስ ክርስቶስ መሆናቸው ነው:: ማለት የእርሱ ፍቅር የመለኮት ባሕሪው እንደ ሆነ በክርስቶስ ኢየሱስ የተሰወሩ ይህን የመለኮት ባሕሪ ተካፋይ እንዲሆኑ አደረጋቸው:: ሐዋርያው ጳውሎስ በ2ኛ ጴጥሮስ 1:4 አማኝ በዓለም ካለው ጥፋት በክርስቶስ መስዋዕትነት አምልጧል ይላል::

የክርስቶስ መስቀል ተኮናኙን ሰው ከዘላለም ሞት (ከእግዚአብሔር ሕይወት መራቅ) አስመልጦታል።

በዚያ ግን አላበቃም። ኃጢአቱ ይቅር የተባለለት እዳው የተከፈለለት ሰው አዲስ የሕይወት ምዕራፍ ተሰጠው። በዚያ የሕይወት ምዕራፍ ይኖር ይመላለስ ዘንድ ጸጋን አገኘ። ይህም ጸጋ በፍቅሩ መኖር ነው። ሐዋርያው ጴጥሮስ በ2ኛ መልእክቱ ምዕራፍ አንድ ላይ የሚናገረው ይህንኑ ነው። የመለኮታዊ ባሕሪው ተካፋይነት ብቃት ተሰጠው። ተባረከ። በሌላ አገላለፅ ሐዋርያው ጳውሎስ ለሮሜ ሰዎች በምዕራፍ ስምንት "ክርስቶስን መምሰል" የሚለው ነው። እርሱ ፍቅር እንደ ሆነ አማኝ በክርስቶስ ሲያምን የፍቅር ባሕሪን ይወርሳል። በሮሜ 5 *"የእግዚአብሔር ፍቅር በመንፈስ ቅዱስ ፈሰሰብን።"*እንደሚል ነው፤ እንዲሁም ኤፌሶን አንድ ላይ እግዚአብሔር የጠፋውን የሰው ዘር በክርስቶስ ኢየሱስ አዲስ ፍጥረት ሆኖ፣ ከመለኮታዊ ባሕሪው ተካፍሎ የፍቅር ልጅ እንደ ሆነ ይገልጣል።

"በበደላችን ሙታን በሆንን ጊዜ"፡- ይህ ቃል ከአዳም መውደቅ ጋር የተያያዘውን ታሪክ ያመለክታል። አንዳንዶች ይህን የእግዚአብሔር ሕግን ከማፍረስ ጋር ሲያቆራኙት *"በደል" የሚለው ቃልም እሥራኤል እግዚአብሔር ከሰጣት ሕግ ስትተላለፍ የሚያሳይ ነው። ኃጢአት የሚለውን ግን በአጠቃላይ አሕዛብን ሁሉ ከእግዚአብሔር መለየት ጋር በማስተያየት ትርጓሜ ይሠጡታል።* Jamieson, fausset and brown commentary ታዋቂ የሆነው የግሪክ ቋንቋ አስተማሪ willmington የኃጢአትን ትርጓሜ በሁለት፣ ከፍሎ ይገልጠዋል። "parabasis" - "to over step a forbidden line" በማወቅ ሆነ ባለ ማወቅ ከተሰመረው የእግዚአብሔር ሕግ እልፍ ሲል "Hamartema" - "to miss a mark"- በእንግሊዝኛው ሲተነትነው "Here sin may be pictured as any attitude or act of man which does not hit the bull's eye of God's glory target." (Romans 3:23)

ስለ ኑዛዜ ደግሞ ብዙ የተለያዩ ትምህርቶች አሉ። ነገር ግን መጽሐፍ ቅዱስ ምን ይላል ? በተለምዶአዊ አነጋገር የሚሰብኩ ሆነ ትምህርት የሚሰጥባቸው ብዙዎቹ መንገዶች ከመጽሐፍ ቅዱስ ጋር ተመሳሳይነት የላቸውም። ጥቂት ስለ ኑዛዜ "Repentance" ማየት ተገቢ ይሆናል። ምክንያቱም የክርስቶስ ኢየሱስ *ሥራ ወይ ፈፅሞ* እንደማያስፈልግ ደረት እየደቁ ንስሐ መግባት ወይንም ኃጢአቴን በኢየሱስ ይቅር ተብያለው ማለት ሁለቱም አደገኛ ነው። አንደኛ ከተለመደው ምልጃና ኑዛዜ ቀላል አማራጭ ይሆናል፤ ነፃ ያደርገናል። በሌላው ገጽ ደግሞ እውነተኛ የሆነውን ጌታ የፈለገውን የንስሐ ፍሬ እንዳናፈራ ያደርገናል።

ኃጢአትና ትርጓሜው

"የኃጢአት ይቅርታ" በአዲሱ መደበኛ ትርጉም ሲሆን "የበደላችን ሥርየት" የድሮው ትርጓሜ ነው:: NKJV – the forgiveness of sins ቅዱስ ጳውሎስ በኤፌሶን ሆነ በሌሎቹ መልእክቶች የጌታችን የኢየሱስ ክርስቶስ ደም (የመስቀሉ ሥራ) የፈፀመውን በደልን የመፋቅ የመደምሰስ ችሎታ በተደጋጋሚ ጽፎአል:: ይቅርታ የሚለውን የNIV ትርጉም ሌሎቹ ትርጉሞች ሥርየት ሲሉት እንዲሁም የአዲሱ ትርጉም ኃጢአት የሚል ሲሆን የአሮጌው ትርጉም በደል (በደለኛ) የሚል ፍቺ ሰጥቶታል:: የግሪከኛውን "paraptoma" የሚለው ጠንከር ያለ አነጋገር ወይም አገላለፅ የያዘ እንደ ሆነ vine's NT ትርጓሜ ሰጥቶታል:: በይበልጥ የተደረጉትን ኃጢአቶች (act of *transgression*) ያመለክታል:: ለምሳሌ ብንወስድ በቆላስያስ ሐዋርያው በጻፈው ላይ "የኃጢአት ሥርየት" የሚለው የግሪኩ " harmartqai" ሲሆን ኃጢአት ያለበትን ደረጃ የሥፍራ ወይንም sinful state ያመለክታል፤ በዚሁ በቆላስያስ ኃጢአት በመጀመሪያ የሰው ልጅ ሲፈጠር ጀምሮ በታሪኩ ውስጥ አብሮት የተጓዘ ሲሆን ከእግዚአብሔር የተለዩ አደገኛ መርዝ ነው:: ኃጢአት ከሰው ልጅ መፈጠር በፊትም እንደ ነበር መጽሐፍ ቅዱስ ይናገራል:: በሰማይ ዙፋን በከበረ ቦታ ላይ የነበረው ሉሲፈር፣ የክብር ሥፍራውን ያጣው ከእግዚአብሔር ጋር ለመተካከል በመፈለጉና በመታበዩ ነው:: የትዕቢት ኃጢአት በውስጡ ከተፈጠረ በኋላ ሉሲፈር የእግዚአብሔር ጠላት ሆኖ መንቀሳቀስ ጀመረ:: ከዚያን ጊዜ በኋላ ሰይጣን በእግዚአብሔር ላይ ጠላት ሆኖ የከፋትን መንገድ ተጓዘ::

ግሩድም የተባለው የመጽሐፍ ቅዱስ መምህርና ደራሲ በሲስተማቲክ ነገር መለኮት መጽሐፍ የኃጢአትን ትርጓሜ ሲተነትነው እንዲህ ይላል፡- "ኃጢአት" ማለት ከማንኛውም የእግዚአብሔር የሞራል ሕግ ጎድሎ መገኘት ነው፣ ይህ ከሕጉ መለየትም በድርጊት የሚፈፀም ጥፋትን መፈፀም፣ በውስጥ ሃሳብና ዝንባሌ በደልን በመፈፀም፣ በተፈጥሮ ባሕርይም እግዚአብሔርን በመበደል ይገለጻል:: ኃጢአት ብለን የምንለው ድርጊት የሚገልጸውን ለምሳሌ እንደ መስረቅ፣ ሰውን መግደል፣ መዋሸት የመሳሰለው ብቻ አይደለም:: ሰው በውስጥ ሃሳቡ፣ በልቡ፣ በዝንባሌውም ከእግዚአብሔር ፍላጎት ውጪም በመመኘትና በውስጥ ልቦናው በማሰብ እግዚአብሔርን ሊበድልና ኃጢአት ሊሠራ ይችላል::

ለዚህም ነው ንጉሥ ዳዊት "አምላኬ ሆይ ንፁህ ልብን ፍጠርልኝ፣ ቀና የሆነውንም መንፈስ በውስጤ አድስ ያለው::" (መዝ 51÷10):: ኃጢአት በአብዛኛው የሚጀምረው ከውስጥ አስተሳሰብ፣ ከውስጥ የመነሻ ሃሳብ እና ከውስጥ ዝንባሌ ነው:: ለምሳሌ ምኞት ውስጣዊ

ነገር ነው፡፡ ጌታ ኢየሱስ ሲያስተምር "ወደ ሴት ያየ የተመኛትም እርሱ ዓመንዝሯል" ብሎ ኃጢአት ውስጣዊ፣ መንፈሳዊ ገጽታም እንዳለው ያመለክታል፡፡

ሌላው የኃጢአት ባሕርይ ተፈጥሯዊ መሆኑ ነው፡፡ ሁላችንም በተፈጥሮ ከአሮጌው አዳም የወረስነው የኃጢአት የተፈጥሮ ባሕርይ እንዳለ ይታወቃል፡፡ ሰው በቤተ ክርስቲያን ውስጥ እየተመላለሰም በትክክል ወንጌልን ካልተረዳ በዚህ የተፈጥሮ ውልደት ኃጢአት የታሠረ ይሆናል፡፡ ሮሜ 5፡12-21 እኛ ሁላችን ከአዳም ኃጢአተኛነት የተነሣ በተፈጥሮ የዘር ኃጢአት አለብን፡፡ መዝ 51፡1-4 ከዚህ የተነሳ ከእግዚአብሔር ዘንድ የሆነውን መልካም በረከት ሁሉ አጥተናል፡፡ (ሮሜ 7፡18፣ ቲቶ 1፡15)፣ ከዚህ ከኃጢአት የተነሣ የእግዚአብሔር ፈቃድ የሆነውን መልካም ነገር በራሳችን ማድረግ አልቻልንም፡፡ (ሮሜ 8÷8፣ ዮሐ 15÷5) በእግዚአብሔር ፊትም ሰው ሁሉ ኃጢአተኛ ነው፡፡ (መዝ 14÷3፣ 1ኛ ነገ 8÷46)፡፡ ይህን የኃጢአት ኃይል ከእኛ ላይ ሊያስወግደው የሚችለው በቀራንዮ መስቀል ላይ የፈሰሰው የኢየሱስ ክርስቶስ ደም ብቻ ነው፡፡ ለእርሱ ኃጢአታችንን በመናዘዝ በእምነት ብቻ እርሱ በመስቀል ላይ ለአንዴና ለመጨረሻ ጊዜ ከሠራው መስዋዕትነት የተነሳ የኃጢአት ይቅርታን አገኘን፡፡ በሌላ አነጋገር አለም ሳይፈጠር አስቀድሞ በልጁ ሞት እና ትንሳኤ ያገኘነውን ፍፁምን የተጠናቀቀ ይቅርታ (ያለፈውን የአሁኑን እና የወደፊቱን የሐጢያት ይቅርታ) እንደስጦታ ተቀበልን፡፡ በዚህም በክርስቶስ በተገኘ የሐጢያት ይቅርታ ስጦታ ላይ በተመሰረተ በመንፈስ ቅዱስ አጋዥነት በምናደርገው ንስሃ የንስሃ ፍሬ ይበዛልናል፡፡ የእኛ በፀፀት እንዲሁም ንስሃ መግባት እጅግ አስፈላጊ ሆኖ ሳለ በፀጋው (በመንፈስ ቅዱስ እርዳታ) እንደሆነ እና የንስሃም ፍሬ በክርስቶስ በመሆን የሚገኝ ስጦታ እንደሆነም እናስተውላለን፡፡ የሐጢያት ይቅርታ በክርስቶስ ተሰጠን (በክርስቶስ ያለን ደረጃ) ነው፡፡ ይህን የሐጢያት ይቅርታ ስጦታ ደግሞ እንድንለማመድ ማለትም ክርስቶስን በእምነት አይን እያየን እንድንመስለው በሚማርከን ክብሩ እራሳችንን እያየን ንስሃ በመግባት እንድንዘረጋ የሚያደርገን የፀጋው አሰራር ነው - የክርስቶስ የሆነው መንፈስ (መንፈስ ቅዱስ) ነው፡፡ በክርስቶስ ባገኘነው የህይወት ደረጃ የምንመላለስበት የህይወት ዘይቤ ነው፡፡ በዚህም ክርስቶስ በእኛ የጀመረውን ስራ ወደ ፍፃሚ እንደሚያደርሰው የምንደገፍበት እና የምንመካበትም ሆነልን፡፡ ስለዚህም መንፈሳዊ ባርኮት (ስጦታ) ሐዋርያው ጳውሎስ በክርስቶስ እግዚአብሔርን እንድንባርከው ይነግረናል፡፡

---

4 ዓለም ሳይፈጠር ፥ በፊቱ ቅዱሳንና ነውር የሌለን በፍቅር እንሆን ዘንድ በክርስቶስ መረጠን።

ዓለም ሳይፈጠር ማቴ 25፥34፤ ዮሐ 17፥24፤ ሐዋ 15፥18፤ 1ኛ ጴጥ 1፥20፤ ራዕ 13፣ 8፣ 17፥ 8

ነውር የሌለን ኤፌ 5፥27፤1ኛ ቆሮ 1፥ 8፤ ፊል 2፥15፤ ቆላ 1፥22፤ 2 ጴጥ 3፥14

ፍቅር ኤፌ 3፥17፤ 4፥2፥15፥16፤ 5፥ 2፣ ገላ 5፥6፥13፥22፤ ቆላ 2፥2፣ 1ተሰ 3፥12፣ 1ዮሐ 4፥16

1.5 "በበጎ ፈቃዱ እንደ ወደደ፥ በኢየሱስ ክርስቶስ ሥራ ለእርሱ ልጆች ልንሆን አስቀድሞ ወሰነን።"

በቤተ እሥራኤል ዘንድ ይህ አይነት የፍቅር ሥራ የተለመደ አልነበረም ሲሉ የመጽሐፉ አስተማርያን ይናገራሉ፡፡ በእሥራኤል ባሕልም ሆነ ታሪክ ልጅ የሌለው ሰው ላልወለደው የልጅነትን መብት መስጠት የተለመደ አልነበረም፡፡ ምንአልባት በቀደሙ አባቶች ይሆን ይሆናል እንጂ ጌታችን ኢየሱስ ክርስቶስ በነበረበት ጊዜ ግን እንዲህ የመሰለው ባሕል አልነበረም፡፡ እንደ እሥራኤላውያን ዓለም ከተፈጠረ 1948 ዓመተ ዓለም በኋላ የተወለደው የእምነት አባት አብርሃም አምላኩን ሲማጠን ሳለ የተናገረውን ስንመለከት (ዘፍ 15÷2-3) ልጅ የለኝም ብሎ የቤቱ መጋቢ ኤሊኤዜር እንደሚወርሰው በማሰብ ሲሟገት እንመለከታለን፡፡ አብርሃም ከአብራኩ ያልተወለደውን ልጄ ብሎ ይጠራው ዘንድ ቀርቶ ሲሞት ንብረቱን እንዲካፈል ፈልጎ ፈቃዱ እንዳልነበረ እንረዳለን፡፡ ይህ በአይሁዶች ዘንድ ትልቅ ሥፍራ የተሰጠው የእምነት አርበኛ ምንም እንኳ የእግዚአብሔር ወዳጅ ቢባልም በቤቱ መጋቢ የሆነውን ከርስቱ ተካፋይ ሊያደርገው አቅም ሲያጣ እንመለከታለን፡፡ ቢሆንለት ከአብራኩ የወጣው ተወልዶለት ቢያይ ምኞቱ ነበር፡፡ አማራጭ ከጠፋ ግን ኤሊኤዜር ይወርሰኛል ሲል ሁለተኛ ምርጫ እንዳደረገው እናስተውላለን፡፡ በግብፃውያን ዘንድ የልጅነት መብት (Adoption) የተለመደ መሆኑን ሙሴ እናቱ በቅርጫት ጥላው ሳለ የፈርዖን የልጅ ልጅ ብላ በማደጎ ልጅነት (adopt) አድርጋው በፈርዖን ቤተ መንግሥት እንደ ኖረ መጽሐፍ ቅዱስ (ዘፀ 2÷11) ይተርክልናል፡፡ በእሥራኤላውያን ይህች ሴት ቢትያ (Bithia) ትባል ነበር፡፡ (1ኛ ዜና 4÷18) የፈርዖን ልጅ እንደ ሆነች የተጠቀሰችው ይህች ንግሥት ትልቅ ርህራሄ እንዳላት ይነገርላታል፡፡ እንዲያውም ካሳየችው የርህራሄ ተግባር የተነሳ "Daughter of yah" ማለት Daughter of Lord የሚባል ስያሜ እንደ ተሰጣት የመጽሐፍ አስተማሪያን ታሪክን አገናዝበው አስቀምጠውታል፡፡ (Rabbinic Midrash – Birhiah (n.d) Hitchcock's Bible names dictionary)

በእግዚአብሔር ክብርም ተስፋ እንመካለን።........ በተሰጠንም በመንፈስ ቅዱስ የእግዚአብሔር ፍቅር በልባችን ስለ ፈሰሰ ተስፋ አያሳፍርም። (ሮሜ 5÷2) እና 5 ጌታችን ኢየሱስ ክርስቶስ በ (ዮሐ 17) ላይ "ክብሬን እንዲያዩ ብሎ ከጸለየ በኋላ "ከእኔ ጋር ይሆኑ ዘንድ" ይላል፡፡ ጌታችን ኢየሱስ ክብሩን አሳይቶህ እንቁልልጭ አይልም፡፡ ዓይንህን (የልቦና አይኖችህን ያበራልሃል) በዚያ ጊዜ ለዘመናት የሸመገለውን ንጉሱን በግርማ ሞገሱ

ታየዋለህ፡፡ ባየኸው ጊዜ እርሱን ትመስላለህ ከክብር ወደ ክብር ትለወጣለህ፡፡ ይህን በሰፊው በቁጥር(15-23) እንመለከታለን፡፡

እግዚአብሔር እሥራኤልን አምጦ እንደ ወለዳት ለእርሷ ያለው ፍቅሩ እጅግ አስደናቂ እንደ ሆነ በተለያየ ጊዜ በነብያቱ ተናግሮ ነበር ፤ይህን ሃሳብ በነብያት መጽሐፍ በነብዩ ኢሳይያስ በሆሴዕ ላይ ተጠቅሶ እናገኛለን፡፡"እግዚአብሔር ተናግሮአልና ሰማያት ስሙ ምድር አድምጪ ልጆችን ወለድሁ አሳደግሁም..."(ኢሳ.1÷2)

ልዑል እግዚአብሔር በገዛ ስሙ (ማንነቱ) የማለውን "ልጆቼ ብሎ የጠራቸውን የእሥራኤልን ሕዝብ" የአባትነቱን ፍቅር ጥርጣሬ የሚያደርስ ክርክር የገባ ይመስላል፡፡ ምክንያቱም በቁጥር 18 "ኑና እንወቃቀስ" ይላቸዋል፡፡ እግዚአብሔር እኔ ፍቅሬ አልተለወጠም እያለ በፍትሃብሔር በችሎቱ ፊት እየተከራከረ ይገኛል፡፡ "እናት ልጇን ትረሳ ይሆናል እኔ አልረሳሽም" ይላታል፡፡ በምዕራፍ 1፡14 ሽክም የበዛበት ይመስላል ግን አይደለም፡፡ ይሄን የምንመለከተው ነብዩ ኢሳይያስ በስተመጨረሻ የተገለጠለትን ስንመለከት ነው፡፡ ይሄንንም በ(ምዕራፍ 46÷3-4) "*እናንተ የያዕቆብ ቤት ሆይ፥ የእሥራኤልም ቤት ቅሬታ ሁሉ፥ ከሆድ ያነሣኋችሁ ከማኅፀንም የተሸከምኋችሁ፥ ስሙኝ። እስከ ሽምግልና ድረስ እኔ ነኝ፥ እስከ ሽበትም ድረስ እሸከማችኋለሁ፤ እኔ ሠርቻለሁ እኔም አነሣለሁ፤ እኔ እሸከማለሁ እኔም አድናለሁ።*" አዎ ዓለም ከመፈጠሩ በፊት በእግዚአብሔር ልዑላዊነቱ የተወሠነ ስለ ሆነ አይለወጥም፡፡ በሁኔታዎችም በጎ ፈቃዱን ሊያስቀለብሱ የሚችል የለም፡፡

ሐዋርያው ጳውሎስን ብንወስድ

- ❖ ይህን ሰው የነብያት መጽሐፍት ሊለውጠው ወደ ጌታ ሊያመጣው አልቻለም፡፡
- ❖ የሰማዕታቱ የእስጢፋኖስ የወንጌል ምስክርነት ሆነ ስለ ጌታው ተወግሮ መሞት የጳውሎስን ድንጋዩን ልብ ሊሰብረው ለጌታ ኢየሱስ ሊያንበረክከው አላስቻለውም፡፡
- ❖ አንድ ቀን ግድ የሚያስገርም ታላቅ የፍቅር ጉልበት በደማስቆ ላይ ተገናኘው እርሱም በመሬት ተደፍቶ "ጌታ ሆይ ምን ላድርግ" ቢል ራሱን ለጌታ ሰጠ ድንጋዩ ልቡ ተለወጠ *ሥጋ* ልብን አገኘ፡፡
- ❖ ሐዋርያው ለቆሮንቶስ ሰዎች ስለዚህ አስደናቂ ፍቅር ሲተርክላቸው እንዲህ በማለት ነው "እብዶች ብንሆን ለእግዚአብሔር ነው፤ ባለ አዕምሮዎች ብንሆን ለእግዚአብሔር ነው፡፡ ይህንን ስለ ቀረጥን የክርስቶስ ፍቅር ግድ ይለናል" (2ኛ ቆሮ 5÷13-14) "ግድ" የሚለው በፍቅር መነደፍ መነዳት (gantly push)-

Lead:: በማስፈራራት በማስገደድ ሳይሆን ፍቅርን አቅምሶ መንዳት ነው:: ሐዋርያው መለወጥ የጸጋው ጉልበትስበትኃይልነበር::

አገልጋዩ እነዚህን ድሆችና ጉንድሾች አንካሶችና እውሮች ወደዚህ ታላቅ ግብዣ እንዲጠራ ሲያመለክተው "ወደ ከተማ ጎዳና ወደ ሰላች ፈጥነህ ውጣ" ይለዋል:: እነዚህ ሰዎች በሰለሞን ቤተ መቅደስ ሆነ ደጅ ቀርበው የነብያትን ቃል ሊሰሙአይገባቸውምያልተገባቸው ነበሩ:: ወይንም እነዚህ ሰዎች በጸሎት ሥፍራ የተገኙም ፃድቃን አይደሉም:: በአንድም ሆነ በተዘዋዋሪ የእነርሱ ሕይወት የጠፋውን የሰውን ዘር ሕይወት ያሳያል:: ክብሩ አይገባቸውም እርቀዋል ሐዋርያው ጳውሎስ በ(ሮሜ 3÷23-25) ላይ እንደ ገለጠው ክብሩ ጎድሎአቸዋል::

ለእርሱ የፍቅር ልጆች ልንሆን

ልጆች (ሁዊዮስተሲያ) Huiothesia / hwee-oth-es-ee'-ah፡- በጥሬው ሲፈታ ልክ እንደ ወለዱት ልጅ አድርጎ መቀበል ማለት ነው። ይህም ልጅ ልክ ወላጆች ከወለዱት ልጅ እኩል መብት ይኖረዋል። ያልወለዱትን ልጅ ሕጋዊ በሆነ ሥርዓት ልክ እንደ ወለዱት ልጅ አድርጎ ለመቀበል ሃብትንም ለማውረስ መፍቀድ ማለት ነው። (መጽሐፍ ቅዱስ ጥቅሶች የብሉይና / የአዲስ ኪዳን ግሪክ መዝገበ ቃላት. የቲየር ትርጉም)

ባርንሃውስ እንዲህ ይላል - የግሪኩ ቃል *ሁዊዮስተሲያ* ሲተነተን ትርጉሙ፡ *ሁዊዮስ* ጎልማሳ ወንድ ልጅ ሲሆን *ተሲያ* ደግሞ ሰውን ወይም አንድ ነገርን በቦታው ማስቀመጥ ማለት ነው። የሙሉ ቃሉ ትርጉም በማደጎ ከመቀበል ይልቅ ልጅ ማለትም ወራሽ አድርጎ መቀበልን ያመለክታል። (የእግዚአብሔር ተወካዮች: ሮሜ 8÷1-39)

ሁዊዮስተሲያ በጳውሎስ መልዕክቶች ውስጥ አምስት ጊዜ ይገኛል (ሮሜ 8÷15፣ 23፤ 9÷4፤ ገላቲያ 4÷5፤ ኤፌሶን 1÷5) (ሰፕቱዋጂንት ውስጥ አይገኝም)

ጳውሎስ በ (ኤፌሶን 1÷5) የእግዚአብሔር ልጆች ከመሆናችንበፊት እንሆን ዘንድ ዓለም ከመፈጠሩ በፊት በእግዚአብሔር የተወሰነውን ውሳኔ ገልጦልን በሮሜ መልዕክት ደግሞ የዚህን ውሳኔ የአሁን ፍጻሜ ያሳየናል። አስቀድሞ መወሰናችን አሁን ወደ ፍጻሜ የመጣው በእግዚአብሔር ቤተሰብ ውስጥ እንደገና በመወለዳችን እና ልጅነታችንን እናውቅ ዘንድ የእርግጠኝነትን እሳት በውስጣችን ባነደደው በመንፈስ ቅዱስ ነው። በእግዚአብሔር መንፈስ የሚመሩ ሁሉ እነዚህ የእግዚአብሔር ልጆች ናቸውና። አባ አባት ብለን

የአ.ፌ.ቤ.አ. አገልግሎት / የኤፌሶን መልእክት ትምህርት

የምንጮኽበትን የልጅነት መንፈስ ተቀበላችሁ እንጂ እንደገና ለፍርሃት የባርነትን መንፈስ አልተቀበላችሁምና (ሮሜ 8፥14)።

ልጅነታችን የወደፊት ገጽታው ደግሞ ምን እንደሚመስል ጳውሎስ በ (ሮሜ 8)እንዲህ ብሎ ይገልጥልናል...ነገር ግን የመንፈስ በኵራት ያለን ራሳችን (መንፈሱ በውስጣችን መኖሩ መዳናችንን የሚያረጋግጥልን) ደግሞ የሰውነታችን ቤዛ የሆነውን ልጅነት (በፊት ልጆች እንድንሆን ተወሰንን፣ አሁን አማኞች በእምነት ልጅነትን አገኘን፣ (ሮሜ 8፥15 ገላቲያ 4፥5) ወደፊት በሚጠብቀን ክብር የልጅነታችን ምስጢር ታላቅነት ይገለጣል) እየተጠባበቅን ራሳችን በውስጣችን እንቃትታለን (አሁን ሙሉ በሙሉ የእግዚአብሔር ልጆች ነን፤ ወደፊት ግን የሚሞተው ሥጋችን የማይሞተውን ሲለብስና ስንከብር የመዳናችን ፍጻሜ ይሆናል)።

ልጅነት (የእንግሊዝኛው አዶፕሽን የአማርኛ አቻው ማደጎ ነው) እግዚአብሔር ሰዎችን የራሱ ልጆች አድርጎ የሚቀበልበት አሰራሩ ሰዎች ከሚፈጽሙት አዶፕሽን ይለያል፤ በስሙ እንዲጠሩ ከመፍቀድም ያልፋል። ሰዎች የማይመስሉዋቸውን ልጆች ተቀብለው እንደ ራሳቸው ልጅ ሲያሳድጉ እግዚአብሔር ግን ልክ እርሱን የሚመስሉ ልጆቹን አዶፕት ያደርጋል ወይም በልጅነት ይቀበላል (2ኛ ጴጥሮስ 1፥4)። የእግዚአብሔር ልጆች ስሙን ብቻ አይሸከሙም፤ መልኩንም ጭምር እንጂ። (ጉዲፈቻን በተመለከተ ISBE ጽሁፍ)

ልጅነት በአዲስ ኪዳን ውስጥ በመጀመሪያ አማኞች ከእግዚአብሔር ጋር ያላቸውን ሕብረት ይገልጻል። ይህም ልጅነት በተፈጥሮ ከምናውቀው ልጅነት የተለየ ነው። ከኢየሱስ ልጅነት የሚለይበትም ገጽታ አለው። ኢየሱስ ከመጀመሪያውም የእግዚአብሔር ዘላለማዊ ልጅ ሲሆን አማኞች ግን ወደ ልጅነት የመጡት በማደጎ (አዶፕሽን) ነው። አማኞች የእግዚአብሔር ልጅነታቸውን የሚያረጋግጥላቸውና “አባ አባት” ብለው እንዲጮሁ የሚያደርጋቸው መንፈስ ቅዱስ ነው (ሮሜ 8፥15 ገላቲያ 4፥5)። ይህም ብቻ አይደለም፤ አማኞችን ከሕግ ባርነት እና ከፍርሃት ነጻ የሚያወጣቸውም መንፈስ ቅዱስ ነው (ሮሜ 8፥15)።

በሮማውያን ሕግ አንድ ሰው በማደጎ ለሌላ አባት ልጅ ተደርጎ ሲሰጥ የቀድሞ ማንነቱ ዕዳው ሙሉ በሙሉ ተሰርዞ አዲስ ነው። ልጅ ሆኖ የገባበት ቤተሰብ ውስጥ ሌሎች ልጆች ቢኖሩ እንኳ ከእነርሱ እኩል የአባታቸውን ሃብት ተካፍሎ ይወርሳል። ልክ እንደዚሁ አማኞች ልጅ ሲሆኑ ከሰይጣን ስልጣን ሥር ወጥተው በአዲስ ጌታ ሥር ይተዳደራሉ፤ ይህም ጌታ አባታቸውም ጭምር ይሆንላቸዋል። ከእግዚአብሔር ልጆች ሁሉ ጋር በእግዚአብሔር ርስት ተካፋይ ይሆናሉ ፤ የርስታቸውም መያዣ ፤ ዋስትና ወይም ቀብድ መንፈስ ቅዱስ ነው።

መንፈስ ቅዱስ በተጨማሪ እነዚህ አማኞች ልጅ ስለመሆናቸውም ምስክር ነው። አማኞች የእግዚአብሔር ልጅነትን ሲያገኙ አዲስ ሰዎች ሆነዋል፤ ኃጥያታቸው በሙሉ ተደምስሷል፤ በእግዚአብሔር ፊት ንጹህ ሰዎች ሆነዋል።

እንደ በጎ ፈቃዱ አስቀድሞ ወሰነን

ወሰነን አስቀድሞ መርጦ ለየንወይምድንበር ወይም ዳርቻ አበጀልን፣ ይህም ወሰን አስቀድሞ ወደታየልን ፍጻሜ ያደርሰናል ማለት ነው። የተመረጡት ሁሉ በዙሪያቸው የሚደረግባቸው ወሰን እየመራ የእግዚአብሔር ልጆች ወደመሆን የልጁን የኢየሱስ ክርስቶስን መልክ ወደመምሰል ያመጣቸዋል(ሮሜ 8÷29)። (የግሪክ አዲስ ኪዳን ከ ወዌስት ቃል ጥናቶች:ኢርድማንስ)

ይህንን ቃል ለምሳሌ በሐዋርያት *ሥራ* 4÷28 እናገኘዋለን፡- እጅህና አሳብህ እንዲሆን አስቀድመው የወሰኑትን ሁሉ ሊፈጽሙ...። የኢየሱስ መስቀል በክፉ ሰዎች እጅ እና ነጻ ፈቃድ ቢፈጸምም አስቀድሞ በእግዚአብሔር የተወሰነ እንጂ በክፉ ሰዎች የተወሰነ አይደለም። (ሮሜ 8÷29-30)ልጁ በብዙ ወንድሞች መካከል በኵር ይሆን ዘንድ ፥ **አስቀድሞ ያወቃቸው የልጁን መልክ እንዲመስሉ አስቀድሞ ደግሞ ወሰኖአልና**፤ አስቀድሞም የወሰናቸውን እነዚህን ደግሞ ጠራቸው ፤ የጠራቸውንም እነዚህን ደግሞ አጸደቃቸው ፤ ያጸደቃቸውንም እነዚህን ደግሞ አከበራቸው። (ኤፌሶን 1÷11) እንደ ፈቃዱ ምክር ሁሉን የሚሠራ እንደ እርሱ አሳብ፥ አስቀድመን የተወሰንን በክርስቶስ ደግሞ ርስትን ተቀበልን።

የዌስት ሚኒስተር የእምነት አዋጅ፡-"እግዚአብሔር ለሕይወት አስቀድሞ የወሰናቸውን ሁሉ እራሱ በመረጠው ጊዜ በቃሉ እና በመንፈሱ ይጠራቸዋል።"

ስፐርጅን እንዲህ ይላል... "የተመረጡት በዳግም ልደት የእግዚአብሔር ልጆች ይሆናሉ። እግዚአብሔር የሁሉ አባት መሆኑ የመጽሐፍ ቅዱስ ትምሕርት አይደለም። የእግዚአብሔር አባትነት በቤቱ ለተወለዱ ብቻ ነው፤ ዳግመኛ ያልተወለደ ሰው እግዚአብሔርን አባቴ ብሎ የመጥራት መብት የለውም። የእግዚአብሔር አመራረጡ **በበጎ ፈቃዱ** እንደወደደ ነው።"

ይህ ክፍል በብዙ የነገረ መለኮት መምህራን ዘንድ ለዘመናት ሲያጨቃጭቅ የኖረና አሁንም ድረስ እልባት ያልተገኘለት ነጥብ ነው፡፡ ሐዋርያው ጳውሎስ ምርጫን በተመለከተ በተደጋጋሚ ጽፏል፡፡ 2ኛ ጢሞ 1÷9 *"ያዳነን በቅዱስም አጠራር የጠራን ነው እንጂ እንደ ሥራችን መጠን አይደለም፡፡ ይህም ጸጋ ከዘላለም ዘመናት በፊት በክርስቶስ ኢየሱስ ተሰጠን፡፡"* ይላል፡፡ ክፍሉ ግልፅ አድርጎ እንደሚያስተምረን የጠራን እግዚአብሔር ነው

ይላል፡፡ በኤፌሶን መጽሐፍ ደግሞ ጭራሹን የተጠራነው ዓለም ሳይፈጠር በፊት ነው ብሎ ይደመድማል፡፡ አስቀድሞ የነበረ ዕቅድ (predestination) በእግዚአብሔር ዘንድ እንደ ነበረ መጽሐፍ ቅዱስ በስፋት ይናገራል (ኢሳ. 14÷24-27፣ ኢሳ. 22÷11፣ ኢሳ. 37÷26፣ ኢሳ. 44÷7-8፣ ኢሳ. 46÷8-10)፡፡ አስቀድሞ የነበረ መለኮተዊ እቅድ ብለን ስንል እግዚአብሔር አንድ ነገር ከማድረጉ በፊት የነበረውን ዓላማና እቅድ ያመለክተናል፡፡ ለምሳሌ አንድ ሰው ከመመረጡ፣ ከመዳኑ በፊት በዚያ ሰው ላይ ገና በእናቱ ማህፀን ውስጥ ከመፈጠሩ በፊት የነበረን እቅድ ያመለክታል፡፡ የእግዚአብሔር ዕቅድና ምርጫም የተመሠረተው በፍቅር ላይ ነው፡፡ (ዘዳግም 7÷6-8) የእግዚአብሔር ቅድመ ፕላን የጀመረው አብርሃምና ዘሩን ከመጥራቱ አንስቶ ነው (ዘፀ. 12÷3፣ በቆላ 1÷26)፡፡ ይህ ጥሪ ምስጢራዊ መሆኑን ይተርክልናል፡፡ *"ይህም ቃል ከዘመናትና ከትውልዶች ተሰውሮ ምስጢር ሆኖ ቆይቶ ነበር፡፡ አሁን ግን ለቅዱሳኑ ተገልጧል"*ይላል፡፡ በአዲስ ኪዳን የምንኖር አማኞች የጸጋውን ታላቅነት የምንረዳው በዚህ እውነት ውስጥ ነው፡፡

እግዚአብሔር አንዳንዶችን በዘላለማዊ አሠራሩ ቀዳሚ እቅድ በሚደረግ ወደ መንግሥቱ እንደ ጠራቸውና ሌሎችን ደግሞ ኮንኗቸዋል ማለት ነው? ብለን እንድንጠይቅ ያደርገናል፡፡ በአንዳንድ ነጥቦች ላይ መጽሐፍ ቅዱስ በግልፅ የሚናገር ሲሆን አንዳንዴም ግልፅ ሳያደርግ የተዋቸው ነገሮች ስላሉ እንዲህ ነው ብሎ ለመደምደም አስቸጋሪ ይሆናል፡፡ ግልፅ ከሆኑቱ መሃከል ሁላችንም በኃጢአተኛነታችን ምክንያት በእግዚአብሔር ፊት ተኮንነናል፡፡

1. ደኅንነታችንም በእኛ ጥረት ሳይሆን በእግዚአብሔር ጸጋና በእርሱ አነሳሽነት ብቻ ተገኝቷል፡፡
2. በቅድሚያ እቅዱ ውስጥም ዋነኛው ትኩረት የተሰጠው ነጥብ አንዳንዶች ተመርጠዋል አንዳንዶችም ተኮንነዋል ለማለት ሳይሆን በእግዚአብሔር ዓላማ የተመረጡት በሮሜ በእግዚአብሔር ዓላማ የተመረጡቱ በ (ሮሜ 8÷29) መሠረት "እግዚአብሔር አስቀድሞ ያወቃቸውን የልጁን መልክ እንዲመስሉ አስቀድሞ ወሰናቸው" በሚል ልንረዳው እንችላለን፡፡ ወይንም በ (ኤፌ 1÷5-6) በተገለፀው መሠረት "በኢየሱስ ክርስቶስ ልጆቹ እንሆን ዘንድ፣ እንደ በጎ ፈቃዱ አስቀድሞ ወሰነን፣ ይኸውም በሚወደው በእርሱ በኩል በነፃ የተሰጠን ክቡር የሆነው ጸጋው እንዲመሰገን ነው፡፡ ሐዋርያው ጳውሎስ እግዚአብሔር በአይሁድ ወይም በሕዝቡና በአሕዛብ መሃከል ስላለው ዘላለማዊ የቅድሚያ እቅድና ውሳኔው በበጎ መልኩ ከ (ሮሜ 9-11) በስፋት ዘርዝሮታል፡፡ ሰውም

የእግዚአብሔርን ጥሪና ፈቃድ በመቀበልና ባለመቀበል ትልቅ ኃላፊነት እንዳለበት ዘርዝሮ አስቀምጧል፡፡

በመጽሐፍ ቅዱስ ውስጥ ስለ እግዚአብሔር አስቀድሞ በማቀድ ለፍርድ ቁጣ የጠበቃቸው እንዳሉ የሚገልፅ ጥቅስ አለ ቢባል (ሮሜ 9÷22) ብቻ ነው፡፡ እርሱም ቢሆን በትክክል የእግዚአብሔርን አስቀድሞ ለፍርድ ማቀድ ያመላክታል ለማለት አይቻልም፡፡ የቅድሚያ ውሳኔ ፍርድንና የሰውን በራሱ የመወሰን ነፃነትና ኃላፊነት በአንድነት ማጣመርም አስቸጋሪ ነው፡፡ የሰዎች የማዳኑን ጥሪ እንቢ ብሎ መግፋት፣ በእግዚአብሔር የቅድሚያ ውሳኔ ቀድሞውኑ የተኮነኑ ናቸው ብሎ ከማለት የበለጠ ለሰዎች ከእግዚአብሔር ጽድቅ መራቅና ለፍርዱ መብቃት ዋነኛው ምክንያት ነው ብንል ይቀላል፡፡ (ሉቃ 12÷3) "....ይልቅስ የእግዚአብሔርን መንግሥት ፈልጉ..." ሊመጣ ያለውን አስቀድሞ የመወሰን ዶክትሪን (predestination) በርካታ የነገረ መለኮት ሊቃውንት ዘንድ ከጥንት ጀምሮ በስፋት አወያይቷል፡፡ አውጊስትንና ጆን ካልቪን በስፋት ተከራክረውበታል፡፡ በርካታ ክርስቲያኖችም ይህን አስተምህሮ ላለመቀበል አንገራግረዋል፡፡ ከጥንት አብያተ ክርስቲያናት መምህራንና የ10ኛ ክፍል ዘመን የተሃድሶ ንቅናቄ መሪዎች ውስጥ ታዋቂው ጆን ዌስሊ፣ ፕላጉዌስ ይህን ትምህርት እርባና የለውም ብለው አውግዘውታል፡፡

ወደ አዲስ ኪዳን ስንመጣ ደግሞ በአስቀድሞ ውሳኔ ዙሪያ የተጻፉ ሐሳቡን የሚያመለክቱ በርካታ ቃላት እናያለን፡፡ አስቀድሞ መወሰን ፕሮሪዞ (proorizoo) (ሮሜ 8÷29-30፣ ኤፌ 1÷5-11)መመረጥ፣ (ኤክሌክቶስ፣(eklektos) (ማቴ 24÷22፣ ሮሜ 8÷33፣ ቆላ 3÷12) ፣ **ምርጫ** (haireomai) (2ኛ ተሰሎ 2÷13) ፣ (eklegoo) (1ኛ ቆሮ 1÷27) የሚሉትን ቃላትና ጥቅሶች እናነባለን፡፡ የትምህርተ ሃይማኖት ዶክትሪንን ለመገንባት በጥቂት ቃላት ላይ መመስረት አስቸጋሪ ይሆናል፡፡ ይህን ትምህርት እንደ ዶክትሪን ለማስቀመጥ በብሉይና በአዲስ ኪዳናት በግልፅና በዝርዝር መቀመጥ ይኖርበታል፡፡ ከዚህ አንፃር በምንመለከትበት ጊዜ የአስቀድሞ መወሰን (predestination) ዶክትሪን በመጽሐፍ ቅዱስ ውስጥ ምንም እንኳን ቀጥተኛ ቃል ባይኖረውም፣ ሃሳቡ ግን በብሉይም ሆነ በአዲስ በሚገባ ተቀምጧል፡፡ እግዚአብሔር ዘለዓለማዊ አምላክ ነው፡፡ ጊዜ፣ እናቦታ አይወስነውም (ሮሜ 1÷20-21፣ ዘዳ 33÷27)፡፡ በተጨማሪም እግዚአብሔር በፍጥረት ሁሉ ላይ ፈጣሪና፣ አዛዥ፣ የበላይ ነው፡፡ እርሱ በሁሉ ላይ ጌታ ነው (ዳን. 4÷34-35)፡፡ ከሁሉም በላይ ጻድቅ ነው፡፡ (ኤር. 23÷6፣ 2ኛ ጴጥ. 1÷1)፡፡ በነብያትና በሐዋርያት አማካኝነትም በብሉይና በአዲስ ኪዳን ራሱን በሚገባ ገልጿል፡፡

መመረጥ (election) ከቅድሚያ ውሳኔ (predestination) ጋር በተያያዥነት የምንመለከተው መመረጥን (election) ነው፡፡ የልዑል እግዚአብሔር መምረጥ፣ ምርጫ፣ የቅድሚያ ውሳኔ በመጽሐፍ ቅዱስ ውስጥ ቃሉ ተደጋግሞ ተገልጿል፡፡

ኤፍ ኤች ክሎስተር የተባለ የመጽሐፍ ቅዱስ መምህር እንደሚተነትነው፣ አምስት መመረጦች በመጽሐፍ ቅዱስ ተቀምጠዋል፡፡
እነኚህም፡-

1ኛ/ የመላእክት መመረጥ (1ኛ ጢሞ 5÷21፤1ኛ ቆሮ 6÷3)፡፡

2ኛ/ የንጉሥ ዳዊት ወይም የነገስታት ወይም የደቀ መዛሙርትና ሐዋርያት በልዑል እግዚአብሔር ለአገልግሎት መመረጥ (1ኛ ሳሙ 16÷7-12፤ ሉቃ 6÷13፤ ዮሐ 6÷7)፡፡

3ኛ/ የእሥራኤልን መንግሥት ለማቋቋም የአብርሃም መመረጥ (ዘዳ. 4÷37፣ 7÷6-7)፤ የእሥራኤል በልዑል እግዚአብሔር መመረጥ የእርሱን የቃል ኪዳኑን ፍቅር፣ በኢየሱስ ክርስቶስ አማካኝነት ያለውን የመዋጀት ዓላማ ተግባርም ያሳየናል፡፡

4ኛ/ የመሲሁ መመረጥም በልዑል እግዚአብሔር የማዳን ሥራ ውስጥ ትልቅ ሥራን አከናውኗል (ማቴ. 12÷18፣ ሉቃ. 9÷35፣ 1ኛ ጴጥ. 1÷20፡፡

5ኛ/ በዚህ ጽሑፍ ውስጥ በስፋት የተገለፀውና፣ በአብዛኛውም አከራካሪ የሆነው የምርጫ አይነትም የደኅንነት ምርጫ ነው፡፡ በአዲስ ኪዳን ውስጥ በዋነኛነት ስለ ደኅንነት ምርጫ የሚገልፁት ክፍሎችም (ኤፌ 1÷3-11፣ ሮሜ 8÷28-11÷36) ያሉት ናቸው፡፡ የተሃድሶ ንቅናቄ የምርጫ ዶክትሪን በስፋት የተገለፀበት መጽሐፍ ነው ይለዋል፡፡

በጥሪ ምርጫ ውስጥ ያሉት ስድስት ዋና ዋና መርሆዎች

1. የጥሪ ምርጫ በልዑል እግዚአብሔር የሚከናወን ነው፡፡ እርሱ እግዚአብሔር እንደ ወደደ በራሱ ውሳኔ ምርጫውን ያደርጋል፡፡ (ኤፌ 1÷11) ልዑሉ እግዚአብሔር በክርስቶስ አማካኝነት መረጠን ፤(ኤፌ 1÷4) በፍቅርም መረጠን፣ (ኤፌ 1÷5፣ ሮሜ 8÷29)፡፡
2. ከሰው ልጅ ውድቀት በኋላ እግዚአብሔር በታላቅ ጸጋውና ምሕረቱ ያከናወነው የእርሱ እቅድ ነው፡፡ በሰው መልካም ሥራ የሚሆን አይደለም (ሮሜ 9÷11፣ ኤፌ 1÷4-5፣ ኤፌ 1÷7)፡፡

3. ምርጫው በክርስቶስ አማካኝነት የሆነ ነው፤ይህ ምርጫ ከኃጢአት ተፃራሪ ነው:: ምርጫው ከኃጢአት ጋር በመቃረኑም ምክንያት ክርስቶስ ኢየሱስ ይህን የኃጢአት እዳ ከፈለ:: (ኤፌ 1÷4-5 ሮሜ 8÷29) ምርጫው ውጤታማ ይሆን ዘንድ በኢየሱስ ክርስቶስ የተከፈለው ዋጋ ከፍተኛ ነው:: ከዚህ የተነሣ ካልቪን ሲናገር ክርስቶስ ኢየሱስ ለእኛ መመረጥ እንደ መስታወት ሆኖ አገለገለ ይለዋል:: በመስታወቱ ውስጥ በእኛ ፈንታ የእርሱ ጽድቅ በእኛ ላይ ሆኖ ተንፀባረቀ::
4. በደኅንነት የተጀመረው ምርጫ እስከ ፍፃሜው የእግዚአብሔር ልጆች በመሆን የፀናም ነው:: (ኤፌ 1÷4-5፣ ሮሜ 8÷29-30፣ 1ኛ ተሰ 2÷13)
5. ምርጫው በአንድ ሰው ላይ በግሉ የሚሆን፤ ግልፅያለና፣ የተለየም ነው:: (ዮሐ 6÷37-40)
6. የምርጫው የመጨረሻ ግቡ ለእግዚአብሔር ክብር መዋል ነው:: የደኅንነት ምርጫ በረከትን ጥበቃን ሰላምን እረፍትን ያስገኛል:: ፍፃሜውም ለእግዚአብሔር ክብር መዋል ነው:: (ኤፌ 1÷6) ጸጋው እንዲመሰገን ይህ ሁሉ ሆነ:: (ኤፌ 1÷12፣ 1ኛ ጴጥ 1÷1፣ ማቴ 13÷27-30፣ ሮሜ 11÷33-36)

ከዚያም በመቀጠል እርሱን የምንባርክበትን ሌሎችን ተጨማሪ ምክንያቶች ይዘረዝርልናል:: የመጀመሪያው ቁጥር 4 ላይ ያለው ቃል ነው::

ኤፌሶን መጽሐፍ በክርስቶስ ያገኘነውን ታላላቅ በረከቶችን ይገልፃል:: ለምሳሌ ያህል ብንወስድ ቤተ ክርስቲያን የክርስቶስ አካል

- ☞ በክርስቶስ ጻድቅ ነኝ ጸጋና ሰላም የእኔ ነው (1-2) ዓለም ከመፈጠሩ በፊት ልጅ እንድሆን ወስኖኛል::
- ☞ በክርስቶስ ተቤዥቻለሁ (1÷7) በክርስቶስ ይቅርታ ተቀብያለሁ::

---

5 በበጎ ፈቃዱ እንደወደደ ፥ በኢየሱስ ክርስቶስ ሥራ ለእርሱ ልጆች ልንሆን አስቀድሞ ወሰነን።

አስቀድሞ ወሰነን (ኤፌ 1÷11፤ ሮሜ 8÷29፣30 11፤ሮሜ 8÷29፣30)

በበጎ ፈቃዱ እንደ ወደደ ኤፌ 1÷9፣11፤ዳን 4÷35፤ማቴ 1÷25፤ 11÷26፤ሉቃ 10÷21፤ 11÷32፤ሮሜ 9÷ 11-16፤ 1ኛ ቆሮ 1÷1፣21፤ፊል 2÷13፤ 2ኛተሰ 1÷11

1.6 "በውድ ልጁም እንዲያው የሰጠን የጸጋው ክብር ይመሰገን ዘንድ ይህን አደረገ።"

አዲሱ መደበኛ ትርጉም ክቡር የሆነው ጸጋ ይላል፡፡ አማርኛችን ይህን ክቡር የሆነ ጸጋ በብሉይ ኪዳን "ሞገስ" በሚል ለብዙ ጊዜ ይተረጉመዋል፡፡የእግዚአብሔር ጸጋ ክቡር የሚሆንበት አንደኛውና ትልቁ ምክንያት የእርሱ ማንነትና ልዑላዊነቱ የሚገለፅበት በመሆኑ ነው፡፡

በውድ ልጁ፡- ኤክስፖዚተርስ ግሪክ ቴስተመንት እንዲህ ይላል...እግዚአብሔር እኛን ልጆቹ እንድንሆን አስቀድሞ የወሰነበት ዓላም የጸጋው ክብር ይመሰገን ዘንድ ሲሆን እኛ ልጆቹ መሆናችንም አስቀድሞ የመወሰኑ ዓላማ ነው። (ኒኮል ሮበርትሰን, አርታዒ)

በውድ ልጁ ስለ ልጁ ብሎ ወይም ልጁ ይደረግላቸው ስላለ ሳይሆን ከልጁ ጋር አንድ አድርጎ ስለቆጠረን እና በአካል ውስጥ ያለ ብልት ከአካሉ ራስ የሚመነጨውን ሕይወት ሁሉ እንደሚካፈል ከክርስቶስ ሕይወትን ስለተካፈልን እና ከእርሱ ጋር አንድ ስለሆንን ማለት ነው። ጳውሎስ ለምንድነው ውድ (የተወደደ) የሚለውን ቃል የሚጠቀመው? በአብ እና በወልድ መካከል ያለው ዘላለማዊ ፍቅር ፍጹም ፍቅር ነው። እግዚአብሔር ልጆቹ አድርጎ ሲቀበለን ወደዚህ ዘላለማዊ ፍጹም ፍቅር ውስጥ ነው ስቦ ያስገባን (ዮሐ15÷9)። ኢየሱስ ከመስቀሉ በፊት ለደቀመዛሙርቱ በጸለየላቸው ጸሎት እንዲህ ብሏል፡- "....እኔም በእነርሱ አንተም በእኔ ስትሆን፥ በአንድ ፍጹማን እንዲሆኑ፥ የሰጠኸኝን ክብር እኔ ሰጥቻቸዋለሁ፤ እንዲሁም ዓለም አንተ እንደ ላከኸኝ በወደድኸኝም መጠን እነርሱን እንደ ወደድሃቸው ያውቃል፡፡" (ዮሐ 17÷23)።

እግዚአብሔር የራሱን ልጅ የወደደውን ያህል ይወደናል።ስለዚህ ጳውሎስ ከእግዚአብሔር እና ከልጁ ጋር የምንኖርበት ሕብረት ለመግለጽ ውድ ወይም የተወደደ የሚለውን ቃል ይጠቀማል። በሌላ በኩል ደግሞ ጳውሎስ የተወደደ የሚለውን ቃል መጠቀሙ እግዚአብሔር እኛን ልጆቹ ለማድረግ የከፈለውን ዋጋ ታላቅነት ያሳያል። ኢየሱስ እግዚአብሔር እጅግ የተደሰተበት ውድ ልጁ ነበር (ማቴ 3÷17 ቆላ 1÷13 ሉቃስ 20÷13)። ሆኖም አብ እና ወልድ ይህንን ግሩም የፍቅር ሕብረት አቋርጠው ወልድ መስቀሉ ላይ ስለ እኛ የአብን ቁጣ በሙሉ ሊቀበል ፈቃደኛ ሆኗል። ጳውሎስ በሮሜ 8÷32 እንደጻፈው፡- ለገዛ ልጁ ያልራራለት ነገር ግን ስለ ሁላችን አሳልፎ የሰጠው ያው ከእርሱ ጋር ደግሞ ሁሉን ነገር እንዲያው እንዴት አይሰጠንም?

ውድ (አጋፓዎ) agapáō / ag-ap-ah'-o፡- በምርጫ በውሳኔ እና በድርጊት የሚገለጽን ፍቅር ያመለክታል። ውድ - ክርስቶስ፣ አብ የወደደው ማለት ነው። ክርስቶስ ሁልጊዜም በአብ እንደተወደደ ነው። የዳኑ ኃጥያተኞች ሥፍራቸው የት ነው? በአብ ዘንድ ሁልጊዜ በተወደደው ልጁ ውስጥ። (መጽሐፍ ቅዱስ ጥቅሶች የብሉይና / የአዲስ ኪዳን ግሪክ መዝገበ ቃላት. የቲየር ትርጉም)

ዉወስት ሲያብራራ እንዲህ ይላል...በውድ ልጁ የሚሉት ቃላት ቦታን አመልካች ቃላት ናቸው። እግዚአብሔር አብ የዳንንበትን ጸጋ በኢየሱስ ክርስቶስ ማለትም በመስቀል ላይ በፈጸመው ሥራ ውስጥ ሰጠን። ጸጋው ያለ ክርስቶስ ሞት በእኛ ውስጥ ሊሰራ እና ሊያድነን አይችልም ምክንያቱም እግዚአብሔር የፍቅር አባት እንደመሆኑ መጠን ኃጥያትን እያየ ማለፍ የማይችል ፃድቅ ፈራጅም ነው። ስለዚህ የኃጥያት ዋጋ ሲከፈል ብቻ ጸጋውን መግለጥ ይችላል። (ዉወስት, ኬ. ኤስ. ዉወስት. ቃል. የግሪክ አዲስ ኪዳን ጥናት: ኢርድማንስ)

ሆሬይሽስ ቦናር እንዲህ ጽፎአል...በውድ ልጁ አማካኝነት በእግዚአብሔር ዘንድ ተቀባይነትን ያገኘ ሰው በየዕለቱ እግዚአብሔር ይቀበለው ዘንድ ሊለምን አያስፈልገውም። ደግሞም በየዕለቱ ለሚፈጽማቸው ኃጥያቶች ከልብ መጸጸት፣ መናዘዝ እና ይቅርታን መፈለግ እንጂ በፊት ከላዩ ላይ የተነሳለት ኩነኔ ተመልሶ እንደመጣበት ማሰብም ሆነ መናገር አያስፈልገውም። አማኙ ሙሉ ተቀባይነቱን ማግኘቱ ኃጥያት መሥራቱን አይከላከልም፤ ሁልጊዜ ለሚሰራቸው ኃጥያቶች የይቅርታን አስፈላጊነትም አያስቀርም። ኃጥያትም ደግሞ እየተመላለሰ በሕይወቱ መገለጡ ያገኘውን ተቀባይነት አይሽርበትም።

ኦክታቪየስ ዊንስሎ...እነሆ በክርስቶስ የምታምኑ ሁሉ የተሰጣችሁ ስፍራ። አይናችሁን ከውድቀታችሁ እና ከድካማችሁ ላይ ዘወር አድርጋችሁ አብ በወደደው ልጁ በክርስቶስ ውስጥ ያላችሁን ተቀባይነት ተመልከቱ። ከድካማችሁ እና ከጉድለታችሁ የተነሳ ከሚመጣባችሁ ስጋት ሁሉ ነጻ የሚያወጣችሁን "እግዚአብሔር ጽድቃችን" የሚለውን አዋጅ ስሙ፤ ልባችሁም በሰላም፣ በሃሴት እና በእረፍት ይሞላ።(ክርስቶስ, ድንቅ)

ከፍጥረታችን ከሕግ ፍርድ በታች ነበርን፤ አሁን ግን አማኞች ከጸጋ በታች ናቸው (ሮሜ 6÷14)። ከፍጥረታችን የቁጣ ልጆች ነበርን (ኤፌሶን 2÷2) አሁን ግን በውድ ልጁ ተቀባይነት አግኝተናል (ኤፌሶን 1÷6)። በመጀመሪያው ኪዳን በአዳም ውስጥ ነበርን (1ኛ ቆሮንቶስ 15÷22) አሁን ግን በክርስቶስ ነን (ሮሜ 8÷1)። በክርስቶስ በማመናችን የዘላለም ሕይወት አለን፤ ስለዚህም ኩነኔ የለብንም። ስለዚህ ሕጉም ሆነ ሰይጣን ጥያቄ ሊያነሱብን አይችሉም።

እግዚአብሔር ራሱን ለፍጥረታቱ ሲገልጥ ይታያል:: ጸጋ (ሞገስ) ማለት ነፃ የሆነ ስጦታን ያሳያል:: በሰማይና በምድር ያሉትን ፍጥረታት ስንመለከት ካለመኖር ወደ መኖር ያመጣቸው እርሱ ነው:: ከእግዚአብሔር የተሰጡ ስጦታዎች እንጂ የትኛውም ፍጡር ባለቤት ነኝ ይላቸው ዘንድ አይችልም:: በዚህም ምክንያት የእግዚአብሔር ማንነት በዚያ ይገለጣል:: በአይናችን የምንመለከታቸው በምድር ሆድ ያሉ በውቅያኖስና በተራራ ላይ ያሉ እንስሳቶች የከበሩ ድንጋዮች ሉሎች ወርቆችና አልማዞች በሙሉ ነፃ የተሰጡ የእግዚአብሔርን ጸጋ የሚያሳዩ አሻራዎች ናቸው::

---

6 በውድ ልጁም እንዲያው የሰጠን የጸጋው ክብር ይመሰገን ዘንድ ይህን አደረገ።
ይመሰገን ዘንድ ኤፌ 1÷7፤8፤12፤14፤18፤ 2÷7፤ 3÷10፤11፤ ምሳ 16÷4፤ ኢሳ 43÷21፤ 61÷3፤11፤ ኤርምያስ 33÷ 9; ሉቃስ 2÷14፤ ሮሜ 9÷23፤24፤ 2ኛ ቆሮ 4÷15፤ፊል 1÷11፤ 4÷19፤ 2ኛተሰ 1÷8-10፤ 1ኛ ጢሞ 1÷ 14-16፤ 1ኛ ጴጥ 2÷9; 4÷11
በውድ ልጁም መዝ22÷20፤ 60÷5፤ ምሳሌ 8÷30፤31፤ ኢሳ42÷1፤ 49 1-3. ዘካ 13÷7፤ማቴ 3÷17፤ 17÷5፤ ዮሐ 3÷35፤ 10 17፤ ቆላ 1÷13
ዘንድ-አደረገ (በእግዚአብሔር ዘንድ -ተቀባይነት አገኘኝ- ተቀበለን) - ኢሳ 45÷ 24፤25፤ኤር 23÷6፤ ሮሜ 3÷22-26፤ 5÷15-19፤ 8÷ 1፤ 2ኛ ቆሮ 5÷21፤ ፊል 3÷9፤ 1ኛ ጴጥ 2÷5

1፡7 "በውድ ልጁም፥ እንደ ጸጋው ባለ ጠግነት መጠን፥ በደሙ የተደረገ ቤዛነታችንን አገኘን እርሱም የበደላችን ስርየት። "

እንደ ፀጋው ባለጠግነት መጠን

ባለጠግነት (ፕሉውቶስ)ploûtos/ ploo'-tos :- በጥሬው የቁሳቁስ ሃብት ማለት ወይም ብልጥግና ማለት ነው። በአንድ ማሕበረሰብ ውስጥ ከተለመደው በላይ የሃብት መብዛት ነው። በዘይቤያዊ አጠቃቀሙ ይህ ቃል በዚህ አውድ ውስጥ እንደምናገኘው የመንፈሳዊ ሃብትን መብዛት ወይም መንፈሳዊ ብልጽግና በተለይም የእግዚአብሔርን ጸጋ ያመለክታል። “ኃጢአት በበዛበት… ጸጋ ከመጠን ይልቅ በለጠ።” (ሮሜ 5÷20)(መጽሐፍ ቅዱስ ጥቅሶች የብሉይና / የአዲስ ኪዳን ግሪክ መዝገበ ቃላት. የቲየር ትርጉም)

ጆን ማካርተር እንዲህ ያብራራል፡- የእግዚአብሔር ጸጋ ልክ እንደ ፍቅሩ፣ ኃይሉ፣ ቅድስናው እና ሌሎች ባሕርያቱ ሁሉ ወሰን የለውም። ይቅርታውን ለእኛ የሚሰጥበት የባለ ጠግነቱ መጠን ምን ያህል እንደሆነ ማወቅም ሆነ መግለጽ ባንችልም እንኳ ባለው ባለጠግነት በሙሉ ይቅር እንደሚለን ግን እናውቃን። እግዚአብሔር ጸጋውን እንደ ባለጠግነቱ መጠን

ብቻ አይደለም የሰጠን፤ በላያችን ላይ አትረፍርፎ አፈሰሰብን እንጂ ኃጥያታችን የእግዚአብሔርን ይቅር የማለት ጸጋ አልፎ ይሄዳል ብለን ልንሰጋ አይገባንም። (ማክአርተር, ጀ. ኤፌሶን. ቺካጎ: ሙዲ ፕሬስ)

እግዚአብሔር ኃጥያታችንን እንደምንም ብሎ ለመሸፈን የሚበቃ ስርየት አይደለም የሚሰጠን። ኃጥያት እንዳደኸየን ሁሉ ጸጋ ደግሞ በክርስቶስ ባለጠጎች አድርጎናል።(ቅድመ-አስቲን ድህረ ገፅ)

አሊግዛንደር ማክላረን ለምን ብዙዎች ከዚህ ጸጋ በጣም ጥቂት ብቻ እንደሚጠቀሙ ሲያስረዳ እንዲህ ይላል...የስጦታው መስፈሪያ ስፍር የሌለው ጸጋው ነው፤ የእኔ አቀባበል ግን - ወዮ! በቀላሉ የሚሰፈረው እምነቴ ነው። ብዙዎቻችን ሌላ ሃገር ውስጥ ትልቅ መሬት እና ሃብት እንዳለው ሰው ነን። ሰውየው ስላለው ሃብት ምንም ስለማያውቅ በሚያሳዝን ድህነት ውስጥ እየማቀቀ ይኖራል። የእግዚአብሔር ባለጠግነት በሙሉ ወስደህ ትጠቀምበት ዘንድ ይጠብቅሃል፤ ነገር ግን ነክተኸውም አታውቅ። **እንደ ፀጋው ባለጠግነት** መጠን እግዚአብሔር ሰጥቶናል፤ እኛ የምንቀበለው ግን **እንደ እምነታችን** መጠን ነው። ከእግዚአብሔር ባለጠግነት ላይ ምን ያህል መጠቀም እንደምንችል በእነዚህ ሁለት መስፈሪያዎች ነው የሚወሰነው።

የበደላችን ስርየት

ኤክስፖዚተርስ ግሪክ ቴስተመንት (ደብልዩ ሮበርትሰን ኒኮል) ቤዛነታችን እዚህጋ ተከትሎት የመጣው ሐረግ (...እርሱም የበደላችን ስርየት...) እንደሚነግረን የሚገልጸው ከኃጥያት ኃይል ሳይሆን ኃጥያት ከሚያስከትለው ኩነኔ እና ቅጣት ነው።

በአውዱ ውስጥ ስናየው **ስርየት ከቤዛነት** ጋር ቀጥተኛ ዝምድና አለው። የኃጥያት መደምሰስ (ስርየት) መሰረቱ ቤዛነት ቢሆንም ሁለቱም ራሳቸውን የቻሉ መንፈሳዊ በረከቶች ናቸው። **ቤዛነት** ማለት ኃጥያት ሁለተኛ እንዳይገዛን ከኃጥያት ኃይል ነጻ መውጣት ሲሆን **ስርየት** ግን ሁሌ የሚያስጨንቀን እና የሚያሸማቅቀን የኃጥያት እድፈት ከላያችን ላይ መወገዱ ማለት ነው።

ኤዲ - በዚህ ክፍል የቀረበልን በረከት ስርየት ነው። ይህ ስርየት ሙሉ ይቅርታ ነው። ያለፈ ኃጥያታችን በሙሉ ተወግዶ ወደፊት ልንሰራቸው የምንችላቸው ኃጥያቶችም ይቅር ይባሉልናል። በቀጣይነት ይቅርታን የማግኘት ዋስትናችን ያለው ሁልጊዜ በክርስቶስ ውስጥ

በመኖራችን ነው። ይቅርታውም በነጻ ነው፤ ምክንያቱም የክርስቶስ መስዋዕትነት ውጤት ነው፤ ደግሞም አይሻርም። እግዚአብሔር ያጸደቃቸውን ማን ይከሳቸዋል? ወይስ እግዚአብሔር እኛን ነጻ ያወጣበትን የራሱን ፍርድ ይሽረዋልን?

ስርየት

የስርየት መሰረታዊ ትርጉሙ በደልን ማስወገድ ነው። የግሪኩ ቃል (አፌሲስ) ዋነኛ ትርጉሙ ከሚያስር ነገር፤ ከሰንሰለት መፍታት (ሉቃስ 4÷18) ወይም ከሚያስጨንቅ እዳ ወይም ግብር ነጻ ማውጣት ነው (ለአገሮቹም ሁሉ ይቅርታ አደረገ። አስቴር 2÷18) ስርየት በኢዮቤልዩ ዓመት እንደሚደረገው ከእዳ ነጻ ያወጣል (ዘሌዋውያን 25÷31 27÷24)። ስለዚህ ስርየት በስማችን ተመዝግቦ የነበረውን በደል አስወግዶልን ይጠብቀን የነበረውን ቅጣት ያስሰርዝልናል።(መጽሐፍ ቅዱስ ጥቅሶች የብሉይና / የአዲስ ኪዳን ግሪክ መዝገበ ቃላት. የቲየር ትርጉም)

በደላችን (ፓራፕቶማ) paráptōma / par-ap'-to-mah፡- በጥሬው ሲፈታ ከመንገድ ወጥቶ መውደቅን የሚያመለክት ቃል ስለሆነ ትርጉሙ በእግዚአብሔር ፈቃድ ከመኖር ማፈንገጥ ነው። መሰረታዊ ትርጉሙ መደናቀፍ፣ መሰናከል እና በዚህም ምክንያት ከትክክለኛው መንገድ ወጥቶ መሳት፤ እንዲሁም መውደቅ ነው። (መጽሐፍ ቅዱስ ጥቅሶች የብሉይና / የአዲስ ኪዳን ግሪክ መዝገበ ቃላት. የቲየር ትርጉም)

ፓራፕቶማ በእግር በሚራመድበት ሰዓት በትክክለኛው ቦታ አለመርገጡን ስለሚያመለክት **መተላለፍ** ተብሎም ይተረጎማል። መተላለፍ ድንበርን አልፎ መሄድ፤ ወይም ያልተፈቀደ ቦታ ውስጥ መግባት እንደመሆኑ የእግዚአብሔርን ድንበር አልፈን መሄዳችንን ያመለክታል። በአንጻሩ ኃጥያት ከሚለው ቃል በስተጀርባ ያለው ሃሳብ ኢላማ መሳት፣ ከእግዚአብሔር ፍጹም መስፈት መጉደል ነው።

ኤዲ - ፓራፕቶማ የሚለው ቃል የሚያመለክተው ሰው ሁሉ የሚከሰስበትን የኃጥያት ድግግሞሽ ኃጥያተኝነታችን የሚያስከትላቸው ዘርፈ ብዙ መዘዞችን ነው።

አገኘን (ኤሆ) échō / ekh'-o፡- ማለት አሁን አለን፣ ሁሌም ይኖረናል ማለት ነው። ስለዚህ ቤዛነታችንን አግኝተናል ሁልጊዜም የእኛ ነው። (የመጽሐፍ ቅዱስ ጥቅሶች የብሉይና / የአዲስ ኪዳን ግሪክ መዝገበ ቃላት. የቲየር ትርጉም)

መቤዠት

ይህ መቤዠት (አፖሉትሮሲስ የግሪክ) apolýtrōsis / ap-ol-oo'-tro-sis፡- ቃል በብሉይ ኪዳን የእብራይስጥ ትርጉም ga'al ይባላል፡፡ የአንድን ቀድሞ የራስ ንብረት የነበረ፤ በኋላ ግን የጠፋ፣ የተሰረቀእና የተሸጠ ንብረት እንደ ገና መልሶ ዋጋ ከፍሎ መግዛትን ያመለክታል፡፡ (ዘሌ 25÷25-47) "....ወንድምህም ቢደኸይ ከርስቱም ቢሸጥ ለእርሱ የቀረበ በዘመዱ መጥቶ ወንድሙ የሸጠውን ይቤዠዋል፡፡..." በእሥራኤላውያን ባሕል እንዲህ ያለው መቤዠት የሚከናወነው በቅርብ ዘመድ፣ ወንድም፣ አጎት፣ አክስት ወዘተ ነው (ሩት 2÷20)፡፡ በአዲስ ኪዳን የግሪክ ጥንታዊ ቋንቋ ውስጥም ከመቤዠት ጋር በተያያዘ በርካታ ቃላት አሉ፡፡

exagora - ትርጉሙ ግዢን የሚወክል ቃል ነው፡፡ በተለይም ዳግም በጥንት ጊዜ በነበረው የባሪያ ሽያጭ ሥርዓት ውስጥ ይህ ቃል በሰፊው ያገለግላል፡፡ አንድን ባሪያ ተብሎ የተሸጠ የሰው ልጅ ነፃ ለማውጣት የሚደረግ ግዢን ያሳያል (ገላ. 3÷13፣ 4÷5)፡፡

"...መጀመሪያ.. ባሪያዎች ነበርን ......እግዚአብሔር ...ልጁን ላከ እንደ ልጆች እንሆን ዘንድ....ይዋጅ ዘንድ በአማርኛው መዋጀት ቤዛነት ያመለክታል፡፡

ሁለተኛው የግሪክ ቃል lutroo የሚለው ቃል ነው፡፡ ይህም ከቅኝ ገዢዎች ከፍሎ ነፃ ማውጣትን ወይም መቤዠትን ያመለክታል፡፡ "....እኛ ግን እሥራኤልን እንዲቤዥ ያለው እርሱ እንደ ሆነ ተስፋ አድርገን ነበር" (ሉቃ. 24÷21፤ ቲቶ 2÷14)፡፡

መቤዠት የሚለው ቃል አንድ የራስ የሆነ ንብረት ሲጠፋ ያንኑ ንብረት ከሌላ ሰው ዋጋ ከፍሎ መግዛትን ያመለክታል፡፡ የሰው ልጅ በመጀመሪያ በእግዚአብሔር አምላክ የተፈጠረ የእርሱ ፍጥረት ነበር፡፡ የሰው ልጅ ባለ መታዘዙና ኃጢአትን በመፈፀሙም ከእግዚአብሔር አምላኩ ተለየ፡፡

በግሪክ አፖሉትሮሲስ የሚባለው ቃል ቤዛነት ትርጉሙ ክፍያን በመፈጸም ተይዞ የነበረ ሰውን (ለምሳሌ በባርነት ውስጥ ያለ ሰውን) ማስለቀቅ፤ መልሶ መግዛት፤ ራሱን ነጻ ለማውጣት አቅም የሌለውን ሰው ነጻ ማውጣት፤ ወይም ነጻ ለመውጣት የተጠየቀው ክፍያ ከአቅሙ በላይ በመሆኑ ምክንያት ነጻ መውጣት ያልቻለውን ሰው ስለ እርሱ ክፍያውን ከፍሎ ነጻ ማውጣት ነው።(መጽሐፍ ቅዱስ ጥቅሶች የብሉይና / የአዲስ ኪዳን ግሪክ መዝገበ ቃላት. የቲየር ትርጉም)

ቤዛነታችንን አብ አቀደው - (ኤፌሶን 1÷4-6) ፤ ወልድ የከፈለበት - (ኤፌሶን 1÷7-12) ፤ እንዲሁም መንፈስ ቅዱስ አስፈጸመው - (ኤፌሶን 1÷13-14) ነው፡፡

ሔንሪዬታ ሚርስ - ቤዛነት ከሁሉ ይልቅ እጅግ የከበረ የእግዚአብሔር ሥራ ነው። ከፍጥረት ሥራውም ይበልጣል። ዓለምን ሲፈጥር ቃል ተናገረ የተናገረውም ቃል ፍጥረትን አበጀ፤ ዓለምን ለመቤዠት ግን የሚወድደውን የልጁን ነፍስ አስከፈለው።

ኤዲ፡- (አፖሉትሮሲስ) ማለት ሰው ከክፉ ሁሉ፣ ከኃጢያት፣ ከሰይጣን እና ከሞት መዳኑ ብቻ ሳይሆን እግዚአብሔር ሲቤዠው ወዳዘጋጀለት መልካም ነገሮች ሁሉ መግባቱ ነው፤ ወደ ሰላም፣ ደስታ እና ሕይወት እንዲሁም በሰማያት የመኖሪያ ፈቃድና ለዚያ ኑሮ ዝግጅት ውስጥ ሁሉ መግባቱ ማለት ነው።

አፖሉትሮሲስ ለመጀመሪያው ክፍለ ዘመን አንባቢ ትልቅ ትርጉም የሚሰጥ ቃል ነው፤ ምክንያቱም በዚያን ጊዜ በሮማ ግዛት ውስጥ ከ60 ሚሊየን በላይ ባሮች ነበሩ። ከእነዚህ ባሮች ውስጥ አብዛኞቹ በክርስቶስ አምነው በአካባቢያቸው ካገኙት የክርስቲያን ጉባኤ ጋር ሕብረት ያደርጉ ነበር። አንድ ባሪያ በቂ ገንዘብ ካሰባሰበ የራሱን ነጻነት ሊገዛ ይችላል፤ ወይም ጌታው ሊሸጠው ከፈቀደ ሌላ ሰው ገዝቶት ነጻ ሊለቀው ይችላል። ጳውሎስ በነበረበት ዘመን ቤዛነት በጣም የከበረ ነገር ነበረ።

ባርክሌይ ስለ **አፖሉትሮሲስ** ትርጉም ሲጽፍ እንዲህ ይላል...ኔሮን ያስተማረው ሮማዊ ፈላስፋ ሴኔካ ሰዎች ስለሚሰማቸው አቅመቢስነት እና ተስፋቢስነት ሲናገር እንዲህ ይል ነበር። ሰዎች በአንድ ጊዜ በውስጣቸው ያለውን ክፋት ይወዳሉ ደግሞም ይጠላሉ። ስለዚህ ሰዎች ከላይ መጥቶ የሚያነሳቸው እጅ ያስፈልጋቸዋል። በዘመኑ የነበሩ ፈላስፎች ሁሉ ሰው ራሱን ነጻ ሊያወጣ በማይችልበት ነገር ውስጥ እንደተያዘ ይሰማቸው ነበር። ስለዚህ አርነት መውጣት እንደሚያስፈልጋቸው ተረድተዋል። ኢየሱስ ይዞ የመጣው ይህንኑ አርነት ነበር። ኢየሱስ እስከዛሬም ድረስ ሰዎች እየወደዱ ከሚጠሉት ባርነት ውስጥ አንቆ ከያዛቸው እሥራት ነጻ ሊያወጣቸው ብርቱ ነው።

ሐዋርያው ክርስቶስ ጽድቃችን ብቻ አይደለም፡፡ ቤዛችንም ሆኖአል ይላል፡፡ እግዚአብሔር ከሞት ከሲኦል ከዘላለም ፍርድ በደሙ ተቤዠው፡፡ (ሐዋ 20÷18 ፤ ዕብ 9÷12 ፤ 1ኛ ጴጥ 1÷19 ፤ራዕ 5÷9)

እግዚአብሔ በክርስቶስ ኢየሱስ ሞት በደሙም ክፍያ የተቤዠን

1) ከሕግ ባርነት (ገላ 4÷5)
2) ከሕግ እርግማን (ገላ 3÷13)
3) ከኃጢአት ኃይል (ሮሜ 6÷18፣22)ያዳነን ነው።

የጌታ የመቤዠት ኃይል ለእሥራኤል አጠያያቂ እንዳልነበረ እንዲሁ በአዲስ ኪዳን ለሚኖሩ አጠያያቂ ሊሆን አይገባም። እሥራኤል እርግማን ሲወርሳት በደህነት በበሽታ ስትጠቃ (ዘዳ 28÷15-61) ጌታ ከጥልቁ ያወጣቸው ነበር። እነርሱንና ምድራቸውን ይፈውስ ነበር። የመቤዠቱ ክንድ ይገለጥ እንደ ነበረ ነብዩ ኢሳይያስ ይናገራል። (ኢሳ 50÷2) እግዚአብሔር የበኩር ልጅ የሆነው እሥራኤልን ይቤዠኝ ዘንድ ጸጋውን መግለጡን ይነግራቸዋል። የጸጋው ጉልበት ብቻ እሥራኤልን ይቤዥ ነበር። (ኢሳ 52÷3) የአብርሃም የይስሀቅ የያዕቆብ አምላክ ከርህራሄውና ከፍቅሩ የተነሳ መቤዠትን ለሕዝቡ አደረገ። (ኢሳ 63÷9) ዛሬም ለአካሉ (ለቤተ ክርስቲያ) ይህንን ያደርጋል። ከዘላለም ዓለም በፊት በክርስቶስ ተደረገ። ቤዛነትንም አገኘን። (ሮሜ 6÷8 ቲቶ 2÷14 ሮሜ 3÷24)

ደሙ የሰውን ሕይወት ያመለክታል (ዘሌዋውያን 17÷11)። ደም የሕያው ፍጥረት መሰረታዊ የሕይወት ንጥረ ነገር ነው። የኢየሱስ ክርስቶስ ደም መፍሰስ (ሞት) ለኃጥያት የተከፈለ የቅጣት ዋጋ ነው። የሌዋውያን ስርዓት እንደ ጥላ ያመለከት የነበረው ሁሉ በመስቀሉ ላይ የእግዚአብሔር ልጅ ነፍሱን ሰውቶ ሰዎችን ከኃጥያት ሲዋጅ ወይም ሲቤዥ ተፈጸመ። የክርስቶስ ክቡር ደም እኛ ለቤዛነታችን የሚሆነውን ዋጋ ከፈለ (1ኛ ጴጥ 1÷18-19ራዕ 1÷5 5÷9 ሮሜ 3÷25)።

ኤክስፖዚተርስ ግሪክ ቴስተመንት እንዲህ ይላል፡- በአዲስ ኪዳን ውስጥ ደሙ የተጠቀሰው የክርስቶስ ሞት ያለውን የማንጻት እና የማሸነፍ ኃይል ለመግለጽ ነው (1ኛ ጴጥ 1÷19 1ኛ ዮሐ 1÷7 ራዕይ 12÷11)። ሌላው የዚህ ቃል አጠቃቀም መጽደቅን (ራዕ5÷9) ከኩነኔ ነጻ መሆንን (ዕብ12÷24) የሕሊናን መንጻት (ዕብ9÷14) በእግዚአብሔር እና በዓለም መካከል ሰላም መፍጠርን (ቆላስይስ 1÷20) ኃጥያትን ይቅር በማለት ውስጥ የተገለጠው የእግዚአብሔር ጻድቅነት (ሮሜ 3÷25) የኃጥያት ስርየት (ዕብ9÷22) ለመግለጽ ነው። የጌታችን የኢየሱስ ክርስቶስ ደም በመቤዠቱ ሥራ ላይ ዋንኛና መሠረታዊ ነው። ሆኖም ግን በብዙዎች ዘንድ የተሳሳተ ዓመለካከት ይገኛል።

አንዳንዶች ስለ ደሙ ያላቸው መረዳት አነስተኛ ነው። እንዲያውም በቤተ እምነታቸው ከተነገረ ዘመናት አስቆጥሮአል በሌላ በኩል ደግሞ ስለ ደሙ ያላቸው ከቃሉ ያለፈ ጥራዝ ነጠቅ የሆነ ትምህርት ያላቸው ይገኛሉ። ሁለቱም የተሳሳቱ ከመሆናቸው በላይ በአማኙ

ዘንድ ሆነ በታዛቢው ዓለም ዘንድ ትችትንና ክርክርን አምጥቶአል:: መጽሐፍ ቅዱስ ግን ስለ ደሙ የሚናገረውን ማወቅ ከስህተት ያድነናል::

ለምሳሌ:- የኪዳን ልጅ ሆኛለሁ:: (ዕብ 13÷20) ፤ በደሙ ጸድቄአለሁ:: (ሮሜ 5÷9) ፤ በደሙ እቀደሳለሁ (scantification) (ዕብ 13÷12) ፤ በደሙ መግባትን አገኘሁ (ኤፌ 2÷13 ዕብ 10÷19) ፤ በደሙ መንፃት እችላለሁ (1ኛ ዮሐ 1÷7 ዕብ 9÷14 ራዕ 7÷1) ፤ በደሙ ተቤዠቻለሁ (ኤፌ 1÷7 ሐዋ 20÷28 ራዕ 5÷9 1ኛ ጴጥ 1÷19) ፤ በደሙ ማስተሰርያ (propitiation) አገኘሁ (ሮሜ 3÷25) ፤ በደሙ እርቅ አገኘሁ (ቆላ 1÷20)Reconceliation

---

7 በውድ ልጁም፥ እንደጸጋው ባለጠግነት መጠን፥በደሙ የተደረገ ቤዛነታችንን አገኘን እርሱም የበደላችን ስርየት።

በውድ ልጁም ኢዮ 33÷24፤ መዝ 130÷7፤ ዳን 9÷24-26፤ መዝ. ዘካ 9÷11፤13: 1፥7፤ ማቴ 20÷28፤26÷28፤ ማር14÷24፤ ሐዋ 20÷28፤ ሮሜ 3÷24፤ 1 ቆሮ 1÷30፤ ቆላ 1÷14፤ 1ኛ ጢሞ 2÷6፤ ቲቶ 2÷14፤ ዕብ 9÷12-15፥22፤ 10÷4-12፤ 1 ኛ ጴጥ1÷ 18፥19፤ 2:24፤ 3÷18፤ 1 ዮሐ 2÷2፤ 4÷10፤ ራዕ 5÷9፤14:4

እንደ ጸጋው ባለ ጠግነት መጠን (እንደ-እርሱ) ኤፌ1÷6፤ 2÷4፥7፤ 3÷8፥16፤ ሮሜ 2÷4፤ 3÷24፤ 9÷23፤ 2 ቆሮ 8÷9፤ ፊል 4÷19፤ ቆላ 1÷27፤ 2÷2፤ ቲቶ 3÷6፤

የበደላችን ስርየት አገኘን ዘጸ 34÷7፤ መዝ 32÷1፥2፤ 86÷5፤ 130 4፤ ኢሳ 43÷25፤ 55÷6፥7፤ ኤር 31÷34፤ ዳን 9÷9፥19፤ ዮና 4÷2፤ ሚክ 7÷18፤ ሉቃ 1÷77፤ 7÷40-42፥47-50፤ 24÷47፤ ዮሐ20÷23፤ ሐዋ2÷38፤3÷19፤ 10÷43፤ 13÷38፥39፤ ሮሜ 4÷6-9፤ ቆላ 2÷13፤ ዕብ 10÷17፥18፤ 1ኛ ዮሐ 1÷7-9፤ 2÷12

1፡ 8-9 ጸጋውንም በጥበብና በአእምሮ ሁሉ አበዛልን። በክርስቶስ ለማድረግ እንደ ወደደ እንደ አሳቡ፥ የፈቃዱን ምሥጢር አስታውቆናልና፤

"ጸጋውን አበዛልን" የሚለው ቃል ቀጥተኛ የግሪኩን ቃል ትርጓሜ በተለያየ መልክ ሰጥተውታል::

TEV - <<How great is the grace of God>>

TNT - <<how abundantly arich in his grace, whids he has showed upon us>>

AMP- <<which he lavished upon us>>

"መብዛት" እግዚአብሔር ባለጠጋ መሆኑን ያመለክተናል:: የእግዚአብሔር ማንነት የሚለካ የሚመዘን እንዳልሆነ እንረዳለን:: ስፋቱና ጥልቀቱ ርዝመቱ ወሰን የለውም:: የምናመልከው አምላክ በክርስቶስ ኢየሱስ ማንነቱን እንደ ገለጠ የሚያሳየን ይሆናል:: እግዚአብሔር ባለጠጋ ነው ስንል በዓለም አስተሳሰብና እይታ እንዳናየው ይገባል:: ምክንያቱም የዓለም ባለጠግነት "እንቁልልጭ" እያለ እያስጎመጀ በባዶው ምራቃችሁን እንድትውጡ ያደርጋል:: ያስተዋሉት "የእከሌ ባለጠግነት ለእኔ ምንድር ነው" ይላሉ ሌሎች

ግን እንደዚህ ባለው ዙሪያ ያጨበጭባሉ የጌታ እግዚአብሔር ባለጠግነት ግን ከላይ እንዳየነው በእኛ ላይ ይዘንብብናል (showerd upon us)፡፡ ይህ የጌታ ባለጠግነት እኛን ከሞት ከኃጢአት ቀንበር (ግዛት) አውጥቶ የክብሩ ተካፋዮች በክርስቶስ በነገር ሁሉ በቃልም ሁሉ በእውቀትም .... በእርሱ (በክርስቶስ ሞትና ትንሳኤ አሰራር) ባለጠጎች እንድትሆኑ ተደርጋችኋል" (1ኛ ቆሮ 1፥5-6) እንደሚል ያደርገናል፡፡

የጸጋው ባለጠግነት በክርስቶስ የሰጠን ብዙ ነው ከእነዚያ ውስጥ በክርስቶስ ጥበብና መረዳት የእኔ ነው (1፥8)፡፡በክርስቶስ የእግዚአብሔር ፈቃድ የታወቀ ነው (1፥9)፡፡ በክርስቶስ ለመሆን በመንፈስ ቅዱስ ታትሜአለሁ፤ "በክርስቶስ ርስት አለኝ (1፥11) ፤ በክርስቶስ ለተስፋ የተጠራሁ ነኝ (1፥13)፤ በክርስቶስ በእኔ ውስጥ የኃይሉ ታላቅነት ይሰራብኛል (1፥19) ፤ በክርስቶስ ሕይወት ተሰጠኝ (2፥5) ፤ በክርስቶስ በሰማያዊ ሥፍራ ተቀምጫለሁ (2፥6) ፤ በክርስቶስ ኢየሱስ በጸጋው ድኛለሁ (2፥2) ፤በክርስቶስ ኢየሱስ የእግዚአብሔር ሰራተኛ ነኝ (2፥10) ፤በክርስቶስ ኢየሱስ ለእግዚአብሔር ቅርብ ሆኛለሁ (2፥13) ፤ በክርስቶስ ከሌሎች ጋር እርቅ አለኝ (2፥16) ፤ በክርስቶስ ኢየሱስ ወደ እግዚአብሔር መግባትን አግኝቻለሁ፤ በክርስቶስ ኢየሱስ የእግዚአብሔር ሕዝብ ዜግነት አለኝ፡፡፤ በክርስቶስ ኢየሱስ የእግዚአብሔር መንፈስ ማደሪያ ሆኛለሁ (2፥28) ፤በክርስቶስ በድፍረት ወደ እግዚአብሔር የመግባት ብቃት ተሰጥቶኛል (3፥2) ፤ በክርስቶስ ኢየሱስ የተስፋው ቃል መካፈል ችያለሁ (3፥6) ፤ በክርስቶስ ኢየሱስ እግዚአብሔር ለእኔ ከምለምነውና ከምጠይቀው በላይ ቸርነትን አብዝቶልኛል (3፥20)፡፡

እነዚህ እግዚአብሔር በክርስቶስ ኢየሱስ የልጁን መልክ እንድትመስሉ የተጠራችሁ ናችሁ ብሎ በመለኮታዊ አሰራሩ ያወጀውን ቃል ያመለክታሉ፡፡ እግዚአብሔር በክርስቶስ ኢየሱስ ያየልህን ሕይወት ወይም (ክርስቶስን የመምሰል ልክ) በላይ አንዳችም አማኝ ሊሆን አይችልም፡፡

"በጥበብ" ቀጥተኛ ትርጓሜ አንድን ነገር ከመፈፀማችን በፊት ለምንሠራው ሥራ ውጤቱን ማወቅ የመጀመሪያው ክፍል ሲሆን ልንሠራው ላለው ሥራ ትክክለኛውን አቅጣጫ የሚያስገነዝበን ነው፡፡ ይህ ደግሞ በእግዚአብሔርና በሰው ዘንድ እንዴት እንድንመላለስ ያደርገናል፡፡ ጌታችን ኢየሱስ ክርስቶስ በጥበብ የተሞላ ነበር፡፡ በሰውና በእግዚአብሔር ፊት ያደገም ነበር፡፡ (ሉቃ 2፥40-52) ሐዋርያው ጳውሎስ ለቆላስያስ ሰዎች እንዲህ ይላቸዋል "ዘመኑን እየዋጃችሁ በውጭ ባሉት ዘንድ በጥበብ ተመላለሱ፡፡ ለእያንዳንዱ እንዴት እንደ ምትመልሱ እንደሚገባችሁ ታውቁ ዘንድ ንግግራችሁ ሁልጊዜ በጨው እንደ ተቀመመ በጸጋ ይሁን፡፡" (ቆላ 4፥5-6)

ጥበብ የግሪኩ ቃል (ሶፊያ) sophia / sof-ee'-ah፡- ሲሆን የሚገልጸው ታላላቅ እውነቶችን ስለማስተዋል ነው። ለምሳሌ ሕይወት እና ሞት፣ እግዚአብሔር እና ሰው፣ ጽድቅ እና ኃጥያት፣ ዘላለም እና ጊዜ። ጳውሎስ የእግዚአብሔርን ነገር ከማወቅ ጋር የተያያዘውን ጥበብ በተመለከተ ነው የሚናገረው። (መጽሐፍ ቅዱስ ጥቅሶች የብሉይና / የአዲስ ኪዳን ግሪክ መዝገበ ቃላት. የቲየር ትርጉም)

ሳልመንድ - ጥበብ (ሶፊያ) በጳውሎስ መልዕክቶች ውስጥ ለዘመናት ተሰውሮ የነበረውን አሁን ግን የተገለጠውን የእግዚአብሔር መለኮታዊ የማዳን ዕቅድን ማወቅ ሲሆን ፍሮኔሲስ ግን ጥበብን በተግባር በማዋል መጠቀም ማለት ነው። የእግዚአብሔር የተትረፈረፈ የጸጋ ስጦታ የእግዚአብሔርን ጥልቅ ነገር እና መለኮታዊ ምክሩን እና መገለጡን ለእኛ በመስጠቱ ይታያል።(ኤክሲፖዚተርስ ባይብል፡ ኮሜንታሪኒኮል, ዊሊያም ሪ)

አንድ ክርስቲያን ከመናገሩ በፊት የተናገረው ምን ፍሬ እንደ ሚያስገኘው እንዲሁም አንድ ነገር ከመደረጉ በፊት የሚያደርገው ምን ውጤት እንደ ሚያመጣ ማወቅ አለበት፡፡ ይህ ማለት ጥበብ ነው ብሎ መጽሐፍ ቅዱሳችን ይነግረናል፡፡

1. ምድራዊ ጥበብ
2. ሰማያዊ ጥበብ

በጥቂቱ ሁለቱን ተንትነን ማየት አስፈላጊም ተገቢም ነው፡፡

ምድራዊ ጥበብ፡- ከእግዚአብሔር የሚሰጥ ነው፡፡ በእግዚአብሔር ፊት የሚያስደስት ነው፡፡ ለዚህ ምሳሌ የሚሆነን ንጉስ ሰለሞን ነው፡፡ የአባቱን የዳዊትን ዙፋን ከመውረሱ ባሻገር በትረ መንግሥቱ የሽግግር ጊዜ በነበረበት ጊዜ ብዙ ሽርጉድ በሚባልበት ሰዓት ህፃኑ ሰለሞን ግን ማንም ሳያስገድደው ወደ እግዚአብሔር ብልህ ሰው የሚፀልየውን ጸሎት አሳረገ፡፡ "እግዚአብሔርም በገባዖን ለሰለሞን በለሊት በህልም ተገለጠለት፡፡ እግዚአብሔርም ምን እንድሰጥህ ለምን አለው፤ሰለሞንም አለ፡-...እኔ መውጫና መግቢያን የማላውቅ ታናሽ ብላቴና ነኝ፡፡ ባሪያህም ያለው አንተ በመረጥከው ሕዝብህ ስለ ብዛቱም ይቆጠርና ይመጠን ዘንድ በማይቻል በታላቅ ሕዝብም መካከል ነው፡፡ ስለዚህም በሕዝብህ ላይ መፍረድ ይችል ዘንድ መልካምና ክፉውን ይለይ ዘንድ ለባሪያህ አስተዋይ ልቦና ስጠው፡፡ አለዚያማ በዚህ በታላቅ ሕዝብ ላይ ይፈርድ ዘንድ ማን ይችላል?" (1ኛ ነገ 3÷5-9)፡፡ ይህን ጥያቄ በማቅረቡ እግዚአብሔር ደስ እንዳለው እንመለከታለን፡፡ ከደስታውም የተነሳ እግዚአብሔር ጥበብን ብቻ ሳይሆን ባለ ጠግነትንም ሰጠው (1ኛ ነገ 3÷11-13)፡፡ ከቃሉ እንደምንረዳው ይህ ምድራዊ ጥበብ ፍርደ ገምድል ከመሆን ይቆጥበናል፡፡ በምድራዊ

ጥበብ ባለጠጋ እንድንሆን እግዚአብሔር ይሻል፡፡ ብዙ አስደናቂ ጥበብ ወይም ምድራዊ ጥበብ በዓለማችን እየሰፋ የመጣበት ጊዜ ነው፡፡ ይህ የሚያሳየን እግዚአብሔር የሰውን ልጅ በጥበብ እንዲበለጥግ ማድረጉ ነው፡፡ ዳንኤል በንጉሱ በናቡከደነፆር ፊት የተናገረው ይህን ነው፡፡ በመጀመሪያ እግዚአብሔር የዚህ የምድር ጥበብ ምንጭ ነው ይላል፡፡ በሁለተኛ ደረጃ ይህ ጥበብ ለጠቢባን ይሰጣል ይላል፡፡ (ዳን 2÷20-21) ጠቢባን ያስባላቸው፤ እግዚአብሔር ተዝቆ ከማያልቀው ጥበቡ እንካችሁ ብሎ ጥበብን ለክቶ ስለ ሰጣቸው ነው፡፡ እኛ ዛሬ የምናደንቃቸው ሰዎች ፈላስፎች ሆኑ ጠቢቦች ጠቢብ የሆኑቱ እግዚአብሔር በባዶ ሸንበቆ ውስጥ ጥበብን ስለ ሞላባቸው ነው፡፡ ምናልባት ተቀባዩም ሆነ ተጠቃሚው ክብርን ለእግዚአብሔር አይሰጡ ይሆናል፡፡ እኛ ግን ያወቅነው ሰጪውን እናደንቃለን ተቀባዩንም እናከብራለን፡፡

በብሉይኪዳን እንደምንመለከት ጠቢባን እግዚአብሔርን በለሊት ይመለከቱታል፡፡ ሰለሞንን እንዳናገረው ያናግረዋል፡፡ ጠቢብ የሆነ ሰው ባለጠጋ ላይሆን ይችላል፡፡ እግዚአብሔር ግን ለሰለሞን ሁለቱንም ሰጠው፡፡ ዓለምን የሚመሩ በርካታ ሊቀ-ጠበብት፤ የኒውክሌር ሳይንቲስቶች በደሳሳ ጎጆ ውስጥ ይኖራሉ፡፡ ብዙውን ጊዜ ጥበበኛ የሆኑትን ሰዎች አክብረው ጥበባቸውን የሚጠቀሙ አገሮች ጥቂቶች ናቸው፡፡ በሰለጠኑ አገሮች ጠቢባን ሲከበሩ በስፋት ይታያል፡፡ ባላደጉ አገሮች ግን ከጠቢቡ ይልቅ አፈ-ጮሌው የበለጠ ይከበራል፤ ይጨበጨብለታል፡፡ የአበባ ምንጣፍ ተዘርግቶለት በሕዝቡ ፊት ይገባል፣ ይወጣልም፡፡ ንጉስ ሰለሞን ይህን ተገንዝቦ ነበር፡፡ ታዋቂ በሆነው መጽሐፍ እንዲህ ይላል "ከፀሐይ በታችም ይህን ጥበብ አየሁ እርሰዋም በእኔ ዘንድ ታላቅ መሰለችኝ ታናሽ ከተማ ነበረች ጥቂት ሰዎችም ነበሩባት ታላቅ ንጉስም መጣባት ከበባትም ታላቅ ግንብም ሰራባት ጠቢብ ደሃ ሰው ተገኘባት ያቺንም ከተማ በብዙ ጥበቡ አፀናት፡፡ ያን ደሃ ሰው ግን ማንም አላሰበውም እኔም ከሀይል ይልቅ ጥበብ ትበልጣለች፡፡ የደሃው ጥበብ ግን ተናቀች ቃሉም አልተሰማችም አልሁ፡፡" (መክ 9÷13)

ንጉስ ሰለሞን የተገነዘበው ይሄን ነው፡፡ ጥበበኛው ሀገርን የማዳን ብቃት ነበረው ደሃ ስለ ሆነ ግን ጥበቡን ወስደው ሰውየውን ጣሉት እያለን ነው፡፡ አንዳንዴም ከድኅነቱ የተነሳ ጥበቡ ተሰሚነትን የሚያጣበትም ጊዜ ነበር፤ እያለ ጠቢቡ በጥበቡ በተወሰነለት ሥፍራ ይቆም ዘንድ ይሻላል የሚል ምክር አዘል የሆነውን ዓመለካከቱን እየለገሰልን ይገኛል፡፡

ብዙ ጊዜ ሰዎች ሀብት ስላላቸው በከተማችን ውስጥ ችግሮችን ይፈታሉ የሚል እምነት በብዙዎች ዘንድ ሲንፀባረቅ እንመለከታለን፡፡ ሆኖም ግን ከታሪክ ሆነ ከመጽሐፍ ቅዱስ እንደምንረዳው በሀብታቸው ብዙ ሰዎች እንደ ኖሩ ነገር ግን የመበለቲቱን ጩኸት በማዳመጥ ወይም ለመጻተኛ መፍትሔ ሆነው በመድረስ እንዳልተገኙ እንገነዘባለን፡፡

መንግሥታትም ለሰው ልጅ ችግር አስተማማኝ ፍቱን መድኃኒት ሆነው አያውቁም:: በርግጥ ነው ዳንኤል እንደ ተናገረው ጥበብን ለጠቢባን የሚሰጥ እውቀትን ለአዋቂያን የሚሰጥ መንግሥታትን የሚያስነሳ እንዲሁም የሚያፈልስ ልዑል እግዚአብሔር ነው ይለናል:: *ዳንኤልም ተናገረ እንዲህም አለ። ጥበብና ኃይል ለእርሱ ነውና የእግዚአብሔር ስም ከዘላለም እስከ ዘላለም ይባረክ፤ ጊዜያትንና ዘመናትን ይለውጣል፤ ነገሥታትን ያፈልሳል፥ ነገሥታትንም ያስነሣል፤ ጥበብን ለጠቢባን እውቀትንም ለአስተዋዮች ይሰጣል። የጠለቀውንና የተሠወረውን ይገልጣል፤ በጨለማ ያለውን ያውቃል፥ ብርሃንም ከእርሱ ጋር ነው (ዳንኤል* 2፥20-21)::

"ሰማያዊ ጥበብ" ምድራዊ ጥበብን የሰጠ እግዚአብሔር እንደ ሆነ እንደዚሁ መንፈሳዊ ጥበብን የሚሰጥ እግዚአብሔር ነው:: እንደምናውቀው ሁሉ ነገር ካለመኖር ወደ መኖር ያመጣ እግዚአብሔር ነው:: ይህን ግዑዛዊ የሆነ በእጅ የሚዳሰሱ የሚገዙ ድንቅ ሥራዎች ከመፈጠራቸው በፊት መንፈሳዊ ነገር እንደ ነበረ ሕያው ቃሉ ያስተምረናል:: የእብራውያን መጽሐፍ ጸሐፊ "የሚታየው ነገር ከማይታየው (ከሚታዩት) እንዳልሆነ" ይነግረናል:: መንፈሳዊው በሥጋዊ ላይ እንደ ሚሰለጥን በዚህ እንረዳለን:: እንደዚሁ ሰማያዊው ወይም መንፈሳዊው ጥበብ በምድራዊው ነገር (ምድራዊ ጥበብ) ላይ ስልጣን ግዛት የበላይነት እንዳለው በዚህ እናስተውላለን:: በብሉይ ሆነ በአዲስ ኪዳን እንዲሁም በዘመናችን ለዚህ ምስክር የሆኑ አሉ:: ለምሳሌ ያህል ብንወስድ በምድረ ግብፅ የነበረው የእሥራኤል ሕዝብ የሚያውቀው ሙያ ለፈርዖን ጡብ ጭቃ ማቡካት ብቻ ነበር:: (ዘፀአት 5፥14) ያ ሕዝብ ነበር፤ የእግዚአብሔር የጥበብ መንፈስ ሲያርፍበት አስደናቂ የሆነውና ውብ የሆነውን የእግዚብሔርን ቤተ መቅደስ የሰራው፤ ልብስ ሰፊ መሀንዲስ ወዘተ በሕዝቡ መካከል ብቅ ብቅ ማለት ጀመሩ:: ሙሴም ሲናገር "እግዚአብሔርም ሙሴን እንዲህ ብሎ ተናገረው - እይ ከይሁዳ ነገድ የሚሆን የሆር ልጅ በስሙ ....ጠርቼዋለው በሥራ "ሙያ" ሁሉ ብልሃት በጥበብም በማስተዋልም በእውቀትም የእግዚአብሔርን መንፈስ ሞላሁበት:: የጥበብንም ሥራ ያስተውል ዘንድ ..... ታቦት ድንኳን .... መቅረዝ .... በብልሃት የተሰራ ልብስ...... ጣፋጭ ሽቶ ..... እንዳዘዝሁ አድርጉ" (ዘፀአት31፥3-6 ፤ 35፥10 ፤ 35፥35 ፤ 36፥1-2) ይህ ብቻ አይደለም በስሙ የተጠራው የእሥራኤል ሕዝብ ወተትና ማር ወደምታፈሰው አገር ሲገባ ቤት መሥራት፣ እርሻ ማረስእናሰብል መሰብሰብ ማን አስተማረው በዘመኑ ቋንቋ መሀንዲሱና የእርሻ ባለሙያው ማን ይህን ሙያ ሰጠው?

እሥራኤል ገናናነትን እንዴት አገኘች?

እግዚአብሔር እሥራኤልን በመንፈሳዊ ባርኳት ስለ ነበር ሥጋዊ የሆነው ለመንፈሳዊው

መገዛቱን ያስረዳናል፡፡ "አድምጡ ድምፄንም ስሙ፤ ልብ አድርጉ ንግግሬንም ስሙ። በውኑ ገበሬ ሊዘራ ሁል ጊዜ ያርሳልን ?ወይስ ሁል ጊዜ እርሻውን ይገለግላልን ?ጓሉንስ ይከሰክሳልን ?እርሻውን ባስተካከለ ጊዜ ጥቁሩን አዝሙድ፥ ከሙኑንም፥ ስንዴውንም በተርታ ፥ገብሱንም በሥፍራው፥ አጃንም በደረጃው የሚዘራ አይደለምን ?ይህንም ብልሃት አምላኩ ያስታውቀዋል ያስተምረውማል። ጥቁሩ አዝሙድ በተሳለች መሄጃ አያኬድም፥ የሰረገላም መንኰራኵር በከሙን ላይ አይዞርም፤ ነገር ግን ጥቁሩ አዝሙድ በሽመል ከሙኑም በበትር ይወቃል። የእንጀራ እህል ይደቅቃልን? ለዘላለም አያኬደውም፤ የሰረገላውንመንኰራኵርና ፈረሶቹን ምንም ቢያስኬድበት አያደቅቀውም። ይህም ደግሞ ድንቅ ምክር ከሚመክር በግብሩም ማለፊያ ከሆነው ከሠራዊት ጌታ ከእግዚአብሔር ወጥቶአል'ኢሳ 28÷23-29። በዘመናችን እንደዚሁ ነው፡፡

የእሥራኤል ሕዝብ ከዓለም ሕዝብ ጋር ሲነፃፀር ብዛቱ 0.2 ነጥብ በመቶ ነው፡፡በአሜሪካ ያለው የእሥራኤል ሕዝብ 2 በመቶ እንደ ሆነ ይታወቃል፡፡ከእነኚህ ውስጥ 185 የሚሆኑት የኖብል ሽልማት ወስደዋል፡፡ በጥቂቱ ብንዘረዝራቸው፡-

- በኬሚስትሪ -32 የኖብል ሽልማት አሸናፊዎች
- በኢኮኖሚክስ -28 የኖብል ሽልማት አሸናፊዎች ሆነዋል፡፡

ከዓለም ሕዝብ 41 በመቶ ከአሜሪካ በአጠቃላይ ደግሞ 53 በመቶ ይደርሳሉ፡፡

- በስነ ፅሑፍ -13 አይሁዳዊያን የኖብል ተሸላሚዎች ሲኖሩ ከዓለም ሕዝብ 12 በመቶ ይሆናሉ፡፡ በአሜሪካ ደግሞ 27 በመቶ ይደርሳሉ፡፡
- ለሰላም መታገል የኖብል ተሸላሚዎች ሲኖሩ በዓለም በአጠቃላይ 9 በመቶ ይደርሳሉ፡፡ ከአሜሪካ ደግሞ 10 በመቶ ይሆናሉ፡፡
- በፊዚክስ -49 የኖብል ተሸላሚዎች ሲኖሩ ከዓለም 26 በመቶ
- ከአሜሪካ በህክምና ሳይንስ -54 የኖብል ሽልማት ተሸላሚዎች ሲኖሩ ከዓለም 27 በመቶ ከአሜሪካ ደግሞ 40 በመቶ ይደርሳሉ፡፡ ከ Library Journal – American Liberary Association's Daltmath medal work 1997 የተወሰደ ነው፡፡ Jewish Nobel prese winners.

መንፈሳዊ በረከት ለምድራዊው በረከት ትልቅ አስተዋፅኦ መሠረት እንደ ሆነ ብዙ መጥቀስ ይቻላል፡፡ እግዚአብሔር ሰማይንና ምድርን ሲፈጥር በዚህ ጥበቡ እንደ ሆነ ንጉስ ሰለሞን ይገልፃል፡፡ እግዚአብሔር በማንነቱ ሰማያዊ ጥበብ ሰጪ ብቻ ሳይሆን ራሱም ጥበብ እንደ ሆነ ሐዋርያው ለሮሜ በጻፈላቸው መልእክቱ እናነባለን፡፡ (ሮሜ 11÷33፤ ሮሜ 16÷25-27)

እግዚአብሔር መንፈሳዊውን ሆነ የሚታየውን ምድራዊውን ሁሉ በጥበቡ መፍጠሩን መጽሐፍ ቅዱሳችን ያስተምረናል፡፡ *ጌታችን ታላቅ ነው፥ ኃይሉም ታላቅ ነው፥ ለጥበቡም ቍጥር የለውም።* (መዝ 147÷5፣ኤር 51÷15-17፣ ኢሳ 40÷28፣ ኢዮብ 12÷13)

"በማስተዋል.... አበዛልን" የሚለው አዲሱ መደበኛ ትርጉም ሲሆን የቀደመው ትርጉም "በአዕምሮ አበዛልን" የሚል ትርጓሜ ይሰጠዋል፡፡ እግዚአብሔር በክርስቶስ ኢየሱስ ጥበብን ብቻ ሳይሆን ማስተዋልን ሰጠን፡፡ Barnes ይህን ትርጓሜ ሲተነትነው ማስተዋል ማለት፡- በክርስቶስ ኢየሱስ የተፈፀመውን የማዳን ሥራውን እግዚአብሔር በግልጥና በጥንቃቄ እንደ ፈፀመው መረዳት እንደ ሆነ ይገልጣል፡፡ አርቆ የሚመለከት፣ በጥበብ የተዋቀረ፣ በጥንቃቄ የታነፀ ማስተዋል ነው ይለዋል፡፡

ጌታ በምድር ሕይወቱ መቼ መናገር መቼ አለመናገር እንዳለበት ያውቅ ነበር፡፡ ይህ ማስተዋል ነው፡፡ ለምሳሌ ብንወስድ በቅፍርናሆም በቤት ሳለ ከአባቱ ይህን ስልጣን እንደ ተሰጠው ተናገረ፡፡(ማር 2÷10) በሌላ ጊዜ ደግሞ በመቅደስ ገብቶ ሳለ ሲጠይቁት አልነግራችሁም አላቸው፡፡ (ማቴ 21÷23-27) ይህ ትልቅ ጥበብ ማስተዋልም ነው፡፡

አማኝ በክርስቶስ ሲሆን ይህ የማስተዋል ፍሬ እየበዛለት የሚመጣ ይሆናል፡፡ በክርስቶስ ኢየሱስ እግዚአብሔር የሰጠን ማስተዋል በበጎች በተኩላዎች መካከል ዘመኑን እያወቅን እንዴት መመላለስ እንዳለብን ያስተምረናል፡፡

አስታውቆናል

ኤዲ - አስታውቆናል ማለት ለሁሉ ሰው ያልተከፈተ የእውቀት እልፍኝ ውስጥ በር ከፍቶልን ወደ ማወቅ ውስጥ በልዩ ግብዣ አስገብቶናል እንደማለት ነው። በዚህ ክፍል ውስጥ እንደተጻፈው የዚህ ቃል ትርጉሙ ሊታወቅ የማይችል ነገርን ስለማወቅ ሳይሆን፣ ጊዜው ደርሶ እስኪገለጥ ድረስ ሳይታወቅ የቆየ ነገርን ማወቅ ነው። ለረጅም ዘመናት ተሰውሮ የቆየ ነገር ግን አሁን እግዚአብሔር ለእኛ ስለገለጠው ንጹህ መገለጥ ወይም አብርሆት ተደርጎ የሚቆጠር ነው።ምስጢሩ በተከታዩ ቁጥር ላይ ተገልጾአል፡- እርሱም የፈቃዱ ምስጢር ሲሆን በአጠቃላይ የማዳኑ ወንጌል አይደለም፤ ለዓለም ሁሉ ስላለው ልዩ እቅዱ ነው። ይህም እቅድ የፈቃዱ ምስጢር ተብሏል። (ጆን. ኤዲ.ትርጓሜ ወደ ኤፌሶን)

ካምብሪጅ ግሪክ - እግዚአብሔር ለዓለም ያለው እቅድ ከመረጣች ሰዎች ጋር የሚካፈለው ምስጢር ነበረ። ይህም እቅድ ዓለምን በክርስቶስ ውስጥ የመጠቅለል እቅድ ነው። (ካምብሪጅ ግሪክ ኪዳን)

ኤች. ሲ. ጂ. ሞውል - ሚስቲሪዮን ወይም ምስጢር በአዲስ ኪዳን ውስጥ በመገለጥ ካልሆነ በቀር ሊታወቅ የማይችል እውነት ማለት ነው።

ኤክስፖዚተርስ ግሪክ - በአዲስ ኪዳን ውስጥ ምስጢር ማለት ተሰውሮ የቆየ አሁን ግን የተገለጠ እውነት ማለት ነው። በአዲስ ኪዳን ውስጥ ከተገለጡ ምስጢሮች መካከል ጥቂቶቹ በኪዳኑ ውስጥ የአሕዛብ መካተት (ሮሜ 11÷25 ኤፌ 3÷3፣ 9) ክርስቶስ ሲመለስ በምድር ላይ የሚኖሩ ክርስቲያኖች መለወጥ (1ኛ ቆሮ 15÷52) የክርስቶስ እና የቤተክርስቲያን አንድነት (ኤፌ.5÷32) ናቸው። ምስጢር ማለት ሲነገረን ልንቀበለው ወይም ልንረዳው የማንችለው እውቀት ማለት አይደለም። ምስጢር የጸጋ ሥራዎችን ለመግለጽ ብቻ የሚያገለግል ቃልም አይደለም፤ ጳውሎስ ስለ ዓመጽ ምስጢርም ይናገራል (2ኛ ተሰ 2÷7)። በመለኮታዊ ምክር ውስጥ ተሰውሮ የነበረው ምስጢር አሁን ግን የተገለጠው በክርስቶስ የተከናወነው ቤዛነት ነው። የዚህ ምስጢር መገለጥ ለእኛ ታላቅ የመንፈሳዊ መረዳት ስጦታ ነው።

" እንደ ወደደ" የእግዚአብሔር በጎ የሆነ ፈቃዱ "ሃሳቡ" በክርስቶስ ኢየሱስ እንደ ሆነ የሚያሳይ ክፍል ነው፡፡ በክርስቶስ ኢየሱስ የመቤዠት ሥራ ለታመኑ በዘላለማዊ እውቀቱ አስቀድሞ የጠራቸው እንዲሁም የመረጣቸው የሚያገኙት ታላቅ መዳን ከእግዚአብሔር ዘንድ ታላቅ ደስታ እንደ ሆነ ያመለክታል፡፡ "አንተ ታናሽ መንጋ መንግሥትን ሊሰጣችሁ የእግዚአብሔር በጎ ፈቃድ ነውና አትፍሩ" (ሉቃ 12÷32)

ይህ ታላቅ መዳን በሌላ አነጋገር የልጅነት ስልጣን ወይም እግዚአብሔር ለአንድያ ልጁ ከሞት ሲያስነሳው የሰጠው የትንሳኤ ሕይወት ነው፡፡ ይህ የትንሳኤ ሕይወት ደግሞ ከክርስቶስ ኢየሱስ የኃጢአትንና የሞትን ሀይል ግዛቱን ገርስሶ የእግዚአብሔርን ፍቃድ የመኖር ሕይወት ነው፡፡ ይህ ክርስቶስ ኢየሱስ የሚኖረው ሕይወት ያመኑት ይኖሩት ዘንድ እግዚአብሔር ሰጣቸው፡፡ መንግሥትን "የልጅነት ስልጣን" ሰጣቸው፡፡ ከእርሱ "ከልጁ" ጋር አብረን ሞተን አብረን ተነስተን በአዲስ ሕይወት ክርስቶስ እንደ ተመላለሰ ኃጢአትን፤ ሞትን፤ የጨለማውን ግዛት አሸንፎ በእግዚአብሔር መንግሥት ወልድ እንዳለ "በአብ ቀኝ ተቀምጦ" ባለው ሕይወት እኛም እንድንኖር እንድንመላለስ ግዛትን ስልጣንን "መንግሥትን" ሰጠን፡፡

እግዚአብሔር በክርስቶስ ኢየሱስ የሰራው በጎ ሥራ ከበጎ ፈቃዱ “እቅዱ- ምክሩ” የወጣ ነው፡፡ ልጁን የመስቀል ሞት እንዲሞት “በዓመፀኞች እጅ አሳልፎ የሰጠው” አስቀድሞ የወሰነው እቅዱና ሃሳቡ እንደ ሆነ ጴጥሮስ በባእለ ሀምሳ ለእሥራኤል ሕዝብ በተናገረው

ስብከቱ ላይ ተመልክተናል፡፡ (ሐዋ 2÷2) “በእግዚአብሔር የተወሰነው ሃሳቡ” ይሄ ደግሞ በሰው ፊት የተናቀ የተዋረደ መልክ አስጥቶታል፡፡ (ኢሳ 53÷3) ላይ “ሰው ፊቱን እንደ ሚሰውርበት የተናቀ ነው” ይለናል፡፡ እንዲያውም “ባየነው ጊዜ እንወደው ዘንድ ደም ግባት የለውም፡፡” ይላል፡፡ ቁጥር 2 በእግዚአብሔር ዘንድ ግን በዘላለም ሃሳቡና እቅዱ ግን የነበረ የከበረ ነው፡፡

ሐዋርያው ጴጥሮስ እንዳለው “በእግዚአብሔር የተወሰነው ሃሳቡ” እቅዱ እግዚአብሔር በውሳኔ ያፀደቀው ጉዳይ እንደ ሆነ ይገልጣል፡፡ ይህን ደግሞ ሐዋርያው ጳውሎስ (ያጸደቀውን ውሳኔ ማለትም ሐሳቡና እቅዱ) “ነገር ግን እግዚአብሔር አስቀድሞ ከዘመናት በፊት ለክብራችን የወሰነውን” ይለዋል (1ኛ ቆሮ 2÷7) ይህ በሰው ፊት ሆነ በዚህ ዓለም ገዢዎች ዘንድ እንደ ሞኝት የተቆጠረው ለእኛ እግዚአብሔር ለክብራችን አስቀድሞ የተመለከተው እንደ ሆነ ነው፡፡

"ምስጢር አስታውቆናል" ይህ የመስቀሉ ሥራ ምስጢር ነው፡፡ ምስጢር ማለት ግልጥ ያልሆነ የተሰወረ ማለት ነው፡፡ በአዲስ ኪዳንም ሊስተዋል ይችላል፡፡ እግዚአብሔር የማስተዋል ልቦና እስካልሰጠ ድረስ በሕዝብና በገዢዎች ዘንድ መረዳት የማይችል ነው፡፡ የክርስቶስ ኢየሱስ ሞትና መነሳት፤ ክርስቲያንም በክርስቶስ ኢየሱስ የልጅን መልክ መምሰል (የልጅነት ስልጣን መንግሥት መውረስ) ገና አሁዱ ብሎ አባታችን አዳም በኤድን ገነት የፈጣሪውን ትዕዛዝ ከተላለፈበት ጊዜ ጀምሮ የተገረ ነው፡፡ (ዘፍ 3÷15) በነቢያቶች በአብርሃም በኖህ በሙሴ በዳዊት...ወዘተ ስለዚህ ምስጢር ተነግሮአል፡፡ መጽሐፍትም ነቢያትም ስለዚህ በአደባባይ ሆነ በየመድረኩ ተናግረዋል፤ ተንብየዋል፡፡

ታዲያ ምስጢር ያደረገው ምንድን ነው? ፈሪሳውያን መጽሐፍትን ይመረምሩ ነበር፡፡ እንዴት ይህ ሁሉ እያወቁ ወደ ጌታ ኢየሱስ ሊመጡ አልቻሉም? ክርስቶስን በልቦና አይናቸው መመልከት ስላቃታቸው ነው ምስጢር የሆነው በነቢያት መጽሐፍ የተነገረውን ማስተዋል ስለ ተሳናቸው ነው፡፡ ይህ የመንግሥት (የእግዚአብሔር ልጅነት ስልጣን) የማወቅ ምስጢር ለተገለጠላቸው ነው፡፡ ከጌታ ኢየሱስ ክርስቶስ ጋር መሞት በእግዚአብሔርም ክብር አብሮ መነሳት ምስጢር ነው (ማቴ. 13÷11፤ ሮሜ 16÷25-27)፡፡

እኔ የእግዚአብሔር ንብረቱ ነኝ

ይህ የከበረ እውነት ላልገባቸው ሁሉ ምስጢር ይሆናል፡፡ ለተረዳነው ግን ንብረትነታችን በሚከተለው መንገድ ይገለፃል፡-

- **መልካም አገልጋይ ነኝ፤** ስለዚህ ወንድሞችን ብታሳስብ፣ በእምነትና በተከተልኸው በመልካም ትምህርት ቃል የምትመገብ የኢየሱስ ክርስቶስ መልካም አገልጋይ ትሆናለህ፡፡ (1ኛ ጢሞ4÷6)
- **የተመረጥኩ ነኝ፤** ዓለም ሳይፈጠር በፊቱ ቅዱሳንና ነውር የሌለን በፍቅር እንሆን ዘንድ በክርስቶስ መረጠን፡፡(ኤፌ 1÷4)
- **ተወዳጁ ነኝ፤** እኛ ግን በጌታ የተወደዳችሁ ወንድሞች ሆይ ሁልጊዜ ስለ እናንተ እግዚአብሔርን ልናመሰግን ግድ አለብን፡፡ እግዚአብሔር በመንፈስ መቀደስ እውነትንም በማመን ለመዳን እንደ በኩራት መርጦአችኋልና፤ (2ኛ ተሰ 2÷13)
- **ቤተመቅደሱ ማደሪያው ነኝ፤** የእግዚአብሔር ቤተ መቅደስ እንደ ሆናችሁ የእግዚአብሔር መንፈስ እንዲኖርባችሁ አታውቁምን? (1ኛ ቆሮ 3÷160
- **ክብሩን ማስተላለፊያ ክቡር እቃው ነኝ፤** ብዙ ሰዎች የመሰከሩለትን ከእኔም የሰማኸውን ሌሎችን ደግሞ ሊያስተምሩ ለሚችሉ ለታመኑ ሰዎች አደራ ስጥ፡፡ (2ኛ ጢሞ 2÷2)
- **ወርሶኛል፤** ወይስ ሥጋችሁ ከእግዚአብሔር የተቀበላችሁት በእናንተ የሚኖረው የመንፈስ ቅዱስ ቤተ መቅደስ እንደ ሆነ አታውቁምን? በዋጋ ተገዝታችኋልና ለራሳችሁ አይደላችሁም፡፡ ስለዚህ በሥጋችሁ እግዚአብሔርን አክብሩ፡፡
- **ልጁ ነኝ፤** ለተቀበሉት ሁሉ ግን በስሙ ለሚያምኑት ለእነርሱ የእግዚአብሔር ልጆች ይሆኑ ዘንድ ሥልጣን ሰጣቸው፡፡ (1ኛ ቆሮ 1÷12)
- **አብሬው ሰራተኛ ነኝ፤** እኛ ፍጥረቱ ነንና እንመላለስበት ዘንድ እግዚአብሔር አስቀድሞ ያዘጋጀውን መልካሙን ሥራ ለማድረግ በክርስቶስ ኢየሱስ ተፈጠርን፡፡ (ኤፌ 2÷10)
- **ጓደኛው ነን፤** መጽሐፍም አብርሃምም እግዚአብሔርን ዓመነ ጽድቅም ሆኖ ተቆጠረለት ያለው ተፈፀመ፤ የእግዚአብሔር ወዳጅ ተባለ፡፡ (ያቆ 2÷23)
- **ደምወዝተኛ ሠራተኛው ነኝ፤** መጽሐፍ የሚያበራየውን በሬ አፉን አትሰር፤ ደግሞ ለሠራተኛ ደመወዙ ይገባዋልና፡፡ (1ኛ ጢሞ 5÷18)
- **መልካሙን የምሥራች ነጋሪ (አፈቀላጤ) አዋጅ ነጋሪው ነኝ፤** ነገር ግን መንፈስ ቅዱስ በእናንተ ላይ በወረደ ጊዜ ኃይልን ትቀበላላችሁ፡፡ በኢየሩሳሌምም፣ በይሁዳም በሰማርያም እስከ ምድር ዳርም ድረስ ምስክሮቼ ትሆናላችሁ አለ፡፡ (ሐዋ 1÷8)
- **ንቁና ዝግጁ ቆራጥ ወታደር ነኝ፤** እንደ ኢየሱስ ክርስቶስ በጎ ወታደር ሆነህ አብረኸኝ መከራ ተቀበል፡፡ (2ኛ ጢሞ 2÷3)
- **በውድ ዋጋ የገዛኝ በጉ ነኝ፤** ለመንጋው ምሳሌ ሁኑ እንጂ ማኅበሮቻችሁን በኃይል አትግዙ፤ (1ኛ ጴጥ 5÷3)

- **አምባሳደሩ ነኝ፤** እንግዲህ እግዚአብሔር በእኛ እንደ ሚማልድ ስለ ክርስቶስ መልክተኞች ነን፤ ከእግዚአብሔር ጋር ታረቁ ብለን ስለ ክርስቶስ እንለምናለን፡፡ (2ኛ ቆሮ 5÷20)
- **ሕንፃውና እርሻው ነኝ፤** የእግዚአብሔር እርሻ ናችሁ፤ የእግዚአብሔር ሕንፃ ናችሁ፤ ከእርሱ ጋር አብረን የምንሠራ ነንና፡፡ (1ኛ ቆሮ 3÷9)
- **ውድ ንብረት ነኝ፤** እኔ በምሠራበት ቀን እነርሱ የእኔ ገንዘብ ይሆናሉ፤ ይላል የሠራዊት ጌታ እግዚአብሔር ሰውም የሚያገለግለውን ልጁን እንደ ሚምር እንዲሁ እምራቸዋለሁ፡፡

በእርሱ አማካኝት የሚከተለውን በረከቴን ተቀብያለሁ፡-

- **ከጨለማው ግዛት ነፃ ነኝ፤** በበደላችሁና በኃጢአታችሁ ሙታን ነበራችሁ፤ በእርሱም በዚህ ዓለም እንዳለው ኑሮ በማይታዘዙትም ልጆች ላይ አሁን ለሚሠራው መንፈስ አለቃ እንደ ሆነው በአየር ላይ ሥልጣን እንዳለው አለቃ ፈቃደ በፊት ተመላለሳችሁባቸው፡፡ (ኤፌ 2÷1)
- **ኢየሱስን መምሰል ተሰጠኝ፤** እንደ ፈቃዱ ምክር ሁሉን የሚሰራ እንደ እርሱ አሳብ አስቀድመን በክርስቶስ ደግሞ ርስትን ተቀበልን፡፡ (ኤፌ 1÷110)
- **በደሌ ሁሉ ይቅር ተብሎልኛል፤** እናንተም በበደላችሁና ሥጋችሁን ባለመገረዝ ሙታን በሆናችሁ ጊዜ ከእርሱ ጋር ሕይወትን ሰጣችሁ፡፡ በደላችሁን ሁሉ ይቅር አላችሁ፡፡ (ቆላ 2÷13)
- **ንጉስና ካህን ነኝ፤** ታርደሃልና በደምህም ለእግዚአብሔር ከነገድ ሁሉ ከቋንቋም ሁሉ ከወገንም ሁሉ ከሕዝብም ሁሉ ሰዎችን ዋጅተህ ለአምላካችን መንግሥትና ካህናት ይሆኑ ዘንድ አደረግሃቸው፤ በምድርም ላይ ይነግሣሉ እያሉ አዲስን ቅኔ ይዘምራሉ፡፡ (ራዕ 5÷9)
- **ከኩነኔና ከኃጢአት ግዛት ነፃ ነኝ፤** እንግዲህ በክርስቶስ ኢየሱስ ላሉት አሁን ኩነኔ የለባቸውም፡፡ በክርስቶስ ኢየሱስ ያለው የሕይወት መንፈስ ሕግ ከኃጢአትና ከሞት ሕግ አርነት አውጥቶኛልና፡፡ (ሮሜ 2÷1-2)
- **ከጨለማው ቁጥጥር ነፃ ነኝ፤** እርሱ ከጨለማ ሥልጣን አዳነን፤ ቤዛነቱንም እርሱንም የኃጢአትን ሥርየት ወዳገኘንበት ወደ ፍቅሩ ልጅ መንግሥት አፈለሰን፡፡ (ቆላ 1÷13)
- **በደሙ ታጥቤአለሁ፤** ለወደደን ከኃጢአታችንም በደሙ ላጠበን (ራዕ 1÷5)
- **ጤናማ አዕምሮ ተሰጥቶኛል፤** እግዚአብሔር የኃይልና የፍቅር ራስንም የመግዛት መንፈስ እንጂ የፍርሃት መንፈስ አልሰጠንምና፡፡ (2ኛ ጢሞ 1÷7)

- ቅዱሱ መንፈስ አለኝ፤ ደግሞም የታመነ የመንፈሱንም መያዣ በልባችን የሰጠን እርሱ ነው።
- ልጁ ስለ ሆንኩ የልጅነት ኅብረት አለኝ፤ አባ አባት ብለን የምንጮህበት የልጅነት መንፈስ ተቀበላችሁ እንጂ እንደ ገና ለፍርሃት የባርነትን መንፈስ አልተቀበላችሁምና። (ሮሜ 8÷15)
- በጸጋው መፅደቄ ያለጥርጥር እውነት ነው (በችሎቱ ተበይኖአል)፤ በኢየሱስ ክርስቶስም በሆነው ቤዛነት በኩል እንዲያው በጸጋው ይፀድቃሉ። (ሮሜ 3÷24)
- ከመንፈሳዊው በረከት የተነሣ እኔ የሚከተለው ማንነት አለኝ፤ ክርስቶስን ተሞልቻለሁ ለአለቅነትና ለሥልጣናትም ሁሉ ራስ በሆነ በእርሱ ሆናችሁ ተሞልታችኋል። (ቆላ 2÷10)
- ከኃጢአት ኃይል ነፃ ነኝ፤ ኃጢአት አይገዛችሁምና፤ ከጸጋ በታች እንጂ ከሕግ በታች አይደላችሁምና።(ሮሜ 6÷14)
- ቅዱስ ነኝ፤ ከእናንተም አንዳንዶቹ እንደ እነዚህ ነበራችሁ፤ ነገር ግን በጌታ በኢየሱስ ክርስቶስ ስም በአምላካችንም መንፈስ ታጥባችኋል፤ ተቀድሳችኋል ፤ ጸድቃችኋል። (1ኛ ቆሮ 6÷11)
- ክብሩን ይገልጥ ዘንድ የተዘጋጀ እቃ ነኝ፤ እንግዲህ ማንም ራሱን ከእዚህ ቢያነፃ ለክብር የሚሆን የተቀደሰም ለጌታውም የሚጠቅም ለበጎም ሥራ ሁሉ የተዘጋጀ ዕቃ ይሆናል። (2ኛ ጢሞ 2÷21)
- ለዘለዓለም ዓለም ተወድጃለሁ፤ ይህም ርስት በመጨረሻው ዘመን ይገለጥ ዘንድ ለተዘጋጀ መዳን በእምነት በእግዚአብሔር ኃይል ለተጠበቃችሁ ለእናንተ በሰማይ ቀርቶላችኋል። 1ኛ ጴጥ 1÷5
- ለዘለዓለም ዓለም በአባቴ እጅ መዳፍ ተሰውሬአለሁ፤ የሰጠኝ አባቴ ከሁሉ ይበልጣል ከአባቴም እጅ ሊነጥቃቸው ማንም አይችልም።(ዮሐ 10÷29)
- ተሰናክሎ ከመውደቅ በጥበቃው ውስጥ እገኛለሁ፤ ሳትሰናከሉም እንዲጠብቃችሁ፤ በክብሩም ፊት በደስታ ነውር የሌላችሁ አድርጎ እንዲያቆማችሁ ለሚችለው (ይሁ1÷24)
- ለሕይወት የሚያስፈልገኝ ነገር ሁሉ ተሰጥቶኛል፤ የመለኮቱ ኃይል በገዛ ክብሩና በበጎነቱ የጠራንን በማወቅ ለሕይወትና እግዚአብሔርን ለመምሰል የሚሆነውን ነገር ሁሉ ስለ ሰጠን በእግዚአብሔርና በጌታችን በኢየሱስ እውቀት ጸጋና ሰላም ይብዛላችሁ። (2ኛ ጴጥ 1÷3)
- ጠላቴን እጋጠመውና እረታው ዘንድ ስልጣን ተሰጠኝ፤ እነሆ እባቡንና ጊንጡን ትረግጡ ዘንድ በጠላትም ኃይሉ ሁሉ ላይ ሥልጣን ሰጥቻችኋለሁ የሚጎዳችሁ ምንም የለም። (ሉቃ 10÷19)

- ወደ እግዚአብሔር የመቅረብ የመግቢያ ፍቃድ አለኝ፤ በእርሱም ዘንድ ባለ እምነታችን በኩል በመታመን ድፍረትና መግባት በእርሱ አለን፡፡ (ኤፌ 3÷12)
- ጥበብ ተሰጥቶኛል፤ ጸጋውንም በጥበብና በአእምሮ ሁሉ አበዛልን፡፡ (ኤፌ 1÷8)
- ባልና ሚስት አንድ ሥጋ እንዲሆኑ በኅብረት አንድ ነን፤ ከጌታ ጋር የሚተባበር ግን አንድ መንፈስ ነው፡፡ (1ኛ ቆሮ 6÷17)
- ወደ ዘላለም ቤቴ ለመድረስ በጉዞ ላይ ነኝ፤ ኢየሱስም እኔ መንገድና እውነት ሕይወትም ነኝ በእኔ በቀር ወደ አብ የሚመጣ የለም፡፡
- በወገኔ መካከል ባለራዕይ እና አስተዳዳሪ ነኝ፤ እግዚአብሔር ራስ ያደርግሃል እንጂ ጅራት አያደርግህም ሁልጊዜም በላይ እንጂ በታች አትሆንም፡፡
- በጨለማ ለሚኖር ሕዝብ ብርሃን ነኝ፤ እናንተ የዓለም ብርሃን ናችሁ፡፡ በተራራ ላይ ያለች ከተማ ልትሰወር አይቻላትም፡፡ (ማቴ 5÷14)
- ድቅድቅ ጨለማ በወረሰው ሥፍራ ብርሃን ነኝ፤ መብራትንም አብርተው ከእንቅብ በታች አይደለም እንጂ በመቅረዙ ላይ ያኖሩታል በቤት ላሉ ሁሉም ያበራል፡፡ (ማቴ 5÷15)
- በከፍታና ማንም ሊገረሰሰው በማይችል ከፍታ የሐገር መጠሪያ ከተማ ነኝ፤ እናንተ የዓለም ብርሃን ናችሁ፡፡ በተራራ ላይ ያለች ከተማ ልትሰወር አይቻላትም፡፡ (ማቴ 5÷14)
- ጣፋጭነቴ በምድር ሁሉ የሚነገርልኝ ነኝ፤ እናንተ የምድር ጨው ናችሁ፤ ጨው አልጫ ቢሆን ግን በምን ይጣፍጣል? ወደ ውጭ ተጥሎ በሰው ከመረገጥ በቀር ወደ ፊት ለምንም አይጠቅምም፡፡ (ማቴ 5÷13)
- በእንክብካቤ ተዘልዬ በመስኩ የተሰማራሁ በጉ ነኝ፤ እግዚአብሔር እርሱ አምላክ እንደ ሆነ እወቁ፤ እርሱ ሠራን እኛም አይደለንም እኛስ ሕዝቡ የማሰማሪያውም በጎች ነን፡፡ (መዝ 100÷3)
- ማንም አይገዛኝም ማንም አይነዳኝም እረኛዬን አውቀዋለሁ፤ መልካም እረኛ እኔ ነኝ አብም እንደ ሚያውቀኝ እኔም አብን እንደ ማውቀው የራሴን በጎች አውቃለሁ የራሴም በጎች ያውቁኛል፤ (ዮሐ 10÷14)
- ባለ ሐገር ነኝ አገሬ ሰማይ ነው፤ ወዳጆች ሆይ ነፍስን ከሚዋጋ ሥጋዊ ምኞት ትርቁ ዘንድ እንግዶችና መጻተኞች እንደ መሆናችሁ እለምናችኋለሁ (1ኛ ጴጥ 2÷11)
- በክንፎቹና በእጆቹ መዳፍ ተሸሽጌያለሁ፤ አንተ ለእኔ መሸሸጊያዬ ነህ ከጣርም ትጠብቀኛለህ ከከበቡኝ ታድነኝ ዘንድ ደስታዬ ነህ፡፡ (መዝ 32÷7)

- **በዘላለም ክንዶቹ ከክፉ ተጠብቄያለሁ፤** ከእግዚአብሔር የተወለደ ሁሉ ኃጢአትን እንዳያደርግ ነገር ግን ከእግዚአብሔር የተወለደው ራሱን እንዲጠብቅ ክፉውም እንዳይነካው እናውቃለን፡፡(1ኛ ዮሐ 5÷18)
- **ፈውሴን በቁስሉ አገኘሁ፤** እርሱ ግን ስለ መተላለፋን ቆሰለ ስለ በደላችንም ደቀቀ የደኅንነታችንም ተግሣጽ በእርሱ ላይ ነበረ በእርሱም ቁስል እኛ ተፈወስን፡፡ (ኢሳ 53÷6)
- **እኔ ብሸጥ የማወጣው የእግዚአብሔርን ልጅ የደም ዋጋ ነው፤** ነውርና እድፍ እንደ ሌለው እንደ በግ ደም በክቡር የክርስቶስ ደም እንደ ተዋጃችሁ ታውቃላችሁ፡፡ (1ኛ ጴጥ 1÷19)
- **በእቅፉ ተማምኜ እንድቀመጥ በላባዎቹ ጋርዶ በክንፎቹ በታች አለሁ፤** በላባዎቹ ይጋርድሃል በክንፎቹም በታች ትተማመናለህ እውነት እንደ ጋሻ ይከብብሃል፡፡ (መዝ 91÷4)
- **በሕይወት እኖር ዘንድ ክርስቶስ የዘላለም ዋስትናዬ ነው፤** እኔም የዘላለም ሕይወትን እሰጣቸዋለሁ ለዘላለም አይጠፉም ከእጄ ማንም አይነጥቃቸውም፡፡ የሰጠኝ አባቴ ከሁሉ ይበልጣል፤ ከአባቴም እጅ ሊነጥቃቸው ማንም አይችልም፡፡(ዮሐ 10÷28-29)
- **በአለቱ ላይ ተደላድዬ ቆሜአለሁ፤** ከጥፋት ጉድጓድ ከረግረግም ጭቃ አወጣኝ፤ እግሮቼን በድንጋይ ላይ አቆማቸው አረማመዴንም አጸና፡፡ (መዝ 40÷2)
- **ከጀግኖች ሰፈር የላቀ ማዕረግ አለኝ፤** በዚህ ሁሉ ግን በወደደን በእርሱ ከአሸናፊዎች እንበልጣለን፡፡ (ሮሜ 8÷37)
- **በእግዚአብሔር ዘንድ ማንነቴ አይጠፋም ለዘላምም እኖራለሁ፤** ዳግመኛ የተወለዳችሁት ከሚጠፋ ዘር አይደለም፡፡ በሕያውና ለዘላለም በሚኖር በእግዚአብሔር ቃል ከማይጠፋ ዘር ነው እንጂ፡፡ (1ኛ ጴጥ 1÷23)
- **ዓለምን ማሸነፌ ማረጋገጫዬ በክርስቶስ ማመኔ ነው፤ የተረታሁ አይደለሁም፤** ከእግዚአብሔር የተወለደ ሁሉ ዓለምን ያሸንፋልና፡፡ ዓለምንም የሚያሸንፈው እምነታችን ነው፡፡ (1ኛ ዮሐ 5÷4)
- **ማንም ግብረኃይል ሊደርስበት በማይችል ሁኔታ እኖራለሁ፤** በልዑል መጠጊያ የሚኖር ሁሉን በሚችል አምላክ ጥላ ውስጥ ያድራል፡፡ (መዝ 91÷1)

እኔ ከዚህ ሰማያዊ በረከት የተነሣ የሚከተለው ሥልጣን መገለጫዬ ነው

➢ በጠላቴ ላይ እጫማ ዘንድ ባለሥልጣን ነኝ፤ እነሆ እባቡንና ጊንጡን ትረግጡ ዘንድ በጠላትም ኃይል ሁሉ ላይ ሥልጣን ሰጥቻችኋለሁ የሚጎዳችሁም ምንም የለም፡፡ (ሉቃ 10፥19)

➢ የምሥራች አዋጁን እመሰክር ዘንድ ኃይል አለኝ፤ ነገር ግን መንፈስ ቅዱስ በእናንተ ላይ በወረደ ጊዜ ኃይልን ትቀበላላችሁ፤ በኢየሩሳሌምም በይሁዳም ሁሉ በሰማርያም እስከ ምድር ዳርም ድረስ ምስክሮቼ ትሆናላችሁ አለ፡፡ (ሐዋ 1፥8)

➢ ለፈውስ የተባረከ አንደበት አለኝ፤ የደከመውን በቃል እንዴት እንደ ምደግፍ አውቅ ዘንድ ጌታ እግዚአብሔር የተማሩትን ምላስ ሰጥቶኛ ማለዳ ማለዳ ያነቃኛል እንደ ተማሪዎችም ትሰማ ዘንድ ጆሮዬን ያነቃቃል፡፡ (ኢሳ 50፥4)

➢ በጸጋው ወደ ክብሩ በእምነት የመግባት ስልጣን አለኝ፤ በእርሱም ደግሞ ወደ ቆምንበት ወደዚህ ጸጋ በእምነት መግባትን አግኝተናል፤ በእግዚአብሔር ክብርም ተስፋ እንመካለን፡፡ ሮሜ 5፥2

➢ በሰማይ አባቴ ያዘጋጀልኝ ቤት አለኝ፤ በአባቴ ቤት ብዙ መኖሪያ አለ፤ እንግዲህስ ባይሆን ባልኋችሁ ነበር፤ ሥፍራ አዘጋጅላችሁ ዘንድ እሄለሁና

➢ ሁሉ አዲስ የሆነለት አለኝ፤ ስለዚህ ማንም በክርስቶስ ቢሆን አዲስ ፍጥረት ነው፤ አሮጌው ነገር አልፎአል እነሆ ሁሉም አዲስ ሆኖአል፡፡ (2ኛ ቆሮ 5፥17)

➢ ሕያው ተስፋ አለኝ፡- ኢየሱስ ክርስቶስ ከሙታን በመነሳቱ ለሕያው ተስፋና ለማይጠፋ እድፈትም ለሌለበት ለማያልፍም ርስት እንደ ምሕረቱ ብዛት ሁለተኛ የወለደን የጌታችን የኢየሱስ ክርስቶስ አምላክና አባት ይባረክ፡፡ (1ኛ ጴጥ 1፥3)

➢ የነፍስ መልህቅ አለኝ፡- ይህም ተስፋ እንደ ነፍስ መልሕቅ አለን እርሱም እርግጥና ጽኑ የሆነ ወደ መጋረጃውም ውስጥ የገባ ነው፤ (ዕብ 6፥19)

➢ ክርስቶስ እንደ ሚያስብ አስብ ዘንድ የክርስቶስ አዕምሮ አለኝ፡- እንዲያስተምረው የጌታን ልብ ማን አውቆት ነው? እኛ ግን የክርስቶስ ልብ አለን፡፡ (1ኛ ቆሮ 2፥16)

➢ ወደ እግዚአብሔር ለመግባት የተሰጠኝ በደሙ ምክንያት ስለ ሆነ ድፍረት አለኝ፡- እንግዲህ ወንድሞች ሆይ በመረቀልን በአዲስና በሕያው መንገድ ወደ ቅድስት በኢየሱስ ደም በመጋረጃው ማለት በሥጋው በኩል እንድንገባ ድፍረት ስላለን፡፡ (ዕብ 10፥19)

➢ ከእግዚአብሔር ጋር ሰላም አለኝ፡- እንግዲህ በእምነት ከጸደቅን በእግዚአብሔር ዘንድ በጌታችን በኢየሱስ ክርስቶስ ሰላምን እንያዝ፤ (ሮሜ 5፥1)

➢ እምነት አለኝ፡- ተራራን የሚነቅል እምነት እንደ ሰናፍጭ ቅንጣት የሚያህል ሆኖም ተራራን የሚንድ እምነት አለኝ፡፡ ጌታም አለ የሰናፍጭ ቅንጣት የሚያህል እምነት ቢኖራችሁ ይህን ሾላ ተነቅለህ ወደ ባሕር ተተከል ብትሉት ይታዘዝላችሁ ነበር፡፡ (ሉቃ 17፥6)

ከዚህ ሰማያዊ በረከት የተነሣ የሚከተሉትን ማድረግ ችያለሁ:-

- **ጠላቴን ረጋግጬው መውጣት እችላለሁ:-** እነሆ እባቡንና ጊንጡን ትረግጡ ዘንድ በጠላትም ኃይል ሁሉ ላይ ሥልጣን ሰጥቻችኋለሁ የሚጎዳችሁ ምንም የለም:: (ሉቃ 10÷19)
- **እስረኛን ነፃ ማውጣት እችላለሁ:-** የጌታ የእግዚአብሔር መንፈስ በእኔ ላይ ነው:: ለድሆች የምሥራችን እሰብክ ዘንድ እግዚአብሔር ቀብቶኛልና ልባቸው የተሰበረውን እጠግን ዘንድ ለተማረኩም ነጻነትን ለታሰሩትም መፈታትን እናገር ዘንድ ልኮኛል::
- **ሁሉን ለማድረግ ኃይል ተሰጥቶኛል:** ኃይልን በሚሰጠኝ በክርስቶስ ሁሉን እችላለሁ:: (ፊሊ. 4÷13)
- **በእምነት ወደ ዙፋኑ በመቅረብ ምሕረትና ጸጋ ማግኘት እችላለሁ:-** እንግዲህ ምሕረትን እንድንቀበል በሚያስፈልገንም ጊዜ የሚረዳንን ጸጋ እንድናገኝ ወደ ጸጋው ዙፋን በእምነት እንቅረብ::
- **እግዚአብሔር ከእኔ ጋር ስለ ሆነ ሺህ አሳድዳለሁ:-** አምላካችሁ እግዚአብሔር እንደ ተናገራችሁ ስለ እናንተ የሚዋጋ እርሱ ነውና ከእናንተ አንዱ ሰው ሺህ ሰውን ያሳድዳል:: (ኢያ 23÷10)
- **ጠላቴን ድል መንሳት ማኮላሸት እችላለሁ:-** እነርሱም ከበጉ ደም የተነሣ ከምስክራቸውም ቃል የተነሳ ድል ነሱት፣ ነፍሳቸውንም እስከ ሞት ድረስ አልወደዱም:: ከእግሬ በታች ማድረግ እችላለሁ:: የሰላም አምላክ ሰይጣንን ከእግራችሁ በታች ፈጥኖ ይቀጠቅጠዋል:: የጌታችን የኢየሱስ ክርስቶስ ጸጋ ከእናንተ ጋር ይሁን::
- **የጠላቴን ፍላፃ ማጥፋት እችላለሁ:-** በሁሉም ላይ ጨምራችሁ የሚንበለበሉትን የክፉውን ፍላፃዎች ሁሉ ልታጠፉ የምትችሉበትን የእምነትን ጋሻ አንሱ:: (ኤፌ. 6÷16)
- **ሊመጣ ካለው ለማምለጥ በየትኛውም ሥፍራ እና ጊዜ መፀለይ እችላለሁ:-** እንግዲህ ሊመጣ ካለው ከዚህ ሁሉ ለማምለጥ በሰው ልጅም ፊት ለመቆም እንድትችሉ ስትጸልዩ ሁልጊዜ ትጉ:: (ሉቃ 21÷31)

ከዚህ ሰማያዊ በረከት የተነሳ የሚከተሉት በእኔ ላይ አይሆኑም::

- **ኩነኔም በእኔ ላይ አይሠራም**

እግዚአብሔር የመረጣቸውን ማን ይከሳቸዋል? የሚያጸድቅ እግዚአብሔር ነው:: የሚኮንንስ ማን ነው? (ሮሜ 8÷33)

ነገር ግን በተፈረደብን ጊዜ ከዓለም ጋር እንዳንኮነን በጌታ እንገሰጻለን:: (1ኛ ቆሮ 11÷32)

➢ **ከክርስቶስ ፍቅር አልለያይም**

ከክርስቶስ ፍቅር ማን ይለየናል? መከራ ወይስ ጭንቀት፣ ወይስ ስደት፣ ወይስ ራብ ወይስ ራቁትነት ወይስ ፍርሃት ወይስ ሰይፍ ነውን? ስለ አንተ ቀኑን ሁሉ እንገደላለን እንደ ሚታረዱ በጎች ተቆጠርን ተብሎ እንደ ተጻፈ ነው:: በዚህ ሁሉ ግን በወደደን በእርሱ ከአሸናፊዎች እንበልጣለን:: ሞት ቢሆን ሕይወትም ቢሆን መልእክትም ቢሆኑ ግዛትም ቢሆን ያለውም ቢሆን የሚመጣውም ቢሆን ኃይላት ቢሆኑ ከፍታም ቢሆን ዝቅታም ቢሆን ልዩ ፍጥረትም ቢሆን በክርስቶስ ኢየሱስ በጌታችን ካለ ከእግዚአብሔር ፍቅር ሊለየን እንዳይችል ተረድቼአለሁ:: (ሮሜ 8÷35-39)

➢ **አልጠፋም በማንም ተነጥቄ አልወሰድም**

እኔም የዘላለም ሕይወት እሰጣቸዋለሁ ለዘላለምም አይጠፉም ከእጄም ማንም አይነጥቃቸውም:: (ዮሐ 10÷28)

➢ **ማንም አይገፋኝም ሥፍራዬንም አያስለ ቅቀኝም**

ሁልጊዜ እግዚአብሔርን በፊቴ አየዋለሁ፤ በቀኜ ነውና አልታወከም:: (መዝ 16÷8)

➢ **ከአባቴ እጅ ማንም አይነጥቀኝም**

የሰጠኝ አባቴ ከሁሉ ይበልጣል:: ከአባቴ እጅ ሊነጥቃቸው ማንም አይችልም:: (ዮሐ 10÷29)

---

8 ጸጋውንም በጥበብና በአእምሮ ሁሉ አበዛልን።
ጸጋውንም አበዛልን (ሮሜ 5÷15፣20፣21)
ጥበበ አበዛልን (የጥበብ ምንጭ) ኤፌ1÷11፤ 3÷10፤ መዝ 104÷24፤ ምሳ8÷12፤ ኢሳ 52÷13፤ ዳን 2÷20፣21፤ ማቴ 11÷19፤ ሮሜ 11÷33፤ 1ኛ ቆሮ 1÷ 19-24፤ 2÷ 7፤ ቆላ 2÷3፤ ይሁ 1÷25፤ ራዕ 5÷12
9 በክርስቶስ ለማድረግ እንደወደደ እንደአሳቡ፥ የፈቃዱን ምሥጢር አስታውቆናልና፤
ለማድረግ እንደወደደ እንደ አሳቡ ኤፌ1÷11፤ 3÷11፤ ኢዮብ 23÷13፣14፤ መዝሙር 33÷11፤ ኢሳይያስ 14÷ 24-27፤ 46÷10፣11፤ ኤር 2÷29፤ ሰቆ.ኤር 3÷ 37፣38፤ሐዋ2÷23፤ 4÷28፤ 13÷48፤ ሮሜ 8÷28፤2ኛ ጢሞ 1÷ 9
የፈቃዱን ምሥጢር አስታውቆናልና ኤፌ1÷17፣18፤ 3÷3-9፤ ማቴ 13÷11፤ ሮሜ 16÷25-27፤ 1ኛ ቆሮ 2÷ 10-12፤ ገላ 1÷ 12፣16፤ ቆላ 1÷ 26-28፤ 1ኛ ጢሞ 3÷16

1.10 "በዘመን ፍጻሜ ይደረግ ዘንድ ያለው አሳቡም በሰማይና በምድር ያለውን ሁሉ በክርስቶስ ለመጠቅለል ነው።"

በዘመን ፍፃሜ ያደርግ ዘንድ

በእንግሊዝኛው Dispensation ወይንም Dispensationalism የሚለው ቃል ከዘመናት በፊት የነበረን የእግዚአብሄር እቅድ የሚያመለክት ሲሆን የግሪኩ ቃል 20 ጊዜ በአዲስ ኪዳን

ተጠቅሶ ይገኛል:: ቀጥተኛ የግሪኩን ቃል ትርጓሜ ማስተዳደርን ለአንድ ቤተሰብ ዕቅድን ማውጣትን ያመለክታል:: (To manage, Regulate, administer, and plan the affairs of house hold) Evangelical dictionary of Theology C.C RYRie

Dispensation- የግሪኩ ቃል aikonomia የሚለው ሲሆን ትርጓሜውን (<<management of a housechold ወይንም <<Economy>>) የሚል ይሆናል:: ይህን ሲያብራራው እግዚአብሔር በየዘመናቱ ራሱን በተለያየ መንገድ የገለጠበት ነው ካለ በኋላ በተገለጠለት የእግዚአብሔር ማንነት የሰው ልጅ ይታዘዝ ይኖር ዘንድ ፈጣሪ የሰውን ልጅ የሚጠብቅበት ጊዜያት (ዘመን) ነው:: New urger's bible dictionary.

እግዚአብሔር በተለያየ መንገድና ጎዳና በየዘመናቱ ራሱን የገለጠበትን ብዙ የሥነ መለኮት አስተማሪዎች ዘመናቱን ከፋፍለው ያስተምራሉ:: የእነዚያን የዘመናት መከፋፈል በተለያዩ አስተማሪዎች ዘንድ የተለያዩ ዘመናት ናቸው:: ብዙዎቹ አስተማሪዎች 7 የተለያዩ ዘመናት አሉ ብለው ያስተምራሉ:: ሌሎች ደግሞ 5 ዘመናት ናቸው ያሉት ይላሉ:: አንዳንዶችም ከዚህም ከፍ በማድረግ ወደ 8 እና 9 ያደርሱታል::

በዘመን ፍጻሜ ወይም በግሪኩ እንደተጻፈው **በዘመን ሙላት**፡ ይህ የዘመን ሙላት መቼ ነው የሚሆነው? ሁሉም ሰው ባይስማማበትም እንኳ የዘመን ሙላት ማለት እግዚአብሔር ለእሥራኤል የሰጠውን ተስፋ በኢየሱስ ክርስቶስ የሺህ ዓመት መንግስት ሲፈጽመው እና በራዕይ (21÷1) የተጠቀሰችዋ አዲስ ምድር ስትመጣ እና እግዚአብሔር ሁሉን አዲስ ሲያደርግ ሊሆን ይችላል።

ፍጻሜ ወይም ሙላት የሚለው ቃል በግሪኩ **ፕለሩማ**plḗrōma / play'-ro-mah ሲሆን በሌሎች መልዕክቶች ውስጥ ጳውሎስ ስለ ክርስቶስ ሙላት ለመግለጽ ተጠቅሞበታል። በእርሱ (በክርስቶስ) የመለኮት **ሙላት** (ፕለሩማ) ሁሉ በሰውነት ተገልጦ ይኖራል። (ቆላ2÷9) (መጽሐፍ ቅዱስ ጥቅሶች የብሉይና / የአዲስ ኪዳን ግሪክ መዝገበ ቃላት. የቲየር ትርጉም)

ቪንሰንት፡ የዘመን ሙላት ማለት ተከታታይ የወንጌል ዘመኖች የሚጠናቀቁበት ሰዓት ነው። የሐረጉ ሙሉ ትርጉም፣ ዘመናት ሁሉ ከሞሉ ከተጠናቀቁ በኋላ የሚገለጥ ዘመን ነው።

ለመጠቅለል ሁሉን በአንድ ራስ ስር ለማምጣት፤ ማጠቃለልእናመደምደም። ሁሉም ነገር አንድ ቀን በክርስቶስ ስር ይጠቃለላል፤ ይጠቀለላል። አሁን ሁሉ ነገር ተበታትኖ ነው ያለው፤ አንድ ቀን ግን ሁሉም ነገር ተሰባስቦ ተደምሮ በክርስቶስ ስር ይሆናል። ይህ

የሲ.ፌ.ቢ.ሰ. አገልግሎት / የኤፌሶን መልእክት ትምህርት

የክርስቶስን ታላቅነት የሚያሳይ ቃል በፍጥረት መጀመሪያ የነበረው ስምረት በክርስቶስ ተመልሶ ይመጣል፤ ስለዚህ የክርስቶስ ተልዕኮ ከሰው ዘር አልፎ አጽናፈ ዓለሙን ሁሉ ያዳርሳል።

ማከአርተር እንዲህ ሲል ጽፏል...የታሪክ ፍጻሜ የእግዚአብሔር ዓላማ ተከናውኖ ሁሉ ነገር በክርስቶስ ተሰብስቦ ፍጻሜውን ሲያገኝ ነው። እግዚአብሔር ለሥራው ጥንት ከዘመናት በፊት እቅድ አወጣ፤ አሁን እንደ መለኮታዊ ፈቃዱ እቅዱን እየፈጸመው ነው፤ የዘመን ሙላት ሲደርስ ደግሞ በክርስቶስ ያጠናቅቀዋል። የተጠናቀቀው የእግዚአብሔር ሥራ በክርስቶስ በአዲስ ሰማይና አዲስ ምድር ውስጥ ፍጹም በሆነ ስምረት በጽድቅ እና በክብር ይከናወናል።

በሰማይ እና በምድር

የሚመጣው ፍጹም ሰላም በሰዎች መካከል፤ በምድር ላይ በአራዊት መካከል፤ በሰማይም ሰላም ይሆንና ይህ ሁሉ በሰማይም በምድርም ያለ ፍጥረት ሁሉ በኢየሱስ ክርስቶስ ጌትነት ስር ይሰባሰባል። ክርስቶስም የሁሉ ራስ ይሆናል። ሁሉም ነገር በክርስቶስ ስር አንድ ይሆናል። በዚህ መልኩ ሁሉ ከተስተካከለ እና ሰላም ከሆነ በኋላ ሁለተኛ አይበላሽም። የተገለጠልን ምስጢር ይህ ነው። (መጽሐፍ ቅዱስ ጥቅሶች የብሉይና / የአዲስ ኪዳን ግሪክ መዝገበ ቃላት. የቲየር ትርጉም)

በሰማይና በምድር ያለውን ሁሉ በክርስቶስ ለመጠቅለል... ዩኒታሪያን ዩኒቨርሳሊስቶች፣ ሊበራሎች እና ሌሎችም ወገኖች ይህንን ቃል በስተመጨረሻ ሁሉ መዳኑ አይቀርም ለማለት ይጠቀሙበታል።

ኖርማን ጌይዝለር ይህንን የተሳሳተ ድምዳሜ እንዲህ በማለት ውድቅ ያደርገዋል...የዚህን ጥቅስ አውድ በጥንቃቄ ስንመረምረው ጳውሎስ እየተናገረ ያለው ስለ አማኞች ብቻ እንደሆነ እናስተውላለን። ስለዚህ ሁሉ ይድናሉ ለሚለው ትምሕርት ወይም ዩኒቨርሳሊዝም ምንም ድጋፍ አናገኝም። ምዕራፉ በሙሉ የሚናገረው ዓለም ሳይፈጠር በፊት በክርስቶስ ስለተመረጡት ሰዎች ነው (ኤፌሶን 1÷4)።

በክርስቶስ የሚለው ቃል በመጽሐፍ ቅዱስ ውስጥ ስለ አማኞች በስተቀር ስለ ሌሎች ሰዎች አይናገርም።ይህ ቃል ያላመኑ ሰዎችን እንደማያካትት የሚያመለክተን ጳውሎስ ሲጽፍ በሌላ ክፍል ያላመኑትን ለማመላከት ከምድር በታች እንደሚለው በዚህ ምዕራፍ ይህንን አገላለጽ አለመጠቀሙ ነው (ፊል2÷10)። በጳውሎስ መልዕክቶች እንዲሁም በሌሎች የመጽሃፍ

ቅዱስ ክፍሎች ውስጥ አንዳንድ ሰዎች ያለ ክርስቶስ ወደ ዘላለማዊ ፍጻሜያቸው እንደሚሄዱ ብዙ ጊዜ ተጽፏል (ለምሳሌ ማቴ 25÷31-46)።(ጌይስለር, ኤን ኤል., እና ሮድስ, አር.) የሃይማኖት ምሁራን ጥያቄ በሚኖርበት ጊዜየካልቲክ ርእሠ መምህራን መመሪያ-ቤከር ቡክስስ. 1997)

ሃሳብም

በቀደመው የመጽሐፍ ቅዱስ ትርጉም የተገለፀው የእግዚአብሔርን ሃሳብ የሚለውን ቃል አዲሱ መደበኛ ትርጉም የእግዚአብሔርን እቅድ በሚል ይገልጠዋል፡፡ አንዳንድ ጊዜ ይህንን ቃል "የእግዚአብሔር ምክር" በሚለው ፍቺ ይሰጡታል፡፡ ንጉስ ዳዊት ሲናገር የአሕዛብ ምክር "እቅድ" ይጠፋል፡፡ ያሰቡት ሃሳብ አይከናወንም ነገር ግን "የእግዚአብሔር ምክር ግን ለዘላለም ይኖራል" ይላል (መዝ 33÷10-11)፡፡ በተመሳሳይ (ነብዩ ኢሳይያስ 14÷24-27) እግዚአብሔር ካቀደው "ካሰበው" ፈቃዱ ይፈፀመው ዘንድ የሚተጋ ነው ስለዚህም ከንዱና ጉልበቱ እንደ ሚያግዘው መጽሐፍ ቅዱስ ይነግረናል (ኢሳ. 46÷10)፡፡

ሐዋርያው በዚህ በኤፌሶን የሚነግረን ይህ የእግዚአብሔር እቅድ "ሃሳብ" ነው፡፡ በክርስቶስ የሆነ እቅዱ እግዚአብሔር ክርስቶስ ኢየሱስን እንዲሞት እንዲነሳ ማለትም የመስቀሉ ሥራ በእግዚአብሔር የታሰበ ወይም የታቀደ እንዲሆን ነው፡፡ ሐዋርያው ጴጥሮስ በባዕለ ሃምሳ ለእሥራኤል ልጆች ሲናገራቸው "እርሱንም በእግዚአብሔር በተወሰነው ሃሳቡና በቀደመው እውቀቱ ተሰጥቶ በዓመፀኞች እጅ ሰቅላችሁ ገደላችሁት" (ሐዋ. 2÷23)

እግዚአብሔር እቅድ ሲያወጣ ያለማስተዋል ወይም ያለ እውቀት እንዳልሆነ ያስተምረናል፡፡ ሐዋርያው ጳውሎስ በተመሳሳይ ለቆሮንቶስ ሰዎች ሲፅፍላቸው "ከዚችም ዓለም ገዢዎች አንዱ እንኳን ይህን ጥበብ አላወቀም አውቀውስ ቢሆን የክብር ጌታን ባልሰቀሉት ነበር" (1ኛ ቆሮ 2÷8) የእግዚአብሔር የማዳን ሀይል በክርስቶስ ሞትና ትንሳኤ የሰራውን ከዘላለም በፊት ያቀደውን እቅዱን ተረድተውት ቢሆን ማስናከያ በሆኑ ግን ከሃሳቡ ጋር የሚስማማ ድርጊት አደረጉ፡፡

---

10 በዘመን ፍጻሜ ይደረግ ዘንድ ያለው አሳቡም በሰማይና በምድር ያለውን ሁሉ በክርስቶስ ለመጠቅለል ነው።

በዘመን ፍጻሜ ኢሳ 2÷ 2-4፤ ዳን 2÷44-9፣ 24-27፤ አሞ 9÷11፤ ሚክ 4÷ 1-2 ሚል 3÷ 1 ፤ 1ኛ ቆሮ 10÷11፤ ገላ 4÷ 4፤ ዕብ 1÷2- 9፣10፣ 11:40፤ 1ኛ ጴጥ 1÷20

በክርስቶስ ለመጠቅለል ነው ኤፌ1÷22፣2÷ 15፣ 3÷15፤ ዘፍ 49÷10፤ ማቴ 25÷32፣ 1ኛ ቆሮ 3÷ 2፣23፣ 1÷ 3፤ ፊል 2÷9-10 ቆላ 1÷20፣ 3÷11 ዕብ 12÷ 22-24፤ ራዕ 5÷9- 7÷ 4-12፤ 19÷4-6፡፡

የኢ.ፌ.በ.ስ. አገልግሎት / የኤፌሶን መልእክት ትምህርት

1፡11 "እንደ ፈቃዱ ምክር ሁሉን የሚሠራ እንደ እርሱ አሳብ፥ አስቀድመን የተወሰንን በክርስቶስ ደግሞ ርስትን ተቀበልን። "

እንደ እርሱ ሃሳብ አስቀድመን የተወሰንን

ስፐርጅን እንዲህ ይላል...የሰው ልብ አስቀድመን የወሰነን የሚለውን ትምሕርት እጅግ ይጠላዋል። አስቀድሞ የወሰነን እራሱ እግዚአብሔር ነው። እግዚአብሔር የራሱ ሃሳብ፣ የራሱ መንገድ፣ የራሱ ፈቃድ አለው፤ እስከ ዓለም ፍጻሜም ይገዛል እንደ ፈቃዱ ያደርጋል። ለእግዚአብሔር ታማኝ ባርያዎቹ የሆኑ ሁሉ እግዚአብሔር እንደ ፈቃዱ በማድረጉ ደስ ይላቸዋል። እግዚአብሔር እንዲነግስ የማይፈልግ ቢኖር እርሱ ባንዳ ነው። እንደ እግዚአብሔር እጅግ መልካም እና ደግ ማን አለ? እግዚአብሔር ፈቃዱን ያድርግ። ሊያግደው የሚፈልግ ማን ነው? ለነገሩ ብንፈልግም ባንፈልግም እግዚአብሔር ይነግሳል ፈቃዱንም ያደርጋል፤ ምድር ደስ ይበላት፤ ጠላቶቹ ይንቀጥቀጡ። አስቀድመን የተወሰንነው እንደ ፈቃዱ ምክር ሁሉን በሚሰራ በእርሱ ሃሳብ ነው።

ዊሊያም ሄንድሪክሰን ይህንን ቃል እንዲህ በማለት ያጠቃልለዋል...ፍጻሜያችን የሚወስነው በዕጣ ፈንታም አይደለም በሰው ብቃትም አይደለም። በእግዚአብሔር ፊት ቅዱሳን እና እንከን የሌለብን እንድንሆን (ኤፌሶን 1÷4)፣ የእግዚአብሔር ልጆች እንድንሆን (ኤፌሶን 1÷5)፣ ለዘላለም እናከብረው ዘንድ (ኤፌሶን 1÷6 1÷12-14)፣ በመለኮታዊ የዘላለም አጀንዳ ውስጥ ተቀርጿል። እግዚአብሔር ይህንን እቅድ በዝርዝር ነድፎ ብቻ አልተወውም፤ እንድ በአንድ ሁሉንም ይፈጽመዋል እንጂ።(ሄንድሪሰንሰን, ዊ., እና ኪስተሜከር, የአዲስ ኪዳን መጽሐፍ ትንታኔ, (12) ጥራዞች. ግራንድ ራፒስስ: ቤከር የመጽሐፍ ቅዱስ ቤት)

እንደ ፈቃዱ ምክር ሁሉን የሚሰራ

የሚሰራ (ኢንርጌኦ) energéō / en-erg-eh'-o፡- የሚያከናውን፣ ሰርቶ በውጤታማነት የሚያጠናቅቅ ማለት ነው። ከሰው አቅም በላይ የሆነ ኃይልን በማውጣት እና በመጠቀም መንቀሳቀስና መስራት። (መጽሐፍ ቅዱስ ጥቅሶች የብሉይና/ የአዲስ ኪዳን ግሪክ መዝገበ ቃላት. የቲየር ትርጉም)

እግዚአብሔር እያንዳንዱ አማኝ ወደ መንፈሳዊ ሙላት የሚደርስበትን አቅም ያገኝ ዘንድ በኃይል ይሞላዋል። እግዚአብሔር በሁሉም ነገር ውስጥ በመለኮታዊ ኃይሉ ወይም ጉልበቱ ነው የሚሰራው። ይህንኑ ቃል (በኤፌሶን 1÷19-20) ላይም እናገኘዋለን፤ በዚህም ክፍል እግዚአብሔር ኢየሱስ ክርስቶስን ከሞት ሲያስነሳው የተተቀመውን የኃይል ታላቅነት

ይገልጻል። ማጠቃለያችንም ከእግዚአብሔር ኃይል ታላቅነት የተነሳ የተመረጡትን ሰዎች መንፈሳዊ በረከቶች እና ክብር ሊከለክል ሊያግድ የሚችል ምንም ነገር የለም።

ማክአርተር እንዲህ ይላል...ምክርእግዚአብሔር ዓለምን በቃሉ ሲፈጥር እያንዳንዱ ፍጥረት ልክ እግዚአብሔር በሃሳቡ እንደመከረ፣ እንዳቀደው ሆኖ ተፈጠረ። እኛ እንደምንሰራቸው ነገሮች የእግዚአብሔር ፍጥረቶች መጀመሪያ ሙከራ አይደረግባቸውም፤ ከተሰሩም በኋላ ማሻሻያ አያስፈልጋቸውም። ሊሰሩ ዝግጁ ሆነው ብቻ አልተፈጠሩም፣ የሚሰሩ ሆነው ተፈጠሩ እንጂ።

ፈቃድ

ጆን ኤዲ... (ቴሌማ) የፍላጎት ውጤት ሲሆን፣ **ምክር** የውሳኔ ውጤት ነው። በ(ኤፌሶን 1÷11) ፈቃዱ ነው በውሳኔ ምክር ወደ መሆን የመጣው። የእግዚአብሔር ልብ ቁርጥ የሆነ ውሳኔ ያደርጋል እንጂ ማመንታት ወይም መዘናጋት ወይም መሰላቸት ውስጥ አይገባም። ፍላጎቱ እና አዋጁ አይጋጩም። ሁሉ ነገር እንደ እግዚአብሔር ፈቃድ እና ምክር እየተንቀሳቀሰ ነው። ትልቅም ይሁን ትንሽ ክስተት ሁሉ በእርሱ ፈቃድ ውስጥ ሳይታሰብ የቀረ ምንም የለም። የምድር መጥፋት እና የድንቢጥ መውደቅ ሁለቱም በእግዚአብሔር ምክር ውስጥ እኩል በሆነ ቁም ነገር ታስበዋል። በክርስቶስ ርስት መቀበላችንም እግዚአብሔር የሆነ ቀን ድንገት ደስታ ሲሰማው የለቀቀብን ሳይሆን እግዚአብሔር ከሁሉ በቀደመ ምክሩ ውስጥ የነበረውን እቅዱን ነው ያደረገው።፡

ቫይን...ሰው የእግዚአብሔርን ፈቃድ **ቴሌማ** ሊቋቋም ይችላል፤ ነገር ግን ምንም ይምጣ ምን የእግዚአብሔር ምክር ከመፈጸም አይታገድም። **ፈቃድ** የእግዚአብሔርን የፀጋ ሃሳብ የሚያሳይ ሲሆን (ሮሜ 2÷18 ፤ 12÷2 ፤ 15÷32) **ምክር** ግን የተቆረጠ ውሳኔውን ያመለክታል (ሮሜ 9÷19)። ስለዚህ ለእግዚአብሔር ፈቃድ መታዘዝ ለፈቃዱ መፈጸም በእምነት ለተገለጠልን ሁሉ በመታዘዝ ራሳችንን መስጠት ነው። ነገር ግን በተፈጥሮ በአማኙ ውስጥ የእግዚአብሔርን መልካም ፈቃድ ለማድረግ ዝንባሌውም ሆነ አቅሙ ስለሌለ እግዚአብሔር በአማኙ ውስጥ "ስለ በጎ ፈቃዱ መፈለግንም ማድረግንም" ይሰራል (ፊል 2÷13 ዕብ 13÷21 1ኛ ቆሮ 12÷6)።(ቫይን, ደብሊዩ. ኢ.ቫይን የናዝቪል ስብስቦች ቶማስ ኔልሰን)

ዉወስት በፈቃድ እና በምክር መካከል ያሉ ልዩነቶችን ሲያስረዳ እንዲህ ይላል...**ምክር** በምክንያታዊነት ላይ የተመሰረተ ፍላጎት ሲሆን ፈቃድግን በስሜት ላይ የተመሰረተ ፍላጎት ነው። (በኤፌ 1÷9፤ 11) ላይ የእግዚአብሔር ፈቃድ ወይም ፍላጎት የሚመነጨው ከፍቅር ልቡ ነው።

ይኸውም - ውጤትን ለማሳየት የሚያገለግል ቃል ነው።

ተስፋ ያደረግን - በሰው ወይም በአንድ ነገር የምንፈልገው ውጤት ይመጣል ብለን ማረፍ መተማመን ማለት ነው። በፊት ተስፋ ያደረግነው ነገር ውጤቱን አሁንም ወደፊትም እያየነው እንኖራለን።

አስቀድመን ተስፋ ያደረግን - ይህ ከጥንት ጀምሮ የመሲሁን ተስፋ ይዘው ሲጠባበቁ ስለነበሩ አይሁድ የሚናገር ይመስላል (በኤር 29÷11 የተሰጠው ተስፋ ለእሥራኤል ነበር፤ ቅሬታዎችም በአዲስ ኪዳን መሲሁን ሲጠባበቁ ነበሩ፤ (ሉቃ 2÷36-38 ፤ 24÷21) ። ጳውሎስም እንዳረጋገጠው እሥራኤል መሲሁን ሲጠባበቁ የነበሩ ሲሆን በአንጻሩ አሕዛብ ግን ስለ መሲሁ ገና መስማታቸው ነበር፤ (ሐዋ 28÷20)።

ተስፋ ያደረግን በሚለው ውስጥ ያለው እኛ የሚናገረው ስለ አይሁድ አማኞች ነው ወይስ ስለ አማኞች በሙሉ (አይሁድ እና አሕዛብ) ብሎ መጠየቅ ተገቢ ቢሆንም ብዙ መምሕራን **አስቀድመን** በሚለው ቃል ምክንያት ስለ አይሁድ አማኞች ነው በሚለው ይስማማሉ።

አስቀድመን የሚለው ቃል ልክ እንደ ጳውሎስ መጀመሪያ አይሁድ የነበሩ ኋላ ግን መሲሁን በኢየሱስ ያገኙ አይሁዶች አንዳንዶቹ እንደውም እንደ ስምዖን እና ሃና መሲሁ ሳይመጣ በፊት በመንፈስ ይፈልጉት የነበሩትን ያመለክታል።

ዕርስትን ተቀበልን

የግሪኩ ግስ ክሌሩ ሲሆን ጥሬ ፍቺው ዕጣ በመጣል መወሰን ነው። እግዚአብሔር ወራሽ ይፈልግ ነበር፤ የወራሽነቱም ዕጣ አማኞች ላይ ወደቀ። ነገር ግን ለየት የሚያደርገው ይህ ዕጣ በአጋጣሚ ወይም በእድል ሳይሆን በእግዚአብሔር ፀጋ አስቀድመን ስለተወሰነን ነው። እግዚአብሔር ሆን ብሎ አስቦ ለወራሽነት መርጦናል።

ጆን ማክአርተር፡- ይህ ጥቅስ ሊተረጎም የሚችልባቸውን ሁለት መንገዶች ያብራራል...ይህ በ(ኤፌሶን 1÷11) ላይ የሚገኘው ግስ በሁለት መንገዶች ሊተረጎም የሚችል ሲሆን ሁለቱም ትርጓሜዎች ከሌሎች የመጽሐፍ ቅዱስ ክፍሎች ጋር ይስማማሉ። **ርስት ተደረግን** ወይም እዚህ ተጽፎ እንደምናገኘው **ርስትን ተቀበልን**ተብሎ ሊተረጎም ይችላል። የመጀመሪያው አተረጓጎም እኛ አማኞች ራሳችን የክርስቶስ ርስት መደረጋችንን ያመለክታል። ኢየሱስ በተደጋጋሚ አማኞች እግዚአብሔር ለእርሱ የሰጠው ስጦታዎች እንደሆኑ ተነግሯል (ዮሐንስ 6÷37፣ 39 10÷29 17÷2፤ 24)። ኢየሱስ በቀራንዮ መስቀል በሰይጣን፣ በኃጥያት እና በሞት ላይ በተቀዳጀው ድል ከጠላት የበዘበዘው ምርኮ አማኞችን ነው፤ ስለዚህ አሁን

እኛ የእርሱ ነን። "እኔ በምሠራበት ቀን እነርሱ የእኔ ገንዘብ ይሆናሉ፥ ይላል የሠራዊት ጌታ እግዚአብሔር" (ሚልክያስ 3÷17)። ከዘላለም ዘመናት በፊት እግዚአብሔር ለመዳን በልጁ በኢየሱስ ክርስቶስ የሚያምኑ ሰዎች ሁሉ የልጁ ርስት ይሆኑ ዘንድ ወስኗል።

በሌላኛው መንገድ ሲፈታ ግን የተለየ ትርጉም ይሰጠናል፤ ርስትን የሚቀበሉት አማኞች ናቸው።

ስለዚህ ሁለቱም ትርጓሜዎች ከቋንቋም ሆነ ከሥነ-መለኮት አንጻር ትክክለኛ አፈታት ናቸው። በመጽሐፍ ቅዱስ ውስጥ ሁሉ አማኞች የእግዚአብሔር እንደሆኑ እግዚአብሔርም የአማኞች እንደሆነ ተጽፏል። አዲስ ኪዳን እኛ በክርስቶስ ውስጥ እንደሆንንክርስቶስም ደግሞ በእኛ ውስጥ እንደሆነ ይናገራል። እኛ በመንፈስ እንደሆንን መንፈስ ቅዱስም በእኛ ውስጥ እንደሆነ በአዲስ ኪዳን ውስጥ ተጽፏል። "ከጌታ ጋር የሚተባበር ግን አንድ መንፈስ ነው" (1ኛ ቆሮ 6÷17)። ስለዚህ ጳውሎስ "ለእኔስ መኖር ክርስቶስ ነው" አለ (ፊል 1÷21)።

እኛ ከክርስቶስ ጋር አንድ ስለሆንን ሕይወታችን ከእርሱ ሕይወት ጋር አንድ ነው (1ኛ ዮሐ 2÷6)። በእርሱ ፍቅር መውደድ፣ በእርሱ ርህራሄ መራራት፣ እርሱ እንዳካፈለን ማካፈልእና ስለ ሌሎች ብለን የራሳችንን ፍላጎት መሰዋት ይጠበቅብናል። ልክ እንደ ጌታችን እኛም በዓለም የምንኖረው ስለ ሌሎች ነፍሳችንን አሳልፈን ልንሰጥ ነው።

ይህ ቃል በእነዚህ ሁለት መንገዶች ሊፈታ ቢችልም ጳውሎስ በ (ኤፌ 1÷3-4) ውስጥ ግን ትኩረት የሰጠው ለሁለተኛው አፈታት ነው የሚሉ ይገኛሉ።

ይህን ቃል በሁለት አይነት ፍቺ ልንመለከተው እንችላለን:: አንደኛው "የክርስቶስ ርስት (ስጦታ) ሆንን" የሚለው ሲሆን "በክርስቶስ ኢየሱስ ርስትን አገኘን" የሚለው ሁለተኛው ሐሳብ ነው::

ሀ) የክርስቶስ ርስት ነን:: በክርስቶስ ኢየሱስ ሞትና ትንሳኤ የተነሳ፣ ከኃጢአትና ከሞት ነፃ ወጥተን የክርስቶስ ኢየሱስ እንሆን ዘንድ የእግዚአብሔር በጎ ፈቃድ ነው:: እርሱ ልዑል በመሆኑ እኛም ከእርሱ የተነሳ አብረን በክርስቶስ የእግዚአብሔር ነን::

- በእርሱ የተፈጠርን ስለ ሆንን የእግዚአብሔር ነን:: በፍጥረተ አሪት ዘመን እግዚአብሔር የሰውን ልጅ በመልኩና በአምሳሉ መፍጠሩ የእርሱ መሆናችንን ለእርሱ ከፍጥረታት ሁሉ የተለየን መሆናችንን ያስረዳናል:: እግዚአብሔር የባለቤትነቱን ድንቅ ሥራ በሰው ዘር ላይ መፈፀሙን ያመለክታል::

- በመቤዠቱ ሥራ የእግዚአብሔር ሆነናል፡፡ መዝሙረኛው "የሌላውን ሕይወት መቤዠት የሚችል ሰው ወይንም ለእግዚአብሔር ዋጅቶ የሚከፍልለት ማንም የለም" አዲሱ መደበኛ ትርጉም የቀደመው ትርጉም "ወንድም ወንድሙን አያድንም ሰውም አያድንም ቤዛውንም ለእግዚአብሔር አይሰጥም" (መዝ 49÷7) በጠላት አገዛዝ ሥር ብቻ ሳይሆን የጠላት ንብረቱ በሆንበት ጊዜ በአንድያ ልጁ ሞት በሕያውና ቅዱስ በሆነው በደሙ ተቤዠን፡፡ እግዚአብሔር ገዛን የእርሱ ሆንን፡፡ ፊተኛው አዳም ለኃጢአት ለሞት ለጨለማው መንግሥት ገዛን ኋለኛው አዳም (ኢየሱስ) ግን ሕይወት ሰጠን፡፡ ይህ ይሆን ዘንድ እግዚአብሔር ለክርስቶስ ስጦታ ርስት አድርጎ ሰጥቶናል፡፡ የጌታችን የኢየሱስ ክርስቶስ አካል እንድንሆን እርሱ ራስ ይሆን ዘንድ አብ ስጦታዎች አድርጎ ሰጠን፡፡ ይህም ማለት እርሱን እንድንመስል እንዲሁም ከክርስቶስ ጋር ሰራተኞች በመሆን የእርሱን ሥራ እንድንሠራ መሰጠታችንን ያመለክታል፡፡

ለ) ሁለተኛው ሃሳብ ከመጀመሪያው ያመቻል የሚሉ ብዙዎች ናቸው፡፡ ይህም **በክርስቶስ ኢየሱስ ርስትን ማግኘታችን (መቀበላችንን መውረሳችንን)** ያመለክታል፡፡ በክርስቶስ ኢየሱስ በጸጋው ጉልበት በሞቱና በትንሳኤው የሆንነውንና በሆነው ልክ መጠን ልናደርግ የምንችለውን ብቃት ያመለክተናል፡፡ እነዚህን ሁለት ሐሳቦች ትንሽ ተንትነን ማየቱ አስፈላጊ ይሆናል፡፡

ከጌታችን ከኢየሱስ ክርስቶስ ጋር አብረን (Joint heirs) ወራሾች ስለ ሆንን ሁሉ ነገር ለእኛ የተሰጠን እንደ ሆነ ሐዋርያው ጳውሎስ በ(ሮሜ 8÷17) ገልፆታል፡፡ የዕብራዊው ጸሐፊ ከሰው መነብኘት ጋር አያይዞ ይህ ሰው በእግዚአብሔር ዘንድ ይታሰብ ዘንድ ምንም እንዳልሆነ ይገልጣል፡፡ ነገር ግን ከወደደን ከታላቅ ፍቅሩ የተነሳ ከክርስቶስ ጋር አብሮ ርስትን እንደ ሰጠን ይገልጣል፡፡ እንዲያውም ለክርስቶስ ኢየሱስ የተሰጠው የክብርና የምሥጋና ዘውድ የእኛ (የአማኞች) እንደ ሆነ ያሳየናል፡፡ "ስለ ልጅ ሲናገር ዙፋንህ እስከ ዘላለም ድረስ ይኖራል" (ዕብ 1÷8) ጌታችን ኢየሱስ ክርስቶስ በመለኮትነቱ በአባቱ እቅፍ ውስጥ ወይንም ከእርሱ ጋር ተካክሎ ይኖር ነበር፡፡

ነገር ግን በሞት ጥላ ሥር ላለን የሞትን ስልጣን ይሽር ዘንድ ሥጋና ደምን ለበሰ፡፡ (ዕብ 2÷1) ይህ እግዚአብሔር ሰውን ሊጎበኘው ሲፈልግ በቅድሚያ ያደረገው ሥጋን መልበሱ ነው፡፡ የመስቀሉ ሥራ ሲፈፀም ጌታም በቀራንዮ ተፈፀመ ብሎ ሲናገር ስለ እኛ (እኛን ወክሎ) ከሙታን ተነሳ፡፡ እግዚአብሔር የክብርን የምሥጋናን ዘውድ ጫነበት፡፡ ይህ የሰው ልጅ መጎብኘቱን ክብርንና ምሥጋናን በክርስቶስ ኢየሱስ ማግኘቱን በሌላ አነጋገር

በክርስቶስ ኢየሱስ በአብ ቀኝ አብረን መቀመጣችንን ያመለክተናል (ዕብ 2፥10፤ ኤፌ 2፥6-7)፡፡ ክብርና ምሥጋናን (Glory and honored) የሚለው ቃል ሲሆን በክርስቶስ ኢየሱስ እግዚአብሔር የሰውን ልጅ ሲጎበኘው የሰጠው ርስት ነው፡፡

ጌታችን ኢየሱስ ክርስቶስ የሰውን ልጅ ወክሎ መሞት ለምን አስፈለገው? በአባታችን አዳም ምድርን ይገዛና ያስተዳድር ዘንድ የንግሥናን የመንግሥት (የግዛት ሥልጣን) ተሰጥቶት ነበር፡፡ ይሁን እንጂ ይህ የከበረ ሰው ከፈጣሪው የተሰጠውን ማዕረግ (አክሊል) ለዲያቢሎስ አሳልፎ ሰጠ፡፡ ገዢ የነበረው የሰው ዘር ተገዢ ሆነ፡፡ የተገዛውም ለኃጢአትና ለሞት ፍርሃት እንደ ሆነ የዕብራዊው ጸሐፊ ይገልጣል (ዕብ. 2፥14-15)፡፡ እግዚአብሔር አክሊል ዘውድ ሰጥቶአቸው ነበር፡፡ በዓመፃቸውና ባለመታዘዛቸው በራሳቸው ላይ ሞትን ኃጢአትን እርግማንን ዓመጡ፡፡ በራሳቸው የደፋት ዘውድ የሕይወት የልጅነት አክሊል ሳይሆን የባርነት የኃጢአት ዘውድ ሆነ፡፡

ዕርቅ (Reconcilation) ኃጢአት በሰውና በእግዚአብሔር መሃከል የፈጠረውን ልዩነት እንደ ገና መልሶ ለማስተካከል ከተደረጉት ታላላቅ ሥራዎች ውስጥ አንዱ ዕርቅ (Reconcilation) ነው፡፡ በሰውና በእግዚአብሔር መሃከል የተፈጠረውን ይህን ጥል ከፍቶ እርቅ እንዲሆን መስዋዕትነትን የከፈለው ክርስቶስ ኢየሱስ ነው፡፡ (2ቆሮ 5÷18-19) ፤ "ይህ ሁሉ ከእግዚአብሔር ነው፣ እርሱ በክርስቶስ አማካኝነት ከራሱ ጋር አስታረቀን፣ የማስታረቅንም አገልግሎት ሰጠን፣ እግዚአብሔር በክርስቶስ ዓለምን ከራሱ ጋር ሲያስታርቅ የሰዎችን በደል አይቆጥርባቸውም ነበር፡፡ ለእኛም ደግሞ የማስታረቅን ቃል ሰጠን፡፡"

በወንጌል መጽሐፍ ውስጥ ጌታ ኢየሱስ ሲያስተምር "የሚያስታርቁ ብፁአን ናቸው" ይላል፡፡ እርቅን የፈለገው፣ የእርቁንም መንገድ ያመቻቸው፣ እግዚአብሔር ራሱ ነው፡፡ ሰው ከእግዚአብሔር ጋር እንዲታረቅ ጌታ ኢየሱስ መስዋዕትነትን ከፈለ፡፡ በዚህ እርቅ ውስጥ ቤዛነትን ያገኙ ሁሉም እነርሱም በተራቸው የምሥራቹን ቃል ለዓለም እያበሰሩ ሰው ከአምላኩ ጋር እንዲታረቅ የወንጌል ምሥክርነት አገልግሎትን ይሰጣሉ፡፡

ክርስቲያን መቼም ቢሆን ራሱ በእርቅ ውስጥ ተገኝቶ ሌሎችን ለማስታረቅ የሚተጋም ነው፡፡ እርቅ መስማማት ነው፣ ትህትና ነው፣ ሰላምን መፍጠር ነው፣ አለመግባባትን ማስወገድ ነው፡፡ ጠብንና ጭቅጭቅን እና ግጭትን፣ ወዘተ…ማስቀረት ነው፡፡ ከአምላካቸው ጋር በትክክል የታረቁ ሁሉ እነርሱ ውስጣቸው በሰላም አርፎ የሰላምን ቃል የሚያውጁ ናቸውና ለጠብ ቦታ የላቸውም፡፡

ኑዛዜ:- (Repentance) በብሉይ ኪዳን ውስጥ ይህ ቃል በስፋት ይዘወተራል፡፡ከ100 በላይ በተለያዩ መልኮች ኑዛዜ ተገልጾ እናነባለን፡፡ የእብራይስጡ የብሉይ ኪዳን ትርጉሞች ቃሉን ከሚወክሉት የአራማይክ ወይም የእብራይስጥ ቃል ውስጥ nacham አንዱ ነው፡፡ በብሉይ ኪዳን የእግዚአብሔርም ተመልሶ ቁጣውን ወይም ቅጣቱን የማንሳትና መጸጸቱን፣ ርህራሄውን የሚያሳይ ትርጉም ይኖረዋል፡፡

(ኤር 18፥8) "....ስለ እርሱ የተናገርሁበት ሕዝብ ከክፋቱ ቢመለስ፣ እኔ አደርግበት ዘንድ ካሰብሁት ክፉ ነገር እጸጸታለሁ" እግዚአብሔር እንደ ገና የሚፀፀትበትና፣ የሚመለስበት ምክንያት ሕዝቡ ወይም መሪዎች እግዚአብሔር ምሕረቱን እንዲያወርድ መለመን በእግዚአብሔር ፊት ሲወድቁ፣ የእግዚአብሔርን መመለስ ያሳያል፡፡ (ዘዳ 32፥12-14) "...ከመዓትህ ተመለስ፣ ለሕዝብህም በክፋታቸው ላይ እራራ.. "ቁ12 "....እግዚአብሔርም በሕዝቡ ላይ ሊያደርግ ስላሰበው ክፋት እራራ፡፡" ቁ 14

ሌላው የዕብራይስጥ ቃል "nacham" የሚለው ነው፡፡ ይህም መመለስን፣ ቀድሞ ከነበረው አቋም ተለውጦ መስተካከልን ያሳያል፡፡ ወደ አዲስ ኪደን ስንመጣ የግሪኩ ቃል Metanoeo መመለስን፣ ወደ ተሻለ እርምጃ ውስጥ መግባትን ያሳያል (ሉቃ 17፥3-4)፡፡

ኑዛዜና ንስሃ እነኚህ ሁለት ቃላት ሰው ከኃጢአት ድርጊቱ ሲመለስ በተከታታይ የሚፈፀሙ ድርጊቶች ናቸው፡፡ ኑዛዜ ማለት የሰራነውን ኃጢአት መናገር ነው፡፡ በሥርቆት በደል ተገኝተን ከሆነ ያንን ያደረግነውን የሥርቆት ኃጢአት በእግዚአብሔር ፊት እንናዘዛለን፣ ሰዎችም ከጉዳዩ ጋር ተነካክተው ወይም አውቀውት ከሆነም በሰዎች ፊት ኃጢአታችንን እንናዘዛለን፡፡ የኑዛዜ ተቃራኒው ክህደት ነው፡፡ ሰው በደልን ፈፅሞ አላደረኩኝም ብሎ ሽምጥጥ አድርጎ ይክዳል (ኢያሱ 7፥19፣ 2ኛ ሳሙ 2፥13፤ ዮሐ 9፥41፤ 1ኛ ዮሐ 1፥9)፡፡

"ኢያሱም አካንን "ልጄ ሆይ ለእሥራኤል አምላክ ለእግዚአብሔር ክብርን ስጥ፣ ለእርሱም ተናዘዝ ያደረከውን ሳትደብቅ ንገረኝ" አለው፡፡ (ኢያ 7፥19) ኑዛዜ የምንለው እንግዲህ ይህንን ነው፡፡ ሰው ያደረገውን ሳይደብቅ መናገሩ ከኃጢአት ለመመለስ የመጀመሪያው እርምጃ ነው፡፡

ሁለተኛው ርምጃ ንስሃ ነው፡፡ ንስሃ ማለት መመለስ ማለት ነው፡፡ ቀድሞ ሰርቄ ነበር ብሎ የተናዘዘው ሰው መመለሱን በተግባር የሚያሳይበት ሕይወት ንስሃ መግባትን፣ መመለስን ያሳያል፡፡ ለዚህ ጥሩ ምሳሌ የሚሆነን የዘኪዮስ ሕይወት ነው፡፡ ዘኪዮስ ቀራጭ በነበረበት ሥራው ላይ ኢየሱስን ከማወቁና ነፍሱ ከመዳኗ በፊት በቀረጥ ሰበብ ብዙዎችን ያጭበረብር ነበር፡፡ ንስሃ ከገባ በኋላ ግን ለድሆች እጥፍ አድርጌ እመልሳለሁ ብሎ የዘረፈውን አውጥቶ ንስሃ ገባ፤ ተመለሰ፡፡(ሉቃ 19፥1-10 1ኛ ዮሐ 1፥8-10)

ጸጋ የሚለውን ቃል በመጽሐፍ ቅዱስ ውስጥ በስፋት እናየዋለን፡፡

በተለይም በአዲስ ኪዳን ውስጥ ተደጋግሞ ተጠቅሷል፡፡ በአዲስ ኪዳን የግሪኩ ትርጓሜ ላይ charis, euprepeia የሚሉት ቃላት ናቸው፡፡ በተለይም charis በሚለው ቃል ውስጥ ሰፊ ትርጓሜዎችን እናገኛለን፡፡ ከእነኚህም ውስጥ ጥቂቱን እንመልከት፡-

1. ለደስታ፣ ለውበት መገለጫነት ይውላል፡፡ ለምሳሌ በ (ሉቃ 2፥40) "ሕፃኑም አደገ... የእግዚአብሔርም ጸጋ በእርሱ ላይ ነበር" ከእድገቱ ጋር በገጽታው ላይ የሚታየው ግርማ ውበት የእግዚአብሔር ጸጋ ተባለለት፡፡
2. (2ኛ ቆሮ 8፥9) - ለሌሎች ሃብታምነት ራስን የማደህየት ጸጋ
3. (ሐዋ 14፥26) - ጥበቃን፣ መልካም ማድረግን ደግነትን ይወክላል
4. አንደበተ ርቱዕ፣ የንግግር ውበትን ያሳያል፡፡ (ቆላ 4፥6) "...ንግግራችሁ ሁልጊዜ በጨው እንደ ተቀመመ በጸጋ ይሁን"
5. በመጽሐፍ ቅዱስ ውስጥ ጸጋ የሚለው የግሪኩ ቃል በዋነኛነት የእግዚአብሔርን የመዋጀት ሥራ ያመለክታል፡፡ (ሮሜ 4፥4፣ ሮሜ 5፥2)
6. Euprepeia የሚለው የግሪኩ የጸጋ ትርጉም ይበልጡን ውጫዊ ውበትን፣ ግርማ ሞገስን ያመለክታል፡፡ የውበት ጸጋ እንደ ሚሰጥ (ያዕ1፥11) ነው፡፡ ይህ ኃይል የሰውን ልጅ ምርጫ ፍላጎት ገዛ፣ ከእግዚአብሔር ለየው ወደ ሞትም እንዲነዳ ፈቃዱን ሁሉ ተቆጣጠረው፡፡

ኃጢአት "......በሚሞት ሥጋችሁ ኃጢአት አይንገስ (ሮሜ 6፥12) በግሪኩ ትርጉም ኃጢአት የሚለው ቃል "hamartia" ማለትም ሰፊ ጥልቅ ትርጉምም አለው፡፡ ይህም የአሮጌውን አዳማዊ አካል ያመለክታል፡፡ ይህ አካልም ሟች እንደ ሆነም በጥቅሉ ይገልፃል፡፡ ይህ አዳማዊ አካል በዘር ካወረሰው የኃጢአት እርግማን የተነሳም መቼም ሟች ነው፡፡ ሊድን እንደ ሚችልበት አንድ ብቸኛ መንገድ የክርስቶስ ኢየሱስ አዳኝነት በመቀበል ብቻ ነው፡፡ *"ኢየሱስም ደግሞ እኔ እሄዳለሁ፣ ትፈልጉኛላችሁም በኃጢአታችሁም ትሞታላችሁ...."*(ዮሐ 8፥12) እነኚህ ሰዎች የሚሞቱበት ምክንያት ከአዳማዊው ባሕሪይ በወረሱት የኃጢአት ዘርና ይህን ውርስ ለማስወገድ በኢየሱስ ባለማመናቸው ነው፡፡ እንደ ነገሩማ እነኚህ ሰዎች የሃይማኖት ሰዎች ነበሩ፣ ዳሩ ግን ከውርስ ኃጢአት ነፃ አልወጡም ነበር፡፡ የብሉይ ኪዳን ካህናቶች ናቸው ሆኖም መሲሁን መቀበል ስለ ተሳናቸው ጌታ በኃጢአታችሁ ትሞታላችሁ አላቸው፡፡ ዛሬም በቤቱ ውስጥ እያገለገሉ፣ እየሰበኩ፣ እየዘመሩ፣ ተአምራትን እየሠሩ መሞት አለ፡፡ ጌታችን ኢየሱስ ክርስቶስ የኃለኛው አዳም

በቀራንዮ በመጀመሪያ የደፋው የእሾህ አክሊል ነው። ይህ አክሊል (ዘውድ) የሰው ዘር በፊተኛው አዳም ያለውን የባርነት ሕይወት ያመለክታል።

ዳግም ልደት ጌታችን ኢየሱስ በሰው ልጅ ላይ የተጣለውን የሞት ዕዳ በደሙ ከፍያ ለወጠው። ዋጋ ከፍሎ ከእርግማን ማውጣት ብቻ ሳይሆን በፊተኛው አዳም (በአባታችን አዳም) ያጣነውን የመግዛት ስልጣን የሚወክለውን ዘውድ እንድናገኝ አደረገን። ይህ ዘውድ ቀድሞውኑ አባታችን አዳም ኃጢአት ከመሥራቱ በፊት የነበረውን ክብር ሆነ ዘውድ እጅግ በሚበልጥ ሁኔታ ተሸሎ ይገኛል። የፊተኛው አዳም (አባታችን አዳም) የተሰጠው ዘውድ (ንግሥና) የገዢነት ሥልጣን ምድርን ይገዛትና ይንከባከባት ዘንድ ነው (ዘፍ. 1፥28)። በኋለኛው አዳም የተሰጠን የክብር ዘውድ (ግዛት ስልጣን) ከዚያ ይለቃል። በእጆቹ ሥራ ሁሉ ማለትም በሰማይና በምድር ባለው ሁሉ ላይ ነው (ዕብ. 2፥6-8)። የቅዱሳን ርስት በክርስቶስ ያገኘውና የተቀበልነው ይሄ ነው። ሁሉ ነገር ለጌታችን ለኢየሱስ ተገብቶታል። ሁሉን ነገር የእግዚአብሔር ነው። የእግዚአብሔር የሆነው ሁሉ የእኛ ነው። ስለዚህም ይህ በክርስቶስ ኢየሱስ ያገኘነው ርስት ሕያው እድፍ የሌለበት የማይጠፋ የማይለወጥ ሆኖአል። ከመቤዠቱ ሥራ የተነሳ የእግዚአብሔር ሃሳብና እቅድ ሆኖ ክርስቶስ ኢየሱስ ስለ እኛ ሞቶ ስለ ተነሣ በደሙ የሆነ የመለኮት ሥራ ነው። ሐዋርያው ጳውሎስ በብዙ መከራ ለሚያልፉ ክርስቲያኖች እንደ ገለፀው ርስቱ የማይጠፋ እድፈትም የሌለበት የማያልፍ ርስት ነው እያለን ነው። (1ኛ ጴጥ 1÷4) አዲሱ ትርጉም በአስገራሚ ቃላት አስቀምጦታል "እንዲሁም በሰማይ ለማይጠፋ ለማይበላሽና ለማይለወጥ ርስት እንደ ገና ወለደን"።

የእንግሊዝኛው Amplified Bible <[Born a new] unto heritance which is beyond the reach of change and decay [impossible], unsullied and unfading, reserved in haven for you. ይላል። በዘመናችን የአነጋገር ዘይቤ በተጻፈው የእንግሊዝኛ መጽሐፍ ቅዱስ ሐዋርያው ጴጥሮስ የተናገረው እንዲህ ይላል። "......what a God we have! And how fortunate we are to have him, this father of our master Jesus! Because Jesus was raised from the dead, we've been given a brand new life and have everything to live for, including a future in heaven – and the future starts now! God is keeping careful watch over us and the future. The day is coming when you'll have it all – life healed and whole 1peter 1:3-5 the message ሐዋርያው ጳውሎስ ስለዚህ የከበረ ርስት ከተናገረው ጋር ተመሳሳይነት አለው። (1ኛ ቆሮ 3፥22-23) "ሕይወትም ቢሆን ሞትም ቢሆን ያለው ቢሆን የሚመጣው ቢሆን ሁሉ የእናንተ ነው። እናንተም የክርስቶስ ናችሁ ክርስቶስም የእግዚአብሔር ነው" ይላል። ሐዋርያው ያለውን በጥቂቱ እንየው። በኃጢአታችንና በበደላችን ሙታን ነበርን። ነገር ግን

ክርስቶስ የሕይወት እንጀራ ከሰማይ ወርዶ መጣ፡፡ ሕይወትን አገኘን እርሱ በእኛ ውስጥ ይኖር ጀመረ፡፡ በእኛ የጀመረውን ይህን የከበረ ሕይወት በክብሩ የሚዋጥበት ጊዜ አለ፡፡ በዚህም ምክንያት "ሕይወታችን" ተብሎ ተጠራ፡፡

ጌታ ኢየሱስ ሕይወትን ሰጠን በሕይወት እንድንኖር ብቃትን አገኘን ማለት ነው፡፡ (ቆላ 3፥4) ሌላው አስገራሚ አስደናቂ ነገር "ሞትም ቢሆን የእናንተ ነው ይላል" ሞት በእኛ ላይ ይሰራ ነበር፡፡ ሞት በእኛ ላይ ሥልጣን በነበረው ዘመን በፍርሃት ዘመናችንን በባርነት ታስረን እንድንኖር ያደርገን ነበር፡፡ የዕብራዊ ጸሐፊ "ሕይወታቸውን ሁሉ ስለ ሞት ፍርሃት ይታሰሩ የነበሩትን ሁሉ ነፃ እንዲያወጣ" (ዕብ 2፥14-15) ይህ ሞት ግን በክርስቶስ ሞት ተዋጠ፡፡ አሁን የክርስቶስ ኢየሱስ ሞት ለትንሳኤ ይሰራ ጀመር ይላል፡፡

ይህ የእግዚአብሔር ጥበብ የሆነ ፤ ሐዋርያው ጳውሎስ ለቆሮንቶስ ሰዎች ሲፅፍላቸው "ነገር ግን እግዚአብሔር አስቀድሞ ከዘመናት በፊት ለክብራችን የወሰነውን ተሰውሮ የነበረውን የእግዚአብሔን ጥበብ በምሥጢር እንናገራለን፡፡ የዚችም ዓለም ገዥዎች አንዱ እንኳ ይህንን ጥበብ አላወቀም አውቀውስ ቢሆን የክብርን ጌታ ባልሰቀሉት ነበር" (1ኛ ቆሮ 2፥7-8) ጌታ መሞቱ (መሰቀሉ) የእግዚአብሔር ጥበብ ለእኛ ክብር ነው ይለናል፡፡

ሞት ለክርስቶስ ስቃይ ውርደት ሆነ ለእኛ ግን ክብር ሆነ፡፡ ዛሬ አዳማዊ ሞትን ስናይ አንፈራም ለፍርሃት ባርነት አይሆንብንም ግን በክርስቶስ ሞት እንደ ተዋጠ ይበልጡን ትንሳኤውን የምናውጀበት መጠቀሚያ መሳሪያ ሆነልን፡፡ በሌላ አነጋገር እግዚአብሔር ነገርን ለበጎ ለወጠው፡፡ መስቀሉ የክብሩ መገለጫ ሆነ፡፡ "ሞት ሆይ መውጊያህ የት አለ?....ነገር ግን በክርስቶስ ኢየሱስ በኩል ድል መነሣትን ለሚሰጠን ለእግዚአብሔር ምሥጋና ይሁን" (1ኛ ቆሮ 15፥55፤57)፡፡

ጌታችን ኢየሱስ ሞትን ድል በመንሳት ትንሳኤ አደረገልን፡፡ በእርሱ ሞትና ትንሣዔ አማካኝነት እግዚአብሔር ዕርስት ሰጠን፡፡ ይህን የአክሊል ዘውድ (የንግሥና ሕይወት - የገዢነት ስልጣን) የልቦናችን አይኖች በበሩ መጠን የምናውቀው የምንኖረው ሕይወት ነው፡፡ ሐዋርያው በዚሁ በኤፌሶን (ምዕራፍ 3፥20) እንደ ተረከው “እንግዲህ በእኛ እንደ ሚሰራው ኃይል መጠን ከምንለምነው ወይንም ከምናስበው ሁሉ ይልቅ እጅግ አብልጦ ሊያደርግ ለሚቻለው” - የክርስቶስ ክብር (ዘውድ) ያ ሙላት ተሰጠን፡፡ (በምዕራፍ 4፥12-13) “የክርስቶስም ሙላቱ ወደሚሆን ወደ ሙላቱ ልክ እስክንደርስ ድረስ” ይህ የቅዱሳን ዕርስት በክርስቶስ ኢየሱስ የተሰጠን ነው፡፡

እንግዲህ ምን እንላለን መከራ ወይስ ጭንቀት ያለው ወይንም የሚመጣው የፍጥረታት ሞጥ የጸድቃን መስቀል ነገርን ሁሉ ለበጎ የለወጠው ትንሳኤን በመስቀሉ ሞት ያወጀው ጌታ ከእኛ ጋር አለ፡፡ የቅዱሳን ርስት ይህ ነው፡፡ የሾህ አክሊል በምሥጋና ዘውድ ተዋጠ፡፡

የምሥጋናው ዘውድ በክርስቶስ ያለንን በረከት ይገልጣል - መጽሐፍ ቅዱስም፡፡ በክርስቶስ ሁሉ መልካም እንደ ሆነ ይገልጥልናል፡፡ (ዕብ 2፥6-8) የሚከተሉትም ዋና ዋና ነጥቦች ይህንኑ ሃሳብ ያጠናክራሉ፡፡

በክርስቶስ ማን እንደ ሆንን እናውቃለን፡፡ ከዳንም በኋላ በክርስቶስ ነን፡፡ አሁንም ደኅንነታችን እንደ ተጠበቀ ይኖራል፡፡ ማወቅ የሚገባን ጌታ በረከቱን በክርስቶስ በኩል መልቀቁን ነው፡፡ ይህ ማለት ምን ማለት እንደ ሆነ በቃሉ ውስጥ እንደ ሚከተለው ተብራርቷል፡፡

11 እንደ ፈቃዱ ምክር ሁሉን የሚሠራ እንደ እርሱ አሳብ፥ አስቀድመን የተወሰንን በክርስቶስ ደግሞ ርስትን ተቀበልን።
እንደ ፈቃዱ ምክር ኤፌ1፥8፤ ኢዮ 12፥13፤ ምሳ 8፥14፤ ኢሳ 5፥19፤ 28፥29፤ 40፥13፣14፤ ኤር 23፥18፤ 32፥19፤ ዘካ 6፥13፤ ሐዋ2፥23፤ 4፥28፤ 20፥27፤ ሮሜ 11፥34፤ ዕብ 6፥17
ሁሉን የሚሠራ እንደ እርሱ አሳብ፥ አስቀድመን የተወሰንን ኢሳይያስ 46: 10, 11
ርስትን ተቀበልን ኤፌ1፥14፤ መዝ 37፥18፤ ሐዋ 20፥32፤ 26፥18፤ ሮሜ 8፥17፤ ገላ 3፥18፤ ቆላ 1፥12፤ 3፥24፤ ቲቶ 3፥7፤ ያዕ 2፥5፤ 1 ጴጥ 1፥4፤ 3፥9

1:12-13 "ይኸውም በክርስቶስ አስቀድመን ተስፋ ያደረግን እኛ ለክብሩ ምሥጋና እንሆን ዘንድ ነው፡፡ እናንተም ደግሞ የእውነትን ቃል ይኸውም የመዳናችሁን ወንጌል ሰምታችሁ ደግሞም በክርስቶስ አምናችሁ"

እነዚህ ቁጥሮች እንደ ሐረግ እንደ ሆኑ በመጽሐፉ መምህራን ዘንድ ይታወቃል፡፡

የእውነት ቃል ወይም መልዕክት (ሎጎስ) lógos / log'-os፡- የመናገር ድርጊት እንዲሁም የተነገረው ነገር። በዚህ ክፍል መልዕክቱ እግዚአብሔር በልጁ በኢየሱስ ክርስቶስ ሥራ የመዳን መንገድ የማዘጋጀቱ መልካም ወሬ ነው። (መጽሐፍ ቅዱስ ጥቅሶች የብሉይና / የአዲስ ኪዳን ግሪክ መዝገበ ቃላት. የቲየር ትርጉም)

ዘፑልፒት ኮመንተሪ እንዲህ ይላል...ወንጌሉ በሰዎች ብላሃት የተፈጠረ ተረት ወይም የማይጨበጥ የሰዎች ሕልም ሳይሆን የእውነት ቃል ነው ምክንያቱም ምንጩ እራሱ የእውነት አምላክ ነው፤ መልዕክቱ እውነት የሆነው ክርስቶስ ራሱ ነው፤ መልዕክቱ ግቡን

እንዲመታ ወደ ሰዎች ልብ የሚደርሰውም በእውነት መንፈስ አማካኝነት ነው።ወንጌሉ በሚከተሉት የመጽሐፍ ቅዱስ ክፍሎች ውስጥ **የእግዚአብሔር ቃል** ተብሎ ተጠርቷል (1ኛ ተሰሎንቄ 1፥8 2ኛ ተሰሎንቄ 3፥1 1ኛ ጴጥሮስ 1፥25)።(ፑልፒት ኮመንተሪ አስተያየት)

ወንጌል(ዩአንጌሊዎን) euangélion / yoo-ang-ghel'-ee-on፡- በግሪኮች ዘንድ ይህ ቃል የድል ዜና፣ የጠላት መማረክ ወይም መሞትን ማብሰር ማለት ነው። ከጠላቶቻችን አንጻር ይህንን አስቡ። በሌላ አጠቃቀሙ ሰርግ እየደረሰ ነው ብሎ ማወጅ ወንጌል ይባላል። ወንጌል ሰውን ከኃጥያት ኃይል ነጻ ያወጣል።(መጽሐፍ ቅዱስ ጥቅሶች የብሉይና / የአዲስ ኪዳን ግሪክ መዝገበ ቃላት. የቲየር ትርጉም)

ኤቢ. ሲምፕሰን ስለ ወንጌል እንዲህ ብሎ ነበር...ወንጌል ለአመጸኛ ሰዎች እግዚአብሔር ታርቋቸኋል፤ የኃጥያት ዋጋ ተከፍሏል፤ የበደለኛው ፍርድ ተሰርዟል፣ የሕግ እርግማን ተወግዷል፣ የሲዖል በር ተዘግቷል፣ የመንግስተ ሰማያት ደጆች ተከፍተዋል፤ የተሰበረ ልብ ተፈውሷል ብሎ የሚያበስር የምስራች ነው።

መዳን (ሶቴሪያ) sōtēría / so-tay-ree'-ah፡- የሰውን ከአደጋ ወይም ከጥፋት መትረፍ የሚገልጽ ቃል ነው። ጠፍቶ የነበረ ጤናን መመለስ የሚልም ትርጉም አለው። መዳን ጻድቅ መባል፣ ከኃጥያት ቅጣት መትረፍ፣ መቀደስ፣ ከኃጥያት ኃይል ነጻ መውጣት፣ ከኃጥያት ተጽዕኖ ሙሉ በሙሉ ነጻ መሆንን ሁሉ ያጠቃልላል። (መጽሐፍ ቅዱስ ጥቅሶች የብሉይና / የአዲስ ኪዳን ግሪክ መዝገበ ቃላት. የቲየር ትርጉም)

ዲ. ኤል. ሙዲ ሰው የሚድንበትን እምነት ከኢየሱስ ጎን ከተሰቀለው ሌባ አንጻር እንዲህ ይገልጻል... ሌባው ሥራ እንዳይሰራ ሁለቱም እጆቹ በሚስማር ተቸንከረዋል ፤ ለእግዚአብሔር እንዳይላላክ ሁለቱም እግሮቹ ተቸንከረዋል፤ ስለዚህ ለመዳን እጁንም ማንሳት አይችልም እግሩንም ማንቀሳቀስ አይችልም። ክርስቶስ ግን የእግዚአብሔርን ስጦታ ሰጠው እርሱም ተቀበለ። ኢየሱስ ፓስፖርት ሰጠው እርሱም ወደ ገነት ገባ።

የእግዚአብሔር በሉአላዊ ችሎታው አስቀድሞ ሰውን ለመዳን መጥራቱና የሰው ልጅ ለዚህ ጥሪ የሚያደርገው ድርሻ ፤በየዘመናቱ በተነሡ የወንጌል አስተማሪዎች ትልቅ ጥያቄ ሆኖ ለማስረዳት የሚሿቸው፤ ሁለቱ ተጣምረው ሊሄዱ ይችላሉ ወይም አይችሉም እያሉ የሚከራከሩባቸው ናቸው፡፡ በአንዱ ወገን እግዚአብሔር ከጠራህ ትድናለህ የሚለው መከራከሪያ ሲሆን በሌላው ወገን ደግሞ አይደለም! እግዚአብሔር ሲጠራህ ወንጌልን ሰምተህ ማመን አለብህ የሚል ክርክር ያነሳሉ፡፡ እነዚህን ሁለት ሐሳቦች ለማስታረቅ ወይም

አዋህዶ ለማስኬድ ሲባል ብዙ የተለያዩ ትምህርቶች ተዘጋጅተዋል፡፡ አንዳንዶችም የሚያምን ልብ እግዚአብሔር እንዲሰጥህ ያስፈልጋል ወደሚለው አስተያየት የበለጠ ሲያዘነብሉ ሌሎች ደግሞ ለማመን ደግመህ ደጋግመህ መስማት ቃሉን ማመን ይኖርብሃል ይላሉ፡፡ በዚህም ሆነ በዚያኛው ያለ ልክ መለጠጥ አዳጋች ነው፡ እግዚአብሔር ብቻ ያውቃል ብለን ለቃሉ እና ለጸሎት አለመዘርጋት በራሱ መልካም እንዳልሆነ ሁሉ ያለ ጌታ ጸጋ እንዲሁ በራስ መፍጨርጨር በራሱ አዳጋች ከመሆኑ ባሻገር አታካች ይሆናል፡፡

መጽሐፍ ቅዱስ አማኝ በጥያቄ እየተሞላ፤ ወዲህና ወዲያ በትምህርት ንፋስ እየተላጋ ይኖር ዘንድ አልተሰጠንም፡፡ ነብዩ ኢሳያስ እንደ ተነበየው "ልጆችሽ ከእግዚአብሔር የተማሩ ይሆናሉ የልጆችሽም ሰላም ብዙ ይሆናል" (ኢሳ 54፥13) የእግዚአብሔር ትምህርት ወይንም ከሕያው ቃና ከመንፈስ ቅዱስ የሆነው አማኙን ወደ ሰላም ይጠራል፡፡ የሰላምም ወንዝ ከሆዱ እንዲፈልቅ ያደርጋል፡፡ "ትእዛዜን ብትሰማ ኖሮ ሰላምህ እንደ ወንዝ ጽድቅህም እንደ ባሕር ሞገድ በሆነ ነበር" (ኢሳ 48፥18)

በትምህርት ንፋስ ወዲህና ወዲያ እንዳይሉ ለኤፌሶን ክርስቲያኖች ያስጠነቅቃቸዋል፡፡ አሁን ወደዚያ አንገባም፡፡ ሆኖም ግን መንገድ እየጠረግን መሄዱ ተገቢ ይሆናል፡፡ "እንደ ስህተት ሽንገላ ባለ ተንኮል በሰዎችም ማታለል ምክንያት በትምህርት ነፋስ ሁሉ እየተፍገመገምን ወዲያና ወዲህም እየተንሳፈፍን ህፃናት መሆን ወደፊት አይገባንም" (ኤፌ 4፥14)፡፡

ለክብሩ ምሥጋና እንሆን ዘንድ ለእርሱ ልጆች እንጂ ህፃናት እንድንሆን የእግዚአብሔር ጥሪና ውሳኔ አይደለም፡፡ "በበጎ ፈቃዱ እንደ ወደደ በክርስቶስ ኢየሱስ ሥራ ለእርሱ ልጆች ልንሆን አስቀድሞ ወሰነን" (ኤፌ 1፥5)

ለዚህ ትልቅ መልስ የሚሆነን ሁለቱንም በማየት ስንመላለስ ይሆናል፡፡ የእግዚአብሔርን ክብር (የጸጋውን ባለጠግነት) ማየት እንደዚሁም የእምነት በር መከፈቱንና በእምነት መግባትን እንዳገኘን ልናስተውል ይገባናል፡፡ የእብራውያን ጸሐፊም ይህን ያሳየናል፡-

1. የጸጋ ዙፋን አለ (እግዚአብሔር ባለጠጋ) ነው፡፡ በድካማችን ሊራራልን (ሊታደገን፣ ሊያነሳን ሊሸከመን እርሱ ይችላል) ቃሉንን አምነን በእምነት እንቅረብ
2. በተከፈተልን ሕያው መንገድ በእምነትና በድፍረት እንቅረብ

እምነት የእብራይስጡ ቃል emunah ይለዋል በአዲስኪዳኑ የግሪክ ቃል ደግሞ pistis የሚለውን ቃል እናገኛለን፡፡ የእብራይስጡ ቃል መሠረታዊ ትርጉም ታማኝነት ከሚለው ቃል የተወረሰ ነው፡፡ በዚህ ውስጥ የእግዚአብሄር ታማኝነትም ይካተታል፡፡ (1ኛ ሳሙ26፥23፤2ኛ ዜና19፥9) ፤ወደ አዲስኪዳን ስንመጣ ፅናትን፤ በሥፍራ ሳይናወጡ መቆምን ያሳያል፡፡ ሐዋርያው ጳውሎስ በሚቀጥሉት ቁጥሮች ተጨማሪ ማብራሪያ ይሰጠናል፡፡

እግዚአብሔር የልቦና አይኖቻችንን ያበራልናል፡፡ በበራልን መጠን በእምነት ትመላለሳለህ የሚል መልእክት አለው (ኤፌ 1፥17-23) እምነት ብሎ ሐዋርያው የሚገልጠው የእግዚአብሔር ባሕርይ የሆነውን እምነት እንደ ሆነ ግልጥ ነው፡፡

“በተስፋው መንፈስ በመንፈስ ቅዱስ ታተማችሁ” የመንፈስ ቅዱስ ሥራ በዚህ የመቤዠት ሥራ ውስጥ ትልቅ ሚና እንዳለው እንመለከታለን፡፡ ይህ ወንጌል ማለትም በክርስቶስ ሊሠራ የወደደውን አብ ወልድ መንፈስ ቅዱስ (ስላሴ) አብረው የሠሩ እንደ ሆነ እንረዳለን፡፡ መንፈስ ቅዱስ ከስላሴዎች አንዱ እንደ ሆነ ጌታችን ኢየሱስ "እርሱ" በመለኮትነት ይናገራል፡፡ (ዮሐ 15፥26) የዕብራዊው ጸሐፊ "የዘላለም መንፈስ" ይለዋል፡፡ (ዕብ 9፥14) ሐዋርያው ጳውሎስ "ጌታ" ነው ይለናል፡፡ የእግዚአብሔር አብን ጥልቅ ነገር የማወቅ "መንፈስ" በማለት ይገልጠዋል፤ ይህ እግዚአብሔር መንፈስ ቅዱስ መለኮትነቱን ያስመሰከረበት ሥፍራ በዘፍጥረት 1 ላይ ተጠቅሷል፤ በውሃ ላይ በሰፈፈና በሐዋርያት ላይ በወረደባቸው ዘመን ሐናኒያና ሰጲራ ሊዋሹት በሞከሩ ጊዜ በሞት መቀጣታቸውን እናስታውሳለን፡፡ (ሐዋ 5፥3-4)

ይህ ቅዱስ መንፈስ በአማኙ ውስጥ እና ከእርሱ ጋር በመሆን የርስታችንን ክብር እንድንወርስ የሚያደርግ እንደ ሆነ ከጌታችን ከኢየሱስ አፍ ከወጣው ቃል እናስተውላለን፡፡ (ዮሐ 14፥15-17) ሐዋርያው ጳውሎስ ታተማችሁ የሚለው ቃል ጋር ስንመለከት ጌታችን ኢየሱስ ከእናንተ ጋር "perakateo" ጰራቅሊጦስ ይለዋል፤ትርጓሜውም ***የማይለይ ወዳጅ ጠበቃ ኢጋዥ*** የሚል ነው፡፡ በጥንት ዘመን ማህተምን ለተለያየ ነገር ይጠቀሙበታል፡፡ ማህተም እንደ ባለቤቱ ፊርማ ይወሰዳል፡፡ በጥንት ዘመን ይህ ማህተም በሰውየው ቀለበት ላይ እንደ ሆነ ይታወቃል፡፡ ሰውየው ስለ ተናገረው ቃል የማረጋገጫ ፊርማ ወይም የመጨረሻ ቃሉ እንደ ሆነ ወይንም የውሳኔው ቃል እንደ ሆነ የሚያረጋግጡት ነው፡፡ ትዕማር በድብቅ ሄዳ ይሁዳ እንዳይከዳት እንደ መያዣ አድርጋ እንዲሰጣት ከጠየቀችው ውስጥ የመጀመሪያው "ቀለበትህን" የሚል ነበር፡፡ (ዘፍ 38፥18) ሙሴ በ (ዘዳ 32፥34) የኃጥአን በረከት ከንቱ እንደ ሆነ እግዚአብሔር አትሜዋለሁ እያለ ያረጋገጠበት

ነው፡፡ ነህሚያ 38 እና (አስቴር 3፥12) ላይ መንፈስ ቅዱስ የእኛ ማህተም ሆኖአል፡፡ ይህን ርስት የሚያስጨብጠን እንደ ሆነ እንመለከታለን፡፡

ፓስተር ስቲቨን ኮል እንዲህ አለ...መንፈስ ቅዱስን እንዴት ነው የምንቀበለው የሚለውን ጥያቄ ለመመለስ ረጅም ጽሁፍ ጽፏል። መልሱ በኤፌሶን 1፥14 መሰረት መንፈስ ቅዱስን የምንቀበለው የወንጌሉን ቃል በመስማት እና በኢየሱስ ክርስቶስ በማመን ነው።

የበዓለ ሃምሳ ዕለት መንፈስ ቅዱስ በአማኞች ላይ በኃይል በመውረድ የእግዚአብሔርን የተስፋ ቃል ፈጸመ። የሐዋርያት ሥራ ወደ መንፈስ ቅዱስ ዘመን መሸጋገሪያ መጽሐፍ ተደርጎ መታየት አለበት። መንፈስ ቅዱስ መጀመሪያ በኢየሩሳሌም የነበሩት ላይ ሲመጣ እናያለን፤ ከዚያም በሰማሪያ፤ ቀጥሎ በአሕዛብ ላይ ከዚያም እግዚአብሔር ከሩቅ እስከ ምድር ዳርቻ ድረስ ለጠራቸው ሁሉ የመሸጋገሪያው ጊዜ ካለፈ በኋላ በኢየሱስ ክርስቶስ ያመኑ ሁሉ መንፈስ ቅዱስን ይቀበላሉ።በሮሜ መልዕክት ውስጥ ጳውሎስ አማኞች ሁሉ መንፈስ ቅዱስን መቀበላቸውን ይናገራል። መንፈስ ቅዱስ በሰው ውስጥ ማደሩ ያ ሰው የክርስቶስ ለመሆኑ ምልክት ነው።*«እናንተ ግን የእግዚአብሔር መንፈስ በእናንተ ዘንድ ቢኖር፥ በመንፈስ እንጂ በሥጋ አይደላችሁም። የክርስቶስ መንፈስ የሌለው ከሆነ ግን ይኸው የእርሱ ወገን አይደለም።»* (ሮሜ 8፥9)አንዳንድ ግለሰቦች ከሚያስተምሩት በተቃራኒው መጽሐፍ ቅዱስ ሲናገር በአዲሱ ኪዳን ውስጥ መንፈስ ቅዱስን በተመለከተ በአማኞች መካከል ያላቸው እና የሌላቸው የሚባል ልዩነት የለም። አንድ ሰው የእውነትን ቃል ይኸውም የመዳንን ወንጌል ሰምቶ ሲያምን መንፈስ ቅዱስን ይቀበላል። ይህም ሒደት ጳውሎስ ለቆሮንቶስ ሰዎች እንዳስተማራቸው ጥምቀት ይባላል...*እኛ ሁላችን በአንድ መንፈስ አንድ አካል እንድንሆን ተጠምቀናልና። ሁላችንም አንዱን መንፈስ ጠጥተናል* (1ኛ ቆሮንቶስ 12፥13)። ጳውሎስ እዚህ ጋር የሚናገረው ስለ ውሃ ጥምቀት አይደለም። የውሃ ጥምቀት (አንዳንዶች በስህተት ከሚያስተምሩት በተቃራኒው) በሰው መዳን ወይም መለወጥ ውስጥ ምንም አስተዋጽኦ የለውም። ይልቁንም ሰው ውስጡ ስለመለወጡ ወይም ስለመዳኑ ለቤተክርስቲያን እና ለዓለም የሚሰጠው ውጫዊ ምስክርነት ነው እንጂ። መዳኑም ሙሉ በሙሉ የእግዚአብሔር ሥራ ነው።

ዊሊያም ማክዶናልድ እንደሚለው፡- የመንፈስ ቅዱስ ጥምቀት መዳንን ተከትሎ ከእግዚአብሔር ዘንድ የሚሰጥ የአማኞችን መንፈሳዊነት የሚያሳድግ ሌላ ተጨማሪ ስጦታ አይደለም። የቆሮንቶስ ሰዎች በሙሉ በመንፈስ ቅዱስ ተጠምቀዋል፤ ነገር ግን ጳውሎስ ስለ መንፈሳዊነታቸው ሳይሆን ስለ ሥጋዊነታቸው ይቆጣቸዋል (1ኛ ቆሮ 3፥1)። በልሳን መናገርም ብቸኛው በመንፈስ ቅዱስ የመጠመቅ ምልክት አይደለም። የቆሮንቶስ አማኞች ሁሉ በመንፈስ ቅዱስ ተጠምቀዋል ነገር ግን ሁሉም በልሳን አልተናገሩም (1ኛ ቆሮ 12፥

30)። አማኙ ለመንፈስ ቅዱስ ራሱን በሰጠ ጊዜ የመንፈስ ቅዱስ ኃይል ሲሞላበት የሚመጣበት ትልቅ ለውጥ አለ፤ ነገር ግን ይህ ከመንፈስ ቅዱስ ጥምቀት ጋር አንድ አይደለም። በመንፈስ ቅዱስ መጠመቅ በመንፈስ ቅዱስ ከመሞላት ይለያል (ኤፌ.5፥18)። በመንፈስ ቅዱስ መሞላት ተጨማሪ መንፈስ ቅዱስ መቀበል ሳይሆን አንድ ሰው የይሕወቱን ክፍሎች በሙሉ አንድ በአንድ ለመንፈስ ቅዱስ እያስገዛ እና በመንፈስ ቅዱስ ቁጥጥር ስር ለመሆን እየፈቀደ ነው ማለት ነው። መሞላት ማለት ሕይወታችንን በሥጋ ሳይሆን በእግዚአብሔር መንፈስ መምራት ማለት ነው»

በእርግጥ ይህ እንደ ዊልያም ሚከተሉ አስተምህሮ ማለትም «የመንፈስ ቅዱሳን ጥምቀት አንዲሁም በመንፈስ ቅዱስ የተሞሉ ሁሉ ልሳን አይናገሩም» የሚለው በብዙዎቻችን ዘንድ ተቀባይነት የለውም ሆኖም «በመንፈስ መመላለስ ማለት ሁለመናን ለመንፈስ ቅዱስ መስጠት» የሚለው ግን በሁሉም በሁላችን ቤተ እምነት ተቀባይነት አለው:: *ሥራ* 2፡4 ፤ 10፡44,46 ፤ 9፡17 ፤ 19፡6 ፤ 1ኛ ቆሮ 14፡18

ታተማችሁ (ስፍራጊዞ) sphragízō / sfrag-id'-zo፡- ባለቤትነትን ባለንብረትነትን የሚያመለከት የተቀረጸ ዓርማ፣ ጽሁፍ ወይም ማሕተም ማድረግ፤ ወይ አንድን ሰነድ፣ ጽሁፍ፣ ደብዳቤ ወይም ማንኛውንም አይነት ንብረት በቀለጠ ሰም ማሸግ። ማሕተሞች አገልግሎታቸው የታተመበት ነገር ትክክለኛ መሆኑን፣ ይዘቱ ሳይለወጥ ሳይበረዝ መጀመሪያ እንደነበረ ተጠብቆ መቆየቱን ማረጋገጥ ነው። ለመስዋዕት የሚቀርቡ እንስሳት ከተፈተሹ በኋላ ፍጹምነታቸው ሲረጋገጥ ይታተሙ ነበር። ማድጋዎች፣ ፍራፍሬ የሞሉባቸው ጆንያዎች ወይም የእህል ከረጢቶች ይታሸጉ ነበር። (መጽሐፍ ቅዱስ ጥቅሶች የብሉይና / የአዲስ ኪዳን ግሪክ መዝገበ ቃላት. የቲየር ትርጉም)

ጆን አወን እንዲህ ብሎ ጻፈ...እግዚአብሔር በአማኞች ላይ የሚያትመው ማህተም የመንፈስ ቅዱስ ስጦታ ነው። ይህም አማኞች ለተጠሩበት ቅዱስ አጠራር እንደሚገባ መኖር ይችሉ ዘንድ ነው። በመንፈስ ቅዱስ መታተም ውጤቱ መንፈስ ቅዱስ በአማኞች ሕይወት ውስጥ እንዲሰራ ሲያደርግ መታተሙ በራሱ ግን እግዚአብሔር መንፈሱን ለአማኞች መስጠቱ ነው።

ፓስተር ሬይ ስቲድማን የሚያካፍለንን ገጠመኝ እንስማ...አንድ ወጣት ባለፈው ሳምንት ደውሎልኝ እንዴት በመንፈሳዊ ሕይወቱ እንደተዳከመ ነገረኝ፤ በተለይም እንዴት በልበ ሙሉ እምነት መጸለይ እንዳቃተው። ይጸልያል እንጂ ምንም መልስ ሊያገኝ አልቻለም፤ ስለዚህ ከእንግዲህ መጸለዩን ሊያቆም መወሰኑን ነገረኝ። እኔም እንዲህ አልኩት "ለምን አታቆምም ታዲያ? ክርስቲያን መሆንህን አቁም።" እንዲህ ያልኩት ክርስትናውን ለመተው

የቤ.ፌ.በ.ስ. አገልግሎት / የኤፌሶን መልእክት ትምህርት

ቢሞክር መተው እንደማይችል ይገባዋል ብዬ ነው፤ እርሱም እንደማይችል ተረድቷል። ክርስትናህን ተወው ብዬ እንደተናገርኩት ወዲያው "ልክ ነህ፤ አልችልም" አለኝ። ክርስትናችንን መጣል የማንችለው እንዳንተው በመንፈስ ቅዱስ ስለታተምን ነው። በኢየሱስ የሚያምን ሰው መለያው ይህ ነው።

12 ይኸውም፥ በክርስቶስ አስቀድመን ተስፋ ያደረግን እኛ ለክብሩ ምስጋና እንሆን ዘንድ ነው።
ተስፋ ያደረግን እኛ ኤፌ1፥13፤ መዝ 2፥12፤ 14፤ 6፥3-5፤ ኢሳ11፥10፤ 12፥2፤ 32፥ 1፤2፤ 42፥ 1-4፤ 45፥ 23፤25፤ ኤር 17፥ 5-7፤ 23፥6፤ ማቴ 12፥18-21፤ ዮሐ 14፥ 1፤ ሮሜ 15፥12፤13፤ 2ኛ ጢሞ 1፥12፤ ያዕ 1፥18፤ 1ኛ ጴጥ 1፥21
ለክብሩ ምስጋና እንሆን ዘንድ ነው ኤፌ1፥6፤14፤ 2፥ 7፤ 3፥21፤ 2ኛ ተሰ 2፥13
13 እናንተም ደግሞ የእውነትን ቃል፥ ይኸውም የመዳናችሁን ወንጌል፥ ሰምታችሁ ደግሞም በክርስቶስ አምናችሁ፥ በተስፋው መንፈስ በመንፈስ ቅዱስ ታተማችሁ፤
እናንተም ደግሞ ኤፌ1፥2፥11፤12፤ ቆላ 1፥ 21-23፤ 1ኛጴጥ 2፥10
የእውነትን ቃል፥መዝሙር 119፥ 43፤ 2ኛቆሮ 6፥7፤2ኛጢሞ 2፥15፤ ያዕ 1፥18
የመዳናችሁን ወንጌል፥ ማር16፥ 15፤16፤ ሐዋ 13፥26፤ ሮሜ 1፥16፤ 2ኛ ጢሞ 3፥15፤ ቲቶ 2፥11፤ ዕብ 2፥3
ሰምታችሁ ኤፌ4፥21፤ ዮሐ 1፥17፤ ሮሜ 6፥17፤ 10፥14-17፤ ቆላ1፥ 4-6፤23፤ 1ኛ ተሰ 2፥13
በተስፋው መንፈስ በመንፈስ ቅዱስ ኢዩ 2፥28፤ ሉቃ 11:13፤ 24፥49፤ ዮሐንስ 14፥16፤17፤26፤ 15፥26፤ 16፥7-15፤ ሐዋ 1፥ 4፤ ሐዋ 2፥ 16-22፤33፤ ገላ 3፥14
ታተማችሁ ኤፌ4፥30፤ ዮሐ 6፥27፤ ሮሜ 4፥11፤ 2ኛ ቆሮ 1፥22፤ 2ኛ ጢሞ 2፥19፤ ራዕ 7፥ 2

1:14 "እርሱም የርስታችን መያዣ ነው፥ ለእግዚአብሔር ያለውን ሁሉ እስኪዋጅ ድረስ፥ ይህም ለክብሩ ምስጋና ይሆናል። "

እርሱም የርስታችን መያዥያ ነው - አዲሱ መደበኛ ትርጉም "..እርሱ የርስታችን ዋስትና የሚሆን መያዥያ ነው""መያዥያ" የአዲሱ መደበኛ ትርጉም ያብራራውን የቃሉን ፍቺ ከመመልከታችን በፊት መንፈስ ቅዱስን እንደ መያዥያ እንደ ተሰጠን ሐዋርያው ጳውሎስ ይናገራል:: ሐዋርያው ለቆሮንቶስ ሰዎች በተመሳሳዩ እንደ ገለፀው ይህ ቅዱስ መንፈስ ለቤዛ ቀን እንደ መያዥያ ሆኖ የተሰጠን እንደ ሆነ ይነግረናል :: "በክርስቶስም ከእናንተ ጋር የሚያፀናንና የቀባን እግዚአብሔር ነው ደግሞም ያተመን የመንፈሱንም መያዥያ በልባችን የሰጠን እርሱ ነው" (2ኛ ቆሮ 1፥21-22) እንዲሁም ፤ (2ኛ ቆሮ 5፥5) ይህ መያዥያ የሚለው ቃል በአዲስ ኪዳን ሦስት ጊዜ ብቻ ተፅፎ እናገኘዋለን::

እግዚአብሔር እንደ ባለቤት እኛን የተቤዠበት የጸጋው አሰራር እንደ ሆነ ከላይ ተመልከተናል:: መቤዠቱ ደግሞ በክርስቶስ የተጠናቀቀ ቢሆንም "የሰውነታችንን ቤዛነት የሆነውን ልጅነት" እየተጠባበቅን እንደ ሆነም አይተናል:: የእርሱ መሆናችን በክርስቶስ

መኖር መመላለስ አስፈላጊ መሆኑን እናስተውላለን፡፡ ጌታችን ኢየሱስ ሆነ ሐዋርያቱ በክርስቶስ ፍቅር መኖር ትእዛዙን መፈፀም ፍሬአችንን ሲያበዛው በአለፉት ትምህርት ላይ ተመልክተናልም፡፡መያዥያ የሚለው የግሪኩ ቃል “arrabon” የሚለው በእንግሊዝኛው earnest-money ወይንም deopsit የሚለው ሲሆን ገዢው የገዛውን ከፍሎ እንደ ሚጨርስ እንደ ሚጠበቅ፤ ከፍሎ ሲያጠናቅቅም ባለቤትነቱ እንደ ሚፀና አቋሙ መሆኑን ፤ ሊያደርግ ያለውን በማያወላውል ሁኔታ እንደ ሚፈፅም በቅድሚያ ቃል መግባቱን ያስረዳል፡፡

የርስታችን መያዣ - ዋስትና ወይም በዚህ ዘመን ቀብድ እንደምንለው ማለት ነው። ሊቆጠርና ሊሰፈር ከማይችለው ከሚጠብቀን ርስት ላይ ቅምሻ እንደማግኘት ነው። የተዘጋጀልን ርስት እና ክብር ምን አይነት እንደሆነ እናውቅ ዘንድ እግዚብሔር አሁን የሚሰጠን ቅምሻ።

ውወስት እንዲህ ይላል... የመንፈስ ቅዱስ ስጦታ የመዳን ከፊል ክፍያ ነው። (ዎዊስት, ኬ. ኤስ. የዎዊስታን ቃላቶች ከግሪክ አዲስ ኪዳን. ኢ.ርድማንስ)

መዳን ሦስት ክፍሎች አሉት። መጽደቅ (ራይቸስነስ)፣ የኩነኔ እና የኃጥያት ቅጣት መወገድ እና በኢየሱስ ክርስቶስ የጽድቅ ስጦታን መቀበል ሲሆን ይህም ኃጥያተኛው ኢየሱስን እንደ ግል አዳኝ አድርጎ ሲቀበል ይፈጸማል። መቀደስ (ሳንቲፊኬሽን) በአማኙ ሕይወት ውስጥ መንፈስ ቅዱስ በቀጣይነት የሚሰራው ሥራ ነው። አማኙ በምድር ሳለ መንፈስ ቅዱስ ኃጥያትን ከአማኙ ሕይወት ውስጥ በማስወገድ በቦታው የራሱን ፍሬ ያፈራል። ክብር (ግሎሪፊኬሽን) እግዚአብሔር ሟች የሆነውን የአማኙን ሥጋ ፍጹም ከኃጥያት የነጻ እና የማይሞት አካል አድርጎ ይለውጠዋል። አማኙ የመጀመሪያዎቹን ሁለቱን አሁኑኑ ወዲያውኑ አግኝቷል፤ መንፈስ ቅዱስ አሁን በአማኙ ውስጥ መኖሩ ቀሪውን ርስቱንም እንደሚወርስ ማረጋገጫው ነው።

መንፈስ ቅዱስ በሌላ አነጋገር እግዚአብሔር ለቤተክርስቲያን የሰጣት የማይሻር የቃልኪዳን ቀለበት ነው። ይህም ቃልኪዳን ቤተክርስቲያን ለክርስቶስ የታጨችበት ኪዳን ነው። አሁን የምናጣጥመው ደስታ በከፊል ነው። ወደ መዳናችን ፍጻሜ እና ሙላት የምንገባው ሰማይ ስንሄድ ነው። *“በክርስቶስም ከእናንተ ጋር የሚያጸናንና የቀባን እግዚአብሔር ነው፥ ደግሞም ያተመን የመንፈሱንም መያዣ በልባችን የሰጠን እርሱ ነው።”* (2ኛ ቆሮ1፥21-22) *ነገር ግን ለዚሁ የሠራን እግዚአብሔር ነው እርሱም የመንፈሱን መያዣ ሰጠን* (2ኛ ቆሮ 5፥5)።

መያዣ የግሪኩ ቃል አራቦን ሲሆን በጥንቱ የግሪኮች ንግድ ሥርዓት ውስጥ በጣም የታወቀ ቃል ነበረ።

ባርክሌይ ስለ አራቦን እንዲህ ይላል...እቃ ሲገዛ አስቀድሞ የሚሰጥ ከፊል ክፍያ ነበረ፤ ይህም ቀሪው ሙሉ ክፍያ በጊዜው እንደሚከፈል ዋስትና መስጫ ነበረ። እስከዛሬ ድረስ ብዙ የጥንት ግሪክ የንግድ ሰነዶች ውስጥ ቃሉ ይገኛል። በግሪክ ሕጋዊ ሰነዶች ውስጥም ብዙ ጊዜ ይገኛል። ስለዚህ ጳውሎስ በ(ኤፌ 1፥14) ላይ የሚናገረው በዚህ ዓለም ሳለን የምንለማመደው የመንፈስ ቅዱስ መገኘት በሰማይ ለሚጠብቀን ሙሉ በረከት ቅድመ ክፍያ ወይም ቅምሻ ነው። ደግሞም አንድ ቀን ወደ እግዚአብሔር ሙሉ ደስታ እንደምንገባ ዋስትና ነው። (ዘ ዴይሊ ጥናት መጽሐፍ ቅዱስ)

መዋጀት (አፖሉተሮሲስ) apolýtrōsis / ap-ol-oo'-tro-sis፡- መልሶ መግዛት፤ አንድ ሰው ራሱን ነጻ ማውጣት ከማይችልበት ወይም ለማውጣት አቅመቢስ ከሆነበት ሁኔታ ውስጥ ስለ ሰውየው ሙሉ ክፍያ ከፍሎ ነጻ ማውጣት። የሰውን ዕዳ ከፍሎ ባለ ዕዳውን ነጻ ማውጣት። ቃሉ በጦርነት ጊዜ የተማረኩትን ነጻ ስለማውጣት፤ ባሮችን እና የሞት ፍርድ የተፈረደባቸውን ስለ ማስጣል፤ እግዚአብሔር እሥራኤልን ከግብጽ ባርነት ነጻ ስለማውጣቱ እና በብሉይ ኪዳን ዘመን ውስጥ እሥራኤልን ከብዙ መከራ ውስጥ ነጻ ስለማውጣቱ ለመግለጽ ጥቅም ላይ ውሏል። በአዲስ ኪዳን አፖሉተሮሲስ የቤዛ ክፍያ በመክፈል ሰውን ከኃጥያት ኃይል ነጻ እና ከአዳም ከተወረሰው አሮጌ ባህርይ ነጻ ስለማውጣት የሚገልጽ ቃል ነው።(መጽሐፍ ቅዱስ ጥቅሶች የብሉይና / የአዲስ ኪዳን ግሪክ መዝገበ ቃላት. የቲየር ትርጉም)

ለእግዚአብሔር ያለውን ሁሉ የራስ ማድረግ፤ ገንዘብ ማድረግ ነገር ግን ስለ ዋጋ ምንም ሳይጠቀስ። እግዚአብሔር ቅዱሳንን የራሱ ስለማድረጉ እና ሁሌም የእርሱ አድርጎ እንደሚጠብቃቸው ይገልጻል። ቅዱሳን እግዚአብሔር ለእርሱ እንዲሆኑ የገዛቸው የእግዚአብሔር ሕዝብ ናቸው።

አዲሱ መደበኛ ትርጉም የሰጠውን "...የርስታችን ዋስትና የሚሆን መያዥያ" የሚለውን እንደዚህ አድርገው ቃሉን የሚያስተምሩ መምህራን ይገራሉ፡፡ ከላይ ከቁጥር 3፥14 ያልነውን ሐሳብ በማስመልከት "ዋስትና" የሚለው ቃል ገባ እንጂ ቀጥተኛ ቃሉን ከግሪኩ ስንመለከት አናገኘውም፡፡ መምህራኑ ከግሪከኛው ወደ አማርኛው ሲተረጉሙ አንዳንድ ቃላት ሊያስገቡ ይገደዳሉ፡፡በዚህ አተረጓጎም ምክንያት አንዳንድ ጊዜ አንዳንድ ቃላቶች ከዋናው ሐሳብ ጋር የማይሄዱ ይመስላሉ፡፡ ይሁን እንጂ በዚያው ልክ ተርጓሚዎቹ ሐሳቡን ሳይፃረሩ ወደ አንድ ወገን እንዲያጋድል ያደርጉታል፡፡ ቃላት እየሰነጣጠቁ ለማፃረር ሆነ ለመንቀፍ መሞከር ሊሆን የሚገባው አይደለም፡፡ ይህ ማለት "ቢቃላት መዋጋት" ነው ብሎ ሐዋርያው ጳውሎስ ለጢሞቴዎስ እንደ ጻፈለት እንረዳለን፡፡ አማኝ ሆነ የቃሉ መጋቢ

ፈፅሞ ሊያደርገው የማይገባ አፀያፊ ነገር ነው፡፡ ከቅዱስ ቃሉ እንደምንረዳው እንደዚህ የመሳሰሉት ከብዙ መልካም ነገር ጥቂት እንከን (ነቀጦ) እያወጡ ሰዎችን የሚተቹ ስለ ሆኑ ትዕቢተኞች ይላቸዋል፡፡

አንዳዶች ብዙ መልካም የሆኑ ትምህርቶችን ሊወስዱ ሲገባ ከሰውየው አፍ ሆነ ሕይወት ስህተት በመፈለግ ድካሙን በማጉላት ጸጋውን ባርኮቱን መካፈል እምቢ ይላሉ፡፡ ይህ አይነቱ ሰው ትዕቢተኛ ይሁን እንጂ ምንም አያውቅም በማለት ሐዋርያው ጳውሎስ ይገልጠዋል፡፡ 2ኛ ጢሞ 6፥3-4 በሐገራችን አስደናቂ የሆኑ ትርጓሜ ያላቸው መጽሐፍ ቅዱሶች አሉን፡፡ ለትውልዱ መድኃኒት ይሆኑ ዘንድ በቋንቋችን ተተርጉመውልናልና ልዑል እግዚአብሔርን ስለ እነርሱ ልናመሰግን ይገባል፡፡ የቀደመው በቀዳማዊ ኃይለ ስላሴ ዘመነ መንግሥት የተተረጎመውም ሆነ አዲሱ መደበኛ ትርጉም አስደናቂ ሥራ ናቸው፡፡ በአንዳንድ ትርጓሜ አዲሱ መደበኛ ትርጉም የተሻለ ፍቺ ይሰጣል፡፡ ለምሳሌ ብንወስድ ጌታችን ኢየሱስ ክርስቶስ ሐዋርያቱ ዱዳ መንፈስ ሊያወጡለት ያቃታቸውን ማውጣት ብቻ ሳይሆን ደግሞም እንዳይገባበት ባዘዘው ወቅት የተናገረው ቃል ነው፡፡

"እኛ ልናወጣው ያልቻልን ስለ ምድር ነው? ብለው ብቻቸውን ጠየቁት፡፡ ይህ ወገን በጸሎትና በጾም ካልሆነ በምንም ሊወጣ አይችልም አላቸው፡፡"(ማር 9፥29) በጸሎትና በጾም የሚለውን "ጾም" አዲሱ መደበኛ ትርጉም ፍቺውን ሲያብራራው በቀደሙት ቅጂዎች የለም ይላል፡፡ በእርግጥ አጋንንት በስሙ ኃይል ይወጣል፡፡ ጾም ደግሞ ሥጋችንን ለመግደል ለጸሎት ያዘጋጀናል፡፡ ሆኖም ጸሎት ሕያው ስሙን በእምነት እንድንጠራ ድፍረት ኃይልን ይሠጣል፡፡ ይሁን እንጂ ጌታችን ኢየሱስ በጸሎት ያልታጀበ ጠላትን መገሰፅ በክፉ መናፍስት ላይ ውጤት እንደ ማያመጣ ይገልጣል፡፡ ይህን እንደ ምሳሌ ወስደን ሁለቱንም የአማርኛ መጽሐፍ ቅዱሳች በመጠቀም የተሻለውን ፍቺ መውሰድ መልካም ነው፡፡ ሁለቱም ትርጓሜዎች እጅግ አስፈላጊ ናቸው፡፡

አዲሱ መደበኛ ትርጉም “የርስታችን ዋስትና የሚሆን መያዥያ” ከሚለው ቃል “ዋስትና” የሚለው ሐሳቡን ወደ አንድ ወገን እንዲያጋድል ያደርገው ይሆንን? ይህችን በጥቂቱ እውቀትና መረዳት በትዕግስት ትመለከቱት ዘንድ በትህትና እለምናለሁ፡፡ መያዥያ ማለት ሰውየው ሁሉን ከፍሎ እስከሚጨርስ ንብረቱ እንደ ቀብድ ሲያዝበት ነው፡፡ መያዥያው ሙሉ እዳው ካልተከፈለ በገቡበት ቃል ኪዳን መሠረት ይወሰዳል ወይንም ለተቀባዩ ይሰጣል፡፡ መያዥያው በበጎ እምነት (good faith) የተሰጠ እንደ ሆነ ይታወቃል፡፡ ነገር ግን ዋስትና ሊሆን አይችልም፡፡ ወደ ወንጌላችን ስንመጣ መዳናችን በክርስቶስ ኢየሱስ የመስቀሉ ሥራ ከፍያው ተከፍሎ በእግዚአብሔር የፍትሐብሔር ችሎት ጸድቆአል፡፡ ይህ ማለት የሰው ልጅ የኃጢአት ዋጋ ተከፈለ ማለት ሰው ሁሉ ፀደቀ ማለት እንዳልሆነ

እናውቃለን፡፡ የመስቀሉን ሥራ ያመነና ነፃ ስጦታውን የተቀበለ ይድናል፡፡ ጌታችን በመስቀል በራሱ ደም የሰውን ልጅ ተቤዥቶአል፡፡ ከኃጢአት ከሞት ከጠላት ግዛት የተቤዠው ሰው ደግሞ በእምነት የመቤዠቱን ሥራ ሊያምን ይገባዋል፡፡

አንድ አማኝ በመስቀሉ የተከፈለለትን ክፍያ ሲያምን ማለት በጌታችን በኢየሱስ ክርስቶስ ሲያምን ከጨለማው ግዛት ወደ ልጁ መንግሥት ፈልሶ የእግዚአብሔር ልጅ በመሆን አዲስ ፍጥረት ሆኖአል፤የእግዚአብሔር ልጅ የሆነው ከተቤዠው፤ የመቤዠቱን ሥራ በመወጣት (በማመን) ፤ በክርስቶስ ኢየሱስ ስለ ታመነ (ስለ ተደገፈ) ነው፡፡ ቀደም ሲል እንደ ተመለከትነው በክርስቶስ የመስቀሉ ሥራ የተቤዠው ልጅ የሆነው ፤ የሰውነት ቤዛነትን ልጅነትን ፈፅሞ እየተጠባበቀ ነው፡፡ ሮሜ 8፥23 በልጁ ኢየሱስ ክርስቶስ በሞቱና በትንሳኤው አዲስ ኪዳንን ከአማኙ ጋር ገብቶአል፡፡ መጠባበቅ ማለት የእምነት ሕይወት መኖር ወይንም በእምነት ጎዳና ላይ መራመድን ያሳያል፡፡ እግዚአብሔር በክርስቶስ የተቤዣቸውን ልጆቹን በእርሱ ሥራ ላይ እንዲደገፉት ይሻል፡፡ በቀራንዮ የፈፀመውን የመቤዠት ሥራ በእኛ ይፈፅም ዘንድ እንድንታመነው የእምነትን መንገድ ከፈተ፡፡ በዚህ የእምነት ጎዳና ላይ እንድንመላለስ ትችላላችሁ በማለት ኪዳን ገባ፡፡

በዚህ ኪዳን ውስጥ የሚኖር የመቤዠቱን ሥራ እንደ ሚፈፅም የፀና የተስፋ ቃል ተሰጥቶአል፡፡ የዕብራዊው ጸሐፊ እንደ ሚናገረው ይህ ኪዳን የተሻለ የሚሆነው በደሙ ምክንያት ጸጋውን አፍስሶ የሚፈፅመው እንደ ሆነ ነው፡፡ እግዚአብሔር በልጁ በኢየሱስ ክርስቶስ ላመነውና በኪዳኑ ውስጥ ለገባው ሰው በመሐላ የሆነ ተስፋ ቃል ሰጥቶታል፡፡ (ዕብ 6፥17-18) በእግዚአብሔር ዘንድ በእርሱ የማዳን የመቤዠት ሥራ የማይለወጥ የማይሻር የተስፋ ቃል ሰጠን፤ ኪዳን ገባልን ፤ ኪዳኑ በሁለቱ ሰዎች መካከል የሚደረግ ቢሆንም በኪዳኑ ያለውን ፈቃድ ለመፈፀም የገዛ ልጁን መላኩ የተናገረውን እንደ ሚፈፅም የፀና ተስፋ እንደ ሆነ ያስረዳናል፡፡ በክርስቶስ ሞትና ትንሳኤ ወደዚህ ኪዳን የገባ እና የልጅነትን ስልጣን ያገኘው አማኝ አይኑ ወደ መድሃኒቱ እስከሆነ ድረስ በኪዳኑ የተጠበቀ ነው፡፡ የዕብራዊው ጸሐፊ አስገራሚ ቃላት ጽፎአል፡፡ "እንዲሁ ኢየሱስ ለሚሻል ኪዳን ዋስ ሆኖአል" (ዕብ 7፥22)

ጌታችን ኢየሱስ ክርስቶስ የአዲስ ኪዳን ዋስ እንዲሆን የተሰጠን ነው፡፡ እግዚአብሔር ኪዳን ሲገባልን በእርግጠኝነት (ዋስ) ነው ብሎ የሰጠን ጌታችን ኢየሱስ ክርስቶስን ነው፡፡ ጌታችን ኢየሱስ እርግጠኛ ዋስ እንደ ሆነ ከዚህ በፊት አሳይቶአል፡፡ እያሳየ ነው ወደፊት ያሳያልም እንዴት?

ጌታችን ኢየሱስ በነቢያቱ አፍ ሥጋ ለብሶ እንደ ሚመጣ እንደ ተነገረለት ከቅድስት ማርያም ተወለደ፤ የቀደሙት አባቶች ስለ ኃጢአት እንደ ሚሞት ተነበዩ በእርግጥም በቀራንዮ በጉ ታረደ፤ የገዛ ደሙን በማፍሰስ የኃጢአትን ወጋ ዋጋ የሰው ልጆችን ፍርድ እንደ ሚሸከም ተነገረለት የታረደው በግ ደሙን በሥርየት መክደኛው አስቀመጠ፤ በነቢያቱ እንደተነገረለት ታላቅ ሊቀካህን ሆኖ በአብ ፊት አንደሚቀርብ እንዲሁ ሆነ፤ ይህንንም የእግዚአብሔር ልጅ ፈፀመው፤ ሊያድናቸው ዘንድ ለሚጠባበቁት ዳግመኛ ይታያል ተብሎ ተተንብዮለታል። (ዕብ 7፥25) በእርግጥ ጌታ ኢየሱስ ይመጣል።

እግዚአብሔር ለአዲስ ኪዳን ዋስ አድርጎ ሰጥቶን ያለው ጌታችን ኢየሱስን ነው። በእርግጥ በክርስቶስ ሊያደርግ ያለውን ይፈፅማል። ስለ ጌታችን ኢየሱስ የተነገሩት ሁሉ በእርግጥ ይፈፀማሉ። አብ ልጁን ዋስ አድርጎ ሰጠን። እንግዲህ ዋስ የሆነውን ያመነ በእርሱ የተሰወረ ሥር ሰድዶ የፀና እና የተደገፈው ይድናል። መዳናችን በክርስቶስ ኢየሱስ እስካለን ድረስ የተረጋገጠ ነው።

ሐዋርያው ጳውሎስ መንፈስ ቅዱስ መያዣያ ነው ይለናል፤ እንጂ ዋስትና ነው አይለንም። በአዲሱ ኪዳን ለምንኖር አማኞች ዋስትናችን ኢየሱስ ነው። እግዚአብሔር ኪዳን የገባው ከጌታችን ኢየሱስ ጋር ነው። ጌታችን ኢየሱስ እኛን ወክሎ በሞቱና በትንሳኤው ወደ ቅድስተ ቅዱሳን ገባ። እኛም ያመንን (ክርስቶስ ሞቶ እንደ ተነሳ ያመንን) ከእግዚአብሔር ጋር በውድ ልጁ በኩል ኪዳን ገባን። (ማቴ 26፥28 ኢሳ 42፥6) ጌታችን ኢየሱስ በእኛና በእግዚአብሔር መሐከል ዋስትናችን ጽድቃችን መቤዠታችን ሕይወታችን ሆነ። (ዕብ 9፥15-17 1ኛ ቆሮ 1፥30-31 ዕብ 12፥24 ቆላ 3፥3-4) መጽሐፍ ቅዱሳችንን በጥልቀት ስናጠና እግዚአብሔር *ስለ ልጁ ስለ ኢየሱስ ክርስቶስ ያላቸውን* (ክርስቶስ ኢየሱስ ጽድቃችን - ቅድስናችን - መቤዠታችን - ሕይወታችን) እንዲሁም ***በክርስቶስም ለቤተ ክርስቲያን የሠራውን ሥራ*** መረዳት እንጀምራለን። በዚህም በክርስቶስ መሰውር ለአንድ አማኝ ዋስትና እንደ ሆነ እናስተውላለን። ዘወትር በእርሱ ላይ ተደግፈን እንኖር ዘንድ ጌታን ወደ ልባችን ጋብዘን በማስገባታችን ደስተኛ ከመሆናችን ባሻገር እርሱ ሲመጣ የሰውነታችንን መቤዠት እናገኛለን!

እግዚአብሔር ለአብርሃም ኪዳን ሲገባ "ከዘሩ" ጋር እንደ ገባ እናስተውላለን። ኪዳኑንም ለብዙዎች ሳይሆን "ለአንዱ" ብቻ ነው። ከዚያ ከአንዱ የተነሣ የበረከቱ ተካፋዮች የሚሆኑ ግን ብዙዎች ናቸው። ሐዋርያው በገላትያ ላይ በረከቶቹንና ኪዳኑን ከጌታ ጋር እንደ ገባ ይነግራቸዋል *"ወንድሞች ሆይ እንደ ሰው ልማድ እላለሁ። የሰውስ እንኳ ቢሆን እርግጠኛውን ኪዳን ማንም ዐይንቅም ወይም አይጨምርም። ለአብርሃምና ለዘሩም*

የተስፋው ቃል ተነገረ፡፡ ስለ ብዙዎች እንደ ሚነገር፡- ለዘሮቹም አይልም፣ ስለ አንድ እንደ ሚናገር ግን፡- ለዘርህም ይላል እርሱም ክርስቶስ ነው (ገላ. 3፥15-16)፡፡

እንግዲህ መንፈስ ቅዱስ የርስታችን መያዥያ ነው፡፡ ክርስቶስ ኢየሱስ ደግሞ የኪዳኑ ዋስ ነው፡፡ እግዚአብሔር የባረከው ኪደን የገባው መካከለኛና ዋስ የሆነው ጌታችን ኢየሱስ ክርስቶስ ነው፡፡ ይህን ያወቀ ክርስቲያን ያለ ክርስቶስ ኢየሱስ ሕይወት የለኝም ብሎ መዳኑን በመንቀጥቀጥና በፍርሃት ታምኖ ሊጠብቅ ይገባዋል (ፊሊ.2፥12) ይህ ማለት ግን እግዚአብሔር ላይ እንድንጠራጠር አያደርገንም፡፡ ይልቁንም የጠራን ጌታችን ኢየሱስን ዋስ አድርጎ የሰጠን የታመነ እንደ ሆነ የበለጠ አውቀን በእርሱ ላይ እንድንመካ (እንድንጓደድ) ያደርገናል፡፡

ለእግዚአብሔር ያለውን ሁሉ እስኪዋጅ ድረስ

ጆን ጊል እንዲህ ይላል፡- **ለእግዚአብሔር ያለውን እስኪዋጅ ድረስ** የሚለው ሐረግ በዋጋ፣ በደሙ የተገዙትን የእግዚአብሔር ቅዱሳን የሚገልጽ ነው። እነርሱም በኢየሱስ ደም በተገዙ ጊዜ ከኃጥያት፣ ከሰይጣን፣ እና ከሕግ ነጻ ወጥተው ደግሞ ወደፊት እንደገና **የቤዛ ቀን በሚባለው** በትንሳኤ ማለዳ እግዚአብሔር እንደገና ይዋጃቸዋል (ኤፌሶን 4፥30)። በዚያም ቀን እግዚአብሔር ቅዱሳንን፣ የእግዚአብሔርን ቤተክርስቲያን ከድካም፣ ከመበስበስ፣ ከሥጋ ሞት፣ በአሁኑ ሰዓት ካሉበት መጸተኝነት፣ ለኃጥያት እና ለሞት ከተሸጠ ሥጋ፣ ከውስጣዊም ሆነ ከውጫዊ ሃዘንና መከራ ሁሉ፣ ከስደት እና ከነቀፋ፣ ከሚፈታተናቸው ክፉ እና ከተጠራጣሪ ልብ፣ ከሞት ከመቃብር እና ከፍርሃት ሁሉ ይዋጃቸዋል። ይህ የቤዛ ቀን እስኪመጣ ድረስ መንፈስ ቅዱስ በአማኞች ውስጥ እንደ መያዣ ሆኖ ይኖራል። መንፈስ ቅዱስ በአማኞች ውስጥ መኖሩም አማኞች ሁሌ የሚያስፈልጋቸውን ፀጋ እንደሚያገኙ፣ ጸንተው እንደሚኖሩ እና የርስት ወራሽነታቸው ዋስትና እንዳለ ያመለክታል።

ለክብሩ ምስጋና

ጆን ጊል እንዲህ ይላል...የአብ ክብር ነው። ቅዱሳንን አስቀድሞ የመረጣቸው፣ የወሰናቸው የአብ ክብር (ኤፌሶን 1፥6)፤ ደግሞም የተዋጁበት እና ርስትን ያገኙበት የሚያምኑበት የወልድ ክብር (ኤፌሶን 1፡12)፤ እንዲሁም የታተሙበት እና ዋስትና የሆናቸው የመንፈስ ቅዱስ ክብር ነው (ኤፌ1፥14)።

ምስጋና (ኤፓይኖስ) épainos / ep'-ahee-nos፡- እኛ በምንኖርበት በሰዎች ማንነት በተቃኘ ዓለም ውስጥ ስለ እግዚአብሔር ታላቅነት፣ ግርማዊነት እና ቅድስና ጽንሰ ሃሳቡ ስለሌለን እግዚአብሔር ለብቻው ይመስገን እና እውቅና ይስጠው ዘንድ መፈለጉ አግባብ

አይመስልም።(መጽሐፍ ቅዱስ ጥቅሶች የብሉይና / የአዲስ ኪዳን ግሪክ መዝገበ ቃላት. የቲየር ትርጉም)

ኤፓይኖስ በጳውሎስ መልዕክቶች ውስጥ 11 ጊዜ ይገኛል። (ሮሜ 2፥29፤ 13፥3፤ 1ኛቆሮንቶስ 4፥5፤ 2ኛ ቆሮንቶስ 8፥18፤ ኤፌሶን 1፥6፣ 12፥ 14፤ ፊልጵስዩስ 1፥11፤ 4፥8፤ 1ኛ ጴጥሮስ 1፥7፤ 2፥14)።

ለክብሩ (ዶክሳ) dóxa / dox'-ah፡- ትክክለኛ ግምት፣ አስተያየት ወይም ዋጋ መስጠት ማለት ነው። እግዚአብሔር ክብሩን የሚያውጁ ደግሞም የሚገልጡ ፍጡራንን ይፈልጋል። ስለዚህ ሰዎችን ይቤዣል። እግዚአብሔር ብቻ ክብር ይገባዋል። (መጽሐፍ ቅዱስ ጥቅሶች የብሉይና / የአዲስ ኪዳን ግሪክ መዝገበ ቃላት. የቲየር ትርጉም)

ዌይን ባርበር ስለ ኤፌሶን ምዕራፍ አንድ ...ወደ እኔ መጥተህ፣ ዌይን አንድ አዲስ አማኝ ሊያጠና ይገባዋል ብለህ የምታስበው አንድ የመጽሐፍ ቅዱስ ምዕራፍ የቱን ነው ብለህ ብትጠይቀኝ ኤፌሶን ምዕራፍ አንድ ነው እልሃለው። ምክንያቱም እግዚአብሔር ያደረገልን ሁሉ በዚያ ምዕራፍ ውስጥ በጥንቃቄ ተዘርዝሮአል። ፀጋውን ያሳየናል፤ ፍቅሩን ያሳየናል።

14. እርሱም የርስታችን መያዣ ነው፥ ለእግዚአብሔር ያለውን ሁሉ እስኪዋጅ ድረስ፥ ይህም ለክብሩ ምስጋና ይሆናል።
እርሱም የርስታችን መያዣ ነው ሮሜ 8፥15-17፣23፤ 2ኛ ቆሮ 1፥22፤ 5፥5፤ ገላ 4፥ 6
ለእግዚአብሔር ያለውን ሁሉ እስኪ ዋጅ ድረስ ኤፌ 4፥30፤ ዘሌ 25፥24-34፤ መዝ 74፥2፤ 78፥54፤ ኤር32፥7፣8፤ ሉቃ 21፥28፤ ሐዋ 20፥28፤ ሮሜ 8፥23፤ 1ኛ ጴጥ 2፥9፤

1.15 "ስለዚህ እኔ ደግሞ በእናንተ ዘንድ ስለሚሆን በጌታ በኢየሱስ ስለ ማመንና ለቅዱሳን ሁሉ ስለሚሆን መውደድ ሰምቼ፥"

በእናንተ ዘንድ ስለ ሚሆን በጌታ በኢየሱስ ማመንና ሰምቼ የኤፌሶን አማኞች በክርስቶስ ኢየሱስ ላይ እምነት እንዳላቸው ይገልጣል፡፡ ሐዋርያው ጳውሎስ ሦስት የወንጌል ጉዞ "ሚሲዮናዊ ጉዞ" እንዳደረገ ይነገራል፡፡ ሶስቱ ጉዞዎች በአንዳንዶች ዘንድ የተለያየ አከፋፈል ቢሰጣቸውም ሁሉም የመጽሐፍ ቅዱስ አስተማሪዎች የሚስማሙበትን ሦስት ጉዞ ተጉዞአል፡፡ የጳውሎስን የመጀመሪያዎቹ ጉዞዎች ቆይታ 2 ወራት የሚያህሉ እንደ ሆኑ እና በዚያ ጉዞው ቤተ ክርስቲያንን እየመሠረተ እንደ ሄደ እንረዳለን፡፡ በሁለቱ ጉዞ ያደረገው ይህን ይመስላል፡፡ ሁልጊዜ እንደ ሚያደርገው በመጀመሪያ በምኩራብ ገብቶ ወንጌልን

ይሰብካል፡፡ እሥራኤላውያን በመሰብሰብ እንዲሁም ፈሪሃ እግዚአብሔር ያላቸውን አሕዛብን ስለ ጌታ ኢየሱስ በመመስከር ያሳልፋል፡፡

በመጀመሪያ ጉዞው ወደ ኤፌሶን ሲመጣ ያደረገው ይሄን ነው፡፡ ሥራ 18፥9 ለመሠረታቸው ቤተ ክርስቲያናት ኃላፊነት ይሰማው ነበር፡፡ ስለዚህ ብዙ ጊዜ ሲጎበኛቸው ተወካይ ያስቀምጣል ወይንም ደብዳቤ የመፃፍ ልምድ ነበረው፡፡ በሄደባቸው ጉዞዎቹ ከእነርሱ ገንዘብ አይጠይቅም፡፡ ይህን ያደረገበት ምክንያት ለገንዘብ ሲል ይህን አደረገ ብለው እንዳያሙትና ፤ ለወንጌል እንቅፋት እንዳይሆን አዳዲስ አማኞችን ስለ ገንዘብ አያነሳባቸውም፡፡ ይልቁን የክርስቶስ ወንጌል እያሸበረቀ ይወጣ ዘንድ ያልተቀያየጠውን ወንጌል ለትውልድ መዳን ይሆን ዘንድ ለማስተማር ይተጋ ነበር፡፡ ሐዋርያው ያለውን የተገለጠለትን ኢየሱስን ሰጣቸው፡፡

በጌታችን በመድሐኒታችን በኢየሱስ ክርስቶስ ያምኑ ዘንድ ቢያስፈልግ በእጆቹ እየሠራ ወንጌልን በመልእክት እየሰበከ በተግባርም ኖሮ እያሳያቸው ያገለግላቸው ነበር፡፡ አገልጋይ ጥሪው ይሄ ነው፡፡ በጌታችን በኢየሱስ ማመን ማለት ምን እንደ ሆነ ማወቅ የሚገባን ነገር አለ፡፡ እምነት ማለት ምንድን ነው? በአጭሩ እምነት ማለት በክርስቶስ መታመን ማለት ይሆናል፡፡ በእርሱ ላይ መቆም መደገፍ ነው፡፡ እምነት ማለት በልባችን በአፋችን የምንመሰክረው እንደ ሆነ በ (ሮሜ 10፥17) ይነግረናል፡፡ ብዙዎቹ አብያተ ክርስቲያናት ይህን ትኩረት በመስጠት ያስተምራሉ፡፡ ጌታችን ኢየሱስ ጌታ እንደ ሆነና የግል አዳኝ መሆኑን ያመነ ክርስቲያን ይድናል፡፡ አዲስ ፍጥረት ይሆናል ብሏል፡፡ በጌታችን በኢየሱስ ማመን ይህ አንደኛው ገጽታ ይሆናል፡፡ በጌታችን በኢየሱስ ክርስቶስ ማመን ወንጌሉን በመመስከር (በመስበክ- በማስተማር) የሚገለጥ የእግዚአብሔር አሰራር ነው፡፡ የሚሰበከው ኢየሱስ ጌታና አዳኝ እንደ ሆነ ሲሆን አማኙ ይህን ነፃ ስጦታ ሊቀበል ይገባዋል፡፡ ይህን እውነት ይቀበል ዘንድ የእግዚአብሔር ጸጋ በአማኙ ልብ ትልቅ አስተዋፅኦ እንደ ሚያደርግ እናውቃለን፡፡ "በጌታ ኢየሱስ ክርስቶስ እመን አንተና ቤተሰቦችህም ትድናላችሁ" አሉት፡፡ (ሐዋ 16፥31) የሚለው በሐዋርያው ጳውሎስ የተነገረው የመዳን ቃል የዘላለም ሕይወት ለቀመስን የተሰፋ ቃል ሆኖ የምናምነው ነው፡፡ እንኳን እኛ ያላመኑ ቤተሰቦቻችን ይድናሉ በማለት ከልባችን አቅርበን የምንይዘው ነው፡፡ በጌታ በኢየሱስ ክርስቶስ የማመን እምነት ግን አንድ አማኝ በልቡ አምኖ በአፉ መስከሮ ጌታን መቀበሉን ያሳየናል፡፡ ሆኖም በዚያ አያበቃም፡፡ ጌታን መቀበሉ ከጨለማው መንግሥት ወደሚደነቅ መንግሥት እንዲፈልስ አዲስ ፍጥረት ሆኖ የቅዱሳንን ርስት በብርሃን እንዲካፈል ያደርገዋል፡፡ በክርስቶስ ማመን ማለት ግን "የእምነትን ሕይወት መኖር" ማለት ነው፡፡ እምነት ሕይወት ነው፡፡

ቤተ ክርስቲያን ስታድግ ስትለወጥ አትታይም አብዛኛው እድገት የሚታየው በእኛው ኑሮ ላይ ብቻ ይሆናል፡፡ ግሩዶም የተባለ አገልጋይ ስለ ቤተ ክርስቲያን እድገት ሲፅፍ የቤተ ክርስቲያን እድገት በተለያዩ አቅጣጫዎች መሆን እንዳለበት ይጠቁማል፡፡ ከእነኚህ ውስጥም፡-

የእግዚአብሔርን ቃል በሰፋት ማስተማርና ደቀመዝሙር ማድረግ

1. የዳኑትን ማጥመቅ
2. የጌታ እራት በየጊዜው መውሰድ
3. እርስ በእርስ በጸሎት መትጋት
4. የአምልኮ ሕይወትን መለማመድ (በአሁኑ ወቅት በብዙዎች ዘንድ አምልኮ ማለት ዝማሬ እየሆነ ነው፣ አምልኮ ውስጥ ተያይዘው የሚነሱ በርካታ ጉዮች እንዳሉ ግን ልብ ማለት ይገባል፡፡ ለዝማሬው ሰፊ ጊዜ ሰጥተን ሌሎቹ የአምልኮ አካሎች ተመጣጥነው ካልሄዱ የአምልኮ መስዋዕታችን ሙሉ አይሆንም፡፡
5. የቤተ ክርስቲያን አገልግሎት ዲስፕሊን
6. መስጠት (አሥራት፣ መባ፣ ለተቸገሩ)
7. የመንፈስ ቅዱስ ስጦታዎችን መለማመድ፡፡ በኤፌሶን መጽሐፍ የተገለፁት አምስቱ ዋና ዋና ቢሮዎች በቤተ ክርስቲያን አገልግሎት ውስጥ በትክክል ሥራ ላይ ካልዋሉ፣ አሁንም ያቺን ቤተ ክርስቲያን የሚያስነክሳት ችግር ከቧታል ማለት ነው፡፡
8. ኅብረት በቤተ ክርስቲያን አገልግሎት ውስጥ ኅብረት ትልቅ ቦታ የሚሰጠው ነው፡፡ ዛሬ ቤተ ክርስቲያን ጉልበት እንደ ሚኖራት የሆነችበት ትልቁ ምክንያት በወንድሞች መሃከል ኅብረት በመታጣቱ አይደለም?
9. የወንጌል ሥርጭት - ቤተ ክርስቲያን ሕይወት ያላትና ብርቱ ናት ከሚያሰኟት ጠባዮቿ ትልቁ የወንጌል ሥርጭት ሥራዋ ነው፡፡ ስለ ሚጠፉት ሰዎች የማይገዳት ቤተ ክርስቲያን ሙት ቤተ ክርስቲያን ናት፡፡
10. በግል ሰዎችን የማገልገል፣ የመንከባከብ አገልግሎት፡፡ ጠንካራዋ ቤተ ክርስቲያን አንዱ ምልክቷ ይህ ነው፡፡ የዛሬዋ ቤተ ክርስቲያን በብዙ ያጣችው የጥንቷ ቤተ ክርስቲያን ጠንካራ ጎን ይህ አይደለምን? በዛሬዋ ቤተ ክርስቲያን በየአሁዱ 10 ሰዎች ጌታን ቢቀበሉ በጓሮ በር ደግሞ አስሩ ከቤተ ክርስቲያን ወጥተው ይጠፋሉ፡፡ እነኚያን የጠፉ የመንጋው አካሎች በትክክል ፈልጎ የማግኘት ሥራ እየተሠራ አይደለም፡፡ የጠፉትን የማትፈልግ ቤተ ክርስቲያን ተልዕኮዋንና ዓላማዋን የሳተች ቤተ ክርስቲያን ናት፡፡

ሐዋርያው ስለ ኤፌሶን ቤተ ክርስቲያን ሰዎች ዘወትር ጆሮውን አቅንቶ ያዳምጥ ነበር፡፡ ምንም እንኳን የእሥር ቤት ቆይታው በአካል ተገኝቶ ስለ እነርሱ ለማዳመጥ እድል ባይሰጠውም የራሱን የሥቃይ ኑሮ ትቶ ስለ ቤተ ክርስቲያን እንዲያስብ ሆኗል፡፡ አንዳንዶች "ከሰማሁበት ጊዜ አንስቶ" ብሎ የተናገረው በሌላ አንፃር የሚያመለክተን ጸሐፊው ከእነርሱ ጋር ያሳለፈው ጥቂት ዓመታትን ብቻ ስለ ሆነ ስለ እነርሱ ብዙ እንዲሰማ አያደርገውም፣ ከዚህ ይልቅ በኤፌሶን ከተማ ውስጥ ያሉት አብያተ ክርስቲያናት ብዛት ያላቸውና በተለያዩ ቦታዎች የተተከሉ በመሆናቸው ስለ እያንዳንዳቸው መስማቱንና፣ መልእክቱም ለአንዲት አጥቢያ ቤተ ክርስቲያን ብቻ ሳይሆን ለተለያዩ ቤተ ክርስቲያን መላኩን ያመለክታል ይላሉ፡፡

15 ስለዚህ እኔ ደግሞ በእናንተ ዘንድ ስለሚሆን በጌታ በኢየሱስስ ለማመንና ለቅዱሳን ሁሉ ስለሚሆን መውደድ ሰምቼ፥
በጌታ በኢየሱስ ስለማመንና ገላ 5፥6 ፤ 1ኛ ተሰ 1፥3 ፤ 2ኛ ተሰ 1፥3 ፤ 1ኛ ጢሞ 1፥5፣14
ለቅዱሳን ሁሉ ስለሚሆን መውደድ መዝሙር 16፥3፤ ቆላ 1፥4፤ 1ኛተሰ 4፥9፤ ዕብ 6፥10፤ 1ኛ ጴጥ 1፥22፤ 1ኛ ዮሐ 3፥17፤ 4፥21
ሰምቼ፥ ቆላ 1፥3፣4፤ ፊል 1፥5

1፡16 - ስለ እናንተ እያመሰገንሁ ስጸልይ ስለ እናንተ ማሳሰብን አልተውም፤

ጸሐፊው በጸሎት ዘወትር ይጋደልላቸዋል እምነታቸውና እርስ በእርስ ያላቸው ኅብረት መልካም መሆኑ እርሱን የበለጠ ለጸሎት አነሳሳው እንጂ እንዲዘናጋ አላደረገውም፡፡ መልካም የማይባለው የጨለማ ጊዜ ከመምጣቱ በፊት በጸሎት መተሳሰብ ትልቅ ማስተዋል ነው፡፡ ጌታ ደቀመዛሙርቱን "ወደ ፈተና እንዳትገቡ ትጉና ፀልዩ" ይላቸዋል፡፡ የሚከብደው የሚያስቸግረው ብዙ ዝብርቅርቅ የሚልበት አስቸጋሪ ሰዓት ከመምጣቱ በፊት በጸሎት መትጋት አስተዋይነት ነው፡፡

16 ስለእናንተ እያመሰገንሁ ስጸልይ ስለእናንተ ማሳሰብን አልተውም፤
ስለእናንተ ማሳሰብን ዘፍ 40፥14፤ ኢሳ 62፥6፤ 1ኛ ተሰ 1፥ 2
አልተውም ሮሜ 1፥8፣9፤ 1ኛ ሳሙ 7፥8 ፤ 12፥23 ፤ ፊል 1፥3፣4 ፤ ቆላ1፥3 ፤ 1ኛ ተሰ 5፥17፤ 2ኛ ተሰ1፥3

1.17 "የክብር አባት የጌታችን የኢየሱስ ክርስቶስ አምላክ እርሱን በማወቅ የጥበብንና የመገለጥን መንፈስ እንዲሰጣችሁ እለምናለሁ።

የክብር አባት የጌታችን የኢየሱስ ክርስቶስ አምላክ"

የሰ.ፈ.በ.ሰ. አገልግሎት / የኤፌሶን መልእክት ትምህርት

ሀ) የጌታችን የኢየሱስ ክርስቶስ አምላክ

ለ) የክብር አባት

የጌታችን የኢየሱስ ክርስቶስ አምላክ የኢየሱስ ክርስቶስን አምላክነት እንዲሁም ፍጹም ሰው እንደ ሆነ ያስተምራል፡፡ "ጌታችን" ሲል መለኮት እንደ ሆነ እንረዳለን፡፡ “የኢየሱስ ክርስቶስ አምላክ” የሚለው ደግሞ ሰብእናውን ያሳየናል፡፡ ከድንግል ማርያም ተወልዶ የሰውን ዘር (ሥጋ ለብሶ) ሰው የሆነ እንደ ሆነ ያመለክተናል፡፡ እርሱ እኛ የአዳም ልጆች ፈጣሪን ማምለክና መታዘዝ ሲገባን በዓመፃችን የእግዚአብሔር ቁጣ ትእዛዝ ወድቆብንና ተፈርዶብን ሳለን እርሱ ሸክማችንን በመሸከም እንደ ሰው የእግዚአብሔር (አባቱን) ትእዛዝ መፈፀሙን ያስተምረናል፡፡

ጌታችን ኢየሱስ አባቱን በመታዘዙ “አምላኬ” ብሎ ሊጠራ ችሎአል፡፡ በቃልና በሥራ የአባቱን ፈቃድ የፈፀመ አምላኬ ብሎ ሊጠራው ተገብቶታል፡፡ ይህ ደግሞ ለእኛ ይሆን ዘንድ በምድር ላይ እኛን በመወከል የፈፀመው የመቤዠት ሥራ ነው፡፡ አምላኬ ብለን አብን ልንጠራ አንችልም ነበር፡፡ በፍጥረታችን የቁጣ ልጆች ነበርን፡፡ ሁላችን ወደ ቅዱስ ማደሪያ ሄደን በመቅደስ ወለሉ ስንደፋና ልናመልከው ሲገባ እኛ ግን ወደ ገዛ ጎዳናችን እንራዳመራን፤ ሁሉም ለዐይኑ መልካም የሆነውን ያደርግ ዘንድ ልቡም ከእግዚአብሔር የሸሸ እንደ ሆነ መጽሐፍ ቅዱሳችን ይናገራል (ኢሳ 53፥6)፡፡ "አምላኬ" ብሎ መጥራት ሆነ “አምላኩ የሆነ ሕዝብ” ተብሎ መጠራት የቅዱሳን ርስት ነው፡፡

"የክብር አባት" ይህ ደግሞ የእግዚአብሔር ክብር ከአባት ወደ ልጅ የሚገለጥ መሆኑን ያስረዳናል፡፡ በብሉይ ኪዳን የእግዚአብሔር ክብር በከፊል ይሰጥ ነበር፡፡ ሙሴ ታቦቱን በመገናኛው ድንኳን በቅድስተ ቅዱሳን አስቀመጠው፡፡ ክብሩ በዚያ ይገኝ ነበር፡፡ ያ ክብር በመጋረጃ ተሸፍኖ እንደ ነበረ መጽሐፍ ቅዱሳችን ይገልጣል፡፡ ጌታችን ኢየሱስ ክርስቶስ በሞቱና በትንሳኤው ወደ ቅድስት እንድንገባ አደረገን፡፡ እንዴት? ይህን የእግዚአብሔር ክብር አዳም ተጎናፅፎት ነበር፡፡ ኃጢአት ሲሰራ ክብሩ ከእርሱ እና ከሰው ልጆች ተለየ እርሱና እኛም ዘሮቹ ራቁታችንን ሆንን፡፡ ዘፍ 3፥7-8

በብሉይ ኪዳን ይህ ክብር አንዳንድ ጊዜ ቢገለጥም የሰው ልጅ ዓመፃ ግን ክብሩ እንዳይውል እንዳይሰነብት ያደርገው ነበር፡፡ ወደ ቅድስተ ቅዱሳን የመግባቱ ሕያው መንገድ(አዲስ ምዕራፍ) ለሰው ልጆች በክርስቶስ ኢየሱስ በኩል (በሞቱና በትንሳኤው) ሊሆን እንደ ሚችል ተስፋ ተሰጥቶት ነበር፡፡ (ዕብ 9፥8) ጌታችን ኢየሱስ ክርስቶስ በሞትና በትንሳኤው

የኢ.ፌ.ቤ.ስ. አገልግሎት / የኤፌሶን መልእክት ትምህርት

ይህንን ክብር (የአብን ክብር) ወረሰ። በክርስቶስ ደግሞ እኛ የቅዱሳን ርስት ክብር ባለጠግነት ወረስን።

የክብር አባት የጌታችን የኢየሱስ ክርስቶስ አምላክ

ክብር (ዶክሳ) dóxa / dox'-ah፦ ትክክለኛ አስተያየት ወይም ዋጋ መስጠት። **ክብር** በዚህ ቁጥር ውስጥ 1. የክብር ምንጭ 2. ክብር የሚገባው 3. የእግዚአብሔር ክብር መገለጥ የሆነው የጌታ ኢየሱስ አባት ማለት ሊሆን ይችላል። (መጽሐፍ ቅዱስ ጥቅሶች የብሉይና / የአዲስ ኪዳን ግሪክ መዝገበ ቃላት. የቲየር ትርጉም)

ውወስት - **የክብር አባት** ክብር የሚገባው አባት ማለት ነው። (ዎዊስት, ኬ. ኤስ. የዎዊስታን ቃላቶች ከግሪክ አዲስ ኪዳን: ኢርድማንስ)

ኤ. ቲ. ሮበርትሰን - **የክብር አባት** - በክብሩ የሚታወቀው አምላክ (ዕብ 95) ሐዋ 7፥2 1ኛ ቆሮ 2፥8 2ኛ ቆሮ 1፥3 ያዕ 2፥1

አዳም ክሌርክ - በክርስትና ሩጫችን መጨረሻ ላይ ለምንቀበለው ክብር ምንጭ እና ሰጭ የሆነው አባት።

ጀምስን ለየት ያለ ትርጓሜ ይዞልን ቀርቧል...ክብር በሆነው በክርስቶስ ፊት የሚያበራው፣ መለኪያ የሌለው፣ የርስቱን ክብር የምንወርስበት እጹብ ድንቅ የሆነው ክብር - እግዚአብሔር የዚህ ክብር አባት ነው። (ኤፌሶን 1፥18 ዮሐ 17፥24 2ኛ ቆሮ 3፥7 4፥6)

"እርሱን በማወቅ የጥበብንና የመገለጥን መንፈስ እንዲሰጣችሁ"

"እርሱን ማወቅ"– በመጀመሪያ አስፈላጊ ጉዳይ ነው። ይህ አይነቱ እውቀት ከአዕምሮ እውቀት መዳበር ሆነ መስፋት ባሻገር ነው። የሚዳሰስ የሚጨበጥ የሚቀመስ እንደ ማለት ነው። በሕይወታችን ውስጥ ዋንኛውን ሥፍራ ሊይዝ የሚወቅነው ነገር በፈቃደኝነት በላያችን ላይ እንዲሰለጥን ስናደርገው መአዛው ጣፋጭነቱ ሁለንተናችንን ሲገዛ ያን ጊዜ "ማወቅ" ወይንም "ከልምድ ማወቅ" በሚል ልንተረጉመው እንችላለን።

ንጉስ ሰለሞንና አባቱም ዳዊት ይህን ተለማምደውታል። ጌታን በሕይወታቸው ቀምሰውታል። ንጉስ ዳዊት በ(መዝ 34፥8) "እግዚአብሔር ቸር እንደ ሆነ ቅመሱ እዩም" ይላል። እንዲያውም "ነፍሴ በቅቤና በስብ እንደ ሚጠግቡ ትጠግባለች ከንፈሮቼም ስምህን በደስታ ያመሰግናሉ" (መዝ 63፥5 በሌላ ሥፍራ ደግሞ "ቃልህ ለጉሮሮዬ ጣፋጭ ነው ከማርና ከወለላ ይልቅ ለአፌ ጣፈጠኝ" መዝ 119፥103) ሲል ከበግ እረኝነት አውጥቶ

ሕይወት ጣፋጭ እንዲሆን ያደረገው አምላኩን ማወቁ ብቻ እንደ ሆነ በአጽንኦት ይናገራል፡፡

በተመሳሳዩ ጥበበኛው ሰለሞን በመሐል ላይ "ከጥላው በታች እጅግ ወድጄ ተቀመጥሁ ፍሬውም ለጉሮሮዬ ጣፋጭ ነው" (2፥3) እንዲሁም ሐዋርያው ጴጥሮስ "ጌታ ቸር መሆኑን ቀምሳችሁ እንደ ሆነ ለመዳን በእርሱ እንድታድጉ አሁን እንደ ተወለደ ህፃናት የቃልን ወተት ተመኙ" (1ኛ ጴጥ 2፥2-3) አንድ ሰው ምን ጣፋጭ እንደ ሆነ አንብቦ ሆነ ተነግሮት ሊያውቅ ይችላል፡፡ ሌላው ግን ማርን በመቅመስ ያውቅ ይሆናል፡፡ በመስማት ማር ጣፋጭነቱን ማወቅ አንድ ነገር ነው ነገር ግን ማርን በመቅመስ ደግሞ ማወቅ ራሱን የቻለ ሌላ ዓለም ነው፡፡

በሌላ አገላለፅ እርሱን ያየ የዳሰሰው ድምፁን የሰማው ማለት ነው፡፡ የእግዚአብሔር ነገር የልጁን የኢየሱስን ማንነት መስማት ይቻላል፡፡ በዚህ በአሁኑ ዘመን በየቤተ ክርስቲያኑ የምናያቸው ያሸበረቁ ስእሎች በወርቅ ቅብ ሆነ በአገዳ እንጨት የተቀረፁ ምስሎች ስለ እግዚአብሔር ስለ ልጁም እንድናውቀው የሚያደርጉ ናቸው፡፡ በተለያዩ ሚዲያዎች ስለ ፈጣሪ ሆነ ስለ ክርስቶስ ኢየሱስ ይነገራሉ፡፡ ነገር ግን በዚያ መልክ እርሱን በመስማት ማወቅና በሕይወት ተሞክሮ፣ በግል እርሱን ማወቅ ፈፅሞ የተለያዩ ጉዳዮች ናቸው፡፡

ዋይርስቢ፡- አማኝ በእግአዚአብሔር እውቀት ማደግ አለበት። (እግዚአብሔርን በግል ማወቅ የዘላለም ሕይወት ነው (ዮሐ 17፥3)። እግዚአብሔርን በማወቅ ማደግ መቀደስ ነው (ፊል 3፥10)። እግዚአብሔርን በሙላት ማወቅ ደግሞ ክብር ይባላል (1ኛ ቆሮ 13፥9-12)። በእግዚአብሔር መልክ እንደመፈጠራችን መጠን (ዘፍ 1፥23-28) እግዚአብሔርን በማወቅ ስናድግ ራሳችንን እና ሌሎችን ይበልጥ እያወቅን እንሄዳለን። እግዚአብሔርን እንደ አዳኝ ማወቅ በቂ አይደለም። እግዚአብሔርን እንደ አባት፣ እንደ ወዳጅ፣ እንደ መሪ ልናውቀው ያስፈልገናል፤ ስናውቀውም ሕይወታችን ይበልጥ እየጣፈጠ ይሄዳል።(ዋይርስቢ, ደብሊው: የመጽሐፍ ቅዱስ ትርጓሜ ኮሜንታሪ 1989 እ.ኤ.አ. ቪክቶር)

እውቀት (ኤፒግኖሲስ) epígnōsis/ ip-ig'-no-sis፡- መረጃ ከማግኘት የበለጠ ጠለቅ ያለ እውቀት ማለት ነው።(መጽሐፍ ቅዱስ ጥቅሶች የብሉይና / የአዲስ ኪዳን ግሪክ መዝገበ ቃላት. የቲየር ትርጉም)

ዉወስት እንዲህ ይላል...ሙሉ፣ ፍጹም፣ ትክክለኛ እውቀት። ኤፒግኖሲስ የሚባለው እውቀት በአእምሮ ብቻ ሳይሆን በግል ቅርበት እና በልምምድ የሚገኝ ሆኖ ሙሉ እና

ስህተት የሌለበት እውቀት ማለት ነው። አማኝ ኢየሱስን እንዲህ በኤፒግኖሲስ ሲያውቀው እውቀቱ ወንጌሎቹን እና መጻሕፍትን ከማጥናት የተገኘ የጭንቅላት ወይም የአእምሮ እውቀት ብቻ ከመሆን አልፎ ቃሉን ከማጥናት እና በመንፈስ ቅዱስ ኃይል ከክርስቶስ ጋር ሕብረት ከማድረግ የሚመጣ እውቀት ነው። (ዎዊስት, ኬ. ኤስ.ዌስት የአምላክ ቃል የግሪክ አዲስ ኪዳን ጥናት ኢርድማንስ)

የጥበብንና የመገለጥን መንፈስ

ጥበብ (ሶፊያ) sophía / sof-ee'-ah:-እግዚአብሔር በሕይወታችን ስለሚያጋጥሙን ሁኔታዎች የእግዚአብሔር እውቀት ማለት ነው። ጥበብ የጭንቅላት እውቀት ብቻ አይደለም። ከጭንቅላት አልፎ ልብ ውስጥ በመግባት እለታዊ ኑሮአችን ላይ ተጽእኖ የሚያመጣ እውቀት ነው። ጥበብ በእውቀት እና በማስተዋል ላይ ተመስርቶ ትክክለኛ ውሳኔ ወይም ምርጫ ማድረግ፣ እውቀትን ተግባር ላይ እንዴት እንደምናውል ማወቅ ነው። (ዎዊስት, ኬ. ኤስ. ዌስት የአምላክ ቃል የግሪክ አዲስ ኪዳን ጥናት: ኢርድማንስ)

ጥበብ :- የሚለውን በምዕራፍ 1፥8 ላይ ይመልከቱ። በዚህ ጥቅስ ላይ ግን በጥቂቱ አንዳንድ ተጨማሪ ሐሳቦችን መሰንዘር አስፈላጊ ይሆናል። ሰማያዊ ጥበብ ከእግዚአብሔር የሚሰጥ ሲሆን በክርስቶስ ኢየሱስ የሚገኝ መሆኑን ተመልክተናል። እርሱ ራሱ (የእግዚአብሔር ልጅ) የእግዚአብሔር ጥበብ እንደ ሆነ አይተናል። በሕይወታችን መርህ ሊሆን የሚችል እርሱ ክርስቶስ ኢየሱስ እንደ ሆነ ተረዳን። አንድ አማኝ በክርስቶስ ውስጥ ሲገኝ ሕይወቱ በጌታ ቁጥጥር ሥር ሲሆን በጥበብ ይመላለሳል። ይህች ጥበብ ሕይወታችን በክብር ይዋጥ ዘንድ የፍጹም ልጅነት ኑሮ እንድንኖር ያደርገናል። ጥበብን እጅግ ውድ የሚያደርጋት ለዚህ ነው። ንጉስ ሰለሞን ብዙ ሐብት ብልጥግና ነበረው። ግን ይህ ሰው ጥበብን አብልጠን እንድንፈልጋት ባገኘናትም ጊዜ በልባችን ውስጥ ሰውረን እንድንጠብቃት እንድንከባከባት እንድናነግሳት ይነግረናል። "ጥበብን የሚያገኝ ሰው ምስጉን ነው ማስተዋልንም ገንዘቡ የሚያደርግ በወርቅና በብር ከመነገድ ይልቅ በእርስዋ መነገድ ይሻላልና። ከቀይ እንቁም ትከብራለች የተከበረም ነገር ሁሉ አይተካከላትም። በቀኝዋ ረጅም ዘመን ነው በግራዋ ባለጠግነትና ክብር፤ መንገድዋ የደስታ መንገድ ነው። ጎዳናዋም የሰላም ነው። እርሷን ለሚይዛት የሕይወት ዛፍ ናት የተመረኮዘባትም ሁሉ ምስጉን ነው። " (ምሳ 3፥13-18)

ብዙ ሰዎች ባለጠግነትን ያገኛሉ። አንዳንዶች በከፋት ደምን በማፍሰስ በማጭበርበር በማታለል ስፍር ቁጥር የሌለውን ሐብትን ሊያገኙ ይችላሉ። በሰማያዊ ጥበብ ምክንያት

የሚገኘው ፍሬ ባለጠግነትን ሐብትንም ያስገኛል፡፡ ይህ በሰማያዊ ጥበብ የተገኘ ባለጠግነት ግን ለበረከት አልፎ ተርፎ ሰላምና ደስታን ለወንድሞችና ለወገን ለሐገር የሚያስገኝ ይሆናል፡፡ዛሬ ያገኘነው ክብር ባለጠግነት ከየት የመጣ ነው? ብለን መጠየቅ ያስፈልጋል፡፡ ኃብታችንን ከሰማይ ወይስ ከምድር ባለ ዓለማዊ ጥበብ ነው ያገኘነው ለመሆኑ እንዴት እናውቃለን? የምድሩን የዓለማዊውንና ሰማያዊን ጥበብ ለይተን ማወቅ እጅግ አስፈላጊ ይሆናል፡፡

1) **የምድራዊ ጥበብ፡-** የሰዎች ጥበብ፤ ፈላስፋ፤ ባለጸሐፊ የሚያደርገው ነው፡፡ (1ኛ ቆሮ 1፡22-26) ሐኪም፣ መሐንዲስ፣ አስተማሪ፣ መሪ ወዘተ
2) **ዓለማዊ ጥበብ፡-** የአጋንንት ነው በውስጡ ቅሚያ አለ፡፡ (ያዕ 3፥14-16) በእነዚያ ውስጥ መራራ ቅንአት፣ አድመኝነት የመነጨ ከፉ ሥራዎች ይገለጣሉ፡፡
3) **ሰማያዊ ጥበብ፡-** የእግዚአብሔር ኃይል ነው፡፡ ንፁህ ታራቂ ገር እሺ ባይ ምሕረት ያለባት ነች፡፡ በመጨረሻም ሰላምና ጽድቅ ያላት ነች፡፡ (ያዕ 3፥18-19)

ሰማያዊ ጥበብ ከላይ የሚመጣ ሲሆን እግዚአብሔርን ከመፍራት የሚገኝ ነው፡፡ ለዚህም መፍራት አስፈላጊ እንደ ሆነ ንጉሥ ሰለሞን በመክብብ መጽሐፍ ይገልጣል፡፡ "የጥበብ መጀመሪያ እግዚአብሔርን መፍራት ነው" በማለት አፉን በመክፈት የጥበብን መጽሐፍት በመንፈስ ተነድቶ ጻፈልን፡፡ ምሳሌ1፥7 እግዚአብሔርን መፍረትን ከጥበብ ጋር ሲያያይዘው ሲያቆራኘው እንመለከታለን፡፡ ለምን? እግዚአብሔርን መፍራት ማለት አንዱ ትርጉም "የተሰጠህን ጸጋ በጥንቃቄና በማከበር መያዝን ያሳያል፡፡ ይህም የባሪያን ፍርሃት ሳይሆን የልጅነት ፍርሃትና አክብሮት ነው፡፡ ልጅ በአባቱ ፍቅር እንደ ሚኖርና የአባቱን ፍቅር አክብሮ እንደ ሚጠብቅ አይነት ነው" (ከሮሜ መጽሐፍት ትምህርት የተወሰደ የ(ሮሜ 11፥ 18-22) ስለ እግዚአብሔር ፍርሃት ትምህርታዊ መግለጫ የተወሰደ፡፡ ገጽ 273) ለዚህ ደግሞ ሐዋርያው ያዕቆብ ስለ ሰማያዊ ጥበብ ሲገልጥ እግዚአብሔር ትዕቢተኞችን ይቃወማል፤ ለትሁታን ጸጋ ይሠጣል ይላል፡፡ ይህ ጥበብ (እንደ ጸጋ) ከእግዚአብሔር የሚሰጥ ስለ ሆነ አንድ ሰው ከዓለም ርኩሰት ነፅቶ የእግዚአብሔር ልጅ ሆኖ የሚያገኘው ነው፡፡ አለዚያ ይህ እድል አይገኝም እዮብ ለወዳጆቹ ይህን ጥበብ ነበር የነገራቸው፡፡

የመገለጥን መንፈስ

መገለጥ (አፖካሉፕሲስ) apokálypsis / ap-ok-al'-oop-sis፡-የተሰወረ ነገር ሲገለጥ ማለት ነው።በዚህ ክፍል እግዚአብሔር ለእኛ እውቀትን ሲያካፍለን ማለት ነው (ጥበብ ደግሞ ይህንን እግዚአብሔር ያካፈለንን እውቀት በኑሮአችን በአግባቡ መጠቀም መቻል ነው)። መገለጥ ማለት ተከድኖ የነበረውን መክፈት እና እንዲታይ ማድረግ ነው። በፊት

የማይታወቅ ወይም የተሰወረ የነበረውን ነገር እንዲታወቅ እንዲታይ ማድረግ ነው። (መጽሐፍ ቅዱስ ጥቅሶች የብሉይና / የአዲስ ኪዳን ግሪክ መዝገበ ቃላት. የቲየር ትርጉም)

አር. ደብልዩ. ዴል - የኤፌሶን ክርስቲያኖች መለኮታዊ መገለጥ አግኝተዋል፤ አለዚያ ክርሲተያኖች አይባሉም ነበር። ነገር ግን ጳውሎስ የሚጸልይላቸው በውስጣቸው የሚኖረው መንፈስ ቅዱስ አይታቸውን እንዲያጠራው እና መለኮታዊው ፍቅር፣ ኃይል እና ታላቅነት ይበልጥ በሙላት እንዲገለጥላቸው ነው። በተለይ በአሁኑ ዘመን ሰዎች በብዙ አዳዲስ ሃሳቦች በሚማረኩበት ጊዜ ቤተክርስቲያን በክርስቶስ የሆነውን የእግዚአብሔር መገለጥ ታገኝ ዘንድ የጥበብ እና የመገለጥ መንፈስ ያስፈልጋታል። እግዚአብሔር ይህንን ጸሎት ቢመልስልን በሚያልፈው በዚህ ዓለም አዳዲስ እውቀቶች እና ግኝቶች ልባችን እስኪጠፋ አንሳብም። የዚህን ዓለም እውቀት እና ግኝቶች የሚያስንቅ የእግዚአብሔር ጥበብ በቤክርስቲያን ይገለጣል።

መንፈስ (ፕኒውማ) pneûma / pnyoo'-mah፡- መንፈስ ቅዱስ ወይም የሰው መንፈስ ሊሆን ይችላል። ወይም ሌላ አፈታት ካየን፣ የእግዚአብሔር መንፈስ በውስጡ የሚኖርበት የሰው መንፈስ ሊሆን ይችላል። ስለዚህ ሰዎች መንፈስ ቅዱስ በመንፈሳቸው ውስጥ ከሚሰራው ሥራ የተነሳ መንፈሳዊ ጥበብን እና መገለጥን ያገኛሉ። (መጽሐፍ ቅዱስ ጥቅሶች የብሉይና / የአዲስ ኪዳን ግሪክ መዝገበ ቃላት. የቲየር ትርጉም)

እንዲሰጣችሁ

እንዲሰጣችሁ (ዲዶሚ) dídōmi / did'-o-mee፡- ማለት በሰጭው ውሳኔ፣ ልግስና እና ፈቃድ የተነሳ እንጂ ከተቀባዩ አይደለም። ጳውሎስ እግዚአብሔር የጥበብንና የመገለጥን መንፈስ ለኤፌሶን አማኞች እንዲሰጣቸው ይጸልያል።(መጽሐፍ ቅዱስ ጥቅሶች የብሉይና / የአዲስ ኪዳን ግሪክ መዝገበ ቃላት. የቲየር ትርጉም)

---

17 የክብር አባት የጌታችን የኢየሱስ ክርስቶስ አምላክ እርሱን በማወቅ የጥበብንና የመገለጥን መንፈስ እንዲሰጣችሁ እለምናለሁ።
የክብር አባት(ምንጭ) 1ኛ ዜና 29፥11፤ መዝ 24፥7፣ 10፤ 29፥3፤ ኤር 2፥11፤ ማቴ 6፥13፤ ሉቃስ 2፥14፤ ሐዋ 7፥2፤ 1ኛ ቆሮ 2፥8፤ ያዕ 2፥1፤ ራእይ 7፥12
የኢየሱስ ክርስቶስ አምላክ ኤፌ1፥3 ፤ ዮሐ 20፥17
እርሱን በማወቅ ኤፌ1፥3፣ 18፥ 19፤ ምሳ 2፥5፤ ኤር 9፥24፤ 24፥7፤ 31፥34፤ ማቴ 11፥ 27፤ ዮሐ 8፥ 54፣55፤ 16፥3፤ ዮሐ 17፥3፣25፣26፤ ሮሜ 1፥28፤ ቆላ 1፥10፤ 2፥2፤ 2ኛ ጢሞ 2፥25፤ ቲቶ 1፥1፤ 2ኛ ጴጥሮስ 1፥3፤ 2ኛ ጴጥሮስ 3፥18፤ 1ኛ ዮሐ 2፥3፣4
የጥበብንና የመገለጥን ኤፌ1፥3-5፤ዳን 2፥28-30፤ 10፥1፤ ማቴ 11፥25፤ 16፥17፤ ያዕ. 1ኛ ቆሮ 2፥ 10፤ 2ኛቆሮ 12፥ 1

114

የአ.ፈ.በ.አ. አገልግሎት / የኤፌሶን መልእክት ትምህርት

መንፈስ ዘፍ 41፥38፣39፤ ኢሳ 11፥2፤ ዳን 5፥11፤ ሉቃ 12፥12፤ 21፥15፤ ዮሐ 14፥17፣26፤ ሐዋ6፥10፤ 1ኛ ቆሮ 12፥8; 14: 6፤ ቆላ 1፥9፤ 2፥3፤ ያዕ 3፥17፣18

1፡18-19"ይህም የልባችሁ ዓይኖች ሲበሩ የመጥራቱ ተስፋ ምን እንዲሆን በቅዱሳንም ዘንድ ያለው የርስት ክብር ባለጠግነት ምን እንዲሆን ለምናምን ከሁሉ የሚበልጥ የኃይሉ ታላቅነት ምን እንዲሆን ታውቁ ዘንድ ነው፡፡

የልቦና አይኖች ይበሩ ዘንድ

"ይህም የልባችሁ አይኖቻችሁ ሲበሩ የመጥራቱ ተስፋ ምን እንደ ሆነ በቅዱሳን ዘንድ ያለው የርስት ክብር ባለጠግነት ምን እንደ ሚሆን" የልባችን ወይንም የልቦናችን አይኖች መብራት አስፈላጊ የሆነው የተሰጠንን የጥሪ ተስፋና ርስት ለማወቅና በዚያ ለመኖር እንድንችል ነው፡፡ የእንግሊዝኛው መጽሐፍ ቅዱስ አስደናቂ በሆነ መንገድ አስቀምጦታል "[for I always pray to the God of our lord Jesus Christ, the father of glory, that he may grant you a spirit of wisdom and revelation [of insight in to mysterius and secrets] in the [deep and intimate] knowledge of him, 18 <<by having the eyes of your heart flooded with light, so that you can know and understand the hope to which he has called you, and how rich inheritance in the saints (his set-apart ones) (AMP) bible"

“By having the eyes of your heart flooded with light” ብሎ ይገልጠዋል፡፡ በቁጥር 17 ላይ "እርሱን በማወቅ" የሚኖረንን ኅብረት ያመለክተናል፡፡ መንፈስ ቅዱስ (የጥበብና የመገለጡ የእግዚአብሔር መንፈስ ይህ እውቀት ማለትም ልጁን ኢየሱስን በቅርብና በውህደት የማወቅ ያህል ቀምሰነው ዳሰነው በሕይወት ልምምድ እንድንኖር ያደርገናል፡፡ የእንግሊዝኛው ቃል እርሱን በማወቅ የሚለው “deep and intimate” በማለት ይገልጠዋል፡፡ ጌታችን ኢየሱስ ክርስቶስ “በእኔ ኑሩ እኔም በእናንተ” ብሎ በ(ዮሐ 15፥17) የገለጠውን አይነት ነው፡፡ ከወይኑ ግንድ ጋር እንደ መጣበቅ የሆነ ሕይወት ነው፡፡ ይህም እርሱ የወይኑ ግንድ ተሸክሞን እኛም በእርሱ ላይ በማረፍ የምንኖረው የእምነት ምዕራፍና ጉዞ ነው፡፡ ከጌታችን ከኢየሱስ ጋር በቅርብ ተጣብቆና ተዋህዶ የመኖርን ይህን ሕይወት ሐዋርያው በሚቀጥሉት ምዕራፎች ላይ የበለጠ እየገለጠው ይሄዳል፡፡ በሚቀጥሉት ቁጥሮችም በሰፊው እናየዋለን፡፡ አንድ አካል የመሆን ምስጢር ይህ ነው፡፡ የክርስቶስ ሕይወት የእኛ ሕይወት ሲሆን፣ እኛ ክርስቶስ ኢየሱስን ስንለብስ፤ በክርስቶስ ስንሰወር፣ እና እርሱ በእኛ መኖሪያው መቅደስ ሆኖ ሲያድርብን የሚያሳዩ ሐሳቦችን ያዘለ ነው፡፡

☞ ሐዋርያው አይኖቻችሁ ሲበሩ ብሎ ሲናገር የልባችን ዓይኖች ወይም ስነ ልቡናችንን እንደ ሆነ ይገልጣል፡፡ ሁለቱን ቃላቶች በጥቂቱም ቢሆን በሰፋት መመልከቱ ተገቢ ይሆናል፡፡ ምክንያቱም አይኑ የበራለት ብቻ በበራለት መጠን ሊመላለስ ይችላል፡፡ ስለ ሆነም በሚቀጥሉት ምዕራፎች የክርስቶስን ሕይወት እንዴት መኖር ይቻላል ለሚለው መሠረት እየጣልን እንድንሄድ ያደርገናል፡፡ ክርስትና ኃይማኖት ብቻ ሳይሆን ሕይወትም ነው፡፡ ኃይማኖት ማለት ያመነውን የምንኖርበት ልምምድ ነው፡፡ ኃይማኖት በራሱ ከፋት የለውም፡፡ ኃይማኖት ውስን ነው፤ ሕይወት ግን ያለ ጥርጣሬ ስፋቱና ርዝመቱ ከፍታውና ጥልቀቱ ወደር የለውም፡፡ የክርስትና ሕይወት ልኩ ጌታችን ኢየሱስ ነው፡፡ ሐዋርያው በተለየ እና አስደናቂ በሆነ አገላለፅ ይተርከዋል፡፡

ልብ (ካርዲያ) kardía / kar-dee'-ah፡- ደረታችን ውስጥ ሆኖ ደም የሚያሰራጨው የሰውነት ክፍል አይደለም። የጥንት ሰዎች ልብን የእውቀት፣ የሃሳብ እና የማስተዋል ማዕከል አድርገው ይቆጥሩ ነበር። ልብ የአእምሮ እና የፈቃድ ማዕከል እንደመሆኑ አእምሮ ሊማር የማይችለውን ልብ ሊማርና ሊያውቅ ይችላል። በመጽሐፍ ቅዱስ ውስጥ ልብ የሕይወት መውጫ ሥነ-ምግባራዊ ምርጫ ማድረጊያ እና ማመዛዘኛ ነው። (መጽሐፍ ቅዱስ ጥቅሶች የብሉይና / የአዲስ ኪዳን ግሪክ መዝገበ ቃላት. የቲየር ትርጉም)

በውስጥ በልባችን የምናገኘው እውቀት እና ማስተዋል የመንፈስ ቅዱስ ሥራ ነው። መንፈስ ቅዱስ አማኙ እግዚአብሔር በክርስቶስ የሰጠውን ሁሉ በሕሊናው ያውቅ ዘንድ ይመራዋል፤ ማለትም በክርስቶስ መሆን ምን ማለት እንደሆነ ለአማኙ ያሳውቀዋል። ጳውሎስ ለኤፌሶን ክርስቲያች እና ለአማኞች ሁሉ የሚመኝላቸው ይህንን ነው።

ዓይኖች (አፍታልሞስ) ophthalmós / of-thal-mos'፡- ዓይን ለማየት የምንጠቀምበት የሰውነታችን ክፍል ነው፤ ጳውሎስ ግን ተምሳሌታዊ ትርጓሜ ሰጥቶታል። ልብ ዓይኖች ሲኖሩት እና እግዚአብሔርን እንዲሁም ከእግዚአብሔር ልጅ የሚመጡ መንፈሳዊ በረከቶችን ሁሉ ማየት እንደሚችል ተደርጎ ደስ በሚል ተምሳሌት ተገልጧል። መንፈሳዊ እውነቶችን መረዳት የሚቻለው በአእምሮ የመጠቀ በመሆን ሳይሆን በልብ ቅን በመሆን ነው። (መጽሐፍ ቅዱስ ጥቅሶች የብሉይና / የአዲስ ኪዳን ግሪክ መዝገበ ቃላት. የቲየር ትርጉም)

ሲበሩ (ፎቲድዞ) phōtízō / fo-tid'-zo፡- በአንድ ነገር ላይ ብርሃን እንዲበራ ማድረግ ማለት ነው። በጳውሎስ መልዕክት ውስጥ የውስጥ ዓይኖች በርተው አጥርተው አይተው

በእውቀት ሲሞሉ ማለት ነው። (መጽሐፍ ቅዱስ ጥቅሶች የብሉይና / የአዲስ ኪዳን ግሪክ መዝገበ ቃላት. የቲየር ትርጉም)

ዋረን ዋየርስቢ እንደጻፈው መጀመሪያ መገለጥ ከመንፈስ ቅዱስ ይመጣል፤ መንፈስ ቅዱስ የጥበብ እና የመገለጥ መንፈስ ነው። ሰው በፍጥረታዊ አእምሮው የእግዚአብሔርን ነገር ሊያስተውል አይችልም። መንፈስ ቅዱስ ከእግዚአብሔር ቃል ውስጥ እውነትን ይገልጥልናል። ከዚያም በተጨማሪ የተገለጠልንን እውነት እንድንመላለስበት ኃይልን ይሰጠናል (ኤፌሶን 3፥14-21)።

ይህም መገለጥ የሚመጣው ወደ አማኙ ልብ ነው (ኤፌ 1፥18)። ልብ ማለትም በመጽሐፍ ቅዱስ አነጋገር ውስጠኛው ሰው መንፈሳዊ የስሜት ሕዋሳት አሉት። የውስጠኛውም ሰው ልክ እንደ ውጨኛው ሰው ስሜት፣ አእምሮ እና ፈቃድ አሉት። የውስጠኛው ሰው ማየት ይችላል (መዝ119፥18 ዮሐ 3፥3)፤ መስማት ይችላል (ማቴ 13፥9 ዕብ 5፥11)፤ መቅመስ ይችላል (መዝ34፥8 1ኛ ጴጥ 2፥3)፤ ማሽተት ይችላል (ፊል4፥18 2ኛ ቆሮ 2፥14)፤ መዳሰስ ይችላል (ሐዋ17፥27)። ኢየሱስ ስለ ሕዝቡ "እያዩ አያዩም፤ እየሰሙ አይሰሙም" ሲል ስለ መንፈሳዊ እይታ እና ስለ መንፈሳዊ መስማት ማለቱ ነው። በመንፈስ ማየት እና ማስተዋል ስለማይችል ሰው ተጠያቂው አእምሮው ሳይሆን ልቡ ነው። የልብ ዓይኖች በእግዚአብሔር መንፈስ መከፈት አለባቸው። (ዋይርስቢ, ደብሊው የመጽሐፍ ቅዱስ ትርጓሜ ኮሜንታሪ 1989 እ.ኤ.አ. ቪክቶር)

ከመንፈስ ቅዱስ የተሰጠው ጥበብና መገለጥ የልቦናን አይኖች ያበራል፡፡ ብዙ ሰው ስለ እግዚአብሔር በስፋትም ይሁን በመጠኑ ሊያውቁ ይችላል፡፡ አንዳንዶች ሕልምም በማየት የእግዚአብሔርን ታላቅነት ሊያውቁ ይችላሉ፡፡ ሆኖም ስለ እርሱ ማወቅና ራሱን እግዚአብሔርን በግል ልቦናችን ማወቅ በጣሙን የተለያዩ ነገሮች ናቸው፡፡ የጥበብና የመገለጥ መንፈስን ስንቀበል የልቦናችን ዓይኖች ይበራሉ፡፡ ድሮ በእውርነት ሳናይ የምናልፋቸው መንፈሳዊ መረዳቶች የልቦናችን አይኖች ሲበሩ በስፋት ወለል ብለው ይገለጡልናል፡፡

የቋንቋ የሥነ ጽሑፍ፣ የታሪክ ወይም የኅብረት ሳይንስ ተመራማሪዎች ወዘተ መጽሐፍ ቅዱስን በሳይንሳዊ ምርምር በስፋት ያጠኑታል፡፡ እነኚህ ሰዎች መጽሐፍ ቅዱስን የሚያጠኑ ከግል ሕይወታቸው ጋር በተያያዘ በመንፈስ ቅዱስ ቁጥጥር ሥር ሆነው ሳይሆን እንደ ማንኛውም የሳይንስ ምርምር ነው፡፡ ከዚህ የተነሳ ስለ እግዚአብሔር ብዙ ነገሮችን ያውቃሉ፣ ስለ መጽሐፍ ቅዱስም በመገረም ያጠናሉ፡፡ የልቦናቸው ዓይኖች ግን የበሩ

ባለመሆናቸው እውቀታቸው ከአዕምሯቸው ጋር የተያያዘ ነው፡፡ ሐዋርያው ከዚህ የተነሳ እርሱን በማወቅ የጥበብና የመገለጥ መንፈስ ለኤፌሶን ክርስቲያች እንዲሰጥ ማለደ፡፡ ሐዋርያው "ከእግዚአብሔር መንፈስ በቀር ለእግዚአብሔር ያለውን ማንም አያውቅም" የሚለንም ይህንኑ ነው፡፡ መንፈስ ቅዱስ ወደ እኛ በሚመጣ ጊዜ ግን የእግዚአብሔር የሆነውን እንድንረዳ ያስችለናል፡፡ የልቦናችን አይኖች ሲበሩ ከሚሆኑቱ ነገሮች መሃከል አንዱ "የርስቱን ባለጠግነት" ማወቅ ነው፡፡ ስለዚህም በራሱ መንገድ ስለ ምድራዊው አካሄድ በመጨነቅ፣ በመጣር፣ በመውጣት በመውረድ ያሳልፋል፡፡ የርስቱ ባለጠግነት ሲገባን ግን አርፈን እንቀመጣለን፡፡ በአዕምሮአችን ማሰብን አቁመን፣ የእግዚአብሔር መንፈስ የሚመራንን ለማድረግ እንዘጋጃለን፡፡

የሰው ሕይወት በምድር ላይ ሩጫ ነው፡፡ ይህ ሩጫ የት እንደ ሚያደርሰው የሚሮጠው ሰውም በትክክል አያውቀውም፡፡ እርግጥ ማለም፣ ማቀድ የሰው ልጅ ይችል ይሆናል፡፡ ያቀድኩት ቦታ እደርሳለሁ ብለን በአምላካችን ላይ ብቻ መታመንና የእምነቱን ጉዞ መጓዝ ግን ያስፈልጋል፡፡ ትልቅ ቦታ እንደርሳለን ብለው፣ አቅደው የሮጡ ነገር ግን በድንገት የተቀጠፉ ብዙዎች አይደሉምን? ስለዚህ እምነታችን በእግዚአብሔር ላይ በማስደገፍ፣ የርስቱን ባለጠግነት በእምነት በመመልከት፣ በብዙ ትዕግስትና ታማኝነት ሩጫችንን ልናገባድድ ይገባናል፡፡

"የርስቱ ባለጠግነት"

ርስት (ክለሮኖሚያ) klēronomía / klay-ron-om-ee'-ah፡- አንድ ሰው የሃብት ወይም የመሬት ክፍፍል በሚደረግበት ጊዜ በእጣ የሚቀበለው ድርሻ ነው። በአዲስ ኪዳን ውስጥ ግን ከርስት ጋር ተያይዞ እጣ ወይም እድል የለም፤ ምክንያቱም አማኞች ሁሉ በክርስቶስ ሁሉን ወራሽ ተደርገናል። ክለሮኖሚያ የቁም ትርጉሙ አንድ ሰው አባቱ ወይም ዘመዱ ሲሞት የሚወርሰው ሃብት ወይም ስጦታ ሲሆን በዚህ ክፍል ውስጥ ግን እግዚአብሔር በተስፋ የሰጠንን መዳን፣ ስጦታዎች እና በረከቶች ያመለክታል።(መጽሐፍ ቅዱስ ጥቅሶች የብሉይና / የአዲስ ኪዳን ግሪክ መዝገበ ቃላት. የቲየር ትርጉም)

"የርስቱ ባለጠግነት" ምን እንደ ሆነ የምናውቀው የልቦናችን አይኖች ሲበሩ ብቻ ነው፡፡ አለዚያ እይታችን የብልፅግና ወንጌል አስተማሪዎች ነን እንደ ሚሉት ምድራዊብቻ ላይ ይሆናል፡፡ ይህ የርስቱ ባለጠግነት ግን በሰማያዊ እግዚአብሔርንና ፈቃዱን በማወቅ፣ መንግሥቱንም በመፈለግ፣ በመንፈስ ቅዱስ ቁጥጥር ሥር በመሆን የበለፀገች ቤተ ክርስቲያንን በምድር ላይ በመመሥረት የምንኖረው ነው፡፡ ይህቺ የበለፀገች ቤተ

ክርስቲያንም የጥንቷን የሐዋርያትን ዘመን ቤተ ክርስቲያን የመሰለች፣ እግዚአብሔርን በማወቅ የተሞላች፣ ቀደም ብለን የተመለከትነውን የጤናማ ቤተ ክርስቲያን መመዘኛዎችን የምታሟላ ትሆናለች፡፡

ኤፍ. ቢ. ሜየር በ(1ኛ ጴጥ 1፥4) እንደተጻፈው ስለ **ርስት** ሲያብራራ እንዲህ ይላል... ርስት ነጻ ስጦታ ነው። ይህንን ርስጥ ጠይቀን አይደለም የተቀበልነው፤ ወደዚህ ርስት ውስጥ ተወለድን እንጂ። ስለዚህ የልጅነት መብታችን ነው። ቅዱሳን በእግዚአብሔር ታላቅ ምህረት ዳግም ተወልደዋል። ስለዚህ በመወለዳቸው ብቻ የርስቱ ወራሾች ተደርገዋል (1ኛ ጴጥ 1፥3)።(ኤፌ 1፥15-23 በክርስቶስ ያለውን ንብረቶች መያዝ)

"በቅዱሳንም ዘንድ ያለው የርስት ክብር ባለ ጠግነት" የሚለው ቃል በሁለት መንገድ ሊተረጎመም ይችላል። የእግዚአብሔር ርስት **ቅዱሳን** ናቸው። እግዚአብሔር ቅዱሳንን ትልቅ ዋጋ እንዳለው ርስት አድርጎ ነው የሚያያቸው። በኤፌሶን 1፥4 ላይ ጳውሎስ የቅዱሳንን ርስት በተመለከተ ተናግሮ ነበር፤ አሁን ግን የሚናገረው እግዚአብሔር በቅዱሳን ውስጥ ስላለው ርስት ነው። እድል ፈንታችን እግዚአብሔር ነው፤ የእግዚአብሔርም ዕድል ፈንታው ሕዝቡ ነው።

ሌላኛው አፈታት ደግሞ ርስቱ እኛ በክርስቶስ የምንወርሰው በሙሉ ነው። ሁለተኛው አተያይም በመጽሐፍ ቅዱስ ውስጥ ድጋፍ ቢኖረውም እንኳ በዚህ ክፍል ጳውሎስ አጽንኦት ሰጥቶ የሚናገረው ስለ ሁለተኛው ነው። የመጀመሪያው አፈታት ማለትም የእግዚአብሔር ርስቱ ሕዝቡ መሆኑ በብሉይ ኪዳን ውስጥ ትልቅ ቦታ ያለው መገለጥ ነው። ሙሴ እንዲህ ብሎ እንደጻፈው:- የእግዚአብሔር እድል ፈንታ ሕዝቡ ነው ያዕቆብም የርስቱ ገመድ ነው (ዘዳ 32፥9)። እግዚአብሔር የሁሉ ባለቤት ሆኖ ሳል ርስት መፈለጉ አስገራሚ ነው (መዝ 50፥10)።

"ከሁሉ የሚበልጥ የሐይሉ ታላቅነት ምን እንዲሆን ታውቁ ዘንድ"

ከሁሉ የሚበልጥ (ሁፔርባሎ) hyperbállō / hoop-er-bal'-lo፡- ከተለመደው ርቀት በላይ መወርወር፤ ማሳለፍ። ድንቅ ከሚባለውም በላይ የሚያልፍ፤ የሚልቅ።(መጽሐፍ ቅዱስ ጥቅሶች የብሉይና / የአዲስ ኪዳን ግሪክ መዝገበ ቃላት. የቲየር ትርጉም)

የእግዚአብሔር ኃይል ከሁሉ በላይ የሚያልፍ እና የሚበልጥ ኃይል ነው። በእማኙ ውስጥ የሚሰራው የክርስቶስ ኃይል ሊሸነፍ አይችልም፤ ምክንያቱም የክርስቶስ ኃይል ከፍጡራን ሁሉ እንዲሁም ከሰይጣን እና ከሰራዊቱ ኃይል ሁሉ ይበልጣል።

አሊግዛንደር ማክላረን - ከምንድነው የሚበልጠው? ከምን እንደሚበልጥ አይነግረንም፤ ነገር ግን በዚሁ መጽሐፍ ውስጥ በሌላ ምዕራፍ ከጻፈው ላይ ወስደን መረዳት እንችላለን። ለምሳሌ - "ከመታወቅ የሚያልፈውን የክርስቶስን ፍቅር..." እንዲሁም እግዚአብሔር "ከምንለምነው እና ከምናስበው ሁሉ እጅግ አብልጦ ማድረግ" መቻሉ የሚሉትን ቃላት ስናይ የምናገኘው መረዳት አለ። በእማኙ ውስጥ የሚሰራው የእግዚአብሔር ኃይል ሊመዘን ሊሰፈር የሚችል አይደለም። መጠኑም አእምሮን እና የሰውን መረዳት ሁሉ የሚያልፍ ነው። (የማይበገር ኃይል መሰብሰብ)

ታላቅነት (**ሜጋቶስ**) mégethos / meg'-eth-os:- ትልቅነት፤ የእግዚአብሔር የትንሳኤ ኃይል ታላቅነቱ ፍጥረታዊ የመጠን መለኪያዎችን ሁሉ የሚያልፍ ነው። እውነት ይህንን ከልባችን እናምነዋለን? **ሜጋቶስ** የሚለው ቃል ኃይልን ለመግለጽም ያገለግላል። ለምሳሌ በ(ዘጸ 15፥16) ላይ "በክንድህ ብርታት" ይላል። የክንዱ ብርታት ምን ሰራ? ከስድስት ሚሊዮን ሕዝብ በላይ በኤርትራ ባሕር ውስጥ በደረቅ ምድር አሻገረ፤ የግብጽንም ሰራዊት በሙሉ ከነፈረሶቻቸው በባሕር ውስጥ አሰጠመ።(መጽሐፍ ቅዱስ ጥቅሶች የብሉይና / የአዲስ ኪዳን ግሪክ መዝገበ ቃላት. የቲየር ትርጉም)

ጆንሰን እንዲህ ሲል ይጠይቃል:- ለምናምን ከሁሉ የሚበልጥ የኃይሉ ታላቅነት ምንድነው? ኢየሱስን ከሙታን ሲያስነሳው በእርሱ ውስጥ የገለጠው ኃይል ነዋ። አስደናቂ አይደለምን? እግዚአብሔር በክርስቶስ ውስጥ የሰራው የኃይሉ ታላቅነት በእኔ ውስጥ ይሰራል።

ዋየርስቢ - እኛ እንጠቀም ዘንድ የቀረበ ዘላለማዊ መለኮታዊ ኃይል ነው። ሃብት ቢኖርህ ግን ልትጠቀመው አቅም ብታጣ ሃብትህ ምን ይጠቅምሃል?(የመጽሐፍ ቅዱስ ትርጓሜ ማብራሪያ ፀሐፊ (ጥራዝ 1 እና 2) ጠንካራ ሽፋን - ሰኔ 1, 1989በዎረን ዊዊስ ዌርስቤ)

ታውቁ ዘንድ (**ኤዶ**) eídō / i'-do:- በማስተዋል ማወቅ ፤ በጥሬው ሲፈታ ኤይዶ በማየት ማስተዋል ወይም መረዳት ማለት ነው (ማቴዎስ 2፥2)። ለምሳሌ:- የተወለደው የአይሁድ ንጉሥ ወዴት ነው? ኮከቡን በምሥራቅ አይተን (ኤይዶ) ልንሰግድለት መጥተናልና። (መጽሐፍ ቅዱስ ጥቅሶች የብሉይና / የአዲስ ኪዳን ግሪክ መዝገበ ቃላት. የቲየር ትርጉም)

የኢ.ፌ.ቤ.ስ. አገልግሎት / የኤፌሶን መልእክት ትምህርት

የኤዶ ትርጉም ምን እንደሆነ የሚያሳይ አንድ ጥቅስ ከመጽሐፍ ቅዱስ እንመልከት፡- ነገር ግን ለሰው ልጅ በምድር ላይ ኃጢአትን ሊያስተሰርይ ሥልጣን እንዳለው እንድታውቁ፤ ሽባውን። አንተን እልሃለሁ፥ ተነሣ፥ አልጋህን ተሸከምና ወደቤትህ ሂድ አለው (ማርቆስ 2፥ 10-11) ። በዚህ ጊዜ ሰዎቹ የኢየሱስን ስልጣን በግልጽ ያያሉ ወይም ይረዳሉ። *የዘላለም ሕይወት እንዳላችሁ ታውቁ ዘንድ በእግዚአብሔር ልጅ ስም ለምታምኑ ይህን ጽፌላችኋለሁ* (1ኛ ዮሐ 5፥13)። *መንፈስ ቅዱስ* የአማኞችን *መንፈሳዊ ዓይን ሲከፍት* እነዚህን እውነቶች በልባቸው ማወቅ ይችላሉ፤ ጥርጣሬም አይኖርባቸውም። *የመለኮቱ ኃይል፥ በገዛ ክብሩና በበጎነቱ የጠራንን በማወቅ፥ ለሕይወትና እግዚአብሔርን ለመምሰል የሚሆነውን ነገር ሁሉ ስለ ሰጠን፥ በእግዚአብሔርና በጌታችን በኢየሱስ እውቀት ጸጋና ሰላም ይብዛላችሁ። ስለ ክፉ ምኞት በዓለም ካለው ጥፋት አምልጣችሁ ከመለኮት ባሕርይ ተካፋዮች በተስፋ ቃል እንድትሆኑ፥ በእነዚያ ክብርና በጎነት የተከበረና እጅግ ታላቅ የሆነ ተስፋን ሰጠን* (2ኛ ጴጥ 1፥2-4)።

የእግዚአብሔር በረከት በክርስቶስ ኢየሱስ ላመኑ የኃይሉን ታላቅነት ማወቅ ነው። ከዚህ ቀደም እንደ ተነጋገርነው እውቀት ከሕይወት ተሞክሮም የሚዳብር ነው። እውቀት እያደገ የሚመጣ ነው። አንድ አማኝ ጌታን ሲያምን ማለትም ክርስቶስ ኢየሱስ የእግዚአብሔር ልጅ እንደ ሆነና ሞቶ እንደ ተነሳ በእርሱም የመስቀሉ ሥራ መቤዠትን እንዳገኘ አምኖ በእርሱ ሲደገፍ ይህን ታላቅ የሆነ ኃይል ይቀበላል፣ ይቀምሳልም ሆኖም ግን ሙሉ በሙሉ ይለማመድ ዘንድ የዚህን ኃይል ባሕሪ አሰራር ማወቅ ይገባዋል። የመገለጡ መንፈስ ስለዚህ ታላቅ ኃይል መረዳት አስፈላጊ ነው። የሐይሉን ባሕሪ ማወቅ ማለት ሐይሉ የሚገለጥበትን ሕግ ማወቅ ማለት ነው። የኃይል ሕግ ማወቅ አንድ አማኝ በሐይሉ ታላቅነት ተከብቦ ተሰውሮ ይኖር ዘንድ ያስችለዋል። ለምሳሌ ብንወስድ አንድ ህፃን ልጅ ሲወለድ ይኖርበትና ይመላለስበት ዘንድ ይህች ምድር ተሰጥታዋለች ሆኖም ግን የዚችን ምድር የመሬት ስበት ሕግ (ኃይል) ወዲያውኑ አያውቅም። ስለ ሆነም በእናቱና በአባቱ ታቅፎ ይቆያል። ከዚያ ዳዴ እያለ እየወደቀ እየተነሣ መራመድ ይጀምራል። ህፃኑ ቀስ በቀስም የመሬት ስበት ኃይል እንዳለ ሲያውቅና ሲለማመድ እናገኘዋለን። እንደዚሁ ሁሉ አንድ አማኝ አዲስ ሲወለድ (አዲስ ፍጥረት) ሲሆን በክርስቶስ መንግሥት ይሰወራል። ይህ የመንግሥት ኃይል ከተወለደ ጀምሮ የእርሱ ቢሆንም ይህ ኃይል ለእርሱ ጠቀሜታ እንደ የሚኖረው ሲያውቀው ሲረዳው ሲለማመደው ይሆናል፤ ይህ ይሆን ዘንድ አማኝ በዚህ ታላቅ ኃይል (ሕግ) ላይ መታመን መደገፍ ይኖርበታል።

"ታላቅ ኃይል" - ታላቅ፡- ሲል የማይለካ የማይሰፍር ልቆ ያለ የሚል ትርጓሜ የእንግሊዝኛው መጽሐፍ ሰጥቶታል። "And [so that you can know and understand] what is the

121

immeasurable and unlimited and surpassing greatness of His power in and for us who believe, as demonstrated in the working of his mighty strength (AMP) ይህ ኃይል ታላቅ ያደረገው በራሱ ታላቅ ስለ ሆነና ታላቅን ሥራ ይሰራ ዘንድ ስለ ቻለ ነው::

ኃይል (ዱናሚስ) dýnamis / doo'-nam-is፡- ሥራን የመስራት ወይም የማከራወን ብቃት፣ ችሎታ። ይህ ኃይል ለምሳሌ በወንጌሉ ውስጥ ተገልጧል (ሮሜ 1፥16)። በአማኞች ውስጥ ይህ የእግዚአብሔር ኃይል የሚገለጠው በመንፈስ ቅዱስ አማካኝነት ነው። (መጽሐፍ ቅዱስ ጥቅሶች የብሉይና / የአዲስ ኪዳን ግሪክ መዝገበ ቃላት. የቲየር ትርጉም)

1. በራሱ ታላቅ ነው:: (ሉቃ 1፥31-35)
   - በክርስቶስ ላይ የወረደው የልዑል መንፈስ በመባል ይታወቃል:: ልዕልናው ጌታችን ኢየሱስ ከድንግል ማርያም ያለ ወንድ ፈቃድ ሲወለድ ተገልጦአል:: የተወለደው የልዑል ልጅ በልዑል ኃይል ተፀልሎ ተወለደ
   - በክርስቶስ ኢየሱስ ላይ በዮርዳኖስ ሲጠመቅ የወረደበት ቅዱሱ መንፈስ ነው:: (ሉቃ 3፥21-22 4፥1)
   - ጌታችን ኢየሱስ ክርስቶስ በምድር አገልግሎቱ በልዑል ኃይል ተሞልቶ ያገለግል ነበር:: (ሐዋ 10፥38)
   - የክርስቶስ መሞትና መነሣት በልዑል ኃይል በመንፈስ ቅዱስ የተገለጠ ነበር:: ፊሊ 3፥10
2. እርሱ ታላቅ ሥራ ይሰራ ዘንድ መቻሉ ነው::
   - የጠፋው የአዳም ዘር ይድን ዘንድ እንዲሁም ልጅ ይሆን ዘንድ ብቃትን አስጥቶታል:: (ኤፌ 1፥4-6)
   - በሲኦል የተጣለውን ሰው አዲስ ፍጥረት አድርጎ በሰማያት በአብ ቀኝ ከልጁ ኢየሱስ ጋር ማስቀመጥ ነው:: (ኤፌ 1፥3 መዝ 118፥23)

ይህ ታላቅ ኃይል የሆነውን ክርስቶስን እና የእርሱን ኃይል አሰራር ዓለማወቅ በራሱ ሞት ነው:: አንድን ሰው በመንፈሳዊ ሙት ነው ስንል ከዚህ የሕይወት ኃይል ጋር አለመጣበቁና ኃይል ዓለማግኘቱ ነው:: ሌላው አስከፊ ነገር ግን ኃይል የሆነው ጌታ በውስጡና ለእርሱ (ለአማኙ) መኖሩን መገኘቱን ዓለማወቁ አለመለማመዱ አለመቅመሱ ነው:: ጌታችን ኢየሱስ ክርስቶስ በምድር በሥጋው በኖረበት ዘመን ሁለት አይነት ሰዎችን ይወቅሳቸው ነበር:: አንደኛው ወገን እርሱን ሳያውቁ (ኃይሉን) ሳያውቁ ያሉ (ሙታን) የሆኑት ፈሪሳውያን ሲሆኑ ሌላው ወገን ግን ኃይሉን የቀመሱትን፣ የተቀበሉትን ሰዎች፣ ሆኖም

የኃይሉን አሰራር ባማወቅ (ባለመለማመድ) በሕይወት ላሉ እንደ ሞተ ሰው የሆኑትን ነው፡፡ ሐዋርያው ጳውሎስ በተለያየ መልእክቱ ተመሳሳይ ሃሳብ ይናገራል፡፡

1) ለማያምኑ ሰዱቃውያን *"መጽሐፍትንና የእግዚአብሔርን ኃይል አታውቁምና ስለዚህ የምትስቱ አይደለምን"* ማር 12፥24 ሐዋርያው ጳውሎስ እውነተናውን የእግዚአብሔርን ኃይል ሳይቀምሱ ነገር ግን እግዚአብሔርን እናመልካለን የሚሉ ሰዎች፣ ኅብረቶች፣ ቤተ እምነቶች፣ እንዳሉ ይገለጣል፡፡ በእነዚህ ቤተ እምነቶች ብዙ መልካም ነገሮች ሊያደርጉ ይችሉ ይሆናል፡፡ ነገር ግን የእግዚአብሔር ኃይል የሆነውን ክርስቶስን አያውቁትም (አልቀመሱትም) "የአምልኮት መልክ አላቸው ኃይሉን ግን ክደዋል" ይላል (2ኛ ጢሞ 3፥5) የማዳን ኃይሉን አልቀመሱም በሌላ አገላለፅ ክርስቶስን የመምሰል የልጅነት መልክ አይገለጥባቸውም ማለት ይሆናል፡፡ እነዚህ አይሁዳውያን ተአምራትን ይሻሉ ምንአልባት ብዙ ተአምራት በስሙ ሊያደርጉ ይችሉ ይሆናል፡፡ ነገር ግን ጌታን ኢየሱስን (የእግዚአብሔር ኃይል) የሆነውን ክርስቶስን ሆነ የመስቀሉ *ሥራ* አይቀበሉም፡፡ (1ኛ ቆሮ 1፥22-24 ማቴ 2፥23) - ለምሳሌ ብንወስድ ይሁዳ ከደቀመዛሙርቱ እንደ አንዱ በጠላት ኃይል ላይ ስልጣንን ተቀብሎ በተሰጠው የስልጣን ኃይል አጋንንትን ያስወጣ ነበር፡፡ ነገር ግን ኃይል ከሆነው ክርስቶስ ጋር ኅብረት አልነበረውም፡፡ (ማር 6፥7፤14፤30 ማቴ 10፥1፤2፤4) በብሉይ ኪዳን ዘመን በተመሳሳዩ የእግዚአብሔር ቤተመቅደስ ብለው የሚተማመኑበት በየሰንበቱ ቤተ መቅደስ የሚሄዱ ሰዎች ነበሩ፡፡ እነዚህ ግን ሕይወታቸው ያልተቀየረ ነገር ግን የአምልኮ መልክ የነበራቸው ነበሩ፡፡ ሕይወት ግን አልነበራቸውም፡፡ ነብዩ ጩኸ የሚል ድምፅ መጣለት፡፡ ጩኸቱም ይህ ነበር "በእግዚአብሔር ቤት በር ቁም ይህንም ቃል እንዲህ ብለህ ተናገር፡- እግዚአብሔርን ልታመልኩ በእነዚህ በሮች የምትገቡ ከይሁዳ ያላችሁ ሁሉ የእግዚአብሔርን ቃል ስሙ፡፡ የእሥራኤል አምላክ እግዚአብሔር እንዲህ ይላል፡- መንገዳችሁንና ሥራችሁን አሳምሩ፡-.... የእግዚአብሔር መቅደስ የእግዚአብሔር መቅደስ ይህ ነው እያላችሁ በሐሰት ቃል አትታመኑ" (ኤር 7፥2፤3፤4፤) እንደነዚህ አይነት ሰዎች ንስሃ ገብተው የንስሃ ፍሬ አይታይባቸውም ነገር ግን በአብርሃም ሆነ በቤተመቅደሱ የሚታመኑ አይነት ናቸው፡፡ (ሉቃ 3፥8)

2) ጌታን የማያውቁ (አዲስ ፍጥረት) የሆኑ ነገር ግን ኃይል የሆነውን ጌታን በማወቅ (በመለማመድ) የሚኖሩ መሆን ሲገባቸው እንደ ሙታን የሆኑ ናቸው፡፡ እነዚህ ይህን ታላቅ ኃይል ተሰጥቶአቸው በተሰጣቸው ኃይል (ሕግ) መሠረት መራመድ መመላለስ መኖር ያቃታቸው ናቸው፡፡ ቀደም ብለን እንደ ተመለከትነው የመሬት የስበት ኃይል (ሕግ) ኖሮ ሳለ የህፃኑ የእድገት ደረጃ የማወቅ ችሎታው እያደገ ይመጣል፡፡ የህክምና ባለሞያዎች ሲናገሩ ህፃን ልጅ ተወልዶ በሙሉ እግሩ እስከሚሄድ ብዙ ደረጃ እንዳለ ይገልፃሉ፡፡ በሆዱ

መገላበጥ ጀምሮ ዳዴ ማለት ከዚያም በሁለት እግሩ ለመቆም ደጋፊ ይፈልጋል፡፡ ድጋፍ በመያዝ ለጥቂት እርቀት መራመድ ይሞክራል፡፡ በዚህም ጊዜ የነርቭ ሲስተሙ እና ጡንቻው መጎልበት ይችላል፡፡ ልክ እንደዚሁ የአማኙ መንፈሳዊ ጉልበትም ይጠነክር ያድግ ይበረታ ዘንድ ይገባዋል፡፡

ስፐርጀን፡- ኢየሱስ ክርስቶስን ከሙታን ያስነሳው እና በላይ በክብር ያስቀመጠው ያው ኃይል እራሱ ነው ነው አማኞች ይድኑ ዘንድ የሚሰራው። ከዚህ ያነሰ ኃይል የሰውን ነፍስ ሊያድን አይችልም።

ቤት ሙር፡- ስለ ኃይል እንዲህ ብሎ ጽፏል… በ (ሉቃ5፥17) ላይ **እርሱም እንዲፈውስ የጌታ ኃይል ሆነለት** ተብሎ የተጻፈው ቃል ብዙውን ጊዜ ግልጽ አይደለም። ኢየሱስ አንዳንድ ጊዜ የመፈወስ ኃይል ያጥረው ነበርን? ይህ በደምብ እንድታስቡ ያደርጋችኋል ብዬ እገምታለሁ። ጥሩ ተማሪ ፈታኝ የመጽሐፍ ቅዱስ ክፍሎችን ለመመርመር አይፈራም። ይህ ቃል ኢየሱስ አንዳንድ ጊዜ ለመፈወስ ኃይል ያጥረው ይሆን ብለን እንድንጠይቅ ያደርገናል። ቃሉ መጀመሪያ የተጻፈበትን ቋንቋ ስንፈትሽ ትክክለኛ ትርጉምን ማግኘት እንችላለን። በዚህ ክፍል ኃይል ተብሎ የተተረጎመው የግሪክ ቃል **ዱናሚስ** ሲሆን ሥራን ለማከናወን የሚበቃ ኃይል ወይም አቅም ማለት ነው። ሌላው ብዙውን ጊዜ ኃይል እየተባለ የሚተረጎመው የግሪክ ቃል **ኢስከስ** ነው። ይህኛው ቃል እግዚአብሔር መለኮታዊ ኃይል እንዳለው ይገልጻል።

ዶናሚስ እግዚአብሔር በምድር ላይ ለመሥራት ሲፈልግ የሚጠቀመውን ኃይል የሚገልጽ ቃል። **ዱናሚስ** የተወሰኑ መለኮታዊ ሥራዎችን በምድር ላይ ለማከናወን የሚያገለግል **ኢስከስ** ነው። ኢየሱስ የዛን ዕለት ለመፈወስ (**ዱናሚስ**) ኃይሉን (**ኢስከስ**) ሊጠቀም ዝግጁ ነበር። ክርስቶስ ብዙ ጊዜ ሰዎችን ፈውሷል፣ ለመፈወስ ሁሌ ዝግጁ ሁሌ ፈቃደኛ ነው። አልፎ አልፎ ግን በፈውሱ ውስጥ ሌላ ከፍ ያለ ዓላማ ጭምር ነበረው። በአካባቢው ከሕዝቡ ጋር ፈሪሳውያን እና ሰዱቃውያንም ነበሩ። ስለዚህ እርሱም እንዲፈውስ የጌታ ኃይል ሆነለት ሲል የታመሙትን ሰዎች ብቻ ሳይሆን በቃሉ ውስጥ የመጣውን ኃይል የሚቀበሉ ሰዎችን ሁሉ ፈሪሳውያንን እና ሰዱቃውያንን ጨምሮ ሊፈውስ ዝግጁ ነበር። በበሽታ የታመሙትን ብቻ ሳይሆን በኃጢያትም የታመሙትን ጭምር ሊፈውስ አስቦ ነበር። በ (ኤፌ 1፥19 እና በኤፌሶን 6፥10) ኢስከስ የሚለው ቃል የእግዚአብሔር በአማኞች ላይ ያፈሰሰውን የኃይል ብርታት ይገልጻል።

የእግዚአብሔር የብርታቱ ጉልበት ምን አይነት ኃይል ነው? ጳውሎስ እግዚአብሔር ለአማኞች የሚሰጠው ኃይል ምን አይነት መሆኑን ለመግለጽ አራት ማሳያዎች ይጠቀማል። እነርሱም:- በዚህ ኃይል እግዚአብሔር 1ኛ. ክርስቶስን ከሙታን አስነስቷል (ኤፌ1፥20) 2ኛ.በሰማያት በቀኙ አስቀምጦታል (ኤፌ1፥20) 3ኛ. ሁሉን ከእግሮቹ በታች አስገዝቶለታል (ኤፌሶን 1፥22) እና 4ኛ. ለቤተክርስቲያን ራስ እንዲሆን ሰጥቶታል (ኤፌ1፥22)። እኛ በክርስቶስ ውስጥ ስለሆንን፣ እርሱም ደግሞ በእኛ ውስጥ ስለሆነ የትንሳኤ ኃይል በውስጣችን አለ። ጳውሎስ የሚጸልይልን ይህ እውነት በመንፈስ ቅዱስ አማካኝነት እንዲገለጥልን እና ልንኖርበት እንድንበቃ ነው። በአጭሩ ጳውሎስ የሚጸልይልን በክርስቶስ ያገኘነውን ሰማያዊ ማንነት እና በረከት ሁሉ በምድር በኑሮአችን እንድንገልጠው ነው። ጳውሎስ ራሱ በግሉ ምኞቱ ይህ መሆኑን በፊልጵስዩስ መልዕክቱ እንዲህ ሲል ገልጾታል እርሱንና የትንሣኤውን ኃይል እንዳውቅ፥ በመከራውም እንድካፈል፥ ወደ ሙታንም ትንሣኤ ልደርስ ቢሆንልኝ፥ በሞቱ እንድመስለው እመኛለሁ (ፊል3፥10)።

ዋረን ዋየርስቢ... ከሞት በተነሳው በኢየሱስ ክርስቶስ ትንሳኤ ውስጥ ያለው ኃይል በመንፈስ ቅዱስ አማካኝነት በእያንዳንዱ አማኝ ውስጥ ይገኛል። አማኞች ይህንን በውስጣቸው ሁሌ የሚኖረውን ኃይል በእምነት ሊያገኙት እና ሊጠቀሙበት ይችላሉ። ኃይሉ ለእኛ ለምናምን ነው (ኤፌ1፥19)። ኃይሉን የሚሰጠን ፀጋው ነው፤ ተቀብለን ልንጠቀም የምንችለው ግን በእምነት ነው (2ኛቆሮ5፥7)። (የመጽሐፍ ቅዱስ ትርጓሜ ማብራሪያ ፀሐፊ (ጥራዝ 1 እና 2) ጠንካራ ሽፋን - ሰኔ 1, 1989 በዎረን ዊዊስ ዌርስቤ)

18-19 ይህም የልባችሁ ዓይኖች ሲበሩ የመጥራቱ ተስፋ ምን እንዲሆን በቅዱሳንም ዘንድ ያለው የርስት ክብር ባለጠግነት ምን እንዲሆን ለምናምን ከሁሉ የሚበልጥ የኃይሉ ታላቅነት ምን እንዲሆን ታውቁ ዘንድ ነው፤

የልባችሁ ዓይኖች ሲበሩ ኤፌ5፥8 ፤ መዝ 119፥ 18፤ ኢሳ 6፥10፤ 29፥10፣ 18 ፤ 32፥3 ፤ 42፥7፤ ማቴዎስ 13፥15፤ ሉቃ 24፥45 ፤ ሐዋ 16፥ 14፤ 26፥ 18 ፤ 2ኛ ቆሮ 4፥4፣ 6 ፤ ዕብ 10፥32

የመጥራቱ ተስፋ ኤፌ4፥ 1፤ ሮሜ 8፥ 28-30፤ ፊል 3፥14፤ ቆላ 3፥15፤ 1ኛ ተሰ 2፥12፤ 2 ተሰ 1፥11፤ 1ኛ ጢሞ6፥12 ፤ 1ኛ ጴጥ 3፥9፤5፥10

የርስት ክብር ባለጠግነት ኤፌ1፥7፣11፤ 3፥8፣16

ከሁሉ የሚበልጥ ኤፌ2፥10፤ 3፥7፣20፤ መዝ 110፥2 ፣ 3 ፤ ኢሳ 53፥1 ፤ ዮሐ 3፥6 ፤ ሐዋ26፥18፤ ሮሜ1፥16 ፤ 2ኛ ቆሮ 4፥7 ፤ 5፥17 ፤ ፊል 2፥13፤ ቆላ 1፥29 ፤ 2፥12 ፤ 1ኛ ተሰ 1፥5 ፤ 2ኛ ተሰ 1፥11 ፤ ያዕ 1፥18

1፡20 "ክርስቶስን ከሙታን ሲያስነሳው ...በሰማያዊ ሥፍራ በቀኙ ሲያስቀምጠው"

ይህ ታላቅ ኃይል የሆነው ክርስቶስ ከሞት የመነሳቱን ምስጢር ሐዋርያው ጳውሎስ ይገልጠዋል፡፡ ክርስቶስ ኢየሱስ ከሙታን የመነሳቱ ምስጢር ይገለጥላቸው ዘንድ ሐዋርያው ይፀልይ እንደ ነበረ በቁጥር 16 ላይ ተመልክተናል፡፡ በሥጋ ዐይን ክርስቶስን ማየት መልካም ነው፡፡ በልቦና ዐይን ከሙታን እንደ ተነሣ መመልከት ግን በእግዚአብሔር መንፈስ (በጥበብና በመገለጥ መንፈስ) የሚሆን በረከት ሆነ ብፅእና ነው፡፡ ጌታችን ሞቶ ከተነሣ በኋላ በሥጋ በማየት ለማመን የሚሻ የነበረው ቶማስ የሚባል ሰው እንደ ነበረ መጽሐፍ ቅዱስ ይነግረናል፡፡ ሐዋርያው ዮሐንስ እንዲህ አድርጎ አስፍሮታል፡- "ነገር ግን ከአሥራ ሁለቱ አንዱ ዲዲሞስ ቶማስ ኢየሱስ በመጣ ጊዜ ከእነርሱ ጋር አልነበረም፡፡ ሌሎቹም ደቀ መዛሙርት፡- ጌታን አይተነዋል አሉት እርሱ ግን፡- የችንካሩን ምልክት በአይኖቼ ካላየሁ እጄንም በጎኑ ካላገባሁ አላምንም አለ፡፡ ከስምንት ቀን በኋላም ደቀመዛሙርቱ ደግመው በውስጥ ነበሩ ቶማስም ከእነርሱ ጋር ነበር፡፡ ደጆችም ተዘግተው ሳሉ ኢየሱስ መጣ በመካከላቸውም ቆሞ፡- ሰላም ለእናንተ ይሁን አላቸው፡፡ ከዚያም በኋላ ቶማስን ጣትህን ወደዚህ አምጣና እጆቼን እይ እጆችህንም አምጣና በጎኔ አግባው፤ ያመንህ እንጂ ያላመንህ አትሁን አለው፡፡ ቶማስም ጌታዬ አምላኬ ብሎ መለሰለት፡፡ ኢየሱስም ስለ አየኸኝ አምነህል ሳያዩ የሚያምኑ ብፁአን ናቸው አለው፡፡" (ዮሐ 20፥26-29) በሥጋ ዓይን ባይመለከቱት በልቦናቸው ዐይን የሚያዩት የተባረኩ ናቸው፡፡ ምክንያቱም የሚያዩት እይታቸው እርሱን የሚለማመዱት "ሕይወታቸው" እንደ ሆነ በመረዳትና በማስተዋል ይሆናል፡፡ ሐዋርያው ጳውሎስ በዚያን ጊዜ ለነበሩ አማኞች የገለጠው ይሄ ነው፡፡ ለቆሮንቶስ ቅዱሳን እንደ ጻፈው በቅድሚያ 12 ከዚያ ከ500 በላይ የሆኑ ሰዎች ታይቷል፡፡ በብዙዎቻችን ይህ አይነቱ መገለጥ የሚያስጎመጅ ከልብ የምንመኘው ይሆናል፡፡ (1ኛ ቆሮ 15፥3-6) ሐዋርያው ጳውሎስ ግን የልቦናቸው ዐይን ይበራ ዘንድ ይፀልያል፡፡ (ኤፌ 1፥16) ለምን? ጌታን በልቦና አይኖች መመልከት በሥጋ ዐይን ከመመልከት የላቀ ነው፡፡ ሐዋርያቱም እርሱ የእግዚአብሔር ልጅ እንደ ሆነ የተረዱት የልቦናቸው ዐይን የመገለጡ ሚስጢር ስለተሰጣቸው እንጂ አብሮአቸው ስለበላና ስለጠጣም ሆነ አብሮ በአንድ ጣሪያ ስለኖረም አይደለም፤ (ማቴ 10፥25-27 ማቴ 16፥17) ምን አልባት ጌታን ሲበላ ሲጠጣ ሲጫወት ድንቅና ተአምራት ሲያደርግ የተመለከቱ ስፍር ቁጥር የላቸውም፡፡ አብሮ በሙብላት አብሮ በማዳመቅና በማጨብጨብ እርሱን እንደ ማያውቁት ግልጥ አርጎ ስለነገራቸው ጥለውት የሄዱ ብዙ ነበሩ፡፡ አንዳንድ ጊዜ ሰዎችን ወደ ራሱ የሚያስጠጋ የማይመስልበትም ጊዜ ነበር፡፡ ከማቅረብ ይልቅ የሚያርቃቸው ነው ብለን በሥጋ አእምሮአችን አስልተን ለመናገር የሚያስደፍረን ጊዜ አለ፡፡ ይሁን እንጂ ወደ እኔ የመጡትን ወደ ውጭ አልጥላቸውም በማለት አስረግጦ ይናገራል፡፡ ይህ እንዴት ይሆናል? ትምህርቱ አልሳባቸውም ነበር፡፡ ዮሐንስ ሲናገር "ከዚህም የተነሣ ከደቀመዛሙርቱ ብዙዎች ወደ ኋላ ተመለሱ ወደፊትም

ከእርሱ ጋር አልሄዱም። ኢየሱስ ለአሥራ ሁለቱ፡- *እናንተ ደግሞ ልትሄዱ ትወዳላችሁን አለ"* (ዮሐ 6፥66-67)

ስለ ራሱ ሲነግራቸው ወደ ኋላ ያፈገፈጉ ብዙዎች እንደ ነበሩ እንመለከታለን፡፡ ታዲያ ጌታ ይሄን ያህል ደከሞ ለምን በሚያባብል ቃል አጃቢዎች አላፈራም? በምን ተማመነ? ብለን ስንጠይቅ መልሱን በዚሁ በዮሐንስ ወንጌል እናገኛለን፡፡ ጌታችን ኢየሱስ ትንሳኤውን ይጠባበቅ ነበር፡፡ በትንሳኤው የሚገለጠው የሐይሉ አሰራር ብዙዎችን "ሁሉን" ወደ እርሱ እንደ ሚያመጣ ተመልክቶ ነበር፡፡ "እኔም ከምድር ከፍ ከፍ ያልሁ እንደ ሆነ ሁሉን ወደ እኔ አስባለሁ" (ዮሐ 12፥32) አባቱ የጠራውን ሁሉ በትንሳኤው ኃይል እንደ ሚማርክ እንረዳለን፡፡ (ኢሳ 53፥11-12 ዮሐ 6፥37፥65፤44) ይህ መሳብ የሆነ መሰጠት (ስጦታ) ሲሆን የጸጋውን አሰራር ይገልጣል፡፡ የጥበብና የመገለጥ መንፈስ የእግዚአብሔር የጸጋው አሰራር ሲሆን አማኙ በእምነት ይህንን ጸጋ ተቀብሎ ሊመላለስበት ይገባዋል፡፡ (ኤፌ 1፥6) ሐዋርያው ጳውሎስ እርሱንና የትንሳኤውን ኃይል ለማወቅ ይመኛል ይዘረጋም ነበር፤ ይመኝ ነበር ፍቃደኛ መሆኑን ያመለከተናል የተመኘውን ያገኝ ዘንድ እይዛለሁ በማለት ይፈጥን ነበር፡፡ (ፊሊጲስዩስ 3፥10-12) የእግዚአብሔር ልጅን ማወቅ (መቅመስ በመኖር የሆነ ልምምድ) ይኖረን ዘንድ ክርስቶስ ከሙታን ተነስቶአል፡፡ እርሱ ትንሳኤ በመባል ይታወቃል (ዮሐ 11፥25-26) ትንሳኤ ደግሞ ምን እንደ ሆነ ከበራልን ካወቅን በትንሳኤ ሕይወት መኖር እንችላለን፡፡ ክርስቶስ እኛን ወክሎ መሞቱን የሚያሳየን እኛንም ወክሎ መነሳቱን የሚያስረግጥልን ነው፡፡

የልቦና አይኖቹ የበራለት ሰው ራሱን በክርስቶስ ውስጥ አርጎ ይመለከታል፡፡ ጌታችን ኢየሱስን በዚያ መልክ መረዳት የሚመጣው የጥበብና የመገለጥ መንፈስ የልቦና አይኖቻችንን ሲያበራል ብቻ እንደ ሆነ ሐዋርያው ጳውሎስ ይገልጣል፡፡ "ስለዚህ እኛ ከአሁን ጀምሮ ማንንም በሥጋ እንደሚሆን አናውቅም ክርስቶስንም በሥጋ እንደ ሆነ ያወቅነው ብንሆን እንኳ አሁን ግን ከእንግዲህ ወዲህ እንደዚህ አናውቀውም" (2ኛ ቆሮ 5፥16) ጌታን በዚህ መልክ ማወቅ ብፅአና እንደ ሆነ ቀደም ሲል ተመልክተናል፡፡ ጌታን በእኛ ውስጥ እኛን በእርሱ ውስጥ ማየት (ማስተዋል-ማወቅ) ይህ አብ በክርስቶስ ለሚያምኑ ሁሉ የሰጠው የቅዱሳን ርስት ነው፡፡

ሐዋርያው የተገለጠለትን ይህን ምስጢር እንደ አዋጅ ነጋሪ በየሄደበት ያስተጋባው ነበር፡፡ "ሞት በሰው በኩል ስለመጣ ትንሳኤ ሙታን በሰው በኩል ሆኖአል፡፡ ሁሉ በአዳም እንደ ሚሞቱ እንዲሁ ሁሉ በክርስቶስ ደግሞ ሕያዋን ይሆናሉ፡፡" (1ኛ ቆሮ 15፥21-22) በትንሳኤው ግዜ እንደ ሰው ደከመ ተሰቃየ ሞተ የእግዚአብሔር ኃይል በሕይወት ይኖር

ዘንድ አስነሳው፡፡ ስለዚህም የትንሳኤው ኃይል በመባል ይታወቃል፡፡ ሐዋርያው ጳውሎስ ለቆሮንቶስ በጻፈላቸው መልእክቱ "በድካም ተሰቅሎአልና ነገር ግን በእግዚአብሔር ኃይል በሕይወት ይኖራል፡፡ እኛ ደግሞ ከእርሱ ጋር እንደክማለን ነገር ግን ስለ እናንተ በሆነ በእግዚአብሔር ኃይል ከእርሱ ጋር በሕይወት እንመራለን፡፡" (2ኛ ቆሮ 13፥4) ሐዋርያው ክርስቶስ በሕይወት ይኖር ዘንድ በእግዚአብሔር ኃይል እንደ ተነሳ እኛ በእርሱ ውስጥ ሆነን ተነስተናል፡፡ የእርሱ ሕይወት ለእኛ ሆነ ይላል "ክርስቶስ ኢየሱስ ከሙታን በመነሳቱ ለሕያው ተስፋና ለማይጠፋ እድፈትም ለሌለበት ለማያልፍ ርስት እንደ ምሕረቱ ብዛት ሁለተኛ የወለደን የጌታችን የኢየሱስ ክርስቶስ አምላክና አባት ይባረክ" (1ኛ ጴጥ 1፥3-4)

1፡-21"በሰማያዊ ሥፍራ በቀኙ ሲያስቀምጠው"

እግዚአብሔር አብ በገዛ ክንዱ የሰራው እንደ ሆነ ይገልጣል፡፡ ይህ ደግሞ አብ በራሱ በፈቃድ የፈፀመው ሥራ እንደ ሆነ ያመለክተናል፡፡ ነብዩ ኢይያስ በ750 ዓመት ክርስቶስ ከመወለዱ በፊት ስለ ጌታችን መሞት ሲናገር በራሱ ፈቃድና በእግዚአብሔርም ቁጣ እንደ ተቀሰፈ አድርገው የእሥራኤል ቤትና የኪዳኑ ሕዝብ እንደ ተመለከቱት ይናገራል "እኛ ግን እንደ ተመታ በእግዚአብሔርም እንደ ተቀሰፈ እንደ ተቸገረም ቆጠርነው" (ኢሳ 53፥4) ኢይያስም ሆነ ሌሎች ነብያቶች የጌታ መሞት ሆነ መነሳት በእግዚአብሔር ፈቃድና ክንድ እንደ ሆነ አብስረዋል፡፡ መዝሙረኛው 16፥10 "ነፍሴን በሲኦል አትተዋትምና ቅዱስህንም መበስበስን ያይ ዘንድ አትተወውም" ይላል፡፡ ሐዋርያው ጴጥሮስ በጴንጤቆስጤ (በበአለ አምሳ) ለነበሩ ሰዎች የተናገረው ይህን ጥቅስ በመመርኮዝ ነበር፡፡ "እርሱንም በእግዚአብሔር በተወሰነው አሳቡና በቀደመው እውቀቱ ተሰጥቶ በዓመፀኞች እጅ ሰቅላችሁ ገደላችሁት፡፡ እግዚአብሔር ግን የሞትን ጣር አጥፍቶ አስነሳው ሞት ይይዘው ዘንድ አልቻለምና" (ሐዋ 2፥23-24) ሐዋርያቱ ተግተው የተናገሩት እግዚአብሔር አስነሳው እናንተ ግን ሰቀላችሁት እያሉ ነበር፡፡ "እናንተ በሰቀላችሁት እግዚአብሔርም ከሙታን ባስነሳው..." (ሐዋ 4፥10) እያሉ በቀጥታ ሕይወት ያለበትን ቃል ለትውልዳቸው ይናገሩ ነበር፡፡ "እርሱን እግዚአብሔር በሶስተኛው ቀን አስነሳው ይገለጥም ዘንድ ሰጠው" (ሐዋ 10፥40)

የጌታችን የኢየሱስ ክርስቶስ መነሳት ብቻ ሳይሆን በአብ ቀኝ መቀመጥ በትንቢት የተነገረለት ነበር፡፡ ይህም ትንሳኤው እውነት ብቻ ሳይሆን በእግዚአብሔር ፊት ሙሉ በሙሉ ተቀባይነት እንዳለው ያረጋግጣል፡፡ "እግዚአብሔር ጌታዬን፡- ጠላቶችህ ለእግርህ መቀመጫ እስካደርግልህ ድረስ በቀኜ ተቀመጥ አለው" መዝ 110፡1 ጌታችን ኢየሱስ በአብ ቀኝ መቀመጡን በርካታ ጥቅሶች በአዲስ ኪዳን ሰፍረዋል፡፡ አንድ አማኝ አጥብቆ ሊረዳውና

ሊያውቀው የሚገባ ምስጢር ሲሆን በመንፈስ ቅዱስ የጥበብና የመገለጥ ሥራ በየጊዜው እየበራ የሚመጣ በጸጋ ዘመን የሚገለጥ የእግዚአብሔር አሰራር ነው፡፡ (ማር 16፥19 ፤ሐዋ 5፥31 7፥55 ሮሜ 8፥34 ቆላ 3፥1 ዕብ 1፥3 2፥9 10፥12)

☞ እግዚአብሔር በከፍታ ሥፍራ ገዥነቱን ያረጋገጠው ክርስቶስ ኢየሱስን በሰማያዊ ሥፍራ በማስቀመጡ ነው፡፡ እግዚአብሔር በመጨረሻ ዘመን ሊገለጥ ያሰበው የቀደመው ምክሩና ፈቃዱ እንደ ሆነ እናስተውላለን፡፡ ይህ ደግሞ የእግዚአብሔርን የበላይነት አሸናፊነት ያሳየናል፡፡ የእግዚአብሔር አሸናፊነት ክርስቶስ እንዲያሸንፍ አደርጎታል፡፡ ይህ የሆነው በትንሳኤው ኃይል በመንፈስ ቅዱስ እንደ ሆነ ቀደም ሲል ተመልክተናል፡፡ የክርስቶስ አሸናፊነት ደግሞ የእኛ ድል ማድረግ ሆነልን፡፡

ጌታችን ኢየሱስ ክርስቶስ ድል እንደ ነሣ በትንሳኤው ኃይል በሕይወት እንደ ሚኖር አማኝ በዚያ ድል ይኖር ዘንድ የልቦናው አይኑ ይበራለት ዘንድ በሌላ አገላለፅ ይናገር ነበር፡፡ ለሎዶቂያ ቤተ ክርስቲያን አማኞች "በራድ ወይንም ትኩስ እንዳይደለህ ሥራህን አውቃለሁ.....ሐብታም ነኝና ባለጠጋ ሆኜአለሁ አንድም ስንኳ አያስፈልገኝም የምትል ስለ ሆንህ ጎስቋላና የተራቆትህም መሆንህን ስለ ማታውቅ ባለጠጋ እንድትሆን በእሳት የነጠረውን ወርቅ ተጎናጽፈህም የራቁትነትህ ኃፍረት እንዳይገለጥ ነጭ ልብስን እንድታይም አይኖችህ የምትኳለውን ኩል ከእኔ ትገዛ ዘንድ እመክርሀለሁ፤ ...እነሆ በደጅ ቆሜ አንኳኳለሁ ማንም ድምፄን ቢሰማ ደጁንም ቢከፍትልኝ ወደ እርሱ እገባለሁ ከእርሱም ጋር እራት እበላለሁ እርሱም ከእኔ ጋር እራት ይበላል፡፡ እኔ ደግሞ ድል እንደ ነሳሁ ከአባቴ ጋርም ከዙፋኑ ላይ እንደ ተቀመጥሁ ድል ለነሳው ከእኔ ጋር በዙፋኔ ላይ ይቀመጥ ዘንድ እሰጠዋለሁ" (ራዕ 3፥16-22)

ጌታ ኢየሱስ ክርስቶስ ለቤተ ክርስቲያን (ለአማኞች) እያለ ያለው ዓይንህ ያይ ዘንድ አጥርተህም ትመለከት ዘንድ መድኃኒት ከእኔ ዘንድ አለ፡፡ ወደ እኔ ብትመጣ አጥርተህ ታያለህ የአባቴ ዙፋን የእኔ ዙፋን ነው የእኔ ዙፋን የአንተ ነው እያለ ነው፡፡ ይህን የፈቀደ በክርስቶስ ሆነን በፊቱ እንድንከብር ያደረገን እግዚአብሔር አብ ወዶና ፈቅዶ ነው፡፡ ይህ ሕይወት "የንግሥና- ሆነ- የትንሳኤ" ሕይወት ይገለጥ ዘንድ በአብ ቀኝ ታላቅ ሊቀካህን ሆኖ መቀመጡን የዕብራዊው ጸሐፊ ይተርካል እንዲህ ሲል፡- "ክርስቶስ በእጅ ወደተሰራች የእውነተኛይቱ ምሳሌ ወደምትሆን ቅዱስት አልገባምና ነገር ግን በእግዚአብሔር ፊት ስለ እኛ አሁን ይታይ ዘንድ ወደ እርሷ ወደ ሰማይ ገባ" (ዕብ 9፥24) "እርሱ ግን ስለ ኃጢአት አንድን መስዋዕት ለዘላለም አቅርቦ በእግዚአብሔር ቀኝ ተቀመጠ" (ዕብ 10፥12) "እርሱም

መላክትና ሥልጣናት ኃይላትም ከተገዙለት በኋላ ወደ ሰማይ ሄዶ በእግዚአብሔር ቀኝ አለ፡፡ (1ኛ ጴጥ 3፥22)

1.21 "ከአለቅነትና ከሥልጣንም ከጌትነትም ሁሉ በላይ"

"ሁሉ በላይ" ብሎ ሐዋርያው የገለጣቸው ማዕረግንና ኃይል ያላቸው ፍጥረታት እንዳሉ ከእነዚህም ሁሉ በላይ ጌታችን ኢየሱስ ክርስቶስ የበላይ የላቀ እንደ ሆነ ያብራራልናል፡፡ በመጀመሪያ ማወቅ የሚገባን እግዚአብሔር ከመጀመሪያ እስከ መጨረሻ ድረስ የሁሉ በላይ እንደ ሆነ ነው፡፡ የእግዚአብሔር ልዕልና ማወቅ አስፈላጊ ነው፡፡ "እነሆ ሰማይ ሰማያትም ምድርም በእርስዋ ያለው ሁሉ የአማላክህ የእግዚአብሔር ነው፡፡" (ዘዳ 10፥14) ንጉስ ዳዊትም "አቤቱ በሰማይና በምድር ያለው ሁሉ የአንተ ነውና ታላቅነትና ኃይል ክብርም ድልና ግርማ ለአንተ ነው፡፡ አቤቱ መንግሥት የአንተ ነው፡፡ አንተም በሁሉ ላይ ከፍ ከፍ ያልህ ራስ ነህ" (1ኛ ዜና 29፥11) ነህምያ በፆምና በጸሎት ማቅ ለብሶ ስለ እግዚአብሔር ልዑላዊነት እንዲህ አለ "አንተ ብቻ እግዚአብሔር ነህ ሰማይንና የሰማያት ሰማይን ሠራዊታቸውንም ሁሉ ባሕሮቹንና በእርሱ ውስጥ ያለውን ፈጥረሐል ሁሉንም ሕያው አደርገኸዋል የሰማዩም ሰራዊት ለአንተ ይሰግዳሉ" (ነህ 9፥6) እነዚህ ስልጣናት (ቅዱሳን ሆኑ ርኩሳን) በእግዚአብሔር በልጁም በኢየሱስ ክርስቶስ በመንፈስ ቅዱስ የተፈጠሩ ናቸው፡፡ ሐዋርያው ጳውሎስ በቆላስያስ ምዕራፍ አንድ ላይ በልጁ በኢየሱስ በኩል መፈጠራቸውን ይገልጣል፡- "እርሱ የማይታይ አምላክ ምሳሌ ነው የሚታዩትና የማይታዩትም ዙፋናትም ቢሆኑ ወይንም ጌትነት ወይም አለቅነት ወይም ስልጣናት በሰማይና በምድር ያሉት ሁሉ በእርሱ ተፈጥረዋልና ከፍጥረት ሁሉ በፊት በኩር ነው ሁሉ በእርሱና ለእርሱ ተፈጥሮአል፡፡ እርሱ ከሁሉ በፊት ነው ሁሉም በእርሱ ተጋጥመዋል" (ቆላ 1፥15-17) እነርሱ "ሁሉ" መፈጠራቸው "የሁሉ በላይ" እንዲሆን አድርጎታል፡፡ ጌታችን ኢየሱስ ክርስቶስ እርሱ ከሁሉ በላይ ያደረገው ከላይ የመጣ እንደ ሆነ ይናገራቸው ነበር፡፡ እርሱ እንደ አብ ከላይ የሚቀመጥ ልዑል እንደ ሆነ እንረዳለን፡፡ እግዚአብሔር ወልድ እንደ አብ በከፍታ የሚገኝ በከፍታ ሆኖ የሚሠራ መለኮት መሆኑን ይናገራል፡፡ ለምሳሌ እግዚአብሔር አብ፡- "በከፍታና በተቀደሰ ሥፍራ እቀመጣለሁ" (ኢሳ 57፥15) ጌታችን ኢየሱስም ከላይ የመጣ እንደ ሆነ ከሁሉ የበላይ ልዑል እንደ ሆነ ይገልጣል፡- "ከላይ የሚመጣው ከሁሉ በላይ ነው፡፡ ከምድር የሚሆነው የምድር ነው፡-.....ከሰማይ የሚመጣው ከሁሉ የበላይ ነው" (ዮሐ 3፥31)

ሁለተኛ ማስተዋል የሚገባን በዚህ ስልጣንና ግዛት ሥር የሚገኘው ፍጡር በተለያየ ክብር ማዕረግ ሳለ፣ ሰይጣን በትዕቢት ተነስቶ ይህን ከፍተኛ ሥፍራ በመውሰድ ይገዛ ዘንድ ልቡ

ተመኘ፣ በእርሱ አነሳሽነት 1/3 መላእክት ከእርሱ ጋር አበሩ፡፡ የንጋት አጥቢያ ኮከብ ተብሎ የሚታወቀው ሳጥናኤል (የቀደመው ዘንዶ) ከከዋክብትና (ከመላእክት በላይ) ያለውን የልኡሉን ሥፍራ (ዙፋን) ተመኘ፡፡ ቅዱስ ቃሉ እንደ ሚነግረን ከነበረበት የከፍታ ሥፍራ ዲያቢሎስ (ሰይጣንና) እንዲሁም አብረውት ያበሩት ከሰማይ ወደ ምድር ከዚያም ወደ ጥልቁ ተወረወሩ፡፡ "አንተ የንጋት ልጅ አጥቢያ ኮከብ ሆይ ከሰማይ ወደቅህ ...እንዴት እስከ ምድር ተቆረጥህ! አንተም በልብህ፡- ወደ ሰማይ አርጋለሁ ዙፋኔንም ከእግዚአብሔር ከዋክብት በላይ ከፍ ከፍ አደርጋለሁ፡- ....በልዑልም እመስላለሁ አልህ፡፡ ነገር ግን ወደ ሲኦል ወደ ጉድጓድም ትወርዳለህ፡፡" (ኢሳ 14፥12-16)

ዲያቢሎስ የሳባቸው 1/3ኛ መላእክት እንደ ሆነ ይታመናል ".....የሰማይን ከዋክብት ሲሶ እየሳበ ወደ ምድር ጣላቸው" (ራዕ 12፥4) ይህ ደግሞ ታላቅ ጦርነት ከሆነ በኋላ በሰማይ ድል በመነሣት ወደ ምድር መጣሉ መጽሐፍ ቅዱስ ያስተምረናል፡፡ ወደ ምድር በመጣሉ በሰማይ የክርስቶስ ስልጣን ሙሉ በሙሉ መሆኑ ሐሴት ዓመጣ (በአብ ቀኝ መቀመጡ) በምድር ላይ ግን "ጥቂት ዘመን" ተሰጠው፡፡ በተሰጠው ዘመን በምድር ዋይታ ለቅሶ እንደ ሆነ ዮሐንስ በራዕይ መጽሐፍ ይገልጥልናል፡፡ "በሰማይ ሰልፍ ሆነ ሚካኤልና መላእክቱም ዘንዶውን ተዋጉ፡፡ ዘንዶውም ከመላእክቱ ጋር ተዋጋ አልቻላቸውም፡፡ አለሙንም ሁሉ የሚያስተው ዲያቢሎስና ሰይጣን የሚባለው ታላቁ ዘንዶ እርሱም የቀደመው እባብ ተጣለ መልእክቱም ከእርሱ ጋር ተጣሉ፡፡ ታላቅም ድምፅ በሰማይ ሰማሁ እንዲህ ሲል አሁን የአምላካችን ማዳንና ኃይል መንግሥትም የክርስቶስም ስልጣን ሆነ....ስለዚህ ሰማይና በውስጡ የምታድሩ ሆይ ደስ ይበላችሁ፡፡ ለምድርና ለባሕር ወዮላችሁ ዲያቢሎስ "ጥቂት ዘመን እንዳለው አውቆ" በታላቅ ቁጣ ወደ እናንተ ወርዶአልና፡፡ (ራዕ 12፥7-12 ሉቃ 10፥ 18)

አዳም ይህንን ስልጣን ለሰይጣን እንደሰጠው ቃሉ ያመለክተናል፡፡ በዚህም ምክንያት የዚህ ዓለም ገዢ በመሆን መንግሥቱን በምድርና በአየሩ ላይ እንደሚገዛ እንደ ሚሰራ ሐዋርያው ጳውሎስ በሁለተኛ ምዕራፍ እንመለከታለን፡፡ አሁን ግን በምድር ላይ ገዢ እንደ ሆነ አስረግጠን ማለፍ ተገቢ ይሆናል፡፡ ሐዋርያው ጳውሎስ ስለ መቤዠት ሲናገር በክርስቶስ ሞትና ትንሳኤ ይህ የምድር አገዛዝ ሥልጣን እንደ ሚወረስ የቅዱሳንም ርስት እንደ ሆነ ነው፡፡ (ኤፌ 1÷7) "ቤዛነታችንን አገኘን" ኤፌ 1÷11 "በክርስቶስ ርስትን ተቀበልን" በምድር ላይ የመግዛትን ርስት በክርስቶስ የመቤዠት ሥራ ይሰጠን ዘንድ የእግዚአብሔር ፈቃድ እንደ ሆነ ያስረዳናል፡፡ ሰይጣን ከመልእክቱ ጋር ሲወርድ በምድር ላይ ዋይታና ለቅሶ ለሰው ልጅ እስከተወሰነ ዘመን ይሁን እንጂ በምድር ላይ እግዚአብሔር ልዕልናውን አጣ ማለት

አይደለም:: ነብዩ ኢሳይያስ ሲናገር "እርሱ በምድር ክበብ ላይ ይቀመጣል" (ኢሳ 40፥22) ይላል::

እግዚአብሔር ዓለምን ከመፍጠሩ በፊት አስቀድሞ ያዘጋጀውን ሥራ የሚያግድ፣ እንዲሁም ልዕልናውን የሚጋራ ሆነ የሚሽረው እንደ ሌለ አጥብቀን መረዳት ይገባናል:: እግዚአብሔር ሁሉን የሚቆጣጠር ስለ ሆነ "እግዚአብሔርም እንዲህ ይላል ሰማይ ዙፋኔ ነው ምድርም የእግሬ መረገጫ ናት" (ኢሳ 66፥1) በምድር ላይ የሚታው የጨለማው አሰራር ቢሆንም ከላይም የሚቆጣጠር፤ በመጨረሻም ዘመኑ ሲፈፀም በክርስቶስ ሰማይና ምድር እንዲጠቀለል የሚያደርግ እግዚአብሔር በማንም አይመሰልም:: "በዘመን ፍፃሜ ይደረግ ዘንድ ያለው አሳቡም በሰማይና በምድር ያለውን በክርስቶስ ለመጠቅለል ነው::" (ኤፌ 1፥10)

እነዚህን አለቆችና ግዛትን ሥልጣናትና ኃይላትን በማድነቅ እንዳንቀመጥ ነገር ግን ከዚያ በላይ የሆነውን ጌታ ኢየሱስን እንድንመለከት ሐዋርያው ያስተምረናል ይነግረናል:: ከሁሉ በላይ ሆኖ የተነሳው (በአብ ቀኝ መቀመጥ) እንድናስተውል የጥበብና የመገለጥ መንፈስ ልቦናችንን ያበራ ዘንድ ያስፈልጋል:: እግዚአብሔር በክርስቶስ የሰራው ትልቅ ጥበብ እንደ ሆነ ቀደም ሲል ተመልክተናል::

"የእግዚአብሔርን ጥልቅ ነገር ልትመረምር ትችላለህ? ከሰማይ ይልቅ ከፍ ከፍ ይላል ምን ልታደርግ ትችላለህ? ከሲኦል ይልቅ ይጠልቃል ምን ልታውቅ ትችላለህ" ኢዮ 11፥7-8 ወደ ሰማይ ያለ ልክ ከፍ ከፍ ያለ እንዲሁም ወደ ጥልቁ የገባ በዚያም ድል ያደረገ ከኢየሱስ ክርስቶስ በላይ ምን የጠለቀ ጥበብ ይኖራል? እግዚአብሔር በእቅፉ የሸሸገው በልቡ የሰወረው ውድና ኃይለኛ የሆነው ጌታችን ኢየሱስ ክርስቶስ ነው:: ንጉስ ሰለሞን ሲናገር "ወደ ሰማይ የወጣ የወረደስ ማን ነው?" (ምሳ 30፥4) መንፈሳዊውን እና ግኡዙን ዓለም ከምድር በታች ሊገዛ የሚችል ጌታችን ኢየሱስ ክርስቶስ ነው:: በሰማያት ከፍ ያለ፤ በምድር ለሰው ልጆች የተሰጠውን ስልጣን አዳም ያስወሰደውን ያስመለሰ፤ በሲኦል የሰዎችን የሞትን ፍርድ በሞቱ የሻረ፤ ከዚህ የበለጠ የምሥራች ሆነ ጥልቅ ምስጢር በክብር መገለጥ ሌላ ምን አለ!

የክብር መገለጥ (ዳግም ምጽአት)

"ከዚህ ዓለም ብቻ ሳይሆን ሊመጣ ባለው ዓለም ደግሞ ከሚጠራው ስም ሁሉ በላይ"

ይህ እግዚአብሔር የሚገዛውን አሰራር ያመለክታል፡፡ እነዚህን ሁለት አለሞች ካለመኖር ወደ መኖር ያመጣቸው እግዚአብሔር ነው፡፡ የእግዚአብሔር ጥልቅ ነገር (ጥልቅ አሰራር) ሲገለጥ የሚሆኑ ግኝቶች ናቸው፡፡ የሚታየውንና የማይታየውን፣ ይህን ዓለም እና ሊመጣ ያለውን ዓለም የፈጠራቸው ልዑል እግዚአብሔር ነው፡፡ በመጽሐፍ ቅዱሳችን ስናጠና እነዚህ አለሞች ሁለት አይነት የእግዚአብሔር የመለኮት አሰራር እንደሚገለጥባቸው እናስተውላለን፡፡ የመጀመሪያው **"በዚህ ዓለም"** የሚለው የጸጋው መንግሥት (Kingdom of grace) የሚለው ይሆናል፡፡ ክርስቶስ ኢየሱስ በጸጋው ዙፋን ሆኖ በቤተ ክርስቲያን በኩል የሚሰራበት ዘመን (ዓለም) ነው፡፡ በዚህ የጸጋ መንግሥት አሰራር ውስጥ ጌታችን ኢየሱስ ሞቶ በመነሳቱ በሰማይና በምድር ያለው ሁሉ የሚጠቀለልበት ወደ ፍፅምና የሚሄድበት የመቤዠቱ ሥራ (የእግዚአብሔር ልጆች ወደሚሆን ክብር ነፃነት) የሚደርስበት ነው፡፡ (ሮሜ 8፥21)

ይህ ከክርስቶስ ጋር ሞተው የተነሡ በልጅነት ሥልጣን (በአዲስ ሕይወት) ከክርስቶስ ጋር አብረው (እርሱ ራስ እኛ አካል) በመሆን የሚሰሩበት ጊዜ እንደ ሆነ ፤ የተሰጠን የቅዱሳን ርስት የሚወርሱበት ዓለም (age) ነው፡፡ “እኛ ፍጥረቱ ነንና እንመላለስበት ዘንድ እግዚአብሔር አስቀድሞ ያዘጋጀውን መልካሙን ሥራ ለማድረግ በክርስቶስ ኢየሱስ ተፈጠርን” (ኤፌ 1፥10) በዚህ የጸጋ ዓለም ውስጥ የሰው ልጅ (ያመኑት) በክርስቶስ ሞትና ትንሳኤ በጸጋ የነገሰበት ነው፡፡ “በአንዱ በደል ሞት በአንዱ በኩል ከነገሠ ይልቁን የጸጋን ብዛትና የጽድቅን ስጦታ ብዛት የሚቀበሉ በአንዱ በኢየሱስ ክርስቶስ በኩል በሕይወት ይነግሳሉ” እንዲሁም “ኃጢአት በሞት እንደ ነገሠ እንዲሁ ደግሞ ጸጋ ከጌታችን ከኢየሱስ ክርስቶስ የተነሣ በጽድቅ ምክንያት ለዘላለም ሕይወት ይነግሥ ዘንድ ጸጋ ከመጠን ይልቅ በለጠ”(ሮሜ 5፥17-21)

በዚህ በጸጋ ዓለም ክርስቶስ በዙፋኑ ላይ አለ ዙፋኑም (ግዛቱና አሰራሩ) የጸጋ ሥራ የጸጋ ዘመን ይባላል፡፡ “ወደ ጸጋው ዙፋን” ዕብ 4፥16 በዚህ የጸጋ ምዕራፍ ያለ አማኝ ወደዚህ ዙፋን እንደ ልጅ የመቅረብ ብቃት የተሰጠው ሲሆን ለራሱና ለአገልግሎቱ በዚህ ጸጋ ይኖርና ይመላለስ ዘንድ ይገባዋል፡፡ 2ኛ ጢሞ 2፥1 ይህ ጸጋ በክርስቶስ የተሰጠን በእግዚአብሔር ፈቃድ ይህም አስቀድሞ ግዑዝ የሆነው የማይታየው ዓለም ከመፈጠሩ በፊት ነው፡፡ “ያዳነን በቅዱስም አጠራር የጠራን እግዚአብሔር ነውና ይህም እንደ ራሱ አሳብና ጸጋ መጠን እንጂ እንደ ሥራችን መጠን አይደለም፡፡ ይህም ጸጋ ከዘላም ዘመናት በፊት በክርስቶስ ተሰጠን” (2ኛ ጢሞ 1፥9)

ሐዋርያው ጳውሎስ ስለዚህ ሁለት አለሞች ጌታችን ኢየሱስ እንዴት እንደ ሚሰራ ለቆሮንቶስ ሰዎች ይፅፋል፡፡ ትንሽ ትንታኔ ቢኖረን የመረዳት አድማሳችንን ከማስፋት ባሻገር

እምነታችን በክርስቶስ እየጎለመሰ እንዲጠነክር ያደርገዋል፡፡ አንደኛ ቆሮንቶስ አሥራ አምስት ከ ቁጥር ሃያ ጀምሮ ያለውን እንመልከት (20) አሁን ግን ክርስቶስ ላንቀላፉት በኩራት ሆኖ ከሙታን ተነሥቶአል። (21) ሞት በሰው በኩል ስለ መጣ ትንሣኤ ሙታን በሰው በኩል ሆኖአልና። (22) ሁሉ በአዳም እንደ ሚሞቱ እንዲሁ ሁሉ በክርስቶስ ደግሞ ሕያዋን ይሆናሉና። (23) ነገር ግን እያንዳንዱ በራሱ ተራ ይሆናል፤ ክርስቶስ እንደ በኩራት ነው፥በኋላም በመምጣቱ ለክርስቶስ የሆኑት ናቸው፤ (24) በኋላም፥ መንግሥቱን ለእግዚአብሔር ለአባቱ አሳልፎ በሰጠ ጊዜ አለቅነትንም ሁሉና ሥልጣንን ሁሉ ኃይልንም በሻረ ጊዜ፥ ፍጻሜ ይሆናል። (25) ጠላቶቹን ሁሉ ከእግሩ በታች እስኪያደርግ ድረስ ሊነግሥ ይገባዋልና። (26) የኋለኛው ጠላት የሚሻረው ሞት ነው፤ (27) ሁሉን ከእግሩ በታች አስገዝቶአልና። ነገር ግን። ሁሉ ተገዝቶአል ሲል፥ ሁሉን ካስገዛለት በቀር መሆኑ ግልጥ ነው። (28) ሁሉ ከተገዛለት በኋላ ግን እግዚአብሔር ሁሉ በሁሉ ይሆን ዘንድ በዚያን ጊዜ ልጁ ራሱ ደግሞ ሁሉን ላስገዛለት ይገዛል። (1ኛ ቆሮ 15፥20-28)

- ❖ "አሁን ግን..." ቁጥር 20 "አሁን ግን" ሲል አሁን ያለውን የጸጋውን ዓለም (kingdom of grace glory) ያስረዳናል፡፡ ከሙታን ትንሳኤ በኋላ የመቤዠቱ ሥራ ወደ ፍፃሜ እንደ ሚመጣ ይናገራል፡፡ (ቁ 21-23)
- ❖ "በኋላ" የሚለው ቁጥር 24 ላይ የኋለኛውን ዓለም (የክብር) kingdom of Glory የሚለው ነው፡፡ ከክርስቶስ ጋር መንግሥትና ካህናት የሆኑት ሥራ ወደ ፍፃሜ ይመጣል፡፡

ቁጥር 28 ላይ "ልጅ ራሱ" ሲል ክርስቶስን እንደ ሆነ እናስተውላለን፡፡ ከልጅ ጋር አንድ አካል በመሆን በሰማይና በምድር ባሉ ሥራዎቹ ላይ እንድንሰራ የጠራን ያፀደቀን የሾመን እግዚአብሔር ነው፡፡ ሥራው ፍፃሜ ሲያገኝ የጸጋው አሰራር ያቆማል፡፡

"ላስገዛለት ይገዛል" ይህ ሰው ሆኖ በእግዚአብሔር ፊት የታየው በቀኙ የተቀመጠው የክህንነት ሥራውን ይጨርሳል፡፡ የዚያን ጊዜ እግዚአብሔር አብ ወልድና መንፈስ ቅዱስ በማንነታቸው ክብር (kingdom of Glory) በሕዝቡ ዙሪያ የሚሆኑበት በክርስቶስ እኛም (በሙሉ ክብር) kingdom of Glory የምንዋጥበት ይሆናል፡፡ ጌታችን ኢየሱስን እንደ ታረደ በግ ሳይሆን መለኮትነቱ የሚገለጥበት እርሱን የምናየው በዚያ መልክ ይሆናል፡፡ ይህ ማለት ፍጹም ሰው ፍጹም አምላክ የሆነው በጸጋው ከማገልገል ምዕራፍ በእኛ ውስጥ በሙላት የሚገለጥበት ይሆናል፡፡ የኋለኛው ዓለም ምዕራፍ የሚገለጥበት ጊዜ ሩቅ አይደለም፡፡ መንፈሱና ሙሽራይቱ ና ይላሉ፡፡ ይህ የሚሆነው ከጌታችን ኢየሱስ ዳግም ምጣት በኋላ የሺህ ዓመት ሲፈፀም ነው፡፡ ሞትና ሲኦል ከዲያቢሎስ ጋር በእሳት ባሕር ሲጣሉ ነው፡፡

(ራዕ 20፥7-21 1-4) ይህም የክህነት ሥራው አብቅቶ ከተፈፀመ በኋላ ይጀምራል፡፡ (ራዕ 21፥5፤ 22-23) ምንአልባት ዛሬ የመረዳት አቅማችን በድንግዝግዝ ሊሆን ይችላል ቢሆንም እንኳ በክርስቶስ ሞትና ትንሣኤ ያመንን ክርስትና በዚህ አያበቃም እንላልን!

20-21 ክርስቶስንም ከሙታን ሲያስነሣው ከአለቅነትና ከሥልጣንም ከኃይልም ከጌትነትም ሁሉ በላይና በዚህ ዓለም ብቻ ሳይሆን ነገር ግን ሊመጣ ባለው ዓለም ደግሞ ከሚጠራው ስም ሁሉ በላይ በሰማያዊ ስፍራ በቀኙ ሲያስቀምጠው በክርስቶስ ባደረገው ሥራ የብርታቱ ጉልበት ይታያል፤
ክርስቶስንም ከሙታን ሲያስነሣው መዝ 16፥ 9-11፤ ዮሐ 10፥18፤ 30፤ ሐዋ 2፥24-33፤ 4፥10፤ 10:40፤ 26፥8፤ ሮሜ 1፥4; ዕብ 13፥20
በክርስቶስ ባደረገው ሥራ ኤፌ2፥5፤ 6፤ ሮሜ 6፥5-11፤ ፊል 3፥10፤ 1ኛ ጴጥ 1፥3
በቀኙ ሲያስቀምጠው ኤፌ4፥8-10፤መዝ 110፥1፤ ማቴ 22፥43-45፤ 26፥64፤ 28፥18፤ ማር14፥ 62፤ 16፥ 19፤ ዮሐ 17፥ 1-5፤ ሐዋ 2፥34-36; 5፥31፤ 7: 55፥56፤ ሮሜ 8፥34፤ ቆላ 3፥1፤ ዕብ 1፥3፤ 2፥9፤ ዕብ 10፥12፤ ራዕ 1፥17፤ 5፥11-14
ከአለቅነትና ከሥልጣንም ከኃይልም ከጌትነትም ኤፌ3፥10፤ 6፥12፤ ዳን 7፥27፤ ሮሜ 8፥ 38,39፤ ቆላ1፥ 15,16; 2 15፤ ዕብ 4፥14፤ 1ኛ ጴጥ 3፥22
ሁሉ በላይና ፊል 2፥9፤10፤ ቆላ 2፥10፤ ዕብ 1፥4
ግን ሊመጣ ባለው ማቴ 25፥31-36፤ 28፥18፤ ዮሐ 5፥25-29፤ ዕብ 2፥5፤ ራዕ 20፥10-15

1:22 "ሁሉን ከእግሩ በታች አስገዛለት ከሁሉ በላይ ራስ እንዲሆን ለቤተ ክርስቲያን ሰጠው "

ሁሉን ከእግሩ በታች አስገዛለት

ከእግሮቹ በታች አስገዛለት (ሁፖታሶ) hypotássō / hoop-ot-as'-so፡- ይህ ቃል ትርጉሙ በአንድ መሪ ወይም ጀነራል ስር ብዙ ስራዊት ታዛዥ ሆነው እንደሚመሩ ያሳያል። ከእግር በታች የሚለው አነጋገር በጥንት ዘመን ሰው ጠላቱን ሲያሸንፍ ድል ነሺው በእግሩ የተሸናፊው ራስ ወይም አንገት ረግጦ በመቆም አሸናፊነቱን ማሳየት የተለመደ ነበር። ይህም እግዚአብሔር በሰይጣን ላይ የሚቀዳጀው ድል ፍጹም እና ሙሉ መሆኑን ያሳያል። (መጽሐፍ ቅዱስ ጥቅሶች የብሉይና / የአዲስ ኪዳን ግሪክ መዝገበ ቃላት. የቲየር ትርጉም)

"የሰላምም አምላክ ሰይጣንን ከእግራችሁ በታች ፈጥኖ ይቀጠቅጠዋል። የጌታችን የኢየሱስ ክርስቶስ ጸጋ ከእናንተ ጋር ይሁን።" (ሮሜ 16፥20) ይህ ቃል በቀጥታ እግዚአብሔር በዘፍጥረት ምዕራፍ ሦስት ላይ የተናገረውን የተስፋ ቃል የሚያስታውስ ነው። በተስፋ ቃሉ ውስጥ እግዚአብሔር ሰይጣንን በክርስቶስ እንደሚቀጠቅጠው ተናግሮ ነበር። ስለዚህ አሁን አማኞች እነርሱም የሴቲቱ ዘር እንደመሆናቸው (ራዕ12፥17) በያሉበት ሰይጣንን በእምነት ጸንተው በመቃወም (1ኛ ጴጥ 5፥9) ድል መንሳት ይችላሉ። ኢየሱስ እንዳደረገው ሰይጣንን

በእግዚአብሔር ቃል ብንዋጋው፣ ሽንገላዎቹን በቃሉ እውነት መሰረት ብንመዝን ከእኛ ሸሽቶ ይሄዳል። ሲሸሽ ግን ልክ ከኢየሱስ እንደሸሸው ለጊዜው ነው (ሉቃ4፥13)። በሰይጣን ላይ የማያዳግመውን ድል የምንቀዳጀው ኢየሱስ ክርስቶስ ዳግም ሲመጣ ነው።

ጳውሎስ ለቆሮንቶስ ቤተክርስቲያን ስለ ኢየሱስ ክርስቶስ ሲጽፍ እንዲህ አለ...*ጠላቶቹን ሁሉ ከእግሩ በታች እስኪያደርግ ድረስ ሊነግሥ ይገባዋልና። የኋለኛው ጠላት የሚሻረው ሞት ነው፤ ሁሉን ከእግሩ በታች አስገዝቶአልና። ነገር ግን። ሁሉ ተገዝቶአል ሲል፥ ሁሉን ካስገዛለት በቀር መሆኑ ግልጥ ነው።* (1ኛ ቆሮ 15፥25-27)

እግዚአብሔር አብ የሰራው ሥራ በልጁ የተፈፀመውን ያመለክታል፡፡ በነብያት ሲነገርለት የነበረው እግዚአብሔር ነብያትን እያስነሳ የተናገረለት ከዚያም በድንግል ማርያም እንዲወለድ በእግዚአብሔር መንፈስ መፀነሱ በዮርዳኖስ ተጠምቆ በመንፈስ ቅዱስ መሞላቱ ለ3 1/2 ዓመታት በእግዚአብሔር ጣት ማገልገሉ ከዚያም በመስቀል ሞት ይሞት ዘንድ ያደረገው እግዚአብሔር ፈቃዱ ነበር፡፡ እነዚህ ሁሉ ክርስቶስ ኢየሱስ እንደኛ ሆኖ በአባቱ ፈቃድና ኃይል ተደግፎ የሰራው ሥራ ነው፡፡ ይህ ደግሞ ጌታችን ኢየሱስ ክርስቶስ ፍጹም አምላክ ብቻ ሳይሆን ፍጹም ሰው መሆኑን ያስረዳናል፡፡ በድካም ሁሉ እንደኛ እየተፈተነ የእግዚአብሔርን ፈቃድ ይፈፅም ዘንድ ከሕግ በታች ተወልዶአል፡፡ መጽሐፍ ቅዱሳችን በግልፕ አበራርቶ ይነግረናል፡፡

ጌታችን ኢየሱስ ሰው ሆኖ የሰውን ዘር ወክሎ የአብን ትዕዛዝ ሊፈፅም ባይችል ኖሮ እኛ ጽድቅን በእግዚአብሔር ፊት ባላገኘን፡፡ ጌታችን መድሃኒታችን በመለኮትነቱ ከአብ ጋር ተካክሎ ሳለ እርዳታ ሆነ ቅባት ትእዛዝን መፈፀም ባላስፈለገው ነበር፡፡ ምክንያቱም መለኮት ራሱ ይረዳል እንጂ እርዳታ አይቀበልም፤ ይቀባል እንጂ አይቀባም (ክብር ነውና) ያዛል እንጂ አይታዘዝም ነገር ግን የሰውን ልጅ ለማዳን ሲል ይህ በእግዚአብሔር መልክ ተካክሎ የሚኖረው ሥጋ ሆነ ክብርን ተሞልቶ በእኛ መካከል አደረ ለመስቀል ሞት የታዘዘ ሆነ፡፡ (ዕብ 2፥14-18 ገላ 4፥4 ፊሊ. 2፥6-8 ዮሐ 1፥14 1ኛ ጢሞ 6፥15 ራዕ 19፥6) እርሱ ሁሉን ገዢ ነው፡፡ ቅባት አያስፈልገውም ስለ እኛ ክብሩን ጥሎ ሲመጣ ቅባት አስፈለገው፡፡

የሰው ልጅ ገዥነትን በዚህች ምድር ላይ እንደ ብፅእና ተሰጥቶት ነበር፡፡ አባታችን አዳም ይህችን ምድር እንዲገዛ የተሰጠውን ሥልጣን በኃጢአት ምክንያት በጠላት እንዳስወሰደና ሰውም ሆነ ፍጥረት ሁሉ በጠላት አገዛዝ ሥርዓት እንደ ሚመላለስ ቀደም ሲል ተመልክተናል፡፡ ይህን እግዚአብሔር ይቤዥ ዘንድ ወልድ ሰው ሆኖ መምጣት አስፈለገበት፡፡ እንደ ሰው ይሞት ደሙን ያፈስ ዘንድ ደሙን ይዞ በእግዚአብሔር ፍትሃብሔር ችሎት ቀርቦ ሰውን ነፃ ማውጣት ወደ ቀደመው የገዢነት ሥፍራው (ልጅነት) ይመጣ ዘንድ ፍጹም አምላክ ፍጹም ሰው መሆን ነበረበት፡፡ በክርስቶስ የሆነው ብፅእናም

አዳም እንደ ተሰጠው ብፅዕና (በረከት) አይደለም፡፡ (በፊተኛው) በአዳም ምድርን ብቻ ይገዛ ዘንድ ለሰው ልጅ ሥልጣን ተሰጠ፡፡ በክርስቶስ (በኋለኛው አዳም) ግን "ሁሉንም" ይገዛ ዘንድ ሥልጣን ተሰጠው፡፡ ሐዋርያው ጳውሎስ የሚነግረን ይህን ነው፡፡ "ሁሉን ከእግሩ በታች አስገዛለት" (ኤፌ. 1፥22) እንደዚሁም የዕብራዊ ጸሐፊ "በእጆችህ ሥራ ላይ" ሲል እግዚአብሔር በፈጠራቸው ሁሉ ላይ ይላል፡፡ ክርስቶስ ደሙን ይዞ የሰውን ልጅ ወክሎ ወደ ሰማያት ሲገባ "ያለ ልክ" የሆነ በረከትን ተቀበለ፡፡ የአዳም በረከት ልክ ነበረው "ምድርን ግዙአት" የኢየሱስ በረከት ያለ ልክ ነው "ሁሉን የመግዛት" ነው፡፡ (ዕብ 2፥6-7 ፊሊ. 2፥9)

የሰው ልጅ በክርስቶስ ኢየሱስ በኩል ይህ የመግዛት ሕይወት ይኖረው ዘንድ የፈቀደው እግዚአብሔር መሆኑን እናስተውላለን፡፡ ልጅ ይህን ይወርስ ዘንድ የእግዚአብሔር ጥልቅ አሰራር መሆኑን ቀደም ሲል ተመልክተናል፡፡ እግዚአብሔር ይህን የተስፋ ቃል እና እርስት የተሰጠው ለልጅ ለኢየሱስ ክርስቶስ ነው፡፡ ኢየሱስ ክርስቶስ በምድር ብቻ ሳይሆን በሰማይና በምድር (በአባቱ ቤት) ወራሽ እንደ ሚሆን መጽሐፍ ቅዱሳችን ይገልጣል፡፡ (ገላ 3፥16 4፥1-4) እርሱ ልጁ ሆኖ ወደዚህ ብፅእና እንድንገባ አደረገን፡፡ በመለኮትነቱ እግዚአብሔር ወልድ እንደዚሁ ደግሞ በመቤዠቱ ከሞት ሲነሳ የልጅነት ስልጣን ርስትን አገኘ፡፡ እርሱ ይህን የልጅነት መብት ሲቀናጅ እኛ ደግሞ በእርሱ የልጅነት መብት አገኘን፡፡ "አንተ ልጄ ነህ እኔ ዛሬ ወልጄሃለሁ" (ዕብ 1፥5) የሚለው ቃል ከመዝሙረ ዳዊት የተወሠደ ሲሆን ሐዋርያው ጳውሎስ በአንጾኪያ ሲያስተምር ደግሞ ገልጦታል፡፡ (ሐዋ 13፥33) የመጽሐፉ አስተማሪዎች ክርስቶስ ከሞት ሲነሳ ይህን ልጅነት ተቀበለ የሚለውን በአፅንኦት ይገልጣሉ፡፡ **የአደም ክላርክ** 1996, 2003, 2005 እትም **ጃሜሰን, ፋሽትእና ብራውን** 1997 2003, 2005 እትም; **ማቴዎስ ሄንሪ** 1991 እትም አብና ወልድ የመለኮት ኅብረት ነበራቸው አሁን ግን ከሞቱና ከትንሳኤው በኋላ የአባትና የልጅ ኅብረት እንዳላቸው ይገልጣል፡፡ ይህ ደግሞ እኛ የአባትና የልጅ ኅብረት እንዲኖረን ወደዚያ የክብር ሕይወት (ክብር) እንድንገባ ስለ ፈቀደ ነው፡፡ እግዚአብሔር አብና ወልድ በመለኮትነቱ አንድ ስለ ሆኑ ይህ የአባትና የልጅ ኅብረት አላስፈለጋቸውም፡፡ መለኮት ስንል እግዚአብሔር አብ ወልድ መንፈስ ቅዱስ በሁሉ ሥፍራ ይኖራሉ፤ሁሉን ያውቃሉ፤ ሁሉን ይችላሉ ይገዛሉ፤ ከዘላለም በፊት ይኖራሉ፤ ዘላለማዊ ናቸው፤ እና አይጠፉም ፡፡ ለምሳሌ ክርስቶስ ኢየሱስ ሁሉን አዋቂ ስለ ሆነ አባት ለልጅ እንደ ሚሳወቅ ማወቅ አያስፈልገውም፡፡ ነገር ግን ስብእናው (ሰው ስለ ሆነ) እግዚአብሔር አባቱ ለልጅ ሁሉን አስታውቆታል፡፡ (ዮሐ 5፥19-20) ጌታችን ኢየሱስ ወደዚህ የክብር ሕይወት ሲገባ እኛም በክርስቶስ ሥራ ያመንን አብረን አዲስ ምዕራፍ አገኘን፡፡ የአባትና የልጅ ኅብረት ወደ አገኘው መንግሥቱ ፈለስን፡፡

"በእግዚአብሔር ጸጋ ስለ ሰው ሁሉ ሞትን ይቀምስ ዘንድ ከመላእክት ይልቅ በጥቂት አንሶ የነበረውን ኢየሱስን ከሞት መከራ የተነሳ የክብርና የምሥጋና ዘውድ ተጭኖ እናያለን:: ብዙ ልጆቹን ወደ ክብር ሲያመጣ የመዳናቸው ራስ በመከራ ይፈፅም ዘንድ" (ዕብ 2፥9-10) የሰው ልጅ በክርስቶስ ኢየሱስ የተዘጋጀለት ክብር ይህ የአባትና የልጁ ኅብረት ነው:: ልጁ ተገዢ ሳይሆን በፍጥረታቱ ላይ ገዢ ሆኖ በቤቱ ወራሽ ሆኖ ይኖር ዘንድ ነው:: የክርስቶስ ኢየሱስ ገዢነት የዕብራዊው ጸሐፊ በዚህ ምዕራፍ እንደ ሚያስተምረን በመጀመሪያ አክሊልን መድፋቱ ከዚያ ሁሉን ከእግሩ በታች ማስገዛቱ እንደ ሆነ እንገነዘባለን:: ቀደም ሲል *"ታስበው ዘንድ የሰው ልጅ ምንድር ነው ወይስ ትጎበኘው ዘንድ የሰው ልጅ ምንድር ነው?"* (ዕብ 2፥6) ብሎ የጌታችን የኢየሱስ አክሊል መድፋትና ጠላቶቹ ሁሉ ከእግሩ በታች መገዛታቸው ለሰው ልጅ የተሰጠ በክርስቶስ ያመኑም የሚያገኙት በረከት (የቅዱሳን ርስት ክብር ባለጠግነት) እንደ ሆነ ያመለክተናል:: ኢየሱስ ክርስቶስ የእኛን ሞት ሞቶ የሕይወትን አክሊል እንደ ወረሰ እኛም በእርሱ ይህን አክሊል መድፋታችንን እናስተውላለን:: በመስቀል ሞት እኛን ወክሎ የእሾህ አክሊል (መርገም) ተቀበለ "የዚያን ጊዜ ጲላጦስ ኢየሱስን ይዞ ገረፈው ወታደሮቹም ከእሾህ አክሊል ጎንጉነው በራሱ ላይ አኖሩ" (ዮሐ 19፥1-2) እሾህ የመርገም ውጤት ነው:: ዘፍ 3፥18 *"እሾህና አሜከላ ታብቅልብሀለች"* በአዳም የሰው ልጅ መርገም ነው::

ኢየሱስ ግን ሲነሳ ሕግ እኛን ኃጢአተኛ ነህ ብሎ ከእርግማን በታች ያደረገን ተወገደ:: ኃጢአታችን በመስቀሉ ተጠርቆአል:: ከሕግ ጽህፈት ክሳችን ተደመሰሰ:: ኢየሱስ ክርስቶስ አሁን እኛን ወክሎ አክሊል ደፋ (ነገሠ) በእግዚአብሔር ጸጋ አሰራር ሞቶ የነበረው የሰው ዘር ከክርስቶስ ጋር ወደ ክብር መጣ የሕይወትን አክሊል ጫነ፣ እኛም ዳንን:: *"በሕይወት ይነግሣሉ"* (ሮሜ 5፥17) *"በዓመድ ፋንታ የሕይወት አክሊል"* አገኘን:: (ኢሳ 6፥3) አክሊል የደፋን ሙሽራ ነን:: (ኢሳ 61፥10 ሕዝ 16፥6-14)*"በአንቺ ዘንድ ባለፍሁ ጊዜ በደም ውስጥ ተለውሰሽ ባየሁሽ ጊዜ፦ በደምሽ እንዳለሽ በሕይወት ኑሪ አልሁሽ:: ....እኔም መጎናፀፊያዬን በላይሽ ዘረጋሁ ኃፍረተ ሥጋሽንም ከደንሁ ማልሁልሽም ከአንቺ ጋር ቃል ኪዳን ገባሁ ይላል:: እግዚአብሔር አንቺም የእኔ ነሽ በውኃም አጠብሁሽ ከደምሽ አጠራሁሽ በዘይትም ቀባሁሽ ወርቅ ዘቦም አለበስሁሽ በአስቆጣ ቁርበትም ጫማ አደረግሁልሽ በጥሩ በፍታ አስታጠቅሁሽ በሐርም ከደንሁሽ:: በጌጥም አስጌጥሁሽ በእጅሽም ላይ አንባር በአንገትሽም ላይ ድሪ አደረግሁልሽ:: በአፍንጫሽም ቀለበት ቢጆሮሽም ጉትቻ በራስሽም ላይ የክብር አክሊል አደረግሁ:: በወርቅና በብር አጌጥሽ ልብስሽም ጥሩ በፍታና ሐር ወርቀ ዘቦም ነበር:: አንቺም መልካምን ዱቄትና ማርን ዘይትንም በላሽ እጅግ በጣም ውብ ሆነም ለመንግሥትም ደረሰሽ:: በአንቺ ላይ ካኖርኋት ከክብሬ የተነሣ ውበትሽ ፍጹም ነበር:: ...."* ክብሩ ጌጣችን ነው:: (ኢሳ 28፥5) ይህች የተዋበች ሴት ማን ናት? ለመንግሥት ለግዛት

የደረሰችው የክርስቶስ አካል ቤተ ክርስቲያን ናት፡፡ ይህን በሚቀጥለው ቁጥር (23) ላይ እንመለከተዋለን፡፡

የሰው ልጅ ይህን አክሊሉን (እግዚአብሔርን) አጥቶ ነበር፡፡ የእግዚአብሔር ክብር (የንግሥና ሕይወት) በኃጢአት ምክንያት አጥቶ ሕግ ኮንኖት በኩነኔ ነበር፡፡ በክርስቶስ ከኩነኔ ወጥቶ ወራሽ ሆኗል፡፡ ኃጢአት የሕይወት አክሊል ሳይሆን የእሾህ አክሊል እንድንደፋ አደረገን፡፡ ይህ እርግማን በአሮጌው አዳም የመጣ ነው፡፡ ሮሜ 5፥12 "ነገር ግን በአዳም መተላለፍ ምክንያት ምሳሌ ኃጢአት ባልሰሩት ላይ እንኳ፤ ከአዳም ጀምሮ እስከ ሙሴ ድረስ ሞት ነገሠ" ይህ ብቻ አይደለም፡፡ ሕጉ ከመጣ በኋላ ኃጢአት ኃይል አግኝቶ የሰው ዘር በሞት ግዛት ኖረ፡፡ "በአንዱ ሰው አለመታዘዝ ብዙዎች ኃጢአተኞች እንደ ሆነ ....በአንዱ ሰው በደል ብዙዎች ሞተዋል" ሮሜ 5፥19፤ 15 **የሕይወት አክሊል (በሕይወት መንገስ) "በሕይወት መኖር" "ሕይወት ይነግስ ዘንድ"** ክርስቶስ ኢየሱስ የመስቀልን ሞት ታዘዘ፤ እርሱ አባት ከልጅ እንደ ሰው ኅብረት ከሞት በኩር ሆኖ በመነሳት በእግዚአብሔር ፊት ታየ እኛም ቀጥለን ታየን፡፡ (ዕብ 6፥20 9፥24) እግዚአብሔር በክርስቶስ ያየልንን እንድናይ መንፈስ ቅዱስ የልቦናችንን ዐይን (መረዳት) አድማስ ያሰፋው ዘንድ ይገባል፡፡

ክርስቶስ በኩር ሆኖ ሲነሣ "አንተ ልጄ ነህ እኔ ዛሬ ወልጄሐለሁ" ብሎ እግዚአብሔር ተደሰተበት፡፡ በእርሱ አምነው የሰውን ልጅ ሁሉ ከኩነኔ ፍርድ አውጥቶ የሕይወት አክሊልን ሰጠው፡፡ እንደ እርሱ ልጆቹ የሆኑት ቤተ ክርስቲያን ተባሉ፡፡ እነዚህ ቀድሞውኑ በክርስቶስ ሞት (እርግማን የእሾህ አክሊል የደፉ) ነበሩ፡፡ ለዚህ ምሳሌ የሚሆኑን ቤተ እሥራኤል ናቸው፡፡ ሐጠአት ሲሰሩ ይህ ክብር ከእነርሱ ይሄድ ነበር፡፡ እነርሱም በታላቅ ሐዘንና ለቅሶ ይህ አክሊል ይመለስላቸው ዘንድ ይማጠኑ ነበር፡፡ አልቃሻ ነቢይ ነው ተብሎ የሚታወቀው ነብዩ ኤርሚያስ በሲቃ እንዲህ ይላል፡- "አክሊል ከራሳችን ወድቆአል ኃጢአት ሰርተናልና ወዮልን" (ሰቆ ኤር 5፥16) የወደቀው የአዳም ዘር የእግዚአብሔር አክሊል (ክብር) ስለ ተለየው ራቁቱን ስለ ሆነ ነበር፡፡ በክርስቶስ ግን አክሊል (ክብር) ወደ ቤተ ክርስቲያን መጣ፡፡

ይህ አክሊል የንጉስነትንና የካህናትን ሥፍራ ያመለክታል፡፡ እሥራኤል በእግዚአብሔር የተመረጠች ለካህንነትና ለንግሥና ነበር፡፡ አንድ ካህን የሚያደርገው አክሊል ነው፡፡ አሮን ሊቀ ካህኑ ሕዝቡን ወክሎ የሚደፋው አክሊል ነው፡፡ (ዘሌ 8፥9) አንድ ንጉስ ሕዝቡን ወክሎ አክሊል ይደፋል፡፡ አክሊሎች ሕዝቡ ናቸው፡፡ እንዲሁም ለአባት ልጆቹ አክሊሎቹ ልጆች ለአባታቸው ክብራቸው ነው፤ "የሽማግሌዎች አክሊል የልጅ ልጆች ናቸው፡፡ የልጆችም ክብር አባቶቻቸው ናቸው" (ምሳ 17፥6) ይህ የሚያሳየን የእግዚአብሔር አክሊል

በክርስቶስ የእኛ ክብር እንደ ሆነ ነው:: ከዚያ ክብር የተነሳ እኛ ደግሞ የእርሱ ክብር እንሆናለን:: ለምሳሌ ብንወስድ እሥራኤል በመጀመሪያ ዓመድ (ክብር የላትም ነበር) በደም እንደ ተለወሰች ሴት ነበረች፤ እግዚአብሔር መጥቶ በሕይወት ኑሪ አላት፤ ክብሩን በእርሷ ላይ አደረገ:: ከእርሱ ክብር የተነሳ ውብ ሆነች:: አሁን እሷ የእሱ ክብር ወይም የክብሩ መገለጫ ሆነች:: እኛም የእርሱ ልጆች በመሆናችን የእርሱ ዘውድ ሆነናል (ውድ ዕቃ) ሆንን:: በተመሳሳዩ እሥራኤል ከእግዚአብሔር ክብር የተነሳ የእርሱ አክሊል ሆነች:: አዲሱ መደበኛ ትርጉም በይበልጥ ያብራራዋል:: "በእግዚአብሔር እጅ የክብር አክሊል በአምላክሽም እጅ የመንግሥት ዘውድ ትሆኛለሽ" (ኢሳ 62፥3) "የልጅ ልጆች የአረጋውያን ዘውድ ናቸው" (ምሳ 17፥6) እንግዲህ ክርስቶስ ኢየሱስ ራስ እንደ ሆነ ቤተ ክርስቲያም የእርሱ ክብር እንደ ሆነች ከእርሱ የተነሣ ወደዚህ የክብር ሕይወት እንደ መጣች እንረዳለን::

22 ሁሉንም ከእግሩ በታች አስገዛለት ከሁሉ በላይም ራስ እንዲሆን ለቤተክርስቲያን ሰጠው።
አስገዛለት ዘፍ 3፥15፤ መዝ 8፥6-8፤ 91፥13፤ 1ኛ ቆሮ 15፥25-27፤ ዕብ 2፥8
ለቤተክርስቲያን ኤፌ3፥21፤ ማቴ 16፥18፤ ሐዋ 20፥28፤ 1ኛ ጢሞ 3፥15፤ ዕብ 12፥22-24
ሰጠው ኤፌ4፥ 15፣16፤ 1ኛ ቆሮ 11፥3፤ ቆላ 1፥8፤ 2፥10፣19

1.23 "እርስዋም አካሉና ሁሉ በሁሉ የሚሞላ ሙላቱ ናት"

"እርስዋም አካሉና" እንደ ሴት ጾታ ስም የተሰጣት የመጽሐፉ አስተማሪዎች ቤተ ክርስቲያንን በሙሽራ መልክ ስለ ሚያቀርባት ስለ ሆነ ነው ይላሉ:: እንዲሁም ደግሞ እግዚአብሔር እሥራኤልን አንቺ እያለ ስለ ሚጠራት ቤተ ክርስቲያንን በዚሁ መልክ አንቺ በመባል ትታወቃለች:: (ኢሳ 54፥5 ኤር 3፥20 ሆሴዕ 2፥4 ኤር 31፥31) ቤተ ክርስቲያን የበጉ ሙሽራ በመባል ትታወቃለች:: (ራዕ 21፥9 19፥7) በእሥራኤልና በእግዚአብሔር ማንነት እና በሙሽራይቱ የክርስቶስ ሙሽራ መካከል ትልቅ ልዩነት እንዳለ ማወቅ አስፈላጊ ነው:: የእሥራኤል እና የእግዚአብሔር ቃል ኪዳን (ኪዳኑ) ከኢየሱስና ከቤተ ክርስቲያን (ኪዳን) ጋብቻ የተለየ ነው:: እግዚአብሔር ከእሥራኤል ጋር ኪዳን ሲገባ ሙሴ መካከለኛ በመሆን ነው:: አዎ ሙሴ ታማኝ ሆኖ ኪዳኑን ተቀብሎ እንደ ሎሌ ነበር::

ኤርሚያስ በእሥራኤል ጉዳይ በጭንቀት እያማጠ የሚገኝ ይመስላል:: (ኤር 3፥1) እግዚአብሔር ግን ተመልሶ እሥራኤልንና ይሁዳን እንዳገባ መጽሐፍ ቅዱሳችን ያሳየናል:: (ኤር 3፥7-11 ሕዝ 23) በብሉይ ኪዳን እግዚአብሔር ከእሥራኤልና ከይሁዳ ጋር ተፋትቶ እንደ ገና ጋብቻ ሲያደርግ እነዚህ ሁለቱ (ይሁዳና እሥራኤል) አንድ ሆነው አንድ ጋብቻ ያደርጋል:: (ኤር 3፥18 ሕዝ 37፥22-24) ይሁን እንጂ እሥራኤል ድንግል አይደለችም:: የክርስቶስንና የቤተ ክርስቲያንን ጋብቻ ስናጠና ቃል ኪዳኑ የተሻለ ከመሆኑ በላይ ቤተ

ክርስቲያን ድንግል ንፅህት ናት፡፡ ከታላቁ ሊቀካህን እና ከደሙ ሥርየት የተነሳ፡፡ ሐዋርያው ጳውሎስ ለቆሮንቶስ ሰዎች እንዲሁም የዕብራዊው ጸሐፊ የሚተርከው ይሄን ነው፡፡ መጥምቁ ዮሐንስ ስለሙሽራይቱ ሲናገር ሙሽራይቱ በእርሱ ነው ያለችው ይለናል፡፡ (ዮሐ 3÷28 2ኛቆሮ 11÷2)

እርሷ የሚለው ሙሽራይቱን ሲገልጥ አካል እንደ ሆነች ደግሞ ያመለክታል፡፡ ሁለቱ በትዳር ኅብረት አንድ አካል መሆናቸውን ያመለክታል፡፡ ይህ ደግሞ ባልና ሚስት በኪዳን ውስጥ መግባታቸውን ያስረዳናል፡፡ ሌላው ትልቅ ምስጢር ""አንድ አካል" የሚለው ነው፡፡ ራስ ከአካል (ከእጅ ከእግር ከዐይን ከጆሮ ወዘተ) ጋር ያላቸውን በተፈጥሮ የተገኘ ኅብረትን ያመለክተናል፡፡ በመንፈስ ቅዱስ አሰራር በክርስቶስ የሚያምኑ ከእሥራኤልና ከአሕዛብ የወጡ አንድ ሰው ክርስቶስ ራስ ሆኖ አማኝ አካል የሆነበትን ይገልጣል፡፡ ይህ አንድ ሰው የመሆን ምስጢር (ቤተ ክርስቲያን) በመንፈስ አዲስ ፍጥረት በመሆንና የመለኮታዊ ባሕሪውን በመውረስ የሚሆን ነው፡፡ (1ኛ ቆሮ 12÷12-13) ቤተ ክርስቲያን የሚለው ኤክሌሺያ ከሚለው ቃል ተጠርተው የወጡ ሕዝብን ወይም የተሰበሰበ ጉባኤን ያመለክታል፡፡

እሥራኤል ከግብፅ እንደ ወጣና በእግዚአብሔር ደመና እንደ ተመራ ቀይባሕርን ተሻግሮ ሰማያዊ የሆነውን መና እንደ በላ እንደዚሁ ክርስቲያን (ቤተ ክርስቲያን ኤክሌሺያ) ከዓለም የወጣና የእግዚአብሔር መና (ክርስቶስን) የእግዚአብሔር መና በመብላት በመቅመስ በሞቱና በትንሳኤው በመተባበር አንድ የሆነ ሕዝብ ነው፡፡ ሐዋርያው ለቆሮንቶስ ሰዎች በጻፈው መልእክት በምሳሌም ከእሥራኤል ጋር በማስተያየት ይነግራቸው የነበረው ይሄ ነው፡፡ ጌታ ኢየሱስ በተመሳሳዩ እርሱ የእግዚአብሔር መና እንደ ሆነ ገልጦላቸዋል፡፡ (1ኛ ቆሮ 10÷1-5 ዮሐ 6÷31-35 2ኛ ጴጥ 1፤ 1ኛ ጴጥ 1÷23)

ራስና አካል በምንም አይነት እንደ ማይነጣጠሉ ክርስቶስና ቤተ ክርስቲያን ከክርስቶስ ሞትና ትንሳኤ የተነሳ ልትለያይ እንዳትችል አብ በመለኮታዊ አሰራሩ ከሙታን በማስነሳት በሰማያት በአብ ቀኝ አስቀመጣት፡፡ (ሮሜ 8÷35 ይሁዳ 1÷24-25 ዕብ 10÷12-14 7፥27) የእርሱ ሙላቱ ናት፡፡ ራስ ብቻውን ይህን የመቤዠት ሥራ አይፈፅምም፤ ነገር ግን በእኛ ውስጥ የሚፈፅም፣ የሚገዛ የሚያስተዳድር የሚመግብና የሚንከባከብ ራስ የሆነው ክርስቶስ ነው፡፡ (2ኛ ቆሮ 3÷18 ፊሊ. 2÷13)

ጌታችን ኢየሱስ የንጉስነትንና የካህንነትን ሥራ በመፈፀም ዓለምን ይሞላ ዘንድ እኛን በእርሱ ሆነን ካህናትና ነገስታት አደረገን፡፡ ክርስቶስ በዚህች አካሉ በሆነችው ቤተ

ክርስቲያን በሰማይና በምድር ያለውን ይሞላ ይጠቀልል ዘንድ ፈቃዱ እንደ ሆነ በዚህ በኤፌሶን መጽሐፍ ምዕራፍ አንድ እንረዳለን፡፡ ዓለምን በአካሉ ለመጠቅለል በአካሉ ውስጥ በሙላት ተገኝቶ (የልጅን መልክ በመምሰል) የእጆቹን ሥራ ሁሉ ለመጠቅለል መሥራት ከጀመረ 2000 ዓመት ሆነው፡፡ ቤተ ክርስቲያን በመንፈስ ቅዱስ ከተወለደችበት ከበዓለ ሃምሳ ጀምሮ እስከ ዛሬ ይህ ወንጌል እየተሰበከ እየሠራ ይገኛል፡፡ ለዚህ ክብር ያጨን የጠራን የሾመን የታመነ ነው! ደስታችን የላቀ ሆኖ ይገኛል፡፡

ሐዋርያው ስለ ኤፌሶን ክርስቲያኖች ሲፀልይ የጥበብና የመገለጥ መንፈስ እንዲኖራቸውና የልቦናቸው አይኖች እንዲበሩ ይፀልያል፡፡ ሐዋርያው ሲፀልይ የልመናው ምክንያትና ውጤቱ ምን እንደ ሆነ በእነኚህ ቁጥሮች ላይ ይዘረዝራል፡፡ ጌታችን ኢየሱስ ክርስቶስ ሞትን ድል አድርጎ የተነሣበት መለኮታዊ ኃይል እነኚህ ቅዱሳንም የልቦናቸው ዓይኖች ሲበሩ በእነርሱ ሕይወት ውስጥም ይህ እንደ ሚሆን ያብራራል፡፡"ይህን ኃይል እንድታውቁ እፀልያለሁ" ኃይል በሥልጣን ለመመላለስ ዋነኛ መሳሪያ ነው፡፡ ዛሬ ቤተ ክርስቲያን ይህን ታላቅ ኃይል ልትጠቀምበት አልቻለችም፡፡ ትልቅ እንቅልፍ፣ ድካም፣ ቸልተኝነት፣ መሸነፍ በቤተ ክርስቲያን እና በክርስቲያኖች ላይ ለምን ሆነ? ብለን ብንጠይቅ መልሱ የልቦናችን አይኖች መጨለማቸው ነው፡፡ ይህም የሁላችንም ድካም ነው፡፡ በአካሉ ውስጥ አንደኛው ሌላኛውን የማንቃትና በእግዚአብሔር ሃሳብና ፈቃድ ውስጥ እንድንጓዝ የማትጋት ኃላፊነት አለበት፡፡

- ☞ ይህ ኃይል ክርስቶስን ከሞት አስነስቶታል፡፡ ዲያቢሎስ ክርስቶስን በመቃብር ውስጥ ሊያስቀረው፣ ከእርግማን በታች ሊያኖረው ሞክሮ ነበር፡፡ ሆኖም አልተሳካለትም፡፡ ኢየሱስ መቃብሩን ፈነቃቅሎ ተነሣ፡፡
- ☞ ቀጥሎም ጌታ በሰማያዊው ሥፍራ በክብር ተቀመጠ ዝቅ ከማለት፣ ዋጋን ከመክፈል፣ በትህትና ከመታዘዝ በኋላ፣ የእግዚአብሔር ኃይል ልጁን አከበረው፡፡ ዛሬም ለታመኑት ሁሉ ይህ ኃይል ከፍ ያደርጋል፡፡
- ☞ ይህ ኃይል ከግዛትና ከሥልጣን በላይ ነው፡፡ አንድ መንግሥት የራሱ ግዛት አለው፡፡ ይህን ግዛት በኃይሉና በሥልጣኑ ያስጠብቃል፡፡ ማንም መንግሥት በግዛት ላይ እርሱ እንጂ ሌላ ማንም አያዝበትም፡፡ መጽሐፍ ቅዱስ ሠይጣንም የዚህ ዓለም ገዢ ይለዋል፡- ዓለምን የሰይጣን ኃይል ተቆጣጥሮታል፡፡ ".....ተጋድሏችን ከሥጋና ከደም ጋር ሳይሆን ከዚህ ከጨለማ ዓለም ገዦች፣ ከሥልጣናትና ከኃይላት እንዲሁም በሰማያዊው ሥፍራ ካሉ ክርኩሳን መናፍስት ሠራዊት ጋር ነው፡፡" (ኤፌ 12) በአንድ አማኝ ውስጥ ያለው የእግዚአብሔር ኃይል ይህንን የጨለማ ዓለም ገዦች ሥልጣን ገርስሶታል፡፡ ዛሬ ግን አማኞች በዓለም

ላይ ተፅእኖ ለማምጣት የምንችልበትን ኃይል አጥተን፣ ዓለም ብዙዎችን ውጣ ይዛለች፡፡ እውነቱ ግን በእኛ ያለው ኃይልና ሥልጣን ከግዛታት ሁሉ በላይ የሆነ ገዢ ነው፡፡

☞ ጌታ ኢየሱስ የአማኞች ምሳሌ ነው፣ እኛ ሁላችን ይህን የሃይማኖታችንን ሊቀ ካህን እየተከተልን በእርሱ ምሳሌነት እንድንጓዝ ያዘናል፡፡ እርሱ ከአብ ጋር መተካከልን እንደ መቀማት አልቆጠረውም፤ ጌታ ታዘዘ፣ እስከ መስቀል ሞት ድረስ ዝቅ አለ፡፡ በኋላም ከበረ፤ መከበር ከመታዘዝና ዝቅ ከማለት አይቀድምም፡፡

ቤተክርስቲያን (ኤክለሲያ)ekklēsía / ek-klay-see'-ah፡- ተጠርተው የወጡ ማለት ነው። እነዚህ ሰዎች የአካሉ የክርስቶስ ብልቶች ናቸው። በየሳምንቱ እሁድ በቤተክርስቲያን (መሰብሰቢያ ቦታ) ተቀምጠው ትምሕርት ሰምተው የሚሔዱ ነገር ግን ክርስቶስን የአካሉ የቤተክርስቲያን ራስ አድርገው ያልተቀበሉ ብዙ ሰዎች አሉ።

ጆን ዋልቩርድ ... የክርስቶስን አካል (እግዚአብሔር የጀመረው አዲሱ ሥራ) የሚገነባው መንፈስ ቅዱስ ነው። በዚህ ሥራ ውስጥ የአብ ተሳትፎ ክርስቶስን የአካሉ ራስ አድርጎ መሾም ነው (ኤፌሶን 1÷22)። ክርስቶስ አካሉን አይገነባም ግን የአካሉ ራስ እና የአካሉ የሕይወት ምንጭ እንዲሁም አንቀሳቃሽ ኃይል እርሱ ነው። ከዚህ ጋር በተያያዘ መንፈስ ቅዱስ ለግለሰቦች በክርስቶስ ውስጥ ያለውን የዘላለም ሕይወት በማካፈል እንደገና አዲስ አድርጎ ይፈጥራቸዋል (ዮሐንስ 10፥28 1ኛ ዮሐንስ 5÷11-12)። የክርስቶስ አካል የተመሰረተበት የመጀመሪያው የመንፈስ ቅዱስ ጥምቀት የተደረገበት ቀን በዓለ ሃምሳ ነው። በ(ሐዋ 1÷5) መሰረት ክርስቶስ ባረገበት ቀን እንዲህ ብሎ ተናግሮአል፡-*"ዮሐንስ በውኃ አጥምቆ ነበርና፥ እናንተ ግን ከጥቂት ቀን በኋላ በመንፈስ ቅዱስ ትጠመቃላችሁ አለ።"*

ከበዓለ ሃምሳ ቀን በፊት መንፈስ ቅዱስ አማኞችን አጥምቆ እንደሆን መጽሐፍ ቅዱስውስጥ ምንም መረጃ የለም። በወንጌሎቹ ውስጥ ስለ መንፈስ ቅዱስ ጥምቀት የተነገረው በሙሉ ወደፊት ስለሚሆነው ትንቢት ነበረ። የብሉይ ኪዳን ቅዱሳን ዳግመኛ ቢወለዱ እና አንዳንዶቹ መንፈስ ቅዱስ ቢያድርባቸውም እንኳ ከበዓለ ሃምሳ በፊት አማኞችን እንደ ቤተክርስቲያን ባለ ሕያው የሆነ ትስስር የሚያስተሳስር አንድነት አልተገለጠም። በብሉይ ኪዳን ውስጥ ቅዱሳን ነበሩ ነገር ግን በክርስቶስ አካል ውስጥ የተጠመቁ አማኞች ግን አልነበሩም። ስለዚህ መጽሐፍ ቅዱስ የሚለው በበዓለ ሃምሳ እለት አዲስ አካል መመስረቱን ነው። (ዋልቮርድ, ጆን፡..."አሁን ያለው የክርስቶስ ሥራ" - ክፍል ሶስት ባይብሎዚኢካ ሳክራ በተሰኘው ተከታታይ ስብስብ ጥራዝ 121, # 483 የዳላስ ቲኦሎጂካል ሴሚናሪ)

ሞውል ስለ ቤተክርስቲያን እንደጻፈው - ቤተክርስቲያን ኤክለሲያ የሚለው ቃል እንደሚያመለክተው ከዚህ ከወደቀ ዓለም ውስጥ ተለይተው ከሞት ተነስቶ ሕያው ከሆነውና ከከበረው ክርስቶስ ጋር አንድ ይሆኑ ዘንድ ተጠርተው የወጡ ሰዎች ማህበር ማለት ነው። ይህ ቃል በኤፌሶን መልዕክት ውስጥ ዘጠኝ ጊዜ ይገኛል። ቃሉ በመልዕክቶቹ ውስጥ እንደገባበት አጠቃቀም ቤተክርስቲያን ማለት በዓይን ከሚታይ ድርጅታዊ መዋቅር በላይ ሆና ከክርስቶስ ጋር መንፈሳዊ ቁርኝት ያላት የአማኞች ማህበር ናት። በአሁኑ ሰዓት በክብሯ ባትገለጥም እንኳ ቤተክርስቲያን የክርስቶስ ሙሽራ የበጉ ሚስት ናት። ቤተክርስቲያን በእግዚአብሔር የተጠሩ፣ የጸደቁ፣ የከበሩ ሰዎች የሚገኙባት (ሮሜ 8÷30) የበኩራን ማህበር (ዕብ 12÷23) የንጉስ ካህናት ለርስቱ የተለየ ወገን ናት (1ኛ ጴጥ 2÷9)።

ቤተክርስቲያን ለውጊያም ሆነ መከራን ለመቀበል ከክርስቶስ ውጭ ከማንም ትዕዛዝ አትቀበልም። አስቸኳይ ጉዳይ ተስቶም ይሁን በሰው አመራር የመጣ ጠቃሚ ሃሳብም ቢመጣ ቤተክርስቲያን ከክርስቶስ ፈቃድ እስኪታገኝ ድርስ አትንቀሳቀስም። ክርስቶስ እንድትንቀሳቀስ ወይም መከራ እንድትቀበል ወይም እንድትዘምት ትዕዛዝ ቢሰጣት ተነስታ ከመታዘዝ ውጭ ምንም አማራጭ የላትም። ከሌሎች አካላት ማስጠንቀቂያ ቢደርሳትም እንኳ የክርስቶስን እንጂ የማንንም ድምጽ አትሰማም።

ጌታችን ኢየሱስ ክርስቶስ ለቤተክርስቲያን ራስ እንደመሆኑ በውስጧ ላሉ ግለሰቦችም ለእያንዳንዳቸው በግላቸው ራስ ነው። በፍጥረታዊው የሰው አካል ውስጥ እያንዳንዱ ነርቭ ወይም የደም ሥር እንደ ሌሎች ትልልቅ የሰውነት ክፍሎች ሁሉ ከራስ ጋር ቀጥተኛ ግንኙነት እንዳለው እና ከራስ ወይም ከአእምሮ ቀጥተኛ ትዕዛዝ እንደሚቀበል እና ለአእምሮም መልዕክት እንደሚያስተላልፍ ልክ እንደዚሁ ክርስቶስ በመንፈሳዊ አካል ውስጥ ራስ ነው። ማንኛውም አማኝ በመጀመሪያ ከክርስቶስ ጋር ቀጥተኛ ህብረት የሌለው ከሆነ የቤተክርስቲያን አካል ውስጥ ብልት መሆን አይችልም። እርስ በእርሳችን ብልቶች የሆንነው በመጀመሪያ ከክርስቶስ ጋር ህብረት ስላደረግን ነው።

በኤፌሶን 5÷23 ክርስቶስ ለቤተክርስቲያን ራስ መሆኑ ባል ለሚስት ራስ ከመሆኑ ጋር ተነጻጽሮ ቀርቧል። እግዚአብሔር የክርስቶስ ራስ እንደመሆኑ እና ወንድ ደግሞ የሴት ራስ እነደመሆኑ ክርስቶስም ደግሞ ለእያንዳንዱ የዳነ ሰው ራስ ነው። ለዳኑ ሰዎች ሁሉ በአንድነት ክርስቶስ ራስ ነው። (ሃንድሊ ካር ግላይን ሞውል. ለኤፌሶን ሰዎችመልእክት ኮሜንታሪ)

አካል (ሶማ) ከተለያዩ ክፍሎች ተገጣጥሞ አንድ ሙሉ የሆነ ማለት ነው። የክርስቶስ መንፈሳዊ አካል፣ ቤተክርስቲያን አማኞች ራስ ከሆነው ከክርስቶስ ጋር ያላቸውን ግንኙነት የምታሳይ አካል ናት። ራስ ደግሞ የአካሉ ዋነኛ የሕይወት ምንጭ ነው።

ጳውሎስ የክርስቶስ አካል የሆነችውን ቤተክርስቲያንን ለመግለጽ የተለያዩ ቃላት ይጠቀማል። እያንዳንዱ ቃላት የቤተክርስቲያንን የተለያዩ ገጽታዎች ያሳያሉ።

ቅዱሳን (ኤፌ 1፥1) በክርስቶስ ኢየሱስ ያሉት ምእመናን (ኤፌ 1፥1) ክብርት የሆነች ቤተክርስቲያን (5፥27) አካሉ (ኤፌ 1፥23) ፍጥረቱ (ኤፌ 2፥10) አንድ አዲስ ሰው (ኤፌ 2፥15) ባላገሮች (ኤፌ 2፥19) አብረው ወራሾች (ኤፌ 3፥6) የእግዚአብሔር ቤሰዎች (ኤፌ 2፥19) ለእግዚአብሔር መኖሪያ በመንፈስ (ኤፌ 2፥22) የብርሃን ልጆች (ኤፌ 5፥8) ወንድሞች (ኤፌ 6፥23) ጌታችን ኢየሱስ ክርስቶስን ባለመጥፋት የሚወዱ (ኤፌ 6፥24)። በቁጥር 22 ላይ እንደምንመለከተውም "እግዚአብሔር ሁሉን ከእግሩ በታች አስገዛለት" በቤተ ክርስቲያን ራስ አድርጎም ሾመው... መጽሐፍ ቅዱስ ቤተ ክርስቲያንም አካሉ ናት ይለናል፡፡ ቤተ ክርስቲያን እርሱ በሄደበት መንገድ በመጓዝ ልትከብር ተጠርታለች፡፡

ሁሉን በሁሉ የሚሞላ የእርሱ ሙላቱ

ጄምሰን - ቤተክርስቲያን ክርስቶስ ሞልቶባት የሚኖርባት መኖሪያው ናት። ቤተክርስቲያን የክርስቶስ የስጦታዎቹ እና የፀጋዎቹ ብዛት ተቀባይ ናት። እርሱ በራሱ የመለኮት ሙላት እንደመሆኑ ቤተክርስቲያን ደግሞ ከክርስቶስ በተቀበለችው ሙላት የእርሱ ሙላት ናት። (ጀሚሰን-ፋዝቲ ብራውን ባይብል ኮሜንታሪ)

ማቲዩ ሄንሪ - ኢየሱስ ክርስቶስ ሁሉን በሁሉ ይሞላል፤ የሁሉን ጉድለት በመንፈሱ እና በእግዚአብሔር ሙላት ሁሉ ይሞላል (ኤፌ 3፥19)።

23 እርስዋምአካሉናሁሉንበሁሉየሚሞላየእርሱሙላቱናት።

እርስዋም ኤፌ2፥16፤ 4፥4፤12፤ 5፥23-32፤ ሮሜ 13፥5፤ 1ኛ ቆሮ 12፥12-27፤ቆላ 1፥18፤24፤ 3፥15

ሙላቱናት ኤፌ3፥19፤ 4፥10፤ዮሐ 1፥16፤ 1ኛ ቆሮ 12፥6፤ 15፥28፤ቆላ 1፥19፤ 2፥9፤10፤ 3፥11

የእ.ፌ.ቤ.ክ. አገልግሎት / የኤፌሶን መልእክት ትምህርት

ማጠቃለያ

እግዚአብሔር አምላክ ከሁሉ የበላይ የሆነና በሰው ልጅ ላይ ሉዓላዊ ዕቅድና ዓላማ ያለው አምላክ ነው፡፡ ከዚህ የተነሳ የጠፋውን ሰው ሊያድን ልጁን ኢየሱስ ክርስቶስን በመስቀል ላይ እንዲሞት አሳልፎ ሰጠው፡፡ ይህ ዕቅዱ በልጁ መታዘዝም ተከናወነ፡፡ ሰማያዊውን በረከት ሁሉ የተቀበልነው በዚህ ልጁ አማካኝነት ብቻ ነው፡፡ ጳውሎስ የኤፌሶን አማኞችም ሆኑ ዛሬ እኛም የአዲስ ኪዳን ክርስቲያኖች ይህን በክርስቶስ ኢየሱስ የተሰጠንን ታላቅ በረከት የበለጠ አውቀነው እንድንኖርለት ሸክሙና ጸሎቱም ነው፡፡

ምዕራፍ ሁለት

በምዕራፍ ሁለት ላይ ያለውን ሃሳብ በሦስት ዋና ዋና ክፍሎች ከፍለን እናየዋለን፡፡ የመጀመሪያው ክፍል ምዕራፍ 2፥1-10 ያለው ሃሳብ ሲሆን፣ እያንዳንዱ ሰው በክርስቶስ ካገኘው ሕይወት በፊት በምን መልክ ይመላለስ እንደ ነበርና ስለ ከፉው አሠራር የእግዚአብሔር የማዳን ሥራ እንመለከትበታለን፡፡

ሁለተኛው ክፍል (ምዕራፍ 2፥11-18) ያለው ክፍል ሲሆን በእነኚህ ጥቅሶች ላይም በክርስቶስ ኢየሱስ የመስቀል ተጋድሎ አማካኝት በሰዎች ሁሉ ዘንድ በተለይም በአይሁድና በሕዝዛብ መሃከል ስለ ሆነው የእርቅ ተግባር እናያለን፡፡

ሦስተኛው ክፍል ከቁጥር 19-22 ያለው ሲሆን በቅዱሳኖች መሃከል በተለይም በአይሁድና በአሕዛብ መሃከል ከክርስቶስ ኢየሱስ የመስቀል ሥራ የተነሣ የተፈጠረውን ኅብረትና አንድነት የምንመለከትበት ይሆናል፡፡

እያንዳንዳቸውን በዝርዝር ከዚህ ቀጥሎ እንመልከታቸው፡፡

2፡1 እናንተም በበደላችሁና በኃጢአታችሁ ሙታን ነበራችሁ ....

ሙታን (ኔክሮስ) nekrós / nek-ros'፡- ሕይወት የሌለውን አካል ወይም በሥጋ መሞትን ያመለክታል። በዚህ ክፍል እንደተጠቀሰው ይህ ቃል የሚያመለክተው በእምነት

የሚገኘውን ሕይወት በራሳቸው መቀበል ያልቻሉ ሰዎችን መንፈሳዊ ሁኔታ ነው። የጠፉ ሰዎች በመንፈስ ለዘላለም ሞተዋል እንጂ ተዳክመው ወይም ታምመው አይደለም። መንፈሳዊ ሞት ማለት ከእግዚአብሔር እና በእግዚአብሔር ዘንድ ካለው ሕይወት መለየት ነው። ሞት በራሱ መለየት ማለት ነው፤ በሥጋ ብናየው የነፍስ ከሥጋ መለየት ሲሆን በመንፈስ ደግሞ ከእግዚአብሔር መለየት ነው። ሌሎች ሁለት የሞተ ሰው ምልክቶች ደግሞ መበስበስ እና ምንም ማድርግ ወይም መሥራት አለመቻል ናቸው። እነዚህ ሁለት ምልክቶች ዳግመኛ ባልተወለዱ ሰዎች ሁሉ ላይ ይገለጣሉ። (መጽሐፍ ቅዱስ ጥቅሶች የብሉይና / የአዲስ ኪዳን ግሪክ መዝገበ ቃላት. የቲየር ትርጉም)

በዚህ ምዕራፍ ይህን ክፍል ቁጥር 5 ላይ ይደግመዋል፡፡ በበደልና ኃጢአት ሙት መሆንን የሚያስከትል ነው፡፡ ሞት ወደ ዓለም የገባው በኃጢአትና በበደል የተነሳ ነው እንጂ ከኃጢአት በፊትሞት በሰው ልጅ ላይ አልነገሰም፡፡ ይህ አይነቱ ሞት የሥጋ በድን መሆን ብቻ አይደለም፡፡መላአካላችን እየተንቀሳቀሰ፣ እጅ እግራችን፣ የደም ዝውውር ፣ አዕምሮአችን እየሠራ የምንሞተው የመንፈስ ሞት ነው፡፡ ሰው በእምነት ከእግዚአብሔር ሲለይና የራሱ የሆነ የሚታመንበት ሲኖረው እርሱ ሙት ነው፡፡ ከእግዚአብሔር ውጪ ሕይወት የለም፡፡ ክርስቶስ የሞተው እርሱ ከፈፀመው የኃጢአት ተግባር የተነሣ ሳይሆን እኛ ሰዎች ስለ ፈፀም ነው በደልና ኃጢአት እርሱ ለጥቂት ጊዜ መሞት ነበረበት፡፡

ዛሬ በቤተ ክርስቲያን ውስጥ ያለው ድንዛዜና ሞትም ይህንኑ የሚጠቁም ነው፡፡ በደልና ኃጢአት ባለበት ሁል ጊዜም ድንዛዜ ቀጥሎም ሞት አለ፡፡ ድንዛዜ የመሞት መጀመሪያው ነው፡፡ አካል ቀስበቀስ እየደነዘዘ በመጨረሻም እንደሚሞት ሁሉ በመንፈሳዊ ሕይወትም የሚፈጠረው መሞት መነሻው ኃጢአት ነው፡፡ቤተ ክርስቲያንን እንቅልፍ ውስጥ የሚከታት፣ አገልግሎቷን ሙት የሚያደርገው፣ የዲያቢሎስ መጫወቻ የሚያደርጋት፣ ቅዱሳኖችን እርስ በእርስ እንዲተማሙ፣ እርስ በእርስ እንዲካሰሱ፣ እንዲነካከሱ ለጠብ እንዲፈላለጉ የሚያደርገው ምክንያት ኃጢአትና በደል ነው፤እኛ ሁላችን ከዚህ በደልና ኃጢአት ካልወጣን በስተቀር ሕይወት ወዳለው አገልግሎት ውስጥ ለመግባት እንቸገራለን፡፡ የአዲስ ፍጥረት (ዳግም የተወለዱት) ሞት ከፍጥረታዊ ሰው ሞት የሚለየው በተግባር ልዩነት ሳይሆን ከፍጥረት ልዩነት ነው፡፡

ከምድር አፈር ተበጅቶ የተፈጠረው ሰው የእግዚአብሔር እስትንፋስ (ሕይወት-የመለኮት ባሕሪይ) ከገባበት ጊዜ ጀምሮ ፍፅምና ብቻ ሳይሆን ብፅዕና ኖሮት በኤደን ገነት ይኖር ነበር፡፡ የክብር ሕይወት ይኖረው ዘንድ ብቃት ነበረው፡፡ የምድር ገዢነቱን የተቀበለው ከእግዚአብሔር ነበር፡፡ አዳም ምርጫ ነበረው የሕይወትን ዛፍ ለመብላት ነገር ግን

ለሰይጣንና ለጭፍሮቹ ራሱን ለማስገዛት ክፉና ደጉን የምታስታውቀውን ዛፍ በላ፡፡ የእግዚአብሔር ክብር ከእርሱ ተለይቶ በጠላት ቁጥጥር ሥር ሆነ፡፡ የሰው ልጅን ወክሎ ስለ ነበረ በእርሱ በኩል ሁላችን ኃጢአተኞችና በደለኞች ሆንን፡፡ ምንም እንኳ በጌታ ፊት የሰው ልጆች በራሳችን ኃጢአት ተጠያቂነት ቢኖረንም የኃጢአት ባሕሪ፡- ሞት የወረስነው ከአባታች አዳም እንደ ሆነ ቃሉ ይነግረናል፡፡ የአዳምን ራቁትነትን (የእግዚአብሔርን ክብር-ሕይወት እንዳጣ) ሁሉ ከእርሱ የተወለድን እንደዚህ የሕይወት ራቁትነት አገኘን “ራቁቴን ከእናቴ ማህፀን ወጥቻለሁ ራቁቴን ወደዚያ እመለሳለሁ” (ኢዮብ 1÷21) ንጉሥ ዳዊትም ሲናገር “እነሆ በዓመፃ ተፀነስኩ እናቴም በኃጢአት ወለደችኝ” (መዝ. 51÷5)፡፡

ይህ ኃጢአተኛ የሆነ የሰው ዘር፤ የነፍስ ሕመምተኛና ሙትሆነ፤ ደግሞም ትንሳዔ ያስፈለገው ሆነ፡፡ በሞት ግዞት የሚኖር ሰው የረዳት ያለህ የሚል ይመስላል፡፡ ታዳጊና ረድኤቱ ከላይ እንጂ ከምድር ታጥቶአል፡፡ “ተመለከትሁ ስለዚህ የገዛ ክንዴ መድኃኒት ዓመጣልኝ...” (ኢሳ 63÷5) ነብዩ ኢሳያስ ብዙ ጊዜይህን ጩኸት የጮኸ ነብይ ነው፡፡ አብረውት ያሉ የሰው ፍጡር ሁሉ ይህንኑ ጩኸት ይጮኹ እንጂ መፍትሄ በመሆን የተላከላቸውን መሲህ አለ መስማት ሌላ ችግር ሆኖአል፡፡ ምክንያቱም የሚሰማ ጆሮ የሚያይ ዐይን የለም ሙት ነውና፡፡ እግዚአብሔር ግን እንዲሁ የሰውን በደል ሳይቆጥር በጸጋው የሰዎችን ልብ እያንኳኳ በፍቅሩ እየማረከ፣ በአዳኝነቱ ያመኑትን ከጠላት አሰራር (መንጋጋ) እየፈለቀቀና እያዳነ ይገኛል፡፡ ይህንን በሚቀጥሉት ቁጥሮች እንመለከታለን፡፡ (ኢሳ 41÷28፤ 50÷2፤ 59÷16 ፤63÷3 ፤ዮሐ 16÷32)

በአዳም የተነሳ የሰው ልጅ ሙት ሆኖአል፡፡ መሞት ማለት ከእግዚአብሔር ሕይወት መለየት መራቅ ማለት ነው፡፡ አዳም ኃጢአት ሲሰራ በመንፈሳዊ ዓለም ሞተ ከእግዚአብሔር ሕይወት ራቀ፡፡ በአዳም መተላለፍ ሁላችን ሞትን ማለት ከእግዚአብሔር ሕይወት ራቅን፡፡ ይህ ሞት የሥጋን ሞት አመጣ፡፡ በአዳም መተላለፍ ምክንያት በሰው ልጅ ላይ የሚከተሉት እርግማኖች መጡ፡፡

1. መንፈሳዊ ሞት- መለየት ከእግዚአብሔር ዘንድ መራቅ (ኢሳ 59÷1-2)መንፈሱ ከአምላኩና ከፈጣሪው ተለያየ መንፈሱ ሕይወትን መመገብ ሳይሆን ሞትን ወረሠ
2. ሥጋዊ ሞት -ነፍሱ ከሥጋው ተለይታ፣ ሥጋው መበስበስን ወረሰ፡፡ (መክብብ 12÷7)
3. ሁለተኛ ሞት - ይህ ሁለተኛ ሞት፣ በልጁ ለማያምኑ ሁሉ ላይ ለዘላለም የሚፈፀም ሆነ፡፡ (ራዕ 21÷8 22÷14-15)
4. መጽሐፍ ቅዱሳችን "ሞት" ብሎ መናገር መለየትን ያስተምረናል፡፡

ለምሳሌ ክርስቲያን ከኃጢአት የተለየው የሞት ያህል ነው:: (ሮሜ 6፥2-11 ዕብ 7፥26)እንደዚሁ ከሕግ በሞት ያህል ተለያይቶአል (ሮሜ 7፥4):: በጠፋው ልጅ ታሪክ ውስጥ የጠፋው ልጅ እንደ ሞተ ያህል ከአባቱ ተለያይቶ ነበር (ሉቃ. 15፥24፤32):: የሕይወት አቅጣጫ እግዚአብሔር ካቀደለት የተለየ ሲሆን በቁመና እያሉ መሞት ይሆናል:: ጌታችን መድኃኒታችን "አባቴን ልቅበር ፍቀድልኝ" ብሎለጠየቀውብላቴና*"እነርሱ ቀድሞውኑ ሞተዋል"* ብሎ መለሰለት (ማቴ 8፥22):: ሐዋርያው ጳውሎስ ያላመኑ ሰዎች ከእግዚአብሔር ሕይወት እንደ ራቁ ይናገራል (ኤፌ 4፥18):: በክርስቶስ ኢየሱስ ያሉ የሥጋ ሞትን ይሞታሉ ሆኖም ሞት በእነርሱ ላይ ሥልጣን የለውም:: የሞት መውጊያ በአማኙ ላይ እንዳይሰለጥን ክርስቶስ ኢየሱስ በቀራንዮ ሞቶአል:: ሞቶ የተነሣው የሞትና የሲኦል መክፈቻ ያለው ጌታ በእርሱ ላመኑ የሙታን ትንሳኤ አዘጋጅቶላቸዋል:: "እንቀላፍተዋል" ሥጋቸው የማይበሰብሰውን ክቡር ሥጋውን የሚመስል ይለብሳሉ:: በሥጋቸው ያንቀላፉ እንጂ ራቁታቸውን አይገኙም:: በአዳም ራቁታችን ነበርን:: በክርስቶስ ግን ብንሞት እንኳ ራቁታችንን አይደለንም:: ክርስቶስን ለብሰናል::(2ኛ ቆሮ 5፥1-2፤ 8፥6)

በደል የሚለውን ቃል በእብራይስጡ የብሉይ ኪዳን ቃል (Pesha) ይለዋል:: ትርጓሜው ጥፋተኝነትን፣ ቅጣትን በእግዚአብሔር ላይ መማጸንን ያመለክታል:: ይህ ቃል በብሉይ ኪዳን የእብራይስጥ መጽሐፍ ቅዱስ 93 ጊዜ ተገልጿል:: ከእግዚአብሔር መንገድ በተቃራኒው መጓዝን ያመለክታል:: (አሞጽ 2፥4) " . . . የእግዚአብሔርን ሕግ ጥለዋልና፣ ትእዛዛቱንም አልጠበቁምና፣ አባቶቻቸውም የተከተሉት ሐሰታቸው አስቷቸዋል . . . " እንዲ ይተረጎማል::

በግሪኩ የአዲስ ኪዳን ትርጉሙም (parabaino ወይም parabasis) የሚል ትርጉም አለው:: የሕግን መጣስ፣ ትዕዛዝን መተላለፍን ያመለክታል:: ምሳሌ የአዳምና ሔዋንን እንደ ምሳሌ መመልከት ይቻላል (ሮሜ 5፥14)::

በደል (ፓራፕቶማ) paráptōma / par-ap'-to-mah፡- ሰው ይኖርበት ዘንድ ከተገለጠለት ትክክለኛ መንገድ መሳት ወይም ማፈንገጥ፣ ከእውነት መንገድ መውጣት ማለት ነው። ይህ የግሪክ ቃል መተላለፍ ተብሎም ይተረጎማል፤ ሃሳቡም ሥፍራን መልቀቅ፣ ከተወሰነለት ድንበር አልፎ መሄድ፣ ሌላውን የሚያሰናክል የሚያደናቅፍ ነገር ማድረግ ነው። በብሉይ ኪዳን ውስጥ ይህ ቃል የእግዚአብሔርን ሕግ እና ትዕዛዛት መጣስን ያመለክታል። (መጽሐፍ ቅዱስ ጥቅሶች የብሉይና / የአዲስ ኪዳን ግሪክ መዝገበ ቃላት. የቲየር ትርጉም)

ምዕራፍ ሁለት መግቢያ ላይ "እናንተ" ብሎ ሲል በኤፌሶን የሚገኙትን የአሕዛብ ወገን የሆኑትን ቅዱሳኖች ማለቱ እንደሆነ ይገመታል፡፡ ወረድ ብለን ቁጥር 3 ላይ ስንመለከት ደግሞ "እኛ" የሚላቸው ሰዎች ደግሞ እሥራኤላውያን እንደ ሆኑ ይገመታል፡፡ *"...በዚህ ዓለም እንዳለው ኑሮ.....በፊት ተመላለሳችሁባቸው......."*

ኃጢአት የሚያስከትለው አጉል ልምድ ሙታን እንድንሆን ከማድረጉ ባሻገር፣ በመንፈሳዊና እግዚአብሔርን በመምሰል ሕይወታችን የሞትን ብንሆንም ለዓለም ግን ንቃትን ይሰጠናል፡፡ *"በዚህም የዓለምን ክፉ መንገድ ተከተላችሁ"* ይህ ክፉ መንገድ ከእግዚአብሔር ሃሳብና ፈቃድ ያወጣናል፣ የራሳችንን ፍላጎት እየቀጠለም የዲያቢሎስን ፈቃድ እንድንፈፅም ይነዳናል፡፡ የዓለም ክፉ መንገድ የእግዚአብሔርን ሕግጋት ሁሉ የሚሸር ነው፡፡ የማያምኑትና ከእግዚአብሔር ሃሳብና ፈቃድ ውጪ ያሉት ሁሉ ይህንን መንገድ ይከተሉታል፡፡ ሰው እግዚአብሔር ካዘጋጀለት መንገድ ውጪ ሲኖር የሚገጥመው ይህን መሰሉ ሕይወት ነው፡፡

አንዳንድ ሰዎች በሞራል ሥነ ምግባራቸው በጨዋነታቸው አገር የመሰከረላቸው ይሆኑና በእግዚአብሔር ፊት ግን በበደል ይገኛሉ፡፡ ምናልባት መጽሐፍ ቅዱስ የዓለም ናቸው ብሎ ከሚኮንናቸው የከፉት ድርጊቶች አብዛኞቹ በተጠበቁና በመልካም ሥነ ምግባራቸው የተመሰከረላቸው ይሆናሉ፡፡ አትሥረቅ፣ አታመንዝር፣ ክፉትን አትሥራ ወዘተ ቢባሉ እነኚህ ሁሉ ለእነርሱ ፀያፍ ናቸው፡፡ ሆኖም እግዚአብሔርን የሚበድሉ ናቸው፡፡ ምክንያቱም የአምላካቸውን ፈጣሪነትና የእርሱን መንገድ፣ ክርስቶስ ኢየሱስ ያደረገላቸውን ለመቀበል አይፈልጉም፡፡ ፈቃዳቸውና ፍላጎታቸው የራሳቸው ነው፡፡

ጌታን ከሕግ ሁሉ የሚበልጠው የትኛው ነው ብለው ሲጠይቁት "በፍጹም ልብህ፣ በፍጹም ነፍስህ፣ በፍጹም ሃሳብህ እግዚአብሔርን ውደድ ቀጥለህ ባልንጀራህን እንደ ራስህ ውደድ" በዚህ ቃል መሠረት የእነኚህ ሰዎች ትልቅ በደል እግዚአብሔር አምላክን አሻፈረኝ ብለው መግፋታቸው ነው፡፡ ሰው በሕይወቱ አቅጣጫ የተመሠረተው ከሁለት መንገዶች በአንዱ ላይ ነው፡፡ በወንጌል መጽሐፍት ጌታ ኢየሱስ በሰጣቸው ምሳሌዎች እነኚህ መንገዶች ሰፊውና ጠባቡ መንገድ ብሏቸዋል፡፡ ማንኛውም በምድር ላይ ያለ የሰው ልጅ ከእነኚህ መንገዶች አንዱን ይመርጣል፡፡ ይህ ቀላልና ዋነኛ የሆነ ትምህርት ነው፡፡ ሰፊው መንገድ እግዚአብሔርን መታመን የሌለበት፣ ሰው ሁሉ እንደ ፈለገው በነፃነት ፍላጎቱን የሚፈፅምበት ነው፡፡ ሁለተኛው አካሄድ ደግሞ የጠባቡ መንገድ ነው፡፡ በዚህ መንገድ ላይ ብዙ ገደቦችና ትእዛዛት አሉ፡፡ ሰው እንደ ወደደ በዚህ መንገድ ላይ የሚመላለስ ሳይሆን የእግዚአብሔርን ፈቃድ ለማድረግ ወደው ፈቅደዋል፡፡

በሰፊው መንገድ ላይ የሚመላለሱ ምቾትና ነፃነት ቢኖራቸውም ፈቃዳቸውን ያስገዙት በአየር ላይ ላሉት መንፈሳዊ ኃይላት ገዢ ነው፡፡ ይህ ገዢ ሰይጣን ነው፡፡ በመጽሐፍ እንደምናነበው ይህ ገዢ ለእግዚአብሔር በማይታዘዙት ላይ ሁሉ ይሠራል፤ እነርሱም ይታዘዙታል፡፡

ዛሬ በዓለማችን ላይ ዲያቢሎስ በልዩ ልዩ ዘዴ በሥሩ ያሉትን ሁሉ በመቆጣጠር የጥፋት ተግባሩን በተለያዩ መንገዶች እየፈፀመ ነው፡፡ በዚህ የጥፋት ሥራም ትውልድ እየጠፋ ይገኛል፡፡ ከእነኚህ ተግባራቱ መሃከልም የኪነ-ጥበብ ውጤቶች በሆኑ በፊልም፣ በሙዚቃ፣ በማስታወቂያ ሥራዎች፣ በፋሽን አማካኝነት የሚያደርሳቸው ጥፋቶች ወጣቱን ትውልድ፣ ከስሩም እየመጡ ያሉትን ሕፃናት እየቀጠፈ ያለ ሆኗል፡፡ በርካታ ቤተሰብም ተናግቷል፡፡ ከሚደረገው እርኩሰት የተነሳም የእግዚአብሔር ቁጣ በምድራችን ላይ ተገልጧል፡፡ ሐዋርያው እኛም ከመዳናችን በፊት "የቁጣ ልጆች ነበርን" ይላል፡፡ እግዚአብሔር በእኛም ላይ ይቆጣ ነበር፣ ዛሬ ግን ቁጣው ሳይሆን ምሕረቱ አግኝቶናል፡፡

ኃጥያት (ሃማርቲያ) hamartía /ham-ar-tee'-ah:- የመጀመሪያ ትርጉሙ በጥንት ጊዜ ቀስት ሲወረወር ኢላማውን ከመሳቱ ጋር የተያያዘ ነው። በቅርብ ጊዜ ደግሞ ዓላማን ወይም ግብን ሳያሳኩ መቅረት መከሸፍ የሚሉ ትርጉሞችን ሁሉ የሚይዝ ቃል ሆኗል። በመጽሃፍ ቅዱስ ውስጥ **ሃማርቲያ**ማለት ቀስተኛ ኢላማውን እንደሚስት የእግዚአብሔርን ኢላማ ወይም ግብ መሳት፣ ማለትም እግዚአብሔር ለኑሮአችን ከሰጠን ዓላማ ማለትም ለእግዚአብሔር ከመኖር መጉደል ማለት ነው። በዕብራይስጥ (**ቻታ**) ኢላማ መሳት የሚለው ቃል ኃጥያት ከሚለው ጋር አንድ ነው። ለምሳሌ በመሳፍንት (20÷16) ከእነዚያም ሕዝብ ሁሉ ሰባት መቶ የተመረጡ ግራኝ ሰዎች ነበሩ እነዚህም ሁሉ ድንጋይ ይወነጭፉ ነበር አንዲት ጠጕርስ እንኳ አይስቱም (**ቻታ**)። (መጽሐፍ ቅዱስ ጥቅሶች የብሉይና / የአዲስ ኪዳን ግሪክ መዝገበ ቃላት. የቲየር ትርጉም)

ሬይ ፕሪቻርድ ሲናገር:- **መጥፋት** - መጥፋት ማለት ወደ ቤት መመለሻ መንገድ ባለማወቅ የተነሳ ለትልቅ አደጋ መጋለጥ ነው። ያልዳኑ ሰዎች ጠፍተዋል ሲባል ልክ በዚህ መልኩ ነው። ያልዳኑ ሰዎች ከእግዚአብሔር በጣም ርቀዋል፤ ወደ እርሱ የሚመለሱበትንም መንገድ አያውቁም።

ከእግዚአብሔር መለየት - ኃጥያት በእግዚአብሔር እና በእኛ መካከል ትልቅ ገደልን ፈጥሯል። እኛ እግዚአብሔርን እንድናውቅ ተደርገን ነበር የተፈጠርነው ነገር ግን

152

የኢ.ፌ.ቢ.ስ. አገልግሎት / የኤፌሶን መልእክት ትምህርት

ኃጥያታችን እርሱን እንዳንቀርበው ይጋርደናል። ከእርሱ መለየታችን ይሰማናል ደግሞም እናውቀዋለን። በመካከላችን የኃጥያት ተራራ ከእግሮቻችን በታች ጥልቅ ጉድጓድ አለ። ለዚህ ነው የምንቅበዘበዘው፤ እረፍት የምናጣው። ነፍሳችን እግዚአብሔርን ካላገኘች በቀር እረፍት የላትም። መታወር - ኃጥያት ነገሮችን በትክክል የማየት ችሎታችንን ይገድለዋል። በኃጥያት ድቅድቅ ጨለማ ውስጥ እንኖራለን፤ ቀጭን የብርሃን ፍንጣቂ እንኳ አይደርሰንም።

2፡2 "በእነርሱም በዚህ ዓለም እንዳለው ኑሮ በማይታዘዙትምልጆች ላይ አሁን ለሚሠራው መንፈስ አለቃ እንደሆነው በአየር ላይ ሥልጣን እንዳለው አለቃ ፈቃድ በፊት ተመላለሳችሁባቸው፡፡

ሐዋርያው የማያምኑ ያላቸውን መላልሶ በመተንተን ይናገራል፡፡ ምንም እንኳ ሦስት አበይት ነጥቦችን በቁጥር 2 እስከ ሦስት ድረስ ቢገልጥም ሁለት ነጥቦቹ በቁጥር ሁለት ላይ ይገኛሉ፡፡ መመላለስ ማለት የሕይወት አካሄድ አቅጣጫ ያመለክታል፡፡ የግሪኩ ቃል"**ተመላለሳችሁባቸው**" የሚለው ቃል በጎዳና የሚሄድ አረማመድን ያመለክታል፡፡ (ዮሐ 11፥10 ማር 6፥5 ዮሐ 8፥12)

ተመላለሳችሁባቸው (ፐሪፓቴኦ) peripatéō /per-ee-pat-eh'-o፡- በጥሬው ሲፈታ መሄድ መራመድ ከቦታ ወደ ቦታ መዞር ማለት ነው። ከጊዜ በኋላ የዚህ ቃል ትርጉም እየሰፋ ሲሄድ ሕይወትን መምራት፣ ያገኙትን መልካም አጋጣሚ ለስኬት መጠቀም የሚል ሆነ። በአዲስ ኪዳን ውስጥ ያለው ትርጉም የአኗኗር ዘይቤ ማለት ነው። (መጽሐፍ ቅዱስ ጥቅሶች የብሉይና / የአዲስ ኪዳን ግሪክ መዝገበ ቃላት. የቲየር ትርጉም)

በክርስቶስ ያመኑ የሚሄዱት አረማመድ

1. በዓለም እንዳለው ኑሮ (Life style)

ዓለም (ኮስሞስ) kósmos / kos'-mos፡- ይህ ቃል በአዲስ ኪዳን ውስጥ 186 ጊዜ የሚገኝ ሲሆን ሁሉም ቦታ ከክፋት ጋር በተያያዘ ነው የተጠቀሰው። በዚህ ክፍል ኮስሞስ የሚወክለው የተፈጠረውን ዓለም ሳይሆን በውስጡ ያለውን የኑሮ ሥርዓት፣ ልማድ ባህል፣ አስተሳሰብ እና መርሆች ሁሉ ነው። የአሁኑ ዓለም ግቡ ራስን ከፍ ከፍ ማድረግ፣ ራስን ማስደሰት ነው። ሥርዓቱ ላይ ላዩን ሲመለከቱት ሃይማኖታዊ፣ ዘመናዊ፣ ባሕላዊ ካባዎችን የለበሰ ሲሆን ውስጥ ውስጡን ግን በንግድ እና በፖለቲካ ሽኩቻዎች፣ ውድድሮች እና

ፉክክሮች የተሞላ ነው። ይህ ዓለም የክርስቶስን መንግስት የሚቃወም ክፉትንና ልዩ ልዩ ፈተናዎችን የተሞላ፣ ጊዜአዊና የሚያልፍ ሥርዓት ነው። (መጽሐፍ ቅዱስ ጥቅሶች የብሉይና / የአዲስ ኪዳን ግሪክ መዝገበ ቃላት. የቲየር ትርጉም)

ኃጥኡ ብዙ ሥነ ምግባራዊ ነገሮችን ሊፈፅም ይችላል፣ ሆኖም ግን ከበስተ ጀርባው ያለው የድርጊቱ ምክንያት እኔነትን የሚያገንን እንጂ ፈጣሪውን የሚያስከብር አይደለም፡፡ በማያምኑ ሰዎች የተከናወኑ ብዙ መልካም ሥራዎች እንመለከታለን፡፡ ነገር ግን ይህ ሁሉ መልካም ሥራ የራስ ስምን ለማስጠራት ወይም ለራስ ጽድቅ እንጂ ክርስቶስን ለማክበር እንዳልሆነ እናስተውላለን፡፡ መሐንዲሱ ጥሩ ቤት ይሠራ ይሆናል፡፡ ዳኛውና ጠበቃው አስደናቂ ሕጎችን አርቅቀው ያወጡ ይሆናል፡፡ ሐኪሙ መድኃኒት ይቀምም ይሆናል ወዘተ... ነገር ግን ይህ ሁሉ የሰማዩን ጌታ ለማስጠራት አይደለም፡፡ ሥራው ጥሩ ሆኖ ሳለ ይህ ሁሉ ድካምና ጥረት ግን የራስን ስም ለማስጠራት፣ ለመሞገስ፣ የከበሬታውን ቦታ ለመያዝ ብቻ ይሆናል፡፡ ይህ አይነቱ ለግል ዝናና ስም የሚደረግ ሩጫም ከጊዜያዊ ምድራዊ ደስታ አያልፍም፡፡ በኖህ ዘመን የነበሩ ሰዎች ያላቸው የሕይወት አኗኗር ዘይቤም ይህንኑ ይመስል ነበር፡፡ በጌታ ደረት እየተጠጋ፣ ነፍሱን በእግዚአብሔር ቃል ይመገብ የነበረው ሐዋርያው ዮሐንስ በመልእክቱ "ዓለምን ወይንም በዓለም ያለውን አትውደዱ..." 1ኛ ዮሐ 2፥15-16 ብሎ እንደተናገረው የዚህ ዓለም ነገር ከንቱ የከንቱ ከንቱ ነው፡፡ ጌታችንም በዘመን መጨረሻ በማስጠንቀቅ የተናገረው እንደዚሁ ነው፡፡ (ሉቃ 17፥26-29)ዓለማዊው ጊዜያዊ ደስታ እንብላ እንጠጣ እንጨፍር እንደሰት በሚል ሰዎች የሚያደርጉት ፈንጠዝያ በብዙ ቀለማት እንዳሸበረቁና እንደተዋቡ ሊመስሉ ይችላሉ፡፡ ነገር ግን ሁሉም ተጠቅልለው ያረጃሉ፣ ይጠፋሉም፡፡ (መዝ 102፥26 1ኛ ቆሮ 7፥31 ያዕ 4፥14) በእነዚያ ለጊዜው ውብ በሆኑት ዓለማዊ ነገሮች ላይ አይናችን እንዳይወድቅ ነገር ግን በጌታና በፈቃዱ ላይ የተመረኮዘ አረማመድና አቅጣጫ እንዲኖረን መጽሐፉ ይመክረናል፡፡(2ኛ ቆሮ 4፥18 ምሳ 10፥25 ሮሜ 12፥2 1ኛ ጴጥ 4፥2)

2. **የማያምን ሰው የሰይጣንን አስተምህሮ በመከተል ይኖራል፡፡**

ሀ) **መንፈስ አለቃ ፈቃድ፡-** ይህች ምድር በአዳም ሞት (ከእግዚአብሔር መለየት) የተነሣ አለቃዋ ጠላት ዲያቢሎስ መሆኑን ያመለክታል፡፡

ለ) **በአየር ላይ ስልጣን እንዳለው፡-** አየር ሲል በአየሩ ላይ በመሆን እንደ ሚሠራ ያመለክታል፡፡

በምድር ላይ ሥጋ በለበሰው ውስጥ በመሆን ይሰለጥናሉ፡፡ ነገር ግን ሥጋዊ አካል የላቸውም በአየሩ ላይ ይገኛሉ፡፡ አለቃቸው ሰይጣን ዲያቢሎስ ነው፡፡ መንፈስ ቅዱስ በሐዋርያው ጳውሎስ በኩል የዲያቢሎስን ሥፍራ የስልጣኑን ልዕልና ይገልጣል፡፡ በአየር ላይ አለቃ ነው ይለናል፡፡ ገዢ ይሆናል ነገር ግን ንጉስ አይደለም፡፡ ከሴቲቱ የተወለደው ኢየሱስ እርሱ ንጉስ ነው፡፡ ዲያቢሎስ ዓለምና ክብሩ በእርሱ ትምህርት የተያዘ ቢሆንም ባለቤትነት ያለው እግዚአብሔር ነው፡፡ ጌታችንና መድሐኒታችንን ሲፈትነው ከተናገረው ቃል እንረዳለን፡፡ (ሉቃ 4፥5-8)አየር የሚያየው የለም ነገር ግን አየር ሆነ ነፋስ እንደሚኖር የምናውቀው ዛፎችን ሲያንቀሳቅስ፣ በነፋሻው አየር የተነሳ ቅዝቃዜ ሲሰማን ነው፡፡ ዓለም ገዥና አለቃቸው ሰይጣን ቢሆንም እርሱ እንደሚሰለጥንባቸው የመረዳት ባለ ጠግነት የላቸውም፡፡ አማኝ ግን በክርስቶስ ይህን የማወቅ የመረዳት ባለጠግነት በመንፈስ ቅዱስ ተሰጥቶታል፡፡ ምንም እንኳ ሰይጣን በአማኙ ላይ ስልጣንና ተፅእኖ ባይኖረውም ሥራውን ግን ቸል ብለን ልንመለከተው አይገባም፡፡

አለቃ (አርኮን) **árchōn / ar'-khone**፡- በስልጣን ወይም በኃይል የመጀመሪያው ቀዳሚው ማለት ነው። በዚህ ክፍል ውስጥ አለቃ የተባለው ሰይጣን ነው፤ እርሱም በዚህ የክፋት እና የጨለማ ዓለም ውስጥ የመጀመሪያው መሪ ነው። ሰይጣን እግዚአብሔርን የሚቃወሙ የወደቁ መላዕክት መሪ እና ራሱም የወደቀ መልአክ ነው። (መጽሐፍ ቅዱስ ጥቅሶች የብሉይና / የአዲስ ኪዳን ግሪክ መዝገበ ቃላት. የቲየር ትርጉም)

ስልጣን (ኤግዙሲያ) **exousía / ex-oo-see'-ah**፡- መብት እና ኃይል ማለት ነው። ቃሉ የሚገልጸው አንድ ሰው ከሌላ ሰው በውክልና የተሰጠውን ስልጣን ነው። ስልጣን ሰጭው በተቀባዩ ውስጥ ሆኖ ይሰራል። (መጽሐፍ ቅዱስ ጥቅሶች የብሉይና / የአዲስ ኪዳን ግሪክ መዝገበ ቃላት. የቲየር ትርጉም)

የቫይን መዝገበ ቃላት እንደሚለው...በአዲስ ኪዳን ውስጥ ዋነኛ ትርጉሙ አንድ አካል የፈለገውን የማድረግ ፈቃድ ሲሰጠው ማለት ነው። (ቫይን, ዋኢ: ቫይንስ ኮምፕሊት ኤክስፖዚተሪ ዲክሽነሪ ኦቭ አልድ ኤንድ ኒው ቴስታመንት ወርድስ 1996). ኔልሰን)

አየር (አኤር) **aḗr / ah-ayr'**፡- ማለት ምድርን የሚከብባት አየር ማለት ነው። የሰይጣን ግዛት ሰዎች በሚኖሩበት ዝቅተኛው የምድር ከባቢ አየር ውስጥ ነው። በዚህ በዝቅተኛው ከባቢ አየር ውስጥ የሚንቀሳቀሱት የአጋንንት ሰራዊት አለቃቸው ሰይጣን ነው። ያልዳኑ ሰዎች ሁሉ እንቅስቃሴያቸው፣ ሃሳባቸው፣ ሥራቸው ሁሉ የሚመራው በእነዚህ አጋንንት

ነው። (መጽሐፍ ቅዱስ ጥቅሶች የብሉይና / የአዲስ ኪዳን ግሪክ መዝገበ ቃላት. የቲየር ትርጉም)

መንፈስ (ኒውማ) pneûma / pnyoo'-mah፡- ነፋስ ወይም እስትንፋስ ማለት ሲሆን በዚህ ክፍል ግን ሥጋ የሌለውን ፍጡር ያመለክታል። በአውዱ ውስጥ ይህ ቃል ሰይጣንን ወይም በእርሱ ስር የሚንቀሳቀሱትን አጋንንት ይወክላል። (መጽሐፍ ቅዱስ ጥቅሶች የብሉይና / የአዲስ ኪዳን ግሪክ መዝገበ ቃላት. የቲየር ትርጉም)

የሚሰራው (ኢነርጌኦ) energéō / en-erg-eh'-o፡- በኢዮብ መጽሃፍ ውስጥ እንደምናየው ሰይጣን እረፍት የለውም። እግዚአብሔርም ሰይጣንን፡- ከወዴት መጣህ? አለው። ሰይጣንም። ምድርን ሁሉ ዞርሁአት፥ በእርስዋም ተመላለስሁ ብሎ ለእግዚአብሔር መለሰ። (ኢዮብ 1፥7) (መጽሐፍ ቅዱስ ጥቅሶች የብሉይና / የአዲስ ኪዳን ግሪክ መዝገበ ቃላት. የቲየር ትርጉም)

ልጆች (ሁዋዮስ)huiós / hwee-os'፡- ወንዶች ልጆች ማለት ነው። ዳግመኛ ያልተወለዱ ሰዎች ሁሉ የአለመታዘዝ ልጆች ናቸው። (መጽሐፍ ቅዱስ ጥቅሶች የብሉይና / የአዲስ ኪዳን ግሪክ መዝገበ ቃላት. የቲየር ትርጉም)

አለመታዘዝ (አፔይቴያ) apeítheia / ap-i'-thi-ah፡- ለማመን ወይም ለመታዘዝ እምቢ የሚል ሰው ማለት ነው። አለመታዘዝ ጠማማነትን እና ለማመን እምቢ ማለት እንዲሁም ከበላይ ለሆነ ሥልጣን መገዛትን እምቢ ማለት ነው። ለምሳሌ እስጢፋኖስ ለአይሁድ እየሰበከ በነበረ ሰዓት ስለ እነርሱ እንዲህ አለ፡- እናንተ አንገተ ደንዳኖች ልባችሁና ጆሮአችሁም ያልተገረዘ፥ እናንተ ሁልጊዜ መንፈስ ቅዱስን ትቃወማላችሁ፤ አባቶቻችሁ እንደ ተቃወሙት እናንተ ደግሞ። (የሐዋርያት ሥራ 7፥51) (መጽሐፍ ቅዱስ ጥቅሶች የብሉይና / የአዲስ ኪዳን ግሪክ መዝገበ ቃላት. የቲየር ትርጉም)

1-2 በበደላችሁና በኃጢአታችሁ ሙታን ነበራችሁ፤ በእነርሱም፥ በዚህ ዓለም እንዳለው ኑሮ፥ በማይታዘዙትም ልጆች ላይ አሁን ለሚሠራው መንፈስ አለቃ እንደ ሆነው በአየር ላይ ሥልጣን እንዳለው አለቃ ፈቃድ፥ በፊት ተመላለሳችሁባቸው።

ሙታን ነበራችሁ ኤፌ2፥5፤ 4፥18፤5፥14፤ ማቴ 8፥22፤ ሉቃ 15፥24፣32፤ ዮሐ 5፥21፤ 2ኛ ቆሮ 5፥14፤ 1ኛ ጢሞ 5፥6፤ 1ኛ ዮሐ 3፥14፤ ራዕ 3፥ 1

በአየር ላይ ኢዮ 1፥7፣16፣19፤ ራዕ16፥17

መንፈስ አለቃ ማቴ 12፥43-45፤ ሉቃ11፥21-26 ፤ 22፥2፤3፤31 ፤ ዮሐ13፥2፡27 ፤ ሐዋ 5፥3 ፤ 2ኛ ቆሮ 4፥4፤ 1ኛ ዮሐ 3፥8፤ 4፥4

በፊት ተመላለሳችሁባቸው ማቴ 12፥43-45፤ ሉቃ 11፥ 21-26፤ 22፥2፤3፤31፤ ዮሐ 13፥2፤27፤ ሐዋ5፥3፤2ኛ ቆሮ 4፥4፤ 1ኛ ዮሐ 3፥8፤ 4፥4

2.3 "በእነዚህ ምልጆች መካከል እኛ ሁላችን ደግሞ የሥጋችንና የልቦናችንን ፈቃድ እያደረግን በሥጋችን ምኞት በፊት እንኖር ነበርን፤ እንደ ሌሎቹ ደግሞ ከፍጥረታችን የቁጣ ልጆች ነበርን"

ሐዋርያው በፍጥረታችን የቁጣ ልጆች ነበርን ብሎ እዚህ ላይ የሚናገራቸውን በቁጥር 2 ላይ የማይታዘዙ ልጆች ብሎ ይገልጣቸዋል፡፡ በእነዚህ ሰዎች ላይ ሶስተኛው አካሄዳቸውን እንመልከት ሁለቱን ትርጓሜ በቁጥር ሁለት ተመልከተናልና፡፡

3. የሥጋቸውን የልቦናቸውን ፈቃድ የሚያደርጉ ናቸው፡፡ ሐዋርያው ሙታንናችሁ የሚላቸው ሶስተኛው የሕይወት አቅጣጫቸው የልቦናቸውን (የአዕምሮአቸውን) ፈቃድ እንደዚሁም የሥጋቸውን ፈቃድ የሚያደርጉ መሆናቸውን በአፅንኦት ይናገራል፡፡

ሀ) **በሥጋ፡-** የሚለው በአዳማዊ ባሕሪይ የተገዛውን ሰውን ያመለክታል፡፡ በፍጥረቱ የአዳምን ባሕሪ፡- ኃጢአት ያለበትና በዚያ ባሕሪይ ተገዢ ሆኖ የሚኖር የሚመላለስ እንደሆነ ያስረዳናል፡፡ ሐዋርያው**"እኔ ግን ከኃጢአት በታች ልሆን የተሸጥሁ የሥጋ ነኝ"** (ሮሜ14)፡፡ ሥጋው የሚገዛው ማለትም ኃጢአት የሚነዳው (የኃጢአትባሪያ) የሆነው በአዳም ያለ ሰው ያመለክታል፡፡

ለ)**የልቦናችሁ- የአዕምሮአችሁ** (the desire of the mind) የሚል ትርጓሜ ሲኖረው በተመሳሳዩ ይህ ኃጢአተኛ ሰው የሚያስበው የሚያወጣ የሚያወርደው የሞት ጎዳና አካሄድ አቅጣጫና ዝንባሌ እንደሆነ ነው፡፡ ሐዋርያው በሥጋ ፈቃድ የሚሄደውን የሚያስበውን የሚኖረውን አዕምሮን ይመለከታል፡፡ (ሮሜ 8፥7) ሐዋርያው "በሥጋችን ምኞት" ብሎ ሲናገር ፈቃድ እንዳለው ከጥሬ ቃሉ ፍቺ ልንረዳ እንችላለን፡፡ ማለትም ዝም ብሎ በአየር ላይ የሚንሳፈፍ እንዳልሆነ ነገር ግን ይህ በዓላማ በእቅድ የሚፈፀም መሆኑን ያመለክታል፡፡ በቁጥር 2 ላይ አለምም ምኞት እንዳለው እንዲሁም ሥጋም እዚህ ላይ ምኞት እንዳለው እንረዳለን፡፡ ማለትም የሚገፋፋ በሙሉ ልብ ፈቃደኝነት የሚፈፀም

እንደ ማለት ነው:: Desires በግሪኩ the leemata ማለት ሲሆን የግለሰቡ ምርጫ እንደሆነ ያሳየናል::

እኛ ሁላችን (ፓስ) pâs / pas፡- የአይሁድ አማኞች ከአሕዛብ አማኞች በምንም አይሻሉም ነበር። አይሁድም አሕዛብም በአለመታዘዝ ይመላለሱ ነበር። ሁሉም በአንድ አይነት አለመታዘዝ ውስጥ ነበሩ። (መጽሐፍ ቅዱስ ጥቅሶች የብሉይና / የአዲስ ኪዳን ግሪክ መዝገበ ቃላት. የቲየር ትርጉም)

በሥጋችን (ሳራክስ) sárx / sarx፡- *ሥጋ* ማለት በሰው ውድቀት ምክንያት በእግዚአብሔር ላይ የሚያምጸው ማንነታችን ነው። (መጽሐፍ ቅዱስ ጥቅሶች የብሉይና / የአዲስ ኪዳን ግሪክ መዝገበ ቃላት. የቲየር ትርጉም)

ጆን ፓይፐር፡- *ሥጋ* በራሱ የሚያመነጨውን ኃይል እና የሰዎችን ምስጋና ይወዳል። *ሥጋ* ሕግን ቢጠብቅ እንኳ ራስን ለማክበር ነው። *ሥጋ* መረን ሲሆን ቅጥ ያጣ ነውርን ይፈጽማል (ገላቲያ 5፡19-21)

ምኞት (ኤፒቱሚያ) epithymía / ep-ee-thoo-mee'-ah፡- ጽኑ ፍላጎት ማለት ሲሆን ትርጉሙ ለከፉም ለመልካምም ያገለግላል። በዚህ አውድ ግን ከ*ሥጋ* የመነጭ እና ወደ ከፉው የሚያዘነብል ፍላጎትን እንደሚያመለክት ግልጽ ነው። (መጽሐፍ ቅዱስ ጥቅሶች የብሉይና / የአዲስ ኪዳን ግሪክ መዝገበ ቃላት. የቲየር ትርጉም)

ልቦና- አእምሮ (ዳያኖያ) diánoia / dee-an'-oy-ah፡- የማስተዋል፣ የስሜት እና የፍላጎታችን ማዕከል ነው። በዚህ አውድ ውስጥ ኃሳብን በተለይም ክፉ ሃሳብን ይወክላል። በተጨማሪም ዳያኖያ አእምሮዋችን የሚያስባቸውን ሃሳቦች፣ እቅዶችና ውጥኖች ሁሉ ያጠቃልላል። ጳውሎስ እንደሚለው ያልዳነ ሰው አእምሮው ወይም ሃሳቡ በ*ሥጋ*ው ጭቆና *ሥ*ር ነው። ስለዚህ ከእግዚአብሔር ርቀን በነበርነበት ጊዜ *ሥጋ*ችን የወደደውን ወይም ሃሳባችን የተመኘውን ሁሉ እናደርግ ነበር። (መጽሐፍ ቅዱስ ጥቅሶች የብሉይና / የአዲስ ኪዳን ግሪክ መዝገበ ቃላት. የቲየር ትርጉም)

ከፍጥረታችን (ፉሲስ) phýsis / foo'-sis፡- ስንፈጠር የነበርንበትን ሁኔታ ያመለክታል። ስለዚህ የቁጣ ልጆች ለመሆን መማር ወይም መሰልጠን አላስፈለገንም። ስንወለድም ጀምሮ የቁጣ ልጆች ነበርን። (መጽሐፍ ቅዱስ ጥቅሶች የብሉይና / የአዲስ ኪዳን ግሪክ መዝገበ ቃላት. የቲየር ትርጉም)

ልጆች (ቴክኖን) téknon / tek'-non፡- የጳውሎስ ትኩረቱ ከአዳም ጋር ያለን ዝምድና ላይ ነው። የአዳም በኃጥያት የወደቀ ባህርይ ስለወረስን የእውነትም የእግዚአብሔር ቁጣ የሚገባን ነበርን። (መጽሐፍ ቅዱስ ጥቅሶች የብሉይና / የአዲስ ኪዳን ግሪክ መዝገበ ቃላት. የቲየር ትርጉም)

ቁጣ (ኦርጌ)orgḗ /or-gay'፡- በጥሬው ሲፈታ መፍላት፣ መገንፈል ማለት ነው። ቁጣ እግዚአብሔር በኃጥያት ላይ የሚገልጠው ቅዱስ ጥላቻ ነው፤ ይህም ጥላቻው ለከፋት ሁሉ ያለውን መለኮታዊ ተቃውሞ ያሳያል። ይህ ቃል የሚያመለክተው በሰው ፊት በጩኸት የሚገለጥን የንዴት ንግግር ሳይሆን ተረጋግቶ በተቀመጠ ሰው ውስጥ ሌሎች ሳያዩትና ሳያስተውሉት ውስጥ ውስጡን ሲንተከተክ የሚቆይ ታፍኖ ቆይቶ አንድ ቀን ጊዜው ሲደርስ ወይም ጽዋው ሲሞላ የሚገለጥ ቁጣ ነው።(መጽሐፍ ቅዱስ ጥቅሶች የብሉይና / የአዲስ ኪዳን ግሪክ መዝገበ ቃላት. የቲየር ትርጉም)

---

3 በእነዚህም ልጆች መካከል እኛ ሁላችን ደግሞ፥ የሥጋችንንና የልቡናችንን ፈቃድ እያደረግን፥በሥጋችን ምኞት በፊት እንኖር ነበርን እንደ ሌሎቹም ደግሞ ከፍጥረታችን የቁጣ ልጆች ነበርን።

የሥጋችንንና የልቡናችንን ፈቃድ እያደረግንሮሜ 8፥7፤ 8 2ኛ ቆሮ 7፥1፤ ገላትያ 5፥19-21

እኛ ሁላችንኢሳ 53፥6 ፤ 64፥6፣7 ፤ ዳን 9፥5-9፤ ሮሜ 3፥9-19፤ 1ኛ ቆሮ 6፥9-11 ፤ ገላ 2፥15፣ 16፤ 3፥22፤ ቲቶ 3፥3 ፤ 1ኛ ጴጥ4፥ 3፤ 1ኛ ዮሐ 1፥8-10

በፊት እንኖር ነበርን ኤፌ4፥ 17-19 ፤ ሐዋ14፥16 ፤ 17፥30፣31 ፤ ሮሜ 11፥ 30፤ 1ኛ ጴጥ 2፥10፤ 1ኛ ዮሐ2፥8

ከፍጥረታችን ዘፍ5፥3 ፤ 6፥ 5 ፤ 8፥21 ፤ ኢዮ 14፥4 ፤ 15፥14-16 ፤ 25፥4 ፤ መዝ 51፥5፤ ማር 7፥21፣22፤ ዮሐ 3፥1-6፤ ሮሜ 5፥12-19፤ 7፥18 ፤ ገላ 2፥15፣16

እንደ ሌሎቹም ሮሜ 3፥9፣22፣23፤ 1ኛ ቆሮ 4፥7

የቁጣ ልጆች ነበርን ሮሜ 9፥22

3.4 ነገር ግን እግዚአብሔር በምሕረቱ ባለ ጠጋ ስለሆነ ከወደደን ከትልቅ ፍቅሩ የተነሳ

ምሕረትና ፍቅር የቃሉ ፍቺዎች ምሕረት - በግሪኩ eleso, oiktirmos, splanchnon የሚሉ ስያሜዎችን ይዟል፡፡ የደግነትን፣ የመልካም ሃሳብን፣ የቸርነትን፣ ራስን ባዶ አድርጎ የመስጠትን፣ የርህራሄ ትርጓሜን ያመለክታል፡፡ እግዚአብሔር በዚህ ሁሉ ውስጥ በምሕረቱ ባለጸጋ እንደሆነም ያሳያል፡፡ ከዚህም የተነሳ እርሱ ተነድቶ ለሰዎች ምሕረቱን ሰጠ፡፡ (ቲቶ

3፥5)ይህ ምሕረት እንደ ሃብት፣ እንደ ንብረትም የሚሰጥ ነው፡፡ የሚቀበለውም ይበለጽግበታል (ማቴ. 9፥13)፡፡

ምሕረት(ኤልኦስ) éleos / el'-eh-os፡-ማለት እግዚአብሔር የሚገባንን ፍርድ ሳይፈርድብን ሲቀር ማለት ነው። **ፀጋ** ደግሞ እግዚአብሔር ሳይገባን መልካም ሲያደርግልን ማለትም ሲያድነን ነው። (መጽሐፍ ቅዱስ ጥቅሶች የብሉይና / የአዲስ ኪዳን ግሪክ መዝገበ ቃላት. የቲየር ትርጉም)

"የጌታ ምሕረት" መዝሙረኛው የጌታ ምሕረት ያለውን በስፋት ሲገልጥ ከትልቁ ተነስቶ እስከ ሰማይ ይደርሳል ይላል፡፡ *ምሕረትህ እስከ ሰማይ ድረስ ከፍ ብላለችና፥ እውነትህም እስከ ደመና ትደረስ (*መዝ 57፥10)። ይህ **ከፍታና ጥልቀት** የተገለጠው በጌታችን ኢየሱስ ክርስቶስ የመስቀል *ሥራ* ነው፡፡ እርሱ ምሕረቱ ብዙ ስለነበር ወደ ጥልቁ ወረደ እንደዚሁም ከጥልቀቱ ወደ አብ ፊት መቅረቡና ስለ እኛ መታየቱ (እኛን ወክሎ) መታየቱ የእግዚአብሔር ምሕረት ለሰው ልጅ ምን ያህል እንደሆነ ልናስተውል እንችላለን፡፡ ንጉስ ዳዊት በደረሰበት መረዳት ገለጠው ይሁን እንጂ የእርሱ ምሕረት በክርስቶስ በኩል የሚገለጥ የእግዚአብሔር ምስጢር ነው፡፡ በዚያ አያበቃም በመንግሥተ ሰማያት በሙላት ወደ መረዳት ባለ ጠግነት እንገባለን፡፡ ምክንያቱም ከእውቀት ከፍለን ስለ ምናውቅ በመስታወት እንደምናይ ነው፤ ነገር ግን አንድ ቀን የእግዚአብሔርን ምሕረት የክርስቶስን ምንነት (ልክ) ሲገለጥ እናየዋለን፡፡ ያን ጊዜ አዲስ ዝማሬ እንዘምራለን ዝማሬው በራእይ መጽሐፍ ተገልጦአል (ራዕይ 4፥3)፡፡ የልዑል ዙፋን በቀስተ ደመና የተከበበ እንደሆነ ዮሐንስ ፅፎአል፡፡ በኖህ ዘመን እግዚአብሔር ምሕረትን ሲያደርግ ቀስተ ደመና እንደታየ በዙፋኑ ዙሪያ የምሕረት ቀስተ ደመና አለ ፤ውዳሴ የሚያቀርቡት ለዚያ ነበር (ራዕ. 4፥8)፡፡

ራዕይ ምዕራፍ 5 ላይ ስንመጣም አዲስ ዝማሬ የቀረበበት ምክንያት መጽሐፉ ተከፍቶ ይነበብ ዘንድ የክርስቶስ ምሕረት ስለተገለጠ እንጂ አንድም ፍጡር ከራሱ ጽድቅ የተነሳ ይገባኛል ማለት አይችልም፡፡ የእግዚአብሔርን ምሕረት የተለማመደ ሰው በምሕረት ይመላለስ ዘንድ ይገባዋል፡፡ በቅድሚያ ግን ምሕረት ምን እንደሆነ ጠንቅቆ ሊያውቅ ይገባዋል፡፡ ባወቀውና በተረዳበት እውነት ይመላለስ ዘንድ ከፈጣሪ የተሰጠው ትዕዛዝ ነው፡፡ ጌታችን ኢየሱስ ክርስቶስ በተለያየ ጊዜ በዚህ ላይ ጊዜ ሰጥቶ አስተምሮአል፡፡ ታዋቂ የሆነው ትምህርት በ(ሉቃ 10፥25-37)ላይ ይገኛል፡፡ የደጉ ሳምራዊ ታሪክ የሚያስተምረን ይህንኑ ነው፡፡ መንገደኛው በወንበዴዎች ተዘርፎና ተደብድቦ በወደቀበት፣ እውነተኛ ፍቅርን በመግለፅ ምሕረት ያደረገው ማን ነው? ብሎ ጌታ ጠየቀ፡፡ ኅበዙም ሲመልስ ምሕረት ያደረገለት አለ፡፡ ጌታም ሂድ አንተም እንዲሁ አድርግ አለው፡፡ ምሕረት ማድረግ ግን ደረጃ አለው፡፡ ደጉ ሳምራዊ ባወቀውና በተረዳው ለቆሰለው ሰው መልካምን አደረገ፡፡

ክርስቲያን ግን ከዚያ ያለፈ የእግዚአብሔር ምሕረት በክርስቶስ ተገልጦለታል፡፡ ስለዚህ ምሕረት ማድረግ ይገባዋል፡፡ ምሕረት በአንደበት ብቻ ሳይሆን በድርጊት የሚገለጥ ነው፡፡ ለዚህ ትልቅ ምሳሌ የሚሆነን ዳዊት ነው፡፡ ሳኦል ዘመኑን በሙሉ ዳዊትን ያሳድደው ነበር፡፡ በዱር በገደሉ ያንከራተተውን ሳኦልን ምሕረት ያደርግለት ዘንድ ዳዊት ወሰነ፡፡ "የእግዚአብሔርን ቸርነት አደርግለት ዘንድ ከሳኦል ቤት፣ አንድሰው አልቀረምን? (2ኛ ሳሙ9÷3)ዳዊት ሜምፊቦስቴን"......የአባትህንም የሳኦልን ምድር እመልሳለሁ፤ አንተም ሁልጊዜ ከገበታዬ እንጀራ ትበላለህ" አለው፡፡ ምሕረት በሥራ የሚገለጥ ተግባር ነው፡፡ ለዚህም ነው ጌታችን ኢየሱስ ክርስቶስ ይህን ተማሩ ወይንም አድርጉ ብሎ ትእዛዝ የሰጠው፡፡ (ማቴ 9÷13) "ሄዳችሁ....ተማሩ" የቃሉን ፍቺ ስናጠናው በአዕምሮ እውቀት ብቻ ሳይሆን በሕይወት ልምምድ ይማሩት ዘንድ ይነግራቸዋል፡፡ ይህ ደግሞ ፍሬ ያስገኛል፡፡

ምሕረት (ኤሌዮስ)፡- ርህራሄ ሲገለጥ ማለት ነው። አርስቶትል እንደተናገረው ምሕረት ማለት ያለ ጥፋታቸው መከራ እና ስቃይ ለደረሰባቸው ሰዎች ርህራሄ ማሳየት ማለት ነው። ነገር ግን የእግዚአብሔርን ምሕረት ልዩ እና አስደናቂ የሚያደርገው በኃጥያታቸው ምክንያት የሚገባቸውን ፍርድ በአዳም በኩል ላገኙ ሰዎች በምህረት መገለጡ ነው። (መጽሐፍ ቅዱስ ጥቅሶች የብሉይና / የአዲስ ኪዳን ግሪክ መዝገበ ቃላት. የቲየር ትርጉም)

ኬኔዝ ሳሙኤል ወውስት፡- ምሕረት በኃጥያት እና በመከራ ውስጥ ላሉ ሰዎች እግዚአብሔር የሚያደርግላቸው ደግነት እና ቸርነት እንዲሁም ሊረዳቸው ከመከራ ሊያወጣቸው ያለው ፍላጎቱ ነው። እግዚአብሔር የሚገባንን ፍርድ እና ቅጣት በላያችን ላይ ከማውረድ ይልቅ በምሕረት ይጎበኘናል።

ዲ. ኤድመንድ ሄቤርት፡- በጸጋ እና በምሕረት መካከል ያለው ልዩነት፣ ምሕረት ፍርድ ለሚገባው የሚደረግለት ርህራሄ ሲሆን ጸጋ ግን መልካም ነገር ለማይገባው ሰው መልካም ማድረግ ነው። ጸጋ ኃጥያትን ሲሸፍን ምህረት ደግሞ መዘዞቹን ያስወግዳል። ጸጋ ይቅር ይላል፤ ምሕረት ደግሞ ያድሳል ወይም ወደ ቀድሞ ቦታ ይመልሳል። ጸጋ የማይገባንን ሽልማት ይሰጠናል፤ ምሕረት ደግሞ የሚገባንን ቅጣት ያስቀርልናል። (ዲ. ኤድመንድ ሄቤርት፡ኮሜንተሪ)

ስለ ምሕረት ስናጠና እንኳን ክርስቲያን ይቅርና አሕዛብ ምሕረትን በተወሰነ ደረጃ ባለማድረጋቸው ቅጣት ከእግዚአብሔር ይደርሳቸው ነበር፡፡ ከልባቸው ባለው የህሊና ፍርድ ምሕረት ሊያደርጉ ይገባቸው ነበር ባለ ማድረጋቸው ጨካኞችናቸውብሎ መጽሐፍ ቅዱስ ይገልጣቸዋል ፡፡ ይህ አይነቱ ጭካኔ ለህፃናት እንኳ ምሕረት የማያደርግ ነው፡፡

ለምሳሌ ብንወስድ እሥራኤል አምላኩን በመበደሉ በባቢሎንና በከለዳውያን ተማረኩ፡፡ ይሁን እንጂ ባቢሎናውያን ሆኑ ከለዳውያን ለእሥራኤል ምሕረት ያደርጉ ዘንድ አልፈቀዱም፡፡ ጌታም ተቆጣ መቅሰፍትን አወረደባቸው (ኢሳ 13፥18 47፥5-6)፡፡ ጌታችን ኢየሱስም በተመሳሳዩ ምሕረት ሊያደርግለት ሲገባው ይቅርታን ስላልሰጠ የሚደርስበትን ቅጣት ይገልጣል፡፡ *"አንተ ክፉ ባሪያ ስላላመንኸኝ ያንን እዳ ሁሉ ተውሁልህ እኔ እንደማርሁህ ባልንጀራህ የሆነውን ያን ባሪያ ልትምረው ለአንተስ አይገባሕምን? አለው፡፡ ጌታውም ተቆጣና ዕዳውን ሁሉ እስኪከፍለው ድረስ ለሚያሰቃዩት አሳልፎ ሰጠው፡፡ ከእናንተ እያንዳንዱ ወንድሙን ከልቡ ይቅር ካላለ እንዲሁ ደግሞ የሰማዩ አባቴ ያደርግባችኋል"* (ማቴ 18፥23-35)፡፡

መቼም ስለ ምሕረት በሰፊው እዚህ ላይ መግለጥ አይቻልም ፤ሆኖም ገረፍ አድርጎ ማለፉ ተገቢ ይሆናል፡፡ ጻድቅ ሰው ይህ የክርስቶስ ምሕረት ሲገባው እንኳን በአጠገቡ ስላለው ወንድሙ ለእንስሳም መራራት ይጀምራል፡፡ ንጉሥ ሰለሞን "ጻድቅ ሰው ለእንስሳው ነፍስ ይራራል የኃጢአን ምሕረት ግን ጨካኝ ነው" (ምሳ 12፥10)፡፡ ምሕረት ማድረግ ለሰውየው በረከት የሚያመጣ ነው፡፡ ይህ ማለት አንድ ክርስቲያን እግዚአብሔር በሕይወቱ እንዲሰራ ከፈለገ በምሕረት ጎዳና ላይ እግሮቹ ተጫምተው መራመድ አለባቸው፡፡ አለዚያ እግዚአብሔር በጎዳናው የለም (ከመገኘቱ ክብር ርቆ) ይኖራል፡፡ ሰማይ እንደ ናስ የሚሆነው ክርስትያን ሆነ ቤተ ክርስቲያን ከምሕረትና ከፍቅር መስመር ለጥቂት ዝንፍ ስትል ነው፡፡ በብዙ የተዛነፈ ከሆነ አሕዛብ ዘንድ ካለው ጭካኔ ያልተናነሰ ሕይወት ውስጥ ይዘፈቃል፡፡ ይህ የሚሆነው ምክንያት ባላጋራችን ዲያብሎስ የሚውጠውን ፈልጎ እንደሚያገሳ አንበሳ ስለ ሚዞር ነው፡፡ ከምሕረት ጎዳና የተዛነፈውን አማኝ ሆነ ቤተ ክርስቲያን ሲያገኝ በበቀል ይነሳል፡፡ በአለመታዘዝ የተዋጠው ነብይ ነበር፤ ነብዩ ዮናስ በአሳ ነባሪ ተውጦ ነበር፤ ንስሃ ገባ፤ አሳውም ተፋው፡፡ እኛም እንደ ግለሰብ እንደ ቤተ ክርስተያን እንደ ሐገር ራሳችንን እንመርምር፤ ንስሃ ገብተን እንመለስ፡፡

ባለ ጠጋ (ፕሎውሲዮስ) ploúsios / ploo'-see-os፡- እጅግ ብዙ የተትረፈረፈ መልካም ነገር ያለው ማለት ነው። ቃሉ በጥሬው ሲፈታ ከሚያስፈልግ በላይ በጣም ብዙ ምድራዊ ሃብት የሞላው ሰው ማለት ነው። በአዲስ ኪዳን ውስጥ ይህ ቃል የመንፈሳዊ ጸጋ መብዛትንም የቁሳዊ ሃብት መትረፍረፍንም ያመለክታል። (መጽሐፍ ቅዱስ ጥቅሶች የብሉይና / የአዲስ ኪዳን ግሪክ መዝገበ ቃላት. የቲየር ትርጉም)

እግዚአብሔር የሚገኘው በምሕረት ጎዳና ላይ ነው፡፡ ከመዝሙር ሁሉ ዝነኛው መዝሙረ ዳዊት ምዕራፍ 23 ነው፡፡ በቁጥር 6 ላይ *"ቸርነትህና ምሕረትህ በሕይወቴ ዘመን ሁሉ*

ይከተሉኛል" ይላል፤እጆቻችንና እግሮቻችን ከልባችን ጋር ለምሕረት ሲዘረጉ እግዚአብሔር ይሰራል፡፡ *"እግዚአብሔር ለሚታገሡት ቸር ነው ምሕረቱም በሥራው ሁሉ ላይ ነው"*(መዝ 145፥9)አንድ ክርስቲያን ሆነ ቤተ ክርስቲያን ይህን ልትለማመድ ይገባታል፡፡ ይህን ሥራ ስትለማመድ የጌታ ከንድ ይገለጣል፡፡ በብዙዎቻችን ዘንድ ምሕረት ማድረግ ማለት ይቅር ማለትን በአንደበት መናዘዝ ይሆናል፡፡ ነገር ግን በዚያ ብቻ አያበቃም፡፡ ምሕረት በሥራ የሚገለጥ ተግባር ነው፡፡ ቀደም ሲል ጌታችን ኢየሱስ "ተማሩ" ያለንም በልምምድ ወደ መረዳት ድረሱ ማለቱ ነው፡፡ አንዱ ምሕረት በድርጊት በማሳየት የሚገለጥ ነው፡፡ ምሕረት እንደ ደጉ ሳምራዊ በዘይት መቀባት ከዚያ ህመምተኛውን ተሸክሞ ተጨማሪ ወጪ አውጥቶ፣ ቁስሉ እንዲሽር ህክምና ማድረግ ነው፡፡ የምሕረት የመጀመሪያው ምዕራፍ ይህ ነው፡፡ በክርስቶስ ያገኘነው ምሕረትም ከዚያ ያልፋል በእርሱ ያለው ምሕረት የክብሩ ተካፋይ አድርጎ ወራሽ ያደርጋል፡፡ ከዚያ ገብቶ አብሮ እራት ይቆርሳል (የሰውየው ሐዘን ተካፋይ ይሆናል) ከዚህም በላይ ሰውየው ፈፅሞ ከስቃዩ አገግሞ እስኪቆም ድረስ ምሕረትን ያደርግለታል፡፡ ዳዊት ለሜፊ ቦስቴ እንዳደረገው ያለ ቸርነትም ያደርጋል፡፡ ምሕረት ማለት ክርስቶስ ነው፡፡ የእግዚአብሔር ምሕረት የሆነው ክርስቶስ ኢየሱስ ራሱ ነው፡፡ በብሉይ ኪዳን የሥርየት መከደኛው በእንግሊዝኛው "mercy seat" በመባል የሚታወቀው የእግዚአብሔር ምሕረት መገለጫ የሆነው በታቦቱ ላይ ይገኛል፡፡ ኪሩቤል በክንፎቻቸው ይሸፍኑታል፡፡ ይህም የክብሩን ታላቅነት ያሳያል፡፡ ዘፀ 25፥17-22 በመስዋዕቱ ማሳረጊያ ላይ የሚቀርበው ደሙና ሥጋው ነው፡፡ ክርስቶስ የሥርየት መከደኛ ሆነ በመስዋዕት ላይ የሚቀመጠው ሥጋና ደም ክርስቶስ ኢየሱስን ይወክላሉ፡፡ የዕብራዊ መጽሐፍ በብዙ ትንታኔ ይገልጠዋል (ዕብ፣ 10፥10 9፥3-11፤ ዮሐ 14፥6) ይመልከቱ፡፡ አማኝ ይህን የምሕረት ሥራ ይለማመድ ዘንድ በሕይወቱ ዘመን ይከተለው ዘንድ ማለትም በእምነት ወደዚህ የምሕረት ዙፋን ቀርቦ ጸጋን (የማስቻል ኃይል) ከንዱን ይለማመድ ዘንድ ተጋብዞአል፡፡ ይህ የሚሆነው ግን በምሕረት ጎዳና በእምነት የሚራመዱ ት ከፍሬው ይጠግቡ ዘንድ ነው፡፡ (ዕብ 4፥15-16)ምክንያቱም በመስቀል ያለፈ ነውና፡፡ የሥርየት መከደኛው በወርቅ ይሠራል፡፡ (ዘፀ 25፥17 37፥6)የእግዚአብሔር መገኛ ማንነቱን የሚገለጠው ሥፍራው ነው፡፡ (ዘፀ 25፥22 ዘሁ 7፥9 ዘሌ 16፥2 መዝ 80፥1)

---

4 ነገር ግን እግዚአብሔር በምሕረቱ ባለ ጠጋ ስለ ሆነ፥

ግን እግዚአብሔርኤፌ2፥7; 1፥7 ፤ 3፥ 8 ፤ ዘፀ 33፥19 ፤ 34፥ 6፣ 7፤ ነህ9፥17፤ መዝ 51፥1፤ 86፥5፣15፤ 103፥8-11፤ መዝ 145፥ 8፤ ኢሳ 55፥6-8፤ ዳን 9፥9፤ ዮናስ 4፥2፤ ሚክ 7፥18-20፤ ሉቃስ 1፥78፤ ሮሜ 2፥4፤ ሮሜ 5፥20፣21 ፤ 9፥23 ፤ 10፥12፤ 1ኛ ጢሞ 1፥14፤ 1ኛ ጴጥ 1፥3

163

2.5 ከወደደን ከትልቅ ፍቅሩ የተነሣ በበደላችን ሙታን እንኳ በሆንን ጊዜ ከክርስቶስ ጋር ሕይወትን ሰጠን፡፡

ወደደን (አጋፔ) agápē / ag-ah'-pay፡- ይህ እግዚአብሔር ምላሽ ሳይጠብቅ እንዲሁ በነጻ የሰጠንን ፍቅር ያሳያል። እንደዚህ አይነቱ ፍቅር ለተወዳጆች ብቻ ሳይሆን ለጠላቶችም ጭምር በሩን የሚከፍት ነው። በዘላለም ፍቅር ወድጄሻለሁ፤ ስለዚህ በቸርነት ሳብሁሽ። (ኤርምያስ 31÷3) (መጽሐፍ ቅዱስ ጥቅሶች የብሉይና / የአዲስ ኪዳን ግሪክ መዝገበ ቃላት. የቲየር ትርጉም)

ኤፍ. ቢ. ሜየር - ከተወለድንበት ቀን ጀምሮ በበደላችንና በኃጥያታችን ምክንያት ሙታን ነበርን። እግዚአብሔር ግን በኃጥያት ውስጥ ሳለን ወደደን፤ የኃጥያታችን አስጸያፊነትም እንኳ ፍቅሩን ሊያጠፋው አልቻለም። እኛን ማዳን ምን ያክል ዋጋ እንደሚያስከፍለው አውቋል፤ ሆኖም እኛን ከመውደድ አልተመለሰም። ከዳንን በኋላ ተመልሰን ኃጥያት ውስጥ እንደምንወድቅ ሁሉ ያውቃል፤ እንዲህ ሆኖ ግን ወደደን። ፍቅሩ እና ምሕረቱ እጅግ ከመብዛቱ የተነሳ ክብሩንና ባለጠግነቱን ሁሉ ትቶ መጣልን። እግዚአብሔር እንዲሁ እንደወደደን ስናስብ እጅግ እንጽናናለን። እንዲወድደን የሚያደርገው አንዳች መልካምነት ሳያገኝብን ከወደደን ከዚያ በኋላ በእኛ ውስጥ በሚያየው ድካም አይደናገጥም። ከመጀመሪያውም የወደደን መልካሞች ሆነን ሳይሆን እርሱ በፍቅሩ መልካም ሊያደርገን አስቦ ነው። ደግሞም በእኛ ውስጥ የጀመረውን መልካሙን ሥራውን እስከ ፍጻሜ ድረስ ይሰራዋል።

ትልቅ (ፖሉስ) polýs / pol-oos'፡- የእግዚአብሔር ፍቅር በትንሹ ተሰፍሮ ቢሰጠንም ይበቃን ነበር ነገር ግን ጳውሎስእግዚአብሔር የገለጠልን ፍቅር ትልቅ ነው ይለናል። እግዚአብሔር ስስታም አይደለም። ፍቅሩን ለማይገባቸው ሰዎች እንኳ አብዝዝቶ ያፈስሳል። (መጽሐፍ ቅዱስ ጥቅሶች የብሉይና / የአዲስ ኪዳን ግሪክ መዝገበ ቃላት. የቲየር ትርጉም)

ፍቅር (አጋፔ) በምንም ሁኔታ ላይ ያልተመሰረተ፣ ራስን አሳልፎ የሚሰጥ ፍቅር። ይህም ፍቅር በቀራንዮ መስቀል ላይ ለማይገባቸው ኃጥያተኞች ተገልጧል። አጋፔ ፍቅር እግዚአብሔር ለሰው እጅግ በጣም መልካም ብሎ የሚያስብለትን የሚያደርግበት ፍቅር ሲሆን ነገር ግን ሁልጊዜ ሰው የሚፈልገውን ላይሆን ይችላል። ለምሳሌ (ዮሐንስ 3÷16) እንዲህ ይላል፡- በእርሱ የሚያምን ሁሉ የዘላለም ሕይወት እንዲኖረው እንጂ እንዳይጠፋ እግዚአብሔር አንድያ ልጁን እስኪሰጥ ድረስ ዓለሙን እንዲሁ ወዷልና። እግዚአብሔር

ምን ሰጠ? ሰው የፈለገውን ሳይሆን እግዚአብሔር ራሱ ለሰው ያስፈልገዋል ብሎ ያሰበውን ነው፤ ይኸውም የሰዎችን ኃጥያት ያስወግድ ዘንድ ልጁን ሰጠ። (መጽሐፍ ቅዱስ ጥቅሶች የብሉይና / የአዲስ ኪዳን ግሪክ መዝገበ ቃላት. የቲየር ትርጉም)

መጽሐፍ ቅዱስን በብሉይ ኪዳን ሆነ በአዲስ ኪዳን ስለ እግዚአብሔር ፍቅር ስለ መሆኑ ይገልጣል፡፡ ብዙውን ጊዜ መንፈሳዊ መረዳት ሲሆን እንደ ሰውኛ ፍቅርን ተንትነን ልንገልፀው እንሻለን፡፡ በዚህም ምክንያት በየቤተ እምነቱ የተለያየ ውዝግብ ያመጣል፡፡ በብሉይ ኪዳን ሆነ በአዲስ ኪዳን የተገለጠው ፍቅር በመንፈስ አዕምሮ ልናስተውለው የምንችለው ነው፡፡ የእግዚአብሔርን ፍቅር የሚመስሉ አይታዎች አባባሎች ድርጊቶች ብዙ ጊዜ በየአማኙ እና በየቤተ መቅደሱ ሆነ ቤተ ክርስቲያኑ ሲተገበሩ ይገኛሉ፡፡ አንዳንዶች ካለማወቅና ከቅን ልቦና ይህ የእግዚአብሔር ፍቅር ነው ብለው ሲሉ ሲያስተምሩና ሲኖሩ ሌሎች ደግሞ ከተሳሳተና ከጠማማ ልብ ይናገራሉ፡፡ ሰዎችም እንዲከተሉአቸው ይጠቀሙብታል፡፡

እግዚአብሔር ይወድሃል በሚል መስመር የለቀቀ ትምህርት አማኙ በኃጢአት ውስጥ እየኖረና እየተመላለሰ እንዲቆይ እስኪመስል ድረስ አይዞህ በርታ እንደሚባል የማበረታቻ ያህል ድረስ የሚታይበት ጊዜ አለ፡፡ እግዚአብሔር የኃጢአተኛውን ነፍስ ይወዳል፤ ነገር ግን ኃጢአትንም ሆነ ኃጢአቱን ይፀየፋል፡፡ ታላቁ መምህር በአንተ የጨለማ ቁራጭ እንዳይኖር ቢያስፈልግ ጣትህ የምታሰናክልህ ከሆነ ቆርጠህ ጣላት ሲል ምን ያህል ቢያምህም ለሥጋህም ቢጎረብጠው ብታደርገው ይሻላል ሲል ይመክራል፡፡ ከነሙሉ ጣት ገሐነም መግባት ይኖራል፡፡ የአብርሀም ልጆች ነን ብለው ለሚመፃደቁ "ፍራ እንጂ የትዕቢትን ነገር አታስብ"ብሎ የተናገረው ትዝ ይለናል፡፡ ይህን አስተውል ለአማኙም ቢሆን ጌታ ኃጢአትን ሳይቀጣ አይቀርም፡፡ በተጨማሪም የመዝራት እና የማጨድ ሕግ በአዲስ ኪዳን ነዋሪዎቸም እንዳለ እንወቅ፡፡

- *እግዚአብሔር መሓሪና ይቅርባይ ነው፥ ከቍጣ የራቀ ምሕረቱም የበዛ። ሁልጊዜም አይቀሥፍም፥ ለዘላለምም አይቈጣም። እንደ ኃጢአታችን አላደረገብንም፥ እንደ በደላችንም አልከፈለንም። ሰማይ ከምድር ከፍ እንደሚል፥ እንዲሁ እግዚአብሔር ምሕረቱን በሚፈሩት ላይ አጠነከረ። ምሥራቅ ከምዕራብ እንደሚርቅ፥ እንዲሁ ኃጢአታችንን ከእኛ አራቀ። አባት ለልጆቹ እንደሚራራ እንዲሁ እግዚአብሔር ለሚፈሩት ይራራል፤ (መዝ 103፥ 19-13)*

➢ *አትሳቱ፤ እግዚአብሔር አይዘበትበትም። ሰው የሚዘራውን ሁሉ ያንኑ ደግሞ ያጭዳልና፤ በገዛ ሥጋው የሚዘራ ከሥጋ መበስበስን ያጭዳልና፥ በመንፈስ ግን የሚዘራው ከመንፈስ የዘላለምን ሕይወት ያጭዳል። ባንዝልም በጊዜው እናጭዳለንና መልካም ሥራን ለመሥራት አንታክት።*

በገዛ ልጁ ላይ ጨከነ፤ በእርግጥ ለአዲስ ኪዳን ሆነ በብሉይ ኪዳን በእግዚአብሔር ምሕረት የተደገፉ እንደ በደላቸው ባይከፍልም የተወሰነ ቅጣት አሳይቶአል:: ይህ የሆነው የኃጢአትን ሙሉ ትግሳፅ በክርስቶስ ላይ ስላረፈ ነው እንጂ:: *እርሱግንስለ መተላለፋችን ቈሰለ፥ ስለ በደላችንም ደቀቀ ፤ የደኅንነታችንም ተግሣጽ በእርሱ ላይ ነበረ፥.... እግዚአብሔርም የሁላችንን በደል በእርሱ ላይ አኖረ።....ስለ ሕዝቤ ኃጢአት ተመትቶ...* (ኢሳ 53÷5-8)

ይህ አስቃቂ የኃጢአት ተግሳፅ በአንድያ ልጁ ገላ ላይ እንዲያርፍ አብ ቢጨክንም የእግዚአብሔር ቁጣ ፍርድ ለሰው ልጆች በመስቀሉ የተፈፀመ ቢሆንም በክርስቶስ ከዚህ ቁጣ የተሰወርን ሆነን ከሥጋ ድካም የተነሳ ኃጢአትን ብናደርግ ከቅድስናው እንዳንጎድል በማለት ይቀጣናል:: ይህ አይነቱ ቅጣት ግን በክርስቶስ በምሕረቱ ተሸፍነን የምንቀጣው አባት ለልጁ ለማስተማር የሚሆነው ሲሆን ደስ የሚያሰኝ እንዳልሆነ እናስተውላለን:: ይህን ቅጣት የተለማመድን ሰዎች ምሕረትን አግኝተን አባ አባባ ወደሚለው የቅድስና ሕይወት ብንሻገርም ወደዚያ ጎራ በመንደሩም አጠገብ አትድረሱ ብለን በእግዚአብሔር ርህርሄ እንለምናለን ፤ አይበጃችሁም:: ከክብሩ ሕይወት መንፈስ ቅዱስን ከማሳዘን ጉዞ አሃዱ ማለት ደልዳላ ሜዳ ሊመስል ይችላል፤ ግን ጎርበጥባጣ ሻካራ ዳገት ነው:: ሁላችን በብዙም በጥቂት ቅጣት እንለማመዳለን፤ ይሁን እንጂ ሁል ጊዜ የሚቀጣ ልጅ መሆን ግን አይገባንም::

➢ *... ቶሎም የሚከበንን ኃጢአት አስወግደን፥ ... ኢየሱስን ተመልክተን፥ ...ከኃጢአት ጋር እየተጋደላችሁ ገና ደምን እስከ ማፍሰስ ድረስ አልተቃወማችሁም፤...አባቱ የማይቀጣው ልጅ ማን ነው? ነገር ግን ሁሉ የቅጣት ተካፋይ ሆኖአልና...እርሱ ግን ከቅድስናው እንድንካፈል ለጥቅማችን ይቀጣናል። ቅጣት ሁል ጊዜው የሚያሳዝን እንጂ ደስ የሚያሰኝ አይመስልም፥..ዕብ12*

በኃጢአት ቆስሎ ተጋግጦ ከቁስል መፈወስ አያስደስትም:: ለሰዎች ትምህርት ከመስጠት ባሻገር የሚያመጣው ፋይዳ የለም:: ቀድሞውኑ ለምን በኃጢአት ትነደፋለህ? ኃጢአት መርዝ ነው በውስጡ ምንም በጎ ነገር የለበትም:: በጎ

ኃጢአትን ብትለማመድ በኋላ ይቸግራል ነቅሎ ማውጣት ነፍስ ግቢ ነፍስ ውጪ ነው:: የተሻለው መንገድ ግን ክርስቶስን መመልከት፤ ቶሎ የሚከብብህን ኃጢአት እንከባልሎ መጣል፤ ሥጋን መጎሰም ላወቀበት የእግዚአብሔር ምክር ነውና ቸል አትበል::

1. በምሕረት ዘመን እገኛለው ብሎ በዓመፃ በትዕቢት ለሚቀጥል ወየው የሚል አነጋገር ያካተተ ይመስላል::
    - መልካም፤ እነርሱ ካለ ማመን የተነሣ ተሰበሩ አንተም ከእምነት የተነሣ ቆመሃል። ፍራ እንጂ የትዕቢትን ነገር አታስብ። እግዚአብሔር እንደ ተፈጠሩት ለነበሩት ቅርንጫፎች የራራላቸው ካልሆነ ለአንተ ደግሞ አይራራልህምና (ሮሜ 11÷21)::
    - በውኑ እናንተ ያልተቀጣችሁ....ያለቅጣት አትቀሩም፥ ይላል የሠራዊት ጌታ እግዚአብሔር። (ኤር25÷29)
    - ....አንተምሳትቀጣትቀራለህን?በእርግጥ ትቀጣለህ እንጂ ያለቅጣት አትቀርም። (ኤር 49÷12)
2. በሌላ በኩል ለሰው ያልተቻለውን የምንወድቅበትን ኃጢአት ፤ ከድካማችን የተነሳ ማረን ለምንለው ምን ያህል ጊዜ ብንወድቅ እርሱ ከዓመፃችን ሊያነፃን የታመነ ነው::

    - *"እኔ ሕያው ነኝና ኃጢአተኛው ከመንገዱ ተመልሶ በሕይወት ይኖር ዘንድ እንጂ ኃጢአተኛው ይሞት ዘንድ አልፈቅድም" (ሕዝ 33÷11)*
    - *ኃጢአት የለብንም ብንል ራሳችንን እናስታለን፥ እውነትም በእኛ ውስጥ የለም። በኃጢአታችን ብንናዘዝ ኃጢአታችንን ይቅር ሊለን ከዓመፃም ሁሉ ሊያነጻን የታመነና ጻድቅነው።*(1ኛ ዮሐ 1÷8-10)

ከወደደን ከትልቅ ፍቅሩ የተነሳ

ከትልቅ ፍቅሩ የተነሣ ሲል ፍቅሩ ታላቅ ነው የሚል ፍቺ አዲሱመደበኛ ትርጉም ይሰጠዋል:: በእርግጥ የግሪከኛው ቃል የሚገኘው በቁጥር አራት ላይ ነው:: ሆኖም አማርኛችን በቁጥር አምስት ላይ አስቀምጦታል:: እንዲሁም አዲሱ መደበኛ ትርጉም ነገር

ግን ትምህርቱን ከድሮው አማርኛ ትርጉም መጽሐፍ ስለ ምንጠቀም በቁጥር አምስት ካለው ሃሳብ ጋር ተመሳሳይ እንደ ሆነ በመውሰድ ለመዳሰስ እንገደዳለን፡፡ ፍቅሩ ትልቅ ነው ስንል የቃሉን ፍቺ ስንመለከት ሙላት ያለው የተትረፈረፈ እጅግ ብዙ በስፋቱ መለኪያ የሌለው ክብደቱ ከሁሉ ያለፈ ሲመዘን ጠንካራ፣ በሐይሉ ተወዳዳሪነት የሌለው፣ በእድሜ ብዛት ወሠን የሌለው የሚል ሐሳቦችን በውስጡ የያዘነው። ስለዚህም እንዲህ ማለት እንችላለን። ለምሳሌ፡- ፍቅሩ እጅግ ኃይለኛ ነው። የብዙ ውሆች ኃይል አይተካከለውም። ፈሳሾችም አያስጥሙትም (መኃ. 8፥7)፡፡ የእግዚአብሔር ፍቅር እጅግ ብዙ ነው ብቆጥረው "ብቆጥራቸው ከአሸዋ ይልቅ ይበዛሉ" (መዝ 139፥18) "የእግዚአብሔር ፍቅር በየዘመናቱ አያቋርጥም" (ኤር 31፥3) "እግዚአብሔርም ተገለጠልኝ እንዲህም አለኝ፡- በዘላለም ፍቅር ወድጄሻለሁ" የእግዚአብሔር ፍቅር በኃይሉ ተወዳዳሪ የለውም "ታላቅ ነው" ኃይለኛና ተወዳዳሪ የለውም የተባለውን ሞት አሸነፈ እያሸነፈም ይገኛል።ያለና የሚኖር ነው። (ዮሐ 15፥9 ሮሜ 8፥38 ሶፎ 3፥17)

እግዚአብሔር በብሉይ ኪዳን ሆነ በአዲስ ኪዳን ይህን ታላቅ ፍቅሩን ይገልጥ ነበር። እግዚአብሔር ራሱን ገለጠልን ማለት እንደ ሆነ መረዳት ይኖርብናል።ሐዋርያው ዮሐንስ *"እግዚአብሔር ፍቅር ነው"*(1ኛ ዮሐ 4፥16)ፍቅር አለው ሳይሆን የእርሱ ማንነት ፍቅር እንደሆነ እናስተውላለን። ስለዚህ እግዚአብሔር ይወደኛል ብዬ ስናገር ፍቅሩ በእኔ ላይ ተገለጠ አበራ ማለት ነው። ማንነቱ በእኛ ላይ በተገለጠ መጠን ፍቅሩ ምን ያህል መሆኑን በልቦናችን አይኖች መከፈት ምክንያት እየተረዳ ነው እንመጣለን። መለኮታዊ ማንነቱ ወይም ባሕሪው ስለ ሆነ ፍቅሩ በሕያውነት ታላቅ እንደ ሆነ ይኖራል። በነብዩ ኢሳይያስ ሆነ በያዕቆብ መልእክት "እግዚአብሔር አልለወጥም" *"መለወጥም በእርሱ ዘንድ ከሌለ በመዞርም የተደረገ ጥላ በእርሱ ዘንድ ከሌለ...."*(ሚል 3፥6 ያዕ 1፥17)ሰዎች ይቀየራሉ ወዳጅምሊለወጥ ይችል ይሆናል፤ እግዚአብሔር ግን ሐሳቡና በእኛ ላይ ያለው ፍቅር አይለወጥም። በብሉይ ሐሳቡ ያው ነበር እንዲሁም በአዲስ ኪዳን አይለወጥም። እግዚአብሔር ሕዝቡን ይወዳል። ለዚህ ምሳሌ ከብሉይ ኪዳን ብንወስድ በለአም ባላቅን ሕዝቡን እንዲረግምለት በወርቅና በብር ሲያታልለው *"ሐሰትን ይናገር ዘንድ እግዚአብሔር ሰው አይደለም ይጸጸትም ዘንድ የሰው ልጅ አይደለም እርሱ ያለውን አያደርግምን? የተናገረውንስ አይፈጽመውምን?* (ዘህ 23፥19)አለው። ከአዲስ ኪዳን እርሱ በማንነቱ እንደ ማይለዋወጥ እንደ የማያረጅ የዕብራዊው ጸሐፊ እንዲህ ይላል *"እነርሱ ይጠፋሉ አንተ ግን ጸንተህ ትኖራለህ ሁሉም እንደ ልብስ ያረጃሉ እንደ መጎናጸፊያም ትጠቀልላቸዋለህ ይለወጡማል አንተ ግን አንተ ነህ ዓመታቶችህም ከቶ አያልቁም፡፡* (ዕብ 1፥11-12 ዕብ 13፥8) የግሪኩ ቃል ታላቅ የሚለውን (polus) ይለዋል፡፡ ጌታችን ኢየሱስ ይህን ታላቅ ፍቅር (ታላቅ ክብር) ገለጠው፤ እንደ ገና በሚመጣበት ጊዜ ይህን ታላቅ (ብዙ የሆነ ክብር)

ይገልጠዋል፡፡ (ማቴ 24፥30) ብዙ ክብር ሲል ያለውን የክብሩን ሙላት ክብደት ያሳያል፡፡ (በግሪኩ ፍቅርና ምሕረት ያላቸው ኅብረት ተወራራሽነት አለው፡፡ በእርግጥም ፍቅርና ምሕረት ያላቸው ኅብረት ተቀራራቢነት ይታይበታል፡፡ በግሪኩ ትርጓሜ የተለያዩ የፍቅር አይነቶች አሉ፡፡ እነኚህም Agape የሚባለው ፍቅር በእግዚአብሔር በልጁ መሃከል ያለው ፍቅር ነው፡፡ (ዮሐ. 17፥26) "... እኔንም የወደድህባት ፍቅር በእነርሱ እንድትሆን..."እግዚአብሔር አብ ለልጁ የገለጸውን ፍቅር ያመለክታል፡፡ የእግዚአብሔር ፍቅር በምንም ጥቅም ላይ ያልተመሠረተና በድርጊትም የተገለጸ ፍቅር ነው፡፡ የእግዚአብሔር ልጆችም ይህንኑ ፍቅር ይለማመዱታል፡፡ (ዮሐ.13፥34) "እርስ በእርሳችሁ ትዋደዱ ዘንድ እንደ ወደድኋችሁ እናንተም ትዋደዱ ዘንድ፣ እንደ ወደድኋችሁ እናንተም ተዋደዱ..." ይህ ፍቅር ፍጹም ፍቅር ነው፡፡(2ኛቆሮ. 5፥14)በዚህ ፍቅር ውስጥ የመንፈስ ቅዱስ ፍሬ ይገለጣል (ገላ. 5፥22)፡፡

ሁለተኛው የፍቅር አይነት Phileo የሚባለው የፍቅር አይነት ነው፤ ይህ የፍቅር አይነት በሰዎች መካከል ያለፍቅር ነው፡፡

በመልካም ሥነ ምግባር የሚገለጸው የፍቅር አይነትም በእንግሊዘኛው Loving – kindness በግሪኩ Hased የሚል መጠሪያ ይኖረዋል፡፡ ይህ ቃል ሰፋ ያለ ትርጉም ያለው ሲሆን "ፍቅር" በሌሎች መልካም ባሕርያት ውስጥ ሲገለጽ ያሳያል፡፡ ለምሳሌ ጸጋ፣ ምሕረት፣ ታማኝነት፣ እና ትህትና በመግለጽ ማለት ነው፡፡ እነኚህ መልካም ባሕርያትም እውነትን መሠረት አድርገው በፍቅር ሲገለጹ በግሪኩ ቃል Cheseol የሚል መጠሪያ ይሰጠዋል፡፡ በሁለት አካላት መሃከልም ያለፍቅር እነኚህን ባሕርያት ተላብሶ የሚገለጽበት ቃል ነው፡፡ ለምሳሌም በያህዌ (እግዚአብሔር) እና በእሥራኤል መሃከል፡፡ (1ኛነገ. 8፥23)እግዚአብሔር ከፍቅሩ የተነሳ ቃል ኪዳኑንና ምሕረቱን ጠበቀ፡፡ ከሁለቱ ወገኖች መሃከል አንደኛው ለውድቀት በድካም ተገኘ፡፡ ይህን በድካም የተገኘ እሥራኤል የእግዚአብሔር ፍቅር ተገልጾ ምሕረት አበዛለት፡፡ በሁለቱ ቃሎች መሃከል የምንመለከተው ምሕረት የሚያሳየን ይህን ነው፡፡ (ከክርስቶስ ጋር ሕይወትን ሰጠን) የሚለው ቃል የእንግሊዝኛው (has quickened us together) በግሪኩ የእግዚአብሔር ሕይወትን መቀበል ሲያመለክት together የሚለው ከእርሱ ጋር ማለትም ከጌታችን ጋር እንደ ሆነ ይገልጣል፡፡ ቁጥር 5 "ከክርስቶስ ጋር ሕይወት ሰጠን" በ(ሮሜ 6፥1-10) ይህ ሃሳብ ተብራርቶ እናገኘዋለን፡፡ በኃጢአትና በሕይወት መሃከል ልዩነት ተፈጠረ፡፡ ይህ ልዩነት የተገኘው በክርስቶስ ኢየሱስ አማካይነት ነው፡፡

ሁሉንም አጠቃለንና ጨምቀን ስንወስደው ከክርስቶስ ጋር የተሰጠን ሕይወት አብ ከወልድ ጋር ያለው ኅብረትና አንድነት አይነት እንደሆነና፣ በእርሱ ዘንድ አንድ የሆነ ሙላት ሙሉነት ያለው እንዲሁ ለእኛም ሙሉ የሆነ አንድነት ኅብረት Association, community, fellowship, participation እንዳለን ያሳያል፡፡ በክርስቶስና በእግዚአብሔር መካከል ያለው ሕይወት በእኛም ዘንድ ሳይጎድልብን ሙሉ ሆኖ እንደ ተገኘ ያስረዳናል፡፡

በእግዚአብሔር አብና ወልድ መሃከል ማንም ሊለየው የማይችል አንድነት አለ፡፡ ጌታ ኢየሱስ ሲናገር "...እኛ አንድ እንደ ሆንን አንድ ይሆኑ ዘንድ ..." እያለ፣ ይህ የሁለቱ አንድነት ወደ ቅዱሳን ሁሉ እንዲተላለፍ ይጸልያል (ዮሐ. 17፥20-23)፡፡ በአብና በወልድ መሃከል ያለው አንድነት በርካታ ነገሮች በውስጡ አሉ፡፡ መታዘዝ፣ ትህትና፣ ፍቅር፣ እና ትዕግስት ... ወዘተ እያለ ይቀጥላል፡፡

"በበደላችን ሙታን እንኳ በሆንን ጊዜ" እግዚአብሔር በክርስቶስ ኢየሱስ በደላችንን ይቅር እንዳለንና ያም ምን ማለት እንደሆነ ማወቅና መረዳት ይገባል፡፡ አንድ ክርስቲያን አብ የሰጠውን የክርስቶስን ሕይወት ምን እንደሆነ ሊረዳ ይገባል፡፡ ይህን ክቡር ሕይወት እንዲኖር እንዲመላለስበትም ይገባል፡፡

ስለዚህም በደላችንን ይቅር ብሎ ሕይወትን ከክርስቶስ ጋር እንደሰጠን መንፈሳዊ ብስለት ሲኖረን የልጅነት ሕይወት እንደተሰጠን አውቀን መመላለስ ዳገት አይሆንብንም፡፡ ከስህተት እንድንጠበቅም ያደርገናል፡፡ ይህ ብቻ አይደለም አማኙን በክርስቶስ ውስጥ ራሱን ማየት እንጀምራለን፡፡ ራሳችንን በክርስቶስ ማየት ብቻ ሳይሆን አካሉን በተመሳሳዩ ቤተ ክርስቲያንን ማለትም በክርስቶስ ልጅነት በሞቱና በትንሳኤው በመቤዠቱ ሥራ መመልከት ይሆንልናል፡፡

ይህ ማለት ክርስቲያን በደል አይገኝበትም ኃጢአት አይሰራም ማለት ነው? አንድ አማኝ በደለኛ ነኝ እያለ የልጅነት ሕይወት እንዴት መኖር ይችላል? በአንድ በኩል ይቅር ብያለሁ በሌላ በኩል በደሌ ተደምስሶልኛል እንዴት ሊል ይችላል? ከእግዚአብሔር የተወለደ ኃጢአትን አያደርግም ይልቁንም በክብሩ ሕይወት ለመመለስ እንዴት ይቻላል? በኃጢአት ኩነኔ ተይዞ እንዴት በንግሥና ሕይወት መመላለስ ይችላል? የመሳሰሉትን ጥያቄዎች በጥቂቱ ገረፍ አድርገን ካላየን እግዚአብሔር ከክርስቶስ ጋር ሕይወትን ሰጠን የሚለው ቃል ትርጉም አይሰጥም፡፡

እነዚህ ጥያቄዎች በራሳቸው የማብራሪያ ትምህርት የሚሰጣቸው ናቸው ሆኖም ግን ጥናታችን እነዚህን ጥያቄዎች በዝርዝር እንድንሰጥ አያደርገንም፡፡ ቢሆንም በጥቂቱ ማየት አስፈላጊ ይሆናል፡፡Sin በግሪኩ Hamartiaየሚል ትርጓሜ ይኖረዋል፡፡ ፍቺውም ትክክለኛውን ግብና የሕይወትን መስመር ወይም አቅጣጫ መሳት ይለዋል፡፡ ከዚህም

“መተላለፍ የተነሳ በሰውና በእግዚአብሔር መሃከል ያለው ኅብረት እንደሚደፈርስና በሰው ውስጥ የህሊና ክስ እንደሚፈጥር የቃሉ ፍቺ ይህን ያመለክታል፡፡ ይህ ድርጊት በግለሰብ ደረጃም የሚፈጠር እንደ ሆነና በውጤቱም እስከሞት እንደሚያደርስ ይገልጻል (1ኛዮሐ" 5፥16፤ዕብ. 10፥26)፡፡ ቁ3 ላይ "እኛ ሁላችን" ብሎ ሲል የሰው ልጆችን ሁሉ ያመለክታል፡፡ አይሁዳዊውን፣ ግሪኩን፣ ጨዋውን፣ ዓለማዊውን፣ አሕዛቡን ሁሉንም የሚጠቀልል ነው፡፡ እኛ ሁላችን የሰው ልጆች እግዚአብሔርን በመበደል ኃጢአት ውስጥ ተኝተን ነበር፡፡ (ሮሜ 3፥10-18) ምሕረቱም የተደረገው ለአይሁድ ብቻ አይደለም፡፡ ለእኛ ለሁላችንም ነው፡፡ ኃጢአት ዘር፣ ቀለም፣ ፆታ፣ አይለይም የሰው ልጆች ሁሉ ያገኛል፡፡ ሰይጣን ከኃጢአት ጀርባ ሊፈፅም የሚፈልገው ትልቁ አጀንዳው የሰው ልጆችን ከአምላካቸው መለየት፣ የዘላለምን ሕይወት እንዲያጡ ማድረግ ነው፡፡ በቀደመው ሕይወት ውስጥ እኛ ሁላችን እንደዚያ ነበርን፡፡ እግዚአብሔር ግን በምሕረቱ አሰበን ፤ ወደ መንገዱም መለሰን፡፡

ሙታን (ኔክሮስ) nekrós / nek-ros'፡- በግሪክ ኔክሮስ ሲሆን ቃል በቃል በአካል መሞትን የሚገልጽ ነው፡፡ እዚህ ጥቅስ ውስጥ ግን የእምነት ሕይወት ማግኘት ያልቻሉትን ሰዎች መንፈሳዊ ሁኔታ የሚገልጽ ቃል ነው፡፡ መንፈሳዊ ሞት ከእግዚአብሔር ሕይወት ርቆ አሁንም በኃጢያት ውስጥ የሚኖርን ፍጥረታዊ ሰው ወይም ዳግመኛ ያልተወለደን ሰው ሁኔታ የሚገልጽ ነው፡፡ “መንፈሳዊ ሞት” ከሞት ወዲያም የሚቀጥል እና ከእግዚአብሔር ለዘላለም ተለይቶ በስቃይ የመኖር ሁኔታ ነው፡፡ ይህ ሁኔታም ሁለተኛው ሞት ተብሎ ይጠራል፡፡(መጽሐፍ ቅዱስ ጥቅሶች የብሉይና / የአዲስ ኪዳን ግሪክ መዝገበ ቃላት. የቲየር ትርጉም)

በደል፡- በግሪክ ፓራፕቶማ paráptōma / par-ap'-to-mah፡- ሲሆን ትክክለኛ ተብሎ ከተገለጠው አኗኗር ማፈንገጥ፣ መደናቀፍ ፤ወይም እግዚአብሔር ያሰመረውን ድንበር ጥሶ ማለፍ ማለት ነው፡፡(መጽሐፍ ቅዱስ ጥቅሶች የብሉይና / የአዲስ ኪዳን ግሪክ መዝገበ ቃላት. የቲየር ትርጉም)

ጋር ሕይወት ሰጠን ሕይወት ሰጠን፡- በግሪክ ሱዞፖኤኦ syzōopoiéō / sood-zo-op-oy-eh'-o ፡- ሲሆን ከክርስቶስ ጋር እንዲኖር ማድረግ ወይም ከክርስቶስ ጋር ህይወት መስጠት ማለት ነው፡፡ይህ ግስ የዳነ ከሚለው ጋር ተመሳሳይ ሲሆን ህይወትን ማቆየት ወይም መጠበቅ የሚል ትርጉምም ሊኖረው ይችላል፡፡(መጽሐፍ ቅዱስ ጥቅሶች የብሉይና / የአዲስ ኪዳን ግሪክ መዝገበ ቃላት. የቲየር ትርጉም)

ኢየሱስ ህይወት ስለመስጠት አንዳንድ ገፅታዎችን እንዲህ ሲል ይገልጣል፡፡አብ ሙታንን እንደሚያነሳ ሕይወትም እንደሚሰጣቸው እንዲሁ ወልድ ደግሞ ለሚወዳቸው ህይወትን ይሰጣቸዋል(ዮሐንስ 5÷21)፡፡ ሕይወትን የሚሰጥ መንፈስ ነው፡፡ *ሥጋ* ምንም አይጠቅምም፡፡ እኔ የነገርኳችሁ ቃልመንፈስ ነው ሕይወትም ነው፡፡ (ዮሐንስ 6÷63)፡፡ ጳውሎስም እንዲህ ሲል ይጨምራል ‹በክርስቶስ ኢየሱስ ያለው የሕይወት መንፈስ ህግ ከኃጢያትና ከሞት ህግ አርነት አውጥቶኛል (ሮሜ 8÷2)፡፡ ኃዋርያው ዮሐንስ በበኩሉ እንዲህ ጽፏል ‹እግዚአብሔርም የዘላለምን ህይወትእንደሰጠን ይህም ሕይወት በልጁ እንዳለ ምስክሩ ይህ ነው፡፡ ልጁ ያለው ሕይወት አለው፡፡ የእግዚአብሄር ልጅ የሌለው ሕይወት የለውም (1ኛ ዮሐንስ 5÷11 እና 12)፡፡ (መጽሐፍ ቅዱስ ጥቅሶች የብሉይና / የአዲስ ኪዳን ግሪክ መዝገበ ቃላት. የቲየር ትርጉም)

ዋይን ባርበር፡- በሞቱ አንድ እንደሆንኩ ከሞት ሲነሳም በትንሳኤው ከእርሱ ጋር አንድ እሆናለሁ፡፡ ሕይወት ለእኔ አዲስነቷ የሚጀምረውም እዚህ ጋር ነው እያልከኝ ነው?በትክክል፡፡አሁንም መልሼ ልጠይቅህ፡፡ እምነቱን በክርስቶስ ላይ ያደረገ አማኝ ተመልሶ በአዳም እንዳለ መኖር ይችላል? ራስህ ወስን፡፡ ዮሐንስ ኃጢያትን ዘወትር እያደረግህ ራስህን ክርስቲያን ብለህ መጥራት አትችልም ማለቱ አያስደንቅም፡፡ ለኃጢያት የሕይወት ዘይቤ ሞተህ ከክርስቶስ ጋር አንድ ሆነሀል፡፡ አንድ ሆነ የሚለው ቃል አብሮ መተከል የሚል ትርጉም ያለው ሲሆን ቅርንጫፍ ወስዶ ሌላ ዛፍ ሰውነት ላይ ከመትከል ጋር አንድ ነው፡፡ እንዲህ ሲሆን የዛፉ ህይወት ቅርንጫፉን ይመግበዋል፡፡ ኢየሱስም በዮሐንስ 15 ሲናገር እንዲህ ሕይወት ያለው አንድነትን የሚወክል ምሳሌተጠቅሟል፡፡ *እኔ የወይን ግንድ ነኝ፤ እናንተም ቅርንጫፎች ናችሁ፡፡ ያለ እኔ ምንም ልታደርጉ አትችሉምና፡ ፡ በእኔ የሚኖር እኔም በእርሱ እርሱም ብዙ ፍሬ ያፈራል*፡፡ (ዮሐንስ 15÷5) የክርስቶስ ሕይወት አሁን ከእርሱ ጋር ልንለያይ እስከማንችል ድረስ የተዋሃድንበት የትንሳኤ ሕይወት ነው፡፡ በእርሱ ካለን ከዚህ ህይወትም ሊነጥለን የሚችል አንዳች የለም፡፡ በአዳም ሳላችሁ ኃጢያት ታደርጉ የነበረውን አስደረጋችሁ፡፡ ያኔ ከኃጢያት ባርነት እና ጭቆና ማምለጥ አትችሉም ነበር፡፡ አሁን ግን በክርስቶስ ስላመናችሁ ከአዳም ወጥታችሁ በክርስቶስ ሆናችኋል፡፡ ከእርሱም ጋር አንድ ስለሆናችሁ የእርሱ መንፈስ በውስጣችሁ ይኖራል፡፡ የእግዚአብሔር መለኮታዊ ዳኝነት ከውስጥ ለውጧችኋል፡፡ ይህም ዳግመኛ የመወለድ ውጤት ነው፡፡ እና በፊት ኃጢያት ያደረኩት ኃጢያተኛ ስለሆነበርኩ ነው፤ አሁን ግን ሀጢያት ብሰራ በምርጫዬ ብቻ የማደርገው ነው እያልከኝ ነው? እንደዛ ነው? ትክክል ነህ፡፡ ኃጢያት መስራትን ማቆም አልችልም የሚል ክርስቲያን ካጋጠመህ ያገኘኸው ኃጢያት መስራትን አላቆምም የሚል ሰው ነው፡፡ አሁን ያለህ ህይወት ክርስቶስ በውስጥህ የሚኖርበት ነው፡፡ ስለሆነም ወደኋላ ተመልሰህ እንዳሰኘህ መኖር አትችልም፡፡ ክርስቶስ

ባደረገልህ ሁሉ ላይ ስድብን ታመጣለህና ይሄን የምታደርግበት አንዳች ምክንያት የለም፡፡ አሁን በክርስቶስ አዲስ ሰው ነህ፡፡ “ከኃጢያት ወጥተህ ወደ ክርስቶስ ገብተሀል፡፡” ታድያ ለምን እስካሁን ኃጢያትን አደርጋለሁ? ጳውሎስ የሥጋ ምኞት በለበስነው አካላችን ውስጥ የተተከለ ነው ይላል፡፡ ይህ ምኞትም መንፈሳችን እንሰራው ዘንድ ከሚወደው ነገር ጎትቶ ይለየናል፡፡ ሆኖም ከእንግዲህ በአዳም አይደለንምና ኃጢያት ለማድረግና ላለማድረግ የመምረጥ ሃላፊነት አለብን፡፡ ወደ ክርስቶስ ስመጣ ኃጢያተኛ መሆኔን ለመመስከር ኃጢያቴን ተናዘዝኩ፡፡ ከዚያም አደርግ የነበረውን ከሚያስደርገኝና ከታሰርኩበት የአዳም ኃጢያት ዳንኩኝ፡፡ እግዚአብሔር ለወጠኝ፡፡ አሁን እንደአማኝ ኃጢትን ወደ ምንጣፉ ስር የምንጠርገው እንዳልሆነ ነገር ግን በደሙ ስር እንደምናስቀምጠው ማስታወስ አለብን፡፡ ዮሐንስ ኃጢያትን ምን ማድረግ እንዳለብን ይነግረናል፡፡ ኃጢያትን የምንፋለመው በአንድ መንገድ ብቻ ነው፤ እርሱም በውስጣችን በሚኖረው መንፈስ ኃይል እንናዘዘዋለን፡፡ እግዚአብሄር በሚሰጠን ድል መኖር እንችላለን፡፡(ባርበር, ዋይ: በኢየሱስ አዲስ ሕይወት)

"የዳናችሁት በጸጋ ነው"

እንደዚያ በክፉት መንገድ የሄደውን የሰው ልጅ እግዚአብሔር በጸጋው ጎበኘው፡፡ እንዲሁ አሰበው ለማለት ነው፡፡ ቀድሞ ለሰይጣን ታዘው የእርሱን ፈቃድ ያደርጉ የነበሩትንና፣ በእግዚአብሔር ላይ ያመፁትን እግዚአብሔር ከታላቅ ፍቅሩ የተነሣ በጸጋው ጎበኛቸው፡፡ ቀድሞ ካለመታዘዝ የተነሣ ሙታንነበርን፣ አሁን በጸጋው ብዛት፣ እንዲሁ የእግዚአብሔር ምሕረት በዛልንና ከሙት ሕይወትዓመለጥን፡፡

ፀጋ፡- በግሪክ **ካሪስcháris / khar'-ece**፡- ሲሆን እግዚአብሄር ለኃጢያተኞች ያለውን በጎነት የሚገልጽ ቀል ነው፡፡ፀጋ በእግዚአብሔር ልጅ ክቡር ደም የመጣ እንጂ ተፈልጎ ፣ ተገዝቶ ወይም ሰው የሚገባው ሆኖ የሚገኝ አይደለም፡፡ሁላችንም በኃጢያትና በበደል ሙታን ሳለን ፀጋው በእምነት አድኖናል።(መጽሐፍ ቅዱስ ጥቅሶች የብሉይና / የአዲስ ኪዳን ግሪክ መዝገበ ቃላት. የቲየር ትርጉም)

ዳነ፡- በግሪክ **ሶድዞ sṓzō / sode'-zo**፡- ሲሆን አንድን ሰው ከትልቅ አደጋ ማዳን የሚል መሰረታዊ ትርጉም አለው፡፡ በጳውሎስ አጠቃቀም ደግሞ ትልቁ አደጋ በማይታዘዙ ልጆች ላይ የነደደው የእግዚአብሔር ቁጣ ነው፡፡ **ሶዞ** ከዚህ ጋር በተያያዘ መጠበቅ፣ በህይወት ማኖር፣ ህይወትን መጠበቅ፣ ማዳን፣ መፈወስ፣ ሙሉ ማድረግ የሚሉ ተጨማሪ ትርጉሞች አሉት፡፡ ጳውሎስ የሚገልጸው የአማኝ ድነት በአለፈ ጊዜ ተፈጽሞ የቆመ ነገር አይደለም

ይልቁንም አሁንም ያለ እና የሚቀጥል ነው፡፡(መጽሐፍ ቅዱስ ጥቅሶች የብሉይና / የአዲስ ኪዳን ግሪክ መዝገበ ቃላት. የቲየር ትርጉም)

5 ከወደደን ከትልቅ ፍቅሩ የተነሣ በበደላችን ሙታን እንኳ በሆንን ጊዜ ከክርስቶስ ጋር ሕይወት ሰጠን፥ በጸጋ ድናችኋልና፥

ከወደደን ከትልቅ ፍቅሩ የተነሣ ዘዳ 7፥7፤8፤9፥5፣ 6፤ ኤር 31፥3፤ ሕዝ 16፥6-8፤ ዮሐ 3፥14-17፤ ሮሜ 5፥8፤ 9፥15፣16፤ 2ኛ ተሰ 2፥13፤ 2 ጢሞ 1፥9፤ ቲቶ 3፥ 4-7፤ 1 ዮሐ 4፥10-19

ሙታን እንኳ በሆንን ጊዜ ኤፌ 2፥1፤ ሮሜ 5፥6፣8፣10

ከክርስቶስ ጋር ሕይወት ሰጠን ኤፌ5፥14፤ ዮሐ5፥21፤ 6፥63፤ ሮሜ 8፥2

6-7 በሚመጡ ዘመናትም በክርስቶስ ኢየሱስ ለእኛ ባለው ቸርነት ከሁሉ የሚበልጠውን የጸጋውን ባለ ጠግነት ያሳይ ዘንድ፥ ከእርሱ ጋር አስነሣን በክርስቶስ ኢየሱስም በሰማያዊ ስፍራ ከእርሱ ጋር አስቀመጠን።

"በሚመጡት ዘመናት" ሐዋርያው በፊት ተመላለሳችሁባቸው የሚለው አማኙ በክርስቶስ ኢየሱስ የመቤዠት ሥራ ላይ ሳይታመን በምድር የተመላለሰበትን ጊዜ እንደ ማያመለክት በቁ2 ላይ ተመልከተናል፡፡ በዚህ ቁጥር የሚናገረው አማኙ በክርስቶስ ውስጥ እንዳለ ሆኖ ነው፡፡ ይህ ዘመን የጸጋው ዘመን የሚባለው እግዚአብሔር በክርስቶስ ኢየሱስ ለአማኙ እና ለሰው ልጆች በክርስቶስ ኢየሱስ የተሰጠበት ዘመን ነው፡፡ united Bible society ሲተረጎም generation after generation ይለዋል፡፡<for all ages to come> TEV, JB, Phps ሲሉ MPT, Gdsp ደግሞ<throughout>የሚል ትርጓሜ አላቸው፡፡ እግዚአብሔር በክርስቶስ ኢየሱስ በሰማያዊ ሥፍራ መባረኩ ትውልድን አስደንቋል፡፡ እያስደነቀም ይገኛል ያስደንቃልም!

ዘመናት፡- በግሪክ (**አይኦን**) aiṓn / ahee-ohn'፡- ሲሆን ማለቂያ የሌለውን ጊዜ ወይም ዘላለምን የሚገልፅ ነው፡፡ የሚመጡት ዘመናት ምንድናቸው?የመጀመሪያው ከሁሉ የሚበልጠውን የፀጋውን ባለጠግነት በከፊል የምናይበት ይህ እኛ የምንኖርበት ዘመን ነው፡፡ ቀጣዩ ደግሞ የመሲሁ ዘመን ነው(ዕብራውያን 6÷5 ...ሊመጣ ያለው የዓለም ኃይል...) ከዚያ በኋላ ያለው ደግሞ ክርስቶስ መንግስቱን ለአባቱ አሳልፎ የሚሰጥበት (1ኛ ቆሮንቶስ 15÷24)ሲሆን ይህም ሌላ የአዲስ ሰማይ እና የአዲስ ምድር ዘመንን የሚከፍት ነው፡፡ (ራዕይ 21÷1)ከዚያ ወዲያስ ሌላ ዘመን ይኖር ይሆን? (መጽሐፍ ቅዱስ ጥቅሶች የብሉይና / የአዲስ ኪዳን ግሪክ መዝገበ ቃላት. የቲየር ትርጉም)

"ለእኛ ባለው ቸርነት"እግዚአብሔር በክርስቶስ ኢየሱስ ያሳየውን ቸርነት ያመለክታል:: ቸርነት የሚለው ቃል goodnes ወይንም Kindness የሚለው ቃል ነው:: ኃጢአተኛ በክርስቶስ ይፀድቅ ዘንድ እና የእግዚአብሔር ቸርነት ይገለጥ ዘንድ ይገባል:: ማለትም የእግዚአብሔር ቸርነት ወደ ንስሐ እዲመጣ ያደርገዋል:: የእግዚአብሔር ቸርነት የተገለጠለት ሰው ነበር እሥራኤልን ከበደልና ከዓመጽ አውጥቶ ወተትና ማር ወደ ምታፈሰው ምድር ተመልሰው ተተክለው እንዲኖሩ ያስቻላቸው::(ነህ 9፥16-17 ሮሜ 2፥ 4)ንጉሥ ዳዊት "ቸርነትህን ድንቅ አድርገህ ግለጠው" (መዝ. 17፥7) ብሎ ይለምናል፤ ይህ ድንቅ ቸርነቱ ዘመን ቆጥሮ በክርስቶስ ኢየሱስ ተገለጠ:: ሐዋርያው ጳውሎስ ለቲቶ በጻፈው ደብዳቤ ላይ ግልፅ ሆኖ አስቀምጦታል:: "ነገር ግን መድሐኒታችን የእግዚአብሔር ቸርነትና ሰውን መውደዱ በተገለጠ ጊዜ" (ቲቶ 3፥4) የእግዚአብሔር ቸርነት ኃጢአተኛ ሰው በክርስቶስ አምኖ በአብ ፊት ቅዱሳንና ያለ ነውር የማድረግ ብቃት አለው:: ይህ ማለት ወደ እግዚአብሔር የመሳብ በክብሩ ፊት የማቆም ብቃትን ሰጥቶ በገበታው እንዲኖር ያደርገዋል:: ለዚህ አይተኛ ምሳሌ የሆነን የዳዊትና ሜምፊቦስቴ አስደናቂ ታሪክ ነው:: ነገረ ጥላ አለው:: ዘመኑን ሁሉ ጠላቱ የሆነው ሳኦል ነበረ:: ከልጁ ዮናታን የተወለደው ሜምፊቦስቴ ዳዊት በእሥራኤል ሁሉ ላይ በነገሠ ጊዜ የእግዚአብሔርን ቸርነት ያደርግለት ዘንድ አሰበ:: ሲናገረውም "የአባትህን የሳኦል ምድር ሁሉ እመልሳለሁ አንተም ሁል ጊዜ ከገበታዬ እንጀራ ትበላለህ አለው" (2ኛ ሳሙ 9፥7)እግዚአብሔር በክርስቶስ ቤተ ክርስቲያንን በዘላለም ቸርነት ወደ እርሱ አስጠጋት በሰማያዊ ሥፍራ ባረካት:: ከእሥራኤል ጋር የገባው ቃል ኪዳን ነው:: "....." (ኢሳ 54፥8-10)

ይህ የእግዚአብሔር ቸርነት የተገለጠው ክርስቶስ ኢየሱስ ሞቶ በመነሳቱ ነው:: የእግዚአብሔር ቸርነት "goodness or kindness" የሆነው ክርስቶስ ኢየሱስ ነው:: ሐዋርያው ጳውሎስ በ(ሮሜ 5፥7-8)ቸር የሆነ ሰው ቸር ለሆነው ሰው ምን አልባት እርሱን ተክቶ ሊሞት ይችላል:: ይህ ቸርየሚያደርግ ሰው በሕግ ፊት የተከሰሰበት ነገር አለ፤ ቸር ነው ለሞት የሚያደርስ በደል አድርጎ ይሆናል:: ይህ ሟች የሆነው ሰው በቸርነቱ ይታወቅ ነበር:: ይህንን ቸርነቱን አይተው ከእነርሱ ውስጥ የሚሞት ሌላ ቸር ይገኝ ይሆናል ይለናል:: ይሁን እንጂ ኃጢአተኞች ሆነን ሳለ በክርስቶስ የተገለጠው ቸርነት ያስገርማል:: ኃጢአተኞች ሆነን ሳለ ክርስቶስ ለእኛ ሞተልን ወይንም ቸርነት አደረገልን ይላል:: ክርስቶስ ለእኛ የተሰጠ የእግዚአብሔር ቸርነት ነው:: እግዚአብሔር ቸር ስለ ሆነ አንድያ ልጁን ሰጠ:: ይህም ድንቅ የሆነውን ቸርነቱን መግለጡን እንድናስተውል ያደርገናል:: ይህን በክርስቶስ የሰጠን ጌታ እንዴት ሁሉንም አይሰጠንም:: ምድራዊ የሆኑ በረከቶችን በመስጠት ቸርነቱን ገልጦአል ይገልጣልም:: (መዝ 145፥7-9) "የበጎነትህን ብዛት በደስታ ያወራሉ ስለ ጽድቅህም በእልልታ ይዘምራሉ:: እግዚአብሔር ቸር ነው፤

ሩህሩህ ነው፤ ለቁጣ የዘገየ ምሕረቱ የበዛ፤ እግዚአብሔር ለሁሉ ቸር ነው፤ ምሕረቱን በፍጥረታቱ ሁሉ ላይ ነው" አዲሱ መደበኛ፡፡ ጌታችን ኢየሱስ ክርስቶስ ስለ እግዚአብሔር ርህራሄ ቸርነት በጎነት (kindness or goodness) እንዲህ እያለ ይተርካል "....." (ሉቃ 6፥ 32-36)

የእግዚአብሔር ርህራሄ ሆነ ቸርነት የተሰጠን እንደ ሆነ እርሱም ክርስቶስ መሆኑን ካወቅንና ከተረዳን በእርሱ ቸርነት መኖር መመላለስ እንደሚገባን በምዕራፍ አራት ላይ እንመለከታለን፡፡

ቸርነት፡- በግሪክ **ክሬስቶቴስ** chrēstótēs / khray-stot'-ace፡- ይሰኛል፡፡ በድርጊት የሚገለጽ ደግነት ወይም አስፈላጊ የሆነን ሁሉ የሚያቀርብ የሊጋስነት አመለካከት ነው፡፡ በመጽሐፍ ቅዱስ ክሬስቶሴስ በዚህና በሚመጣው ዓለም የኃጢያተኛን ፍላጎት የሚያሟላ የእግዚአብሔር የሊጋስነት ስጦታ ነው፡፡ ቸርነት ጳውሎስ ለቲቶ እንደገለጸው የድነት ዋና መለኮታዊ ክፍል ነው፡፡ እኛ ደግሞ አስቀድመን የማናስተውል ነበርንና፤ የማንታዘዝ፥ የምንስት፥ ለምኞትና ለልዩ ልዩ ተድላ እንደ ባሪያዎች የምንገዛ፥ በክፋትና በምቀኝነት የምንኖር፥ የምንጣላ፥ እርስ በርሳችን የምንጠላላ ነበርን (ቲቶ3፡3)፡፡ (መጽሐፍ ቅዱስ ጥቅሶች የብሉይና / የአዲስ ኪዳን ግሪክ መዝገበ ቃላት. የቲየር ትርጉም)

ከሁሉ የሚበልጥ፡- በግሪክ **ሂፐርባሎ** hyperbállō / hoop-er-bal'-lo፡- ይሰኛል፡፡ ሂፐርባሎ በዓለማዊው የግሪክ ሥነ ጽሁፍ ውስጥ ከጦር ውርወራ ጋር ተያይዞ የሚነሳ ቃል ሲሆን በጥሬው ከመስመር አሳልፎ መወርወር ማለት ነው፡፡ በአዲስ ኪዳን ውስጥ ደግሞ ቃሉን የተጠቀመው ጳውሎስ ብቻ ሲሆን ከወሰን ያለፈ መጠንን የሚገልጽ ዘይቤያዊ ትርጉም ያለው ነው፡፡ (መጽሐፍ ቅዱስ ጥቅሶች የብሉይና / የአዲስ ኪዳን ግሪክ መዝገበ ቃላት. የቲየር ትርጉም)

ባለጠግነት፡- በግሪክ **ፕሎቶስ** ploûtos / ploo'-tos፡- ሲሆን እጅግ ብዙሃብት፤ የተትረፈረፈ ማለት ነው፡፡ (መጽሐፍ ቅዱስ ጥቅሶች የብሉይና / የአዲስ ኪዳን ግሪክ መዝገበ ቃላት. የቲየር ትርጉም)

አንዲት ሮማዊት የነርሶች አለቃ አንድ ጊዜ እንቁዎችሽ የታሉ ተብላ ስትጠየቅ ወደ ሁለቱ ወንድ ልጆቿ እየጠቆመች እንቁዎቼ እነዚህ ናቸው ብላለች፡፡ በክርስቶስና በክርስትና ያለውም እንደዚህ ነው፡፡ እግዚአብሔር ከሁሉ የሚበልጠውን የፀጋውን ባለጠግነት በልጆቹ ያሳያል፡፡ (ቅድመ አስቲን)

ኤፍ. ቢ. ሜየር:- እኛ የእግዚአብሔር ባለጠግነት መታሰቢያ ሃውልቶች ነን፡፡ በኃጢያትና በበደል እንደአላዛር ሙታን ሳለን ወደደን፡፡ ከልጁም ጋር ጽኑ በሆነ የአንድነት ገመድ አቆራኝቶናል፡፡የክርስቶስን ትንሳኤ ድልና ዙፋንም እንድንጋራ አስችሎናል፡፡ የምድርና የሃጢያት ምስኪን ልጆች የሆንነው እኛ ወደ አምላክ የውስጠኛው ክበብ እንድንገባ ፈቀደልን፤ ከሁሉ የሚበልጠው የሚለው ሃረግ ሲተረጎም ከሚወረወርበት ርቀት ውጭ የሚል ትርጉም አለው፡፡ ሃሳባችሁን እስከምትችሉት ርቀት ድረስ ወደ ኋላ ብታስወነጭፉ ከዛም አልፎ ርቀት አለ፡፡ ወደ ላይ ከዋክብትን አሳልፋችሁ ብትወረውሩ ከዛም ወዲያ ከፍታ አለ፡፡ ወይም ቁልቁል ለዘላለም እንዲሰርግ ብታደርጉት ከዚያም በታች ጥልቀት አለ፡፡ የእግዚአብሔርም የጸጋው ባለጠግነት እንደዚሁ ጫፍ የለውም፡፡

"ወደር የሌለው የጸጋ ባለጠግነት" ይህ ጸጋ ተፎካካሪ ተመሳሳይ እንደ ሌለው ይጠቁመናል፡፡ ለዚያውም በጸጋው ውስጥ ባለጠግነትን እናገኛለን፡፡ ይህም የእግዚአብሔርን ሊጋስነትና ቸርነት ያሳየናል፡፡ (ሮሜ 3፥21-31)

ጸጋ የእግዚአብሔር ስጦታ ነው፡፡ እግዚአብሔር ደስ ብሎት ወዶ የሚያደርገው ነው፡፡ በምርጫ ላይም እግዚአብሔርን የሚያስገድደው ማንም የለም፡፡ እርሱ ራሱ ወዶና ፈቅዶ መረጠን፡፡ ልጁን ኢየሱስ ክርስቶስንና፣ ምሕረቱን፣ ጸጋውንም እንዲሁ ሠጠን፡፡ ከአምላካችን ጋር ባለን ግንኙነትም ሆነ መዳናችንን ለመቀበል ትልቁ ብቸኛ መንገድ እምነት ብቻ ነው፡፡ ያለ እምነት የእግዚአብሔርን ማንነት ሊገለጥልን አይችልም፡፡

ፀጋ:- በግሪክ ካሪስcháris / khar'-ece ነው፡፡ ካሪስ ለማይገባቸው ኃጢያተኞች እና ችግረኛ ለሆኑ አማኞች እግዚአብሔር ያቀረበው የቸርነት ስጦታ ነው፡፡ (መጽሐፍ ቅዱስ ጥቅሶች የብሉይና / የአዲስ ኪዳን ግሪክ መዝገበ ቃላት. የቲየር ትርጉም)

ኤስ ልዊስ ጆንሰን:- ስለ ሰማይ ከሚያስደንቁት ነገሮች አንዱ እግዚአብሔር ለአማኞች ያሳየው ጸጋ የሚገለጽበትና የሚታይበት መንገድ ይመስለኛል፡፡ እጅግ ብዙ ናቸውና፡፡ (መጽሐፍ ቅዱስ ጥቅሶች የብሉይና / የአዲስ ኪዳን ግሪክ መዝገበ ቃላት. የቲየር ትርጉም)

"የጸጋው ባለጠግነት ያሳይ ዘንድ" መጽሐፍ ቅዱስ ስለዚህ ጸጋ የሚለውን ትርጓሜ ብቁ መሆንን ያመለክታል፡፡ በዚህ ክፍል ያለውን The Thayers ትንታኔ ሲሰጠው "The spiritual condition of one governed by the divine grace" ይላል፡፡ ይሄም ይህ ጸጋ

በአዲስ ኪዳን 131 ጊዜ ተጠቅሶ ይገኛል፡፡ የማያልቅ የቅዱሳን የርስት ባለጠግነት እንደ ሆነ እናስተውላለን፡፡ ይህ ጸጋ በጥቂቱ

1) የክብር ጸጋ (glorious graces) (ኤፌ 1፥6)
2) ታላቅ ጸጋ (ሐዋ 4፥33)
3) በቂ ጸጋ(2ኛ ቆሮ 12፥9)

የእግዚአብሔር ፀጋ ሲገለጥ አማኙ በክብሩ *ሥፍራ* መኖሪያውን ያደርግና ተዘልሎ እንዲቀመጥ የሚያስችል ኃይል ሆነ ብቃትን ይሰጠዋል፡፡ አማኝ ያለዚህ ጸጋ ምንኛ ጎስቋላ ሰው ነው ነገር ግን ከኃጢአተኞች ዋንኛ የሆነውን በሕዝቡና በመኳንቱ ፊት በእግዚአብሔር ጸጋ የሆንሁ እኔ ነኝ የሚል ቅዱስ ድፍረት እንዲኖረው ህልውናው በክርስቶስ ሙላት ይዋጥ ዘንድ ያደርገዋል፡፡(1ኛ ጴጥ 5፥10 1ኛ ቆሮ 15፥10 2ኛ ቆሮ 8፥9 መዝ 84፥11 ቲቶ 1፥11-12 ሮሜ 7፥24-25)

ይህ ጸጋ በመንፈስ ቅዱስ የሆነ አሰራር ሲሆን በሕይወት መንፈስ ሕግ የሚገኝ ነው እንጂ በሕግ በኩል አለመሆኑን ቃሉ ያስረዳናል፡፡ ይህ ጸጋ ክርስቶስ ኢየሱስ እንደ ሆነ በክርስቶስ ሞትና ትንሳኤ ምክንያት ይህን ጸጋ የሆነውን ጌታችንን ኢየሱስ እንዳገኘን ዮሐንስ ይገልጣል፡፡ ዮሐ 1፥16-17 ሐዋርያው ይህን ጸጋ የሆነውን ጌታችን ኢየሱስ ላይ በመቆም *ሥር* ሰደን መታነፅ እንደሚገባ በሮሜ 5 ላይ ይገልጣል፡፡ *"... እንግዲህ በእምነት ከጸደቅን በእግዚአብሔር ዘንድ በጌታችን በኢየሱስ ክርስቶስ ሰላምን እንያዝ፤ በእርሱም ደግሞ ወደ ቆምንበት ወደዚህ ጸጋ በእምነት መግባትን አግኝተናል ፤ በእግዚአብሔር ክብርም ተስፋ እንመካለን...."* (ሮሜ 5፥1-2)፡፡

ይህ የእግዚአብሔር የሕግ መንፈስ ሕግ አሰራር የሚሆን ነፃነት ክብር ሞገስ የተሞላበት ነው፡፡ሮሜ8፥2 ይህ አስደናቂ ጸጋ አማኙን የሚመራ የሚያስተምር እንደ ሆነ ቃሉ ያስተምረናል፡፡ (ቲቶ2፥11-13) የሚያስተምረን

1.ኃጢአተኛ እና ዓለማዊ ምኞትን መካድ
2.ራስን መግዛት እግዚአብሔርን መምሰል
3. የጌታችንን የኢየሱስ ክብርመገለጥ መጠባበቅ

እግዚአብሔር በክርስቶስ ያሳየው የጸጋው ባለጠግነት በአማኙ ሕይወት የክርስቶስ ሕይወት እንዲዋጥና እንዲሰወር ያደርገዋል፡፡ የጸጋ የግሪኩ ትርጉም በምዕራፍ አንድ ላይ ተብራርቷል፡፡

ያሳይ ዘንድ፡- በግሪክ **ኤንዴክኑሚ** endeíknymi / en-dike'-noo-mee ሲሆን ማሳየት፣ ማቅረብ፣ እንዲታወቅ ማድረግ፣ መጠቆም ማለት ነው፡፡(መጽሐፍ ቅዱስ ጥቅሶች የብሉይና / የአዲስ ኪዳን ግሪክ መዝገበ ቃላት. የቲየር ትርጉም)

ዘ.ላይፍ. አፐሊኬሽን. ባይብል. ኮሜንትሪ፡- ኤሊ አጥር ላይ ተሰቅላ ካየህ እዛ ላይ በራሷ አቅም እንዳልወጣች ታውቃለህ... የሚባል አባባል አለ፡፡ እውነት ነው ሌላ አካል እንደሰቀላት፡፡ ልክ እንደዚህ ባለ እውነት ክርስቲያኖች አጥር ላይ የወጡ ኤሊዎች ናቸው፡፡ የወጡትም በእግዚአብሄር ፀጋ ነው፡፡ አንድ ሰው እግዚአብሔርን፡-ቸር ነኝ እንደምትለው ቸር እና ሰው የምትወድ መሆንህን እንዴት ማረጋገጥ እችላለሁ?ብሎ ቢጠይቀው የእግዚአብሔር ምላሽ የሚሆነው በኃጢያት፣ በአለማመንና፣ በድንቁርና የተጥለቀለቀችን ቤተክርስቲያን እንደ አብነት ማቅረብ ነው፤ በዚህ ሁሉ ስንፍናዋ እና ዓመጻዋ ውስጥ የእግዚአብሔር ትእግስት እና ምህረትበግልጥይታያል፡፡ ታዲያ በጸጋ ባይሆን በኃጢያት የወደቁ ሴቶችና ወንዶች ተሰብስበው እግዚአብሔርንማገልገል የሚችሉት እንዴት ነው! እግዚአብሔር ካልሆነስ ሌላ ማን እንዲህ እንደኛ ያሉ ሰዎችን ይጠቀማል!እናንተ የእግዚአብሔር ደግነት ማሳያዎች ናችሁ፡፡ ለእናንተ ያደረገውን ደግነት ሁሉ ለሌሎች በማካፈል አሳዩ፡፡ ያሳያችሁን ትእግስትም ለሌሎች ለመመስከር ተጠቀሙ፡፡

ዊልያም ማክዶናልድ፡- እግዚአብሔር በዘላለም ዘመናት ሁሉ ለሰማይ ተሰብሳቢዎች የሚያሳየው ነገር የኃጢያት ጥቅጥቅ ደን ወደ ሆነው ወደዚህ አለም ልጁን ሲልክ እርሱና ክርስቶስ ምን ያህል ዋጋ እንደከፈሉ ነው፡፡

ዘ ኬጄቪ ባይብል ኮሜንተሪ፡- እግዚአብሔር ለትልልቅ ኃጢያተኞች ትልልቅ ጸጋ ማሳየት ደስ ያሰኘዋል፡፡ ጸጋውን የገለጠባቸውን ምርኮኞችም በዘላለም ዘመናት ውስጥ ሁሉ በግልጥ ያሳያል፡፡ያኔ አማኞች ሞልቶ ለሚፈሰው የጸጋው ባለጠግነት ተጨባጭ ማሳያዎች ይሆናሉ፡፡

"እግዚአብሔርም ከክርስቶስ ጋር አሥነሳን"ቀድሞ በመቃብር ውስጥ እንደ ተቀበረ ሰው ሙት ነበርን፡፡ አስከሬን አፈር ተደፍቶበት፣ በመቃብር ውስጥ እንደሚበሰብስ ነበርን፣ ክርስቶስ ግን ወደ ሙታን መጣ፣ የእኛን ኃጢአት ሁሉ ተሸከመ፣ የበደላችንን ዋጋ እራሱን

የኢ.ፌ.በ.አ. አገልግሎት / የኤፌሶን መልእክት ትምህርት

መስዋዕት በማድረግ ከፈለ፡፡ በመጨረሻም እርሱን ሞት አይዘውምና ተልእኮውን ፈፅሞ ከሙታን ሲነሳ እኛንም አስነሳን፡፡ ይህ እንዴት አስገራሚ ነው?

የዳንነው በጸጋ ብቻ ነው፡፡ እኛ አማኞች በተለይም በኢትዮጵያ የክርስትና ባሕል ውስጥ ደኅንነታችንን አንዳንዴ ከመልካም ሥራችን ጋር እንደባልቀዋለን፡፡መጽሐፍ ቅዱስ ግን የትኛውም መልካም ሥራችን የእግዚአብሔርን ጽድቅ እንደ ማያስገኝ አስረግጦ ይነግረናል፡፡ ይህ ማለት ግን መልካም ሥራ አያስፈልግም ማለት አይደለም፡፡ የእግዚአብሔር ቃል ላይ እንደ ተገለፀው ንፁሁ አምልኮ ከመልካም ሥራ ጋር ይገናኛል፡፡ እኛ ወደ እግዚአብሔር የምናቀርበው መስዋዕታችን ሁሉ መነሻ ሃሳቡ እንዲሁ ምሪታችንም ተፈትሾ የሚታይበት ነው፡፡

ለምሳሌ አንድ ሰው ከወንድሞቹ ጋር ተጣልቶ ወይም ቤተሰቡን አሥርቦ፣ በድሎ፣ ሚስቱን ደብድቦና በእርሷ ላይ ግፍሰርቶባት ለእግዚአብሔር የምሥጋና የአምልኮ መስዋዕትን አቀርባለሁ ቢል የእርሱ አምልኮ ከንቱ ነው፡፡ ወደ እግዚአብሔር የምናቀርበው አምልኮና አገልግሎታችን ሁሉ የእኛን መልካም ምግባርም ይጠይቃል፡፡ ቃሉ "መታዘዝ ከመስዋዕትነትና ከአውራ በግ ስብም ከማቅረብ ይበልጣል" የሚለንም ለዚሁ ነው፡፡

በሌላ አንጻር መዳናችንና ጽድቅ ከእኛ በጎ ሥራ ጋር ፈፅሞ የተገናኘ እንዳልሆነ በዚህ መጽሐፍ ውስጥ አስረግጦ ይነግረናል፡፡ በእኛ ጾም ጸሎት፣ አሥራት መስጠት፣ ለድሃ መመፅወት ደኅንነታችንን እንፈፅማለን ብለን ማሰብ የለብንም፡፡ ቃሉ እንደሚልም የዳንነው በጸጋ ነው፡፡ ያለ ምንም ሌላ ነገር እንዲሁ የዳንን፣ እንዲሁ የተመረጥን ነን ማለት ነው፡፡ እግዚአብሔርም ከክርስቶስ ጋር አስነሣን፣ በክርስቶስ ኢየሱስ በሰማያዊ ሥፍራ ከእርሱ ጋር አስቀመጠን፡፡ በጸጋው ላይ የታመነ አማኝ ለጸጋው ሀይልና ችሎት ራሱን ያስገዛ ስለ ሚሆን በእውነትም የጽድቅ ፍሬ ይታይበታል (2፥6-7)

በእግዚአብሔር በተወሰነው አሳቡና በቀደመው እውቀቱ በዓመፀኞች እጅ የተሰጠው እስኪሞት ድረስ ነበር፡፡ በዓመጸኛው ኃጢአት ሞት ስልጣን ነበረው፡፡ ይህ ይሆን ዘንድ እኛን ወክሎ መስጠት ይገባው ነበር፡፡ መጽሐፉ እንደሚለው "ኃጢአተኛ ሳይሆን እንደ ኃጢአተኛ ሆነ፡፡ በሮሜ መጽሐፍ የሰው ልጅ ከኃጢአት በታች ይሆን ዘንድ የተሸጠ እንደ ሆነ ይገልጽልናል፡፡ ይህን መርገም ተሸከመ (ሮሜ 7፥14)፡፡ ኃጢአት በሰው ልጅ ላይ ያለው የይገባኛል ጥያቄውን በትዕዛዝ ጽሕፈት በመስቀሉ ላይ ጠረቀው፡፡ ጌታችን ሲነሣ በእግዚአብሔር ኃይል መነሣቱን ቃሉ ያስታውሰናል፡፡ "ክርስቶስ ከሙታን ተነስቶ ወደ ፊት እንዳይሞት ወደፊት ሞት እንዳይገዛው እናውቃለንና፡፡ መሞትን አንድ ጊዜ ፈፅሞ

ለኃጢአት ሞቶአልና በሕይወት መኖር ግን ለእግዚአብሔር ይኖራል።" (ሮሜ 6፥9-10)ከክርስቶስ ኢየሱስ ጋር ሕይወት ስጠን ይላል። ይህ ሕይወት በአብ ዘንድ ሆኖ የክብርና የምሥጋና ዘውድ ተጭኖ ያለየበረከት ሙላት ያለውሕይወት ነው።ጌታችን እንደዚያ ባለ ሕይወት ይመላለስ ዘንድ አብአስቀድሞ ያቀደውና የወሰነው ነው።

ይህ አሁን ክርስቶስ የሚኖረውን ሕይወት የእኛ ሕይወት አድርጎ በክርስቶስ ሰጠን። ሐዋርያው በሮሜ ቀጠል በማድረግ "እንዲሁም እናንተ ደግሞ ለኃጢአት እንደ ሞታችሁ ግን በክርስቶስ ኢየሱስ በጌታችን ሆናችሁ ለእግዚአብሔር ሕያዋን እንደ ሆናችሁ ራሳችሁ ቁጠሩ" (ሮሜ 6፥11)ከክርስቶስ ኢየሱስ ጋር መነሣት ማለት የእግዚአብሔር ሕይወት የተገለጠበት በክርስቶስ ያገኘነው ሕያውነት ነው። ከዚህ ቀደም ለኃጢአት የተሸጥን ሙታን ነበርን አሁን ግን ለእግዚአብሔር ሕያዋን የሆንንነን፤ ዓለም ሰይጣንና ሥጋ ሕያው አይደለህም ይላሉ፤ ቃሉ ግን ለእግዚአብሔር ሕያዋን ነን ይለናል። ክርስቲያን ክርስቶስ በአብቀኝ ተቀምጦ ያለበትን ሕይወት በልቦና አይኖቹ ይመለከት ዘንድ ይህን እድል አግኝቷል። የቅዱሳን የርስት ባለጠግነት ይህ ነው። (ቆላ 3፥1-3)ከክርስቶስ ጋር ከተነሣህ፡ - ሕይወትህ በክርስቶስ ተሰውሮአል ከዚህ የተነሳ አንድ አማኝ ከላይ ያለውን በማሰብ ይመላለስ ዘንድ ይገባዋል። የምታስበው ማለት በልቦና አይኖችህ የምታየው ማለቱ ነው። ያልሆንኸውን አታስብም ወይም አትመለከትም። ነገር ግን ለእግዚአብሔር ሕያው መሆንህን ታያለህ። የቅዱሳን ማንነት ይህ ነው።

በክርስቶስ ኢየሱስ፡- ስለ አማኙ ሕይወት የተገለጡ ታላላቁ እውነቶች ሁሉ በክስቶስ ከሚለው ሃረግ ጋር የተያያዙ ናቸው። ማርቪን ቪንሰንት «በክርስቶስ ኢየሱስ» የሚለው ሃረግ ከሙታን መነሳትን፣ በሰማያዊ ስፍራ መቀመጥን፣ መክበርን፣ መንገስን ሁሉ የሚያጠቃልል ሃረግ ነው ይላል።

ጆን ፓይፐር፡- በሰማያዊ ሥፍራ ከእርሱ ጋር አስቀመጠን... ስለሚለው ቃል ትርጉም የሚከተለውን ምሳሌ በመስጠት ያብራራልናል፡- ሁላችንም በዚህ ክፍል ውስጥ ተቀምጠን የለምን?ቶኒ ቤኔት ከሃያ አመት በፊት «ልቤን ሳንፍራንሲስኮ ውስጥ ትቸዋለሁ» ብሎ ሲዘፍን ምን ማለቱ ነበር? የሳንፍራንሲስኮ ከተማ ልቡን እንደማረከችው መናገሩ ነው። ሳንፍራንሲስኮ ሁልጊዜ ትጎትተዋለች። በምርጫዎቹ በፍላጎቶቹ ሁሉ ላይ ሳንፍራሲስኮ ተጽእኖ ታደርግበታለች። ቶኒ ቤኔት እኮ ቺካጎ ሊሆን ይችላል። ቺካጎ ግን በእርሱ ልብ ላይ አንዳችም ተጽእኖ የላትም። የዚያችን ነፋሻማ ከተማ ነዋሪዎችን መምሰል ደስ አያሰኘውም፤ ሁልጊዜ ለቺካጎ ባዕድ ሆኖ ባይተዋር ሆኖ ሳንፍራንሲስኮን እያሰበ ይኖራል። እኛ በክርስቶስ አምነን ስንለወጥም እንዲሁ ነው። እግዚአብሔር ልባችንን ወስዶ

በመንግስተሰማያት ከክርስቶስ ጋር አስቀምጧታል፡፡ «...ሞታችኋልና ሕይወታችሁም በእግዚአብሔር ከክርስቶስ ጋር ተሰውሯልና» (ቆላስይስ 3÷3)፡፡ በቶኪ ቤኔትና በሳንፍራንሲስኮ መካከል እንዳለው በመንግስተ ሰማያትና በእኛ መካከል ያለው እንዲሁ ነው፡፡ ፍቅራችን የተሰወረው ከመንግስተ ሰማያት ጋር ነው፡፡ ዘወትር ወደ ላይ የምትጎትተን እርሷ ናት፡፡ የምንወደውንም ሁሉ የምትወስነው እርሷ ናት፡፡ በዓለም ውስጥ ልንሆን እንችላለን ሆኖም ዓለም በእኛ ፍቅር ላይ ምንም ሙብት የላትም፡፡ ዓለም ለእኛ ባዕድሃገር ናት እኛም በዚህች ዓለም ውስጥ ስንኖር ስደተኞችና መጻተኞች ነን፡፡

በአጭሩ ጌታን ስንቀበል እግዚአብሄር ከዘመኑ መንፈስና ከዘመኑ ጣኦት ነፃ ያወጣናል፡፡ ሁኔታው እንዲህ ነው፡ ታፍነን ተወስደንና ሃሳባችንን እንድንለውጥ ተደርገን የጠላት ምድር ዜጎች ነን ብለን እንድናስብ ሆነን እንኖር ነበር፡፡ በኋላ ላይ ግን የንጉስ መልከተኛ አግኝቶን ከፍዘታችን አስበርግን አስወጣንና ጠላት እሰጣችኋለው የሚለን ነገር ሁሉ ጥልቅ የሆነውን የልባችንን ረሀብ የሚያረካ እንዳልሆነ ተገነዘብን፡፡ልባችንም ወደ እናት ሃገራችን ተሰደደች፡፡ ንጉስ ግን «ያላችሁበት ቦታ አደገኛም ቢሆን ለጊዜው የእናት ሃገራችሁን ፍቅር በልባችሁ ይዛችሁ እዛው ቆዩ፡፡ ስትመጡ ደግሞ የቻላችሁትን ያህል አስከትላችሁ ትመጣላችሁ» አለ፡፡ ለነገሩ ግን ከዘመኑ መንፈስ ነፃ መውጣትን አትፈልጉም? ሰው በዓለማዊ ባህር ውስጥ ወዲህና ወዲያ እየተገፉ ለመኖር ጄሊ ፊሽ ለመሆን የሚፈልገው ለምንድን ነው? ከማእበሉና ከሞገዱ በተቃራኒ ለመዋኘት እኮ ዶልፊን መሆን ትችላላችሁ፡፡ ጄሊ ፊሽ ነፃ አይደለም ዶልፊን ግን ነፃ ነው፡፡(ቅድመ አስቲን)

"ከእርሱ ጋር አስቀመጠን" ይህ የተሰጠን ታላቅ እድል የተጨረሰ የተፈፀመ የተከናወነ መሆኑን ይገልጣል፡፡ የእግዚአብሔር የክብሩ ጸጋ የሠራው የመለኮት አሰራር ነው፡፡ እግዚአብሔር በዘፍጥረት ስላሴዎች ሰርተውት "ያመልካም እንደ ሆነ አየ" ብሎ በሰባተኛው ቀን አረፈ፡፡ (ዘፍ 2÷2)ጌታችን ኢየሱስ ስለ ሰው ልጅ ኃጢአት ደሙንና ሥጋውን ይዞ ወደ ቅድስተቅዱሳን ሲገባ በአብቀኝ መቀመጡን ቃሉ ይገልጣል፡፡ይህ 7ኛ ቀን ሰንበት ይባላል፡፡ የእረፍት ቀን ነው፡፡ ይህ ቀን ደግሞ በክርስቶስ ለአማኞች የተዘጋጀ የእረፍት ቀን በመባል ይታወቃል፡፡ ጌታ ኢየሱስ ተፈፀመ ብሎ ወደ እረፍት እንደ ገባ ሕያው ቃሉ ያመለከተናል፡፡ በሌላ በኩል ይህ እረፍት ለዓመነው መኖር የምንችልበት የሕይወት ምዕራፍ እንደ ሆነ የዕብራዊው ጸሐፊ እንዲህ ሲል ይገልጠዋል፡፡ እንግዲህስ የሰንበት እረፍት ለእግዚአብሔር ሕዝብ ቀርቶላቸዋል፡፡ ወደ እረፍቱ የገባ እግዚአብሔር ከሥራው እንዳረፈ እርሱ ደግሞ ከሥራው አርፎአልና" (ዕብ 4÷9-10)ይህ የመቀመጥ ሕይወት በተጠናቀቀው የመስቀሉ ሥራ መራመድን መንቀሳቀስን ያመለክታል የክርስትና ሕይወት ሕይወትን ለማግኘት የምንጣጣርበት የምንቧጥጠው የምንቆፍረው ሳይሆን በክርስቶስ ኢየሱስ

ቸርነት በተገኘ ሕይወት ለመመላስ የምንዘረጋበት ነው፡፡ በዚህ በረከት ውስጥ እንዳልተቀመጥህ ስሜትህ ሁኔታህ ሊያስተጋቡ ይችሉ ይሆናል፤ ነገር ግን ሕያው ምስክር የሆነው ጌታ ኢየሱስ በአብ ፊት ይታያል፡፡ የልቦና አይናቸው የበራላቸው ከእኛ ቀደም ብለው በሕይወታቸው ያስመሰከሩ እንደ ደመና በዙሪያችን እንዳሉ ልናስታውስ ይገባናል፡፡ የዕብራዊው ጸሐፊ እነርሱ አሉልን ነገር ግን ኢየሱስን ተመልከተን ብሎ አይኖቻችን በርተው አቅንተን አንድን መለከት ያስገነዝበናል፡፡ አንድ ንጉስ በንግሥናው ወንበር ተቀምጦ ለመኖር እንደሚገባ እንደሚዋጋ የተለያዩ ሥራዎች እንደሚሰራ ሁሉ አማኝ በክርስቶስ ያገኘው የንግሥና ስልጣን ላይ በመቆም ይኖር ይመላለስ ዘንድ ይነግረናል፡፡

በሰው ሥርዓት ውስጥ አንድ ሰው ተወዳዳሪ ሆኖ ለመገኘት ብዙ ይለፋል፡፡ ቀንና ማታ ይሠራል፣ አዕምሮውን ይጨምቃል፣ መጽሐፍትን ያነባል፣ ትጉ ሠራተኛ ይሆናል፡፡ ያኔም ድኅነትን እያመለጠ፣ ወደ ሃብታምነት ይሸጋገራል፡፡ ውድድሩን በጥሶ ከወጣና ችሎታው ላቅ ያለ ከሆነም የተመኘውን የከፍታ ሥፍራ ሁሉ ይጫማል፡፡ በመንፈሳዊው የከፍታ ሥፍራ ግን እንዲህ አይደለም፡፡ መዳናችንን በእምነት ብቻ መቀበል ነው፡፡ አገልግሎትና ኑሯችንም በእምነት ብቻ የሚሆን ነው፡፡ በሰማያዊው ሥፍራ እንደ ተቀመጥን አምነን መቀበል ነው፡፡ በከበረው ሥፍራ ላይ ከአምላካችን ጋር እንደ ተቀመጥን ተረድተንም፣ ኃጢአትን ተፀይፈን መኖር ነው፡፡ ከላይ ከፍ ብለን እንዳየነው ግን አምልኳችን በእግዚአብሔር ፊት የሚሸት መአዛ ያለው መሥዋእት ይሆን ዘንድ ግን መልካምን ሥነ ምግባር ፈፅመን መገኘት፣ የጽድቅን ሥራ መሥራት ይገባናል፡፡

አስቀመጠን:- በግሪክ **ሱንክቲድዚዮ** synkathízō / soong-kath-id'-zo ይሰኛል፡፡ ጳውሎስ በሰማያዊ ስፍራ ከእርሱ ጋር አስቀመጠን ሲል ሀላፊ ግዜን ተጠቅሟል፡፡ይህ ነገሩ እንደሆነ አድርጎ የማቅረብ ሁኔታ ኃዋርያው በእግዚአብሄር ቃል ያለውን እርግጠኝነት የሚያሳይ ነው፡፡ እያንዳንዱ የእግዚአብሔር ቃል ወይም ተስፋ ፍፁም እርግጠኛ ነው፡፡ ስለሆነም በእምነት አይኖቻችን ከክርስቶስ ጋር በሰማያዊ ስፍራ የመቀመጣችንን እውነት እንደተፈጸመ አድርገን እናየዋለን፡፡ ጳውሎስም ይህንን ያረጋግጥልናል፡፡ ደግሞ አሁን ምንም እንኳ በሰማያዊ ስፍራ ገና ያልተቀመጥን ብንሆን በእርሱ ውስጥ ግን ተቀምጠናል፡፡ ሕይወታችንና ማንነታችን ሁሉ በክርስቶስ ስለሆነ እርሱ ባለበት ሁሉ እኛ ደግሞ በዚያ አለን፡፡ መንፈሳዊ ሞት ከነገሰበት ግዛት ወጥተን ከኛ በፊት ከሄዱና ከኛ በኋላም ከሚመጡት ቅዱሳን ጋር ከአብ ከወልድና ከመንፈስ ቅዱስ ጋር ህብረት ወደምናደርግበት የመንፈሳዊ ሕይወት ግዛት ገብተናል፡፡ፀጋን የተቀበልን እንደመሆናችን በሰማያዊ ሥፍራ በተሰጠን ቦታ ኃጢያትንና ሞትን የምናሸንፍበት ሰማያዊ ኃይልም

ተቀብለናል:: ከክርስቶስ ጋር ያለን ሊቋረጥ የማይችል አንድነት ወደ ሰማያዊ ስፍራ እና ሰማያዊ ወደ ሆነው የእርሱ ስልጣን ሁሉ ዘላለማዊ የሆነ መግባትን ይሰጠናል:: ይህም እኛ ከፍጥረታችን ተወዳጅ ሆነን ተገኝተን ሳይሆን በወደደን እና አሁንም በሚወደን በእርሱ ከአሸናፊዎች በላይ በመደረጋችን ነው:: (መጽሐፍ ቅዱስ ጥቅሶች የብሉይና / የአዲስ ኪዳን ግሪክ መዝገበ ቃላት. የቲየር ትርጉም)

ስፐርጀን አንድ ጊዜ እንዲህ ብሏል:- «ትንሽ እምነት ነፍስህን ወደ መንግስተ ሰማይ ስትወስደው ትልቅ እምነት ደግሞ መንግስተ ሰማይን ወደ ነፍስህ ታመጣዋለች::»

አስነሳን -በግሪክ ሰንጌሮ synegeírō / soon-eg-i'-ro ይሰኛል::በጥሬው አብሮ አስነሳን ማለት ነው:: በጳውሎስ አጠቃቀም ደግሞ ከኢየሱስ ክርስቶስ ጋር ተያይዞ በመንፈስ የተሰጠንን አዲስ ሕይወት የሚገልጽ ነው::የክርስቶስ ትንሳኤ አካላዊ ሲሆን የኛ ደግሞ መንፈሳዊ ትንሳኤ ነው:: ይህ መንፈሳዊ ትንሳኤም በቤዛ ቀን አማኝለሚኖረው አካላዊ ትንሳኤ እና መለወጥ ዋስትና የሚሰጥ ነው::በቤዛ ቀን «የኋለኛው መለከት ሲነፋ ሁላችን በድንገት በቅጽበተዓይን እንለወጣለን::" (መጽሐፍ ቅዱስ ጥቅሶች የብሉይና / የአዲስ ኪዳን ግሪክ መዝገበ ቃላት. የቲየር ትርጉም)

ጆን ብራውን የእስኮትላድ ተወላጅ --ክርስቶስ ተነስቷል ኃጢያታችን ግን አልተነሳም:: ኃጥያታችን በክርስቶስ መቃብር ውስጥ እዛው ለዘላለምተቀብሯል::ከክርስቶስ ጋር የተነሳና ሕይወት የተሰጠው አማኝ በክርስቶስ የዘላለም ሕይወትንአግኝቷልና ድነቱን አያጣም:: ንስሃ የማንገባባቸው ኃጢያቶች ከእግዚአብሔር ጋር ያለንን ሕብረት ያውካሉ::ሆኖም ድነታችንን እንድናጣ አያደርጉንም::ክርስቶስ የቃልኪዳናችን ራስ ነው:: እርሱ የሚያደርገው ለኛ የሚያደርገው ነው::እኛ የምንሰራውም ከክርስቶስ ጋር አንድ በመሆናችን ተሰርቶ ያለቀ ነው:: ስለዚህ ከክርስቶስ ጋር ለዘላለም አንድ የሆንበትን ይህን ታላቅ እውነት የሚገለብጠውም ሆነ የሚያፈርሰው አንዳች ነገር የለም:: (የጆን ብራውን ኮሜንተሪ. እና. የመጽሐፍ ቅዱስ መዝገበ-ቃላት)

ማክዶናልድ ጥምቀት የአዳም ልጆች ሳለን የሆነውን ሁሉ የምንቀብርበት ቀብር ነው:: በጥምቀት ከራሳችን የሚሆን ምንም ነገር እግዚአብሔርን መቸም እንደማያስደስተው አውቀን ሥጋን ለዘላለም ከእግዚአብሔር ዓይኖች ውጭ የምንጥልበት ነው:: በቀብር ስነስርአት ብቻ የሚያበቃ ጉዳይ አይደለም:: ከክርስቶስ ጋር ተሰቅለን እንደተቀበርን እንዲሁ ደግሞ በአዲስ ሕይወት ለመመላለስ ከእርሱ ጋር ተነስተንማል::ይሄ ሁሉ

የሚፈጸመውም በክርስቶስ በምናምንበት ጊዜ ነው፡፡(ማክዶናልድ, ወ እና ፋርአ.ስታድ , ሀ አማኝ የመጽሐፍ ቅዱስ ሐተታ: ቶማስ ኔልሰን)

ዉወስት፡- በመንፈስ ቅዱስ አማካኝነት ወደ ክርስቶስ አካል ውስጥ የተጠመቅነው በሞቱ እንድንካፈልና ከክፉ ባሕርይ እንድንለይ ብቻ አይደለም፤ በአካሉ ውስጥ የገባነው ትንሳኤውንም ተካፍለን መለኮታዊ ሕይወትን እድንለማመድ ዘንድ ነው (2ኛ ጴጥሮስ 1፡ 4)፡፡ አዲስ ሕይወት የሚለው የሚያመለክተውም የባህርይ ለውጥን ወይም አዲስ ልምምድን ሳይሆን እግዚአብሄር ለአማኝ የሰጠውን አዲስ ሥነ ምግባራዊና መንፈሳዊ የኃይል ምንጭ ነው፡፡የክርስቶስን ትንሳኤ የተካፈልነው በተሰጠን አዲስ የሕይወት ኃይል ኑሯችንን ስርአት እናስይዝበት ዘንድ ነው፡፡

እግዚአብሄር እምነቱን በክርስቶስ ላይ በሚጥል ኃጢያተኛ ላይ የሚያካሂደው ቀዶ ጥገና ሁለት ውጤቶች የሚገኝበት ነው፡፡በመጀመሪያ ኃጢያተኛው ከክፉ ተፈጥሮው ጋር ይቆራረጣል፡፡ለዚያ ባህርይም ዳግመኛ ይታዘዝ ዘንድ አይገደድም፡፡ሁለተኛ ደግሞ ከመለኮት ባህሪ ተካፋይ ይሆናል (2ኛ ጴጥሮስ 1፡4)፡፡ ይህ አዲስ የሚቀበለው የመለኮት ባህሪም ኃጢያትን እንዲጠላና ጽድቅን እንዲወድ አዲስ ስነ ምግባራዊ እና መንፈሳዊ የሕይወት ምንጭ ይሆንለታል፡፡ለእግዚአብሔር ፈቃድ የመኖር ፍላጎትና ኃይልም ይሰጠዋል፡፡ ጳውሎስ በፊሊጵስዩስ 2፡12-13 ስለዚሁ ይናገራል፡፡ የክርስቲያኑ ፈቃድ አርነት ወጥቷል፡፡ ከድነት በፊት በመልካምና በክፉ መካከል ምርጫ የማድረግ ነጻነት አልነበረም፡፡ክፉ ለሆነው ተፈጥሮ ባሪያ መሆን ግድ ነበርና፡፡አሁን ግን ክፋውን እንቢ እያሉ ለመለኮት ባህሪ የመታዘዙ ነጻነት ቀርቦልናል፡፡የድል ህይወት የሚገኘውም ክፋውን ያለማቋረጥ በመቃወምና ለመለኮት ባህሪ ደግሞ ያለማቋረጥ በመታዘዝ ውስጥ ነው፡፡ (ወውስት. ኪኔዝ. ኤስ የወዉስት ቃላቶች ከግሪክ አዲስ ኪዳን: ኢርድማንስ)

6-7 በሚመጡ ዘመናትም በክርስቶስ ኢየሱስ ለእኛ ባለው ቸርነት ከሁሉ የሚበልጠውን የጸጋውን ባለ ጠግነት ያሳይ ዘንድ፥ ከእርሱ ጋር አስነሣን በክርስቶስ ኢየሱስም በሰማያዊ ስፍራ ከእርሱ ጋር አስቀመጠን።

በሚመጡ ዘመናትም ኤፌ2፥3 5፣21፤መዝ 41፥13፤ 106፥48፤ኢሳ60፥15፤ 1ኛጢሞ 1፥17

ለእኛ ባለው ቸርነት ቲቶ 3፥4

ያሳይ ዘንድ 2ኛተሰ 1፥12፤ 1ኛጢሞ 1፥16፤ 1ኛጴጥ 1፥12፤ራዕ 5፥9-14

ከእርሱ ጋር አስነሣን ሮሜ 6፥4፣5፤ቆላ 1፥18 ፤ 2፥ 12፣13፤ 3 1-3

ከእርሱ ጋር አስቀመጠን ማቴ26፥29 ፤ሉቃ 12፥37 ፤ 22፥29፣30 ፤ዮሐ 12፥26 ፤ 14፥3፤ 17፥ 21-26 ፤ ራዕ 3፥20፣21

2፡8-9 "ጸጋው በእምነት አድኖአችኋል ይህም የእግዚአብሔር ስጦታ ነው እንጂ ከእናንተ አይደለም። ማንም እንዳይመካ ከሥራ አይደለም፤"

በዚህ ዓለም የሰለጠነው የጨለማ አሰራር ስለሆነ የስጦታ ትርጉሙ እጅግ የተዛባነው ሰይጣን ዲያቢሎስ ሆነ በኃጢአተኛ ሥጋ ሥር የሚኖር (በማያምኑ ዘንድ) ያለው እይታ የተበላሸ ነው። በሐጥኡ ስጦታ ማለት ከምላሽ ጋር ወይም ከእጅ መንሻ ጋር ነው። ዛሬ ይሄን ከሰጠሁህ አንተ ደግሞ ይህን ታደርግልኛለህ የሚል የእንካ በእንካ ፍቅር በዓለም የተለመደ ነው። በዚህም ምክንያት አማኝ ወደ እምነት ሲመጣ ይህ አይነቱ ዓመለካከት በክርስቶስ ደም በቃሉና በመንፈሱ ታጥቦ ሊወጣ ያስፈልጋል። በዚህም ምክንያት እንካ በእንካ የሆነ ሕይወት በአማኞች መካከል ሲታይ እናስተውላለን። አንዳንድ ባሕላዊ የሆኑ ቅኔዎች ግጥሞች አልፎ አልፎ በእግዚአብሔር ስም የሆኑ ትምህርቶች በጥሞና ስንመለከታቸው የእነዚህ ባሕሪያት ይንፀባረቅባቸዋል። እከከኝ ልከክልህ የሚለው እንዲሁም ሌሎቹም አማኝ በክርስቶስ ኢየሱስ አማካኝነት ከእግዚአብሔር የተቀበለውን ቸርነትና የመለኮት ፈለግ አያመለክቱም።

እግዚአብሔር ስጦታ በመስጠት አቻ የለውም። እርሱ ፍቅር ስለሆነ ስጦታው ፍቅርን ባስመረኮዘ ነው። ሐዋርያው ጳውሎስ ፍቅር ደግሞ በባሕሪው "የራሱን አይፈልግም" ብሎ በ(1ኛ ቆሮ 13፥5)ይናገራል። የዓለም ሆነ የጠላት ስጦታ የሚያስተምረን በዙሪያችንና በአካባቢያችን እንደምንቃኘው ስጦታውን ተመርኩዞ በሰውየው ላይ ለመሰልጠን ነው። ለዚህ ትልቅ ምሳሌ የሚሆን "ወድቀህ ብትሰግድልኝ ይህን ሁሉ እሰጥሀለሁ" (ማቴ 4፥8-9)። ሕያው ቃሉን ስናጠና ሰይጣን ዲያቢሎስ ጌታን ወደ ረጅም ተራራ ወስዶ የዓለምን መንግስታት ሁሉ፤ ክብራቸውንም አሳይቶ እነርሱን ሁሉ ስጦታ አድርጎ እንደሚሰጠው ቃል ይገባለታል። ስጦታ አልነበረም የጠላት ዓላማ ከእርሱ ጋር እንዲስተካከል አልፈለገም ከተገዛኽልኝ ውሰደው ማለት ስጦታ አይደለም። ጠላት ዲያቢሎስም ሆነ በአዳም ኃጢአት ሥር ያለው የሰው ዘር ስጦታ ብሎ የሚሰጠው ይኖራል፤ ምላሽ ግን የሚጠበቅ ነው። ምንአልባት ስጦታችን ከምግብ ከእንጀራና ከውኃ ያለፈ አይደለም። ስጦታ ብለን የምንሰጣቸው ከዚያ ያለፈ መሆኑን ጌታችን ኢየሱስ ይገልጣል። በምሳሌውም "እንኪያስ እናንተ ክፉዎች ስትሆኑ ለልጆቻችሁ መልካም ስጦታ መስጠት ካወቃችሁ በሰማይ ያለው አባት ለሚለምኑት እንዴት አብልጦ መንፈስ ቅዱስን ይሰጣቸው" (ሉቃ. 11፥13)።

ታላቁ መምህር እናንተ ክፉዎች ናችሁ ይላቸዋል፤ የሰው ልጅ ልብ ክፉነው። በዚያ ዓመፀኛና ክፉ በሆነ ልቡ መልካም መስጠት ይችል ይሆናል ግን ማለትም እርስት ገንዘብ

ውርስ ያገኝ ይሆናል፡፡ ጌታም ቀደም ሲል ከእናንተ ከማናችሁም ልጁ እንጀራ ቢለምነው ድንጋይ ይሰጠዋል? እያሉ ስጦታው ከቁሳቁስ ያለፈ እንዳልሆነ ያስተምረናል፡፡ አብልጦ መስጠት የሚችል ጌታ ነው፡፡ የሰጪው ልብ ክፉ ካልሆነ በስተቀር፤ ስጦታ በራሱ ምንም ክፋት የለውም፡፡ አስከፊው ነገር ከስጦታው በስተጀርባ ያለው ምክንያት ነው፡፡ ለከበሬታና ለውዳሴ፤ ለአድናቆትና ለብዝበዛ የሚደረግ ሲሆን ጎጂ ነው፡፡ ሰዎች ለሐገር ብለው እስከ ሞት አፋፉም በመድረስ ሐገር ወዳድ በመሆናቸው ሰንደቅ ዓላማቸውን ሊያቆሙ ይችሉ ይሆናል፡፡ አንዳንዶች ያንን ምዕራፍ ተሻግረው የስልጣን ቁንጮ ላይ ሊወጡ ይችሉ ይሆናል፡፡ ቁም ነገሩ እዚያ ጋር አይደለም፡፡ በትረ መንግሥትን ካገኙና ዘውድን ከጫኑ በኋላ ለሐገር መኖራቸው በሚዛን ሲለካና ሲመዘን የራሳቸውን ትተው ለሕዝብ መኖራቸው ነው፡፡ እስቲ ደግሞ ወደ እግዚአብሔር ስጦታ ወደ ባሕሪው እንመልከት ጌታችን ኢየሱስ ክርስቶስ እስከ መስቀል ሞት ድረስ ሄደ፡፡ መጽሐፍ ቅዱሳችን እንደሚለው ሞትን በኀልጎታ ጫፍ ላይ ድልነሳልን፡፡

ጌታም የክብርና የምሥጋና ዘውድ ጭኖ እንደሚታይ የዕብራዊው ጸሐፊ በምዕራፍ ሁለት ላይ ይገልጣል፡፡ ይሁን እንጂ ይህን ሞት የሚባለውን ድል አድርጎ የተነሣው የሞት አንድ ምዕራፍ ሲቀረው ባሳየው ጀግንነት ሳይሆን የሞትን ሲቃ ከቀመሰ በኋላ ነው፡፡ እንደበግ በሸላቾች ፊት ቆመ ጭንቀትን በቅርብ የቀመሰው እሱ ብቻ ነው፡፡ ነፍስ ግቢ ነፍስ ውጪ የሞትን ጣር ያጣጣመው እርሱ ብቻ ነው፡፡ ዳዊት እረኛው ስለ መሲሁ መከራ እንዲህ ይላል "ጭንቀት ቀርባለችና የሚረዳኝ የለምና ከእኔ አትራቅ፡፡ ብዙ በሬዎች ከበቡኝ የሰቡትም ፍሪዳዎች ያዙኝ እንደ ነጣቂና እንደሚጮኽ አንበሳ በላዬ አፋቸውን ከፈቱ፡፡ እንደውኃ ፈሰስሁ አጥንቶቼም ሁሉ ተለያዩ ልቤ እንደ ሰም ሆነ በአንጀቴም መካከል ቀልጦዋ ሀይሌ እንደ ገል ደረቀ በጉሮሮዬም ምላሴ ተጣጋ ወደ ሞትም አሸዋ አወረድኸኝ ብዙ ውሆች ከብበውኛልና የክፉተኞች ጉባኤ ያዘኝ እጆቼንና እግሮቼን ቸነከሩኝ፡፡ አጥንቶቼ ሁሉ ተቆጠሩ...." (መዝ 22፥12-17)

ምንም እንኳ ይህን ያህል ሞት የቀመሰ ቢሆንም መከራው ከመታወቅ ያለፈ ሲሆን በመንፈስ ቅዱስ አይኖቹ የበሩለት ለዘላለምዓለም ወደ ማስተዋል የሚደርስበት ይሆናል፡፡ ይህ ጌታ ሁሉን ስልጣን ካገኘ በኋላ የሞተለትን የሰው ልጅ የባሪያነት ሕይወት ሳይሆን የንግሥና ሕይወት ይኖር ዘንድ አብሮ በሰረገላው ላይ አስቀመጠው፡፡ ጌታ በሚሄድበት በሚመላለስበት የክብር ሰረገላ ላይ ይህን ስጦታ የተቀበለ ሁሉ አብሮ ሊኖረው ይመላለስበት ዘንድ ስጦታው ነፃ እንደሆነ ያስተምረናል፡፡ ሁል ጊዜ ከእርሱ ጋር ይገባና ይወጣ ዘንድ የእርሱ ድል የእኛ ድል ይሆን ዘንድ ላመንን ነፃ ስጦታ ሰጠን፡፡

ሐዋርያው ጳውሎስ(1ኛ ቆሮ 15፥56) "ነገር ግን በጌታችን በኢየሱስ ክርስቶስ በኩል ድል መንሳትን ለሚሰጠን ለእግዚአብሔርም ሥጋና ይሁን።" ሐዋርያው እያለ ያለውን አስተዋል ነውን?አማኝ በዚህ ዓለም ሲኖር ከፍታና ዝቅታ ያጋጥመዋል። በከፍታ ሕይወት እያለን ከፍ ካለው በላይ ከፍታን ያገኝ ዘንድ ያደርገዋል። እንዲሁ ደግሞ በዝቅታ በውድቀት (በሸለቆ) ሲገባ እጁን ይዞ ያወጣዋል። የክብርና የምሥጋና ዘውድ ሥፍራ ላይ እንዲመላለስ በሞቱ የተቀናጀውን የድል አክሊል ይደፋበታል። ማለትም ሁል ጊዜ ድል ያለው ሕይወት እንዲኖረው ስጦታው ነፃ ነው። በእርሱ ያመኑ እርሱን የተደገፉ ይህን ስጦታውን ያለኩነኔ በሙሉ ነፃነት ይኖሩት ይመላለሱት ዘንድ ያደርጋል። ይሄ ደግሞ ዓለም ከሚሰጠው ስጦታ ምንኛ የተለያየ ነው። የበለፀገው ለድሃው ስጦታ ሲሰጠው ወይ እንደብድር ወይ ሊሞካሽበት ይሆናል። ጌታችን ኢየሱስ የሰጠው ስጦታ ራሱን ነው። ለራሱ አይኖርም። ለሞተላቸው ይኖራል። "ስለ እነርሱም ሊማልድ ዘወትር በሕይወት ይኖራል" (ዕብ 7፥25) "ስለ እኛ ቀዳሚ ሆኖ ገባ" (ዕብ 6፥25)

ይህን መሠረታዊ እውነት የሆነውን ቃል ባለ ማወቅ የሚኖሩ አማኞች ጥቂት አይደሉም። የስጦታ ነገር በሰጪውና በተቀባዩ ዘንድ በቅዱሳን ኅብረት ትልቅ ውዝግብ ያመጣ ነው። በስጦታዎች መታመን መደገፍ በስጦታዎች መነገድ አንዱ በአንዱ ላይ መበላለጥ ይህ ከጌታ እግዚአብሔር ሆነ ከወልድ ሆነ ከመንፈስ ቅዱስ የምንማረው አይደለም። ድኛለሁ ብሎ በኃጢአት መዘፈቅ የመንፈስ ቅዱስ ስጦታዎች አለኝ ብሎ እኔ እበልጣለሁ ብሎ መመካትና ሌሎችም የተለያዩ ስህተቶች በቆሮንቶስ ቤተ ክርስቲያን እንዲሁም በሌሎች አብያተ ክርስቲያን የሚታዩ ናቸው ክርስቲያን ከዚህና ከመሳሰሉ ስህተቶች ለመትረፍ የእግዚአብሔር ስጦታ ባሕሪይውን ማወቅ ማትረፊያው ይሆናል።

"ስጡ ይሰጣችኋል" የሚለውም ሆነ ሌሎችም የመዝራት የማጨድ ሕግ ላይ የተመሠረቱ ስጦታዎች በዚህ መሠረታዊ ስጦታ ላይ ካልተመሠረቱ ከጥቅማቸው ጉዳታቸው አደገኛ ይሆናል። እንዲሁም በማያምኑ ትዝብት ማፈሪያ እስከ መሆን ያደርሳል። በእጃችን ላይ ያለ በከረጢታችን ያለ ሆነ በቡሀቃችን ያለ ሊጥ እና ዘይት ሆነ እንኳቻ ከሰማይ የተሰጠን መሆኑን ተገንዝበን ይሆን? ንጉስ ዳዊት ለእግዚአብሔር ቤተ መቅደስ ሊሰራ ሲል የተናገረው ፅኑ ማስረጃ ይሆናል።

"ጌታዬ እግዚአብሔር ሆይ አንተ ባሪያህን ታውቃለህና ዳዊት ሳይናገርህ ዘንድ የሚጨምረው ምንድር ነው?" (2ኛ ሳሙ 7፥20) "አቤቱ በሰማይና በምድር ያለው ሁሉ የአንተ ነውና ታላቅነትና ኃይል ክብርም ድልና ግርማ ለአንተ ነው አቤቱ መንግሥት የአንተ ነው አንተም በሁሉ ላይ ከፍ ከፍ ያልህ ራስ ነህ። ባለጠግነትና ክብር ከአንተ ዘንድ ነው።

አንተም ሁሉን ትገዛለህ ኃይልና ብርታት በእጅህ ነው ታላቅ ለማድረግ ለሁሉም ኃይል ለመስጠት በእጅህ ነው። ...ሁሉ ከአንተ ዘንድ ነውና ከእጅህም የተቀበልነውን ሰጥተንሃልና ይህን ያህል ችለን ልናቀርብልህ "እኔ (እኛ) ማንነኝ?ሕዝቤስ ማን ነው? ..." (1ኛ ዜና 29፥11-17)የምንሰጠውን ስናውቅ ከየት እንዳገኘንና ደግሞም አትርፎ አትረፍርፎ የሚሰጠን ምንጩ ማን መሆኑ ከተረዳን እግዚአብሔር ይከብርበታል። በእምነት የሚመላለስ አማኝ በእጁ ላይ ያለውን ጥቂት ነገርም ቢሆን በእምነት ያካፍላል። ሲያካፍልና ሲሰጥም፣ በእምነት ቃሉን ይታዘዛል እንጂ የበለጠ ለማግኘት አስቦ አይሰጥም። ጌታ ኢየሱስ ብዙ ስጦታን ከሚሰጡት ሃብታሞች ይልቅ ሳንቲም የሰጠችውን መበለት አደነቃት። እሷ ይህን ስታደርግ የነበረው ከልቧ ነበር፤ ጌታም የተመለከተው ልቧን ነው። "በእምነት አድኗችኋል" የሚለው ቃል የመታመን የመደገፍ ሐሳብ ያዘለ ሲሆን ይህ እምነት ከእግዚአብሔር የወጣ ስጦታ መሆኑን ማስተዋል ይገባል። ይህ አይነቱ እምነት አጋንንት የሚያምኑት አይነት አይደለም። ነገር ግን ሐዋርያው ጴጥሮስ በሁለተኛው ደብዳቤው ምዕራፍ 1፥1 የክብር እምነት በማለት ይገልጠዋል። ፊሊ. 1፥29 አማኝ በእምነት በሕይወት ሲኖር ሲመላለስ የባሕሪ ለውጥ ይታይበታል። ትሁት አመሥጋኝና ያረፈ ሰው ይሆናል። ያመነ ወደ እረፍት ገብቶ መኖሪያው የእረፍት መንደር ላይ ነው። መገኛውም በዚያ ሲሆን ደስታ አድራሻው ይሆናል። በዚህ ክፉና ዓመንዝራ ትውልድ መካከል አማኙን ልዩ የሚያደርገው ይሄ ነው።

ስፐርጀን፡- በጸጋው ድናችኋል የሚለው በዚህ ምእራፍ ሁለት ጊዜ እናገኘዋለን።ይህም ጳውሎስ ያስተማረውን ሰዎች እንዳይረሱ መድገም አስፈላጊ ሆኖ አግኝቶት ነው።በአሁን ጊዜ የእምነት መጥፋትን እያመጣ ያለው መዳን የሚገኘው በጸጋ ሳይሆን በሥራ ነው የሚለው አመለካከት ነው።ሰዎች ከእምነት በሆነ ፀጋ በክርስቶስ ኢየሱስ ይጸድቃሉ። የፍጥረታዊ ሰው ጥል ያለውም ከዚህ እውነት ጋር ነው።በጸጋ ከሚገኘው ጽድቅ ይልቅ በራሳቸው ቅድስና ለመዳን ይፈልጋሉ።

ብሌይዝ ፓስካል፡- ሰውን ቅዱስ ለማድረግ ፀጋ በጣም አስፈላጊ ነው።ይህን የሚጠራጠር ማንም ቢኖር ግን ያ ሰው ቅዱስ ማለት አልያም ሰው ማለት ምን እንደሆነ የማያውቅ ነው።በብሉይ ኪዳንም ሆነ በአዲስ ኪዳን ሰዎች እየዳኑ ያሉት በአንድ አይነት መንገድ ብቻ ሲሆን እርሱም ከእምነት በሆነ ጸጋ ነው።እግዚአብሔር ኃጢያተኞችን የሚያድንበት ሁለት መንገድ የለውም።

ዉወስት፡-ፀጋን ሲገልጸዉ እንዲህ ይላል፡-አረማዊ በሆነው ግሪክ ዘንድ ጸጋ አንድ ግሪካዊ ለሌላው እንዲሁ ከቸርነትና ክፍያ ሳይጠብቅ የሚያደርገውን ውለታ የሚገልጽ ነበር።

በአዲስ ኪዳን ውስጥ ደግሞ እግዚአብሄር የሰው ልጆችን እዳ ሊሸከም ከዙፋኑ ወርዶ በቀራኒዮ የሰራውን ውለታ የሚያመለክት ነው፡፡በግሪኮች ዘንድ ውለታ የሚዋለው ለወዳጅ እንጅ ለጠላት አይደለም፡፡በእግአ,ዚአብሄር ዘንድ ደግሞ ውለታ የተደረገው እግዚአብሄርን አምርሮ ለሚጠላ ሀጢያተኛና ጠላት ነው፡፡እግዚአብሄር መስቀሉ ድነትን በመስቀሉ ሲያስገኝልን አብሮ ያስቀመጠው ምንም ግዴታ የለም፡፡ድነት ለሚያምን ሁሉ ከእግዚአብሄር የልብ ቸርነት የሚሰጥ ነው፡፡(ወውስት. ኪኔዝ. ኤስ የወዉስት ቃላቶች ከግሪክ አዲስ ኪዳን ጥናቶች: ኢ.ርድማንስ)

የጸጋ ሀይል፡- ሲቪላይዜሽን በሚለው የቴሌቪዠን ፕሮግራም በአለም አቀፍ ደረጃ ታዋቂ የነበረው ሎርድ ኬነዝ ክላርክ ኖሮ ያለፈው በኢየሱስ ክርስቶስ ሳያምን ነው፡፡ሆኖም በግለ ታሪኩ ላይ አንድ ቤተክርስቲያን ሲጎበኝ የቀመሰውን የሚያሸንፍ መንፈሳዊ ገጠመኝ ጽፏል፡፡ «ከአሁን በፊት ከማውቀው ሁሉ በተለየ መላ እኔነቴ ሰማያዊ በሆነ ደስታ ነደደ፡፡ ይቶ ግን «ዘ. ግሉም. አፍ. ግሬስ» ችግር ፈጠረ ይላል፡፡ ፈቃዱን ሰጥቶ ቢቀጥል መለወጡ የማይቀር ሆነበት፡፡በሌላ በኩል ቤተሰቦቹ አይምሮውን እንደሳተ ሰው ሊያዩት ነው፡፡ያ ጥልቅ ሀሴት ቆይቶ ቅዠት ቢሆንስ የሚል ሀሳብም መጣበት፡፡በመሆኑም ሀሳቡን ሲያጠቃልል «መንገዴን እንዳልቀይር ከአለም ጋር በጥልቅ ተሳስሬአለሁ»ይላል፡፡(ሎርድ. ኬኔት. ክላርክ. የእኛ የየዕለት እንጀራ, የካቲት 15, 1994)

በእምነት

በ... አማካኝነት -- በግሪክ ዳያ diá / dee-ah' ሲሆን አንደ ተግባር የሚፈፀምበትን ሁኔታ ለማሳየት የምንገለገልበት መስተዋድዳዊ ሀረግ ነው፡፡ እምነት መዳን ወደ ሀጢያተኞች የሚፈስበት ቦይ ነው ወይም የድነት መሣሪያ ነው፡፡ (መጽሐፍ ቅዱስ ጥቅሶች የብሉይና / የአዲስ ኪዳን ግሪክ መዝገበ ቃላት. የቲየር ትርጉም)

ሀሮልድ ሆህነር፡- ፀጋ የድነት መሠረት ነው፡፡ እምነት ደግሞ የድነት መቀበያ ነው፡፡ ድነት ለሁሉም የቀረበ ነው፡፡ የሚያገኙት ግን በእምነት የሚፈልጉት ብቻ ናቸው፡፡ እግዚአብሔር እጁን ዘርግቶ እነሆ ድነት ውሰዱ እያለ ነው፡፡ እጅን በእምነት ዘርግቶ እሽ ብሎ መቀበል የሰው ድርሻ ነው፡፡ አብርሃም ይህን አደረገ፤ ዳነም፡፡ (ኤፌሶን-ኤንኪጄቲካል ኮሜንታሪ)

ዉወስት፡- በእምነት የሚለው ሀረግ የሚናገረው እግዚአብሔር በፀጋ ያቀረበውን ድነት ስለምንቀበልበት መሣሪያ ነው፡፡ (ወውስት. ኪኔዝ. ኤስ የወዉስት ቃላቶች ከግሪክ አዲስ ኪዳን ጥናቶች: ኢ.ርድማንስ)

ቶማስ ቼመርስ፡- እምነት ልክ እንደ ለማኝ እጅ ነው፡፡ ምፅዋቱ ላይ ምንም ሳይጨምርበት ይቀበላል፡፡ ፀጋ ምንጩ ነው እምነት መንገዱ ነው፣ ድህነት ደግሞ ውጤቱ ነው፡፡ ወይም ፀጋ ማከማቻው ግድብ ነው ፤ እምነት መውረጃው ቦይ ሲሆን ፣ ድነት ደግሞ ኃጢያቴን አጥቦ የሚወስደው ዥረት ነው፡፡(ቅድመ አስቲን)

ሉተር፡- እግዚአብሔር ዓለምን በፈጠረበት በዚያው መንገድ እምነትን በሰው ልብ ውስጥ ይፈጥራል፡፡ ዓለምን ሲፈጥር ምንም አልነበረም፡፡

ኤስ. ልዊስ. ጆንሰን፡- ማመን ራሱ የእግዚአብሔር ስጦታ ቢሆንም እኛም የማመን ሰዋዊ ኃላፊነት አለብን፡፡ ስለዚህ ካልዳናችሁ ትድኑ ዘንድ በጌታ ኢየሱስ ክርስቶስ እመኑ ብየ ጥሪ አቀርብላችኋለሁ፡፡

ኮንስታብል፡- ድነት የምንቀበልበት መንገድ እምነት ይባላል፡፡ እምነት እግዚአብሔር ድነትን ይሸልመን ዘንድ የምንሠራው *ሥራ* አይደለም፡፡ አንድ ሰው ከሌላ ሰው ስጦታ ለመቀበል እጁን ሲዘረጋ *ሥራ* እየሠራ አይደለም፡፡ ምስጋናው የሰጪ እንጂ የተቀባዩ አይደለም፡፡ እንዲሁ እምነትም የሚያስመሰግን *ሥራ* አይደለም፡፡ (ኤፌሶን ኤክስፖዚተሪ ሐተታ)

ዉወስት፡- ኃጢያተኛ ይድን ዘንድ እምነት በጌታ በእየሱስ ክርስቶስ ላይ ሲያሳርፍ የሚከተሉትን እያደረገ ነው፡- ኢየሱስ ክርስቶስን በተፈጥሮ ሊታመን የሚገባው እንደሆነ አድርጎ እየቆጠረ ፤ ኢየሱስ ክርስቶስ እሠራለሁ ያለውን ለመሥራት ችሎታው እንዳለው እያመነ ነው፡፡ የነፍሱን ድነት ለኢየሱስ ክርስቶስ በአደራ እየሰጠ ነው፡፡ ነፍሱን የማዳኑን *ሥራ* ለጌታ ኢየሱስ አሳልፎ እየሰጠ ነው፡፡ይህም በአጠቃላይ ራስን ሙሉ በሙሉ ለክርስቶስ አዳኝነት አሳልፎ መስጠት ማለት ነው፡፡(ወውስት. ኪኔዝ. ኤስ የወዉስት ቃላቶች ከግሪክ አዲስ ኪዳን ጥናቶች: ኢርድማንስ)

ዊሊያም ባርክሌይ፡- እምነት ተቀባይ ከመሆን ይጀምራል፡፡ ይህም የእውነቱን መልዕክት ለማድመጥ ፈቃደኛ መሆን ነው፤ ቀጥሎም በሃሳቡ መስማማት፡፡ ነገር ግን መስማማት ብቻውን አይበቃም፡፡ ብዙ ሰዎች አንድ ነገር እውነት መሆኑን ያውቃሉ፡፡ እውነቱን ለመቀበል ግን ዕርምጃ አይወስዱም፡፡ የመጨረሻው ደረጃ አእምሯዊ መስማማቱ ወደ መቀበል እና ወደ ማመን የሚያድግበት ነው፡፡ ሰው ወንጌልን «ሰማያዊ እውነት» ሲል ይስማማል ከዛም አምኖ ላመነበት ለዚያ ራሱን አሳልፎ ይሰጣል፡፡ የሚያድን እምነት ነገሩን መገንዘብና በአእምሮ የመስማማት ጉዳይ አይደለም፡፡ የሚያድን እምነት ከንስሃ፣ ራስን

አሳልፎ ከመስጠት፣ መታዘዝን ከመራብ ተነጥሎ የሚታይ አይደለም።(ባርክሌይ, ደብሊው ዱይሊ ስተዲስ ተከታታይ ተከታታይ, ሪቨርስ ፊላደልፊያ: ዌስትሚንስተር ፕሬስ)

ቻርለስ ስዊንዶል፡- ክርስቶስን አለማመን ማለት ለክርስቶስ አለመታዘዝ ማለት ነው። ሲገለበጥም እንደዚያው ነው፤ በክርስቶስ ማመን ለክርስቶስ መታዘዝ ነው። ዮሐንስ እኮ በግልጽ ይነግረናል ‹በልጁ የሚያምን የዘላለም ሕይወት አለው። በልጁ የማያምን ግን የእግዚአብሔር ቁጣ በእርሱ ላይ ይኖራል እንጂ ሕይወትን አያይም።› (ዮሐንስ 3፡36) ማመን መታዘዝ ሲሆን፣ አለማመን አለመታዘዝ ነው። (ስዊንዶል, ሲ. አርከ, እና ዚከ, አር. ቢ. የክርስቲያን ሥነ መለኮትን መረዳት-ቶማስ ኔልሰን)

"ማንም እንዳይመካ ከሥራ አይደለም" በእግዚአብሔርም ስም የተጠራው በእግዚአብሔር ፊት መመኪያ ነው ብሎ አስከፊ በሆነው ኃጢአት እንዳይወድቅ ሐዋርያው በዚህ ዓረፍተ ነገር መንፈሳዊ እውቀትን ለክርስቶስ አካል ይሰጣል። ከኃጢአት ሁሉ አስከፊና አፀያፊው ትዕቢት ነው። ትዕቢትና መመካት ሲኖር የውድቀት ጅማሬ ነው። አንድ አማኝ የሚመካበት ምንም ነገር እንደሌለ ሁሉ በጸጋውና በትንሳኤው ጉልበት የተደረገ እንደሆነ እንጂ መዳናችን በሥራ ላይ የተመረኮዘ እንዳልሆነ ያስረግጣል። ሐዋርያው ጳውሎስ በሮሜ መጽሐፍ ላይ ለኪዳኑ ሕዝብ ለእሥራኤላውያን ሲገልጥላቸው መከራከሪያ ነጥቡን በየረድፉ ሲያስቀምጥ እንመለከታለን። (የሮሜን ጥናት ትመለከቱ ዘንድ እናበረታታችኋለን)

ይህን ሃሳብ በጥቂቱ እንመልከት አንደኛ አባታቸውን አብርሃምን ይታመኑ ነበር። ሐዋርያው ጳውሎስ አብርሀም በሥራ አልጸደቀም ይላቸዋል (ምዕራፍ 4) እግዚአብሔር እሥራኤልን መምረጡ እንጂ የእነርሱ ሥራ ውጤት አልነበረም (ምዕራፍ 9) (ሮሜ 3፥20፣ 27-28፥2 9፥11፣16)ለቆሮንቶስ ሰዎች ክርስቶስ ራሱ ጽድቃችን ቤዛነታችን ስለ ሆነ አትመኩ ይላል። 1ኛ ቆሮ 1፥29-31 ይህ ደግሞ እግዚአብሔር ለእሥራኤል የሚያስተምራቸው የሚያስጠነቅቃቸው አይነተኛ ጉዳይ ነበር። (መሳ 7፥2 ዘዳ 32፥27 ኤር 9፥ 23)እግዚአብሔር መንፈሳዊ ትዕቢትን ይፀየፈዋል። (ያዕ4፥6 ሉቃ 18፥9-14)

የቀረጥ ሰብሳቢውና የፈሪሳዊው ምሳሌ የሚያሳየን በትህትናና በትዕቢት መሃከል ያለውን ትልቅ ልዩነት ነው። ፈሪሳዊው የሃይማኖት ሰው ነኝ ባይ ነው። ይጸልያል ፣ይጾማል፣ አሥራቱን ይሰጣል፣ከቤተመቅደሱ ሁል ጊዜ አይጠፋም፣በሰዎች ዘንድ የጽድቅ ሥራ ነው የሚባለውን ነገር ሁሉ ይፈጽማል፣ዘርፋፋ የሃይማኖት አልባሳትን ለብሶ ጻድቅ መሆኑን ለሰዎችያሳያል። ቀራጩ ደግሞ በሰዎች ዘንድ የሚታወቀው በኀጢአተኛነቱ ነው። ራሱም

ሳይቀር ስለ ራሱ ያለው ግምት ኀጢአተኛነት ነው፡፡ የልብ መሰበርም ይታይበታል፡፡ በፈሪሳዊውና በእርሱ መሃከል ያለው ትልቅ ልዩነት የልብ መሰበር ትህትና ነው፡፡ ፈሪሳዊው ስለ ራሱ ያለው ግምት ትልቅ ከመሆኑ ሌላ ስለ ሌሎች ያለው ግምት ደግሞ ንቀት ነው፡፡ ሌሎችን በንቀት ዐይን ይመለከታል፡፡ ቀረጥ ሰብሳቢው ደግሞ በተቃራኒው ስለ እራሱ ኃጢአተኛነት ነው የሚያውቀው፡፡ በእርሱ ልብ ውስጥ እርሱና አምላኩ እንጂ ሌሎች ሰዎች ቦታ አልነበራቸውም፡፡ ከዚህም የተነሳ የራሱን ድካም ያውቃል፤ቀና ብሎም ወደ ሰማይ መመልከት አልደፈረም፡፡

የዘመናችን ትምህርት አንዳንዶች እመን . . . ስለ ድካምህ አታውራ፣ስኬት ድል እንዳለህ ብቻ ተገንዘብ፣ከአንደበትህ ኃጢአተኛ ነኝ፣ደካማ ነኝ፣አልበቃም ብለህ አታስብ፤እንዲህ የምትል ከሆነ እግዚአብሔርን ትጠራጠረዋለህ ማለት ነው ብለው ያስተምራሉ፡፡ ከዚህም የተነሳ የንስሃ ጸሎት የሚባለውን በእነርሱ ዘንድ እንደ ስህተት ይቆጠራል፡፡በረከትን እንዳንወርስ እንቅፋት ይሆናል፡፡ እግዚአብሔር አባትን መጠራጠርና የልጅነት መብትን መርሳት ነው ብለው ያስተምራሉ፡፡ በእውነቱ ግን በዚህ የ(ሉቃስ 18፥9-14)ታሪክ ላይ የምንመለከተው የቀራጩ ኃጢአተኛነቱን መረዳትና በግልጽ ንስሃ መግባቱ ከዚህም የተነሳ በእግዚአብሔር ፊት ጻድቅ ሆኖ መገኘትን ነው፡፡ጌታም ሲናገር “እላችኋለሁ ከፈሪሳዊው ይልቅ ይሄኛው በእግዚአብሔር ዘንድ እንደ ጸደቀ ተቆጥሮ ወደ ቤቱ ተመለሰ . . .” ይለናል፡፡ እግዚአብሔር ትዕቢትን ይጸየፈዋል፡፡

8 ጸጋው በእምነት አድኖአችኋልና፤ ይህም የእግዚአብሔር ስጦታ ነው እንጂ ከእናንተ አይደለም፤

በእምነት አድኖአችኋልና ማር16፥16፤ሉቃ7፥50፤ዮሐ 3፥ 14-18፣36፤ 5፥24፤ 6፥27-29፣35፣ 40፤ሐዋ 3፥39፤ሐዋ15፥7-9፤ 16:31፤ሮሜ 3፥22-26፤ 4፥ 5፣16፤ 10፥ 9፣10፤ገላ 3፥14፣22፤ 1ኛዮሐ 5፥10-12

የእግዚአብሔር ስጦታ ነው እንጂ ከእናንተ አይደለምማቴዎስ 16፥17፤ዮሐ 1፥12፣13፤ 6፥37፣ 44፣65፤ሐዋ14፥27፤ 16፥14፤ሮሜ 10፥14፣17፤ፊል 1፥29፤ ቆላ 2፥12፤ያዕ 1፥16-18

9 ማንም እንዳይመካ ከሥራ አይደለም።

ሮሜ 3፥ 20፣27፣28፤ 4፥ 2፤ 9፥11፣16፤ 11፥6፤ 1ኛቆሮ 1፥29-31፤ 2 ጢሞ 1፥9፤ቲቶ 3፥3-5

2፡10 እኛ ፍጥረቱ ነንና እንመላለስብ ዘንድ እግዚአብሔር አስቀድሞ ያዘጋጀውን መልካሙን ሥራ ለማድረግ በክርስቶስ ኢየሱስ ተፈጠርን፡፡

የአ.ፌ.በ.አ. አገልግሎት / የኤፌሶን መልእክት ትምህርት

ይህ አባባል የመጀመሪያውን አሮጌውን አዳም እግዚአብሔር ከፈጠረበት አፈጣጠሩ ጋር ይመሳሰላል፡፡ "እኛ የእግዚአብሔር እጅ ሥራዎች ነን፡፡" ....ያበጀን፣ ያስተካከለን፣ ሙታን የነበርነውን የሕይወት እስትንፋስ እፍ ያለብን እርሱ ነው፡፡ የአሁኑን አፈጣጠር ግን ልዩ የሚያደርገው በክርስቶስ ኢየሱስ የሕይወት መስዋዕትነት የተከናወነ በመሆኑ ነው፡፡ በክርስቶስ ኢየሱስ አዲስ ፍጥረት ሆንን፡፡

ፍጥረቱ፡- በግሪክ *ፖዬማ* poiēma / poy'-ay-mah ይሰኛል፡፡ *ፖየማ* ማለት እንደ ሀውልት፣ ዘፈን፣ ስነ ሕንፃ፣ ግጥም፣ ስዕል ወይም ሌላ ማንኛውም በጥበብ የተፈጠረ የጥበብ ሥራ ነው፡፡ በመጽሐፍ ቅዱስ *ፖዬማ* የሚያመላክተው የእግዚአብሔርን ፍጥረት ነው፡፡ የቀድሞውን ዘመን አሰብሁ *ሥራህንም* ሁሉ አሰላሰልሁ የእጅህንም *ሥራ* ተመለከትሁ (መዝሙር 143፡5)፡፡ *ፖዬማ* በጥንታዊ ጽሑፎች ውስጥ የዕደ ጥበብ ባለሙያዎችን ለመግለጽ ይውል እንደነበር ሄሮዶተስ ዘግቧል፡፡(መጽሐፍ ቅዱስ ጥቅሶች የብሉይና / የአዲስ ኪዳን ግሪክ መዝገበ ቃላት. የቲየር ትርጉም)

የቀደመው እግዚአብሔር ያዘጋጀልን መልካም *ሥራ* አለ፡፡ ይኸውም እርሱን እያከበርነው፣ የአምልኮ መስዋዕትን ለእርሱ እያቀረብን እንድንኖር አስቀድሞ አዘጋጀን አሁን መዳናችንን ዳግመኛ በጸጋው ካገኘን በኋላ ይህን መልካም *ሥራ* እንደ ገና እንፈፅማለን፣ በተጨማሪም ሌሎች ወደዚህ መልካም *ሥራ* እንደ ገና እንዲመጡና እንደ ገና እንዲፈጠሩ ለዓለም ጥሪያችንን እናደርጋለን፡፡

የአዳም ዘር ሁሉ በውስጡ ብቁ እንዳልሆነ እንዲሰማው የሚያደርግ ጩኸት አለው፡፡ በእግዚአብሔር ልጅ ያላመነው በህሊናው ሕግ ይመላለስ ዘንድ ባለመቻሉ የአዳኝ ያለህ የሚል ጩኸት ይሰማዋል፡፡ እግዚአብሔርን የማወቅ ብርሃን በህሊናቸው ተገኝቶ መኖር የሚገባቸው ፈጣሪን በመፍራት እንደ ሆነ ይደወልባቸዋል፤ በዚህም ምክንያት በተለያየ ኃይማኖት ጥላ ሥር በመሆን በትግል ውስጥ ያሉ ስፍር ቁጥር የላቸውም፡፡ ሌሎች ደግሞ ተስፋ ቢስ ሆነው የተቀመጡ አሉ፡፡ የሰው ልጅ ችግር ግን ስነ ምግባር ወይም ኃይማኖት አይደለም፡፡ መፍትሔውን ባለ መድሐኒቱ ሲገልጠው፣ በዚህ መጽሐፍ የተገለጠው አዲስ ፍጥረት መሆን ነው፡፡ እግዚአብሔርን መፍራት በትእዛዛቱም መኖር አቀበትና ዳገት ለሆነው የሰው ሕይወት መፍትሄ የሚሆነው ቁስሉን በማስታገስ ሳይሆን የኃጢአት ቁስለኛ (የኃጢአት እስረኛ) የሆነውን ሁለንተናውን (ባሕሪይውን) መለወጥ ነው፡፡ አዲስ ፍጥረት ሲሆን ታግሎና ቧጥጦ የማይደርስበትን ማንነት በትንሳኤው ኃይል ያገኛል፡፡ እኛም የቀመስነው ይሄ ነው፡፡ ሕይወታችን የሆነውን ክርስቶስን ስናገኝ የውስጥ ባዶነታችን ጠፋ፡፡ ሰዎች ከቁስላቸው ሲድኑ ሆነ ሲፈወሱ በአካላቸው ላይ ጠባሳ ይገኝ ይሆናል፡፡ ነገር

ግን የናዝሬቱ ኢየሱስ የይሁዳው አንበሳ ሲነካንና ሲለውጠን አዲስ ፍጥረት (አዲስ ሰው) እንሆናለን። ለዚህ ትልቅ ምሳሌ የሚሆኑን እሥራኤላውያን ናቸው። ወተትና ማር የምታፈስው አገር ገብተው ብዙ ጊዜ ለምርኮ ይሄዱ ነበር። ተመልሰው ጌታ ይታደጋቸው ነበር። ይህ ደግሞ በእነርሱ ላይ ጠባሳ ይዞ ይቀር ነበር። ጌታ እግዚአብሔር ወደ ልጅ ኀብረት ሲያመጣን ሁለንተናዊ ለውጥ በማድረግ ነው።

አዲስ ፍጥረት የሚለውን ቃል በግሪኩ Kainos የሚል ፍቺ ይሰጠዋል። የትርጓሜው ሃሳብ እንዳለ ሲብራራም ጥራቱን የጠበቀ፣ አዲስ የሆነ፣ ከቀደመው ጋር ሲወዳደር የበለጠ እንደ ሆነ ያሳያል። ለዚህ ጥሩ ምሳሌ የሚሆነን የጌታ ምሳሌ ነው። (ማቴ. 9፥18) አዲሱና አሮጌው አቁማዳ፤ ወይንም አሮጌው ልብስና አዲሱ እራፊ ጨርቅም ይህንኑ ያሳያል።

አዲስ ፍጥረት በመሆን እግዚአብሔር ጋር በመጣበቅ እንድንኖር ሕያው የተከፈተ መንገድ እንዳለ ከቃሉ እናስተውላለን። ይህ የቅዱሳን ርስት እንደ ሆነ በዚሁ መጽሐፍ ተመልክተናል። የንግሥና እና የክህንነት ሕይወት ነው። ንግሥናው በክርስቶስ ስልጣን መመላለስን ሲያመለክት ክህንነቱ ደግሞ ማገልገልን (አገልግሎትን) ያመለክታል። ሐዋርያው ጴጥሮስ በኖረበት ዘመን እምነታቸው በእሳት ለተፈተነ አማኞች ሲናገር ስለ መዳናቸው እንዲህ ይላቸዋል *"እናንተ ግን ከጨለማ ወደሚደነቅ ብርሃኑ የጠራችሁን የእርሱን በጎነት እንድትናገሩ የተመረጠ ትውልድ፥ የንጉሥ ካህናት፥ ቅዱስ ሕዝብ፥ ለርስቱ የተለየ ወገን ናችሁ፤ እናንተ ቀድሞ ወገን አልነበራችሁም አሁን ግን የእግዚአብሔር ወገን ናችሁ፤ እናንተ ምሕረት ያገኛችሁ አልነበራችሁም አሁን ግን ምሕረትን አግኝታችኋል"*(1ኛ ጴጥ 2፥9-10) ይህ ደግሞ በእግዚአብሔር ችሎታ የሆነ እንደ ሆነ (2ኛ ጴጥ 1፥4) ይናገራል። ሐዋርያው ጴጥሮስ ይህን ታላቅ መዳን ካበሰረላቸው በኋላ ሕይወታቸው ከተፈጠሩበት ዓላማ ከሚመላለሱበት ጎዳና መንገዳቸውን ስተው እንዳይሄዱ እንዳይመላለሱ ሊያደርጉ የሚገባቸውን ይገልጥላቸዋል። ይህ አይነት ብቃት ያገኘው ሰው ማለትም አዲስ ፍጥረትን በክርስቶስ የወረሰ አማኝ የንግሥና የክንነትን ሕይወት በመተው በተዋረደና በወደቀ ሥፍራ እንዳይመላለስ ምክርን ይሰጠዋል። ምክንያቱም በክርስቶስ ኢየሱስ የተገኘው ታላቅ መዳን የብሉይ ኪዳን አማኞች እንኳ ያላገኙት ነገር ግን በሩቅ የሚጠብቁት ተስፋቸው ነው። ንጉስ ዳዊት "አቤቱ ንፁህ ልብን ፍጠርልኝ" (መዝ 51፥10) ብሎ ይጮህ ነበር። በተመሳሳዩም ሌሎቹም የብሉይ አማኞች ጌታ እግዚአብሔርን ተስፋ አድርገው ነበር። (ሕዝ 36፥25) የሰው ልጅ ጩኸት ልቡን ከኃጢአት ማንፃት ነው። ይህን ሊያደርግ የሚችል የክርስቶስ መስዋዕት ብቻ ነው። (ምሳ 20፥9)

ሌንስኪ፡- ሰዎች ለርኩሰትና ለክፉ *ሥራቸው* ምክንያት ለመስጠትእግዚአብሔር ራሱን ከእኛ ስለደበቀ ነው ብለው ሊከሱት አይችሉም፡፡(ሪቻርድ ሲንስንስኪ፡ ኮሜንታሪ አን ዘ ኒው ቴስታመንት)

ጆን ፓይፐር፡- ፍጠረት የእግዚአብሔር *ፖየማ* ወይም የጥበብ *ሥራ* ነው፡፡ እግዚአብሔር ራሱን ለመግለጥ ገጣሚ፣ ቀራጭ ወይም ሸክላ ሠሪ የሥነ ጥበብ *ሥራ* እንደሚሠራ እግዚአብሔር ደግሞ ዓለሙን ሠራ፡፡ ልዩነቱ እግዚአብሔር ሁሉን ከባዶ መሥራቱ ነው፡፡ ሮሜ 2 ላይ «እግዚአብሔር ከተሠሩት ታውቆ» ሲል ከተሠሩት የሚለው በግሪክ *ፖየማ* ሲሆን፣ ይህም ቃል ግጥም ወይም የእንግሊዝኛው poem የሚለው ቃል የተገኘበት ነው፡፡ **ግጥም** የጥበብ *ሥራ* እንደመሆኑ በውስጡ ንድፈ ሐሳብ፣ ኃይል፣ ጥበብ፣ የሚታይበት ነው፡፡ እግዚአብሔር እንዲሁ እንደ **ግጥም** አቅዶ ንድፍ ፈጠረ፤ ስለዚህ አሁን ዓለም ሁሉ ስለ እግዚአብሔር የሚያወሳ ግጥም ነው፡፡ አማኞች የእግዚአብሔር የእጅ *ሥራዎች* ናቸው፡፡ አሁንም ደግሞ በመሠራት ላይ ናቸው፡፡ ይህንን ዳዊት ይነግረናል፡፡ *እግዚአብሔር ብድራትን ይመልስልኛል፡፡ አቤት ምህረትህ ለዘላለም ነው አቤቱ የእጅህን ሥራ ቸል አትበል* (*መዘመ* 138፡8) (የእግዚአብሔር ትዕይንት ለተሳካለት አምልኮ ያለዋትን ይቅርታ ያስወግዱ)

ስፐርጅን፡- ጥቅሞቼ ሁሉ በጂሆቫ እጅ የተጠበቁ ናቸው፡፡ እግዚአብሔር አገልጋዮች የሚያሳስባቸው ሁሉ ያሳስበዋል፡፡ በመሆኑም በእነርሱ ዘንድ ዋጋ ያለው ነገራቸው ሁሉ እንዲፈጸም እንጂ እንዳይሰናከል ይተጋል፡፡ በእናንተ መልካምን *ሥራ* የጀመረው እስከ ኢየሱስ ክርስቶስ ቀን ድረስ እንዲፈጽመው ይህን ተረድቻለሁ፡፡ ፊልጵስዩስ 1፡6

ጆን ፊሊፕስ፡- ጌታ በምድር ሳለ መልካም እያደረገ ሕይወቱን እንደኖረ (ኃዋ 10፡38) ይናገራል፡፡ ዛሬ በውስጣችን ያለው መንፈሱም ያንኑ መልካም *ሥራውን* ይቀጥላል፡፡ ይህም አስቀድሞ የዘላለማዊው ዕቅድ አካል የነበረ ነው፡፡ *ፖየማ* (ፍጥረት) የሚለው ቃል እኛ የእግዚአብሔር ግጥሞች፣ ድንቅ *ሥራዎቹ* መሆናችንን የሚናገር ነው፡፡ እያንዳንዱ ሕይወታችንም እግዚአብሔር የዘላለም ዘመናትን በምስጋናው የሚሸፍን የጥበብ *ሥራውን* የሚሠራበት *ሥራ* ነው፡፡ ትልቅ የባህሪ ለውጥ፣ እውነተኛ የመወለድ ምልክት፣ ያመነውንም ካላመነው የሚለየው ነውና፤ ክርስቲያን ነን የምንል ሁሉ ሕይወታችን ለመለወጣችን ማስረጃ የሌለው ከሆነ ራሳችንን አታልለነዋል ማለት ነው፡፡

ጆናታን ኤድዋርድስ፡- ዳግም በመወለድ የሚገኘው መንፈሳዊ ሕይወት እንዲሁ ሰው በመሆን ካለው ሕይወት እጅግ የላቀ ውጤት ያለው ነው፡፡

ጃክ ሄይፎርድ፡- ፖየማ የሚለው ቃል እግዚአብሔርን እንደ ዋና ሞዴል አውጭ፣ ዓለማቱን እንደ ፍጠረቱ፣ የዳነውን አማኝ ደግሞ እንደ አዲስ ፍጥረቱ በአፅንኦት የሚገልፅ ነው፡፡ ዳግመኛ ከመወለዳችን በፊት ሕይወታችን ቤት የማይመታ፣ ምጣኔም የሌለው ስንኩል ግጥም ነበር፡፡ ዳግመኛ መወለድ ግን ሥርዓት ምጣኔና ቅርጽ ሰጠን፡፡ እኛ የእግዚአብሔር ግጥሞች፣ የጥበብ ሥራዎቹ ነን፡፡

ጆን ኮርሰን፡- እግዚአብሔር ‹እናንተ ስነ ግጥሞቼ ናችሁ፣ ለኔ ልዩዎች ናችሁና በእናንተ ተስፋ አልቆርጥባችሁም› እያለ ነው፡፡ ጠቃሚ ብቻ ሳይሆን ውብና ቅኔያዊ እያደረጋችሁ ነው፡፡

ሎሜል፡-ማንም ያለሥራ አልተወለደም፡፡ ለሚሠሩ ሥራውም መሣሪያውም አለ፡፡

ኤጲስቆጶስ ቶሮልድ፡- እያንዳንዱ ሰው እግዚአብሔር ከስጦታ ከመልካም ዕድልና ከኃላፊነት ጋር ቀብቶ ወደዚህ ምድር እንዳላከው ማስተወስ ይኖርበታል፡፡ ተሰጥኦውንና ኃላፊነቱን ወይም ተግባሩን ያላወቀ ግን ለማወቅ የሚያስፈልገውን ጥረት አላደረገም ማለት ነው፡፡ ዕድለ ቢስ ነኝ ብሎ የሚያስብም ካለ የራሱ ቸልተኝነት ዕድለ ቢስ እንዳደረገው ሲሰማ መደንገጡ አይቀርም፡፡ ሁላችንም አይናችንን ጨፍነን ማየት አንችልም፡፡ ኤጲስቆጶስ ቶሮልድ

"እንመላለስበት ዘንድ" እግዚአብሔር እንድንመላለስበት ዘንድ ያዘጋጀልን መንገድ (የሕይወት ዘይቤና እርከን) እንዳለ ያሳየናል፡፡ የእርሱ ይህን መንገድ ማዘጋጀት ለእኛ ብቃታችን እንደ ሆነ ይገልጣል፡፡ ይህ የሚያስተምረን እኛ እርሱ ባዘጋጀው የሕይወት ምዕራፍ "በልክ" ለመኖር ማለትም standard ለመኖር የሚያስችለንን ሁሉ እንደ ሰጠን ይሁን እንጂ ፍቃደኝነት ሐላፊነት የእኛ እንደ ሆነ ያስረዳናል፡፡ በክርስቶስ ኢየሱስ ላመነ አንድ አማኝ በዚያ የክብር የሕይወት ጉዞ ለመመላለስ ሐላፊነት ያለው አማኙ ይሁን እንጂ በእርሱ ውስጥ ሆኖ ብርታትንና ኃይልን የሚሰጠው የሚገዛውና የሚያስተዳድረው ጌታችን ኢየሱስ ነው፡፡

በዓለምና በጌታ ባለው አሰራር ልዩነቱ ይህ ነው፡፡ በዓለም አሰራር ፈረሱም ይሄው ሜዳውም ይሄው አንተው ተወጣው የሚል አይነት ነው፡፡ ወደ ጌታ ግን ዘወር ስንል እንደዚህ አይደለም ፍቀድልኝ እኔና አብ መጥተን በእናንተ ዘንድ መኖሪያ እናድርግ እኛ በአንተ ውስጥ እንኑር የሚል አይነት ነው፡፡ (ዮሐ 14፥23)

የእርሱ ሞት የአንተ ሞት ከሆነ የእርሱ መነሳትና በአብ ቀኝ መታየት የአንተም ይሆናል፡፡ ሕይወቱ በአንተ እየተገለጠ ይመጣል ይወርስሐል ያን ጊዜ "ይህን የክብር ጌታ ይገባ ዘንድ ፈቀድኩለት እርሱም በእኔ አድርጎ ሥራውን ሰራ" ትላለህ በሌላ አነጋገር የእርሱ ድል የእኔ የድል ሕይወት ሆነ! በማለት ለሌላው ወንድምህ ኢየሱስ ባዘጋጀው የሕይወት ጎዳና መመላለስ ብትፈቅድ ለአንተ ይበጅሃል ትለዋለህ፡፡ ምክንያቱም ክብሩ የሚገለጥበት ሰው ኢየሱስ ደምቆ የሚታይበት ይሆናልና፡፡ (ዘዳ 5፥23 መዝ 81፥13 119፥3 1ኛ ዮሐ 2፥6)

ኤክስፖዚተርስ፡- በድንጋጌው ውስጥ ለመልካም ሥራዎች በሰጠው ቦታ የእግዚአብሔር ዓላማ የነበረው እኛ ዘወትር እንድንፈጽማቸው ነው፡፡ የመጨረሻው ግቡም መልካም ሥራን የሕይወታችን ዋና ባህሪ ማድረግ ነበር፡፡ በክርስቶስ አዲስ የተደረግን የእርሱ የእጅ ሥራዎች መሆናችንም መልካም ሥራ የአኗኗራችን ባህርይ ለመሆኑ የሚያስረዳ ነው፡፡ራሱ ጌታችን *ኢየሱስ ክርስቶስ የወደደን በፀጋም የዘላለምን መፅናናት በጎንም ተስፋ የሰጠን እግዚአብሔር አባታችን ልባችሁን ያፅናኑት በበጎም ሥራና በቃል ሁሉ ያጽኗችሁ* (2ኛ ተሰሎንቄ 2፡ 16,17)፡፡ *ስለዚህ ወዳጆቼ ሆይ ሁልጊዜ እንደታዘዛችሁ በእናንተ ዘንድ በመኖሬ ብቻ ሳይሆን ይልቁንም አሁን ስርቅ በፍርሃትና በመንቀጥቀጥ የራሳችሁን መዳን ፈጽሙ፡፡ ስለ በጎ ፈቃዱ መፈለግንም ማድረግንም በእናንተ የሚሠራ እግዚአብሔር ነው* (ፊልጵስዩስ 2፡12-13)፡፡ *በዘላለም ኪዳን ደም ለበጎች ትልቅ እረኛ የሆነውን ጌታችንን ኢየሱስን ከሙታን ያወጣው የሰላም አምላክ በኢየሱስ ክርስቶስ በኩል በፊቱ ደስ የሚያሰኘውን በእናንተ እያደረገ ፈቃዱን ታደርጉ ዘንድ በመልካም ሥራ ሁሉ ፍፁማን ያድርጋችሁ፡፡ ለእርሱ እስከ ዘላለም ድረስ ክብር ይሁን አሜን* (ዕብራውያን 13፡20-21)፡፡ (ኤክስፖዚተርስ ግሪክ ቴስታመንት)

ሂውስ፡- እያንዳንዳችን ከዘላለም ዘመናት በፊት ተጽፎ የተከደፈ የሥራ ዝርዝር አለን፡፡ ይህ የሥራ ዝርዝር የሥራውን ዓይነት ለሥራው የሚያስፈልገውን ችሎታና የሥራ ቦታውን የያዘ ነው፡፡ ኢየሩሳሌምን ትመርጡ ይሆናል፡፡ እግዚአብሔር የጠራችሁ ባቢሎን ከሆነ ግን የበለጠ የምታከብሩት በተጠራችሁበት ቦታ ላይ ነው፡፡ ለጠራችሁ ለማንኛው ሥራም ቢሆን የተሰጣችሁ ትሆናላችሁ፡፡ የተጠራችሁለትን ሥራ ስትሠሩም ይበልጥ እውነተኛ ራሳችሁን እየሆናችሁ ትመጣላችሁ፡፡ አንዳንድ ጊዜ እየሰበኩ ሳለ ያልተለመደ ፀጥታ በአዳራሹ ውስጥ ሲሰፍን ይሰማኛል፡፡ የማያቋርጠው ሳል ቆሞ፣ አግዳሚዎች መንቋቋታቸውን አቁመው ፣ ቃላት ጭጭ ባለው አየር ውስጥ እንደ ፍላፃ ሲወረወሩ፣ ንግግሬ ሲተባ፣ የድምፄ ምትና ንረት የምሰብከውን እውነት ሲያጠናክርልኝ ፣ በውስጤ ይህ እኔ ነኝ ግን እያልኩ ራሴን እጠይቃለሁ፡፡ የራሱ እጅ ሥራ ሲያገለግለው! ሁላችንም እንዲሁ እያደረግን ነው? (አር. ኬንት. ሂዩዝ . ኮሜንተሪ)

መመላለስ፡- በግሪክ **ፔሪፓቴኦ** peripatéō / per-ee-pat-eh'-o ይሰኛል ትርጉሙ በጥሬው ወዲህ እና ወዲያ ማለት ነው፡፡ በአዲስ ኪዳን ውስጥ ግን ትርጉሙ ዘይቤአዊ ሲሆን እርሱም የሰውን አኗኗር ወይም የኑሮ ዘይቤ የሚወክል ነው፡፡(መጽሐፍ ቅዱስ ጥቅሶች የብሉይና / የአዲስ ኪዳን ግሪክ መዝገበ ቃላት. የቲየር ትርጉም)

ጆ ቬርኖን ኤም ሲ ጂ፡- በክርስትና ሕይወት መመላለስ በአየር እንደተሞላ ፊኛ ወደ ላይ መነሳት (እርገት) አይደለም፡፡ ብዙ ሰዎች እንደሚመስላቸው ወደ ህዋ እንደሚወነጨፍ ሮኬት መነጠቅም አይደለም፡፡ የክርስትና ሕይወት የሚመራው እቤት ውስጥ፣ ቢሮ፣ መማሪያ ክፍል ውስጥና መንገድ ላይ ነው፡፡ በዚህ ዓይነቱ ሕይወት መውጣት መግባቱ ነው መሄድ (መመላለስ) የሚባለው፡፡

ሬይ ስቲድማን፡- በክርስቲያን ሕይወት ውስጥ መመላለስ የሚባለው ሁለት ዕርምጃ የመራመድ ጉዳይ ነው፡፡ ጳውሎስ እንደገለፀው የመጀመሪያው ዕርምጃ አሮጌውን ሰው ማውለቅ ሲሆን፣ ሁለተኛው ደግሞ አዲሱን ሰው መልበስ ነው፡፡ ከዛ በአዲሱ ሰው አካሄድ መሄድ እየደጋገሙ መመላለስ ነው፡፡ መጽሐፍ እንኖርበት ዘንድ የሚመክረን ይኸው ነው፡፡(ሬይ. ስቲድማን፡ ኮሜንተሪ)

ዋረን ዋየርስቢ፡- በተግባር መታዘዝ ማለት እግዚአብሔርን ማስደሰት፣ እርሱን ማገልገል፣ እርሱንም ይበልጥ እያወቁ ማደግ ነው፡፡ እማኝን በዙሪያው ካለው የዓለም ፍላጎት የሚነጥል ማንኛውም ትምህርት መንፈሳዊ ትምህርት አይደለም፡፡ (ዋረን. ዋየርስቢ፡ኮሜንተሪ)

ሚልበርን ኮክሬስ፡- ድነት ክርስቶስ ለእኛ በሠራው ላይ የተመሠረተ ሲሆን ሽልማቶች ደግሞ እኛ ለክርስቶስ በምንሠራው ላይ የተመሠረቱ ናቸው፡፡

ወንጌላዊ ዲ. ኤል. ሙዲ፡- እያንዳንዱ መፅሐፍ ቅዱስ በጫማ ቆዳ ሊጠረዝ ይገባል፡፡

አስቀድሞ ያዘጋጀው በግሪክ **ፕሮኢቶማኤዲዞ**proetoimázō / pro-et-oy-mad'-zoሲሆን አስቀድሞ ማወቅ፣ አስቀድሞ ማዘጋጀት ወይም መዘጋጀት ማለት ነው፡- *ዓለም ሳይፈጠር በፊቱ ቅዱሳንና ነውር የሌለን በፍቅር እንሆን ዘንድ በክርስቶስ መርጦን* (ኤፌሶን 1፡4)፡፡ *ነገር ግን እግዚአብሔር ቁጣውን ሊያሳይ ኃይሉንም ሊገልጥ ወዶ አስቀድሞ ለክብር ባዘጋጃቸው በምሕረት ዕቃዎች ላይ የክብሩን ባለጠግነት ይገልጥ ዘንድ* ... (ሮሜ 9፡ 22 - 23) (መጽሐፍ ቅዱስ ጥቅሶች የብሉይና / የአዲስ ኪዳን ግሪክ መዝገበ ቃላት. የቲየር ትርጉም)

ቪንሰንት፦ እግዚአብሔር የምንራመድበትን የግብረገብ መስክ አስቀድሞ አዘጋጅቶልናል፤ ያዘጋጀውም የእምነት ውጤት የሆነውን ሥራ ብቻ ሳይሆን ለሥራው የሚሆነውን ጠባይና አቅጣጫም ጭምር ነው፡፡ (ቪንሰንት ኮሜንተሪ)

ኤክስፖዚተርስ ግሪክ ቴስታመንት፦ አስቀድሞ ያዘጋጀው (ፕሮኢቶማኤዚዞ) ማለት አስቀድሞ ማሰናዳት ነው፡፡ የቃሉ ቅድመ ቅጥያ ፕሮ - ከፍጥረት በፊት ያለውን ዝግጅት የሚገልጽ ነው፡፡ እግዚአብሔር በዳግም ልደት በክርስቶስ ሳይፈጥረን በፊት መልካም ማድረግን (መልካም ሥራን) ለእኛ ወስኖ አዘጋጅቶልናል፤ ስለዚህ ከሕይወታችን የሚፈልቁበት የማይታዩ ምንጭ አለ፡፡(ዘ ኤክስፖዚተርስ ግሪክ ኪዳን)

ፑልፒት ኮሜንተሪ፦ መልካም ሥራዎች የመለኮት ድንጋጌ አጀንዳዎች ናቸው፡፡ ዓለም ሳይፈጠር አስቀድሞ በፀጋው ምክንያት በመልካም ሥራ እንዲመላለሱ ታውጇል፡፡ ሰዎች ያለሥራ ስለሚሆነው ድነት ሲሰሙ ሥራ ጥቅም እንደሌለው ትኩረትም ሊሰጠው እንደማይገባ አድርገው ይቆጥራሉ፡፡ ነገር ግን መልካም ማድረግ (መሥራት) የሌለበት ሕይወት የምንኖር ከሆነ ግን በፀጋ የዳንን መሆናችንን ለማመን የሚሆን ምንም ምክንያት የለንም፡፡

የእርሱ ሠራተኞች ፍጥረቱ ነን እንድንሰራ ኃላፊነት የሰጠን፤ የሥራው ባለቤት እርሱ ነው ሠራተኛውም በክርስቶስ ያለ አማኝ ሁሉ ነው፡፡ እግዚአብሔር ያከበረን ሥራውን እንድንሰራ ነው፡፡ ሥራዎቹ ደግሞ በእርሱ የማስቻል ኃይልና የጸጋ ጉልበት የሚሆኑ በመሆናቸው አማኙ ከራሱ መፍጨርጨር ወጥቶ በእርሱ ላይ መታመን ይኖርበታል፡፡ ኃላፊነት እንዳለው ያላወቀ ክርስቲያን ራሱን ከእግዚአብሔር ሕይወት እያራቀ ከመሆኑ ባሻገር ሥራዎቹ ይተጓጎላሉ፡፡ በጊዜው ሊደረጉ የሚገባቸው ሥራዎች አይሠሩም፡፡ ይህ ደግሞ አደገኛ የሕይወት አቅጣጫ እንድንመራ ፍፃሜው የሞት ጎዳና ከመሆኑ ባሻገር በእግዚአብሔር ፊት ያስጠይቃል፡፡ ትልቁ ሥራ በመጀመሪያ ተብሎ የሚጠራው አማኝ በምድራዊ ነገር ላይ ያለው ኃላፊነት ሳይሆን ቀዳሚና ዋንኛው መንፈሳዊ ሥራ ነው፡፡ ይህንን ጌታችን ለፈሪሳውያኑና ለተከታዮቹ ከተናገረው ቃል እንረዳለን "*ለሚጠፋ መብል አትስሩ ግን ለዘላለም ሕይወት ለሚኖር መብል ሥሩ እርሱን እግዚአብሔር አትሞታልና፡፡*"

እንግዲህ የእግዚአብሔርን ሥራ እንድንሰራ ምን እናድርግ? አሉት፡፡ ኢየሱስም መልሶ፦ ይህ የእግዚአብሔር ሥራ እርሱ በላከው እንድታምኑ ነው አላቸው" (ዮሐ 6፥27-29) ይህ ሥራ ነው አማኝ በክርስቶስ ካመነ በኋላ የሚሠራው፤ ሥራው የማዳን ሥራ ነው፡፡ ኃጢአተኛው ይድን ዘንድ እንጂ እንዳይሞት የማይፈቅድ አምላክ "በክርስቶስ እመን

ትድናለህ ያላመነ አሁን ተፈርዶበታል" የሚለውን የምሥራች በመናገር ሰዎች በእግዚአብሔር ሥራ (በክርስቶስ ሞትና ትንሳኤ በተገኘው መዳን አዲስ ፍጥረት ይሆኑ ዘንድ ይህ ሐላፊነት፣ በአማኝ ጫንቃ ላይ ነው! (ሕዝ 18፥23 1ኛ ቆሮ 9፥16)

እግዚአብሔር የፈጠረህ ለዚህ ነውና ያለዚያ ሕይወት ውሐን ያልያዘ ደመናና ጉዞህም ትርጉም የሌለው ይሆንብሐል፡፡ ለፈጠረህ ዓላማ ስትኖር ምንም እንኳ ብዙ ተፈታታኝ ነገሮች ከዓለም ከሰይጣንና ከሥጋ ብቅ ብቅ ቢሉም በክርስቶስ ከአሸናፊ ትበልጣለህ ሕይወት ጣፋጭ ይሆናል መአዛውም አንተንና ቤትህን አልፎ በመንደርህ ያልፍና በአደባባዮች የሕይወት ሽታ ሆኖ ይታያል! በሌላ አነጋገር ለዚህ ለተጨነቀ በጨለማ ለሚኖር ሕዝብ ብርሃን ትሆንለታለህ! በውስጥህ ይህን የወንጌል ቃል እንድትናገርለት ጸጋውን አስቀምጦአል፡፡ (ኤር 20፥9) ይህን ጥሪ ችላ ማለት ሆነህ ሥራ ፈት ብትሆን ነፍስህ ትቃትታለች ፤ ኑሮህም ችክ ይላል፡፡ በአሳ ነባሪ ሆድ እንዳለህ ነገርህ በእሾህ የታጠረ ይሆናል፡፡ ነገር ግን ተነሣ ከየት እንደ ወደቅህ አስብ ክርስቶስ ያበራልሃል!

ሥራ ፈት ፍሬ ቢስ ከመሆን አንቀላፍተው መቃብር ውስጥ እንዳሉ፣ እንደ ማይሰሙትና እንደ ማያዩት በድኖች ከመሆን ውጣ! ጌታን ማገልገል ሕይወት ነው፡፡ (2ኛ ጴጥ 1፥8 ዮናስ 1፥1-3 2፥1 ራዕ 2፥5 ሆሴዕ 2፥16) የእግዚአብሔር ሐሳብ ከማገልገል ወጥተህ እንደ ማያይ እውር መሆንህን ካወቅህ ብርሃን የሆነው ጌታ ይጠብቅሀል፡፡ እርሱ በጨለማ ብትቀመጥ ብርሃን ይሆንልሃል አንተ ብቻ ንሰሐ ግባ ምድረበዳ የሆነው ሕይወትህ ይለመልማል፡፡ ተመልሰህም ለፈጠረህ ዓላማ ታላቅ ሰራዊት ሆነህ ሥራውን ትሰራለህ ምክንያቱም ተቤዥቶአልና ለአንተ የከፈለው ዋጋ ቀላል አይደለም፡፡ (ኢሳ 41፥16 42፥16 52፥1-2 ሚኪ 7፥8) ያጌጤው ልብስ ከዓመድ የተነሳ እድፋም ሆኖ ይሆናል ፤ ነገር ግን ሁሉን አዲስ አድርጎ መልሶ የሚሰጥ ጌታ አለ፡፡

የኢያሱ ታሪክ ለሁላችን አዲስ አይደለም በዘካርያስ 3 ላይ ካህኑ ከእግዚአብሔር ፊት ሥራው ያደፈ የሆነበት ወቅት ነበር፡፡ ነገር ግን ጌታ ምን አለ? "እበሳህን ከአንተ አርቄያለሁ ጥሩ ልብስም አለብስሃለሁ" አለው፡፡ "ደግሞ ንፁህ ጥምጥም በራሱ ላይ አድርጉ"አለ፡፡ (ዘካ 3፥1-5፣7-8)

ሌላው በዚሁ ሐሳብ ላይ ልናስተውለው የሚገባ እግዚአብሔር እኛን ሲጠራ ለክብር ሕይወት እንደ ሆነ ፤ለዚህም በመስቀሉ የተከፈለው ዋጋ እጅግ ከፍተኛ እንደ ሆነ ነው፡፡ በዚህም ምክንያት አንድ አማኝ ወደ ጌታ ሲመጣ የተሰጠውን ሥራ ይፈፅም ዘንድ ይገባዋል፡፡ (ቆላ 4፥17) "....ከጌታ የተቀበልኸውን አገልግሎት እንድትፈፅመው ተጠንቀቅ"

ሁላችንም ይህን አይነት ሕይወት ይኖረን ዘንድ የእግዚአብሔር ሐሳብ ነው፡፡ (2ኛ ጢሞ 2፥21 ኤር 29፥11) አንድ አማኝ ሕይወቱ እንደ በጎ ወታደር ለጦር ያስከተለው ደስ እንደሚያሰኝ ወይንም በጨዋታ ሜዳ ላይ እንደሚገባ ይታገልና ያሸንፍ ዘንድ እንዳሰለጠነው አሰልጣኝ ኑሮው በጥንቃቄ ያለ ነቀፋ ይሆን ዘንድ ይገባል፡፡

ይህ በእግዚአብሔር ዘንድ በክርስቶስ ኢየሱስ ለእኛ የተሰጠ ርስት ነው፡፡ ይህ ግን በአማኝ ሕይወት ላይ እንዳይሆን የሚከለክል ተቀናቃኝ አለ፡፡ እርሱም *ሥጋ*ና ደም ዓለም ጠላት ዲያቢሎስ ነው፡፡ የዲያቢሎስ በር ኃጢአት ነው፡፡ ዓለም በጠላት ሥር አለ አማኝ ከእምነት ሲርቅ እና ብልቶቹን ለርኩሰትና ለዓመፃ ባሪያዎች መሳሪያ ሲያደርግ በኃጢአት ይወድቃል፡፡ ኃጢአት ደግሞ ፍሬ አለው በዚህም ምክንያት ብዙ ስብራትና መላላጥ ሊያጋጥመው ይችላል ነገር ግን የኋላውን እየረሳ ወደፊት መዘርጋት ይኖርበታል፡፡ የእምነት አንጋፋና አእማድ የሆነው ሐዋርያው ጴጥሮስ በአገልግሎቱ ድካም ታይቶበት ነበር፡፡ ገላ 2፥11፣13፣14 ሐዋርያው ጳውሎስም (ፊሊ 3፥13 ገላ 4፥14)

ሪከ ሬነር፡- *ፖየተስ* ወይም ገጣሚ የሚለው ቃል *ፖየማ* (polema) ከሚለው የመጣ ሲሆን፣ አንደኛ የሚባል የሥነ ጽሑፍ *ሥራ* መፃፍ ወይም መፍጠር የሚችል እጅግ ተደናቂ ችሎታ ያለውን ገጣሚ የሚገልጽ ነው፡፡ ጳውሎስ *ፖማ* የተሰኘውን ቃል የተጠቀመውም ስትሰሩ እና አዲስ ሰው ስትሆኑ እግዚአብሔር ከፍተኛ የመፍጠር ኃይሉን፤ ጥበቡን ተጠቅሞ በኢየሱስ ክርስቶስ አንደኛ ድንቅ የፈጠራ ሥራው አድርጎ ያወጣችሁ መሆኑን ለመግለጽ ነው፡፡ የእግዚአብሔር ሊቅ የጥበብ አይምሮ የፈጠራችሁ እናንተ ተራዎች አይደላችሁም፤ ቀደም ሲል ራሳችሁን ከሌሎች ጋር እያወዳደራችሁ እናንተ ተሰጥኦ እንደሌላችሁ፣ እንደማይገባችሁ እንደማታምሩ ተሰምቷችሁ ከሆነ ውሸት ነው፡፡ እግዚአብሔር እፁብ ድንቅ አድርጎ ለውጧችኋልና ዳግመኛ ከመወለዳችሁ በፊት እውነት የነበረው ሁሉ እንኳ አሁን ግን አይደለም፡፡ ስለሆነም ከአዲሱ ማንነታችሁ ጋር አስተሳሰባችሁንና አነጋገራችሁን አስማምታችሁ ተራመዱ፡፡ እግዚአብሔርንም ይህን ሁሉ ስጥተኸን ሳለ ስለራሴ ሸንፈትን ስለማወጀ አንደበቴም አሉታን ስለመናገሩ ይቅር በለኝ በሉት፡፡ አእምሮዬን በእውነትህ እንዳድስ፣ አንደበቴም በክርስቶስ የሆንኩትን ብቻ እንዲያውጅ እንጂ የማያንፅ ንግግር እንዳይነገር ጠብቅለኝ ብላችሁ ፀልዩ፡፡ *የማይታየው ባህርይ እርሱን የዘላለም ኃይሉ ደግሞም አምላክነቱ ከዓለም ፍጥረት ጀምሮ ከተሠሩት(ፖየማ) ታውቆ ግልጥ ሆኖ ይታያልና ስለዚህም ... የሚያመካኙት አጡ* (ሮሜ 1፡ 20-21)

የስ.ፌ.በ.ስ. አገልግሎት / የኤፌሶን መልእክት ትምህርት

ቱልፒት ኮሜንተሪ ሆሚሊ፡- ፍጥረት ድንቅ ነበር፡፡ አዲስ ፍጥረት ደግሞ እጅግ ድንቅ ነው፡፡ ከምንም ዓለምን መፍጠር ታላቅ ነገር ነው፤ ዓለምን ከፍርስርስ ውስጥ እንደገና መፍጠር ደግሞ የበለጠ ታላቅ ነገር ነው፡፡ በመጀመሪያው ፍጥረት እግዚአብሔር የፈጠረውን ሁሉ አየ እነሆ መለካም ነበር፡፡

የክርስቶስ ቤተ ክርስቲያን አገልጋይ ሲወድቅ ማንሳት ይገባታል፡፡ በዛሬ ጊዜ በጸጋ የቆመው ወድቆ እንዲሰናከል የሚደረግበት ጊዜ እየሆነ ነው፡፡ የወንድሙን ገበና መግለጥ ብቻ ሳይሆን ያላደረገውንም ጨምሮ አጣፍጦ ማቅረብ ለእግዚአብሔር ቀንቻለሁ ብሎ እንዳደረገው የተቆጠረበት ሰዓት ላይ ደርሰናል፡፡ ክርክራችንና ክሳችን ከቤተ መቅደሱ ወጥቶ ወደ አሕዛብ እጅ እየገባ ነው፡፡ የኪዳን ልጆች በኪዳኑ ሊዳኙ ይገባቸዋል፡፡ ነገር ግን በውጭ ወጥቶ ወገብን ይዞ መከራከር መካሰስ የቅዱሳን ባሕሪይ አይደለም፡፡ ምንአልባት አንደኛው ሌላውን የረታ ያሸነፈ ይመስለው ይሆናል፡፡ አስታውሱ ኢየሱስ ከሰፈር ውጪ መከራ ተቀበለ፡፡ ከሰፈር ውጪ መድኃኒት የለም! ባለመድሐኒቱ እውስጥ ወደ በረቱ ግባ ይላል፡፡ አዎ! በእኛ መካከል ፈራጆች ሊኖሩ ይገባል (1ኛ ቆሮ 6÷51) እነርሱም ሰውየው ተሰነካክሎ እንዲወጣ ተመልሶ ሕይወቱ ታድሶ እንዳያገለግል የተሰጠ ስልጣን ሳይሆን የሚያነሳ የሚሸከም ተመልሶ የሚያሰማራ ሊሆን ይገባዋል፡፡

ሐዋርያው ጳውሎስ ሰዎችን ሲዳኝ እንመለከታለን (ፊሊ 8፥11፣ 18) ጌታችን ኢየሱስ ጴጥሮስን ከስህተቱ መልሶታል (ሉቃ. 22፥32)፡፡ ይህ ማለት ለተሰራ ስህተት ተገቢው የቅጣት እርምጃ ይደረግ ሳይሆን ዓላማችን ሰውየው ተቀድሶ ተሐድሶ አግኝቶ የፈጣሪውን ፈቃድ ይፈፅም ዘንድ ነው፡፡ የእንግሊዘኛው ቃል workmanship የሚለው ቃል በግሪኩ ትርጓሜ Poieo ይለዋል፡፡ የአማርኛው የእጅ *ሥራ* ሲለው በእንግሊዘኛው (Garment) የሚለው ፍቺ ይቀርበዋል፡፡ ባለሞያው ራሱ በገዛ እጁ የሠራው፣ የከበረ ሙያዊ እውቀቱን ያፈሰሰበት የጥበብ *ሥራ* እንደ ማለት ነው፡፡ የእጅ *ሥራ* በፋብሪካ በብዛት በማሽን ከሚሠራው *ሥራ* ይልቅ አድካሚ *ሥራው* ጥራቱን የጠበቀ፣ ዋጋውም ውድ ነው፡፡ እግዚአብሔርም በገዛ እጁ እንደ ባለሙያ ሰራን ይላል ሃሳቡ፡፡

"መልካሙን *ሥራ*" ፡- እግዚአብሔር በክርስቶስ ለሚያምነው ዓለም ከመፈጠሩ በፊት ያዘጋጀው *ሥራ* መልካም *ሥራ* በመባል ይታወቃል፡፡ አብ በልጁ ኢየሱስ በምድር ላይ እንደ ሰራው አይነት ነው፡፡ ይህ *ሥራ* በቅድሚያ ሰዎች በክርስቶስ ኢየሱስ እንዲያምኑ የም*ሥራ*ቹን መስበክ ነው፡፡ በዚህ በተጨማሪም በዚህ አገልግሎት ላይ በመመርኮዝ ብዙ መልካም *ሥራዎች* ይሰራል፡፡ እነዚህ *ሥራዎች* ደግሞ በቸልተኝነት ሆነ ከይሉኝታ ወይም ማድረግ አለብኝ ከማለት ብቻ እንዳይደረጉ የጌታ ቃል ያዛል፡፡ (ማቲ 5፥16 2ኛ ቆሮ 9፥5

ቆላ 1፥10 2ኛ ተሰ 2፥17 1ኛ ጢሞ 5፥25፤10 6፥10 2ኛ ጢሞ 3፥17 ቲቶ 2፥7-14 ቲቶ 3፥8፤ 14 ዕብ 10፥24 13፥21)

በክርስቶስ ኢየሱስ ተፈጠርን

ተፈጠረ፡- በግሪክ **ክቲዞ** **ktízō / ktid'-zo** ሲሆን፣ አንድን ነገር ወደ መኖር ማምጣት ወይም ወደ መሆን መጥራት ማለት ነው፡፡ ግሪኮች ቃሉን የተጠቀሙት የአንድን ቦታ፣ ከተማ ወይም ግዛት መቆርቆር ለመግለጽ ነው፡፡(መጽሐፍ ቅዱስ ጥቅሶች የብሉይና / የአዲስ ኪዳን ግሪክ መዝገበ ቃላት. የቲየር ትርጉም)

ቻርለስ ሆጅ፡- ከክርስቶስ ጋር አንድ መሆን አዲስ የሆነ የቅድስና ሕይወት ምንጭ ነው፡፡ ለዚህም ነው መልካሙን *ሥራ* ለማድረግ ተፈጠራችሁ የተባለው፡፡ ክርስቶስ «ከአመፅ ሁሉ እንዲቤዠን መልካሙንም ለማድረግ የሚቀናውን ገንዘቡም የሚሆነውን ሕዝብ ለራሱ እንዲያነፃ ስለ እኛ ነፍሱን ሰጥቶአልና» ቅድስና የድነት መደምደሚያ ነው፡፡ ከዚህ አኳያ በኃጢያት የሚኖሩ የድነቱ ተጠቃሚ አይደሉም (ድነቱ የሚያቅፋቸው አይደሉም)፡፡ (ቻርለስ. ሆጅ፡ ኤፌሶን 2:10 ኮሜንተሪ)

***ሥራ*፡-** በግሪክ **ኤርጎን** **érgon / er'-gon** ማንኛውንም ተግባር የሚገልጽ ቃል ነው፡፡ መልካም ማድረግ የባህሪያችን ዋና መለያ መሆን ይገባዋል፡፡ አማኝ ክርስቶስን ሊያገለግል እንጂ ራሱን ሊያገለግል አልዳነም፡፡ ይህ በእግዚአብሔር ማስቻል የሆነ ለውጥ ሴት ወይም ወንድ በክርስቶስ ለመሆናቸው አብይ ማስረጃው ነው፡፡ ነገር ግን በቤተክርስቲያንም ይሁን በከተማ ወይ ሀገር ውስጥ የሚሠራ *ሥራ* ሁሉ በመንፈስ አነሳሽነት የተሠራ መልካም *ሥራ* ነው ማለት አይደለም፡፡ነው፡፡(መጽሐፍ ቅዱስ ጥቅሶች የብሉይና / የአዲስ ኪዳን ግሪክ መዝገበ ቃላት. የቲየር ትርጉም)

ግሪን፡- ድነት በባህርዩ መልካም *ሥራን* አስከትሎ የሚመጣ ነው፡፡ የተሰሎንቄ አማኞች ከጣኦት እግዚአብሔርን ወደ ማገልገል ተመልሰው መዳናቸውን አረጋግጠዋል (1 ተሰሎንቄ 1:9)፡፡ የኤፌሶን አማኞች የአስማት መጻሕፍቶቻቸውን በሕዝቡ ሁሉ ፊት አቃጥለው ልባቸው መለወጡን አሳይተዋል (ኃዋ 19:18-20)፡፡ ቀደም ሲል የኃጢያት ባሪያዎች የነበሩት የሮማ ክርስቲያኖችም የድነትን ትምህርት ተቀብለው ለጽድቅ የመታዘዝ ባሪያዎች ሆነዋል (ሮሜ 6:14 -23)፡፡ *ሥራ* ከድነት ጋር ግንኙነት የለውም ነገር ግን *ሥራ* ድነት በልብ ውስጥ መታተሙን ይመሰክራል፡፡ መልካም የምናደርገው የእግዚአብሔር ልጆች ስለሆንን የመንግሥቱንም መንገድ ስለያዝን እንጂ የመንግሥተ ሰማይ መግቢያ ለማግኘት

አይደለም፡፡ ድነት በፀጋ የሆነ የእግዚአብሔር ስጦታ ነው፡፡ ዘላለማዊ ሽልማቶችን መቀበል ደግሞ በታማኝ መጋቢነታችንና ሥራችን የሚወሰን ይሆናል፡፡ (የሐዋርያው ጳውሎስ መልእክቱ ለኤፌሶን ሰዎች. በኦሊቨር ቢ. ግሪን. 1963)

መልካም፡- በግሪክ **አጋቶስ** agathós / ag-ath-os' ሲሆን፣ ትርፋማ ሌሎችን የሚጠቅም ማለት ነው፡፡ በይዘቱ መልካም የሆነ ነገር ግን ሌሎችን ሊጠቅምም ላይጠቅምም የሚችል በግሪክ **ካሎስ** ይባላል፡፡ ቅዱሳን ግን ለካሎስ ሳይሆን ለአጋቶስ የተጠሩ ናቸው፡፡ የእግዚአብሔር ሰው **ፍፁምና ለበጎ** ሥራ ሁሉ የተዘጋጀ ይሆን ዘንድ የእግዚአብሔር መንፈስ ያለበት መጽሐፍ ሁሉ ለትምህርትና ለተግሳፅ ልብንም ለማቅናት በፅድቅም ላለው ምክር ደግሞ **ይጠቅማል** (2 ጢሞቴ 3፡ 16-17)፡፡ (መጽሐፍ ቅዱስ ጥቅሶች የብሉይና / የአዲስ ኪዳን ግሪክ መዝገበ ቃላት. የቲየር ትርጉም)

ቫይን፡- መልካም ሥራ ለክርስቶስ ስም የሚሠራ ማንኛውም ሥራ ሲሆን፣ እንዲህ ያለውም ፍሬያማ ነው፤ ሠሪው ደግሞ አማኙ የሚደገፍበት መንፈስ ቅዱስ ነው፡፡(ቫይን, ደብሊዩ. ኢ. ቫይን. ኤክስፖዚተሪ ዲክሽነሪ .ናሽቪል.ቶማስ ኔልሰን)

ዘ ኪንግ ጀምስ ቨርዥን ባይብል ኮሜንትሪ፡- በውስጣችን ያለው ክርስቶስ መልካም ማድረጉን ይቀጥላል፡፡ ያለ ሥራ ለመልካም ሥራ ድነናል፡፡ መልካም ሥራ የድነታችን ዓላማ የእምነታችን ደግሞ ማስረጃ ነው፡፡ ሥራ ድነትን አያመጣም ድነት ግን መልካም ሥራን ይፈጥራል፡፡ ስለሆነም ሰው መልካም በማድረግ ባይፀድቅም የፀደቀ ሰው ግን መልካምን ያደርጋል፡፡ ይህ ሥራ የድነት ምክንያት ሳይሆን ውጤት፤ ሥር ሳይሆን ፍሬ መሆኑን የሚያሳይ ነው፡፡ ሰው እንደ ክርስቲያን መኖር ይችል ዘንድ መጀመሪያ ክርስቲያን መሆን፤ መልካም ያደርግ ዘንድ ደግሞ አስቀድሞ መልካም መሆን አለበት፡፡ *ፀጋው በእምነት አድኖችኋልና ይህም የእግዚአብሔር ስጦታ ነው እንጂ ከእናንተ አይደለም፡፡* (ኤፌሶን 2፡ 8) (ዶብሰን, ኤ ጎር, ቻርለስ ፌይንበርግ, ኢ. ሂንሰን, ውድሮ ክለል, ሄ ኤል ኤል. ዊልሚንግተን: ኪንግ ጀምስ ቨርዥን. የመጽሐፍ ቅዱስ ሐተታ)

ስፐርጀን፡- እግዚአብሔር ከእርሱ ጋር ለዘላለም ኅብረት ለማድረግ የሚበቁ ቅዱስ ሰዎችን መፍጠር ዓላማው ስለሆነ የእርሱ ሕዝብ የሆኑት መልካምን እጅግ አብዝተው የሚያደርጉ እንዲሆኑ ይፈልጋል፡፡ ለዚህም እንደ ውድ ልጆቹ እርሱን እንድንቀስመው እርሱ ያለውን ዓይነት መልካም ባህሪያትም እንዲኖረን ይተጋል፡፡ *«እንግዲህ የሰማዩ አባታችሁ ፍፁም እንደሆነ እናንተ ፍፁማን ሁኑ»* ማቴዎስ 5፡48፡፡

ዊልያም ፔን የማውቀው በሕይወት አንድ ጊዜ ብቻ ኖሬ እንደማልፍ ነው። ስለሆነም ሌላ ዕድል አይኖረኝምና እንደኔ ላለው ፍጡር ላሳየው የምችለው መልካምነት ካለ በኋላ ሳልል አሁን ላድርገው።

ማርቲን ሉተር ስለ ሕግ ሥራ እና ስለ እምነት የሚከተለውን ብሏል፦ ያለሕግ ሥራ ሰው እንዴት ሊጸድቅ ይችላል? የሚል ጥያቄ ይቀርብለታል። ለዚህ ምላሽ እንዲህ አለ፦ ኃዋርያው በሕግና በእምነት በፊደልና በፀጋ መካከል ያለውን ልዩነት ያስቀምጣል። የሕግ ሥራ በሕግ የሚሠራ ከእምነትና ከፀጋም ያልሆነ ነው። የሚሠራውም አንድም ከፍርሀት ሌላም ላለው ጊዜያዊ ጥቅም ነው። የእምነት ሥራ ግን በነፃነት መንፈስ ለእግዚአብሔር ካለ ፍቅር ብቻ የሚደረግ ነው። ይህን ማድረግ የሚችሉት ደግሞ በእምነት የዳኑት ብቻ ናቸው።

ጦጣ የሰውን ተግባር ጥሩ አድርጎ መቅሰም ስለቻለ ሰው ነው አይባልም። ሰው ቢሆን ደግሞ የሚሆነው ያለጥርጥር በእግዚአብሔር ጣልቃ ገብነት እንጂ የሰውን ድርጊት መቅዳት በመቻሉ አይደለም። ስለዚህ ሰው ከተደረገ የሰውን ነገር በሚገባ ይከውናል። ጳውሎስም እምነት እምነትነቱን የሚገልጥ ሥራ የለውም አይልም። እርሱ የሚለው እምነት የሚየፀድቀው ያለህጉ ሥራ ነው የሚለውን ነው። ከዚህ አንፃር ፅድቅ የሕግ ሥራ አይፈልግም። ሕይወት ያለውና ሥራንም የሚሰጥ እምነት ግን ይፈልጋል። አባታችን እግዚአብሔር ሁሉ ነገር የእምነት ጥገኛ እንዲሆን፣ እምነት ያለውም ሰው ሁሉን ማግኘት እንዲችል፣ የሌለው ግን ምንም እንዳያገኝ አድርጓል። መንፈስ ቅዱስ ልብ ውስጥ የሚያስርፀው እውነተኛ ሕይወት ያለው እምነት እንዲሁ ያለ ሥራ ሊቀመጥ አይችልም። (ማርቲን ሉተር)

ዊልያም ቡዝ፦ እምነት እና ሥራ ልክ እንደሚራመዱ እግሮች ጎን ለጎን ዕርምጃ በዕርምጃ አብረው የሚሄዱ ናቸው። ይህም መጀመሪያ እምነት ከዛ ሥራ ቀጥሎ ደግሞ እምነት እያለ የቱ የትኛው እንደሆነ መለየት እስከሚያቅት ድረስ የሚጓዝ ነው።

ዶክተር ሀርላን ሮፐር፦ አንድ ራሱን ያመመው ሰው የመዳኒት ብልቃጡን አንስቶ ላዩ ላይ የተፃፈውን እያነበበ ‹እነዚህን ትዕዛዞች ማን እንደፃፋቸው አውቃለሁ። ሁሉም ነገር ደግሞ ትክክል መሆኑን አምናለሁ፤ በመዳኒቱ ሙሉ በሙሉ ስለምተማመንበት ራስ ምታቴን እንደሚያሽለኝ አውቃለሁ› ካለ በኋላ መድሃኒቱን ሳይጠጣ መልሶ መደርደሪያው ላይ ቢያስቀምጠው ከራስ ምታቱ ይፈወሳል? የሞተ እምነት ማለት ይህ ነው።

10 እኛ ፍጥረቱ ነንና፤ እንመላለስበት ዘንድ እግዚአብሔር አስቀድሞ ያዘጋጀውን መልካሙን ሥራ ለማድረግ በክርስቶስ ኢየሱስ ተፈጠርን።

እኛ...ነንና ዘዳ 32÷6÷መዝ 100÷3፤ 138÷8፤ኢሳ 19 25፤ 29÷23፤ 43÷21፤ 44÷21፤ 60÷21፤ 61÷3; ኤር 31÷33፤ 32÷39፣40፤ዮሐ 3÷3-6፣21፤ 1ኛቆሮ 3÷9፤ 2ኛቆሮ 5÷5፣17፤ፊል 1÷6፤ ፊል2÷13; ዕብ 13÷21

ፍጥረቱ ኤፌ4÷24፤መዝ 51÷10፤ 2ኛቆሮ 5÷17፤ገላትያ 6÷15፤ቆላ 3÷10

እግዚአብሔር አስቀድሞ ኤፌ1÷4፤ሮሜ 8÷29

እንመላለስበት ዘንድ....ያዘጋጀውን ዘዳ 5÷33፤መዝ 81÷13፤119÷3፤ ኢሳ 2÷3-5፤የሐዋ9÷31፤ ሮሜ 8÷1፤ 1ኛዮሐ 1÷7፤ 1ኛዮሐ 2÷6

መልካሙን ሥራ ማቴ 5÷16፤ሐዋ 9÷36፤ 2ኛቆሮ 9÷8፤ ቆላ 1÷10፤ 2ኛ ተሰ 2÷17፤ 1ኛጢሞ 2÷10፤ 5÷ 10፣25፤ 1ኛጢሞ 6÷18፤ 2ኛጢሞ 2÷21፤ 3 17፤ቲቶ 2÷7፣14፤ 3÷1፣8፣14፤ዕብ 10 24፤ 13÷21፤ 1ኛጴጥ2÷12

በክርስቶስ ኢየሱስ ተፈጠርን ኤፌ4÷24፤መዝ 51÷10፤ 2ኛቆሮ 5÷17፤ገላ 6÷15፤ቆላ 3÷10

2÷11-18

ከቁጥር 11 በኋላ ያለውን ሃሳብ ስለዚህ ብሎ ነው የሚጀምረው:: እስከ ቁጥር 10 ድረስ ካለው ሃሳብ ጋር ተያያዥነት እንዳለው እንረዳለን:: ቀድሞ በአካላቸው ላይ መገረዝ ባደረገላቸው ሰዎች "ያልተገረዙ" እየተባላችሁ በሃጢአተኛነት ስማችሁ ይነሳ ነበር፣ ዛሬ ግን ይህ ተለውጧል፣ በጸጋው እንደ ዳናችሁ ይህን አስታውሱ፣ የቀደመው ከስ በሙሉ አልፏል የሚላቸው ይመስላል::

የቀደመው ግርዛት በሰው እጅ የተደረገ ግርዛት ነበር:: በዚህም እንኳን ሰዎች ራሳቸውን ጻድቅ አድርገው ሌሎችን፣ አሕዛብን ይኮንኑበት ነበር:: ከአሕዛብ ወገን የነበሩቱ ያን ጊዜ ያለ ተስፋ ነበሩ:: በእግዚአብሔር ላይ የነበራቸው ተስፋ ፈፅሞ የሚታሰብ አልነበረም:: እንዲያውም ከክርስቶስ የተለዩ፣ የእግዚአብሔር ወገን ናቸው ከሚባሉት እሥራኤላውያን የራቁ፣ ለኪዳኑም ተስፋ ባዕዳን ነበሩ::

2፡11 ስለዚህ እናንተ አስቀድሞ በሥጋ አሕዛብ የነበራችሁ፥ በሥጋ በእጅ የተገረዙ በተባሉት ያልተገረዙ የተባላችሁ፥ ይህን አስቡ፤

ስለዚህ፡- በግሪክ ዲዮdió / dee-o'ይሰኛል:: ዲዮ በዚህም ምክንያት ስለሆነም ማለት ሲሆን፣ መደምደሚያ ለማቅረብ የሚገባ ቃል ነው:: (መጽሐፍ ቅዱስ ጥቅሶች የብሉይና / የአዲስ ኪዳን ግሪክ መዝገበ ቃላት. የቲየር ትርጉም)

ደብሊው. ጂ. ብሌይክ፡- የጳውሎስ ሃሳብ ማጠቃለያ በ ‹ስለዚህዎች የተቀመጠ ነው፡፡ ስለዚህ በሚለው ቃል ሀሳቡን ወደ አንድ ትምህርት ይሰበስበዋል፡፡ ይህም ኤፌሶኖች ባለፈውና በአሁኑ መካከል ያለውን ለውጥ በተፈጥሮ የነበሩትንና በፀጋ የሆኑትን እንዲያስታውሱ ሊረዳቸው ፈልጎ ነው፡፡(ፑልፒት ኮሜንታሪ: ኤፌሶን)

ኤክስፖዚተርስ፡- ዲዮ ወይም ስለዚህ የሚለው ቃል ቀጥሎ የሚመጣው፣ አስቀድሞ ለተባለው (ለተነገረው) ነገር መደምደሚያ እንደሆነ የሚጠቁም ነው፡፡ በእግዚአብሔር ፀጋ የተደረጉላቸው ታላላቅ ነገሮች ከምን ወስጥ እንዳወጣቸው እንዲያስታውሱ ያደርጋቸዋል፡፡ የዳኑበትን ያለፈውን ማስታወሳቸው ደግሞ አሁን ላሉበት እንዲያመሰግኑና መልካም እየሠሩ እግዚአብሔር ባየላቸው መንገድ በጥንቃቄ እንዲሄዱ ያደርጋቸዋል፡፡ ነው፡፡(ኤክስፖዚተርስ ግሪክ ቴስታመንት)

ጆን ኤዲ፡- በውስጣቸው መኩራራት እንዲይፈጠር ፊት የነበሩበትን ሁኔታና ጠባይ መርሳት የለባቸውም፡፡ እንዲህ ያለው የማስታወስ ልምምድም ትህትናቸውን ያጠነክራል፣ ስለ መለኮታዊ ፀጋ ያላቸውን አመለካከት ወይም የሚሰጡትን ቦታ ከፍ ያደርገዋል፡፡ በተጨማሪም ለማያቋርጥና ፅኑ ለሆነ ምስጋና ያነሳሳቸዋል፡፡(ጆን ኤዲ ኮሜንታሪ)

ሲ. ኤስ ልዊስ፡- የነበርንበትን መለስ ብሎ ማየትና በክርስቶስ የማዳን *ሥራ* አሁን የሆነውን ማየት ለእኛ የሚጎዳን አይደም፡፡ ለመጣልን ድነትም አንድ ዘለላ እንባ ብናፈስም አይጎዳንም፡፡ በብዙ ነገር የሚታወቀው ጆን ኒውተን፡- የክርስቶስ አገልጋይ ከሆነም በኋላ ዘዳግም 15፡15ን ጠረጴዛው ላይ በማስቀመጥ ይታወቅ ነበር፡- *አንተም በግብጽ ምድር ባሪያ እንደነበርህ አምላክህም እግዚአብሔር እንዳዳነህ አስብ* ስለዚህ ... (ዘ ዳግም 15፡15) ስለዚህ ሁሌም የወጣንበትን ቦታ ማስታወስ መልካም ነው በክርስቲያን ሕይወታችን ውስጥም ከፍ ያለ ጠቀሜታ አለው፡፡(ሲ. ኤስ. ልዊስ፡ በክርስቶስ ደም ቀርባችኋል)

"ይህን አስቡ"

አስቡ፡- በግሪክ **ምኔሞኒኦ** mnēmoneúō / mnay-mon-yoo'-o ሲሆን፣ እግዚአብሔር የሰጠውን አእምሮ ተጠቅሞ ሰዎችን፣ ነገሮች፣ ሁኔታዎችን በልቦና መዝግቦ መያዝ ነው፡፡ ጳውሎስ እየጠቀሰ ያለው ማስታወስ ተራ አእምሯዊ ልምምድ አልያም የተወሰኑ እውነታዎችንና ሁኔታዎችን ማስታወስ ሳይሆን ያለፈውን ነገር በጥሞና አስቦ በዚያም ላይ ዕርምጃ ለመውሰድ የሚያስችል ተመስጦን የሚጨምር ማሰብ ነው፡፡

የሰ.ፌ.ቤ.ስ. አገልግሎት / የኤፌሶን መልእክት ትምህርት

መዳንህን ለመጨረሻ ጊዜ ያስታወስኸው መቼ ነበር? ከክርስቶስ ውጭ የነበርህበትንስ ጊዜ? ያን ትልቅ ድነትዎን ቆም ብሎ ለማስታወስ አሁን ትክክለኛ ሰዓት ሊሆን ይችላል፡፡ ይህ ለነፍስ ጥሩ የመከላከያ መድኃኒት ነው፡፡ ለዳነ ሰው የወጣበትን ጉድጓድ መለስ ብሎ ከማየት የበለጠ ለምስጋና የሚያነሳሳው ነገር የለም (ኤፌሶን 2፡1-3) *ቀድሞ ጨለማ ነበራችሁና አሁን ግን በጌታ ብርሀን ናችሁ* (ኤፌ 5፡8) (መጽሐፍ ቅዱስ ጥቅሶች የብሉይና / የአዲስ ኪዳን ግሪክ መዝገበ ቃላት. የቲየር ትርጉም)

የፈሪሳውያንን ከጽድቅ መጉደል የሚያሳስብ ነው፡፡ ለፈሪሳውያን አሕዛብን ያልተገረዛችሁ ናችሁ ብሎ መናገር በየእለቱ የተለመደ ተግባር ነው፡፡ ለእነርሱ ይህን መስበክ አዳጋች አይደለም፡፡ አሕዛብ የአብርሃም ግርዛት ርስት ድርሻ የላችሁም ይላቸዋል፡፡ የአብርሃም ግርዘት ከእግዚአብሔር ጋር እርቅን እንዳደረገ የሚያሳይ ምልክት ነበር፡፡ ፈሪሳውያኑ በዚያ እጅግ ይመኩ ነበር፡፡ ይህ ደግሞ የተሳሳተ እንደ ሆነ ሐዋርያው ለሮሜ ሰዎች በጻፈው ደብዳቤው መረዳት እንችላለን፡፡ እንዲያውም በሥጋ የአብርሃም ዘር ከሆንህ ልጅ ነኝ ማለት አትችልም ብሎ በማስረገጥ ይነግራቸው ነበር፡፡ (ሮሜ 9÷4-5፤6) የኪዳኑ ልጆች በእግዚአብሔር ይመኩ ዘንድ ይገባቸዋል ማለትም በምሕረቱና በቸርነቱ እንጂ በተሰጣቸው ሥርዓት ሊመኩ አይገባም፡፡ ሕግ እንዲያውም ታቦት ላይ እንዳይመኩ ገልጦ ያስተምራቸዋል፡፡ (ኤር 9÷24) ፈሪሳውያን መንፈሳዊ እውርነት ነበራቸው በእግዚአብሔር የተደገፉ ይመስላቸዋል፡፡ አደጋገፋቸው ግን የተሳሳተ ነበር፡፡ (ሮሜ 2÷17-24) ስንመለከት ያወቁ ይመስላቸዋል፡፡ በሕዝቡ ዘንድ ተሰሚነት አላቸው መምህር ተብለው ይጠራሉ ግን በአለቱ ላይ ተመሥርተው አልቆሙም ትልቁ ቁም ነገር በሰው ዘንድ የሚሰጠው ግምት ሳይሆን በጌታ ዘንድ ያላቸው እይታ ቦታ ነው!

በመሠረቱ አሕዛብም ሆኑ አይሁዶች መገረዝ አለመገረዛቸው ፋይዳ የለውም፡፡ ጌታ የሚሻው የልብን መገረዝ ነው፡፡ ስለዚህ የበለጠ ለመረዳት የሮሜን መጽሐፍ ምዕራፍ 2÷25-29 ይመልከቱ፡፡

ስለ ቀደመው ማንነትህ ብቻ ማሰብ ተገቢ አይደለም፡፡ ዛሬ በክርስቶስ ኢየሱስ የሆንከውን ካላየህ ኪሳራ ነው፡፡ የፈሪሳውያኑ ችግር ሁሉን ከምድራዊ ከሰው ሥርዓት ጋር በማያያዝ ያደርጉት ስለ ነበር ነው፡፡ ጌታም ስለዚህ ተግባራቸው ይነቅፋቸዋል፡፡ ከዚህም የተነሣ አምልኮ ሆነ የሚቀርበው ሥራቸው ከንቱ እንደ ሆነ ይገልጣል፡፡ (ማቴ 5÷20) የጽድቅ ሥራ የፈፀሙ መስሎአቸው ራሳቸውን በጾም ያደከማሉ፡፡ መጽሐፍትን ይመረምራሉ ወደ እግዚአብሔር ደረታቸውን እየደቁ ማቅ ለብሰው ይቀርባሉ፡፡ ሆኖም ጌታ እኔ ይሄን ተፀይፌዋለሁ ይላቸዋል፡፡ (ኢሳ 58÷2፤6-8 ማቴ 15÷9)

የስ.ፌ.በ.ስ. አገልግሎት / የኤፌሶን መልእክት ትምህርት

ብዙውን ጊዜ በሥጋዊ አስተሳሰብ ላይ በተመሠረተ ስግብግነት የሚሰራ ሥራ በፈሪሳውያኑ ዘንድ ይገኝ ነበር:: እውሮችና የእውር መሪዎች ናቸው እንደ ነዚህ አይነት ሰዎች ለጥቅማቸውና ለክብራቸው የቆሙ ሲሆኑ የእግዚአብሔርን ባሪያዎች ሲያሳድዱ እግዚአብሔርን ያገለገሉ ይመስላቸዋል:: ተከነዋል ከሀንነታቸው ግን የጌታን ባሪያዎች ለማሳደድ ይጠቀሙበታል (ዮሐ16÷2)::

የእግዚአብሔርን መልካም *ሥራ* ለመ*ሥራ*ት ወደ ግራ ወደ ቀኝ መመልከት አደገኛ ጉዳይ ነው:: ብዙ የሚያማምሩ የሚያስጎመጁ ነገሮች አማኙን ከማገልገል ሕይወት ያወጣዋል:: ነገር ግን ወደ ቃሉ እንድንመለከት ጌታ ምክርን ይሰጣል:: (ኢያሱ 1÷7-8) እግዚአብሔርን ሳትሰማ ማደግ ኃጢአት ነው:: ሳኦል ችግሩ ይሄ ነበር:: በጌልጌላ ላይ ለመስዋዕት የሚቀርቡ ምርኮዎችን አስቀረ:: እግዚአብሔር ግን ባደረገው *ሥራ* ደስተኛ አይደለም:: (1ኛ ሳሙ 15÷21-23) በቤትህ በመንደርህ የሰበሰብካቸው ምርኮዎች ሊኖሩ ይችላሉ:: ቁም ነገሩ ግን እግዚአብሔር በዚያ ደስተኛ ነውን? በጎ *ሥራ* እንደ ጌታ ፈቃድ ስትሰራ ፍሬ አለው:: በቅድሚያ የምትሰራው ጥቅማ ጥቅሙን በመመልከት ሳይሆን በእምነት ነው:: (ያዕ. 2÷18-22) እምነት ደግሞ "ብድራቴን ከእግዚአብሔር አገኛለሁ" ይላል:: ዕብ 11፡6 ይህን አይነት በጌታ ዘንድ ዋጋ አለኝ የሚለው አይነት መልካም *ሥራ* ፍሬ አለው:: ይህም ትእዛዙን በመፈፀምህ በጌታ ፍቅር ተማምነህ እንድትኖር ያደርግሃል:: *ቃሉን ግን የሚጠብቅ ሁሉ በእርሱ የእግዚአብሔር ፍቅር በእውነት ተፈጽሞአል። በእርሱ እንዳለን በዚህ እናውቃለን፤* 1ዮሐ2÷5 ሌሎች ለበጎ *ሥራ* እንዲነሳሱ ያደርጋል:: (2ኛ ቆሮ 9÷2) በዚህም ወንጌሉንና የጌታ ስም በበጎ እንዲጠራ ይሆናል:: (1ኛ ጢሞ 6÷1) ለእግዚአብሔርም ክብርና ም*ሥጋ*ና ይውላል:: ፊሊ 1፡11 ይህን በጎ ፈቃድ እናደርግ ዘንድ ከመንፈስ ቅዱስ ጋር የጠበቀ ኅብረት ይኖረን ዘንድ ይገባል:: በሕዝቅኤል "ታደርጉማላችሁ" ብሎ የተናገረው ሕያው መንፈሱ በአማኙ ሕይወት ያለ መከልከል ሲሰራ እናያለን:: (ሕዝ 36÷26-27) ለዚህ አይነተኛ ምሳሌአችን ጌታችን ኢየሱስ ክርስቶስ ነው:: መንፈስ ቅዱስ በርግብ አምሳል ወረደበት በይሁዳና በሰማርያ በኢየሩሳሌምም መልካም *ሥራ* ስራ:: *እግዚአብሔር የናዝሬቱን ኢየሱስን በመንፈስ ቅዱስ በኃይልም ቀባው፥ እርሱም መልካም እያደረገ ለዲያብሎስም የተገዙትን ሁሉ እየፈወሰ ዞረ፥ እግዚአብሔር ከእርሱ ጋር ነበረና፤ ሥራ* 10÷38 አማኝ ከእግዚአብሔር መንፈስ ጋር ይጣበቅ ዘንድ ይገባዋል:: (ፊሊ 2÷12 ዕብ 6÷11-12) እንግዲህ ከዚህ ምን እናስተውላለን? ጌታ ያለ እምነት የሆነ *ሥራ* አይሻም::

ያለ ፍቅር የሆነ ሥራ ዋጋ የለውም "ድሆችንም ልመግብ ያለኝን ሁሉ ባካፍል፥ ሥጋዬንም ለእሳት መቃጠል አሳልፌ ብሰጥ ፍቅር ግን ከሌለኝ ምንም አይጠቅመኝም" 1ኛ ቆሮ 13÷3።

ምክንያቱም በስተጀርባው እኔ የሚለውን የራስን ማንነት እንጂ የጌታን ክብር አይሻምና ነው:: ማቴ 6÷2፤5፤16 ልብ ንፁህ ሳይሆን ውዳሴ ማድረግ ጎንበስ ቀና ማለት አይገባም:: *ዓመት በዓላችሁን ጠልቼዋለሁ ተጸይፌውማለሁ፤ የተቀደሰውም ጉባኤአችሁ ደስ አያሰኘኝም። የሚቃጠለውን መሥዋዕታችሁና የእህሉን ቍርባናችሁን ብታቀርቡልኝም እንኳ አልቀበለውም፤ ለምሥጋና መሥዋዕት የምታቀርቡልኝን የሰቡትን እንስሶች አልመለከትም።* አሞፅ 5÷21-22 በውኑ ሥራ ሰርተህ በእድሜህ መጨረሻ ባዶ ከንቱ ከሆንህ ምን ይጠቅምሃል! ዛሬ ራስህን ከቃሉ ጋር አጣብቅ መንፈሱ ይግዛህ ታምነህ ተሰማራ:: የምትሰራው ለከንቱ ውዳሴ ወይስ ለክርስቶስ ፍቅር መሆኑን መርምር:: መክ 12÷13-14 ራዕ 20÷11-12 ከመገረዝ ካለመገረዝ የወጣ እልፍ ያለ መልካም ሥራን ፈፅም::የኪዳኑ ተስፋ እሥራኤል በሙሉ በብዙ ትጋት ይጠብቁት የነበረ ነው:: እሥራኤልን የሚቤዥ መሲህ ይመጣል፣ እርሱ ከቅኝ ገዥዎቻችን ሁሉ ነፃ ያወጣናል የሚልም ተስፋ ነበራቸው:: ከአሕዛብ ወገን የነበሩቱ ግን ይህን ታሪክ አያውቁም::

ሐዋርያው "አስታውሱ" ብሎ ሲላቸው የኤፌሶን ክርስቲያኖች ይህን የተደረገላቸውን ታላቅ መዳን ዘንግተውት ስለ ነበረ አይደለም:: ስለ እነርሱ ትጋት አስቀድሞ ዓመስግኗል:: ይልቅስ አፅንኦት ሊሰጠው የፈለገ ይመስላል:: ያለፈውን ሳይዘነጉ ውለታውን በማድነቅ እንዲጠብቁት፣ ስለ መዳናቸው እንዲያደንቁ የፈለገ ይመስላል::

ጆን ኤዲ እንዲህ ብሎ ጻፈ:- እንዲህ በቁም ነገር ወደ ኋላ መለስ እያሉ ማሰብ ለኤፌሶን ሰዎች ትሕትናቸው እንዲጨምር፣ ስለ እግዚአብሔር ፀጋ ያላቸው መረዳት እንዲጨምር፣ እንዲሁም ዘወትር ለምስጋና እንዲነሳሱ ያደርጋቸዋል:: (ጆን ኤዲ ኮሜንታሪ)

ታዋቂው የፑሩታን እረኛ ጆን ባንየን:- ስለማሰብ ስናገር የተወደዳችሁ ልጆቼ ሆይ፣ *ያለፈውንና የጥንቱን ጊዜ አስቡ፤ በሌሊት ወደ ልባችሁ ይመጡ የነበሩትንም ዝማሬዎች አስታውሱ፤ ከልባችሁ ጋር ተነጋገሩ (መዝሙር 77፡5-12)::* በደምብ አድርጋችሁ ውስጣችሁን ፈትሹ፤ እግዚአብሔር ለእናንተ የገለጠውን ፀጋ እንደተሰወረ መዝገብ ታገኛላችሁና:: ነፍሳችሁን ለጌታ እንድትሰጡ ያደረጋችሁን በመጀመሪያ ልባችሁን ያቀለጠውን ቃል አስቡ::

ዘ ፑልፒት ኮሜንትሪ:- የማሰብ (ማስታወስ)ጥቅሞች የአሁኑ ባለፈው ላይ የሚገነባ ነው:: የበፊቱ ትውስታ አሁን ካለው ደስታና ሀዘን ከሚመጣውም ተስፋና ውጤት በእጅጉ የተቆራኘ ነው:: ለአማኞች ደግሞ ከአሁኑ ምህረት አንፃር የነበሩበትን ማስታወስ በጎ ነገር አለው:: እንዲህ ሲሆን፣ ማስታወስ የፀጋ መንገድ ሊሆንም ይችላል:: ጥቅሞቹ እነሆ:-

(1)የቅዱሳንን ትህትና ያጠነክራል፤ ስለኃጥያትም እንዲያዝኑ ያደርጋቸዋል፡፡ (2) ለተደረገልን ምህረት እንድናመሰግን፤ የመለኮታዊ ፍቅር ታላቅነትን እንድናስተውል ያደርገናል፡፡(3)በሰማያዊ ስፍራ ላስቀመጠን ለክርስቶስ ያለን ፍቅር እንዲጨምር ያደርጋል፡- በወንጌል ውስጥ ያለችው ሴትና ጳውሎስ ምሳሌዎች ናቸው፡፡ ብዙ የተማረ ብዙ ይወዳልና፡፡(4)ክርስቶስ ለማገልገል ያለንን ቅንአት ይጨምራል፡፡(5)እኛ በነበርንበት ኃጢያት ውስጥ አሁን ላሉት ሰዎች መለወጥ የበለጠ ተስፈኛ እንድንሆን ያደርገናል፡፡ ያለፈውን የምናስታውሰው ግን በፀፀትና ራስን በመክሰስ መልኩ ሳይሆን ለበለጠ ደስታ ለጌታ ሥራ በሚያነቃቃን መልኩ መሆን አለበት፡፡ አስቀድሞ በግሪክ ፓቴ ሲሆን፣ በአገባቡ የበፊቱን ጊዜ የሚያመላክት ነው፡፡ ቀድሞ የነበርነውን የማሰብ መርህ በብሉይ ኪዳንም የነበረ ልምምድ ነው፡፡

ለአይሁዳውያን መገረዝ በአብርሃም ዘመን የተሰጣቸው የተስፋው ቃል ኪዳን ምልክት ነው፡፡ ዘፍ 17 አይሁድን ከሌሎቹ አሕዛብም በግልፅ የሚለያቸውም ምልክት ነበረ፡፡ ሌላውን የዓለም ሕዝብም ያልተገረዙ ናቸው ብለው እንዲሸሽዋቸውም ያደረገ ሥርዓት ነበር፡፡ ጳውሎስ በፊሊጲ 3፡5 "ማንም በሥጋ የሚመካበት ነገር ያለው ቢመስለው፣ እኔ እበልጠዋለሁ..." እያለ በዚያ ዘመን ስለ ነበረውም የአካላዊ መገረዝ የቱን ያህል የሚያስመካ እንደ ነበር ያሳየናል፡፡

ወደ አዲስ ኪዳን ስንመጣ ግን ይህ መገረዝ የልብ፣ የውስጥ፣ የመንፈስ ቅዱስ መገረዝ ሆነ፡፡ ደግሞም በክርስቶስ ኢየሱስ የመስቀል ተጋድሎ አማካኝት ወደ ዓለም ሕዝብ ሁሉ ተዳረሰ፡፡ በአይሁድና በአሕዛብ መሃከል የነበረው የጥል ግድግዳ ፈረሰ፡፡

አሕዛብ፡- በግሪክ ኤትኖስ éthnos / eth'-nos ሲሆን በዝምድና በባህልና በጋራ ልማድ የተሳሰሩ ሰዎችን የሚገልፅ ነው፡፡ በተጨማሪም ማንኛውም አይሁድ ያልሆነ ኤትኖስ (አሕዛብ) ተብሎ ይጠራል፡፡ አሕዛብ (ኤትኖስ) ለሚለው ስም የእብራይስጡ አቻ ቃል ጎይም ነው፡፡ በእርግጥ አሕዛብ የሚለው አጠራር ከአይሁድ አመለካከት የሚነሳ ነው፡፡ ግሪኮችም ሆኑ ሮማውያን ራሳቸውን አሕዛብ ብለው አይጠሩም፡፡ ከዘፍጥረት 12 በኋላ አብዛኛው መጽሐፍ ስለ አይሁድ የሚያወራ ሲሆን፣ አህዛብ ከአይሁድ ጋር በሚገናኙበት ቦታ ይጠቀሳሉ፡፡ በአዲስ ኪዳን ውስጥ ቤተክርስቲያን ከተቋቋመች በኋላ አሕዛብ ብዙ አይጠቀሱም፡፡ ራዕይ ደግሞ በዋናነት ስለ አይሁድ ሲሆን ከብሉይ ኪዳንም ከ200 የሚበልጡ ጥቅሶችን ያቀርባል፡፡ (መጽሐፍ ቅዱስ ጥቅሶች የብሉይና / የአዲስ ኪዳን ግሪክ መዝገበ ቃላት. የቲየር ትርጉም)

በሲጋ፡- እዚህ ጋ ጳውሎስ ‹በሲጋ› ና ‹በመንፈስ› የሚለውን እያነፃፀረ አይደለም፡፡ በስጋ ሲል እየጠቀሰ ያለው ያልተገረዘውን የሰውነት ክፍል እያመለከተ ነው፡፡

የተገረዙ በተባሉት ያልተገረዙ የተባላችሁ

የተባለ፡- በግሪክ ሌጎ légō / leg'-o ይሰኛል፡፡ ለሠለጠነው ዘመን ክርስቲያን በተገረዙትና ባልተገረዙት መካከል የነበረውን አስቸጋሪ ሁኔታ በውል ለመረዳት ይከብዳል፡፡ ይህ ግን የድሮው ዓለም አይሁድና አሕዛብ ብሎ በሁለት የከፈለ ጉዳይ ነው፡፡ የተገረዙት አይሁዶች እንደመሆናቸው በዚሁ ምክንያት ከአህዛብ ጋር ያላቸውን ልዩነት እጅግ ያጋንኑት ስለነበር ክፍፍሉ የሚጠብብ የማይመስል ክፍተትን የፈጠረ ነበር፡፡ የአህዛብ አለመገረዝ ከእግዚአብሔር የመለየታቸው ምልክት ነበር፡፡ ስለዚህ በአይሁድ አስተሳሰብ አሕዛብ ወደ እግዚአብሔር ሊቀርቡ የሚችሉት በመገረዝ ብቻ ነበር፡፡(መጽሐፍ ቅዱስ ጥቅሶች የብሉይና / የአዲስ ኪዳን ግሪክ መዝገበ ቃላት. የቲየር ትርጉም)

ዶር ሎይድ ጆንስ እንዲህ በማለት ያብራራል፡- ክፍፍሉ ፍፁም ይመስል ስለነበር ስለ እርቅ ማውራቱም የማይቻልና የሚያስፈራ ይመስል ነበር፡፡ አይሁድና አሕዛብ ማለት አይሁድና ውሾች ማለት ነው፡፡ በሌላ በኩል አሕዛብም የራሳቸው አከፋፈል ነበራቸው፡፡ በተለይ ግሪኮች ራሳቸውን እንደተማሩ ሰዎች በአንድ ጎራ ቀሪውን ዓለም አላዋቂዎች፣ ያልተማሩና አረማውያን ብለው በሌላ ጎራ ይሰትሯቸዋል፡፡ በዚህም ሳቢያ እርስ በርሳቸው ከልብ ይናናቁ የነበሩ ሁለት መደቦች አይሁድና አሕዛብ ተቀራርበው ይታረቃሉ በተለይ ደግሞ ለአንድ ጌታ በሕብረት ይንበረከካሉ ብሎ ማሰብ የማይመስል ነበር፡፡ እጅግ ታላቁ የእግዚአብሔር ኃይል ግን ይህን አደረገ፡፡(ሎይድ-ጆንስ, የኤፌሶን ዲ. ኤም. ኤክስፖሲሽን. ቤከር መጽሐፍ)

ያልተገረዙት፡- በግሪክ አክሮቡስቲያ akrobystía / ak-rob-oos-tee'-ah ይሰኛል፡፡ አክሮቡስቲያ ያልተገረዘ ሰው ሲሆን፣ በአውዱ ውስጥ አረማዊ የሆኑትን አሕዛብ የሚገልጽ ነው፡፡ የተገረዙት አይሁዶች አህዛብ ላይ የሚወረውሩት የጥቃት ስም የነበረ ሊሆን በጊዜው አሕዛብ በአይሁድ ዘንድ የሚሰጣቸውን ዝቅተኛ ግምት የሚያመለክት ነው፡፡(መጽሐፍ ቅዱስ ጥቅሶች የብሉይና / የአዲስ ኪዳን ግሪክ መዝገበ ቃላት. የቲየር ትርጉም)

ሆጂ፡- ያልተገረዙት የሚለው አይሁዶች አሕዛብን እንደ ርኩስ በመቁጠር ለእነርሱ ያላቸውን ከፍተኛ ጥላቻ በመታበይ የሚገልፁት ቃል ነበር፡፡ ይህ ስሜት በአይሁድ ዘንድ የነበረበት ምክንያትም ከላይ የሆነ የግርዛት ሥርዓትን መፈጸም በእግዚአብሔር ፊት

ቅድስናንና ተቀባይነትን ያስገኝልናል ብለው ስለሚያስቡ ነበር፡፡ ይህ ትምህርታቸውም ኩሩዎች፣ የራሳቸውን ፅድቅ የሚያቆሙ፣ ጥላቻ የተሞሉና የሚንቁ አድርጓቸው ሃይማኖትን ከረከሰ ልብና ሕይወት ጋር የሚስማማ (አብሮ የሚሄድ) ውጫዊ አገልግሎት አድርገው ወደ ማየት መርቷቸዋል፡፡ ጳውሎስ ግን እንዲህ ያለውን ትምህርት ‹የሚገድል› እያለ በደረሰበት ሁሉ አውግዟል፡፡ በስጋ የሚደረግ መገረዝም የሚያስገኘው በረከት እንደሌለ አስተምሯል፡፡(ሆጂ ኮሜንተሪ)

ደብሊው. ጂ. ብሌይክ፡- አሕዛብ ለእግዚአብሔርሕዝብ ከተሰጠው ስም ተቃራኒ የሆነ ስም ነበራቸው፤ ይህም ከበረከት በጣም ርቀው ለመቆየታቸው ሌላ ማሳያ ነው፡፡ አሕዛብ የፀሐይን ጨረር በቅርብ እያገኙ ከሚሞቁት ከሚፈኩት ፕላኔቶች ርቀው ምንም ጨረር ከማይደርስበት የዩራኑስና ጁፒተር ምህዋር ላይ ይሽከረከሩ ነበር፡፡ (ፑልፒት ኮሜንታሪ፡ ኤፌሶን)

የተገረዙ፡- በግሪክ **ፔሪቶሜ** peritomḗ / per-it-om-ay' ይሰኛል፡፡ **ፔሪቶሜ** ቃል በቃል የቁልፈትን ቆዳ ወይም ሸለፈትን መቁረጥ ማለት ሲሆን፣ በጳውሎስ አጠቃቀም ግን ድርጊቱን ሳይሆን አይሁድን ለመግለጽ የዋለ ነው፡፡ (መጽሐፍ ቅዱስ ጥቅሶች የብሉይና / የአዲስ ኪዳን ግሪክ መዝገበ ቃላት. የቲየር ትርጉም)

ጆን ማካርተር፡- እግዚአብሔር እስራኤልን ከሌላው ሕዝብ የለያቸው ለሁለት ምክንያት ነው፡፡ የመጀመሪያው አኗኗራቸውና አሰራራቸው እንደ ሌሎች ሰዎች አለመሆኑን ዓለም አይቶ ለይቶ እንዲያውቃቸውም ነው፡፡ ሁለተኛው ደግሞ ከሌሎች ጋር እንዳይቀላቀሉ በመፈለጉ ነው፡፡ ለዚህም ከሌላ ማኅበረሰብ ጋር በቀላሉ እንዳይጋጠሙ ለአለባበስ፣ ለአመጋገብ፣ ለጋብቻና ለሌሎች ሥርዓቶችም ጥብቅ ሕጎችን ሰጣቸው፡፡ እነዚህ ልዩነቶች እንደታደሏቸው በረከቶች ምስክር እንደሆኑ ታልመው የተደረጉ ነበሩ፡፡ እስራኤሎች ግን ያለማቋረጥ የኩራት፣ የመገንጠልና የራስ ክብር መፈለጊያ ምንጮች አድርገው አጣመሟቸው፡፡ ለምሳሌ አንድ አይሁድ ወደ ፍልስጤም ሲገባ የተቀደሰችውን ምድር የአህዛብ አፈር ረግጨባት እንዳላረክሰው ብሎ አስቀድሞ ጫማውንና ልብሱን ያራግፍ ነበር፡፡ ሳምራውያንም በግማሽ አህዛብ ስለነበሩ አብዛኛው አይሁድ በእነርሱ በኩል አቋርጦ ላለመጓዝ ከመንገዱ ወጥቶ ይሄድ ነበር፡፡ በተመሳሳይ አንድ አይሁድና አንዲት አህዛብ ከተጋቡ ቤተሰቦቹ የቀብር ሥነ ሥርዓት ይፈጽሙ ነበር፡፡ የቀብሩ ትርጉም ልጃችን ከሃይማኖት፣ ከዘርና ከቤተሰብ ጋር በተያያዘ ሞቷል ማለት ነው፡፡ በተጨማሪም ብዙ አይሁዶች እንዳይረክሱ በመፍራት ወደ አሕዛብ ቤት አይገቡም፤ አህዛብንም ወደ ቤታቸው

አያስገቡም፡፡ ይህ ሁኔታ በአይሁድና በአህዛብ መካከል ያለውን ጥላቻ ለብዙ መቶ ዓመታት እያመረቀዘው ቆይቷል፡፡(ጆን ኤፍ. ማክአርተር ቺካጎ፡ ሙዲ ፕሬስ)

ጆን ኤዲ፡- ግርዛት አይሁዶች ራሳቸውን የሚያሞካሹበት ብሔራዊ መለያ ነበር፡፡ በእርግጥ ሌሎችም የተገረዙ የአብረሃም ልጆች ነበሩ፡፡ ነገር ግን ቃል ኪዳኑ ‹ዘርህ በይስሐቅ ይጠራል› የሚለው ላይ ነበር፡፡ በእግዚአብሔር እና በእስራኤል መካከል የቃልኪዳን ምልክት የነበረው መገረዝ እስራኤል በበረሃ በነበሩበት ጊዜ ችላ ተብሎ የነበረ ሲሆን፣ ከነአን ሲገቡ ደግሞ እንደገና ተጀመረ፡፡ ከዚህ በኋላ ባሉት ዓመታትም ግርዛት ከይሁዲነት ጋር አንድ እስኪሆን ድረስ እስራኤል የሚኮሩበት፣ መንፈሳዊና ብሔራዊ የበላይነታቸውን የሚያስተዋውቁበት ምልክት ሆነ፡፡ ይህ ሁኔታም እግዚአብሔር በመጀመሪያ ዓላማው ለአሕዛብ ብርሃን እንዲሆኑ የመረጣቸው ሕዝቦች ለአሕዛብ ብርሃን ከመሆን ይልቅ አሕዛብን የማግለል አስተሳሰብ እንዲያዳብሩ አደረጋቸው፡፡

የአክራሪ አይሁድ ወንድ የዘወትር ጸሎቱ ሳምራዊ ወይም ሴት ወይም አሕዛብ ስላለመሆኑ እግዚአብሔርን ማመስገን ነበር፡፡ አሕዛብም በአይሁድ ዘንድ ያልተገረዙ ተብለው ተቆጠሩ፡፡ ያልተገረዙ የሚለው ቃል ንቀትን የሚያመለክት፣ አይሁድ ያልሆኑ ሁሉም ከእግዚአብሔር የፍቅር ምህዋር ውጭ ናቸው የሚል አንድምታ ያለው ነበር፡፡ ኋላ ይህ የተገረዙ ያልተገረዙ የሚለው ጉዳይ በአዲስ ኪዳን ቤተክርስቲያንም ውስጥ እውነተኛ መዳን ከየት ነው በሚለው ጥያቄ ላይ መደናገርን እስከ መፍጠር ደረሰ (የኃዋርያት ሥራ 15)

አይሁዶች ቢያንስ በሁለት ምክንያቶች የመገረዝን መንፈሳዊ ትርጉም ሊረዱ ይገባቸው ነበር፡፡ እነዚህ ምክንያቶችም፡- (1)ጊዜ፡- አብርሃም የተገረዘው ድነት ካገኘ ከብዙ ዓመት በኋላ ነው (ዘፍጥረት 15)፡፡ መገረዝ ለድነት ምልክት እንጂ ቅድመ ሁኔታ አልነበረም፡፡ (2) **መገረዝ ምሳሌ ነው፡-** ሙሴና የሌሎች የእስራኤል ነብያት መገረዝ የሚለውን ቃል የተጠቀሙበት ለልብ ንፅህናና ለመታዘዝ ምሳሌ አድርገው ነው፡፡ *‹እንግዲህ አምላካችሁ እግዚአብሔር የአማልክት አምላክ የጌቶችም ጌታ፣ ታላቅ አምላክ ኃያልም የሚያስፈራም በፍርድ የማያዳላ መማለጃም የማይቀበል ነው፡፡ እናንተ የልባችሁን ሸለፈት ግረዙ ከእንግዲህ ወዲህም አንገተ ደንዳና አትሁኑ፡፡* (ኤርሚያስ 4፡4) (ጆን ኤዲ ኮሜንተሪ)

በሥጋ በእጅ የተገረዙት

በእጅ የተገረዙ በግሪክ **ኬይሮፖዬቶስ** cheiropoiētos / khi-rop-oy'-ay-tos ሲሆን በእጅ የተሠራን ወይም የተመረተን ማንኛውንም ነገር የሚያመለክት በመሆኑም የሰው ክህሎት ወይም ግንባታ የሆነ ነው፡፡ ጳውሎስ መገረዝን «በሥጋ በእጅ የተደረገ» ሲል አፅንኦት ይሰጠዋል፡፡ ከዚህ አንባቢ የመገረዝን ምንነት መረዳት ይችላል፡፡ ይህም ውስጣዊ ለሆነ እውነት ውጫዊ የሆነ ምልክት መሆኑን ነው፡፡ በአዲስ ኪዳን ውስጥ የመገረዝ አቻ የሆነው ብዙዎችም እየተደናቀፉበት ያለው ሥርዓት ጥምቀት ነው፡፡ አካላዊ መገረዝ እንደማያድን እንዲሁ አካላዊ የሆነው ጥምቀትም አያድንም፡፡ ይህም ልክ እንደ መገረዝ እግዚአብሔር በፀጋ በሆነ እምነት በጸና ግለሰብ ውስጥ የሚፈጥረው የልብ መለወጥ ውጫዊ መገለጫ (ምልክት) ነው፡፡(መጽሐፍ ቅዱስ ጥቅሶች የብሉይና / የአዲስ ኪዳን ግሪክ መዝገበ ቃላት. የቲየር ትርጉም)

በሰፕቱዋጅንት ውስጥ ኬፐሮፖይቶስ (በእጅ የተገረዙ) ጣኦትን ለማመልከት ገብቷል፡፡ *ለኔ እግዚአብሔር አመላካችሁ ነኝና ለእናንተ ጣኦት አታድርጉ የተቀረጸውንም ምስል ወይም ሃውልት አታቁሙ ትሰግድለትም ዘንድ በምድራችሁ ላይ የተቀረፀ ድንጋይ አታኑሩ* (ዘሌዋውያን 26፡1) ሰፕቱዋጂንት ብሬንቶንስ ትርጉም አብራያን **በእጅ** የተሠራ የሚለው ቅፅል ፔሮፓይቶስ በሰፕቱዋጂንተ ጣኦት (ዘሌዋውያን 26፡1 ኢሳያስ 2፡18) መስገጃ (ኢሳያስ 16፡12) ሃሳተኛ አማልዕክት (ኢሳ 11፡9) ወይም የተቀረጹ ምስሎችን (ዘሌዋውያን 26፡30) ለማመልከት ገብቷል፡፡ ይህ አጠቃቀሙ በህያው እግዚአብሔር ፊት የቆሙት በእጅ የተሰሩ ጣኦታት ነበሩ የሚለውን ለመግለጽ የዋለ ነው፡፡ በአዲስ ኪዳን ውስጥ ደግሞ በሰው የተመሠረቱትን ከእግዚአብሔር ሥራዎች ጋር ለማነፃፀር እንዲሆን የገባ ነው፡፡ (ቅድመ አስቲን)

ሥጋ፡- በግሪክ **ሳርክስ** sárx / sárx ሲሆን፣ ሰው የለበሰውን በሰባሽ ሲጋ ለማመልከት የገባ ነው፡፡ (መጽሐፍ ቅዱስ ጥቅሶች የብሉይና / የአዲስ ኪዳን ግሪክ መዝገበ ቃላት. የቲየር ትርጉም)

---

11 ስለዚህ እናንተ አስቀድሞ በሥጋ አሕዛብ የነበራችሁ፥ በሥጋ በእጅ የተገረዙ በተባሉት ያልተገረዙ የተባላችሁ፥ ይህን አስቡ፤

በሥጋ አሕዛብ የነበራችሁ ሮሜ 2፥29፤ገላ 2፥15፤ 6፥12፤ቆላ 1፥21፤ 2፥13

ያልተገረዙ የተባላችሁ 1ኛሳሙ 17፥26፤ 36፤ኤር 9፥25፤26፤ፊል 3፥3፤ቆላ 3፥11

በሥጋ በእጅ የተገረዙ በተባሉት ቆላስይስ 2:11

ይህን አስቡ ኤፌ5: 8; ዘዳ 5፥15፤ 8: 2፤ 9፥7፤ 15፥15፤ 16፥12፤ኢሳ 51፥1፤2፤ሕዝ 16፥61-63፤ 20፥43፤ሕዝ 36፥31፤ 1ኛቆሮ 6፥11፤ 12 2፤ገላ 4፥8፤9

2፡12 በዚያ ዘመን ከእስራኤል መንግሥት ርቃችሁ ለተስፋውም ቃል ኪዳን እንግዶች ሆናችሁ በዚህም ዓለም ተስፋን አጥታችሁ ከእግዚአብሔርም ተለይታችሁ ያለ ክርስቶስ ነበራችሁ።

በዚያን ዘመን፡- በበደላችሁና በኃጢያታችሁ ሙታን ሳላችሁ ከመዳናችሁ በፊት የሚለውን ኃሳብ የያዘ ሲሆን ሌላ ቦታ ላይ አስቀድሞ ከሚለው ጋር ተመሳሳይ ነው፡፡

ዘመን፡- በግሪክ **ካይሮስ** kairós / kahee-ros' ይሰኛል፡፡ **ካይሮስ፡-** የደቂቃን ክትትሎሽ የሚያሳይ ጊዜ አይደለም፤በዚህ ጠባይ ካይሮስ ከክሮኖስ ይለያል፡፡ ክሮኖስ የሰአት ወይም የቀን መቁጠሪያን ጊዜ የሚያመለክት ሲሆን፣ ካይሮስ ግን ከክስተቶች ጋር፣ ከወቅቶች ጋር በተገናኘ የሚነሳ ጊዜ ነው፡፡ ከዚህ አኳያ አንድን ነገር ለማድረግ ምቹ የሆነን ወቅት (ጊዜ) የሚገልጽ ነው፡፡ (መጽሐፍ ቅዱስ ጥቅሶች የብሉይና / የአዲስ ኪዳን ግሪክ መዝገበ ቃላት. የቲየር ትርጉም)

ያለ ክረስቶስ የሆነው ዘመን (**ያለ** -በግሪክ **ኮሪስ** chōrís / kho-rece' ሲሆን ከአንድ ነገር በግልጽ መለየትን የሚያመለክት ነው፡፡(መጽሐፍ ቅዱስ ጥቅሶች የብሉይና / የአዲስ ኪዳን ግሪክ መዝገበ ቃላት. የቲየር ትርጉም)

ክርስቶስ፡- ዘኔት ባይብል፡- ግሪኩ ክርስቶስ የሚለውና እብራይስጡና አረማይኩ ዳግም መሲህ የሚሉት ሁለቱም ‹የተቀባው› ማለት ነው፡፡ እስራኤል መሲህ ይመጣል ብለው ይጠብቁ እንደ ነበር የሚያመለክት ነው፡፡

ያልተገረዙት አሕዛብ ከክርስቶስ ጋር ምንም ግንኙነት ያልነበራቸው ሲሆን፣ አይሁዶች ግን የመሲሁን መምጣት በተስፋ ይጠባበቁ ነበር፡፡ እስራኤል ውስጥ ያሉ ኦርቶዶክስ አይሁዶች ደግሞ አሁንም ድረስ መሲሁ ለመጀመሪያ ጊዜ ይመጣል ብለው እየተጠባበቁ ነው፡፡

አልበርት ባርነስ፡- ኤፌሶን 2፥12 ላይ የጳውሎስ ዓላማ ሳይድኑ በፊት የነበሩበትን አስከፊ ሁኔታ ለማስታወስ ነው፡፡ ይህንንም ያለክርስቶስ ነበራችሁ ብሎ ከተናገረው ውጭ በተሻለ ሊገልፀው የሚችል የለም፡፡ የኃጢያት ሥርዓት፣ የይቅርታ ተስፋ የሚያውቁት ነገር አልነበረም፡፡ ስለ ዘላለማዊ ሕይወትም በቅጡ የሚያውቁት ተስፋ አልነበራቸውም፡፡ ክርስቶስን ማወቅ ካልሆነ በቀር ምንም ተስፋ በሌለበት ጨለማና ኩነኔ ውስጥ ነበሩ፡፡ ብዙዎቹ አሕዛብ የሚያሾፉ፣ ቅዱስን የሚንቁ፣ ሴሰኞች ርኩሶች ነበሩ፡፡ ሁላቸወም

ስለክርስቶስ በእውነት የሚያውቁት አልነበረምና እርሱን ከማወቅ የሚገኘው ሰላምና ተስፋ አልነበራቸውም:: በዚህ ዓለም ላይ ያለ አዳኝ እንደ መቆም የሚያሳዝን ነገር የለም::

ማካርተር:- የአሕዛብ ታሪክ ዓላማ እቅድም ሆነ ዕጣ ፈንታ አልነበረውም:: ታዋቂው የስቶይክ ፈላስፋ ታሪክ በሦስት ሺህ ዓመት ኡደት ውስጥ ራሱን እንደሚደግም አስተምሯል:: በእያንዳንዱ ኡደት መጨረሻ ዓለማቱ ተቃጥለው ያንኑ ከንቱ ልፋት ለመድገም እንደገና ይወለዳሉ::

ኤዲ:- በአንድ በኩል አይሁዶች በተስፋ የነበረው ክርስቶስ እርሱም መሲሁ ነበራቸው:: ሥርዓቶቹ፣ መንግሥቱ የጥንቱ እስራኤል ቃልኪዳኖች ሁሉም ከመሲሁ ተስፋ የፈለቁ ናቸው:: በአንፃሩ አሕዛብ የተሰጣቸው ተስፋ ግልጽ የተደረገላቸው ትንቢያም አልነበረም:: ለመሆኑም ከተመረጠው ዘር በተቃራኒ ያለክርስቶስ ነበሩ:: ጳውሎስ ለማሳየት የፈለገውም ንፅፅር ይህንኑ ይመስላል::

ዉወስት:- ጳውሎስ የኤፌሶን አማኞችን ያለ ክርስቶስ ነበራችሁ ሲል ክርስቶስን በአዳኝነቱ አልተቀበላችሁትም ነበር ለማለት አይደለም:: ያለ ክርስቶስ ነበራችሁ ሲል አሕዛብ በመሆናችሁ አይሁድ ከመሲሁ ጋር የነበራቸውን ዓይነት የቃልኪዳን ግንኙነት ከእርሱ አልነበራችሁም ለማለት ነው:: ከዚህ አኳያ እዚህ ቦታ ላይ ‹ክርስቶስ› የሚለው በአይሁድ ትርጉሙ (መሲህ) ቢያዝ የተሻለ ነው፤ መሲህ የሚለው "የእስራኤልተስፋ" ከሚለው ጋር አንድ ስለ ነበር::

ከእስራኤል መንግሥት ርቃችሁ

በብሉይ ኪዳን እግዚአብሔር ከእስራኤል ጋር ቃልኪዳን ስለነበረው ሃገሪቱን በቀጥታ ያስተዳድር ነበር:: እግዚአብሔር ገዥ በነበረበት በዚህች አገር ታዲያ ዜግነትም መብትም የሌላቸው ከውጭ ሆነው የሚመለከቱ እንግዶች ነበሩ::

ኮንስታብል:- እግዚአብሔር አሕዛብን ከዜግነት አግልሏቸው ነበር:: ምንም እንኳ በግለሰብ ደረጃ እስራኤልን የሚቀላቀሉ አሕዛብ የነበሩ ቢሆኑም በአጠቃላይ ግን እግዚአብሔር እስራኤል ውስጥና በእስራኤል ሊሠራ ባሰበው እቅዱ ወስጥ እድል ፈንታ አልነበራቸውም:: አሕዛብ ርቀው ነበር የሚለው ከዚህ አኳያ ነው::

ርቀው:- በግሪክ አፖሎትሪኦ apallotrióō / ap-al-lot-ree-o'-o ሲሆን ፈጽሞ ማራቅ መራቅ ወይም ሙሉ በሙሉ መገለል መቆረጥ ማለት ነው:: መራቅ የሚለው የፍቅር

የፍላጎት እጦትን የሚያመለክት ሲሆን፣ ሰው ከእግዚአብሔር ጋር ከመታረቁ አስቀድሞ የነበረውን ፍፁም የራቀ ሁኔታ የሚገልጽ ነው። (መጽሐፍ ቅዱስ ጥቅሶች የብሉይና / የአዲስ ኪዳን ግሪክ መዝገበ ቃላት. የቲየር ትርጉም)

ዌብስተር፡- ማራቅ ማለት ጠላት ማድረግ ወይም ቀድሞ ፍቅር በነበረበት ሁኔታ ላይ ግዴለሽ መሆን ይለዋል።

መንግሥት፡- በግሪክ *ፖሊቴያ* politeía / pol-ee-ti'-ah ይሰኛል። *ፖሊቲያ* ቃል በቃል በአንድ የፖለቲካ ማህበር ውስጥ የታቀፉ አባላት ያሏቸው የዜግነት መብቶችና ሁኔታዎች ማለት ነው። በሌላ አባባል መብቶችና ነፃነት ያቀፈ ዜግነትን የሚገልጽ ነው። ጳውሎስ እዚህ ኤፌሶን 2፥12 ላይ በተጠቀመበት ሁኔታ *ፖሊቴያ* በእግዚአብሔር የዘላለም ዕቅድ ውስጥ እስራኤል ያላትን የተለየ ቦታ የሚገልጽ ነው። (መጽሐፍ ቅዱስ ጥቅሶች የብሉይና / የአዲስ ኪዳን ግሪክ መዝገበ ቃላት. የቲየር ትርጉም)

ባርነስ፡- ጳውሎስ ከእስራኤል *መንግሥት* ርቃችሁ ሲል እውነተኛ አምላክ በሚመለክበት መዋቅር ውስጥ አልነበራችሁም ማለቱ ነው። የይሆዋ አምልኮ ሥርዓት በአይሁዶች መካከል የነበረ ነው፤ ሕጉ፣ መቅደሱ፣ የሃይማኖቱ ሥርዓት ሁሉ የእነርሱ ነበር። ለዚህ ሁሉ ደግሞ አሕዛብ እንግዶች እንዲያውም የተከለከሉ ነበሩ። *ፓሌቴያ* በአገባቡ፣ ዜግነት ወይም የዜግነት መብት እንዲሁም ማኅበረሰብ ወይም *መንግሥት* ማለት ነው። ይህ እንግዲህ ለእውነተኛ አምላክ አምልኮ የሚፈፀምበት ድርጅት ነበር ማለት ነው።

ኤክስፖዚተር፡- ‹ከ*መንግሥቱ* ርቃችሁ› የሚለው አገላለጽ አስቀድሞ የነበርና ኋላ የጠፋን ኅብረት ወይም ግንኙነት የግድ የሚያሳይ ላይሆን ይችላል። ከዚህ ይልቅ ባለቤት ከሆነ ሰው ጋር ሲነፃፀር ፈጽሞ እንግዳ የመሆንን ሐሳብ የሚገልጽ ነው። *ፖሊቴያ* የሚለው ቃል ሁለት ትርጉሞች አሉት። አንደኛው ግዛት ወይም *መንግሥት* ሲሆን፣ ሁለተኛው ዜግነት ወይም የዜጋመብቶች የሚለው ነው። *መንግሥት* የሚለው እስራኤል ከሚለው (ሃይማኖታዊ) ቃል ጋር በእጅጉ የሚገጥም ነው። ብዙዎች የሚረዱትም እንዲሁ ነው። እንግዲህ የኤፌሶን ሰዎች ደግሞ እግዚአብሔር ራሱን ለአይሁድ ገልጦ ከእነርሱ ጋር ኅብረት ከጀመረበት ከዚህ የብሉይ ኪዳን ሕገ-*መንግሥት* ጋር ምንም ክፍል አልነበራቸውምና ርቃችሁ ተባሉ።

ጆን ኤዲ፡- የእስራኤል *መንግሥት* ሃይማኖትና *ፖ*ለቲካ የተዋሃዱበት፣ ቅድስናና ታማኝነት ተመሳሳይ የሆኑበት እግዚአብሔርን መፍራትና ንጉሥን ማክበር አንድ ዓይነት ግዴታዎች የነበሩበት እግዚአብሔር ራሱ ያዋቀረው *መንግሥት* ነበር። ሃገሪቱም ብቸኛዋ

የእግዚአብሔር ቤተክርስቲያን (ተለይቶ የወጣ ሕዝብ) የነበረች ስትሆን መዝገብ ቤቶቿም የእምነት ገድሎቿን ብቻ የሚሠሩት ነበሩ:: በተጨማሪ ልብሱና ምግቡ መሰዊያው እና መቅደሱም አንድ ዓይነት መንፈሳዊ ትርጉም ነበራቸው:: ለዚህ አጠቃላይ ሥርዓት ምንጩ ታዲያ የመሲሁ ተስፋ ነበር:: በተቃራኒው አሕዛብ መሲህ ስላልነበራቸው እንዲህ ባለው መንግሥት ውስጥ አልታቀፉም:: በመሆኑም የእግዚአብሔር እውቀት፣ ትክክለኛ የአምልኮ ሥርዓት፣ የመለኮት ድጋፍና ጥበቃም ሆነ ቃሉና ነቢያቱ ካህናቱና መስዋዕቱ አልነበራቸውም::

እስራኤል - የእስራኤል ሕዝብ

ማርቪን ቨርሶንት:- በእግዚአብሔር ቃልኪዳን ሥር የሚገኝ ሕዝብ ያለበት ሃገር እንደ መሆኑ ‹እስራኤል› የተከበረና አስታራቂ የሆነ አጠራር፣ ለአይሁዶችም የተቀደሰስም፣ የክብራቸውም መለያ ነበር:: እስራኤል ቀስ በቀስ አይሁድ ለሚለው ስም ቦታ ለቀቀ::

እስራኤል የሚለው መጠሪያ የክብር ስም እንደ ነበር ግን ሩቅ ሳንሄድ ጳውሎስ ይነግረናል:: በስጋ መመካት የሚጠቅም ቢሆን ኖሮ እርሱ በስጋ የሚመካበት እንዳለው ለፊሊጵስዩስ ክርስቲያኖች ሲናገር እንዲህ ይላል:-*በስምንተኛው ቀን የተገረዝሁ ከእስራኤል ትውልድ ከብንያም ወገን ከእብራውያን እብራዊንኝ ስለሕግ ብትጠይቁ ፈሪሳዊ ነበርሁ* (ፊልጵስዩስ 3÷5)::

ለተስፋውም ቃል እንግዶች ሆናችሁ

እንግዶች:- በግሪክ ዜኖስ xénos / xen'-os ይሰኛል:: ዜኖስ ስከተጠቀሰው የተለየ በሆነ ማኅበር ፖለቲካ ውስጥ የሚመደብ ወይም የአንድ ሀገር ወይም ከተማ አባል ያልሆነና በዚህም ምክንያት እዛ ውስጥ ምንም ድርሻ የሌለው ሰው ማለት ነው::(መጽሐፍ ቅዱስ ጥቅሶች የብሉይና / የአዲስ ኪዳን ግሪክ መዝገበ ቃላት. የቲየር ትርጉም)

ዜኖስ:- (እንግዶች) ጳውሎስ በተጠቀመበት አውድ (ኤፌሶን 2:12) ውስጥ ሲታይ አይሁድ ያልሆኑትን በዚህም ምክንያት ከተስፋው ቃል ምንም ድርሻ ያልነበራቸውን የመንፈስ ቤት አልባዎች - አሕዛብን የሚወክልነ ው::

ዶ/ር ማርቲን ሎይድ:- መጽሐፍ ቅዱሳቸውን ሊያነቡ ይችላሉ:: ነገር ግን አይነኩም:: የከበሩትን ታላላቆቹንና የተከበሩትን ተስፋዎች አይተውም ይሄ ሁሉ ምንድ ነው? ለማነውስ

የሚሠራው ሊሉ ይችላሉ። ምክንያቱም እንግዶች ናቸው እነርሱ ከሌላ ሃገር እንደ መጡ ቋንቋውንም እንደማያውቁ ሰዎች ናቸው።

ዌይን ባርበር፡- እነዚህ ኪዳኖች ተስፋ የሰጠውን ያቀርብ ዘንድ ወደ እግዚአብሔር ታማኝነት የሚጠቁሙ ነፍስ መልኅቅ ናቸው። አሕዛብ ግን **መልኅቅ** አልነበራቸውም። በማይታወቁ ባሕሮች ላይ ካፒቴን በሌለው መርከብ ውስጥ ያሉ ባሕርተኞች ነበሩ።

ቃል ኪዳኖች፡- በግሪክ **ዲያቴኬ** diathḗkē /dee-ath-ay'-kay ነው። ቃሉ በግሪኮ ሮማን ዘመን በተለምዶው ርስትን ለመፈፀም የሚደረግ ሕጋዊ ውልን ይገልጽ ነበር። ይህውል (ዲያቴኬ) በሕግፊት ተፈፃሚ የሚሆነው ተናዛዡ ሲሞት ከመሆኑ ጋር ተያይዞ እንደ መጨረሻ የማይለወጥ ቃል የሚታይ ነበር። **ዲያቴኬ** ማንም የማይሽረው የማይሰርዘው ውሳኔን የሚያመለክት ቃል ነው። በመጽሐፍ ቅዱስ ደግሞ ዲያቴኬ አብርሃምና ዘሩን ለመባረክ እግዚአብሔር ያለቅድመ ሁኔታ የሰጣቸውን ተስፋ (የዚህን ተስፋ ድንጋጌ) የሚወክል ነው። (መጽሐፍ ቅዱስ ጥቅሶች የብሉይና / የአዲስ ኪዳን ግሪክ መዝገበ ቃላት. የቲየር ትርጉም)

ለተስፋው ቃል፡- በግሪክ **ኤፓንጌሊያ** epangelía / ep-ang-el-ee'-ah ሲሆን፣ ድንጋጌ የሚል ትርጉም አለው። በመጽሐፍ ቅዱስ ተስፋ ተብሎ የተጠራው መሲሁነው። (መጽሐፍ ቅዱስ ጥቅሶች የብሉይና / የአዲስ ኪዳን ግሪክ መዝገበ ቃላት. የቲየር ትርጉም)

ባርኔስ፡- የተስፋው ቃል ኪዳን እግዚአብሔር ከሕዝቡ ጋር ያደረገው የተለያየ ስምምነት ሲሆን ወደፊት እንደሚባርካቸው መሲህም እንደሚልክ ተስፋ የሰጠበት ነው።

ተስፋን አጥታችሁ

ተስፋ፡- በግሪክ **ኤልፒስ** elpís / el-pece' ነው ። ኤልፒስ (ተስፋ) ወደ ፊት ስለሚመጣ በረከት ሰው የሚኖረው እርግጠኛ የሆነ ምኞት ነው። ወይም እርግጠኛ ሆኖ አለኝ ማለት ነው። ወይም ደግሞ እንደሚመጣ፣ እንደሚገኝ ዋስትና ያለውን (የተሰጠበትን) ነገር በጉጉት መጠበቅ ነው። (መጽሐፍ ቅዱስ ጥቅሶች የብሉይና / የአዲስ ኪዳን ግሪክ መዝገበ ቃላት. የቲየር ትርጉም)

ሆጅ፡- አሕዛብ ከተስፋው ቃልኪዳን ውጭ ስለነበሩ ተስፋ የሚያደርጉት ነገር አልነበራቸውም። የእግዚአብሔር ቃል ኪዳን መግባት ብቸኛው የተስፋ መሠረት ስለሆነ ቃል ያልተገባላቸው ተስፋ የላቸውም።

221

የኢ.ፌ.በ.ስ. አገልግሎት / የኤፌሶን መልእክት ትምህርት

ጆን ማካርተር፡- እውነተኛ ተስፋ እውነተኛ ቃል ላይ ወይም ቃሉን እንደሚያከብር በሚታመንበት ሰው ላይ የሚመሠረት ነው፡፡ ተስፋ ለኑሮ ትርጉምና ዋስትና የሚሰጥ ሕይወትንም ሙሉ የሚያደርግ ታላቅ በረከት ነው፡፡ በእግዚአብሔር እቅድ ውስጥ የተባረከ ነገ እንዳለን የምናውቅበት ነው፡፡ የወደፊቱን ሐሴትና ብልጽግና የሚያውጅ ተስፋ ሳይዙ መኖር ሰውን ወደ መሠረተ ሕዋስነት አሳንሶ ከንቱ የሚያደርገው ነው፡፡ የኢዮብ ልብ የሚሰብር ሰቆቃ በእነዚህ ቃላት ተገልጧል፡፡ *ዘመኔ ከሸማኔ መወርወሪያ ይልቅ ይቸኩላል፡፡ ያለተስፋም ያልቃል* (ኢዮብ 7፥6)፡፡የዚህ ተቃራኒ ደግሞ እንደሚከተለው ነው፡-*የያዕቆብ አምላክ ረዳቱ የሆነ ተስፋውም በአምላኩ በእግዚአብሔር የሆነ ሰው ምስጉን ነው* (መዝሙር 146፥5)፡፡

በብሉይ ኪዳን እግዚአብሔር ተስፋ ተብሎ ይጠራል፡፡ አንተ የእስራኤል ተስፋ ሆይ በመከራም ጊዜ የምታድን ነው በምድር እንደ እንግዳ ወደ ማደሪያ ዘወር እንደሚል መንገደኛ ስለምን ትሆናለህ? (ኤርሚያስ 14፥8) አቤቱ የእስራኤል ተስፋ ሆይ የሚተዉህ ሁሉ ያፍራሉ፡፡ ከአንተም የሚለዩ የሕይወትን ውኃ ምንጭ እግዚአብሔርን ትተዋልና በምድር ላይ ይጻፋሉ፡፡ (ኤርሚያስ 17፥13) ስለዚህም ምክንያት አያችሁና እነግራችሁ ዘንድ ጠራኋችሁ፡፡ ስለእስራኤል ተስፋ ይህን ሰንሰለት ለብሻለሁና (የሐዋርያትሥራ 28፥20)፡፡ (ቅድመ-እስቲን ድህረ ገፅ)

ኤክስፖዚተርስ ግሪክ ቴስታመንት፡- አሕዛብ የእስራኤሎች እንዲሁ መለያ የነበረው የመሲሁ ተስፋ አልነበራቸውም፡፡ በክርስቶስ የተገኘውን የመለኮትንም ማዳን አያውቁም ነበር፡፡ ስለዚህ ከዚህ ዓለም ውጭ የሚያስቡበት አንዳች እንኳ ተስፋ አልነበራቸውም፡፡

የጥንቱ ዓለም ተስፋን እንደ የተሳሳተ እምነት ወይም እንደ ቅዠት እንጂ እንደ በጎ ነገር የሚያይ አልነበረም፡፡ ታሪክ ጸሐፊዎች እንደሚነግሩን የአሕዛቡ ዓለም በተስፋቢስነት ደመና ተሸፍኖ ልማዶች እየጠፉ፣ ሃይማኖቶችም አቅመቢስ እየሆኑ ሄደዋል፡፡ ፈላስፎችም ባዶዎች ነበሩ፡፡ ስለዚህ ሰዎች መጋረጃውን ገልጠው ከሩቅ የሚመጣን የተስፋ ወሬ ለመቃረም ይቋምጡ ነበር፡፡

የሮማው ሊቅ፣ የንጉሥ ነገሥቱ ኔሮ አስተማሪና የጳውሎስ ዘመነኛ የነበረው ሴኔካ ተስፋን በሚያሳዝን ሁኔታ የማይጨበጥ መልካም ነገር ሲል ይገልጸዋል፡፡ ይህ የሴኔካ አገላለጽ የአሕዛብን ተስፋ ቢስነት በደንብ የሚገልጽ ሲሆን፣ከመጽሐፍ ቅዱስ ተስፋ ጋር ተቃራኒ ነው፡፡

- የጀርመኑ ፈላስፋ ፍሬድሪክኒቼ ተስፋ የሰዎችን ስቃይ የሚያራዝም ክፉ ይለዋል፡፡

- በሁለተኛው የዓለም ጦርነት የመሳሪያ ካምፖች ውስጥ በሕይወት በተረፉ ሰዎች ላይ የተደረገ ጥናት እንደሚያስረዳው ተስፋቸውን ያልጣሉ እስረኞች የተሻለ በሕይወት የመቆየት እድል ነበራቸው፡፡ ለእነዚህ ሰዎች ተስፋ በምርጫ የሚጥሉትና የሚያነሱት ነገር ሳይሆን የሕይወትና የሞት ጉዳዩ ነበር፡፡
- በመጽሐፍ ቅዱስ ውስጥ ተስፋ፡መጭው ዘመን መልካም እንደሚሆን የሚያሳምን ፍፁም እርግጠኝነት ነው፡፡ ስለሆነም አማኞች ያለማቋረጥ በንቃትና በጉጉት «የተባረከውን ተስፋ እርሱም የታላቁን የአምላካችንንና የመድሃኒታችንን የኢየሱስ ክርስቶስን ክብር መገለጥ»መጠበቅ ይገባቸዋል(ቲቶ 2÷13 - ማስታወሻ የታከለበት)፡፡
- አማኞች የክርስቶስን በማንኛውም ሰዓት መመለስ በጉጉት ይጠባበቃሉ፡፡ ይህ እርግጠኛ የሆነው የመሲሁ ተስፋም እግዚአብሔርን መምሰልን ራስን ለማስለመድ የሚጠቅም ማትጊያ ነው፡፡ እግዚአብሔርን መምሰል ለአሁኑና ለሚመጣው ሕይወት ተስፋ ስላለው ለነገር ሁሉ ይጠቅማልና(1ኛ ጢሞቴዎስ 4÷7-8)፡፡(ቅድመ-አስቲን ድህረ ገፅ)

ከእግዚአብሔርም ተለይታችሁ፡-

ከእግዚአብሔር ተለይታችሁ - በግሪክ ኤይቴዎስ ሲሆን ቃል በቃል ሲተረጎም በእግዚአብሔር መኖር የማያምን ማለት ነው፡፡ (መጽሐፍ ቅዱስ ጥቅሶች የብሉይና / የአዲስ ኪዳን ግሪክ መዝገበ ቃላት. የቲየር ትርጉም)

ብሌይኪ፡- ኤቴዎስ átheos / ath'-eh-os በእግዚአብሔር መኖር የማያምኑ ናቸው ስንል በጽኑ ይክዱታል ማለት አይደለም፡፡ ከእግዚአብሔር ጋር ምንም ዓይነት ሕይወት ያለው ግንኙነት የላቸውም አይነካኩም ማለት ነው፡፡

ጆን ኤዲ፡- እግዚአብሔር እንዳያማክራቸው፣ እንዳይወዳቸው፣ እንዳይመራቸው፣ እንዳይባርካቸውና እንዳያድናቸው አሕዛብያ ለእርሱ ነበሩ፡፡ ይህም ማለት የሚያለቅሱበት፣ የሚያምኑት፣ የሚወዱት፣ የሚያመሰግኑትና የሚያገለግሉት አምላክ ያልነበራቸው ነበሩ፡፡

ዓለም፡- በግሪክ **ኮስሞስ** kósmos / kos'-mos ይሰኛል፡፡ ቃሉ በቀረበበት አውድ (ኤፌሶን 2፡12) ኮስሞስ ሁለት ነገሮችን ይገልፃል፡፡ የመጀመሪያው የምንኖርባትን ምድር ነው፡፡ ሁለተኛው ደግሞ እምቢ ብሎ ከእግዚአብሔር የራቀው በሰይጣን ግዛት ስር ያለው የአሁኑ ክፉ ዓለም እና ሥርዓቱ ነው፡፡(መጽሐፍ ቅዱስ ጥቅሶች የብሉይና / የአዲስ ኪዳን ግሪክ መዝገበ ቃላት. የቲየር ትርጉም)

223

ባርነስ፡- ስለእውነተኛው አምላክ ምንም እውቀት ላልነበራቸው ይህ "ከእግዚአብሔር ተለይታችሁ" የሚለው ሃረግ የነበሩበትን አስከፊ ሁኔታ የሚያስረዳ ነው፡፡ በእግዚአብሔር በራሱ ዓለም ውስጥ፣ ለዚያውም በዙሪያችን እያለ ከእግዚአብሔር መለየት፣ ስለስጦታው ማስረጃ ስለፍቅሩ ማረጋገጫ ማጣት አይደንቅም?፡፡ ከእርሱ ጋር ለመኖር ተስፋ ማጣት አያስገርምም! የኤፌሶንኖ ሰዎች እንዲሁ ነበሩ፡፡ ስለ እውነተኛው አምላክ እውቀት አልነበራቸውም፡፡ አንድን ኃጢያተኛ ከእግዚአብሔር ተለይቶ (ያለ እግዚአብሔር ነው) ከሚለው ሃረግ በላይ በአግባቡ የሚገልጸው ቋንቋ የለም፡፡ እግዚአብሔር የሚባል እንደሌለ አድርጎ ይኖራል ይሠራል፡፡ እንዲህ ላለው ሰው የአገሌ አገር ንጉሥ ሞቱ የሚል ዜና ሊያስደነግጠው ይችላል፡፡ እግዚአብሔር የለም የሚል አዋጅ ቢሰማ ግን አይደነግጥም፡፡ ለመሆኑ ግን በዚህች ውብ ዓለም ውስጥ ሰው ያለ እግዚአብሔር ምንድ ነው?

ሂውስ፡- የመጀመሪያው ክፍለ ዘመን ሰው ራሱን የሚያጠፋበት ወቅት ነበር፡፡ ታሲተስ አብሮት በተወለደ (ከልጅነቱ) ንዴት የተነሳ ራሱን ስላጠፋ ሰው ይነግረናል፡፡ ለአሕዛብ ታሪክ አይንቀሳቀስም ነበር፡፡ ያለ ተስፋ ከክርስቶስ ውጭ መኖር ዛሬም ቢሆን አሰልቺ ነው፡፡

ኸርበር ትስፔንሰር፡- «የመጨረሻውን ምስጢር አስመልክቶ የኔ የራሴ ስሜት እንዲህ ነው፡ - ፍርሃት ሳይወረኝ ማሰቡን መሞከር እንኳ ስለማልችል ሃሳቡን ዘወትር እሸሸዋለሁ» ሲልጽፏል፡፡ያለ ክርስቶስ የሆኑት ሕይዋታቸውን በነገሮች ዙሪያ ጠቅልለው ስለ መጨረሻው እውነት እንደዚህ ማሰብም አይፈልጉም፡፡ የሚያመልጡበት መንገድ በአንድነኑ ምሁራዊ ወይም ሌላ አይነት ጨዋታ ነው፡፡ ተስፋ እንዳገኘ አማኝ በግሌ ያለ እግዚአብሔር መኖርን ማሰብ እንኳ አልችልም፡፡

ዋረን ዋየርስቢ፡- የአሕዛብን መንፈሳዊ መከራ ያመጣው የራሳቸው የፈቃድ ኃጢያት መሆኑ ሊጤን የሚገባው ነገር ነው፡፡ ጳውሎስ እውነተኛውን እግዚአብሔር እያወቁ እንደ እግዚአብሔርነቱ አላከበሩትም ይላል (ሮሜ 1፡18-23)፡፡ የሃይማኖት ታሪክ ከጣኦታት ተነስቶ ቀስበቀስ እውነተኛውን አንድ እግዚአብሔር ያገኘ ሰው ታሪክ ሳይሆን ስለ እግዚአብሔር እውነቱን እያወቀ ሆን ብሎ የሚሸሸው ሰው አሳዛኝ ታሪክ ነው፡፡ አዝጋሚ ለውጥ ሳይሆን አዝጋሚ ነውጥ ነው፡፡

የዘፍጥረት የመጀመሪያ 11 ምዕራፎች የአህዛብን የውድቀት ታሪክ የያዙ ናቸው፡፡ከምዕራፍ 12 በኋላ ግን የአይሁዶች ታሪክ ነው፡፡ እግዚአብሔር አይሁዶችን ከአሕዛብ ለየ፤ይህም ዮሐንስ "መዳን ከአይሁድ ነው" እንዳለ አሕዛቦችንም ማዳን ይችል ዘንድ ነው፡፡

እግዚአብሔር እርሱ አንዱና ብቸኛው እውነተኛ አምላክ መሆኑን መግለጥ ይችል ዘንድ ከአብርሃም አንስቶ አይሁዶችን ጠራ፡፡ ቃሉንም ሰጣቸውና በእነርሱ በኩል ለዓለም አዳኙን ሰጠ (ሮሜ 9፡1-5)፡፡ የእግዚአብሔር ሐሳብ እስራኤል አህዛብም ይድኑ ዘንድ ለእነርሱ ብርሃን እንድትሆን ነበር፡፡ ሆኖም ግን እስራኤል እንደ አሕዛብ ሆነችንና ብርንዋ ደብዝዞ ጭልጭል የሚል ሆኖ አረፈው፡፡ ይህ እውነት ለዛሬዋ ቤተክርስቲያንም ማስጠንቀቂያ ነው፡፡ ቤተክርቲያን ዓለምን የምትለውጠው ዓለምን ባልመሰለች ቁጥር ብቻ ነው! (ቅድመ-አስቲን ድህረ ገፅ)

2፡13 "በፊት ርቃችሁ የነበራችሁ አሁን ግን እናንተ በክርስቶስ ኢየሱስ ሆናችሁ በክርስቶስ ደም ቀርባችኋል፡፡"

ከእግዚአብሔር ዘንድ ርቆ መገኘት ማለት ያለውን የአባትና የልጅ ኅብረት መቋረጥን ያመለክታል፡፡ አዳም ኃጢአትን ሲሰራ ሲሸሽ እናያለን፡፡ ምንም እንኳ በእግዚአብሔር ፊት ሁሉ የተገለጠ የተራቆተ ቢሆንም ኃጢአተኛ ሰው ግን ኃጢአቱ እንዲሸሽ ይገፋፋዋል፤ ሆኖም የሸሸ ቢመስለውም ከፍርድ አላመለጠም፡፡ ሁሉ ወደገዛ መንገዱ አዘነበለ በየፊናው ሄደ፤ እግዚአብሔር ግን አንድ ልጁን ወደምድር ላከ፤ ልጁ ወደዚህ ምድር ሲመጣ የሰው ልጆች ከጌታ ምን ያህል መራቃቸውን (ኃጢአተኛ መሆናቸውን) ገለጠ፡፡ ከአብ ጋር ኅብረት ያደርጉ ዘንድ እግዚአብሔር ልጁን እንደ ላከው ገለጠላቸው፡፡ ያለ እኔ ወደ አብ መምጣት መቅረብ መግባት አትችሉም አላቸው፡፡ ዮሐ 14÷5-6 የመቅረባችን ልክ እሥራኤላውያን በብሉይ ኪዳን እንዳላቸው አይደለም ይልቁንም በአብ ፊት በክርስቶስ ሆኖ መገኘት እንጂ፡፡ የዕብራዊው ጸሐፊ በሚያስደንቅ ሁኔታ በክርስቶስ ሆነን የቀረብነው እንዲህ ሲል ያብራራል፡፡ ዕብ 12÷18-24 ፡፡

የክርስቶስ ኢየሱስ በመስቀል ላይ የፈሰሰ ደም የወንጌላችን አብይ ማዕከል እንደ ሆነ ልብ እንበል፡፡ ይህ ደም እጅግ የከበረ ከምድራዊው ርኩሰት የጸዳ ነው፡፡ በዓለማችን ላይ እጅግ ትልቅ ዋጋ ከሚሰጣቸው ከብር፣ ከወርቅ፣ ከእንቁም በላቀ መንገድ ታላቅ ዋጋ ያለው ነው፡፡ "ከአባቶቻችሁ ከወረሳችሁት ከከንቱ ኑሮአችሁ በሚያልፍ ነገር፣ በብር ወይም በወርቅ ሳይሆን ነውርና እድፍ እንደ ሌለው እንደ በግ ደም በክቡር የክርስቶስ ደም እንደ ተዋጃችሁ ታውቃላችሁ" 1ኛ ጴጥ.1÷18-19፣ ዘሌ. 17÷11 በአሁኑ ወቅት በብዙ ቦታዎች ይህ የደሙ ታላቅነት እየተዘነጋ፣ ስለ ክርስቶስ ኢየሱስ የፈሰሰ ደም የሚሰበኩ ስብከቶች እየተረሱ፣ አንዳንድ ዘመናዊ የመጽሐፍ ቅዱስ ትርጉሞች ውስጥ ስለ ክርስቶስ ደም የተቀመጡ ማጣቀሻዎችም እየተሰረዙ መጥተዋል፡፡

የዳንነው የእርሱ ደም በመስቀል ላይ ስለ ፈሰሰልን እንደ ሆነም መዘንጋት አይገባም፡፡ ሞቱና የፈሰሰው ደሙ ትንሳኤውም አይነጣጠሉም፡፡ በአዲስ ኪዳን ውስጥ ደሙን በተመለከተ የተጻፉ ወደ 43 የሚጠጉ ማጣቀሻዎች አሉ፡፡ በግሪኩ ትርጓሜ የክርስቶስን ደም (Haima) ይለዋል፡፡ ይህ ቃል ሲተነተን ሥጋና ደም የሚል ፍቺም ይዟል፡፡ ሕይወት ባለው ሥጋ ውስጥ ያለ ደም የሚልም ትርጉም አለው፡፡ ዮሐ. 1÷13፣ ዕብ. 9÷20 በሥቃይ የፈሰሰ ደም . . .ወዘተ የሚል ትርጉሞችን አቅፎአል፡፡ እኛ እንድን ዘንድ ክርስቶስ መሞት ብቻ በቂ አልነበረም ይልቁኑም ደሙም በሥቃይ እንደ በግ ደም መፍሰስ አስፈለገው፡፡ የግሪኩ ትርጉም ይህን ሃሳብ ያንጸባርቅልናል፡፡

በክርስቶስ - አስቀድሞ ያለ ክርስቶስ ነበሩ፤ አሁን ግን በክርስቶስ ሆነዋል፡፡ ይህም አዳኙን ሲያምኑት እግዚአብሔር በተወደደ ልጁ ተቀብሏቸው ነው፡፡ ከተቀበላቸው ጊዜ አንስቶም የክርስቶስን ያህል ለእግዚአብሔር ቅርብ ሆነዋል፡፡

ራቀ፡- በግሪክ ማክራን makrán / mak-ran' ሲሆን ቃሉ በገባበት 'በፊት ርቃችሁ' በሚለው አውድ ውስጥ ክርስቶስን አዳኝና ጌታ አድርገው የተቀበሉትን አሕዛብ የሚገልጽ ነው፡፡

ሆኑ፡- እግዚአብሔር በመቅደስ የኖረ ሲሆን፣ በመኖሪያው አቅራቢያ እርሱን እያገኙ የኖሩት ሕዝቡ ነበሩ፡፡ እነርሱም እስራኤል ናቸው፤ ርቀው የኖሩት እርሱንም የማግኘት ነፃነት ያልነበራቸው ደግሞ አሕዛብ ነበሩ፡፡ ከዚህ አኳያ ከእግዚአብሔር መራቅ ማለት የእርሱ ከሆነው ሕዝብም መራቅ ማለት ነበር፡፡ መቅረብ ደግሞ ከእግዚአብሔር ጋር መታረቅ ወደ ቤተክርስቲያንም መግባት ማለት ነው፡፡ እንግዲህ ጳውሎስ በዚህ ጽሑፍ (ኤፌሶን 2) ሊል ያሰበው በግልጽ ያቀረበውም እነዚህን ሁለት ሐሳቦች ነው፡፡ መንገዱን

አይቻለሁ እፈውሰውማለሁ እመራውማለሁ ለእርሱና ስለእርሱም ለሚያለቅሱ መፅናናትን እመልሳለሁ፤ የከንፈሮችን ፍሬ እፈጥራለሁ በሩቅም በቅርብም ላለው ሰላም ሰላም ይሁን እፈውሰውማለሁ ይላል እግዚአብሔር (ኢሳያስ 57÷18-19):: *የተስፋው ቃል ለእናንተና ለልጆቻችሁ ጌታ አምላካችሁንም ወደ እርሱ ለሚጠራቸው በሩቅ ላሉ ሁሉ ነውና አላቸው* (የሐ 2÷39)::(ሆጅ ኮሜንተሪ)

በክርስቶስ ደም ቀርባችኋል

ቅርብ:- በግሪክ ኤጉስ engýs / eng-goos' ሲሆን፤ ከቦታ አንፃር አጠገብ ወይም መጠጋትን ያመለክታል:: (መጽሐፍ ቅዱስ ጥቅሶች የብሉይና / የአዲስ ኪዳን ግሪክ መዝገበ ቃላት. የቲየር ትርጉም)

ጆን ማካርተር:- "መቅረብ" ከቦታ ርቀት አንፃር አካላዊ የሆነ ቅርበትን ሳይሆን ከክርስቶስ ጋር ያለ መንፈሳዊ አንድነትን የሚገልጽ ነው:: ለድነቱ ክርስቶስን ብቻ የሚያምን ማንም ሰው በመንፈሳዊ አንድነት ወደ እግዚአብሔር ይቀርባል::

ጄ ቬርኖን ኤም ሲጂ:- አሕዛብ ወደ መቅደሱ እንዲመጡ ይፈቀድላቸው ነበር ቦታቸው ግን የተለየና ሩቅ ነበር:: አሁን በክርስቶስ ለሆኑት አሕዛብ ሁሉም ተለውጧል:: ከእግዚአብሔር ያራቃቸው መሰናክል ሁሉ ተወግዷል:: በክርስቶስ ደምም ቀርበዋል::

ሃሮልድ ሆህነር:-በአንድ ወቅት ከእግዚአብሔርም ከአይሁዶችም ሩቅ የነበሩት አሕዛብ አሁን በክርስቶስ ደም ቀርበዋል:: የቀረቡትም ለእግዚአብሔርና ለአይሁዶችም ነው::

ደም:- በግሪክ ሃይማhaîma / hah'ee-mah ሲሆን፤ የሕይወት መሠረት ነው:: ሃይማ (ደም) ደም መልስ ደም ቅዳ የተባሉ ቧንቧዎች እንደዚሁም በቀጫጭን የደም ስሮች አማካኝነት ለሕይወት አስፈላጊ የሆኑትን ምግብና አየር ለተለያዩ የሰውነት ክፍሎች የሚያዳርስ ቆሻሻንም የሚያጣር ፈሳሽ ነው:: ሃይማ (ደም) በመጽሐፍ ቅዱስ ውስጥ ከሰሙና ከእግዚአብሔር ጋር ባለው ግንኙነት የተነሳ ትልቅ ትርጉም ያለው ቃል ነው:: (መጽሐፍ / ቅዱስ ጥቅሶች የብሉይና / የአዲስ ኪዳን ግሪክ መዝገበ ቃላት. የቲየር ትርጉም)

የክርስቶስ፡- በእግዚአብሔር ፊት ምንም ኃጢያት ከሌለበት ከበጉ ደም በስተቀር የዓለምን ኃጥያት ሊያስወግድ ወደ እግዚአብሔርም ሊያቀርብ የሚችል ሌላ የደም መስዋዕት የለም፡፡

ጆን ኤዲ፡- የጳውሎስ ዓላማ በአህዛብና በአይሁድ መካከል ልዩነት መቅረቱንና በክርስቶስ ደም አማካኝነትም ሁለቱም ከእግዚአብሔር ጋር መታረቃቸውን ማሳየት ነው፡፡

ዘ ኬ. ጄ. ቪ. ባይብል ኮሜንታሪ፡- የቀረብነው በእምነታችን ጥንካሬ፣ በፍቅራችን ጥልቅነት ወይም በመንፈሳዊ ሕይወታችን አስደሳችነት አይደለም፡፡ የጁዳይዝም ተከታይ በመሆናችን ወይም በንሰሃችን እውነተኛ መሆንም አይደለም፡፡ የቀረብነው በክርስቶስ ደም ነው፤ በክርስቶስ የመስዋዕት ደም የማይገባን የነበርነው ወደ እግዚአብሔር እንቀርብ ዘንድ አዲስ ሕብረት ተመሥርቷል፡፡

ሬይ ስቴድማን፡- መጽሐፍ ቅዱስ ስለ ድነት ሲያወራ በክርስቶስ ሞት ወይም በክርስቶስ መስቀል እያለ ይናገራል፡፡ እንዲሁም አዘውትሮ በክርስቶስ ደም ይላል፡፡ በክርስቶስ ደም የሚለውን እግዚአብሔር በአጽንኦት የሚያየው ነው፡፡ እኛም እንድናስበው ይፈልጋል፡፡ ምንም እንኳ ዛሬ ብዙዎች ደም የበዛበት አድርገው ማሰብ ባይፈልጉም የክርስቶስ ሞት ግን በእርጅና እንደሚሆነው ያለ የእንቅልፍ ሞት አይደለም፤ እጅግ ዘግናኝ የሆነ ደም የበዛበትና ለማየት ጨርሶ የሚከብድ ሞት ነው፡፡ ሰውነቱ ተሰቃይቶ ተሰቅሎ ከሰውነቱ የሚፈሰው ደም በመስቀሉ ላይ ቁልቁል እየተንቀረቀረ የሞተበት ሞት ነው፡፡ እግዚአብሔር ይህን የልጁን ዘግናኝ ሞቱ እንድናስታውስ ይፈልጋል፡፡ የሚፈለግበት ምክንያትም እግዚአብሔርን የማያውቅ አረመኔ ማኅበረሰብ የመጨረሻ መገለጫው እንዲህ ያለ ዘግናኝ ድርጊት መፈፀም ስለሆነ ነው፡፡ ከማኅበረሰብ ውስጥ ፍቅርና እውነት ሲጠፉ ጭካኔ ይበቅላል እናም እግዚአብሔር የሰው ዘር እንዲህ ባለው የመጨረሻ ከፋቱ ቁጣውን በመስቀሉ ላይ ሲገልጽ የእርሱ ፍቅር ግን እዛው ቦታ ላይ ወርዶ ማዳን መጀመሩን እያስታወሰን ነው፡፡

አሁን በዚህ የክርስቶስ ደም የተነሳ ለአይሁድ ያላቸው ሁሉ ለአሕዛብም አላቸው፡፡ ርቀው የነበሩት እግዚአብሔርን አግኝተዋል፡፡ ኃዋርያው በአፅንኦት እየገለጸ ያለውም ይህን አስደናቂ የእግዚአብሔር ፀጋ ነው፡፡

228

13 አሁን ግን እናንተ በፊት ርቃችሁ የነበራችሁ በክርስቶስ ኢየሱስ ሆናችሁ በክርስቶስ ደም ቀርባችኋል።

በፊት ርቃችሁ የነበራችሁ ኤፌ 2÷12፣17፣19-22፤ 3÷5-8፣መዝ 22÷7፤ 73÷27፣ኢሳ 11÷10፤ 24÷15፣16፤ 43÷6፤ 49÷12፤ኢሳ 57÷19፤ 60÷4፣9፤ 66÷19፤ኤር 16÷19፤የሐዋ 2÷39፤ 15÷14፤ 22÷21፤ 26÷18; ሮሜ 15÷8-12

በክርስቶስ ኢየሱስ ሆናችሁ ሮሜ 8÷1፤ 1ኛቆሮ 1÷30፤ 2ኛቆሮ 5÷17፤ገላትያ 3÷28

በክርስቶስ ደም ቀርባችኋል ኤፌ 2÷16፤ 1÷7፤ሮሜ 3÷23-30፤ 5÷9፣10፤1 ቆሮ 6÷11፤ 2ኛቆሮ 5÷20፣21፤ቆላ 1÷13፣14፣21፣22፤ዕብራውያን 9÷18፤ 1ኛጴጥሮስ 1÷18፣19፤ 3÷18፤ዮሐ 5÷9

ቁ 14 "ሁለቱን አንድ አደረገ፣ የጥልን ግድግዳ አፈረሰ፣ ሰላማችንም ሆነ"

እኛ ግን ተስፋ የምናደርገውን ጽድቅ፣ በመንፈስ አማካኝነት በእምነት ሆነን በናፍቆት እንጠብቃለን:: በክርስቶስ ኢየሱስ ከሆኑ መገረዝ ወይም አለመገረዝ አይጠቅምምና፣ የሚጠቅመውስ በፍቅር የሚገለፅ እምነት ብቻ ነው" ገላ 5÷5

በአዲስ ኪዳን ይህን ሥርዓት በመሻር ወደ በለጠ የጸጋና የምሕረት፣ የበረከት፣ የፈውስ፣ የመዳሰስና የመፅናናት ዘመን ተሸጋግረናል:: እግዚአብሔር አምላክም መንፈሱን አፍስልናል:: በአዲስ ኪዳን የዘር የወገን ልዩነት የለም:: ዛሬ በቤተ ክርስቲያን የምንመለከተው የዘር ልዩነት፣ የወገን ልዩነት ከመጽሐፍ ቅዱስ ሃሳብ ጋር የቱን ያል እንደሚቃረን ልብ እንበል::

ክርስቶስ ኢየሱስ በሰዎች መሃከል የነበረውን የጥል ግድግዳ አፈረሰ:: ለምን ይሆን ይህ የጥል ግድግዳ ፈርሶ ሳለ በቤተ ክርስቲያን ውስጥ ጠብ የበረከተው? ወንድም ወንድሙን ለምን ይሆን የሚገፋው? የቤተ ክርስቲያን መሪዎች ለምን ይሆን የሚከፋፈሉት? ለምን ይሆን አንዲት ቤተ ክርስቲያን ለሁለት ወይም ለሦስት የምትከፋፈለው? ይህ የእግዚአብሔር ሃሳብ አይደለም:: የመንፈስ ቅዱስ ሥራም አይደለም::

2÷12 "ከእሥራኤል መንግሥት ርቃችሁ"

ለአብርሃም የተሰጠው የበረከት ርስት እሥራኤል ከግብፅ አገዛዝ ወጥታ ወተትና ማር ወደምታፈስው አገር ገብታ በላይዋ ላይ እግዚአብሔር ይነግስ ዘንድ ነበር:: ለአብርሃም እንደ ሰጠው በሙሴ በኩል ግብፅን አልፈው በኢያሱ መሪነት የሲናን በረሃ ሰንጥቀው ከነአን ገብተዋል:: ምንም እንኳ በላያቸው ንጉስ ሆኖ ይገዛቸው ዘንድ ጥያቄን በሳሙኤል በኩል

ቢያቀርቡም እግዚአብሔር ኪዳኑን ጠብቆ የመጀመሪያው ንጉስ ሳኦል ተሹሞ መንግሥት ተመሠረተ:: በዚህ መንግሥት የሚኖሩ ሁሉ በእግዚአብሔር በረከት ጥላ ሥር ናቸው:: የመንግሥቱ ዜጋ በመሆን የሚገኙት በረከቶች እንደ ሰማይ ከዋክብት እንደ ምድር አሸዋ ናቸው:: ዳዊት ይህን ሲናገር "ያልተሠራ አካሌን ዓይኖችህ አዩኝ፤ የተፈጠሩ ቀኖቼ ሁሉ አንድ ስንኳ ሳይኖር በመጽሐፍህ ተጻፉ። አቤቱ፥ አሳቦችህ በእኔ ዘንድ እንደምን እጅግ የተከበሩ ናቸው! ቍጥራቸውም እንደምን በዛ! ብቈጥራቸው ከአሸዋ ይልቅ ይበዛሉ፤ ተነሣሁም፥ እኔም ገና ከአንተ ጋር ነኝ" መዝ 139÷16-18 ዘዳ 28÷1-14 ጥቂቶቹን ማየት እንችላለን:: በኢየሩሌም ውስጥ እጅግ ብዙ መጽናናት ይገኛል:: ኢሳ 66÷10-14 ከዚያ ሁሉ ርቃችኋል ይላል::

"ርቃችሁ ነበራችሁ" ቀድሞ የኪዳኑ ተስፋ የአብርሃም ዘር ለነበሩት እሥራኤላውያን ብቻ ነበር:: ከአሕዛብ ወገን የነበሩቱ ያልተገረዙ ተብለው ማንም እነርሱ በኪዳኑ ውስጥ ይታቀፋሉ ብሎ አልገመተም:: ክርስቶስ ኢየሱስ ግን በሩቅም ላሉት ሳይቀር የሰላምን ወንጌል እያወጀ መጣ:: በክርስቶስ ኢየሱስ የመስቀል መሥዋዕትነት የተነሳ ተራርቀው የነበሩት አንድ ሆኑ:: አዲሱ ኪዳን፣ በክርስቶስ ሞትና ትንሣኤ ላይ ተመሠረተ:: ሰውን ከአምላኩ ጋር ብቻ ሳይሆን ሰው እርስ በእርሱም ተራርቆ ነበር:: ለምሳሌ አይሁድና ሳምራውያን አይነጋገሩም ነበር፤ እርሱ ግን የተራራቁትን ሁሉ አቀራረባቸው:: በመሃል የነበረው የጥል ግድግዳም ፈረሰ::

2፡14 እርሱ ሰላማችን ነውና፤ ሁለቱን ያዋሐደ

እርሱ ሰላማችን ነው "Christ-our peace" ሰላም በዕብራይስጡ ትርጉም (Shalom) ይለዋል:: ሙሉዕነት፣ ሰላማዊነት፣ ዋስትና፣ ደኅንነት የሚሉትን ትርጉሞች ያንጸባርቃል:: በግሪኩ ትርጓሜ ደግሞ (Eirene) ይለዋል:: የአማኝን ውስጣዊ መረጋጋትን፣ በአምላኩ ታምኖ መቀመጥን ያሳያል:: ሁሉም ፍጥረት በሰላም ይደሰታል ብለን ባንልም፣ ጌታ ኢየሱስ ሰላምን ለማምጣት ወደ ምድር ወጥቶአል:: እርሱ የሰላም አለቃም ነው:: ሮሜ 15÷33 "የሰላምም አምላክ . . ." ኃጢአት ሰውን ከእግዚአብሔር ከለየው በኋላ የሰው ልጅ ሰላምን አጣ፣ ተቅበዝባዥ ሆነ (ኢሳ. 59÷1-2፣ 1ኛ ጴጥ. 3÷12 እግዚአብሔርም ይህን ተቅበዝባዥ ሰው በምሕረቱ ለሰላም ፈለገው (ኢሳ. 57÷19-21) "በሩቅም በቅርብም ላለው ሰላም ይሁን፣ እፈውሰውማለሁ፣ ይላል እግዚአብሔር . . ."

ጌታችን ኢየሱስ ክርስቶስ በመለኮትነቱ ሰላም ነው:: መለኮታዊ ባሕሪው ሰላም እንደ ሆነ ፍጥረት ሁሉ ለዚህ የሰላም ንጉስ መገዛት ብቻ ሳይሆን ህልውናው እንደ ሆነ ኢሳያስ 9÷6

ላይ ይናገራል፡፡ በጨለማ የሚኖረው ሕዝብ ይህን ሰላም ይፈልጋል፡፡ ነገር ግን ማንም ይህን ሰላም ያገኝ ዘንድ አልቻለም፡፡

ስለ ሆነም ይህ ሰላም ራሱን መግለጥ አስፈለገው፡፡ የጠፋው የአዳም ዘር እውነተኛ የሆነውን ሰላም እንዲያገኝ በቅድሚያ ለአይሁዳውያን ከዚያም ለአሕዛብ ይታይ ዘንድ የዘላለም ሐሳቡ ነበር፡፡ ይህ የሰላም ጌታ በኤደን ገነት ድምፁን ሲያሰማ አዳም ግን (የሰው ዘር) ሸሸ፡፡ ሆኖም ግን ሰላምን ይፈጥር ዘንድ እግዚአብሔር ከአዳም ጋር ተነጋገረ ተስፋንም ሰጠው፡፡ ይህ የተስፋ ዘር የሆነው ልጅ እስኪመጣ ድረስ እሥራኤል ሆነ የሰው ልጅ በተስፋ ቆየ፡፡ ሺህዎች ዓመታት አለፉ፡፡ በዘመነ ብሉይ የሰላም ንጉሥ የሆነው እግዚአብሔር ብቅ እያለ በሰውና በእግዚአብሔር መሀከል ቆሞ መፍትሔ ሊሆን የሚችለው መሲህ እንደሚመጣ ተናገረ፡፡ መሲሁ የመምጣቱ ክስተት ለምድር እልልታ ይሆን ነበርና ሁሉም በተስፋ ጠበቁት፡፡ ጊዜው ሲደርስ የሰላም ጌታ መጣ፡፡ በእኛም መካከል አደረ፡፡ ኢሳ9፥6

ሰላማችን፡- እዚህ ውስጥ ያለው "የኛ" የሚለው ተውላጠ ስም ጳውሎስን እንደዚሁም ሁሉንም የማያምኑ አይሁድና አህዛብን የሚገልጽ ነው፡፡

ጌታችን ኢየሱስ ክርስቶስ ፍጹም አምላክ እንደ ሆነ ፍጹም ሰው ነው፡፡ እንደ ፊተኛው አዳም ኋለኛው አዳም ሰላምን ለመፍጠር እንደኛ ሥጋና ደም ይለብስም ይካፈል ዘንድ አስፈለገው፡፡ የሰላም ንጉስ በመሆኑ መለኮታዊነቱ የሚገለጥ ስለ ሆነ ለዚህ ጌታ ሰዎች ሆነ ፍጥረታት ሊገዙለት ሆነ ሊያከብሩት ሊያመልኩት ተገባው፡፡

ክርስቶስ ኢየሱስ ወልድ የእግዚአብሔር ልጅ ነው፡፡ እርሱ በአብ ቀኝ ተቀምጦ በአሁኑ ሰዓት በመለኮታዊነቱ ስለ እኛ ይማልዳል፡፡ ወደ ምድር በመጣ ጊዜም ፍጹም ሰው ሆኖ፣ ፍጹምም አምላክ ነበር፡፡ በሰውነቱ ከኃጢአት በስተቀር ልክ እንደ ሰው ሆኖ፣ የሰው ልጅ የሚኖሩት ባሕርያት ሁሉ ኖረውት፣ ተርቦ፣ ተጠምቶ፣ ደክሞ፣ ተሰቃይቶ፣ አንቀላፍቶ በመጨረሻም የሥቃይ ሞትን ሞቶ የሰው ልጅን ኃጢአት ተሸክሞ ስለ እኛ ሞተ፡፡ በመለኮታዊነቱም መቃብርን ፈንቅሎ በሦስተኛው ቀን ትንሣኤን አገኘ፡፡ በመለኮታዊነቱም ይህን ታላቅ ተልዕኮውን ከፈጸመ በኋላ ወደ አባቱ አረገ፡፡ጌታችን ኢየሱስ እንደ እኛ ሥጋና ደምን በመውሰድ በመካፈል እኛን በመምሰሉ እኛን መወከልቻለ፡፡ በእኛና በአብ ፊት የነበረውን ቅራኔ ይፈታ ዘንድ በመካከል ገባ፡፡ ይህም ስብዕናውን ያመለክታል፡፡ የእርሱ ሰላም ለእኛ ሆነ፡፡ ክርስቶስ ኢየሱስ በእኛና በአብ መካከል ሆኖ በአስታራቂነት ተገኘ፡፡ 1ኛ ጢሞ.1፥5 "አንድ እግዚአብሔር አለና፣ በእግዚአብሔርና በሰውም መካከል ያለው መካከለኛው ደግሞ አንድ አለ፣ እርሱም ሰው የሆነ ክርስቶስ ኢየሱስ ነው፡፡" ጌታ ኢየሱስ በሰውና በእግዚአብሔር መካከል ለመግባትና ሰላምንም ለመፍጠር ሰው መሆን ነበረበት፡፡

ሰው የሆነበት ምክንያትም በብሉይ ኪዳን የነበሩትን የካህናቱን የሥራ ድርሻ ለማሟላት ነው። በመካከልም ገብቶ የማማለድ ሥራውን ለመሥራት ነው። (ዕብ. 4÷15) ፍጹም ሰው የመሆንን ትርጉምም በዚህ ውስጥ በተግባር አሳየን። የአማኝን የኑሮ ዘይቤም በተግባር ኖሮ አስተማረ። በብዙ መከራ ውስጥ ተፈትኖ በማለፍም ሥቃያችንን ተካፈለ። በዚህ ውስጥም በእግዚአብሔር አብና በእኛ መካከል ሰላማችን ሆነ። 1ኛ ጢሞ.3÷16፤ ዮሐ. 1÷14።

አልበርት ባርነስ፡- እዚህ የተጠቀሰው ሰላም በአይሁድና በአህዛብ መካከል የአምልኮና የስሜት አንድነት የተገኘበት ሰላም ነው። ሁለቱ የተለያየ አምልኮ የተለያየ የሃይማኖት ሥርዓት የተለያየ አመለካከትም ነበራቸው። በተጨማሪ አይሁዶች አህዛብን በጥላቻ ሲያዩ አህዛብም አይሁዶችን በንቀት ይመለከቱ ነበር። ጳውሎስ አሁን ግን ሰላም ናቸው ይለናል። አሁን አንድ ተስፋ አንድ ማስተሳሰሪያ አንድ አዳኝ አላቸው። አንድ አምላክም ያመልካሉ፤ አሁን ቤተሰባቸው አንድ ነው የሚናፍቁት መንግሥትም አንድ ነው። እርቅ የተፈፀመው ከእግዚአብሔር ጋር ብቻ ሳይሆን ከእርስ በራሳቸውም ጋር ነው። ጠብን ዝም የሚያሰኝ መራራቅንም የሚፈውስና ድሃውን ከሃብታሙ ባሪያውን ከነፃው፣ ትንሹን ከትልቁ በወንድማማችነት አንድነት የሚያስተሳስር ፍቅር ክርስቶስ ነው።

ማክዶናልድ፡- አይሁድ በክርስቶስ ኢየሱስ ሲያምኑ ብሔራዊ ማንነት (አይሁድነት) ይቀርና በክርስቶስ ይሆናሉ። እንዲሁ ደግሞ አሕዛብ አዳኙን ሲቀበል አሕዛብነቱ ይቀርና እርሱም በክርስቶስ ይሆናል። በክርስቶስ ያላቸው አንድነት ያዋህዳቸዋል።

ሰላም፡- በግሪክ **ኢይሬኔ** eirḗnē / i-rah'-nay ሲሆን፤ የተለያየውን መልሶ መግጠም አንድ ማድረግ ማለት ነው። በዓለማዊው ግሪክ ይህ ቃል የጦርነትን መቆም ወይም አለመኖር የሚገልጽ ነው።(መጽሐፍ ቅዱስ ጥቅሶች የብሉይና / የአዲስ ኪዳን ግሪክ መዝገበ ቃላት. የቲየር ትርጉም)

ኤክስፖዚተርስ ባይብል ኮሜንትሪ፡- ከእግዚአብሔር ጋር የነበረንን ችግር የቀረፈው ክርስቶስ ብቻ ነው። እርሱ በራሱ ሰውን ከእግዚአብሔር እንዲሁም ሰውን ከሰው ያቀራርባል።

ዉወስት፡- ለጠፉት ድነትን በእነርሱ በኩል ያመጣላቸው ዘንድ እግዚአብሔር አይሁድን በመምረጡ አህዛብና አይሁድ ተለያይተው ነበር። አሁን ግን በክርስቶስ ደም በቤተክርስቲያን ተዋህደዋል። እዚህ እየተነገረ ያለው ሰላም ይህ ነው።

ሬይ ስቴድማን፡- ይህ ጳውሎስ ለኛ የሰላምን መንገድ የሚያስረዳበት አስደናቂ ምዕራፍ ነው፡፡ መቼም ለማጥበብ እጅግ አስቸጋሪ የሆነው ገደል ግጭት መሆኑን የማትቀበሉ ሰዎች ካላችሁ፡ መካከለኛው ምስራቅ ውስጥ በአረብና በእስራኤል መካከል ያለውን ችግር ማየት የሚበቃችሁ ይመስለኛል፡፡ ትልልቅ አእምሮዎች ተሰብስበው መፍትሔ ሊያበጁለት አልተቻላቸውም፡፡ በአህዛብና በአይሁድ መካከል ለነበረው ግጭት ግን ክርስቶስ መፍትሔ ሆኖለታል፡፡ ጳውሎስ የሚገልጸውም ክርስቶስ ይህን እንዴት እንዳሳካው ነው፡፡ ዛሬ በግለሰቦች፣ በቡድኖችም ሆነ በሀገራት መካከል ጠብና ጥላቻ ተወግዶ ሰላም እንዴት ሊገኝ እንደሚችል ይህ የክርስቶስ መንገድ ትልቅ ትምህርት የሚሰጥ ነው፡፡

ጆን ማካርተር፡- በሁለተኛው የዓለም ጦርነት ጊዜ የአሜሪካ ወታደሮች በአንድ የገበሬ ቤት ውስጥ ከመሸጉ የጀርመን ወታደሮች ጋር ይታኮሱ ነበር፡፡ የቤቱ ነዋሪዎች ተኩሱን ሸሽተው በከብቶች ማደሪያ ተጠልለዋል፡፡ በዚህ መሃል ግን ከተጠለለው ቤተሰብ የሦስት ዓመት ዕድሜ ያላት ሴት ልጃቸው በፍርሃት ተንደርድራ ትወጣና ተኩሱ መሃል ትገባለች፡፡ በዚህም ምክንያት ሁለቱም ወገኖች ተኩሳቸውን ለማቆም ተገደዱ፡፡ ይህች ሕፃን ልጅም ለጊዜውም ቢሆን ሌላ ማንም ሊያመጣ የማይችለውን ሰላም አስገኘች፡፡ በተመሳሳይ ክርስቶስ ወደ መሬት ሕፃን ሆኖ መጣ በመስቀል ላይ በከፈለው ዋጋም በእርሱ ለማያምኑ ሁሉ ሰላማቸው ሆነ፡፡ ሰላሙም አላቂ ሳይሆን ዘላቂ ነው፡፡

ዋረን ዋየርስቢ፡- በዓለም ላይ አብዛኞቹ የሰላም ተልዕኮዎች የሚከሽፉ ናቸው፡፡ እንዳነበብኩት ከ1500 ዓመተ ዓለም እስከ 850 ዓመተ ምሕረት ድረስ በተለያዩ ሃገራት መካከል 7500 “ዘላለማዊ ቃልኪዳኖች” የተሰኙ የሰላም ስምምነቶች ተፈርመዋል፤ አንዳቸውም ግን ከሁለት ዓመት በላይ አልቆዩም፡፡ ብቸኛው ዘላለማዊ ቃልኪዳን ዘላለማዊ በሆነው እግዚአብሔር የተደረገውና በክርስቶስ ደም የታተመው ነው፡፡ በዚህ ክፍል ጳውሎስ የሚገልፀውም የክርስቶስ የሰላም ተልዕኮ ሲሆን፣ እርሱም በሦስት ቃላት የሚጠቃለል ነው፡፡ ጥል እርቅ እና አንድነት፡፡

ኤዲ፡- ክርስቶስ ሰላምን ያመጣ ብቻ ሳይሆን ሰላሙም እርሱ ራሱ ነው፡፡ ክርስቶስ ለሰላም ደራሲዋ ነው ሁለቱን አንድ አድርጎ ከእግዚአብሔር አስታርቋልና መሠረቷ ነው፤ ጠላትነትን በሥጋው አስወግዷልና፡፡ መሃከለኛ ነው፤ ሁለቱም ወደ እግዚአብሔር መግባትን አግኝተውበታልና፡፡ አዋጅ ነጋሪዋ ነው፤ ይህም መጥቶ ሰላምን ሰብኳልና ነው፡፡

የአ.ፌ.ቢ.አ. አገልግሎት / የኤፌሶን መልእክት ትምህርት

ብሌይኪ:- ክርስቶስ አስታራቂያችን ብቻ ሳይሆን ሰላማችንም ነው፡፡ ክርስቶስ ሰላምን መጀመሪያ ያቋቁማል እስከ ፍፃሜም የሚጠብቃት ሕያው ምንጪ እርሱ ነው፡፡ ሰላም ሲባልም በአይሁድ እና በአህዛብ መካከል ብቻ ሳይሆን በእግዚአብሔርና በእነርሱ መካከልም ነው፡፡

ዊልያም ባርከሌይ:- የሰው ምሳሌ እንጠቀም፡፡ ሁለት ሰዎች ልዩነታቸውን ለማስታረቅ ወደ ፍትህ አካል ሄዱ እንበል፡፡ ከዚያም ባለሙያዎች የሚስማሙበት ሰነድ አርቅቀው ሰጧቸው፡፡ በዚህ ግን ሰላም ይወርዳል? ሕጋዊ ሰነድ የጠብን ቁስል አይሽርም፡፡ እነዚህ ሰዎች በጣም የሚወዱት ሰው ቢያነጋግራቸውስ? ሰላም የሚወርድበት ዕድል በጣም ሰፊ ነው፡፡ ሁለት የተራራቁ ወገኖችን ወደ አንድነት ለያመጣቸው የሚችለው ሁለቱም የሚወዱት ሦስተኛ ወገን ወይም ሰው ነው፡፡ ክርስቶስ የሚያደርገው ይህንን ነው፡፡ ሰዎች እርስ በርሳቸው ወደ መዋደድ የሚመጡት ለክርስቶስ ካላቸው የጋራ ፍቅር ነው፡፡

"ሁለቱን ያዋሃደ" ይህ ደግሞ እግዚአብሔር አሕዛብን እና እሥራኤልን እንደ ከፋፈለ ሁሉ እርሱ በክርስቶስ ኢየሱስ የደሙ የመቤዠት ሥራ እንደሚያዋህድ ይገልጣል፡፡ እሥራኤልን እንደ ወይን ተክል አጥርና ግንብ ሠርቶ ጠበቃት ተንከባከባት ሆኖም ግን እሥራኤል ይህን አልፈለገችም፡፡ ኢሳ 5÷1-3 ማቴ 22÷33-44 እልፍ ብለን ስናነብ ማፍራት ማሸብረቅ ሲገባት ከድንዳኔ የተነሳ ልጁን ገደሉት፡፡ በዚህም ምክንያቱ እግዚአብሔር ፍሬ የሚያፈሩ ወደሆኑት ወደ ኪዳኑ ሕዝብ ዘወር አለ፡፡

እሥራኤልን ከአሕዛብ የለያቸው የብሉይ ሕግና ሥርዓት ነው፡፡ ይህ ሕግና ሥርዓት ቀርቶ ክርስቶስ ሁሉን ሆነ፡፡ እግዚአብሔር ለእሥራኤል የሰጠው የሥርዓት ሕግ በክርስቶስ ተፈፀመ፡፡ የእግዚአብሔር የሥነ ምግባር ሕግ ግን አሁንም በክርስቶስ ይሰራል፡፡ የእርሱን መለኮታዊ ባሕሪ የሚገለጥ ነው፡፡ ይህ የሥነ ምግባር ሕግ ዛሬ በፍቅር የሚደረግ ነው፡፡ እርሱ ራሱ ክርስቶስ ነው፡፡ በክርስቶስ ሕይወት ተገልጦአል፡፡ ይህ ሕይወት ደግሞ ለእኛ በጸጋ የተሰጠን ነው፡፡ ማለትም እርሱን በመደገፍ በእኛ ሕይወት ይገለጣል፡፡ አማኙ ራሱን ለዚህ ጌታ ምርኮኛ አድርጎ በመስጠት ማስገዛት ይገባዋል፡፡ ማቴ 5÷17-19 ገላ 2÷20 ሮሜ 8÷6፤9፤12-14 ሁሉም የሥርዓት ሕግ በክርስቶስ ኢየሱስ ተፈጽሟል (ቆላ 2÷16-17፤ ሐዋ10÷9-16 11÷17-18)፡፡

እግዚአብሔር አምላክ ለአብርሃም በገባለት የተስፋ ቃል መሠረት ከእርሱ የተነሳ የምድር ሕዝብ ሁሉ ይባረካሉ እንዳለ አሕዛብም የተስፋው ቃል ተጋሪዎች እንደ ሆኑ በምዕራፍ

አንድ ላይ ተመልክተናል፡፡ ከዚህ በተጨማሪም በቁጥር 15 ላይ . . . በመካከል ያለውን የጥል ግድግዳ በማፍረስ . . . ከሁለታችሁ አንድን አዲስ ሰው በራሱ ይፈጥር ዘንድ . . .ይላል፡፡ ይህ አዲስ ሰው ከተገረዙትም ካልተገረዙትም የተገኘ ነው፡፡ የተገረዙ የተባሉት መሲሁን ገፉት፣ ናቁት፣ አልሰማም ብለው ሰቀሉት፡፡ ያልተገረዙቱ ደግሞ ጌታ ኢየሱስ በምሳሌ እንደ ተናገረለት የግብዣ ታሪክ ይመስላሉ፡፡ የታደሙቱ ግብዣውን ንቀው ሲቀሩ፣ ከመንገድ የተጠሩትን ታዳሚ ጉንዱሾች ይመስላሉ፡፡ እነኚያ በዓመጽ በራቸውን ሲዘጉ ለእነኚህ የምሕረቱ በር ተከፈተላቸው፡፡

ሮሜ 8፡6 "ስለ ሥጋ ማሰብ ሞት ነውና . . ." እሥራኤል የተገረዙ የተባሉቱ መሲሁ ሲመጣ ከሮማውያን ባርነት ነጻ ያወጣናል የሚለው ጉጉታቸው ትልቅ ነበር፡፡ እነርሱ ስለ ምድራዊው፣ ስለ ሥጋዊው ሃሳብ ያውጠነጥኑ ነበር፡፡ መሲሁ ደግሞ ስለ ሰማያዊው፣ ስለ መንፈሳዊው ነገር ሊያስረዳቸው ሲሞክርም አልተግባቡም፡፡ እነርሱ ሥጋውን ገደሉ፣ እርሱ ግን በመንፈስ ሕያው ሆነ፡፡ እነርሱ ደግሞ በተቃራኒው መንፈሳቸውን ገድለው ለሥጋቸው አርነት ሰጡ፡፡ ጌታ ከዚህ የተነሳ ፈሪሳውያንን ውስጣቸው እንደ ሞተ፣ እንደ ተለሰነ መቃብር እንደ ሆኑ ይነግራቸው ነበር፡፡

ሁለቱ፡- በግሪክ **አምፎቴሮስ** amphóteros / am-fot'-er-os ሲሆን ይህም ያም ማለት ነው፡፡(መጽሐፍ ቅዱስ ጥቅሶች የብሉይና / የአዲስ ኪዳን ግሪክ መዝገበ ቃላት. የቲየር ትርጉም)

ክርስቶስ፡- የአይሁድና የአሕዛብን አንድ መሆን ይጠቅሳል፡- ከዚህም በረት ያልሆኑ ሌሎች በጎች አሉኝ እነርሱን ደግሞ ላመጣ ይገባኛል፤ ድምፄንም ይሰማሉ አንድም መንጋ ይሆናሉ እረኛውም አንድ (ዮሐንስ 10፡16)፡፡ብሔርተኝነትን የመሳሰሉት ሁሉም ልዩነቶች መስቀሉ ላይ ስለተቸነከሩ ከእንግዲህ የአይሁድ ክርስቲያን የአሕዛብ ክርስቲያን እያሉ ማውራ እራሱ ትክክል አይደለም፡፡ ክርስቲያን ብቻ እንጂ አይሁድ አሕዛብ የሚባል ዘር የለም፡፡ አይሁድ ወይም የግሪክ ሰው የለም ባሪያ ወይም ጨዋ ሰው የለም ወንድም ሴትም የለም ሁላችሁ በክርስቶስ ኢየሱስ አንድ ሰው ናችሁና (ገላትያ 3፡28)፡፡ (ቅድመ-አስቲን ድህረ ገፅ)

ጆን ኤዲ፡- አይሁድና አሕዛብ ዘር አልቀየሩም ወይም በደም አልተዋሃዱም፡፡ ነገር ግን በእግዚአብሔር ዘንድ ባላቸው ቦታና መብት አንድ ናቸው፡፡ የክራይሶስቶም ገለፃ ይህን በደንብ ያወጣዋል፡- «ክርስቶስ ወደ አይሁድነት ከፍታ አነሳኋችሁ እያለ አይደለም፡፡ ሁለታችንንም ወደ ሌላ ከፍታ ነው ያነሳን፡፡ ከብርና ከእርሳስ የተሠሩ ሁለት ሃውልቶች

235

የአ.ፌ.ቤ.ስ. አገልግሎት / የኤፌሶን መልእክት ትምህርት

አሉ ብለን እናስብ፡፡ ሁለቱም ቀልጠው ወርቅ ሆነው ይውጡ ተባለ፡፡ ክርስቶስ አይሁድና አሕዛብን አንድ ያደርገው ልክ እንደዚህ ነው፡፡

ቶማስ ኮንስታብል፡- ይህ ጥቅስ (2፥14) እግዚአብሔር ከሰው ጋር የነበረውን ግንኙነት ለመለወጡ ትልቅ ምስክርነት ነው፡፡ አሁን ከአይሁድም ከአህዛብም ጋር እግዚአብሔር የሚሠራው በአንድ መሠረት ላይ ብቻ ሆኗል፡፡ ያ መሠረትም በክርስቶስ ማመናቸው ነው፡፡

በመካከል ያለውን የጥል ግድግዳ በሥጋው ያፈረሰ

አፈረሰ፡- በግሪክ **ሉዎ** lýō / loo'-o ሲሆን፣ ማፍረስ ማለት ነው፡፡ በመካከል ያለ በግሪክ **ፍራግሞስ** ይሰኛል፡፡ አጥር፣ ወይም መከለያ ማለት ነው፡፡ ፍራግሞስ መጀመሪያ ላይ ለመለያየት ሳይሆን ለደህንነት የሚሠራን አጥር የሚገልጽ ቃል ነበር፡፡(መጽሐፍ ቅዱስ ጥቅሶች የብሉይና / የአዲስ ኪዳን ግሪክ መዝገበ ቃላት. የቲየር ትርጉም)

የጥል ግድግዳ፡- በግሪክ **ሜሶቶልኮን** mesótoichon / mes-ot'-oy-khon ይሰኛል፡፡ ትርጉሙ መከፈያ ወይም በመሃል ያለ ግድግዳ ማለት ነው፡፡ በጳውሎስ መልዕክት ውስጥ ይህ የጥል ግድግዳ (ሜሶቶልኮን) የሚያመላክተው በሙሴ ሕግ ትዕዛዛት ውስጥ ያለውን ሥርዓት ነው፡፡ (መጽሐፍ ቅዱስ ጥቅሶች የብሉይና / የአዲስ ኪዳን ግሪክ መዝገበ ቃላት. የቲየር ትርጉም)

ቁጥ 15 ሁለቱን ያዋሐደ በአዋጅ የተነገሩትንም የትእዛዛትን ሕግ ሽሮ በመካከል ያለውን የጥል ግድግዳን በሥጋው ያፈረሰ፤ ይህም ከሁለታቸው አንድን አዲስን ሰው በራሱ ይፈጥር ዘንድ ሰላምንም ያደርግ ዘንድ፥

ሕግን ከትእዛዛቱና ከሥርዓቱ ጋር ሻረ ጌታ በማቴ 5፥17 "ጌታ ሕግንና የነብያትን ቃል ለመሻር የመጣሁ አይምሰላችሁ፤ ለመፈፀም እንጂ ለመሻር አልመጣሁም" ብሎ ይናገራል፡፡ ምክንያቱንም ሲገልፅ "እውነት እላችኋለሁ ሰማይና ምድር እስኪያልፍ ድረስ ሕግ ሁሉ ይፈፀማል እንጂ ከሕግ አንዲት ፊደል ወይም አንዲት ነጥብ እንኳን አትሻርም...ብሏል፡፡

በሌላ በኩል ሮሜ 3፥31 ...ሕጉን እናፀናለን ይላል፡፡ ይህ የተሻረ ሕግ ግን በሰዎችና በሰዎች መሃከል መለያየትን ያደረገው የመገረዝ ሕግ ነው፡፡ ከእንግዲህ ከክርስቶስ ኢየሱስ የመስቀል

ሥራ የተነሳ የመንፈስ ግርዘት በእርሱ ለማመን ለፈቀዱ ሁሉ ይሆናል እንጂ አይሁድ፣ ግሪክ፣ ኢትዮጵያዊ፣ አሜሪካዊ የሚል ልዩነት የለም፡፡ ከነገድ ከቋንቋ ከዓለም ዙሪያ ሁሉ የእርሱ የሆኑትን ሰብስቧቸዋል፡፡ "ዓላማውም ከሁለቱ (ማለትም ከአይሁድና ከአሕዛብ) አንድን አዲስ ሰው (በጸጋ የዳነ ፤ ቤዛነትን ያገኘ የአዲስ ኪዳን አማኝ ማለት ነው) በራሱ ፈጥሮ ሰላምን ለማድረግ ነው፡፡ (ቁጥር 15 ለ) ከጌታ የመስቀል ሥራ የተነሳም በሁለቱ መሃከል ሰላም ወረደ፡፡

14-15 እርሱ ሰላማችን ነውና፤ ሁለቱን ያዋሐደ በአዋጅ የተነገሩትንም የትእዛዛትን ሕግ ሽሮ በመካከል ያለውን የጥል ግድግዳን በሥጋው ያፈረሰ፤ ይህም ከሁለታቸው አንድን አዲስን ሰው በራሱ ይፈጥር ዘንድ ሰላምንም ያደርግ ዘንድ፥

እርሱ ሰላማችን ነውና ኢሳ 9÷ 6፣ 7፤ሕዝ 34÷24፣25፤ ሚክ 5÷5፤ዘካ6÷13፤ሉቃ1÷79፤ 2÷14፤ዮሐ 16÷33፤ሐ 10÷36፤ሮሜ 5÷1፤ ቆላ1÷20፤ዕብ 7÷2፤ 13÷20

ሁለቱን ያዋሐደ ኤፌ2÷15፤3÷15፤ 4÷16፤ኢሳ 19÷ 24፣25፤ሕዝ 37÷19፣20፤ዮሐ 10÷16፤ 11÷52፤ 1ኛቆሮ 12÷12፤ገላ 3÷28፤ቆላ3÷11

በአዋጅ የተነገሩትንም የትእዛዛትን ሕግ ገላ 3÷10፤ቆላ÷14፣20፤ዕብ7÷16፤ 8÷13፤ 9÷9፣10፣ 23፤ 10÷1-10

በመካከል ያለውን የጥል ግድግዳን አስ 3÷8፤ሐዋ 10÷28፤ቆላ 2÷10-14፣ 20

በሥጋው ያፈረሰ ቆላ 1÷22፤ዕብ 10÷19-22

ከሁለታቸው አንድን አዲስን ሰው በራሱ ይፈጥር ዘንድ ኤፌ2÷4÷16፤ 2 ቆሮ 5÷17፤ገላ 6÷15፤ ቆላ3÷10

ቁጥር 16-17 ጥልንም በመስቀሉ ገድሎ በእርሱ ሁለታቸውን በአንድ አካል ከእግዚአብሔር ጋር ያስታርቅ ዘንድ ነው። መጥቶም ርቃችሁ ለነበራችሁ ለእናንተ ሰላምን፥ ቀርበው ለነበሩትም ሰላምን የምስራች ብሎ ሰበከ፤

ጥልን ባሸነፈበት በመስቀሉ ሰዎችን ከእግዚአብሔር ጋር አስታረቃቸው፡፡ በሚቀጥሉት ቁጥሮችም በተከታታይ የምንመለከተው በመስቀሉ ሥራ አማካኝነት የተደረገልንን ታላቅ በረከት ነው፡፡ እነኚህን በረከቶች እንዘርዝራቸው፡፡ ከእግዚአብሔር ጋር ታረቅን (ቁ. 16)፣ ሰላምን በመካከላችን ሰበከ (ቁ.17) ፣ በመንፈስ አማካኝነት ወደ አብ መቅረብን አገኘን (ቁ. 18) ፣ ሁላችን የአንድ አገር ዜጋ ሆንን (ቁ.19) ፣ የእግዚአብሔር ቤተሰብ አባል ሆንን (ቁ.19) ፣ በሐዋርያነትና በነብያት መሠረት ላይ ታነፅን (ቁ.20) ፣ አንድ ላይ ተገጣጥመን በጌታ እናድጋለን (ቁ.21) ፣ የመንፈስ ቅዱስ ማደሪያ ለመሆን አብረን እንገነባለን (ቁ.22) ፣

2፥17 ሰላምን የምሥራች ብሎ ሰበከ።

"የምሥራች" – የግሪኩ ቃል የምሥራች የሚለው ቃል በእንግሊዘኛው NIV, KJV ትርጉም ላይ እንዲሁም በአማርኛው መደበኛ ትርጉም ላይ አይነበብም። በ1954 ትርጉም ላይ ግን ". . .ሰላምን የምሥራች ብሎ ሰበከ" ይለዋል። (2፥17) ወንጌል የምሥራች ነው። በእንግሊዘኛው Good News የሚለውን ቃል የሚተካልን ይሆናል። የወንጌል መልእክት ግልጽና አጭር ሲሆን እርሱም የምሥራች ቃል ነው። ለጠፉት፣ ተስፋ ለቆረጡት፣ ወደ ሞት ለሚነዱት፣ ለተፈረደባቸው ሁሉ የምሥራች ይዞ የመጣ የመዳን መንገድ ማለት ነው። ቆላ. 1፥22፣ ኢሳ. 53

"የምሥራች" የሚለውን ቃል እንግሊዘኛው Gospel ብሎም ይጠራዋል። በግሪኩ በርካታ ትርጓሜዎች ወይም ቃላት አሉት። የመጀመሪያው Evangelion ነው። መልካም ዜና፣ ብሥራት የሚለውን ያመላክታል። Kerusso ዜናን መስበክ (ማወጅ) የሚል ስሜት አለው። Katan gello ማወጅ፣ ማብሰር የሚል ትርጉም አለው። ሁሉም በአጠቃላይ ሰላምን የማብሰር ትርጉም ይዘዋል። ይህ ሰላም በክርስቶስ ኢየሱስ የመስቀል ተጋድሎ የተገኘ ነው።

ወንጌል የሰላም ወንጌል ነው። በውስጡ ኩነኔ ፍርድ ቢኖረውም ለአማኙ ግን የምሥራች ነው። ፍርድና ኩነኔ ለማያምኑ ነው። እግዚአብሔር ሕግን ሰጠ ያም ቢሆን ኃጢአተኛውን ማንነትን አሳየው እንጂ ሰላምን አልፈጠረም። ይልቁም ኃጢአት ምክንያት አገኘ። ፤ ምክንያቱም በህጉ የተኮነነው ሰው ህጉ ኃጢአተኛነቱን ቢያሳየውም መውጫው የሆነው መሲሁ እስከመጣ ድረስ ኃጢአትም ከሳሹ ሆነ ወንጌል ግን ሰላም የሆነበት ምክንያት ህጉ ተፈጽሞ ጸጋ ስለ ሆነ ነው። በክርስቶስ ኢየሱስ አማካይነት በመስቀል ላይ በተሠራው ሥራ ሰላም ሆነ።

"ሰበከ" የሚለው ቃል ወንጌል "ሁሉም ሊሰብክ ይገባዋል ይህን የምሥራች ልንናገር ይገባናል። ስለዚህ ወንጌል ስብከት ማወቅ ይገባናል።

---

16 ጥልንም በመስቀሉ ገድሎ በእርሱ ሁለታቸውን በአንድ አካል ከእግዚአብሔር ጋር ያስታርቅ ዘንድ ነው።

ጥልንም በመስቀሉ ገድሎ ኤፌ2፥15፣ ሮሜ 6፥ 6፤ 8፥3፣ 7፤ገላ 2፥20፤ቆላ 2፥14፤ 1ኛጴጥ 4፥1፤2

ከእግዚአብሔር ጋር ያስታርቅ ዘንድ ነው ሮሜ 5፥ 10፤ 2 ቆሮ 5፥18-21፤ቆላ1፥21-22

17 መጥቶም ርቃችሁ ለነበራችሁ ለእናንተ ሰላምን፥ ቀርበው ለነበሩትም ሰላምን የምስራች ብሎ ሰበከ፤
ርቃችሁ ለነበራችሁ 13፣14; ዘዳ 4፥ 7፤መዝ 75፥ 1፤ 76፥1፣2፤ 147፥19፣20፤ 148፥14፤ሉቃ 10፥9-11
ሰላምን የምስራች ብሎ ሰበከ መዝ 85፥10; ኢሳ27፥5፤ 52 7; 57፥19-21፤ዘካ 9፥10፤ማቴዎስ 10፥13፤ሉቃስ 2፥14፤ሉቃ 15፥5፣6፤ ሐዋ 2:39፤ 10፥36፤ሮሜ 5፥1፤ 2ኛቆሮ 5፥20

2:18 በእርሱ ሥራ ሁላችን በአንድ መንፈስ ወደ አብ መግባት አለንና።

"ወደ አብ መግባት አለንና" መግባት አለን የሚለው KJV የእንግሊዘኛው ትርጉም (access) ይለዋል:: በግሪኩ ትርጉም Prosagoge በሌላው አካል በጎነት፣ ቸርነት የተነሳ ነጻነትን፣ ኅብረትን፣ ወደ መልካም አቅጣጫ የመፍለስን ትርጓሜ ይዞአል:: በመጽሐፍ ቅዱስ ውስጥ በሦስት ቦታዎች ማለትም በሮሜ 5፥2፣ በኤፌ.2፥18፣ 3፥12 ተጠቅሶ እናገኘዋለን::: (ሮሜ 8፥15-17) (27) ገላ 4፥6-7 በክርስቶስ ኢየሱስ አማካኝነት አይሁድና አሕዛብ በሰላም አብረው መኖርን ቻሉ:: የሰማሪያይቷን ሴት ታሪክ ስናነብ፣ ከመሲሁ የተነሳ ጎረቤቶቿ ከአንግዲህ ባሎቻቸውን እንደ ማትቀማቸው ተገነዘቡ:: ዛሬም መንፈስ ቅዱስ በሰዎች ልብ ውስጥ አድሮ በሚሠራው ሥራ የተነሳ፣ ወንጌል የሰውን ልብ ሲቀይር ሰላም ይፈጠራል::

"በአንድ መንፈስ" የሚለው መንፈስ ቅዱስ ሲሆን ስላሴ አንድ የሆነው ከፍጥረቱ የመቤዠት ሥራ ላይ ምን ያህል እንደ ሆነ ይገልጣል:: በኤፌሶን መጽሐፍ መንፈስ ቅዱስ ምን ያህል እንደሚሠራ ማወቁ አስፈላጊ ይሆናል::

18 በእርሱ ሥራ ሁላችን በአንድ መንፈስ ወደ አብ መግባት አለንና።
በእርሱ ሥራ ኤፌ3፥12፤ዮሐ 10፥7፣9፤ 14፥6፤ ሮሜ 5፥2፤ዕብ 4፤ 15፣16፤ 7፥19፤ 10 19፣20፤ 1ኛጴጥ 1፥21፤ 1ኛጴጥ 3፥18፤ 1ኛዮሐ 2፥1፣2
በአንድ መንፈስ ኤፌ4፥4፤ 6፥18፤ዘካ 12 10፤ሮሜ 8፥15፣26፣27፤ 1ኛቆሮ 12፥13፤ይሁዳ 1፥20
ወደ አብ መግባት አለንና ኤፌ3፥14፤ማቴ 28፥19፤ዮሐ 4፥21-23፤ 1ኛቆሮ 8፥6፤ገላ4፥6፤ያዕ 3፥9፤ 1ኛ ጴጥ1፥17

2:19 እንግዲያስ ከእንግዲህ ወዲህ ከቅዱሳን ጋር ባላገሮችና የእግዚአብሔር ቤተ ሰዎች ናችሁ እንጂ እንግዶችና መጻተኞች አይደላችሁም።

እንግዶችና መፃተኞች የሆነው ለእግዚአብሔር መንግሥት ሳይሆን ለጨለማው መንግሥት ነው፡፡ አማኝ ወደ ፍቅሩ ልጅ መንግሥት ፈልሶ የልጅነት መብት የተሰጠው ዜጋ ነው፡፡ ገላ 26÷28 4÷26-1ኛ ፊሊ. 3÷20

"የእግዚአብሔር ቤተ ሰዎች ነን" – የምንኖረው በእግዚአብሔር ቤት ነው፡፡ የእግዚአብሔር ቤት የምንኖር የአንድ አባት ልጆች ነን፤ አንድ ቤተሰብ አለ፡፡ ኤፌ. 3÷15 1ኛ ዮሐ 3÷1 ገላ 6÷10 ጌታችን ኢየሱስ በቤቱ ታላቅ ሊቀካህን ነው የእኛ ነዋሪነት የተረጋገጠ ነው፡፡ "በእግዚአብሔር ቤት ላይ የተሾመ ታላቅ ሊቀ ካህን" ዕብ. 10÷21 2÷20 በሐዋርያትና በነቢያት መሠረት ላይ ታንጻችኋል፥ የማዕዘኑም ራስ ድንጋይ ክርስቶስ ኢየሱስ ነው፡፡

---

19 እንግዲያስ ከእንግዲህ ወዲህ ከቅዱሳን ጋር ባላገሮችና የእግዚአብሔር ቤተ ሰዎች ናችሁ እንጂ እንግዶችና መጻተኞች አይደላችሁም።

ከቅዱሳን ጋር ባላገሮችና ኤፌ3÷ 6፤ገላ 3÷26-28፤4÷26-31፤ፊል 3÷20፤ዕብ 12÷22-24፤ዮሐ 21÷12-6

የእግዚአብሔር ቤተ ሰዎች ናችሁ ኤፌ3÷15፤ማቴ 10÷25፤ገላትያ 6÷10፤ 1ኛዮሐ 3÷1

2፡20 በሐዋርያትና በነቢያት መሠረት ላይ ታንጻችኋል፥ የማዕዘኑም ራስ ድንጋይ ክርስቶስ ኢየሱስ ነው፤

"በሐዋርያነትና በነብያት መሠረት ታንፃችኋል" መሠረቱ ለማነፅ ነው፡፡ ታንጻችኋል . . . የሚለው ቃል፣ መሠረቱ የቀደሙት ሐዋርያትና ነብያት እንደ ሆኑ ያመላክታል፣ አካሉ በአጠቃላይ እንደ ሕንጻ ቆሞአል፡፡ በሕንጻው ውስጥ የማዕዘኑ ድንጋይ ክርስቶስ ኢየሱስ ነው፡፡ ይህ ድንጋይ ሕንጻውን ያቆመዋል፡፡ ቤቱ የተገነባበት ድንጋይም እኛ እያንዳንዳችን ነን፡፡ በአዲስ ኪዳን ቤተ ክርስቲያንን ውስጥ እያንዳንዱ አማኝ በአካሉ ውስጥ፣ በሕንጻው ውስጥ የራሱ የሆነ ድርሻ አለው፡፡ ቤቱን ያቆመው እያንዳንዱ ድንጋይ ነው፡፡ 1ኛ ቆሮ. 3÷10-11

የበጉ ሐዋርያት መሠረትን አስቀምጠዋል፡፡ እርሱም ክርስቶስ ነው፡፡ በቀደመችው ቤተ ክርስቲያን በበጉ ሐዋርያትና ነብያት እና በእኛ ዘመን ያለውን ልዩነት በምዕራፍ 4÷11 ላይ ይመልከቱ፡፡ ሐዋርያትና ነብያት የቤተ ክርስቲያን መሠረት ናቸው፡፡ ሉቃ. 6፡13 የጥንቷ ቤተ ክርስቲያን የተወሰኑ የቤተ ክርስቲያን መሪዎችን ሐዋርያት ብላ ልዩ ሥልጣንን

ስጥታቸዋለች፡፡ ሐዋርያት በቤተ ክርስቲያንን ተከላ ላይም ግንባር ቀደሙን ሚና ይጫወታሉ፡፡

20 በሐዋርያትና በነቢያት መሠረት ላይ ታንጻችኋል፥ የማዕዘኑም ራስ ድንጋይ ክርስቶስ ኢየሱስ ነው፤
በሐዋርያትና በነቢያት መሠረት ላይ ኤፌ4፥11-13፤ኢሳ 28፥16፤ማቴ 16፥18፤ 1ኛቆሮ 3፥9-11፤ 12፥28፤ገላ 2፥9፤ራእይ 21፥14
ታንጻችኋል ኤፌ4፥12፤ 1ኛጴጥ 2፥4፣ 5
የማዕዘኑም ራስ ድንጋይ ክርስቶስ ኢየሱስ ነው መዝ 118፥22፤ኢሳ 28፥16፤ማቴ 21፥42፤ ማር 12፥10፣11፤ሉቃ 20፥17፣18፤ሐዋ 4፥11፣12፤ 1ኛጴጥ 2፥7፣8

2፥21 በእርሱም ሕንጻ ሁሉ እየተጋጠመ በጌታ ቅዱስ ቤተ መቅደስ እንዲሆን ያድጋል፤

እየተጋጠመ፡- አብ ወልድ መንፈስ ቅዱስ የማጋጠም ሥራ እንጂ የማለያየት ሥራ ሠርተው አያውቁም፡፡ የትንሳኤው ኃይል ሥራ በማጋጠም ላይ የተመረኮዘ ነው፡፡እየተጋጠመ የሚለው ቃል በግሪኩ (sunarmologeo) የሚል ትርጓሜ ይዟል፡፡ የትርጉሙ ሃሳብም አንድ ግጣም ወይም ማዕዘን በሜትር ተለክቶ ወይም በትክክል ተቆርጦ አንዱ ከሌላው ጋር በትክክል ስክትክት እንደሚል አይነት ሃሳብ ይዟል፡፡ የቤተ ክርስቲያን አካላትም እርስ በእርስ በትክክል ግጥምጥም እንደሚሉ ማለት ነው፡፡ የሕንጻው በር፣ መስኮት ወዘተ በተዘጋጀለት ቦታ ሄዶ ልክክ እንደሚል ማለት ነው፡፡

ያድጋል፡- የግሪኩ ቃል (auxano) የሚል ነው፡፡ ከአማርኛው ፍቺ ብዙም የራቀ ትርጉም የለውም፡፡ መጨመርን፣ የአካሉን ወይም የቤተ ክርስቲያንን መስፋፋትን ያመለክታል፡፡ በጤናማ የቤተ ክርስቲያን ግጥምጥሞሽ ውስጥ እድገትን እናያለን፡፡አማኝ ቤተ ኅብረትን ሆነ ቤተ ክርስቲያንን የማሳደግ ዘመቻ ያካሂድ ዘንድ ሐዋርያው ያዛል፡፡

21 በእርሱም ሕንጻ ሁሉ እየተጋጠመ በጌታ ቅዱስ ቤተ መቅደስ እንዲሆን ያድጋል፤
ሕንጻ ሁሉ ኤፌ4፥13-16፤ ሕዝ40፥1-42፤ 1ኛ ቆሮ 3፥9፤ዕብ 3፥3,4
እየተጋጠመ ዘፀ 26፥1-37፤ 1 ነገ 6፥7
በጌታ ቅዱስ ቤተ መቅደስ እንዲሆን መዝ 93፥5፤ሕዝ 42፥12፤ 1ኛቆሮ 3፥17፤ 2ኛቆሮ 6፥16

2፥22 በእርሱም እናንተ ደግሞ ለእግዚአብሔር መኖሪያ ለመሆን በመንፈስ አብራችሁ ትሠራላችሁ።

የእግዚአብሔር መኖሪያ ለመሆን

"ለመሆን" ለመሆን የሚለው ቃል በአማርኛው መጽሐፍ ቅዱስ እንደ አገናኝ ቃል ነው:: በእንግሊዘኛው KJV ትርጉም habitation ይለዋል:: በግሪኩ ትርጓሜ መኖሪያ ለመሆን የሚለውን ቃል በቀድሞው የአማርኛ መጽሐፍ ቅዱስ ትርጉም ያገናኘልናል:: መኖሪያን በሌላ የእንግሊዝኛ ትርጉም ደግሞ indewelling ይለዋል:: መኖሪያ ቤት ማለት ነው:: አዲሱ መደበኛ ትርጉም ማደሪያ ትሆኑ ዘንድ ይለዋል:: በአጠቃላይ ከቁጥር 11 ጀምሮ ያለው ሃሳብ በክርስቶስ አንድ ስለ መሆን የሚናገር ሲሆን ወደ ምዕራፉ መዝጊያ ላይ ይህን አንድነት ልክ እንደ አንድ ሕንጻ አድርጎ ይመስለዋል:: ይህ ሕንጻ በሐዋርያትና ነብያት ጠንካራ መሠረት ላይ ቆሟል ይለናል:: እነርሱ ቃሉን በማስተማር ጠንካራ መሠረት ጥለዋል:: ለዚህ ሕንጻ የማዕዘኑ ድንጋይ ደግሞ ክርስቶስ ኢየሱስ ነው:: የአዲስ ኪዳን አማኞች ደግሞ ሕንጻው የተገነባበት እያንዳንዱ ድንጋይ ነን (1ኛ ቆሮ.3÷10-11):: ይህን ቃል በግሪኩ ፍቺ (katoiketerion) ይለዋል:: የመኖሪያ ቤት የሚለውን ቃል ይወክላል::

"በመንፈስ አብራችሁ ትሠራላችሁ"-

ሀ) በመንፈስ ሲል መንፈስ ቅዱስ ከእኛ ጋር በእኛ ውስጥ እንደ ቤተ ክርስቲያን ያለውን አብራራ In us, upon us, with us body of Christ

ለ) አብራችሁ ሲል ለሁሉም የተመጣጠነ ምግብ እንደሚያስፈልገው ያመለክታል:: ለሁሉም
በማካፈል አብሮ ያሳድገዋል:: አንገት እንደ እጅ መዘርም አይገባውም....::

"አብራችሁ ትሰራላች"

ሲል በአዲስ ኪዳን ክርስቶስ ኢየሱስ፣ የቀደሙት ሐዋርያትና ነብያት፣ የአዲስ ኪዳን የቀድሞና የአሁኖቹ ክርስቲያኖች በሙሉ በአንድነት ተጠቃለው እንደ አንድ አካል አብረን የተሰራን ነው:: አንደኛው ለሌላኛው መቆም ምክንያት ነው:: ከመሃል አንዱን ብናወጣ፣ ብናስወግደው ሕንጻው ሕንጻ ሆኖ አይቆምም፣ ሕንጻው አብሮ ተሰርቶ ሲቆም መንፈስ ቅዱስ በዚያ መኖሪያ ቤት ውስጥ ያድራል:: ይህም የቅዱሳን ኅብረትና የእያንዳንዳችን የቅዱሳኖች ልብ ማደሪያ ቦታ ነው የሚል ትርጓሜን ይዟል::

22 በእርሱም እናንተ ደግሞ ለእግዚአብሔር መኖሪያ ለመሆን በመንፈስ አብራችሁ ትሠራላችሁ።

ለእግዚአብሔር መኖሪያ ለመሆን ዮሐ 14፥17-23፤ 17፥21-23፤ሮሜ 8፥9-11፤ 1ኛቆሮ 3፥16፤ 6:19፤ 1ኛ ጴጥ 2፥4፣5፤ 1ኛ ዮሐ 3፥24፤ 4፥13፣16

ቁጥር 19-22እንግዲያስ ከእንግዲህ ወዲህ ከቅዱሳን ጋር ባላገሮችና የእግዚአብሔር ቤተ ሰዎች ናችሁ እንጂ እንግዶችና መጻተኞች አይደላችሁም። በሐዋርያትና በነቢያት መሠረት ላይ ታንጻችኋል፥ የማዕዘኑም ራስ ድንጋይ ክርስቶስ ኢየሱስ ነው፤ በእርሱም ሕንጻ ሁሉ እየተጋጠመ በጌታ ቅዱስ ቤተ መቅደስ እንዲሆን ያድጋል፤ በእርሱም እናንተ ደግሞ ለእግዚአብሔር መኖሪያ ለመሆን በመንፈስ አብራችሁ ትሠራላችሁ።

በዚህ ክፍል ያለውን ሃሳብ በአጠቃላይ ጨምቀን ስንመለከተው የአዲስ ኪዳን ቅዱሳንን ኅብረት ያመለክተናል፡፡ ይህ ኅብረት የተገኘው እንዲሁ አይደለም፡፡ ከፍተኛ መስዋዕትነትን ጠይቋል፡፡ በዚህ ሕብረት ውስጥ ግንባር ቀደም መሪው ክርስቶስ ኢየሱስ ነው፡፡ እኛ ሁላችን በሐዋርያትና በነብያት መሠረት ላይ ታንፀን፣ ጌታችንን እየተመለከትን በእርሱ መንገድ ላይ በመቆም፣ የሐዋርያነትንና የነብያትን ምሳሌነት ተከትለን ልንጓዝ ይገባናል፡፡ በእነርሱ መሠረት ላይ ታንፃችኋል ሲለን የእነርሱን ምሳሌነት መከተል እንደሚገባንም ያሳያል፡፡ መሠረቱ ትክክል የሆነ ቤት ጠንካራ ቤት ይሆናል፡፡ መሠረቱ ሽርታታ ከሆነም ያ ቤት አበቃት ማለት ነው፡፡ እኛም በዚህ የማይናወጥ መሠረት ላይ ቆመናል፡፡ ስለዚህም የሐዋርያነትን ምሳሌነት ተከትለን፣ ኢየሱስን በመከተል ሳንናወጥና ሳንረክስ ወደፊት መቀጠል ይገባናል፡፡ በአሁኑ ዘመን በወንድማማቾች መሃል ያለውን ኅብረት የሚያናጉ በርካታ ጉዳዮች በቤተ ክርስቲያን ሰፍረዋል፡፡ እነኚህ አማላይ ነገሮች ልባችንን እንዳይማርኩት መጠንቀቅ ተገቢ ነው፡፡ በተለይም ሥልጣን፣ የገንዘብ ጥቅም፣ የቅድስና ጉድለት፣ ዘረኝነት በቤተ ክርስቲያን መሪዎችና አገልጋዮች ዘንድ ትልቅ ፈተና ሆነዋልና እኛ እያንዳንዳችን እንደ ቃሉ ለመኖር የወንጌሉን ዓላማ ሳንለቅ አምላካችንን ልናከብር ይገባናል፡፡

ማጠቃለያ

የሰው ልጅ በክርስቶስ ኢየሱስ ሞትና ትንሳዔ አዲስ ሕይወትን ከማግኘቱ በፊት የቁጣ ልጅ ነበር፡፡ ክርስቶስ ኢየሱስ ከከፈለው ዋጋ የተነሳ ሰው ከእግዚአብሔር ጋር ታረቀ፣ ከራሱ ጋር ታረቀ፣ ከሌሎች ሰዎችም ጋር ታረቀ፡፡ ይህ የዓለምን ታሪክ የለወጠው ታላቅ ተግባር

ነው፡፡ አይሁድና አሕዛብ የሚለውም ልዩነት ቀረ፡፡ ቅዱሳኖችም የእግዚአብሔር መንግሥት ዜጋዎች ሆነው በአንድነት አንድ አካል ሆነው ለመሥራት ቻሉ፡፡

ምዕራፍ ሦስት

የምዕራፍ ሦስት ጥናትን በሁለት ዋና ዋና ክፍሎች በመከፋፈል ልናጠናው እንችላለን፡፡ የመጀመሪያው የጥናት ክፍል ከቁጥር 1-13 ሲሆን ቀሪው ደግሞ ከቁጥር 14-20 ድረስ ያለው ደግሞ በአብዛኛው በአንድ ጭብጥ ዙሪያ የሚሽከረከር በመሆኑ ሁለቱ ክፍሎች ለጥናታችን ዓመቺ ይሆናሉ፡፡ እያንዳንዳቸውም የራሳቸው የሆነ ንዑስ ክፍል ያላቸው ሲሆን ከዚህ በታች ቀርበዋል፡፡

ከቁጥር 1-13 መለኮታዊ ምስጢርና የጳውሎስ የእረኝነት ኃላፊነት

- 3፥1 የጳውሎስ የምልጃ ጸሎት
- 3፥1-7 ጳውሎስ የተገለጠበት ምስጢራዊ አገልግሎት ኃላፊነት
- 3፥8-13 በእግዚአብሔር ዓላማ ሥር በመሆን ምስጢሩን መግለጥ

ከቁጥር 14-21 የጳውሎስ መለኮታዊውን ኃይል፣ ፍቅር እና መንፈሳዊ ብስለት ለመረዳት የሚያስችል የምልጃ ጸሎት

- 3፥14-19 ስለ ኃይል፣ ፍቅርና መንፈሳዊ ብስለት የተደረገ ጸሎት፤
- 3፥20-21 እኛ ከምንጠይቀውና ከምናስበው በላይ የሚያደርግ፤

3፡1 ስለዚህም አሕዛብ ስለ ሆናችሁ ስለ እናንተ የክርስቶስ ኢየሱስ እስር የሆንሁ እኔ ጳውሎስ ለእግዚአብሔር እንበረከካለሁ።

የኢየሱስ ክርስቶስ እሥር የሆንሁ፡- ሐዋርያው ጳውሎስ ምዕራፍ ሦስት ላይ ከምዕራፍ ሁለት በቀጠለ መልኩ አሕዛብን ትኩረት ያደረገ መልእክቱን ቀጥሏል፡፡ ጳውሎስ በዚህ ሰዓት የቁም እስረኛ ቢሆንም፣ (ሐዋ 28፥16) ሃሳቡ እግር መንገዱን መታሠሩንም የሚገልፅ ቢሆንም አባባሉ በሌላ አንፃር የራሱ ፈቃድ የሌለው ሰው መሆኑን፣ የእግዚአብሔር የአምላኩን ፈቃድ ለመፈፀም ፈቃዱን ሁሉ የተወ፣ አሕዛብን ለማገልገል የተጠራ ሰው እንደ ሆነ ያመለክታል፡፡ "ለእናንተ ለአሕዛብ" ጳውሎስ የራሱ ማንነት የለውም፡፡ ስለ ወንጌል፣ ስለ ሌሎች፣ ስለ ክርስቶስ ሁሉን የተወ አገልጋይ ነው፡፡ "በዚህ ምክንያት" የሚለው ቃል ከምዕራፍ ሁለት እየፈሰሰ የመጣውን ሃሳብ ያመለክተናል፡፡ ይህም ሃሳብ በአይሁድና በአሕዛብ መሃከል የነበረው የጥል ግድግዳ መፍረሱንና፣ ሰላም በክርስቶስ ኢየሱስ አማካኝነት መውረዱን የሚያመላክት ነው፡፡ ይህን በተመለከተ ጳውሎስ ወደ አሕዛብ መልእክቱን ይዞ ሄዷል፡፡ ዓላማውም እነኚህ ሰዎች ወደ እግዚአብሔር መንግሥት እንዲቀላቀሉ፣ በክርስቶስ ኢየሱስ አማካኝነት የቀረበላቸውን የመዳን መንገድ እንዲረዱና እንዲቀበሉ ማድረግ ነው፡፡ ይህን ለማድረግም ጳውሎስ ራሱን እንደ እሥረኛ አድርጎ አቅርቧል፡፡ በርካታ የእሥር አይነቶች አሉ፤ አንዳንዶች ወንጀልን ፈፅመው ይታሰራሉ፤ ሌሎችም የፖለቲካ እስረኞች ይሆናሉ፤ እንዲሁም ሌሎች ደግሞ ባላጠፉት ጥፋት በሐሰት ተከሰው እውነቱ ሳይገለጥ ይታሰራሉ፤ የፍርድ መጠኑ ይለያይ እንጂ ሁሉም እሥር ነው፡፡

ጳውሎስ ስለ ወንጌል መሥዋእት በመሆን የቁም እሥረኛ ሆኗል፣ የራሱን ኑሮና ጥቅምም መስዋዕት በማድረግ እሥረኛ ሆኗል፡፡ አገልጋይ የራሱን ካልተወ ወንጌልን ማገልገል እንደሚሳነው ጳውሎስ በተግባር እያሳየ ነው፡፡

በዘመናችን የምንመለከታቸውን የብልፅግና ወንጌል አስተማሪ ነን የሚሉ አገልጋዮችን ከዚህ አንፃር እንዴት እናያቸው ይሆን? አንዳንዶቹ በዓለማችን ላይ ታዋቂ የሆኑ የሆሊውድ የኪነ ጥበብ ሰዎች የሚኖሩትን ኑሮ እየኖሩ ወንጌልን እንሰብካለን ሲሉ፣ በእርግጥ እነኚህ ሰዎች የክርስቶስ እሥረኞች ናቸውን? ብለን እንድንጠይቅ ያደርገናል፡፡ ይህ ማለት አገልጋይ በጉስቁልና ይኑርም ማለት አይደለም፡፡ ሚዛናዊነትን በጠበቀ ልከኛ ሕይወት አገልጋይ

ሊኖር ይገባል። በሌላ አንፃር ያለውን እያካፈለ፣ ድሆችን እየረዳ፣ ቤተ ክርስቲያናትን እየደገፈ መኖር አለበት። የጳውሎስ ሕይወት የሚያስተምረን ይህንን ነው። በራሱ ኑሮ የተጠላለፈ ሳይሆን የክርስቶስ እሥረኛ ሆኗል።

ለእነኚህ የኤፌሶን ክርስቲያኖች ጳውሎስራሱን የሰጠ ሰው ነበረ። ምልጃ ውስጡ ምጥ አለ ፤ ስለ ሌላው መጋደል በሰፊው ይነበብበታል ፤ ምልጃ የራስን መተው፣ እና የእግዚአብሔርን በሰው መሃከል መገኘትን ይጠይቃል። ምልጃ እከሌን አሰበው ብሎ ብቻ በአንደበት ጸሎት ከማሰማት የዘለለ በውስጡ ከፍተኛ ሸክምና ዋጋ መክፈል እንዳለበት ጳውሎስ ያስተምረናል።

ምልጃ በግሪኩ ቃል (enteuxis) የሚል ትርጓሜ ይኖረዋል። ጥሬ ቃሉ ወደ አማርኛ ሲመለስም በሌላው ላይ ብርሃንን ማብራት፣ ንግግር ማድረግ፣ ንጉሥን ቀርቦ የማነጋገር ሥልት፣ ወደ እግዚአብሔርም መቅረብ የሚሉትን ትርጓሜዎች ይይዛል። 1ኛ ጢሞ 2፡1 ላይ ለመኳንንት፣ ለነገስታት ምልጃ እንዲደረግ ያዛል። በዚሁ በምልጃ ሃሳብ ላይ የሚያገለግለው የግሪክ ግሥ ምልጃን (entunchano) በሚል ይፈታዋል። ትርጓሜውም በበጎም ድጋፍም ሆነ በተቃርኖ ስለ አንድ ሰው መናገርን፣ መማለድን ያለክታል።

በተቃርኖ ከቀረቡ የምልጃ ጸሎት ውስጥ በሐሥ 25÷24 የጳውሎስ ተቃዋሚዎች፣ እርሱን በመከሰስ በንጉሥ አግሪጳ ፊት ያቀረቡት ልመና እንደ ምሳሌ ይጠቀሳል። ኤልያስ እሥራኤልን በመከሰስ በእግዚአብሔር ፊት ያቀረበው የምልጃ ጸሎትም በተቃርኖ የምልጃ ጸሎትነት የሚያዝ ነው። (ሮሜ 11÷2-3) በሮሜ 8÷27 ላይ ዳግም የምልጃን ጸሎት በበጎ ጎኑ ተርጉሞ እናያለን። "....ነገር ግን መንፈስ ራሱ በማይነገር መቃተት ይማልድልናል...." ይህ የእግዚአብሔር መንፈስ በእኛ ላይ የሚሠራው ትልቅ ሥራ ነው። የግሪኩ ቃል (entunchano) ይለዋል። ጳውሎስ የራሱን የእሥር ቤት ሥቃይ ረስቶ፣ ወደፊት የሚጠብቀውም መከራ ሳያስበው - ለኤፌሶን ክርስቲያኖች በምልጃ እንበረከካለሁ የሚለው ቃል ትርጉምም የሚያመለክተን ይህንኑ ነው።

የኢየሱስ ክርስቶስ እሥር የሆንሁ፡- ብዙ የእስረኛ አይነቶች አሉ። አንዳንዶች ስለ ሰሩት በደል ይታሰራሉ። ሌሎችም የፖለቲካ እስረኛ ይሆናሉ፤ እንዲሁ ሌሎች ደግሞ ባልሰሩትና ባላጠፉት በሐሰትም ሆነ እውነቱ ሳይገለጥ ይታሰራሉ። የፍርዱ መጠን ይለያያል። ከጳውሎስ ዘመን በፊትም ቢሆን

እሥር ቤቶች ነበሩ፡፡ በጥንታውያኑ ሶርያውያን የሥልጣኔ ዘመን እሥር ቤትን የሚያመለክቱ ምልክቶችም በታሪክ ተመዝግበዋል፡፡ ይህ ምልክት ትርጓሜውም "የጨለማ ቤት" የሚል ነው፡፡ ሥልጣኔና ፍልስፍና በነገሰበት የሶቅራጥስና ፕላቶ ወርቃማ ዘመንም "የሕዝብ የግል ንብረት" የሚል መጠሪያ ነበራቸው፡፡ የጥንት እሥር ቤቶቹ ትልልቅ ጉድጓዶች ሲሆኑ አናታቸው ክፍት ነው፡፡ እነኚህ እሥር ቤቶች ከክርስቶስ ልደት በፊት በአምስተ መቶ ዓመተ ዓለም ገደማ የነበሩ ሲሆን 132x55 ጫማ ከፍታና ስፋት ነበራቸው፡፡ በውስጣቸውም የመታጠቢያ ክፍል፣ የህክምና ክፍል፣ የመተላለፊያ ኮሪደር የመሳሰሉትን የያዙ ነበሩ፡፡ ከሮማውያን የእሥር ቤት አያያዝ ጋር በአንጻራዊነት ሲታይ የእነኚህ እሥር ቤቶች ሕይወት የተሻለ ነው ማለት ይቻላል፡፡

ሮማውያን አስከፊ የሆኑ እሥር ቤቶች ነበሯቸው፡፡ በአንዳንዶቹ ውስጥ እሥረኛው ከታሰረበት ጊዜ ጀምሮ ጨለማ ውስጥ እንዲቀመጥ ይደረግ ነበር፡፡ በጉድጓድ ውስጥም የሚዘጋባቸው እሥረኞች እንደ ነበሩ ታሪክ ያወሳል፡፡ ጳውሎስ የታሰረበት እሥር ቤትም ከድንጋይ የተገነባ ሲሆን፣ የምድር ቤት አለው፡፡ እሥረኛውና ጠባቂው የሚገናኙበት መስኮት ቢጤም ተሠርቶለታል፡፡ ይህ መስኮት እንደ መውጫና መግቢያም የሚያገለግል ጠባብ መሽሎኪያ ነው፡፡

እሥር ቤቶቹ ለኑሮ የማይመቹ አስቸጋሪዎች ከመሆናቸው በላይ ቁጥጥሩም ከፍተኛ ነው፡፡ አንዳንዴ ለጥየቃ ጉብኝት የሚመጣ ዘመድም በጥርጣሬ ሊታሰር ይችላል፡፡ ጳውሎስ እንዲህ ባለው ከባድና አስቸጋሪ፣ በጭለማ የተዋጠ ሥፍራ ሆኖ የተጠራበትን ጥሪ እስከመጨረሻ ድረስ ሲያገለግል ነበር፡፡ ጠንካራ የሆኑትን መልእክቶቹን የጻፈው በእነኚህ አስቸጋሪ የእሥር ዘመኖቹ ሲሆን፣ ክርስቶስን በመመስከርም ሌሎችን ወደ ሕይወት ያመጣ ነበር፤ ያዘኑትንም ያጽናና ነበር (ፊሊ. 4÷22፤ 2ኛ ጢሞ. 21÷21)፡፡

ጳውሎስ በአሁኑ ዘመን ቱርክ ተብላ በምትጠራው አገር ከክርስቶስ ልደት በፊት 5 ዓ.ዓ ውስጥ የተወለደ ሲሆን በሐዋ. ሥራ 22÷28 በምናነበው ታሪኩ አይሁዳዊ ቢሆንም በትውልድ የሮማዊ ዜግነትንም በአባቱ አማካኝነት አግኝቷል፡፡ ምንም እንኳን በሮማዊ ዜግነቱ የሚያገኘው ጥቅም ቢኖርም የሰማያዊ ሃገር ዜጋ አንደሆነ አብልጦ ይናገራል (ፊሊ. 3÷20፤ ኤፌ. 2÷19፤ ቆላ. 2÷19)፡፡ ጳውሎስ ድንኳን የመስፋት የሙያ ችሎታ እንደ ነበረውም

መጽሐፍ ቅዱስ የሚነግረን ሲሆን፣ ከሌሎች የሚሰጠውን ስጦታ ከመጠበቅ ይልቅ በገዛ እጁ ድንኳን እየሰፋ ወንጌልን ያገለግል እንደ ነበረ ታሪኩ ይናገራል::

ስለ ጳውሎስ እናት ምንም የሚታወቅ ታሪክ የለም:: ጳውሎስም ቢሆን እናቱን በተመለከተ ምንም አልጻፈልንም:: ምናልባት እንግዲህ በልጅነቱ ሞታ ሊሆን ይችላል:: አባቱ ሮማዊ ዜግነት እንዳለው ስናወሳ፣ ባለ ጸጋ በመሆኑም ያገኘው እድል ለመሆኑ መገመት አያስቸግርም:: ስለ ጳውሎስ ሚስት ምንም የሚታወቅ የለም፣ እንዲያውም እንዳላገባ መገመት ይቀላል:: ጳውሎስ በወጣትነቱ ዘመን ወደ ዘመኑ ታላላቅ ምኩራቦች በመሄድ ትምህርት ቀስሟል:: የዕብራይስጥ፣ የግሪክ ቋንቋውን ማወቅ ብቻ ሳይሆን ብሉይ ኪዳንንም በጥልቀት አጥንቷል:: በአይሁዳዊነቱም ይመካል (ፊል. 3፥5፤ ሮሜ 11፥11)::

ታሪክ ጸሐፊዎች እንደሚሉት ጳውሎስ በውጫዊ ገጽታው ግርማ ሞገስ ያለው ሰው አልነበረም:: እንዲያውም ሰውነቱ ኮስማና እንደ ነበር ይናገራሉ:: ጳውሎስ በዘመኑ ትምህርት የላቀ ደረጃ ላይ የደረሰም ሲሆን፣ በሕይወቱም በመልካም ምሳሌነትና ጥንካሬ የቆመ የእግዚአብሔር ሰው ነው:: ከተለወጠ በኋላ ወደ አረብ ምድር በመሄድ ለረጅም ዓመታት ቆይቶአል (ገላ. 1፥17):: በእሥር ቤት ውስጥም ስለ ክርስቶስ የከፋ መከራን ተቀብሎ ወንጌልን በመመስከር መስዋዕት የሆነ የወንጌል ጀግና ነው::

> ለክርስቶስ ኢየሱስ መከራ መቀበል በቀደሙት አማኞች ዘንድ ነበር:: ለወንጌል መከራ መቀበል ጠላት እንደ መበቀያ ማስናከያ ይጠቀመው እንጂ እግዚአብሔር በክርስቶስ ነገርን ለበጎ በመለወጥ የመስቀሉን መከራ ወደ በረከት ያመጣዋል::

ጌታችን ኢየሱስ በዓለም ስንኖር መከራ እንዳለብን ይናገራል::የወንጌል ተጻራሪ ተቀናቃኝ በመሆን ሰዎች ይነሳሉ ሆኖም ግን መከራን መቀበል ክብርና ዋጋ እንዳለው ቃሉ አስረግጦ ይናገራል:: የመጀመሪያዎቹ ክርስቲያኖች ብዙ አይነት መከራ መቀበላቸውን ከሕያው ቃሉ ሆነ ከታሪክ መዛግብት እንማራለን:: የእነርሱ መከራ መቀበል አማኝ በክርስቶስ እስከሞት ድረስ መጽናት እንደሚገባው ሆነ አቅም እንደ ተሰጠው ያስገነዝበዋል:: ሐዋርያው ጳውሎስ

ለጢሞቴዎስ ሲገልጥለት “እንደ ኢየሱስ ክርስቶስ በጎ ወታደር ሆነህ አብረኸኝ መከራ ተቀበል” ይላል፤

1 ስለዚህም አሕዛብ ስለ ሆናችሁ ስለ እናንተ የክርስቶስ ኢየሱስ እስር የሆንሁ እኔ ጳውሎስለእግዚአብሔር እንበረከካለሁ።

አሕዛብ ስለ ሆናችሁ ስለ እናንተ ገላ 5፥11፤ቆላ 1፥24፤ 1ኛተሰ 2፥15፣16፤ 2ኛጢም 2፥10

የክርስቶስ ኢየሱስ እስር የሆንሁ ኤፌ4፥1፤ 6፥20፤ሉቃ 21፥12፤ሐዋ 21፥33፤ 26፥29፤ 28፥17-20፤ 2ኛቆሮ 11፥23፤ ፊል 1፥7፤ፊል 1፥13-16፤ቆላ 1፥24፤ 4፥3፣18፤ 2ኛጢም 1፥8፣ 16; 2፥9፤ፊል 1፥1፣9፤ራዕ 2፥10

እኔ ጳውሎስ 2ኛቆሮ 10፥1፤ገላ 5፥2

3፡2 ለእናንተ ስለ ተሰጠኝ ስለ እግዚአብሔር ጸጋ መጋቢነት በእርግጥ ሰምታችኋል፤

ጳውሎስ የተገለጠለት ምስጢራዊ የእረኛ ኃላፊነት በቁጥር 2-7 ድረስ ጳውሎስ የተገለጠለትን ምስጢራዊ አገልግሎት እንመለከታለን፡፡ክርስቶስን ለመገለጥ ፀጋ ተሰጠው፡፡ የእግዚአብሔር ጸጋ የሆነው ክርስቶስ ነው፡፡ ይህን ለአይሁድም በይበልጥም ለአህዛብ ለማብሰር የመጋቢነትን አገልግሎት ተቀበለ፡፡ አገልግሎቱ በብዙ ለአህዛብ በጠቂት ደግሞ ለአይሁድ (*አንዳንዶችን አድን ዘንድ* - እንዳለው) ፍሬ የተገኘበተ ነበር፡፡

የብሉይ ኪዳን አገልግሎት በአይሁድና በአሕዛብ መሃል ግንኙነት ይፈጠራል ብሎ ማሰብ ፈጽሞ የማይገመት ነው፡፡ አይሁዶች አሕዛብን ያልተገረዙ ይላቸዋል፡፡ የብሉይ ኪዳኑ የሙሴ ሕግም በአሕዛብና በአይሁዶች መሃል ትልቅ ግድግዳን አቁሟል፡፡ አብርሃም በኡር በአሕዛብ መሃከል እርሱም ከአሕዛብ ወገን ሆኖ ሲኖር ሳለ እግዚአብሔር በአስደናቂ መንገድ መረጠው ፤ጠራው፡፡ ወጣና እኔ ወደማሳይህ ቦታ ሂድ፤አባርከሃለሁ፤ ዘርህንም እንደ ምድር አሸዋ አበዛዋለሁ ብሎ ተናገረው፡፡ (ዘፍ12፥1-2)

እግዚአብሔር ለአብርሃም ሰባት ታላላቅ የቃል ኪዳን ተስፋዎችን ገብቶለት ነበር፡፡

1. ታላቅ ሕዝብ አደርግሃለሁ
2. እባርክሃለሁ
3. ስምህን ገናና አደርገዋለሁ

4. ለሌሎች በረከት ትሆናለህ
5. የሚባርኩህን እባርካለሁ
6. የሚረግሙህን እረግማለሁ
7. በምድር የሚኖሩ ሕዝቦች በአንተ አማካኝነት ይባረካሉ

ይህ እግዚአብሔር ለአብርሃም በገባለት የተስፋ ቃል በዘመናት መሃከል ሲፈፀም ኖሯል፡፡ ከእርሱ በኋላ የመጣው ትውልድ ውስጥ ትልቅ ቦታ ነበረው፣ አይሁድ ከዚህ የተነሣ ወጉን፣ ባሕሉን፣ ከአምላኩ ጋር ያለውን ኅብረት ብሉይ ኪዳንን ስንመለከት በጠንካራ አካሄድ ጠብቆ የሄደ ነው፡፡ የመሲሁ መምጣትም በከፍተኛ ደረጃ ሲጠበቅ የቆየ ትንቢታዊ ቃል ነው፡፡

ሰባተኛው የተስፋ ቃል በምድር የሚኖሩ ሁሉ በአንተ ይባረካሉ የሚለውን እሥራኤላውያን ይጠብቁበት የነበረው አካሄድና እግዚአብሔር አምላክ በምድር ለሚኖሩ ሰዎች ባርኮቱን የለለቀቀበት መንገድ ግን መተላለፍ ታየበት፡፡ እሥራኤላውያን ይጠብቁ የነበሩት የእነርሱ ጎረቤቶችና የምድር ሰዎች ከእነርሱ የተነሣ የምድራዊውን ብልፅግና፣ ከጠላቶቻቸው ጥቃት፣ ከምርኮ ነፃ መውጣታቸውን ነው፡፡

እሥራኤል በዘመናቸው ሁሉ ከእግዚአብሔር ጋር የሚተላለፉበትና አምላካቸውን የሚበድሉት ዋነኛ ምክንያት የእነርሱ ሃሳብና፣ ምኞት፣ፍላጎት፣ ምርጫቸውም ምድራዊ እየሆነ፣ የእግዚአብሔር ሃሳብና ፍላጎት ደግሞ ሰማያዊና መንፈሳዊ እየሆነ ከእግዚአብሔር አምላካቸው ጋር መለያየታቸው ነው፡፡ ሰማይ ከምድር እንደሚርቅ ሃሳባቸው ከእግዚአብሔር ሃሳብ በዘመናት ሁሉ የራቀ ነበር፡፡ እግዚአብሔር በአይሁድ (የአብርሃም ዘሮች) የተነሣ ምድር ትባረካለች ብሎ የገባላቸውን ቃል ፈፅሞ ረስተውታል፡፡ ይልቅስ እነርሱ የሚያስቡት ለእሥራኤል መንግሥትን መቼ ትመልሳለህ?" ብለው ነው፡፡ የእነርሱ ምኞት ምድራዊው መና ነው፡፡ ከሮማውያን ቅኝ ግዢነት ነፃ ወጥተው፣ እንዲያውም የተገላቢጦሹ ጠላቶቻቸውን እንዴት እንደሚገዙአቸው ነው ዘወትር የሚያስቡት፡፡

የእግዚአብሔር ሰማያዊ እቅድ በእነርሱ የዘር ሃረግ ውስጥ መሲሁን በመላክ ምድር ሁሉ የእግዚአብሔርን በረከት እንዲቀበል ነው፡፡ ሐሥ 3÷25 "...እናንተም የነቢያት ልጆች ናችሁ፣ ደግሞም እግዚአብሔር ለአብርሃም፣ በዘርህ የምድር ወገኖ ሁሉ ይባረካሉ" ብሎ የገባው ኪዳን ወራሾ ናችሁ..."

ሐዋርያው ጴጥሮስ ይህን ቃል በሚናገርበት ጊዜ በርካታ የአይሁድ ሕዝብ ተሰብስበው ያደምጡት ነበር፡፡ እነርሱ የሰቀሉት መሲህ የእነርሱም ሆነ የአሕዛብ ሁሉ አዳኝ እንደ ሆነ ገለፀላቸው፡፡ "እግዚአብሔር ብላቴናውን ባስነሣ ጊዜ፣ እያንዳንዳችሁን ከክፋታችሁ መልሶ ይባርካችሁ ዘንድ አስቀድሞ ወደ እናንተ ላከው" አላቸው (ሐዋ 3÷26) ከፊሎች በዚህ መልእክት መገረማቸው፣ ከፊሎቹም መቆጣታቸው የማይቀር ነው፡፡ እንዲያውም አብዛኞቹ ለመንፈሳዊው መልእክት የታወሩ ናቸውና መሲሁን እንደ ገደሉት ሁሉ፣ በዚያው በመቀጠል በሐዋርያት መጽሐፍት ውስጥ እስጢፋኖስን ጨምሮ እንደ ገደሉት ታሪካቸው ያሳያል፡፡

2 ለእናንተ ስለ ተሰጠኝ ስለ እግዚአብሔር ጸጋ መጋቢነት በእርግጥ ሰምታችኋል፤

ስለ ተሰጠኝ ስለ እግዚአብሔር ጸጋ መጋቢነት ኤፌ3÷8፤ 4÷7፤ሐዋ 9÷15፤ 13÷2፣46፤ 22÷21፤ 26: 17፣18፤ሮሜ 1÷5፤ 11÷13፤ 12÷3፤ሮሜ 15 15፣ 16፤ 1ኛቆሮ 4÷ 1፤ 9÷17-22፤ገላትያ 1÷15፣ 16፤ 2÷8፣9፤ቆላ1÷25-27፤ 1ኛጢሞ 1÷11፤ 2÷7፤ 2ኛጢሞ 1÷11

በእርግጥ ሰምታችኋል ኤፌ4÷21፤ገላ1÷13፤ቆላ 1÷4፣6፤ 2ኛጢሞ 1÷11

3፡3 አስቀድሜ በአጭሩ እንደ ጻፍሁ፥ ይህን ምሥጢር በመግለጥ አስታወቀኝ፤

ሐዋርያው በዘመኑ፤ እንዲያውም እስከ ሦስተኛው መቶ ዓመት ላሉ ክርስቲያኖች ምሳሌ ሆኖ ወንጌልን ሰብኮአል፡፡ የቀደሙት ክርስቲያኖች በሮም ግዛት ከፍተኛ መከራ አጋጥሞአቸዋል፡፡

ክርስቲያኖች በመጀመሪያዎቹ ሦስት ክፍለ ዘመናት በከፍተኛ መከራ ውስጥ አልፈዋል፡፡ የሮማውያን የአገዛዝ ሥርዓት አንድ ሰው የፈለገውን ሃይማኖት የመከተል፣ የአምልኮ ነጻነትን ያወጀ ቢሆንም በተዘዋዋሪ ግን እያንዳንዱ ሰው ከራሱ ሃይማኖት በተጨማሪ ሮማውያን ለሚያመልኩት አምላክ የሚገባውን ክብር እንዲሰጥም ይገደዳል፡፡ ይህ ግዳጅ ግን በዚያን ዘመን በእምነታቸው ጠንካራ ሆነው አንድ እግዚአብሔርን ብቻ በሚያመልኩት አይሁዳውያን ላይ ግን ተፈጻሚነት አልነበረውም፡፡ አይሁዶች ከሌላው የሮማውያን ቅኝ ግዛት ሕዝቦች በተለየ የአይሁድ ሃይማኖት በሚያዘው መሠረት እምነታቸው ተከብሮላቸው ኖረዋል፡፡ ይሁንና ግን ክርስቲያኖች በአይሁድም ስደት እየደረሰባቸውና በምኩክራብ ውስጥ በሚደረገውም አምልኮ የማይገኙ ወይም ራሳቸውን ያገለሉ በመሆናቸው፣ ሮማውያኑ ክርስቲያኖችን ከአይሁዶች

ነጥለው በማየት ለሮም አማልክት ስግደትን እንዲያቀርቡም ያስገድዷቸው እንደ ነበረ የታሪክ መዛግብት ላይ ሰፍሯል፡፡

አንዳንድ የታሪክ ተመራማሪ የሆኑ ሰዎች እንደሚገልጹት በጥንት ዘመን በክርስቲያኖች ላይ በአምስት መንገዶች ለመከራ ምክንያት የሆኑ ክሶች ይቀርቡ ነበር፡፡ ሆኖም ግን ሌሎች ታሪክ ዘጋቢዎች አጋነዋቸዋል በማለት ሊያለሳልሱዋቸው ሞክረዋል፡፡

እነኚህም ፡-

1ኛ - ክርስትና ለሮም መንግሥት የማይታዘዝና ሕጋዊ ያልሆነ እምነት ነው በሚል በሐሰት ይከሰሱ (ይከሰስ) ነበር፡፡ ይህ ክስ እስከ ሦስተኛው ክፍለ ዘመን ድረስ በሮማ መንግሥት ዘንድም የሚታወቅ አልነበረም፡፡ ሆኖም ክርስትናን የሚቃወሙት በሐሰት የክርስቲያኖችን ስም በማጥፋት የዘመኑ መንግሥት እንዲያሳድዳቸው ይጠቀሙበት ነበር፡፡

2ኛ - በመጀመሪያዎቹ ሦስት ክፍለ ዘመናት ክርስቲያኖች ከያሉበት እየታደኑ ስለ እምነታቸው ሰማዕት ይሆኑ ነበር የሚለውም ተጋኖአል፡፡ በእርግጥ በዚያን ወቅት በብዙ ቦታዎች ለክርስትና እምነት የነበረው አክብሮት፣ ከሌሎች ሃይማኖቶች ያልተናነሰም ነበር ይላሉ፡፡

3ኛ - ክርስቲያኖች ከጠላቶቻቸው በመሸሸግም በሮማውያን የኮታኮምቡ ዋሻዎች ውስጥም ይሸሹ ነበር የሚባለውም ስህተት ነው፡፡ በእርግጥ በዚያን ዘመን ክርስቲያኖች ወደ ሮማውያን ዋሻዎች በመሄድ አይሸሹም ነበር፡፡

4ኛ - በዚያን ዘመን መከራ በብዙ ሺዎች የሚቆጠሩ ክርስቲያኖች ተገድለዋል የሚለውን ታሪክ ቁጥር በማሳነስ በመቶዎች ውስጥ የሚሰላ ነው ይላሉ፡፡

5ኛ - ክርስቲያኖች ኢየሱስ እግዚአብሔር ነው ብለው ስላመለኩት ተቃውሞ ደርሶባቸዋል፡፡ ምክንያቱም ይህ አዝማሚያ የሮማመንግሥት የራሱ የሆነ አምልኮ ስላለው፣ ክርስቲያኖቹ በተቃርኖ እንዲሄዱ ስለሚያመላክት ነው የሚለውም ትክክል አይደለም፡፡ በእርግጥ ለሮማውያን የክርስቲያኖች ኢየሱስን እግዚአብሔር ነው ማለት ችግር አልነበረውም፤ የሮማውያን ትልቁ ችግር፣

ክርስቲያኖች የሚቃወሙት አምላክ ማን መሆኑ ነው፡፡ በዚያን ወቅት የሮማውያን አምላክ ገዢያቸው እንደ ሆነ ያምኑ ስለ ነበር፣ እርሱን የሚቃወም ጠላታቸው እንደ ሆነ አድርገው ይቆጥሩ ነበር፡፡

እነኚህ የታሪክ ተመራማሪዎች ያቀረቡዋቸው ነጥቦች አንዳንዶቹ እውነትነት ቢኖራቸውም በተለይ በኔሮ ዘመን በሺዎች የሚቆጠሩ ክርስቲያኖች በከፍተኛ ስደትና መከራ ውስጥ እንዳለፉ በርካታ የታሪክ ጸሐፊዎች ጽፈዋል፡፡ ሐዋርያው ጳውሎስና፣ ሐዋርያው ጴጥሮስም በዚህ ጨካኝ መሪ ዘመን በ64 ዓ.ም በአሰቃቂ መንገድ እንደ ተገደሉ ይታወቃል፡፡ በኔሮ ዘመን ለአውሬ አልፈው የተሰጡ፣ በመጋዝ የተሰነጠቁ፣ በእሳት የተቃጠሉ፣ በዘይት የተቀቀሉ በሌሎችም አሰቃቂ መንገዶች የተገደሉ በርካቶች ናቸው፡፡ በአጠቃላይ ሲታይ በመጀመሪያዎቹ ሦስት ክፍለ ዘመናት በብዙ ሺዎች የሚቆጠሩ ክርስቲያኖች በአይሁድም ሆነ በሮማውያን አማካኝነት ስደትና መከራ ደርሶባቸው ሰማዕታት ሆነዋል፡፡

አንዳንድ አማኞች ወንጌሉ የምሥራች ስለ ሆነ ስደትና መከራ የለም ሲሉ ሌሎች ደግሞ በኃጢአትና በውድቀት እየኖሩ ስደት አገኘን ይላሉ፡፡

ወንጌል የምሥራች ቃል ቢሆንም፣ የምሥራች ቃልነቱ የጠፉትን ለማዳን፣ ለሰው ልጅ ከኀጢአት ባርነት እንዲወጣ እረፍት እንዲሆነው ከዘላለም የሰይጣን ግዛትና ሞት ለመዳን ነው፡፡ ይህ በእግዚአብሔር ቸርነት የተገኘ የዘለዓለም ሕይወት ለሰው ልጅ እንዳይደርስ ጠላት የሆነው ዲያቢሎስ በተለያዩ መንገዶች ይዋጋል፡፡

በእርግጥ ክርስቶስን እየመሰሉ በመኖር ስለወንጌል እና ስለእግዚአብሔር መንግሥት የሚደክሙ ሁሉ በዚህ ዓለም መከራ ያጋጥማቸዋል፡፡ ይህመከራና ስደት ከወንጌል የተነሳ የሚሆን ነው፡፡ በሐዋርያት መጽሐፍ ውስጥ የምንመለከተው ስደትና መከራ ሁሉ የሚያመለክተን ይህንኑ ነው፡፡ የእስጢፋኖስ መወገርና ሰማዕት ሆኖ መሞት ሌላ ምንም ምስጢር የለውም፡፡ ምክንያቱ ወንጌል ብቻ ነው፡፡

ይህ ስደትና መከራ የወንጌል ተጻራሪ የሆነው ዲያቢሎስ የሚያስነሳው ነው፡፡ ለዚህም ዋነኛው ምክንያት ሰዎች ድነው ወደ እግዚአብሔር መንግሥት እንዲቀላቀሉ አለመፈለጉ ነው፡፡ ወንጌል በመለማመጥ፣ በማመቻመችም

አይሰበከም፡፡ ክርስቲያኖች ወንጌልን የምንሰብከው፣ በትህትናና በፍቅር ቢሆንም ይህም ፍቅር ስደቱንና መከራውን ከመምጣት የሚከለክለው አይደለም፡፡

በኢትዮጵያ ውስጥ በአንዳንድ ቦታ ሚሲዮናውያኑም ሆኑ የሃገራችን ቤተ ክርስቲያናት ወንጌልን ሲሰብኩ ከወንጌሉ ቃል ጎን ለጎን የልማት ሥራዎችን በተለይ ለድሃው የኅብረተሰብ ክፍል ያከናውናሉ፡፡ የውኃ ጉድጓድ ይቆፈራል፣ ልብስና ምግብም ይሰጣል፣ ቤቶች ይሠራሉ፣ ሕጻናት ይረዳሉ፣ የነጻ ሕክምና ይሰጣል፡፡ እነኚህ ሁሉ ተደርገውም የወንጌሉ ሥራ በጠንካራ መንገድ የሚሠራ ከሆነ መከራ አይቀርም፡፡ ምክንያቱም የዚህ ዓለም ገዥ ዲያቢሎስ የማይፈልገው ትልቁ ነገር ወንጌልን መስበክን ነው፡፡ ሰዎችም ሳያውቁትበመንፈሱ ግፊት ውስጥ ሆነው ይህን ትልቅ እውነት በመቃወም፣ አይናቸው ታውሮአልና ወንጌልን ይቃወማሉ፡፡

> መከራው አንዳንዴ በእግዚአብሔርፈቃድና ሃሳብም በቅዱሳን ላይ ይደርሳል፡፡ የጥንቶቹ ሐዋርያት በአንድ ቦታ ተሰብስበው በደስታ ሞቋቸው ሲኖሩ መከራው መጣና በተናቸው፡፡ ይህ ስደት ለወንጌሉ መስፋፋትና ለቤተ ክርስቲያን መስፋት ትልቅ ጠቀሜታ ነበረው፡፡

ጌታ ኢየሱስ ስለመከራውና ስደቱ ሲናገር ጴጥሮስ ይህ አይሁንብህ ብሎ ተማጸነ፡፡ ጌታም አንተ ሰይጣን ከእኔ አጠገብ ዞር በል አለው፡፡ ጌታ ኢየሱስ ከጴጥሮስ ጀርባ ተሸሽጎ በሥጋና በደም አስተሳሰብ ውስጥ ተሰውሮ የሚሠራውን ዲያቢሎስን መቃወሙ ነበር፡፡ ምክንያቱም ይህን እንደ እግዚአብሔ ፈቃድ የሚሆነን መከራ ጠላት ዲያቢሎስ መቼም እንደ ተቃወመው በመሆኑ ነው፡፡

በሌላ አንጻር አንዳንድ ሰዎች ኃጢአት አድርገው የኃጢአት ውጤት የሆነው መከራ ሲደርስባቸው ስለ ወንጌል መከራ እንደ ደረሰባቸው አድርገው ራሳቸውን ያታልላሉ፤ ይህ ሐሰት ነው፡፡ አንድ መረሳት የሌለበት ትልቅ እውነት ኃጢአት ሁልጊዜ መራራ ፍሬ አለው፡፡ ንስሃ ብንገባ እንኳን የዘራነውን ማጨድ ሊያጋጥመን ይችላል፡፡ ለምሳሌ አንድ ሰው ነፍስ ቢያጠፋ ወይም ቢሰርቅ ይህን ጥፋቱን ካጠፋ በኋላ በእግዚአብሔር ፊት ንስሃ ሊገባና ኃጢአቱ ይቅር ይባልለታል፡፡ ሆኖም የኃጢአቱ ይቅርታና የእርሱም ንስሃ ሙሉ የሚሆነው

የዘራውን ሲያጭድ ነው። ይህም ማለት የዘሩትን ማጨድ በልዩ ልዩ መንገድ ይገለጻል። አንደኛው የሚገለጽበት መንገድ የገደለውን ሰው ካሳ በመክፈል፣ የሠረቀውን በመመለስ ነው። ይህ ከራሱ ተነሳሽነት የሚፈጸም ብዙ ዋጋ የሚያስከፍል እርምጃ ነው። ሁለተኛው ደግሞ በሕግ ፊት የሚደርስበት ተጠያቂነት ነው። ፖሊስ ወንጀሉን የፈጸመውን ሰው አድኖ በሚይዘው ጊዜ ይህ ሰው ንስሃ ቢገባም በሕግ ፊት ተጠያቂ ከመሆን አያመልጥም። ምናልባትም የሃያ ዓመት የእሥር ፍርድ ተወስኖበት በእሥር ቤት ሊጣል ይችላል። ኃጢአት መቼም ቢሆን ተከትሎት የሚመጣ የዓመጽ ፍሬ አለው። ሰዎች ከዚህ የተነሳ መከራን ሊቀበሉ ይችላሉ። ይህንን መከራ ግን ስለ ክርስቶስ ብዬ ተቀበልኩት ብሎ ማለት አይገባም።

". . . ስለ ጽድቅ እንኳ መከራ ቢደርስባችሁ ብጹዓን ናችሁ፣ ዛቻቸውን አትፍሩ፣ አትታወኩም። ክርስቶስ ጌታ አድርጋችሁ በልባችሁ ቀድሱት" 1ኛ ጴጥ. 3÷14 "የእግዚአብሔር ፈቃድ እንዲህ ከሆነ፣ ክፉ ሰርቶ መከራ ከመቀበል ይልቅ መልካም አድርጎ መከራ መቀበል ይሻላል" 1ኛ ጴጥ. 3÷17

እነኚህ ሁለት ጥቅሶች መከራ በተለያየ መንገድ እንደሚመጣብን ያሳያሉ። አንደኛው ሰው ኃጢአትን ሰርቶ መከራ ይቀበላል፣ ሁለተኛው ደግሞ ሰው መልካምን አድርጎ መከራ ይቀበላል። የመጀመሪያው የኃጢአት የዓመጽ፣ ያለመታዘዝ ውጤት ነው። ሰው የራሱን ደስታና ጥቅም ፈልጎ በራሱ ላይ የሚያመጣው መከራ ነው። ሁለተኛው ደግሞ ሰው ስለ ክርስቶስ በጽድቅ ኖሮ የሚቀበለው መከራ ነው። ስለዚህም በኃጢአት እየተመላለስን የሚደርስብን መከራ በጽድቅ ኖረን ከሚደርስብን መከራ ጋር ልናገናኘው አይገባንም።

"በመግለጥ" በግሪኩ ትርጉም (apokalupsis) የሚል ትርጉም አለው። ልክ የጭንብልን፣ የግርዶሽን መገለጥ የተሸፈነው እንደ መጋረጃ የከለለው ነገር መወገዱን የሚያሳይ ትርጓሜ አለው። በክርስቶስ ኢየሱስ አማካኝነት ለአሕዛብ ተጋርዶ የነበረው ጭንብል እንደ ተገፈፈ ያሳያል። ይህ ጭንብል ሲገፈፍ ወደ ማስተዋል መጡ። የተደበቀው ተገለጠ። መንፈስ ቅዱስ በነብያት ሲነገር የነበረውን፣ ለብዙዎች ድብቅ፣ ስውር እንቆቅልሽ የነበረውን የወንጌል የምሥራች ቃል ገለጠው።

ከመጽሐፍ ቅዱስ ትንታኔ ጋር “አስታወቀኝ” የሚለው ቃል በግሪኩ ፍቺ (gnorizo) የሚል ፍቺ ይኖረዋል፡፡ ከዚህ ቀደም የማይታወቀውን ማሳወቅ፣ መግለጥ፣ ማስረዳት በሚል ሃሳብ ይኖረዋል፡፡ ማወጅ፣ መለፈፍ እንደ ማለትም ይሆናል (ዮሐ. 15፥15፤ ሐዋ. 2፥28፣ 7፥13፤ ኤፌ. 1፥9)፡፡

ክርስቲያን ሐዋርያው እንዳወቀው ወደ መረዳት ባለጠግነት መግባት ይችላል፡፡ እንዴት ቢባል የልቦና አይኖቹ ሲበሩ ነው፡፡ የቅዱሳን ርስት ክብር ባለጠግነት ለአካሉ የተሰጠ ነው፡፡

ይህ ርስት በክርስቶስ ኢየሱስ አማካኝነት የወንጌሉን ቃል ሰምተው ለዳኑት ሁሉ የሆነ ነው፡፡ ቀድሞ በጉስቁልና ውስጥ ለነበሩት የእግዚአብሔር ምሕረትና ጸጋው በዛላቸው፡፡ ቀድሞ በሞት ጨለማ ውስጥ ለነበሩቱ ብርሃን በራላቸው፡፡ የተደበቀው የሕይወት መዳን ምስጢር፣ የእግዚአብሔር ምሕረትም ተገለጸላቸው፡፡ ቀድሞ አይሁድ ብቻ እኛ የአብርሃም ዘሮች፣ የርስቱም ወራሾች ነን ብለው ያምኑ ነበር፡፡ አሁን ግን ምስጢሩ ለተገለጠላቸውና የእግዚአብሔርልጆች ለሆኑት ሁሉ እውነቱ ተገለጠላቸው፡፡ ከዚህም የተነሳ የርስቱ ወራሾች ፣ ከጉስቁልናም ወጥተው ባለጠጎች ሆኑ፡፡

ምስጢር፡- ይህ ቃል በግሪኩ ትርጉም (Musterion) ይለዋል፡፡ ይህ ቃል የወንጌልን ምስጢርነት ያስረዳል፡፡ በግሪኩም ትርጉምና አውድ ውስጥ ይህንኑ አይነት ግንዛቤ አለው፡፡ በጥንት የግሪኮች ታሪክ ምስጢር የሚባል አምልኮ ነበራቸው፡፡ ይህን ምስጢር ቀድሞ ያልተገለጠ አሁን ግን በክርስቶስ አማካኝነትም ልባቸውን ከፍተው ለማወቅ ለወደዱ ሁሉ የተገለጠ ነው፡፡ ወንጌልንም የሚያወዳድረው ከዚህ ሃሳብ ጋር ነው፡፡ መንፈሳዊው እውነትም ለብዙዎች ምስጢር ነው፡፡ ግን ሊያውቁት ለወደዱ፣ ለፈቀዱ ተገልጿል፡፡ ራሳቸውን እንደ አዋቂ ለቆጠሩትና ሌሎችን ለናቁት አይሁዶች ግን የወንጌል እውነት ምስጢር ነው፡፡

በእሥራኤልና በአሕዛብ መሃከል የነበረው የልዩነት ግድግዳ በአዲስ ኪዳን መፍረሱን በተመለከተ በኤፌሶን መጽሐፍ "ምስጢር" ይለዋል፡፡ ይህ ምስጢር እግዚአብሔር የልቦናችንን አይኖች]ገልጦ ካላሳየን በስተቀር ተደብቆ የሚቆይ ነው፡፡ ምስጢሮቹ አራት ዋና ዋና ጉዳዮች እንደ ሆኑ መምህራን ይስማሙበታል፡፡

የመጀመሪያው በኤፌ 3፥1-12 የተገለፀው በአይሁድና በአሕዛብ መሃከል ያለው የአካል ልዩነት በክርስቶስ ተወግዶ፣ የተገረዙ ያልተገረዙ በመባባል መመካትና መንቀፍ፣ መነቀፍም ቀርቶ የሰው ልጆች ሁሉ የመንፈስ ግርዘትን በአዲስ ኪዳን መቀበላቸው ነው። ቆላ 2፥11

ሁለተኛ ምስጢር ክርስቶስ ኢየሱስ በእያንዳንዱ አማኝ ሕይወት ውስጥ የሠራው፣ "በእናንተ ውስጥ" እያለ በቆላ 1፥24-27 የሚናገርላቸው፣ አሕዛብን የለወጠበት መሠረታዊ የደኅንነት ጥሪ ዶክትሪን፣ በአዲስ ኪዳን በእያንዳንዱ አማኝ ሕይወት ውስጥ የመሥራቱ ምስጢር ነው (ቆላ 1፥24-27፣ ቆላ 2፥10-19)።

ሦስተኛው ምስጢር በኤፌ 5፥22-32 የተገለፀው የቤተ ክርስቲያን የክርስቶስ ሙሽራ የመሆን ምስጢር ነው። "....ቤተ ክርስቲያን ለክርስቶስ እንደ ምትገዛ እንዲሁ ሚስቶች ደግሞ ላባሎቻቸው ይገዙ..." ኤፌ 5፥24 ሐዋርያው የቤተ ክርስቲያንንና የክርስቶስን ግንኙነት ከባልና ሚስት ኅብረት ጋር በማመሳሰል፣ አንድ ቤተሰብ ጤናማ አካሄድ እንዲኖረው የክርስቶስንና የቤተ ክርስቲያንን ግንኙነትና ሥርዓት እንደ ምሳሌ አድርጎ በማነፃፀር ያቀርበዋል። ይህ ምስጢር መንፈሳዊውን እውነት እንዲረዳ የልቦናው አይኖች ከበሩለት የእግዚአብሔር ሰው በስተቀር ማን ሊረዳው ይችላል? ብዙዎች መጽሐፍ ቅዱስን በትክክል ካለመረዳትና፣ የልቦናቸው አይኖች ስላልበሩ፣ ይህ የጳውሎስ መልእክት ምስጢር ሆኖባቸው መጽሐፍ ቅዱስ ሴቶችን ይጨቁናል የሚሉስ አሉ አይደል? የዚህ ምስጢር ታላቅነት ለበራለት ግን እንዴት የከበረ እውነት ነው!

አራተኛው ምስጢር በ1ኛ ቆሮ 15፥50-58 የተገለጸው የመነጠቅ ምስጢር ነው። ይህ መነጠቅ ለእሥራኤላውያን ተረት ተረት መስሎ ሊታያቸው ይችላል። እነርሱ ዛሬም ድረስ መሲሁ ገና ይመጣል፣ ምድርንም ይገዛል ብለው የሚያስቡ ናቸውና ከመገረዝ ባልተናነሰ፣ እውነቱ ምስጢር ሆኖባቸዋል። ጌታ ኢየሱስ በምድር በተመላለሰ ጊዜ የሚናገረው፣ የሚያስተምረው ግራ እንደሚገባቸው የመነጠቁም አስተምህሮ ምስጢር ሆኖባቸው እንዳለ አለ።

በዳግምም ምፅአቱ አካሄድ ውስጥ ገና አሁን የተፈፀመና ገና ደግሞ የሚፈፀም በሂደት ላይ ያለ አሠራር አለ (already and not yet escatological process) "ምስጢር" የሚለው ቃል በግሪኩ ፍቺ (mysterion) የሚል ቃል

ሲሆን የትርጓሜውም መሠረተ ሃሳብ የሚያሳየው፣ በአንድ ወቅት ድብቅ የነበረና ጊዜው ሲደርስ ግን የተገለፀ እውነት መሆኑን ያሳያል፡፡ ይህን ምስጢር ለመረዳትም ልዩ መገለጥ እንደማያስፈልግም የቃሉ ፍቺ ያስረዳል፡፡ (ቁጥር 5) ይህን ምስጢር እግዚአብሔር በጥንት ዘመን አልገለጠውም፣ ስለዚህም በብሉይ ኪዳን ዘመን አይታወቅም፡፡ ጥንት በጥቂቱ ሲገለፅ ቆይቶ በጳውሎስ አገልግሎት ጊዜም በሙላት የተገለፀም አይደለም፡፡(ቁጥር 9) አንዳንዶች በዚህ ጥቅስ መሠረት ለጳውሎስ ብቻ የተገለፀ አድርገው ይወስዱታል፡፡ እግዚአብሔር በብሉይ ዘመን ስለ ቤተ ክርስቲያን ምንም የገለፀው ነገር አልነበረም፣ ጊዜ ሲደርስ ግን እውነቱ ይፋ ሆነ (ቆላ. 1÷26)፡፡ "ይህም ቃል ከዘላለምና ከትውልዶች ጀምሮ ተሰውሮ የነበረ ምስጢር ነው፣ አሁን ግን ለቅዱሳኑ ተገልጧል..."

የሚስጥሩን አካሄድ በተመለከተ ሁለት ቡድኖች ጎራ ለይተው ዓመለካከታቸውን ያንፀባርቃሉ፡፡

የመጀመሪያዎቹ ጥንታዊውን አቋም የያዙት (Traditional-dispensationalists) የሚባሉቱ ናቸው፡፡ በእነኚሁ ሰዎች ዓመለካከት ቤተ ክርስቲያን በእግዚአብሔር መንግሥት አገዛዝ ውስጥ ከብሉይ ኪዳን ጋር ተያያዥነት ባለው መልኩ፣ ከአዲስ ኪዳንና ከእሥራኤል ጋር ተያይዛ በአዲስ ኪዳን ውስጥ እየተንቀሳቀሰች ነው ብለው አያምኑም፡፡ በእነርሱም መረዳት ቤተ ክርስቲያን ገና ወደፊት በእግዚአብሔር መንግሥት ውስጥ የምትገለጥ ናት፡፡ ወደፊት የእሥራኤል መንግሥት በምድር ላይ "አዲሲቷ እሥራኤል" በሚል ገና ይመጣል ብለው ያምናሉ፡፡ በሚጠባበቁት መሲህ አማካኝነት መሠረት ቤተ ክርስቲያን የምትገለጥ ናት ብለው ያምናሉ፡፡

ሁለተኛው ዓመለካከት ተራማጅ ዲስፔንሴሺናሊት የሚባለው ነው (progressive dispensationalist) በዚህ መጠሪያ ሥር የሚንሸራሸረው ዓመለካከት የቤተክርስቲያ አካሄድ ከብሉይ ኪዳን ጋር በማያያዝ ይገልፀዋል፡፡ በብሉይ ኪዳን ከእሥራኤል ጋር ይሠራ የነበረው የእግዚአብሔር ጣት በአዲስ ኪዳን ደግሞ አሕዛብን ጭምር በማካተት፣ የእግዚአብሔር መንግሥት በምድር በቤተ ክርስቲያን አማካኝነት እንደ ቀጠለች ያረጋግጣል፡፡ የቀድሞው፣ የአሁኑና የወደፊቱ የእግዚአብሔር ጣት አሠራር ብሉይእንደ ነበረ

ዛሬም ድረስ በስፋት መቀጠሉንም (progressive - dispensationalist) ይናገራሉ።

3፡4፡ይህንም ስታነቡ የክርስቶስን ምሥጢር እንዴት እንደማስተውል ልትመለከቱ ትችላላችሁ፤

“እንደ ማስተውል” የቃሉን ፍቺ አብራርተን ስንመለከተው ለዘመናት ተሰውሮ የነበረውን ምስጢር ጳውሎስ በእግዚአብሔር መንፈስ አማካኝነት ለኤፌሶን አማኞች እንዳብራራላቸው እንረዳለን ። ይህን ምስጢር እንዴት እንደ ማስተውል ልትመለከቱ ትችላላችሁ. . .ይላቸዋል። አሁን ለእናንተም ግልጽ ነው። የእናንተም የልቦና አይኖች አሁን ይበራሉ ፤ ለእኔ የተገለጠልኝ ለእናንተም ወለል ብሎ ይታያችኋል የሚላቸው ይመስላል።

ቻለ፡- በግሪክ ዱናማይ dýnamai / doo'-nam-ahee ሲሆን የተፈጥሮ በሆነ ችሎታ አቅም አለው ማለት ነው። ቃሉ በገባበት ዓረፍተ ነገር ውስጥ ያለውን ትርጉም ስናይ መንፈስ የሆነውን ቃል ልትረዱ ትችላላችሁ ምክንያቱም አቅም የሚሰጣችሁ የእግዚአብሔር መንፈስ አለ የሚለውን ትርጉም የያዘ ነው። (መጽሐፍ ቅዱስ ጥቅሶች የብሉይና / የአዲስ ኪዳን ግሪክ መዝገበ ቃላት. የቲየር ትርጉም)

ኤቲ ሮበርትሰን፡- እያንዳንዱ ስብከት ሰባኪው በክርስቶስ ምስጢር ላይ ያለውን መረዳት የሚያሳይ ነው። ክርስቶስን የማያስተውል ከሆነ ያ ሰው ለስብከት አልተጠራም።(በአዲስ ኪዳን ውስጥ ሮበርትሰንስ ቃል ኮሜንታሪ)

ማስተዋል፡- በግሪክ ሱኔሲስ sýnesis/ soon'-es-is ይሰኛል። ሲኔሲስ ሃሳቦችንና በመሀከላቸው ያለውን ግንኙነት የመረዳትችሎታሲሆን፣ንቃትን፣

የሰ.ፈ.በ.ሰ. አገልግሎት / የኤፌሶን መልእክት ትምህርት

አዋቂነትን እናብልህነትን ያመለክታል፡፡(መጽሐፍ ቅዱስ ጥቅሶች የብሉይና / የአዲስ ኪዳን ግሪክ መዝገበ ቃላት. የቲየር ትርጉም)

4 ይህንም ስታነቡ የክርስቶስን ምሥጢር እንዴት እንደማስተውል ልትመለከቱ ትችላላችሁ፤ የክርስቶስን ምሥጢር ኤፌ1÷9፤ 5÷32፤ 6÷19፤ሉቃ 2÷10፣11፤ 8÷10፤ 1 ቆሮ 4÷ 1፤ቆላ 2÷2፤ 4÷3፤ 1ኛጢሞ 3÷9፣ 16

እንዴት እንደማስተውል ማቴ 13÷11፤ 1ኛቆሮ 2÷6፣ 7፤ 13÷ 2፤ 2ኛቆሮ 11÷6

3፡5-6 ይህም፥ አሕዛብ አብረው እንዲወርሱ፥ በአንድ አካልም አብረው እንዲሆኑ፥ በወንጌልም መስበክ በክርስቶስ ኢየሱስ በሆነ የተስፋ ቃል አብረው እንዲካፈሉ፥ ለቅዱሳን ሐዋርያትና ለነቢያት በመንፈስ አሁን እንደ ተገለጠ በሌሎቹ ትውልዶች ዘንድ ለሰው ልጆች አልታወቀም።

በአንድ አካል አብረው እንዲወርሱ፡-

መውረስ፡-ማለት ውርስን ከክርስቶስ ኢየሱስ ጋር በጋራ ያደርገዋል፤ ሮሜ 8÷17 መሐላውንና ኑዛዜን ባስመለከተ ዕብ. 6÷13-20 በሮሜ 8÷17 "ልጆች ከሆንን ወራሾች ደግሞ ነን" ማለት የእግዚአብሔር ወራሾች ነን ይላቸዋል፡፡ አብረንም ደግሞ እንድንከብር አብረን መከራ ብንቀበል ከክርስቶስ ጋር አብረን ወራሾች ነን ይላል፡፡ ክርስቶስ ኢየሱስ የተቀበለው መከራ በመታዘዝ ውስጥ የተገለጠ ነው፡፡ እርሱ ለጽድቅ ሥራ መከራን ተቀበለ፡፡ አባቱን ታዘዘ፡፡ እኛም ልክ እርሱ እንደ ተመላለሰው እግዚአብሔር አባታችንን በመታዘዝና በጽድቅ በመኖር መከራን እንቀበላለን፡፡ ከመታዘዝና መከራውን ከመቀበል በኋላ ክርስቶስ ኢየሱስ በአባቱ ቀኝ ተቀመጠ፡፡ የእርሱን ክብር ወረሰ፡፡ መጀመሪያ ግን በውይይት ውስጥ የሰው ልጆች ኃጢአት ሁሉ ተሸክሞ አልፎ ነበር፡፡

በመዋረድ ውስጥ ካለፈ በኋላ ግን የእግዚአብሔርን ክብር ወረሰ፡፡ እኛም እንደዚሁ በመታዘዝ ውስጥ አልፈን ልክ እንደ እርሱ የርስቱ ወራሾች፣ የእግዚአብሔር መንግሥት ወራሾች እንሆናለን፡፡ ዕብ. 6÷13-20 ላይ የምንመለከተው የአብርሃምም ታሪክ የሚያመለክተን ይህንኑ ነው፡፡ አብርሃም የእግዚአብሔር ተስፋ ታምኖ በእምነት በመታዘዝ ያለበትን ምድር ለቆ ወጣ፡፡ በዚህም የእግዚአብሔርን በረከት ወረሰ፡፡

"ለቅዱሳን ለሐዋርያትና ለነብያት አሁን እንደ ተገለጠ

እግዚአብሔር በክርስቶስ ኢየሱስ ወንጌሉን የሚያደርሱ ሐዋርያትንና ነብያትን እንደ ላከ ይገልጣል፡፡ ሆኖም ግን ዓለም ሊቀበለው ያልቻለው እንደ ሆነ ቃሉ ያስተምረናል፡፡ በመንፈስ የሚገለጥና በእውነት የሆነ ስለ ሆነ ዓለም አልተቀበለችም፡፡ ይልቁንም መልእክተኞቹ በሞትና በመከራ በስደት ያልፉሉ፡፡

አሁን፡- በግሪክ ኑን nŷn / noon ይሰኛል፡፡ በዚህ ሰዓት ማለት ነው፡፡ በመልዕክቱ ውስጥ ከአዲስ ኪዳን ጀምሮ ያለውን ጊዜ ያመለክታል፡፡ (መጽሐፍ ቅዱስ ጥቅሶች የብሉይና / የአዲስ ኪዳን ግሪክ መዝገበ ቃላት. የቲየር ትርጉም)

ለነቢያት አሁን እንደተገለጠ - ነቢያት የተሰኙት የብሉይ ኪዳንን ነቢያት ሳይሆን የአዲስ ኪዳንን ነቢያት ነው፡፡ ‹‹በሌሎች ትውልዶች ዘንድ አልታወቀም›› አውድ ሲታይ ይህ ትርጉም ግልጽ ይሆናል፡፡ በዚህ መልዕክት ውስጥ ሐዋርያትና ነቢያት ተብለው የተጠቀሱትም የቤተክርስቲያንን መሠረት የጣሉት ናቸው፡፡ በእግዚአብሔር ዕቅድ ውስጥ የአሕዛብ መካተት በአሮጌው ኪዳን ግልጽ ሳይሆን የቆየ ሲሆን፣ በክርስቶስ ግን ግልጽ ተደርጓል፡፡ የቤተክርስቲያን ምስጢር መገለጥንም ሳይዘረዝር ተናግሯል፡፡ ‹‹እኔም እልሃለሁ አንተ ጴጥሮስ ነህ በዚህችም ዕለት ላይ ቤተክርስቲያኔን እሠራለሁ የገሃነም ደጆችም አይችሏትም›› (ማቴ 16÷18)፡፡

ተገለጠ፡- በግሪክ **አፖከሊይፕቶ** apokalýptō / ap-ok-al-oop'-to ሲሆን በጥሬው መጋረጃውን ወይም ሽፋኑን በማንሳት እንዲታይ ማድረግ መግለጥ ማለት ነው፡፡ በመልዕክቱ ውስጥ ደግሞ ምስጢር የነበረን ነገር ከማሳወቅ ጋር የተያያዘ ነው፡፡(መጽሐፍ ቅዱስ ጥቅሶች የብሉይና / የአዲስ ኪዳን ግሪክ መዝገበ ቃላት. የቲየር ትርጉም)

ዋይን ባርበር፡- ብሉይ ኪዳን አህዛብ እንደሚገቡ ምንም አይጠቅስም ማለት ስህተት ነው፡፡ ጳውሎስ ራሱ የሚሰብከው መናፍቅነትን እንዳልሆነ ለአይሁዶቹ ሲናገር በተደጋጋሚ በራሳቸው አባቶች በኩል እግዚአብሔር ሕዝቡ ተብለው ያልተጠሩት አንድ ቀን ሕዝቡ ተብለው ይጠሩ ዘንድ እንደማፈቀድላቸው አስቀድሞ የተናገረውን ከብሉይ ኪዳን ይገልጽላቸው ነበር፡፡ ልዩነቱ 3÷5 ላይ እንደተናገረው አሁን የተገለጠውን ያህል አለመሆኑ ነው፡፡ በብሉይ ኪዳን

ተጠቅሷል፡፡ በአዲስ ኪዳን ግልጽ የሆነውን ያህል ግን አልነበረም፡፡ ለጳውሎስና በእርሱ ዘመን ለነበሩ ሐዋርያትና ነቢያት በመንፈስ ተገልጧል፡፡ (ዋይን ባርበር (ኤፌ 3÷1-9) የእግዚአብሔር መለኮታዊ ምሥጢር - 2)

ሐዋርያት፡- በግሪክ **አፖስቶሎስ** apóstolos / ap-os'-tol-os ሲሆን፣ በልዩ ተግባር ወይም ተልዕኮ በአምባሳደርነት የሚሠራ ሰውን የሚገልጽ ቃል ነ፤ ከዚህ ጋር ተያይዞ ልዩ ሸቀጥ ይዘው ወደ ልዩ መድረሻ የሚላኩ መርከቦች አንዳንድ ጊዜ **አፖስቶሊክ** እየተባሉ ይጠሩ ነበር፡፡ በዓለማዊው ግሪክ ደግሞ አፖስቶሎስ ለልዩ ተልኮ በንጉሥ የሚላክ የባህር ኃይል አዛዥ መጠሪያ ነበር፡፡ (መጽሐፍ ቅዱስ ጥቅሶች የብሉይና / የአዲስ ኪዳን ግሪክ መዝገበ ቃላት. የቲየር ትርጉም)

በመጽሐፍ ቅዱስ ውስጥ ሐዋርያ የሚለው ቃል በዋናነት የሚያያዘው ክርስቶስ ራሱ መርጦ ወንጌልን እንዲሰብኩ ካሰማራቸው 12ቱ ሐዋርያት (ደቀመዛሙርቱ) ጋር ነው፡፡ በሰፊው ሲታይ ግን የክርስቶስ ምስክር ሆኖ ወደ ዓለም የሚላክ ማንኛውም አማኝ ሐዋርያ ተብሎ ሊጠራ ይችላል፡፡

ነቢያት፡- በግሪክ **ፕሮፌቴስ** prophḗtēs / prof-ay'-tace ነው፡፡ ፕሮፌቴስ (ነቢያት) የሚሰኙት በእግዚአብሔር አነሳሽነት ስለወደፊቱ ያለውን የሚናገሩ ወይም የእግዚአብሔር አምባሳደርና የፈቃዱም ተርጓሚዎች ሆነው ሰውንም ይሁን ሃገርን የሚመክሩና የሚገስጹ ሰዎች ናቸው፡፡ ነቢያት ከእግዚአብሔር የሚቀበሉትን እንጂ የራሳቸውን ሃሳብ አይናገሩም፡፡ (መጽሐፍ ቅዱስ ጥቅሶች የብሉይና / የአዲስ ኪዳን ግሪክ መዝገበ ቃላት. የቲየር ትርጉም)

"በመንፈስ አሁን እንደ ተገለጠ"ጌታችን ኢየሱስ ይህ ቅዱስ መንፈስን "እርሱም ዓለም የማያየውና የማያውቀው ስለ ሆነ ሊቀበለው የማይችለው የእውነት መንፈስ ነው . . ." ዮሐ. 14÷16-17፤ ማቴ.23÷34፤ ሉቃ.11÷49፡፡ ሆኖም ግን በዚህ ትውልድ መሃከል አልል ብለው ባይቀበሉም የክርስቶስ ባለጠግነት በዓለም ያበራል፡፡መዝ. 23÷5፣ 31÷19-20፡፡ መንፈስ ቅዱስ በጨለማው ዓለም ለአካሉ ብርሃን ቅባት ሆኖ የክርስቶስን ባለጠግነት ለአካሉ ይገልጣል (2ኛ ቆሮ. 1÷21፤ 1ኛ ዮሐ. 2÷2፣27)፡፡

ዊልያም ማክዶናልድ፡- ኤፌሶን 3÷5 የሚለው ‹‹ቤተክርስቲያን በብሉይ ኪዳንም ነበረች፤ ሚስጥሯ ግን የአሁኑን ያህል አልተገለጠም›› እየተባለ የሚነሳውን ክርክር አስመልክቶ መልሱ ቁርጥ ባለ መልኩ ቆላስይስ 1÷26 ላይ ተቀምጧል፡፡ ‹‹ከዘላለምና ከትውልዶች ጀምሮ ተሰውሮ የነበረ አሁን ግን ለቅዱሳኑ ተገልጧል›› የሚለው ቃል ስለተሰጠው የመገለጥ መጠን የሚያወራ አይደለም፡፡(ማክዶናልድ, ወ እና ፋርስታድ, ኤ. አማኝ የመጽሐፍ ቅዱስ ኮሜንታሪ: ቶማስ ኔልሰን)

ትውልዶች፡- በግሪክ ጌኔያ geneá /ghen-eh-ah' ሲሆን፣ በአንድ ዘመን ተወልደው የኖሩ ሰዎች በውል የሚጠሩበት ነው፡፡ (መጽሐፍ ቅዱስ ጥቅሶች የብሉይና / የአዲስ ኪዳን ግሪክ መዝገበ ቃላት. የቲየር ትርጉም)

ታወቀ፡- በግሪክ ግኖሪዞ gnōrízō / gno-rid'-zo ሲሆን ወሬን ይፋ ማድረግ ነው፡፡ ይፋ የሚደረገው ወሬ ወይም መረጃ ቀድሞ የማይታወቅ ሊሆን ይችላል፡፡ ወይም ቀድሞ የታወቀ ሆኖ ማረጋገጫ የሚሰጥበት ሊሆን ይችላል፡፡ (መጽሐፍ ቅዱስ ጥቅሶች የብሉይና / የአዲስ ኪዳን ግሪክ መዝገበ ቃላት. የቲየር ትርጉም)

ልጆች፡- በግሪክ ሁዊዮስ huiós/ hwee-os'ሲሆን፣ በጾታው ወንድ የሆነን ልጅ ያመለክታል፡፡ ቃሉ በቀረበበት ኤፌሶን 3÷5 ውስጥ ግን ትርጉሙ ከትውልድ ጋር የተያያዘ ሲሆን፣ እርሱም የሰው ልጆች ዝርያ ማለት ነው፡፡ (መጽሐፍ ቅዱስ ጥቅሶች የብሉይና / የአዲስ ኪዳን ግሪክ መዝገበ ቃላት. የቲየር ትርጉም)

ለሰው፡- በግሪክ **አንትሮፖስ** ánthrōpos / anth'-ro-pos ይሰኛል፡፡ ወንዱንም ሴቱንም የሰው ዘር ሁሉ የሚያመለክት ነው፡፡ እግዚአብሔር አብርሃምን እንደሚባርከው ተስፋ ሲሰጠው ተስፋው አሕዛብን የሚጨምር ነበር፡፡ (መጽሐፍ ቅዱስ ጥቅሶች የብሉይና / የአዲስ ኪዳን ግሪክ መዝገበ ቃላት. የቲየር ትርጉም)

5-6 ይህም፥ አሕዛብ አብረው እንዲወርሱ፥ በአንድ አካልም አብረው እንዲሆኑ፥ በወንጌልም መስበክ በክርስቶስ ኢየሱስ በሆነ የተስፋ ቃል አብረው እንዲካፈሉ፥ ለቅዱሳን ሐዋርያትና

ለነቢያት በመንፈስ አሁን እንደ ተገለጠ በሌሎቹ ትውልዶች ዘንድ ለሰው ልጆች አልታወቀም።

አሕዛብ አብረው እንዲወርሱ ኤፌ2÷ 13-22፤ ሮሜ 8÷15-17፤ገላ 3÷26-29፤ 4÷5-7

በአንድ አካልም አብረው እንዲሆኑ ኤፌ4÷ 15፣16፤5÷30፤ሮሜ 12÷4፣5፤ 1ኛቆሮ 12÷12፣27፤ ቆላ2÷19

አብረው እንዲካፈሉ ገላትያ 3÷14፤ 1ኛዮሐ 1÷3፤ 2÷25

በመንፈስ ሉቃ 2÷26፣27፤ዮሐ 14÷26፤ 16÷13፤ሐዋ 10÷ 19፣20፣28፤ 1ኛቆሮ 12÷8-10

ለቅዱሳን ሐዋርያትና ለነቢያት...አሁን እንደ ተገለጠ ኤፌ2÷20፤ 4÷11፣12፤ማቴ 23÷34፤ ሉቃ 11÷49፤ 1ኛቆሮ 12÷28፣29፤ 2ኛጴጥ 3÷2፤ይሁ 1÷17

3፡7:እንደ ኃይሉ ሥራ እንደ ተሰጠኝም እንደ እግዚአብሔር ጸጋ ስጦታ መጠንየወንጌል አገልጋይ ሆንሁለት።

እንደ ኃይሉ ሥራ

ኃይል የሚለውን ቃል በግሪኩ (dunamis) ይለዋል፡፡ ማቴ. 26÷64 ሥልጣኑን፣ ክብሩን ያመለክታል፡፡ በሌላ በኩል ሥራው ተአምራት እንዳለው፣ አስገራሚና አስደናቂ ተዓምራት የተሠራበት እንደ ሆነ ያመለክታል፡፡ ይህንኑ ሃሳብ (ስራ)ከግሪኩ ትርጓሜ ጋር ስናገናኘው በእንግሊዘኛው ቃል (effectual) ሲለው በግሪኩ ደግሞ (energes) ይለዋል፡፡ የትርጉሙ ሃሳብ ሲብራራ በድርጊቱ ብርቱ የሆነ ፣ የሚያከናውነው ኃይል ያለው፣ ጉልበት ያለው የሚል ትርጓሜ ይሰጠዋል፡፡

የወንጌል ኃይል ይሰራል፤ በሐዋርያት እንደ ሰራ እንዲሁም በአካሉ ይሰራ ዘንድ የቅዱሳን ርስት ነው (ገላ. 2÷8)፡፡ ያለ እርሱ የመለኮት አሰራር የመቤዠት ሥራ ሊሆን አይችልም፡፡ በሰማያዊ ሥፍራ በአብ ፊት በክርስቶስ ቤተ ክርስቲያን መቀመጧ ከትንሳኤው ኃይል የተነሳ ነው፡፡ ኃይሉን የሚያግደው የሚቀለብሰው የለም፡፡ በአካሉ ውስጥ ይህ ኃይል ይገኛል፡፡

ኃይሉ እንዳይሰራ የሚያደርገው የአካሉ በጽድቅና በቅድስና የቀደመውን ኃጢአት በመናዘዝና በመመለስ ስትዘረጋ ብቻ ነው፡፡ ፊሊ. 3÷10-14፤ ኢሳ.43÷13፤ ሮሜ 15÷18-19፤ 2ኛ ቆሮ.10÷4-5፤ ቆላ. 1÷29፡፡

“ፍለጋ የሌለው የክርስቶስ ባለጠግነት” ምንድር ናቸው? የክርስቶስ ባለጠግነት ከሞት ሲነሳ ያገኘው ክብር (ዮሐ17÷24፤ መዝ31÷19፤ ዮሐ. 1÷16፤ 1ኛ ቆሮ. 1÷30፣ 2÷9፤ ፊል. 4÷9፤ ቆላ1÷27፣ 2÷1-3፣10፤ ምሳ8÷18):: በአዲስ ኪዳን እየተገለጠላቸው ጌታን አከበሩት:: በብሉይ ኪዳን ግን በሩቅ እያዩት ብድራታቸውን ተመለከቱ (ዕብ. 11፡26)::

7 እንደ ኃይሉ ሥራ እንደ ተሰጠኝም እንደ እግዚአብሔር ጸጋ ስጦታ መጠን የወንጌል አገልጋይ ሆንሁለት።

እንደ ኃይሉ ሥራ ኤፌ20 ፤ 1÷19 ፤ 4÷16 ፤ኢሳ 43÷13 ፤ሮሜ 15 18፣19 ፤ 2ኛቆሮ 10÷4፣ 5 ፤ ገላ2÷8፤ ቆላ1÷29 ፤ 1ኛ ተሰ 2÷13፤ዕብ 13 21

እንደ ተሰጠኝም እንደ እግዚአብሔር ጸጋ ስጦታ መጠንኤፌ3÷ 8 ፤ ሮሜ 1÷5 ፤ 1ኛቆሮ 15 10 ፤ 1ኛጢሞ 1÷14፣15

የወንጌል አገልጋይ ሆንሁለት ኤፌ3÷2 ፤ሮሜ 15÷16 ፤ 2 ቆሮ 3÷6 ፤ 4÷1 ፤ቆላ 1÷23-25

3፡8-9 ፍለጋ የሌለውን የክርስቶስን ባለ ጠግነት ለአሕዛብ እሰብክ ዘንድ፥ ሁሉንም በፈጠረው በእግዚአብሔር ከዘላለም የተሰወረው የምሥጢር ሥርዓት ምን እንደሆነ ለሁሉ አገልጥ ዘንድ ይህ ጸጋ ከቅዱሳን ሁሉ ይልቅ ለማንስ ለኔ ተሰጠ፤

ፍለጋ የሌለውን፡- በግሪክ አኔክሲካኒያስቶስ anexichníastos / an-ex-ikh-nee'-as-tos ሲሆን፣ ትርጉሙ ፍለጋ የሌለው፣ መጠን የለሽ፣ ለመረዳት የማይቻል፣ የማይዳረስበት ማለት ነው:: (መጽሐፍ ቅዱስ ጥቅሶች የብሉይና / የአዲስ ኪዳን ግሪክ መዝገበ ቃላት. የቲየር ትርጉም)

ባለጠግነት፡- በግሪክ ፑሉቶስ ploûtos / ploo'-tos ሲሆን፣ የተትረፈረፈ፣ በገፍ የሆነ ማለት ነው:: ፐሎቶስ (ባለጠግነት) በጥሬው ቁሳዊ ሃብትን የሚገልጽ ሲሆን በቀረበበት አውድ (ኤፌሶን 3÷8-9) ደግሞ ለክርስቶስ ያለውን መንፈሳዊ ሃብት ማለትም ጥበብና ዕውቀቱን ሁሉ የሚያመለከት ነው:: (መጽሐፍ ቅዱስ ጥቅሶች የብሉይና / የአዲስ ኪዳን ግሪክ መዝገበ ቃላት. የቲየር ትርጉም)

ሂውስ፡- የክርስቶስ ባለጠግነት አንድምታው (ትርጉሙ) ምንድነው? በዋናነት ክርስቶስ ሁልጊዜ ሕይወትን የሚያበለጽግ ነው:: “ክርስቶስን አትስበኩልኝ

የሚበቃኝን ያህል ችግር ተሸክሜአለሁ" ያለው ወጣት ምንኛ ተሳስቷል:: ክርስቶስ መጠን በሌለው ባለጠግነቱ ሕይወትን የተትረፈረፈች ያደርጋል እንጂ ከሕይወት አንዳችም አይቀንስም:: ከዚሁ ጋር አብሮ የሚሄደው ሌላው ትርጉም ደግሞ ይህን ባለጠግነት ለሌሎች የማካፈል ኃላፊነትም አለብን የሚለው ነው:: (ሂጅስ, አርክቲቭ ኤ. ኤፌሶን: የክርስቶስ አካል ምሥጢር, ክሮስዌይ መጻሕፍት)

ብሌይኪ:- ባለጠግነትና ፍለጋ የሌለው የሚሉት ሁለት ቃላት ውቦች ናቸው:: እጅግ የከበሩ የሆኑት ነገሮች ያለመጠን በገፍ ቀረቡላችሁ የሚለውን ሐሳብ ያስተላልፋሉ:: እጅግ የከበሩ ነገሮች እንደ ልብ አይገኙም:: አለመገኘታቸውም ዋጋቸውን ይሰቅለዋል:: እነዚህ ግን እጅግ የከበሩ የሆኑት እጅግ በብዛት የቀረቡልን ናቸው:: የርህራሄና የፍቅር ባለጠግነት ደግሞ ሁሉንም የሚያረኩ ናቸው::(ብሩክ ኬ, ኤፍ ኤፍ በ ፑልፒት ኮሜርታ).

ዘላለም:- በግሪክ አዮን aiṓn/ahee-ohn' ይሰኛል:: የጊዜ ቆይታን ያመለክታል:: ቃሉ በገባበት አውድ ጊዜ መቆጠር ከመጀመሩ በፊት አንስቶ ስለነበረ ምስጢር የሚናገር ስለሆነ ትርጉሙ ‹ዘላለም› ነው:: (መጽሐፍ ቅዱስ ጥቅሶች የብሉይና / የአዲስ ኪዳን ግሪክ መዝገበ ቃላት. የቲየር ትርጉም)

የተሰወረ:- በግሪክ አፖክሩፐቶ ሲሆን፣ መደበቅ፣ መሰወር ማለት ነው:: በሌላ አባባል ያው ምስጢር ማለት ነው:: በዘይቤያዊ ትርጉሙ ያለመለኮታዊ መገለጥ ሊታወቅ የማይችል እውቀትን ይገልጻል::(መጽሐፍ ቅዱስ ጥቅሶች የብሉይና / የአዲስ ኪዳን ግሪክ መዝገበ ቃላት. የቲየር ትርጉም)

ባርክሌይ:- አንዳንድ ጊዜ የክርስትና ታሪክ ወንጌሉን አይሁድ ስላልተቀበሉት "በቃ ለአሕዛብ ይሁን" ተብሎ የመጣ እንዲመስል ተደርጎ ሊቀርብ ይችላል:: ጳውሎስ ግን የአሕዛብ ድነት ለእግዚአብሔር በኋላ አይሁድ ሲያምጹ ቆይቶ የመጣለት ሐሳብ እንዳልሆነ ያስታውሰናል:: ሰዎችን ሁሉ ወደ ፍቅሩ መጥራት የእግዚአብሔር ዘላለማዊ ዕቅድ አካል ነው::(ባርክሌይ, ዊሊያም: የአዲስ ኪዳን ቃላት ዌስትሚኒስተር ጆን ኖም ቤፕ ፕሬስ, 1964)

ኤፍ ቢ. ሜየር:- ይህ ምዕራፍ ከቆላስይስ 2 ጋር ተመሳሳይነት አለው:: ለሐዋርያው ጳውሎስ መጋቢነት ሁለት ምስጢራት በአደራ ተሰጥተዋል::

ይህም እርሱ ለሰው ዘር በሙሉ ይፈታቸውና ይገልጣቸው ዘንድ ነው፡፡ “የእኛ የየቀኑ ፍቅረኛ”(ኤፍ ቢ ሜየርየ. "እኛ የየቀኑ ፍቅረኛ")

“የምስጢር ሥርዓት” “እገልጥ ዘንድ”

የምስጢር ሥርዓት የሚለውን በግሪኩ ምስጢር በቁጥር 2 ላይ እንደ ተመለከትነው (mystḗrion /moos-tay'-ree-on) ሲለው የወንጌልን ምስጢርነት ያስረዳል፡፡ እንዲሁም ሥርዓት የሚለውን ቃል በእንግሊዘኛው አቻ ትርጉም (fellowship) ይለዋል፡፡ ይህ ቃል ወደ ግሪኩ ሲመለስ (koinonia/oy-kon-om-ee'-ah) የሚል ትርጉም አለው፡፡ ሲብራራም ኅብረት፣ በጋራ መኖር፣ ተዋዶ መኖር የሚል ሃሳብ ይዟል፡፡

ለሁሉ እገልጥ ዘንድ (asafem) የሚል ሃሳብ ይዟል፡፡ ይህም ሰዎችን ሁሉ ወይም እያንዳንዱን ሰው የሚጠቀልል ይሆናል፡፡ ሁለቱን ሃሳቦች በአንድ ስናያይዛቸው ይህ የምስጢር ሥርዓት፣ የወንጌል ኅብረት ነው፡፡ ይህም የወንጌል ኅብረት ለሁሉ ታውጇል፤ ለሁሉ ተገልጧል፡፡ በዚህ ውስጥ ጎሳ፣ ወገን፣ ዘመድ፣ የተገረዘ እና ያልተገረዘ የሚል ልዩነት በክርስቶስ አማካኝነት ቀርቶአል፡፡

ለሁሉ እገልጥ ዘንድ” ልዩነት የለም፤ ጨዋ ባሪያ አይሁድ አሕዛብ የለም፡፡ ወንጌል ድንበር ከለል አይደለም (ማቴ. 28÷19፤ ማር. 16÷15-16፤ ሉቃ. 24÷47፤ ሮሜ 16÷2-6፤ ቆላ. 1÷23፤ 2ኛ ጢሞ. 4÷17

“ከዘላለም የተሰወረው” ፍጥረታት ሕልውና ሳይገለጥ በፊት before eternity ማቴ.13÷35፤ 1ኛ ቆሮ.2÷7፤ ቲቶ 1÷2፤ 2ኛ ጢሞ.1÷9፤ 1ኛ ጴጥ. 1÷20፡፡ ለሁሉም ነገር መጀመሪያ አለው፡፡ እርሱ ግን ከመጀመሪያ በፊት ነው፡፡ በጊዜ ውስጥ ወይም ውጪ ይገኛል፡፡ eternity past ዘላለም ውስጥ ይገኛል፡፡ ሆኖም ግን ዘላለም በእርሱ ውስጥ ይኖራል፡፡ He lives in eternity also eternity lives in Him.

"ከቅዱሳን ሁሉ ለማንስ ለእኔ ሰጠ" ቀደም ብለን እንዳየነው የአዲስ ኪዳኑ አገልግሎት ለጳውሎስ ብቻ የተገለጠ ምስጢር አይደለም ሆኖም ጳውሎስም በዚህ አገልግሎት በስፋት ከተሳተፉት የመጀመሪያዎቹ ውስጥ ነው፡፡ ይህ

አገልጋይ ራሱንም ታናሽ አድርጎ በትህትና ሲናገር እናየዋለን፡፡ 2ኛ ቆሮ 12፡11 ላይ ጳውሎስ ያለ ውዴታው ስለ ራሱ ሐዋርያነት እንዲናገር ሆኗል፡፡ አንዳንዶች የእርሱን ሐዋርያነት በመቃወም፣ ጳውሎስ ሐዋርያ አይደለም ብለው ምእመኑን ሊያሳምኁበት ሞክረው ነው፡፡ ከእነኚህ ወንድሞች የተነሳም ብዙ ጉሸማ ደርሶበታል፡፡ አገልግሎቱ ተቀባይነት እንዳይኖረው ለማድረግም ተሞክሯል፡፡

ይህ ነገር ከእኔ እንዲለይ ጌታን ሦስት ጊዜ ለመንኩት የሚለው ቃልም ከወንድሞች የደረሰበት ጉሸማ እንደ ሆነ መምህራኑ ይገምታሉ፡፡ (2ኛ ቆሮ 12÷8-10) በጉሸማው ውስጡ ዝሏል፡፡ ተቃዋሚዎቹም ደካማ ነው፣ አይችልም ይሉታል፡፡ የእግዚአብሔር ድምፅ ደግሞ የአንተ ብርታት ብቃት ምንም አይሠራም - ጸጋዬ ይበቃሃል ሃይሌ በድካምህ ይገለፃል ይለዋል፡፡ በአዲሱ መደበኛ ትርጉም ጥሩ አርጎ ገልፆታል "ኃይሌ ፍጹም የሚሆነው በድካም ጊዜ ነውና" (2ኛ ቆሮ 12÷9)፡፡

ስለዚህም ጳውሎስ በኤፌሶን 3 ላይ ድካምን ማመኑ እንደሚጠቅመው ተረድቷል፡፡ "ከሁሉ ይልቅ ለማንስ" ብሎ ራሱን ይጠራል፡፡ የጳውሎስን ብቃት እንፈትሸው ብንል ጳውሎስ ጠንካራ ሰው ነው፡፡ በትምህርት ብቃቱ በዘመኑ ትልቅ ዩንቨርሲቲ የተማረ ምሁር ሊባል የሚችል ነው፡፡ በዚያን ዘመን የሮማዊ ዜግነትን ማግኘትም የሚያስከብር ነው፡፡ ጳውሎስ ሮማዊ እንደ ሆነም ተናግሯል (ሐሥ 22÷25)፡፡

ጳውሎስ በዚህ ሁሉ ግን ሊመካበት አልወደደም፡፡ እንዲያውም ሰዎች ደካማ ነው አይበቃም፣ ብለው እንዳሉት ድካምና አለመብቃቱን ሳይከራከር መቀበሉ በእግዚአብሔር ፊት እንደሚያዋጣ ተረድቷል፡፡

ጆን ኤዲ፡- ጳውሎስ በእግዚአብሔር ቸርነት የወንጌል አገልጋይ የነበረ ሰው ነው፡፡ ይህን ማወቁም በውስጡ ጥልቅ ትህትና ፈጥሮለታል፡፡ እናም በአንድ በኩል ታላላቅ ከተሰኙት ቅዱሳን ሁሉ የሚልቅ ታላቅ ሆኖ እያለ ከሹመቱ አንፃር የራሱ ጉድለት ነጥሮ እየወጣበት "ከቅዱሳን ሁሉ ለማንስ ለእኔ" ይላል፡፡ (ጆን ኤዲ ኮሜንተሪ)

ለማንስ፡- በግሪክ ኤላኪስቶስ eláchistos /el-akh'-is-tos ሲሆን በክብር የመጨረሻ ዝቅተኛ ትንሽ የሆነው ደረጃ ማለት ነው፡፡ (መጽሐፍ ቅዱስ ጥቅሶች የብሉይና / የአዲስ ኪዳን ግሪክ መዝገበ ቃላት. የቲየር ትርጉም)

ጳውሎስ የሚያሳየው እውነተኛ ትህትና ነው፡፡ ክርስቶስን በክብሩ የሚያይ ማንም ሰው የራሱን ኃጢያተኝነትና ከንቱነት ይገነዘባል፡፡ ክርስቶስ ሲልቅ ጳውሎስ ያንሳል (ዮሐንስ 3÷30)፡፡ የእግዚአብሔርን ጥልቅ እውነት ማወቅ ትዕቢተኛ የሚያደርግ ሳይሆን የተሰበረና በጸጸት(የለኩነሌ የሆነ) በንስሃ የተሞላ ልብ የሚሰጥ ነው፡፡

ጳውሎስ ስለራሱ ያለው አመለካከት ከጊዜ ወደጊዜ እንዴት እየተለወጠ እንደሄደ ነው፡፡

- 55 ዓ.ም ለቆሮንቶስ ሰዋች ሲናገር፡- 1ኛቆሮንቶስ 15÷9 "**እኔ ከሐዋርያት ሁሉ የማንስ ነኝና የእግዚአብሔርን ቤተክርስቲያን ስላሳደድሁ ሐዋርያ ተብየ ልጠራ የማይገባኝ**"
- 61 AD ለኤፌሶን ሰዋች ሲናገር፡- ኤፌሶን 3÷8 ፍለጋ የሌለውን የክርስቶስን ባለጠግነት ለአሕዛብ እሰብክ ዘንድ ይህ ፀጋ **ከቅዱሳን ሁሉ ለማንስ ለኔ ተሰጠኝ**
- 63-66 AD በህይወቱ መጨረሻ ላይሲናገር፡-1ኛጢሞቲዎስ 1÷15 ኃጢያተኞችን ሊያድን ክርስቶስ ኢየሱስ ወደ ዓለም መጣ የሚለው ቃል የታመነና ሁሉ እንዲቀበሉት የተገባ ነው **ከኃጢያተኞችም ዋና እኔ ነኝ** (ቅድመ-አስቲን ድህረ ገፅ)

ዶናልድ ጋትሪ፡- ጢሞቴዎስ 1÷15 ላይ ጳውሎስ የክርስቲያን ድነት ለኃጢያተኞች ነው ከሚለው አላመለጠም፡፡ እናም የእግዚአብሔርን የጸጋ መጠን መረዳቱ በጨመረ ቁጥር ስለራሱ ኃጢያተኛነት ያለው እውቀትም የዛኑ ያህል ጥልቅ እየሆነ ሄዷል፡፡(የፓስተሮች መልእክት፣ ቲንደል የአዲስ ኪዳን ኮሜንታሪ [ኢርድማንስ], ገጽ 3. 65)

ባርክሌይ፡- የእግዚአብሔርን የፍቅር መልዕክት ለመስበክ ከታደልን ወይም ለክርስቶስ ምንም ነገር ይሁን ለማድረግ ዕድሉን ካገኘን የኛ ታላቅነት ያለው ራሳችን ውስጥ ሳይሆን መልዕክቱ ውስጥ መሆኑን ሁልጊዜም ማስታወስ አለብን፡፡ በዓለም ከታላላቆቹ የኦርኬስትራ መሪዎች አንዱ የነበረው ቶስካኒኒ

የቤት ሆሸንን አንድ ሲንፎኒ ሊጫወት እየተዘጋጀ ሳለ ለሙዚቃ ቡድኑ ‹‹ጓዶች እኔ ምንም አይደለሁም:: እናንተም ምንም አይደላችሁም፤ ቤት ሆቨን ግን ሁሉንም ነው›› ብሏቸዋል:: ይህ ሰው ተግባሩ ትኩረትን ወደ ራሱና ወደ ቡድኑ መሳብ ሳይሆን ራሱን አጥፍቶ ቤትሆቨን እንዲንቆረቆር መፍቀድ መሆኑን ተገንዝቧል::የሚያሳዝነው ግን ከክርስቶስ ክብር በላይ ለራሳቸው ክብር የሚጨነቁ ከክርስቶስ በላይም ራሳቸውን ለማሳየት የሚፈልጉ ብዙ ሰዎች የመኖራቸው እውነት ነው:: (ባርክሌይ, ዊሊያም: የአዲስ ኪዳን ቃላት ዌስትሚኒስተር ጆን ኖም ቤፐ ፐሬስ, 1964)

8-9 ፍሊጋ የሌለውን የክርስቶስን ባለ ጠግነት ለአሕዛብ እሰብክ ዘንድ፥ ሁሉንም በፈጠረው በእግዚአብሔር ከዘላለም የተሰወረው የምሥጢር ሥርዓት ምን እንደሆነ ለሁሉ እገልጥ ዘንድ ይህ ጸጋ ከቅዱሳን ሁሉ ይልቅ ለማንስ ለኔ ተሰጠ፤

ፍሊጋ የሌለውን የክርስቶስን ባለ ጠግነት ኤፌ3÷16፣19፤ 1÷7፣ 8፤ 2÷7፤መዝ 31÷19፤ዮሐ 1÷16፤ሮሜ 11÷33፤ 1ኛቆሮ 1÷30፤ 2÷9፤ፊል4÷19፤ቆላ 1÷27፤ 2÷1-3፤ራዕ 3÷18

ሁሉንም በፈጠረው በእግዚአብሔር መዝ 33÷6፤ኢሳ 44÷24፤ዮሐ 1÷ 1-3፤ 5÷ 17፣19፤ 10 30፤ ቆላ 1÷16፣17፤ዕብ 1÷2፣3፤ 3 3፣4

ከዘላለም ኤፌ1: 4፤ማቴ 13÷35፤ 25÷34፤ሐዋ 15÷18፤ሮሜ 16÷25፤ 1ኛቆሮ 2÷7፤፤ 2ኛተሰ 2÷13፤ 2ኛ ጢሞ 1÷9፤ቲቶ 1÷2፤ 1ኛጴጥ 1÷20፤ራዕ 13፤ 8፤ 17÷ 8

የተሰወረው የምሥጢር ቆላ 1÷26፤ 3 3

ለሁሉ እገልጥ ዘንድ ማቴ 10 27፤ 28÷19፤ማር16÷ 15፣16፤ ሉቃ 24 47፤ሮሜ 16÷26፤ቆላ 1÷23፤2ኛ ጢሞ 4÷17፤ ራዕ 14÷ 6

ይህ ጸጋ 1ኛዜና 17÷16፤ 29 14,15፤ሐዋ 5÷41፤ሮሜ 15÷ 15-17

ከቅዱሳን ሁሉ ይልቅ ለማንስ ምሳ 30÷2፣3፤ሮሜ 12÷10፤ 1ኛቆሮ 15÷9፤ፊል2÷3፤ 1ኛ ጢሞ 1÷ 13፣15፤ 1ኛጴጥ 5÷5፣6

ለኔ ተሰጠ ኤፌ3÷2፤ገላ 1÷16፤ 2÷8፤ 1ኛጢሞ 2÷7፤ 2ኛጢሞ 1÷11

3:10 ብዙ ልዩ ልዩ የእግዚአብሔር ጥበብ አሁን በቤተ ክርስቲያን በኩል በሰማያዊ ስፍራ ውስጥ ላሉት አለቆችና ሥልጣናት ትታወቅ ዘንድ፤

"ብዙ ልዩ ልዩ የእግዚአብሔር ጥበብ" ልዩ የሚለው ፍቺ አዲስ መደበኛ ትርጉም ብዙ ልዩ ልዩ የሚለውን - ብዙ ገጽታ ያለው ብሎ ይፈታዋል:: የእንግሊዘኛው KJV ትርጉም (manifold) ይለዋል:: ዘርፈ ብዙ እንደ ማለት ነው:: ይህን ዘርፈ ብዙ ወይም ብዙ ገጽታ ያለው የእግዚአብሔር ጥበብ እንደ ተሸቆጠቆጠ እንቁ ልንመስለ ው እንችላለን:: እንቁ በተለያየ ማዕዘን

271

ስንመለከተው የተለያየ ውብ ቀለምን ያንጸባርቃል፤ እነኚህ ቀለማት የማይጠገብ ውበት አላቸው፡፡ የእግዚአብሔር ጥበብም እንዲሁ ነው፡፡ ዘርፈ ብዙ ነው፤ ገልጠን አንጨርሰውም፡፡

የእግዚአብሔር ሥራ በጥበብ ላይ የተመሠረተ ነው፡፡ የእጆቹ ሥራዎች ጭምር (መዝ. 104÷24፤ ሮሜ 11÷33)፡፡ የእግዚአብሔር ጥበብ ተብሎ የሚታወቀው ጌታ ኢየሱስ ክርስቶስ ነው፡፡ ክርስቶስ በተለያየ መልኩ ሲገለጥ ማለት ነው፡፡ የቅዱሳን ርስት ክብር ባለጠግነት ነው፡፡ ቤተ ክርስቲያን ይህን ጥበብ በልጆችዋ ይገለጥ ዘንድ የአብ ፈቃድ ሆኖአል (ማቴ. 11÷25-27፤ 1ኛ ቆሮ. 1÷24፣ 2÷7፤ ራዕ. 5÷12)፡፡

ብዙ ልዩ ልዩ፡- በግሪክ ፖሉፓይኪሎስ polypoíkilos / pol-oo-poy'-kil-os ይባላል፡፡ ፖሉፓይኪሎስ ብዙ ልዩ ልዩ ማለት ሲሆን፣ ግሪኮች ስዕሎችን፣ አበቦችንና ልብሶችን ለመግለጽ ተጠቅመውበታል ጳውሎስ ቃሉን የተጠቀመው በክርስቶስ የታየው የእግዚአብሔር ጥበብ እጅግ ብዙ ዓይነትና ከሚታወቀው ዕውቀት ሁሉ ያለፈ መሆኑን ለመግለጽ ነው፡፡(መጽሐፍ ቅዱስ ጥቅሶች የብሉይና / የአዲስ ኪዳን ግሪክ መዝገበ ቃላት. የቲየር ትርጉም)

ጥበብ፡- በግሪክ ሶፊያ sophía / sof-ee'-ah ሲሆን፣ በትክክል የማስተዋል ከዚያም እውቀትንና መረዳትን ተንተርሶ ዕርምጃ የመውሰድ ችሎታ ነው፡፡ የእግዚአብሔር ጥበብ የሚባለው የእግዚአብሔር የሆነውና ከእርሱ የሚመጣ ጥበብ ነው፡፡(መጽሐፍ ቅዱስ ጥቅሶች የብሉይና / የአዲስ ኪዳን ግሪክ መዝገበ ቃላት. የቲየር ትርጉም)

ሆህነር፡- አለ የሚባለው ጥበብ በእግዚአብሔር የተገለጠው ሲሆን፣ እርሱም የእግዚአብሔርን ዕቅድ እውነተኛ ባሕርይ ለማስተዋል የሚችሉበት ነው፡፡

ቫንስ ሀቨነር፡- እውቀት ካጠረህ ወደ ትምህርት ቤት ሂድ ጥበብ ካነሰህ ደግሞ ተንበርከክ፡፡ እውቀት ጥበብ አይደለም ጥበብ እውቀትን በአግባቡ መጠቀም ነው፡፡

ቢኬሲ፡- ብዙ ልዩ ልዩ የእግዚአብሔር ጥበብ የሚለው የሚያመለክተው ከድነት በበለጠ በአይሁድና አህዛብ መካከል በአንድ አካል ውስጥ ያለውን አዲስ ግንኙነት ነው፡፡ (የመጽሐፍ ቅዱስ እውቀት ኮሜንታሪ)

ስቴቨን ኮል፡- አንዳንድ ምሁራን ኤፌሶን 3፥10 የሚናገረው ስለ ቅዱሳን መላዕክት ነው ይላሉ፡፡ ሌሎች ደግሞ ስለወደቁት መላዕክት ነው ይላሉ፡፡ በግሌ ሁለቱንም የሚመለከት ይመስለኛል፡፡ ምክንያቱም ኤፌሶን 6፥12 እና ኤፌሶ 1፥21 ላይ የወደቁት መላዕክት በተመሳሳይ ቃላት ነው የተገለፁት፡፡ በክርስቶስ የመስቀል ላይ ድል የቆመችው ቤተክርስቲያን የእግዚአብሔርን ጥበብ ለወደቁት መላዕክት ስታሳይ የማይቀርላቸውን ጥፋትም ታስታውሳቸዋለች፡፡ (በአዲስ ኪዳን ቃል ጥናቶች)

ማክዶናልድ፡- ጳውሎስ የትምህርት ቤት ዘይቤን ተጠቅሞ ነው የተናገረው፡- እግዚአብሔር አስተማሪ፣ ዓለማቱ ደግሞ መማሪያ ክፍሎች ሲሆኑ፣ መላዕክቱ ደግሞ ተማሪዎቹ ናቸው፡፡ በዚህ ውስጥ ትምህርቱ ብዙ ልዩ ልዩ የሆነው የእግዚአብሔር ጥበብ፣ የትምህርቱ ዓላማም ቤተክርስቲያን ናት፡፡ ትምህርቱ ሲሰጥ መላዕክት እግዚአብሔር ስለክብሩ በኃጢያት ላይ እንዴት እንደ ነገሠ እያዩ በማይመረመር ፍርዱና መንገዱ ይደመማሉ፡፡ (ማክዶናልድ, ወ እና ፋርስታድ, ኤ. አማኝ የመጽሐፍ ቅዱስ ኮሜንታሪ፡ ቶማስ ኔልሰን)

ቤተክርስቲያን፡- በግሪክ **ኤክሌሲያ** ekklēsía /ek-klay-see'-ahይሰኛል፡፡ ኤክሌሲያ በጥሬው የተጠሩት ማለት ነው፡፡ ግሪኮች ቃሉን የከተማ ንግድ ሥራ እንዲያካሂዱ የተጠሩ ዜጎችን ለመግለጽ ይጠቀሙበት ነበር፡፡ በአዲስ ኪዳን ግን ኤክሌሲያ ማለት ክርስቶስ የሚኖርበት ሥራውንና ዓላማውን የሚፈጽምበት የክርስቲያኖች ኅብረት ነው፡፡ (መጽሐፍ ቅዱስ ጥቅሶች የብሉይና / የአዲስ ኪዳን ግሪክ መዝገበ ቃላት. የቲየር ትርጉም)

"አሁን በቤተ ክርስቲያን በኩል በሰማያዊ ሥፍራ ላሉት አለቆችና ሥልጣናት ትታወቅ ዘንድ" በክርስቶስ በሰማያዊ ሥፍራ ቤተ ክርስቲያን እንዳለች ሰማያዊ ሠራዊቶች ያውቃሉ፡፡ ልዩ ልዩ ጥበብ ግን በቤተ ክርስቲያን ሲገለጥ ብቻ ማወቅን ያገኛሉ፡፡

እነኚህ አለቆችና ሥልጣናት የሚላቸው እነማን እንደ ሆኑ በትክክል ግልጽ አይደሉም፡፡ ይሁንና ግን ሁለት አይነት አለቆችና ሥልጣናት እንዳሉ ይታወቃል፡፡ የመጀመሪያዎቹ በእግዚአብሔር መንግሥት ጥላ ሥር ያሉት ቅዱሳን መላእክቱን ይወክልልናል፡፡ እነርሱም ከክርስቶስ እግር ሥር ሆነው ይህንን ዘርፈ ብዙ የሆነ የክርስቶስን ጥበብ ይመለከታሉ፡፡ ያደንቃሉ፣ በእግሩ ሥር ይወድቃሉ፡፡ ይሰግዱለታል፡፡ ቅዱስ ቅዱስ በማለት ያከብሩታል፡፡ የሚገርመው ይህ ዘርፈ ብዙ የሆነ የክርስቶስ ጥበብ የሚገለጥላቸውም በቤተ ክርስቲያን በኩል መሆኑ ነው፡፡ ክርስቶስ ኢየሱስ ደሙን ያፈሰሰላት ቤተ ክርስቲያን ይህን ድንቅ የሆነ፣ እጅግ በውበቱ የላቀ የክርስቶስን ዘርፈ ብዙ ጥበብ ለመግለጥ ሥልጣኑ አላት፡፡

በ1954 ዓመተ ምህረት ትርጉም ብዙ ልዩ ልዩ የእግዚአብሔር ጥበብ የሚለውን ብዙ ገጽታ ያለው ይለዋል ይህ ቃል በግሪኩ ትርጓሜ (polypoikilos) የሚል ነው፡፡ ትርጓሜው የተለያዩ ነገሮች ቅይጥ፣ ስብስብ እንደ ማለት ነው፡፡ የእግዚአብሔር ጥበብ ብዙዎችን በቤተ ክርስቲያን ሰበሰበ፡፡ ልዩ ልዩ የጸጋ ስጦታዎችም ተገለጡ፡፡ ብዙ ገጽታ ያለው የእግዚአብሔር ጥበብ የሚለን ይህንን ነው፡፡

ኤስ ልዊስ ጆንሰን፡- እግዚአብሔር ብዙ ልዩ ልዩ የሆነው ጥበቡን ለመላዕክቱ የማያስተምረው በክርስቶስ አካል ውስጥ አንድ ሆነን በተሠራነው በእኛ ነው፡፡ (ኤፌ 3÷1-13) የመንፈሳዊ ድምጽ / ፒዲኤፍ አቅርቦት)

ዉወስት፡- መላዕክት ስለ እግዚአብሔር ጸጋ በቂ መረዳት ሊያገኙ የሚችሉት ከቤተክርስቲያን ብቻ ነው፡፡ በመሆኑም የድነትን ምስጢራት ለመመርመር ወደ ቤተክርስቲያን ይመለከታሉ፡፡ ይህም ማለት በሌላ አገላለጽ ቤተክርስቲያን ለመላዕክት ዩኒቨርሲቲ ስትሆን እያንዳንዱ አማኝ ደግሞ ፕሮፌሰር ነው፡፡ (የግሪክ አዲስ ኪዳን ከ ዉወስት ቃል ጥናቶች)

ሞሪስ፡- ቅዱሳን መላዕክትም ሆኑ የወደቁት መላዕክት ስለ እግዚአብሔር በመማር ላይ ናቸው፡፡ ሰዎችን በአምሳሉ በፈጠረበትና ባዳነበት ሥራው ባህሪውንና ዓላማውን በትኩረት እያዩ እየተማሩ ነው፡፡ ቤተክርስቲያን ደግሞ ለእነዚህ መላዕክት (እኛን ለመጠበቅ የተመደቡትን ጨምሮ) አስተማሪ ሆኖ በማገልገል ላይ ናት፡፡ ከቅዱሳን መላዕክቱ ጋር ክርስቶስ በክብሩ ሲመለስ

ደግሞ እነዚህን ወዳጅ መላዕክት አንድ በአንድ እንተዋወቃቸዋለን (2ኛ ተሰሎንቄ 1÷7) በእነርሱም ላይ ደግሞ እንፈርዳለን (1ኛ ቆሮ 6÷3) (ሞሪስ, ሄንሪ:. ተሚጋቾች ጥናት መጽሐፍ ቅዱስ ማተም)

10 ብዙ ልዩ ልዩ የእግዚአብሔር ጥበብ አሁን በቤተ ክርስቲያን በኩል በሰማያዊ ስፍራ ውስጥ ላሉት አለቆችና ሥልጣናት ትታወቅ ዘንድ፤

ብዙ ልዩ ልዩ የእግዚአብሔር ጥበብ ኤፌ1÷ 8፤መዝ 104÷24፤ማቴ 11÷25-27፤ሮሜ 11÷33፤ 1ኛቆሮ 1÷24፤ 2÷7፤ 1ኛጢሞ 3÷16፤ራእይ 5÷12

አለቆችና ሥልጣናት ኤፌ1÷21፤ሮሜ 8 38; ቆላ 1÷16፤ 1ኛጴጥ 3÷22

ትታወቅ ዘንድ ዘጸ 25 ÷ 17- 22፤መዝ 103÷20፤ 148÷1፣2፤ኢሳ 6÷2-4፤ሕዝ 3÷12፤ 1ኛጴጥ 1÷12፤ራዕ 5÷9-14

3፡11 ይህም በክርስቶስ ኢየሱስ በጌታችን የፈጸመው የዘላለም አሳብ ነበረ፥

"የፈጸመው የዘላለም ሃሳብ" ሐሳብ ስንል ከሰው አዕምሮ እንደሚወጣ አስተሳሰብ እንዳልሆነ የግሪኩ ፍቺ ያብራራል፡፡

"የዘላለም ሃሳብ" ሲል በሰው አዕምሮ እንዳለው ሃሳብ የሚመስል አይደለም፡፡ ይህን ሃሳብ በግሪኩ ፍቺ (protithemi) የሚል የግስ ቃል ይኖረዋል፡፡ ይህም አስቀድሞ ማቀድን ፤ቀድሞ መፈለግን ያመለክታል፡፡ ይህ ምልከታ እንደ ክፍሉ እሳቤ የሰው ሳይሆን የእግዚአብሔር ነው፡፡ (ኢሳ. 46÷10-11፤ ሮሜ 8÷28-30፣ 9÷11)፡፡

የእግዚአብሔር እቅድ ለጥቂት ዓመታት የሚሆን አይደለም፤ ዘለዓለማዊነት በእግዚአብሔር እቅድ ውስጥ ሰፊ ቦታ ይዟል፡፡ በአዲስ ኪዳን ውስጥ የእግዚአብሔር እቅድ እሥራኤልን ብቻ ከፍ ማድረግ አይደለም፤ ይልቅስ ክርስቶስን በቤተ ክርስቲያን ላይ የበላይ ማድረግ ነው (ዘዳ 28÷1-13)

11 ይህም በክርስቶስ ኢየሱስ በጌታችን የፈጸመው የዘላለም አሳብ ነበረ፥

ኤፌ1÷4፣9፣1 1፤ ኢሳ14÷24-27፤ 46 10፣11 ፤ ኤር51÷29 ፤ ሮሜ 8÷28-30፤ 9÷11 ፤ 2ኛ ጢሞ 1÷9

3፡12በእርሱም ዘንድ ባለ እምነታችን በኩል በመታመን ድፍረትና መግባት በእርሱ አለን።

በእምነት በኩል

በሞቱና ትንሳኤ እምነታችን ወደ እግዚአብሔር እንድንቀርብ በር ከፋች ነው፡፡ በክርስቶስ አማካኝነትም የእግዚአብሔር ልጆች መሆንን በእምነት አግኝተናል፡፡ ክርስቶስ ኢየሱስ በመስቀል ላይ የከፈለልን የኃጢአት ዕዳችንን ዋጋ በእምነት ተቀብለናል ፤ ዛሬ ከሳሻችን ተጥሏል፡፡ የእግዚአብሔር ልጆች መሆናችንን በእምነት አስረግጠን እንናገራለን፡፡ በክርስቶስ ላይ በመታመናችን ዘወትር በእርሱ ላይ ተደግፈን እንኖራለን፡፡ በሚያስፈራው አንፈራም፤ በሚያስጨንቀው አንጨነቅም ፤ ወደ እርሱ የምንገባውም በእምነታችን አማካኝነት ነው፡፡ ይህ እምነታችን ድፍረትን ሰጥቶናል፡፡ ይህ ድፍረትም ሥጋዊ መፍጨርጨር የፈጠረው ድፍረት አይደለም፡፡ ይልቁንስ በቅድስና በእግዚአብሔር ፊት እርሱን በማክበርና በመፍራት ከመመላለሳችንና ከምንከሰስበት የሕሊና ክስ ነጻ በመውጣታችን የተገኘ ድፍረት ነው፡፡ ይህ ድፍረት ልጁ በአባቱ ፊት የሚኖረው ነጻነት የፈጠረው ድፍረት ነው፡፡ ሰዎች በእድሜ ከሚበልጡን፣ እንደሚገባ በማናውቃቸው አዋቂዎች ወይም ባለሥልጣናት ፊት እንኳ ድፍረት አይኖረንም፡፡ በአግዚአብሔር ፊት ግን ከቅድስናና መንፈስ ቅዱስ በእኛ ውስጥ ከፈጠረው የልጅና የአባት ግንኙነት የተነሳ ድፍረት አለን፡፡ ወደ አብ መግባትንም ያገኘነው ከክርስቶስ ኢየሱስ የተነሳ ነው፡፡

ሰዎች ከኃጢአት ጋርም ስንላመድ የሚመጣ የድንዛዜ ድፍረት ይኖራል፡፡ ኃጢአት መደንዘዝን ያመጣል፡፡ ሰው ብዙ እርኩሰትን እያደረገ በድፍረት ሊመላለስ ይችላል፡፡ ይህኛው ድፍረት የጽድቅ ድፍረት አይደለም፡፡ ለዚህ ነው በዓለማውያን ዘንድ ሲሰከሩ፣ ሲዘሙቱ እና ሲሰርቁ እንደ መልካም ጀግንነት ገጠመኞቻውን የሚያወሩት፡፡ ፍጻሜያቸው ግን ፍርሃትና ጭንቀት ለቅሶ በመጨረሻም ሞት ነው፡፡

ወደ አብ መግባትን በሙሉ ድፍረትና ነጻነት አግኝተናል፡፡ ይህ ነጻነት በመሲሁ አማካኝነት የተገኘ ነው፡፡ የግሪኩን ትርጉም በእንግሊዘኛው ዓረፍተ ነገር ስንፈታው "We have boldness and access in confidence through

His faith" በግሪኩ ቃል Boldness የሚለው ቃል ወደ እንግሊዘኛው ሲመለስ የመናገር ነጻነት (freedom of speech) የሚል ትርጉም አለው:: የእግዚአብሔር ልጆች፣ ቅዱሳን በድፍረት በአምላካቸው ፊት የመናገርን ድፍረት አግኝተናል:: ይህም ከክርስቶስ ኢየሱስ የተነሳ የሆነልን ነው:: ይህ የመናገር ነጻነት የምንናገረው ቃል ያለውን ሥልጣንም ያመላከታል::

ድፍረት ማለት ኃጢአት በማድረግ መቆም ሳይሆን በክርስቶስ የተሰጠንን ነጻነት በመታመን በእግዚአብሔር ፊት መቆምን ያመለክታል::በእርሱ ፊት መቆም ከቻልን በፍጥረታቱ ፊት መቆም አያስቸግርምና ነው::

በክርስቶስ የተገኘው ነጻነት ከበርካታ እሥራቶች ነጻ ያወጣን ነው:: እነኚህም፡-

1. ከኃጢአት የከስ እሥራት ነጻ ወጥተናል (ቲቶ 2÷14)፤
2. ከእግዚአብሔር ቁጣ ነጻ ወጥተናል (1ኛ ተሰ. 1÷10)፤
3. ከሕግ እርግማን ነጻ ወጥተናል (ገላ. 3÷13)፤
4. ከዚህ ከፉ ዓለም ባርነት ነጻ ወጥተናል (ገላ. 1÷4)፤
5. ከሰይጣን እሥራት ነጻ ወጥተናል (ሐዋ. 26÷18)፤
6. ከኃጢአት ቀንበር ነጻ ወጥተናል (ሮሜ 6÷14)፤
7. ከሞት እሥራት ነጻ ወጥተናል (1ኛ ቆሮ. 15÷54-57)፤
8. ከዘላለም ጥፋት ነጻ ወጥተናል (ሮሜ 8÷1)::

እነኚህ በከፉ ጎን የተገለጹ ሲሆኑ፣ ነጻነቱ በበጎ ሲተረጎም ደግሞ ወደ እግዚአብሔር በነጻነት መግባትን አግኝተናል (ሮሜ 5÷1-2):: ከፍርሃት ሳይሆን በፈቃደኝነትና በፍቅር ወደ አብ መግባትን አግኝተናል (ሮሜ 8÷14-15)::በከክርስቶስ ኢየሱስ የተነሣ ከተሰራልን ነፃ የመውጣት ሥራ የተነሳ ወደ እግዚአብሔር በእምነት የመቅረብን ድፍረት አግኝተናል:: እብ 3÷6 4÷16 ሮሜ 5÷2

---

12 በእርሱም ዘንድ ባለ እምነታችን በኩል በመታመን ድፍረትና መግባት በእርሱ አለን።
ኤፌ2÷18፤ ዮሐንስ 14÷6፤ ሮሜ 5÷2፤ ዕብ 4÷14-16፤ 10÷19-22

3፡13 ስለዚህ ስለ እናንተ ስላለ መከራዬ እንዳትታክቱ እለምናችኋለሁ፥ ክብራችሁ ነውና።

ጳውሎስ ምዕራፉን ወደጀመረበት የመጀመሪያ ሃሳብ የሚመለስ ይመስላል:: (ቁጥር 1) "ስለዚህ" ብሎ ነው እዚህም የሚጀምረው:: በቁጥር አንድ ላይ ለአሕዛብ ወንጌልን ለማድረስ እንደ ተጠራ ይናገራል፤ ስለ እነርሱ በእሥር መከራን እየተቀበለ እንደሚማልድላቸው ከጠቀሰ በኋላ እነርሱም በዚህ መዋረድና መከራ እንዳይፈሩ፣ እርሱን መሰል ቆራጦች እንዲሆኑ ያበረታታቸዋል::የጳውሎስ መለኮታዊውን ኃይል ፍቅርና መንፈሳዊ ብስለት ለመረዳት የሚያስችል የምልጃ ጸሎት ነው::

ጳውሎስ ስለወንጌልና ስለ ቅዱሳን መከራን ተቀበለ:: ይህ የአንድ አገልጋይ የአኗኗር ባሕርይ ነው:: በአዲስ ኪዳን ውስጥ የዳንን አማኞች ሁሉ አገልጋይ ደቀ መዛሙርት እንደ ሆንን ልብ ብለን፣ እኛም ስለ ወንጌልና ስለ ቅዱሳን መከራን የምንቀበል መሆናችንን መረዳት ይገባል:: በጣም ጥንቃቄ ልናደርግበት የሚገባው መከራውን የምንቀበለው ለግል ጥቅማችን፣ ለሥልጣናችን ወይም ለገንዘብ መሆን እንደ ሌለበት ነው::

በአሁኑ ዘመን በአብዛኛው በክርስቲያኖች ላይ የሚደርሰው መከራና ስደት ሙሉ ለሙሉ ስለ ወንጌል ነው ማለት ያስቸግራል:: በተለያዩ ቦታዎች አገልጋዮችን የሚያውኳቸው የውስጥ ግጭቶች ናቸው:: እነኚህ ግጭቶች እየተካረሩ ብዙዎች እስከ ፍርድ ቤት ሙግት ድረስ ደርሰዋል:: ወንጌሉ ተረስቶ የሕግ አንቀጾች ይጠቀሳሉ:: ይህም በአንዳንድ ስፍራ ቅዱሳኖች በታላቅ ውድቀትና ድንዛዜ ውስጥ እንደ ገቡና፣ ለራሳቸው ጥቅምና ስልጣን እየተሟገቱ እንዳሉ የሚያሳይ ነው::

ጳውሎስ ግን ራሱ ስለ ወንጌል በእሥር ቤት ተጥሎ መከራን እየተቀበለ ሌሎች እርሱ ከሚቀበለው መከራ የተነሳ እንዳይዝሉ ያበረታታቸዋል:: እንዲያውም ይህ መከራ ክብራችሁ ነው ይላቸዋል:: ለቅዱሳን መከራ በጌታ የትንቢት ቃል ውስጥ የተነገረ ቃል ነውና ስለ ስሜ የተጠላችሁ ትሆናላችሁ እንዳለ (ማቴ. 10÷17፤ ሉቃ. 21÷12) መከራው ሊመጣ ግድ ነው:: ይህም ክብራችን እንደ

ሆነና ለወንጌሉ ወደ ዓለም ሁሉ መዳረስ፣ ለእግዚአብሔር ጸጋ መብዛትና ለቅዱሳኖችም እንደ ወርቅ ነጥሮ መውጣት፣ እንዲሁም ለጌታ ዳግም ምጽአትም መዳረሻ ምልክት ነውና ይህ ሁሉ ለአማኞች የክብር ጅማሬ ነው፡፡

የኢትዮጵያ ቤተ ክርስቲያን በመከራ ውስጥ ባለፈችበት ዘመን የነጻነቱን ዘመን ያህል እድገት ባይታባትም የእግዚአብሔር ክብር በውስጧ ይገለጥ ነበር፡፡ በነጻነቱ ዘመን ታላላቅ የእግዚአብሔር ሥር በበለጠ መንገድ የተገለጠ ሲሆን፤ አልፎ አልፎም የቤተክርስቲያንን ውድቀት የሚያመለክቱ ድርጊቶች ቢከሰቱም፣ አስገራሚ የእግዚአብሔር ቃል መገለጥ፣ የጸሎት ጉልበት፣ የዝማሬ አገልግሎትም ታይቷል፡፡ ጳውሎስ እንግዲህ ይህ ክብራችሁ ነው የሚላቸው እነኚህን ሁሉ ጨምሮ ነው፡፡

---

13 ስለዚህ ስለ እናንተ ስላለ መከራዬ እንዳትታክቱ እለምናችኋለሁ፥ ክብራችሁ ነውና።

3፥14-15 ስለዚህ ምክንያት በሰማይና በምድር ያለ አባትነት ሁሉ ከሚሰየምበት ከአብ ፊት እንበረከካለሁ

"በሰማይና በምድር ያለ"

በሰማይና በምድር ያሉ አንድ ቤተሰብ እንዳለ እናስተውላለን፡፡ "Of whom the whole family" የሚለው አዲሱ መደበኛ ትርጉም "ከእርሱም በሰማይና በምድር ያለ ቤተሰብ ሁሉ ስያሜ ያገኛል" ይላል፡፡ በሰማይ ያለ የዚህ ቤተሰብ ክፍል እንዲሁም በምድር ያለ የዚህ ቤተሰብ ክፍል አለ፡፡

ይህ ቤተሰብ በምድር እንደምንመለከተው ቤተሰብ አባት፣ እናት፣ ልጆች ወዘተ.... እንዳሉበት ቢመስልም ከዘር፣ ከነገድ እና ከቋንቋ ብዙዎች የተሰባሰቡበት ነው፡፡ ቤተሰብ የሚዋደዱና እንደ አንድ አካል የሚተያዩ ሰዎች የሚሰባሰቡበት ነው፡፡ ሰማያዊው የእግዚአብሔር ቤተሰብም እንደዚሁ ነው፡፡ በዚህ ቤተሰብ ውስጥ ያሉት አማኞች በመንፈስ አንድ የሆኑ እውነተኛ

የተለወጡ ክርስቲያኖች ናቸው:: እድሜ፣ ጾታ፣ ቤተ ክርስቲያንን፣ ሃገርእና ብሔር አይለያቸውም:: እያንዳንዳቸው በእግዚአብሔር የተመረጡ ናቸው:: እውነተኛ ክርስቲያኖች ሁልጊዜም እንደ ቤተሰብ የሚተያዩ ናቸው:: ምክንያቱም የሁሉም አባት አንድ እግዚአብሔር አምላክ ነውና::

ጌታችን ኢየሱስ ክርስቶስ በዚህ ቤተሰብ ውስጥ አለ:: ወደ አባቴና ወደ አባታችሁ አምላኬና አምላካችሁ ብሎ ይናገራል:: እርሱ ሥጋ ለብሶ በመምጣቱ በሞቱና በትንሳኤው ወደዚህ ቤተሰብነት እንድንገባ እግዚአብሔር ከኢየሱስ ጋር ቤተሰብነት መሠረተ:: ይህ ስለ እኛ መዳን የሆነ ከዘመናት የተሰወረ ምስጢር ነው:: ጌታችን ኢየሱስ በመለኮትነቱ ከአብ ጋር በቤተሰብነት ሊኖር አይገባውም:: ሁለቱ አንድ ናቸው:: ከአብ ጋር ተካክሎ ይኖራልና:: የጠፋውን የሰውን ልጅ በእምነት በኩል የእግዚአብሔር ቤተሰብ ይሆን ዘንድ በሰማይና በምድር ያለውንም ይጠቀልል ዘንድ ሥጋ ለብሶ መጣ::

የኢየሱስ ክርስቶስ ሥጋ ለብሶ ወደ ምድር መምጣት የእምነታችን መሠረት የሆንና እግዚአብሔርን በመለኮታዊ አሠራሩ የገለጸው ታላቅ ሰማያዊ ምስጢር ነው:: የእግዚአብሔር ልጅ የሆነው ይህ አዳኝ የጠፋውን የሰው ልጅ ለማዳን ራሱን ለሞት አሳልፎ ለመስጠት ወደ ምድር መጣ (ዮሐ. 3÷16)::

እግዚአብሔር አብ ለሰው ልጅ ካለው ታላቅ ፍቅር የተነሳ አንድ ልጁ ስለ እያንዳንዳችን ኃጢአት በመስቀል ላይ እንዲሞት አሳልፎ ሰጠው:: ጌታ ኢየሱስ ሥጋ ለብሶ ወደ ምድር የመጣበት ምስጢርም ከሰው የአዕምሮ መረዳት በላይ ነው:: ሁሉን ለሚችለው ሕያው እግዚአብሔር ግን ይህ ሁሉ የሚሳነው አይደለም::

ከዚህም የተነሳ ክርስቶስ ኢየሱስ ፍጹም ሰው ሆኖና ፍጹም አምላክ ሆኖ ወደ ምድር ሁለቱንም አካላት አዋህዶ ተገለጠ:: መጽሐፍ ቅዱስ ጌታን እንደ ማንኛውም ሰው ወላጅ እንደ ነበረው ይገልጽልናል:: ይህም ሰብዓዊ አካል እንደ ነበረው አስረጂ ነው:: ማቴ. 1÷18፣ ማቴ.2÷11፤ ገላ.4÷4፤ ሉቃ.1÷35:: የጌታችን አስተዳደግም እንደ ማንኛውም ሕጻን ነበር:: ሉቃ.2÷52፤ ዮሐ.5÷19-20፤ እንደ ሰው ሥጋ፣ ነፍስና መንፈስ ኖሮት ተገለጠ ዮሐ.1÷4፤ ዕብ.2÷15፤ ማቴ.26÷41፤ ሉቃ.23÷46:: የሚያስገርመው ሌላው የጌታ

ባሕርይ ምንም እንኳን ፍጹም ሰውና ፍጹም አምላክ ቢሆንም በሰብአዊነቱ ግን ኃጢአት አያውቀውም ነበር፡፡ ዕብ. 4÷15

ኃጢአት የማያውቀው ቢሆንም ሌሎቹ የሰው ልጆች የፈተና ባሕርያት ሁሉ በእርሱ ላይ ደርሰውበታል፤ ተጠምቶአል (ዮሐ. 19÷28)፣ ሥጋው ደክሞአል (ዮሐ. 4÷6)፣ ደክሞት አንቀላፍቶአል (ማቴ. 8÷24)፣ ሌሎችንም የሥጋ ሥቃዮችን ተቀብሎአል፡፡ ማቴ. 26÷36-40፣ ኢሳ.53፤ ዮሐ. 11÷35፡፡ ይህን ሁሉ ስቃይ የተቀበለው ለእኛ ለሰው ልጆች ሲል እንደ ሆነ ልብ ይሏል፡፡

ከአብ ፊት መንበርከክ ማለት በልዩ ልዩ መንገድ ሊተረጎም ይችላል፡፡ የእሥራኤል ሕዝብ ከበድ ያለ ጥያቄ ሲኖርባቸው ተንበርክኮ መጸለይ የተለመደ ነው፡፡ እነዚህን የመሳሰሉ ኃይማኖታዊ ሥርዓቶች በራሳቸው ክፋት የለባቸውም፡፡ ይልቁንም ጌታን ያስደስተዋል፡፡ ነገር ግን የጉልበቱ መንበርከክ ከልብ መንበርከክ ጋር ሊሆን ይገባል (1ኛ ነገ. 8÷54፣ 19÷18፤ 2ኛ ዜና 6÷13፤ ዕዝ. 9÷5፤ መዝ. 95÷6፤ ዳን. 6÷10፤ ሉቃ. 22÷4፤ ሐዋ. 7÷60፣ 9÷40፣ 20÷36፣ 21÷5፡፡ ጉልበት ሁሉ ሊንበረከክ ይችላል፡፡ ሆኖም ከልብ በማመን በፈሪሃ እግዚአብሔር መንበርከክ ልዩነት አለው፡፡ ጌታ ከተናገረው እናስተውላለን፡፡ “በርህን ዘግተህ ጸልይ” እንጂ ተንበርክከህ ጸልይ አይልም (ማቴ. 6÷6)፡፡

መጽሐፍ ቅዱስ ጸሎትን በራችንን ዘግተን እንድናከናውነው ሲያዘን፣ ጸሎት የግብዝነትና የታይታ ጉዳይ እንዳልሆነ ለማመልከት ነው፡፡ ፈሪሳውያን በየአደባባዩ የጸሎት ሰዎች እንደ ሆኑእና መንፈሳውያን እንደ ሆኑ ለማሳየትም ይጠቀሙበታል፡፡ ይህ ተገቢ አይደለም፡፡ በዛሬው ጊዜ ባለችው ቤተ ክርስቲያንም ሰዎች ጿሚ ጸላይ መሆናቸውን ለማሳየት በየመድረኩ የአዳር ጸሎት፣ የምሽግ ጸሎት፣ የጸሎት ሳምንት እያሉ ይናገራሉ፡፡

እርግጥ ማስታወቂያ ማስነገሩ ሁልጊዜ ለታይታ የሚደረግ ነው ብሎ መደምደም ባይቻልም ጥንቃቄ የሚሻ ጉዳይ እንደ ሆነ ግን ልብ ማለት ይገባል፡፡ ጌታ ኢየሱስ ሊጸልይ ወደ ተራራ ይወጣ ነበር፡፡ ብቻውን ጊዜ ይወስድ ነበር፡፡ በአሁኑ ዘመን ግን የጋራ ጸሎት በአደባባይ እየታወጀ ይደረጋል፡፡ የግሉን ግን ሰዎች አብልጠው የማይዙት ከሆነ ጸሎት ፍሬ አልባ ነው ማለት ነው፡፡

ጸሎት በመንፈስ የሚደረግም ነው:: (ዮሐ. 4÷23-24):: ለእግዚአብሔር የምናቀርበው ስግደት በመንፈስ በሚሆንበት ጊዜ ሁለንተናችን ለእግዚአብሔር ይገዛል:: የመንፈስን ጸሎት ሥራችንን እየሰራን፣ መኪናችንን እየነዳን፣ ከሰዎች ጋር እየተነጋገርንም ልናደርገው እንችላለን፤ የመንፈስ ጸሎት የሚጠይቀን አንድ ዋና ነገር ግን አለ:: ይህም የልብ መንበርከክ ነው:: አንደበታችንን ልቅ ሳናደርግ፣ ፍላጎታችንንም ተቆጣጥረን፣ በውክቢያ ውስጥ ሳንገባ በእርጋታ በእግዚአብሔር ፊት መሆንን ይጠይቃል::

"ነገር ግን እላለሁ፣ በመንፈስ ተመላለሱ፤ የሥጋንም ምኞት ከቶ አትፈጽሙ፤ ሥጋ በመንፈስ ላይ፣ መንፈስም በሥጋ ላይ ይመኛልና:: ስለዚህ እርስ በእርሳቸው ይቃወማሉ:: ስለዚህም የምትወዱትን ልታደርጉ አትችሉም:: በመንፈስ ብትመሩ ግን ከሕግ በታች አይደላችሁም:: ገላ. 5÷16-18 ሕግ ሁልጊዜ ይህን አልሠራህም፣ ይህን አላከናወንከም ይለናል:: ጸሎትን እንደ ሥርዓት ካደረግነው ጠዋት ተነስተህ አልተንበረከክም ብሎም ሊከስን ይችላል:: ምክንያቱም ሥርዓት ባለበት ሕግ ሁልጊዜ የበላይ ነው:: በመንፈስ የምንመላለስ ከሆነ ደግሞ ከሕግም በላይ ነን:: ከእርሱ በላይ በከፍታው እየበረርን ነው:: እኛን የሚያገኝበት እኛን የሚከስበት ነጥብ አያገኝም::

በመንፈስ ስንመላለስ አንደበታችን ለስድብ፣ ለሐሜት፣ በሌላው ለመፍረድ አይከፈትም:: ሕግ ደግሞ ሁልጊዜ የሚቆጣጠረው ይህንን ነው:: ባሕሉን ወጉን ሁሉ ሕግ ያስከብራል:: በመንፈስ የሚመላለስ ሰው ተንበርክኮም ሊጸልይ ይችላል:: ካልሆነም መንገድ ላይ እየሄደም መንፈሱ ይቃትታል:: ሁልጊዜ ግን በጸሎት ላይ ነው::

ጌታ ሲያስተምር በጸሎት ትጉ በሚል አስተምሯል:: በጸሎት መትጋት ማለት ግን 24 ሰዓት ወይም ሳምንቱን በሙሉ ሥራችንን አቁመን በር ዘግተን መጸለይ ነውን? እንዲህ የመሰለው ጸሎት ከፋት ባይኖረውም በዚህ ባለንበት ዘመን ካለው የኑሮ ዘይቤ ጋር ግን የሚሄድ አይደለም:: ከዚህ ይልቅ በመንፈስ ተመላለሱ የሚለውን የጌታን ቃል መመሪያ በማድረግአንደበትን እና ድርጊትንና አስተሳሰብን ቀድሶና ራስን ገዝቶ በመንፈስ እየተመላለሱ በጸሎት መቆየት ትልቅ ማስተዋል ነው::

የእግዚአብሔር ቃል እንደሚልም መታዘዝ ከመስዋዕት ይበልጣል፡፡ እንደ ገናም መስዋዕታችንን ከማቅረባችን በፊት ከወንድማችን ጋር ያለንን ቅሬታ እንድንፈታ የእግዚአብሔር ቃል ያዘናል፡፡

የልብ መሰበር ባለበት፣ ትዕቢትና ኩራት ቦታ አይኖራቸውም፡፡ በዚህ ፈንታ የመንፈስ ቅዱስ ፍሬዎች ቦታውን ይይዛሉ፡፡ በአንድ የጸሎት ሰው ሕይወት ውስጥ የመንፈስ ቅዱስ ፍሬዎች በስፋት ይሰበሰባሉ፡፡

ስለ መንበርከክ ማወቅ አስፈላጊ ነው፡፡ አንዳንዶች በጸጋ ነው ያለነው ብለው ያለልክ በቤተ መቅደስ ሆነ ቤተ እምነት . . . ተኮፍሰው ይቀመጣሉ፡፡ ሕዝቡ ማቅ ለብሶ አንገቱን ደፍቶና ተንበርክኮ እያለቀሰ እነርሱ እግራቸውን ሰቅለው ይቀመጣሉ፡፡ በሌላኛው ወገን ደግሞ የልጅነት ስልጣን እንደ ሌላቸው አባ አባባ አባብዬ በማለት ወደ እግዚአብሔር በክርስቶስ ኢየሱስ በኩል መግባትን ያልቻሉ አልፎ ተርፎ በአማላጅ በኩል አገባለሁም የሚሉ ይገኛሉ፡፡

መዝ. 95÷6 ላይ *"ኑ፥ እንስገድ ለእርሱም እንገዛ፤ በእርሱ ባደረገን በእግዚአብሔር ፊት እንበርከክ"* አምልኮአችን በመንበርከክ፣ እጃችንን ወደ ሰማይ በማንሳትም መግለጻችን ምንም ክፋት የለውም፡፡ እንዲያውም በዕብራውያን ባሕል ይህን መሰሉ የአምልኮ መገለጫ በጣም የተለመደ ነው፡፡ እጅ አንስቶ አምልኮን መፈጸም በዕብራይስጡ አገላለጽ (Yadah) ይለዋል፡፡ በቀጥታ ትርጓሜው እጅን ወደ ሰማይ ማንሳት ነው፡፡ በጉልበት ተንበርክኮ ወይም ተደፍቶ አምልኮ መፈጸምንም (shachah) ይለዋል፡፡ በየትኛውም መልኩ እናድርገው ከልብ እስከሆነ ድረስ በማንኛውም መልክ የሚቀርበው መስዋዕት በእግዚአብሔር ፊት ተቀባይነት አለው፡፡ አምልኮ ከልብ የሚቀርብ የውስጥ ሃሳብና ድርጊትም ነው፡፡ በደረታችን ተደፍተንና ተንበርክከን በምናቀርበው መስዋዕትና አምልኮም የውስጣችን ስሜትና አስተሳሰባችን እናንጸባርቃለን፡፡

እሥራኤላውያን ይህንን መሰሉን የድርጊት አምልኮ በሰፊው ይጠቀሙበታል፡፡ በምዕራባውያን ዘንድ እምነትንና አምልኮን ከድርጊት እንቅስቃሴ ይልቅ የውስጥ መረዳት፣ የአስተሳሰብ ጉዳይ ብቻ እንደ ሆነ ተደርጎ ይቆጠራል፡፡ ለምሳሌ በሃገራችን ሽብሸባ፣ አጎንብሶ ተደፍቶ መጸለይ፣ ማምለክ በፈረንጆቹ

ዘንድ እጅግም የተለመደ አይደለም፡፡ ሉተር ስለ አምልኮ ሲናገር "እግዚአብሔር እንድናመልከው አምስት የስሜት ሕዋሳትን ሰጥቶናል፤ ከእነኚህ አንዱንም ከአምልኮ ማጉደል የመቀዝቀዝ አዝማሚያን ያሳያል" ይላል፡፡

ዘጸ. 34÷14 ላይ ከእግዚአብሔር ሌላ አምላክ እንዳናመልክ ያዛል፡፡ እግዚአብሔርንም እርሱ ቀናተኛ አምላክ ነው ይለዋል፡፡ ቀጥተኛ የሚለውን ቃል በዕብራይስጡ (ganna) ይለዋል፡፡ ትርጓሜውም እግዚአብሔር ብቻ ይመለክ የሚል ሃሳብ አለው፡፡ የሚመለከው እግዚአብሔር ብቻ እንጂ ሌላ አምላክ ሊኖር እንደ ማይገባ ያሳያል፡፡

ሰው ከእግዚአብሔር ጋር ባለው ግንኙነት የልጅነት ሥልጣኑን የመጠቀም ሙሉ ሥልጣን ተሰጥቶታል፡፡ በተለይም በአዲስ ኪዳን ያለን አማኞች ከአምላካችን ከእግዚአብሔር ጋር ያለን ግንኙነት፣ ያለ ሌላ ማንም አማላጅ ክርስቶስ ኢየሱስ ከሠራው የመስቀል ሥራ የተነሳ ሙሉ ለሙሉ ክፍት ሆኖአል፡፡ ከእርሱ የተነሳ ወደ አብ ፊት መግባትን በነጻነት አግኝተናል፡፡ ስለዚህ አምልኳችንን አንድም በጌታ ፊት በፍርሃትና በአክብሮት በጥንቃቄ ማድረግ ሲገባን፣ በሁለተኛ ደረጃ ደግሞ የእግዚአብሔር ልጆች እንደ ሆንን አምነን በሙሉ ሥልጣንና እምነት በፊቱ ልንሆን ይገባናል፡፡

14-15 ስለዚህ ምክንያት በሰማይና በምድር ያለ አባትነት ሁሉ ከሚሰየምበት ከአብ ፊት እንበረከካለሁ፤
በሰማይና በምድር ያለ አባትነት ኤፌ1÷10፣ 21፤ ፊል 2÷9-11; ቆላ 1÷20፤ ራዕ 5÷8-14፤ 7÷4-12
ሁሉ ከሚሰየምበትኢሳ 65÷15፤ ኤር 33÷16፤ ሐዋ 11÷26፤ራዕ 2÷17፤ 3÷12
ከአብ ፊት እንበረከካለሁኤፌ1÷3፤16-19፤ 1ኛነገ 8÷54፤ 19:18; 2ኛዜና 6÷13፤ ዕዝራ 9÷5፤ መዝ 95÷6፤ኢሳ 45÷23፤ ዳን 6÷10፤ ሉቃስ 22÷41፤ ሐዋ 7÷60፤ 9:40; 20÷36፤ 21÷5

3፡16-17 በመንፈሱ በውስጥ ሰውነታችሁ በኃይል እንድትጠነከሩ ክርስቶስም በልባችሁ በእምነት እንዲኖር እንደ ክብሩ ባለ ጠግነት መጠን ይስጣችሁ፤ የእናንተ ሥርና መሠረት በፍቅር ይጸና ዘንድ፥

በመንፈሱ በውስጡ ሰውነታችሁ በኃይል እንድትጠነከሩ

በመንፈሱ pneûma / pnyoo'-mah፡- እርግጠኛና ወጥ በሆነ ሒደት በመለኮት ኃይል ሊያጠነክረን በውስጣችን የሚኖረውን መንፈስ ቅዱስ የሚገልጽ ነው፡፡ በዳግም ልደት በዚህ መንፈስ የተሰጠን ሕይወት በሙላት የሚታወቀው በመታደስ ሲሆን፣ የምንታደሰውም ከውስጥ ወደ ውጭ ነው፡፡ (መጽሐፍ ቅዱስ ጥቅሶች የብሉይና / የአዲስ ኪዳን ግሪክ መዝገበ ቃላት. የቲየር ትርጉም)

ጆን ማካርተር፡- መንፈሳዊ ዕድገት የኃጢያት ድግግሞሽ መቀነስ ተብሎ ሊገለጽ ይችላል፡፡ ሕይወታችንን ለመንፈስ ቁጥጥር እያስገዛን መንፈሳዊ ጡንቻዎቻችንን በስለማመድናቸው ቁጥር ኃጢያት እያነሰ ይሄዳል፡፡ ለእግዚአብሔር በቀረብን ቁጥር ከኃጢያት እየራቅን እንሄዳለን፡፡(ጆን ኤፍ. ማክአርተር ቺካጎ፡ ሙዲ ፕሬስ)

ውስጠኛው ሰው (በውስጥ ሰውነታችሁ)፡- እግዚአብሔር የሚኖርበትና የሚሠራበት የአማኝ አዲሱ መንፈሳዊ ተፈጥሮ ነው፡፡ (መጽሐፍ ቅዱስ ጥቅሶች የብሉይና / የአዲስ ኪዳን ግሪክ መዝገበ ቃላት. የቲየር ትርጉም)

አብራየን፡- ውስጠኛው ሰው መንፈስ የማጠንከርና የማደስ ሥራውን የሚሠራበት የንቃተ ህሊናችንና የግብረ ገብ ማንነታችን ያለበት ውስጠኛው ክፍል ሲሆን፣ በሁለቱ የቆሮንቶስ መልዕክቶች (2 ቆሮ 4÷6፣ 5÷12) እንዲሁም (2 ቆሮ 4÷17) መሠረት ይህ ውስጠኛው ሰው የሚባለው ከልብ ጋር አንድ ነው፡፡(አብራይን,ኤፍ. ቲ. የኤፌሶን ሰዎች. ደብልዩ ቢ.. ኢርድማንስ. 1999)

ብሌይኪ፡- ውስጠኛው ሰው በመንፈስ ደካማ የሆንባቸው እምነት፣ ትህትና፣ ፍቅር፣ ትዕግስት እና ሌሎች ተመሳሳይ ጸጋዎች ያሉበት ክፍል ነው፡፡ ይህ ክፍል መጠንከር የሚችለው ከመንፈስ ቅዱስ በሚገኝ ኃይል ብቻ ነው፡፡

ማርቪን ቪንሰት፡- ውስጠኛው ሰው ምክንያታዊና ግብረገባዊው ‹እኔ› የሚገኝበት ነው፡፡ ይህ ክፍል ዳግመኛ ካልተወለደ በኃጢያት ኃይል ሥር ለመውደቅ የተጋለጠ፤ ዳግመኛ ሲወለድ ደግሞ በእግዚአብሔር መንፈስ ዕለት ዕለት መታደስና መጠንከር የሚያስፈልገው ነው፡፡ (ቪንሰንት. የመጽሐፍ ቅዱስ ኮሜንተሪ. ቃል ጥናቶች)

ጆን ጊል፡- አማኞች ጸጋን እየተቀበሉ የሰይጣንን ፈተናዎች ሁሉ ተቋቁመውና መስቀሉን ተሸክመው በመከራ ውስጥ እንኳ በደስታ እያለፉ እስከ መጨረሻው እንዲጸኑ ዘወትር አዲስ የኃይል አቅርቦት ያስፈልጋቸዋል፡፡ ይህም ኃይል ከእግዚአብሔር መንፈስ

የሚቀዳና ለውስጠኛው ሰው ወይም የሰው ነፍስ ለምንለው የሚሰጥ ነው፡፡(ጆን ጊል የገለፃው የመጽሐፍ ቅዱስ ትንታኔ መግለጫ)

ኃይል፡- በግሪክ ዱናሚስ dýnamis / doo'-nam-is ይሰኛል፤ በአንድ ነገር ውስጥ በተፈጥሮ ያለ ኃይል ወይም ችሎታ ነው፡፡ ጳውሎስ የመለኮት ኃይልን ለመግለጽ ተጠቅሞበታል፡፡ የደማሚት ዘንግ ኃይል አለው፤ በውስጡ ያለው ይህ ኃይል እንዲወጣና እንዲገለጥ ግን ፊውዙ መቃጠል አለበት፡፡ የእግዚአብሔር ዱናሚስ (ኃይልም) ልክ እንደዚሁ ነው፡፡ ጳውሎስ ቅዱሳን እውነቱ በርቶላቸው ኢየሱስን ከሞት ያስነሳውን ይህንኑ ታላቅ የእግዚአብሔር ኃይል እንዲያገኙ ይጸልይላቸው ነበር፡፡ (መጽሐፍ ቅዱስ ጥቅሶች የብሉይና / የአዲስ ኪዳን ግሪክ መዝገበ ቃላት. የቲየር ትርጉም)

ዊልያም ማክዶናልድ፡- መጠን የሌለው ኃይል ቀርቦልናል፤ በመንፈስ ቅዱስ ብቃት አማኝ በጀግንነት ሊያገለግል፣ በትዕግስት ሊጸና፣ በአሸናፊነት መከራ ሊቀበል ካስፈለገም በኩራት ሊሞት ይችላል፡፡ (ቢሊቨርስ የመፅሐፍ ቅዱስ ኮሜንተሪ)

ባርክሌይ፡- ዱናሚስ ለማንኛውም ዓይነት እጅግ ከፍተኛ ኃይል ሊሆን ይችላል፡፡ የዕድገት ኃይል፣ የተፈጥሮ ኃይል፣ የመድኃኒት ኃይል፣ የሰው ዕውቀት ኃይልን ሊሆን ይችላል፡፡ ትርጉሙ ሁልጊዜም ማንም ሊለየው የሚችል ሥራን የሚሠራ ውጤታማ ኃይልን የሚገልጽ ነው፡፡ (ዊሊያም ባርክሌይ ዴይሊ. ጥናት. መጽሐፍ ቅዱስ ኮሜንተሪ)

ዱናሚስ (ኃይል)፡- የሚሰጠን የኛ ዲናሞ በሆነውና በውስጣችን በሚኖረው መንፈስ ቅዱስ አማካኝነት ነው፡፡

ጆን ኤዲ፡- በማበረታታት ሒደት ውስጥ ሠራተኛው የእግዚአብሔር መንፈስ ነው፡፡ የእግዚአብሔር መንፈስ የሰውን መንፈስ የሚመራ ሲሆን ልዩ ተግባሩም በእግዚአብሔር የማዳን ዕቅድ ውስጥ በክርስቶስ የተሰጡትን መንፈሳዊ በረከቶች ሁሉ ለልባችን መግለጥ ነው፡፡ ክርስቶስ በምድር ላይ ሳለ አገልግሎቱን የፈፀመው በመንፈስ ቅዱስ ኃይል መሆኑን ዘወትር ማስታወስ ጠቃሚ ነው፡፡ እኛ ዛሬ ለክርስትና ኑሮ ያለን ብቸኛው ምንጭም ይሄው ነው፡፡ *ኢየሱስም መንፈስ ቅዱስ ሞልቶበት ከዮርዳኖስ ተመለሰ፡፡ በመንፈስም ወደ ምድረ በዳ ተመርቶ ...* (ሉቃስ 4፥1)፡፡ *ኢየሱስም በመንፈስ ኃይል (ዱናሚስ) ወደ ገሊላ ተመለሰ* (ሉቃስ 4፥14)፡፡ *እግዚአብሔር የናዝሬቱን ኢየሱስን በመንፈስ ቅዱስ በኃይልም ቀባው እርሱም መልካም እያደረገ ለዲያብሎስም*

የተገዙትን ሁሉ እየፈወሰ ዞረ እግዚአብሔር ከእርሱ ጋር ነበረና (የሐዋርያት ሥራ 10÷38):: (ጆን ኤዲ ኮሜንተሪ)

እንድትጠነከሩ የሚለው ቃል በግሪኩ ሲተረጎም (krataiootheénai /krataióō / krat-ah-yo'-o) ይለዋል:: ሦስቱም ቃሎች ተቀራራቢ ትርጉም አላቸው:: ኃይል፣ ጉልበት፣ ብቃት፣ ችሎታ የሚሉትን ሃሳቦች በውስጡ ይዞአል:: ይህ ኃይል ኃጢአትን፣ ሞትን፣ ሥልጣናትን፣ የሕግን ጉልበትም ድል ነስቶ በብርታትና በጉልበት የሚያቆመን ነው::

መንፈሳዊ ጥንካሬ ውስጣዊ ነው:: ውስጣችን ሲጠነክር መንፈሳችን ጉልበት እንዳገኘ ያመለክታል:: ውስጥ ከተብረከረከ በውጫዊ ፉከራ፣ በውጫዊ የሃይማኖት መልክና ሥርዓት አንዳችም ፋይዳ ያለው ሥራ አይሰራም:: መንፈሳዊነት ጉልበት የሚኖረው በውስጥ ጥንካሬ ነው:: ዓለምን ድል የሚነሳው የውስጥ ጥንካሬያችን ነው:: ሰው የውጪን ይመለከታል፣ እግዚአብሔር ግን የውስጥን ይመለከታል::

መንፈስ ቅዱስ ወደ እኛ ውስጥ በሚመጣበት ጊዜ የውስጥ ሰውነታችን የሚያጠነክር ሥራን ይሠራል:: ፈሪና ደካማ የነበረው ሕይወት ብርታትንና ጉልበትን ያገኛል:: የውጫዊ ብርታትና ጥንካሬያችን የሚገመተው በውስጣዊ ጥንካሬያችን ክብደት ነው:: የአዕምሮአችን ጥንካሬ፣ የማስተዋላችን ጥልቀት በውስጣዊ ጥንካሬያችን ልክ ነው:: ሰው ውስጡ ሲረጋጋና ውስጣዊ እረፍትን ሲያገኝ፤ ውስጣዊ ጉልበትንና መተማመንን ሲያገኝ የአዕምሮ ጥንካሬንም ይሰጣል:: የውስጥ መንፈሳዊ ማንነታችንና ለውስጣችን የሚፈስልን የእግዚአብሔር ቃል፣ ውስጣችንን ሲሞላው የመጸለይ አቅምንና ሌሎችንም የማገልገል ኃይል እንዲኖረን ያስችለናል::

እንድትጠነከሩ፡- በግሪክ ክራታይዮ ነው:: ክራታይዮ የሚታይ ኃይልን ወይም ጥንካሬን የሚያመለክት ሲሆን፣ በእዚህ ጥቅስ ውስጥ ኃያል ብርቱ ሆናችሁ እንድትታዩ የሚል ትርጉም የያዘ ነው::(መጽሐፍ ቅዱስ ጥቅሶች የብሉይና / የአዲስ ኪዳን ግሪክ መዝገበ ቃላት. የቲየር ትርጉም)

ባርኔስ፡- "በኃይል እንድትጠነከሩ" ማለት ኃላፊነታችሁን ትወጡ፣ መከራን ትችሉና ስሙን ታከብሩ ዘንድ የተትረፈረፈ ኃይል እንዲሰጣችሁ ማለት

287

ነው፡፡ ስጋና ነፍስ በየዕለቱ እንዲጠነከሩ በየዕለቱ የጸጋ ስጦታ ያስፈልጋቸዋል፡፡ (ባርኔስ ትንታኔ ኮሜንታሪ)

ቦይስ፡- በእግዚአብሔር ኃይል መጠንከር የሚያስፈልገን በየዕለቱ ሕይወታችንና በእያንዳንዱ ሁኔታ ውስጥ ነው፡፡ በማንኛውም ሁኔታ ውስጥ እግዚአብሔር የሚከብርበትን ምርጫ እንድናደርግ፣ ሥራ እንድንሠራም ሆነ ንግግር እንድንናገር ኃይልና ድጋፍ ያስፈልገናል፡፡ (ቦይስ, ጄ ኤም፡ ኤፌሶን፡ ትንታኔ ኮሜንታሪ)

"ክርስቶስ በልባችሁ በእምነት እንዲኖር"

እምነት በገሃዱ የማናየውን ነገር በውስጣችን እንድንጨብጠው የሚያስችል ነው፡፡ የእምነታችን ቁልፍ ነገርም ክርስቶስ በእኛ ልብ ውስጥ መኖሩ ነው፡፡ ክርስቶስ ኢየሱስ ቃል ነው፡፡ ቃልም ሥጋ ሆኖ ጸጋንና እውነትን ተሞልቶ በእኛ ውስጥ እንዳደረ ቃሉ ይነግረናል (ዮሐ. 1)፡፡ እምነት ደግሞ የእግዚአብሔር ቃል ከመስማት የሚፈጠር ነው፡፡

ልባችን በሕይወታችን ውስጥ ውሳኔ የምንሰጥባቸውን ነገሮች የምንወስንበት ማዕከል ነው፡፡ በልባችን ላይ ተጽዕኖ የሚያሳድር ማናቸውም ነገር በውሳኔያችን ላይም ተጽዕኖ የማሳደር ብቃት ይኖረዋል፡፡ እምነት በልባችን ውስጥ የሚፈጠር ነው፡፡ ክርስቶስ ኢየሱስ በእኛ ውስጥ የሚያከናውነው የመረዳት ጉልበትም በአስተሳሰባችንና በእያንዳንዱ መሠረታዊ እርምጃችን ላይ በእምነታችን ላይ ብርቱ ጉልበት ይሆነናል፡፡

ክርስቶስ በልባችሁ በእምነት እንዲኖር የሚለው ቃል የጳውሎስ መልእክቶች ዋነኛ ጭብጥ ሃሳብ ነው፡፡ አዳኛና ጌታችን የሆነው ክርስቶስ ኢየሱስ ስለ እያንዳንዳችን በደልና ኃጢአት መስዋዕት ሆኖ እዳችንን ከከፈለ በኋላ ወደ ሰማይ በማረግ በአባቱ ቀኝ ተቀምጦአል፡፡ አንድ ቀንም ዳግመኛ ተመልሶ በመምጣት በምድር ላይ ይነግሳል፡፡ ይህ ሕያውና እውነት የሆነ ቃል በእምነት የምንመለከተው ይሆናል፡፡

የግሪከኛው ቃል ከመጽሐፍቶቹ ጋር በማስተያየት "ክርስቶስ በልባችሁ በእምነት እንዲኖር" ማለቱ ጌታ በእኛ የለም ማለት ነውን?

አብራየን፡- በውስጥ ሰውነታችሁ በኃይል እንድትጠነከሩ ማለት ክርስቶስ በልባችሁ እንዲኖር ማለት ነው፡፡ በሌላ አባባል የመንፈስ ቅዱስ ኃይል ሰጭነት ክርስቶስ በውስጣችን ከመኖሩ ጋር አንድ ነው፡፡

ማክዶናልድ፡- "ክርስቶስ በልባችሁ በእምነት እንዲኖር" የሚለው ጸሎት ዓላማና ትርጉም ክርስቶስ በአማኙ ውስጥ የለም ማለት አይደለም፡፡ በማንኛውም የዳነ ሰው ውስጥ ክርስቶስ በቋሚነት አለ፤ ደግሞም ይኖራል፡፡ ክርስቶስ አማኙን መኖሪያ የሚያደርገው ከዳነበት ዕለት አንስቶ ነው፡፡ ስለዚህ በልባችሁ እንዲኖር ሲል ከአማኙ ጋር ያለው ኅብረት በኃጢያት ንግግር፣ ሃሳብና ድርጊት የሚቆራረጥ ሳይሆንና ክርስቶስ ለአማኙ ሕይወት ደስ እያለው ያለ ኃዘን ይኖር ዘንድ ለማለት ነው፡፡ ልብ የመንፈሳዊ ሕይወታችን ማዕከል ከመሆኑ ጋር ተያይዞ የባህርይን ሁለንተና የሚቆጣጠር ስለሆነ ክርስቶስ በዚህ ውስጥ አለ ማለት በእያንዳንዱ የሕይወት እንቅስቃሴያችን ውስጥ ጌትነቱ ተዘርግቷል ማለት ነው፡፡ በምናነበው መጽሐፍ በምንሠራው ሥራ በምንበላው ምግብ፣ በምናጠፋው ገንዘብም ሆነ በምንናገረው ቃል ውስጥ እርሱ አለ፡፡ ስለዚህ የጳውሎስ ጸሎት ሕይወታችሁ ይሄን እውነት የዘነጋ እንዳይሆን የሚል ነው፡፡ (አማኝ የመጽሐፍ ቅዱስ ሐተታ፡ ቶማስ ኔልሰን)

ይኖር ዘንድ፡- በግሪክ ካታይኬዮ katoikéō /kat-oy-keh'-o ሲሆን፣ በጥሬው ይቀመጥ ዘንድ ቋሚ መኖሪያውን ያደርግ ዘንድ ማለት ነው፡፡(መጽሐፍ ቅዱስ ጥቅሶች የብሉይና / የአዲስ ኪዳን ግሪክ መዝገበ ቃላት. የቲየር ትርጉም)

ሳም ስቶርምስ፡- ክርስቶስ በመንፈሱ የራሱ በሆነው ሕዝብ ውስጥ ይኖራል፡፡ ታዲያ ጳውሎስ እንደገና "በልባችሁ እንዲኖር" ስል ምን ማለቱ ነው? ይህ ማለት ክርስቶስ በመንፈሱ በሕይወታችን ላይ ተጽዕኖውን እንዲጨምር በየዕለቱም እንዲያበረታን ማለት ነው፡፡

ቦይስ፡- የጳውሎስ ጸሎት ክርስቶስ በአማኞቹ ልብ ውስጥ ቁጭ ብሎ እንደ ሕጋዊ ባለቤትነቱ ሕይወታቸውን ይቆጣጠር ዘንድ ነው፡፡ (ቦይስ, ጄ ኤም፡ ኤፌሶን፡ ትንታኔ ኮሜንታሪ)

የአ.ፌ.በ.አ. አገልግሎት / የኤፌሶን መልእክት ትምህርት

ኤዲ፡- ክርስቶስ በአማኙ ውስጥ ጊዜያዊ ተቀማጭ ወይም ማታ አድሮ ጠዋት የሚወጣ አልፎ ሂያጅ መንገደኛ አይደለም። ቋሚ ነዋሪ ነው።(ኤዲ፡ ወደ ኤፌሶን፡ ኮሜንታሪ)

ልብ፡- በግሪክ ካርዲያ kardía / kar-dee'-ah ይሰኛል። በመጽሐፍ ቅዱስ ውስጥ የልብ ትርጉም ሁልጊዜ ዘይቤያዊ ነው። ልብ አእምሮን፣ ስሜትንና ፈቃድን የሚቆጣጠር የስብዕና እምብርት ወይም በአጠቃላይ የሰው ልጅ ሕይወት ማዕከልና መቀመጫ ነው። ልብ በብሉይ ኪዳን ውስጥም ያለው ትርጉም ይሄው ነው። (መጽሐፍ ቅዱስ ጥቅሶች የብሉይና / የአዲስ ኪዳን ግሪክ መዝገበ ቃላት. የቲየር ትርጉም)

ልብ በኤፌሶን ውስጥ ቁልፍ የሚሰኝ ቃል ሲሆን፣ ጳውሎስም ቃሉን የተጠቀመው ልብ ስሜት፣ ፈቃድ ዕውቀትን የሚቆጣጠር የስብዕና እምብርት ነው በሚለው ትርጉሙ ነው። ከዚህ አኳያ ክርስቶስ በልባችን ሲኖር የሆንነውንና የምናደርገውን ሁሉ ይቆጣጠራል ማለት ነው። ያኔም - የሰው ልብ ከሁሉ ይልቅ ተንኮለኛ እጅግም ክፉ ነው ማንስ ያውቀዋል? - የተባለው ልብ ለጌታ ፈቃድ የሚገዛና የተለወጠ ይሆናል።

እንደ ክብሩ ባለጠግነት መጠን፡- በክርስቶስ ኢየሱስ ባለው የእግዚአብሔር ሙላት ልክ ማለት ነው (ፊሊ. 4÷19፣ ሮሜ 9÷23፤ ቆላ. 1÷27)።

ሐዋርያው ቀደም ባሉት የምዕራፉ ቁጥሮች ላይ ስለ አንድነት ሲናገር ቆይቶ በዚህኛው አንቀፅ ላይ እንደ ገና ከቁጥር 1-3 ላይ እለምናችኋለሁ ሲል ቀደም ብሎ ወዳነሳው የቅድስና ሕይወት ትምህርቱ ሲመለስ እናያለን። በፊት በመልካም እንዲመላለሱ እለምናችኋለሁ ሲላቸው ነበር። አሁን ደግሞ "እላለሁ" እያለ ያሳስባል። ቀድሞ ወደነበሩበት (3÷1፣ 2፡11) የአሕዛብ የኑሮ ዘይቤ ተመልሰው እንዳይገቡ ያሳስባቸዋል። የቀደመው በአዕምሮ ከንቱነት የኖራችሁት ነው። አሁን ግን ወደማስተዋል መጥታችኋል፣ ልቦና ገዝታችኋል ስለዚህ ወደቀደመው ሕይወት እንዳትመለሱ እያለ ያሳስባቸዋል። ጳውሎስ ይህን ማሳሰቢያ ሲፅፍም እንደ አንድ በእሥር ቤት ውስጥ እንደ ተጣለ እስረኛ ሆኖ ሳይሆን ከእግዚአብሔር የተቀበለውን ሙሉ ሥልጣን በመጠቀም ነው። ከፍ ብለን ያየነው የመለኮታዊ ሥርዓት አንዱ መገለጫ ይህ ነው። (1ኛ ተሰሎ

4፥1) ሐዋርያው ማሳሰቢያውንና ምክሩን ይሰጣል፣ ይለምናቸውማል፡፡ እነርሱም ይሰሙታል፣ ይታዘዛሉ፡፡

እነኚህ የኤፌሶን አማኞች ቀድሞ ከአሕዛብ ወገን ነበሩ፡፡ (3፥1፤2፥11) ጳውሎስ ለምን ይሆን ዛሬም በቀደመው መጠሪያ የሚጠራቸው? እነርሱ አሁን ከክርስቶስ ጋር በሰማያዊው ሥፍራ እንደ ተቀመጡ ሐዋርያውም መስክሯል፡፡ (2፥6) አዲስ ሰውም እንደ ሆኑ ተናግሯል፡፡ (2፥15)

ሁላችንም ወደ ወንጌል ስንመጣ ነገሮች ሁሉ በአንድ ጀንበር ይለወጣ ብሎ ማሰብ ስህተት ነው፡፡ እርግጥ ነው ደኅንነት በቅፅበት ውስጥ የሚሆን ሲሆን፣ የባሕሪይ ለውጥ ግን ቀስ በቀስ የሚመጣ ነው፡፡ በቤተ ክርስቲያን ውስጥ ሰዎች ደኅንነት ሲቀበሉ ወዲያውኑ ሁሉንም ነገር እርግፍ አድርገው እንዲለውጡ፣ አለባበሳቸው፣ ዓመለካከታቸው፣ ንግግራቸው ሁሉ እንዲለወጥ የምንፈልግ ጥቂቶች አይደለንም፡፡ ይህ የለውጥ ሂደት ለአንዳንዶች ፈጣን ነው፣ ለሌሎች ደግሞ ረጅም ጊዜ ይወስዳል፡፡ አንድ ወዳጄ ጌታን በመጨረሻ ላይ የተቀበለው ለሁለት ዓመት ያህል በቤተ ክርስቲያን ውስጥ ከተመላለሰ በኋላ ነው፡፡ ይህን ከመሰለው ረጅም ጉዞ በኋላ ጌታን መቀበል በጣም ከባድ ነው፡፡ ይህ ሰው ግን ብዙ ታዝቦን፣ ከእኛ መሃከል ብዙዎች እየተቹት፣ እርሱም እየተናደደባቸውና አንዳንዴም አኩርፎ እየቀረ ሁለት ዓመታት አልፈው ጌታን ተቀብሏል፡፡ የኤፌሶን ክርስቲያኖችንም በዚህ መንገድ መረዳቱ ተገቢ ይሆናል፡፡

(ይሳጣችሁ) ሰጠ፡- በግሪክ ዲዶሚ dídōmi / did'-o-mee ሲሆን፣ በተቀባዩ ሥራ ሳይሆን በሰጪ ፈቃድ ላይ የተመሠረተ መስጠት ነው፡፡ (መጽሐፍ ቅዱስ ጥቅሶች የብሉይና / የአዲስ ኪዳን ግሪክ መዝገበ ቃላት. የቲየር ትርጉም)

ዋየርስቢ፡- በጳውሎስ ጸሎት ውስጥ እርስ በርሳቸው ተመጋጋቢ የሆኑ አራት ልመናዎች ቀርበዋል፡፡ እነዚህም በውስጠኛው ሰው በመንፈስ ኃይል መጠንከር፤ ክርስቶስን መቅመስ፤ የእግዚአብሔርን ፈቃድ መረዳት፤ በእግዚአብሔር ፍፁም ሙላት መሞላት ናቸው፡፡ (ዋረን ዋየርስቢ: የመጽሐፍ ቅዱስ ትርጓሜ ኮሜንታሪ 1989 እ.ኤ.አ. ቪክቶር)

እንደ ... መጠን፡- በግሪክ ካታkatá / kat-ah' ይሰኛል፡፡ ሰጭው ካለው ጋር በሚመጣጠን ልግስና ማለት ነው፡፡ (መጽሐፍ ቅዱስ ጥቅሶች የብሉይና / የአዲስ ኪዳን ግሪክ መዝገበ ቃላት. የቲየር ትርጉም)

አብራየን፡- "እንደ ክብሩ ባለጠግነት መጠን ይስጣችሁ" የሚለው የእግዚአብሔር ስጦታ ከማይሟጠጠው የከብሩ ባለጠግነት ጋር የሚመጣጠን ልግስና መሆኑን የሚያሳይ ነው፡፡ (አብራይን,ኤፍ. ቲ. የኤፌሶን ሰዎች. ደብልዩ ቢ. ኢርድማንስ. 1999)

ጆን ኤዲ፡- "እንደ ክብሩ ባለጠግነት መጠን" የእግዚአብሔርን የስጦታ መለኪያ የሚያሳይ ነው፡፡ እግዚአብሔር ሃብቱን እንዳይጨርስ እንደሚፈራ በቁጥቁጥ የሚሰጥ ሳይሆን መጠን እንደሌለው ሙላቱ የሚያንበሸብሽ ነው፡፡ ልግስናው የሃብቱን ስፍር ቁጥር የለሽነት የሚናገር ነው፡፡ (ጆን ኤዲ ኮሜንተሪ)

ሩት ፓክስን፡- ለጥሩ ዓላማ ገንዘብ እንዲሰጣችሁ የጠየቃችሁት ሚሊየነር ሃሳባችሁን ካዳመጠ በኋላ "የተወሰነ ልተባበር እችላለሁ" ብሎ ከገንዘብ ቦርሳው አስር ዶላር ቢሰጣችሁ ከሃብቱ ሰጥቷችኋል፤ እንደ ሃብቱ መጠን ግን ሰጣችሁ አይባልም፡፡ ነገር ግን ይሄው ባለጠጋ ባዶ ቼክ አውጥቶ የሚያስፈልጋችሁን መጠን ጻፉ ቢላችሁ እንደ ሃብቱ መጠን ሰጣችሁ ይባላል፡፡ የክብር ንጉሥ እግዚአብሔር ለእኛ ያደረገው ልክ እንደዚህ ነው፡፡ ኤፌሶን 1፥3 ላይ እንዳየነው ተሰፍሮ እንደማያልቀው ባለጠግነቱ መጠን ሰጥቷል፡፡

ማክዶናልድ፡- ሰባኪዎች ሁልጊዜ "ከባለጠግነቱ" እና "እንደ ባለጠግነቱ" በሚለው መካከል ልዩነት መኖሩን ይገልፃሉ፡፡ ሀብታም የሆነ ሰው እዚህ ግባ የማይባል ገንዘብ ቢሰጥ ከባለጠግነቱ እንጂ እንደ ባለጠግነቱ ሰጠ አይባልም፡፡ ጳውሎስ እንደ ባለጠግነቱ መጠን ኃይል ይስጣቸው ብሎ እግዚአብሔርን ሲጠይቅ ቅዱሳን ተቀባዮች ለሚያጥለቀልቅ ጎርፍ መዘጋጀት ይኖርባቸዋል፡፡ እግዚአብሔር በክብሩ እጅግ ባለጠጋ ነውና፡፡ ደግሞስ ትልቅ ከሆነ ንጉሥ እንዴት ትንሽ ነገር እንጠይቃለን? አንድ ሰው ናፖሊዮንን እጅግ ትልቅ ስጦታ ጠይቆት ናፖሊዮን ሰውየው የጠየቀውን ሲሰጠው እንዲህ ብሎ ነበር "ይህ ሰው በጥያቄው ትልቅነት እኔን አከበረኝ"፡፡ በጸሎት ውስጥ የእግዚአብሔርን ልግስና ማወቅ እኛን ይጠቅመናል እርሱንም ያከብረዋል፡፡

ሰማያት የእግዚአብሔርን ክብር ይናገራሉ የሰማይም ጠፈር የእጁን ሥራ ያወራል (መዝሙር 19÷1)፡፡ *እነሆ ይህ የመንገዱ ዳርቻ ብቻ ነው ይህም የሰማነው ነገር ምንኛ ጥቂት ነው፡፡ የኃይሉንስ ነጎድጓድ ያስተውል ዘንድ ማን ይችላል?* ኢዮብ 26÷14(ማክዶናልድ, ወ እና ፋርስታድ, ኤ. አማኝ የመጽሐፍ ቅዱስ ኮሜንታሪ፡ ቶማስ ኔልሰን)

ኤስ ልዊስ ጆንሰን፡- አማኞች የእግዚአብሔርን ፈቃድ ያደርጉ ዘንድ ኃይልን ከራሳቸው ውስጥ እንዲያመነጩ አልተተዉም፡፡ ስለዚህ የመጀመሪያው ልመና (ጸሎት) ኃይልን የመቀበል ነው፡፡ የሚገርመው ጳውሎስ ሁልጊዜ ማለት ይቻላል የሚጸልየው ለሌሎች መንፈሳዊ ደህንነት ነው፡፡

የእናንተ ስርና መሠረት በፍቅር ይፀና ዘንድ

የእኛ ሕይወት በክርስቶስ ወንጌል አለቱ ላይ መመስረት ይገባዋል፡፡ ክርስቶስ ደግሞ በፍቅሬ ኑሩ ብሎናል፡፡ አዲስ ትዕዛዝ ብንታዘዘው መሠረት ሆኖ ያጸናናል፡፡ ምክንያቱም ፍቅር ለዘለዓለም አይወድቅም፣ አይሻርም፡፡

አማኞች በክርስቶስ የፍቅር አፈር ውስጥ በጥልቀት ተተክለዋል፡፡ በጥልቀት ስለተተከሉም ግዙፍና ጠንካሮች እየሆኑ ያድጋሉ፡፡ *እግዚአብሔር ለክብሩ የተከላቸው የፅድቅ ዛፎች እንዲባሉ ለጽዮን አልቃሾች አደረግላቸው ዘንድ በአመድ ፋንታ አክሊልን በልቅሶም ፋንታ የደስታን ዘይት በሃዘንም መንፈስ ፋንታ የምስጋናን መጎናፀፊያ እሰጣቸው ዘንድ ልኮኛል* ኢሳያስ 61÷3፡፡ *እንግዲህ ጌታን ክርስቶስ ኢየሱስን እንደተቀበላችሁት በእርሱ ተመላለሱ፡፡ ስር ሰዳችሁ በእርሱ ታነፁ እንደተማራችሁም በሃይማኖት ፅኑ ምስጋናም ይብዛላችሁ* (ቆላስይስ 2÷6-7)፡፡ (ቅድመ-አስቲን ድህረ ገፅ)

16-17 በመንፈሱ በውስጥ ሰውነታችሁ በኃይል እንድትጠነከሩ ክርስቶስም በልባችሁ በእምነት እንዲኖር እንደ ክብሩ ባለ ጠግነት መጠን ይስጣችሁ፤ የእናንተ ሥርና መሠረት በፍቅር ይጸና ዘንድ፥

በውስጥ ሰውነታችሁ ኤር 31÷33፤ሮሜ 2÷29፤ 7÷22፤ 2ኛቆሮ 4÷16፤ 1ኛጴጥ 3÷4

በኃይል እንድትጠነከሩ ኤፊ.6÷10፤ኢዮ 23÷6፤መዝ 28÷8፤ 138÷3፤ኢሳ 40÷29-31፤ 41÷10፤ ዘካ 10÷12፤ማቴ 6÷13፤ 2ኛቆሮ 12÷ 9፤ፊል 4÷13፤ቆላ 1÷11፤ 2ኛጢሞ 4÷17፤ ዕብ 11÷ 34

ክርስቶስም በልባችሁ በእምነት እንዲኖር ኤፌ2÷21፤ኢሳ 57÷15፤ዮሐ 6÷56፤ 14÷17፣23፤ 17÷23፤ሮሜ 8÷9-11፤ 2ኛቆሮ 6÷16፤ገላ 2÷20፤ቆላ 1÷27፤ 1 ዮሐ 4፤4፣16፤ራዕ 3÷20
እንደ ክብሩ ባለ ጠግነት መጠን ኤፌ3÷8፤ 1÷7፣18፤ 2÷7፤ ሮሜ 9 23፤ ፊል 4÷19፤ ቆላ 1÷27
የእናንተ ሥርና ማቴ 13÷6፤ሮሜ 5÷5፤ 1ኛቆሮ 8÷1፤ 2ኛቆሮ 5÷14፣15፤ገላ 5÷6፤ቆላ 1÷23፤ 2 7
መሠረት በፍቅር ይጸና ዘንድ፥ ማቴ 7÷24፣25፤ሉቃ 6÷48

3፡18-19 ከቅዱሳን ሁሉ ጋር ስፋቱና ርዝመቱ ከፍታውም ጥልቅነቱም ምን ያህል መሆኑን ለማስተዋል፥ ከመታወቅም የሚያልፈውን የክርስቶስን ፍቅር ለማወቅ ትበረቱ ዘንድ፥ እስከ እግዚአብሔርም ፍጹም ሙላት ደርሳችሁ ትሞሉ ዘንድ።

ከቅዱሳን ሁሉ ጋር

ዉወስት፡- ይህ መንፈሳዊ ችሎታ ለጥቂት የተመረጡ ቅዱሳን ብቻ ተወስኖ የቀረበ አይደለም ከመንፈስ ቅዱስ የሚያጠነክር ሙላት ለሚቀበሉ ቅዱሳን ሁሉ የጋራ ንብረታቸው ነው:: (ዉወስት ኬ. ኤስ፡ ዉወስት የቃል ጥናቶች ከግሪክ አዲስ ኪዳን፡ ኢርድማንስ)

ስፋቱ ርዝመቱ ከፍታውና ጥልቀቱ የተሰኘው ምንድን ነው?

ምንም እንኳ እነዚህ መለኪያዎች ምን እንደሚወክሉ በትክክል ባይገለጽም፤ ከአውዱ በመነሳት ብዙ አስተማሪዎች ሊለካ የማይችለውን የክርስቶስን ፍቅር የሚያመለክት እንደሆነ ይናገራሉ::

ኤክስፖዚተርስ ባይብል ኮሜንተሪ፡- ጳውሎስ እየነገረን ያለው የክርስቶስ ፍቅር በማንኛውም የሂሳብ መለኪያ የማይወሰንና፡-

1. በስፋቱ ዓለምን ሁሉ ከዚያም አልፎ ሊሸፍን የሚችል (ኤፌሶን 1÷9፣ 10፣ 20)
2. በርዝመቱ ከዘላለም እስከ ዘላለም ሊዘረጋ የሚችል (ኤፌሶን 1÷4፣ 5፣ 6፣ 18፣ 3÷9)
3. በከፍታው አይሁድና አሕዛብን ወደ ሰማያዊ ስፍራ ሊያነሳ የሚችል (ኤፌሶን 1÷13፣ 2÷6)

4. በጥልቅነቱ ደግሞ ሰዎችን ከኃጢያት መቀመቅና ከሰይጣን መዳፍ ሊያወጣ የሚችል መሆኑን ነው።

የክርስቶስ ፍቅር የሚባለው እንደ አንድ አካልነቷ ለቤተክርስቲያን እንዲሁም በእርሱ ለሚያምኑ ደግሞ እንደ ግለሰብነታቸው ለእነርሱ ያለው ፍቅር ነው። ባርነስ፡- ሐዋርያው በግልጽ ለማስቀመጥ የፈለገው የአዳኙን ፍቅር ትልቅነት ነው። ይህንን ፍቅርም በተሟላ ሁኔታ ቢረዱት ምኞቱ መሆኑንም በከፍተኛ አፅንኦት ለማሳየት የሞከረበት አገላለጽ ነው። (ባርነስ ኮሜንተሪ)

ጥልቀት፡- በግሪክ ባቶስ báthos / bath'-os ይሰኛል። ጥልቀት በዚህ ጥቅስ ውስጥ (ኤፌሶን 3÷18+1) ያለው ትርጉም ረቂቅነትን፣ ምስጢራዊነትን የሚያሳይ ነው።(መጽሐፍ ቅዱስ ጥቅሶች የብሉይና / የአዲስ ኪዳን ግሪክ መዝገበ ቃላት. የቲየር ትርጉም)

ኤ ቲ ፒርሰን፡- ጳውሎስ የእግዚአብሔርን ፍቅር እንደ ባለስድስት ጎን ቅርፅ (ኪዩብ) ተመልክቶታል። ይህ ቅርፅ ስፋት፣ ርዝመት፣ ጥልቀትና ቁመት (ከፍታ) ያለው ሲሆን፣ ሁሉም ጎኖቹ እኩል ናቸው። በተጨማሪ ከማንኛውም ማዕዘን ሲታይና ተገልብጦ ሲቀመጥም አንድ ዓይነት መልክና ልኬት የሚሰጥ ነው። ኪዩብ በመጽሐፍ ቅዱስ ውስጥ ፍፁም እንደሆነ ቅርፅ የሚታይ ነው። (አስተያየት፡ አንድ ሰው ቅድስተ ቅዱሳንን ሲመለከት እንደ አዲሲቱ ኢሩሳሌም፣ እንደዚሁም ደግሞ የእግዚአብሔር ፍቅር ነው!)

ራይር፡- የክርስቶስ ፍቅር ሁሉን የሚጠቀልል፣ ከዘላለም እስከ ዘላለም የሚዘረጋ፣ በሰማየ ሰማያት የሚያስቀምጠንና ወደ ታችም ዝቅ ብሎ ርቀን ካለንበት የሚደርስ ነው። (ራይር,[ኒው አሜሪካን ስታንዳርድ ባይብል, 1995 ማሻሻያ እትም] መጽሐፍ ቅዱስ ጥናት)

ስቲቭ ኮል፡- ጳውሎስ የተጠቀማቸው መለኪያዎች (ስፋት ርዝመት ከፍታ ጥልቀት) የክርስቶስን ፍቅር ግዝፈት በአፅንኦት የሚገልፁ ናቸው። በዘላለም ውስጥ ሁሉ የክርስቶስን ፍቅር ጨርሰን አወቅነው የምንልበት ቦታ ላይ አንደርስም። ወደ ግራና ወደ ቀኝ ወደ ፊትና ወደኋላ ወደ ላይና ወደታች የምትችሉትን ያህል ብትሄዱ ፍቅሩን ልታዳርሱት አትችሉም። ጳውሎስ ለማሳየት የፈለገው ይህንን ነው። (ስቲቭ ኮል፡ ትምህርት 23 የክርስቶስን

የማይታወቅ ፍቅር በማወቅ (ኤፌሶን 3÷17-19 ጥናት) ባይብል አርግ ድህረ ገፅ)

ቦይስ፡- ዘ ስፓኒሽ ኢንከዊዚሽን በታሪክ ውስጥ ስፔይኖች ከካቶሊክ እምነት ውጭ የሆኑትን ሰዎች ሁሉ ለማሳደድ የከፈቱት ዘመቻ ሲሆን፣ በዘመቻው የሚመረምሯቸውን ሰዎች የሚያሥሩባቸው የምድር ውስጥ እስር ቤቶች አቋቁመው ነበር፡፡ ከዘመናት በኋላ የናፖሊዎን ጦር ከእነዚህ እስር ቤቶች አንዱን ሰብሮ ሲገባ የእስረኛ አፅም ያገኛል፡፡ እስርኛው በእምነቱ ምክንያት ታስሮ እዚያው የበሰበሰ ሲሆን፣ ይህንኑ ታሪክ የሚናገርለትን መስቀል ከታሰረበት ክፍል ግድግዳ ላይ ስሎ ነበር፡፡ በመስቀሉ ዙሪያ አራት ቃላት በስፓኒሽ ቋንቋ ተጽፈውም የሚታዩ ሲሆን ቃላቱ ከመስቀሉ አናት ላይ ከፍታ ከታች ጥልቀት፣ ከመስቀሉ በስተግራ ስፋት በስተቀኝ ርዝመት የሚሉ ነበሩ፡፡ እንግዲህ ይህ እስረኛ በመከራው ሰዓት እንኳ ስለማያልፈው የክርስቶስ ፍቅር ታላቅነት ለመመስከር ፈልጎ ነበር ማለት ነው፡፡ (ኤፌሶን ሐተታ ፡ በጀምስ ሞንትጎመሪ)

"ምን ያህል መሆኑን ለማስተዋል" ወደዚህ መረዳት ባለጠግነት እንድንገባ ጌታ ይሻል፡፡ የማስተዋል መንፈስ የሆነው መንፈስ ቅዱስ የሚገልጠው ነው፡፡

ማስተዋል፡- በግሪክ **ካታላምባኖ** katalambánō / kat-al-am-ban'-o ሲሆን በጥሬው አንድን ነገር ወስዶ የራስ ማድረግ ማለት ነው፡፡ በዘይቤያዊ ፍችው ደግሞ በአእምሮ መያዝ ወይም መጨበጥ ሲሆን፣ ይህም መረዳት ማስተዋል ማለት ነው፡፡(መጽሐፍ ቅዱስ ጥቅሶች የብሉይና / የአዲስ ኪዳን ግሪክ መዝገበ ቃላት. የቲየር ትርጉም)

ዋረን ዋየርስቢ፡- አንድን ነገር ተረድተነው አውቀነው ስናበቃ የራሳችን ላናደርገው እንችላለን፡፡ ማስተዋል ግን ያወቅነውን ያንን ነገር የራሳችን ማድረግን ይጨምራል፡፡ የጳውሎስ ጭንቀት በፊታችን የተንጣለለውን የእግዚአብሔር ፍቅር እንጨብጠውና የራሳችን እናደርገው ዘንድ ነው፡፡ እግዚአብሔር ለአብርሃም ምድሪቱን ሲያወርስ በርዝመትዋና በስፋትዋ እንዲሄድባት (ዘፍ 13÷17) አዘታልና አብርሃም በእምነት ተንቀሳቅሶ መውረስ ነበረበት፡፡ እኛ ደግሞ ዛሬ በአራት አቅጣጫ ማለትም በስፋት፣ በርዝመት፣ በከፍታና በጥልቀት የተሰጠን ርስት አለን፤ እርሱም የእግዚአብሔር ፍቅር

የሰ.ፌ.በ.ስ. አገልግሎት / የኤፌሶን መልእክት ትምህርት

ነው፡፡ (ዋረን ዋየርስቢ፡ የመጽሐፍ ቅዱስ ትርጓሜ ኮሜንታሪ 1989 እ.ኤ.አ. ቪክቶር)

"ከመታወቅ የሚያልፈውን የክርስቶስ ፍቅር":-የግሪኩ ፍቺ በከፊል እናውቃለን፤ ይላል፡፡

ከመታወቅ (አወቀ)፡- በግሪክ ጊኖስኮ ginṓskō / ghin-oce'-ko ሲሆን ስለ አንድ ሰው ወይም ነገር በተግባር ማወቅ የሚል ትርጉም አለው፡፡ ቃሉ በአብዛኛው በባልና በሚስት ወይም በእግዚአብሔርና በሕዝቡ መከከል ያለውን የጠበቀ ግንኙነት ለመግለጽ ይውል ነበር፡፡(መጽሐፍ ቅዱስ ጥቅሶች የብሉይና /የአዲስ ኪዳን ግሪክ መዝገበ ቃላት. የቲየር ትርጉም)

ቪንሰንት፡- ማወቅ ማለት በተግባር ካየኸው ካጋጠመህ ተነስቶ ማወቅ ነው፡፡ (ቪንሰንት, ማርቪን አር ዲ.ዲ. "ኤፌሶን ላይ ትንታኔ)

ፍቅር፡- በግሪክ አጋፔ agápē / ag-ah'-pay ይሰኛል፡፡ አጋፔ በሁኔታዎች ላይ ያልተመሠረተ መስዋዕት የሚሆን የእግዚአብሔር ዓይነት ፍቅር ነው፡፡ አጋፔ በመንፈስ ቅዱስ ኃይል ሰጭነት በአማኞች ዘንድ እንዲኖር የሚፈለግ ፍቅር ሲሆን፣ በራስ ምርጫና ፈቃድ የሚቀሳቀስ በስሜት ላይ የማይመሠረትና ግልጽ በሆኑ ድርጊቶች የሚገለጽ ነው፡፡(መጽሐፍ ቅዱስ ጥቅሶች የብሉይና / የአዲስ ኪዳን ግሪክ መዝገበ ቃላት. የቲየር ትርጉም)

የሚያልፈውን (አለፈ)፡- በግሪክ ሁፐርባሎ hyperbállō / hoop-er-bal'-lo ይሰኛል፡፡ ሁፐርባሎ በጥሬው ዘወትር ከሚታወቀው ምልከት አሳልፎ መወርወር ማለት ነው፡፡ በዘይቤያዊው ትርጉሙ ደግሞ ይሄ ነው የማይባል እጅግ የላቀና የማይደረስበት የሚል ሐሳብን ይገልጻል፡፡(መጽሐፍ ቅዱስ ጥቅሶች የብሉይና / የአዲስ ኪዳን ግሪክ መዝገበ ቃላት. የቲየር ትርጉም)

ቦይስ፡- የክርስቶስ ፍቅር ከመታወቅ ካለፈ እንዴት እናውቀዋለን? ለዚህ ሁለት መልስ አለ፡፡ የመጀመሪያው ምንም እንኳ ፍቅሩን አውቀን ባንጨርሰውም የእውነት ግን እናውቀዋለን፡፡ ነገሩ እግዚአብሔርን ስናስብ እንዳለው አጠቃላይ ሁኔታ ነው፡፡ እግዚአብሔርን የእውነት እናውቀዋለን ነገር ግን ሙሉ በሙሉ አናውቀውም፡፡ የክርስቶስ ፍቅርም እንደዚያው ነው፤ ፍቅሩን የእውነት

እናውቀዋለን ፍቅሩን በሙላት ግን አናውቀውም፡፡ ሁለተኛው ነጥብ ደግሞ የክርስቶስን ፍቅር የምናውቀው በየዕለቱ ነው፡፡ በችግርና በሕይወት ስደት ውስጥ ፍቅሩን ማወቃችን እያደገ የሚሄድ ነው፡፡(ቦይስ, ጀ ኤም፡ ኤፌሶን፡ ትንታኔ ኮሜንታሪ)

ዲ ኤ ካርሰን፡- ፍቅር ያለበት ቤት ለልጆች ዕድገት እንደሚያስፈልግ እንዲሁ እኛም በመንፈሳዊነት እንጎለምስ ዘንድ በቤቱ ቤተክርስቲያን ውስጥ የክርስቶስ ፍቅር ያስፈልገናል፡፡

ማርቲን ሎይድ ጆንስ፡- የእኛ አብይ ጉድለት ክርስቶስ ለኛ ያለውን ፍቅር ለማወቅ አለመቻላችን ነው፡፡ ይህን ፍቅሩን ማስላሰልና ማብላላት ምንኛ አስፈላጊ ነው! አንዳንድ ጊዜ የረሳንና የተወን የሚመስለን እኮ ፍቅሩን ስለማናሰላስለው ነው፡፡

ሐዋርያው ጳውሎስ 1ኛ ቆሮ.13÷12 *"ትበረቱ ዘንድ"* የፍቅር ባሕሪ Agape ጳውሎስ በ1ኛ ቆሮ. 13÷4-8 ባሕሪ ገልጾታል፡፡ እነኚህ ባሕሪያት በአማኙ የግል ህይወት በተለይም ከዓመራር አገልግሎት ጋር በተያያዘ በ15 ነጥቦች እየተነተንን ከዚህ በታች እንመለከታቸዋለን፡፡

1. **አጋፔ ፍቅር ስለ ሌሎች በትዕግስት መስቃየት ነው፡፡** ይህ ቃል በግሪክ ፍቺ "Makrothumia" ይባላል፡፡ ቀጥተኛ ትርጓሜው ለረጅም ጊዜ ታግሶ ስቃይን መቀበል እንደ ማለት ነው፡፡ እንደ ሻማ እየተቃጠሉ፣ እየቀለጡ ለሌሎች ማብራትንም ያሳያል፡፡ በዚህ መልክ አንድ መሪ ሌሎች ወደ ትክክለኛው አቅጣጫ እንዲመጡ መስዋዕትነትን ይከፍላል፡፡ የሚደከምለት ሰው ፈጣን ለውጥ ባያሳይም ይህ መሪ አብሮት ለረጅም ጊዜ ተሸክሞት በብዙ ትዕግስት ስቃይን እየተቀበለ ይመራዋል፡፡

2. **የአጋፔ ፍቅር ሌላው መገለጫ ቸርነትን ማድረግ ነው፡፡** ይህ ቃል በግሪክ "Chresteuomai" ይባላል፡፡ ትርጓሜውም የሌሎችን ችግር መጋራት፣ መካፈልን ያመለክታል፡፡ በአጋፔ ፍቅር ውስጥ ሌሎች አንተን እንዲሆኑ አታስገድዳቸውም፡፡ ሆኖም ቸርነትን በማድረግ በመልካም ምሳሌነት ወደ እውነቱ እንዲጠጉ ትረዳቸዋለህ፡፡

3. **ሦስተኛው የአጋፔ ፍቅር በሌሎች መቅናትን የሚያስቀር ነው፡፡**የግሪክ ትርጉሙ "Zelos" ሲሆን ፍቺውም ሁልጊዜ የራሱን ምኞትና ፍላጎት የሚያደርግ ሰውን ያመለክታል፡፡ ሌሎች ሰዎች ሁልጊዜ ከእርሱ እቅድ ስኬት በታች እንዲሆኑ የሚመኝ ሰው ነው፡፡ እውነተኛው የአጋፔ ፍቅር ግን የግል ምኞትን፣ የግል ፈቃድን ብቻ ማድረግ ሌሎች ሲሰምርላቸው በቅናት መድበንን አያስተምርም፤ እንዲያውም የሌሎችን ስኬትና ከፍ ማለት ሁልጊዜም ይፈልጋል፣ መንገዱንም ያመቻቻል፡፡ እያንዳንዱ መሪ ይህን በተመለከተ ራሱን በሚገባ መፈተሽ አለበት፡፡ በቤተሰብ ውስጥ፣ በቤተ ክርስቲያን እንዲሁም በመስሪያ ቤትና በሌሎች ቦታዎች አንድ መሪ የሌሎችን ስኬት ሲመለከት ደስታ ይሰማዋል፡፡ መሪ ሁልጊዜም ሌሎችን ለማሳደግ መጣር ይኖርበታል፡፡

4. **አራተኛው የአጋፔ ፍቅር መገለጫ በግል ማንነት ላይ ያለ አለመመካትን ይነካል ፡፡** በአሁኑ ዘመን ቋንቋ ይህ ቃል ትርጉሙን ወይንም ትክክለኛ ፍቺውን እያጣ መጥቶአል፡፡ የግሪኩ ቃል ኃይለኛ የሆነ አባባል አለው፡፡ "Perpereuomaia" የሚለው የግሪክ አቻ ትርጉም ሲፈታ ስለ ራስ ብዙ መለፈፍ የሚል ትርጉም ይይዛል፡፡ አንድ ሰው የራሱን ማንነት በማጋነን እየጨማመረ ሲጎርር ማለት ነው፡፡ አንድ የግሪክ መምህር ሲናገሩ "Perpereuomaia" የተባለው ባሕርይ ያለው ሰው ወበቅ ባለው ሙቀት ውስጥ የተቀመጠ ሰው ይመስላል ብለዋል፡፡ ሐዋርያው ጳውሎስም በኃይለኛ አገላለጽ ፍቅር ሁልጊዜ ስለ ራሱ ብቻ አያወራም በሚል ተቃውመውታል፡፡ እንዲህ ያለው ሰው መቼም ቢሆን እሱ ብቻ ታላቅ እንዲሆን እንጂ ሌሎች እንዲበልጡት አይፈልግም፡፡ ለራሱ ያመቻቸው የሥልጣን ሥፍራም ስላለ ሌሎች የሚቀሙት ከመሰለው በቁጣ ውስጡ ያልቃል፡፡ መሪ በዚህ ፈተና ውስጥ ማለፉ አይቀርም፡፡ የአጋፔ ፍቅር ግን የራስን ማንነት የሚያስጥል ነው፡፡

5. **አምስተኛው የአጋፔ ፍቅር ባሕርይ አለመታበይ ነው፡፡** የግሪክ አቻ ትርጉሙ "Phusio" የሚል ነው፡፡ በኩራት መወጠርን ያመለክታል፡፡

ጳውሎስ የአጋፔ ፍቅር በፍጹም ኩራት አይንጸባረቅበትም እያለን ነው:: አጋፔ ከሌሎች በላይ ራስን በመቁጠር መኩራራትን አያሳይም:: የበላይነት ስሜት አደገኛ አካሄድ ነው:: በ1ኛ ቆሮ. 4፥6 ጳውሎስ ኩራትንና ግትርነትን አያይዞ ገልፆአቸዋል:: በቆሮንቶስ ቤተ ክርስቲያን የነበሩ አገልጋዮች አንዱን አገልጋይ ከሌላው እያወዳደሩ እኔ ነኝ የምበልጠው በሚል ግትርነት ተይዘው ነበር:: እንዲህ አይነቱ ግትር የኩራት መንፈስ የቆሮንቶስ ቤተ ክርስቲያንን እንድትከፋፈል ምክንያት ሆናት:: መሪ የኩራት መንፈስ የሚኖረው ከሆነ ቤተ ክርስቲያን በመከፋፈል አደጋ ላይ ትወድቃለች:: ጳውሎስ የቆሮንቶስ ቤተ ክርስቲያን ሰዎችን በ1ኛ ቆሮ. 5፥2 ስለ ስነ ምግባር ውድቀታቸውና ስለ ትዕቢታቸው ከወቀሳቸው በኋላ በ8፥1 ላይ ደግሞ "እውቀት ያስታብያል፣ ፍቅር ግን ያንጻል" ብሎ በፍቅር እንዲመላለሱ ይጽፍላቸዋል:: በመሪነት ሕይወት ውስጥ ያሉ ሰዎች በትዕቢትና በኩራት ፈተና ውስጥ የሚወድቁበት አንዱ ምክንያት አውቃለሁ ባይነት ነው::

6. **በአጋፔ ፍቅር ውስጥ ስድስተኛ ባሕሪ የማይገባውን ዓለማድረግ ነው::** በግሪክ አቻ ትርጉም ይህ ቃል "Aschemoneo" ይባላል:: ፍቺውም ተገቢ ያልሆነ ስነ ምግባርን ማሳየት በሚል ልንፈታው እንችላለን:: እንዲህ ያለው ሰው ሃሳብ የለሽ፣ ጥበብ የጎደለው፣ ደንታ ቢስ ነው:: አንደበቱና ተግባሩ ጸያፍ ሲሆን ስለ ሌሎች አይጠነቀቅም:: አንደ መሪ ስለ ስነ ምግባሩና ስለ አንደበቱ ንጹሕነት ዘወትር ሊጠነቀቅ ይገባዋል:: የእግዚአብሔር ቃል ፍቅር ጥላቻና ከፋትን እንደ ማያንጸባርቅ ይልቅስ ስለ ሌሎች ጥንቁቅ መሆን እንደሚገባ ያስተምረናል:: ይህን መሰሉን ሕይወት አንድ መሪ ማሳየት ይኖርበታል:: መሪ አንደበቱ ቁጥብ፣ ጭምት፣ ሌሎችን በመንቀፍ ሳይሆን በመባረክ የታወቀ ሊሆን ይገባዋል:: መንፈስ ቅዱስም ዘወትር በሕይወታችን ውስጥ የሚሰራው በዚህ መልክ ነው::

7. **ፍቅር የራሱን አይፈልግም::** በአጋፔ ፍቅር ውስጥ የመጨረሻው ከፍተኛ የፍቅር መገለጫ የራስን ጥቅም፣ ክብርን፣ ቁሳቁስን አለመፈለግ ነው:: የግሪኩ አቻ ትርጉም "Zeteo" ሲሆን መፈለግ የሚል ፍቺ አለው:: መሪ የራሱን ሳይፈልግ ለሌሎች በማካፈል ሕይወት ውስጥ

ይመላለሳል:: ስሜቱን፣ እውቀቱን፣ ገንዘቡን፣ ጉልበቱን፣ ፍቅሩን፣ ስልጣኑን እና ጥቅሙን ለሌሎች የሚያካፍል ነው:: ጌታችን ኢየሱስ ክርስቶስም ለዚህ ጥሩ ምሳሌያችን ነው:: እርሱ ሥጋውን ስለ እኛ ከፍሎ ሰጠን::

8. **ስምንተኛው የአጋፔ ፍቅር መገለጫ አለመበሳጨት ነው::** በፍቅር ውስጥ ሰዎች በቀላሉ አይበሳጩም:: በግሪኩ ትርጉም በቀላሉ ለሚለው ቃል አቻ ትርጉም የለውም:: በጥንቱ የኪንግ ጀምስ ትርጓሜ ውስጥ ግን በቀላሉ የሚለው ቃል ተካትቶአል:: አንዳንድ የመጽሐፍ ቅዱስና የቋንቋው መምህራን በግሪኩ ውስጥ ይህ ቃል ሳይኖር በኪንግ ጀምስ ውስጥ መካተቱን ባይቀበሉትም የቃሉን ሃሳብ ለመግለጽ ግን በትክክል አስፈላጊ መገለጫ ነው:: መበሳጨት ለሚለው ቃል የግሪኩ አቻ ትርጉም "Paroxsumo" የሚል ሲሆን ጠንከር ያለ ግጭትንና ተከትሎት የሚመጣ ብስጭትና አለመግባባትን ያመለክታል:: ለዚህ ጥሩ ምሳሌ ሐዋ. 15÷39 ነው:: የጳውሎስንና የበርናባስን ግጭት ሉቃስ በሚዘግብበት ጊዜ ጠባቸው የከረረ ነበር ብሎ ገልጾታል:: የግሪኩ ትርጓሜ ኮምጣጤ የሚል ፍቺ አለው:: በሩስያ ቋንቋም ተመሳሳይ ስሜትን ይሰጣል:: ጳውሎስና በርናባስ ያደረጉት ንትርክ ወይም ግጭት እንደ ኮምጣጤው መራራነት በውስጡ ነበረ:: ከዚህ የተነሳ እነኚህ በእግዚአብሔር መንግሥት ሥራ ውስጥ በጋራ ሆነው ውጤታማ ሥራ የሰሩ ሰዎች ፍፃሜያቸው መለያየት ሆን:: በርናባስ ከማርቆስ ጋር፣ ጳውሎስም ከሲላስ ጋር ለመሥራት ወስነው ተለያዩ (ሐዋ. 15÷39-40):: ጳውሎስ መቼም በተለያዩ የዓለም ክፍሎች ለነበሩ አማኞች መልእክቱን ሲጽፍ ይህ ልምምዱ በብዙ ሚዛናዊ እንዲሆን ያግዘዋል በሚል መገመት ይቻላል:: በተለይም ለቆሮንቶስ ሰዎች በጻፈው የፍቅር መልእክቱ ፍቅር አይበሳጭም የሚለው ከዚህ ልምምዱ ተነስቶ ነው:: አንድ መሪ በመታገስና በመቻል የሚያልፍ ሊሆን ይገባዋል::

9. **በደልን አለመቁጠር፤የአጋፔ ፍቅር አንዱ መገለጫ የሌሎችን በደል አለመቁጠር ነው::** የግሪኩ አቻ ትርጉም "Loaidzomai" ሲሆን የአካውንቲንግ ቃል ነው:: ቃል በቃል ፍቺውን ስንወስድ በአንድ ሰው

አካውንት ውስጥ ዕዳን (Credit) መቁጠርን ያሳያል፡፡ በሒሳብ መዝገብ አያያዝ ሥራ ውስጥ ገቢና ወጪን ብድርንና ዕዳን መዝግበን እንደምንይዝ ሁሉ የግሪኩ ትርጉም በደልን መቁጠርን በመዝገብ ዕዳን ከመያዝ ጋር አመሳስሎታል፡፡ በዚህኛው መዝገብ ውስጥ በደልን የሚቆጥረው ፍቅር የሌለው ሰው ነው፡፡ የሰዎችን ስህተት የበደሉትን፣ ያስቀየሙትን በልቡ መዝገብ ላይ ጽፎ በቅያሜና በቂም ይመላለሳል፡፡ ይህን መሰል አካሄድ በፍቅር ውስጥ ሊኖር አይገባም፡፡ ፍቅር የሌሎችን በጎ ጎን እንጂ በደልን ቋጥሮ የሚይዝ አይደለም፡፡ ከእግዚአብሔር ፍቅር የምንማረው በደልን አለመቁጠርን (መዝ. 103÷12)፡፡ "ምሥራቅ ከምዕራብ እንደሚርቅ በደሌን አራቀ፡፡" የክርስቶስ ኢየሱስ ደም ኃጢአታችን ያጠበልን በዚህ መንገድ ነው፡፡ አንድ መሪ በመሪነት ሥራ ውስጥ በደልን የሚያደርሱበት፣ በሐሰት የሚወነጅሉት ሰዎች ያጋጥሙታል፡፡ እነኚህን ሁሉ ይቅር ብሎ በፍቅር ሊቀርባቸው ይገባል፡፡

10. **ከእውነት ጋር ደስ ይለዋል፡፡**አንድ የማትወደው ሰው በሰራው ሥራ ስኬታማ ቢሆን እሱ ሳያውቅ ስለ እርሱ ተደስተህ ታውቃለህ? ወይንም ባጋጠመው ችግርና እክልስ ደስ ብሎህ ያውቃል? ብዙ ሰው የማይወደው ሰው ስኬት ሲያጋጥመው ይናደዳል፡፡ ችግር ካጋጠመው ደግሞ እሰይ በሚል ይደሰታል፡፡ ይህን መሰል ባሕሪ የእግዚአብሔር ሰው ባሕሪ አይደለም፡፡ 1ኛ ቆሮ. 13÷6 "አይደሰትም" የሚለው ቃል የግሪክ አቻ ትርጉም "Ou Chairei" "Ou" የሚለው ቃል ለብቻው አሉታዊ ትርጎም ይይዛል፡፡ አይደለም፣ አይሆንም እንደ ማለት ነው፡፡ Chairei" ማለት ደግሞ ስለ አንድ ነገር መደሰትን ያመላክታል፡፡ በሌላ አባባል ስንገልጸው ፍቅር ፍትህ ሲጓደል ደስታ አይሰማውም እንደ ማለት ነው፡፡ እውነተኛ ፍቅር በሰው ውድቀት የሚደሰት አይሆንም፡፡ መሪ አብረውት ያሉትን ሰዎች ወይም የሚመራቸውን ሁሉ ወደ ስኬት ለማድረስ የሚጥር ነው፡፡ የሁልጊዜም ራዕዩ የሚመራውን ተቋምም ሆነ ሰዎች ለተነሱለት ራዕይ ማብቃት ነው፡፡ ያልተሳካላቸው ሰዎች ሲያገኝ በፍቅር በማደፋፈር ውጤታማ እንዲሆኑ ይጥራል እንጂ በውድቀታቸው አይሳለቅም፡፡

11. **ፍቅር ሁሉን ይታገሳል፡፡** ይታገሳል የሚለው ቃል ከመደበኛው የትዕግስት ቃል ሰፋ ያለ ትርጉም አለው፡፡ የግሪኩ አቻ ትርጉም "Stego" ማለት የጣሪያ ከዳን፣ ሽፋን መከለያ፣ መጠባበቂያ እንደ ማለት ነው፡፡ የአንድ ቤት ጣሪያ ሰዎችን ከቃጠሎ ከዶፍ ዝናብ ከአውሎ ነፋስ ይከላከላል፡፡ ጳውሎስ ጠንካራ የሆነ ምሳሌ ትቶልናል፡፡ በሕይወቱ ውስጥ የተለያዩ ወቅቶች ይፈራረቃሉ፡፡ እነዚህ ወቅቶች ሁሉም አስደሳች አይደሉም፤ አንዳንዶቹ ወጀብና አውሎ ነፋስ የበዛባቸው ናቸው፡፡ እነኚህ ወቅቶች በመንፈሳዊ ሕይወታችንም በጥንካሬ እንዳንቀጥል ብዙ ፈተና የሚሆኑብን ናቸው፡፡ ጳውሎስ የአጋፔ ፍቅር መከለያችን እንደ ሆነ ሊያመለክተን ይወዳል፡፡ እውነተኛ ወዳጅ እንደ ቤት ጣሪያ ከዳን በመከራው ሰዓት መሸሸጊያ ይሆናል፡፡ እውነተኛ የአጋፔ የፍቅር ሕይወት ለሌሎች መጠለያ ወይም መከለያ የሚሆን ነው፡፡ በመሪነት ሕይወት ውስጥም ይህን እውነት እንድንለማመደውና ለብዙዎች ከለላና መሸሸጊያ ልንሆ ይገባናል፡፡

12. **ሁሉን ያምናል፡፡** አሥራ ሁለተኛው የአጋፔ ፍቅር መገለጫ ሁሉን ማመን ነው፡፡ የግሪክ አቻ ትርጉሙ "Elpidzo" ሲሆን ተስፋ ማድረግን የሚያመለክት ቃል ነው፡፡ ይህ ተስፋ ማድረግ ደግሞ የማይለዋወጥና የሚቀጥል ነው፡፡ አንድን ነገር የተሻለ ለማድረግ የሚሆን ነው ተስፈኝነት ነው፡፡ ሽንፈት በውስጡ የለም፡፡ አንድ መሪ በአጋፔ ፍቅር ውስጥ ሲኖር ሌሎችን የማመን ልምምድ ሊኖረው ይገባል፡፡ በመጠራጠር ከሰዎች ጋር ያለን ግንኙነት በብዙ መልኩ ይጎዳል፡፡

13. **ፍቅር ሁሉን ተስፋ ያደርጋል፡፡** ይህ ተስፋ ማድረግ ከላይ ከፍ ብለን እንዳየነው የግሪኩ ፍቺ "Elpidzo" ተስፋን ብቻ የሚያመለክት አይደለም፡፡ መልካም የሆኑ ነገሮችን ተስፋ ማድረግን ይጠቀልላል፡፡ የአጋፔ ፍቅር የሌሎችን መልካም ውጤት ሁልጊዜም ተስፋ ያደርጋል፡፡ ይህም መልካም ውጤት እንዲገኝ አብሮ ይሰራል፡፡

14. **በሁሉ ይጸናል፡፡** ይህ ጽናት በግሪክ አቻ ፍቺው "Hupomeno" በአስቸጋሪ ፈተና ውስጥ መጽናትን ያመለክታል፡፡ የምቾቱንና የደስታውን ጊዜ ብቻ ሳይሆን የመከራውንም ጊዜ በማሳለፍ ይጸናል

ማለት ነው:: አውሎ ነፋሱ አይነቀንቀውም:: ይህም የአንድ መሪ አይነተኛ መገለጫ ነው:: ቀኖቹ ከፉዎች ሲሆኑ ጥሎ አይሸሽም:: ዋጋ በመክፈል ይጸናል::

15. **ፍቅር ከቶ አይወድቅም::** የፍቅርን ታላቅነት ጳውሎስ በሚያስገርም መንገድ ይገልጸዋል:: ፍቅርበፍጹም አይወድቅም የሚለው ቃል በግሪክ አቻው "Pipto" በሁለት መንገዶች ይተረጉመዋል:: 1- በከፍተኛ የሥልጣን ቦታ ላይ ያለ ሹመኛ መቼም በቦታው ላይ ጸንቶ መቆሙን ሲያመለክት፤ 2 - ደግሞ በጦርነት ውስጥ ተዋጊ የሆነ የጦር ባለሟል ጀግንነቱን እንደ ጠበቀ ሳይረታ፣ ሳይወድቅ መጽናቱን ያመለክታል:: የፍቅር ጽናቱና ኃያልነቱን ጳውሎስ በአስገራሚ መንገድ ገልጾታል:: ፍቅር ያሸንፋል እንጂ አይሸነፍም:: ዓለም በጥላቻ ድል ሊነሳ ይታገላል፣ እግዚአብሔር ግን በፍቅር አሸንፎአል:: መሪ ችግሮቹን ሁሉ ድል ነስቶ የሚጸናው በአጋፔ ፍቅር ሲጓዝ ብቻ ነው::

እስከ እግዚአብሔርም ፍፁም ሙላት ደርሳችሁ ትሞሉ ዘንድ

ትሞሉ ዘንድ፡- በግሪክ ፕሌሩ ይሰኛል:: ጢም ብሎ መሞላት፣ በሁሉም ረገድ የተሟላ ማድረግ ማለት ነው::(መጽሐፍ ቅዱስ ጥቅሶች የብሉይና / የአዲስ ኪዳን ግሪክ መዝገበ ቃላት. የቲየር ትርጉም)

ፊኛ እፍ ስንለው በአየር እየተሞላ እንደሚሄደው መጽሐፍ ቅዱስም እኛን በእግዚአብሔር ሙላት እየሞላን ይሄዳል:: በእርሱ ሙላት ስንሞላ ደግሞ እርሱ እንደሚወደው እንወዳለን እርሱ እንደሚሰጠው እንሰጣለን:: ለሌሎች የምንደርሰውም ልክ እንደ እርሱ ይሆናል:: (ቅድመ-አስቲን ድህረ ገፅ)

ቪንሰንት፡- የእግዚአብሔር ሙላት እግዚአብሔር ልባችን ውስጥ በሚኖረው ክርስቶስ በኩል የሚሰጠው ሙላት ነው:: በእርሱ የመለኮት ሙላት ሁሉ በሰውነት ተገልጦ ይኖራልና (ቆላስይስ 2፡9)(ቪንሰንት. የመጽሐፍ ቅዱስ ኮሜንተሪ. ቃል ጥናቶች)

ሙላት

ዋየርስቢ:- የሙላታችን መንገዱ መንፈስ ቅዱስ (ኤፌ 5÷18) ሲሆን፣ መለኪያው ደግሞ እግዚአብሔር ራሱ ነው:: ክርስቲያኖች በመንፈሳዊ ሕይወታቸው ውስጥ ሌሎች ሰዎችን መለኪያ አድርገው ሲወስዱና ራሳቸውን የተሻሉ አድርገው ሲወስዱና ራሳቸውን የተሻሉ አድርገው ሲያስቡ ማየት የሚያሳዝን ነው:: ጳውሎስ መለኪያው ክርስቶስ እንዲሆን ይነግረናል:: የክርስቶስ ሙላት ላይ ስንደርስ ገደቡ ላይ ደረስን ይባላል:: (ዋረን ዋየርስቢ: የመጽሐፍ ቅዱስ ትርጓሜ ኮሜንታሪ 1989 እ.ኤ.አ. ቪክቶር)

ጆን ኤዲ:- ሐዋርያው ለጥንካሬ ይጸልያል፤ ለክርስቶስ በውስጥ መኖር ይጸልያል:: ፍንከች ለማይል የፍቅር መሠረት ይጸልያል፤ የመቀደስን ስፋትና መጠን ለማስተዋል ይጸልያል፤ የክርስቶስን ፍቅር ለማወቅም ይፀልያል:: እነዚህ ሁሉ የመለኮት ሙላት የሚገኝባቸው መንገዶች ናቸው:: (ጆን ኤዲ: ኮሜንተሪ)

ዋይን ባርበር:- በእግዚአብሔር ሙላት መሞላት ማለት እግዚአብሔርን የሚሞላው ሁሉ እኔን ይሞላኛል ይቆጣጠረኛል ያስደስተኛልም ማለት ነው:: ያኔ በፊት የሚቻል በማይመስለኝ ግዛት ውስጥ መኖር እጀምርና የሚያናድዱኝን እታገሳለሁ ድሮ ተወዳጅ ያልመሰሉኝን እወዳለሁ:: አሠራሬ ሁሉ ከውስጤ ምን እየሆነ ነው?" ይቀየርና እኔው ለራሴ እንግዳ ስሆን አምላኬን ምን ሆንኩኝ ብየ እጠይቀዋለሁ:: እርሱም "ገና ምን አይተህ እመነኝ ብቻ እንጂ የማሳይህ ሌላ ብዙ ደረጃ አለ" ይለኛል:: (ዋረን ዋየርስቢ: የመጽሐፍ ቅዱስ ትርጓሜ ኮሜንታሪ 1989 እ.ኤ.አ. ቪክቶር)

ዋይን ባርበር:- መሞላት በግሪክ ፕሌሩ ሲሆን ትርጉሙም ጢም ብሎ መሞላት ማለት ነው:: ብርጭቆን እስከ አፉ ድረስ በውሃ ብንሞላው ፕሌሮ ይሰኛል:: ጫፉ ድረስ ሞልቷል ስለዚህ ለሌላ ነገር የሚሆን ቦታ የለውም ማለት ነው:: በተመሳሳይ እኛ በእግዚአብሔር ሙላት ጢም ብለን ስንሞላ ለሌላ ነገር ቦታ አይኖረንም:: መሞላት መገዛትን ወይም በቁጥጥር ሥር መሆንንም ይዞ ይመጣል:: ዕቃም ሆነ ሰው የተሞላበት ያነገ መልሶ ይቆጣጠረዋል:: በፍርሃት የተሞላ ፍርሀት፣ በቅናት የተሞላ ቅናት፣ በመንፈስ ቅዱስ የተሞላም መንፈስ ቅዱስ ይቆጣጠረዋል:: ጳውሎስ እስከ እግዚአብሔር ፍፁም ሙላት ሲል እንግዲህ ይሄን ሁሉ ታሳቢ አድርጎ እየጸለየ ነው:: (ዋረን ዋየርስቢ: የመጽሐፍ ቅዱስ ትርጓሜ ኮሜንታሪ 1989 እ.ኤ.አ. ቪክቶር)

18-19 ከቅዱሳን ሁሉ ጋር ስፋቱና ርዝመቱ ከፍታውም ጥልቅነቱም ምን ያህል መሆኑን ለማስተዋል፥ ከመታወቅም የሚያልፈውን የክርስቶስን ፍቅር ለማወቅ ትበረቱ ዘንድ፥ እስከ እግዚአብሔርም ፍጹም ሙላት ደርሳችሁ ትሞሉ ዘንድ።

የእ.ፌ.በ.ስ. አገልግሎት / የኤፌሶን መልእክት ትምህርት

ከቅዱሳን ሁሉ ጋር ኤፌ1÷10፣15፤ዘዳ 33÷2፣3፤ 2ኛ ዜና 6÷41፤መዝ 116÷15; 132: 9; 145÷10; ዘካ14 5; 2ኛቆሮ 13÷13፤ቆላ 1÷4

ስፋቱና ርዝመቱ ከፍታውም ጥልቅነቱም ምን ያህል መሆኑን ለማስተዋል ኤፌ1÷18-23፤ኢዮ 11÷7-9፤መዝ 103÷ 11፣12፣17፤ 139÷6፤ኢሳ 55÷9፤ዮሐ 15÷13፤ገላ 2÷20፤ 3÷13፤ፊል 2 5-8፤ 3÷8-10፤ 1ኛጢሞ 1÷14-16፤ 3÷16፤ቲቶ 2÷13፣14፤ ራዕ 3÷21 ሮሜ 10÷3፣11፣12

የክርስቶስን ፍቅር ለማወቅ ኤፌ 5÷2፣25፤ዮሐ 17÷3፤ 2ኛቆሮ 5÷14፤ገላ 2÷20፤ፊል 2 5-12፤ ቆላ 1÷10፤ 2ኛጴጥሮስ 3÷18፤ 1ኛዮሐንስ 4÷9-14

እስከ እግዚአብሔርም ፍጹም ሙላት ደርሳችሁ ትሞሉ ዘንድ ኤፌ1÷23፤መዝ 17÷15፤ 43÷4፤ ማቴዎስ 5÷6፤ዮሐንስ 1÷16፤ቆላስይስ 2÷9፣10፤ራዕይ 7÷15-17፤ራዕይ 21÷22-24፤ 22÷3-5

ቁጥር 20 እንግዲህ በእኛ እንደሚሠራው ኃይል መጠን ከምንለምነው ወይም ከምናስበው ሁሉ ይልቅ እጅግ አብልጦ ሊያደርግ ለሚቻለው፥

የኤፌሶን ክርስቲያኖች ከተለወጡ በኋላ የተማሩት ስለ ክርስቶስ ነበረ፡፡ ሐዋርያው የቀደመ ኑሯቸውን ከአሁኑ ጋር እያነፃፀረ፣ በአዲሱ አኗኗራቸው እንዲቀጥሉ ያበረታታቻዋል፡፡ እውነትም በኢየሱስ እንዳለ ተምራችኋል፡፡ ጤናማው የክርስትና አስተምህሮ ክርስቶስን ማእከላዊ ያደረገ ነው፡፡

በእኛ እንደሚሠራው ኃይል መጠን፤ በትንሳኤው ኃይል መጠን ማለት ነው፡፡

ኤክስፖዚተርስ፡- የሕዝቡን መንፈሳዊ ፍላጎቶች በማሟላት በኩል እግዚአብሔር ያለው ችሎታ በጸሎት ከሚጠይቁትም ሆነ ሊሆን ይችላል ብለው ከሚረዱት እጅግ የሚበልጥ ነው (ፊሊጵስዮስ 4÷7)፡፡

እንደሚሰራው፡-

ዉወስት፡- እግዚአብሔር ለአማኝ ሊሠራ በሚችለው ነገር ላይ ምንም ዓይነት ገደብ የለውም፡፡ አማኙ ግን እግዚአብሔር ሊሠራለት የሚችለውን ነገር ሊወስነው ይችላል፡፡ ይህም ለመንፈስ ቅዱስ በሚያሳየው የተገዥነት መጠን ነው፡፡ (ዉወስት ኬ. ኤስ፡ ዉወስት የቃል ጥናቶች ከግሪክ አዲስ ኪዳን፡ ኢርድማንስ)

ሩት ፓክሰን፡- እግዚአብሔር ስፍር ቁጥር የሌለውን ሃብታችንን በክርስቶስ ገልጦልናል፤ እናገኘውም ዘንድ እንድንጸልይ መርቶናል፡፡ መፀለይ ስንጀምር ግን ከንፈራችን ከሚያወጣው ቃል ውስጣችን በተቃራኒ አይሆንም፣ ሊሆን አይችልም ያደናቅፈን ይሆናል፡፡ እንዲህ ሲሆን፣ የክርስቶስን ባለጠግነት ሁሉ ሊያወርሰን በራሱ ብርቱ ኃይል በውስጣችን እንደሚሠራ ተስፋ ወደሰጠን ወደ አምላካችን ዞረን እንመልከት፡፡

"ሊያደርግ ለሚቻለው" በክርስቶስ ስም የሚሰጥ ስጦታ ነው፡፡ ነገር ግን ከምንለምነውም የበለጠ ሊሰራ ይችላል፡፡ ምክንያቱም የለመንነው ባወቅነው መጠን ነው፡፡ የክርስቶስ ፍቅር ከመታወቅ በላይ ነው፡፡ ልመናችን ብቻ ሳይሆን ከምናስበው የበለጠ ሊያደርግ ይችላል፡፡ ማሰብ የክርስቶስ ኢየሱስ አዕምሮ ስለ ተሰጠን ነው፡፡ የክርስቶስ ልብ አለንና፡፡

20 እንግዲህ በእኛ እንደሚሠራው ኃይል መጠን ከምንለምነው ወይም ከምናስበው ሁሉ ይልቅ እጅግ አብልጦ ሊያደርግ ለሚቻለው፥

በእኛ እንደሚሠራው ኃይል መጠን ኤፌ3፥7፤ 1፥19፤ቆላ 1፥29

ከምንለምነው ወይም ከምናስበው ሁሉ ይልቅ እጅግ አብልጦ ዘፀ 34፥6፤ 2 ሳሙ 7፥19፤ 1 ነገ 3፥13፤ መዝ 36፥8፣9፤ ማሕ5፥1፤ ኢሳይያስ 35፥2፤ 55፥7፤ዮሐ 10፥10፤ 1 ቆሮ 2፥9፤ 1 ጢሞ 1፥14፤ 2ኛጴጥ 1፥11

ሊያደርግ ለሚቻለው ዘፍ 17፥1፤ 18፥4፤ 2ኛዜና 25፥9፤ ኤር 32፥17፣27፤ዳን 3፥17፤ 6፥20፤ ማቴ3፥9፤ዮሐ 10፥29፣30፤ሮሜ 4፥21፤ 16፥25፤ዕብ 7:25፤ 11፥19፤ 13፥20፣21፤ ያዕ 4፥12፤ ይሁዳ 1፥24

ቁጥር 21 ለእርሱ በቤተ ክርስቲያን በክርስቶስ ኢየሱስ እስከ ትውልዶች ሁሉ ከዘላለም እስከ ዘላለም ክብር ይሁን፤ አሜን።

ቁጥር ሃያ አንድ ከቁጥር ሃያ ጋር ተያያዥነት ያለው ሆኖ የቀረበ ነው፡፡ ለእርሱ በቤተ ክርስቲያንም፣ በክርስቶስ ኢየሱስ እስከ ትውልዶች ሁሉ ለዘለዓለም ክብር እንዲሆን ያዛል፡፡

ኬንት ዉወስት፡- የመንፈስ ቅዱስ ሙላት ለውጤታማ ጸሎት መነሻ ወይም መደላድል ነው፡፡ መንፈስ ቅዱስ ስንገዛለት በጸሎታችን ይመራናል፤ ተሰሚነትና ተቀባይነት

ለሚያገኝ ጸሎትም የሚያስፈልገውን እምነት በውስጣችን ያፈልቃል፡፡(ዉወስት ኬ. ኤስ፡ ዉወስት የቃል ጥናቶች ከግሪክ አዲስ ኪዳን፡ ኢርድማንስ)

ቤተ ክርስቲያን በግሪኩ አክሌዥያ የተባለላት ናት፡፡ ይህ የግሪክ ቃል ትርጓሜ ከዓለም የተጠሩ ሰዎች ስብስብ የሚለውን ትርጉም በአዲስ ኪዳን ይወክላል፡፡ 1ኛ ቆሮ.3÷16-17 ይህቺ ቤተ ክርስቲያን በእኛ ልብ ውስጥ የተመሠረተችም ናት፡፡ 1ኛ ቆሮ.6÷19፤ 2ኛቆሮ6÷16 በሌላ አንጻር ቤተ ክርስቲያን የቅዱሳን ስብስብ ናት፡፡ የእግዚአብሔርም ማደሪያ ናት፡፡ 1ኛጢሞ3÷15፤1ኛ ቆሮ1፡2፤ 1ኛ ጢሞ3÷15፡፡

ጌታችን ኢየሱስ አክሌዥያ የሚለውን ቃል የተጠቀመበትን አገባብ የምንረዳው "ሁለት ወይም ሦስት በምትሰበሰቡበት በዚያ በመካከላቸው እሆናለሁ" ማቴ. 18÷20 በሚል የተናገረውን ስንመለከት ነው፡፡

አንዳንዶች ቤተ ክርስቲያን ሲባል በዘልማድ ሕንጻው ይመስላቸዋል፡፡ ሕንጻው ከድንጋይ ክምር ያለፈ ትርጉም የለውም፡፡ ይልቅስ የቅዱሳኖች ኅብረት የአካሉ ውህደት የእግዚአብሔር ማደሪያ የሆኑት ቅዱሳኖች በአምላካቸው ፊት ምን ያህል የከበረ ቦታ እንዳላቸው ያሳያል፡፡

ብዙዎቻችን የእኔ ቤተ ክርስቲያን ብለን የምንጠራው አንድ ትልቅ ተቋም ሕንጻ ይኖረናል፡፡ የእግዚአብሔር ቤት ግን እኛ ከምንገምተውና ከምናስበው በላይ የላቀ ትርጉም አለው፡፡ በክርስቶስ ኢየሱስ ደኅንነትን የተቀበሉ፣ በመንፈስ ቅዱስ የታተሙና የተሞሉ ቅዱሳኖች ሁለትም ሆነው በሚያደርጉት ኅብረት ቤተ ክርስቲያን ተመሥርታለች፡፡ ይህቺ ቤተ ክርስቲያን ድርጅት አይደለችም (ኤፌ. 4÷1-6)፡፡ ይልቅስ ክርስቶስ ኢየሱስ ራስዋ የሆነ አካሉ ናት፡፡

በእርስዋና በክርስቶስ መሃከል ፈጽሞ ልንነጣጥለው የማንችለው ውህደት አለ፡፡ ቤተ ክርስቲያን አምልኮዋን፣ ለአብ የምሥጋና መስዋዕትን ስታቀርብ እርሱ ክርስቶስ ኢየሱስ አብሯት እንዳለ ይህ ቁጥር ያመለክተናል፡፡

በዚህ ዘመን አንዳንዶች ቤተ ክርስቲያንን እንደ አንድ ድርጅት የሰው ሲያደርጓት እንመለከታለን፡፡ አንድ ባለ ራዕይ እንደ መሠረታት ተደርጎ ግለሰቡን ከፍ ለማድረግ፣ ተጠቃሚ ለማድረግም ይሞከራል፡፡ ይህ አይነቱ

ዓመለካከት በብዙ መልክ ችግር አለው፡፡ ከእነኚህ ውስጥ ጥቂቶቹን እንመልከት፡፡

1. ቤተ ክርስቲያን እንደ ድርጅት የምትታይ አይደለችም፡፡ እርሷ ሕያው አካል ናት፡፡ ድርጅትን በእከሌ ተከፈተ ልንል እንችል ይሆናል፤ ቤተ ክርስቲያን ግን በመንፈስ ቅዱስ አሠራርና፣ በእግዚአብሔር ጸጋ፣ በቅዱሳን ስብስብ የምትመሠረት ናት፡፡

2. ቤተ ክርስቲያን ብለን የምንጠራው የቅዱሳንን ውስጣዊ ልብና፣ የቅዱሳንን ስብስብም ነው፡፡ አንድ ግለሰብ ከእግዚአብሔር ባገኘው ምሪት ወንጌልን ዘርቶ ሰዎች ጌታን ሊቀበሉ ይችላሉ፡፡ በዚህ ውስጥ ግን ሥራውን የሚሠራው መንፈስ ቅዱስ እንጂ ያ ግለሰብ አይደለም፡፡

3. በቤተ ክርስቲያን ተከላ ውስጥ ባለ ራዕይ ተብሎ የሚጠራ ግለሰብ የለም፡፡ ባለ ራዕይ ጌታ ብቻ ነው፡፡ አንድን ሰው ባለ ራዕይ ብሎ ለመጥራት አንድ የተለየ፣ ከዚህ ቀደም ያልታየ ራዕይ፣ የዚያ ሰው ብቻ የሆነ ራዕይ መመልከት ይኖርብናል፡፡ ለምሳሌ የመጽሐፍ ቅዱስ ማኅበር የአንድ ባለ ራዕይ አገልግሎት ነው፡፡ ይህ ባለ ራዕይ በዓለም ዙሪያ የመጽሐፍ ቅዱስ እጥረት እንዳለ በመረዳት እግዚአብሔር በውስጡ ያስቀመጠውን ይህን ራዕይ ተግባር ላይ አዋለው፡፡ የጌድዮን ዓለም አቀፍ አገልግሎትም ተመሳሳይ ራዕይ ነው፡፡ አዲስ ኪዳን በትምህርት ቤቶች፣ በሆቴሎች፣ በእሥር ቤቶች ወዘተ እያተመ ያሠራጫል፡፡ ቤተ ክርስቲያንን ከእነኚህ ሚኒስትሪዎች ጋር ልናመሳስላት አይገባም፡፡ ቤተ ክርስቲያን ክርስቶስ ራስ የሆነባት አካሉና፣ የቅዱሳን ስብስብ ናት፡፡

ታድያ ሐዋርያው ጳውሎስ በቤተ ክርስቲያን እና በክርስቶስ ኢየሱስ አማካኝነት፣ ከትውልድ ወደ ትውልድ፣ ለዘለዓለምም ለእግዚአብሔር ክብር ይሁን ይላል፡፡ ይህቺ ቤተ ክርስቲያን አንዱ ተግባርዋ ለእግዚአብሔር የሚገባውን ክብርና አምልኮን ማቅረብ ነው፡፡

የእርሱ ታላቅነት የገነባቸውን ዋና ዋና መገለጫዎች ከቁጥር 20 ጀምሮ አስቀምጦልናል፡፡ የመጀመሪያው ምክንያት ሁሉን ቻይ መሆኑ ነው፡፡ (ሮሜ. 16፡25፤ ይሁዳ 24-25፡፡ ሁለተኛው የአዲስ ኪዳን መገለጫው ክብር የተገባው

አምላክ መሆኑ ነው:: ይህ ክብሩ ታላቅነቱን፣ ዝናውን፣ ከፍታውን፣ በገናናት መኖሩን፣ ኃያልነቱን ወዘተ ያመላክተናል:: ለእርሱ ክብርን መስጠት ማለት፣ ለእርሱ ውለታ መዋል ወይም አንዳች ተጨማሪ ደረጃን አግኝቶ ከፍ እንዲል የሚያደርገውም አይደለም:: እርሱ መቼም እንደ ከበረ ይኖራል (መዝ29÷2፤ መዝ. 96÷8፤ ገላ1÷5)::

ሦስተኛው የገናናነቱን ታላቅነት የምናይበት መንገድ ከትውልድ ወደ ትውልድ፣ ከዘለዓለም እስከ ዘለዓለም የሚሸጋገር ክብርና አምልኮ የሚሰጠው አምላክ መሆኑ ነው::ለእርሱ ለታላቅነቱ፣ ለገናናነቱ ወሰን የለውም ዓመታትና ዘመናትም አያስረጁትም፤ እንደ ከበረም ይኖራል::

ጸሐፊው ምዕራፉን የሚዘጋው "አሜን" በሚለው ቃል ነው:: አሜንታ በአይሁድ ታሪክ፣ በብሉይ ዘመን ምርቃትን፣ መልካም ንግግርን፣ ውዳሴን በይሁንታ መስማማትን ለመግለጽ የሚጠቀሙበት ቃል ነው:: አንድ ሰው "አሜን" ብሎ ሲዘጋ ላቀረበው አምልኮና ውዳሴ ሁለንተናውን ማስገዛቱን፣ ማንነቱን ማስገዛቱንም ያመለክታል:: በአዲስ ኪዳንም የአምልኮ፣ የጸሎት፣ የባርኮት መዝጊያ፣ የመስማማት ምልክት ሆኖ የሚያገለግል ታላቅ ቃል ነው (ሮሜ. 1:25፤ ገላ. 1:5):: በኤፌሶን መጽሐፍም የመጀመሪያዎቹ ሦስት ምዕራፎች ወይም የመጽሐፉ አጋማሽ በአሜን ይደመደማል::

---

21 ለእርሱ በቤተ ክርስቲያን በክርስቶስ ኢየሱስ እስከ ትውልዶች ሁሉ ከዘላለም እስከ ዘላለም ክብር ይሁን፤ አሜን።

ለእርሱ...ከዘላለም እስከ ዘላለም ክብር ይሁን ኤፌ1÷6፤ 1ኛዜና 29÷11፤መዝ 29÷1፣2፤ 72÷19; 115÷1፤ ኢሳ6÷3፤ 42÷12፤ማቴ 6÷13፤ሉቃ 2÷14፤ሮሜ 11÷36; 16÷27፤ገላ 1÷5፤ፊል 2÷1፤ 4÷20፤ 2 ጢሞ 4÷18፤ዕብ 13÷21፤ 1 ጴጥሮስ 5÷11፤ራዕ 4÷9-11፤ 5÷9-14፤ 7÷12-17

በክርስቶስ ኢየሱስ ፊል 1÷11፤ ዕብ 13÷15፣16፤ 1ኛጴጥ 2÷5

እስከ ትውልዶች ሁሉ ኤፌ 2÷7፤ 1ኛጴጥ5÷11፤ 2ኛጴጥ 3÷18፤ይሁ 1÷25

ማጠቃለያ

ጸሐፊው ከላይ ያስተላለፋቸው መልእክቶቹ፣ በቅዱሳን መካከል የሚኖረው መከባበርና ፍቅር ጠንክሮ ለውጤት መብቃት የሚችለው፣ የሚጣፍጥ ፍሬ

የስ.ፌ.በ.ስ. አገልግሎት / የኤፌሶን መልእክት ትምህርት

ማፍራትና መልካም መዓዛ ያለው ሕይወትን መኖር የሚቻለው ከምናስበው፣ ከምንለምነው በላይ አብልጦ ሊያደርግ ለሚችለው በእግዚአብሔር ነው:: ስለዚህም ለእርሱ ለዘለዓለም ክብር ይሁንለት ይላል::

የጳውሎስ የእረኝነት አገልግሎት ለአዲስ ኪዳን ቤተ ክርስቲያን በምሳሌነት የሚጠቀስ ነው:: እርሱ ስለ ወንጌልና ስለ ኢየሱስ ክርስቶስ ራሱን ለይቶ እሥረኛ ሆኗል:: አጀንዳውም አንድ ብቻ ነው:: ይኸውም የእግዚአብሔርን መንግሥት ማስፋት:: ለራሱ ማንነት በፍጹም ሳይኖር የሐዋርያነት አገልግሎቱን ተወጣ:: ለሌሎችም የምልጃ ጸሎትን በማቅረብ፣ የክርስቶስ ኢየሱስን ፍቅር ሰበከ፤ አገለገለ:: አካሉም በዚህ ፍቅር እንደተሳሰረ ጳውሎስ ማለደ:: ዛሬም የአዲስ ኪዳን አማኞች ሁሉ ሊከተሉት የሚገባ እውነት ነው::

የስ.ፌ.በ.ስ. ስገልግሎት / የኤፋሶን መወስከት ትምህርት

ምዕራፍ አራት

በዚህ ምዕራፍ ሐዋርያው የሚተነትነው፣ በቀደሙት ምዕራፎች ውስጥ ሲያስተምር የቆየውን የመሠረተ አስተምህሮ (Doctrine) ትምህርቶች ወደ ተግባራዊ ሕይወታቸው በመቀየር እንዲኖሩበት በማሳሰብ ነው። ባለፉት ትምህርቶች ውስጥ የተመለከትናቸው የመሠረታዊ አስተምህሮ ትምህርቶች በጥቂቱ ሲዘረዘሩ፦

ቅድመ ምርጫ (election)፤ ቅድመ ውሳኔ (predestination)፤ ማስታረቅ/ሥርየት (reconciliation)፤ ቤዛነት (redemption)፤ ኃጢአት (sin)፤ ልዩ ልዩ የእግዚአብሔር የሥራ ጊዜያት (despensationalisim)፤ መገረዝ (circumcision)፤ የመንፈስ መገረዝ፤ ደኅንነት (salvation)፤ ኑዛዜ (Repentance)፤ ፍቅር (Agape Love)፤ ንስሃ (confession)፤ ጸጋ (Grace)፤ ጽድቅ (Righteousness, Justification) የሚሉትን ይዳስሳል። ከእነዚህ የመሠረተ አስተምህሮ ትምህርቶች በመነሳት ፍቅር፣ ትህትና፣ ትዕግስት ወዘተ በሕይወታቸው እንዲገለፅ ያስተምራል።

እነኚህ መሠረተ አስተምሮዎች በራሳቸው ለግንዛቤ የሚረዱዋቸው መልካም ነገሮች ሲሆኑ ያወቁት እውቀት፣ የአዕምሮ ጥንካሬን ብቻ የሚያሳይ ወደ ተግባር የማይለወጥ ከሆነ ግን አደገኛ ይሆናል። ይህ እውቀት ወደ ተግባር ተለውጦ ሲገኝ ጠንካራ ሥራን የሚሠራ፣ የክርስትና ኑሮንም ጣፋጭ የሚያደርገውና የእግዚአብሔርን መንግሥትም የሚያሰፋ ይሆናል። ጌታ ኢየሱስ የእግዚአብሔር መንግሥት በመካከላችሁ ናት ብሎ ያስተማረውም ለዚህም ነው። ሰዎች እንደ እግዚአብሔር ቃልና ፈቃድ የሚመላለሱ ሲሆን የእግዚአብሔር መንግሥት በምድር ላይ መገለፅ ትጀምራለች።

በጳውሎስ መልእክት ውስጥም የምንመለከተው ይህንኑ ነው። የዶክትሪን ትምህርቱን ካስተማራቸው በኋላ የተግባር ትምህርቱን ቀጥለው እንዲረዱ ያደርጋቸው ነበር። በኤፌሶን፣ በሮሜ መጽሐፍ ተመሳሳይ አካሄድን ተጠቅሟል። (ሮሜ 12÷1) ሰውነታችሁን ቅዱስ መስዋዕት አድርጋችሁ ታቀርቡ ዘንድ እለምናችኋለሁ ይላቸዋል። በሌሎቹም የጳውሎስ መልእክቶች ውስጥ ይህንኑ እናያለን (1ኛ ቆሮ 4÷16፣ 2ኛ ተሰሎ 3÷12፣ ፊሊሞና 9-10 ወዘተ) ይህን የመሰለውን ተግባራዊውን ሕይወት እንዲኖሩ የተጻፈ የትእዛዝ መልእክት በጳውሎስ መልእክቶች ውስጥ ከዚህ በታች እንመልከት።

በሮሜ መጽሐፍ 62 ጊዜ ቀርቧል፣ ከምዕራፍ 1-11 3 ጊዜ ብቻ የቀረበ ሲሆን ከ12-16 ድረስ 49 ጊዜ ቀርቧል። በኤፌሶን ውስጥ 41 ጊዜ የትእዛዝ ቃልን ያስተላለፈ ሲሆን ከምዕራፍ 1-3 ድረስ ከዚህ ውስጥ አንድ ጊዜ ብቻ አድርጉ የሚል የትእዛዝ ቃልን አስተላልፏል። ከምዕራፍ 4-6 ድረስ 40 ጊዜ ትእዛዙ ተላልፏል።

በኤፌሶን መጽሐፍ የቀረቡት የተግባራዊ ሕይወትን እንዲኖሩ የሚያመለክቱ ትእዛዞች የመጀመሪያው ዋና ቁልፍ ቃል "ተመላለሱ" የሚለው ነው። የግሪኩ አቻ ፍቺ (stoicheo) የሚል ትርጓሜ ይኖረዋል። ይህም ሲተረጎም የአንድን ግለሰብ ቀጥተኛና ሥርዓት የጠበቀ ጉዞ ያመለክታል (ሐዋ 21÷24፣ ሮሜ 4÷12)። በመንፈስ መመላለስን፣ ለመንፈስ ቅዱስና ለወንድሞችና እህቶችም በመታዘዝ መመላለስን ያሳያል (ገላ. 5÷25)።

በአይሁድና በአሕዛብ አማኞች መሃከል ያለው ልዩነት ተለውጦ በአዲስ ኪዳን እንደ አንድ ሰው ሆነው መመላለስ እንደሚገባቸው የእግዚአብሔር ቃል ያዛል (ኤፌ 2÷15)። ይህ አንድ ሰው መሆንም በክርስቶስ አካል ውስጥ በመካተት የተገኘ ነው። እነኚህ ቅዱሳኖችም ይህን አንድ አካል መሆንን እንደ አንድ ሰው መተያየትን የሚለማመዱት እንዲሁ ሳይሆን የክርስቶስን ፍቅር በመለማመድ ነው (ኤፌ. 3÷16-19)። ሰዎች በክርስቶስ ውስጥ ካልሆኑ በስተቀር በአንድነትና በእምነት ተያይዘው በእግዚአብሔር መንግሥት ውስጥ ለማደግ አይችሉም። ስለዚህም አማኞች በሙሉ በክርስቶስ አካል ውስጥ ሥር በመስደድ በእርሱ ውስጥ ተካተው አንድ ይሆናሉ።

ምዕራፉን በሁለት ዋና ዋና ክፍሎች ከፋፍለን ልንመለከተው እንችላለን።

የመጀመሪያው፤

ከቁጥር 1-16 ያለው ሲሆን ይህም በክርስቶስ ዳግመኛ የተወለዱ አማኞችን አንድ መሆን የምንመለከትበት ይሆናል፡፡ ቅዱሳኖች በቤተ ክርስቲያን ውስጥ የተለያየ የጸጋ ስጦታ ቢኖራቸውም በአንድነት፣ ለአንዲት የክርስቶስ ቤተ ክርስቲያን ሊሠሩ እንደሚገባም ሐዋርያው ያስገነዝባቸዋል፡፡

ሁለተኛው፤

ከቁጥር 17-32 አማኞች ከተለወጡ በኋላ በቀደመው አሮጌ ሕይወት ሳይሆን፣ በቅድስና፣ ያለ ነቀፋ በብርሃን መመላለስ እንዳለባቸው የሕይወት አካሄዳቸው ምን መምሰል እንዳለበት የሚያመለክት ነው፡፡

ጳውሎስ አማኞች ሁሉ ጤናማ የሆነ አንድነት እንዲኖራቸው ያዛል፡፡ "የሚገባ ኑሮ ትኖሩ ዘንድ እለምናችኋለሁ" "....የመንፈስ አንድትን ለመጠበቅ ትጉ" ኤፌ 4÷1-3 ይህን አንድነት ለማምጣት ከቁጥር 4-6 የሥላሴን አሠራር በምሳሌነት ያሳያቸዋል፡፡የአዲስ ኪዳኗ ቤተ ክርስቲያን ወደዚህ አንድነት በክርስቶስ ኢየሱስ አማካኝነት ተጠርታለች፡፡ እርሱን ለመምሰል የተጠራችሁ ልትረዱ ገባል፡፡ ቤተ ክርስቲያን በአንድነት መመላለስ እንድትችል የሚያስችላት የመጀመሪያው ተግባራዊ ኑሮዋ ነው፡፡ ከሥላሴ አንድነት የምንማረውም ይህንኑ ነው፡፡ ቅዱሳኖች አንድ ወደመሆን እስካልመጡ ድረስ የወንጌሉ ብርሃን ሊቀጣጠል አይችልም፡፡ ይህ አንድነት ከሌለ የእግዚአብሔር መንግሥት በምድር ላይ እንዴት ልትገለጥ ትችላለች? ይህ ትልቅ እውነት የገባው ጳውሎስ የራሱ መከራ ሳያሳስበው እነኚህን ቅዱሳኖች፣ በዶክትሪን፣ በዘር በዓመለካከት አትለያዩ፣ ለእናንተ ለሁላችም ክርስቶስ ሞቷል፡፡ እናንተም በእርሱ አካል ውስጥ በአንድነት ታቅፋችኋል ይላቸዋል፡፡ ሁለተኛው ቁልፍ ቃል ደግሞ አያያዥ ቃል የሆነው "እንግዲህ..." የሚለው ቃል ነው፡፡ ኤፌ 6፡21-24

ከላይ ያየናቸውን በርካታ የመሠረታዊ አስተምህሮ ትምህርትን ካስተማራቸው በኋላ ስለዚህ የሚለውን አያያዥ ቃል በመጠቀም ለክርስቶስ እንደሚገባ ኑሩ እያለ ያሳስባቸዋል፡፡

4፡1 እንግዲህ በጌታ እስር የሆንሁ እኔ በተጠራችሁበት መጠራታችሁ እንደሚገባ ትመላለሱ ዘንድ እለምናችኋለሁ፤

ይህ ቁጥር የመጽሐፉ ማሠሪያ ቃል በሆነው "እንግዲህ" በሚለው ቃል ነው የሚጀምረው፡፡ ቀደም ብሎ ያስተማረውን የነገረ መለኮት የዶክትሪን ትምህርት እንግዲህ አሁን ደግሞ በተግባር እንድታውሉት እለምናችኋለሁ እንደሚል ልንተረጉመው ከፈለግን ያስኬዳን፡፡ ሮሜ 12÷1 1ኛተሰ 4፡1፣ 1ኛ ጢሞ 2÷1 ላይ ተመሳሳይ አቀራረብ እናያለን፡፡

በምዕራፍ አንድ ላይ *"በክርስቶስ በሰማያዊ ሥፍራ በመንፈሳዊ በረከት የባረከን..."* ብሎ በክርስቶስ እንደ ተመረጥን፣ ልጆቹ እንድንሆን አስቀድሞ እንደ ወሰነ፣ በጸጋው ይህን እንዳደረገም ይናገራል:: (1÷1-14):: ጳውሎስ ይህን በረከት ያገኙ ቅዱሳኖች እነርሱም በተራቸው የተቀደሰውን ኑሮ እንደሚገባ ይኖሩ ዘንድ በዚህ ክፍል ያሳስባቸዋል::

"እንደሚገባ ትመላለሱ ዘንድ"....በቁጥር 1 ላይ ያለ አንድ ሃረግ ነው:: መመላለስ የሚለው ቃል በጥንታዊው የመጽሐፍ ቅዱስ ቋንቋ ጠንካራ ትርጉም አለው:: በወንጌል መጽሐፍትና፣ በሐዋርያት መጽሐፍ ውስጥም የምናገኘው ሲሆን፣ በተቀሩት የአዲስ ኪዳን መጽሐፍት ውስጥ ብቻ 47 ጊዜ ያህል ተጠቅሷል:: በኤፌሶን መጽሐፍም 8 ጊዜ ያህል እናገኘዋለን:: ትርጉሙም የሕይወት ዘይቤን፣ አካሄድን ያመላከታል:: አልፎ አልፎም አሉታዊ አገላለጽን ይዞ እናገኘዋለን:: (ኤፌ 2÷2)

እንደሚገባ፡- በግሪክ **አክሲዮስ** axíōs / ax-ee'-oce ሲሆን እኩል የሚመዝን፣ አንድ ዓይነት ዋጋ ያለው ማለት ነው:: አክሲዮስ በመናገርና በማድረግ መካከል ሚዛን መኖር አለበት የሚል ሐሳብ የሚያስተላልፍ ነው::በንግግር እና በምልልስ መካከል እኩል ክብደት እንዲኖር ማድረግ::(መጽሐፍ ቅዱስ ጥቅሶች የብሉይና / የአዲስ ኪዳን ግሪክ መዝገበ ቃላት. የቲየር ትርጉም)

ማርቲን ሎይድ ጆንስ፡- ሐዋርያው የኤፌሶን ክርስቲያኖችን እየመከረ ያለው በሕይወታቸው ውስጥ ሁልጊዜ ለመማርና ለማድረግ እኩል ክብደት እንዲሰጡ ነው:: ክብደቱን አንዱ ላይ ብቻ ጭነው ሚዛኑ መዛነፍ የለበትም:: ጭንቅላታችሁ ምንም ያህል በማወቅ ቢሞላ ያወቃችሁትን በሕይወታችሁ ውስጥ የማታደርጉት ከሆነ የእግዚአብሔርንና የክርስቶስን ዓላማ ታጠፋላችሁ:: ለመንግሥቱም መስፋፋት እንቅፋት ትሆናላችሁ:: በተቃራኒው ዋናው ነገር ሕይወቱን መኖር ነው፣ ግብረገብ ያለው ሰው መሆኔ ነው ብላችሁ ትምህርቱን ደግሞ ችላ ብትሉትም አሁንም እንቅፋት ትሆናላችሁ:: ስለዚህ በሁለቱም በኩል እውነተኛ የሆነ መመጣጠን መኖር አለበት:: ለተጠራንበት መጠራት እንደሚገባን መሆን አለብን:: *"እግዚአብሔር ቅዱሳንን ስላገለገላችሁ እስከ አሁንም ስለምታገለግሏቸው ያደረጋችሁትን ሥራ ለስሙም ያሳያችሁትን ፍቅር ይረሳ ዘንድ አመጸኛ አይደለምና በእምነትና በትዕግስትም የተስፋውን ቃል የሚወርሱትን እንድትመስሉ እንጂ ዳተኞች እንዳትሆኑ ተስፋ እስኪሞላ ድረስ እያንዳንዳችሁ ያን ትጋት እስከ መጨረሻ እንድታሳዩ እንመኛለን"*ዕብራውያን 6÷10 – 12:: (የክርስቲያን አንድነት ጥናት ኤፌሶን)

ሩት ፓክስን፡- እንደሚገባ መመላለስ ሲባል ምንድነው የሚለው? መልሱ ኤፌሶን 4÷1 - 6÷9 ... ላይ ቀርቧል፡፡ እስኪ ይህን ምልልስ (አካሄድ) ከእግዚአብሔርና ከሰው አኳያ እንየው፡፡ እግዚአብሔር መነሻና መድረሻውን አስቀምጧል፡፡ መመላለሻ መንገዱንም አዘጋጅቷል፡፡ **መነሻው** ኤፌሶን 1፡4 (*ዓለም ሳይፈጠር፥ በፊቱ ቅዱሳንና ነውር የሌለን በፍቅር እንሆን ዘንድ በክርስቶስ መረጠን*) ሲሆን፣ **መድረሻው** ኤፌሶን 5÷27 (*እድፈት ወይም የፊት መጨማደድ ወይም እንዲህ ያለ ነገር ሳይሆንባት ቅድስትና ያለ ነውር ትሆን ዘንድ ከብርት የሆነችን ቤተ ክርስቲያን ለራሱ እንዲያቀርብ ፈለገ*) ነው፡፡ **መመላለሻው መንገድ** ደግሞ ኤፌሶን 5÷18 (*መንፈስ ይሙላባችሁ እንጂ በወይን ጠጅ አትስከሩ ይህ ማባከን ነውና*) ነው፡፡ በተጨማሪ እግዚአብሔር የምንመላለሰው ክርስቶስ እንደተመላለሰው መሆኑን ተናግሯል (1 ዮሐንስ 2÷6)፡፡ እግዚአብሔር ለእያንዳንዱ ክርስቲያን ያለው ዓላማ የልጁን መልክ ይመስል ዘንድ ነው፡፡

በአንፃሩ እንዲህ ያለው መመላለስ ከሰው አኳያ ምን ይፈልጋል ስንል ከእግዚአብሔር ጋር ሙሉ ትብብር ማድረግን የሚፈልግ ነው፡፡ የተቆረጠ ዓላማ፣ ወጥ ዕርምጃ እና ጠንካራ ጥረትን ይፈልጋል፡፡ ክርስቲያኑ አሮጌውን ሰው በቁርጠኝነት አውልቆ አዲሱን ሰው መልበስ ይኖርበታል፡፡ ከዚያም መንፈስ ቅዱስን ሳያሳዝን ይልቁንም በመንፈስ እየተሞላ መንገዱ ላይ ጸንቶ መቆም አለበት፡፡

እንደዚህ ያለው መመላለስ ግን ምንኛ ከባድ መሰላችሁ! የድሮው የኑሮ ልማድ እጅግ ጠፍሮ የሚይዝ ነው፡፡ በዙሪያችን ያለው ማዕበል፣ በዓለም ውስጥ ያለው ፈተና፣ የስጋና የዲያብሎስ ነገር ሁሉ እጅና ረቂቅና ኃይለኛ ነው፡፡ በዚህ ላይ አንቆ የሚይዝ ልዩ ሆኖ የመታየት ፍርሃት አለ፡፡ መንፈሳዊ ልቦና ካላቸው ክርስቲያኖች ጋር ኅብረት የማድረግ ዕድሉም በጣም ውስን ነው፤ በመሆኑም በቀን ተቀን ኑሮ ውስጥ ወጥ አቋም ማሳየት ቀላል ሥራ አይደለም፡፡

ከዚህ ይልቅ በስም ክርስትና በዓለማዊ ቤተክርስቲያን ፍዘትና ለብታ ውስጥ እንደ መንፈሳዊ አራስ የድነትን መሠረታውያን ወተት እየተጋቱ መዳሁና መንሳፈፉ ይቀላል፡፡ ከዚህ ይልቅ በድንገተኛ መነሳሳት በንስር ክንፍ መጥቀው በመንፈሳዊ ከፍታ ላይ ከወጡ በኋላ ከክርስቲያን ሕይወት ጥብቅ እውነታዎች ጋር ሲፋጠጡ ከተሰቀሉበት መንሸራተቱ ይቀላል፡፡ በቤት ውስጥ በመሥሪያ ቤትና በማኅበራዊ አውድ ውስጥ የተሰበከውን እውነት ከማድረግና በእርሱ በመመላለስ ይልቅ ብድግ ብሎ መጽሐፍ ቅዱስ ማስተማር፤ ስብሰባ መምራትም ሆነ ስብከት መስበክ እጅግ የሚቀል ሥራ ነው፡፡ (ሃብት፤ የክርስትና መመላለስ እና ጦርነት. ገፅ 86-88).

“በተጠራችሁበት መጠራት” "መጠራት" ብሎ ሲልም፣ በእግዚአብሔር ዘለዓለማዊ ዕቅድ ውስጥ ያለውን ቅድመ ጥሪ መመረጥን የሚያመለክት ነው። ጥሪው የክብር ጥሪ ነው። አማኙ በክርስቶስ ኢየሱስ የእግዚአብሔር ልጅ በመሆኑ መልካሙን ሥራ ለመሥራት ተጠርቶአል። ሐዋርያው በምዕራፍ 1÷5 እና በምዕራፍ 2÷12 ይህንኑ ይናገራል። እግዚአብሔር በእኛ ሕይወት ዓላማ አለው። በቅድሚያ ዓላማው ልጁን ኢየሱስ ክርስቶስ በማወቅ በእርሱ የመስቀልና የትንሳኤ ሥራ አካማኝነት የድል ሕይወት ይኖራል። 2ኛ ጢሞ. 1÷9 እርሱ የእኛ ተስፋ እንደ ሆነ በቁጥር 4 ላይ ይገልጠዋል። ክርስቶስ ኢየሱስ ተስፋችን እንደ ሆነ አስረግጦ ይነግረናል። ወደ አብ የምንቀርብበት በፊቱም ቅዱሳንና ያለ ነውር መሆንን እናገኝ ዘንድ ጌታ ኢየሱስ የእኛ ተስፋ ሆነ (ዮሐ. 14÷6)።

ጥሪው እንድናገለግለው እንደ ሆነ በኤፌ. 2÷12 ላይ ተመልክተናል። እግዚአብሔር በክርስቶስ ሆኖ ዓለምን ያስታርቅ ነበር። በእኛ ውስጥ የክብር ተስፋ ያለው እርሱ ክርስቶስ ነው (ቆላ. 1÷27)። በእኛ ውስጥ ሆኖ ዓለምን የሚያገለግለው ጌታ እንደ ሆነ እናስተውላለን። እርሱ የእኛ ሕይወት ሲሆን፡ በእኛ ላይ ሲሰለጥን ሲገዛን (በፍቅሩ በመገዛት ስንኖር) እርሱ በሁለንተናችን ይሰራል እንደ ማለት ይሆናል። ዮሐ. 15÷6-9 ፍጥረት የእርሱን በጎነት እንዲነግር ለብርሃን ተጠርቶአል። ይህም ማለት በብርሃን ልንመላለስ ብርሃን እንድንሆን የተጠራን ነን (1ኛ ጴጥ. 2÷9፤ ኤፌ. 5÷8)።

ሁሉም ክርስቲያን (በክርስቶስ ሞትና ትንሣኤ ያመነ እና የሚደገፍ) ለክቡር አገልግሎት ተጠርቶአል። ካህናት እንደ መሆናችን ዓለም በክርስቶስ ከእግዚአብሔር ጋር ትታረቅ ዘንድ የወንጌሉ መልእክተኛ ነኝ። አገልጋይ ነው ተብለው ስም ተሰይሞላቸው ካሉት የአገልግሎት ዘርፍ ባሻገር ምዕመኑ ለዓለም መሲሁን ያበሥር ዘንድ የአዋጅ ነጋሪውን ድምጽ ያሰማ ዘንድ በክብር ተጠርቶአል። ሐዋርያው ይህን “እንደ ተሰጠንም ጸጋ ልዩ ልዩ ስጦታ አለን” ብሎ ሲገልጽ ሮሜ. 12÷6 እንመለከታለን። እንዲሁም በአካል ምሳሌ እኛ ሁላችን ብልቶች ነን፤ አንድ አካል አለ ይላል። 1ኛ ቆሮ.12÷12 እንደ ሐዋርያው አነጋገር የቆሮንቶስ ቤተ ክርስቲያን በዚህ መጠራት ላይ የተዛባ አመለካከት እንደ ነበራቸው እንረዳለን። አንድ ሰው ብቻ ገንኖ የማይታይበት ማለት ሁሉ በሁሉ እንደ ሆነ እስከሚመስልበት የደረሰበት ጊዜ ነበር። የተጠራው እሱ፣ የሚያገለግለው እሱ . . . ይመስላል። ምክንያቱም ሐዋርያው ከተናገረው የአነጋገር ዘይቤ ይህን እንረዳለን። “አካል ብዙ ብልቶች እንጂ አንድ ብልት አይደለምና” 1ኛ ቆሮ. 12÷14።

አያችሁ አንድ ሰው (አማኝ አገልጋይ) እንደ መላው አካል የታየበት ጊዜ ነበር። ሐዋርያው በምሳሌ ይናገራቸው ነበር። ምክንያቱም መንፈሳዊ ድንዛዜ ስለ ነበራቸው መንፈሳዊውን

ምስጢር የመገንዘብ አቅም አልነበራቸውም፡፡ አዎ ስጦታዎች ይገለጡ ነበር፤ ድንቃ ድንቆች ይጎርፉ ነበር፡፡ ነገር ግን መንፈሳዊ ብስለት ግን የላቸውም፡፡ በክርስቶስ የህጻናት ጉባኤ ወይንም ስብስብ ነው ይለናል፡፡ የመንፈሳዊነት ትርጓሜ አሐዱ ወይንም ሀ ተብሎ ይነገራቸው ዘንድ መንፈስ ቅዱስን በምሳሌ ሐዋርያው ጳውሎስ ገለጠላቸው፡፡ በተመሳሳይ መንገድ ጌታችን ኢየሱስ ለሐዋርያቱ የተናገረው ቃል ትዝ ይለናል (ማቴ. 13÷10-13)፡፡ የአማኝ መለያው አገልግሎቱ በሕይወት የተገለጠ ሲሆን ነው፡፡ አገልግሎት ከሕይወት የሚወጣ ሊሆን ይገባዋል፡፡ መተንፈስ መንቀሳቀስ የተፈጥሮ ሂደት እንደ ሆነ ሁሉ አገልግሎት የአዲሱ ሰው የተፈጥሮ ባሕርይ ነው፡፡ እርሱም ከአፈጣጠሩ የሚወጣ በተግባር የሚገለጥበት ይሆናል፡፡ የተጠራነው እርሱን ባሕርያቱን በማንጸባረቅ አገልግሎት እንድንሰጥ ነው፡፡

የአንድ አማኝ ኑሮው፣ ጥሪውን ያመሳከረ፣ ቃሉ እንደ ሚለው መኖር ይጠበቅበታል፡፡ ዛሬ የዘመናችን የአገልጋይነት ሕይወት፣ የክርስትና እሴቶች የተሸረሸሩበት ዘመን ላይ ደርሰናል፡፡ አገልጋይነትና ክርስትና የነበረው ከበሬታ ጠፍቶ፣ የሚጠረጠርና እምነትን ያጎደለ ሆኖአል፡፡ ለምን ቢባል በተጠሩበት መጠራት እንደሚገባ መኖር ስለ ሌለ ነው፡፡ የተጠራነው ሃብት ለማከማቸት አይደለም፡፡ የተጠራነው በምናገለግለው ሕዝብ መሃከል የከበሬታውን ቦታ ይዘን አንቱ እየተባልን፣ እየተወደስን እንድንኖር አይደለም፡፡ በተንፈላሰሱ መኪናዎችና በትልልቅ ቪላዎች የተንደላቀቀ ኑሮ እየኖርን ጌታ አከበረኝ፣ አበለጸገኝ እንድንልም አይደለም፡፡ ይልቁንስ የተጠራነው ጌታን ማዕከል ያደረገ እርሱን ያከበረ ሕይወት እንድንኖር ነው፡፡ 1ኛ ተሰ. 4÷1፤ ሮሜ 12÷1

ጳውሎስ እነኚህን ቅዱሳን እንደሚገባ ይኖሩ ዘንድ የሚያስተምራቸው እርሱ ራሱ በተግባር እየኖረበት ነው፡፡ እርሱ ስለ ወንጌል፣ ስለ እግዚአብሔር መንግሥት የራሱን ምርጫ፣ ምቾቱን ሁሉ ሰውቶ በእሥር ቤት ውስጥ እየኖረ፣ ሌሎች ደግሞ የወንጌሉን እውነት እንደሚገባ ይኖሩበት ዘንድ ይማጠናቸዋል፡፡

---

1 እንግዲህ በጌታ እስር የሆንሁ እኔ በተጠራችሁበት መጠራታችሁ እንደሚገባ ትመላለሱ ዘንድ እለምናችኋለሁ፤

በጌታ እስር የሆንሁ እኔ ኤርምያስ 38÷20፤ሮሜ 12÷ 1፤ 1ኛቆሮ 4÷16፤ 2ኛ ቆሮ 5÷20፤ 6÷1፤ 10: 1፤ገላ 4÷12፤ፊል 1÷9፤10፤ 1ኛጴጥ 2÷11፤ 2ኛዮሐ 1÷5

በተጠራችሁበት መጠራታችሁ ኤፌ4÷4፤ሮሜ 8÷28-30፤ፊል 3÷14፤ 2 ተሰ 1÷11፤ 2ኛጢሞ 1÷9; ዕብራውያን 3÷1፤1ኛጴጥ 3÷9፤ 5÷10፤ 2ኛጴጥ 1÷3

እንደሚገባ ትመላለሱ ዘንድ ኤፌ4፡17፤ 5÷2፤ዘፍ 5÷24፤ 17÷ 1፤ሐዋ 9÷31፤ፊል 1÷27፤ 3÷17፡18፤ቆላ1÷10፤ 4÷12፤ 1ኛተሰ 2÷12፤ 4÷1፡2፤ቲቶ 2÷10፤ዕብ 13÷21

4፡2 በትሕትና ሁሉና በየዋህነት በትዕግሥትም፤ እርስ በርሳችሁ በፍቅር ታገሡ፤

በቁጥር ሁለት ላይ የምንመለከታቸው የሥነ ምግባር ባሕርያት ትህትና፣ የዋህነት፣ ትዕግስትና ፍቅር የቤተ ክርስቲያንን አንድነት ለማስጠበቅ ትልቅ መሣሪያዎች ናቸው፡፡ የአዲስ ኪዳኗ ቤተ ክርስቲያን በተገረዙትና ባልተገረዙት፣ በአይሁድና በአሕዛብ አማኞች መሃከል ልዩነት ሳንፈጥር እንድትመላለስ አማኞች እነኚህን ባሕሪያት መላበስ ይኖርባቸዋል፡፡ በራስ ነገር መመካት ተገቢም አይደለም፡፡

በዘመናችን ቤተ ክርስቲያን ውስጥም ሰዎች የራሳቸው የሚመኩበት ነገር ሊኖራቸው ይችላል፡፡ ለአንዳንዶች ዘር፣ ለሌሎች የሃብትና የትምህርት ደረጃ፣ ለሌሎች የገባቸው የመንፈሳዊነት ልምምዳቸውና የራሳቸው የዶክትሪክን አቋም፣ ለሌሎች ደግሞ በእግዚአብሔር ቤት ውስጥ ያስቆጠሩት ረጅም እድሜ የሚያስመካቸው ሊሆን ይችላል፡፡ መጽሐፍ ቅዱስ እንደ ሚያስረዳን ግን እነኚህ ሁሉ በቅዱሳኖች ሕይወት ውስጥ ቦታ የላቸውም፡፡ የሚመካ በእግዚአብሔር ብቻ በመመካት ሌላውን ወንድሙን በትህትና፣ በየዋህነት፣ በትዕግስት በፍቅር ሊያቀናው ይገባል፡፡

> አንድ ሰው የበሰለ፣ የሰከነ አዋቂ ነው ብለን ለማለት ትልቁ መለኪያው ስሜቱን የተቆጣጠረ መሆኑ ነው፡፡ ነገሮችን እኔ አዋቂ ነኝ በሚል ትምክህት ሳይሆን በትህትና በየዋህነት መመልከቱ አዋቂ ያሰኘዋል፡፡

የትህትና ትርጉም ሆነ ምሳሌ ወይንም ሕይወት በተለያየ ሥፍራዎች የተለያየ ከመሆኑ ባሻገር አንዳንድ ጊዜ መጽሐፍ ቅዱሳዊ ሳይሆን በባሕልና በኃይማኖት ካባ ተሸፍኖ ይገኛል፡፡ ለምሳሌ ሐዋርያው እንደ ሰው ሥርዓት የሆነ አምልኮና ትህትና እንዳለ ይገልጣል፡፡ ቆላ. 20÷23 ይሁን እንጂ ይህ ግብዝነትና ተንኮል የሞላበት ነውና አይጠቅምም፡፡ አንዳንድ ባሕላዊ የሆኑ ትህትና የሚመስሉ ሥርዓቶች ሆኑ ድርጊቶች በኅብረተሰቡ ውስጥ እጅግ ጠልቀው ስለ ገቡና ሥር ሰለሰደዱ ያንን የፈሪሳዊነት የግብዝ ባሕርይ በአጭር ጊዜ ከግለሰቡ ማላቀቅ ሆነ ከኅብረተሰቡ ተገርስሶ እንዲወድቅ ማድረግ ፈጽሞ የማይቻል ነው፡፡ ለዚህ ታላቅ ምሳሌ የሚሆነን ጌታችን ኢየሱስ ክርስቶስ ነው፡፡ ጌታ "እኔ የዋህ በልቤም ትሁት ነኝ" ማቴ. 11÷29 አለ፡፡ ይህ ጌታ ከእኔ ተማሩ አላቸው፡፡ ነገር ግን እውነቱ ነጻነት እንዳይሰጣቸው ውስብስብ የሆነ የአዕምሮ እውቀት፣ አጽም የሚመስል ባሕላዊ ሥርዓት

ገዝቷቸው ነበር፡፡ በተዛባ መንገድ የዋህነትና ትህትና በየዘመናቱ የራሳቸውን ገጽታ ሰርተው ስለ ነበር እውነቱ ወደ ውስጣቸው ገብቶ ሊለወጡ የሚቻል አልሆነም፡፡

የእውነት እውቀት የሆነው ክርስቶስ ኢየሱስ በእነርሱ ዘንድ ሊኖር አቃተው፡፡ ያ እውቀት እንዳይገባ ደግሞ እንቅፋት የሆነው ያዩት፣ የኖሩበት፣ የተመላለሱበት ሕይወት እንደ ሆነ ይገልጣል፡፡ እርሱ ከላይ ያየውና የሰማው ቃል ነበረው፡፡ እነርሱ ከታች ከአባታቸው ያዩት፣ የሰሙት ነበር፡፡ ለአይሁድ ይህን ቃል መናገር ከባድ ቢሆንም እውነቱ ይሄ ነው፡፡ በየቤተ እምነትህ ያየኸው የሚደረገው እንቅስቃሴ ከጌታ ወይስ ከየት ነው? ዮሐ. 8÷31-38፡፡ ወንጌል ተሐድሶን ለማምጣት መጣ እንጂ ለማስታመም ሆነ ለማስታገስ አልመጣም፡፡ በዘመናችን የሚነገሩ ንግግሮች ለዚህ አይነተኛ ምሳሌ ናቸው፡፡ ሥጋና ዓለም ተሐድሶአዊ ለውጥ ብለው የሚናገሩትና የወንጌል ለውጥ የሚለው አንድ አይደለም፡፡ ወደ ክርስቶስ ኢየሱስ ስትመጣ አዲስ ፍጥረት ትሆናለህ እንጂ አትለወጥም፡፡

በአሜሪካን አገር የመጀመሪያው ጥቁር መሪ ሆነው የገቡት ፕሬዘዳንት አባማ ያነሱት መፈክር ለውጥ የሚል ነበር፡፡ የሰው ሥራና ጉልበት በመጠኑም ለውጥ ያመጣል፡፡ Humans can bring change but Christ can bring transformation! የአንድን አገር ብቻ ሳይሆን የአዳምን ዘር በተሐድሶ መለወጥ ይቻላል፡፡ ወንጌል ይህን ይሰራል፡፡ ስለ ወንጌል ለዋጭነት በቃሉ ውስጥ፣ በታሪክም ውስጥ በስፋት እንመለከታለን፡፡ ወንጌል ይለውጣል፡፡ ጌታችን ኢየሱስ ክርስቶስ የለውጥ መልእክተኛ ነበር፡፡ ብዙውን ጊዜ "እንዲህ ተብሎ ነበር፤ እኔ ግን እላችኋለሁ" እያለ ለውጥ በሰው ልጅ ላይ የሚመጣበትን መንገድ አሳየ፡፡

ትህትናን ከጌታችን ኢየሱስ እንማራለን፡፡ በመሠረቱ በክርስቶስ ኢየሱስ ለአማኙ የተሰጠው የትህትና ሕይወት ኢየሱስን ወደ መስቀሉ እንደ ነዳው አማኙንም የክርስቶስ ሞት ወደ ሸከም ይነዳዋል፡፡

☞ ኢሳይያስ ስለዚህ ትህትናው ሲገልጥ "ተጨነቀ፣ ተሰቃየ አፉን አልከፈተም፤ ለመታረድ እንደ ሚነዳ ጠቦት በሸላቾቹም ፊት ዝም እንደሚል በግ እንዲሁ አፉን አልከፈተም" ኢሳ. 53፡7፡፡ አያችሁ ይህ ጽዋ ቀላል አልነበረም፤ ይሁን እንጂ ከእግዚአብሔር ተሰጥቶታል፤ ይፈጽመው ዘንድ ይገባ ነበር፡፡ ትህትና ማለት ይሄ ነው፡፡ ይህ ማለት እግዚአብሔር በዚህ ነገር ዝቅ በልልኝ ሲልህ ዝቅ ማለት ነው፡፡

☞ የትህትና ሌላው መልኩ ደግሞ ጌታ ሞቶ በትንሳኤው ከበረ፡፡ "በዚህም ምክንያት ደግሞ እግዚአብሔር ያለ ልክ ከፍ ከፍ አደረገው፤ ከስምም ሁሉ በላይ ያለውን ስም ሰጠው፡፡ ይህም በሰማይና በምድር ከምድርም በታች ያሉት ሁሉ በኢየሱስ ስም ይንበረከኩ ዘንድ ምላስም ሁሉ ለእግዚአብሔር አብ ክብር ኢየሱስ ክርስቶስ ጌታ እንደ ሆነ ይመሰክር ዘንድ ነው፡፡" ፊሊ. 2÷9-10፡፡ አያችሁ አባቱ ይህ ሥፍራህ ነው ሲለው ደግሞ ተቀመጠ፤ ትህትና ይሄ ነው፡፡ ሥፍራህን ቦታህን ማወቅ፡፡ በተሰጠህ መስመር መመላለስ ነው፡፡ በሰማያዊ ሥፍራ ሲያስቀምጥህ እንደ ተቀመጥህ ማመንና በዚያ መመላለስ ትህትና ነው፡፡

☞ ትህትና ማለት አንገት አቀርቅሮ እንደ ተሰጠህ ልጅነት ሳይሆን እንደ ባሪያ መኖር አይደለም፡፡ በሌላ መልኩ ደግሞ ስለ ክርስቶስ ወንጌል መከራን መቀበል እንደ ተሰጠህ አውቀህ የክርስቶስን ሞት ተሸክመህ መመላለስ በደስታ የምትፈጽመው ሊሆን ይገባል፡፡ እነኚህን መልከብዙ የሆኑ የትህትና አይነቶች ለይተን ልንኖርባቸው ይገባል፡፡ አገልግሎትህ የባርያን መልክ ሊያሲዝህ ይችላል፡፡ እንደ ጌታ በመታዘዝ ኑር እንጂ ሥረመሠረትህ ግን የልጅነት ሕይወት ነው፡፡ ፊሊ. 1÷29፤ 2ኛ ቆሮ. 4÷10፤ ገላ. 4፡7፤ መዝ. 138÷6

የአገልጋይነት ሕይወት ሥልጣን አይደለም፡፡ የሹመት መጠሪያ እንኳን ቢኖረው ሹመት ለእርሱ ሺ-ሞት ነው፡፡ ክብሩን ሁሉ በመተው ራሱን ዝቅ አድርጎ የሚኖርበት ነው፡፡ የመጨረሻውን የተዋረደ ሕይወት የሚገልጽበት ነው፡፡ ይህ አኗኗሩ ግን የእግዚአብሔር ልጅነቱን፣ የንጉስ ልጅ መሆኑን አይቀንስበትም፡፡

ጌታ ኢየሱስ ላይ የምንመለከተው ይህንኑ ነው፡፡ እርሱ ከዙፋኑ ወርዶ የመጨረሻው ምስኪን ከሚወለድበትም ባነሰ በከብቶች በረት ውስጥ ተወለደ፡፡ ይህም ክብሩን ሁሉ ፈጽሞ እንደ ተወ ያሳየናል፡፡ የመጨረሻውን ዝቅታ ዝቅ ብሎ ራሱን አዋረደ፡፡ በምድር አገልግሎቱ ዘመን አንድም ጊዜ ስለ ክብሩ ሲጨነቅ አናየውም፡፡ ይልቁንስ በድፍረት ወንጌልን በመስበክ፣ እርቃኑንም ስለ ኃጢአተኞቹ ስለ እኛ የውርደት ሞትን በመሞት በሰው ልጆች ላይ የተጫነውን የሞት ቀንበር አስወገዶታል፡፡

ይህ የእርሱ ታላቅ ተጋድሎ የተፈጸመው ክብርን፣ ሙገሳን በመፈለግ ሳይሆን በብዙ መዋረድና ትህትና ውስጥ ነው፡፡ ይህ ትህትናና ራስን ዝቅ ማድረግ ግን የጌታን መለኮታዊ ማንነት፣ የእግዚአብሔርን ልጅነት አላስቀረውም፡፡ ይልቁንም ወደ በለጠው ክብር በድል እንዲሻገር አስቻለው እንጂ፡፡

ትህትና ማለት እግዚአብሔር ባሰመረልህ መስመር መኖርና ማገልገል እንደ ሆነ አይተናል፡፡ ጌታ በሰማያዊ ሥፍራ አስቀመጥሁ ካለህ አምነህ በልጅነት ስልጣን መኖር ነው፡፡ ኑሮህ የንግሥና ሕይወት ይሆናል፡፡ ጸጋ ይገለጥብሐል፡፡ የጸጋው ጮራ በአንተ ላይ ያበራል፡፡ እግዚአብሔር ለትሁታን ጸጋን ይሰጣልና፤ የፊቱ ብርሃን በአንተ ላይ ያበራል (ዘኀ. 6÷25)፡፡ እንዲሁም የአገልግሎት ሕይወትህ የባሪያን መልክ የያዘ ይሆናል፡፡ እግዚአብሔርም ፊቱን በአንተ ላይ ያበራል፡፡ የጸጋውን ጉልበት በአገልግሎታቸው የተለማመዱ ነበሩ፡፡ እርምጃቸው ከባድ አስቸጋሪና አሰልቺ ነበር፡፡ ግን በጸጋው ጉልበት የበረቱ ሆነዋል፡፡ እነ ጢሞቴዎስ፣ እነ ጳውሎስ በነቀፌታና በመከራ ያለፈችው የእየሩሳሌም ቤተ ክርስቲያን የድኅነታቸው ጥልቅነት ሳይሆን የጸጋው ባለጠግነት የተገለጠባቸው የመቄዶንያ ቤተ ክርስቲያናት እነዚህ ሁሉ ምስክሮች ናቸው፡፡ 2ኛ ቆሮ. 8÷1-3፤ ሐዋ 6÷8፣ 15፤ 7÷54-60፤ 4÷33፡፡

በትህትና ስትመላለስ ጸጋው ከአንተ ጋር ነው፤ ማለትም ክርስቶስ ሞቱንና ትንሳኤውን የሚገለጥብህ ከክርስቶስ ጋር በሐሳብ በድርጊት አንድ ስትሆን ነው፡፡ ሐዋርያው ክርስቶስን ልበሱት የሚለው አባባል ምሳሌያዊ አገላለጽ ነው፡፡ ክርስቶስን ስትለብስ ያን ጊዜ ትሁት ነህ፤ የዋህ፣ ታጋሽ፣ መሃሪ ነህ፡፡ ምክንያቱም የክርስቶስ ባሕርይ በአንተ ላይ ያጠላል፡፡ እንዲያ ከሆነ ሕይወትህ ከጸጋው አትጎድልም፡፡ በኑሮህም የልጅነት ሥልጣን፤ የንግሥናና የክርስቶስ የትንሳኤ ሃይል ይገለጣል፤ እንዲሁም በአገልግሎትህ እንደ ባሪያ ዝቅ በማለት የክርስቶስ የመስቀል ሞት ታዛዥነት፤ ሞትህን የሚያሳዩ ሲሆኑ ልጅነትህን የሚያሳዩ ይሆናሉ (ሮሜ 8÷31-34፤ 2ኛ ቆሮ. 2÷14፤ 1ኛ ቆሮ. 15÷57፤ 1ኛ ዮሐ. 3÷1)፡፡

ትህትና የሚለው ቃል ትርጉሙ አንድን ነገር እያወቁ እንደ አላዋቂ በመሆን ራስን ዝቅ ማድረግን ያሳያል፡፡ ለምሳሌ ያህል አንድ የሕክምና ባለሞያ ሐኪም ነኝና እኔን ስሙኝ ከማለት ይልቅ ራሱን ዝቅ አድርጎ በሃገር ባሕል ሕክምና ውስጥ ያሉትን የገጠር ሰዎች፣ ከእነርሱ ለመማር ፈቅዶ በትህትና ጠይቆ፣ የሚነገረውንም በጥንቃቄ አዳምጦ ሲሰማቸው ትህትናውን ያሳያል፡፡ ይህ ሐኪሙ የሚያደርገው ስነ ምግባር የሰዎቹን የበላይነትና ትክክለኛነት የሚያሳይ ሳይሆን እርሱ ግን እናንተ ኋላ ቀር ናችሁ፤ እኔ በሳይንሳዊ ምርምር እናንተ የምትሉትን ሁሉ አውቀዋለሁ ብሎ ሳይንቃቸው በትህትና ከእነርሱ ለመማር መፍቀዱን ያመለክታል፡፡

በጌታ ላይም የምንመለከተው ይህንኑ ነው፡፡ እርሱ ንጉሥ ሆኖ ሳለ የንጉሥነት ክብሩን ለማሳየት ሳይፈልግ የሰዎችን ኑሮ ሁሉ ኖሮ ሥቃይን ተቀብሎ እኛን አዳነን፡፡ ትህትና ይህ ነው፡፡ አቅምንና ብቃትን ለማሳየት መሞከር ሳይሆን ሌሎች ከእኔ ይበልጣሉ በሚል ራስን

ዝቅ ማድረግን ያሳያል። ይህ ራስን ዝቅ ማድረግም ከዝቅተኝነት ኮምፕሌክስ (Inferiority Complex) የመጣ ሳይሆን ከትህትና የመጣ ከመተማመንም የመነጨ ነው።አንዳንድ ሰዎች ራሳቸውን ከመጠን በላይ ከፍ በማድረግ ትዕቢተኞች ይሆናሉ፤ይህም (superiority complex) ይባላል።

በአንጻሩ የዋህነት ደግሞ ቅን አሳቢ መሆንን ያሳያል። ጌታ ኢየሱስ ራሱን የዋህ ነኝ ይላል። የዋህ መሆን ማለት ሞኝ መሆን ማለትም አይደለም። የዋህ ሰው ብልህነትና ጥበበኝነት በውስጡ ቢኖርም ሰዎችን ሁልጊዜ በከፋት መንገድ አይተረጉማቸውም። ደግነት ቸርነት ትዕግስት ቅን የሆነውን ማድረግ የየዋህ ሰው መገለጫዎች ናቸው። ትሁቱ ሰው እያወቀ እንደ ሚተው ሁሉ የዋህ ሰው ደግሞ ሰዎችን በመልካምነት እያሰበ በአክብሮት፣ በቅንነት፣ በትዕግስት ይመለከታቸዋል።

ትሁት ሰው አንድ አታላይና አጭበርባሪ ሰው ተራብኩኝ ሲለው አጭበርባሪነቱን እያወቀ ምግብን ያቀርብለታል። የዋሁ ሰው ደግሞ አጭበርባሪው ሰው ተራብኩኝ ሲለው ስለ ሰውየው ማንነት ጨርሶ አያስብም። እንደምንም ተቸግሮም ቢሆን ከልብ በሆነ ሃዘኔታ በእርግጥም ተርቦአል ብሎ ምግብ ያዘጋጅለታል።ይህ ሲባል ግን ሲያታልለውም ይታለልለታል ብለን እንዳንሳሳት። ለእርሱ መታለል የሚባለው ነገር ፈጥኖ ፊቱ ድቅን አይልም፤ ሰውየውን መርዳት የሚችልበት ጥግ ድረስ ይሞክራል። በዚህ ሁሉ ውስጥ ግን የሚያጋጥሙት የማጭበርበር ስልቶች ካሉ ሰውየው ውሸቱንም ከሆነ የሚረዳበት ክህሎት፣ ሚዛናዊነት አለው። ከትሁቱ ሰው የሚለየው እንዳጭበረበረው ከተረዳ በሩን ፈጽሞ ይዘጋል። አንድ አገልጋይ ትህትናንና የዋህነትን አጣምሮ መያዝ ይኖርበታል።

መጽሐፍ ቅዱስ እንደ እባብ ብልህ እንደ እርግብ የዋህ እንድንሆን ያስተምረናል። እነኚህ ሁለቱ ባሕርያት ካልተጣመሩ የዋህ ሰው ሁልጊዜ እንደ ተታለለና ከሰዎችም እንደ ተጣላ ሊኖር ነው። ብልህ ከሆንን ከሚያታልሉን ሰዎች ጋር ከመጋጨታችን በፊት ብልህነታችንን ተጠቅመን እንገታቸዋለን።

መጽሐፍ ቅዱስ ስለ ፍቅርም ታጋሽነት ያስተምረናል። በትህትናና በየዋህነት በምንመላለስበት ጊዜ ጽናት ያስፈልገናል። በፍቅር ውስጥ ያለው ትዕግስትም በጽንአት እንድንቆም ጉልበት ይሰጠናል።

ትህትና፡- በግሪክ **ታፔይኖፍሮሱኔ** tapeinophrosýnē / tap-i-nof-ros-oo'-nay ይሰኛል። ትህትና የኩራት ወይም የትዕቢት ተቃራኒ የሆነ ፀጋ ሲሆን፣ ክርስቶስን አንደኛ

ሌሎችን ሁለተኛ ራስን ደግሞ መጨረሻ ማስቀመጥ ነው፡፡ትህትና ስለራስ አሳንሶ ማሰብ ሳይሆን ስለራስ ከነጭራሹ አለማሰብ ነው፡፡ ይህ ልዕለ ሰብዕ የሆነ አመለካከት ምንጩ ክርስቶስ ነው፡፡ አማኞች እንዲላበሱት ደግሞ ችሎታውን መንፈስ ቅዱስ ይሰጣቸዋል፡፡ (መጽሐፍ ቅዱስ ጥቅሶች የብሉይና / የአዲስ ኪዳን ግሪክ መዝገበ ቃላት. የቲየር ትርጉም)

ጆን ኤዲ፡- ትህትና ራሳችንን፣ ከክርስቶስ ጋር ያለንን ግንኙነትና የተጠራንበትን ክብር በትክክል ስናይ የሚመጣ ነው፡፡ የጨበጥነውም ሆነ ተስፋ የምናደርገው በረከት ሁሉ ከእግዚአብሔር የምናገኘው ነው፡፡ ከራሳችን የምናገኘው አንዳችም ነገር ስለሌለ ራስን ከፍ ከፍ ለማድረግ ቦታ የለም፡፡ (የጆን ኤዲት ሐተታ)

ጄ ቬርኖን ኤምሲጂ፡- ጠርቀም ያሉ ሰዎች ጀርመን ውስጥ የሚገኘውን የቢቶቨንን ቤት ለመጎብኘት ይሄዳሉ፡፡ ከዛም አስጎብኚው የቢቶቨንን ፒያኖ አሳይቶ ገለጻውንም ሁሉ ከጨረሰ በኋላ ከጎብኚዎቹ መካከል የታላቁን ሙዚቀኛ ፒያኖ አንዳፍታ መጫወት የሚፈልግ እንዳለ ይጠይቃል፡፡ ከአንድ ሰው በስተቀር ሁሉም እየተንጋጉ ወደ ፒያኖው ይሄዳሉ፡፡ በዚህ ጊዜ አስጎብኝም ዝም ብሎ ወደቆመው ሰው ዘወር ብሎ «ምነው እርስዎ ጥቂት መጫወት አይፈልጉም?» ሲል ይጠይቃል፡፡ ሰውየውም «የሚገባኝ አይመስለኝም» ብሎ መለሰ፡፡ ይህ ሰው ታላቁ የፖላንድ የሃገር መሪና ፒያኖ ተጫዋች ፓዴሬቭስኪ ሲሆን ከጎብኝዎቹ መካከል የቢቶቨንን ፒያኖ ለመጫወት የሚገባው ብቸኛ ሰው ነበር፡፡ ቅዱሳን ስንት ጊዜ ተሰጥኦ በሌላቸው ነገር ለመሥራት ሲሮጡ ይታያሉ፡፡ ስንት ጊዜስ የቤተክርስቲያን ሥራ የሚሠራ ሰው አጣን እንላለን? በትህትና መሄድ ያስፈልገናል፡፡(ጄ ቬርኖን ኤምሲጂ፡ የመጽሐፍ ቅዱስ ሐተታ፡ ቶማስ ኔልሰን)

ኤድዋርድስ፡- እውነተኛ ትህትና ራስን ዝቅ ማድረግ ሳይሆን ሌሎችን ከፍ ማድረግ ነው፡፡ ሌሎችን ከፍ ማድረጉ ላይ ካተኮርን ራሳችንን ዝቅ ማድረጉ በራሱ ጊዜ የሚመጣ ነው፡፡ ክርስቶስንና ሌሎችን ከፍ ማድረጉን ትተን ራሳችንን ከፍ የምናደርግ ከሆነ ግን እግዚአብሔር ትዕቢተኛ ይዋረዳል ብሏልና መዋረዳችን የማይቀር ነው፡፡ ራሱን ከፍ የሚያደርግ ሁሉ ይዋረዳልና ራሱን ግን የሚያዋርድ ከፍ ይላል (ሉቃስ 18÷14)፡፡ (ቪን, ደብሊዩ ኢ ቫይን የናዝቪል ስብስቦች ቶማስ ኔልሰን)

አንድሩ መሬይ፡- ትሁት ሰው ራሱን አኮስሶ የሚያይ ሳይሆን ራሱን ከነጭራሹ የማያስብ ሰው ነው፡፡

325

የሰ.ፌ.በ.ስ. አገልግሎት / የኤፌሶን መልእክት ትምህርት

ሪቻርድሰን፡- ትህትና የደካማ ሰው ሽንፈት ሳይሆን ለሌሎች ጥቅምና ፍላጎት የሚጨነቅ ጠንካራ ሰው ለራስ ወዳድነት የሚያሳየው እምቢተኝነት ነው፡፡ ስለዚህ ክርስቶስን ለመከተል ራሳችንን ትሁታን ስናደርግ «ድካማችሁ በጌታ ከንቱ እንዳይሆን አውቃችኋልና…" የተባለው ለእኛ የተጻፈ መሆኑን ማወቅ መልካም ነው (1 ቆሮንቶስ 15÷58)፡፡ (ሪቻርድ, ኤል አስ (የመጽሐፍ ቅዱስ ቃላት ማብራሪያ መዝገበ-ቃላት. ሪጀንሲ)

ባርነስ፡- ትህትና በእግዚአብሔርና በሰው ፊት የሚገባንን ስፍራ የመያዝ ፈቃደኝነት ነው፡፡ እውነት ስለ ራሳችን ክፋትና ኃጢያተኝነት የሚነግረን፤ ሌሎችን ለመጥቀም ወደሚሆን ትህትና በፈቃደኝነት ሊመራን የሚችል ነው፡፡ (ባርነስ ኮሜንተሪ)

የዋህነት፡- በግሪክ **ፕራውተስ** praÿtēs / prah-oo'-tace ይሰኛል፡፡ ፕራውተስ ለእግዚአብሔር *ሥራ* ያለ አመጽ መታዘዝን፣ ለሰው ክፋትም ያለበቀል መታገስን የሚገልጽ አመለካከት ነው፡፡ ይህም በክርስቶስ ሕይወት የተሰበከው ነው፡፡ *ቀንበሬን በላያችሁ ተሸከሙ ከእኔም ተማሩ እኔ የዋህ በልቤም ትሁት (ፕራውተስ) ነኝና ለነፍሳችሁ ረፍት ታገኛላችሁ* (ማቴዎስ 11÷29)፡፡ *እኔ ራሴ ጳውሎስ በእናንተ ዘንድ ፊት ለፊት ሳለሁ ትሁት የሆንኩ ከእናንተ ግን ብርቅ የምደፍራችሁ በክርስቶስ የዋህነትና (ፕራውተስ) ባርነት እመከራችኋለሁ* (2ኛ ቆሮን 10÷1)፡፡ (መጽሐፍ ቅዱስ ጥቅሶች የብሉይና / የአዲስ ኪዳን ግሪክ መዝገበ ቃላት. የቲየር ትርጉም)

ዋልተር ራይት፡- ዓለማትን የሠራ፣ ከዋክብትን በጠፈሩ የበተነ በስማቸውም የሚጠራ፣ ተራሮችን በሚዛን ኮረብቶችንም በመስፈሪያ የሚመዝን፣ ደሴቶችን እንደ ብናኝ የሚያነሳ፣ ውቅያኖሱንም በመዳፉ የሚሰፍር ደግሞ የምድር ፍጥረታት ሁሉ በፊቱ እንደ ፌንጣ የሚያንሱበት እርሱ ወደ ሰው ሕይወት የዋህ በልቡም ትሁት ሆኖ መጣ፡፡ ይህንንም ያደረገው ራሱን ከየዋህነትና ትህትና ጋር አስማምቶ አይደለም እርሱ የዋህና ትሁት ስለሆነ ነው እንጂ!

አልበርት ባርነስ፡- የዋህነት ጉዳትን (ጥቃትን) ከምናስታናግድበት ሁኔታ ጋር የተያያዘ ነው፡፡ ጥቃት ሲደርስብን በቀልን ሳናስብ በትዕግስት ልንሸከመው ይገባል፡፡ ያለቁጣና የበቀል ምኞት በይቅር ባይነት መንፈስ ጥቃትን ስንታገስ የወንጌልን ኃይል በመግለጥ እናስውባታለን፡፡ እዚህ ቦታ የየዋህነት ትርጉሙ ይህ ነው፡፡

ማካርተር፡- የዋህነት የኃይልና የበቀል ተቃራኒ ነው፡፡ የዋህ ሰው እኔ ለሚለው ነገር የሞተ ስለሆነ ለሚያጋጥመው እጦት ስድብም ሆነ ለሚደርስበት ጥቃት አይጨነቅም፡፡ ንብረቱ

ቢወስድ የተሻለና ቋሚ ንብረት በሰማይ እንዳለው ያውቃል (ዕብራውያን 10÷34) በተጨማሪም የዋህ ሰው ራሱን አይከላከልም ይህም አንድም የጌታው ትዕዛዝ ስለሆነ ሁለትም መከላከል ስለማይገባው ነው:: የዋህ በእግዚአብሔር ፊት በትህትና ይቀማል:: (ማክአርተር, ጆ. ኤፌሶን. ቺካጎ: ሙዲ ፕሬስ)

በትዕግስትም እርስ በርሳችሁ በፍቅር ታገሱ

ትዕግስት በግሪኩ ትርጉም "makrothymía / mak-roth-oo-mee'-ah" የሚል ቃል ሲሆን በከፉ ስቃይ ውስጥ እያለፉ በልበ ሰፊነት መፅናትን ያሳያል:: ለዚህም ጌታችን ኢየሱስ ያሳየው ትዕግስት እንደ ምሳሌ የሚታይ ነው:: (እብ 6÷12፣ ማቴ 24÷13)

ጆ ቬርነን ኤም ሲጂ፡- ማክሮቱሚያ ማለት ረዥም ጊዜ የሚነድድ (የሚያበራ) ማለት ነው:: በጓደኞቻችንና ለክርስቲያን ወንድሞቻችን ግልፍተኛ ትዕግስታችንም ቶሎ የሚጠፉባቸው መሆን የለብንም:: (ጆ ቬርኖን ኤምሲጂ: የመጽሐፍ ቅዱስ ሐተታ: ቶማስ ኔልሰን)

---

2 በትሕትና ሁሉና በየዋህነት በትዕግሥትም፤ እርስ በርሳችሁ በፍቅር ታገሡ፤

በትሕትና ሁሉና ዘኁልቍ 12÷ 3፤መዝሙር 45÷4፤ 138÷6፤ምሳሌ 3÷34፤ 16 19፤ኢሳይያስ 57÷15፤ 61÷1-3፤ሶፎንያስ 2÷3፤ዘካርያስ 9÷9፤ማቴዎስ 5÷3-5፤ 11:29; የሐዋርያትሥራ 20:19; 1 ቆሮ 13÷4፣5፤ገላትያ 5÷22፣23፤ቆላስይስ 3÷12፣13፤1 ጢሞቴዎስ 6÷11፤ 2 ጢሞ 2÷25፤ያዕቆብ 1÷21፤ 3÷15-18፤ 1 ጴጥሮስ 3÷15

እርስ በርሳችሁ በፍቅር ታገሡ ማርቆስ 9÷19፤ሮሜ 15÷ 1፤ 1 ቆሮ 13÷ 7፤ገላትያ 6÷ 2

4፡3 በሰላም ማሰሪያ የመንፈስን አንድነት ለመጠበቅ ትጉ።

በኤፌሶን መጽሐፍ "**ሰላም**" የሚለው ቃል 8 ጊዜ ተጠቅሷል:: 6÷15-23 1÷2፣2፡14 15÷17፣ 4፡3 የመንፈስ አንድነት መጠበቅ ትጋትን ይጠይቃል:: ትጋት መልካም ፍሬን ያስገኛል:: ጥሩ ውጤት ያለ ትጋት አይገኝም:: አማኞች በቤተ ክርስቲያን ውስጥ ሰላምን ለማምጣት ከፈለጉ ትጋት ዋነኛ ጉዳይ ነው:: ይህ ትጋት ምንድነው? በጸሎት መትጋት፣ በእግዚአብሔር ቃል እውቀት መትጋት፣ በአገልግሎት መትጋት፣ በግል የሕይወት ሥነ ምግባር ዲስፕሊን መትጋት፣ ክርስቶስን ወደ መምሰልና ሁላችንም የክርስቶስ የበቃን ደቀ መዛሙርት፣ ብዙ ወታደሮች ሆነን ለመገኘት በጸጋው መትጋት ይህ ወደ መንፈስ አንድነት ይወስደናል::

የዛሬዋ ቤተ ክርስቲያን እርስ በእርስ እየተጣላች የፈራረሰችውና በቤተ ክርስቲያን ውስጥ የወንጌሉን ሥራ ከመሥራት ይልቅ አብዛኛው ጊዜያችን የሚያልቀው ወንድሞችና እህቶች በማስታረቅ የሆነበት ትልቁ ምክንያት የመንፈስ አንድነትን ለማምጣት ያለን ትጋት በመዳከሙ ምክንያት አይደለምን?

ጠበቀ፡- በግሪክ **ቴሬኦ** tēréō / tay-reh'-o ይሰኛል፡፡ ለይቶ አስቀመጠ፤ ተከላከለ፤ ጠበቀ ማለት ነው፡፡ አቤቱ ለአፌ ጠባቂ አኑር የከንፈሮቼንም መዝጊያ ጠብቅ (መዝሙር 141፡ 3)፡፡ (መጽሐፍ ቅዱስ ጥቅሶች የብሉይና / የአዲስ ኪዳን ግሪክ መዝገበ ቃላት. የቲየር ትርጉም)

አንድነት፡- በግሪክ **ሄኖቴስ** henótēs / hen-ot'-ace ይሰኛል፡፡ በስምምነት ውስጥ አንድ መሆንን የሚገልጽ ነው፤ የሚገልጸው አንድነትም ውጫዊ ሳይሆን ውስጣዊ አንድነትን ነው፡፡ *ሁሉም አንድ ይሆኑ ዘንድ ከቃላቸው የተነሳ በእኔ ስለሚያምኑ ደግሞ እንጂ ስለ እነዚህ ብቻ አልለምንም አንተ እንደላከኸኝ ዓለም ያምን ዘንድ አንተ አባት ሆይ በእኔ እንዳለህ እኔም በአንተ እነርሱ ደግሞ በእኛ አንድ ይሆኑ ዘንድ እለምናለሁ፡፡* ዩሐ17 (መጽሐፍ ቅዱስ ጥቅሶች የብሉይና / የአዲስ ኪዳን ግሪክ መዝገበ ቃላት. የቲየር ትርጉም)

ኦብራየን፡- በክርስቶስ ሞት የተገኘው ዕርቅ እና አንድነት ሁሉን በክርስቶስ ለመጠቅለል እግዚአብሔር ላለው ሃሳብ አንዱ ክፍል ነው፡፡ ስለሆነም አማኞች ከመለኮታዊው ዓላማ ጋር በሚጣጣም ሁኔታ በአንድ መንፈስ እንዲኖሩ ይጠበቅባቸዋል፡፡ የመንፈስን አንድነት መጠበቅ ማለትም በግልጽ እንዲታይ ማድረግ ነው፡፡ አማኞች በእግዚአብሔር ፊት ያለባቸው ኃላፊነት ይህ ሲሆን፣ የመንፈስን አንድነት በሚያጠፉ ሁኔታ መኖር ግን የክርስቶስን የማስታረቅ ሥራ ውድቅ ማድረግ ነው፡፡(ወደ ኤፌሶን. በዋልታ አዲስ ኪዳን ሐተታ [ዘ ፒላር ኒው ቴታምነት ኮሜንተሪ] - ፒተር. ቲ. ኦብራይን)

በሰላም ማሰሪያ፡-

ማሰሪያ፡- በግሪክ **ሰንዴስመስ** sýndesmos / soon'-des-mos ሲሆን፣ አንድ ላይ ሰፍቶ ወይም አስሮ የሚይዝን ማሰሪያ ወይም ኃይል የሚገልጽ ነው፡፡(መጽሐፍ ቅዱስ ጥቅሶች የብሉይና / የአዲስ ኪዳን ግሪክ መዝገበ ቃላት. የቲየር ትርጉም)

ዊልያም ማክዶናልድ፡- ሰላም የአካሉን ብልቶች ከነተፈጥሯዊ ልዩነቶቻቸው አንድ አድርጎ የሚያሥራቸው ክር ነው፡፡ ልዩነት ሲፈጠር የተለመደው ምላሽ ተከፋፍሎ ሌላ ቡድን

መፍጠር ነው፡፡ መንፈሳዊ የሆነው ምላሽ ግን «መሠረታዊ በሆኑት አንድነት፣ በሚያጠራጥሩት ጥያቄዎች ነፃነት፣ በሁሉም ነገር ደግሞ ፍቅር» ያስፈልጋል የሚል ነው፡፡ ስለሆነም ተራና የግል የሆኑ አምሮቶቻችንንና አመለካከቶቻችንን አስጥመን ለእግዚአብሔር ክብር እና ሊጋራ በረከት በሰላም ሆነን በአንድ መሥራት ይኖርብናል፡፡ (ማክዶናልድ, ወ አና ፋርስታድ, ኤ. አማኝ የመጽሐፍ ቅዱስ ኮሜንታሪ: ቶማስ ኔልሰን)

"ትጋት" የሚለውን ቃል በተመለከተ የተለያዩ የእንግሊዝኛ ትርጉሞች በልዩ ልዩ መንገድ አቅርበውታል፡፡ በአጭሩ እንመልከታቸው፡፡ "giving diligence" (RV, SV) <<being diligent>> (NASB) <<eager>> (RSV) <<spare no effort>> (NEB) <<take/make every effort>> (JB, NIV, NJB, NRSV) <<do your best>> (TEV) እነኚህ ትርጓሜዎች ሁሉ የተለያየ አቀራረብ ቢኖራቸውም ሁሉም ግን ሊሉን የሚሞክሩት የመንፈስ አንድነትን ለመጠበቅ ትጋት እንደ ሚያስፈልግ ነው፡፡ ለምሳሌ እንደ ...የመሳሰሉት ትርጉሞች ትጋት ማለት የአንተ የሆነውን ምርጥ ነገር መፈፀም ነው ይላሉ፡፡ NIV ደግሞ ማንኛውም ጥረት ማድረግ ነው ይለዋል፡፡

በሰላም ማሰሪያ የመንፈስን አንድነት ለመጠበቅ ትጉ፡፡ አንድነት ከሰላም ጋር ወይንም የሰላም እቅድ ዓላማ በሆነው በተመሠረተው መሠረት ላይ አንድ መሆንን ያመለክታል፡፡ ሰዎች ለመልካም ዓላማ ብቻ ሳይሆን አንዳንዴም ለከፋት ዓላማቸው አንድ ለመሆን ሲጥሩ ይታያሉ፡፡ ይህን የመሰለው ለከፋት ዓላማ የሚደረግ አንድነት የእግዚአብሔር መንፈስ የሌለበት አድመኝነት ነው፡፡

በቤተ ክርስቲያን ውስጥ አንዳንዴ የመንፈስ አንድነት ሳይኖር ሲቀር አድመኝነት የሚከሰትባቸው ሁኔታዎች ይኖራሉ፡፡ በአንድ ወቅት በማገለግልበት የዝማሬ አገልግሎት ውስጥ ያሉ የመዝሙር አባላት የሚፈልጉት መዝሙር ካልተዘመረ ተጠቃቅሰው አድማ ይመታሉ፡፡ መዝሙሩ ሲዘመር በመነተት፣ በማበላሸት መሪዎች መዝሙሩን እንዲቀይሩት ያደርጋሉ፡፡ ይህ አንድነት ከመንፈስ ሳይሆን አድመኝነት የፈጠረው፣ ሥጋዊ አንድነት ነው፡፡ መጽሐፍ ቅዱስ ግን ከመንፈስ የሆነውን አንድነት በመጠበቅ እንድንተጋ ያስተምረናል፡፡

ይህን በመሰለው አድመኝነት ውስጥ መንፈስ ቅዱስ ሊሠራ አይችልም፡፡ ሥጋውያን ክርስቲያኖች በአድመኝነት እየተመላለሱ በብዙ ጩኸት፣ በሙዚቃ ድምቀት፣ በሰዎች ግርግር፣ በድምጽ፣ መሣሪያዎች ማንቧረቅ መንፈስ ቅዱስ እንዳለና በመካከላቸው እንደ ሰራ

ለማስመሰል ይሞክራሉ፡፡ መንፈስ ቅዱስ ግን ይህን በመሰለው አድመኝነት ውስጥ አይገኝም፡፡

ሰላም "ጠብቁ" ወይንም "ለመጠበቅ ትጉ" ሲል አጥቢያ ቤተ ክርስቲያናት ሆነ ግለሰብ አማኝን ያመለክታል፡፡ አንዳንዶች አድመኝነት በመከተል ለጽድቅ ከመቆም በጽድቅ የቆመውን ከዓመጸኞች ጋር ተባብረው ይጎዳሉ፡፡ በሕይወታቸው ውስጥ የመንግሥቱ አጀንዳና የክርስቶስ ክብር ሳይሆን የሰው ክብር ገኖ ይታያል፡፡

"ለመጠበቅ ትጉ" የመንፈስ አንድነት ያለ ትጋት አይገኝም፡፡ ይህም ትጋት በትህትና፣ በትዕግስት፣ በየዋህነት፣ በፍቅር፣ በሰላም የመንፈስን አንድነት ለመጠበቅ የሚደረግ ትጋት ነው፡፡ ይህ ትጋት በርካታ ተግባሮችን በውስጡ ያካትታል፡፡ ትህትናም ሆነ ሌሎቹ ባሕርያት የየራሳቸው የሆነ ዲስፕሊን አላቸው፡፡ ጠቢቡ ሰለሞን እራስን መግዛት አገር ከመግዛት ይበልጣል ይለናል፡፡ ይህም እራስን የመግዛት ዲስፕሊን የቱን ያህል ትጋት እንደ ሚፈልግ ያሳየናል፡፡ አንድ ተማሪ ውጤቱ አርኪ እንዲሆን ተግቶ መሥራት ይጠበቅበታል፡፡ በአትሌቲክሱም ሆነ በሌሎቹ ሙያዎችም የሚያስፈልገው ይኸው ነው፡፡ በመንፈሳዊውም እንዲሁ ነው፡፡ የመንፈስ አንድነት ከሰማይ ከእግዚአብሔር የሚሰጥ ቢሆንም የሰው ኃላፊነትም ትልቅ ድርሻ አለው፡፡ ለወንድማችን ራሳችንን ዝቅ አድርገን መግዛት፣ መታዘዝ፣ ፍቅርና ትዕግስት የእኛን የግል ባሕርይና መስጠት፣ ትጋት የሚፈልጉ እንጂ በጸሎት አገኘዋለሁ ካልን ከንቱ ህልም ነው፡፡ ይልቅስ እነኚህ መልካም ባሕርያት በእኛ ውስጥ ቀድመው ሲገኙ ለጸሎት ያዘጋጁናል፡፡ ጸሎታችንም ድል ያለባቸው ይሆናል፡፡

2 በሰላም ማሰሪያ የመንፈስን አንድነት ለመጠበቅ ትጉ።

ዮሐ 13÷34፤ 17÷ 21-23፤ሮሜ 14÷17-19፤ 1 ቆሮ 1÷10፤ 12 12፣13፤ 2 ቆሮንቶስ 13÷11፤ቆላስይስ 3÷13-15፤ 1 ተሰሎንቄ 5÷13፤ዕብራውያን 12÷14፤ ያዕቆብ 3÷ 17፣18

4፡4-7 በመጠራታችሁ በአንድ ተስፋ እንደ ተጠራችሁ አንድ አካልና አንድ መንፈስ አለ፤ አንድ ጌታ አንድ ሃይማኖት አንዲት ጥምቀት፤ ከሁሉ በላይ የሚሆን በሁሉም የሚሠራ በሁሉም የሚኖር አንድ አምላክ የሁሉም አባት አለ።

በየትኛውም ትርጉም ብናስበው አንድነት አለ ትጋትና ጥረት አይገኝም፡፡ የአንድነቱን አስፈላጊነት አጥብቆ ለማሳሰብ ሰባት ዋና ዋና የአንድነት አቃፊ ቃል ወይም መሠረቶች እንዳሉ ከቁጥር 4-6 ባለው ክፍል ውስጥ አስቀምጦታል፡፡ እነዚህም አንድ ተስፋ፣ አንድ ሃይማኖት፣ አንዲት ጥምቀት፣ አንድ አምላክ የሚሉት ናቸው፡፡

ስለ ተስፋ ስናስብ እነኚህ ሰዎች ቀድሞ ያለ ተስፋ ነበሩ፡፡ "...በዚህ ዓለም ተስፋን አጥታችሁ፣ ያለ ክርስቶስ ነበራችሁ" 2÷12 ይላቸዋል፡፡ እነኚህ ከአሕዛብ ወገን የነበሩ ሰዎች ቀድሞ ከእግዚአብሔር ተለይተው ያለ ተስፋ ነበሩ፡፡ ለእነርሱ ሁሉ ነገር ጨለማ ነበር፡፡ አሁን ግን ከእግዚአብሔር የሆነውን ተስፋ አግኝተዋል (ቆላስያስ 1÷5፣ ሮሜ 8÷24)፡፡ ይህ ተስፋ ዓለም እንደ ምትሰጠው ተስፋ የሚጠፋና የሚቀየር ተስፋ አይደለም፡፡ ሙሉ ለሙሉ ተጨባጭና የሚቀየር አስተማማኝ የሆነ ልብን የሚያሳርፍ ተስፋ ነው፡፡ ዛሬ አይሁድም ሆነ የአሕዛብ አማኞች ያለን ተስፋ አንድ ነው ይላቸዋል፡፡ ሁላችንም በዚህ አስተማማኝ ተስፋ ላይ ሁለንተናችንን ጥለናል፡፡ ሁላችንም የተጠራነው ወደዚህ ጽኑ ተስፋ ነው፡፡

ሁለተኛው መሠረት አንድ አካል መኖሩ ነው፡፡ እኛ አንድ አካል ያለን በመሆኑ አንለያይም፡፡ ይህም የቤተ ክርስቲያንን ሉላቃፋዊ (ዩኒቨርሳል) መሆን ያመለክተናል፡፡ በክርስቶስ ያመኑቱ ሁሉ አንድ አካል ናቸው፡፡ 1÷23 2÷16፣3÷5-6) ይህ ፅንሰ ሃሳብ በአዲስ ኪዳን የሆነ እንጂ በብሉይ ኪዳን አልነበረም፡፡ ለብሉይ እንደ አንድ አካል የሚቆጠረው እሥራኤልን ብቻ ነበር፡፡

ሦስተኛው አንድ መንፈስ ማግኘታችን ነው፡፡ በእነኚህ በሁለቱ ወገኖች መሃከል የሚሠራው ዛሬም በዓለም ዙሪያ ሁሉ ባሉ አማኞች ላይ የሚሠራው አንድ መንፈስ ነው፡፡ (2÷18-22) የእያንዳንዱን አማኝ ልብ ቤተመቅደሱ በማድረግ እግዚአብሔር በመንፈሱ አማካኝነት በውስጣችን ያድራል፡፡ ክርስቲያኖች ከመንፈስ ቅዱስ የተነሳ አንድነትን ደስ ብሎን እናደርጋለን፡፡

አንድ ጌታ አንድ ሃይማኖት አንዲት ጥምቀት፤

በቁጥር አራት ላይ የተጀመረው የአንድነት መሠረት ከሆኑት ሰባት አቃፊ ነጥቦች ሦስቱ በዚህ ቁጥር ውስጥ አሉ፡፡ በአዲስ ኪዳን ውስጥ አይሁድን ግራ ያጋባቸው መሲሁ የእርሱ ብቻ እንደ ሆነ አድርገው መቁጠራቸው ነው፡፡ እርሱ ግን ከአሕዛብ ወገን ለመጡትም ጌታ ነው፡፡

አንድ ሃይማኖትም ለእነርሱ ግራ የሚያጋባ ነው፡፡ ዛሬ በወንጌላውያን አብያተ ክርስቲያናት ዙሪያ እንኳን በብዙ ሺዎች የሚቆጠሩ ቤተ እምነቶች በርክተዋል፡፡ ጳውሎስ ሃይማኖቴን ጠብቄያለሁ የሚልበት በጸጋው ላይ የተደገፈው ሃይማኖት በክርስቶስ አዳኝነት ላመኑት ሁሉ የሚሆን ነው፡፡ እንጂ የጥቂቶች ብቻ አይደለም፡፡

ስድስተኛው አቃፊ ቃል አንድ ጥምቀት ነው፡፡ ይህን ጥምቀት በተመለከተ አንዳንዶች ይህ ጥምቀት የመንፈስ ቅዱስ ጥምቀት ነው ሲሉ ሌሎች ደግሞ የውኃ ጥምቀት ነው ይላሉ፡፡ የጥንቷ ቤተ ክርስቲያን በክርስቶስ ላይ ያላት እምነት ከውኃ ጥምቀት ጋር ከፍተኛ ትስሥር አለው፡፡ ባለንበት ዘመን የውኃ ጥምቀትን ሰዎች ስለ እምነት በትክክል ሳይረዱም እንዲፈፅሙት ይደረጋል፡፡ የሚፈለገውም የአባላትን ቁጥር ማብዛት ነው፡፡ በጥንቷ ቤተ ክርስቲያን ግን የውኃ ጥምቀት ሰውየው በትክክል ገብቶትና ሕይወቱ ተለውጦ፣ ለዓለም መሞቱና ለክርስቶስ መኖሩ ሲረጋገጥ የሚፈፀም ነው፡፡ (ሐዋ 2÷38፣ 8÷16፤35-39፣ 1ቆሮ 1÷13-15)

ከሁሉ በላይ የሚሆን በሁሉም የሚሠራ በሁሉም የሚኖር አንድ አምላክ የሁሉም አባት አለ።

ሰባተኛው አቃፊ ቃል የሁሉ አባት የሆነ አንድ አምላክ የሚለው ነው፡፡ የመጨረሻውና ማሠሪያው አቃፊ ቃል ሲሆን፣ እግዚአብሔርን አምላክና አባት ነው ይለዋል፡፡ ዛሬ በዓለም ላይ አምላክነን ባዮች በርካቶች ይኖራሉ፡፡ የአባትነቱን ቦታ ግን ሊይዙት አይችሉም፡፡ እግዚአብሔር ግን እኔ አባታችሁ ነኝ ይለናል፡፡ (ሮሜ 15÷6፤1ኛ ቆሮ 15-24፣ ኤፌ 1÷3)

እርሱ የሁሉም አባት ነው ሲል ለእሥራኤላውያንም ለአሕዛብ አማኞችም አንዱን ከሌላው ሳያበላልጥ የሁሉ አባት ነው ይለናል፡፡

ነገር ግን እንደ ክርስቶስ ስጦታ መጠን ለእያንዳንዳችን ጸጋ ተሰጠን

ጸጋ ከእግዚአብሔር የሚሰጥ እንጂ በእኛ ትጋትና ጥንካሬ የሚገኝ አይደለም፡፡ ጸጋ እግዚአብሔር ወዶና ፈቅዶ በራሱ ውሳኔ የሚሰጠን ነው፡፡ በእኛ ትጋት የምንወርሳቸው ባሕርያት እንዳሉ ሁሉ በእግዚአብሔር ጸጋም የሚለቀቁልን በረከቶች አሉ፡፡

ይህ ጸጋ ለአንዱ ተሰጥቶ ለሌላው የሚከለከል ወይም የተወሰኑ ሰዎች ብቻ የሚቀበሉትም አይደለም፡፡ ለእያንዳንዳችን የተሰጠ እንደ ሆነ ቃሉ ይናገራል፡፡ በአዲስ ኪዳን ውስጥ ይህ ጸጋ ለተወሰኑ ሰዎች ብቻ እንደ ተሰጠ አድርገው የሚያስተምሩ አሉ፡፡ ይህ ጸጋ ስጦታ እንጂ በእኛ ትጋትም የተገኘ አይደለም፡፡ በቁጥር 3 ላይ ስለ ትጋት ይናገራል፡፡ የመንፈስ አንድነትን ለመጠበቅ የእኛ አስተዋፅዖ ከፍተኛ ነው፡፡ ጸጋን ከእግዚአብሔር አማኞች በመሆናችን እንቀበላለን፡፡ የተሰጠን ጸጋ መጠበቅና መንከባከብ እንዲሁም ማሳደግ የእኛ ድርሻ ሊሆን ይገባል፡፡ በመንፈሳዊ ሕይወታችን ከህጻንነት ወደ ጉልምስና እንደምናድግ የተሰጠን ጸጋም

እያደገ ይሰፋል፡፡ ይህን ስጦታም በትክክል በመጠቀም ለእግዚአብሔር ክብርና ለአካሉ መታነጽ ልናውለው ይገባናል፡፡

ለእያንዳንዳችን ጸጋ ተሰጠን ይላል፡፡ ይህ ጸጋም ከክርስቶስ የተሰጠ ስጦታ ነው፡፡ ወደ ላይ በወጣ ጊዜ ምርኮን ማረከ፣ ለሰዎችም ስጦታን ሰጠ፡፡ ይህ ክፍል ከመዝሙረ ዳዊት 87፥18 የተወሰደ ነው፡፡ ክርስቶስ ኢየሱስ ወደ ምድር መጣ፣ ወደ ሲኦልም ወረደ፣ በዚያም ለሙታን ሳይቀር በሲኦል ለተጠበቁት ወንጌልን ሰበከላቸው፡፡ ከዚያም ሞትን ድል ነስቶ ተነሳ፤ ወደ አባቱም አረገ፡፡ ጌታ ኢየሱስ በሞቱ ወደ ምድር ታችኛ ክፍል በመውረዱ ይህ ሲኦልን ያመለክታል፡፡ እንዲሁም በትንሳኤው ወደ አባቱም በማረጉ ምርኮን ማረከ፡፡ እኛ እያንዳንዳችን ከእርሱ ታላቅ ተጋድሎ የተነሳ የተገኘን የእርሱ ምርከኞች ነን፡፡ ለእኛ ለምርኮኞቹ ስጦታን ሰጠን፡፡ ይህ የጸጋ ስጦታ ነው፡፡

እርሱ የወደደውን በሚፈልገው መጠን ለልጆቹ ጸጋውን ያካፍላል፡፡ ሲያካፍልም ዓላማው አካሉ እንዲጠቀም እንዲሠራበት ነው፡፡ ሐዋርያው ከመዝሙር 68፥8 በመውሰድ ወደ ላይ ወጣ፣ ወደ ምድር ታችኛው ክፍልም ወረደ የሚለውን ሃሳብ ያብራራዋል፡፡ ይህም የክርስቶስን ወደ ምድር መምጣት፣ ከዚያም መሞትና መነሳቱን ማረጉንም ያሳያል፡፡ ከቁጥር 9-10 ይህንኑ መዝ 68፥18 ያብራራዋል፡፡ መሲሑ ወደ ምድር ሲወርድ ሁሉን ይሞላ ዘንድ ነው፡፡ በኃጢአት የተነሣ በእግዚአብሔርና በሰው መሃከል የነበረውን ክፍተት፣ እንዲሁም በተገረዙትና ባልተገረዙት መሃከል የነበረውን ክፍተት ይሞላ ዘንድ ነው፡፡ እነኚህን አንድ ወደመሆን ዓመጣቸው፡፡ ወደ ሰማይ ያረገውም ደግሞ እንዲሁ ነው፡፡ እርሱ ወደ ላይ ባለ ጊዜም ደግሞ ለሰዎች ስጦታን ሰጠ፡፡

እኛ ጸጋውን የምንቀበለው ይህ ጌታ ያደረገልንን አምነን በመቀበል ብቻ ነው፡፡በዚህ ክፍል ከብሉይ ኪዳን መጠቀሱ አይሁድንና አሕዛብን በማቀራረብ የራሱ የሆነ ትርጉም አለው፡፡ በመዝሙረ ዳዊት ውስጥ፣ በብዙ መምህራን ዘንድ ለአፈታት አስቸጋሪ ምዕራፍ ነው የሚባለው መዝሙር ፍቺ ነው፡፡ ምናልባትም ጳውሎስ የምዕራፉን ፍቺ በቀላሉ አስቀምጦታል፣ አለዚያም ደግሞ ጳውሎስ ተቀበለ የሚለውን ቃል ሰጠ በሚለው ለመተካት ዓመቺ የሆነለትን ቃል ስላገኘም ሊሆን ይችላል ብለው አስተያየት የሚሰጡ ሰዎች አሉ፡፡

---

4 በመጠራታችሁ በአንድ ተስፋ እንደ ተጠራችሁ አንድ አካልና አንድ መንፈስ አለ፤
በመጠራታችሁ በአንድ ተስፋ እንደ ተጠራችሁ 1፤ 1፥18፤ኤር14፥8፤17፥7፤ሐዋ 15፥1፤ቆላ 1፥5፤ 2 ተሰ 2፥16፤ 1 ጢሞ 1፥1፤ቲቶ 1: 2፤ቲቶ 2፥13፤ 3፥7፤ዕብ 6፥18, 19፤ 1 ኛጴጥ 1፥ 3፣4፣21፤ 1 ዮሐ. 3፥

የስ.ፊ.በ.ስ. አገልግሎት / የኤፌሶን መልእክት ትምህርት

አንድ አካልና ኤፌ2÷16; 5÷30፤ሮሜ 12÷4፣5፤ 1 ቆሮ 10÷17፤ 12 12፣13፣20፤ቆላ 3÷15
አንድ መንፈስ አለ ኤፌ2÷18፣22፤ማቴ 28÷19፤ 1 ቆሮ 12÷ 4-11፤ 2 ቆሮ 11÷4
5 አንድ ጌታ አንድ ሃይማኖት አንዲት ጥምቀት፤
አንድ ጌታ ሐዋ 2÷36፤ 10÷36፤ሮሜ 14÷8፣9÷ 1 ቆሮ 1÷2፣13÷8÷6፤ 12÷5፤ፊል 2÷11፤ 3 8
አንድ ሃይማኖት (እምነት) ኤፌ4÷13; ሮሜ 3÷30፤ 2 ቆሮ 11÷ 4፤ገላ 1÷6 ÷7፤ 5÷6፤ቲቶ 1÷ 1፣ 4፤ዕብ 13÷7፤ያዕ2÷18፤ 2 ጴጥ 1÷1፤ይሁዳ 1 3,20
አንዲት ጥምቀት ማቴዎስ 28÷19፤ሮሜ 6÷3፣4፤ 1 ቆሮ 12÷13፤ገላትያ 3÷26-28፤ዕብራ 6÷6፤ 1 ጴጥሮስ 3÷21
6 ከሁሉ በላይ የሚሆን በሁሉም የሚሠራ በሁሉም የሚኖር አንድ አምላክ የሁሉም አባት አለ።
ከሁሉ በላይ የሚሆን ኤፌ1:21፤ዘፍ 14÷19፤ 1 ዜና29÷11፣ 12፤መዝ 95÷3፤ኢሳ40÷11-17፣21-23፤ ኤርምያስ 1÷10-13፤ዳንኤል 4÷34፣35፤ 5÷18-23፤ማቴ 6÷13፤ሮሜ 11÷36፤ራዕ 4÷8-11
በሁሉም የሚኖር(በሁሉም ውስጥ) ኤፌ2÷22፤ 3 17፤ዮሐ 14÷23፤ 17÷26፤ 2 ቆሮ 6÷16፤ 1 ዮሐ 3÷24፤ 4÷12-15
አንድ አምላክ የሁሉም አባት ኤፌ6÷23፤ዘኊ 16÷22; ኢሳ 63:16፤ሚል 2÷10፤ማቴ 6÷ 9፤ዮሐ 20÷17፤ 1 ቆሮ 8÷6፤ 12÷6፤ገላ 3÷26-28፤ 4÷3-7፤ 1 ዮሐ 3÷1-3
7 ነገር ግን እንደ ክርስቶስ ስጦታ መጠን ለእያንዳንዳችን ጸጋ ተሰጠን።
እንደ ክርስቶስ ስጦታ መጠን ኤፌ3÷2፤ ዮሐ 3÷34፤ ሮሜ 12÷3፤ 2 ቆሮ 10÷13-15
ለእያንዳንዳችን ማቴዎስ 25÷15፤ ሮሜ 12÷6-8፤ 1 ቆሮ 12÷8-11፣28-30
ጸጋ ተሰጠን ኤፌ 3÷ 8፤2 ቆሮ 6÷1፤ 1 ጴጥ 4÷10

4፡8-10 ስለዚህ ወደ ላይ በወጣ ጊዜ ምርኮን ማረከ ለሰዎችም ስጦታን ሰጠ ይላል። ወደ ምድር ታችኛ ክፍል ደግሞ ወረደ ማለት ካልሆነ፥ ይህ ወጣ ማለትስ ምን ማለት ነው? ይህ የወረደው ሁሉን ይሞላ ዘንድ ከሰማያት ሁሉ በላይ የወጣው ደግሞ ያው ነው።

ሐዋርያው በዚህ ምዕራፍ ላይ አንድነትን መጠበቅ እንዳለብን ከቁጥር 1-3 ላይ ተናግሯል፡፡ ቀጥሎ ደግሞ (ከቁጥር 4-6) የአንድነት አቃፊ ነጥቦች ምን ምን እንደ ሆነ ከፍ ብለን በተመለከትነው መሠረት አስቀምጦልናል፡፡ ከቁጥር 7-10 ደግሞ አንድነትን በመጠበቂያነት ስለ ሚረዱን ነጥቦች ያስተምረናል፡፡ ሐዋርያው ከቁጥር 1-6 አንድነትን በተመለከተ በቀጥታ አስተምሯል 7-10 ደግሞ በልዩነት ውስጥ አንድነትን ጠብቆ ስለ መኖር ይናገራል፡፡ ከቁጥር 11-16 ደግሞ እንደ ገና ወደቀደመው በመመለስ ስለ አንድነት ያብራራል፡፡

በዚህኛው ክፍል ውስጥ በልዩነት ውስጥ አንድነትን ጠብቆ ስለ ማቆየት የተናገረውን እንመልከት፡፡ እግዚአብሔር በአካሉ ውስጥ የተለያዩ ስጦታዎችን ሰጥቷል፡፡ በአንዱ አካል ውስጥ የተለያዩ ስጦታዎች አሉ ማለት ነው፡፡ (ሮሜ 12÷4-5፣ 1ኛ ቆሮ 12÷4-29) ስጦታው ማንኛውንም አማኝ ሳይለይ የሚመለከት ነው፡፡ ይህ በአማኞች መሃከል የሚሆነው የተለያዩ ስጦታዎች መቀበል የአካሉን መቀናጀት ያሳያል፡፡ አንድነት ማለትም ፈጽሞ መመሳሰል ሳይሆን መቀናጀት ነው፡፡

ሰጠ፡-

ማካርተር፡- ድል የነሳ ወራሪ ምርኮን ለሕዝቡ እንደሚያከፋፍል እንዲሁ ክርስቶስም ያሸነፈውን ሽልማት ሁሉ ወስዶ በመንግሥቱ ውስጥ አከፋፈላቸው፡፡ እርሱ ወደ ላይ በወጣና በከበረ ጊዜም መንፈስ ቅዱስን ከእርሱም ጋር ስጦታዎቹን ለቤተክርስቲያን ላከ፡፡

ስጦታ፡- በግሪክ ድዶማ dídōmi / did'-o-mee ሲሆን ገፀ በረከት ማለት ነው፡፡(መጽሐፍ ቅዱስ ጥቅሶች የብሉይና / የአዲስ ኪዳን ግሪክ መዝገበ ቃላት. የቲየር ትርጉም)

አምስቱ የአገልግሎት ቢሮዎችን በተመለከተም የሚከተለውን ባሕሪያቸውን በዝርዝር መረዳት ተገቢ ይሆናል፡፡

1. የሐዋርያነት አገልግሎት፡-

የወንጌል ሥርጭትን ወንጌል ባልደረሰባቸው ቦታዎች በማድረስ፣ ነፍሳትን ለእግዚአብሔር ቤት በመማረክ፣ የዳኑትንም በማስተማር ቤተ ክርስቲያን እንድትመሠረት ያደርጋል፡፡ ይህ አገልጋይ ለሐዋርያነት ጥሪ ያለው፣ በሕይወቱ መልካም ምሳሌነት ያለው፣ በመንፈስ ቅዱስ መሪነት በቤተ ክርስቲያን ውስጥ "በትጋት የሚያገለግል፣ ሌሎችንም የሚያበረታታ የሚያነሳሳ፣ የሐዋርያነት ጸጋ የሚጠይቀውን መመዘኛዎች ማለትም የወንጌል ሥርጭትን፣ ነፍሳትን የመትከል አገልግሎትን፣ የወንጌል ሥርጭት ጣቢያንና አጥቢያ ቤተ ክርስቲያንንም በመትከል የወንጌል ተልዕኮ አገልግሎትን የሚሰጥ መሆን ይኖርበታል፡፡ 2ጢሞ 2÷24፣ ኤፌ 4÷11 ሐዋርያ ተብሎ ሹመቱን ለማግኘት፣ አጥቢያ ቤተ ክርስቲያን ከመሠረት በመጀመር ሠርቶ የመሠረተ መሆን አለበት፡፡

2. መጋቢነት፡-

መጋቢ ከእግዚአብሔር ጥሪ ያለው ሰው ሆኖ በመንፈሳዊ ሕይወቱ መልካም ምሳሌነትና በአገልግሎቱም ትጋት የተመሰከረለት በመንፈስ ቅዱስ መሪነት በአንዲት አጥቢያ ቤተ

ክርስቲያን ለማገልገል ሹመትን የተቀበለ፣ ቃሉን ተቀብሎ የሚኖርበት፣ ለሌሎችም የሚያስተምር፣ እንዲኖሩበትም የሚያበረታታና የሚጥር ነው። እንዲሁም መንጋውን ከስህተት የሚጠብቅና በእግዚአብሔር ቃል እውነት እየተኮተኮተ የሚያሳድግ የሚመክር ነው።

አንድ መጋቢ ሹመቱን ለመቀበል በእርግጥም መጋቢ ነው ለመባል በፍሬው የተመሠረለት ቢሆን ጥቅሙ ከፍ ያለ ነው። ፍሬው ታይቶ በእረኝነት አገልግሎት የተሰማራ ከሆነ ሌላም ሥፍራ ሄዶ ቢያገለግል በየትኛዋም ቤተ ክርስቲያናት ዘንድ ተቀባይነት አለው። በአንዳንዶች ዘንድ ደግሞ ጌታ ከጠራውና ቅዱሳን ከመሰከሩለት በሌላም ሥፍራ በመሄድ አገልግሎት ሊጀምር ይችላል የሚሉ አሉ። ኤፌ 4፡11፣ ሐዋ 20÷28፣ 1ጴጥ 5÷2፣ 1ቆሮ 4፡12

3. አስተማሪነት:-

አስተማሪ ከእግዚአብሔር ጥሪ ያለው ሰው ሆኖ በመንፈሳዊ ሕይወቱ መልካም ምሳሌነትና በአገልግሎቱም ትጋት የተመሰከረለት በመንፈስ ቅዱስ መሪነት በአንዲት አጥቢያ ቤተ ክርስቲያን ለማገልገል ሹመትን የተቀበለ፣ቃሉን ተቀብሎ የሚኖርበት፣ ለሌሎችም የሚያስተምር፣ እንዲኖሩበትም የሚያበረታታና የሚጥር ነው። እንዲሁም መንጋውን ከስህተት ትምህርት የሚጠብቅና በእግዚአብሔር ቃል እውነት እየተኮተኮተ የሚያሳድግ የሚመክር ነው። ይህ የመምህርነት ሹመት የሚፈፀመው ጸጋውን እንደሚገባ በመፈተሽ ሊሆን ይገባል።

አንድ መምህር ሹመቱን ለመቀበልና በእርግጥም መምህር ነው ለመባል በመምህርነት አገልግሎቱ ፍሬው ቢታይ ይጠቅማል። ጥቅሶች ኤፌ 4÷11፣ ሐዋ 20÷28፣ 1ጴጥ 5÷2፣ 1ቆሮ 4÷12

4. ነብይነት፣

ነብይነት ከእግዚአብሔር ጥሪ ያለው ሰው ሆኖ በመንፈሳዊ ሕይወቱ መልካም ምሳሌነትና በአገልግሎቱም ትጋት የተመሰከረለት በመንፈስ ቅዱስ መሪነት በአንዲት አጥቢያ ቤተ ክርስቲያን ለማገልገል በአገልግሎቱ ሹመትን የተቀበለ፣ የአገልግሎቱን ደንብ ተቀብሎ የሚኖርበት፣ ለሌሎችም የሚያስተምር፣ እንዲኖሩበትም የሚያበረታታና የሚጥር ነው። እንዲሁም መንጋውን ከስህተት የሚጠብቅና በእግዚአብሔር ቃል እውነት በጸጋው ከእግዚአብሄር በትክክል የሚገለጥለትን እውነት እየተናገረ የሚያሳድግ የሚመክር ነው። አንድ ነብይ ሹመቱን ለመቀበልና በእርግጥም ነብይ ነው ለመባል የሚያስችለው በአንዲት

አጥቢያ ውስጥ ሹመቱን ሳይቀበል እንደሌሎቹ የአገልግሎት ቢሮዎች ሁሉ ፍሬው ቀደም ብሎ ቢታይ መልካም ነው። ጥቅሶች ኤፌ 4÷11፣ ሐዋ 20÷28፣ 1ጴጥ 5፡2፣ 1ቆሮ 4፡12

5. ወንጌላዊነት፡-

ወንጌላዊነት ከእግዚአብሔር ጥሪ ያለው ሰው ሆኖ በመንፈሳዊ ሕይወቱ መልካም ምሳሌነትና በአገልግሎቱም ትጋት የተመሰከረለት በመንፈስ ቅዱስ መሪነት በአንዲት አጥቢያ ቤተ ክርስቲያን ለማገልገል በአገልግሎቱ ሹመትን የተቀበለ፣ ያልዳኑ ወደ እግዚአብሔር መንግሥት እንዲቀላቀሉ ወንጌልን እየተዘዘረ የሚያስተምር፣ እንዲኖሩበትም የሚያበረታታና የሚጥር ነው። እንዲሁም የዳኑት ወደ እግዚአብሔር ቤት እንዲቀላቀሉ ሚያደርግ፣ የሚጠብቅና በእግዚአብሔር ቃል እውነት በጸጋው እግዚአብሔር በትክክል የሚገለጥለትን እውነት እየተናገረ የሚያሳድግ የሚመክር ነው። ይህ የወንጌላዊነት ሹመት የሚፈፀመው በቃሉ መሠረት ይሆናል። አንድ ወንጌላዊ ሹመቱን ለመቀበልና በእርግጥም ወንጌላዊ ነው ለመባል ፍሬው በሥራ ላይ ቀደም ብሎ ቢታይ መልካም ነው።

> በአሜሪካንም ሆነ በሌሎቹ የምዕራባውያን ሃገራት ያሉት ቤተ ክርስቲያናት - አምስቱን ቢሮዎች በማሟላት እየሰሩ አይደለም። ሐዋርያት ፤ ወንጌላውያን ፤ አስተማሪዎች ፤ ነብያት የላቸውም። በኢትዮጲያ በቀድሞው ዘመን ወንጌላውያንን ብቻ እንመለከት ነበር።እየቆየ ሲሄድም ከአብዮት ጀምሮ በምዕራብ ሃገር ያሉ የኢትዮጵያ ቤተ ክርስቲያናት እረኛ ብቻ ይታይባቸዋል። ሙሉ ግዜ የሰጡ ወንጌላዊ ሆነ አስተማሪ ተሰማርተው አይታዩም።በይበልጥ በምድራችን በአሁን ባለንበት ዘመን ደግሞ ቤተክርስቲያን የነብያት አገልግሎትብቻ ይታባቸዋል።ይህ የሆነው በአብዛኛው ራዕያቸው በሌሎች ጉዳዮች ስለ ተያዘ ነው። የሕንጻ ግንባታ ዕዳ በመክፈል ብቻ ከ10-20 ዓመት ወስዶባቸዋል። የአገልግሎታቸውን 60 በመቶ የወሰደው ሌላ ጉዳይ ስለ ሆነ ነው። በሌላ አንፃር ስጦታው ተሰጥቶ ሳለ ስጦታው የሌላቸው በሥፍራውን ይዘውት ይገኛሉ።

ቤተ ክርስቲያን በሙላት እንድታድግና ፍሬያማ እንድትሆን አገልጋዮች በተሰጣቸው ስጦታ ልክ ሊያገለግሉ ይገባል። በብዙ ቤተ ክርስቲያናት ግን በግልጽ የሚታየው ሰዎች የቤተ ክርስቲያንን አገልግሎት የኑሮ መተዳደሪያቸው እንዳደረጉት ነው። በአንዳንድ ቦታ ጭራሽ የቤተሰብ ካምፓኒ፣ ፒኤልሲ እስኪመስል ድረስ ሰዎች ያለ ስጦታቸው በቤተ ክርስቲያን ውስጥ ይሰገሰጋሉ። አባት፣ ልጅ፣ ሚስት፣ ወንድም፣ የአጎት ልጅ እየተባባለ ዘመዳሞች ቤተ ክርስቲያንን ይመሩዋታል። ይህ የቤተ ክርስቲያን ውድቀት ይሆናል።

በአንዳንድ ቦታዎች ደግሞ ለዓመራሩ ታማኝ የሆኑ ሰዎች ተመርጠው በእረኝነት ሆነ በሌሎች አገልግሎት ክፍል እንዲመደቡ ይደረጋል፡፡ እነኚህ ሰዎች ታማኝ የዓመራሩ ክፍል አገልጋዮች ናቸው፡፡ ታማኝነታቸው ለሰዎች እንጂ ለእግዚአብሔር መንግሥት አይደለም፡፡

በሌሎች ቦታዎችም ደካማ የሆኑና ጸጋው የሌላቸው ሰዎች በአገልግሎት ሥፍራ እንዲቀመጡ ይደረጋል፡፡ እነኚህ ሰዎች የሚፈለጉበት ዋነኛ ምክንያት ዋናው መሪ እንዳይሸፈን ነው፡፡ ዋናውን ፓስተር በጸጋ ስጦታው የሚበልጠው አገልጋይ (በሰው እይታ ሲወዳደር የበለጠ ፀጋ) በዚያ ቤተ ክርስቲያን ውስጥ እንዲቀመጥ አይፈለግም፡፡ እነኚያ ስጦታቸው (በሰው እይታ አይን የሚስቡ ስጦታ የሌላቸው) ሰዎች በዋናው ፓስተር ዙሪያ ተኮልኩለው እርሱ ዘወትር እንደ ኮከብ ደምቆ እንዲኖር ይፈልጋል፡፡ ይህም ቤተ ክርስቲያን የታላቁ ተልዕኮ አገልግሎቷን በብቃት እንዳትወጣ ትልቅ እንቅፋት ይሆንባታል፡፡ መሪው የሚደምቀው በሰው እይታ ሳይሆን በተሰጠው ስጦታ እንደመሆኑ መጠን ሁሉም ስጦታ አስፈላጊ እንደሆነ እና አንዱ ከአንዱ በስጦታ መበላለጥ ሳይሆን የስጦታ ልዩነት እንዳለ ተረድቶ ህዝቡንም በዚህ እወነት ላይ ኢንዲመሰረት እንዲሁም ወደ ክርሰቶስ ማደግ ያስፈልጋል፡፡

---

8 ስለዚህ ወደ ላይ በወጣ ጊዜ ምርኮን ማረከ ለሰዎችም ስጦታን ሰጠ ይላል።

ወደ ላይ በወጣ ጊዜ መዝ 68÷18

ምርኮን 1 ሳሙ 30÷26፤አስ 2÷18

ማረከ መሳ 5÷12፤ቆላ 2÷15

9 ወደ ምድር ታችኛ ክፍል ደግሞ ወረደ ማለት ካልሆነ፥ ይህ ወጣ ማለትስ ምን ማለት ነው?

ወደ ምድር ታችኛ ክፍል መዝ8÷5፤ 63÷9፤ 139÷15፤ማቴ 12÷40፤ዕብ 2÷ 7፣9

ደግሞ ወረደ ዘፍጥረት 11÷5፤ዘፀ 19 ÷20፤ዮሐ 6÷33፣38፣41፣51፣58፤ 8÷14፤ 16÷27፣28

ይህ ወጣ ማለትስ ምን ማለት ነው ምሳሌ 30÷4፤ዮሐንስ 3÷13፤ 6÷33፣62፤ 20÷17፤ የሐዋርያትሥራ 2÷34-36

10 ይህ የወረደው ሁሉን ይሞላ ዘንድ ከሰማያት ሁሉ በላይ የወጣው ደግሞ ያው ነው።

ሁሉን ይሞላ ዘንድ (መላው ፍጥረተ አለምን ይሞላ ዘንድ) ማቴ 24÷34፤ሉቃስ 24÷44፤ዮሐ 19÷24፣28፣36፤ሐዋ 3÷18፤3÷32፣33፤ሮሜ 9÷25-30፤ 15: 9-13፤ 16 25፣26

ይህ የወረደው...ደግሞ ያው ነው (እርሱ ራሱ ነው) ኤፌ3÷19፤ዮሐ 1÷16፤ሐዋ 2÷33፤ቆላ 1÷19፤ 2 9

ከሰማያት ሁሉ በላይ የወጣው ኤፌ1÷20-23፤ሐዋ 1÷9፣11፤ 1 ጢሞ 3÷16፤ዕብ 4÷14፤ 7÷26፤ 8÷1፤ 9÷23፣24

4፡11 እርሱም አንዳንዶቹ ሐዋርያት፥ ሌሎቹም ነቢያት፥ ሌሎቹም ወንጌልን ሰባኪዎች፥ ሌሎቹም እረኞችና አስተማሪዎች እንዲሆኑ ሰጠ፤

ስጦታው አንዳንዶች ሐዋርያት፣ ሌሎች ነብያት፣ ሌሎችም ወንጌል ሰባኪዎች፣ ሌሎችም እረኞችና አስተማሪዎች እንዲሆኑ ሰጠ፡፡ እነኚህ ልዩ ልዩ የጸጋ ስጦታዎች በቅንጅት በሚሰሩበት ጊዜ ውጤታማነት ይመጣል፡፡ አካሉ ይታነፃል፣ ቤተ ክርስቲያን ትሰፋለች፡፡

የሐዋርያትን ጸጋ በተመለከተ በመጽሐፍ ቅዱስ ውስጥ ሦስት ዓይነት ሐዋርያት አሉ፡፡ የመጀመሪያዎቹ የበጉ ሐዋርያት የሚባሉ፣ ከጌታ ጋር የነበሩና ትንሣኤውን በዓይናቸው የተመለከቱት ናቸው፡፡ (ሐዋ 1÷21-22) ቀጥሎ ደግሞ የጳውሎስ ዓይነቶች በመጀመሪያዋ የአዲስ ኪዳን ቤተ ክርስቲያን ውስጥ ሰፊ ድርሻ የነበራቸው ናቸው፡፡ (1ቆሮ 15÷8-9) ሦስተኞቹ ደግሞ ስጦታውን የተቀበሉ እስከ ዛሬም ድረስ በስጦታው የሚያገለግሉቱ ናቸው፡፡ የመጀመሪያዎቹ ሁለቱ ቢሮውን የሚወክሉ፣ አዲስ ኪዳንን ጽፈው እስከማቅረብ መንፈስ ቅዱስ የተጠቀመባቸው ሲሆኑ፣ ሦስተኞቹ ግን የሐዋርያት የወንጌል ተልዕኮ ጸጋው የሚሠራባቸው፣ ለአንዲት አጥቢያ ቤተ ክርስቲያን የተሰጡ ናቸው፡፡ ጌታ ኢየሱስ ባገለገለበት ዘመን ከ12ቱ ደቀ መዛሙርት ውጪ የሆኑ፣ ትንሳኤውንም ያልተመለከቱ ነገር ግን ሐዋርያ የተባሉ ነበሩ፡፡ በርናባስ ያዕቆብ የጌታ ወንድም 1ኛ ቆሮ 15÷7፣ ገላ 1÷19 ሐሥ 14÷4፣ 14 1ኛ ቆሮ 9÷5-7 አጵሎስ 1ኛ ቆሮ 4÷6-9 የመሳሰሉት ናቸው፡፡

የሐዋርያነት ዋነኛ ተልዕኮ ወንጌል ባልደረሰበት ቦታ በመገኘት ወንጌልን ሰብኮ ቤተ ክርስቲያንን መትከል ነው፡፡ ሮሜ 15÷20 ለእግዚአብሔር መንግሥት አዲስ ግዛትን በመከፈት መልእክተኛ ሆነው የሚያገለግሉ ናቸው፡፡

የተቀሩት አራት ስጦታዎችም እያንዳንዳቸው በቤተ ክርስቲያን አገልግሎት ውስጥ ሰፊ ድርሻ አላቸው፡፡ ወንጌላዊው ወንጌልን ለአዳዲስ ነፍሳት በመስበክ የሚያገለግል ሲሆን፣ በሃገራችንም ሆነ በሌሎችም አገር አብያተ ክርስቲያናት ሰዎች የሚሸሹት የማይፈለግ ጸጋ እንደ ሆነ ነው፡፡ ለዚህም እንደ ትልቅ ምክንያት የሚወሰደው የሥልጣን ጥያቄ ነው፡፡ ወንጌላዊው በየገጠሩ የሚዞር፣ ከአዳዲስ ነፍሳት ጋር ብቻ ጊዜውን የሚጨርስ ተደርጎ ስለ ሚታሰብ የፓስተሩን ያህል በቤተ ክርስቲያን ዓመራር ውስጥ ገብቶ የሥልጣን ተጋሪ የመሆን እድሉ ጠባብ ነው፡፡ ይህ ዓመለካከት ትክክል አይደለም፡፡ የቤተ ክርስቲያንም የሚያሳይ ነው፡፡ ምክንያቱም 1ኛ/ አገልጋይ ለሥልጣን የሚሮጥ ሳይሆን እንዲያገለግል የተጠራ ነው፡፡ 2ኛ/ እግዚአብሔር እንደ ወደደ ስጦታውን ይሰጣል እንጂ በእኛ ውሳኔ

የሚሆን አይደለም፡፡ ይህን ችግር ለመቅረፍ በወንጌላዊነት የሚያገለግሉ አገልጋዮችንም በዓመራር ሥራ ውስጥ እንዲሳተፉ ማድረግ መልካም ነው፡፡ እረኝነትና የአመራር ሥራ የተለያዩ ጉዳዮች በመሆናቸው እረኛው ብቻ ይምራ ወይም ለመምራት ፓስተር መባል አለብህ ከሚለው አመለካከት ውስጥ መውጣት ያለብን ይመስለኛል፡፡

የነብይነት አገልግሎትም ቤተ ክርስቲያንን ለማነፅ የተቋቋመ በአዲስ ኪዳን ቤተ ክርስቲያን ውስጥ ሕዝብን በማፅናናት፣ በማበረታታት፣ በመገሰፅ የሚሠራ ነው፡፡ (1ኛ ቆሮ 12÷28፣ ሮሜ 12÷6፣ 1ቆሮ 14÷3) ይህን ጸጋ በተመለከተም በአሁኑ ጊዜ የተሳሳተ ግንዛቤና ልምምድ ውስጥ እየተገባ ነው፡፡ ሰዎች የእግዚአብሔር ቃልና መንፈስ ቅዱስ ለግላቸው ሊናገራቸው የሚገባውን ከነብያት ይጠብቃሉ፡፡ ሐሰተኛ ነብያትን እንደ ጠንቋይ የሚጠቀሙባቸው እጅግ በርክተዋል፡፡ በሌላ አንፃር ሐሰተኛ የነብይነት ጸጋ አለን የሚሉትም ወደ ሃብታሞች በመሄድ አብዛኛውን ጊዜ ይሳካልሃል የሚል ትንቢትን እየተናገሩ ገንዘብ የሚቀበሉ ሆነዋል፡፡ አንዳንዶችም ከአጋንንት የሆነ ትንቢትን በመናገር፣ ቤተሰብን በማፍረስ፣ ተአምራትን እየሠሩ በተለይም ሴቶችን በማታለል ገንዘብ የሚቀበሉ ሆነዋል፡፡ ይህም የዛሬዋን ቤተ ክርስቲያን በወንጌልና በመንፈስ ቅዱስ ኃይል እንዳትሰራ እንቅፋት ሆኖባታል፡፡ የቤተ ክርስቲያ ስምም ጎድፏል፡፡ የነብይነት አገልግሎት ቢሮ ከትንቢት አገልግሎት ለየት ያደርገዋል፡፡ አንድ አገልጋይ ትንቢትን ስለ ተናገረ የነበይነት ቢሮ አለው ማለት አይደለም፡፡

የመጨረሻዎቹ ሁለቱ የጸጋ ስጦታዎች እረኝነትና አስተማሪነት ናቸው፡፡ እነኚህ ሁለት ጸጋዎች አንዳንዴ አብረው ሊሰጡ የሚችሉ ይሆናሉ፡፡ በእርግጥም አንድ እረኛ መንጋውን በቃሉ መመገብ ካልቻለ እንዴት ሆኖ እረኛ ሊሆን ይችላል? ጳውሎስ ለዚህም ይመስላል ሁለቱን ጸጋዎች በአንድነት በአያያዥ ቃል አቅርቦልናል፡፡ የመጽሐፍ ቅዱስ መምህራንም ለበርካታ ዓመታት ተከራክረውበታል፡፡ ጉዳዩ አሻሚ ቢመስልም ሁሉም አስተማሪዎች

ፓስተሮች ይሆናሉ ብሎ መቀበል አዳጋች ነው:: ስለዚህም እንደ አስፈላጊነቱ እየነጣጠሉና አንድ እያደረጉ መመልከቱ ተገቢ ይሆናል::

11 እርሱም አንዳንዶቹ ሐዋርያት፥ ሌሎቹም ነቢያት፥ ሌሎቹም ወንጌልን ሰባኪዎች፥ ሌሎቹም እረኞችና አስተማሪዎች እንዲሆኑ ሰጠ፤

እርሱም ኤፌ4÷8፤ 2÷20፤ 3÷5፤ሮሜ 10÷14፣15፤ 1 ቆሮ 12÷28፤ይሁ 1÷17፤ራዕ 18፤ 20፤ 21÷14

ወንጌልን ሰባኪዎች(ወንጌላወያን) ሐዋ 21÷8፤ 2 ጢሞ 4÷5

እረኞች እንዲሆኑ ሰጠ፤ 2 ዜና 15÷3; ኤርምያስ 3÷15; ማቴ 28÷20፤ሐዋ 13÷1፤ሮሜ 12÷7፤ 1 ቆሮ 12÷29፤ዕብ 5÷12፤ 1 ጴጥ5÷1-3

ቁጥር12-13 ሁላችን የእግዚአብሔርን ልጅ በማመንና በማወቅ ወደሚገኝ አንድነት፥ ሙሉ ሰውም ወደ መሆን ፥ የክርስቶስም ሙላቱ ወደሚሆን ወደ ሙላቱ ልክ እስክንደርስ ድረስ፥ ቅዱሳን አገልግሎትን ለመሥራትና ለክርስቶስ አካል ሕንጻ ፍጹማን ይሆኑ ዘንድ።

"ሁላችን" ሐዋርያው ራሱን ጨምሮ እነዚህ ስጦታዎች በእግዚአብሔር ቤት ቢገለጡ ተጠያቂ እንደ ሆነ ይገልጣል:: ሐዋርያው የብሉይ መምህር የአዲስ ኪዳን ደግሞ አዕማድ ነው:: ከአዲስ ኪዳን 27 መጽሐፍቶች ውስጥ 13ቱ በእርሱ ተጽፈዋል:: ይሁን እንጂ በአካሉ ውስጥ እየተጋጠምሁ አድጋለሁ ብሎ ይናገራል:: ይህ የአንድ አገልጋይ ብስለ ት ነው:: ያለ አካሉ በመንፈስ አንድነት መገጣጠም እድገት እንደ ሌለ ቀደም ሲል ከተናገረው መመልከት ተገቢ ነው:: ኤፌ. 2÷21፣ 4÷3 ምስጢር የተገለጠለት ሰው መሆኑን ራሱ ይገልጣል:: ይህ ጸጋ ደግሞ ከቅዱሳን ይልቅ ለእኔ ተሰጠኝ ይላል (ኤፌ. 3÷9):: ሆኖም ግን ክርስቶስን በማወቅ ወደሚገኝበት አንድነት ብቻውን የሚራመድ አይደለም::

☞ አንድ አገልጋይ ሥፍራውን አውቆ ፣ ያለውም ስብስብ ስጦታዎችን አውቀው በአገልግሎቱ ጸጋ እየተባረኩ እርሱም ከአካሏ ጋር በልዩ ልዩ ጸጋ ይባረክ ዘንድ ያድግ ይጋጠም ዘንድ ያስፈልጋል:: አንዳንድ ጊዜ አገልጋይ የሚከሣበት ጊዜ ይኖራል ማለትም ጸጋውን ኅልምሶ ለበረከት ከመሆን የሚታቀብበት ማለት ነው:: ሌላ ጊዜ ደግሞ አገልጋይ የሚያገለግላቸው ምዕመኑ ግን በሥጋዊ ኑሮአቸው ተነሳቁለው የሚበሉት አጥተው ተቸግረው ሊያሳልፉ ይችላሉ:: ሁሉም ግን ያለ መከፋፈል ያለ ኑሮ ልዩነት በመንፈስ ማደግ ይኖርባቸዋል:: ለዚህ ትልቅ ምሳሌ የምትሆነን እሥራኤል ነች፡፤ እሥራኤል መሪዎቿ ኃጢአትን ሲያደርጉ በበጎች መካከል ልዩነት ይታይ ነበር::

የአ.ፌ.በ.አ. አገልግሎት / የኤፌሶን መልእክት ትምህርት

☞ ሕዝ. 34÷18-25 ስንመለከት የወፈሩትንና የከሱትን በጎች እናስተውላለን፡፡ ይኸኛው በግ ለምን ከሳ፣ ተጎሳቆለ ብለህ ብትጠይቅ ሌላኛውን በግ ተመልከት! ሌላኛው በግ አጃቢዎች አሉት፡፡ ቤቱ የሞቀ ነው፣ ቁርጥና ዱለት ያገኛሉ፡፡ ይህ በዓለምም ተመሳሳይ ነው፡፡ በዚህ በሰለጠነ ዓለም የኢኮኖሚ ቀውስ ይታያል፡፡ ብዙ ድሆች አሉ፡፡ በመካከለኛው የኑሮ ደረጃ የሚኖረው ቁጥሩ እየመነመነ በጣም የናጠጠ ሕይወትን የሚኖሩ ጥቂት ከበርቴዎች የበለጠ እየከበሩ፣ ቁጥራቸው የበዛ በጉስቁልና ውስጥ የሚኖሩ ድሆች እየበረከቱ ነው፡፡

☞ የጌታ ቤት ከዓለም የሚለየው ሁሉ በሰማያዊ ሥፍራ የተቀመጠ በክርስቶስ የተባረከ ከሆነ ዘንዳ ለምን አንዳንዶች ከመጠን ያለፈ ቅምጥል ኑሮን ኖሩ? ምናልባት የሌሎችን ግጦሽ ወስደው ይሆንን? ሕዝቅኤል እንደ ተናገረው በወፈሩት በጎችና በከሱት በጎች መካከል እግዚአብሔር የሚፈርድበት ዘመን አለው፡፡ ዛሬ ይህ ልዩነት በቤተ ክርስቲያን ውስጥ በተለይም በአገልጋይ መሃከል ሲንጸባረቅ ስንመለከት ምን ይሰማን ይሆን? በሕዝብና በአገልጋይ መሃከልም ትልቅ ልዩነትን እየተመለከትን አይደለምን? አሥራቱን ለቤተ ክርስቲያንን የሚሰጠው ምዕመን እግዚአብሔርን በመፍራት ሲፈጽመው፣ ቤተ ክርስቲያን በቆርቆሮ ዳስ ቤት ውስጥ እየኖረች፣ አገልጋዩ ደግሞ በተንጣለለ ቪላ ቤት ውስጥ ሲኖር ይህ ምን ይባላል? በእነኚህ ሁሉ ላይ የእግዚአብሔር ፍርድ አለ፡፡ ለወንጌል መሰናክያም እንሆናለንና ድካማችንን ከወዲሁ ልናርመው ይገባናል፡፡

☞ አገልጋይ የተደላደለና የጌታ ሥራ የበዛለት ይሁን እንጂ ከፍተኛ የኑሮ ልዩነት በአገልጋዩና በተገልጋዩ መካከል ሊኖር አይገባም፡፡ በሌላ በኩል ደግሞ አገልጋዩ ደህይቶ ቤተሰቡ በችግር እየማቀቀ ተገልጋዩ ደግሞ ብሩን የት እንደ ሚጥለው እየጨነቀው ሲታይ ጌታ በዚህ ነገር ይፈርዳል፡፡ አንዳንድ ሥፍራ ደግሞ ከሕዝቡ ያገኙት ዝቆሽ ብር ተጠያቂ የሚያደርጋቸው እንደ ሆነ ስላወቁ ኑሮአቸውን ከድህው ምዕመን ለማስተያየት ሲሉ ደሳሳ ጎጆ መለስተኛ መኪና የሚነዱ አሉ፡፡ በዚህም ሆነ በዚያ ቤተ ክርስቲያን ውስጥ ክብሩ ይገለጥ ዘንድ ብርቱ ጩኸት አለ፡፡ ጠብ የሚል ግን የለም፡፡ መቼም ቢሆን ክብሩ እንዳይገለጥ ይህ ብቻ ይሆንን ብሎ ማሰብ ተገቢ አይደለም ሆኖም ግን እንዳንድ ጊዜ የፍርድ መጓደል በበጎች መካከል ሲኖር የጌታ ክንድ እንዳይገለጥ ትንቅንቅ ይይዘዋል እንጂ በስተመጨረሻ ጌታ ጣልቃ ይገባል፤ የእርሱ የሆኑትንም ስለሚያውቅ ይለያል፡፡ የሚሆነው አንድ ነገር ነው በሥጋ የዘራ በሥጋ መበስበስን ያጭዳል፡፡ መበስበሱን የሚያውቀው ወዲያውኑ አይሆንም ምክንያቱም የሚበሰብሱ ነገሮች ሁል ጊዜ

ወራትና ዓመታት ይፈጅባቸዋል ቢሆንም ግን መበስበሳቸው ግን አይቀርም። እንደዚሁ አይናቸው በጌታ የሆኑ ደግሞ ብልና ዝገት ወደማይበላው የሕይወት እርከን ገብተዋልና ቢሆን በዚህ ዓለም ካልሆነ ግን ወዳያኛው ዓለም እንደሚውርሱ ተረድተው ይኖራሉ ክብሩ በላያቸው ስለ ሆነ ደስታቸው የላቀ ነው።

☞ አንድነታችንን ከእግዚአብሔር መንግሥት አኳያ ከሆነ ለሰላም ከቆምን የአንድነት መንፈስ በውስጣችን የማይፈጠርበት ምንም ምክንያት አይኖርም። ጌታ የአንድነት አምላክ ነው። ምሳሌ የሚሆኑትን ጥቅሶች ተመልከት። ኤር. 32÷38-39፤ ሕዝ. 37÷21-22፤ ሶፎ. 3÷9፤ ዘካ. 14÷9፤ ዮሐ. 17÷21፤ ሐዋ. ሥራ 4÷32፤ 1ኛ ቆሮ. 1÷10፤ 2ኛ ዜና 30፡12፤ ሕዝ. 11÷19-20፤ ሮሜ 12÷5፤ 15÷5-6፤ 2ኛ ቆሮ. 13÷11፤ 1ኛ ጴጥ. 3÷8 አንድነት በክርስቶስ እውቀትና ሙሉ ሰውም የሆነ የደረሰ ሕብረት ነው። በሌላ አባባል በኤፌ. 3÷17-21 ነው። ፍቅሩ የተገለጠባቸው የአማኞች ኅብረት ነው።

ዛሬ በቤተ ክርስቲያን ውስጥ ከነጸነቱ ዘመን ጋር ተያይዞ የመጣብን አደገኛ ወድቀት የአንድነታችን መደፍረስ ነው። ከሥልጣን የተነሳ፣ ከእኔነት የተነሳ፣ ከገንዘብ ጥቅም የተነሳ፣ በቤተ ክርስቲያን ውስጥ በትልቅ ኃላፊነት ላይ የተቀመጡ ወንድሞች ትልቅ ፈተና ውስጥ ወድቀዋል። እርስ በእርስ አንዱ ሌላውን ለማጥፋትና በፍርድ ቤት፣ በፖሊስ ገላጋይነት ለመዳኘት ከፍተኛ ግብግብ ሆኖአል።

ሙሉ ሰው መሆን እድገትን፣ መብሰልን ያመለክታል። ሰው ከህጻንነት ወደ ጉርምስና ከዚያም ወደ ጉልምስና በመሸጋገር የአካል እድገትን እንዲሚያሳይ ሁሉ በመንፈሳዊ ሕይወቱም እድገትን በማሳየት ሙሉ ሰው እስከ መሆን ያድጋል። ይህ ሙሉ ሰው በመሆን ማደግ የክርስቶስ ሙላት ነው። አማኝ ወደዚህ ሙላት ሲደርስ በክርስቶስ አካል ውስጥ ወደ ፍጹምነት ይደርሳል። የእግዚአብሔር ሃሳብ የሚፈጸም በአካሉ ውስጥ በተሰጠው ጸጋ የማነጽን ተግባር የሚፈጽም አገልጋይ ይሆናል። የእግዚአብሔርን ልጅ በማመን፣ ከዚያም አልፎ በማወቅ ወደሚገኘው አንድነት ይተላለፋል። ይህ ሙሉ ሰው መሆንን የአዕምሮ ብስለትንም ያሳያል (1ኛ ቆሮ. 14÷20)። በአንዳንዶች ዘንድ የአዕምሮ ብስለ ት ከመንፈስ ቅዱስ አሰራር ውጪ የሆነ ተደርጎ ይታሰባል። እግዚአብሔር መንፈስ ቅዱስ ግን በአዕምሮም ሕጻናት እንዳንሆን አስረግጦ ይነግረናል።

የዓለም አዕምሮ፣ ሥጋዊ አዕምሮ ክፋትን ለመፈጸም ይውላል፡፡ አንዳንድ ሰዎች መልካምን ለመሥራት ደካሞች ናቸው፡፡ ክፋትን ለመፈጸም ግን እጅግ የተካኑ ናቸው፡፡ እነርሱ የሠሩት እስከማይመስል ድረስ የረቀቀ ተንኮልን ማቀነባበር ይችላሉ፡፡ የእግዚአብሔር ሰው ብስለት ግን ከዚህ ይለያል፡፡ ለክፋት ሕጻናት ሁኑ ይላል መጽሐፍ ቅዱስ (ቆላ. 1÷28)፡፡

ሙሉ ሰው በመሆን ያደጉ ሰዎች ቅዱሳን አገልግሎትን ለማገልገል፣ አልፈውም በሐዋርያት፣ በነብይነት፣ በአስተማሪነት፣ በወንጌላዊነትና በእረኝነት አገልግሎት አካሉን የመጥቀም ጸጋው የበዛላቸው ይሆናሉ፡፡ ሙሉ ሰውም ወደ መሆን ያላደጉ ቅዱሳን ገና በአዕምሮ መብሰል ስለ ሚቀራቸው ጸጋው ቢገለጥባቸውም ረጅም ርቀት በአገልግሎታቸው ተጉዘው የማገልገል ብቃቱ የላቸውም፡፡ በቀላሉ ሲታበዩ፣ ሲንሸራተቱ ጥቅማቸውን በማስጠበቅ ወጥመድና በምድራዊው ምናምንቴ ውስጥ የመያያዝ ጋሬጣ ያጋጥማቸዋል፡፡

እነኚህ የጸጋ ስጦታዎች የተሰጡበት ዋነኛ ምክንያት ምን እንደ ሆነ በቁጥር 12 ላይ ይዘረዝሩልናል፡፡

1. የክርስቶስ አካል ይገነባ ዘንድ
2. ቅዱሳንን ለአገልግሎት ለማዘጋጀት
3. የቅዱሳን የአገልግሎት ማሠሪያ ለመሆን ነው፡፡

በዚህ ባለንበት ዘመን እነዚህ ጸጋዎች የተሰጡበት ምክንያት ፈፅሞ ተረስቶ ሰዎች ራሳቸውን ማስተዋወቂያ፣ ገንዘብ ማጋበሻ ከበሬታና ሙገሳ ማካበቻአደርገውታል፡፡

ይህ የጸጋ ስጦታ የተሰጠበትን ምክንያትም በክርስቶስ ኢየሱስ አዳኝነት ላይ እኛ ራሳችን አምነን እርሱን በትክክል አውቀነው ከዚህ እውቀት የተነሳም እኛ ሁላችን በአንድነት እርስ በእርስ እጅ ለእጅ ተያይዘን፣ ሙሉ ሰው በመሆን በክርስቶስ ወዳለው ፍጹምነት ደረጃ እስከንጠጋ ወይም እስከንደርስ እንዲያተጉን ነው፡፡ እምነታችን የመጀመሪያው ነው፡፡ የመጀመሪያው እምነት በእግዚአብሔር ጸጋ በሚበራልን ድንግዝግዝ እውነት ላይ ይመሠረታል፡፡ ቀጥሎ ግን ይህ እግዚአብሔርን የማወቅ እውቀት ዘወትር ሊያድግልን ይገባል፡፡ ያለዚያ ሁልጊዜ እንጭጭ እንሆናለን፡፡

የብዙ አማኞች የሕይወት ችግር እዚህ ጋር አለ፡፡ በመጀመሪያው የድንግዝግዝ እውቀት ውስጥ ትልቅ ትህትና፣ ፍቅር፣ እግዚአብሔርንም መፍራት ይታይብናል፡፡ እየቆየን ስንሄድ

ግን በእግዚአብሔር ቃል እውቀታችን አናድግም፣ አንዳንዶችም ምናልባት በአዕምሮ እውቀታችን ብቻ እናድግ ይሆናል፡፡

ትክክለኛው እውቀት ግን የውስጥ መለወጥ፣ የመንፈስ ግዝረት ያለበት እግዚአብሔርን በመፍራት ላይ የተመሠረተ እውቀት ነው፡፡ ውስጡ ታዛዥነት፣ ትህትና ፍቅር ይንፀባረቅበታል፡፡ የአዕምሮው እውቀት ግን ወደመታበይና ወደ እኔነት ያመራል፡፡ ለዚህም ነው ብዙዎቻችን እግዚአብሔር ጸጋውን ሲያበዛልን፣ እርሱን የማወቅ መረዳታችን ስለ ማያድግ ወደ ትዕቢተኛነትና የግል ጥቅምን ብቻ ወደ ማግበስበስ እንሄዳለን፡፡ ያገኘነው መረዳትና እውቀት ጸጋውም ገበያ ላይ የሚውል ንግድ ይሆንብናል፡፡ በድሆች ላይ ጸጋችንን እየቸረቸርን እንኖራለን፡፡ የእኛ የሕይወት መልካምነት የሚታየው መድረክ ላይ ብቻ ይሆናል፡፡ በክርስቲያኖች መሃከል ጥሩ አንድነት እንዲኖር እያንዳንዳችን ከክርስቶስ ጋር ጠንካራ አንድነት ሊኖረን ይገባል፡፡

ፊሊ.ጰ. 3÷8-9 "...ለእርሱ ስል ሁሉን አጥቻለሁ፣ ክርስቶስን አገኝ ዘንድ ሁሉን እንደ ጉድፍ እቆጥራለሁ፡፡ ሕግ በመጠበቅ የሚገኝ የራሴ ጽድቅ ኖሮኝ ሳይሆን፣ በክርስቶስ በማመን ይኸውም ከእግዚአብሔር የሚመጣ፣ ከእምነትም በሆነ ጽድቅ በእርሱ ዘንድ እንዳገኝ ነው" የጥንቷ ቤተ ክርስቲያን የአንድነትን ምንነት በተግባር በመኖር አሳይታናለች፡፡ በመደጋገፍ፣ መከራቸውን በመጋራት ፍቅራቸውን በመግላለፅ፣ በትህትና፣ አብረው ማእድ በመቁረስ ወዘተ ሕይወታቸውን ለእኛ እንደ መስታወት አድርገው አቅርበዋል፡፡

ቅዱሳንን ፍፁማን ማድረግ

ጆን ማካርተር፡- ቤተክርስቲያን፣ ፓስተርን ወይም ሁለቱንም ወደ ውድቀት የሚመራው መንገድ ፓስተሩ በመርሃ-ግብሮቹ ተውጦ ለጸሎትና ለቃሉ ጊዜ ሳይኖረው ሲቀር ነው፡፡ ከእግዚአብሔር ክብር ይልቅ ሰውን ለማስደሰት ብቻ ሲካሄድ ተሳካ የሚባለው ፕሮግራም አልተሳካም ከተባለው በከፋ ሁኔታ ጎጂ ሊሆን ይችላል፡፡ የእግዚአብሔርን ሕዝብ የሚያጠፋው ነገርም የፕሮግራም እጦት ሳይሆን የቃሉን ዕውቀት ማጣት ነው፡፡ ስለዚህ የቤተክርስቲያን አሠራርን በመጀመሪያ ሊያሳስበው የሚገባው ጉዳይ የባዶ መቀመጫዎች መኖር ሳይሆን ሰው ያለባቸውን ወንበሮች የማገልገል ኃላፊነት ነው፡፡ (ማክአርተር, ጆ. ኤፌሶን. ቺካጎ: ሙዲ ፕሬስ)

ዶርተር ልዊስ ጆንስን፡- ጳውሎስ እያለ ያለው እነዚህ ሐዋርያትና ነቢያት ወንጌላውያን፣ እረኞችና መምህራን ቅዱሳንን ፍጹማን ለማድረግ ተሰጥተዋቸዋል ነው፡፡ የክርስቶስ አካል

የሚታነጽበትን የአገልግሎት ሥራ ይሠሩ ዘንድ ቅዱሳኑን ፍጹማን ማድረግ (ማስታጠቅ) አንደኛው ኃላፊነታቸው ነው፡፡ የአገልጋዩ ሥራው ቅዱሳኑ በእምነት ይታነፁና ይጠነከሩ ዘንድ መጽሐፉን ማስተማር ነው፡፡

ፍጹማን ማድረግ፡- በግሪክ **ካታርቲስሞስ** katartismós/ kat-ar-tis-mos' ሲሆን አንድን ሰው ወይም አንድን ነገር ለሆነ ተግባር በቂ፣ ተመጣጣኝ እንዲሆን ማድረግ ማለት ነው፡፡ ክርስቲያኖችን ለተጠሩበት ዓላማ አገልጋዮች ይሆኑ ዘንድ፣ በሚገባ ማስታጠቅ በተሟላ ሁኔታ ማዘጋጀት ማለት ነው፡፡(መጽሐፍ ቅዱስ ጥቅሶች የብሉይና / የአዲስ ኪዳን ግሪክ መዝገበ ቃላት. የቲየር ትርጉም)

ለክርስቶስ አካል ሕንፃ፡- ጳውሎስ እዚህ ጋ ትኩረት የሚሰጠው ለቅዱሳኑ ቁጥር ሳይሆን ጥራት ነው፡፡ ለማነጽ ሥራ ፍጹማን የሆነ ቅዱሳኑ ሌሎችን ያንጻሉ፡፡ የክርስቶስ አካል በአማኞች ቁጥር በወንጌላውያን አገልግሎት መጨመር በውጭ በኩል አካሉ ሲታነጽ ፤ አማኞቹ ለፍሬያማ አገልግሎት በቃሉ እያደጉ ሲመጡ ደግሞ በውስጥ በኩል ይታነጻል፡፡ (ቅድመ-አስቲን ድህረ ገፅ)

ዋይን ባርበር፡- ኤፌሶን 2 ላይ የእግዚአብሔር ቤተሰቦች እንዲሁም መቅደሱ መሆናችን ተነግሮናል፡፡ ከዚህ አኳያ ሁላችንም በመቅደስ አካል ላይ የምንደረደርና የምንሰካ ህያው ድንጋዮች ስንሆን የተለያየ መጠን፣ ቅርፅ ስጦታና ስብዕና አለን፡፡ የአንድ ሕንፃ ድንጋዮች መሆናችን አንድነትን ይሰጠናል፡፡ በተለያየ መጠንና ቅርፅ፣ ችሎታና ስብዕና መቅረባችን ደግሞ ልዩነትን ያጎናጽፈናል፡፡ በዚህም አንድ መሆን ማለት አንድ ዓይነት መሆን እንዳልሆነ እንገነዘባለን፡፡

ሬይ ስቲድማን፡- በመጀመሪያ ላይ ቤተክርስቲያን ውስጥ መሥራት ማለት በክርስቶስ አካል ውስጥ የትም ቦታ ሆኖ ወንጌልን ማገልገል ነበር፡፡ ቤት፣ መስክ ላይ፣ ሆስፒታል ውስጥ ወዘተ ሊሆን ይችላል፡፡ ቀስ በቀስ “ቤተክርስቲያን ውስጥ መሥራት” ቤተክርስቲያን ተብሎ ለሚጠራ አንድ ሕንፃ ውስጥ ጥቂት ሃይማኖታዊ ተግባራትን መፈፀም ማለት ሆነ፡፡ በተመሳሳይ አሁንም ቀስ በቀስ የአገልግሎት ኃላፊነት ከሕዝቡ ወደ ጥቂት መጋቢዎች፣ አስተማሪዎች ወይም ቄሶች ተሸጋገረ፡፡ እያንዳንዱ አማኝ በእግዚአብሔር ፊት ካህን ነው የሚለው የመጽሐፍ ሐሳብ ጠፍቶ ለሁሉም ነገር ፈላጭ ቆራጭ የሚሆን የልዕለ ክርስቲያኖች ልዩ መደብ ብቅ አለ፡፡ እነርሱም «አገልጋዮች» ተብለው ተሰየሙና ኤፌሶን 4 ላይ በግልጽ የሰፈረውና ሁሉም ክርስቲያን ‹በአገልግሎት ውስጥ› ነው የሚለው ሐሳብ ለቤተክርስቲያን ተሰወረባት፡፡

የኢ.ፌ.ቢ.ስ. አገልግሎት / የኤፌሶን መልእክት ትምህርት

በዚህ መልኩ አገልግሎት «ለባለሙያዎች» ብቻ ሲተው ሕዝቡ የተረፈለት ነገር ስላልነበር ሥራው ቤተክርስቲያን እየመጣ ማዳመጥ ብቻ ሆነ፡፡ በዚህም ክርስትና የሰንበት የተመልካች ስፖርት ወደመሆን ዞረች፡፡

ይህ መጽሐፍ ቅዱሳዊ ያልሆነ አካሄድ ፓስተሮችን ለማይችሉት ሸክም ሲዳርግ ቤተክርስቲያንን ደግሞ በዓለም ላይ ተጽዕኖ መፍጠር የማትችል የተራቆተችና ወደ ድክመት የምታፈገፍግ አካል እንድትሆን አድርጓታል፡፡ ከእንግዲህ ግን ወደ ቀደመችው ትጉህ ቤተክርስቲያን መመለስ በእጅጉ ያስፈልገናል፡፡ መጋቢዎችም በቅን መንፈስ ሆነው ከሕዝቡ የተወሰደውን አገልግሎት ለሕዝቡ ይመልሱ፡፡ የአገልግሎቱ ሥራ የመላው አማኝ ነውና የእግዚአብሔርን ቃል በኃይልና በጥበብ እንዲገልጡና እንዲያስተምሩ የተሰጣቸው ሌሎችን ፍጹማን እያደረጉና የየራሱን ስጦታ እንዲገልጥ እያበረታቱ እግዚአብሔር ለቤተክርስቲያን ያለውን የመጀመሪያ እቅድ መልሰን እንያዝ፡፡ (የአካሉ ህይወት፡ሬይ ስቲድማን)

በማመን ወደ ማገኘ አንድነት

ሬይ ስቴድ ማን፡- በማመን የሚገኘው አንድነት በመጽሐፍ ቅዱስ ከተገለጠው እውነት ጋር ተያይዞ የጋራ የሆነው ዕውቀትና ማስተማር ነው፡፡ የክርስቲያንን ትምህርት ከማስተዋል የእምነት አንድነት ይመጣል፡፡ ለዚህ ደግሞ መንፈስ ቅዱስ በየጊዜው በሰዎች አማካኝነት የሚገልጠው አዲስ የቃሉ ብርሃን ለሁሉም የሚደርስ መሆን አለበት፡፡ (የአካሉ ህይወት፡ ሬይ ስቲድማን)

ጆን ማካርተር፡- የቤተክርስቲያን የመጨረሻው ግብ የሚጀምረው ከእምነት አንድነት ነው፡፡ እዚህ ጋ እምነት የሚባለው የክርስቲያኑን ትምህርት ወይም የወንጌሉን የተሟላ ይዘት ነው፡፡ አማኞች በሚገባ ሲማሩ፣ በታማኝነት ሲያገለግሉና አካሉ በመንፈሳዊ ጉልምስና ሲታነጽ የእምነት አንድነት የማይቀር ፍሬ ሆኖ ይመጣል፡፡ በጋራ በሚታመንበት እውነት ላይ ካልተመሠረተ በስተቀር ኅብረት በማድረግ ውስጥ አንድነት ሊመጣ አይችልምና ሁሉም አንድ ዓይነት ግንዛቤ አንድ ዓይነት አስተያየትና አንድ እውነት ሊኖረው ግድ ነው፡፡ *ንቁ በሃይማኖት ቁሙ ጎልምሱ ጠንክሩ* (1ኛ ቆሮ 16÷13)፡፡ (ማከአርተር, ጄ. ኤፌሶን. ቺካጎ፡ ሙዲ ፕሬስ)

ማወቅ (ዕውቀት)፡- በግሪክ ኤፒግኖሲስ ይሰኛል፡፡ ኤፒግኖሲስ ሙሉ ጥልቅ፣ ትክክለኛ የሆነንና በገጠመኝና በተግባር ከማየትም ጭምር የተገኘን እውቀት የሚገልጽ ነው፡፡ በአዲስ ኪዳን ውስጥ የግብረገብና የሃይማኖት በተለይም ከእግዚአብሔር ፈቃድ ጋር ተያይዞ ያለን

የቤ.ፌ.በ.ቤ. አገልግሎት / የኤፌሶን መልእክት ትምህርት

የተሟላና ሰፊ ዕውቀት የሚገልጽ ነው:: ሙሉ በግሪክ ቴሌዮስ ሲሆንሙሉ ዕድገቱን የጨረሰ፣ ጥጉ ጋር የደረሰ፣ ምንም ያልጎደለው ማለት ነው:: (መጽሐፍ ቅዱስ ጥቅሶች የብሉይና / የአዲስ ኪዳን ግሪክ መዝገበ ቃላት. የቲየር ትርጉም)

12-13 ሁላችን የእግዚአብሔርን ልጅ በማመንና በማወቅ ወደሚገኝ አንድነት፥ ሙሉ ሰውም ወደ መሆን፥ የክርስቶስም ሙላቱ ወደሚሆን ወደ ሙላቱ ልክ እስክንደርስ ድረስ፥ ቅዱሳን አገልግሎትን ለመሥራትና ለክርስቶስ አካል ሕንጻ ፍጹማን ይሆኑ ዘንድ።

ሁላችን ኤፌ4÷3,5፤ኤር32÷38፣39፤ሕዝ 37÷21፣22፤ሶፎ 3÷9፤ዘካ 14÷9፤ዮሐ 17÷21፤ሐዋ 4÷32፤ 1 ቆሮ 1÷10፤ፊል 2 1-3

የእግዚአብሔርን ልጅ በማመንና በማወቅ ወደሚገኝ አንድነትኢሳ53÷11፤ማቴ11÷27፤ዮሐ 16÷3፤ 17÷3፣25፣26፤ 2 ቆሮ 4÷6፤ፊል 3÷8፤ቆላ 2÷2፤ 2 ጴጥ 1: 1-3፤ 3÷18፤ 1 ዮሐ 5÷20

የክርስቶስም ሙላቱ ወደሚሆን ወደ ሙላቱ ልክ ኤፌ4÷12፤ 2 15፤ 1 ቆሮ 14÷20፤ቆላ 1÷28

ቅዱሳን አገልግሎትን ለመሥራትና ሐዋ 1÷17፣25፤ 20:24፤ሮሜ 12÷7፤ 1 ቆሮ 4÷1፣2፤ 2 ቆሮ 3÷8፤ 4÷1፤ 5÷18፤ 6÷3፤ቆላ 4÷17፤ 1 ጢሞ 1÷12፤ 2 ጢሞ 4÷5፣11

ለክርስቶስ አካል ሕንጻ ኤፌ4÷4፤ 1÷23፤ቆላ 1÷24

ፍጹማን ይሆኑ ዘንድ ሉቃ 22÷32፤ዮሐ 21÷15-17፤ሐዋ 9÷31፤ 11:23፤ 14÷22፣23፤ 20÷28፤ ሮሜ 15÷14,29፤ 1 ቆሮ 12÷7፤ 2 ቆሮ 7÷1፤ፊል 1÷25፣26፤ 3÷12-18፤ቆላ 1÷28፤ 1 ተሰ 5÷11-14፤ ዕብ 6÷1፤ 13÷17

4፡14 እንደ ስሕተት ሽንገላ ባለ ተንኮል በሰዎችም ማታለል ምክንያት በትምህርት ነፋስ ሁሉ እየተፍገመገምን ወዲያና ወዲህም እየተንሳፈፍን ሕፃናት መሆን ወደ ፊት አይገባንም፥

የሕፃንነት አንዱ ምልክት መፍገምገም ነው:: ለዚህም ምክንያቱ በሕፃንነት ውስጥ የተደበቀው ያለ ሙብሰል፣ የእውቀት ድኀነት፣ በሰማያዊው የእግዚአብሔር ጸጋ አለመጠንከር ነው:: ዛሬ ትልልቅ አገልጋዮች ተብለው የሚጠሩም፣ እንደ ቃሉና እንዳላቸው ከበሬታ መኖር ተስኗቸው የሕፃንነቱን ሕይወት ወደኋላ ተመልሰው እየኖሩበት ነው:: መንሳፈፍም የብስለት ማጣትን ያመለክታል::

ዓላማ የሌለው ሰው፣ በዋል ፈሰስ፣ በአንድ አቋም የማይረጋ ነው:: ይህ ሁሉ የአዕምሮ ብስለ ትን ያጣ ሰው ባሕሪያት ናቸው:: ሕፃናት በአካል ካለመጎልበት የተነሳ፣ ከእድሜ ጨቅላነት የተነሳ ሊፍገመገሙና ሊንሳፈፉ ይችላሉ ፤መንፈሳዊው አገልጋይ ግን የሚፍገመገመውና የሚንሳፈፈው ከአምላኩ ጋር ያለው አንድነት፣ ቃሉ በልቡ ውስጥ ትልቅ ሥፍራን አለመያዙ፣ ምናልባትም በአዕምሮ እውቀት በሥጋው ያደገ ቢሆንም ይህ እውቀት

የስ.ፊ.ቤ.ስ. አገልግሎት / የኤፌሶን መልእክት ትምህርት

ግን በሕይወቱ ውስጥ በተግባር የማይታይ ከመንፈሱና ከነፍሱ ጋር እውቀቱ ያልተገናኘ ሆኖ ሲገኝ ነው፡፡ የመንፈስ አንድነትን ለመጠበቅ የማይተጋና ለጠብና ለጭቅጭቅ ምክንያት የሚሆን አማኝ ያልበሰለና እንደ ህፃናት የሆነ ነው፡፡

ማዕበል አንዲት ጀልባን ወደፊትና ወደኋላ ያለውዴታዋ ይነዳታል፡፡ ሊገለብጣትም ይችላል፡፡ ልዩ ልዩ የትምህርት ነፋስ፣ የሰዎችም ረቂቅ ተንኮልና ማታለልም ሕፃናት የሆኑ አማኞችን በቀላሉ ያንገዋልሏቸዋል፡፡ በኢትዮጵያ ውስጥ በየዘመናቱ የተለያዩ የሐሰት ትምህርቶች ተነስው እንደ ማእበል በመሆን ብዙዎችን ከቤተ ክርስቲያን ጠርገው ሲወስዱ አይተናል፡፡ ልክ በዚሁ ዓይነት መንገድ የሰዎችም ረቂቅ ተንኮልና ማታለል፣ እግዚአብሔር ረድቶን እውነቱ ካልበራልን በስተቀር በቀላሉ ወደ ገደል ይነዳናል፡፡ መጽሐፍ ቅዱስ የእነኚህን ሰዎች ተንኮል "ረቂቅ" ነው ይለዋል፡፡ ረቂቅ በቀላሉ አይታይም፣ ውስብስብ ነው፣ ሰዎችን የማታለል ብቃቱ ወሰን የለውም፡፡ ከእንደ ነዚህ ዓይነት ሰዎች ረቂቅ ተንኮል የተነሳ፣ የስንቱ ቤት ፈረሰ? ቤቱ ይቁጠረው ብለን መተው ሳይሻል አይቀርም፡፡ ሐዋርያው ለእነዚህ ሰዎች የተመቸን ሕፃናት አንሁን ይላል፡፡

ልጆች፡- በግሪክ **ኔፒዮስ nḗpios**/ nay'-pee-os ሲሆን ጳውሎስ እዚህ ጋር የተጠቀመው ያልተማረ ያልበራለት ወይም ሞኝ መሆን አይገባም ለማለት ነው፡፡(መጽሐፍ ቅዱስ ጥቅሶች የብሉይና / የአዲስ ኪዳን ግሪክ መዝገበ ቃላት. የቲየር ትርጉም)

አንዲት አዲስ አማኝ ወንጌላትን በሙሉ አንብባ ስትጨርስ ለአንድ ጓደኛዋ በቤተክርስቲያን ታሪክ ላይ የተፃፈ መጽሐፍ ማንበብ እንደምትፈልግ ትነግራታለች፡፡ ጓደኛዋ “ለምን?” ብላ ስትጠይቃት “ክርስቲያኖች ከመቸ ጀምሮ የክርስቶስ ተቃዋሚ እንደሆኑ ለማወቅ ፈልጌ ነው” አለቻት፡፡

አንድ የአሜሪካ የባንኮች ማኅበር የባንክ ሠራተኞች የሃሰት ገንዘብን መለየት እንዲችሉ የሁለት ሳምንት ሥልጠና ያዘጋጅላቸዋል፡፡ ሆኖም ሠልጣኞች አንድም የሃሰት ገንዘብ እንዲያዩ ሳያደርግ የሃሰት ገንዘቦችን እንዴት እንለያቸዋለን የሚል ትምህርትም ሳይሰጣቸው ሥልጠናው ተጠናቀቀ፡፡ ሁለቱን ሳምንት ሠልጣኞቹ እውነተኛ ገንዘቦችን ብቻ እንዲያጠኑ ነበር የተደረጉት፡፡ በየሰዓቱና በየቀኑ እውነተኞቹን እንዲለምዷቸው ተደረገ፡፡ ሐሳቡ እውነተኛውን በደንብ ካወቁ እውነተኛ ያልሆነውን መለየት አይከብድም ነው፡፡(ቅድመ-አስቲን ድህረ ገፅ)

ኤስ ልዊስ ጆንሰን፡- የልጅ መለያ ባህርያት ከሆኑት አንዱ ጽኑ አለመሆን ነው። ማንኛውም አዲስ ትዕይንት ወይም ድምፅ የሕፃንን ዓላማ ለማስለወጥ በቂ ነው። ትኩረታቸውን ረዘም ላለ ጊዜ የሚይዝ ምንም ነገር የለም። ይህ የልጆች ባህሪ አዲስ አማኞችንም የሚገልጽ ነው። ቃሉን ሲሰሙ ትኩረታቸው እምብዛም ነው። ሁለተኛው የልጆች መለያ ባህሪ በቀላሉ የሚታለሉ መሆናቸው ነው። ልጆችን አሁንም አሁንም ማሞኘት ቀላል ነው አዲስ አማኞችም እንዲሁ ናቸው። በሃሰት ትምህርትና አስተማሪ በሌሎች ነገሮችም በቀላሉ ሊታለሉ ይችላሉ። ከዚህ አኳያ ልጆች ለሚኖራቸው ጥያቄዎች የቃሉ አስተማሪዎች የሆኑ ሁሉ መልስ የመፈለግ ኃላፊነት አለባቸው።

ኤም ሲ ጂ፡- ጳውሎስ አማኝ ሕፃን ሆኖ ሲቀጥል ያለውን አደጋ በደንብ ያሳያል። ለምሳሌ ማንኛችሁም ሕፃን ልጅን አውሮፕላን አብርር አትሉም። ይከስከሳልና በግሌ ያንን አልፈቅድም። ሕፃናት መርከብ እንዲያንሳፍፉ ቢደረግ በተንጣለለው ባህር ላይ ወዲያና ወዲህ እየተንሳፈፉና እየተፍገመገሙ መንገዳቸውን ይስታሉ ተስፋ ቆርጠውም ይታመማሉ። በእግዚአብሔር ቤት አዲስ ልጅ ለሆነ ሰው የሚያስፈራው ዕጣ ይህ ነው። (ኤምሲጂ, ጄ ቫይ: የመጽሐፍ ቅዱስ ሐተታ ላይ: ቶማስ ኔልሰን)

ኬነት ሂውስ፡- ልጆቼ ትንንሾች ሳሉ አይስክሬም በ31 ጣዕም ወደሚሸጥበት ቤት ደጋግመን እንሄድ ነበር። ልጆቼ አይን አዋጅ ስለሚሆንባቸው ለመምረጥ ይቸገሩ ነበር መጨረሻ ወደ መኪናችን ተመልሰን አንዱ የሌላውን ሲያይ ሐሳባቸውን ይቀይራሉ ያላደጉ አማኞች ባህሪም ይሄው ነው ተለዋዋጮች እና በቀላሉ የሚደለሉ ናቸው። በአዲስ መጽሐፍ በአዲስ አስተማሪም ሆነ ወረት የሚመዘዙና ለተኩላዎች የተጋለጡ ናቸው።(ሂዊስ, አርክቴብ ኤ. ኤፌሶን: የክርስቶስ አካል ምሥጢር, ክሮስዌይ መጻሕፍት)

ትምህርት፡- በግሪክ ዲዳስካሊያ didaskalía / did-as-kal-ee'-ah ይሰኛል። ዲዳስካሊያ ትምህርት ማለት ሲሆን ስነ ዘዴውን ሳይጨምር ይዘቱን ብቻ የሚገልጽ ነው።(መጽሐፍ ቅዱስ ጥቅሶች የብሉይና / የአዲስ ኪዳን ግሪክ መዝገበ ቃላት. የቲየር ትርጉም)

"እንደ ስህተት ሽንገላ ባለ ተንኮል" ሽንገላና ተንኮል ቤተ ክርስቲያንን የሚያጠቃ የጠላት መሳሪያ ነው። የክርስቶስ ሙላት በሌለበት እነኚህ ክፉ ባሕርያት ይታያሉ። እውነት ብቻዋን አደገኛ ናት። አንዳንዴ እውነትን ስለ ያዝን ብቻ አካሉን የምንጠቅም ይመስለ ናል፤ ወይንም ስኬታማ እንደ ሆንም ራሳችንን እንቆጥራለን። ይህ ትክክል አይደለም። እውነትን በፍቅር መያዝ እጅጉን አስፈላጊ ነው። በሰዎችና በመላእክት ልሳን ብንናገርም ብዙ እውነት

የሕ.ፌ.በ.ስ. አገልግሎት / የኤፌሶን መልእክት ትምህርት

ከእኛ ጋር ቢኖር፣ ትንቢት ቢኖረን፣ ድኖችን ለመመገብ ብዙ መስዋዕትነትን ብንከፍል ፍቅር ግን ከሌለን ከንቱ እንደ ሆንን መጽሐፍ ቅዱስ ይናገራል (1ኛ ቆር. 13)፡፡ ከሕጻንነት ሕይወት ወጥቶ በመንፈሳዊ እድገት ውስጥ ገብቻለሁ ብሎ የሚያስብ አማኝ ትልቁ የማንነቱ መለኪያ ፍቅር ነው፡፡ ፍቅር ባለበት መንፈሳዊ እድገትም አለ፡፡ መጽሐፍ ወደ ክርስቶስም የምናድገው በዚህ መልክ እንደ ሆነ ይገልጻል፡፡"ከላይ እስከ ታች ሁሉ ሽንገላ ተናጋሪዎች ይሆናሉ፡፡ ምክንያቱም፡-

1. አገልጋዩ የክርስቶስን እውቀት አይገልጥም፤
2. ተገልጋዩ የመንፈሳዊ ምግብን እውቀትን አይሻም፤ ሚክ. 7÷2

ተንኮል በግሪክ ፖኖርጊያ panourgía / pan-oorg-ee'-ah ሲሆን ስህተት የሆነውን ነገር ቀባብቶ እውነት የማስመሰል ብልጣ ብልጥነት ነው፡፡(መጽሐፍ ቅዱስ ጥቅሶች የብሉይና / የአዲስ ኪዳን ግሪክ መዝገበ ቃላት. የቲየር ትርጉም)

"በትምህርት ንፋስ ሁሉ እየተፍገመገምን" የትምህርት ንፋስ - የአዕምሮ እውቀት ብቻ ከሆነ መፍገምገምን፣ ወዲያ ወዲህ መንሳፈፍን ያስከትላል፡፡ እንደዚህ ያለ ሰው ሥር ሰዶ በአንድ ቦታ መቆም፣ አንድን የተጨበጠ ሥራን መሥራትንና ፍሬን ማሳየትንም አይችልም፡፡ በዚህ ቁጥር ላይ በጣም መሠረታዊ የሆኑ ዋና ነጥቦችን ልብ እንበል፡፡ እነኚህ መሠረታዊ እውነቶች ምናልባትም እርስ በእርሳቸው የሚጣረሱ ሊመስሉ ይችላሉ፡፡ ግን አይደለም፡፡ እያንዳንዳቸው በየተራ እንመልከታቸው፡፡

የመጀመሪያው በአዕምሮአችን ሕጻናት አለመሆን ነው (1ኛ ቆር. 14÷20)፡፡ ይህ ክፍል የአዕምሮ ብስለ ት ሊኖረን እንደሚገባ ይመክረናል፡፡ "በአዕምሮ ሕጻናት አትሁኑ" ይለናል፡፡ ይህ የአዕምሮ ብስለ ት የሚገኘው በትምህርት ነው፡፡

ቀጥሎ ደግሞ ኤፌ. 4÷14 ላይ በትምህርት ነፋስ እየተፍገመገምን ሕጻናት አንሁን ይለናል፡፡

እነኚህ ሁለቱ የሕፃንነት መንስኤዎች የተለያዩ እንደ ሆኑ ልብ እንበል፡፡ የመጀመሪያው የአዕምሮ ብስለት ከመንፈስ ቅዱስና ከእግዚአብሔር ቃል መረዳት የሚገኝ ነው፡፡ ሁለተኛው የአዕምሮ ብስለት ከስህተት ትምህርትነት፣

ከሸንገላ፣ ከተንኮል የመነጨ ነው፡፡ አንዳንድ ሰዎች የቲዎሎጂ ትምህርት በደፈናው መንፈሳዊ ሕይወትን ይገድላል ብለው ያስተምራሉ፡፡ ይህ ስህተትና ራሱም የስህተት ትምህርት ነው፡፡ ቲዎሎጂ ስለ እግዚአብሔርና ስለ ቃሉ የምንማርበት የትምህርት አይነት ነው፡፡ በትምህርት ውስጥ ሁለት አካሄዶች ግን ይሆናሉ፡፡ የመጀመሪያው ወደ ሙላቱ ማደግ ነው፡፡ ሁለተኛው ደግሞ ወደ መፍገምገምና ወደ መንሳፈፍ መሄድ ነው፡፡ ዘመናችንን በመንሳፈፍ እንዳንጨርስ ስለ ምንማረው ትምህርት ልብ ማለት ይገባል፡፡

ዛሬ ቤተ ክርስቲያንን የወረሳት መፍገምገም ነው፡፡ በቀደመችዋ የጥንት ቤተ ክርስቲያን ብዙ ችግር አጋጥሞአቸው ነበር፡፡ ሐዋርያቱ ቃሉን በመመገብ ነፍሳቸውን መስዋዕት እስከማድረግ ታግለው ይጠብቋት ነበር፡፡ ሐዋ. ሥራ 20÷30-31፤ ሮሜ 16÷17-18፤ 2ኛ ቆሮ.11÷3-4፤ ገላ.1÷6-7፣3÷1፤ ቆላ.2÷4-8፤ 2ኛ ተሰ.2÷2-5፤ 1ኛ ጢሞ.4፡6-7፤ 2ኛ ጢሞ.1÷15፣ 2÷17-18፤ ዕብ.13÷9፤ 1ኛ ዮሐ.2÷19፣26፣ 4÷1፤ ያዕ. 1÷6፡፡

ደቀ መዝሙርነት በእግዚአብሔር ቃል መብሰልንና በመንፈሳዊው የቅዱሳን ሕብረት ውስጥ በትጋት መመላለስን ይጠይቃል፡፡ አንድ ደቀ መዝሙር ለደቀ መዝሙርነት በቅቷል ለማለት በትክክል መምህሩን የሚከተል ሆኖ ሲገኝ ነው፡፡ መምህሩን በብቃት የማይከተል ደቀ መዝሙር እርሱ ለደቀመዝሙርነት ገና ያልበቃና እየተፍገመገመ የሚመላለስ ነው፡፡

በቤተ ክርስቲያን ውስጥ የደቀ መዝሙርነት ትምህርት በትክክል ሊሰጥ ይገባዋል ተብሎ የሚነገረውም ይህን የመፍገምገም ሕይወት ለማስቀረት ነው፡፡

---

14 እንደ ስሕተት ሸንገላ ባለ ተንኮል በሰዎችም ማታለል ምክንያት በትምህርት ነፋስ ሁሉ እየተፍገመገምን ወዲያና ወዲህም እየተንሳፈፍን ሕፃናት መሆን ወደ ፊት አይገባንም፥

እንደ ስሕተት ሸንገላ ባለ ተንኮል ማቴ 24÷11፣24፤ 2 ቆሮ 2÷17፤ 4÷2፤ 11÷13-15፤ 2 ተሰ 2÷9፣ 10; 2 ጴጥ2÷18፤ራዕ 13÷11-14፤ 19:20

በሰዎችም ማታለል መዝ10: 9፤59: 3፤ሚክ7÷2፤ሐዋ 23:21

እየተፍገመገምን (መንገድገድ መርገድገድ) ሐዋ20፤ 30፣31፤ሮሜ 16: 17፣18፤ 2 ቆሮ 11÷3፣4፤ ገላ1: 6፣7፤ 3÷ 1፤ ቆላ 2÷4-8፤ 2 ተሰ 2÷2-5፤ 1 ጢሞ 3÷ 6፤ 4÷6፣ 7፤ 2 ጢሞ 1÷15፤ 2÷17፣ 18፤ 3: 6-9፣13፤ 4: 3፤ዕብ 13÷9፤ 2 ጴጥ 2: 1-3፤ 1 ዮሐ 2: 19፣26፤ 4: 1

በትምህርት ነፋስ ሁሉ ወዲያና ወዲህም እየተንሳፈፍን ማቴ 11: 7፤ 1 ቆሮ 12÷2፤ያዕ 1÷6፤ 3 4

ሕፃናት መሆን ወደ ፊት አይገባንም ኢሳ28÷9፤ማቴ 18÷3፣4፤ 1 ቆሮ 3÷1፣2፤ 14÷20፤ዕብ 5÷12-14

4፡ 15 ነገር ግን እውነትን በፍቅር እየያዝን በነገር ሁሉ ወደ እርሱ ራስ ወደሚሆን ወደ ክርስቶስ እንደግ፤

መፍትሔውን አብሮ አስቀምጦልናል፡፡ ይልቁንም የሚለው አያያዥ ቃል በቁጥር 14 ላይ ያለው ሃሳብ አሉታዊ ትርጉም እንዳለውና፣ እናንተ ይህን አሉታዊ ወይም ጨለምተኛ ዓመለካከት ትታችሁ ወደ ቁጥር 15 በማምጣት መፍትሔው ይሄ ነው የሚል ይመስላል፡፡

ይልቁንም - እውነትን በፍቅር እየያዝን የሚለው የመጀመሪያው መፍትሔ ነው፡፡ አዲሱ መደበኛ ትርጉም እውነትን በፍቅር እየተናገርን ይላል፡፡ የእንግሊዝኛው NLB ትርጉም "we will hold the truth in love" ይለዋል፡፡ ይህም ከጥንቱ የ1954 የቀ.ኃ.ሥ. የአማርኛ ትርጉም ጋር ተመሳሳይነት አለው፡፡ እውነትን በፍቅር መያዝ ማለት ሰፊ ትርጉምን በውስጡ ይይዛል፡፡ በማንኛውም እርምጃችን፣ ውሳኔያችን፣ ዓመራራችን፣ አገልግሎታችን እውቀትን ከፍቅር ጋር አጣምረን መያዝ ማለት ነው፡፡

እውነትን ከፍቅር ጋር አጣምረን መያዝ ይገባናል፡፡ እውነትን የምንናገረው በንግግር ላይ ብቻ ከሆነ እርሱም አንድነትን የሚያናጋ መሆኑ አይቀርም፡፡ ጥናቶች እንደ ሚያሳዩት በቤተ ክርስቲያን ውስጥ ለጠብ መነሾ የሆኑት ክፉ አንደበት፣ ለራስ ወገን ማድላት፣ የመንፈሳዊ ብስለት እጦት፣ ግብዝነት የመሳሰሉት ናቸው፡፡ ክፉ አንደበት ብለን ስንል በሌላው ወንድም ላይ ወይም ቤተ ክርስቲያን ወይም ማኅበረ ምእመናን ላይ የሚወራውን የሚጻፈውን ይመለከታል፡፡ ለራስ ወገን ማድላት፣ የዘረኝነት፣ የሙስና፣ የዓመራር ብልሹነት ችግሮችን የሚመለከት ነው፡፡

የመንፈሳዊ ብስለት እጦት ብለን ስንልም በእግዚአብሔር ቃል፣ በጸሎት፣ የእግዚአብሔር ድምፅ፣ መንፈስ ቅዱስን መስማት፣ የቅድስና ሕይወትን መኖርን ወዘተ....ይመለከታል፡፡ ግብዝነትም የፈሪሳውያንን ሕይወት መኖር ነው፡፡ ውስጡ የሞተ የወግ አጥባቂነት ሕይወት መኖርን ያሳያል፡፡ እነኚህ ሁሉ እውነትን በፍቅር ለሚይዝ አማኝ መፍትሔ ያገኛሉ፡፡ እውነት ብቻውንም መፍትሔ ሊሆን እንደ ማይችል ተረድተን በፍቅር የገባንን እውነት እንድንኖረው ሐዋርያው ያሳስባል፡፡

የእድገታችን አቅጣጫም ወደ ክርስቶስ ሊሆን ይገባዋል፡፡ እውነትን በፍቅር የያዘው አማኝ እድገቱ ያለጥርጥር ጤናማ እድገት ይሆናል፡፡ ጤናማ እድገት የምንለውም ወደ ክርስቶስ ራስ ወደሆነው የምናደርገው እድገት ነው፡፡ ራስ ወደሆነው ማደግ ብለን ስንል ለእኛ ምሳሌያችን ወይም እንደ ሞዴል የምንመለከተው እርሱን ነው፡፡ ዘወትር የእርሱን ዓመራርም ጠብቀን እንጓዛለን፡፡ በእብራውያን 12÷2 ላይ "....የሚከበንን ኃጢአት አስወግደን፣ በፊታችን ያለውን ሩጫ በትዕግስት እንሩጥ..." ይላል፡፡

ትክክለኛው የመንፈሳዊ ሕይወት እድገት የኢየሱስን ምሳሌነት በመከተል የሚከናወን ነው፡፡ ጤናማው እድገትም ሁልጊዜም ሚዛናዊነት የጠበቀ ነው፡፡ ሕፃን ልጅ እግሩ ብቻ እያደገ ሌላው አካል እድገት ባይታይበት እንዴት አደገኛ ይሆናል፡፡ የክርስትና ሕይወታችንም በሁሉም አቅጣጫ ሚዛኑን ጠብቆ ያደገ መሆን ይኖርበታል፡፡ ከእነኚህ ውስጥ ዋና ዋናዎቹም፡-

1) በእግዚአብሔር ቃል መረዳት
2) በጸሎት
3) የጥበብ ቃልን በመናገርና በአስተዋይነት
4) በአምልኳችን
5) ለሌሎች በመኖር ፍቅርን ማሳየትና የመንፈስ ቅዱስ ፍሬዎችን በመግለጥ
6) በጸጋ ስጦታዎች እንደሚገባ በማገልገል መንፈሳዊ እድገታችን የተመጣጠነ መሆን አለበት፡፡ በዚህ ዘመን ብዙ ሰዎች መዝሙር ይችላሉ፣ አንዳንዶችም በዝማሬው አገልግሎት ውስጥ እንኳን ሳይቀር ያገለግላሉ፣ አምልኮን ይመራሉ፣ ይህ ጥሩ ቢሆንም በሌላው አቅጣጫ ያላቸው እድገት ግን ሲለካ ምንም ፍሬ የላቸውም፡፡ ይህ እድገት ሳይሆን ሙት ሕይወት ነው፡፡

እውነትን መናገር

ኤክስፖዚተርስ ግሪክ ቴስታመንት፡- ኤፌሶኖች የሚያድነውን የክርስቶስን እውነት ተምረዋል፡፡ በዙሪያቸው ግን በሃሰት ትምህርቶችና ማታለሎች ተከበው ነበር፡፡ ከዚህ ስጋት ለመዳን ታዲያ ክርስቶስ የሰጣቸው ሐዋርያት ነቢያትና ወንጌላውያን ያስተማሯቸውን እውነት እየተናገሩ መቀጠልና ማደግ ነበረባቸው፡፡ ጳውሎስ እውነትን እየያዝን የሚለው ከዚህ አኳያ ነው፡፡

ብሌይኪ፡- እውነት የምንኖርበት፣ የምንቀሳቀስበትና ህያው የምንሆንበት ባህሪ ሲሆን ከፍቅር ጋር ላይነጣጠል የተጋባ ነው፡፡ ከዚህ አንፃር የምሥራች እንኳ በቁጣ ሲነገር የምስራች አይሆንም፡፡ ምክንያቱም የመልዕክቱ ማራኪነት በመልዕክተኛው የሚጋጭ መንፈስ ይጠፋልና ነው፡፡

ኤምሲጂ፡- አማኝ እውነትን በፍቅር ሊከተል ያሻዋል ይህም ማለት እውነትን ሊወድ፣ ሊኖረውና ሊናገረው ይገባል ነው፡፡ ይህ እውነት ደግሞ ክርስቶስ ነው ስለዚህ የአማኝ ሕይወት ወደ ክርስቶስ አቅጣጫ የሚደረግ ቀዘፋ ነው፡፡ (ኤምሲጂ, ጄ ቫይ: የመጽሐፍ ቅዱስ ሐተታ ላይ: ቶማስ ኔልሰን)

"ራስ ወደሚሆን ወደ ክርስቶስ እንደግ"፡- የሚለውን ቃል 1÷22 ላይ ራስነትን ከሥልጣን፣ ከበላይነት ጋር አያይዞት እናነባለን፡፡ "ሁሉን ከእግሩ በታች አስገዛለት፣ ከሁሉ በላይ ራስ እንደ ሚሆን ለቤተ ክርስቲን ሰጠው" 1÷22 በምዕራፍ አራት ላይ የተጠቀሰው ራስነት ግን ሥልጣንና የበላይነትን አያመለክትም፡፡ ከዚህ ይልቅ የአካሉን ውህደት፣ የእድገት ምንጭ መሆኑን፣ የዓላማ አንድነት በመካከል እንዳለ፣ የአካሉ እድገት የሚጠብቀው በዚህ መንገድ ብቻ እንደ ሆነ ያመለክተናል፡፡

እደገ፡- በግሪክ **አክሳኖ** auxánō / owx-an'-o ይሰኛል፡፡ ኤክስፖዚተርስ ግሪክ ቴስታመንት - የምናድግበት ኃይልና ጸጋ ምንጩ ክርስቶስ ነው፡፡ እኛ የምናደርገውም ወደ ክርስቶስ ነው፡፡

ራስ፡- በግሪክ **ኬፋሌ** kephalḗ / kef-al-ay' ይሰኛል፡፡ ኬፋሌ (ራስ) እዚህ ቦታ የሚያመላክተው የቤተክርስቲያን ራስ የተሰኘውን ክርስቶስን ነው፡፡(ኤምሲጂ, ጄ ቫይ የመጽሐፍ ቅዱስ ሐተታ ላይ ቶማስ ኔልሰን)

ኤዲ፡- ዕድገቱ ለእርሱ ከእርሱ ነው፡፡ መነሻው ክርስቶስ መድረሻውም ራሱ ክርስቶስ ነው፡፡ (የጆን ኤዲት ሐተታ)

"ወደ ክርስቶስ ማደግ" ማለት በእምነት በእውቀት ማለትም በክርስቶስ እውቀት ማደግን ይጠቀልላል፡፡ አማኝ በመንፈስ ቅዱስ የእግዚአብሔርን ምስጢር ማወቅ ርስቱ ሆኖ የተሰጠው ነው፡፡ እድገት ማለት ክርስቶስን ማወቅ እንጂ ከክርስቶስ ጋር የተሰጠህን ስጦታ ማወቅ አይደለም (ሮሜ 8÷32)፡፡ ከክርስቶስ ጋር የተሰጠንን በረከት ማወቅ የሚያስፈልጉን ነገሮች ናቸው፡፡

ክርስቶስን መምሰልን ማወቅ ግን ለጥቅማችን ነው፡፡ ለዚህኛው ዓለምና ለመጪው ዓለም ይጠቅማል፤ አትከሥርም፡፡ ይህም በቃሉና በመንፈስ ቅዱስ የቃሉ ብርሃን በኩል ይገለጣል፡፡ 1ኛ ጴጥ. 2÷2፤ 2ኛ ጴጥ.3÷18፤ 1ኛ ጢሞ. 4÷8፡፡

የምታስቀድመው ወይንም ማስቀደም ያለብህ ቁም ነገር የምትፈልገው (የሚያስፈልግህን) ሳይሆን የሚፈልግህን ሊሆን ይገባል፡፡ እርሱም ክርስቶስ ኢየሱስ ነው፡፡ እርሱ በደጅህ ቆሞ ያንኳኳል (ራዕ. 3÷20፤ ማቴ. 6÷36)፡፡ ማስቀደም ያለብህ ነገር ይሄ ነው፡፡ የምትፈልገው የሚያስፈልግህን ሳይሆን የሚፈልግህን ክርስቶስ ኢየሱስ ነው!

"ወደ እርሱ እንደግ" ወደ እርሱ የሚሄዱ በእግዚአብሔር ሙላት ይሞላሉ፡፡ የሚያስፈልገን በማደግ ላይ ያሉ እንጂ አድገናል ብለው በሙሴ ወንበር የተቀመጡትን ወይንም ማደግ ለእኛ እድል ፈንታችን አልሆነም ብለው ከእምነት ሕይወት ወደ ኋላ የሚያፈገፍጉትን አይደለም፡፡

ሚዛናዊነቱን ያልጠበቀ እድገት ትክክለኛ እድገት ነው ብሎ ለማለት እጅጉን የሚቸግር ይሆናል፡፡ ሰዎች አድገናል ብለው መልሰው ግን የከበሬታውን ወንበር የሚፈልጉ ከሆነ፣ ትህትናን መያዝ ካቃታቸው የእነርሱ እድገት ውድቀት ውስጥ ነው፡፡ የመንፈሳዊ ሰው የእድገቱ ምልክት ጌታ እንደ ተመላለሰ እርሱም ዝቅ ብሎ ሲመላለስ ብቻ ነው፡፡

ሁለተኛው የእድገት እንቅፋትም ከእምነት ሕይወት ወደ ኋላ ማፈግፈግህን ይመለከታል፡፡ እኔ እድገት አይሆንልኝም፣ አልጸልይም፣ ቃሉንም ማጥናት ለእኔ ዋጋ ቢስ ነው በሚል ተስፋ ቢስነት ውስጥ መገኘትም አደገኛ የሆነ የእድገት እንቅፋት ነው፡፡

እድገታችንን ልናገኝ የምንችለው በእምነት በእግዚአብሔር ጸጋ በመደገፍ፣ በጸሎትና በቃሉ በመትጋት፣ እግዚአብሔርም በቃሉ፣ በመንፈሱም በጸሎት ጊዜያችንም በመከረን ምክር መሠረት በመኖርና፣ በእግዚአብሔር መንግሥት ውስጥ በማገልገልም ነው፡፡

ሐዋርያው የኤፌሶንን አማኞች "በነገር ሁሉ ወደ እርሱ ራስ ወደሚሆን ወደ ክርስቶስ እንደግ" የሚላቸው ምክር የእውቀት እድገትንም ይጨምራል። (ቁጥር 15) ይህ የእውቀት እድገት አንድን አማኝ እውቀትና ገብቶት ያለ ማንም አስገዳጅነት ከኃጢአት እንዲርቅ ያደርገዋል። ዛሬ በዓለም ዙሪያ ሁሉ በዓለማወቃቸው ጠንቅ እግዚአብሔርን እያመለኩ እየመሰላቸው ጣዖታትን የሚያመልኩ ብዙዎች ናቸው። ለ3000 ዓመታት የክርስትና ምድር ናት ተብላ ለምትጠራው ሃገራችን እንኳን ሳይቀር በክርስትና ስም ብዙ ባዕድ አምልኮ ይፈፀማል። ብዙዎችም የሚያደርጉት ምን እንደ ሆነም አያውቁትም እኛ የወንጌል እውነት በርቶልናል ብለን የምንል አማኞች እነኚህን በጥፋት መንገድ ያሉ አሕዛብ በወንጌል የመድረስ ትልቅ ኃላፊነትም አለብን።

የልቦና ደንዳንነት የእነኚህ ሰዎች ሁለተኛ ችግር ነበር። ቢነገራቸውም ከኃጢአት የተነሳ ደንዝዘው ነበር። ኃጢአት ያደነዝዛል። ሰው ኃጢአትን ሲላመድ የህሊና ክስ በውስጡ ይጠፋል፣ በሌላ አንፃር እያደረገውም እርካታ ያጣል። እርካታውን ለማምጣት ሲል ሌላ ኃጢአት ይፈፅማል። ኃጢአት ሰውን ከእግዚአብሔር በማራቅ ያጠፋዋል እንጂ ዘላቂ ደስታን አይፈጥርለትም።

ዘላቂው ደስታ የሚገኘው በክርስቶስ ኢየሱስ ውስጥ በማረፍ ብቻ ነው። በጥንት ዘመን በአይሁድ ዙሪያ የተሰበሰቡ አሕዛቦች 3 ዋና ዋና የኃጢአት ዓይነቶች የሚሏቸውነበሩ። እነኚህም "debauchaery" የሚባለው የእርኩሰት ዓይነት በገላትያ 5÷19 ላይ የሥጋ ሥራ ብሎ የዘረዘራቸውን ሁሉ የሚያካትት ነው። ሁለተኛውን የእርኩሰት ዓይነት (impurity) ይሉታል። ይህም ከግብረ ሥጋ፣ ግብረ ሰዶምና ሌሎችም ከእርኩሰት ይልቅ ወሲብ ግንኙነት ጋር የተያያዘ ነው። ሦስተኛው እርኩሰት ደግሞ (covetouseness) የሚባለው ነው። ይህም ደግሞ ከባዕድ አምልኮ ጋር የተያያዘ አምልኮ ነው። ሰው በክርስቶስ ሲያምን ከእነኚህ እርኩሰቶች ሁሉ ነፃ ይወጣል (ኤፌ 5÷5፣ ቆላ 3÷5)።

---

15 ነገር ግን እውነትን በፍቅር እየያዝን በነገር ሁሉ ወደ እርሱ ራስ ወደሚሆን ወደ ክርስቶስ እንደግ፤

ነገር ግን እውነትን በፍቅር እየያዝን ኤፌ4÷25፤ ዘካ8÷16፤ 2ኛ ቆሮ 4÷2፤ 8÷8 መሳ 16÷15፤ መዝ 32÷2፤ ዮሐ 1÷47፤ ሮሜ 12÷9፤ያዕ 2÷15፣16፤ 1ኛ ጴጥ 1÷22፤ 1 ዮሐ 3÷18

በነገር ሁሉ ወደ እርሱ ራስ ወደሚሆን ኤፌ1÷22፤ 5÷23፤ ቆላ 1÷18፣19

4፥16 ከእርሱም የተነሣ አካል ሁሉ እያንዳንዱ ክፍል በልክ እንደ ሚሠራ፥ በተሰጠለት በጅማት ሁሉ እየተጋጠመና እየተያያዘ፥ ራሱን በፍቅር ለማነጽ አካሉን ያሳድጋል።

ጤናማ የሆነው እድገት በሚካሄድበት ጊዜ ከእርሱ የተነሳ (ከኢየሱስ ወይም ከራሱ የተነሣ) እያንዳንዱ የአካል ክፍል ተስተካክሎ ይሠራል፡፡ የነርቭ ሲስተሙ ሁሉ ትክክለኛውን አቅጣጫ ይይዛል፡፡ በዚህ ቁጥር ላይ "አካል ሁሉ" የሚለው ቤተ ክርስቲያንን እንደ ሆነም መምህራኑ ይስማማሉ፡፡ ክርስቶስም የእድገቱ ሁሉ ምንጭ፣ መነሳሻ እንዲሁም የፍፃሜው ግብም ነው፡፡

እያንዳንዱ ክፍል በልክ ይሠራል ሲል የሚጠበቅበትን ተግባር እንደሚገባ ያከናውናል፡፡ ከአቅም በታች ወይም ከአቅም በላይ ወይንም ከሚመለከተው ውጪ አይሠራም፡፡ ይህም ለመለኮታዊው ሥርዓት ጥሩ ምሳሌ ነው፡፡ የሃገራችንን ቤተ ክርስቲያን በእጅጉ እየጎዳት ያለው አንድ ትልቅ እውነት ሁሉም አካል የሚጠበቅበትን እንደሚገባ ዓለማድረጉ አይደለምን? አልፎ ሄዶ የማይመለከተውን የሚሠራ፣ በሌላው ጉዳይ ጣልቃ የሚገባ የራሱን የቤት ሥራ እንደሚገባ የማይወጣ ብዙ ነው፡፡ ከዚህም የተነሣ የሃራችን ቤተ ክርስቲያን አንዱ መሠረታዊ ትልቅ ችግር ደቀ መዛሙርትን ዓለማፍራት ነው፡፡ ይህም የሆነው እንደሚገባ ካለመሥራት ነው፡፡ የክርስቶስ ብርቱ ወታደር የሆኑ አገልጋዮችን ማፍራት ብዙ ትዕግስትና ትጋትን፣ እንቅልፍ ማጣትንና ጥንቃቄን ይፈልጋል፡፡

መለኮታዊው ሥርዓት ከዚህ የተነሣ ሊጠበቅ አልቻለም፡፡ በቤተ ክርስቲያን ዓመራር ውስጥ መለኮታዊውን ሥርዓት መጠበቅ በጣም አስፈላጊና ጠቃሚም ነው፡፡ አሁን አሁን ግን ይህን መለኮታዊ ሥርዓትም አንዳንዶች ሥልጣናቸውን ለማስከበር፣ ለግል ጥቅማቸው ሲያውሉት ይታያል፡፡ ይህ ሥርዓት የተፈለገበት ብቸኛው ምክንያት ግን ጠንካራ የክርስቶስ ደቀ መዛሙርትን ለማፍራት ብቻ ነው፡፡ የምናፈራው የራሳችንን ወይም የቤተ እምነታችንን ደቀ መዛሙርትም መሆን የለበትም፡፡

"ከእርሱም የተነሳ" የጌታችን የኢየሱስ ክርስቶስ የበላይነትና ራስ መሆኑን ያመለክታል፡፡ ጌታ ራስና የበላይ የሆነበትን ምክንያት በተመለከተ ከዚህ ቀደም በመስቀሉ የሠራውን ሥራ ተመልክተናል፡፡ ይህ ስልጣን ከኃላፊነት ጋር እንደ ሆነ መገንዘብ እንችላለን፡፡ እርሱ ራስ ሆነ ሲባል አካሉን ሊመግብ፣ ሊንከባከብ፣ ሊሸከም እንደ ሆነ የእግዚአብሔር ቃል ስለ እርሱ የተናገረውን በማንበብ ልናስተውል እንችላለን፡፡ እርሱ እረኛ ነው፤ መጋቢ ነው፡፡

በብሉይ ስለዚህ ራስ ስለ ሆነው እረኛ ሲናገር "በላያቸውም አንድ እረኛ አቆማለሁ፣ እርሱም ያሰማራቸዋል . . ." ሕዝ. 34÷23፡፡ በሕዝቡ የበላይ ሆኖ የተቀመጠው አገልግሎቱን ስናጠና የባሪያን መልክ በመያዝ ነው፡፡ ጌታችን ኢየሱስ ሲናገር *"የአሕዛብ አለቆች ተብሎ የምታስቡት እንዲገዙአችሁ ፣ ታላላቆቻቸውም በላያቸው እንዲሰለጥኑ ታውቃላችሁ"* (ማር. 10÷42)፡፡ የአሕዛብ አለቆች ሕዝቡን በግድና በላዩ ላይ በመሰልጠን ይገዙታል፡፡ ጌታ ግን የአካሉ ራስ ሆኖ አካሉን በፍቅር ይመራል፡፡

እንደዚሁ በሰለሞን ቤተመቅደስ ተመሳሳይ የሆነ የአስተዳደር ስልት በቀሳውስቱ ዘንድ የታየበት ጊዜ እንደ ነበረ ሕዝቅኤል ያስተምረናል፡፡ በነብዩ በኩል የሕዝቡ እረኛ እና ባለቤት የሆነው እግዚአብሔር ስለ ነበሩት መሪዎች ሲናገር "ጌታ እግዚአብሔር እንዲህ ይላል፤ እነሆ በእረኞች በላይ ነኝ፤ በጎቼን ከእጃቸው እፈልጋለሁ፤ በጎቼንም ከማሰማራት አስተዋቸዋለሁ፡፡ ከዚያ ወዲያ እረኞች ራሳቸውን አያሰማሩም፡፡ በጎቼንም ከአፋቸው አድናለሁ፤ መብልም አይሆኑላቸውም" ሕዝ. 34÷10፡፡

አገዛዛቸው በእርግጥም ስልጣናቸው ለበጎቹ ሳይሆን ለራሳቸው እንደ ሆነ በግልጥ አስቀምጦታል፡፡ ከየትና እንዴት እንዳመጡ ብንጠይቅ ከዓለም እንደ ወረሱት እናስተውላለን፡፡ እርሱ ግን (ጌታችን ኢየሱስ) ራሱን ለበጎቹ ሰጠ፡፡ ሕዝቡን ሊመግብ ሊጠብቅ ይተጋል፡፡ እንዲያ ኑሮውና ሕይወቱ ስለ እነርሱ ይማልድ ዘንድ በሕይወት ይኖራል፤ ማለትም የእርሱ ሕይወት በእኛ ተዋጠ፡፡ ሐዋርያው "ከእርሱ የተነሳ" ሲል አገልግሎቱንና ሥልጣኑን እየተናገረ ይገኛል፡፡

"አካል ሁሉ እያንዳንዱ ክፍል በልክ እንደ ሚሠራ" ሐዋርያው አካል አንድ ሳይሆን "ሁሉ" እንደ ሆነ ይገልጣል፡፡ "አካል" ብሎ በምሳሌ መንፈስ ቅዱስ ለኤፌሶን ሰዎች የሚገልጠው የሰውን አካልና ምሳሌ በመስጠት ነው፡፡

"አካል" በግሪኩ ትርጓሜ **ሶማ** sōma /so'-mah የሚል ትርጓሜን ይዟል፡፡ ይህ ቃል ዘይቤያዊ ትርጉምም በውስጡ የያዘ ሲሆን የሰውን አካል እንደ ምሳሌ በመውሰድ ሙሉዋን ቤተ ክርስቲያን ለማሳየት፣ ለማመላከት ይጠቀምባታል፡፡ ይህቺ ቤተ ክርስቲያን እንደ ሰው አካል ሁሉ ራስ፣ እጅና እግር፤ ጅማትና አጥንትንም፤ የተለያዩ ብልቶችን ይዛለች፡፡

የብልቶች አንድ መሆን አንደኛው ሲሆን አካሉ ተለያይተው ሳይሆን ተገጣጥመው እንደሆነ እናስተውላለን፡፡ ሳይንስ የሰውን አስደናቂ ሕያው አካል እንዴት እንደ ተገጣጠመ እንደ

ሚያስረዳ ሁሉ ጥበበኛው እግዚአብሔር ህጻን ልጅ ከተረገዘ ጀምሮ የመገጣጠም ሥራ በእናት ማህፀን አደረገ። በመንፈሳዊው ዓለም የሆነው ተመሳሳይ ነው ይላል።

የሕፃኑ አፈጣጠር ከዘሩ ጽንስ ጀምሮ፣ ቀስ እያለ እግር፣ እጅ እንደ ሚያወጣ እያደገም ሄዶ እንደ ሚወለድ፤ ከተወለደም በኋላ በእናቱ እቅፍ ላይ ጡት እየጠባ ከመኖር አንስቶ እስከ እርጅና ዘመኑ ድረስ የራሱ የሆኑ የእድገት ሂደቶች አሉት። እርግጥ የመንፈሳዊው እድገት ከዚህ የተፈጥሮ ዕድገት የሚለየው እርጅናና ሞት የለበትም። ከኃጢአት በኋላ ግን ሞት ሆነ። በመንፈሳዊው እድገት ውስጥም ተመሳሳይ ሂደት ይታያል።

የአካል ሥራ ድንቅ እንደ ሆነ ዳዊት ይናገራል። *"ግሩምና ድንቅ ሆኜ ተፈጥሬአለሁና ዓመሰግናለሁ። ሥራህ ድንቅ ነው፤ ነፍሴም እጅግ ታውቀዋለች"* (መዝ. 138፥14)። አካል ያለ ብልት ሕያው አይሆንም፤ እንዲሁም ብልት ያለ መገጣጠም መበስበስን ያገኛል።

"እያንዳንዱ በክፍል በልክ" "በክፍል" ሐዋርያው ቀደም ሲል በምዕራፍ 2፥11 "አስቀድሞ ያዘጋጀውን መልካሙን ሥራ ለማድረግ በክርስቶስ ኢየሱስ ተፈጠርን" ይላል። ብልቱ የተፈጠረበት ዓላማ መልካም ሥራ ለማድረግ ነው። ብልት የራሱ የሆነ ከሌላው ብልት የተለየ ሥራ አለው። ከክፍሉ የወጣ ብልት አይኖርም። እንኳን ብልት ራስ እንኳ የእጅን ሥራ ሆነ የምላስን ሥራ አይሠራም። ይህን ምሳሌ ብንወስድ ምላስ የሚናገር ማለት ነው። ጌታችን ኢየሱስ (ራስ) የሆነው በአካሉ ለመናገር ምላስ በሥፍራው ይገኝ ዘንድ ይገባል ማለት ነው።

የአካሉ ራስ አካሉን የሚያዘው ሲሆን፣ ከአካሉ ጋር ያለው ቅንጅት ግን በፍጹም ፍቅርና ኅብረት ነው። በማስገደድ የሚሆን የለም። የአካሉ ራስ የሆነው ጌታ መልእክቱን ለማስተላለፍ ምላስን፣ እጅና እግርን፣ የሰውን ሁለንተና ይጠቀማል። መንፈሳዊው አካል እንደ ሰው አካል ጅማት እርስ በእርሱ ተያይዞ እየተገጣጠመ ይሠራል።

"በልክ" ልኩን የሚያውቅ አገልጋይ እንድንሆን ይናገራል።

"በልክ" የሚለው ቃል በግሪኩ ትርጉም ሲታይ energeo የሚል ቃል ይፈታዋል። በቀጥታ የቃሉን ትርጉም ስንተነትን ነው በአስተማማኝ ኃይል በመጠቀም መሥራት፣ መንቀሳቀስ የሚል ትርጉም ይሰጡናል።

እየተጋጠመ:- በግሪክ ሱናርሞሎጌኦ synarmologéō /soon-ar-mol-og-eh'-o ይሰኛል፡፡ በጥሬው የአካልን ወይም የሕንፃ ድንጋዮችን መገጣጠም ይገልጻል፡፡ (መጽሐፍ ቅዱስ ጥቅሶች የብሉይና / የአዲስ ኪዳን ግሪክ መዝገበ ቃላት. የቲየር ትርጉም)

እየተያያዘ:- በግሪክ ሱምቢባዞ symbibázō /soom-bib-ad'-zo ይሰኛል፡፡ በጅማት ወይም በስር መያያዝን ይገልፃል፡፡(መጽሐፍ ቅዱስ ጥቅሶች የብሉይና / የአዲስ ኪዳን ግሪክ መዝገበ ቃላት. የቲየር ትርጉም)

ጅማት:- በግሪክ ሃፌ haphḗ / haf-ay' ይሰኛል፡፡ የአካል ብልቶች የሚገናኙበት ነው፡፡ (መጽሐፍ ቅዱስ ጥቅሶች የብሉይና / የአዲስ ኪዳን ግሪክ መዝገበ ቃላት. የቲየር ትርጉም)

---

16 ከእርሱም የተነሣ አካል ሁሉ እያንዳንዱ ክፍል በልክ እንደሚሠራ፥ በተሰጠለት በጅማት ሁሉ እየተጋጠመና እየተያያዘ፥ ራሱን በፍቅር ለማነጽ አካሉን ያሳድጋል።
ከእርሱም የተነሣ ኤፌ 4÷12፤ ዮሐ 15÷ 5
እያንዳንዱ ክፍል በልክ እንደሚሠራ ኤፌ3÷ 7፤ 1ኛ ተሰ 2÷13
ራሱን በፍቅር ለማነጽ አካሉን ያሳድጋል ኤፌ4÷15፤ 1÷4፤ 3 17፤ 1ኛ ቆሮ 8÷1፤ 13÷4-9፤1፤ 14÷1፤ ገላ 5÷ 6፤13፤14፤22፤ ፊል 1÷9፤ ቆላ 2÷2፤ 1ኛ ተሰ 1÷3፤ 3÷12፤ 4÷9፤10፤ 2ኛ ተሰ 1÷3፤ 1ኛ ጢሞ 1÷5፤ 1ኛ ጴጥ 1÷22፤ 1ኛ ዮሐ 4÷16

4፡17 እንግዲህ አሕዛብ ደግሞ በአዕምሮአቸው ከንቱነት እንደ ሚመላለሱ ከእንግዲህ ወዲህ እንዳትመላለሱ እላለሁ በጌታም ሆኜ እመሰክራለሁ።

ሐዋርያው ቀደም ባሉት የምዕራፉ ቁጥሮች ላይ ስለ አንድነት ሲናገር ቆይቶ በዚህኛው አንቀፅ ላይ እንደ ገና ከቁጥር 1-3 ላይ እለምናችኋለሁ ሲል ቀደም ብሎ ወዳነሳው የቅድስና ሕይወት ትምህርቱ ሲመለስ እናያለን፡፡ በፊት በመልካም እንዲመላለሱ እለምናችኋለሁ ሲላቸው ነበር፡፡ አሁን ደግሞ "እላለሁ" እያለ ያሳስባል፡፡ ቀድሞ ወደነበሩበት (3÷1፤ 2÷11) የአሕዛብ የኑሮ ዘይቤ ተመልሰው እንዳይገቡ ያሳስባቸዋል፡፡ የቀደመው በአዕምሮ ከንቱነት የኖራችሁት ነው፡፡ አሁን ግን ወደማስተዋል መጥታችኋል፣ ልቦና ገዝታችኋል ስለዚህ ወደቀደመው ሕይወት እንዳትመለሱ እያለ ያሳስባቸዋል፡፡ ጳውሎስ ይህን ማሳሰቢያ ሲፅፍም እንደ አንድ በእሥር ቤት ውስጥ እንደ ተጣለ እስረኛ ሆኖ ሳይሆን ከእግዚአብሔር የተቀበለውን ሙሉ ሥልጣን በመጠቀም ነው፡፡ ከፍ ብለን ያየነው የመለኮታዊ ሥርዓት አንዱ መገለጫ ይህ ነው፡፡ (1ኛ ተሰሎ 4÷1) ሐዋርያው ማሳሰቢያውንና ምክሩን ይሰጣል፣ ይለምናቸውማል፡፡ እነርሱም ይሰሙታል፣ ይታዘዛሉ፡፡

361

የኢ.ፌ.ቢ.ኢ. አገልግሎት / የኤፌሶን መልእክት ትምህርት

እነኚህ የኤፌሶን አማኞች ቀድሞ ከአሕዛብ ወገን ነበሩ፡፡ (3፥1፤2፥11) ጳውሎስ ለምን ይሆን ዛሬም በቀደመው መጠሪያ የሚጠራቸው? እነርሱ አሁን ከክርስቶስ ጋር በሰማያዊው ሥፍራ እንደ ተቀመጡ ሐዋርያውም መስክሯል፡፡ (2፥6) አዲስ ሰውም እንደ ሆኑ ተናግሯል፡፡ (2፥15)

ሁላችንም ወደ ወንጌል ስንመጣ ነገሮች ሁሉ በአንድ ጀንበር ይለወጣሉ ብሎ ማሰብ ስህተት ነው፡፡ እርግጥ ነው ደኅንነት በቅፅበት ውስጥ የሚሆን ሲሆን፣ የባሕርይ ለውጥ ግን ቀስ በቀስ የሚመጣ ነው፡፡ በቤተ ክርስቲያን ውስጥ ሰዎች ደኅንነት ሲቀበሉ ወዲያውኑ ሁሉንም ነገር እርግፍ አድርገው እንዲለውጡ፣ አለባበሳቸው፣ ዓመለካከታቸው፣ ንግግራቸው ሁሉ እንዲለወጥ የምንፈልግ ጥቂቶች አይደለንም፡፡ ይህ የለውጥ ሂደት ለአንዳንዶች ፈጣን ነው፣ ለሌሎች ደግሞ ረጅም ጊዜ ይወስዳል፡፡

አንድ ወዳጄ ጌታን በመጨረሻ ላይ የተቀበለው ለሁለት ዓመት ያህል በቤተ ክርስቲያን ውስጥ ከተመላለሰ በኋላ ነው፡፡ ይህን ከመሰለው ረጅም ጉዞ በኋላ ጌታን መቀበል በጣም ከባድ ነው፡፡ ይህ ሰው ግን ብዙ ታዝቦን፣ ከእኛ መሃከል ብዙዎች እየተቹት፣ እርሱም እየተናደደባቸውና አንዳንዴም አኩርፎ እየቀረ ሁለት ዓመታት አልፈው ጌታን ተቀብሏል፡፡ የኤፌሶን ክርስቲያኖችንም በዚህ መንገድ መረዳቱ ተገቢ ይሆናል፡፡

"አሕዛብ በአዕምሮአቸው ከንቱነት እንደሚመላለሱ" አዕምሮአቸው ከንቱ ነው ብሎ የሚገልጠው በሮሜ 1፥23-32 ነው፡፡ ሐዋርያው በሮሜ የሚገልጣቸው "ጥበበኞች ነን ሲሉ ደንቆሮ ሆኑ የማይጠፋውን የእግዚአብሔርን ክብር በሚጠፋ ሰውና በወፎች አራት እግር ባላቸውም በሚንቀሳቀሱም መልክ መሰለው ለወጡ . . ."፡፡ ሴቶቻቸውም ለባሕሪያቸው የማይገባውን ለወጡ እንዲሁ ወንዶች ደግሞ ለባሕሪያቸው የማይገባውን ሴቶችን መገናኘት ትተው እርስ በእርሳቸው በፍትወታቸው ተቃጠሉ፡፡ ወንዶችም በወንዶች ነውር አደረጉ" ይላል፡፡ የአሕዛብ አዕምሮ ብዙ ስጦታዎችን ከእግዚአብሔር ተቀብለዋል፡፡ በህሊናቸውም ፈጣሪን ያከብሩ ዘንድ ይገባል፣ ይሁን እንጂ አልታዘዙም (ገላ. 19፥21፤ 1ኛ ጴ.ጥ. 4፥3-4፤ ቆላ. 3፥5-8)

"እንግዲህ ወዲህ እንድትመላለሱ በጌታም ሆኜ እመሰክራለሁ" ክርስትና የኋላውን እየረሳን የወደፊቱን በማየት (በክርስቶስ ማደግ) እንደሚኖርብን ያስረዳል፡፡ ሐዋርያው በፊሊጵስዩስ "በክርስቶስ የተያዝሁበትን" ያን ደግሞ እይዛለሁ ብዬ እፈጥናለሁ" ይላል፡፡ ፊል. 3፥12፡፡ አማኝ በተሰጠው አዲስ መንገድ ይመላለስ ዘንድ ይገባል፡፡ ይህ ትዕዛዝ ነው፡፡ ይህ የመዳን መንገድ ብድራትን ያስገኛል፡፡ ይህም በክርስቶስ ልክ መመላለስን

ያሳያል፡፡ አሕዛብ በአዕምሮአቸው ከንቱነት በመመላለሳቸው በራሳቸው ላይ ብድራትን አገኙ፡፡ በተመሳሳዩ ብልቶቻቸውን በአሕዛብ አዕምሮ እንደ ተመላለሱ እንዲሁ በክርስቶስ አዕምሮ ብልቶቻችን ይመላለስ ዘንድ ይገባል፡፡ ይህ ይሆን ዘንድ አዕምሮአችን ይታደስ ዘንድ ይገባል (1ኛ ቆሮ. 2፥16፤ ሮሜ 12፥1-2፤ ሮሜ 6፥17-18) ብድራትን በራሳቸው ላይ አመጡ፡፡

እኛ ግን የክርስቶስ ልብ እንዳለን መጽሐፍ ቅዱስ ያስረዳል (1ኛ ቆሮ. 2፥16) በአዲሱ መደበኛ ትርጉም "ሰውነታችሁን ቅዱስ መስዋዕት አድርጋችሁ አቅርቡ . . . ይህም እንደ ባለ አዕምሮ የምታቀርቡት አምልኮአችሁ ነው" ይላል (ሮሜ 12፥1-2)፡፡ በአዕምሮአችሁም መታደስ ተለወጡ . . . ይላል፡፡ የዓለም ሰዎችን በአዕምሮአቸው ከንቱነት እንደ ሚመላለሱ የዳኑት የእግዚአብሔር ልጆች ደግሞ ይህ አዕምሮአቸው እንዲታደስ እንደ ተለወጠ እንገነዘባለን፡፡ መንፈሳችን በመንፈስ ቅዱስ ይቀደሳል፡፡ አዕምሮአችንም ቀድሞ ከነበረው ማንነቱ ተለውጦ የእግዚአብሔርን እውነት የሚያስተውል የአስተሳሰብ ለውጥ ያደረገ ሊሆን ይገባዋል፡፡

17 እንግዲህ አሕዛብ ደግሞ በአእምሮአቸው ከንቱነት እንደሚመላለሱ ከእንግዲህ ወዲህ እንዳትመላለሱ እላለሁ በጌታም ሆኜ እመሰክራለሁ።

አሕዛብ ደግሞ በአእምሮአቸው ከንቱነት እንደሚመላለሱ ኤፌ1፥22፤ 2፥1-3፤ 5፥3-8፤ ሮሜ 1፥23-32፤ 1 ቆሮ 6፥9-11፤ ገላ 5፥19-21፤ ቆላ3፥5-8፤ 1ኛ ጴጥ 4፥3፣ መዝ 94፥ 8-11 ፤ ሐዋ 14፥15

እላለሁ 1ኛ ቆሮ 1፥12፤ 15፥50፤ 2ኛ ቆሮ 9፥6፤ ገላ 3፥17፤ ቆላ2፥4

በጌታም ሆኜ እመሰክራለሁ ነህ 9፥29፣30፤ 13፥15፤ ኤር 42፥19፤ ሐዋ 2፥40፤ 18፥5፤ 20፥21፤ ገላ 5፥3፤ 1ኛ ተሰ 4፥6

4፥18 እነርሱ ባለማወቃቸው ጠንቅ በልባቸውም ደንዳንነት ጠንቅ ልቡናቸው ጨለመ፥ ከእግዚአብሔርም ሕይወት ራቁ፤

በዚህ ቁጥር ላይ የአሕዛብን አኗኗር ይዘረዝርላቸዋል፡፡ እነርሱን ከእግዚአብሔር መንገድ ያራቃቸውና የኃጢአትና የባእድ አምልኮ እሥረኛ ያደረጋቸው፣ በጨለማ ውስጥ እንዲመላለሱም ያደረጋቸው ሁለት ምክንያት ተዘርዝሯል፡፡ እነኚህም 1ኛ/ ዓለማወቅ 2ኛ/ የልቦና ደንዳናነት ናቸው፡፡ በሕግ ፊት አላወቅሁም፣ ጥፋት የሠራሁት ባለ ማወቄ ነው ማለት አይቻልም፡፡ ይህ ያለ ማወቅ ጥፋት እነኚህን አሕዛብ ከእግዚአብሔር መንገድ አራቃቸው፡፡

የሕ.ፌ.በ.ስ. አገልግሎት / የኤፌሶን መልእክት ትምህርት

ሐዋርያው የኤፌሶንን አማኞች *"በነገር ሁሉ ወደ እርሱ ራስ ወደሚሆን ወደ ክርስቶስ እንደግ"* የሚላቸው ምክር የእውቀት እድገትንም ይጨምራል፡፡ (ቁጥር 15) ይህ የእውቀት እድገት አንድን አማኝ አውቆትና ገብቶት ያለ ማንም አስገዳጅነት ከኃጢአት እንዲርቅ ያደርገዋል፡፡ ዛሬ በዓለም ዙሪያ ሁሉ ባለ ማወቃቸው ጠንቅ እግዚአብሔርን እያመለኩ እየመሰላቸው ጣዖታትን የሚያምሉ ብዙዎች ናቸው፡፡ ለ3000 ዓመታት የክርስትና ምድር ናት ተብላ ለምትጠራው ሃገራችን እንኳን ሳይቀር በክርስትና ስም ብዙ ባዕድ አምልኮ ይፈፀማል፡፡ ብዙዎችም የሚያደርጉት ምን እንደ ሆነም አያውቁትም እኛ የወንጌል እውነት በርቶልናል ብለን የምንል አማኞች እነኚህን በጥፋት መንገድ ያሉ አሕዛብ በወንጌል የመድረስ ትልቅ ኃላፊነትም አለብን፡፡

"የልቦና ደንዳንነት" የእነኚህ ሰዎች ሁለተኛ ችግር ነበር፡፡ ቢነገራቸውም ከኃጢአት የተነሳ ደንዝዘው ነበር፡፡ ኃጢአት ያደነዝዛል፡፡ ሰው ኃጢአትን ሲላመድ የህሊና ክስ በውስጡ ይጠፋል፣ በሌላ አንፃር እያደረገውም እርካታ ያጣል፡፡ እርካታውን ለማምጣት ሲል ሌላ ኃጢአት ይፈፅማል፡፡ ኃጢአት ሰውን ከእግዚአብሔር በማራቅ ያጠፋዋል እንጂ ዘላቂ ደስታን አይፈጥርለትም፡፡

ዘላቂው ደስታ የሚገኘው በክርስቶስ ኢየሱስ ውስጥ በማረፍ ብቻ ነው፡፡ በጥንት ዘመን በአይሁድ ዙሪያ የተሰበሰቡ አሕዛቦች 3 ዋና ዋና የኃጢአት ዓይነቶች የሚሏቸው ነበሩ፡፡ እነኚህም "debauchaery" የሚባለው የእርኩሰት ዓይነት በ(ገላትያ 5÷19) ላይ *የሥጋ ሥራ* ብሎ የዘረዘራቸውን ሁሉ የሚያካትት ነው፡፡ ሁለተኛውን የእርኩሰት ዓይነት (impurity) ይሉታል፡፡ ይህም ከግብረ *ሥጋ*፣ ግብረ ሰዶምና ሌሎችም ከእርኩሰት የልቅ ወሲብ ግንኙነት ጋር የተያያዘ ነው፡፡ ሦስተኛው እርኩሰት ደግሞ (covetouseness) የሚባለው ነው፡፡ ይህም ደግሞ ከባዕድ አምልኮ ጋር የተያያዘ አምልኮ ነው፡፡ ሰው በክርስቶስ ሲያምን ከእነኚህ እርኩሰቶች ሁሉ ነፃ ይወጣል፡፡ (ኤፌ 5÷5፣ ቆላ 3÷5)

ወደ ኢየሱስ ስንመጣ መታዘዝን፣ ትህትናን፣ ፍቅርን፣ መስዋዕትነትን፣ ከምድራዊ ኑሮ ይልቅ ሰማያዊውን የእግዚአብሔርን መንግሥት መፈለግን እንማራለን፡፡ አንዳንድ የዘመኑ ትምህርቶች ይህንን ትልቅ እውነት ከውስጣችን ቦርቡረው በማውጣት በረቀቀ መንገድ ምድራዊ አስተሳሰብ እንዲኖረን፣ በዝና በስኬት በተአምራት ላይ ብቻ እንድናተኩር እያደረጉን ይገኛል፡፡

"እኛ ግን የተሰቀለውን ክርስቶስን እንሰብካለን፣ ይህም ለአይሁድ ማሰናከያ፣ ለአሕዛብም ሞኝነት ነው...." (1ኛ ቆሮ 1÷23) አይሁድ መሲሁ በዚህ መልኩ ሊመጣ አይችልም ብለው

ከእነርሱ ግንዛቤ ውጪ ስለ ሆነባቸው ተሰናከሉበት፡፡ እየጠበቁት አላወቁትም፡፡ አሕዛብ ደግሞ በጣዖት አምልኮ ተተብትበው ስለ ነበር፣ ለእነርሱ የመሲሁ አዳኝነት እንደ ሞኝነት ነው፡፡ ስንት ተአምራትን የሚሠሩ ጣዖታት እያሉ እንዴት የአንድን ሰው አዳኝነት ይቀበሉ፡፡ በእነርሱ እይታ፣ መንፈሳዊ አይናቸው ታውሯልና ሞኝነት ነው፡፡ አንድ የከበረ ታላቅ ሰው እንደ ወንጀለኛ በመስቀል ተሰቅሎ መሞቱ የእርሱ መዋረድና አለሙብቃት ያሳያል እንጂ ይህ ሰው ነብይና ታላቅ አዳኝ ነው ብሎ መቀበል ለአሕዛብ ሞኝት ነበር፡፡

ዛሬም በበርካታ ቦታዎች ከቤተ ክርስቲያን ክርስቶስ ገሸሽ አልተደረገምን? ሰዎች ገንዘብን፣ ዝናን፣ ክብርን፣ ተአምራትን እንጂ ኢየሱስን የሚፈልጉት አይመስሉም፡፡ ግርግር ይታያል፣ በዚያ ግርግር ውስጥ ግን በእርግጥ ኢየሱስ እየከበረ ይሆን? የመስቀሉ ፍቅር ምስሉ የጠፋ ይመስላል፡፡ ጳውሎስ በኤፌሶን ክርስቲያኖች ላይ ግን ክርስቶስን ብቻ እንዲያከብሩ መልካምን ዘር ዘርቶባቸዋል፡፡

እነርሱ ባለማወቃቸው ጠንቅ ዓለማውያን ባለማወቃቸው፣ ልባቸው ደነደነ፣ ስለ መንፈሳዊው የእግዚአብሔር እውቀት ማሰብ ለእነርሱ ተረት የሚመስላቸውም ከዚህ የተነሳ ነው፡፡ ልቦናቸው ጨልሞአልና የእግዚአብሔርን እውነት ሊያስተውሉት አይችሉም፡፡

እንዳያውቁ እግዚአብሔር ሊገልጥላቸው ስላልፈለጉ ሳይሆን ስላልወደዱ ወይም ፈቃዳቸው ስላልሆነ ማለቱ ነው (ሮሜ 1÷20-21)፡፡

"እግዚአብሔርን እያወቁ እንደ እግዚአብሔርነቱ መጠን ስላላከበሩት" በሮሜ 1÷20 የምንመለከተው ቃል፣ የእግዚአብሔር ማንነት ከፍጥረቱ በግልጽ ይታያል፡፡ ተፈጥሮ ራሷ የፈጣሪን ማንነት ታውጃለች፡፡ እነኚህ የዓለም ሰዎች ግን ከኃጢአት የተነሳ ልባቸው ደነደነ፤ ዓመጽን ተከተሉ፡፡ ህሊናቸው ቢወቅሳቸውም ይህን ጌታቸውን ሊያውቁት አልፈለጉም፡፡ ቢያውቁት እንኳን የዓለም ፍቅር በውስጣቸው ስለ ነገሰ እንደ እግዚአብሔርነቱ ሊያከብሩት፣ ሊያመልኩት አልወደዱም፡፡ ከዚህም የተነሳ ልባቸው ጨለመ፡፡ በ(ኤፌ. 4÷18) ላይም ኅሊናቸው ስለ ደነዘዘ ለማይጠቅም የማይረኩበት ምኞት አሳልፈው እንደ ተሰጡ ይናገራል፡፡

ልብ፡- በግሪክ ካርዲያkardía / kar-dee'-ah ነው፡፡ ሥጋዊ የሆነውን የአካል ክፍል ሳይሆን ውስጠኛውን ሰው የሚወክል ነው፡፡ ልብ በመጽሐፍ ቅዱስ ውስጥ የቀረበበት ትርጉም ተምሳሌታዊ ሲሆን፣ እርሱም የሰውን ልጅ የሕይወት ማዕከል የሚያመለክት ነው፡፡ ልብ

የስብዕና እምብርት ሲሆን እውቀትን፣ ስሜትን ፈቃድን ይቆጣጠራል፡፡ (መጽሐፍ ቅዱስ ጥቅሶች የብሉይና / የአዲስ ኪዳን ግሪክ መዝገበ ቃላት. የቲየር ትርጉም)

ቫይን፡- ካርዲያ የሰውን አጠቃላይ የአእምሮና የግብረገብ እንቅስቃሴዎች የሚወክል ነው፡፡ በዘይቤያዊ ትርጉሙ የግል ሕይወትን ስውር ምንጮች ሲወክል ደግሞ የሐሳብና የስሜት መቀመጫ ሆኖ ይታያል፡፡ (ቪን, ደብሊዩ ኢ ቫይን የናዝቪል ስብስቦች ቶማስ ኔልሰን)

ማካርተር፡- ልብን ሁልጊዜ ከስሜት ጋር ብናቆራኘውም መጽሐፍ ቅዱስ ግን በአብዛኛው የሚያገናኘው ከአእምሮ ጋር ነው፡፡ከልብ ክፉ ሐሳብ መግደል ምንዝርነት፣ ዝሙት መስረቅ በውሸት መመስከር ስድብ ይወጣልና (ማቴዎስ 15÷19)አጥብቀህ ልብህን ጠብቅ የሕይወት መውጫ ከእርሱ ነውና (ምሳሌ 4÷23)

ልብ በአእምሮ ቁጥጥር ስር ስለሚወድቅ ከፈቃድና ከስሜት ጋር ይያያዛል፡፡ ለአንድ ነገር ስትገዙ የተገዛችሁለት ያ ነገር መጀመሪያ ፈቃዳችሁን ቀጥሎ ስሜታችሁን ይበርዛል፡፡

በአብዛኞቹ ዘመናዊ ባህሎች ልብ የስሜት መስፈሪያ ተደርጎ ሲታሰብ አዲስ ኪዳንን ጨምሮ በእብራይስጥ በግሪክና ሌሎች ባህሎች ግን የዕውቀትና የጥበብ መፍለቂያ ተደርጎ የሚቆጠር ነው፤ የኅሊና እና የፈቃድ ዙፋንም ተደርጎ ይታያል፡፡ ልብ አእምሮ ሊያውቅ የማይችለውን ነገር መማር ይችላል፡፡ በእነዚህ ባህሎች ስሜት ከሆድ ጋር የሚያያዝ ጉዳይ ነው፡፡ (ማክአርተር, ጆ ኤፌሶን ኤች 1986 ቺካጎ ሙዲ ፕሬስ)

"ልቦናቸው ጨለመ" ደንዳናነት ስለ ተከተሉ ልቦናቸው ህሊናቸው ተመለሰ የሚለው እየጨለመ መጣ፡፡ ድንዳኔ አደገኛ ነገር ነው፡፡ ፍሬው በልቦና መጨለም የሚያስከትለው ትልቅ ጥፋት ነው፡፡

"ከእግዚአብሔር ሕይወት ራቁ" ልበ ደንዳናነቱ እየጨመረም የመጨረሻ ውጤታቸው ከእግዚአብሔር መራቅ ሆነ፡፡ እግዚአብሔር በክርስቶስ ኢየሱስ አማካኝነት ያዘጋጀላቸው አዲስ ሕይወት፣ የዘላለም እረፍት ያለበት ሕይወት ነበር፡፡ እነርሱ ግን አላስተዋሉትም፡፡

---

18 እነርሱ ባለማወቃቸው ጠንቅ በልባቸውም ደንዳንነት ጠንቅ ልቡናቸው ጨለመ፥ ከእግዚአብሔርም ሕይወት ራቁ፤

ባለማወቃቸው ጠንቅ መዝ 74፥20፤ 115፥4-8፤ ኢሳ 44፥18-20፤ 46፥5-8፤ ሐዋ 17፥30፤ 26፥17፣18፤ ሮሜ 1፥21-23፣28፤ 1ኛ ቆሮ 1፥21፤ 2ኛ ቆሮ 4፥4፤ ገላ 4፥8፤ 1ኛ ተሰ 4፥5

በልባቸውም ደንዳንነት ጠንቅ ሮሜ 1፥21፤ 2፥19፤ 1ኛ ዮሐ 2፥11

ልቡናቸው ጨለመ ዳንኤል 5፥20፤ ማቴ 13፥15፤ ዮሐ 12፥40፤ ሮሜ 11፥25፤

ከእግዚአብሔርም ሕይወት ራቁ ኤፌ2፥12፤ ሮሜ 8፥7፣ 8፤ ገላ 4፥8፤ ቆላ 1፥21፤ 1ኛ ተሰ 4፥5፤ ያዕ 4፥4

4፡19 ደንዝዘውም በመመኘት ርኵሰትን ሁሉ ለማድረግ ራሳቸውን ወደ ሴሰኝነት አሳልፈው ሰጡ።

ሴሰኝነት በግሪክ ኤሴልጅያ asélgeia / as-elg'-i-a ሲሆን የቃሉ መሠረታዊ ትርጉም ከፍትወት ጋር የተያያዘን ልጓም አልባነት ወይም ልቅነት የሚገልጽ ነው:: (መጽሐፍ ቅዱስ ጥቅሶች የብሉይና / የአዲስ ኪዳን ግሪክ መዝገበ ቃላት. የቲየር ትርጉም)

ሴሰኝነት ዘመናዊው ማኅበረሰብ የክብር መገለጫ ያደረገውን ዘማዊነትንም የሚያመለክት ነው::

በዉወስት :- ሴሰኛ ሰው ምንም ዓይነት ገደብ የማያውቅ አምሮቱ በመራው ቦታ የሚገኝና «ልከስከስ» የሚለው ቃል በወጉ የሚገልጠው ነው:: ሴሰኝነት ደግሞ ራስን ሙሉ በሙሉ መጣልን የሚገልጽ ነው:: (ዉወስት ኬ. ኤስ፡ ዉወስት የቃል ጥናቶች ከግሪክ አዲስ ኪዳን፡ ኢ.ርድማንስ)

ማካርተር:- ሴሰኝነት ፍፁም የሆነ የአለሌነትና ለከት የለሽነት ነው:: ለመሆኑ ይህ ጠባይ እንዴት ይቀሰማል? ሰው ሁሉ ሲፈጠር ጀምሮ የሚያውቀው ደንብና ሥርዓት አለ:: ይህን ደንብ ጥሶ ሲገኝም የሚሰማው ጸጸትና የጥፋተኝነት ስሜትም አለ:: በዚህ የተነሳ ሰው በተሳሳተ ቁጥር ጥፋቱን ለመደበቅ ይጥራል:: ቀስ በቀስ ግን ህሊናውን እየጨቆነ በውስጡ የሚሰማውን የጥፋተኝነት ስሜትም ችላ እያለ በግብሩ ሲቀጥል ቀደም ሲል የሚያውቀውን ደንብና ሥርዓት ሁሉ ውድቅ እያደረገ በአምሮቱ ብቻ በመኖር ይሰለጥናል:: በዚህም አእምሮው ይቃጠልና የእግዚአብሔርን ነገርና ጥበቃ ሁሉ አሽቀንጥሮ በመጣል በማይረባ አእምሮው ራሱን ለሴሰኝነት አሳልፎ ይሰጣል:: እንዲህ ያለው ሰው ለሌላው ቀርቶ ለእግዚአብሔርም ደንታ የለውም:: (ማክአርተር, ጆ ኤች ኤሽ. ቺካጎ ሙዲ ፕሬስ)

ባርክሊይ:- ሴሰኝነት በዝሙት መርከስ ብቻ ሳይሆን መረን የወጣ ብልግናም ነው:: ለሥነ ሥርዓት የሚከፈለውን ዋጋ ተሸክሞ የማያውቅ ወደ ፊትም የማይሸከም የነፍስ አመለካከት

ነው፡፡ የሚፈልገውን እስካገኘ ድረስ ለስሙም ሆነ ለሰዎች አስተያየትም ግድ የማይሰጠው አጥር የሌለው ስንፍና ነው፡፡ «ለማንኛውም ደስታ የሚሆን ዝግጁነት» ተብሎም ይገለጻል፡፡ በክፉ ሰውና ሴሰኛ በሆነ ሰው መካከል ያለው ልዩነት ይህ ነው፡፡ ክፉ ሰው ኃጢያት ሲሠራ ኃጢያቱን ለመደበቅ ይጥራል፡፡ የዚህም ምክንያቱም ይህ ሰው ቢያንስ ይሉኝታ ስላለበት ነው፡፡ በነፍሱ ሴሰኝነት ያለበት ሰው ግን ማን አየኝ ማንስ ሰማ ብሎ የሚጨነቅ አይደለም፡፡ ይህም ማለት እጅግ አስነዋሪ የሆነውን ጠባይ በአደባባይ ሊያሳይ ይችላል ነው፡፡ እንዲህ ዓይነቱ ሰው ከዕፅ ተጠቃሚ ጋር ይመሳሰላል፤ ውሎ አድሮ የፍትወት ስሜቱ ልክ እንደ ዕፅ ሙሉ በሙሉ የሚቆጣጠረው ነው፡፡ (ባርክሌይ, ደብሊው ዴይሊ. ስተዲስ ተከታታይ ተከታታይ, ሪቨርስ ፊላደልፊያ: ዌስትሚንስተር ፕሬስ)

ርኩሰት፡- በግሪክ አካታርሲያ akatharsía / ak-ath-ar-see'-ah ይሰኛል፡፡ አካታርሲያ በቃል በሐሳብ በድርጊት የሚገለጽን የግብረገብ ነውር የሚያመለክት ሰፊ ቃልሲሆን የልብና የአእምሮን ርኩሰት ይገልጻል፡፡ አካታርሲያ የዝሙት ኃጢያትን ጨምሮ ሰውን ለተቀደሰ ዓላማ ብቁ እንዳይሆን የሚያደርግ ማንኛውም ነውር ተብሎ ሊገለጽም ይችላል፡፡ (መጽሐፍ ቅዱስ ጥቅሶች የብሉይና / የአዲስ ኪዳን ግሪክ መዝገበ ቃላት. የቲየር ትርጉም)

ባርተን፡- (አካርታርሲያ) የግብረገብ ነውርን የሚገልጽ ነው፡፡ የፍትወት ድርጊት ተፈጽሞ እንኳ ባይሆን በፍትወት ጉዳይ ሰው በሌሎች ፊት የሚያሳየው ግዴለሽነት ወይም ብልግናንም ይጨምራል፡፡ ከፍትወት ጋር የተያያዙ ቀልዶችን አብዝቶ መጠቀም ለዚህ አንድ ምሳሌ ሊሆን ይችላል፡፡ (ባርተን, ቢ. ቢ. ላይፍ አፕሊኬሽን የመጽሐፍ ቅዱስ ትንታኔ. ዊተን,: ቲንደል ቤት)

ዊልያም ባርክሌይ፡- (አካታርሲያ) ሰውን በእግዚአብሔር ፊት እንዳይቀርብ የሚያደርገው ማንኛውም ነገር ሲሆን፣ በዓለማዊነት ውስጥ የተዘፈቀን ሕይወት ይገልጻል፡፡ (ደብሊው ባርካይይ, ዚ. ኢሜይንስ የጥናት መጽሐፍ ተከታታይ, ሪቨርስ ፊላደልፊያ: ዌስትሚንስተር ፕሬስ)

ለደንዳናነት ጥሩ ምሳሌ የሚሆነን የፈርዖን ልብ ነው (ዘፀ. 7÷11)፡፡ እርሱ እውነቱ ቢነገረውም ብዙ ምልክቶችን ቢያይም እንቢ ብሎ ልቡን አደነደነ፡፡ ለዓመጽም የተገዛ በመሆኑ ፍጻሜው ውድቀት ሆነ፡፡ እርሱና አጃቢ ሰራዊቱም በባሕር ሰጠሙ፡፡ ልባቸውን በማደንደን በእንቢተኝነት የሚሄዱት አሕዛብም ፍጻሜያቸው ይኸው ነው፡፡

የክርስቶስ አካል አማኝ ሆነ አጥቢያ ቤተ ክርስቲያን ከመንፈስ ቅዱስ ፈቃድና ሃሳብ መተላለፍ አይገባቸውም፡፡ የቅዱሳን ርስት ይህ አይደለም፡፡ ከመንፈስ ቅዱስ መራቅ ከእግዚአብሔር ጋር መጋጨትን ያስከትላል፡፡ የሊዲያን ልብ የከፈተ ጌታ ነው፡፡ (ማቴ. 13÷15፤ መዝ.115÷4-8፤ ዮሐ 12÷40፤ ኢሳ 44÷18-20፤ ሐዋ 17÷30) ፡፡ ሐዋርያው በአገልግሎቱ ሐዋ. ሥራ 26÷17-18 ቅዱሳን በትህትና በመመላለስ የልቦናቸው ዐይን ይበራ ዘንድ ፈቃዱ ነው (ዘዳ. 29÷4)፡፡ ትዕቢትና ድንዛዜ መንፈሱን በመቃወም ከመንገዱ ወጥተን የአሕዛብን መንገድ እንድንሄድ ያደርጋል፡፡ የማያስተውል ሕዝብ ይገለበጣል (ሆሴ. 4÷14)፡፡

“በቀደመው ትርጉም” በመመኘት የሚለውን ቃል በአዲሱ መደበኛ ትርጉም ለውጦት በማይረካ ምኞት በሚል ያብራራዋል፡፡ ይህ ምኞት የበጎ ነገር ምኞት ሳይሆን የእርኩሰት ምኞት ነው፡፡ ለምሳሌ በዕብራውያን መጽሐፍ “የቃሉን ወተት ተመኙ” ይላል፡፡ ይህ በጎ የሆነ ምኞት ነው፡፡ በዚህ ክፍል የተጠቀሰው ምኞት ግን ወደ ሞት የሚነዳ፣ እግዚአብሔርን የሚያሳዝን፣ ሰዎች ለባርነትና ለሥቃይ አልፈው የሚሰጡበት ነው፡፡

በመመኘት፡- አሕዛብ የግብረገብ ርኩሰት የፈጸሙበትን የአስተሳሰብ ሁኔታ የሚገልጽ ነው፡፡ በማይጠግብ ስስት ነውርን እንደወደዱት በአፅንኦት የሚያሳይ ነው፡፡

ኬጀቪ ባይብል ኮሜንተሪ፡- ‹በመመኘት› የሚለው ለሌላው ሰውም ሆነ ንብረት ሳያስቡ ሁሉንም የማግበስበስ የማይጠረቃ ፍላጎትን ይገልጻል፡፡ (ዶብሰን, ኤ, ኤፍ ጂ, ቻርለስ ፌይንበርግ, ኢ ሂንሰን, ውድሮል ኪልለር, ኤች. ኤል. ዊሊንግተን፡ ኬጀቪ.. የመጽሐፍ ቅዱስ ኮሜንተሪ፡ ኔልሰን)

መመኘት፡- በግሪክ ፕሌኖክሲያ pleonexía / pleh-on-ex-ee'-ah ይሰኛል፡፡ጠንካራ የሆነ አግበስብሶ የመሰብሰብ ፍላጎት ሲሆን፣ የማይጠረቃ ራስ ወዳድነትን የሚያመለክት ነው፡፡ ይህ የሌሎችን ሀብትና ንብረት የራስ የማድረግ ጥማት የሌሎች ሃጢያቶች ሁሉ ስር ነው፡፡ (መጽሐፍ ቅዱስ ጥቅሶች የብሉይና / የአዲስ ኪዳን ግሪክ መዝገበ ቃላት. የቲየር ትርጉም)

ኤክስፖዚተርስ ግሪክ ቴስታመንት፡- ርኩሰትና መመኘት ሁለቱ ታላላቅ የአሕዛብ ከፋት ተደርገው ይቆጠራሉ፡፡ በመሆኑም አሕዛብ ከእግዚአብሔር ሕይወት ርቀው እንዲህ ባለው ጠባይ ማንኛውንም ርኩሰት ይፈጽሙ ዘንድ ራሳቸውን ለሴሰኝነት አሳልፈው ሰጡ፡፡ (ዘ. ኤክስፖዚተርስ ግሪክ ኪዳን ሰኔ 1, 1960 በሮበርትሰን ኒኮል)

369

የአ.ፊ.በ.አ. አገልግሎት / የኤፌሶን መልእክት ትምህርት

19 ደንዝዘውም በመመኘት ርኵሰትን ሁሉ ለማድረግ ራሳቸውን ወደ ሴሰኝነት አሳልፈው ሰጡ።
ደንዝዘውም 1ኛ ጢሞ 4÷2
በመመኘት ርኵሰትን ሁሉ ለማድረግ ኢዮ 15÷16፤ኢሳ 56÷11፤ 2ኛ ጴጥ 2÷12-14፣22፤ ይሁ 1÷11፤ ዮሐ 17÷1-6፤ 18÷3
ራሳቸውን ወደ ሴሰኝነት አሳልፈው ሰጡ ኤፌ 4÷17፤ ሮሜ 1÷24-26፤ 1ኛ ጴጥ 4÷ 3

4.20 እናንተ ግን ክርስቶስን እንደዚህ አልተማራችሁም

ክክርስቶስ መማር ማለት የእርሱን ምሳሌነት በመከተል ክርስቶስ ያስተምር እንደ ነበርና ትምህርቶቹንም እንደ ሚያስታውሰን ምሳሌነቱን ጨብጠን እርሱን እየተከተልን ማገልገልና መኖር ነው ። የመንግሥቱን ወንጌል ያስተምር ይተርክ ነበር። ዮሐ. 1÷18፤ ማቴ.1÷29፤ ሐዋርያቱም በማስተማር ይተጉ ነበር። ሐዋ. ሥራ 5÷42 ይህ ማስተማር በዚህ ምዕራፍ ቁጥር 11 ላይ ከተገለጸው የማስተማር ጸጋ ወይም የነብያት አገልግሎት የወንጌላውያን ወዘተ ከሚለው የአገልግሎት ድርሻ ለየት የሚል ነው።

የማስተማር አገልግሎት ደቀ መዛሙርትን የማፍራት አገልግሎት ነው። ወንጌላዊው አዳዲስ ሰዎችን የምሥራቹን ቃል በማብሰር የነፍሳቸው አዳኝ ወደ ሆነው ጌታ እንዲመጡ ይጋብዛቸዋል። መምህሩ ደግሞ እነኚህን የሚመጡትን ሥር ሰደው በእውነቱ ላይ እንዲቆሙ ያስተምራቸዋል። የነብይ አገልግሎት ደግሞ አማኞችን ማነጽ ነው። ነብይ የወቅቱን ሁኔታ በመጠቆም፣ የማበረታታት፣ የተደበቀውን የመግለጥ አገልግሎትን በመስጠት አካሉን ያንጻል። እረኛውም መንጋውን የመጠበቅ፣ የመምራት ሥራን ይሠራል። ሐዋርያውም ቤተ ክርስቲያንያናትን የመትከል፣ የመላክ አገልግሎትን ይሰጣል።

እናንተ ግን ክርስቶስን እንደዚህ አልተማራችሁም

ተማረ፡- በግሪክ ማንታኖmanthánō / man-than'-o ይሰኛል። ማንታኖ በመማር እውቀትን ክህሎትን መገብየት፣ የገበዩትንም ደግሞ በሕይወት ውስጥ መጠቀም ማለት ነው። ትምህርት እንደየሁኔታው ከመደበኛ ትምህርት፣ ከመጠየቅ ወይም ከልምድ ሊገኝ ይችላል። (መጽሐፍ ቅዱስ ጥቅሶች የብሉይና / የአዲስ ኪዳን ግሪክ መዝገበ ቃላት. የቲየር ትርጉም)

ቪንሰንት፡- ክርስቶስ ‹ክርስቶስ› ለተሰኘ አስተምህሮ (ቀኖና) የቆመ አይደለም፤ ቀኖናው ራሱ ነው፡፡ ክርስቶስ በግሪክ ክርስቶስ ሲሆን ክሪዮ ማለትም መቀባት፣ በዘይት ማሸት መሾም ከሚለው የመጣ ነው፡፡ ክርስቶስ የተቀባው፣ ወይም መሲሁ ማለት ነው መሲህ በእብራይስጥ ነው፡፡ (ቪንሰንት, ማርቪን አር ዲ.ዲ. "ኤፌሶን 4÷4 ላይ ትንታኔ)

አይሁድ ምልክትን ይለምናሉ የግሪክ ሰዎችም ጥበብን ይሻሉ እኛ ግን የተሰቀለውን ክርስቶስን እንሰብካለን ይህም ለአይሁድ ማሰናከያ ለአህዛብም ሞኝነት ነው ለተጠሩት ግን አይሁድ ሲሆኑ የግሪክ ሰዎችም ቢሆኑ የእግዚአብሔር ኃይልና የእግዚአብሔር ጥበብ የሆነው ክርስቶስ ነው (1 ቆሮ 1÷22፣23፣24)፡፡በመካከላችሁ ሳለሁ ከኢየሱስ ክርስቶስ በቀር እርሱም እንደተሰቀለ ሌላ ነገር እንዳላውቅ ቆርጬ ነበር፡፡ (1ኛ ቆሮ 2÷2)

ጄ አር ሚለር፡- ክርስቶስን እንደዚህ አልተማራችሁም ኤፌሶን 4÷20፡- ክርስቲያኖች በአኗኗራቸው ከሌሎቹ የተሻሉ እንዲሆኑ ይጠበቃል፡፡ ከዓለምም ወጥተዋልና የሰማይን ሕይወት ምሳሌ ለዓለም ያሳዩታል፡፡ እንግዲህም በአህዛብ መንገድ አይሄዱምና በአሮጌው ሕይወታቸው የነበረውን ክፉ ነገር ሁሉ አስወግደው በአይምሯቸው መንፈስ ሊታደሱ ግድ ነው፡፡ ከጎረቤቶቻቸው ጋር እውነትን ብቻ ሊነጋገሩ ከልባቸውም ጥላቻና ቂም በቀልን ሊያጠፉ ይገባቸዋል፡፡ «በቁጣችሁ ላይ ፀሐይ አይጥለቅ» እንደተባለ ለእርቅ ችኩሎች ይሁኑ፤ ቀድመው ይሰርቁ ከነበረ ከእንግዲህ በቅን በሚሆን ስራ ያግኙ እንጂ ዳግመኛ አይስረቁ፡፡ ከአንደበታቸው ክፉ ሳይሆን የሚያንፅ ንግግር ብቻ ይውጣ፡፡ ለሁሉም ቅን ይሁኑ፡፡ ልቦቻቸውንም ከምሬት ሐሳብ ሊጠብቁ ያስፈልጋቸዋል፡፡ (ጄምስ.ራስል.ሚለር)

20 እናንተ ግን ክርስቶስን እንደዚህ አልተማራችሁም፤

ሉቃ 24÷47፤ ዮሐ 6÷45፤ሮሜ 6 1፣2፣ 2፤ 2ኛ ቆሮ 5÷ 14፣15፤ ቲቶ 2÷ 11-14፤ 1ኛ ዮሐ 2÷27

4፡21 በእርግጥ ሰምታችሁታልና፥ እውነትም በኢየሱስ እንዳለ በእርሱ ተምራችኋል፤

"እውነት በእርሱ እንዳለ በእርግጥም ሰምታችኋል"ሲል የቃሉ ትርጓሜ ነገሩን አስረግጦ መናገሩ ነው፡፡ የኤፌሶን ክርስቲያኖች በእርግጥም የጌታ ኢየሱስን አዳኝነት ሰምተውና አውቀው ወደ ወንጌል እንደ መጡ ሐዋርያው በእርግጠኝነት ይመሰክራል፡፡

ፊተኛ ኑሮአችሁን ሲል የአኗኗራቸውን ዘይቤ እንቅስቃሴ ያመለክታል፡፡ "በአዕምሮአችሁ መንፈስ ታደሱ" ሲል ሐዋርያው በተደጋጋሚ የአዕምሮ መለወጥን መታደስን በዚህ ምዕራፍ

አንስቶአል፡፡ ደኅንነትን ከተቀበልንና ከተለወጥን በኋላ የአስተሳሰብ፣ የአዕምሮ ለውጥም ያስፈልጋል፡፡ ወደ መዳን መንገድ ስንመጣ መንፈሳችን በእግዚአብሔር መንፈስ ይፈወሳል፡፡ አዕምሮ ግን ትልቅ ሥራ ይጠብቀዋል፡፡ የአዕምሮ መለወጥ፣ መታደስ የአንድ ቅጽበት ሥራ አይደለም፡፡ ቀስ በቀስ በሂደት በትምህርት የሚለወጥ ይሆናል፡፡

ሰማ፡- በግሪክ **አኩዎ** akoúō / ak-oo'-o ሲሆን ለተባለው ወይም ለቀረበው ትምህርት ተገቢ ምላሽ ለመስጠት በሚያበቃ ደረጃ በልቦና ጆሮ በጥሞና መስማት ማለት ነው፡፡ (መጽሐፍ ቅዱስ ጥቅሶች የብሉይና / የአዲስ ኪዳን ግሪክ መዝገበ ቃላት. የቲየር ትርጉም)

እናንተም ደግሞ የእውነትን ቃል፣ ይኸውም የመዳናችሁን ወንጌል ሰምታችሁ (አኩዎ) ደግሞም በክርስቶስ አምናችሁ በተስፋው መንፈስ በመንፈስ ቅዱስ ታተማችሁ፡፡ (ኤፌሶ 1፥13)

ተምሯል (ተምራችኋል)፡- በግሪክ **ዲዳስኮ** didáskō / did-as'-ko ሲሆን ትርጉሙ ኢመደበኛ በሆነ መንገድ ትምህርት መስጠት ማለት ነው፡፡ ይህ ትምህርት የእያንዳንዱ አማኝ ኃለፊነት የሆነና የወንጌልን እውነት ከሚካፈል ጋር የተያያዘ ሲሆን፣ በአዲስ ኪዳን ውስጥ በቡድናችን ከማስተማር ጋር የተገናኘ ነው፡፡ (መጽሐፍ ቅዱስ ጥቅሶች የብሉይና / የአዲስ ኪዳን ግሪክ መዝገበ ቃላት. የቲየር ትርጉም)

ወንጌልን ማስተማር ለሰዎች እውነቱን እንዲያውቁ መንገር ብቻ ሳይሆን እንደ እግዚአብሔር ፈቃድ ይኖሩ ዘንድም ማሠልጠን ነው፡፡ **በእርሱ** የሚለው ቃል ከክርስቶስ ጋር ያለንን አንድነት የሚያሳይ ነው፡፡

ኤክስፖዚተርስ ግሪክ ቴስተመንት፡- በእርሱ የሚለው ቃል ስለ እርሱ ወይም በእርሱ ስም ወደሚለው ሊወርድ አይገባውም፡፡ በእርሱ ሲል አንድ መሆንን የሚያመለክት ነው፡፡

እውነት፡- በግሪክ **አሌቴያ**alḗtheia / al-ay'-thi-a ይሰኛል፡፡ ትርጉሙ የነገሮች ትክክለኛ (እውነተኛ የተገለጠ ባህሪ ፍሬ ነገር) ከገፅታ ጋር የሚስማማ ተጨባጭ መረጃ ማለት ነው፡፡ (መጽሐፍ ቅዱስ ጥቅሶች የብሉይና / የአዲስ ኪዳን ግሪክ መዝገበ ቃላት. የቲየር ትርጉም)

የስ.ፌ.በ.ስ. አገልግሎት / የኤፌሶን መልእክት ትምህርት

ሕግ በሙሴ ተሰጠ ጸጋና እውነት ግን በክርስቶስ ኢየሱስ መጣ (ዮሐንስ 1÷17)ኢየሱስም እንደዚህ አለው ‹እኔ መንገድና እውነት ሕይወትም ነኝ፡፡ በእኔ በቀር ወደ አብ የሚመጣ የለም (ዮሐንስ 14÷6)›

ብሌይኪ፡- ከክርስቶስ ጋር የግል ግንኙነት ሲኖር ሁሉም እውነት ሌላ ቀለም ሌላ ጠባይ ይይዛል፡፡ ከክርስቶስ የተለየ እውነት ኃይል የለውም፡፡ እውነት በአለውና በሚነገረው መካከል ያለ ተጣጥሞሽ (መስማማት) ነው፡፡ በሌላ አገላለጽ ቃላትና ሰዎች እውነት የሚሆኑት ከተጨባጩ ሀቅ ጋር የሚስማሙ ሲሆኑ ነው፡፡ (ዘ.ፑልፒት. ኮሜንተሪ ኤፌሶን 4)

☞እውነት እግዚአብሔር ከገለጸው ሀቅ ጋር የመዋሀድ ጠባይ ነው፡፡

ኢየሱስ፡- የሸዋ የሚለው የዕብራይስጥ ስም በግሪክ ፊደል ሲጻፍ ዬሱስ Iēsoûs / ee-ay-sooce' ሲሆን ትርጉሙ ‹ያህዌህ መድኃኒት ነው› ወይም ድጋፍ ነው ማለት ነው፡፡(መጽሐፍ ቅዱስ ጥቅሶች የብሉይና / የአዲስ ኪዳን ግሪክ መዝገበ ቃላት. የቲየር ትርጉም)

ማክዶናልድ፡- ኢየሱስ የሚለው ስም ሰው የሆነበት መጠሪያው ስለሆነ በምድር ላይ ወደምናነበው ሕይወቱ ይመልሰናል፡፡ በዛ እንከን የለሽ ሕይወቱ ውስጥ ጳውሎስ የገለፀው የአህዛብን አኗኗር ተቃራኒ ገፅታ እንመለከትበታለን፡፡(ማክዶናልድ, ወ እና ፋርስታድ, ኤ. አማኝ የመጽሐፍ ቅዱስ ኮሜንታሪ: ቶማስ ኔልሰን)

---

21 በእርግጥ ሰምታችሁታልና፥ እውነትም በኢየሱስ እንዳለ በእርሱ ተምራችኋል፤

በእርግጥ ሰምታችሁታልና ማቴ 17÷ 5፤ ሉቃ 10÷16፤ ዮሐ10÷27፤ሐዋ 3÷22፣23፤ ዕብ 3÷ 7፣ 8

እውነትም በኢየሱስ እንዳለ ኤፌ 1÷13፤መዝ 45÷4፤ 85÷10፣11፤ ዮሐ 1÷17፤ 14÷ 6፣17፤ 2ኛ ቆሮ 1÷20፤ 11÷10፤ 1ኛ ዮሐ 5÷10-12፣ 20

4፡22 ፊተኛ ኑሮአችሁን እያሰባችሁ እንደሚያታልል ምኞት የሚጠፋውን አሮጌውን ሰው አስወግዱ፥

አዲሱን ሰው ልበሱ"

የአ.ፌ.በ.ስ. አገልግሎት / የኤፌሶን መልእክት ትምህርት

“አዲሱ ሰው” የቀደመው ማንነት አልፎአል፡፡ ቀድሞ በብሉይ ኪዳን የመገረዝ ሥርዓት ያምን የነበረው ሕይወት፣ ቀደሞ በጣዖት ያመልክ የነበረው ማንነት ተለውጦ አዲስ ፍጥረት ሆኖአል፡፡ ይህ አዲስ ፍጥረት በመንፈስ ቅዱስ የተቀደሰ፣ በክርስቶስ ኢየሱስ የትንሣኤ ኃይል ሞትን ድል ያደረገ፣ በጸጋው እንደ ሚኖር ያመነ፣ የምሥራቹን ቃል ለአሕዛብ ሁሉ ለማድረስ ወስኖ የተነሳ የአዲሱ ኪዳን ፍጡር ነው፡፡

ውሸት - ሐዋርያው ውሸትን ለብቻው ለይቶ ከወንድሞቻቸው ጋር እንዳይወሻሹ አጥብቆ ያዛል፡፡ ከአገልጋይ እውነትን ሊነገገር ይገባል፡፡ ለእውነት አለመቆም እንኳን በጌታ ቤት በፖሊቲካው ዓለምም ትልቅ ችግር አለው (ዮሐ. 8÷44)፡፡ ትልቁ የጌታን ክብር በመካከላችን እንዳይገለጥ የሚያደርገው ይህ ነው ይለናል፡፡ በአለም ባሉት ዘንድ ተፅእኖ የማናመጣው አንደኛወና ዋንኛው ምክንያት ስንዋሽ በወጭ ባሉ ዘንድ ስለሚታወቅብን ነው፡፡ በዚህም ምክንያት ይታዘቡናል፤ የጌታም እጅ ይሰበሰባል፡፡

ሐዋርያው ኢየሱስን ማእከል ያደረገ ትምህርት በመሃከላቸው እንዲኖር ካስተማረ በኋላ በእነኚህ ሦስት ተከታታይ ቁጥሮች ውስጥ ሦስት መሠረታዊ ትእዛዛትን ያስቀምጣል ቁጥር 22 ላይ አስወግዱ ይላቸዋል፡፡ ቁጥር 23 ላይ ታደሱ ቁጥር 24 ላይ ልበሱ ይላቸዋል፡፡ አገላለፁን በእንግሊዝኛው NIV ላይ ስንመለከተው የበለጠ ስሜት ይሰጣል v.22 put off v.23 to be made new v.24 put on....ጳውሎስ ሃሳቡን የገለፀበት ይህ አባባል በጥንታውያኑ የአሕዛብ አምልኮ ውስጥ ጌጣጌጥን በማድረግ ጊዜ በጣም የተለመደ አባባል ነው፡፡ አሸንክታቡን ማድረግ፣ አሸንክታቡን ማውለቅ እንደ ማለት ነው፡፡ ወይም ጨሌና ድሪውን ማድረግ፣ ማውለቅ፡፡ ይህን መሰሉ ቋንቋ በአሕዛብ የጣዖት አምልኮን በሚያዘወትሩት ዘንድ የበለጠ ትርጉም የሚሰጥ አባባል ነው፡፡ ሐዋርያው የኤፌሶን አማኞች ከዚያ ውስጥ የወጡ በመሆናቸው ተመሳሳይ ቋንቋ ተጠቅሟል፡፡

ፊተኛ ኑሮአችሁን

ሩት ፓክስን፡- ፊተኛ፡ የሚለውን ቃል ሲብራራበአሮጌው ሰው ገዥነት በዓለም በሰይጣን ሆነው የኖሩት የኃጢያት ሕይወታቸው ነው፡፡ ኑሮ (አኗኗር) - በግሪክ አናስትሮፌ አሮጌውን ሰው አስወግዱ፡፡(ፓክሰን, ሩት፡ የክርስትና ሀብት, የእግር ጉዞ እና ጦርነት 1939. ሪቭል)

አሮጌውን ሰው አስወግዱ

"አሮጌው ሰው" በአማኝ ሕይወት ውስጥ ካልተወገደ ሰውየው በእርግጥ ተለውጧል ብሎ ለማለት አስቸጋሪ ይሆናል፡፡ በአሮጌው ሰው ውስጥ የሚንፀባረቀውን ባሕርይ በገላትያ 5÷19 ገልጾታል፡፡ "የሥጋ ሥራም የተገለጠ ነው፣ እርሱም ዝሙት፣ ርኩሰት፣ መዳራት፣ ጣዖትን ማምለክ፣ ምዋርት፣ ጥል፣ ክርክር፣ ቅንዓት፣ ቁጣ፣ አድመኛነት፣ መለያየት፣ መናፍቅነት፣ ምቀኝነት፣ መግደል፣ ስካር፣ ዘፋኝነት፣ ይህንም የሚመስል ነው፡፡ አስቀድሜ እንዳልሁ፣ እንደዚህ ያሉትን የሚያደርጉ የእግዚአብሔርን መንግሥት አይወርሱም፡፡" ሐዋርያው የኤፌሶን አማኞችን ከመካከላችሁ አስወግዱ የሚላቸው ይህንን ነው፡፡

ጆን ፓይፐር፡- አስቀድሞ ተደፍቷልና የከረመውን የኃጢያት እርሾ ድፋ ማለት ነው፡፡ ማንም የአመክንዮ ጨዋታ አምሮት አንድ ጊዜ ጸድቻለሁና እኔ ኃጥያትን አልዋጋም ቢል ግን ካልነፁት ወገን መሆኑን ያረጋግጣል፡፡

አሮጌው ሰው ከክርስቶስ ጋር ተሰቅሏል፡፡ ይህም ታሪካዊ እውነት ነው፡፡ ጳውሎስ እያለ ያለው አሁን ደግሞ ከክርስቶስ ጋር የተሰቀለውን ማንነት አስወግዳችሁ አዲሱን በመልበስ እውነቱን ሕይወታችሁ አድርጉት ነው፡፡ ከክርስቶስ ጋር ስትሞቱ የቀረውን አኗኗራችሁ አድርጉት ነው ከክርስቶስ ጋር ስትሞቱ በፊት የቀረውን አኗኗራችሁን ዛሬ አትድገሙት፡፡

ስቴቨን ኮል፡- አሮጌው ሰው ከመዳናችን በፊት በክፉ ምኞት ስንመራና ክፉ ስናደርግ የነበርንበትና የሆንነው ነው፡፡ ከእንግዲህስ ወዲያ ለኃጢያት እንዳንገዛ የኃጢያት ስጋ ይሻር ዘንድ አሮጌው ሰዎችን ከእርሱ ጋር እንደተሰቀለ እናውቃለን፡፡ የሞተስ ከኃጢያቱ ፀድቋልና (ሮሜ 6÷6) ክርስቶስ በመስቀል ላይ ሲሞት አብረን ሞተናል ከሞት ሲነሳም አብረነው ተነስተናል፡፡ በመሆኑም ለሀጢያት ፈቃድ የምንገዛ እንዳንሆን ይህን እውነት በየዕለቱ እርምጃችን ልናስታውስ ይገባል፡፡ አንዳንዶች ሁሉንም ክርስቶስ ስለጨረሰው ዛሬ ከኛ የሚጠበቅ ነገር የለም ይላሉ፡፡ ሆኖም ጳውሎስ ሌላ ቦታ ላይ በዚህ ምድር ሳለን የሰውነትን ሥራ እንድንገድል ያዘናል (ሮሜ 8÷13 ቆላስ 3÷5)፡፡ በክርስቶስ የሆንነውን ለመሆን የነበርነውን መሻር አለብን፡፡ የምንሽረውም በከፊል ወይም በብዛት ሳይሆን ሙሉ በሙሉ ነው፡፡

ሎይድ ጆንሰን፡- አብርሐም ሊንከን ባሮችን ነፃ ሲያወጣ ነፃነቱ በሕግ የተረጋገጠ ነበር፡፡ የተወሰኑት ባሮች ግን ነፃ ከወጡም በኋላ እንደ ቀድሞው ባርነት በሰጣቸው ማንነት፣ አስተሳሰብ፣ ስፍራና ደረጃ ይኖሩ ነበር፡፡ አዲሱን ማንነታቸው አዲሱን እውነት አዲሱን ኑሯቸውን አልተቀበሉትም፡፡ በመሆኑም ሕግ የሰጣቸውን ነፃነት ገንዘባቸው ማድረግ ያስፈልጋቸው ነበር፡፡

የአ.ፌ.በ.አ. አገልግሎት / የኤፌሶን መልእክት ትምህርት

ጄ ቬርኖን ኤም ሲጂ፡- አሮጌ ልብሳችን በአዲስ ልብስ እንደምንቀይር ልክ እንደዚሁ አሮጌውን ሰው በአዲሱ ሰው ልንቀይረው ያስፈልጋል፡፡ በእርግጥ ይህ በራስ ጥረት ሊመጣ የሚችል አይደለም እና ልብሳቸውን ራሳቸው መልበስ እንደማይችሉ ሕፃናት ነን፡፡ እንደ ክርስቲያንም ለዚያ አቅም ገና አልደረስንም፤ ለመድረስ መሞከርም እንዲሁ አያስፈልገንም፡፡ ስለዚህ አሮጌውን በመንፈስ ቅዱስ ኃይል ብቻ እናወልቀዋለን አዲሱንም እንለብሳለን፡፡ ማክጂ, ጄ. ቪ : የመጽሐፍ ቅዱስ ኮሜንተሪ: ቶማስ ኔልሰን)

ሩት ፓክሰን፡- «ፊተኛ ኑሯችሁን እያሰባችሁ እንደሚያታልል ምኞት የሚጠፋውን አሮጌውን ሰው አስወግዱ» የሚለው እና «ለእውነትም በሚሆኑ ፅድቅና ቅድስና እንደ እግዚአብሔር ምሳሌ የተፈጠረውን አዲሱን ሰው ልበሱ» የሚለው የእግዚአብሔርና የኛ ድርሻ የሚጨባበጥበትን ስፍራ የሚያሳይ ግልጽ ምክር ነው፡፡ እግዚአብሔር በፀጋ ያደረገልንን በእምነት በሚሆን መታዘዝ የምንወርስበት ቦታ ነው፡፡ በየዕለት ሕወታችን ለሚገለጥ ቅድስና የሚበጅ ምክር ነው፡፡

በአሮጌው ዘይቤ ሕይወት በምንጩ ይታወቃል፡፡ ምንጩ አሮጌው ሰው ነበር፡፡ ስለሆነም ምንጩ የተበላሸ ስለሆነ አካሄዱም የተበላሸ ሆነ፡፡ እንደዚሁ በአዲሱ ዘይቤ የሕይወት ምንጭ አዲሱ ሰው ሆኗል፡፡ የአዲሱ ሰው ዘር ቅዱስና ፃድቅ ስለሆነም አካሄዱም እንዲሁ ቅዱስና ፃድቅ ነው፡፡ (ፓክስሰን, ሩት: የክርስትና ሀብት, የእግር ጉዞ እና ጦርነት 1939. ሪቨል)

አለን ካር፡- አማኝ አዲስ አኗኗር የሚያስተምር አዲስ ሕይወት ተቀብሏል፡፡ ስለሆነም አኳኋኑ፣ አሠራሩ፣ አረማመዱም ሆነ አስተሳሰቡ ከቀድሞው የተለየ ነው፡፡

አስወግዱ፡- በግሪክ አፖርቲተንሚ apotíthēmi / ap-ot-eeth'-ay-mee ሲሆን፣ በጥሬው ነቅሎ መጣል፣ ከመንገድ ማስወጣት ማለት ነው፡፡ ቃሉ መጀመሪያ ላይ በኦሎምፒክ ጨዋታዎች ላይ ልብሳቸውን ጥለው እርቃናቸው እስታዲየም ውስጥ የሚሮጡ ሯጮችን ለመግለጽ ይውል ነበር፡፡ አፖርቲተንማ ዘይቤያዊ ፍቺው ደግሞ ልማድን እርግፍ አድርጎ መተው፣ ማቆም ነው፡፡ በዚህ የጳውሎስ ጥቅስ ውስጥ የማንነት ለውጥን ያሳያል፡፡ (መጽሐፍ ቅዱስ ጥቅሶች የብሉይና / የአዲስ ኪዳን ግሪክ መዝገበ ቃላት. የቲየር ትርጉም)

ሩት ፓክሰን፡- በድነት ውስጥ የመጀመሪያውን ዕርምጃ እግዚአብሔር ይወስዳል፤ ሰው ይንቀሳቀስ ዘንድ ከማዘዙ አስቀድሞ ራሱ ተንቀሳቅሷል፡፡ ተንቀሳቅሶም የራሱን ድርሻ አጠናቋል በልጁ ሞትም በአዳም የነበረውን አሮጌውን ፍጥረት በክርስቶስ በሆነው አዲስ

ፍጥረት ተከቶ ከሥራ ውጭ አድርጎታል፡፡ አሁን በእግዚአብሔር ዕውቀት ውስጥ የአሮጌው ሰው ስቅላት የመጨረሻ ነውና እርሱ ከእኛ የሚፈልገው ፈቃዳችንን እንሰጠው ዘንድ ብቻ ነው፡፡ (ፓክስሰን, ሩት: የክርስትና ሀብት, የእግር ጉዞ እና ጦርነት 1939. ሪቨል)

አሮጌ፡- በግሪክ ፓላዮስ palaiós / pal-ah-yos' ሲሆን በአገልግሎት የነተበ፣ አዲስነቱ ያለፈበት ለመልበስ የማይሆን ልብስ ማለት ነው፡፡ (መጽሐፍ ቅዱስ ጥቅሶች የብሉይና / የአዲስ ኪዳን ግሪክ መዝገበ ቃላት. የቲየር ትርጉም)

አሮጌው ሰው አሮጌው ማንነት

አሮጌው ሰው፡- ከአዳም የወረሰው ሀጢያት የሚገዛው ዳግመኛ ያልተወለደው ሰው ነው፡፡ ሁሉ ሰው ወይ በአዳም ወይም በክርስቶስ ያለ ነውና አሮጌው ሰው በእግዚአብሔር ላይ ያመፀው፣ በዚህም ሳቢያ ከሀጢያት በታች የሆነው ሰው ነውና፤ ሰው ዳግመኛ ሲውለድ መንፈሱ ይድናል ስጋው ግን አይድንም፡፡ የክብር ቀን ሲመጣ ግን ስጋ ከነኃጢያቱ ይሸኛል፡፡

ዊልያም ኒዌል፡- በሀጢያት በስብሶ ያለው ስጋ የማይለወጥ ክፉ ነው፤ ክርስቶስ እስኪመጣ ድረስም ይዋጋናል፡፡ **ዳግላስ ሞ፡-** በአዳም የሆነው አሁን የለም፤ መንግሥት እስከንለውጥ ድረስ ግን በአዳም የመኖር ፈተና አይለየንም፡፡ **ግራንት ሪችስን፡-** አሮጌው ሰዎችን ዳግመኛ ያልተወለደው ጠባያችን ነው፡፡ መለኮታዊ ባህርይ ደግሞ አዲስ አቅጣጫ ነው፡፡ መለኮታዊ ባህርይን የምናገኘው አሮጌውን በማሻሻል ወይም በሒደት እየተለወጥን ሄደን አይደለም፡፡ ክርስቲያን በምንሆንበት ቅፅበት እግዚአብሔር ራሱ ወዲያው የራሱን ባህርይ አካፍሎን ነው፡፡ ስለዚህ አዲስ ተፈጥሮ ሲባል ዳግመኛ የተወለደ ሰው ብቻ የሚኖረው ተፈጥሮ ነው፡፡ በአንፃሩ ሰው ‹አዲስ ሰው› ከሆነ በኋላ ኃጢያት የመሥራት ዝንባሌው አይለቀውም፤ ይህም የሚሆነው ስጋው ገና ያልዳነ በመሆኑ ነው፡፡

ጆን ማካርተር፡- አሮጌው ሰው ዳግመኛ ያልተወለደ ሰው ነው፡፡ ይህ ሰው በከፊል ኃጢያተኛ በከፊል ደግመ ጻድቅ የሆነ ሳይሆን ሙሉ በሙሉ ኃጢያተኛ የሆነና ፃድቅ ለመሆንም አንዳች አቅም የሌለው ነው፡፡ በተቃራኒው አዲሱ ሰው ዳግመኛ የተወለደው ሲሆን፣ ይህኛው በክርስቶስ ኢየሱስም ፃድቅና ለእግዚአብሔርም ደስ የሚያሰኝ የሆነ ነው፡፡ አዲሱ ሰው ምንም እንኳ ገና በፍጽምና የከበረ ባይሆንም በመንፈሱ ግን ፍፁም ህያው እና አዲስ የሆነ ነው፡፡ አዲሱ ሰውም ማደጉን የሚቀጥል ነው፡፡

22 ፊተኛ ኑሮአችሁን እያሰባችሁ እንደሚያታልል ምኞት የሚጠፋውን አሮጌውን ሰው አስወግዱ፥

ፊተኛ ኑሮአችሁን እያሰባችሁ ኤፌ 4፥17፤ 2፥3፤ ገላ 1፥13፤ ቆላ3፥7፤ 1ኛ ጴጥ 1፥18፤ 4፥3፤ 2ኛ ጴጥ2፥7

እንደሚያታልል ምኞት የሚጠፋውን ምሳ 11፥18፤ ኤር 49፥16፤ አብ 1፥3፤ ሮሜ 7፥11፤ቲቶ 3፥3፤ ዕብ 3፥13፤ ያዕ 1፥26፤ 2ኛ ጴጥ 2፥13

አሮጌውን ሰው ሮሜ 6፥6፤ ቆላ 3፥ 9

አስወግዱ ኤፌ 4:25፤ 1ኛ ሳሙ 1፥14፤ ኢዮ 22፥23፤ ሕዝ 18፥30-32፤ ቆላ 2፥11፤ 3፥8፣9፤ ዕብ 12፥1፤ ያዕ 1፥21፤ 1ኛ ጴጥ 2፥1፣2

4፡23 በአዕምሮአችሁም መንፈስ ታደሱ

"በአዕምሮአችሁም መንፈስ ታደሱ" ዲያቢሎስ ሰውን ለመሸንገልና በኃጢአት ለመጣል የሚጠቀምበት ዓይነተኛ ዘዴ አዕምሮን መያዝ ነው፡፡ ዛሬ ምድራችንን የተቆጣጠረው የቴሌቪዥን፣ የፊልም፣ የሙዚቃ፣ የኢንተርኔት ፕሮግራም፣ የማስታወቂያ ሥራዎች፣ ትላልቅ ፖስተሮችና ባነሮች ሁሉ የሚቆጣጠሩ አዕምሮአችንን ነው፡፡ በአዲሱ መደበኛ ትርጉም "ደግሞም በአዕምሮአችሁ መንፈስ እንድትታደሱ" ይላል፡፡ አንድ ሰው የወንጌል ለውጥን ሲያገኝ ለውጡ ሥር ነቀል እንደ ሚሆን ምንም ጥርጥር የለውም፡፡ ድሮ ጣዖትን አምላኪ የነበረው ሰው ከዚህ ፀያፍ ተግባሩ ወዲያውኑ አካሄዱን ይቀይራል፣ በምትኩም እግዚአብሔርን ማምለክ ይጀምራል፡፡ ሌሎቹም ጥቃቅን የሆኑ የኃጢአት ልማዶች የአእምሮ መታደስን ስናገኝ ከላያችን ላይ እንደ ቅርፊት ለወድቁ ይገባል፡፡

አይምሮ፡- በግሪክ ኑውስ noûs / nooce ይሰኛል፡፡ የማሰቢያ አካል፣ በንቃተ ህሊና የምንመራው ሕይወታችን ሞተር፣ የምናውቅበት፣ የምንገነዘብበት በአጠቃላይ ከማሰብ ጋር የተያያዘ ማንኛውንም ተግባር የሚመራበት ነው፡፡ (መጽሐፍ ቅዱስ ጥቅሶች የብሉይና / የአዲስ ኪዳን ግሪክ መዝገበ ቃላት. የቲየር ትርጉም)

ሰይጣን የአማኝነን አዲስ አይምሮ ያጠቃል፡፡ የዚህም ምክንያቱ እግዚአብሔር ፈቃዱን የሚያሳውቀው ለአይምሯችን ስለሆነ ነው፡፡ እግዚአብሔር ሕይወታችንንም የሚያድሰው አይምሯችንን በማደስ ነው ፤ አይምሯችንን የሚያድሰው ደግሞ በራሱ እውነት ሲሆን ፤ እርሱም ቃሉ ነው *‹በእውነትህ ቀድሳቸው ቃልህ እውነት ነው›* (ዮሐንስ 17፥17) እንዲል፡፡ ከእግዚአብሔር እውነት በተቃራኒ ደግሞ የሰይጣን ውሸት አለ፡፡ እርሱም ውሸቱን

ለአይምሯችን ነው የሚነግረን፡፡ አታላይ በዚህ የሠለጠነ ስለሆነ ውሸቱን ለመቋቋም የእምነትን ጋሻ መያዝ እግዚአብሔርንም ብቻ ማድመጥ ያስፈልጋል፡፡

ታደሱ፡- በግሪክ አናኔኦ ananeóō / an-an-neh-o'-o ሲሆን አዲስ ማድረግ፣ ማደስ፣ መታደስ ወይም ከውስጥ በሚሆን ለውጠ መታደስ ማለት ነው፡፡ (መጽሐፍ ቅዱስ ጥቅሶች የብሉይና / የአዲስ ኪዳን ግሪክ መዝገበ ቃላት. የቲየር ትርጉም)

በአይምሯችሁ መንፈስ ታደሱ ሲል ራሳችን በራሳችን የምናደርገው መታደስ የለም፡፡ የሚያድስ ኃይል እርሱም የእግዚአብሔር መንፈስ አለን (1ኛ ቆሮ 2፥14፣ 15፣ 16)፡፡ ከዚህ አኳያ የኛ ድርሻ ራሳችንን ለመታደስ ማቅረብ ነው፡፡ የአሮጌው ተቃራኒ ለሆነው የማያቋርጥ መንፈሳዊ ዕድገትና መሻሻል ራሳችንን በፈቃደኝነት እናስገዛለን፡፡ ጳውሎስ

ታደሱ የሚለው ከእርኩሰት ወደ ቅድስ ለሚደረግ ሙሉ በሙሉ የሆነ የአስተሳሰብ ቀኝ ኋላ ዞር ነው፡፡

ጀይምሰን፡- በአዲስ ፀጋ እምነትና ተስፋ አዲሱ ሰዋችን እየታደሰ ነው፡፡ እንዲሁም ዌርሰቤ በክርስቶስ በማመን ስትኖሩ ስለመከራ ትክክለኛውን ግንዛቤ ትይዛላችሁ፡፡ ጳውሎስም መከራው ጥቅም እንጂ ጉዳት እንዳልሆነበት ተገንዝቦ ነበር፡፡ በእርግጥ መከራ በራሱ የተሻሉ ቅዱሳን አያደርገንም፡፡ ለጌታ ስንገዛና ወደ ቃሉ ሙሉ ለሙሉ ስንዞር ግን ለኛ መከራ ትርጉሙ ሌላ ነው፡፡ (ዎረን. ዊዊስ. ዌርስቤ፡ የመጽሐፍ ቅዱስ ትርጓሜ ማብራሪያ ሰኔ 1, 1989)

ቪንሰንት፡- በአይምሯችሁ መንፈስ ታደሱ በሚለው ቃል ውስጥ መንፈስ የምንለው መቀመጫውን በውስጡ አድርጎ አይምሮን የሚመራውን የሰው መንፈስ ነው፡፡ የቅድስና መንፈስ አለን፡፡ የእግዚአብሔር መንፈስ አለን፣ ነገር ግን የሰው የሚሰኝ መንፈስ ቅዱስ የለም፡፡ በአይምሯችሁ መንፈስ ታደሱ ሲልም የጳውሎስ ዓላማ ለክርስቲያን ሕይወት የሚገቡ የግብረ ገብ ተግባራትን ለማስቀመጥ ነው፡፡ ስለሆነም መንፈስ የምንለው ሰው በውስጡ የሚመራበት የላቀ የሕይወት መርህ ነው፡፡ የአስተሳሰቡ መታደስ የሚካሄደውም አይምሮ ውስጥ ሳይሆን የአይምሮ መንፈስ ውስጥ ነው፡፡ (ቪንሰንት, ማርቪን አር ዲ.ዲ. "ኤፌሶን 4፡4 ላይ ትንታኔ)

ጆን ኤዲ፡- መንፈስ (ንዩማ) የውስጠኛው ተፈጥሮ ከፍተኛ ክፍል ሲሆን፣ በሐሳብና በስሜት ገፁ ‹ናውስ› ተብሎ ይጠራል፡፡ ለዚህም ነው ጳውሎስ ስለነፍስና ስለመንፈስ ሲናገር

ነፍስ ለስጋ መንፈስ ደግሞ ለአይምሮ ቆመው የምናገኛቸው፡፡ ስለመታደስ ስናወራም የአይምሮ ህዋሱ ፊት እንደነበረው የሚቀጥል ነው አይለወጥም፡፡ ከዕውቀትና ከስሜት ጋር ተያይዞም ትውስታው፣ ምናቡ አይታውም ሆነ ሚዛናዊነቱ እንዳለ የሚቀጥል ነው፡፡ እነዚህ የአይምሮ ክፍሎች በራሳቸው መታደስ የሚያስፈልጋቸው አይደሉም፡፡ የዚሁ አይምሮ ከፍተኛ ክፍል የሆነው መንፈስ ግን ይታደሳል በመታደስ ላይም ነው፡፡ ለምሳሌ ትውስታ አጀንዳው ቢለወጥም የወትሮ ተግባሩን ይከውናል፤ ፍቅርም ግለቷ ሳይበርድ ነገር ግን ምርጫዋን ከድሮው በተለዩ ነገሮች ላይ አድርጋ ትኖራለች፡፡ በተጨማሪም ለውጡ አይምሮ ጉዳዩ በሚላቸው ሌሎች ነገሮች ላይ የሚመጣ ስነ ልቦናዊ ለውጥ አይደለም፡፡ ለውጡ አይምሮ ውስጥ ባለው መንፈስ ላይ የሚካሄድና የውስጥን ሁለመናዊ ዝንባሌ አሠራር፣ ከመሠረቱ የሚቀይር ነው፡፡ (ጀን.ኤዲ. የጳውሎስ መልእክት ለኤፌሶን በግሪክኛ ጽሑፍ ላይ የተሰጠ. ኮሜንተሪ)

---

23 በአእምሮአችሁም መንፈስ ታደሱ፥

በአእምሮአችሁም መንፈስ ሮሜ 8፥6፤ 1 ጴጥ1፥13

ታደሱ ኤፌ2፥10፤መዝ 51፥10; ሕዝ 11፥19፤ 18፥31፤ 36፥26፤ሮሜ 12፥2፤ቆላ 3፥10፤ቲቶ 3፥5

ቁጥር 4፡24 ለእውነትም በሚሆኑ ጽድቅና ቅድስና እንደ እግዚአብሔር ምሳሌ የተፈጠረውን አዲሱን ሰው ልበሱ።

አዲሱን ሰው ልበሱ ሲል የቀደመውን አሮጌውን አውልቁት ካላቸው በኋላ አዲሱን ሰው ደግሞ እንዲለብሱት ያዛል፡፡ ቀደም ብለን እንዳየነው በጥንታውያኑ አሕዛብ ዘንድ ይህ አውልቁና ልብሱ የሚለው አባባል አውዳዊ ትርጓሜ አለው፡፡ አባባሉ ለዛሬው ትውልድም ቢሆን በቋንቋ ደረጃ አንዳችም የሚያደናግር መልእክት የለውም፡፡ አሮጌውን አውልቁት - አዲሱን ልበሱት፡፡ አዲስ የተባለው እንደ እግዚአብሔር አምሳል የተፈጠረ አዲሱ ሰው ነው፡፡ በውስጡም ጽድቅና ቅድስና አለ፡፡

እንደ እግዚአብሔር ምሳሌ

እግዚአብሔር፡- በግሪክ **ቴዎስ** theós/ theh'-os ሲሆን፣ መለኮትን እውነተኛና ህያው የሆነውን አምላክ የሚገልጽ ነው፡፡ (መጽሐፍ ቅዱስ ጥቅሶች የብሉይና / የአዲስ ኪዳን ግሪክ መዝገበ ቃላት. የቲየር ትርጉም)

ጆን ኤዲ፡- ሔዋርያው የመጀመሪያው አዳም የእግዚአብሔርን መልክ እንደያዘ እንዲሁ አዲሱ ሰውም የእግዚአብሔርን መልክ መያዙን ያረጋግጣል (ቆላስያስ 3፥10) ፈጣሪ ምሳሌውን በእጁ ሥራዎች ላይ ሁሉ ስለሚያትም የመጀመሪያው ሰው የነበረውን ያህል አዲሱ ሰውም ከመለኮት ምንጭ የተቀዳ መሆኑን የሚያሳይ ምልክት አለው፡፡ (ጆን ኤዲት ኮሜንተሪ)

ተፈጠረ፡- በግሪክ ክቲዞ ktízō / ktid'-zo ሲሆን፣ አንድን ነገር ወደ መኖር ማምጣት ወይም ወደመሆን መጥራት ማለት ነው፡፡ ግሪኮች ቃሉን የተጠቀሙት የአንድን ቦታ ከተማ ወይም ግዛት መቆርቆር ለመግለጽ ሲሆን፣ በአዲስ ኪዳን ግን ከእግዚአብሔር የመፍጠር ሥር ብቻ ተያይዞ የሚነሳ ነው፡፡ ክቲዞ በክርስቶስ አዲስ ፍጥረት ሆነው የዳኑ ኃጢያተኞችን ማለትም ቀደም ሲል ሙታን የነበሩ በመንፈሱ ግን ወደ ዘላለም ሕይወት እቅፍ ውስጥ የገቡትን የሚገልጽ ነው፡፡ (መጽሐፍ ቅዱስ ጥቅሶች የብሉይና / የአዲስ ኪዳን ግሪክ መዝገበ ቃላት. የቲየር ትርጉም)

ኪንግ ጀምስ ባይብል ኮሜንተሪ፡- የአሮጌው ሰው መለወጥ ወይም መታደስ የአዲስ ልደት ውጤት ሲሆን፣ እርሱም አዲስ ፍጥረት የሚያደርግ ነው፡፡ አዲሱ ሰው በእግዚአብሔር መልክ በቤተሰቡም ምሳሌ የተፈጠረ ነው፡፡ ይህ ፍፁም አዲስ የሆነ ሰው የሚታወቀው አዲሱን ሕይወት ሲኖር እለት በዕለት በሚያሳየው ክርስቶስስን የመምሰል ባህርዩ ነው፡፡ ከዚህ ጋር ተያይዞ ፅድቅ ከቢጤዎቹ ጋር ያለውን አዲስ ኑሮ የሚመለከት ሲሆን፣ ቅድስና ደግመ ከእግዚአብሔር ጋር ያለውን አዲስ አካሄድ የሚጠቁም ነው፡፡ እነዚህ ሁለቱ በክርስቶስ ለሆነ አዲስ ሰው መሠረታዊ ባህርያት እንዲሁም ማስረጃዎች ናቸው፡፡ (ዶብሰን, ኢ. ጂ, ቻርለስ ፌይንበርግ, ኢ. ሐንዲስሰን, ውድሮል ክሎል, ኤች ኤል. ዊልሚንግተን: ኪንግ ጀምስ የመጽሐፍ ቅዱስ ኮሜንተሪ: ኔልሰን)

ፓክሰን፡- የተፈጠረ ከሆነ አልነበረም ማለት ነው፡፡ አዲስ ሰው የእግዚአብሔር ቀጥተኛ ፍጥረት እንጂ ራሳችን ያመጣነው ለውጥ አይደለም፡፡(ፓክስሰን፣ ሩት: የክርስትና ሀብት, የእግር ጉዞ እና ጦርነት 1939. ሪቭል)

ጽድቅ፡- በግሪክ ዲካዮሱኔ dikaiosýnē / dik-ah-yos-oo'-nay ይሰኛል፡፡ ዲካዮሱን ቀጥተኝነት የሚል ትርጉም ካለው ሥር የተገኘ ቃል ሲሆን፣ ትርጉሙ ቅዱስ ከሆነው የእግዚአብሔር ባህሪ ጋር የሚጣጣም ማለት ነው፡፡ (መጽሐፍ ቅዱስ ጥቅሶች የብሉይና / የአዲስ ኪዳን ግሪክ መዝገበ ቃላት. የቲየር ትርጉም)

ጆን ኤዲ፡- ጽድቅ ዲካዮሱን ጳውሎስ በተጠቀመበት አገባብ የሚገልጸው በማንኛውም ግንኙነት ውስጥ አዲሱ ሰው የሚመራበትን የግብረ ገብ ትክክለኝነት ነው፡፡ ፅድቅ ጻድቁን ለሌሎች መሆን ያለበትን ሁሉ እንዲሆን የሚያደርገው ነው፡፡ (ጆን ኤዲት ኮሜንተሪ)

መጽሐፍ ቅዱሳችን ውስጥ የግሪኩንና የእብራይስጡን ቃል በምንመለከትበት ጊዜ በአማርኛችን ጽድቅ የሚለው ቃል በሁለት መንገድ ይተረጎማል፡፡ እንግሊዘኛውም የሚከተለው ይህንኑ ነው፡፡ (Justification, Righousness) በአማርኛችንና በግሪኩ ቃል እነኚህ ሁለቱም ጽድቅ ተብለው ነው የሚተረጎሙት፡፡ እውነተኛ ትርጓሜያቸውን ከዚህ በታች እንቃኛለን፡፡

Justification - በእብራይስጥ tsedheq በግሪኩ dikaioo የሚል ቃል አለው፡፡ ትርጓሜው ሲተነተንም በክርስቶስ አማካኝነት ከተደረገው ቤዛነት የተነሳ እግዚአብሔር በኃጢአት ላይ የሰጠውን በሰው ልጅ ላይ የተቀመጠ የኃጢአት ፍርድ ማንሳትን ይመለከታል፡፡ ይህ ጽድቅ እንዲፈፀም ኃጢአተኛው የተደረገለትን ቤዛነት፣ የእግዚአብሔር ምሕረት በእምነት መቀበል ይኖርበታል፡፡ ያን ጊዜም ጽድቅን አገኘ እንላለን፡፡ ኃጢአተኛውም ከበደሉ ነፃ መውጣቱ ይታወጃል፣ ከክርስቶስ ጋርም አዲስ ኅብረት ይጀምራል፡፡

ሁለተኛው ጽድቅ ደግሞ በእንግሊዝኛው Righousness የሚለው ነው፡፡ በእብራይስጡ (tsedheq) የሚል ትርጉም ሲኖረው በግሪኩ dikaos- ይባላል፡፡ በእብራይስጡ የሕግ ቃልም በመሆን ያገለግላል፡፡ ይህ የጽድቅ አይነት - ፍጹም በንፅህና፣ በቅድስና፣ በፍትህ መገኘትን ያመለክታል፡፡ ይህም የእግዚአብሔር ጽድቅ ነው፡፡ (ኢዮብ 4÷17፤2ኛ ተሰሎ 1÷5-6) በግሪኩና በአማርኛ ሁለቱም የጽድቅ አይነቶች ተመሳሳይ ትርጓሜ ቢኖራቸውም በእብራይስጥ ግን ለያይቶ ያስቀምጣቸዋል፡፡

በቁጥር 24 ላይ የተመለከትነው ጽድቅ እንግዲህ እግዚአብሔር በተመለከተ ስንተረጉመው ፍጹም ከኃጢአት የነፃ ጽድቅ ሆኖ እናገኘዋለን፣ በሰው ላይ ግን በምሕረት የተገኘ ጽድቅ ነው፡፡ አዲሱ ሰው ውስጥ የምናገኘው ጽድቅም በምሕረት የተገኘ ነው፡፡ በዚህ ጽድቅ ውስጥ አይሁድም፣ ከአሕዛብ ወገን የመጡት አማኞም እኩል፣ በክርስቶስ ኢየሱስ በኩል የቀረበላቸውን ጽድቅ አግኝተዋል፡፡ በበሉይ ኪዳን ይህ ጽድቅ ገና የተፈፀመ ባለመሆኑ አይሁድም እንኳን ገና አላገኙትም፡፡ ሊያገኙትም ቢሞክሩ በየጊዜው የኮርማ ደም መስዋዕት ማቅረብ ይኖርባቸው ነበር፡፡ "ለተቀበሉት ሁሉ ግን በስሙ ለሚያምኑ የእግዚአብሔር ልጆች ይሆኑ ዘንድ ስልጣንን ሰጣቸው" ይህ ሥልጣን በክርስቶስ ኢየሱስ አማካኝነት ለሰው

ልጅ በሙሉ በነፃ የተሰጠ ነው:: "በእርሱ በሚያምን አይፈረድበትም፣ በማያምን ግን በአንዱ በእግዚአብሔር ልጅ ስም ስላላመነ አሁን ተፈርዶበታል..." ዮሐ 3÷18

ቅድስና፡- በግሪክ **ሆሲዎቴስ** hosiótēs/ hos-ee-ot'-ace የሚሰኝ ሲሆን፣ ሰው ለእግዚአብሔር (የግብረ ገብ) ሕግ ካለው አክብሮት በመነሳት የሚያሳየውን ጠባይ የሚገልጽ ነው:: በሥራ የሚገለጥና በእግዚአብሔር ዘንድ ትክክለኛ የሆነ አመለካከት ነው:: (መጽሐፍ ቅዱስ ጥቅሶች የብሉይና / የአዲስ ኪዳን ግሪክ መዝገበ ቃላት. የቲየር ትርጉም)

ማርቪን ቪንሰንት፡- **ጽድቅና ቅድስና** የእውነት ባህርያት ናቸው::(ቪንሰንት. የመጽሐፍ ቅዱስ ኮሜንተሪ. ቃል ጥናቶች)

አብራየን፡- ‹ለእውነትም በሚሆን...› በሚለው ሃረግ መገኛን ወይም ምንጭን የሚጠቁም ነው:: የአዲሱ ሰው መለያ የሆኑት የፅድቅና የቅድስና ጸጋዎች የመጡት ከእውነት ሲሆን፣ ያ እውነት ደግሞ ራሱ እግዚአብሔር ነው:: (አብራይን,ኤፍ. ቲ. የኤፌሶን ሰዎች. ደብልዩ ቢ. ኢርድማንስ. 1999)

ጄ ቬርኖን ኤም ሲጂ፡- ‹በፅድቅና በቅድስና የተፈጠረው› የሚለው ክርስቶስ ለኛ ያስቆጠረውን ጽድቅ የሚያሳይ ነው:: በዚህ ደግሞ አሁን በክርስቶስ ውስጥ በሰማያዊ ስፍራ ተቀምጠናል ስለሆነም በዚህ ምድር ላይ ያለው ቆይታችን በላይ ካለንበት ጋር የሚጣጣም መሆን አለበት:: (ማክጂይ, ጄ ቫይ: የመጽሐፍ ቅዱስ ሐተታ ላይ: ቶማስ ኔልሰን)

ፓክሰን፡- ክርስቲያን በክርስቶስ የባህሪ ፍፁምነት ምሳሌ ተቀርጿል፤ እርሱ ፅድቃችንና ቅድስናችንም ተደርጓል (1ኛ ቆሮ 1÷30):: እናም እኛ በክርስቶስ ፅድቅ ጻድቃን በቅድስናውም ቅዱሳን ነን:: ከዚህ አኳያ የጳውሎስ ተማፅኖ ይህን በክርስቶስ የሆንነውን እንሁን የሚል ነው::(ፓክሰሰን, ሩት: የክርስትና ሀብት, የእግር ጉዞ እና ጦርነት 1939. ሪቨል)

ዋይን ባርበር፡- ክርስቶስ በውስጣችን እንደሚኖር በውስጠኛው ሰው በኃይል እንደምንበረታ እናውቃለን:: አዲስ ልብስ እንዳለንም እናውቃለን ግን ታውቃላችሁ ይህን ልብስ መልበስ ይከብዳል:: ዛሬም ሰው ነንና ማንኛችንም ገና አልደረስንም:: አልፎ አልፎ ክርስቶስን የመልበስ ትግል ካለባችሁ እኔም እንደናንተው ነኝ:: ከእኛ የቀደማችሁ ካላችሁ

አዲሱን ልብስ ለመልበስ ምርጫ እናደርግ ዘንድ አግዙን፤ ምርጫውን ለማድረግ አስቸጋሪ ሁኔታዎች አለብንና ነው፡፡

ከእግዚአብሔር ጋር በየዕለቱ መኖርና ከእርሱ ጋር ኅብረት ማድረግ ለክርስቲያን መደበኛ ሕይወት ነው፡፡ በየዕለቱ በውስጥ ሰውነታችን ሲያበረታን ኃይሉን እንቀምሳለን፡፡ ይህ ታዲያ እንዴት ይሆናል፡፡ ክርስቶስ ከእኛ ጋር እንዲሆን በመፍቀድ ብቻ ነው፡፡ እርሱን በቃሉ በማክበር ራስንም ለእርሱ አሳልፎ በመስጠት በኃይሉ እንበረታለን፡፡

ክርስቶስ ፍቅር ሊገባን ይገባል ራሳችን ልንቀምሰው ደግሞ ያሻል እንጂ ቢገባን ብቻ አይበቃንም፡፡ ለኛ ያለው ፍቅር ለኛ የገለጠው ፍቅሩ በዙሪያችን ያለውን ሁሉ እንወድ ዘንድ የሚያስገድድ ነው፡፡

በእግዚአብሔር ሙላት መሞላት በሚለው ስር መሞላት ማለት በቁጥጥር ሥር መሆን ማለት ነው፡፡ ሰውን የሚሞላው ያ ነገር መልሶ ደግሞ ይቆጣጠረዋል ሰው በእግዚአብሔር ሙላት ሲሞላ በእግዚአብሔር ችሎታ መራመድ ይጀምራል፡፡ልናስብ ከምንችለው በላይም ድንቅ ማየት እንጀምራለን፡፡

አዲስ፡- በግሪክ **ካይኖስ** kainós / kahee-nos' ይሰኛል፡፡ ካይኖስ የስም ገላጭ ሲሆን፣ ቀዳሚ የሌለው ቀድሞ ያልነበረ ያልተሰማ፣ ያልተደመጠ ማለት ነው፡፡(መጽሐፍ ቅዱስ ጥቅሶች የብሉይና / የአዲስ ኪዳን ግሪክ መዝገበ ቃላት. የቲየር ትርጉም)

ቫይን፡- አዲስ ማለት ያልተለመደ፣ ጥቅም ላይ ውሎ የማያውቅ ማለት ነው፡፡ (ቪን, ደብሊዩ ኢ. ቫይን የናዝቪል ስብስቦች ቶማስ ኔልሰን)

ዘ ኦፕን ባይብል፡- አዲስ ጥቅም ላይ ውሎ የማያውቅ ከሚለው ጋር የተያያዘ ሆኖ አስደናቂ የሚል ሐሳብም የያዘ ነው፡፡

ካይኖስ (አዲስ)፡- **ማለት** ከስር ከመሠረቱ ቀድሞ ያልነበረ በፍጥረትም በባህሪም አዲስ የሆነ ማለት ነው፡፡ ከጊዜ አኳያ አዲስ የሆነ ነገር ኒዎ ይሰኛል፡፡

ማካርተር፡- «በክርስቶስ ያለ ሁሉ አዲስ ፍጥረት ይሆናል» ካይኖስ (አዲስ) ማለት በጊዜ ሳይሆን በባህሪ አዲስ የሆነ ማለት ነው፡፡ የአማኞች አሮጌ ሰው ከክርስቶስ ጋር ተሰቅሏል (ሮሜ 6÷6)፡፡ እነርሱም አሮጌውን አስወግደው አዲሱን ለብሰዋል ኤፌ 4÷22

ሰው፡- በግሪክ አንትሮፖስ ánthrōpos / anth'-ro-pos ሲሆን፣ የሰውን ልጅ በጠቅላላ የሚወክል ነው፡፡(መጽሐፍ ቅዱስ ጥቅሶች የብሉይና / የአዲስ ኪዳን ግሪክ መዝገበ ቃላት. የቲየር ትርጉም)

ኬነት ሂውስ፡- አሮጌው ሰው ስንወለድ ያገኘነው ሲሆን አዲሱ ሰው ደግሞ ከሰማይ በሆነው ዳግማዊ ውልደታችን የተቀበልነው ነው፡፡ አዲሱ ሰው የእግዚአብሔር ስጦታ እንጂ የኛ ሥራ አይደለም፤ ስለዚህ የኛ ሥራ አዲሱን ሰው መልበስ እንጂ መፍተል አይደለም፡፡ (ሂዊስ, አርከቲብ ኤ. ኤፌሶን: የክርስቶስ አካል ምሥጢር, ክሮስዌይ መጻሕፍት)

አዲሱ ሰው፡- አማኞች በአዲሱ ኪዳን በክርስቶስ አዲስ ሰዎች ሆነዋል፡፡ ቃሉ የሰጠንን አዲስ ቦታ የሚገልጽ ሲሆን፣ እርሱም በመንፈስ ቅዱስ ኃይል አሮጌውን የጨለማ ልብስ አውልቀን አዲሱን የብርሀን ልብስ ዕለት በዕለት በመልበስ የምንለማመድበት አዲሱ ችሎታ ነው፡፡ ከዚህ አኳያ ልምምዳችን ለኃጢያት ሞቶ በክርስቶስ ደግሞ ለእግዚአብሔር ህያዋን መሆናችንን ያለማቋረጥ ማስታወስን የሚጨምር መሆን ይኖርበታል (ሮሜ 6፥11)፡፡ ከመዳናችን በፊትም ሀጢያት ገዥችን ነበርና እርሱን የምንቃወምበት ኃይልም አልነበረንም፡፡ አሁን ግን በክርስቶስ አዲስ እንደመሆናችን ፅድቅ የምርጫ ኃይል ሰጥቶናል፡፡ ኃጢያት አለማድረግን መምረጥ እንችላለን፡፡ ለክርስቶስ እሽ ማለት ስንለምድም ለስጋና ለክፉ መሻቱ እንቢ ማለት ቀላል ይሆናል፡፡

- አሮጌው ሰው “ማን” ነበርን ፤ ሰው አዲሱ ሰው ደግሞ ‹የማን ነን› ነው፡፡

ጆን ማካርተር፡- አዲስ የሚለው ቃል (ካይኖስ) የታደሰ ማለት ሳይሆን በዝርያው ወይም በባህሪው ሙሉ በሙሉ አዲስ የሆነ ማለት ነው፡፡ በእግዚአብሔር ምሳሌ ስለተፈጠረ አዲሱ ሰው አዲስ ነው ግሪኩ ቃል በቃል ‹እግዚአብሔር እንደሆነው› ብሎ በሚያንገዳግድ ዓረፍተ ነገር የድነትን አስደናቂ እውነት ይገልፀዋል፡፡ ኢየሱስ ጌታችን ብለው የሚናገሩ እንደ እግዚአብሔር ይሆናሉ፡፡ ‹ከመለኮት ባህሪ ተካፋዮች ትሆኑ ዘንድ ... (2ኛ ጴጥ 1፥4) ሰዎችን የማዳን ሥራ ላይ የተሰማሩ ዘመቻዎች በተለያየ አደጋ ተሰውረው የከረሙ ሰዎችን ሲያገኙ ሰዎቹን አስቀድመው የሚወስዷቸው ‹የተባይ ማራገፊያ› ወደሚሉት ክፍል ነው፡፡ የሚገኙት ሰዎች ከውኃ ርቀው የቆዩ ስለሚሆኑ በእነዚህ ክፍሎች ውስጥ ከተጣጠቡ በኋላ አዲስ ልብስ ይሰጣቸዋል፡፡ አሮጌው ጨርቃው ደግሞ ዳግመኛ ሊለበስ ስለማይችል ይቃጠላል፡፡ ንፁህ የሆነው ሰው ንፁህ ልብስ ተሰጥቶት ይሄዳል፡፡ እንግዲህ የድነት መልኩ ይሄ ነው ድነት ከዚህ ታሪክ የሚለየው አማኙ አዲስ የሚሆነው በሳሙናና በውኃ ታጥቦ አለመሆኑ ነው፡፡ አማኝ ፍፁም አዲስ ተፈጥሮ የሚሰጠው ነው፡፡

በአዲስ ኪዳን ውስጥ በርካታ “ስለዚህ” ዎች እና “እንግዲህ” ዎች አሉ፡፡ እነዚህ አማኞች በአዲሱ ማንነታቸው ይመላለሱ ዘንድ ጳውሎስ የሚያቀርባቸው ተማፅኖዎች የሚያሳዩ ናቸው፡፡ እንግዲህ በአዲሱ ሕይወታችን፣ በአዲሱ ጌታችንን በአዲስ ኃይላችን እንድንኖር ተጠርተናል፡፡(ማክአርተር, ጆ: ኮስተር አፍ ኤም, ሙዲ ፕሬስ)

ሩት ፓክሰን፡- በክርስቶስ የሆነው አዲስ ፍጠረት ኩልል ያለ የሕይወት ውኃ ወንዝ ከውስጡ እያፈላ ወደ ሁለመናው የሚፈስበት የመለኮት ባህሪ ያለው አፀድቅ ማዕከሉ ክርስቶስ፣ ዘውዱ ክርስቶስ ገሀኖለት የተፈጠረ ነው፡፡‹በእኔ ኑሩ እኔም በእናንተ እኖራለሁ ቅርንጫፍ በወይኑ ግንደ ባይኖር ከራሱ ፍሬ ሊያፈራ እንደማይቻለው እንዲሁ እናንተ ደግሞ በእኔ ባትኖሩ አትችሉም (ዮሐንስ 15÷14)፡፡‹... የክብር ተስፋ ያለው ክርስቶስ በእናንተ ዘንድ መሆኑ ነው› ቆላስያ 1÷27 (ፓክሰን, ሩት: የክርስትና ሀብት, የእግር ጉዞ እና ጦርነት 1939. ሪቨል)

ዋይን ባርበር፡- ክርስቶስን ስንቀበል ውኃ ያልነካው ልብስ ተቀብለናል፡፡ ልብሱ የተሠራበት ጨርቅ ደግሞ ክርስቶስ ነው፡፡ ክርስቶስን ስትቀበሉ የትም ብትሆኑ የታወቃችሁ የሚያደርጋችሁ ልብስ አላችሁ፡፡ ይህ ፍፁም አዲስ የሕይወት ዘይቤ ነውና አሁንም ግን ብዙ ሰዎች ወደኋላ ተመልሰው እነዛን ቡትቶ ጨርቆች ለመልበስ ይሞክራሉ! ጳውሎስ ግን አሮጌ ልብስ እንደገና እንዳንለብስ ያስጠነቅቀናል (ኤፌሶን 4÷17፣ 18፣ 19፣22)፡፡

ከክርስቶስ ይልቅ አሮጌውን ሰው በመረጣችሁ ቁጥር ቁልቁል ትወርዳላችሁ፤ ምኞቶች ሁሉም የሚያታልሉ ናቸው አንዳች ነገር የምትፈልጉ ያስመስሏችሁና ከእግዚአብሔርም ይለያችኋል፡፡ ስትመኙ የነበረውን ነገር ስትጨብጡ ግን እንዳሰባችሁት ሆኖ አታገኙትም፡፡

---

24 ለእውነትም በሚሆኑ ጽድቅና ቅድስና እንደ እግዚአብሔር ምሳሌ የተፈጠረውን አዲሱን ሰው ልበሱ።

ለእውነትም በሚሆኑ ቅድስና ዮሐ 17÷17

ጽድቅና መዝ 45÷6፣7፤ ሮሜ 8÷29፤ ቲቶ 2÷14፤ ዕብ 1÷8፤ 12÷14፤ 1ኛ ዮሐ 3÷3

እንደ እግዚአብሔር ምሳሌ ዘፍ 1÷26፣27፤ 2ኛ ቆሮ 3÷18፤ ቆላ 3÷10፤ 1ኛ ዮሐ3÷2

የተፈጠረውን ኤፌ2:10፤ ገላ 6÷15

አዲሱን ሰው ኤፌ2 15፤ ሮሜ 6÷4፤ 2ኛ ቆሮ 4÷16፤ 5 17፤ 1ኛ ጴጥ2÷ 2

ልበሱ ኤፌ6÷11፤ ኢዮ 29÷14፤ ኢሳ 52÷1፤ 59÷17፤ሮሜ 13÷12፣14፤ 1ኛ ቆሮ 15÷53፤ ገላ 3÷27፤ ቆላ 3÷ 10-14

4፡25 ስለዚህ ውሸትን አስወግዳችሁ፥ እርስ በርሳችን ብልቶች ሆነናልና እያንዳንዳችሁ ከባልንጀሮቻችሁ ጋር እውነትን ተነጋገሩ።

ጳውሎስ አሁንም የቁጥር 25 መግቢያ ላይ "ስለዚህ" በሚል አገናኝ ቃል መልእክቱን ይጀምራል፡፡ ከፍ ብሎ የነገራቸው ስለ አዲሱ ሰው፣ ስለ ጽድቅ፣ ስለ ቅድስና ነው፡፡ ይህን የተማሩትን አሁን ደግሞ ከግል ሕይወታቸው ጋር እያገናኘ ያስተምራቸዋል፡፡ አንዳንዶቹ ትምህርቶቹን ስንመለከት በክርስቲያኖች መሃል እንዲህ አለ እንዴ? እንድንል ያደርገናል፡፡ ምሳሌ ውሸት፣ ቁጣ፣ ሥርቆት፣ ክፉ ቃል፣ መራርነት፣ ንዴት፣ ጩኸት፣ መሳደብ፣ ይቅር ዓለማለት በእርግጥ እነኚህ ሁሉ በክርስቲያኖች መሃል አሉ? በእርግጥም አሉ፡፡ በጥንቷ ቤተ ክርስቲያን ካሉ ደግሞ በዘመኗ ቤተ ክርስቲያን ደግሞ የበለጠ ይኖራሉ፡፡ በቅርቡ አንድ ክርስቲያን ወጣቶችን የሚያገለግል ኢትዮጵያ ውስጥ የሚገኝ የመንፈሳዊ አገልግሎት፣ በሰጠው መግለጫ በአሁኑ ወቅት ወጣቶቻችን ላይ ቅድመ ጋብቻ ወሲብ፣ ፅንስ ማስወረድ፣ የአደንዛዥ እፅ ሱሰኝነት፣ የዘረኝነት ግጭት ሌሎችም ችግሮች በሚያገለግላቸው ክርስቲያን ወጣቶች መሃከል እየተከሰቱ ነው በሚል ሪፖርት አድርጓል፡፡

ጆን ፊሊፕ፡- ሙሉ ድነት በተለወጠ ጠባይ እርሱም በተለወጠ አንደበት የሚገለጥ ነው፡፡ (ፊሊፕስ, ዮሐንስ ኤፌሶን ማሰስ - ኤክስፖዚተሪ ኮሜንታሪ)

ሞል፡- “ስለዚህ”“እንግዲህ” ከሚሉት ቃላት ቀጥሎ ቅዱስ የሆኑት ተግባራት ምን እንደሆኑ የሚያሳዩ ዝርዝሮች ይቀርባሉ፡፡ (ሃንድሊ ካር ግላይን ሞል ለኤፌሶን መልእክት ኮሜንተሪ)

አስወግዳችሁ፡- በግሪክ **አፖቲተሚ** apotíthēmi / ap-ot-eeth'-ay-mee በክርስቶስ አዲስ የሆነ እና ውሸትን ገፈን ልንጥል ያሻል፡፡ እውነት የሆነውን ማጥፋት ጨምሮ ማንኛውንም ማታለል፣ ወደሚል ማጠቃለያ ይገባል፡፡ አሮጌው ሰው እስከ ምኞቱ ተጥሎ አዲስ ሰው ስፍራውን ይወስድ ዘንድ ክፋትና ውሸት ይወገዱ (ቆላስ 3፥9)፡፡ (መጽሐፍ ቅዱስ ጥቅሶች የብሉይና / የአዲስ ኪዳን ግሪክ መዝገበ ቃላት. የቲየር ትርጉም)

ሞል፡- እውነተኝነት አዲስ ፍጥረት ከመሆን ጋር የተቆራኘ ነው፡፡ ከሁሉም በላይ በክርስቶስ የሆነ ስፍራው በቀኝ፣ በብርሃንም ነው፡፡ ቀዳሚ ፍሬው ቅን ሆኖ እውነትን መነጋገር ነው፡፡ (ሃንድሊ ካር ግላይን ሞል ፡ ለኤፌሶን መልእክት ኮሜንተሪ)

ውሸትን አስወግዳችሁ፡- በክርስቶስ በሆነ አዲስ ሰው ሕይወት ውስጥ ቦታ የለውምና መጀመሪያ ሊወገድ የሚገባው የእርኩሰት ልብስ ውሸት ነው፡፡ በክርስቶስ አዲስ ፍጥረት

ነንና የጌታችንን ሕይወት በየቀኑ ልንገልጠው ይገባናል፡፡ ምስጢርን ማውጣት የመሳሰሉትን ጨምሮ ከእኛ ማራቅ ይገባናል፡፡ አማኝ የሆነ ሰው ቃል ፍፁም የሚታመን አዎ ሲል አዎ አይደለም ሲልም እንደዛው መሆን አለበት፡፡

ስቴቨን ኮል፡- ሁላችንንም የሚያታግለን አንዱና ዋነኛው የግብረገብ ጉዳይ እውነትን መናገር ነው፡፡ ምንም ሳንጨምር እውነቱን ብቻ መናገር! ‹The Day that America told the Truth› (አሜሪካ እውነቱን የተናገረችበት ቀን) የተባለው መጽሐፍ በገጽ 45 ላይ 91% የምንሆነው አሜሪካውያን ዘወትር እንዋሻለን ይላል፡፡ ቃለ መጠይቅ ከተደረጉት 92% የሚሆኑት እንደተናገሩት ውሸት የሚናገሩበት ዋነኛ ምክንያት ላለመዋረድ የሚል ነው፡፡ 98% የሚሆኑት ደግሞ የሚዋሹት ሰዎችን ላለማስቀየም ነው፡፡ (ስቲቨን ጄ. ኮል)

ውሸት፡- በግሪክ ስዩዶስ pseûdos / psyoo'-dos ይሰኛል፡፡ የእውነት ተቃዋሚ ወይም እውነት ያልሆነ ማንኛውም ነገር ነው፡፡ (መጽሐፍ ቅዱስ ጥቅሶች የብሉይና / የአዲስ ኪዳን ግሪክ መዝገበ ቃላት. የቲየር ትርጉም)

ኤሊኮት፡- ውሸት በሁለመናው የአሮጌው ሰው መለያ ነው፡፡ (ቅዱስ ጳውሎስ ኤፌሶን መልእክት: ወሳኝ እና ሰዋሰዋዊ ኮሜንተሪ , ቻርልስ ጄ ኤልኮት ዲ.ዲ.)

ዌብስተር፡- ውሸት በተናጋሪው እውነት እንዳልሆነ የሚታወቅና በማታለል መንፈስ የሚነገር ንግግር ነው፡፡

- ውሸት ሌላውን ሰው ለማታለል ታስቦ የሚሰነዘር ንግግር ወይም የሚፈፀም ድርጊት ሊሆን ይችላል፡፡
- ውሸት ለመናገር የሚያነሳው ምክንያት ራስን ለመጠበቅ ወይም ሌላውን ለመጉዳት ሲሆን በአብዛኛው ግን ፍርሃትና ኩራት ነው፡፡

ኢቫንጀሊካል ዲክሽነሪ ኦፍ ቢብሊካል ቲዮሎጂ፡- የእውነት ቅድስና በእግዚአብሔር ባህሪና ተፈጥሮ ላይ የተመሠረተ ስለሆነ በመጽሐፍ ቅዱስ አስተምህሮ ውስጥ እጅግ መሠረታዊ ነው፡፡ በመሆኑም እውነትን መናቅ ማለት እግዚአብሔርን መናቅ ነው፡፡ መጽሐፍ ቅዱስም ይህን ጉዳይ በጥልቅና በትኩረት ይመረምረዋል፡፡ (ዘፍጥረት 3÷4) ((ውሸት - መዋሸት - ቤከርን ኢቫንጀሊካል ዲክሽነሪ ኦቭ ቢብሊካል ሥነ-መለኮት)

እያንዳንዳችሁ ከባልንጀራችሁ ጋር እውነትን ተነጋገሩ

የአ.ፊ.በ.አ. አገልግሎት / የኤፌሶን መልእክት ትምህርት

ተናገር፡- በግሪክ ላሌኦ laléō / lal-eh'-oይሰኛል፤ ትርጉሙ ድምፅ አሰምቶ መናገር ነው፡፡ (መጽሐፍ ቅዱስ ጥቅሶች የብሉይና / የአዲስ ኪዳን ግሪክ መዝገበ ቃላት. የቲየር ትርጉም)

ቪንሰንት፡- ተናገሩ (ላሊዮ) በፈቃድ ወይም በጫና ምክንያት የሰፈነን ዝምታ ለመስበር ሲያስፈልግ የምንጠቀመው ቃል ነው፡፡ ((ቪንሰንት, በአዲስ ኪዳን ውስጥ ኤም አር ቃል ጥናቶች)

ኬኔት ዉወስት፡- ላሊዮ የሚለው ቃል መጀመሪያ ላይ የልጆችንና የወፎችን ጫጫታ ለመሳሰሉ ድምጾች መግለጫ ነበር፡፡ ድምፅንና የአነጋገር ሁኔታን ከግምት ያስገባል፡፡ እውነት ተነጋገሩ በዚህ ክፍል ጳውሎስ እውነት የሚለውን በተደጋጋሚ ያተኩርበታል፡፡ በእርግጥ ሰምታችኋል እውነትም በእርሱ እንዳለ በእርሱ ሰምታችኋል (ኤፌ 4÷21) ለእውነትም በሚሆን ፅድቅና ቅድስና .. (ኤፌ 4÷24) "ነገር ግን እውነትን በፍቅር እንያዝ ... (ኤፌ 4÷15)" (ዉወስት ኬ. ኤስ፡ ዉወስት የቃል ጥናቶች ከግሪክ አዲስ ኪዳን፡ ኢ.ርድማንስ)

ሞል፡- እውነት ያልሆነ ማንኛውም ነገር ቅዱስ ሊሆን አይችልም፡፡ በእውነተኛ ክርስትና ሲታይ የተቀደሰ ማጭበርበር (pious fraud) የለም፡፡ ካለ እርሱ እጅግ የከፋው ሀጢያት ነው፡፡ በመጽሐፍ ቅዱስ ውስጥ ለእውነተኛነት የተሰጠው ትኩረት የመጽሐፉ ምንጭ (ባለቤት) የሆነውን የሚገልጥ ነው፡፡ ውሸት የአሕዛብ መለያ ባህሪ የሆነ ክፋት ነው፡፡ (ወደ ኤፌሶን, ኤፍ. ኤች ሲ ጂ ሞል)

እውነት፡-

ኤዲ፡- ክርስቲያኖች እውነትን ሳይቀንሱ ሳይጨምሩ ሳያዛቡም ሙሉውን ሊናገሩ ይገባል፡፡ የክርስቲያን ቃል በእያንዳንዱ ድምፅ በውስጡ ካለው እውነት (መንፈስ) ጋር የሚጣጣም መሆን አለበት፡፡ (የመጽሐፍ ቅዱስ ኮሜንተሪ ወደ ኤፌሶን፤ የጆን ኤዲ)

ጎረቤት፡- በግሪክ ፕሌሲን plēsíon / play-see'-onሲሆን በጥሬው ቅርብ አጠገብ እዚያው ማለት ነው፡፡ በዘይቤያዊ ትርጉሙ ፕሌሽን ቅርብ መሆን በዚህም ምክንያት ጎረቤት መሆን የሚል ነው፡፡ (መጽሐፍ ቅዱስ ጥቅሶች የብሉይና / የአዲስ ኪዳን ግሪክ መዝገበ ቃላት. የቲየር ትርጉም)

እርስ በርሳችን ብልቶች ሆነናልና

የስ.ፌ.በ.ስ. አገልግሎት / የኤፌሶን መልእክት ትምህርት

ኤሊኮት፡- እርስ በርሳችን ብልቶች ሆነናልና ሲል አፅንኦቱ ያለው ለማኅበረሰብ ካሉብን የሥነ ምግባር ግዴታዎች ላይ አይደለም፡፡ አፅንኦቱ እርስ በርሳችን ብልቶች በመሆናችን ለክርስቶስ አካል ደግሞ ብልቶች ሆነናል የሚለው ጥልቅ እውነት ላይ ነው፡፡

ብልቶች፡- በግሪክ **ሜሎስ** mélos / mel'-os ሲሆን፣ ቃል በቃል ቅርንጫፍ፣ የአካል ክፍል ማለት ነው፡፡ በመልዕክቱ ውስጥ ደግሞ ክርስቶስ ራስ የሆነባትን ቤተክርስቲያን ክርስቲያኖች ወይም የክርስቶስን መንፈሳዊ አካል ብልቶች የሚገልጽ ነው፡፡(መጽሐፍ ቅዱስ ጥቅሶች የብሉይና / የአዲስ ኪዳን ግሪክ መዝገበ ቃላት. የቲየር ትርጉም)

እርስ በርሳችን፡- በግሪክ **አሌሎን** allḗlōn / al-lay'-lone ይሰኛል፡፡ ትርጉሙንም በሚከተለው ምሳሌ ማየት እንችላለን፡- ከመሬት 300 ጫማ ከፍታ ያህል የሚያድግ ሴኮያ የተሰኘ የካሊፎርንያ ዛፍ አለ፡፡ ይህ ዛፍ ከቁመቱ በተቃራኒ ወደ መሬት ዘልቀው የማይገቡ ስሮች ያሉት ሲሆን፣ ስሮቹ ተቆላልፈው የሚያድጉና በየአቅጣጫው የሚዘረጉ ናቸው፡፡ ይህ የስሮቹ ተፈጥሮም ለዛፉ ሁለት ጥቅሞች ያስገኝለታል፡፡ በየአቅጣጫው መዘርጋታቸው ርጥበት ለመሻማት የሚጠቅመው ሲሆን፣ መቆላለፋቸው ደግሞ ዛፉ ኃይለኛ ነፋስን እንዲቋቋም ያስችለዋል፡፡ ስሮቹ ወደ መሬት ዘልቀው የገቡ ባይሆኑም መቆላለፋቸው ግን ነፋስን እንዲያሸንፉ አስችሏቸዋል እርስ በርስ ማለት ትርጉሙ ይህ ነው፡፡

ጆን ኤዲ፡- ክርስቲያኖች ክርስቶስ ራስ በሆነበት አንድ አካል ውስጥ የዕርስ በርስ በሆኑ ትስስሮችና ግዴታዎች አንድ ላይ ተጠቅልለዋል፡፡ ስለዚህ በአንድ አምላክ እያመኑ መልሰው እርስ በርስ መጠራጠር መከፋፈል የለባቸውም፡፡ በአንድ እምነት መዳን እየፈለጉ ለቢጤዎቻቸው የማያምኑ ሆነው መገኘት የለባቸውም፡፡ በእውነት ነፃ ወተናል ብለው እየተናገሩ ወንድሞቻቸውን በውሸት ባሪያ ማድረግ የለባቸውም፡፡ እውነተኛ መሆን ወሳኙ የመጀመሪያው ምግባር ነው፡፡

ክሪሶስቶም እንዲህ ይላል፡-‹አይን ለእግር እግርም ለአይን ውሸት አይናገሩም ጥልቅ ጉድጓድ ቢኖር አፉም በሳር የተሸፈነ ቢሆን ለአይን ሜዳ ይመስላታል፡፡ ታዲያ ቦታው ግን ሜዳ ይሁን ጉድጓድ ለማረጋገጥ አይን እግርን አትጠቀምምን? እግርስ እውነቱን መናገር ትቶ ይዋሻል? እንዲሁ ደግሞ አይን እባብ ወይም አውሬ ብታይ እግርን ትዋሸዋለች? (ጆን ኤዲ ኮሜንተሪ)

ተመሳሳይ የጥናት ጥቅስ ይመልከቱ፡- በአንድ አካል ብዙ ብልቶች እንዳሉን የብልቶቹም ሥራ አንድ እንዳይደለ እንዲሁ ብዙዎች ስንሆን በክርስቶስ አንድ አካል ነን (ሮሜ 12÷4፣

5) አካልም አንድ እንደሆነ ብዙም ብልቶች እንዳሉበት ነገር ግን የአካል ብልቶች ሁሉ ብዙዎች ሳሉ አንድ አካል እንደሆኑ ክርስቶስ ደግሞ እንዲሁ ነው (1ኛ ቆሮንቶስ 12፥12)፡፡

25 ስለዚህ ውሸትን አስወግዳችሁ፥ እርስ በርሳችን ብልቶች ሆነናልና እያንዳንዳችሁ ከባልንጀሮቻችሁ ጋር እውነትን ተነጋገሩ።

ውሸትን አስወግዳችሁ ዘሌ 19፥11፤ 1ኛ ነገ 13፥18፤ መዝ 52፥3፤ 119፥29፤ ምሳ 6፥17፤ 12 19፤22፤ 21፥6፤ኢሳ 9፥15፤ 59፥ 3፤4፤ 63፥8፤ ኤር 9፥3-5፤ ሆሴ 4፥2፤ ዮሐ 8፥44፤ ሐዋ 5፥3፤4፤ ቆላ 3፥9፤ 1ኛ ጢሞ 1፥10፤ 4፥2፤ቲቶ 1፥2፤12፤ ራዕ 21፥8፤ 22፥15

እርስ በርሳችን ብልቶች ሆነናልና ኤፌ5፥30፤ሮሜ 12፥5፤ 1ኛ ቆሮ 10፥17፤ 12 12-27

እያንዳንዳችሁ ከባልንጀሮቻችሁ ጋር እውነትን ተነጋገሩኤፌ4፥15፤ ምሳ 8፥7፤ 12 17፤ ዘካ 8፥16፣ 19፤ 2 ቆሮ 7፥14፤ ቆላስይስ 3፥ 9

4፡26 ተቆጡ ኃጢአትንም አታድርጉ

ወንድምህን ሐሰት በመናገርና እውነትን በመሰወር ሳይሆን እውነትን በመያዝ ለማነጽ ቃልን በጸጋ መናገር ይገባል፡፡ በጸጋ ማስተማር መገሠጽ ማረም . . . አለ፡፡ ሰነፍ ሰው ቁጣውን ሁሉ ያወጣል ጠቢብ ግን በውስጡ ያስቀረዋል (ምሳሌ 29፥11)፡፡

ሰዎች ሲደርሱብን የወደቀው ስጋችን በአንድ ጊዜ ይግላል፡፡ ምላሽም ለመስጠትም ይቸኩላል፡፡ ነገር ግን እንዲህ ባለው አጋጣሚ የሚሰማንን ከመናገር መቆጠቡ የተሻለ ነው፡፡ አብዛኛው ሰው ብዙ አውርቶ በፀፀት የሚኖር ነውና፡፡ እንዲህ ላለው ሰነፍ በአንደኛ ሳሙኤል ውስጥ የተጠቀሰው ናባል የተባለው ሰው ዋነኛ የመጽሐፍ ቅዱስ አብነት ነው፡፡ (1ኛ ሳሙኤል 25፥3፣ 25፤26፣ 34፣ 37)

ዶክተር ፊሊፕስ፡- (ኤፌሶን 4፥26) እንዴት ያለ ስፍራ እንደተቀመጠ በጥንቃቄ ማየት ይኖርብናል፡፡ (4፥25) ላይ ጎረቤቱ ምላስ ነው ይህም ስንቆጣ ያልሆነ ንግግር መናገር ለኛ ቀላል ስለሆነ ነው፡፡ (4፥27) ላይ ደግሞ ጎረቤቱ ዲያብሎስ ነው ይህ ደግሞ ሰይጣን ኃይለኛ ስሜቶችን ለመጠቀም እጅግ ፈጣን ስለሆነ ነው፡፡ (*ዶክተር ፊሊፕስ. ፊሊፕስ, ዮሐንስ: ኤፌሶን ማሰስ: ኤክስፖዚተሪ ኮሜንታሪ*)

📖 ጳውሎስ በእብራይስጥ ተንቀጥቀጡ ኃጢያትንም አታድርጉ የሚለውን ከሰፕትዋጅንት (*መዝሙር 4፥4*) ቃል በቃል የጠቀሰ ሲሆን፣ ተንቀጥቀጡ የሚለው ግስ ከሃዘን ከመደነቅ አልያም ከቁጣ የሚሆንን መንቀጥቀጥ የሚያመለክት ነው፡፡

የአ.ፊ.ቤ.ስ. አገልግሎት / የኤፌሶን መልእክት ትምህርት

📖 ተንቀጥቀጡ ለሚለው የዕብራይስጡ ቃል ራጋዝ ሲሆን፣ ይህም ኃይለኛ የሆነ ፍርሀትና ቁጣ ሲኖር የሚታየው ያለ የሰውነት መንዘፍዘፍና መርገፍገፍን የሚገልጽ ነው፡፡

- ተቈጡ፥ ነገር ግን ኃጢአትን አታድርጉ፤ በመኝታችሁ ሳላችሁ በልባችሁ አስቡ፤ ዝም በሉ። (መዝሙር 4÷4)

📖 ጳውሎስ ቃል በቃል የጠቀሰው ሰፕትዋጂንትም ሆነ የ(ኤፌሶን 4÷2) አውድ ‹መንቀጥቀጥ› የሚለው በቁጣ የሚመጣ መርገፍገፍን የሚገልጽ መሆኑን የሚደገፍ ነው፡፡

ጆን ኤዲ፡- አልሻውሰን እና ሌሎች ቁጣ (ኤፌሶን 4÷31) ላይ ተከልክሏል ሲሉ ያነሳሉ፡፡ እዚህ ቦታ ላይ የተነቀፈው ቁጣ ግን ከስውር ክፋት ጋር የተያያዘው ነው፡፡ አልሻውሰን እንደሚያስበው ቁጣ ሙሉ በሙሉ አልተከለከለም፡፡ ደመነፍሳዊ መርህ ነው፡፡ ነገር ግን ቁጣን መልመድ ወደ ሀጢያት ስለሚመራ ሰዎች ልማድ አድርገው ቁጡ እንዳይሆኑ ይመከራል፡፡ ተራ ግጭት እሳት የሚያደርጋቸው ግልፍተኞች ከሆኑ በዚህም ሰዓት በቀላሉ የማይቆጣጠሩት ስሜት ውስጥ የሚገቡት የሚያደርጉትንና የሚናገሩትን የማያውቁ ከሆኑ ሀጢያት ያደርጋሉ፡፡ (ማቴ 5÷21፣ 22) በተለይ ደግሞ ቁጣቸውን ይዘው ለረዥም ጊዜ የሚቆዩ ከሆነ ሀጢያት ያደርጋሉ አደጋው ያለውም እዚህ ላይ ነው ‹በቁጣችሁ ላይ ፀሐይ አይግባ›፡፡ (ጆን ኤዲ ኮሜንተሪ)

ጆን ፊሊፕስ፡- “ተቆጣ” ቀና ትዕዛዝ ነው፡፡ የሚያስፈልግበት ጊዜም ስላለ ለበጎ ዓላማ መናደድ ምንም ችግር የለውም፡፡ ቁጣ አንድም ከሲኦል እሳት አንድም ደግሞ ከእግዚአብሔር መሰዊያ ላይ ከሚወጣ እሳት ሊቀጣጠል ይችላል፡፡ በአሮጌው ሰው የሚቀጣጠል ቁጣ ሁሌም ኃጢያትን የሚያደርግ ነው ሰይጣናዊም ነው፡፡ ኢፍትሀዊነት፣ የሚዘገንን ክፋትን አልያም ሌላ እጅግ ክፉ ነገ ከማየት በመንፈስ ቅዱስ የሚቀጣጠል ቁጣ ግን ሀጢያት ላይ የተሰማሩት ይፈሩ ዘንድ ነው፡፡ መቼም በልጃገረድ መነወር በልጅ ጥፋት እንዲሁም ጥመትንና የፍትወት ልቅነትን በሚያስፋፉ የማይቆጣ ሰው አንድም ወኔ አንድም ምንም ዓይነት የግብረገብ እምነት የሌለው ነው፡፡ (ጆን ኤዲ ኮሜንተሪ)

ሄንሪ ዋርድ ቢቸር፡- እንዴት እንደሚቆጣ የማያውቅ ሰው እንዴት መልካም እንደሚሆንም አያውቅም፡፡ ሰው ክፉ በሆኑ ነገሮች አሁንም አሁንም ሊንጨረጨር ተገቢ ነው፡፡

ተቆጡ፡- በግሪክ **ኦርጊዞ** orgízō / or-gid'-zo ሲሆን፣ እንጭርጭ የሚያደርግና ባለቤቱም የሚያስታምመውን ቁጣ የሚገልጽ ነው፡፡ የዚህ ዓይነቱ ቁጣ ጥላቻን እሽሩሩ የሚል፣ እርቅን ይቅርታን ደግሞ የሚጠላ ነው፡፡ (መጽሐፍ ቅዱስ ጥቅሶች የብሉይና / የአዲስ ኪዳን ግሪክ መዝገበ ቃላት. የቲየር ትርጉም)

ቲዎሎጂካል ዲክሽነሪ ኦፍ ዘ ኒው ቴስታመንት፡- ኦርጊዞ (ቁጣ) በአዲስ ኪዳን ውስጥ የሰውና የሰይጣንን ቁጣ የሚያመለክት ሲሆን፣ በብሉይ ኪዳን ግን ተደጋግሞ የሚጠቀሰው የጀሆቫን ቁጣ ለመግለጽ ነው፡፡

ዋረን ዋየርስቢ፡- ቁጣ ደስ በማያሰኘን ነገር የሚመጣ የስሜት መነሳሳት ነው፡፡ እግዚአብሔር እንኳ ሊቆጣ ስለሚችል ቁጣ በራሱ ሀጢያት አይደለም፡፡ መጽሐፍ ቅዱስም አዘውትሮ ስለሚነድ ቁጣ ይናገራል (ዘፍጥረት 30÷2 ዘዳግም 6÷15) በእርግጥ ስሜታችን በኃጢያት የጎደፈ ለሆነው ለኛ ቅዱስ ቁጣ ከባድ ነው፡፡ እንዲያም ሆኖ የአዲስ ኪዳን መርህ የሚመስለው ለኃጢያት ቁጡዎች ሰዎችን ግን አፍቃሪዎች እንድንሆን ነው፡፡ የቁጣ እሳት በፍቅር ይቅርታ የሚጠሩ ካልሆነ ተሰራጭቶ የእግዚአብሔርን ሥራ ያረክሳል ያጠፋልም፡፡ ዲያብሎስ ገዳይ፣ ቁጣም የዲያብሎስ መቆሚያ ከመሆኑ ጋር ተያይዞም ክርስቶስ ቁጣ ነፍስ ለማጥፋት መንደርደሪያ ነው ይላል (ማቲ 5÷21-26)፡፡ (ዋረን ዋየርስቢ፡ የመጽሐፍ ቅዱስ ትርጓሜ ኮሜንታሪ 1989 እ.ኤ.አ. ቪክቶር)

ሰይጣን እግዚአብሔርን እና ሕዝቦቹን ይጠላል ስለሆነም በቁጣ የጨሰ ሰው ሲያገኝ ጭሱን አራግቦ እሳት በማስነሳት በእግዚአብሔር ሕዝብና መቅደስ ላይ ከፍ ያለ ውድመት ያደርሳል፡፡ የሰይጣን ሰላም ውሸትና ቁጣ ነው፡፡ መልካም ምላስ ቁጣን ታበርዳለች ሸካራ ቃል ግን ቁጣን ታስነሳለች (ምሳሌ 15÷1)

ስፐርጀን፡- በቀናው ጎዳና ሲሄድ ቁጣ አንዱ የተቀደሰ የነፍስ እግር ነው፡፡ በኃጥያት ላይ መቆጣት ከፍ ያለ የተቀደሰም ነገር ነው፡፡

ኃጢያትን አታድርጉ፡- በግሪክ **ሀማርታኖ** hamartánō / ham-ar-tan'-o ሲሆን፣ ኢላማን መሳት (በዚህም ከሽልማት መጉደል)፣ ማስቀየም፣ ኃጢያት ማድረግ፣ መበደል ማለት ነው፡፡ ይህም በሌላ አገላለጽ ከእግዚአብሔር ሕግና ፈቃድ በተፃራሪ ማድረግ ማለት ነው፡፡ ዋና ሐሳቡ በጽድቅ የሆነ ቁጣ ተቆጡ ነገር ግን ኢላማችሁን አትሳቱ፡፡ ቁጣችሁም በመንፈስ ቁጥጥር ሥር ይሁን የሚል ነው (ገላትያ 5÷23)፡፡(መጽሐፍ ቅዱስ ጥቅሶች የብሉይና / የአዲስ ኪዳን ግሪክ መዝገበ ቃላት. የቲየር ትርጉም)

የሰ.ፊ.በ.ስ. አገልግሎት / የኤፌሶን መልእክት ትምህርት

የሙሴ ቅዱስ ቁጣ ምሳሌ

መስመር ስቶ ለሚሄድ የፃድቅ ቁጣ ሙሴ ምሳሌ ነው፡፡ በሙሴ ሕይወት ውስጥ ያለው የዚህ ክፍል ጥናትም ለፅድቅ እንቆጣለን ስንል የቆምንበት ገደል ምን ያህል ጥልቅ እንደሆነ በማሳየት የዛሬ አማኞችን ለማስተማር ይጠቅማል፡፡ እንደሚታወቀው ሙሴ በዕብራዊ ወንድሞቹ ላይ በሚሠራው ገና ቁጣ ተሰማው ቁጣውን ተከትሎ ግን በራሱ ስሜት ቁጥጥር ስር ስለወደቀ ነፍስ አጠፋ፡፡

- ❖ ስለታዘበው ኢፍትሀዊነት የተሰማው ትክክል ቢሆንም የወሰደው እርምጃ ግን ትክክል አልነበረም፡፡ ደመ ሙቅነቱም እግዚአብሔር አስቀድሞ ለአዘጋጀለት ሥራ ዝግጁ አለመሆኑን አሳየ፡፡ ስለሆነም አንደኛ ሕዝቡን በራሱ መንገድ ለማዳን እንደማይችል ያውቅ ዘንድ ሁለተኛም ለወደፊቱ የእግዚአብሔርን ሥራ በእግዚአብሔር መንገድ ብቻ መፈፀም እንዳለበት እንዲማር እግዚአብሔር ሙሴን አርባ ዓመት ሙሉ በበርሀ ልፋት ሊያሠለጥነው ግድ አለ፡፡ ይህ እኛም ዛሬ ደጋግመን ልንማረው የሚያስፈልገን ጉዳይ ነው፡፡ በእግዚአብሔር ኃይል ፍፁም ታምነን የእርሱን ሥራ በራሱ መንገድ ብቻ ለመፈፀም መትጋት ይኖርብናል፡፡

ሶጥርጅን፡- ቁጣ ጊዜያዊ ክብደት ነው፡፡

ጆን ትራፕ፡- መቆጣት ኃጢያት አይደለም፡፡ ስንቆጣ ኃጢያት አለማድረግ ግን ከባድ ነው፡፡ የቃየል ምሳሌ ዘፍጥረት 4÷4፣5፣ 6፣ 7፣ 8

ማቲው ሄንሪ፡- ቁጣ በቃየል ልብ ውስጥ ሳለ ነፍስ ማጥፋት ሩቅ አልነበረም ... እንዲሁ ስሜት ዙፋኑ ላይ ሲወጣ ምክንያት በደጅ ይቀመጣል፡፡

ቶማስ አዳምስ፡- በስሜት የሚሰክር ለሥራና ለምክር አይሆንም፡፡ቁጣ ከሚፈስበት ነገር ይልቅ የሚቀመጥበትን ብልቃጥ የበለጠ የሚጎዳ አሲድ ነው፡፡

ማቲው ሄንሪ፡- ተቆጥተን ኃጢያት የማናደርግ ቢሆን መቆጣት ያለብን በሌላ ሳይሆን በራሱ በኃጢያት ነው፡፡ ይህን ግዜ ከራሳችን ስምና ጥቅም በላይ ለእግዚአብሔር ክብር የበለጠ ቀና እንሆናለን፡፡

ጆን ትራፕ፡- ቁጣ ወደ ጠቢብ ልብ በሮ ሊገባ ይችላል፡፡ በዚያ መቀመጥ ግን የለበትም፡፡

ጠለቀ፡- በግሪክ **ኤፒጂዎ** epidýō / ep-ee-doo'-oሲሆን መስመጥ ከሚለው ኤፒ የመጣ ነው፡፡ ኤፒዱ ቁልቁል ሄደ ሲመጣ ጨርሶ ጠለቀ ማለት ነው፡፡ (መጽሐፍ ቅዱስ ጥቅሶች የብሉይና / የአዲስ ኪዳን ግሪክ መዝገበ ቃላት. የቲየር ትርጉም)

ፀሐይ፡- በግሪክ **ሄሊዮስ** **hḗlios** / hay'-lee-os ሲሆን **ሄሌ** ከሚለው የመጣ ነው፡፡ ሄሌ የሚያበራ የፀሐይ ውበት ማለት ሲሆን ሄሊዮስ ደግሞ የሰማይ አካል ፀሐይ ማለት ነው፡፡ (መጽሐፍ ቅዱስ ጥቅሶች የብሉይና / የአዲስ ኪዳን ግሪክ መዝገበ ቃላት. የቲየር ትርጉም)

ፕሉታርክ፡- የፓይተጎራስ ደቀመዛሙርት አብረው ሲውሉ አንድ ሕግ ነበራቸው ይህም በቀኑ ውስጥ በቁጣ ምክንያት ተዘላልፈው ከነበረ ፀሐይ ከመጥለቁ በፊት ተጨባብጠውና ተቃቅፈው የሚታረቁበት ሕግ ነበር፡፡

ቁጣ፡- በግሪክ **ፓሮርጊስሞስ** parorgismós / par-org-is-mos' ሲሆን ከፓሮርጊዞ የተገኘ ነው፡፡ ፓሮርጊዞ ማስቆጣት ለከፋ ቁጣ መቆስቆስ ማነሳሳት ማለት ነው፡፡ (መጽሐፍ ቅዱስ ጥቅሶች የብሉይና / የአዲስ ኪዳን ግሪክ መዝገበ ቃላት. የቲየር ትርጉም)

ፓሮርጊስሞስ ከላይ የሆነ ጊዜያዊ የሆነ መንተክተክ ወይም ከውስጥ የሆነም የሚያንጨረጭር ቅሬታ አይደለም፡፡ ከዚህ ይልቅ ጠልቆ የገባ የተለየ የማይለወጥና የፀና እምነት ነው፡፡ ምክንያት ለሆነበት ለዚያ ነገር ያለውን ብስጭትና ብግን ማለት አንድም ራስን ከሌሎች በመደበቅ አልያም በሚጋረፍ ገጽታ፣ በመረሩ ቃላትና በማይገቡ ድርጊቶች ጭምር ሊገልጽ የሚችል ቁጣ ነው፡፡

ፓሮርጊስምስ በአዲስ ኪዳን ውስጥ እንደየምክንያቱና ዓላማው ጥሩ ወይም መጥፎ ስሜትን ሊወክል ይችላል፡፡

ፓሮርጊስምስ እና ኦርግ ሲነፃፀሩ

ፓሮርጊስሞስ፡- ቀጥተኛ በሆነ ትንኮሳ የሚነሳ እጅግ የመረረ ቁጣ ነው፡፡ ሆኖም እንዲህ ያለው ቁጣ ለእግዚአብሔር ቃልና መንፈስ ተቃራኒ ነው፡፡

ኦርግ በጠቅላላው ቁጣ የምንለው ነው፡፡ ይህኛውን በጽድቅ ያልሆነ ቁጣንም ሆነ ማርቆስ 3፥5 ላይ እንዳለው ቅዱስ ቁጣን ለመግለጽ ልንጠቀምበት እንችላለን፡፡

ዶክተር ፊሊፕስ፡- ፓሮርጊስሞስ የትንኮሳን ሐሳብ ይገልጻል፡፡ ቁጣ ካስፈለጋችሁና ምክንያቱ በጎ ሰበቡ ደግሞ መጥፎ ከሆነ የቁጣችሁ አገላለጽ አስነዋሪ አለመሆኑንና የማይቆይ መሆኑን አረጋግጣችሁ አፈንዱት፡፡ ከዛም እርጋታ ይሙላባችሁ፡፡ ከእግዚአብሔር ጋር ያላችሁ ኅብረት አለመቁዋረጡን አረጋግጡ፡፡ የተለወጠ ጠባይ ቁጣውም የተለወጠ ነውና መንፈሳችሁን ሳታለዝቡ መንፈስ ቅዱስንም እንዳላሳዘናችሁት ሳታረጋግጡ ቀኑ ማለቅ የለበትም፡፡ (ዶክተር ፊሊፕስ. ፊሊፕስ, ዮሐንስ፣ ኤፌሶን ማሰስ፣ ኤክስፖዚተሪ ኮሜንታሪ)

ጆን ኤዲ፡- ፓሮርጊስሞስ በሚለው ውስጥ ፓር ምክንያቱን ወይም አጋጣሚውን ሲጠቁም ኦርግ ደግሞ ቁጣ ላይ መተኛትን (ቁጣን ተንከባክቦ ማቆየትን) የሚገልጽ ነው፡፡ ይህኛው ከክርስቲያን መወገድ ያለበት ገፁ ነው፡፡ ቁጣ ግን ሙሉ በሙሉ የተከለከለ አይደለም፡፡

የቁጣ ቀን የዕርቅ ቀን ሊሆን ይገባል

ቁጣ ዝቅ ብሎ የሚነሳ ቶሎ ደግሞ የሚጠፋ የአፍታ ስሜት ብቻ ሊሆን ይገባዋል፡፡ ቁጣ በአይምሮ ውስጥ ተመቻችቶ እንዲተኛ ከተፈቀደለት ወደ ጠላትነት ጥላቻና በቀል ይለወጣል፡፡ ቂም ይዞ እርሱን እየቀለቡ በልብ ውስጥ ምሬትን እንዲወልድ ማድረግም ሆነ ለበቀል ምቹ አጋጣሚ መጠበቅ ደግሞ ከክርስቲያን ደቀ መዛሙርት ጋር የሚገጥም ምግባር አይደለም፡፡ በቁጣችሁ ላይ ፀሐይ እንዲጠልቅ አታድርጉ፡፡

ዋይን ባርበር፡- ቁጣ ኃጢያት እንደሆነ እናስባለን? አይደለም በቁጣ የምናደርገው እንጂ ቁጣ ኃጢያት አይደለም ሁላችንም የተቆጣጠርነው ቁጣ አለን፤ ክርስቶስ ይቆጣ ነበር፡፡ እርሱ ግን በምን እንደሚቆጣ እንዴትም እንደሚቆጣ ያውቅ ስለነበር የቁጣን ሚዛን ጠብቋል ኃጢያትንም አላደረገም፡፡

ኃጢያት የሚለው ቃል ኢላማን መሳት ማለት ነው፡፡ በውስጣችን ያለው ቁጣ ሲሆን ዒላማን አንስትም ጳውሎስ “ተቆጡ ኃጢያትንም አታድርጉ”ሲል እያነሳ ያለው ቁጣም የዚህ ዓይነት ነው፡፡ አዲሱን ልብስ ልበሱ ከዛም የተለወጠ አንደበት ይኖራችኋል ለሰው የምትናገሩት ያንፃል እንጂ አያፈርስም፡፡ ስትቆጡም ቁጣችሁ የእግዚአብሔር ቁጣ ስለሚሆን አላማችሁን አትስቱም፡፡ በተጨማሪም በውስጣችሁ የሚገዛው ክርስቶስ ነውና ቁጣ እንዴት እንኳ እንደሚጠመዝዛችሁ አያውቅም፤ ታከሽፉታላችሁ፡፡

ፓስተር ስቲቭ ኮል፡- ሚኒሶታ ውስጥ አንድ የ27 ዓመት ወጣት የ59 ዓመት ሴት ላይ ጥቃት በማድረስ ከታሰረ በኋላ ጥፋተኝነቱን ያምናል፡፡ ዝርዝሩ እንዲህ ነው አውቶብስ እየጠበቁ ባሉበት ወጣቱ ለምን አትነግሪኝም› ብሎ በሴትዮዋ ላይ ይጮኻል ሴትዮዋ ተደናግጣ ፖሊስ ለመጥራት ስልኳን ስታወጣ ታዲያ ወጣቱ ፊቷን (በጥፊ) ይመታታል፡፡ በዚህ ሰዓት ሌላ የ63 ዓመት አዛውንት ለግልግል ይገባሉ፡፡ የተቆጣው ወጣት ግን አዛውንቱንም በዶክመንት መያዣ መጥቷቸው ይሮጣል፡፡ ሲሮጥ ግን የዶክመንት መያዣው ይወድቃል፡፡ ወድቆ ከተገኘው መረጃ ላይ ስሙን ያገኘው ፖሊስም ወጣቱን ተከታትሎ ከደረሰበት በኋላ ከእነ የቤት ሥራው በቁጥጥር ሥር ያውለዋል፡፡ ለካ ይህ ወጣት እንደዛ ተናዶ ሴትዮዋ ጋር በተጋጨበት ሰዓት ንዴትን ስለመቆጣጠር ወደሚማርበት ትምህርት ቤት እያመራ ነበር፡፡ ለዚያውም የቤት ሥራ ሁሉ ሠርቶ!

ቁጣ በዓለም ብቻ ሳይሆን በኢቫንጄሊካል ቸርች ውስጥም ትልቅ ችግር ነው፡፡ በአገልግሎት ዘመኔ ብዙ አማኞች በቁጣ የተነሳ እርቅን ገፍተው ቤተክርስቲያን እስከ መልቀቅ ሲደርሱ አይቻለሁ፡፡ በርካታ ጎጆዎች ሲፈርሱ፣ ቤተሰቦች ሲበታተኑ ተመልክቼአለሁ፡፡ በቤተክርስቲያን ሥርዓት ሰበብ ልጆቻቸውን በቁጣ ብቻ የሚያሳድጉ እናትና አባቶችንም አይቻለሁ፡፡ ከዚህም በተጨማሪ ቤተክርስቲያን ውስጥ የበላይ ለመሆን ቤተሰቦቻቸውንም ለመቆጣጠር ቁጣን የሚመርጡ ፓስተሮች መኖራቸውን ሰምቻለሁ፡፡ ዛሬም ቢሆን ግን ቤተክርስቲያን ንሰመጡ የሚሰቁ ቀሪዎቹን የሳምንት ቀናት ግን ቀኑን እንደሚጠብቅ እሳተ ጎሞራ በውስጣቸው የሚጨሱ መኖራቸውን በድፍረት እናገራለሁ፡፡

---

26 ተቆጡ ኃጢአትንም አታድርጉ፤

ተቆጡ ኤፌ4፥31፤32፤ ዘፀ11፥8፤ 32 21፤22፤ ዘኍ 20፥10-13፤24፤ 25፥ 7-11፤ ነህ 5፥6-13፤ መዝ 4፥4፤ 37፥8፤ 106፥30-33፤ ምሳ 14፥29፤ 19፥11፤ 25፥23፤ መክ 7፥9፤ ማቴ 5፥22፤ ማር 3፥5፤ 10፥14፤ ሮሜ 12፥19-21፤ያዕ 1፥19

4፡27-28 በቁጣችሁ ላይ ፀሐይ አይግባ፥ ለዲያብሎስም ፈንታ አትስጡት። የሰረቀ ከእንግዲህ ወዲህ አይስረቅ፥ ነገር ግን በዚያ ፈንታ ለጎደለው የሚያካፍለው እንዲኖርለት በገዛ እጆቹ መልካምን እየሠራ ይድከም።

ሐዋርያው እኩይ ድርጊቶችን ብቻ በመግለፅ እየወቀሳቸው እንዳልሆነም ልብ እንበል፡፡ መልካምን ሥራ እንዲሰሩም ምክር ይሰጣል፤ ከእነዚህም ውስጥም እውነት ተነጋገሩ፣ ተቆጡ በቁጣችሁ ግን ፀሐይ አይግባ፣ ለጎደለው አካፍሉ፣ መልካም በመሥራት ድከሙ፣ በጎ ቃል ተናገሩ፣ ቸሮች፣ እሩህሩሆች ሁኑ፣ ይቅር ተባባሉ ይላቸዋል፡፡ ጳውሎስ ይህን ሁሉ ትእዛዝ

የስ.ፊ.በ.ስ. አገልግሎት / የኤፌሶን መልእክት ትምህርት

የሚሰጣቸው በልመና ነው (4÷1) ደግሞም በምዕራፍ 5 ላይ "...እንደ ተወደዱ ልጆ እግዚአብሔርን የምትከተሉ ሁኑ...." እያለ በለሰለሰ አንደበት ያናግራቸዋል፡፡

መመለሳቸውም የተግባር መመለስ እንዲሆን የሰረቀ ከእንግዲህ መስረቁን አቁሞ ልግስና ሕይወትን እንዲኖሩ ያዛቸዋል፡፡ በወንጌል ውስጥ ቀራጩ ዘኪዮስ ንስሃ ገብቶ በተመለሰ ጊዜ ከእንግዲህ ካለኝ እኩሌታውን ለድሆች አካፍላለሁ፣ በሐሰት የከሰስኳቸውንም አራት እጥፍ እከሳለሁ ብሎ ቀድሞ በስግብግብነት ለራሱ ብቻ እንዳልኖረ ሁሉ አሁን ደግሞ ለሌሎች ያለውን ለማካፈል እንደ ወሰነ ማለት ነው፡፡

ለዲያብሎስም ፈንታ አትስጡት

ቶማስ ማንተር፡- ከቁጣ በላይ ለሰይጣን ቦታ የሚሰጥ ነገር የለም፡፡

ስጠ፡- በግሪክ **ዲዶሚ** dídōmi / did'-o-mee ነው፡፡ ዲዶሚ አንድ ሰው አንድን ተግባር ይፈጽም ዘንድ ዕድሉንወይም አጋጣሚውን መስጠት ማለት ነው፡፡ ይህ አሉታ ተጨምሮበት (ለዲያብሎስ ፈንታ) አትስጡት የሚለውን ትርጉም ይይዛል፡፡(መጽሐፍ ቅዱስ ጥቅሶች የብሉይና / የአዲስ ኪዳን ግሪክ መዝገበ ቃላት. የቲየር ትርጉም)

ጆን ኤዲ፡- ቁጣ ልብ ላይ ሲነግስ ለዲያብሎስ እርሱን ለሚገልጡት ከፉ ምኞቶች ሁሉ በር ተከፈተ ማለት ነው፡፡ ዲያብሎስ ትንሽ ቦታ ካገኘ ደግሞ ሁሉንም ቦታ የሚወርስ ነው፡፡ ስለዚህ ክርስቲያኖች በቁጣ በኩል ለዲያብሎስ ምንም ዓይነት ክፍተት መስጠት የለባቸውም፡፡(ጆን ኤዲ ኮሜንተሪ)

ዲያብሎስ፡- በግሪክ **ዲያብሎስ** diábolos / dee-ab'-ol-os ሲሆን፣ ዳያብሎ ወይም ከሰሰ ከሚለው ቃል የተገኘ ነው፡፡ ዲያብሎ ዳያ እና ባሎ ይዟል፡፡ ዳያ በመሀል ባሎ ደግሞ ጣለ ወረወረ የሚል ትርጉም አላቸው፡፡(መጽሐፍ ቅዱስ ጥቅሶች የብሉይና / የአዲስ ኪዳን ግሪክ መዝገበ ቃላት. የቲየር ትርጉም)

ዳያብሎስ (ዲያብሎስ) በዋናነት ሀሜተኛ፣ ዋሾ፣ በሀሰት የሚከስስ ማለት ነው፡፡ ይህ ስም በአዲስ ኪዳን ውስጥ በሙሉ የሰይጣን ትክክለኛ ስም ሆኖ ይጠቀሳል፡፡ ዲያብሎስ ከግብሩ ጋር ተያይዞ ለመከፋፈል ‹የሀሰት ክስ በመካከል የሚወረውር› የሚል ትርጉምም አለው፡፡

ግሱ ዲያባሎ (diaballo) (አናቱ ላይ ምልክት ያለው መሆኑን ልብ ይበሉ) ከ..... መነጠል፣ መለየት መክሰስ መካድ የሀሰት ወሬ ማቀበል በተቃውሞ መግባት የተጠላ መሆን የሚሉትን ዋና ፍችዎች ይሰጣል፡፡ ደግሞም ደቀ መዛሙርቱን ጠርቶ እንዲህ አለ፡፡ መጋቢ የነበረው አንድ ባለጠጋ ሰው ነበር፡፡ በእርሱም ዘንድ ይህ ሰው ያለህን ይበትናል ብለው ከሰሱት (ዳያባሎ.......(ሉቃስ 16፥1)፡፡

ፈንታ፡- በግሪክ ቶፖስ tópos/ top'-os ይሰኛል፡፡ ቶፖስ ግዛትን፣ መሬትን የተከለለ ስፍራን ወይም ወረዳን፣ ከተማን ወይም መኖሪያ አካባቢን ለመግለጽ ግሪክ ውስጥ ይጠቀሙበት ነበር፡፡ (መጽሐፍ ቅዱስ ጥቅሶች የብሉይና / የአዲስ ኪዳን ግሪክ መዝገበ ቃላት. የቲየር ትርጉም)

ቃሉ እንደየ ሁኔታው ማንኛውም ዓይነት ስፋት ያለውን ቦታ ሊያመለክት የሚችል ሲሆን፣ በጳውሎስ አጠቃቀም ውስጥ ቦታን፣ ፈንታ (ዕድል) ወይም አጋጣሚን ለመግለፅ የገባ ነው፡፡

ድዋይት ፔንቲኮስት፡- ተራራ የሚወጣ ሰው ወደ ከፍታው የሚያደርሰው አውራ ጎዳና አይፈልግም፡፡ በፊልም አይታችሁ የምታውቁ ከሆነ ተራራ የሚወጣ ሰው የሚፈልገው ትንሽ መርገጫ ብቻ ነው፡፡ በዚህም ተራራውን አሸንፎ አናቱ ላይ ይቆማል፡፡ በተመሳሳይ ሰይጣን በሕይወታችሁ ለመምጣት ሰፊ መንገድ (ቀዳዳ) አይፈልግም፡፡ ከሁሉ ያነሳችውን መረገጫ (ፈንታ) ሰጥታችሁት ከሆነ ከእግሩ በታች ሊያደርጋችሁ መንጠላጠሉ አይቀርምና ደህንነታችሁ አደጋ ውስጥ ነው፡፡

- በእናንተና በሌላው መካከል በተለይም በእናንተና በሕይወት አጋራችሁ መካከል ገብቶ እንዲጎዘጉዝ ለዲያብሎስ ፋንታ አትስጡት፡፡ እርሱና ታማኝ ጭፍሮቹ በባልና በሚስት መካከል ሽብልቅ በማስገባት የተካኑ ናቸው፡፡ ቁጣም ጥፋታቸውን የሚዘሩበት መሣሪያ ነው፡፡ (ድዋይት ፔንቲኮስት. በጸንጠቆስጤ, ባላጋራችሁ ዲያብሎስ, ገጽ. 99-100)

ይቅር አለማለት፡ ዲያብሎስ ክፉ ዘሩን የሚዘራበት ለም መሬት

በግል፣ በቤተሰብና በቤተክርስቲያን ሕይወታቸው ውስጥ አማኞች ለሰይጣን ከሚከፍቷቸው በሮች መካከል ምናልባትም ዋነኛው ይቅር አለማለት ነው፡፡ ይቅር አለማለት፣ ጥላቻን፣ ቂምን፣ ምሬትን፣ ቁጣንና የመሳሰሉትን የሚያጠቃልል ሲሆን፣

በሁሉም ቤተክርስቲያን ውስጥም የሚያጋጥም ችግር ነው፡፡ ጳውሎስ ለቆሮንቶስ ቤተክርስቲያን በፃፈው 2ኛ ደብዳቤ ይቅርታ ስለማድረግ ይመክራል (2ኛ ቆሮንቶስ 2፥6፤ 7፤ 8፤ 9) (1ኛ ቆሮ 5፥1፤ 2) (1ኛ ቆሮ 5፥5)

ፊሊፕስ፡- በአንድ ትንሽ ቤተክርስቲያን ውስጥ ተገኝቼ ነበር፡፡ ፓስተሩ ከአንዷ የቤተክርስቲያኑ ሴት ጋር በዝሙት ውስጥ ገብቶ በመገኘቱ ይባረራል፡፡ ዓመትና ሁለት ዓመት ቆይቶም ሌላ ፓስተር በቦታው ይተካል፡፡ አዲሱ ፓስተር ሲነግረኝ ወሬው በከተማው ውስጥ ገና ትኩስ ነበር፡፡ በአካባቢው ማኅበረሰብ ዘንድም ለቤተ ክርስቲያን የተሰጠው ስም የቤት ለቤት ጉብኝትን እንኳ የማይቻል አደረገው፡፡ የቤተክርስቲያኗ ስም ገና ሲጠራ ሁሉም ሰው ያ ቤተክርስቲያን እያለ ለሠይጣን ሰፊውን በር ከፈተለት፡፡ (ፊሊፕስ, ኤክስፖዚተሪ)

ዘዴ የሚለው ቃል የግሪክ አቻው ኖዌማ ሲሆን፣ ትርጉሙ የታሰበበት ማለት ነው፡፡ ሰይጣን በሕይወት ቼዝ ላይ የታሰበበት አካሄድ የሚሄድ፣ አስቦም የሚጫወት መስሪ ተጫዋች ነው፡፡ብቸኛው የደህንነት መንገድ ከክርስቶስ ጋር መጣበቅ ለእርሱም መታዘዝ ነው፡፡

ሌህመን ስትራውስ፡- ሰይጣን ቁጣን በሚወድ ልብ ይገለገላል፡፡ ክርስቲያኖች በሌሎች አማኞች ላይ በከፋት እንዲነሱ ማድረግም የዕቅዱ አካል ነው፡፡ ለነገሩ ግን እኛ ክርስቲያኖች በእግዚአብሔር ቅዱሳን ላይ ለመነሳት የሰይጣንን ስልት መማር እንችላለንን? በክርስቲያን ሕይወት ሰይጣን ቦታ የለውምና ሳናውቅ ቦታ እንዳንሰጠው እንጠንቀቅ፡፡ ከዚሁ ጋር ተያይዞ ጳውሎስም ይቅር እየተባባልን ለሰይጣን የማንመች እንድንሆን ይነግረናል (2ኛ ቆሮ 2፥10፤ 11)

እናንተ ግን ይቅር የምትሉትን እኔ ደግሞ ይቅር እለዋለሁ፡፡ እኔም ይቅር ካልሁ ያልሆኑትን ሁሉ ስለ እናንተ በክርስቶስ ፊት ይቅር ብየዋለሁ ለሰይጣን እንዳንታለል የእርሱን አሳብ አንስተውም (2ኛ ቆሮንቶስ 2፥11)፡፡ ተወዳጆች ሆይ ራሳችሁ አትበቀሉ ለቁጣ ፈንታ ስጡ እንጂ በቀል የእኔ ነው እኔ ብድራቱን እመልሳለሁ ይላል ጌታ ተብሎ እንደተፃፈ (ሮሜ 12፥19)፡፡

ድዋይት ፔንቲኮስት፡- ኃጢያት የግድ ታስቦና ታቅዶ የሚፈፀም አይደለም፡፡ በአብዛኛው ሀጢያት ወደ አማኝ የሚመጣው አማኙ የግጭቱን ተፈጥሮ የማገናዘብ፣ ለነገሩም ትኩረትን የሚሰጥና ንቁ ስላልሆነ ነው፡፡ በመሆኑም ለሰይጣን ፈንታ ይሰጠዋል፡፡ ሰይጣንም የተሰጠውን ተቀብሎ የእግዚአብሔርን ልጅ ከክርስትና ሕይወቱ ጠልፎ ለመጣል

የሰ.ፊ.ቢ.ስ. አገልግሎት / የኤፌሶን መልእክት ትምህርት

ይሠራበታል፡- ተራራ የሚወጣ ሰው ከተራራው ጫፍ ለመድረስ መንገድ አያስፈልገውም፤ ትራክተር ይዞም መንገድ አይጠርግም፤ ለእግሩ ጣት ማሳረፊያ ስጡት፤ ከሁሉም የሚረዝመውን ተራራ ይወጣላችኋል፡፡ ለሰይጣን አውራ ጎዳና ካልሰጠነው በስተቀር የማይደርስብን የማያሸንፈን መስሎ ይሰማናል! ጳውሎስም ሆነ ጴጥሮስ ይህን አያምኑም ጳውሎስ ሰይጣን መረገጫ አግኝቶ እንዳያታልል ይሰጋ ነበር፡፡

እንድትጠራጠሩ በማድረግም በሕይወታችሁ ውስጥ ሰይጣን የእግር ጣት ማሳረፊያ ሊገነባ ይችላል፡፡ መጠራጠር ሲባልም እግዚአብሔር በመጽሐፍ ከገለጠው እውነት አንዷን ብትጠራጠሩ በቂ ነው፡፡ ሰይጣን መነሻውን አገኘ ማለት ነው፡፡

ፊሊፕስ፡- የሀጢያት ሁሉ እናት የሚያታልል ምኞት ሲሆን አባቱ ደግሞ ዲያብሎስ ነው፡፡ ይህም ያዕቆብ ምኞት ፀንሳ ሀጢያት ትወልዳለች እንዳለ ነው (ያዕቆብ 1÷15)፡፡ ሀጢያት መሬት ላይም ሆነ በሰው ልብ ውስጥ አልተጀመረችም፤ የተጀመረችው በሰማይ ደግሞም በሉሲፈር ነፍስ ውስጥ ነው፡፡ ይህ የወደቀ ሉሲፈር ወደዚህች መሬት ሳያስገባት በፊት ኃጥያት ያረጀች ያፈጀች ነበረች፡፡ ሰይጣን ግን ሰዎችን አይወድምና በከፋ መጥላትም ይጠላናልና፤ ይኸው ባመጣው ኃጢያት ያለዕረፍት ይቃወመናል፡፡ ዳግመኛ ከተወለድን በኋላም ይቃወመናል፡፡ በተለይ ደግሞ ከተወለዱ አማኞች ጋር ያለበት ጠላትነት እጅግ የመረረ ስለሆነ እስከ ሞት መዝጊያ ድረስ የተቃውሞውን ጫና እያበረታ ይሄዳል፡፡ ዓላማውም ማግተለል ማዋረድ ማስጨነቅና ከዛም ማጥፋት ነው፡፡ እኛ ግን ጳውሎስ ለዲያብሎስ ፋንታ አትስጡት እንዳለ የምንሰጠው ፋንታ የለም፡፡ እጅ ስጥተንም አንሸነፍም፡፡ በውስጣችን ያለውን መንፈስ ቅዱስ የሚፈራው ሰይጣን ወደተዘጋጀልን መቼ እንደምንገባ መቼስ በግዛቱ ላይ በድል አድራጊነት እንደምንዘምትበት እንኳ ፈጽሞ አያውቅም፡፡(ፊሊፕስ, ዮሐንስ: 2ኛ ቆሮ ማሰስ: ኤክስፖዚተሪ ኮሜንታሪ)

ዋይን ባርበር፡- አዲሱን ልብስ ስትለብሱ ዲያብሎስን ተስፋ ታስቆርጡታላችሁ፡፡ እንደ እኔ ሰይጣንን ማበሳጨት ደስ የሚያሰኛችሁ ሁሉ አዲሱን ልብስ በመልበስ ሥራችሁን መጀመር ትችላላችሁ፡፡ ኢየሱስ በሕይወታችሁ ውስጥ ኢየሱስ ይሁን፤ ያኔ ሰይጣንን አብግናችሁ ተስፋ ታስቆርጡታላችሁ፡፡ (የእኛ ባላጋራችን ዲያብሎስ የታተመው ግራንድ ራፒድስ, ኤምኤ: ክረል 1997)

---

27 በቁጣችሁ ላይ ፀሐይ አይግባ፥ ለዲያብሎስም ፈንታ አትስጡት።
በቁጣችሁ ላይ ፀሐይ አይግባ ዘዳ 24÷15

የአ.ፌ.በ.አ. አገልግሎት / የኤፌሶን መልእክት ትምህርት

ለዲያብሎስም ፈንታ አትስጡት ኤፌ6÷ 11፣16፤ ሐዋ 5÷3፤ 2ኛ ቆሮ 2÷10፣11፤ ያዕ 4÷7፤ 1ኛ ጴጥ 5÷8

28 የሰረቀ ከእንግዲህ ወዲህ አይስረቅ፥ ነገር ግን በዚያ ፈንታ ለጎደለው የሚያካፍለው እንዲኖርለት በገዛ እጆቹ መልካምን እየሠራ ይድከም።

የሰረቀ ዘጸ 20÷15፣17፤ 21÷16፤ምሳ 30÷9፤ ኤር 7÷9፤ ሆሴ 4÷2፤ ዘካ 5÷3፤ ዮሐ 12÷6፤ 1ኛ ቆሮ 6÷10፣11

ከእንግዲህ ወዲህ አይስረቅ ኢዮ 34÷32፤ ምሳ 28÷13፤ ሉቃ 3÷8፣10-14፤ 19÷8

ለጎደለው የሚያካፍለው እንዲኖርለት ሉቃ 3÷11፤ 21÷1-4፤ ዮሐ 13÷29÷ 2ኛ ቆሮ 8÷2፣12

በገዛ እጆቹ መልካምን እየሠራ ይድከም ሮሜ 12÷13፤ 2ኛ ቆሮ 9÷12-15፤ 1ኛ ጢሞ 6÷18

4፡29 ለሚሰሙት ጸጋን ይሰጥ ዘንድ፥ እንደ ሚያስፈልግ ለማነጽ የሚጠቅም ማናቸውም በጎ ቃል እንጂ ከፉ ቃል ከአፋችሁ ከቶ አይውጣ።

አንደበት እሳት እንደ ሆነ መጽሐፍ ቅዱስ ይናገራል፤ ያዕ 3÷1-12 በቃል የማይሰናከል ማንም ቢኖር እርሱ ሥጋውን ሁሉ ደግሞ ሊገታ የሚችል ፍጹም ሰው ነው ይላል፡፡ዛሬ በቤተ ክርስቲያን ውስጥ ሰይጣን ሚዋጋበት አይነተኛ መሳሪያው አንደበት አይደለምንበርካቶች በሃሜትና በወንድሞቻቸው ላይ የከፋት ቃልን በመናገርና ፈራጆች በመሆን ወንድሞቻቸውን አሰናከለው እነሱም በተናገሩት ቃል ራሳቸውን በወጥመድ ውስጥ አስገብተው በረከታቸውን አጥተዋል፡፡በዚህ ክፍል በጎ ቃል ብቻ ከአፋችሁ ይውጣ ይላል፡፡ ሌሎች ሰዎች ሊጠቀሙበት የሚችሉበትን ቃል ብቻ እንናገር፤ ሃሜት፤ ማጉረምረም፤ በሌላው ወንድማችን ላይ እንደ ፈለግን የፍርድ ቃል አንናገር፤ የስንፍና ቃልም ከአንደበታችን አይውጣ የሚል ሃሳብ ይዟል፡፡ በጎው ቃል በሚነገርበት ጊዜ ለሌላው ወንድማችን የሚያንፅ ቃል ይሆናል፡፡ የእግዚአብሔርን ጸጋ የሚያካፍል ይሆናል፡፡

29 ለሚሰሙት ጸጋን ይሰጥ ዘንድ፥ እንደሚያስፈልግ ለማነጽ የሚጠቅም ማናቸውም በጎ ቃል እንጂ ከፉ ቃል ከአፋችሁ ከቶ አይውጣ።

ለሚሰሙት ጸጋን ይሰጥ ዘንድ ማቴ 5÷16፣ 1ኛ ጴጥ 2÷12፣ 3 1

እንደሚያስፈልግ ለማነጽ የሚጠቅም ዘዳ 6÷ 6-9፤ መዝ 37፤ 30፣31፤ 45 ÷ 2፤ 71÷17፣18፣24፤ 78÷4፣5፤ ምሳ 10÷31፣32፤ 12÷13፤ ምሳ 15÷ 2-4፣7፣23፤ 16÷21፤25 11፣12፤ ኢሳ 50÷4፤ ሚል 3÷ 16-18፤ ሉቃ 4÷22፤ 1ኛ ቆሮ 14÷19፤ ቆላ 3÷16፣17፤ 4÷6፤ 1ኛ ተሰ 5÷11

ከፉ ቃል ከአፋችሁ ከቶ አይውጣ ኤፌ5: 3፣4፤መዝ 5÷9፤ 52÷2፤ 73÷7-9፤ማቴ 12÷34-37፤ ሮሜ 3÷13፣14፤ 1ኛ ቆሮ 15÷32፣33፤ ቆላ 3÷8፣9፤ 4÷ 6፤ ያዕ 3÷ 2-8፤ 2ኛ ጴጥ 2÷18፤ ይሁ 1÷13-16፤ ራዕ 13÷5፣6

402

4፡30 "...ለቤዛም ቀን የታተማችሁበትን ቅዱሱን የእግዚአብሔርን መንፈስ አታሳዝኑ"

መንፈስ ቅዱስ በእነኚህ እኩይ ተግባሮች ያዝናል፡፡ እርሱ መንፈስ ብቻ ሳይሆን እንደ አካል ስሜት እንዳለውም ከዚህ እንረዳለን፡፡ በማዘኑም በውስጣችን የሚኖረው የቅዱስ መንፈሱ ተግባር ይስተጓጎላል፡፡ ሃዘንና ጭንቀት፣ ክስና ወቀሳም ይኖራል፡፡

"ለቤዛ ቀን የታተማችሁበት" ሲል ይህ ቀን የመጨረሻው ቀን እንደ ሆነ ብዙዎች ይስማማሉ፡፡ ሊንኮልን የተባለ የመጽሐፍ ቅዱስ መምህር ሲናገር "የቤዛ ቀን የሚለው በኤፌሶን መጽሐፍ ውስጥ ብቻ የምንመለከተው፣ በአብዛኛውም የመጨረሻውን የመዳንና የፍርድ ቀን የሚያመለክት ነው" ሲል አስተያየቱን ይሰጣል፡፡ ጳውሎስም በሌሎች መልእክቶቹ "በጌታ ቀን" ሲል ይጠቀማል፡፡ (ፊሊ1÷6፣10 ፣ 2÷16) ከቅድስናው መንገድ ስንወጣ የክርስቶስ አካልን መጉዳት ብቻ ሳይሆን መንፈስ ቅዱስንም እንደምናሳዝን ልብ እንበል፡፡

ቤዛ - ይህ ቃል በግሪክ **አፖሉትሮሲስ** apolýtrōsis / ap-ol-oo'-tro-sis ይባላል፡፡ **ቤዛነት** ትርጉሙ ክፍያን በመፈጸም ተይዞ የነበረ ሰውን (ለምሳሌ በባርነት ውስጥ ያለ ሰውን) ማስለቀቅ፤ መልሶ መግዛት፤ ራሱን ነጻ ለማውጣት አቅም የሌለውን ሰው ነጻ ማውጣት፤ ወይም ነጻ ለመውጣት የተጠየቀው ክፍያ ከአቅሙ በላይ በመሆኑ ምክንያት ነጻ መውጣት ያልቻለውን ሰው ስለ እርሱ ክፍያውን ከፍሎ ነጻ ማውጣት ነው። (መጽሐፍ ቅዱስ ጥቅሶች የብሉይና / የሐዲስ ኪዳን ግሪክ መዝገበ ቃላት. የቲየር ትርጉም)

ባርክሌይ፡ አፖሎትሮሲስ ከአለበት ሁኔታ ወይም ቅጣት ዋጋ ከፍሎም ይሁን በሌላ መንገድ ራሱን ነፃ ለማውጣት አቅም የሌለውን ሰው ማዳን ነው፡፡ ቤዛ የሚያስፈልገውሰው ራሱን ለማዳን ፍፁም አቅመ ቢስ የሆነና ተስፋውም በሌላ ታዳጊ የሚቤዠዉን መጠበቅ ነው፡፡ የሮማ ፈላስፋ የነበረው ሴኔከም የታላቋ ሮም ገዢ የኔሮ አማካሪ ሲሆን እንዲህ ባለው ተስፋ የመቁረጥ ስሜት የተሞላ ሰው ስለነበር «ሰዎች» አስፈላጊ በሆኑ ነገሮች ያለባቸውን ጉድለት ጠንቅቀው ያውቃሉ፡፡ ከፋታቸውን ይጠሉታል፡፡ መልሰው ደግሞ የሚጠሉትን ያንኑ ከፋታቸውን ይወዱታል፡፡ ስለዚህ እጁን ዘርግቶ የሚያነሳቸው ይፈልጋሉ» ብሏል፡፡ ተመልከቱ፡ በአሕዛብ ዓለም ያሉ ታላላቅ ፈላስፎችም የተያዙበት አንዳች ነገር እንዳለና ከተያዙበት ከዛ ነገርም ራሳቸውን ማዳን እንደማይችሉ ተገንዝበው አልፈዋል፡፡ ነፃነትም ይፈልጉ ነበር፡፡ ያ ነፃነት አሁን ክርስቶስ ያመጣው ነፃነት ነው፡፡ (የዊልያም ባርክሌይ ዴይሊ ኢሊን የመጽሐፍ ቅዱስ ሐተታዎች፤ ኤፌሶን 4)

አፖሎትሮሲስ (ቤዛ) በግሪክ ዓለማዊ መንግሥት ውስጥ የሙያ ቃል ሆኖ ተሠርቶበታል፡፡ ትርጉሙም የጦር እስረኞችንና ባሪያዎችን ለማስለቀቅ እና ነፃ ለማውጣት የሚከፈል ገንዘብ ነበር፡፡

ጳውሎስ በኖረበት ዘመን ቤዛ እጅግ የከበረ ነገር ነበር፡፡ 60 ሚሊዮን የሚጠጋ ባሪያ በነበረበት የሮማ ግዛት ውስጥ ታዳጊ ወይም በእኛ ዘመን አጠራር ስፖንሰር ያገኘ ባሪያ ነፃነቱን መግዛት ይችል ነበር፡፡ በዚህ ወቅት ብዙ ባሪያዎች ክርስትናን ተቀብለው በአካባቢው በነበሩ ጉባኤዎች ያመልኩ ነበር፡፡ ልክ በብሉይ ኪዳን አንድ ባርያ ዘመዱ በሚፈጽምለት የቤዛነት ክፍያ ከባርነት ነጻ እንደሚወጣው ሁሉ (ዘሌዋውያን 25÷49) አማኞች በክርስቶስ ቤዛነት ከኃጥያት ባርነት ነጻ ወጥተዋል (ሮሜ 6÷16)፡፡

ቤዛነታችንን ከማግኘታችን በፊት የሰይጣንን ፈቃድ እንፈጽም ዘንድ በሰይጣን እና ከአዳም በወረስነው አሮጌ ባህርይ ባርነት ሥር ተይዘን ነበር፡፡ ከላይ እንደተናገርነው ሮማዊ ወይም ግሪካዊ ባርያ በገንዘብ ክፍያ ነጻነትን ሊያገኝ ይችላል፤ ነገር ግን ምንም ያህል የገንዘብ ክፍያ ኃጥያተኛውን ከኃጥያት ባርነት ነጻ ሊያወጣው አይችልም፡፡ ልንከፍለው የማንችለው ዕዳ የነበረብንን ሰዎች ክርስቶስ ለራሱ መክፈል ያልነበረበትን ዕዳ ስለ እኛ ከፍሎ ነጻ አወጣን፡፡

የኃጥያተኛ ነጻነት እውን ሊሆን የሚችለው የቤዛ ክፍያ ሲከፈልለት ብቻ ነው፤ ይህም ቤዛ የኢየሱስ ክርስቶስ ደም ነው፡፡ ጴጥሮስ እንደጻፈው አማኞች የተዋጁት "በሚያልፍ ነገር በብር ወይም በወርቅ ሳይሆን፥ ነውርና እድፍ እንደ ሌለው እንደ በግ ደም በክቡር የክርስቶስ ደም" ነው (1ኛ ጴጥሮስ 1÷18-19)፡፡ (ቅድመ-አስቲን ድህረ ገፅ)

ቀን፦ በግሪክ **ሄሜራ** hēméra / hay-mer'-ah የሚሰኝ ሲሆን፣ በጥሬው ዕለት ማለት ነው፡፡ ሆኖም በጳውሎስ አጠቃቀም ሄሜራ ቤዛነታችን ይፈጸም ዘንድ የተቀጠረልንን የመጨረሻ ቀን የሚያመለክት ዘይቤያዊ ትርጉም አለው፡፡ (መጽሐፍ ቅዱስ ጥቅሶች የብሉይና / የሐዲስ ኪዳን ግሪክ መዝገበ ቃላት. የቲየር ትርጉም) ጳውሎስ የፍጻሜ ቀን የሚደረግልን ቤዛነት እርግጥ መሆኑን በአፅንኦት ሲገልጽ እንዲህ ይላል፦ እርሱም ብቻ አይደለም ነገር ግን የመንፈስ በኩራትን ያለን ራሳችን ደግሞ የሰውነታችን ቤዛ የሆነውን ልጅነት እየተጠባበቅን ራሳችን በውስጣችን እንቃትታለን (ሮሜ 8÷23)

የእግዚአብሔርን መንፈስ መሳደብ፦ ይህ በማያምኑ ብቻ ሊፈፀም የሚችል ይቅርታም የሌለው ሀጢያት ነው፡፡ ኢየሱስ ስለዚህ ኃጥያት ሲናገር እንዲህ አለ፦ "ስለዚህ እላችኋለሁ

ኃጢያትና ስድብ ሁሉ ለሰዎች ይሰረይላቸዋል ነገር ግን መንፈስ ቅዱስን ለሰደበ አይሰረይለትም፡፡ በሰው ልጅ ላይ ቃል የሚናገር ሁሉ ይሰረይለታል በመንፈስ ቅዱስ ላይ ግን የሚናገር ሁሉ በዚህ ዓለም ቢሆን ወይም በሚመጣው አይሰረይለትም" ብሏል (ማቴዎስ 12÷31-32)፡፡ ለመሆኑ መንፈስ ቅዱስን መስደብ ማለት ምን ማለት ነው? ከሀጢያት አውጥቶ ወደ ክርስቶስ የሚያመጣንን የመንፈስ ቅዱስን አሠራር መቃወም መንፈስ ቅዱስን መስደብ ነው፡፡ እርግጥ ይህ እነርሱ (አማኝ) የማይፈጽመው ስላይደለ አማኞችን የሚያሳስብ አይደለም፡፡ ከንቱ የሃይማኖት ጨዋታ ለሚጫወተው ሰው ግን ይህ መመለሻ የሌላው ኃጥያት ስለሆነ እጅግ አደገኛ ይሆንበታል፡፡ አንድ ሰው ይህንን ኃጥያት ፈጽሞ እንደሆን የሚያውቀው እግዚአብሔር ብቻ ነው፡፡ ስለዚህ መንፈስ ቅዱስን በመዋሸት፣ በመቃወም፣ ወይም መንፈስን በማጥፋት ፈንታ መንፈስ ቅዱስ በሕይወታችን ውስጥ ለሚሰራው ሥራ ዝግጁ እና ክፍት መሆን ይጠበቅብናል፡፡ (ቅድመ-አስቲን ድህረ ገፅ)

አሳዘነ - በግሪክ ሉፒኦ lypéō/ loo-peh'-o ይሰኛል፡፡ ሉፒዮ ጥልቅ የሆነ የአካልና የስሜት ሕመም (ጭንቀት) መስማት ነው፡፡ በዚህ የጳውሎስ መልክ ውስጥ ደግሞ ያለው ትርጉም በሀዘን መጉዳት የሚል ነው፡፡ (መጽሐፍ ቅዱስ ጥቅሶች የብሉይና / የአዲስ ኪዳን ግሪክ መዝገበ ቃላት. የቲየር ትርጉም)

ኤ ቲ ሮበርትሰን፡- ማሳዘን ተዉ፤ የማሳዘን ልማድ አይኑራችሁ፡፡መንፈስ ቅዱስ በኃጢያት በተለይም በአንደበት ኃጢያት ያዝናል ይቆስላል፡፡ ሰዎች በእውነት እንዲመሰክሩ የሚያደርገው መንፈስ ቅዱሳን እርስበርስ ሲወሻሹና ፀያፍ ቃላት ሲለዋወጡ ያፍራል፡፡

ሀዘን፡- እጦትን የሚገልጽ የአይምሮ ውጥረት ጥልቅ ጭንቀት ወይም የሚወዱትን ከማጣት የሚፈጠር ፀፀትና በዚህም ሳቢያ የሚመጣ የሚያስከፋ ሁኔታ አንድ መዝገበ ቃላት ሀዘን (Sorrow) Sorge (ሶርጅ) ከሚሰኝ የጀርመን ቃል የመጣ ነው ይላል፡፡ ሶርጅ ጭንቀት ማለት ነው፡፡ ዌብስተር ደግሞ ሀዘን ማለት አለ ብለው ያሰቡትን ወይም የጨበጡትን ማንኛውም መልካም ነገር ሲጠፋ የሚፈጠር የአይምሮ ጭንቀት ወይም ሕመም ነው ይለዋል፡፡

ጉዚክ፡- መንፈስ ቅዱስን የምናሳዝንባቸው በርካታ ሁኔታዎች አሉ፡፡ ቅድስናን በመተውና አስተሳሰባችንን ቁሳዊ በማድረግ እናሳዝነዋለን፡፡ መንፈስ ስለ ኢየሱስ ይመሰክራል፡፡ እኛ እንዲሁ ማድረግ ሲያቅተን መንፈስ ቅዱስን እናሳዝነዋለን፡፡ ሌላም፡፡

ቻርለስ ሆጅ፡- መንፈስ ቅዱስን ማሳዘን መዳናችን የቆመበትን ማቁሰል ነው መንፈስ ቅዱስ ሲያዝን ከአማኙ ለቅቆ ባይወጣም መገለጡን ግን ያዘገየዋል፡፡

ኤክስፖዚተርስ ግሪክ ቴስተመንት፡- እዚህ ጋር (ኤፌ 4÷30) መንፈስ ቅዱስ የያዘው ስሜት እንዳለው እንደ ሰው ነው፡፡ "እነርሱ ግን አመፁ ቅዱስ መንፈሱንም አስመረሩ፡፡ ስለዚህ ተመልሶ ጠላት ሆናቸው፡፡ እርሱም ተዋጋቸው (ኢሳያስ 63÷10)፡፡

ሪክ ሬነር፡- ከብዙ ዓመታት በፊት (ኤፌሶን 4÷30) ላይ ያለውን "አሳዘነ" የሚል ቃል ለመጀመሪያ ጊዜ ሳጠና የቃሉን ትክክለኛ ትርጉም ለማወቅ የግሪክ አዲስ ኪዳን መጽሐፌን አወጣሁ "አሳዘነ"ሉፔቴ ከሚለው የግሪክ ቃል እንደመጣ አየሁ ተገረምኩ፤ ያስገረመኝም ይህ ነው፡፡

ሉፔቴ የተገኘበት ቃል ሉፔ ሲሆን ይህ ቃል በጥልቅ በሚዋደዱ ሁለት ሰዎች መካከል ብቻ ሊፈጠር የሚችልን ሀዘን ወይም ሕመም የሚገልጽ ነው፡፡ ሉፔ በመደበኛ ትርጉሙ ሚስቱ ወይም ባሏ ከትዳር ውጭ የሄዱበትን ሰው ሁኔታ የሚገለጽ ነው፡፡ እንዲህ ያለው ሰው በሚፈጠረው ሁኔታ ይደነግጣል ያዝናል ይጎዳል፡፡ መከዳት በሚፈጥርበት ስሜትም የሚያዘውን የሚጨብጠውን ያጣል ይህ በመጀመሪያ የሚነግረን በእኛና በመንፈስ ቅዱስ መካከል ያለው ግንኙነት እጅግ ውድ መሆኑን ነው፡፡ አንድ በፍቅር ውስጥ ያለ ሰው ተወዳጁን እንደሚያስበው እንደሚያልመው እንደሚናፍቀው እንዲሁ መንፈስ ቅዱስም ያስበናል ይናፍቀናል ሆኖም እንደ ዓለም ስንመላለስ ደግሞ ያዝናል፡፡ ስለ ሀጢያት ወቅሶ ወደ እየሱስ ያመጣን ከዚያም መኖሪያውን በውስጣችን በማድረግ የቀደሰንና ሥልጣንም የሰጠን እየታወቀን ስህተት የገህነውን ስንሠራና ወደ ሀጢያት ማጥ ውስጥ ለውስጣችን ይዘነው ስንገባ ያዝናል፡፡

አንድ ምሁር (ኤፌሶን 4÷30) እንደዚህ ተርጉሞታል - እስከ ቤዛ ቀን ድረስ የታተማችሁበትን የእግዚአብሔርን መንፈስ ከፉኛ ማቁሰላችሁን በእርሱም ላይ እጅግ ከፍተኛ የሆነ የስሜት ጉዳት ማድረሳችሁን አቁሙ!

መንፈስ ቅዱስ በሕይወታችን ውስጥ ምን ያህል የከበረ እንደሆነ ልናውቅ የተቀደሰ ሕይወት በመምራትም ልናከብረው ያስፈልጋል፡፡ አካሄዳችን ስህተት ከነበረ ከእግዚአብሔር መንፈስ ጋር ኅብረታችንን እናድስ ዘንድ ሀጢያታችንን ተናዝነ በእየሱስ ደም እንንፃ ስለዚህ ዛሬ የዕለት ሥራችሁን ከመጀመራችሁ በፊትቆም በሉና ጠይቁ መንፈስ ቅዱስ ሆይ በሕይወቴ ውስጥ አንተን የሚያሳዝን ነገር አለ? ካለ አለውጥ ዘንድ እባክህ ግለጥልኝ»

ኤ ደብሊው ቶዘር፡- ከዚህ ዓለም ስጋዊ ደስታዎች ላይ ዓይኑን ለረዥም ጊዜ የሚተክል ክርስቲያን በተወሰነ ደረጃ ስሜት ማሳየቱ አይቀርም፡፡ ይህ ስሜት ደግሞ ውሎ አድሮ ለአለማዊ ዘይቤ ይዳርጋል፡፡ ልባችንን ለእውነት ከገለጥን በኋላ እውነቱን ችላ ማለት ወይም ለእውነቱ አለመታዘዝ በውስጥ ያለን የሕይወት ፍሰት ማስተጓጎል ነው፡፡ ይህ ከቀጠለም መንፈስ ቅዱስን አሳዝነን ዝም ማሰኘት ይሆናል፡፡ (ኤ ደብሊው ቶዘር. የታደሰ ዕለት ቀን, ጥራዝ 1)

ሆሬይሽስ ቦነር፡- ቅዱስ የሚሆን ቅዱስ ለመሆኑ ኃላፊነት የሚሰማው መሆን አለበት፡፡ የክርስቶስ የአካሉ ብልት የመንፈስ ቅዱስም ተካፋይ እንደመሆኑ ማለት ነው፡፡ ፍጽምና እዚህ አይገኝም የሚለው አስተሳሰብ ኃላፊነታችንን ጥለን እንድንሸፍን መንፈስን እንድናሳዝን ሊመራን አይገባም፡፡ እስከ ቤዛ ቀን የታተምንበት መንፈስ ቅዱስ ነው፡፡

ኤል ልዊስ ጆንሰን፡- ቅዱሱን የእግዚአብሔር መንፈስ አታሳዝኑ ሲባል አዝኖ ጥሎን ስለሚሄድ አይደለም፡፡ በክርስቶስ ስናምን ጀምሮ መንፈስ ቅዱስ ለዘላለም በውስጣችን ሊኖር መጥቷል ሁልጊዜ በየትኛውም ስፍራ አብሮን አለ፡፡ የምንናገረው እያንዳንዱ ነገርም በእርሱ ፊት የምንናገረው ነው፡፡ ስለዚህ መንፈስ ቅዱስን አሳነን ልናባረው አንችልም፡፡ ጳውሎስም መንፈስ ቅዱስን አሳዝናችሁ አታስወጡት አላለም፡፡ አታሳዝኑ ሲባል ነገሩ እጅግ የሚወደን እንዴት እናሳዝናለን ነው፡፡

አሳዘነ የሚለው ቃል የፍቅር ቃል ነው፡፡ የማይወዷችሁን ሰዎች አታሳዝኗቸውም፡፡ አንድ ሰው በእናንተ ከፉኛ ካዘነ የሚያዝንባችሁ ሰውየው ለእናንተ ከፍተኛ አክብሮትና ፍቅር ያለው ከሆነ ብቻ ነው፡፡ ከመንፈስ ቅዱስ ጋር ያለው ጉዳይም እንዲሁ ነው፤ የተቤዠን ቤዛነቱንም ወደ ማወቅ ያደረሰን ሥላሴ እግዚአብሔር በመንፈስ ቅዱስ በኩል በውስጣችን ለመኖር ወደ እኛ ሲመጣና የፍቅሩ ማዕከል ሲያደርገን እንዲህ የሚወደንን መንፈስ እንዴት እናሳዝናለን ነው ቅዱሱን የእግዚአብሔር መንፈስ አታሳዝኑ፡፡እናትና አባታችሁን አስከፍታችሁ ካወቃችሁ የጳውሎስ ንግግር በትክክል ይገባችኋል፡፡ አባቴ አዘነብኝ እናቴ ታዝንብኛለች የምንለው ስለሚወዱን ነው፡፡ እኛም ፍቅራቸውን ስለምናውቀው ነው፡፡ (ኤል ልዊስ ጆንሰን. ኤፌሶን 4÷25 - 5÷ 2) ክርስቲያኖች ምላስ የሚጠቀሙበት መንገድ)

ሮበርትሰን ሜክዊልኪን፡- መንፈስ ቅዱስ ስብዕና እና ስሜት አለው፤ ስለዚህ ሊያዝን ይችላል፡፡ የሚያዝነው ደግሞ ጳውሎስ በዘረዘረልን ጉዳዮች ነው (ኤፌሶን 4÷29 - 32)፡፡ ይህን መንፈስ ላለማሳዘን በመንፈስ መሞላት ያስፈልጋል፡፡ በመንፈስ መሞላት ማለት ግን

የመጀመሪያ ትርጉሙ ራስን ሙሉ በሙሉ ለመንፈስ መስጠት ነው። እርስዎ በዚህ አግባብ የተሞሉ ክርስቲያን ነዎት?

ዲ ጄ ሀናን፡- በትንንሽ ነገሮችም ቢሆን የመንፈስ ቅዱሳስን ማነሳሳት መለየት የሚችል ክርስቲያን በእምነቱ የበሰለ ክርስቲያን ነው። ፍሎሪዳ አንድ ትንሽ ቤተክርስቲያን ውስጥ ይሰብክ የነበረ ወጣት ወንጌላዊ የወርቅ ሰዓቱ በብርሃኑ እያንፀባረቀ ሳለ እግዚአብሔር ያለውን እንዲህ ጽፏል። «ሰዎች ወደ ሰዓቱ ሲያዩ ተመልክቼአለሁ፤ ጌታ አውልቀው ሀሳብ የሚሰርቅ ነው አለኝ። እኔም ጌታየ አባቴ የሰጠኝ ሰአት ማድረግ እችላለሁ አልኩኝ መልሼ። ግን እግዚአብሔር እያስተማረኝ መሆኑ ተሰማኝ። አወለቅሁት፤ ከዛ ጊዜ አንስቶም ለመስበክ ስቆም ለብሸው አላውቅም» በእርግጥ ሁልጊዜ እግዚአብሔር ሲናገር ማወቅ ቀላል አይደለም ምክንያቱም የውስጥ ግፊት ከፍርሀት ከራስ ምኞት ወይም ከሰይጣን ሊነሳ ይችላልና ነው። ቃሉን በማንበብ መጽሐፍ ቅዱሳዊ መርሆችን ከቀስምንና ዕለት በዕለትም ራሳችንን ለመንፈስ ቅዱስ ካስገዛን ግን በሒደት ቀስ ብሎ ሲነካንና ሲያነሳሳን ማወቅ እንችላለን። የዕብራውያን ፀሐፊ በእምነት የጎለመሱ ክርስቲያኖች መልካሙንና ክፉውን ለመለየት የለመደ ልቦና እንዳላቸው ይናገራል (ዕብራውያን 5፥14)። ከራሳችን ይልቅ ክርስቶስን ከፍ የሚያደርግ ሁሉ ከእግዚአብሔር ነውና በድፍረት መታዘዝ እንችላለን። በአንፃሩ ግን ክፉ ፍቅር የሌለበትና የራስን የሚፈልገው ሁሉ መንፈስን የሚያሳዝን ነው።

---

30 ለቤዛም ቀን የታተማችሁበትን ቅዱሱን የእግዚአብሔርን መንፈስ አታሳዝኑ።

ለቤዛም ቀን የታተማችሁበትን ኤፌ1፥14፤ ሆሴ 13፥14፤ ሉቃስ 21፥28፤ ሮሜ 8፥ 11፤23፤ 1ኛ ቆሮ 1፥30፤ 15፥54

የእግዚአብሔርን መንፈስ አታሳዝኑ ዘፍ6፥3፤6፤ መሳ 10፥16፤ መዝ 78፥40፤ 95፥10፤ ኢሳ 7፥13፤ 43፥24፤ 63፥10፤ ሕዝ 16፥43፤ ማር 3፥ 5፤ ሐዋ 7፥51፤ 1ኛ ተሰ 5፥19፤ ዕብ 3፥10፤17

ቁጥር 31-32 መራርነትና ንዴት ቁጣም ጩኸትም መሳደብም ሁሉ ከክፋት ሁሉ ጋር ከእናንተ ዘንድ ይወገድ። እርስ በርሳችሁም ቸሮችና ርኅሩኆች ሁኑ፥ እግዚአብሔርም ደግሞ በክርስቶስ ይቅር እንዳላችሁ ይቅር ተባባሉ።

መራርነት፤ ንዴት፤ ቁጣ፤ ጩኸት፤ መሳደብ፤ ክፋት፤ እነኚህ ፈጽሞ የመንፈስ ቅዱስ ፍሬዎች አይደሉም። አንድ አማኝ ግን በሥጋዊነት በሚመላለስበት ሰዓት እነኚህ ባሕሪያት በማንነቱ ላይ መንጸባረቅ ይጀምራሉ። እነኚህ ባሕርያት የሰይጣን መሳሪያዎቹ ናቸው። ለወንጌልም እንቅፋት ናቸው። አንድ አማኝ እነኚህ ባሕርያት ከተንፀባረቁበት እንዴት ሆኖ

ሊፀልይ ይችላል? እንዴትስ ሆኖ ወንጌልን መመስከርና ክርስቶስን ማሳየት ይችላል?ስለዚህም ሐዋሪያው እነኚህ ባሕርያት ከእኛ እንዲወገዱ ያዛል፡፡

በምትካቸውም ቸርነት፤ ርህራሄ፤ ይቅርታ የአንድ አማኝ ባሕርያት እንዲሆኑ ያዛል፡፡እናንተ በክርስቶስ አማካኝነት እግዚአብሔር ይቅር ያላችሁ በመሆናችሁ ሌሎችን ደግሞ ይቅር ለማለት መቻል አለባችሁ ነው የሚለው፡፡ የእግዚአብሄር ሰው ለይቅርታ የተዘጋጀ ልብ ከሌለው እንዴት አድርጎ ለወንጌል የተገባ የእግዚአብሄር መቅደስ ሊሆን ይችላል፤ ፈፅሞ የማይሞከር ይሆናል፡፡ የይቅርታ ሕይወት በቅድሚያ ጠቃሚነቱ ለይቅርታ አድራጊው ተበዳይ ነው፡፡ በድለን ይቅርታ መጠየቅ ምናልባት ቀላል ሊሆን ይችላል፤ ስማችንን በማጥፋት ወይም ሊገድለን ያደባብንን ሰው ይቅር ማለት ግን እጅግ ከባድ ይሆናል፡፡ መጽሐፍ ቅዱስ ግን የበደሉንን ይቅር እንድንል ያስተምረናል፡፡

---

31 መራርነትና ንዴት ቁጣም ጩኸትም መሳደብም ሁሉ ከክፋት ሁሉ ጋር ከእናንተ ዘንድ ይወገድ።

መራርነትና መዝ64÷3፤ ሮሜ 3÷14፤ ቆላ 3÷8፣19፤ ያዕ 3÷14፣15

ንዴት ቁጣም ኤፌ4÷26፤ምሳ 14÷17፤ 19÷12፤ መክ 7÷9፤ 2 ቆሮ 12÷20፤ገላ 5÷20፤ ቆላ 3÷8፤ 2 ጢሞ 2÷23፤ ቲቶ 1÷7፤ ያዕ 1÷19፤ 3÷ 14-18፤ 4÷1፣2

ጩኸትም2 ሳሙ 19÷43፤ 20÷1፣2፤ ምሳ 29÷9፣ 22፤ ሐዋ 19÷28፣29፤ 21÷30፤ 22 22፣23፤ 1ኛ ጢሞ 3÷ 3፤ 1ኛ ጢሞ 6: 4፣ 5

መሳደብም ዘሌ 19÷16፤ 2ኛ ሳሙ 19÷27፤ መዝ 15÷3፤ 50 20፤ 101 5፤ 140÷11፤ ምሳ 6÷19፤ 10÷18፤ ምሳ 18÷8፤ 25÷23፤ 26 20፤ኤር 6÷28፤ 9÷4፤ሮሜ 1÷29፣30፤ 1 ጢሞ 3÷11፤ 5÷13፤ 2ኛ ጢሞ 3÷3፤ ቲቶ 2÷3፤ 3÷ 2፤ ያዕ 4÷11፤ 1ኛ ጴጥ 2÷ 1፤ 2ኛ ጴጥ 2÷10፣11፤ይሁ 1÷ 8-10፤ ራዕ 12÷10

ከክፋት ሁሉ ጋር ዘፍ 4÷8፤ 27÷41፤ 37 ÷ 4፣21፤ዘሌ 19÷17፣18፤ 2ኛ ሳሙ 13÷22፤ ምሳ 10 12፤ 26÷24፣25፤ መክ 7÷ 9፤ ሮሜ 1÷29፤ 1ኛ ቆሮ 5÷8፤ 14÷20፤ ቆላ 3÷8፤ ቲቶ 3÷3፤ 1ኛ ዮሐ 3÷12፣15

32 እርስ በርሳችሁም ቸሮችና ርኅሩኆች ሁኑ፥ እግዚአብሔርም ደግሞ በክርስቶስ ይቅር እንዳላችሁ ይቅር ተባባሉ።

እርስ በርሳችሁም ቸሮችና ሩት 2÷20፤ መዝ 112÷4፣5፣9፤ ምሳ 19÷22፤ ኢሳ 57÷ 1፤ ሉቃ 6÷35፤ ሐዋ 28÷ 2፤ሮሜ 12÷10፤ 1 ቆሮ 13÷4፤ 2ኛ ቆሮ 2÷10፤ 6÷ 6፤ ቆላ 3÷ 12፣13፤ 2ኛ ጴጥ 1÷ 7

ርኅሩኆች ሁኑ መዝ 145÷9፤ ምሳ 12÷10፤ ሉቃ 1÷78፤ ያዕ 5:11

ይቅር ተባባሉ ዘፍ 50 17፣18፤ ማቴ6÷12፣14፣15፤ 18÷21-35፤ ማር 11÷25፣26፤ ሉቃ 6÷37፤ ሉቃስ 11÷4፤ 17÷4፤ ሮሜ 12÷20፣21፤ 2ኛ ቆሮ 2÷7፣10፤ ቆላ 3÷ 12፣13፤ 1ኛ ጴ 3÷8፣ 9፤ 1ኛ ዮሐ 1÷9፤ 2÷12

ማጠቃለያ

በአዲስ ኪዳን አገልግሎት ውስጥ የጸጋ ስጦታዎች ለቤተ ክርስቲያን አገልግሎት መስፋት ትልቅ ድርሻ ይኖራቸዋል፡፡ እያንዳንዱ የጸጋ ስጦታም በጤናማዋ ቤተ ክርስቲያን ውስጥ ያለ አንዳች መበላለጥ እኩል ድርሻና ጠቀሜታም ይኖረዋል፡፡

ቅዱሳንም መልካሙን የሕይወት አኗኗር በመኖር፣ አካሉ እንደሚገባ ኢየሱስን የሚያከብር እንዲሆን ከፍተኛ ጠቀሜታን የሚያስገኙ ሊሆኑ ይገባቸዋል፡፡ በብርሃን በመመላለስ፣ የጸጋ ስጦታዎች አካሉን የሚያንጹ ሆነው እንዲገኙ ማድረግ የአማኞች ኃላፊነት ነው፡፡

የሕ.ፊ.በ.ስ. አገልግሎት / የኤፌሶን መልእክት ትምህርት

ምዕራፍ አምስት

ኤፌሶን ምዕራፍ 5 እና 6 እግዚአብሔርን መከተልና መምሰል ምን እንደ ሆነ ወይም በምን በምን መንገዶች እንደሚገለጽ ያብራራልናል፡፡ ከኃጢአትና ከጨለማው ዓለም ተለይተን፣ ክርስቶስ ኢየሱስን የምናሳይ የእግዚአብሔር ሰዎች ሆነን፣ በሰማያዊው የእግዚአብሔር ቅዱስ መንፈስ በመመራት በእለት ሕይወታችን የእርሱን ባሕርይ እያንጸባረቅን መመላለስ እግዚአብሔርን መከተላችንና መምሰላችንን ያንጸባርቃል፡፡

ይህን ምዕራፍ

- ከቁጥር 1-14 የአማኞች አኗኗር ምን መምሰል እንዳለበት ያስረዳል፤
- ከቁጥር 15-20 በመንፈስ ቅዱስ ስለሚሠራ የአማኝ ሕይወት ያመላክተናል፤
- ከቁጥር 21-26 በባልና ሚስት መካከል ስላለ ግንኙነት ያብራራልናል፡፡

5፥1 እንግዲህ እንደ ተወደዱ ልጆች እግዚአብሔርን የምትከተሉ ሁኑ፥

ምዕራፉ ሲጀምር “እንግዲህ” ብሎ ነው፡፡ ይህ አባባል ያለፉትን ምዕራፎች ያስታውሰናል፡፡ በርካታ የሃይማኖት መሠረተ አስተምህሮን (ዶክትሪን) ከዘረዘረ በኋላ “እንግዲህ እንደ ተወደዱ ልጆች እግዚአብሔርን የምትከተሉ ሁኑ” እያለ ይመክራቸዋል፡፡

መሠረተ አስተምህሮ ወይም ዶክትሪን በዋነኛነት ሊጠቅመን የሚገባው የእምነታችንን ሥረ መሠረት በትክክል አውቀን እግዚአብሔርን የምንከተል እንድንሆን ነው እንጂ የአዕምሮ እውቀት ብቻ እንዲሆን ወይም ከሌሎች ሃይማኖቶች ጋር የእኛን ሃይማኖት እያነጻጸርን እንድንከራከር አይደለም፡፡

በአዲሱ መደበኛ ትርጉም **እግዚአብሔርን የምትመስሉ** ሁኑ ብሎ ይገልጸዋል፡፡ ይህም መልካም አገላለጽ ነው፡፡ (ዘሌ11፥45 ፤ ማቴ5፥45-48 ፤ 1ኛ ጴጥ1፥15-16) የተወደዱ ልጆች መወደዳቸውን የሚገለጸው እግዚአብሔርን በሚገባ በመከተላቸው፣ እርሱን በመምሰላቸው ነው፡፡ እግዚአብሔር አብ ልጁን ኢየሱስ ክርስቶስን "የምወደው ልጄ" ብሎ ገልጾታል፡፡ ዛሬም እግዚአብሔር አብ በልጁ በኢየሱስ ክርስቶስ አማካኝነት እኛን ሁላችንን ወደደን፡፡ እኛም ይህን አውቀንና ተረድተን፣ መወደዳችን ገብቶን እግዚአብሔርን የምንከተል እርሱንም የምንመስል ልንሆን ይገባናል (ዮሐ. 1፥12፤ ቆላ. 3፥12)፡፡

1 **እንግዲህ እንደ ተወደዱ ልጆች እግዚአብሔርን የምትከተሉ ሁኑ፥**
እንግዲህ እንደ ተወደዱ ልጆች ኤር 31፥20፤ሆሴ 1፥10፤ዮሐ 1፥12፤ቆላ 3፥12፤ 1 ዮሐ 3፥1,2
እግዚአብሔርን የምትከተሉ ሁኑ ኤፌ4፥32 ዘሌ 11፥45፤ማቴ 5፥45፣48፤ሉቃ 6፥35,36; 1ጴጥ 1፥ 15፣16፤ 1 ዮሐ 4፥11

5፡2 ክርስቶስም ደግሞ እንደ ወደዳችሁ ለእግዚአብሔርም የመዓዛ ሽታ የሚሆንን መባንና መሥዋዕትን አድርጎ ስለ እናንተ ራሱን አሳልፎ እንደ ሰጠ በፍቅር ተመላለሱ።

ክርስቶስ ደግሞ እንደ ወደዳችሁ ክርስቶስ እኛን የወደደበት ፍቅር በሌሎች የሰው ልጆች ሁሉ አልተገለጸም፡፡ እርሱ እኛን ኃጢአተኛ የሆነውንና የተረሳነውን የሰው ልጆች ፈልጎ አገኘን፡፡ በዓለም ውስጥ ለሌሎች ሰዎች ሲሉ ራሳቸውን መስዋዕት ያደረጉ ብዙዎች አሉ፡፡ እነኚህን ሰዎች ሁሉንም የሚያመሳስላቸው ግን ራሳቸውን መሥዋዕት አድርገው የሰጡት ለተጨቆኑት፣ ግፍ ለተሰራባቸው፣ ወይም ለእነርሱ መልካም ውለታን ለዋሉላቸውና ላሞገሷቸው ወገኖቻቸው ነው፡፡ ለሚጠሏቸው፣ ለወንጀለኞች፣ አናውቅህም ለሚሏቸው ግን ራሳቸውን ለመስዋዕትነት ለመስጠት አልወሰኑም (ማቴ. 20፥28፤ ዮሐ. 15፥12-13፤ 2ኛ ቆሮ.8፥9፤ ገላ1፥4፣ 2፥20፤1ኛ ጢሞ. 2፥6 ፤ ቲቶ 2፥14 ፤ 1ኛ ዮሐ. 3፥16)፡፡

የጌታን መሥዋዕትነት ስናስብ ግን ለወንጀለኞች ለሚጠሉት፣ አንፈልግህም ላሉት፣ በመጨረሻም በመስቀል ላይ በግፍ ለሰቀሉት የሰው ልጆች ሁሉ የተገለጸ የመስቀል ፍቅር ነው፡፡ ክርስቶስ የወደደን በዚህ ፍቅር ነው፡፡ እንዴት ይደንቃል! እንዴትስ ይገርማል!

እዚሁ ቁጥር 2 ላይ ክርስቶስ ራሱን የመዓዛ ሽታ የሚሆንን መባንና መሥዋዕትን አድርጎ ስለ እናንተ ራሱን አሳልፎ እንደ ሰጠ በፍቅር ተመላለሱ ይላል፡፡ ይህ መሥዋዕትነት የተንጸባረቀበት ቆራጥነት፣ ጀግንነት፣ ጀብዱ አይደለም፡፡ ይልቅስ ሁለት አብይ ነጥቦችን በዚህ መሥዋዕትነት ውስጥ እንመለከታለን፡፡ የመጀመሪያው አብይ ነጥብ የመዓዛ ሽታ ነው፡፡ የክርስቶስ መሥዋዕትነት በእግዚአብሔር ፊት ሲቀርብ መዓዛ አለው፤ መዓዛ አስደሳች ሽታ ነው፡፡ (ዘሌ1፥9፣13፣17 3፥16 ፤ አሞፅ 5፥2 ፤ 2ኛ ቆሮ 2፥15) በብሉይ ኪዳን የመሥዋዕቱ በግ በሚቀርብበት ጊዜ መዓዛ ነበረው፡፡ "አውራውንም በግ በሞላው በመሠዊያው ላይ ታቃጥላለህ፣ ለእግዚአብሔር የሚቃጠል መሥዋዕት ነው፡፡ ጣፋጭ ሽቱ ነው . . ." (ዘጸ. 29፥18)

ይህ ጣፋጭ ሽታ በአዲስ ኪዳን ክርስቶስ ኢየሱስ ነው፡፡ ጣፋጩ ሽቱ መጥፎውን ጠረን ያስወግዳል፡፡ ደስ የሚያሰኝ መልካም ስሜትንም ይፈጥራል፡፡ እግዚአብሔር የሚጠየፈው መሥዋዕትነት አለ፡፡ እርሱ የማይከብርበት መሥዋዕት፡፡ ሥርዓቱን ብቻ ለመፈጸም የሚከናወን መሥዋዕት አለ፡፡ የአቤልና የቃየንን መሥዋዕት ስንመለከት ልዩነቱ ይህ ነበር፡፡ ከልብ የሆነ፣ መጽሐፍ ቅዱሳዊ ሥረ መሠረት የነበረው መሥዋዕት የአቤል መሥዋዕት ነበር፡፡ የአቤል መሥዋዕት በውስጡ ክርስቶስ ኢየሱስን ያመላክት ነበር፡፡ ቅንነትና ትህትናም ይታይበት ነበር፡፡ የራስን ማንነት አሳልፎ መሥጠት ይንጸባረቅበት ነበር፡፡

ቃየን ያቀረበው መሥዋዕት "ከምድር ፍሬ ነበር" (ዘፍ. 4፥3) ፤ የምድር ፍሬ ገብስ፣ ጤፍ፣ በቆሎ ሊሆን ይችላል፡፡ እነኚህ የምድር ፍሬዎች አዲስ ኪዳንን አያመላክቱንም፡፡ በውስጣቸው መዓዛ የለውም፡፡ እግዚአብሔርን ደስ አያሰኙትም፡፡ ቃየን የኃይማኖት ሥርዓትን ፈጽሟል፡፡ ሆኖም ግን እግዚአብሔርን ደስ ሊያሰኘው አልቻለም፡፡ ምድሪቱም የተረገመች ናትና የምድርን ፍሬ ለእግዚአብሔር ማቅረቡ በእግዚአብሔር ፊት አልተወደደም፡፡

ወደ አቤል መሥዋዕት ስንመለከት ግን አቤል ከበጎቹ በኩራት ከስቡ ለእግዚአብሔር እንዳቀረበ ቃሉ ይነግረናል፡፡ አቤል እግዚአብሔር የሚወደውን አደረገ፡፡ ያቀረበው መሥዋዕት አዲስ ኪዳንን ያመላከተ ነበር፤ ሕይወት ያለው ደም የሚፈስበትም መሥዋዕት ነበር፡፡ በኩሩን ምርጡንም ለእግዚአብሔር ለማቅረብ አቤል ቅንና ታዛዥ የእምነት ሰው ሆነ፡፡

በዕብራውያን መጽሐፍ ምዕ. 11÷4 አቤል ከቃየል ይልቅ የሚበልጥን መሥዋዕት በአምላኩ ፊት እንዳቀረበና ጻድቅነቱም እንደ ተመሰከረለት መጽሐፍ ቅዱስ ያስረዳናል፡፡ ይህ የአቤል መሥዋዕት እግዚአብሔርን ደስ አሰኘው፡፡ እግዚአብሔር ይህን የአቤልን መሥዋዕት ተመለከተው፤ መዓዛው ለእግዚአብሔር እጅግ የሚማርክ ነበር፡፡ እግዚአብሔር ቃየን ስላደረገው ነገር ቅጣት አልጣለበትም፡፡ ግን መሥዋዕቱ እንዳላስደሰተው ግልጽ ነው፡፡ በዚህም ቃየን እጅግ እንደ ተቆጣ ቃሉ ይነግረናል፡፡

የጌታን መሥዋዕትነት ስንመለከት እንደ አቤል መሥዋዕት እግዚአብሔር የወደደው ነው፡፡ አቤል በኩር የሆነውን የእንስሳ ደም አፈሰሰ፤ ጌታ ኢየሱስ ግን የራሱን ደም ስለ እያንዳንዳችን ሆኖ አፈሰሰ፡፡ በአቤልና በጌታ መሥዋዕት መሃከል ያለው ልዩነት ይህ ነው፡፡ የኢየሱስ መሥዋዕትነት ውስጡ ብዙ ህልም አለ፡፡ ከዚህም የተነሣ መዓዛው እጅግ የላቀ ነው፡፡ የእግዚአብሔርን ዙፋን በሽታው የሚያውደው ነው፡፡ ይህ መሥዋዕትነት ከፍቅር የተነሳ የተፈጸመ ነው፡፡ ፍቅር እንዴት የከበደ ነው፡፡ (ስለ ፍቅር ምንነት ባለፉት ምዕራፎች ላይ የተገለጸውን ማብራሪያዎች ተመልከት)፡፡

የኢየሱስ ታላቅ ፍቅር በማንሳት እናንተም በዚህ ፍቅር ተመላለሱ፡- ታዛዥነት ከፍቅር ጉልበት የተነሳ ሲፈጸም እንዴት መልካም ነው፡፡ በዚህም እግዚአብሔር ደስ ይሰኛል፡፡ በአቤልና በቃየን መሥዋዕት ውስጥም የምንመለከተው የፍቅርን ጉልበት ነው፡፡ ቃየን ከምርቱ፣ በቅርቡ ከሚያገኘው፣ እጁ ላይ ካለው ብዙም ሳይጨነቅበት ለእግዚአብሔር ሰጠ፡፡ ፍጻሜውም ቅንዓትና የወንድሙን ደም ማፍሰስ፣ በቀልና መቅበዝበዝ ሆነ፡፡ አቤል ደግሞ ከፍቅር የተነሳ ምርጡን ለእግዚአብሔር አቀረበ፡፡ በኩሩን፣ የሰባውን ለእግዚአብሔር በማቅረቡ እግዚአብሔር ደስ ተሰኘበት፡፡ የአምላኩን ትኩረት አገኘ፡፡ በመጨረሻም በወንድሙ ቢገደልም ወደ በለጠው ሕይወት ተሸጋገረ፡፡ በዕብራውያን መጽሐፍም "እርሱ ጻድቅ እንደ ሆነ ተመሰከረለት፤ ሞቶም ሳለ በመሥዋዕቱ እስከ አሁን ይናገራል" (ዕብ. 11÷4) ይለዋል፡፡

የቁጥር ሁለት ማብቂያ ከዚህ የክርስቶስ ባሕሪይ የተነሳ እናንተም በፍቅር ተመላለሱ ይለናል፡፡ ለመታዘዝና ለመሥዋዕትነት ጉልበት የሚሰጠን በክርስቶስ ውስጥ እንደ ተቀመጠው ያለ ፍቅር በውስጣችን ሲቀጣጠል ነው (ዮሐ. 13÷34፤1ኛ ቆሮ. 16÷14፤ ኤፌ. 3÷17 ፤ ቆላ. 3÷14 ፤ 1ኛ ተሰ 4÷9፤1ኛ ዮሐ 3÷11-12)፡፡

---

2 ክርስቶስም ደግሞ እንደ ወደዳችሁ ለእግዚአብሔርም የመዓዛ ሽታ የሚሆንን መባንና መሥዋዕትን አድርጎ ስለ እናንተ ራሱን አሳልፎ እንደ ሰጠ በፍቅር ተመላለሱ።

ክርስቶስም ደግሞ እንደ ወደዳችሁ ኤፌ5÷25፤ 3÷19፤ማቴ 20÷28፤ዮሐ 15÷12፣13፤ 2 ቆሮ 5÷14፣15፤ 8÷9፤ገላ 1÷4; 2÷20፤ 1 ጢሞ 2÷6፤ቲቶ 2÷14፤ዕብ 7÷25-27፤ 9÷ 14፣26፤ 10 10፣ 11፤ 1 ጴጥ 2÷21-24፤ 1 ዮሐ3÷16፤ራዕ 1÷ 5፤ 5 9

ለእግዚአብሔርም የመዓዛ ሽታ የሚሆንን መባንና ዘፍ 8÷21፤ዘሌ 1÷9፣13፣17፤ 3÷16፤አሞ 5÷21፤ 2 ቆሮ 2÷15

ለእግዚአብሔርም ....መሥዋዕትን አድርጎ ሮሜ 8÷ 3፤ 1 ቆሮ 5÷ 7፤ዕብ 9÷23፤ 10÷12

በፍቅር ተመላለሱ ኤፌ3÷17፤ 4÷ 2፣15፤ዮሐ13÷34፤ሮሜ 14÷16፤ 1 ቆሮ 16÷14፤ቆላ 3÷14፤ 1 ተሰ4÷ 9፤ 1 ጢሞ 4÷12፤ 1 ጴጥ 4÷8፤ 1 ዮሐ 3÷11፣12፣23፤ 4÷20፣21

5፡3 ለቅዱሳን እንደሚገባ ግን ዝሙትና ርኵሰት ሁሉ ወይም መመኘት በእናንተ ዘንድ ከቶ አይሰማ፤

“ለቅዱሳን እንደሚገባ”

ቅዱሳን የራሳቸው የሆነ መለኪያ፣ መመዘኛ አላቸው፡፡ የእነርሱ ሕይወት የሚሰፈረው በቅድስና ልክ ነው፡፡ ፊሊ1÷27

ዝሙት፣ ርኩሰት፣ መመኘት የሚላቸው እነኚህ ምንጫቸው ፍቅር ይምሰል እንጂ ከእውነተኛ ፍቅር ግን የመነጬ አይደሉም፡፡ እነኚህ የርኩሰት አይነቶች ሰው ከሌላ ሰው ጋር በመሆን የሚፈጽማቸው ናቸው፡፡ ሲፈጸሙም በሁለቱ ሰዎች መሃከል መፈቃቀድና ለጊዜውም ቢሆን ደስታን የሚጋብዙ የቃላት ጨዋታዎች፣ ፈንጥዚያዎች፣ መጎነታተል፣ መዳራት ይኖራል፡፡ እነኚህ ሁሉ ለጊዜው ፍቅር ያለባቸው ሊመስሉ ይችላሉ፡፡ ሆኖም ግን እንደ ሳሙና አረፋ ለጊዜው ተፍለቅልቀው ፈጥነው ግን የሚጠፉ ናቸው፡፡ እነኚህ የኃጢአት አይነቶች ከቶ በመካከላቸው መነሳት የለባቸውም፤ የእናንተ ማንነት፣ መለኪያችሁ እነኚህም አጸያፊ ድርጊቶች ለመፈጸም ፈጽሞ አይፈቅድላችሁም የሚል ይመስላል፡፡

“ከቶ” የሚለው ቃል ፈጽሞ የተከለከለ፣ በፍጹም መስማት የሌለበት እንደ ሆነ የሚያመለክት ነው፡፡ በአራት ነጥብ እንደ ተዘጋ ሃሳብ ይመስላል፡፡ በአዲሱ መደበኛ ትርጉም “መመኘት” የሚለውን ቃል “ስስት” ይለዋል፡፡ ስስታምነት መስገብገብን፣ ንፉግነትን ያመላክታል፡፡ ስስታም ሰው እያለው እያገኘ ለሌላው ማካፈልን ግን አይፈልግም፡፡ ይህ የኃጢአት አይነት ከዝሙት ኃጢአት ጋር እኩል በዚህ ሥፍራ ተገልጾአል፡፡ ሁለቱም የኃጢአት አይነቶች ተመሳሳይ የሚያደርጋቸው እውነተኛውን ፍቅር ከማጣት የሚመጡ መሆናቸው ነው፡፡ ፍቅር ባለበት ነፍስንም እስከ መስጠት ድረስ

ታዛዥነት እንደሚገለጥ በጌታ ሕይወት ተመልክተናል፡፡ ፍቅር በሌለበት ደግሞ ሰው አሮጌ የተቦጫጨቀ ጨርቅንም በለጋሽነት ለመስጠት ይቸገራል፡፡ የእግዚአብሔር ሰው ያለውን ከጉድለቱም የሚያካፍል ሊሆን ይገባዋል፡፡ እጆቹ ለሌሎች የተዘረጉ፣ ከስስት ባሕርይ የጸዳ መሆን አለበት፡፡ ራሱም እየተራበም ሆነ ቁራሹን ዳቦ ተካፍሎ የሚበላ መሆን አለበት፡፡ በብዙ ትዳር ውስጥ አንዱ ችግር የአባወራው ስስታምነት አይደለምን; ለራሱ ጮማ እየቆረጠ፣ ሆቴል ውስጥ ውድ ምግብ እየበላ፣ በተንደላቀቀ መኪና እየተሽከረከረ፣ ውድ ልብሶችን እየለበሰ ሚስቱንና ልጆቹን የሚያሥርብ አባወራ፣ ያለውን ከእነርሱ ጋር የማይካፈል እርሱ ስስታም ነው፡፡

---

3 ለቅዱሳን እንደሚገባ ግን ዝሙትና ርኵሰት ሁሉ ወይም መመኘት በእናንተ ዘንድ ከቶ አይሰማ፤

ለቅዱሳን እንደሚገባ ግን ሮሜ 16÷2፤ፊል 1÷27፤ 1 ጢሞ 2÷10፤ቲቶ 2: 3

ዝሙትና ኤፌ5፤ 4: 19፣20፤ዘኁ 25÷1፤ዘዳ 23 17፣18፤ማቴ 15÷19፤ማር7; 21፤ሐዋ 15÷20፤ሮሜ 1÷29፤ 6÷13፤ 1 ቆሮ 5÷10፣11፤ 6÷9፣13፣18፤10÷8፤ 2 ቆሮ 12÷21፤ገላ 5÷19-21፤ቆላ 3÷5፤ 1 ተሰ 4÷3, 7፤ዕብ 12÷16፤ 13÷4፤ 2 ጴጥ 2÷10፤ራዕ 2፤ 14፣21፤ 9÷21፤ 21÷ 8፤ራዕ 22÷15

ርኵሰት ሁሉ ወይም መመኘት ዘጸ 18÷21፤ 20 17፤ኢያ 7÷21፤ 1 ሳሙ 8÷3፤መዝ 10÷3፤ 119÷36፤ ምሳ 28÷16፤ኤር 6÷13፤ 8÷10፤ 22÷17፤ሕዝ 33÷31፤ሚክ 2÷2፤ማር 7 22፤ ሉቃ 12 15፤ 16÷14፤ ሐዋ 20÷33፤ 1 ቆሮ 6÷10፤ቆላ 3÷ 5፤ 1 ጢሞ 3÷ 3፤ 6÷10፤ 2 ጢሞ 3÷2፤ቲቶ 1÷7፣11፤ዕብ 13÷ 5፤ 1 ጴጥ 5÷2፤ 2 ጴጥ 2÷3፤ 14

በእናንተ ዘንድ ከቶ አይሰማ ኤፌ5÷12፤ዘፀ 23÷13፤ 1 ቆሮ 5÷1

5፡4 የሚያሳፍር ነገርም የስንፍና ንግግርም ወይም ዋዛ የማይገቡ ናቸውና አይሁኑ፥ ይልቁን ምስጋና እንጂ

"የሚያሳፍር ነገር" የሚያሳፍር ነገር የሚለው ከንግግር ዋዛነት ጋር የተያያዘ ነው፡፡ ከአንደበት የሚወጣ የርኩሰት ንግግርን መጽሐፍ ቅዱስን ይቃወመዋል፡፡ ከአንደበት ስለ ሚወጣ ቃል አማኝ መጠንቀቅ ይገባዋል፤ በሌሎች ላይ ለመፍረድ፣ በሀሜት፣ በነቀፋ እና በማጉረምረም የምንናገራቸው ቃላት ሁሉ የሚያሳፍር ንግግሮች ናቸው፡፡ አንዳንድ ጊዜ በሁኔታዎች ስናዝንና ስንከፋም የሚያሳፍር ንግግርን፣ የስንፍና ንግግርን ልንናገር እንችላለን፡፡

ንጉሥ ዳዊት በመዝሙር 19÷14 "የአፌ ቃልና የልቤ ሃሳብ በፊትህ ያማረ ይሁን" እንዲሁም በመዝሙር 11÷9 "አንተን እንዳልበድል ቃልህን በልቤ ሰወርሁ"፤ እንዳለ፣ በአንደበት ንግግር

እግዚአብሔርን መበደል አለና አማኝ ከአንደበቱ ስለ ሚወጣው ቃል ሁሉ መጠንቀቅ አለበት፡፡

በያዕቆብ መጽሐፍ ላይ የአንደበት አስከፊነት በስፋት ተብራርቶአል፡፡ "አንደበት ከብልቶቻችን መካከል ዓመጸኛ ነው" ይለዋል (ያዕ. 3÷4)፡፡ ውጤቱንም ሲናገር ሥጋን ሁሉ ያሳድፋል፤ የፍጥረትንም ሩጫ ያቃጥላል፣ በገሃነምም ይቃጠላል በሚል አስከፊነቱን አጠንክሮ ይገልጻል፡፡ ከዚህም የተነሳ ከእናንተ ብዙዎች አስተማሪዎች አይሁኑ እያለ ይናገራል፡፡ ሰው በግብሩ ዝሙት እየፈጸመ ከሚረክሰው መርከስ በበለጠ በአንደበቱ የተነሳ የሚረክሰው መርከስ የቱን ያህል የከፋ እንደ ሆነ ስንቶቻችን ልብ እንላለን፡፡

"ወንድሞች ሆይ እርስ በእርሳችሁ አትተማሙ" ወንድሙን የሚያማ፣ በወንድሙም በሚፈርድ ሕግን ያማል፤ በሕግም ይፈረዳል፡፡ በሕግም ብትፈርድ ፈራጅ ነህ እንጂ ሕግን አድራጊ አይደለህም፡፡ ሕግን የሚሰጥና የሚፈርድ አንድ ነው፣ እርሱም ሊያድን ሊያጠፋ የሚችል ነው፡፡ በሌላው ግን የምትፈርድ አንተ ማን ነህ" (ያዕ. 4÷11)፡፡

በዚህ ዘመን በቤተ ክርስቲያን ውስጥ ሰይጣን እየሠራበት ያለው ብርቱ መሣሪያው በወንድሞች መሃከል ያለው የእርስ በእርስ መተማማትና አንዱ በሌላው ላይ መፍረድ ነው፡፡ ክርስቲያኖች ከጸሎት በፊትና በኋላ አንደበታችን በሃሜት ረክሶ ስለ ምንገኝ መንፈስ ቅዱስ በመካከላችን በሙላት አይሠራም፤ ጸሎታችንም ውጤት ሊያሳይ አልቻለም፡፡ በብዙ ቦታ የረጅም ሰዓት ጸሎት ይደረጋል፤ ሆኖም አንደበታችን በሃሜት የረከሰ ነው፡፡ ሰይጣን ክርስቲያኖችን ለማጥመድ ይህን መሣሪያ በደንብ ተጠቅሞበታል፡፡ አንደበታችንን ዘግተን ታግሰን መቆየት ስለ ሚያቅተን ወንድማችንን እናማዋለን፡፡

ሃሜት የሚባለው ግለሰቡ ሳያውቅ ስለ እርሱ በድፍረት በሌላ ቦታ የምንናገረውና እርሱ በፊት ለፊት በመሃከላችን ቢገኝ ደፍረን የማንደግመውን ወሬ ነው፡፡ ከሃሜት ለመትረፍ በተቻለ መጠን ሰውየውን በሌለበት ስለ እርሱ አንናገር፡፡ አለዚያም በቅርብ የማናገኘው ከሆነ በፊት ለፊት ብናገኘው ስለ እርሱ በሌላ ቦታ የተናገርነውን ደግመን በፊቱ ለመናገር የማናፍር እንሁን፡፡ የሚያሳፍር ነገርና የስንፍና ንግግርም ይህ ነው፡፡

ሌላው የስንፍና ንግግር በእግዚአብሔር ላይ ማጉረምረም፣ መንፈስ ቅዱስንም መሳደብ ነው፡፡ የኢዮብ ሚስት ኢዮብን ስትመክር እግዚአብሔርን ሰድበህ ሙት አለችው፡፡ ይህ የስንፍና ንግግር ነው፡፡ የማይገባ ጸያፍ ኃጢአት ነው፡፡ አማኞች እንዲህ ከመሰለው ኃጢአት አንደበታችንን ልንገዛ ይገባናል፡፡ በዚህ ምትክም በአንደበታችን የሚሞላው የእግዚአብሔር

ቃል፣ ባርኮት፣ የምሥጋና ዜማ ሊሆን ይገባዋል፡፡ በመንፈስ ቅዱስ የተሞላ ሰው ምልክቱ በልሳን መናገር ብቻ ነው ብለን ከደመደምን ተሳስተናል፡፡ መጽሐፍ ቅዱስ ውስጥ በመንፈስ ቅዱስ ተሞልተው ልሳን ያልተናገሩ ጥቂት ሰዎችንም እናገኛለን፡፡ ይልቅስ በመንፈስ ቅዱስ ተሞልተው አንደበታቸው ግን ያልተገራ ሰዎች እነርሱ የመንፈስ ፍሬን እያፈሩ አይደለምና መንፈስ ቅዱስ ተሞልተዋል ብሎ ለማለት አስቸጋሪ ይሆናል፡፡ የሞላው እርሱ ወደ ውጪ ይወጣል፡፡ በአንደበት የሚገለጸው በልብ የሞላው ነው፡፡ ስለዚህም ስለ ምንናገረው መንፈስ ቅዱስ ከንፈሮቻችንን እንዲቆጣጠር ዘወትር በመንፈስ ቅዱስ ቁጥጥርና ሙላት ሥር መሆን ይገባናል፡፡ መንፈስ ቅዱስን መሳደብም ሲናገረን መናቅ፣ በእርሱ ላይ ማመጽና መንፈስ ቅዱስን ለማታለል መሞከር ናቸው፡፡

መጨረሻ ላይ የመንፈስ ቅዱስ ሙላት ፍሬ የሆነውን ምሥጋናን ያስታውሰናል፡፡ የዋዛ ንግግርን ትታችሁ የመንፈስ ፍሬ የሆነውን ምሥጋና ይሙላባችሁ ይላል፡፡ የክርስቲያን ማንነቱ የሚገለጸው በዚህ የምሥጋና አንደበት ነው፡፡ የአንደበት ንግግርን በተመለከተ አንዳንድ አስተማሪዎች ክርስቲያን ቀልድን አይቀልድም፣ አይስቅም ብለው ያስተማሩበት ጊዜም ነበር፡፡ መንፈሳዊነት ጭምትነት ብቻ እንደ ሆነና ፈጽሞ ሳቅና ቀልድ መሆን እንደ ሌለበት ይታሰባል፡፡ ይህ ስህተት ነው፡፡ መንፈስ ቅዱስ በሙላት በእኛ ላይ በሚሠራበት ጊዜ አንዱ የሚሆነው ነገር ሣቅና ደስታ ነው፡፡ አንደበታችንን በሳቅ ይሞላዋል፡፡ ቁም ነገር የታከለባቸውን ቀልዶችንም እንቀልዳለን፡፡ ይህ ማለት ግን ሚዛናችንን የሚያሳጣን መሆን የለበትም፡፡ እንደ ማንኛውም የሰው ሕይወት ክርስቲያንም በሁሉም ነገሩ ሚዛናዊና የተቆጠበ መሆን ይገባዋል፡፡ ንግግራችን እንኳን በጨው እንደ ተቀመመ መሆን እንደሚገባው መጽሐፍ ቅዱስ ያስተምራል፡፡ ጨው ስለ ሚያጣፍጥ ብቻ መጠኑን ካላወቅንበት ምግቡን ሁሉ ያበላሸዋል፡፡ መጠኑን ጠብቆ ምግብ ውስጥ ሲጨመር ግን ጠቃሚነቱ የጎላ ነው፡፡ አንድ አማኝ በሁሉም እንቅስቃሴው መጠኑን የጠበቀ መሆን አለበት፡፡ (መዝ 33፥1 92፥1 107፥21-22 ፤ ዳን 6፥10 ፤ ዕብ 13፥15 ፤ 1ኛ ተሰ 5፥18)

---

4 የሚያሳፍር ነገርም የስንፍና ንግግርም ወይም ዋዛ የማይገቡ ናቸውና አይሁኑ፥ ይልቁን ምስጋና እንጂ።

የሚያሳፍር ነገርም የስንፍና ንግግርም ወይም ዋዛ የማይገቡ ኤፌ 4፥29፤ ምሳሌ 12፥23፤ 15፥2፤ መክብብ 10፥13፤ ማቴዎስ 12፥34-37፤ ማርቆስ 7 22፤ ቆላስይስ 3፥ 8፤ ያዕቆብ 3፥4-8፤ 2ኛ ጴጥሮስ 2፥ 7፣18፤ ይሁዳ 1 10፣13፤ ሮሜ 1፥28፤ ፊልሞና 1 8

ይልቁን ምስጋና እንጂ ኤፌ 5:19,20; 1:16; መዝሙር 33: 1; 92: 1; 107: 21,22; ዳንኤል 6:10; ዮሐንስ 6፥23፤ 2ኛ ቆሮ 1፥11፤ 2ኛ ቆሮ 9፥15፤ ፊል 4፥6፤ ቆላ 3፥15-17፤ 1ኛ ተሰ 3፥9፤ 5፥18፤ ዕብ 13፥15

የኢ.ፌ.በ.ስ. አገልግሎት / የኤፌሶን መልእክት ትምህርት

5፡5 ይህን እወቁ፤ አመንዝራም ቢሆን ወይም ርኵስ ወይም የሚመኝ እርሱም ጣዖትን የሚያመልክ በክርስቶስና በእግዚአብሔር መንግሥት ርስት የለውም።

"በክርስቶስና በእግዚአብሔር መንግሥት ርስት የለውም" አመንዝራ፣ ስስታም፣ ጣዖትን የሚያመልኩ፣ ሌቦች፣ ገንዘብን የሚመኙ፣ ሰካራሞች፣ ተሳዳቢዎች፣ ዝሙት የሚሠሩ የእግዚአብሔርን መንግሥት አይወርሱም ይላል፡፡ አገላለጹ ምንም በማያመቻምች መንገድ ተገልጾአል፡፡ ሦስቱም ምዕራፎች ላይ በኤፌሶን፣ በቆላስያስ እና በቆሮንቶስ የእግዚአብሔርን መንግሥት አይወርሱም ይላል፡፡ ወንጌል በማመቻመች አይሰበክም (ቆላ. 3÷5፤ 1ኛ ቆሮ. 6÷9-11)፡፡

በዚህ ዘመን መጋቢያን ስለ ኃጢአት ደፍረው በተግሳጽ መስበክን እየቀነሱ የመጡበት ዘመን ነው፡፡ በተቻለ መጠን ያመቻምቻሉ፡፡ ሲጠነቀቁም ይታያል፡፡ ይህ ግን ጎዳን እንጂ አልጠቀመንም፡፡ እነርሱንም ሳይቀር ጸጋቸውን ሲላጨው ተመለከትን፡፡ ከዚህ ይልቅ እውነትን በፍቅር መግለጽ ይመረጣል፡፡ ዓመንዝራነትና ጣዖትን ማምለክ ሁለቱንም እኩል ይመለከታቸዋል፡፡ በሁለቱ መሃከል ያለው ልዩነት የቅርጽ ልዩነት ነው፡፡ ተመሳሳይነታቸው ግን ይበዛል፡፡ ሁለቱም ርኩሰቶች ናቸው፡፡ ሁለቱም በቃል ኪዳን መሠረት ላይ የሚደረጉ ናቸው፡፡ ሁለቱም ቃል ኪዳንን መጣስ ማፍረስ ናቸው፡፡ ሁለቱም መንፈስ ቅዱስን የሚያሳዝኑና ሰዉንም የሚያስነውሩ ናቸው፡፡ እግዚአብሔር ይጠየፋቸዋል፡፡

5 ይህን እወቁ፤ አመንዝራም ቢሆን ወይም ርኵስ ወይም የሚመኝ እርሱም ጣዖትን የሚያመልክ በክርስቶስና በእግዚአብሔር መንግሥት ርስት የለውም።
ይህን እወቁ1 ቆሮ 6÷9፣10፤ ገላ 5÷19፣21
አመንዝራም ቢሆን ወይም ርኵስ ወይም የሚመኝ እርሱም ጣዖትን የሚያመልክ ገላትያ 5÷21፤ ቆላ 3÷5፤ 1ኛ ጢሞቴዎስ 6÷10፣17፤ ራዕ 21÷ 8፤ 22÷15
በክርስቶስና በእግዚአብሔር መንግሥት ርስት የለውም ኤፌ5÷3 ፤ ዕብ 13÷4

ቁጥር 6 ከዚህ የተነሣ በማይታዘዙት ልጆች ላይ የእግዚአብሔር ቁጣ ይመጣልና ማንም በከንቱ ንግግር አያታልላችሁ።

"አያታላችሁ" ርኩሰት ከአዳም ጀምሮ የተሰራው በመታለል ነው፡፡ ሰይጣን ሰዎችን በማታለል፣ ምንም አይደለም፤ ነገ ታስተካክለዋለህ በሚል ወደ ሞት ይነዳቸዋል፡፡

የአ.ፌ.ቢ.አ. አገልግሎት / የኤፌሶን መልእክት ትምህርት

በማታለል የጀመረው ኃጢአት ፍጻሜው ከእግዚአብሔር መንግሥት መነጠልና ሞት ይሆናል፡፡

አዳም በመታለል ከእግዚአብሔር ርስት እንደ ወጣ ሁሉ የኤፌሶን ክርስቲያኖችንም የሚያታልላቸው ወጥመድ ተዘጋጅቶላቸው ነበር፡፡ በከንቱ ንግግር ያልበሰሉትን አማኞች ልብ የሚሸረሽሩ ሐሰተኛ ነብያት፣ አስተማሪዎች ዛሬም አሉ፡፡

ኃጢአት ሁልጊዜም ከጀርባው የማታለልና የሸንገላ ቃል አለ፡፡ ስለዚህ በማይታዘዙት ልጆች ላይ የእግዚአብሔር ቁጣ እንደ ሚወጣ አውቀን ልንጠነቀቅ ይገባናል፡፡ ሰይጣን አዳምና ሔዋንን ሲያስታቸው "ሞትን አትሞቱም" በሚል የሸንገላ ቃል ነው፡፡ በዚህ ዘመንም "ጸጋ የኃጢአትን ብዛትም ይሸፍናል፣ ሰዎች እስከሆንን በድካምና በውደቀት ውስጥ መገኘታችን አይቀርም፤ ነገ ንስሃ ትገባለህ" በሚል ሥጋችንና ሰይጣን ይተባበሩብናል፡፡ በሸንገላም ይጥሉናል፡፡

ቅዱሳን አማኞች ሁሉ የእግዚአብሔር ምሕረት እንዳለ ሁሉ፣ የእግዚአብሔርም ቁጣ አለና ፈጥነን ከወደቅንበት በመነሳት ራሳችንን ልናስተካክል ደግመን በርኩሰት መንገድ ላይ ላለመገኘትም ልንወስን ይገባል፡፡

---

6 ከዚህ የተነሣ በማይታዘዙት ልጆች ላይ የእግዚአብሔር ቁጣ ይመጣልና ማንም በከንቱ ንግግር አያታልላችሁ።

ከዚህ የተነሣ ... የእግዚአብሔር ቁጣ ይመጣልና ዘኁልቍ 32: 13,14; ኢያሱ 22 17,18; መዝሙር 78:31; ሮሜ 1÷18፤ ቆላስይስ 3÷6

በማይታዘዙት ልጆች ኤፌ 2÷2፣3፤ ዕብ 3÷19፤ 1ኛ ጴጥ 2÷ 8

በከንቱ ንግግር 2ኛ ነገ 18÷20፤ ኤርምያስ 23÷ 14-16

ማንም ..... አያታልላችሁ ኤርምያስ 29÷8፣9፣31፤ ሕዝ 13÷10-16፤ ሚክያስ 3÷5፤ ማቴዎስ 24÷4፣24፤ ማርቆስ 13÷5፣22፤ ገላ 6÷ 7፣8፤ ቆላስይስ 2÷4፣8፣18፤ 2ኛ ተሰሎንቄ 2÷3፣10-12÷ 1ኛ ዮሐ 4÷ 1

5፡7 እንግዲህ ከእነርሱ ጋር ተካፋዮች አትሁኑ፤

አትተባበሩዋቸው፣ አትስሙዋቸው፣ የሚሏችሁን የማባበል ቃል አትስሙአቸው ለማለት ነው፡፡ ተካፋይነት የጋርዮሽ ኑሮን ያመለክታል፡፡ ጽድቅ ከዓመጽ ጋር ተካፋይነት የለውምና ከእነርሱ ጋር ወዳጅነት አይኑራችሁ ለማለት ነው፡፡

የሰ.ፌ.በ.ሰ. አገልግሎት / የኤፌሶን መልእክት ትምህርት

እግዚአብሔር ቃል ከዓመጽ ጋር እንዳንተባበር አጥብቆ ያሳየናል፡፡ የሚያምን ከማያምን ጋር ኅብረት ማድረግ የለበትም፡፡ ብርሃን ከጨለማ ጋር የተለያየ እንደ መሆኑ እኛም ከእነርሱ ጋር እግዚአብሔርን በማያከብር መንገድ ኅብረት እንዳንመሰርት ልንጠነቀቅ ይገባናል፡፡

ይህ ሲባል ግን አንድ አማኝ ከማኅበራዊ ሕይወት ሁሉ ይገለላል ማለት እንዳልሆነ ልብ እንበል፡፡ አንዳንዶች በእድር፣ በሠርግ፣ በሃዘን፣ በሌሎችም ማኅበራዊ ሕይወትም ለመሳተፍ ፈቃደኛ አይሆኑም፡፡ ክርስቲያን የሆኑቱ ብቻቸውን የራሳቸውን የመረዳጃ እድርም ይመሠርታሉ፡፡ የራስን ማህበር ማቋቋሙ ጠቃሚ ቢሆንም ከሕብረተሰቡ ራስን ፈጽሞ መነጠሉም የራሱ ጉዳት ይኖረዋል፡፡ ከእነርሱ ጋር በማኅበራዊ ሕይወት ካልተገናኘን እንዴት አድርገን ወንጌልን ልንመሰክርላቸው እንችላለን?

(ሉቃ. 5÷30-32) ላይ ስንመለከት ኢየሱስ ከቀራጮችና ከኃጢአተኞች ጋር የማኅበራዊ ሕይወትን መሥርቶ እንመለከተዋለን፡፡ ፈሪሳውያኑ ግን ራሳቸውን ጻድቅ አድርገው ስለ ሚቆጥሩት ኢየሱስን ከኃጢአተኞች ጋር አብሮ ይበላል፣ ይጠጣል ብለው ከሰሱት፡፡ እርሱም "ኃጢአተኞችን ወደ ንስሃ እንጂ ጻድቃንን ልጠራ አልመጣሁም ብሎ መለሰላቸው" ይላል (ቁ. 32)፡፡

ከዓለማውያን ሰዎች ጋር በተወሰነ ደረጃ መቀራረብ ይገባናል፣ ከተሰመረልን መስመር በላይ ማለፍ ግን አደጋ ይኖረዋል፡፡ በአሁኑ ጊዜ በቤተ ክርስቲያን ውስጥ አንዳንድ ልጃገረዶች ዓለማዊ እጮኛ ይይዛሉ፤ ግድ የለም ጌታን እመሰክርለትና ክርስቲያን አደርገዋለሁ ብለው ይገምታሉ፡፡ በመጨረሻ ላይ ግን ውጤቱ እንደ ጠበቁት ሳይሆን ይቀራል፡፡ በተለይ በጋብቻ ኅብረት ውስጥ፣ የልብ ጓደኛን በተመለከተ አማኞች ጥንቃቄ መውሰድ ይኖርባቸዋል፡፡ በመስቀል ላይ በመሞት ነፍሱን ስለ እርሱ የሰጠውን ደሙን ያፈሰሰላቸውን ጌታ አዳኛቸው አድርገው ያልተቀበሉ ለእኛ ወዳጅ ይሆኑናል ብሎ መገመት ሞኝነት ይሆናል (ዘኁ. 16÷26፤ ምሳ. 13÷20፤ 1ኛ ጢሞ. 5÷22፤ ራዕ. 18÷4)፡፡

---

7 እንግዲህ ከእነርሱ ጋር ተካፋዮች አትሁኑ፤

ኤፌ5:11; ዘኁልቍ 16:26; መዝሙር 50÷18፤ ምሳሌ 1÷10-17፤ 9÷6፤ 13÷20፤ 1ኛ ጢሞ 5÷22፤ ራዕ 18÷4

ቁጥር 8-10 ቀድሞ ጨለማ ነበራችሁና፥ አሁን ግን በጌታ ብርሃን ናችሁ፤ የብርሃኑ ፍሬ በበጎነትና በጽድቅ በእውነትም ሁሉ ነውና ለጌታ ደስ የሚያሰኘውን እየመረመራችሁ፥ እንደ ብርሃን ልጆች ተመላለሱ፤

ከእነርሱ ጋር ተካፋይ የማንሆንበት ዋነኛ ምክንያት በዚህ ቁጥር ላይ አስቀምጦታል፡፡ ቀድሞ ጨለማ ነበራችሁ፡፡ (ኢሳ 9÷2 42÷16 60÷2 ፤ ሉቃ 1÷19፤ 2ኛ ቆሮ 6÷14 4÷1 ፤ ቲቶ 3÷3 ፤ 1ኛ ጴጥ 2÷9) አሁን ግን በጌታ ብርሃን ናችሁና ተመላለሱ፡፡ (ኢሳ 2÷5 ፤ ሉቃ16፡8 ፤ ዮሐ 12÷36 ፤ 1ኛ ዮሐ 1÷7) በብርሃንና በጨለማው መሃከል ፈጽሞ ሊዋሃድ፣ ሊስማማ የማይችል ልዩነት አለ፡፡ ሁለቱ በፍጹም የሚገናኙ አይደሉም፡፡ የብርሃን ፍሬ በበጎነት፣ በጽድቅ፣ በእውነትም ሁሉ ነውና፡፡ ይህን በምናደርግ ጊዜ የጌታ ደስታ ይሆናል፡፡ እርሱ በአገልግሎታችን፣ በሥራችን ሁሉ ይደሰታል ማለት ነው፡፡

በበጎነት፣ በጽድቅ፣ በእውነት በምንመላለስበት ወቅት ይህ የማያስደስታቸው የጨለማው ወገን የሆኑ አካላት አሉ፡፡ እነኚህም በሰይጣንና በጭፍሮቹ ቁጥጥር ሥር ያሉ ናቸው፡፡ እነርሱ ስንዘምር፣ ስንጸልይ፣ እግዚአብሔርን ስናከብርም ያናድዳቸዋል፡፡ አንዳንድ ሰዎች ራሳቸውም ምክንያቱም ሳያውቁትም ይጠሉናል፡፡ ምክንያቱ ለእነርሱ ግልጽ ባይሆንም ለእኛ ግን የተገለጠ ነው፡፡ መንፈሳችንና መንፈሳቸው ይጋጫል፡፡ ጽድቅን፣ በጎነትን፣ እውነትን ለመቀበል አይፈልጉም፡፡ በእነኚህ ሰዎች ተጠንቅቀን እንድንርቅ መጽሐፍ ቅዱስ ይመክረናል፡፡ (3ኛ ዮሐ 11 ፤ ፊሊ 1÷11 ፤ 1ኛ ጢሞ 6÷11 ፤ ዕብ 1÷8 ፤ 1ኛ ጴጥ 2÷24 ፤ 1ኛ ዮሐ 2÷29 ፤ ዮሐ 1÷48)

ጆን ኤዲ ጳውሎስ ጨለማ ብሎ የጻፈውን ቃል ሲገልጽ፡- ጨለማ ያው ራሱ ረቂቁ ጨለማ ሲሆን፣ የተገለጸውን ሐሳብ ለማጠንከር የገባ ነው፡፡ ጨለማ የአለማወቅና የድንቁርና መገለጫና ክልል ነው፡፡ አማኞች በአንድ ወቅት እንዲያ ባለ አሰቃቂ ሁኔታ ውስጥ ነበሩ፡፡ አሁን ግን ከላይ የመጣ ብርሃን ስለጎበኛቸው የጨለማ ኑሮ አልፏል፡፡ (ሉቃስ 1÷78) (ጆን ኤዲ የግሪክ ኮሜንታሪ ጽሑፍ ጳውሎስ ለኤፌሶን ሰዎች መልእክት)

ነበራችሁ፡- ይህ በግሪክ 'ኤቴ' የሚባል ሲሆን፣ አፅንኦት ለመስጠት የሚገባ ነው፡፡ ጳውሎስም የአፈሶን ክርስቲያኖች የነበሩበት ክፉ አኗኗር ማለፉን በአፅንኦት ለመግለፅ ተጠቅሞበታል፡፡ ድሮ በጨለማ ኃጢያትን አሳደድን (አሳድዶ - የገባበት ገብቶ አግኝቶ የሙጥኝ ይዞ መከተል) አሁን ግን ሀጢያትን ራሱ ያሳድደናልና (ሊውጠን ስር ስራችን አድፍጦ ይከተለናል) ፤ መልሶም ወደ ጨለማ ሊያስገባን ይሞክራልና ራሳችሁን ግዙ፡፡ አሁን አማኞች የሆናችሁ ሰዎች በፊት አህዛብ ነበራችሁ፡፡ ስለዚህ አሁን በጨለማ እንዳሉት አትኑሩ፡፡ አትምሰሏቸውም፤ ከየት እንደመጣን፣ አሁን በክርስቶስ ደግሞ እንዴት ያለ ታላቅ መዳንን እንደተቀበልን ዘወትር ማስታወስ በምስጋና እንድንሞላ እና በትህትና እንድንመላለስ ያደርገናል፡፡

ጆን ካልቪን፡- ጳውሎስ ስለማያምኑት ከተናገረ፣ እንዲሁም የነውራቸውና የጥፋታቸው ተካፋይ እንዳይሆኑና ካስጠነቀቀ በኋላ የኤፌሶን ሰዎች ከእነዚህ ከማያምኑት ሰዎች ሕይወትና ምግባር በእጅጉ የራቁ ይሆኑ ዘንድ አጥብቆ ያሳስባቸዋል፡፡ ደግሞም እግዚአብሔርን የማያመሰግኑ ከሆኑ ሰዎች ይጠበቁ ዘንድ እንደ እነርሱም እንዳይሆኑ ያለፈ ሕይወታቸውን ያስታውሳቸዋል፡፡ (ጆን ካልቪን በገላትያ እና ኤፌሶን ላይ ኮሜንታሪ)

ማቲው ሄንሪ፡- ሐዋርያው የቀድሞ ሁኔታቸውን ጨለማ ሲል ይጠራዋል፡፡ ይህም ይኖሩ የነበሩበትን ጨለማ ለመግለጽ ነው፡፡ የትምህርት ብርሃን ሳያገኙ መንፈስም በውስጣቸው ሳይበራ በፊት የእርኩሰት ሕይወትን ይለማመዱ ነበር፡፡ በኃጢያት መኖር በጨለማ መኖር ነው፡፡ ኃጢያተኞች ልክ በጨለማ እንደሚሄድ ሰው የት እንደሄዱ ምን እንደሚሠሩም አያውቁም፡፡ የእግዚአብሔር ጸጋ ግን በሕይወታቸው ውስጥ ታላቅ ለውጥን አመጣ፡፡ አሁን በክርስቶስ አምናችሁ ወንጌሉንም ተቀብላችሁ በጌታ ብርሀን ሆናችኋል፡፡

ቀድሞ፡- በግሪክ ፖቴ poté / pot-eh' ሲሆን፣ በአለፈ ጊዜ ውስጥ አንድ ወቅትን በጥቅሉ የሚያመላክት ነው፤ በዚህ ጥቅስ ውስጥም የገባበት ትርጉም ይሄው ነው፡፡(መጽሐፍ ቅዱስ ጥቅሶች የብሉይና / የአዲስ ኪዳን ግሪክ መዝገበ ቃላት. የቲየር ትርጉም)

ጳውሎስ ቀድሞ .. ሲል አማኞች የአለፈ ሕይወታቸውን እየመረመሩ በጭንቅ እንዲኖሩ ለማድረግ እየሞከረ አይደለም፡፡ እግዚአብሔር እነርሱን ከጨለማ ወደሚደነቅ ብርሃን በማውጣት ያዳነበት ማዳን ምን ያህል ታላቅ እንደሆነ ያውቁ ዘንድ በፊት ከኖሩበት ጨለማ ጋር እንዲያነጻጽሩት ይፈልጋል፡፡

ኒውፊልድ የጨለማን ምንነት ሲያብራራ፡- ጨለማ እግዚአብሔር ብርሃንን የሚፈጥርበትን ትርምስ ይወክላል፡፡ (ለምሳሌ ዘፍጥረት 1÷2-4 እዮብ 12÷22) የሕይወትን ማብቃት - ሞትን ለማሳየትም ያገለግላል (ምሳሌ እዮብ 10÷20 – 22፣ 38÷17) ጨለማ በአብዛኛው ኃጢያትን፣ አመፃን እንዲሁም ጭቆናን ይወክላል (እዮብ 24÷13-17 መዝሙር 44÷19 ኢሳያስ 59÷9) ስለዚህም የእግዚአብሔርን አስፈሪ ቁጣና ፍርድ የሚያመላክት ነው፡፡ (ኢሳያስ 47÷5 ኤርሚያስ 13÷16 ሕዝቄል 32÷8 አሞጽ 5÷20 (ኒውፋልድ, ቶማስ ቶር ዮድደር, የቤተክርስቲያን አማኞች የመጽሐፍ ቅዱስ ሐተታ)

ጳውሎስ እዚህ ቦታ ጨለማን የተጠቀመው የኤፌሶን ሰዎች ሳይለውጡ በፊት የነበሩበትን ሕይወት ለመግለጽ ነው፤ መለኮታዊ እውነትን ሳያውቁ ሥርዓትና ግብረገብም የሌላቸው ነበሩ፡፡ በአዳም ያለው የአሮጌው ሰው የኃጢያት ኑሮ ብቸኛ መገለጫቸው ነበር (1ኛ ቆሮ

15፡22)፡፡ ጳውሎስም ሲጽፍ ቀድሞ በጨለማ ውስጥ ነበሩ አይልም፤ የሚለው ራሳቸው ጨለማ ነበሩ ነው፡፡መለኮታዊ ነገሮችን ባለማወቃቸው እንዲህ ያለው አለማወቅ በሚያስከትለው ጥፋት ሙሉ በሙሉ ጠፍተው ነበር (ዘ ኤክስፖዚተርስ ግሪክ ኪዳን የመጽሐፍ ቅዱስ ኮሜንተሪ ኤፌሶን 5)፡፡

ሞውል፡- በጨለማ ብቻ አልነበሩም፡፡ ከራሱ ጋር አንድ እስከሆኑ በኃጢያትና ባለማወቅ ጨለማውን መስለውት ነበር እንጂ፡፡

ኤሊኮት፡- ጨለማ ውስጥ እየኖሩበት ብቻ አልነበሩም፤ ራሳቸውም ጭምር ጨለማ ነበሩ፡፡

ዊሊያም ሄንድሪክሰን፡- ጨለማ እንደ ከፉ ከባቢ አየር ከብቧቸው እየኖሩ ብቻ አልነበሩም፡፡ ነገር ግን ራሳቸውም የዛ የጨለማ ግዛት አካል ነበሩ፡፡ ጨለማውም በውስጣቸው ነበር፤ ይህም እግዚአብሔርን ያለማወቅ ጨለማ ነው፡፡

አሁን ግን በጌታ ብርሀን ናችሁ

ብርሃን፡- በግሪክ ፎስ phōs / foce ሲሆን፣ ጳውሎስ እውነቱ የበራላቸውን ለመግለጽ የተጠቀመበት ቃል ነው ከዚህም አልፎ ከአህዛብ ያመኑትን ብርሃን ሲል ይጠራቸዋል (መጽሐፍ ቅዱስ ጥቅሶች የብሉይና / የአዲስ ኪዳን ግሪክ መዝገበ ቃላት. የቲየር ትርጉም፤ ዉወስት)

ሞል፡- (Moule) ያመኑትን ሲገልጽ አማኞቹ በብርሀን ውስጥ ብቻ አልነበሩም፡፡ በብርሀን ተሞልተው ከቅድስና ብርሀን እና ከእውቀት ጮራ ጋር አንድ ሆነዋል፡፡

ጆሴፍ ቢት፡- እንዲህ ሲል አስተያየት ይሰጣል- ብርሀን ማለት ማየት መቻል ስለሆነ እውቀትም ነው፡፡ በጨለማ ወዴት እንደምንሄድ አናውቅም (1ኛ ዮሐንስ 2÷11)፡፡ ወንጌል ብርሃን ይሰጣል፤ ማለትም የራሳችንን ባህርይ እና አካባቢያችንንም ይገልጥልናል፡፡ ስለዚህ ብርሀን ለሚያምኑ የአዲስ ባህርይ ምንጭ ነው፡፡ ለዚህ ነው የብርሃን ልጆች ተብለው የሚጠሩት፡፡ በተጨማሪም ብርሃን ወደ ውስጣቸው ገብቶ አካላቸው ስለሚሆን ራሳቸውም ብርሃን ናቸው፡፡ ይህም ከብርሃን ጋር የሚስማማውን መንገድ ይመርጡ ዘንድ ኃላፊነት የሚጥልባቸው ነው፡፡ (የቅዱስ ጳውሎስ መልእክቶች ለኤፌሶን, ለፊልጵስዩስ, ለቆላስይስ እና ለፊልሞሶ በጸሐፊው ኮሜንተሪ ባፊ, ጆሴፍ አግሪ, 1840-1924)

ፓስተር ስቲቨን ኮል፡- እንዲህ ያብራራል - በጨለማ ውስጥ መኖራችን እውነት ቢሆንም ጳውሎስ ግን ፊት በጨለማ ውስጥ ነበርን አሁን ግን በብርሃን ነን አይልም፡፡ እርሱ የሚለው ቀድሞ ጨለማ ነበርን አሁን ግን በጌታ ብርሃን ሆነናል ነው፡፡ የብርሃን ልጆች የሚለው ለውጡ በአዲስ ልደት በእግዚአብሔር ኃይል የሚመጣ መሆኑን የሚያሳይ ነው፡፡ ይህም የእርሱ የመፍጠር ኃይል ሥራ ነው መጀመሪያ ከጨለማ ውስጥ ብርሃንን እንደፈጠረ እንደዚሁ ጨለማ የነበርነውን በጌታ ወደሚሆን ብርሃንነት ለወጠን፡፡ አብዛኞቻችን ዋሻ የመጎብኘት ዕድል ገጥሞን ይሆናል፡፡ አስጎብኚው ለጥቂት ሰኮንዶች መብራቶችን በሙሉ ሲያጠፋ እጃችንን እንኳ ማየት አይቻለንም፡፡ በዚህ ቅፅበት ነው ሙሉ በሙሉ አይነ ስውር መሆን ምን እንደሚመስል የምንረዳው፡፡

ጳውሎስ ቀድሞ ጨለማ ነበርን ይላል፡፡ መንፈሳዊ ዓይናችን አልበራም ነበር፡፡ በዚህም የእግዚአብሔርን እውነትና ክብር ማየት ቀርቶ የማየቱ ፍላጎት እንኳ አልነበረንም፡፡ የእግዚአብሔርን ፍፁም ቅድስናና ፍርድ ባለማወቃችን የተነሳ ወደ መንግሥቱና ለመግባት በራሳችን የበቃን ስለሚመስለን አዳኝ እንደሚያስፈልገን እንኳ ተሰምቶን አያውቅም፡፡ በመሆኑም የሞትንና የዘላለማዊነት ሐሳብ እያወስገድን ለራሳችን ተድላ ብቻ ኖርን፤ እግዚአብሔር ሲያድነን ግን በክርስቶስ ፊት የእግዚአብሔርን የክብር እውቀት ብርሃን እናይ ዘንድ የልቦናችንን አይኖች ከፈተ፡፡ እኛም በኃጢያታችን ጠፍተን የነበርንበትን እውነተኛ ሁኔታ አየን፡፡ ያየነው ግን ይህን ብቻ አይደለም፡፡ የክርስቶስ የመስቀል ላይ ሞት ከኃጢያታችን ሁሉ ሊያነጻን በቂ መሆኑንም አየን፡፡ አሁን ለእግዚአብሔር ቃል አዲስ መረዳት፣ እርሱንና እውነቱን ለማወቅም እየጨመረ የሚሄድ አዲስ ውስጣዊ መሻት አለን፡፡ አሁን ቀድሞ የኖርንበትን ኃጢያት እንጸየፋለን፡፡ በአካሄዳችን ሁሉም ልክ እንደ አዳኛችን ቅዱስ እንሆን ዘንድ እንጓጓለን፡፡ አሁን በጌታ ብርሃን ስለተደረግን ከጨለማ ይልቅ በብርሃን ውስጥ እንመላለሳለን፡፡ ምንም እንኳ እኔን ጨምሮ አንዳንዶቻችን ይህ ለውጥ መቼ እንደሆነ በትክክል መናገር ባንችልም መሆኑን ግን እናውቃለን፡፡ ይህም እግዚአብሔር ልባችንን እንደቀየረው ስለምናውቅ ነው፡፡ «ቀድሞ ጨለማ ነበራችሁ አሁን ግን በክርስቶስ ብርሀን ናችሁ (ኤፌሶ 5፥5) እንደ ብርሀን ልጆች ለመመላለስ በእግዚአብሔር የማዳን ኃይል የብርሃን ልጅ መሆን አለባችሁ፡፡ (ፍላግስታፍ ክርስቲያን ሕብረት ስቲቨን ጄ ኮል, 2008)

ኤክስፖዚተርስ ግሪክ ቴስተመንት፡- የለውጡ ምሉዕነት ብርሃን የሚለውን ቃል ጳውሎስ በተጠቀመበት አጠቃቀም ተገልጾአል፡፡ እውነት በውስጣቸው ዘልቆ ከመግባቱ እና ከመዋሃዱ የተነሳ የበራላቸው ብቻ ሳይሆን ራሳቸውም ብርሃን ተብለዋል፡፡ ይህም የሆነው

በጌታ ነው፤ ከክርስቶስ ጋር ባላቸው ኅብረት ሕይወታቸውን የሚለውጥ አዲስ መረዳት አገኛቸው፡፡ (ዘ ኤክስፖዚተርስ ግሪክ ኪዳን የመጽሐፍ ቅዱስ ኮሜንተሪ ኤፌሶን 5)

በጌታ፡- ይህ ሐረግ በምስጋና እንድንሞላ ሊያደርገን ይገባል፡፡ ጳውሎስ ጨለማ ነበራችሁ አሁን ደግሞ ብርሃን ናችሁ ብሏል፡፡ ብርሃን የሆንነውም በክርስቶስ ብቻ ነው፡፡ ጳውሎስ በጌታ የሚለውን ሐረግ የኤፌሶን ክርስቲያኖች ብርሃን የሆኑበት ምስጢር የዓለም ብርሃን ከሆነው ኢየሱስ ጋር በእርሱ በኩል ደግሞ ከአብ ጋር በመሠረቱት አንድነትና ዘላለማዊ ኅብረት መሆኑን በአፅንኦት ለመግለጽ ተጠቅሞበታል፡፡(ቅድመ አስቲን)

ሂውስ ሲናገር፡- አማኞች ራሳችን ብርሀን ሆነናን፡፡ ብርሃናችንም ከእርሱ የሚቀዳ ነው፡፡ እንደ.ም ጨረር ከቶ ከራሳችን አይደለችም፡፡ ከክርስቶስ ጋር መሆናችን ግን ብርሃን እንድንሆን ያስችለናል፡፡ ጴጥሮስ ከመለኮት ባህሪ ተካፋዮች ነን ይላል (2ኛ ጴጥሮስ 1÷4)፡፡ መካፈላችን ፍፁም እውነት ነው፤ ብርሃናችንም እንደዛው ስለሆነ በመጨረሻ ራሳችን የብርሀኑ አካል እንሆናለን፡፡ ይህን ክርስቶስም በምሳሌው ነግሮናል «በዚያን ጊዜ ፃድቃን በአባታቸው መንግሥት እንደ ፀሐይ ይበራሉ» (ማቴ 13፥43)፡፡

ሲ ኤ ሉዊስ እንደሚለው፡- ሰማያት የእግዚአብሔርን ክብር ያንፀባርቃሉ፤ እኛ ግን የአብን ክብር በክርስቶስ እንካፈላለን፤ ያኔም ከሰማያት ይልቅ ደምቀን እናበራለን፡፡ ተፈጥሮም ሟች ናት እኛም ስታልፍ እናያታለን፡፡ ፀሐያትና ግርማቸው ሁሉ ሲያልፍ እያንዳንዳችሁ ግን በሕይወት ትኖራላችሁ፡፡ ተፈጥሮ እንደኛው ምሳሌ ብቻ ናት፤ እኛ ደግሞ በተፈጥሮ ውስጥ አልፈን እርሷ ለወራት ከምታንፀባርቀው ለሚበልጥ (ክብር) ውበት ተጠርተናል፡፡

ክርስቲያን እንደመሆናችን አሁን ለጊዜው ልናስተውለው በማንችለው መንገድ ደምቆ የመብራት ክብር ይጠብቀናል፡፡ እግዚአብሔር ወደሚሰጠው ክብርና ሞገስ መግባትን አግኝተንም ቃል እስከማይገኝልን ድረስ እፁብ ድንቆች እንሆናለን፡፡ ብርሃንም ስለሆንን በዓለም ውስጥ እጅግ ታላቅ ኃላፊነት አለብን፡፡ (የክርስቶስ አካል ምስጢር› ኤፌሶን ኮመንቴሪ : አር ኬንት ሂዩዝ)

ጌታ፡- ይህን ስም ግሪኩ ኩሪዮስ kýrios/ koo'-ree-os ይለዋል፡፡ የበላይ፣ አዛዥ፣ ባለቤት ማለት ነው፡፡ ፍፁም የሆነ ባለንብረትነትን፣ ሥልጣንን፣ ኃይልን የሚገልጽ ስም ነው፡፡ በመጽሐፍ ቅዱስ ኢየሱስ አሥር ጊዜ ያህል አዳኝ ወደ 700 ጊዜ ደግሞ ጌታ ተብሎ ተጠቅሷል፡፡ ጌታ ወይም ኪይሪዮስ በብሉይ ኪዳን ውስጥ 7000 ጊዜ ያህዌ የሚለውን

የእግዚአብሔርን ስም ለመተካት በሰብቱዋጅንት ውስጥ የተጠቀሙበት ስም ነው:: (መጽሐፍ ቅዱስ ጥቅሶች የብሉይና / የሐዲስ ኪዳን ግሪክ መዝገበ ቃላት. የቲየር ትርጉም)

ዌይን ባርበር አሁን ግን በጌታ ብርሃን ናችሁ የሚለውን ሲገልጽ፡- ከእርሱ ውጭ ብርሃን የለምና ሁሉም በእርሱ ምክንያት ነው የሆነው:: ልብ በሉ፤ እርሱ እንጂ እኔ ብርሀን አይደለሁም:: ብርሃን የሆነው እርሱ በእኔ ውስጥ ስላለ ግን እኔ ብርሃን ነኝ (ቆሮን 1÷27) መንፈሱ ገብቶ መብራቱን ስላበራ አሁን ማወቅና ማስተዋል እችላለሁ:: መንፈሱም ላውቅ የሚያስፈልገኝን ሁሉ ስለሚያስተምረኝ የብርሃንን ምንነት የሚያሳይ ሕይወት መኖር እችላለሁ:: ጨለማ ነበርን እርሱ ግን አሁን በውስጣችን ስለሆነ ብርሃን ተደርገናል:: (ዮሐንስ 8÷12) አሁን ብርሃን በውስጣችሁ ስላለ ኃጢያትን ታውቃላችሁ በስምም ትጠሩታላችሁ (ትናዘዛላችሁ):: በአማኝ መዝገበ ቃላት ውስጥ ኃጢያትን መናዘዝ ወሳኝ ቃል የሆነውም ለዚህ ነው::

ቶማስ ቪንሰንት (1634 - 1678) ሲጽፍ፡- ከክርስቶስ የሆነ መንፈሳዊ ብርሀን አላችሁ፤ በእኛም ውስጥ ያለው ጨረር ሁሉ ምንጩ ክርስቶስ ነው:: በጨለማ ውስጥ ብቻ ሳትሆኑ ጨለማም የነበራችሁበት ጊዜ ነበር:: ኢየሱስ ክርስቶስ ግን አበራላችሁ (ኤፌሶን 5÷8):: ቀድሞ ጨለማ ነበራችሁና አሁን ግን በጌታ ብርሃን ናችሁ:: ከጨለማ ወደሚደነቅ ብርሀን ያፈለሳችሁ ክርስቶስ ነው:: በልባችሁ ውስጥ አስደናቂው ብርሃን እንዲበራ አድርጓል:: በዚህም የኃጢያትን አስቀያሚነት ማየት ትችሉ ዘንድ ሕጉን ገለጠላችሁ:: በክርስቶስ ኢየሱስ ያለውን የእግዚአብሔርን ጸጋ እና የርስቱን ክብር ባለጠግነት እንዲሁም የወንጌልን በረከት ማየት ትችሉም ዘንድ የወንጌሉን ምስጢር ገለጠላችሁ::

(ዮሐንስ 9÷22) ላይ እንደተጻፈው አይነስውር ሆኖ የተለደውና ክርስቶስም አይኑን ያበራለት ሰው ክርስቶስን ከሰጋዊ ጨለማ ስላዳነው ከወደደው ከምኩራብ ገፍትረው እስኪያስወጡት ድረስም በፈሪሳውያን ፊት ስለሱ ከመሰከረ ከመንፈሳዊ ጨለማ ያዳነን እኛማ ክርስቶስን አስበልጠን ለመውደድ እንዴት ብዙ ምክንያት አይኖረን! እንደ ብርሀን ልጆች ተመላለሱ (ኤፌ 5÷2፣ ኢሳያስ 2÷5፤ ሉቃ 16÷8፤ ዮሐንስ 12÷36 ... (እውነተኛ ክርስቲያን ለማይታየው ኢየሱስ ፍቅር በቶማስ ቪንሰንት (1634-1678) ገጽ 317)

እንደ ብርሃን ልጆች ተመላለሱ

በክርስቶስ ያለን አዲስ ማንነት አዲስ የኑሮ ዘይቤን የሚጠይቅ ነው፤ እግዚአብሔር ብርሃን ስለሆነ ብርሃንም ስለሚገልጥ እንደ ብርሃን ልጅ መመላለስ በእግዚአብሔር ፊት መመላለስ

427

ወይም ሁሉን ከሚያየው አንዳችም ሳይደብቁ መመላለስ ማለት ነው (ዕብራውያን 4÷13 Prov 15.3)፡፡ እግዚአብሔር ብርሃን ስለሆነ እኛ ልጆቹ ደግሞ በጨለማው ዓለም የእርሱን ብርሃን በሚገልጥ የአኗኗር ዘይቤ ልንመላለስ ይገባናል፡፡

ጳውሎስ አዘውትሮ ከእግዚአብሔር ዘንድ የተደረገልንን እውነት ከትዕዛዝ ጋር ይነግረናል፡፡ ለምሳሌ በ2ኛ ቆሮንቶስ 6÷17፣18 የእግዚአብሔርን የተስፋ ቃል ከገለጠ በኋላ የሚከተለውን ትእዛዝ ያስተላልፍልናል፡- እንግዲህ ወዳጆች ሆይ የዚህ ተስፋ ቃል ካለን በእግዚአብሔር ፍርሃት ቅድስናን ፍፁም እያደረግን ሥጋንና መንፈስን ከሚያረክስ ሁሉ ራሳችንን እናንፃ፡፡ (2ኛ ቆሮንቶስ 7÷1 በክርስቶስ የተገኘው ማንነት ትንታኔ የተወሰደ)

ኒውፊልድ እንዲህ ይላል፡- ጳውሎስ የተደረገልንን እና የሚጠበቅብንን በዚህ ቃል ሲነግረን ገላትያ 5፡25ን በእጅጉ እንድናስብ ያደርገናል፡፡ "በመንፈስ ብንኖር በመንፈስ ደግሞ እንመላለስ፡፡" አማኞች በዚህ አዲስ ፍጥረት ውስጥ የመለኮት ባህሪ ተካፋዮች መሆናቸው እውነት ከሆነ (ገላትያ 6፡5 2 ቆሮ 5፡17 ኤፌ 4፡24) አካሄዳቸው የዚሁ አዲስ ተፈጥሮ ፍሬ መሆኑን መገመት አያስቸግርም፡፡

ተመላለሱ፡-ራሳችሁን ከሕግ በታች እንዳታደርጉ ተጠንቀቁ፡፡ ትዕዛዛቱን ጠብቁ፡፡ የምትጠብቁት ግን በመንፈስ ቅዱስ ላይ ባላችሁ መተማመን ይሁን (ፀልዩ - ኤፌ 3÷16 ፣ ተሞሉ -5÷8 ፣ ተመላለሹ - ገላ 5÷16)፡፡ የወደቀው ሥጋ ሕግን ("ህጋዊነት" - ሌጋሊዝምነትን) ይወዳል፡፡ የሚሠራውም በሕግ ነው (ሮሜ 7÷5) በመንፈስ የሚመራ ሕይወት ግን በፍቅር የሚሠራ የነፃነት ሕይወት ነው፡፡

ኤፌሶን 5 ላይ ያሉ የጳውሎስ ትዕዛዛት

ከዚህ በታች ያለውን እያንዳንዱን ትዕዛዝ መፈፀም የምንችለው የግል ጥረታችንን ከደን (ከመፍጨርጨር ህይወት) ወጥተን ብቃትን ሐይልን ማስቻልን በሚሰጠን መንፈስ ቅዱስ ላይ ስንደገፍ ስንመራ ነው፡፡ በጌታ ጸጋ ሚፈፀሙ ትእዛዛቶች ውስጥ (1) እግዚአብሔርን ምሰሉ ኤፌሶ 5÷1 ይህንን ትዕዛዝ በፍጹም በራሳችን ብርታት ልንጠብቀው አንችልም፡፡ የራሳችንን ብርታት ከደን በመንፈስ ቅዱስ ኃይል መደገፍን መለማመድ ያስፈልገናል፡፡ ከዚህ በታች የተጻፉትን ትዕዛዛትም ለመፈጸም የመንፈስ ቅዱስ ኃይል ያስፈልገናል፡፡ (2) በፍቅር ተመላለሱ ኤፌሶ 5÷2 (3). ዝሙትና ርኩሰት ሁሉ ወይም መመኘት በእናንተ ዘንድ ከቶ አይሰማ ኤፌ 5÷3 (4) ማንም በከንቱ ንግግር አያታላችሁ ኤፌ 5÷6 (5) እንግዲህ ከእነርሱ ጋር ተካፋዮች አትሁኑ ኤፌ 5÷7 (6) እንደ ብርሀን ልጆች ተመላለሱ ኤፌ 5÷8 (7) ፍሬም

ከሌለው ከጨለማ ሥራ ጋር አትተባበሩ ኤፌ 5፥11 (8) የጨለማን ሥራ ግለጡት ኤፌ 5፥11 (9) ንቁ ከሙታንም ተነሱ ኤፌ 5፥14 (10) እንዴት እንድትመላለሱ በጥንቃቄ ተጠበቀ ኤፌ 5፥15 (11) እንደ ጥበበኞች ተመላለሱ ኤፌ 5፥1 (12) ዘመኑን ዋጁ ኤፌ 5፥16 (13) ሞኞች አትሁኑ ኤፌሶን 5፥17 (14)የጌታ ፈቃድ ምን እንደሆነ አስተውሉ ኤፌ 5፥17 (15) በወይን ጠጅ አትስከሩ ኤፌ 5፥18 (16) መንፈስ ይሙላባችሁ ኤፌ 5፥18 ይገኙባቸዋል፡

እንደ ብርሀን ልጆች ተመላለሱ፡- እንዴት? ጳውሎስ እንደ ብርሃን ልጆች መመላለስ ማለት በፍቅር መመለስ መሆኑን ገልጿል (ኤፌ 5፥1)፡፡ በገላትያ 5፥25 ላይ ደግሞ ይህ ዓይነቱ ክርስቶስን የመምሰል አኗኗር መኖር የሚቻለው ደግሞ በየአማኙ ውስጥ በሚኖረው የክርስቶስ መንፈስ መሆኑን ገልጿል፡፡ (ሮሜ 8፡9)በብርሀን መመላለስ ለሚለው በብሉይ ኪዳን ያለው ሄኖክ ጥሩ ምሳሌ ይሰጠናል፡፡ ሄኖክም አካሄዱን ከእግዚአብሔር ጋር ስላደረገ አልተገኘው እግዚአብሔር ወስዶታልና (ዘፍጥረት 5፥24) ጳውሎስ ለአንባቢዎች በክርስቶስ ያላቸውን አዲስ ቦታ ገልፆላቸዋል፡፡ ቦታው ግን ዘወትር በብርሃን እንድንመላለስ ዋስትና አይሆነንም፡፡ ስለዚህም ጳውሎስ እንዲህ የሚል ይዘት ያለው ትዕዛዝ ይሰጣቸዋል፡- እንደዚያ እንደሆናችሁት መኖርን ልማድ አድርጉ፤ አኗኗራችሁ ስለእምነታችሁ የሚመሰክር ይሁን፡፡

ተመላለሱ በግሪክ ፔሪፓቲዮ peripatéō / per-ee-pat-eh'-o የሚባል ሲሆን፣ በጥሬው ያለው ትርጉም ወዲህና ወዲያ መሄድ መዘዋወር የሚል ነው፡፡ በጳውሎስ አጠቃቀም ደግሞ መኖር፣ ሕይወትን መምራት የሚለውን ትርጉም ይይዛል፡፡ አብዛኞቹ አዲስ ኪዳን ውስጥ ያሉት የቃሉ አጠቃቀሞችም እንዲሁ አኗኗርን ለመግለጽ የገባ መሆኑን የሚያመላክቱ ናቸው፡፡(መጽሐፍ ቅዱስ ጥቅሶች የብሉይና / የአዲስ ኪዳን ግሪክ መዝገበ ቃላት. የቲየር ትርጉም)

እንደ ብርሃን ልጆች ተመላለሱ በሚለው ውስጥ ጳውሎስ ብርሃን ከጨለማ ጋር ምን ኅብረት አለው ሲል ይጠይቃል፡፡ በፈቃዳቸው በጨለማ ለመሄድ የቆረጡ ሰዎች ከብርሃን መንግሥት ጋር ኅብረት የሚያደርጉበት አንዳችም ዕድል የላቸውም፡፡

ኪስትሜኪር - እያንዳንዱ አማኝ በክርስቶስ ስላለው ቦታ ሲጽፍ፡- የፀኑ ይሁኑ፤ በቀን ተቀን ኑሯቸው በመርህ ደረጃ ለሆኑበት ለዚያ ማንነት እውነተኞች ሆነው ይቁሙ፡፡ እንደ ብርሃን ልጆች ያለማቋረጥ ይመላለሱ፡፡ እግዚአብሔርን ማወቅና የፈቃዱ እውቀት የሁልጊዜ መመሪያቸው ይሁን፡፡ ጽድቅና ቅድስናም የአመለካከታቸው፣ የንግግራቸውን የድርጊታቸው መገለጫዎች ይሁኑ፡፡ በአጠቃላይ በመዳን ውስጥ ያለው ሐሴት የሕይወታቸው አብይ

እሴት ይሁን፡፡ ((ቤከር አዲስ ኪዳን ኮመንተሪ - ትንታኔ ወደ ገላትያ, ኤፌሶን, ፊልጵስዩስ, ቆላስያስ እና ፊልሞና)

ኤጲስቆጶስ ኤች ሲጂ ሞል፡- ኃላፊነትና ፈተና ባለበት በገሀዱ ዓለም ውስጥ እንደ ብርሀን ልጆች፣ ተመላለሱ ሕይወታችሁንም ፈፅማችሁ ኑሩ፡፡ በዚያ ልጅነትም ከማይታዘዙት ልጆች ሙሉ በሙሉ ተለይታችሁ ጠባቡን መንገድ ያዙ እርሱም (እንደ ንጋት ብርሃን ነው ሙሉ ቀን እስኪሆንም ድረስ እየጨመረ ይበራል) ምሳሌ 4፥18 (የቅዱስ ጳውሎስ መልእክት ወደ ኤፌሶን ትምህርት፡ ኤክስፖዚተሪ ንባብ)

ጆን ኤዲ፡- አማኞች ከጨለማ ጋር አለመተባበር ብቻ ሳይሆን እንደ ብርሃን ልጆች ብርሃንኑን እንደወደዱት፣ ፍካቱንም እንዳንፀባረቁት በአኗኗራቸው ብርሃኑን መግለጥ አለባቸው፡፡ አጠቃላይ አካሄዳቸው የቀደመውን ጨለማ እንደጠሉት፣ በድንግዝግዝ ሳይሆን በፅድቅ ፀሃይ ሙሉ ግርማ ውስጥ መኖራቸው እንዳረካቸው የሚያስረግጥ መሆን አለበት፡፡ ሐዋርያው በመጀመሪያ የክርስቲያን ኑሮ አንዱ ንጥረ ነገር ፍቅር መሆኑን ገልጿል፡፡ አሁን ደግሞ ሁለተኛው ባህሪ ብርሃን መሆኑን ይናገራል፡፡ ሁለቱም ፍቅርና ብርሃን የአንድ መንፈሳዊ ንፅህና መልኮች ናቸው፡፡(የጳውሎስ መልእክት ከኤፌሶን ምእራፍ የግሪክ ጽሑፍ አኳያ፡ ጆን ኤዲ)

ኤፍ ቢ ሜየር፡- በብርሃን ተመላለሱ፡፡ እግዘአብሔር ብርሃን ነው፡፡ የእግዚአብብሔር ስሙ ከልቦናችን ሳይርቅ፣ ከከንፈራችንም ሳይለየን ስናንሾካሹከው ወይም ፈተና ሲደቀንብን እንደ አሸንክታብ ስንለውና በዚህ አስተሳሰብ በየሥርዓቱና በየዕለቱ ከዕርሱ ጋር ኅብረት ስናደርግ በብርሃን ተመላለስን ይባላል፡፡ ማስተዋል የምናገኘውም እንዲህ ስንሄድ ነው፡፡ በእግዚአብሔር ብርሃን ብርሃንን እናያለን ልብም ሲነጻ አይን አንድ ብቻ ይሆናል፡፡ በተቃራኒው ከእግዚአብሔር ሕይወት ስንርቅ የእርሱ የሆነውን እውነት እንዳናውቅ ልቦናችን እየጨለመ ይሄዳል፡፡ የግልሙትና መቃመጫው ልብ ነውና በልብ መደንደንም ነፍስ ከእግዚአብሔር ሕይወት ከወጣች፣ ራሷንም ለሴሰኝነት አሳልፋ በመስጠትም በመመኘት እርኩሰትን ማድረግ እንደ ሙያ ከያዘችው የእግዚአብሔር የክብር ዕውቀት ብርሃን በተዘጋ መስኮት ላይ በከንቱ የሚሰፍር ይሆናል ተቀባይነት ያጣል ፡፡ እግዚአብሔርን ካወቃችሁ እርሱን መምሰል አለባችሁ፡፡ የእግዚአብሐርን ምስጢር ካወቃችሁ ከእርሱ ጋር መመላለስ አለባችሁ፡፡ የእግዚአብሐርን ትምህርት ካወቃችሁ ፈቃዱን ለማደረግ ፈቃደኞች መሆን አለባችሁ፡፡ በብርሃን ከመመላለስም የተሻለ ግን ሌላ ነገር አለ፡፡ ይህም የብርሃን ልጆች መሆን ነው፡፡ ጤዛ ከማለዳ ጮራ ቢያንፀባርቅ ከዋክብትም በሰማይ ኮርኒስ ላይ ሲያበሩ አዕዋፍ አየሩ ላይ ልጆችም ከሜዳው ቢቦርቁ እነዚህ አንዳቸውም ከብርሃናት አባት

የእ.ፊ.ቤ.ስ. አገልግሎት / የኤፌሶን መልእክት ትምህርት

እንደተወለዱ የብርሃን ልጆች አይደሉም:: የብርሃን ልጆች ልብን የሚያበራውን ብርሃን በውስጣቸው ይዘዋል፤ በበጎነት፣ በጽድቅ እና በእውነት ፍጹም እና ደስ የሚያሰኘውን የእግዚአብሔርን ፈቃድ ፈትነው በማወቅ ይመላለሳሉ:: (የእኛ አኗኗራ፡ወደ ኤፌሶን መልእክት፡ ዲቮሽናል ኮሜንታሪ)

ልጆች፡- በግሪክ **ቴክኖን**téknon / tek'-nonሲሆን፣ ልጆች መውለድ ወይም መወለድ የሚል ትርጉም ካለው ቲክቶ ከተሰኘ ቃል የወጣ ነው:: ቴክኖን በጥሬ ትርጉሙ የተወለደ ማለት ነው:: በመጽሐፍ ቅዱስ ውስጥ አማኞች የእግዚአብሔር ልጆች ተብለው ሲጠሩ ልጆች (ቴክኖን)የሚለው ቃል ልዩ የሆነ መለኮታዊ ትርጉም ይይዛል:: ይህም የእግዚአብሔር መንፈሳዊ ልጆች መለኮታዊ ባህሪ እርሱም የብርሃን ተፈጥሮ ያላቸው መሆኑ ነው:: በኤፌሶን 5÷1 ላይ ቴክኖን የሚለውን ቃል ዳግመኛ የተወለዱ አህዛብን እንደተወደዱ የእግዚአብሔር ልጆች ለመግለጽ ተጠቅሞበታል:: (መጽሐፍ ቅዱስ ጥቅሶች የብሉይና / የአዲስ ኪዳን ግሪክ መዝገበ ቃላት. የቲየር ትርጉም)

ማክሲ ዳነም አማኞች አስመሳይ ወይም ተዋናዮች አለመሆናችንን ያስታውሳል፡- ዶሮቲ ሳየርስየተባለች ወንጌላዊና ልቦለድ ፀሐፊ ማስተዋልና ዓላማ የሌለበትን የአንደበት (የልማድ) አምልኳችንን ትልልቅ ከሚባሉት ተዋናዮች ጋር አመሳስላዋለች:: እነዚህ ተዋናዮች የተሰጣቸውን አጭር ሚና ተጫውተው የተውኔቱን ሙሉ ሃሳብ ሳይረዱ ይሄዳሉ:: የተጫወቱት ቲያትር ኮሜዲ ይሁን ትራጄዲ የሚያውቁት ነገር የለም:: ታዲያ ይህ የክርስቲያንስ ችግር አይደለምን? በቤዛነት ድራማ ውስጥ (ማለትም በአዲሱ የፅድቅና የቅድስና ሕይወት ውስጥ) እንዳሻን እየወጣንና እየገባን ትልልቅ ተዋናዮች መሆን እንፈልጋለን:: እንዲህ ሊሆን አይገባም:: *"ቀድሞ ጨለማ ነበራችሁና አሁን ግን በጌታ ብርሃን ናችሁ"* እንደ ብርሀን ልጆች ተመላለሱ (ኤፌ 5÷8):: ይህ የመጽሃፍ ቅዱስ ክፍል ሌሎች ሁለት ክፍሎችን ያስታውሰናል:: የመጀመሪያው ዮሐንስ 12÷35፣ 36 *"ብርሃን ሳለላችሁ ተመላለሱ"* ሲሆን ሁለተኛው ደግሞ ሮሜ 13÷8–14 ‹‹*...እንግዲህ የጨለማውን ሥራ አውጥተን የብርሃንን ጋሻ ጦር እንልበስ:: በቀን እንደምንሆን በአግባብ እንመላለስ፡*›› የሚል ነው:: የሮሜ 13ኛ ምዕራፍ የሚዘጋውም እንዲህ ነው:: "ነገር ግን ጌታን እየሱስ ክርስቶስን ልበሱት" እኛ ተዋናዮች አይደለንም::(ሰባኪው ያለው ሐተታ ተከታታይ, ጥራዝ 31 ገላትያ / ኤፌሶን / ፊልጵስዩስ / ቆላስይስ / ፊልሞና)

---

8 ቀድሞ ጨለማ ነበራችሁና፥ አሁን ግን በጌታ ብርሃን ናችሁ፤

ቀድሞ ጨለማ ነበራችሁና ኤፌ5÷2: 11፤12፤4÷18፤ 6÷12፤መዝ 74÷20፤ኢሳ 9÷ 2፤ 42÷16፤ 60 ÷ 2፤ኤር 13÷16፤ማቴ4÷16፤ሉቃ 1÷79፤ሐዋ 17÷30፤ 26÷18፤ሮሜ 1÷21፤ 2÷19; 2 ቆሮንቶስ 6÷14፤ቆላ1÷13፤ቲቶ 3÷3፤ 1 ጴጥ 2÷9፤ 1 ዮሐ 2÷8

አሁን ግን ኢሳ 42÷6፤7፤ 49 6፤9፤ 60÷1፤3፤19፤20፤ዮሐ 1÷4፤5፤9፤ 8÷12፤ 12÷46፤ 1 ቆሮ 1÷30፤2 ቆሮ 3÷18፤ 4÷6፤ 1 ተሰ 5÷4-8፤ 1 ዮሐ 2÷9-11

በጌታ ብርሃን ናችሁ፤ ኢሳ2÷5፤ሉቃ 16÷8፤ዮሐ12÷36፤ገላ 5÷25፤ 1 ጴጥ 2÷9-11፤ 1 ዮሐ 1÷7 **9-10 የብርሃኑ ፍሬ በበጎነትና በጽድቅ በእውነትም ሁሉ ነውና ለጌታ ደስ የሚያሰኘውን እየመረመራችሁ፥ እንደ ብርሃን ልጆች ተመላለሱ፤**

የብርሃኑ ፍሬ ገላ 5÷22፤23

በበጎነትና መዝ 16÷2፤3፤ ሮሜ 2÷4፤ 15÷14፤ 1ኛ ጴጥ 2÷25፤ 3ኛ ዮሐ 1÷11

በጽድቅ ፊል 1÷11፤ 1ኛ ጢሞ 6÷11፤ዕብ 1÷8፤ 11÷33፤ 1ኛ ጴጥ 2÷24፤ 1ኛ ዮሐ 2÷29፤ 3 9፤10

በእውነትም ኤፌ5÷4: 15፤25፤ 6÷14፤ ዮሐ 1÷47

ለጌታ ደስ የሚያሰኘውን መዝ 19÷14፤ ምሳ 21÷3፤ ኢሳ58÷ 5፤ ኤር6÷20፤ ሮሜ 14÷18፤ ፊል 4÷18፤ 1ኛ ጢሞ 2÷3፤ 1ኛ ጢሞ 5÷4፤ ዕብ 12 28፤ 1 ኛጴ 2÷5፤20

እየመረመራችሁ 1 ሳሙ 17÷39፤ ሮሜ 12÷ 1፤2፤ ፊል 1÷10፤ 1ኛ ተሰ 5÷21

እንደ ብርሃን ልጆች ተመላለሱ፤ ኢሳ2÷5፤ሉቃ 16÷8፤ ዮሐ12÷36፤ ገላ5 25፤ 1ኛ ጴጥ 2÷ 9-11፤ 1ኛ ዮሐ 1÷7

5፥11 ፍሬም ከሌለው ከጨለማ ሥራ ጋር አትተባበሩ፥ ይልቁን ግለጡት እንጂ፥

ቁጥር 10 ላይ **ተካፋዮች** **አትሁኑ** ብሎን ነበር፡፡ አሁን ደግሞ **ፍሬም ከሌለው ከጨለማ ሥራ ጋር አትተባበሩ** ይለናል (መዝ1፡2 26÷4-5 ፤ ምሳ 4÷14-15 ፤ 2ኛ ተሰ 3÷6 ፤2ኛ ዩሐ 10-11)፡፡**ይልቁንም እንድንገልጠው ያዘናል፤** ምን ማለት ነው; ዘሌ19÷17 ፤ መዝ 141፡ 5 ፤ ምሳ 25÷12 ፤ ማቴ18÷15 ፤ 1ኛ ጢሞ 5÷20 ፤ 2ኛ ጢሞ 4÷4 ፤ ቲቶ 2÷15

ለምሳሌ ያህል በአንድ መሥሪያ ቤት ጉቦ የሚበላ የሥራ ባልደረባችንን እንውሰድ፡፡ ሰውየው እኛም የእርሱ ተባባሪዎች ሆነን ጉቦ እንድንበላ ወይም የእርሱ ተባባሪዎች በመሆን ማኅተም እንድንመታለት፣ እንድንፈርምለት፣ ያመጣልንን ሰነድ ሕጋዊ፣ እውነተኛ ሰነድ ነው ብለን እንድናጸድቅለት ይፈልጋል፡፡ ይህ እንግዲህ የጨለማው ሥራ ነው፡፡ የጨለማው ሥራ ሁልጊዜ በጭለማ ስለ ሚሰራ ለብዙዎች አይታይም፡፡ ጨለማው በራሱ ለኃጢአት የተመቸ ባሕርይ አለው፡፡ ምክንያቱም ከሰው እይታ የተከለለ ነው፡፡

ይህን የሥራ ባልደረባችንን ማጎተም ለመምታት ወይም ለመፈረም አለመፍቀዳችንን ከገለጸለት በጨለማ ሥራው አልተባበርንም ማለት ነው፡፡ በሌላ አንጻር ወደፊት ገፍተን ለምን እንዲህ ታደርጋለህ ብለን በመሥሪያ ቤቱ አሠራር ደንብ መሠረት ሥራው ሕጋዊ እንዳልሆነ የሚገልጽ ደብዳቤ ከጻፍንም ይህን የጨለማ አሠራር ገለጥነው ማለት ነው፡፡ ለአብዛኛዎቻችን የቱንም ያህል እውነተኞችና የጽድቅን መንገድ የምንከተል ብንሆን የመጀመሪያውን ያለመተባበር ርምጃ መውሰድ እንጂ ሁለተኛውን ርምጃ መውሰድ ከባድ ይሆንብናል፡፡ ምክንያቱም ሁለተኛው ርምጃ አቋማችንን የበለጠ ግልጽና ጠንካራ ያደርገዋል፡፡ ሰውየውም አደጋ ላይ ሊወድቅ ስለ ሚችል የመጨረሻውን ሞት ከመሞቱ በፊት ወይም እሥር ቤት ከመግባቱ በፊት በእኛ ላይ አደጋ ሊጥልብን ይችላል ብለን እንሰጋለን፣ እንጠነቀቃለን፡፡ መጽሐፍ ቅዱስ ግን ግለጡት እያለ ይናገራል፡፡

መጽሐፍ ቅዱሳችን ስለ ጨለማ ሥራ እንዲሁም ባሕሪ ተገቢ የሆነ ማስጠንቀቂያ ምክር ይሰጣል (ኢዮ. 24÷13-17 ፤ ዮሐ 3÷19-21 ፤ 1ኛ ተሰ 5÷7 ፤ ምሳ 1÷31 ፤ ሮሜ 6÷21 ፤ ገላ 6÷8)፡፡

---

11 ፍሬም ከሌለው ከጨለማ ሥራ ጋር አትተባበሩ፥ ይልቁን ግለጡት እንጂ፥

ፍሬም ከሌለው ምሳሌ 1÷31፤ኢሳ 3÷ 10፣11፤ሮሜ 6÷21፤ገላ 6÷ 8

ከጨለማ ሥራ ጋር ኤፌ4÷22፤ኢዮ 24÷13-17፤ገላ.ዮሐንስ 3÷ 19-21፤ሮሜ 1÷22-32፤ 13÷12፤ 1 ተሰሎንቄ 5÷ 7

አትተባበሩ፥ ዘፍ 49÷5-7፤መዝ 1÷ 1፣2፤ 26÷4፣5፤ 94÷20፣21፤ምሳ 4÷14፣15፤ 9÷ 6፤ኤር 15÷17፤ሮሜ 16 17፤ 1 ቆሮ 5÷9-11፤ 10 20፣21፤2 ቆሮ 6÷14-18፤ 2 ተሰ 3÷6፣14፤ 1 ጢሞ6÷5; 2 ጢሞ 3÷5፤ 2 ዮሐ 1÷10፣11፤ራዕ 18÷ 4

ይልቁን ግለጡት እንጂ ዘፍጥረት 20÷16፤ዘሌዋውያን 19÷17፤መዝሙር 141÷5፤ምሳሌ 9÷7፣8፤ 13÷18፤ 15÷12፤ 19÷25፤ 25÷12፤ምሳሌ 29÷1፤ ኢሳይያስ 29÷21፤ማቴዎስ 18÷15፤ሉቃስ 3÷19፤ 1 ጢሞ 5÷20፤ 2 ጢሞቴዎስ 4÷2፤ቲቶ 2÷15

5፡12 እነርሱ በስውር ስለሚያደርጉት መናገር እንኳ ነውር ነውና፤

"በድብቅ የሚሠሩትን . . . መናገር አሳፋሪ ነው . . ." ሥራቸው በጭለማ ስለ ሆነ ድብቅ ነው፡፡ በዓለምና በጽድቅ መሃከል ያለውን ልዩነት ያስረዳል፡፡ እነርሱ የሚሠሩት በድብቅ ነው፡፡ በድብቅ ይሠርቃሉ፣ ይዘሙታሉ፣ ይዋሻሉ . . .ወዘተ፡፡ እነርሱ የሠሩ እያሉ የጽድቅ ሰው ጥፋታቸውን ለመግለጽ እርሱ ይቸገራል፡፡ ለመናገር፣ ለመግለጥ እንኳን አሳፋሪ ነው፡፡ ምክንያቱም በጽድቅ ሕይወት ውስጥ ለሚመላለሱ ይህ በእርግጥ አስቸጋሪ ሕይወት

በመሆኑ ነው (2ኛ ሳሙ. 12÷12 ፤ ምሳ. 9÷17 ፤ መክ. 12÷14 ፤ ኤር. 23÷24 ፤ ራዕ. 20÷12)፡፡

በዓለማውያን ዘንድ ሌሊት በመሸታ ቤት ስላሳለፉት ፈንጥዚያ መናገር አሳፋሪ አይደለም፡፡ ለአንድ አማኝ ግን እነርሱ ያደረጉትን ደግሞ ማውራት ያሳፍራል፡፡ እነርሱ እንደ ጀብዱ የሚያወሩትን ክርስቲያን ሊናገረው ቢፈልግ አንደበቱ ይተሳሰራል፤ ልግለጠው ሲል ያፍራል፤ ነውር ይሆንበታል፡፡

12 እነርሱ በስውር ስለሚያደርጉት መናገር እንኳ ነውር ነውና፤
እነርሱ በስውር ስለሚያደርጉት 2 ሳሙ 12÷12፤ምሳ 9÷17፤መክ 12÷14፤ኤርስ 23÷24፤ሉቃ 12÷1፡2፤ሮሜ 2÷16፤ራእ 20÷12
መናገር እንኳ ነውር ነውና ኤፌ5÷3፤ሮሜ 1÷24-27፤ 1 ጴጥ4÷3

5፡13ሁሉ ግን በብርሃን ሲገለጥ ይታያል፤ የሚታየው ሁሉ ብርሃን ነውና።

ብርሃን ሲበራ ግን መናገርም አያስፈልግም፡፡ ብዙ ንግግር ማብዛትም አይገባም፡፡ ክርስቲያኖች እኛ የዓለም ብርሃን ነን፡፡ እኛ ባለንበት ለመናገር ቢከብደን እንኳን በእኛ ያለው ብርሃን ጨለማውን ይገልጠዋል፡፡ የማይገለጥ የተከደነ የለም፡፡ ሁሉም በጨለማ የተሠራ ጊዜውን ይጠብቃል እንጂ ወደ ብርሃን ይወጣል፡፡ የብርሃን ልጆች እንደ መሆናችን መጠን ጨለማው በብርሃን ፊት የመቆም አቅም የለውም (ሚክ. 7÷9፤ ዮሐ. 3÷20-21 ፤ 1ኛ ቆሮ 4÷5)፡፡

13 ሁሉ ግን በብርሃን ሲገለጥ ይታያል፤ የሚታየው ሁሉ ብርሃን ነውና።
ሁሉ ግን በብርሃን ሲገለጥ ይታያል ሰቆቃወኤርምያስ 2÷14፤ሆሴዕ 2÷10፤ 7÷1
የሚታየው ሁሉ ብርሃን ነውና ሚክያስ 7÷9፤ዮሐንስ 3÷20፡2፤ 1 ቆሮ 4÷5

ቁጥር 14 "አንተ የምትተኛ ንቃ . . . ክርስቶስ ያበራልሃል"

ይህ እንቅልፍ ከኃጢአትና ካለመታዘዝ የተነሳ የሆነ ነው፡፡ ከጨለማው ዓለም ሰዎች ጋር በመተባባር ከኤፌሶን አማኞች አንዳንዶቹ ተኝተው ነበር፡፡ ልክ አስሩ ቆነጃጅት ቀንጅናቸውን ጠብቀው ሙሽራውን የሚጠብቁበትን ዘመን ይመስላል፡፤ ሙሽራው በዘገየ ጊዜ ሁሉም እንቅልፍ እንቅልፍ አላቸውና ተኙ፡፡

ንቁ! የሚለው ድምጽ በተሰማ ሰዓት ሁሉም ነቁ፡፡ አምስቱ ትርፍ ዘይትም ይዘው ነበር፡፡ ልባሞችም ነበሩ፡፡ አምስቱ ግን ሰነፎች ነበሩ ይለናል መጽሐፍ ቅዱስ፡፡ "ክርስቶስ ያበራልሃል!" የሚለው ቃልም ትዝ አላላቸውም፡፡ አሁን ጊዜው አልፏል፡፡ ሙሽራው መጣ ... በሩም ተዘጋ፡፡ ክርስቶስ ያበራልሃል! የሚለው መልእክት በሕይወታችን ላይ የሚሠራው ዛሬ ነው! ሙሽራው ዳግመኛ ከመምጣቱ በፊት የታሰሩበትን ጨለማ ተረድተው ብርሃኑን እንዲያበራላቸው ቢለምኑት እርሱ ብርሃኑን ያበራላቸዋል፡፡ በጭንቀታቸውም ጊዜ ይደርስላቸዋል፡፡ ከመተኛት መንቃት የጌታ ትእዛዝ ነው፡፡ (ኢሳ 51፥1 51፥17 60፥1 ፤ ሮሜ13፥11-12 ፤ 1ኛ ቆሮ 15፥34 ፤ 1ኛ ተሰ 5፥6 ፤ 2ኛ ጢሞ 2፥26)፡፡ ክርስቶስ የሚያበራ ነው (ዮሐ 8፥12 9፥5 ፤ 2ኛ ቆሮ 4፥6 ፤ 2ኛ ጢሞ 1፥9

---

14 ስለዚህ አንተ የምትተኛ ንቃ ከሙታንም ተነሣ ክርስቶስም ያበራልሃል ይላል።

አንተ የምትተኛ ንቃ ኢሳ51፥17፤ 52 1፤ 60፥ 1፤ ሮሜ 13፥11፣12፤ 1 ቆሮ 15፥34፤ 1 ተሰ 5፥6፤ 2ኛ ጢሞ 2፥26፤

ከሙታንም ተነሣ ኤፌ2፥5፤ ኢሳ 26፥19፤ ሕዝ 37፥4-10፤ ዮሐ 5፥25-29፤ 11፥43፣44፤ ሮሜ 6፥4፣5፣13፤ቆላ 3፥ 1

ክርስቶስም ያበራልሃል ዮሐ 8፥12፤ 9፥5፤ ሐዋ 13፥47፤ 2ኛ ቆሮ 4፥6፤ 2ኛ ጢሞ 1፥10

5፥15 እንግዲህ እንደ ጥበበኞች እንጂ ጥበብ እንደ ሌላቸው ሳይሆን እንዴት እንድትመላለሱ በጥንቃቄ ተጠበቁ፤

ከአሥር ቆነጃጅት ታሪክ ጋር ይህን ክፍል ስናገናኘው አምስቱ ቆነጃጅት ሰነፎች አምስቱ ደግሞ ልባሞች ነበሩ፡፡ እነኚህ ልባም ቆነጃጅት አስተዋዮችና ጥበበኞች ናቸው፡፡ የሩቁን የሚያስተውሉ እንጂ በግዴለሽነት የሚንቀሳቀሱ አልነበሩም፡፡

መጽሐፍ ቅዱስ ስለ ጥበብ አጠንክሮ ይናገራል፡፡ ማንም ጥበብ ቢጎድለው እግዚአብሔርን ይለምን ይለናል፡፡ በያዕቆብ መጽሐፍ ይህ ጥበብ ከአምላካችን ጋር በፍቅር የምንሄድበትን፣ እርስ በእርስ ባለን ኅብረትም በፍቅር የምንመላለስበትን፣ ይህን ክፉ ዓለምም አሸንፈን ለእግዚአብሔር ታዘን፣ ቃሉን አስተውለን የምንኖርበትን መንገድ ያሳየናል፡፡ ጥበብ እንደ ቁልፍም ይመስላል፡፡ የተዘጋውን በር ለመክፈት እንደ ሚያገለግል ቁልፍ ይሆንልናል፡፡

"ተጠንቀቁ" ጥበበኛ ነው ጥንቃቄ የተሞላውን ሕይወት ይኖራል እንጂ አይዝረከረክም፡፡ ከፍ ባለው ቁጥር ውስጥ ብርሃንና ጨለማን በንፅፅር እንዲቀርባቸው ሁሉ አሁን ደግሞ

ጥበብንና ጨለማን እያነጻጸረ ያቀርብልናል። ብርሃንና ጥበብ በአንድነት ሊታዩ ይችላሉ። ጥበብ ባለበት ጨለማው እንዴት እንደሚገፈፍ መፍትሔውን ማስተዋል ይቻላል።

"እንግዲህ" ብሎ ጸሐፊው ይህን አንቀጽ ሲጀምርልን ከላይ ስለ ጨለማና ብርሃን ያስረዳንን ሃሳብ ለማስፋፊያነት፣ ወደ ተግባራዊ ምክርም ለመሸጋገር ፈልጎም ይመስላል። እንደ ጥበበኞች ተመላለሱ። ሰለሞን ጥበበኛ ነበረ። እግዚአብሔር ጥበብን እንዲሰጠው ለመነ፣ ተሰጠውም። ከዚያም በኋላ የመንግሥትን ፖለቲካ የሚያስተዳድርበትን ዘዴ አገኘ። ከሰለሞን የሚበልጥ የክርስቶስ ኢየሱስ ጥበብም በአዲስ ኪዳን ተገልጾአል። (ዘፀ 23፥13 ፤ ማቴ 10፥16 ፤ 1ኛቆሮ 14፥20 ፤ ፊሊ 1፥27 ፤ ቆላ 1፥9 ፤4፥5)

እንዴት እንድትመላለሱ ዘፀአት 23፥13፤ማቴ10፥16፤ 1 ቆሮ 14፥20፤ፊልጵስዩስ 1፥27፤ቆላስይስ 1፥ 9; 4 5

5፥16 ቀኖቹ ክፉዎች ናቸውና ዘመኑን ዋጁ

ጳውሎስ ይህን መልእክት የዛሬ 2000 ዓ.ም ገደማ በጻፈበት ዘመን የቀኖቹ ክፋት ከተገለጸለት በዚህ ዘመንና እንዴት አብልጦ ይከፋ! የቀኖቹ ክፋት ብሎ ሲል፣ ሰው እግዚአብሔርን ለመምሰል አለመውደዱ፣ ከክፋት ሥራ ጋር መተባበሩ፣ በጽድቅ ሕይወት የሚመላለሱበትን ቅዱሳንን ማሳደዱና መግደሉ፣ ለጣዖታት መስገዱ፣ ከጨለማ ሥራ ጋር መተባበሩ ወዘተ ናቸው። እነኚህ ባሕርያት ሁሉ በጳውሎስ ዘመን ነበሩ፤ ዛሬም አሉ። ምናልባት አንዳንዶቹ በዚህ ዘመን ይበልጥ ገነው ይታያሉ። ይህ ዘመን የሰው ልጅ የበለጠ በእርኩሰት ውስጥ ተዘፍቆ የተገኘበት ዘመን ነው (መዝ. 37፥19፤ መክ. 12፥1፤ አሞፅ 5፥13፤ ዮሐ. 12፥35፤1ኛ ቆሮ. 7፥29-31፤ ኤፌ. 6፥13)።

ይህን ክፉ ዘመን ዋጁት፣ ግዙት፣ ተቆጣጠሩት እናንተ የበላይ ሁኑበት እያላቸውም ይገኛል። እንዴት ነው ዘመኑን መዋጀት ያለባቸው? ለሚለውም ጥያቄ ምክሩን ይሰጣል።

ፍሬ ከሌለው የጨለማ ሥራ ጋር አለመተባበር፣ የጨለማውን ሥራ መግለጥ፣ ከእንቅልፍ መንቃት ፣ እንደ ጥበበኛ መመላለስ፣ በጥንቃቄ መጠበቅ በሚሉትና ሌሎችም ከበላይ ባየናቸው ቁጥሮች ላይ የተተነተኑት ትምህርቶች ይህን ክፉ ዘመን ለመዋጀት ከፍተኛ ጠቀሜታ ይኖራቸዋል:: ዘመኑን ዋጁ(መክ 9÷10 ፤ ሮሜ 13÷11)::

---

16 ቀኖቹ ክፉዎች ናቸውና ዘመኑን ዋጁ።

ቀኖቹ ክፉዎች ናቸውና ኤፌ5÷6: 13፣15፤መዝሙር 37÷19፤መክብብ 11÷2፤ 12÷ 1፤አሞፅ 5÷13፤ ዮሐንስ 12:35; የሐዋ 11 28፣29፤ 1 ቆሮ 7÷26፣ 29-31

ዘመኑን ዋጁ መክብብ 9÷10፤ሮሜ 13 11፤ገላትያ 6÷10፤ቆላስይስ 4÷5

5÷17 ስለዚህ የጌታ ፈቃድ ምን እንደ ሆነ አስተውሉ እንጂ ሞኞች አትሁኑ።

"ስለዚህ . . ."ከዚህ ቀደም እንደ ተለመደው ሁሉ ስለዚህ ብሎ ሲል ከላይ ለሰጠው ማብራሪያ ተግባራዊ ትምህርት ሊሰጥ መፈለጉን ያሳያል:: አድርጉ የሚላቸው ትምህርት አለው::

"የጌታ ፈቃድ ምን እንደ ሆነ አስተውሉ እንጂ ሞኞች አትሁኑ" በዚህ ክፉ ዘመን እግዚአብሔር ሊያደርግ የሚፈልገው ምንድነው ብላችሁ ጠይቁ፤ የእግዚአብሔር ፈቃድ ምንድር ነው፤ እኔ ምን እንዳደርግለት ይፈልጋል? የሚለውን ጠይቁ፤ ፈቃዱንም አስተውሉ ይላል::

ይህ ትልቅ ምክር ነው:: በሃገራችን ኢትዮጵያ የኮምኒዝም ሥርዓት የሰፈነ ጊዜ፣ ፍልስፍናው እንደ ገባ አንዳንድ ክርስቲያኖች ሳይገባቸው ኮምኒዝም እንደ ክርስትና ሁሉ ለሰው ልጆች እኩልነት፣ ሰላምና ፍትህ የቆመ ነው ብለው አብረውት ፈነደቁ:: የኮሙኒዝም ትምህርት ግን የእግዚአብሔርን ህልውናም እንደ ሚክድ አልተረዱም:: ጥቂት መቀራረብን እንደ ፈጠሩ ትምህርቱ ይዟቸው ጠፉ:: በቤተ ክርስቲያን ውስጥ ዘማሪና አገልጋይ የነበሩ አንዳንድ ወጣቶች በትምህርቱ ንፋስ ጭልጥ ብለው ተወሰዱ:: እግዚአብሔር የለም ማለት ጀመሩ::

እነኚህ ሰዎች በዚያን ዘመን ቆም ብለው የሚያስተውሉበት ፋታም አልነበራቸውም:: በቀላሉ በዚያን ዘመን ነፋስ ተወሰዱ:: ብዙዎቹ የእግዚአብሔር ምህረት ለእነርሱ የተዘጋጀች ብትሆንም ከገቡበት እስራት እንደ ገና ለመውጣት ፈቃደኛ ሳይሆኑ እውነቱን ቢያውቁትም በአመጻቸው ቀጥለዋል::

የኢ.ፌ.ወ.አ. አገልግሎት / የኤፌሶን መልእክት ትምህርት

ለእግዚአብሔር ሰው ማስተዋል ትልቅ ሃብቱ ነው፡፡ አንድ ሁኔታ ሲከሰት ወዲያውኑ እርምጃ ለመውሰድ ከመቸኮል ይልቅ ቆም ብሎ ማስተዋል ምንኛ ትልቅ ነገር ነው፡፡

17 ስለዚህ የጌታ ፈቃድ ምን እንደ ሆነ አስተውሉ እንጂ ሞኞች አትሁኑ።

ስለዚህ የጌታ ፈቃድ ምን እንደ ሆነ አስተውሉ ዘዳ 4፥6፤ 1ኛ ነገ 3፥9-12፤ ኢዮ 28፥28፤ መዝ 111፥ 10፤ 119፥27፤ምሳ 2፥5፤ 14፥8፤ 23፥23፤ ኤር 4፥22፤ ዮሐ 7፥17፤ ሮሜ 12፥2፤ ቆላ 1፥ 9፤ 1ኛ ተሰ 4፥1-3; 5፥18፤ 1ኛ ጴጥ 4፥ 2

እንጂ ሞኞች አትሁኑ ኤፌ5፥15፤ ቆላ 4፥5

5፥18 መንፈስ ይሙላባችሁ እንጂ በወይን ጠጅ አትስከሩ ይህ ማባከን ነውና፤

“መንፈስ ይሙላባችሁ . . . በወይን ጠጅ አትስከሩ”

በእነኚህ ቁጥሮች ዙሪያ በንጽጽር የሚቀርቡ በርካታ ነጥቦች አሉ፡፡

ብርሃን ------ ጨለማ
ጥበብ ------- ሞኝነት
የጌታ ፍቃድ --- ሞኝነት
መንፈስ ------ ወይን ጠጅ

በዚህ ቁጥር ላይ ሊያንጻጽርልን የፈለገው በመጨረሻው ሃሳብ መንፈስና ወይን ጠጅ ናቸው፡፡ ሁለቱም የሰውን ስሜት አስተሳሰብ የመቆጣጠር ኃይል አላቸው፡፡ ሁለቱም ያስፈነድቃል፡፡ ጉልበት ብርታት ድፍረት የመስጠትም ተመሳሳይነት አላቸው፡፡ ይሁንና ግን የሚለያዩባቸው መሠረታዊ ነጥብም አለ፡፡ የመጀመሪያው መሠረታዊ ልዩነት ምንጫቸው ነው፡፡

የመንፈስ ቅዱስ ምንጩ እግዚአብሔር ነው፡፡ ወደ ስካር የሚወስደው የወይን ጠጅ ምንጩ ሰይጣን ነው ለማለት ያስደፍራል፡፡ እርግጥ ነው ጌታ በዮሐ. 2 ላይ በሠርግ ሥፍራ ታድሞ ውኃውን ወደ ወይን ጠጅ ለውጦታል፡፡ ይህ የገሊላ ቃና የሠርግ ቤት ታሪክ ትልቅ መንፈሳዊ ትምህርት የምናገኝበት ነው፡፡ የበለጠ የዮሐንስ ወንጌል መጽሐፍ ጥናት ምዕራፍ ሁለት ላይ በሰፊው አለና ይመልከቱ፡፡

በኤፌሶን መጽሐፍ ያለውና በንጽጽር የቀረበው ወይን ጠጅ ግን ከመንፈስ ቅዱስ ተጻራሪ የሆነው ሰዎች ሰክረው ወደ ስድብና ድብድብ፣ ዝሙት፣ ጭፈራ፣ ርኩሰት፣ የሚሄዱበት ነው:: በዚህ መሠሉ ወይን ጠጅ አትስከሩ ይልቅስ መንፈስ ይሙላባችሁ እያለ ጸሐፊው ይናገራል:: (ዘፍ 9÷21 ፤ ምሳ 20÷1 23÷20-21 ፤ ኢሳ 5÷22 ፤ ማቴ 24÷49 ፤ ሉቃ 12÷45 21÷34 ፤ 1ኛ ቆሮ 5÷11)

ጸሐፊው በመንፈስ ቅዱስ የሚገኘውን የቅድስና ሕይወት በንጽጽር እያቀረበላቸው ይመክራቸዋል:: በወይን ጠጅ በመስከር ውስጥ የምታገኙት ጊዜያዊ ደስታ ምንም ፋይዳ የለውም፤ ይልቅስ ማባከን ነው:: ደስታው ለጊዜው ነው ከዚያ በኋላ ጊዜያችሁን፣ ገንዘባችሁን፣ ጸጋችሁን፣ ጤናችሁን፣ ከጌታ ጋር ያላችሁን ኅብረት ይህን ሁሉ የምታጡበት ማባከን ነው ይላቸዋል::

ዘመኑን ለመዋጀት፣ የጌታን ፈቃድ ለማስተዋል የመንፈስ ቅዱስ አመራር ወሳኝነት ይኖረዋል:: በኢትዮጵያ ውስጥ በአሁኑ ወቅት ያለው የመንፈስ ቅዱስ እንቅስቃሴ ከፍተኛ እድገትን ያመጣ፣ ብዙ ሺዎች ከመንፈሳዊ እሥራት እንዲፈቱ ያደረገ ነው:: በሌላ ጎን ደግሞ በእንቅስቃሴው ውስጥ ያሉት አብዛኞቹ አገልጋዮች ወጣቶችና በትምህርትም እንደሚገባ ልበሰሉ በመሆናቸው አልፎ አልፎ ስህተት መታየቱ አልቀረም::

በሃገራችን የመንፈስ ቅዱስ እንቅስቃሴ በነበረባቸው ዘመናት ብዙ መልካም የሆኑ አዝመራዎች ተሰብስበዋል:: ወንጌል በስደትና፣ በመከራ፣ በብዙ እንግልት ውስጥ ተሰብኳል:: የዚያን ያህል መንፈስ ቅዱስ በአስገራሚ መንገድ እያለፈ ብዙዎች የመንፈስ ቅዱስ ሙላትን አግኝተዋል:: እውሮች በርተዋል፣ አንካሶች ዘለዋል:: መንፈስ ቅዱስ በዚህ ዘመንም በአስገራሚ መንገድ ሥራውን እንዲቀጥል ሁላችንም ልባችንን ልንከፍትለት ይገባል:: ዛሬም በተለያዩ ቦታዎች በኢትዮጵያ ውስጥ እግዚአብሔር መንፈስ ቅዱስ ሥራውን እየሠራ ነው:: እንቅስቃሴው በአንዲት አጥቢያ ቤተ ክርስቲያንን ደረጃ ሳይወሰን በሃገር ደረጃ የመንፈስ ቅዱስ ሥራ ይጀምር ዘንድ ምዕመናንና አገልጋዮች ሁሉ ከልብ በሆነ መቃተትና መጠማት፣ በእግዚአብሔር ቃልና በአመራር እውቀትም ራስን ማሳደግ ዘላቂ ሥራን ለመሥራት የሚጠቅምና የጉብኝቱን ዘመንም የሚያፋጥን ይሆናል::

ለመሆኑ መንፈስ ቅዱስ ማነው; በወይን ጠጅ ብቻ አነጻጽረነው የሚያበቃ ነውን? አይደለም:: እርግጥ በኤፌሶን መጽሐፍ መንፈስ ቅዱስ ከወይን ጠጅ ጋር የተነጻጸረበት አካሄድ አንዱ ገጽታው ነው:: መንፈስ ቅዱስ ፈሪ የነበረውን ጴጥሮስ፣ በአንዲት ገረድ ፊት ጌታውን የካደውን ጴጥሮስ ደፋርና ጀግና አድርጎ በ 3000 ሕዝብ መካከል ወንጌልን

እንዲመሰክርለት ያደረገ ነውና ዛሬም ይህንኑ ሥራውን ይሠራል፡፡ አገልግለን እንዳንጠግብ የሚያስችለን ኃይል የሚሰጠን መንፈስ ቅዱስ ነው፡፡

በሐዋርያት ዘመን የወንጌሉ ሥራ እንዲስፋፋ የሆነው ከበዓለ ሃምሳ ቀን በኋላ መንፈስ ቅዱስ በአውሎ ነፋስ መልክ መጥቶ በሐዋርያት ላይ በወረደና እንደ እሳት የተከፋፈሉ ልሳኖች ከታዩዋቸው በኋላ ነው፡፡ ከዚያ በኋላ የእግዚአብሔር ጣት በእነርሱ ላይ ወረደች፡፡ ታላቅ ሥራዋንም ሠራች፡፡ የመንፈስ ቅዱስ በሙላት መምጣት ለመንፈሳዊ ሕይወታችንም ሆነ ለአገልግሎታችን የሚኖረው ድርሻ እጅግ ታላቅ ነው፡፡

መንፈስ ቅዱስ ማነው?

መንፈስ ቅዱስ በአዲስ ኪዳን አገልግሎት ውስጥ የጎላ ድርሻ ያለው በመሆኑ፣ ስለ እርሱ ጠንቅቀን ማወቅና አሰራሩንም መለማመድ ለአዲስ ኪዳን ቤተ ክርስቲያን እጅጉን አስፈላጊ ነው፡፡ በሥላሴ ውስጥ ከአብ፣ ከወልድ ቀጥሎ የምናገኘው መንፈስ ቅዱስን ነው፡፡ ጌታ ደቀመዝሙርቱን ስለ መንፈስ ቅዱስ ሲያስተምራቸው "እኔ እንድሄድ ይሻላችኋል፤ እኔ ባልሄድ አጽናኙ ወደ እናንተ አይመጣምና፣ እኔ ብሄድ ግን እርሱን እልከላኋለሁ" (ዮሐ. 16÷7)

ይህ አጽናኙ የተባለለት መንፈስ ቅዱስ በአዲስ ኪዳን ቤተ ክርስቲያን ውስጥ፣ ሕይወት ያላት ቤተ ክርስቲያን እንድትኖርና የወንጌሉ ሥርጭትም በስፋት እንዲሰራ ትልቅ ድርሻ አለው፡፡ ጌታ በምድር አገልግሎቱ በቆየበት ጊዜ ደቀመዛሙርቱ አጠገቡ ቢሆኑም፣ እርሱ የሚነግራቸውን መልሰው ሲረሱት፣ ሲታወኩ፣ ሲክዱት፣ እርስ በእርስ በሥጋዊ ፍላጎታቸው ሃሳብ ተይዘው ለሥልጣን ሳሻሙ፣ ጥያቄያቸው ሲበዛ፣ ጸሎት ሲባሉ እንቅልፍ እንደ ሚያሸንፋቸው መጻሕፍት ያስረዳሉ፡፡ ይህ ቅዱስ መንፈስ ግን ወደ ሕይወታቸው ከገባ በኋላ ግን የቀድሞው ማንነታቸው ተለወጠ፡፡ ፍርሃታቸው፣ ለምድራዊ ጉዳይ ትልቅ ግምት እየሰጡ መጋጨቱ ሁሉ ቀረና የእነርሱ ዋነኛ ትኩረት ወንጌልን ብቻ ማገልገል ሆነ፤ የዛሬዋ ቤተ ክርስቲያንስ በእርግጥ የጎደላት ይህ አይደለምን?

ብሉይ ኪዳንን የተመለከትን እንደ ሆን በብሉይ ዘመን መንፈስ ቅዱስ ሥራውን የሚሠራው በተመረጡት ጥቂት ነብያት፣ ካህናትና ነገስታት ላይ ብቻ ነበር፡፡ ሌላው ተርታ ሕዝብ ከመንፈስ ቅዱስ ጋር በቀጥታ መገናኘት አይችልም፡፡ በነብያቱና በካህናቱ አማካኝነት የእግዚአብሔርን ፈቃድ መለየት ይቻላል፡፡ ጌታችን ኢየሱስ በመስቀል ላይ የሰውን ልጅ ኃጢአት ተሸክሞ በመሞት ሞትን ድል ካደረገ በኋላ ግን፤ ጸጋና ምሕረት ለሰው ልጅ ሁሉ ሆነ፡፡

ማንም ሳይለይ ጨዋ፣ ባሪያ፣ አይሁዳዊ፣ የግሪክ ሰው ሳይባል ላመኑት ሁሉ መንፈስ ቅዱስ ተሰጠ፡፡ ይህ እንዴት ያለ ትልቅ እድል ነው! ምስጢሩስ ለስንቶቻችን ግልጽ ይሆን?

በብሉይ ኪዳን ዘመን መንፈስ ቅዱስ በተመረጡት ሰዎች ላይ ሲሰራ ለመጣበት ጉዳይ እንጂ በእነርሱም በኩል መጥቶ ሥራውን ከሠራ በኋላ ተመልሶ ይሄድ ነበር እንጂ እንደ አዲስ ኪዳን ዘመን ከሰዎች ጋር አይቆይም፡፡ ዛሬ በአዲስ ኪዳን ግን "አማኑኤል" እግዚአብሔር ከእኛ ጋር የሚለው ቃል መጀመሪያ በወልድ አማካኝነት ቀጥሎም በመንፈስ ቅዱስ አማካኝነት ተገልጾአል፡፡

ይህ ዘመን የመንፈስ ቅዱስ ዘመን ነው የተባለለት ዋነኛ ምክንያትም ይህ ነው፡፡ እያንዳንዱ አማኝ በመንፈስ ቅዱስ የሚታተም፣ የሚሞላና የሚመራም እንዲሆን እድሉ ተሰጥቶታል፡፡ ስንቶቻችን ግን በዚህ እድል ተጠቅመንበት ይሆን ስለ መንፈስ ቅዱስ አሠራር አላዋቂዎች ሆነን መገኘት አለመታደል ነው፡፡ የእርሱን ማንነትና አሠራሩን በሚገባ አውቀን ለራሳችንና ለብዙዎችም የምንተርፍ ልንሆን ይገባናል፡፡

ጌታችን ኢየሱስ መንፈስ ቅዱስን በተመለከተ በወንጌላት ውስጥ (ዮሐ. 14 እና 16) ላይ በስፋትና በግልጽ አስተምሮአል፡፡ ይህን ክፍል ከፍ ብለንም አይተነዋል፡፡ አጽናኙ ጰራቅሊጦስ የተባለው መንፈስ ቅዱስ ሥራውን በድንቅ ሁኔታ ያከናውናል፡፡

አንድ አገልጋይ በአገልግሎቱ ውጤታማ መሆን ከፈለገ መንፈስ ቅዱስ እንዲሠራ መፍቀድ፣ እርሱን መስማትና መታዘዝም የሚገባው እንደ ሆነ ሊታወቅ ይገባል፡፡ በቤተ ክርስቲያን ታሪክ ውስጥ እንደ ሚታያውም በአስተምሯአቸው ውስጥ የመንፈስ ቅዱስን ድርሻ በማሳነስ ቦታ የነፈጉት አብያተ ክርስቲያናት ሙት የሆነ ሕይወት እንደ ሚኖሩ ታይቶአል፡፡ አንዳንዶችም ከብዙ የእንቅልፍ ዘመን በኋላ ዓይኖቻቸው በርተው መንፈስ ቅዱስን ሲቀበሉና እንዲሠራ ልባቸውንና ቤተ ክርስቲያናቸውን ሲከፍቱለት፣ በትልቅ መነቃቃት ውስጥ ገብተዋል፡፡ ከዚህም የተነሳ ክርስትና በትክክል ሳይገባቸው እንዳሳለፉም ሲመሰክሩ የተደመጡባቸው ጊዜያት በርካታ ናቸው፡፡

በመጽሐፍ ቅዱስ ውስጥ መንፈስ ቅዱስ፣ በውኃ፣ በእሳት፣ በአውሎ ነፋስ፣ በዘይት፣ በኃይል ተመስሎ ቀርቦአል፡፡ ይህ ማለት ግን መንፈስ ቅዱስ ዘይት ወይም እሳት ነው ማለት እንዳልሆነ ልብ ልንል ይገባናል፡፡ እነኚህ ገላጭ ስያሜዎች ያስፈለጉበት ምክንያት የመንፈስ ቅዱስን ሥራ በምሳሌ ለማሳየት ነው፡፡ ለምሳሌ መንፈስ ቅዱስ እንደ እሳት ሲመሰል፣

ከውስጣችን እግዚአብሔር የማይከብርባቸውን ነገሮች ስለ ሚያቃጥላቸው ነው። ዘይትም ከመቀባት ጋር ይያያዛል። አንዳንድ ሰዎች በዘይት ተቀብቶ መጸለይንም እንደ መንፈስ ቅዱስ ሙላት አድርገው ሲተረጉሙት ይታያል። ቅባቱ ወይም ዘይቱ መንፈስ ቅዱስን አይወክልም፤ እንደ ምሳሌ ሆኖ ግን ያሳያል። የመንፈስ ቅዱስ አንዱ ሥራ የደረቁትን አካላት እንደ ቅባት ሆኖ በቃሉ ማረስረሱ አይደል!

ውኃም የተጠማችውን ነፍስ እርካታ እንደ ሚሰጣት የመንፈስ ቅዱስም አንዱ ተግባር በድርቀትና በጥም ውስጥ ያሉትን ከጥማቸው እፎይ እንዲሉ ማረስረስና ማርካት ነው።

ከዚህ በታች ያሉትም ዋና ዋና ነጥቦች የመንፈስ ቅዱስን ማንነት ያብራራሉ።

ቀደም ብለን እንዳየነው መንፈስ ቅዱስ በሥላሴ ውስጥ ግልጽ ማንነት አለው። አንዳንዶቹን በጥቂቱ እንያቸው።

ስሙ ከአብና ከወልድ ጋር በእኩልነት ተጠርቷል (ማቴ. 28÷19፤ ሐዋ. 5÷28-32) የእውነት መንፈስ ተብሎአል። ዮሐ. 16÷13 አጽናኝ፣ ጰራቅሊጦስ የሚል ስያሜም አለው (ዮሐ. 14÷16)።

የመንፈስ ቅዱስ መለኮታዊ ገጽታውን ስንመለከትልክ እንደ አብ፣ እንደ ወልድ ሁሉ የእነርሱ ባሕርያት ተንጸባርቆበታል። (ዕብ. 9÷14) ይህም ማለት መንፈስ ቅዱስ የእግዚአብሔር ባሕርያት አሉት። በሁሉ ቦታ ይገኛል (መዝ. 139÷7)። በዚህ ብቻም ሳይወሰን እግዚአብሔር እንደ መሆኑ ሁሉ ሁሉን ቻይ ነው። ሁሉንም ነገር ያውቃል (1ኛ ቆሮ. 2÷10-11)። የትንሣዔም ጌታ ነው (ሮሜ 8÷11)። መንፈስ ቅዱስ እንደ ገና እንድንወለድ (ዮሐ. 3÷5-8)። በፈጣሪነት ሥልጣኑም ከአብና ከወልድ ጋር የሚሠራ ነው (ዘፍ. 1÷26)።

መንፈስ ቅዱስ ከጌታ ኢየሱስ ጋርም አብሮ በተለያዩ መንገዶች ሰርቶአል። ከመንፈስ ቅዱስ ተጸነሰ (ሉቃ. 1÷35) በመንፈስ ቅዱስ ተመራ (ማቴ. 4÷1) ለአገልግሎትም በመንፈስ ቅዱስ ተቀብቶአል (ሐዋ. 10÷38) የመጨረሻው መሞትና ትንሣዔውም በመንፈስ ቅዱስ ኃይል የሆነ ነው (ዕብ. 9÷14፤ ሮሜ 1÷4)።

በመጽሐፍ ቅዱስ ውስጥ መንፈስ ቅዱስ በተለያዩ ስሞችም ተጠርቶአል። የክብር መንፈስ (1ኛ ጴጥ. 4÷14) የሕይወት መንፈስ (ሮሜ 8÷2) መንፈስ ቅዱስ (ሉቃ. 11÷13) የጥበብና የእውቀት መንፈስ (ኢሳ. 11÷2)፤ የጸጋ መንፈስ (ዕብ. 10÷29)።

በአጠቃላይ አንድ አማኝ የመንፈስ ቅዱስን ድርሻ እንደሚገባ ተረድቶ ይህ ጰራቅሊጦስ የሆነው አጽናኝ መንፈስ በውስጡ እንዲሠራ ካልፈቀደ የእግዚአብሔርን ክብርም ሆነ ኃይል ለመለማመድ የሚበቃ አይሆንም፡፡

18 መንፈስ ይሙላባችሁ እንጂ በወይን ጠጅ አትስከሩ ይህ ማባከን ነውና፤

መንፈስ ይሙላባችሁ እንጂ መዝ 63÷3-5፤ ማሕ 1÷4፤ 7÷9፤ ኢሳ 25÷6፤ 55÷1፤ ዘካ 9÷15-17፤ ሉቃ 11÷13፤ ሐዋ 2÷13-18፤ 11÷24፤ ገላ 5 22-

በወይን ጠጅ አትስከሩ ዘፍ 9÷21፤ 19÷32-35፤ ዘዳ 21÷20፤ መዝ 69÷12፤ ምሳ 20÷ 1፤ 23 20፤ 21፤29-35፤ ኢሳ 5÷11-13፤22፤ ማቴ 24÷49፤ ሉቃስ 12÷45፤ መዝ. 21÷34፤ ሮሜ 13÷1፤ 1ኛ ቆሮ 5÷11፤ 6÷10፤ 1 ቆሮ 11÷21፤ ገላ 5÷21፤ 1ኛ ተሰ 5÷ 7

ይህ ማባከን ነውና (ብክንነት ነው) ማቴዎስ 23÷25፤ 1ኛ ጴጥ 4÷3፤4

5÷19-20 በመዝሙርና በዝማሬ በመንፈሳዊም ቅኔ እርስ በርሳችሁ ተነጋገሩ፤ ለጌታ በልባችሁ ተቀኙና ዘምሩ፤ ሁልጊዜ ስለ ሁሉ በጌታችን በኢየሱስ ክርስቶስ ስም አምላካችንንና አባታችንን ስለ ሁሉ ዓመስግኑ።

መንፈስ ቅዱስ ወደ እኛ መጥቶ ሥራውን መሥራት ሲጀምር መዝሙር፣ መንፈሳዊ ቅኔ፣ ምሥጋናም ይለቀቃል፡፡ ይህ በመንፈስ ቅዱስ ጉብኝት ዘመን በኢትዮጵያ ቤተ ክርስቲያን ላይ የታየ አይደለምን ብዙዎች መንፈስ ቅዱስ እየተጠቀመባቸው አገልግለዋል፡፡ በእነኚህ አገልጋዮች አማካኝነት መንፈስ ቅዱስ የዝማሬንና የቅኔን አገልግሎት በምድራችን ላይ እጅጉ በሚገርም መንገድ አፍስሷል፡፡ በእነርሱ አማካኝነት በርካታ ድንቅ መዝሙሮች ተላለፉ፡፡ ይህ ሁሉ ታድያ የመንፈስ ቅዱስ ሥራ ነበር፡፡

የእግዚአብሔር ቃል በመንፈስ ቅዱስ አማካኝነት በአስገራሚ መንገድም ይገለጽ ነበር፡፡ ይህ አካሄድ ቤተ ክርስቲያንን አሰፋት፡፡ “ሕዝብን አበዛ” እየተባለም ተዘመረ፡፡ ቤተ ክርስቲያንን በአንድ በኩል በመከራ ውስጥ ስታልፍ በሌላ በኩል ደግሞ በዝማሬ፣ በቃል መገለጥ፣ በድንቅና በተዓምራት መንፈስ ቅዱስ ሥራ፡፡ ብዙዎችም የወንጌል ምርከኞች ሆነው ቤተ ክርስቲያንን ሰፋች፡፡

መንፈስ ቅዱስ በዝማሬና በቅኔ በለቀቀው ድንቅ አሠራሩ የተነሳ ምዕመኑ እርስ በእርስ በመንፈሳዊ ቅኔ መነጋገር ጀመረ፡፡ የምሥጋናውን መስዋዕትም ለአምላኩ ማሳረግ ቀጠለ፡፡ በግሉም እንዲሁ ነው፡፡ ለጌታ በልቡ መቀኘትና መዘመር ሆነለት ፤ ያ መልካም የበረከት ጊዜ ዛሬም በተለየ መንገድ እየሰራ ይገኛል፡፡

መንፈስ ቅዱስ ወደ እኛ ሲመጣ የሚያደርገው አንድ ትልቅ አሠራር፣ ስለ ሁሉ እግዚአብሔርን ማክበራችን ነው፡፡ "በጌታችን በኢየሱስ ክርስቶስ ስም አምላካችንንና አባታችን ስለ ሁሉ ለማመስገን አቅም ይኖረናል፡፡ አንደበታችን ይታዘዛል፤ ልባችንም ይከፈታል፡፡ ማንም አመስግኑ ብሎ አያዘንም፣ አያስተውሰንም፤ መንፈስ ቅዱስ ራሱ በውስጣችን ሥራውን ይሠራል፡፡ ድንቅ አድራጎቱንም ይፈጽማል፡፡ (ኢዮ 1፥21 ፤ መዝ 34፥1 ፤ ሥራ 5፥41 ፤ ፊሊ. 4፥6 ፤ ቆላ 1፥11-12 3፡17 ፤ 1ኛ ተሰ 5፥18)

---

19 በመዝሙርና በዝማሬ በመንፈሳዊም ቅኔ እርስ በርሳችሁ ተነጋገሩ፤ ለጌታ በልባችሁ ተቀኙና ዘምሩ፤

በመዝሙርና በዝማሬ በመንፈሳዊም ቅኔ መዝ 95፥ 2; 105፥2፤ማቴ 26፥30

እርስ በርሳችሁ ተነጋገሩ ሐዋ 16፥25 ፤ 1 ቆሮ 14፥26፤ቆላ 3፥16፤ያዕ 5፥13

ለጌታ በልባችሁ ተቀኙና ዘምሩ መዝ. 47፥7፣8፤ 62፥8፤ 86፥12፤ 105፥3፤ 147፥7፤ኢሳ 65፥14፤ ማቴ15፥8፤ ዮሐ 4፥23፣24

20 ሁልጊዜ ስለ ሁሉ በጌታችን በኢየሱስ ክርስቶስ ስም አምላካችንንና አባታችንን ስለ ሁሉ አመስግኑ።

በጌታችን በኢየሱስ ክርስቶስ ስም ዮሐ 14፥13፣14፤ 15፥16፤ 16፥23-26፤ቆላ3፥17፤ ዕብ 13፥15፤ 1 ጴጥ 2፥5 ፤ 4፥11

አምላካችንንና አባታችንን ስለ ሁሉ አመስግኑ ኤፌ5፥4፤ ኢዮ 1፥21፤ መዝ 34፥1፤ ኢሳ 63፥7፤ ሐዋ 5፥41፤ 1ኛ ቆሮ 1፥4፤ ፊል 1፥3 ፤ 4፥ 6፤ ቆላ 1፥11፣12፤ 3 17፤ 1ኛ ተሰ 3፥9፤ 5፥18፤ 2ኛ ተሰ 1፥3፤ 2፥13

5፥21 ለእያንዳንዳችሁ በክርስቶስ ፍርሃት የተገዛችሁ ሁኑ።

ለእያንዳችሁ በክርስቶስ ፍርሃት የተገዛችሁ ሁኑ፡- የሚለውን ቃል በአዲሱ መደበኛ ትርጉም አንዳችሁ ለአንዳችሁ ተገዙ በሚል ግልጽ ትእዛዛዊ ምክር ያስቀምጠዋል፡፡ በእኘኒህ ቁጥሮች ላይ እስከ ምዕራፍ 6፥9 ድረስ በአብዛኛው በቤተሰብ መሃከል ማለትም በባል፣ በሚስትና በልጆች መሃከል ያለውን ግንኙነት ወይም ኃላፊነትና ግዴታም በጥሩ መንገድ ያቀመጠው ሲሆን እርስ በእርስ መከባበር ግን በማንኛውም የሰዎች አብሮ የመኖር ግንኙነት ውስጥ ማለትም በቤተሰብ፣ በጉርብትና፣ በቤተክርስቲያን፣ በመሥሪያ ቤት፣ በአጠቃላይ በማኅበራዊ ግንኙነት ውስጥ በጣም አስፈላጊ ቁልፍ ጉዳይ ነው፡፡ ሰዎች ግንኙነታቸው ሲሰምር ውጤታማ ሥራን ይሠራሉ፣ ስኬታማ ይሆናሉ፣ ለመልካም ግንኙነት እንዲፈጠርም እርስ በእርስ መከባበር ይኖርባቸዋል፡፡

ጆን ፊሊፕስ፡- ለእያንዳንዱ ግንኙነት ቁልፉ መገዛት ነው፡፡ ይህም ክርስቶስ በምድር ላይ ሲኖር ለአብ እንደተገዛበት ዓይነት መገዛት ነው፡፡ ይህ አይነቱ በሰው ተፈጥሮ ውስጥ ያልተለመደ መገዛት የመንፈስ ቅዱስ ሙላት ማስረጃ ነው፡፡ መንፈስ ቅዱስ ከሰዎች ጋር ባለን ግንኙነት ውስጥ በሚያጋጥመን የማይመች ሁኔታ ውስጥ መገዛትን ያስተምረናል፡፡ ከዚያም ጊዜ ቢወስድም እንኳ የመገዛት መንገድ ከሁሉ እንደሚሻል እንረዳለን፡፡ (ፊሊፕስ, ዮሐንስ: ኤፌሶን ማሰስ: ኤክስፖዚተሪ ኮሜንታሪ)

ተገዙ (ሁፖታሶ) hypotássō / hoop-ot-as'-so፡- ማለት ለኃይል ወይም ለሥልጣን መገዛት ነው፡፡ በአዲስ ኪዳን ውስጥ መገዛት የሚለው ቃል የገባበት ሰዋሰው ራስን ለሌላው በፈቃደኝነት ማስገዛትን በሚያሳይ መልኩ ነው፡፡ ባሎችና /ሚስቶችም/ በፈቃደኝነት የመገዛትን ባህርይ ሊገነቡ ያስፈልጋቸዋል፡፡

የተገዛችሁ ሁኑ በመንፈስ የተሞሉ አማኞች ለመገዛት ከሰው ያልሆነ ፍላጎት ወይም ኃይል አላቸው፡፡ የሚገዙት ግን ለምሳሌ ትዳር ውስጥ ብናየው ባል ወይም ሚስት ሊገዙላቸው የሚገቡ ሆነው ስለተገኙ ላይሆን ይችላል፡፡ የሚገዙላቸው በመገዛት ውስጥ ለእግዚአብሔር ቃል መታዘዝ፣ በመታዘዝ ውስጥ ደግሞ እግዚአብሔርን ማክበር ስላለ ነው፡፡ ጳውሎስ እግዚአብሔር ሁሉንም ከእግሩ በታች አስገዛለት (ሁፖታስ) ከሁሉ በላይም ራስ እንዲሆን ለቤተክርስቲያን ሰጠው፡፡ በአንደኛ ቆሮንቶስ ላይም ነገር ግን የወንድ ሁሉ ራስ ክርስቶስ የሴትም ራስ ወንድ የክርስቶስም ራስ እግዚአብሔር እንደሆነ ሊታወቁ እወዳለሁ (1ኛ ቆ 11፥3) የራስን መብት ለሌላው ማስገዛት እንዴት ይቻላል? ጳውሎስ መልሱን ይሰጠናል *«መንፈስ ይሙላባችሁ እንጂ በወይን ጠጅ አትስከሩ ይህ ማባከን ነውና»* (ኤፌሶን 5፥18)

ሄንሪ አልፎርድ፡- በተለየ መንገድ እንደምንምላ በተለየ መንገድም እንደምንዘምርና ሀሴት እንዳምናደርግ እንዲሁ ሥራችንም በተለየ መንገድ ይገለጥ እንጂ አንዳንዶች እንደሚያደርጉት በመጮህ አይሁን፡፡ ነገር ግን ለእርስ በርሳችን እንገዛ፡፡ ራስን ለሌላ ማስገዛት በራስ የመተማመን፣ እንዲሁም የአምባ ገነን መንፈስ ተቃራኒ ነው፡፡ (የግሪክ ኪዳን ክሪቲካል ኤክሴጄቲካል ኮሜንታሪ)

ዋይን ባርበር፡-ብጋብቻ አውድ ውስጥ **ተገዙ** (ሁፓታስ) ሲባል፡- ባሪያ ለጌታው ልጅም ለቤተሰቦቹ እንደሚገዛ ሚስትም ለባሏል ትገዛታዛለች ማለት አይደለም፡፡ ብዙ ወንዶች ሚስቶቻቸውን በር ላይ እንደሚነጠፍ የእግር መርገጫ ያንገላቷቸዋል፡፡ ምንም ስሜት ምንም ችሎታ እንደሌላቸውና የበታች እንደሆኑ አድርገው ይይዟቸዋል፡፡ የተገዛችሁ ሁኑ (ሁፖታሶ) ማለት ግን ይህ አይደለም፡፡

ዶክተር ባርበር፡- ለባልና ለሚስት የቀረበው የተገዛችሁ ሁኑ ተገዙ (ሁፖታሶ) የሚለው ታሪክ የሚናገረው በእግዚአብሔር ፊት ፍፁም እኩል ስለሆኑ ሁለት ሰዎች ነው፡፡ አንዳቸው ከሌላቸው የሚያንሱበት ነገር የለም፡፡ በቤተሰቡ ውስጥ ለእያንዳንዱ ሥርዓትና ተግባር ይኖረው ዘንድ ግን ሚስት እኩልነቷ ሳይነካ ራሷን ከባሏ ስር ማሳደርን ምርጫዋ ታደርጋለች፡፡ የዚህ አጠቃላይ ዓላማ እግዚአብሔር ያዘዘው ይፈፀም ዘንድ ነው፡፡ ታዲያ ይህ ሚስትህ እያንዳንዱ ትዕዛዝህን የምትፈጽፀም ባሪያህ ናት ማለት ነው? አንተስ እንደ ሕፃን ታሳድራታለህ ማለት ነው? አይደለም፡፡ ማንም በሚስቱ ላይ የዚህ ዓይነት የበላይነት እንዳለው የሚሰማው ካለ ከእግዚአብሔር ቃል ከፉኛ አፈንግጧል ማለት ነው፡፡

የቃሉ ትርጉም ከበላይነቱ ሆነ ከበታችነት ጋር ምንም ዓይነት ግንኙነት የለውም፡፡ ሚስት ለባሏ ስትገዛም የሚጨመርላት እንጂ የሚቀነስባት አንዳች ክብር የለም፡፡ እግዚአብሔር ሊሆን ይገባል ያለውንም ማድረግ ትልቅ ታማኝነትን የሚጠይቅ ነውና፡፡ ኤፌሶን 5 ውስጥ ባሉት ጥቅሶች ሁሉ መገዛት የሚለው ቃል የእምነትን ሥራ የሚወክል ነው፡፡ ይህ ማለት እግዚአብሔር በሕይወታችን እንዲመራን፣ ዓላማውንም በጊዜው እንዲፈፅም እርሱን ማመን ነው፡፡ በእርግጥ ራስን ለሌሎች በማስገዛት ውስጥ አንድ አደጋ አለ፡- ሌሎች አላግባብ ሊጠቀሙበት ይችሉ ይሆናል፡፡ ለእግዚአብሔር እና ለእውነት የተገዛ የእርሱን መሰል ክርስቲያንም መገልገል የሚፈልገው ግን ሌሎችን መጠቀሚያ ስለማድረግ ሐሳቡ እንኳ ሊመጣለት አይችልም፡፡ሚስቱ እንድትገዛለት የሚፈልግ ባል እርሱ ግን ለእርሷ ያለበትን ግዴታ የማያውቅ እግዚአብሔር ለትዳር ግንኙነት ያስቀመጠውን መለኪያ የሚያፈርስ ነው፡፡ ከልጆቻቸው መታዘዝን የሚጠብቁ ወላጆች የልጆቻቸውን ፍላጎት ለማሟላት ደግሞ ለፍቅር የማይገዙ ወላጆችም እንዲሁ ራሳቸው ለሰማይ አባታቸው የማይታዘዙ ናቸው፡፡ በአጭሩ መጽሐፍ ቅዱሳዊ የሆነው መገዛት ሊፈፀም የሚችለው መንፈስ ቅዱስን ሲሞሉ እና እርሱም ሲመራቸው ብቻ ነው፡፡

ሬይ ስቴድማን፡- ተገዙ የሚለው ቃል በሴቶች እንቅስቃሴ ውስጥ የሚተኮርበትና ምናልባትም ዛሬ በእነርሱ ዘንድ እጅግ ከሚጠሉት ቃላት ውስጥ አንዱ ሊሆን ይችላል፡፡ ትርጉሙም በከፍተኛ ደረጃ የተዛባ እንዲሆን ተደርጓል፡፡ ይህም የሆነው በመገዛት ስም ብዙ ጥፋቶች ስለተፈፀሙ ነው፡፡ ስለመገዛት ሲነገር የሚያስፈልገው የመጀመሪያ ነገር ግን ይህ ነው፡-መገዛት እኩልነትን ኢያጠፋም አይሰርዝም፡፡ ቃሉ ሴቶችን የሚነካ አይደለም፡፡ በመጽሐፍ ቅዱስ ውስጥም ለሴቶችም ለወንዶችም የተነገረ ቃል ነው፡፡ የዕውነተኛ መገዛት ምሳሌ ክርስቶስ ለአባቱ ያሳየው መገዛት ሲሆን፣ ክርስቶስም ይህን መገዛቱን በዕርሱና በአብ መካከል የነበረውን እኩልነት እንደ ማጥፋት አድርጎ አልቆጠረውም፡፡ ስለሆነም ለሌላው ተገዛችሁ ማለት እናንተ ከሌላው ታንሳላችሁ ማለት አይደለም፡፡ ዓለም አሻሚ ትርጉም

ቢጭንበትም መገዛት የሚለው ቃል ጥሬ ትርጉሙ መልካም እና ተገቢ ከሆነ ዓላማ ሥር መሆን፤ ራስን ከሌላው በታች ማስለፍ የሚል ነው፡፡ ይህም ሙሉ በሙሉ በፈቃደኝነት የሚፈፀም ተግባር ነው፡፡

እርስ በእርሳችሁ፡- በግሪክ **አሌሎን** **allēlōn** / al-lay'-lone ይባላል፡፡ ትርጉሙም ሁለት ወይም ከዛ በላይ በሆኑ ሰዎች መካከል ያለ የስሜት ተጋሪነት ማለት ነው፡፡ በጳውሎስ መልዕክት አሌሎን የክርስቲያኖች መበረታታትና መተናነፅ የጋራና የሚጠቅም ተግባር መሆኑን ለማመላከት የገባነው፡፡ እያንዳንዱ ለሌላው ሲገዛ፣ ሌላውን ሲያበረታታና ሲወድ ሁለቱም ወገኖች ይጠቀማሉ፡፡ ለመልካም ትዳር እግዚአብሔር ያስተማረውና ያዘዘውም ይሄው ነው፡፡ (መጽሐፍ ቅዱስ ጥቅሶች የብሉይና / የአዲስ ኪዳን ግሪክ መዝገበ ቃላት. የቲየር ትርጉም)

በክርስቶስ ፍርሃት፡- **ክርስቶስን መፍራት፡-** ለጌትነቱና ለራስነቱ የሚሰጥ አክብሮት ነው፡፡ ክርስቶስን እንደ ጌታ በማክበር ላይ የሚመሰረተው የክርስቲያኖች ለእርስበርስ መገዛት በመንፈስ ለተሞላ ሕይወት አንዱ ማሳያ ነው፡፡ በባልና በሚስት፣ በልጆችና በወላጆች በባሪያና በጌታ መካከል መዋሀድን ለመፍጠርና ሥርዓትን ለመጠበቅም እጅግ ወሳኝ ነው፡፡ ምንም እንኳ ማኅበራዊ ልማድ መገዛትን ከሴቶች፣ ከልጆችና ከባሪያዎች የሚጠብቅ ቢሆንም ከዚህ አኳያ የጳውሎስ አቋም የነበረው በመንፈስ የተሞሉ አማኞች አንዳቸው ለሌላቸው ይገዙ የሚል ነው፡፡ ይህም ክርስትና በአሮጌው ዓለም የነበረውን ማኅበራዊ ሥርዓት እንድትገለብጠው አድርጓታል፡፡ ጌታን መፍራት መልካም ነው ለጌታ ያለን ትክክለኛ አክብሮት ትክክለኛ አኗኗርን ይፈጥራል (እዮ 1፥1፣ 8፣ መዝሙር 112፥1 መዝ 119፥168 ምሳሌ 8፥13) ጤናማ የሆነ እግዚአብሔርን መፍራት ይኖር ዘንድ ጴጥሮስ ለአማኞች በአፅንኦት ሲናገርለሰው ፊትም ሳያደላ በእያንዳንዱ ላይ እንደሥራው የሚፈርደውን አባት ብላችሁ ብትጠሩ በእንግድነታችሁ ዘመን በፍርሀት ኑሩ (1ኛ ጴጥሮስ 1፥17)፡፡

ሬይ ስቲድማን፡- ለእያንዳንዳችሁ በክርስቶስ ፍርሀት ተገዙ በሚለው በዚህ ጥቅስ ላይ ይህን ሐሳብ ያቀርባል፡፡ ጳውሎስ ለእያንዳንዳችሁ ተገዙ ሲል በዘመናችን ላሉ ግጭቶች ሁሉ መፍትሔውን እያቀረበ ነው፡፡ የባሎችንና የሚስቶች ግንኙነት ሲያትት፣ የልጆችንና የወላጆችን፣ እንዲሁም የሠራተኞችን አስተዳደር ሲያነሳ ለሁሉም መፍትሔው አንድ ነው ይላል፡፡ እርሱም «ለርስበርሳችሁ በክርስቶስ ፍርሀት ተገዙ» የሚል ነው፡፡ ዛሬ በዙሪያችን ለከበቡን ጉዳዮች ሁሉ የመፍትሔ አካል ለመሆን አንዳች ፍላጎት ካለን ስለ ችግሩ ምንጭ እግዚአብሔር የገለጠውን በማስተዋል እኛም እንዲሁ ማድረግ ለእርስበርሳችን መገዛት

አለብን፡፡ ለሰው ልጅ ሁሉ የውስጥ ትግል ምክንያት ወደ ሆነው መመለስ አለብን፡፡ መቼም የሆነ ጊዜ ይህን ጥያቄ ያልጠየቀ የለም፡፡ 'ከሕይወት የላቀውን እርካታ የማገኘው እንዴት ነው?' ያለኝን ከፍተኛ አቅም ልገልፀው የምችለው እንዴት ነው? ራሴን የተሟላ ማድረግ እንዴት እችላለሁ? ወዘተ. በእርግጥ እግዚአብሔር መሻቱን በውስጣችን ስላስቀመጠ እንዲህ ያሉትን ጥያቄዎች መጠየቅ ስህተት አይደለም፡፡ ስህተቱ የጠየቅንበት መንገድ ነው፡፡ ጥያቄዎችን በዚህ መንገድ ስንጠይቅ የምንጠይቀው ራሳችንን በዓለም ውስጥ ብቻችንን ወይም ደግሞ ለራሳችን ዕድገት ራሳችን ብቻ ኃላፊነት እንዳለብን አድርገን ነው፡፡ ይህ ደግሞ ውሎ አድሮ ጥያቄአችንን ለመመለስ ስንንቀሳቀስ ከሌሎች ጋር ያጋጨናል፡፡ እኔ መብቴን ስጠይቅ ሌላውም መብቱን መጠየቅ ይይዝና አንደኛችን ለሌላችን እንቅፋት እንሆናለን፡፡ ሁሉም በራሱ ፍላጎቱን ለማሟላት ሲነሳ ውጤቱ መተራመስ ነውና፡፡ ጳውሎስ ግን ይህን ሁኔታ ከነአካቴ የሚቀይሩ ሁለት ጉዳዮችን በማስተዋወቅ ለክርስቲየኖች አጠቃላዩን መልክ ይቀይረዋል፡፡ የመጀመሪያው ክርስቲያን በማንኛውም ግንኙነት ውስጥ ሌላ ሰው መኖሩን መርሳት የለበትም የሚል ነው፣ ይህም እኔ ምን እፈልጋለሁ አንተስ ምንትፈልገለህ የመባባል ጉዳይ አይደለም፡፡ ሐዋርያው የሚያስታውሰን ሦስተኛ ሰው እርሱና ጌታ እየሱስ ክርስቶስ መኖሩን ነው፡፡ ይህ የክርስቶስን መኖር ማወቅ ደግሞ ወደ ሁለተኛ ጉዳይ ይመራናል፡፡ እርሱም ሌላውን ማስቀደም ነው፡፡ ራሳችንን ረስተን ለሌላው ሙላት ስንሰለና ልባችን በጸጋ ሲጥለቀለቅ እናገኘዋለን፡፡ ዋናው የሕይወት ምስጢርም ይሄው ነው፡፡ በተቃራኒው ራሳቸውን ብቻ ለማርካት የሚራወጡ መጨረሻቸው የውስጥ ባዶነት ነው፡፡ ይህም ጌታችን ነፍሱን ሊያድን የሚወድ ሁሉ ያጠፋታል፣ ስለ እኔ ግን ነፍሱን የሚያጠፋ ያድናታል» እንደ ሚለው ነው (ማቴዎስ 26፥15)፡፡

---

21 ለእያንዳንዳችሁ በክርስቶስ ፍርሃት የተገዛችሁ ሁኑ።

በክርስቶስ ፍርሃት 2ኛ ዜና 19፥7፤ ነህ 5፥ 9፣15፤ ምሳ 24፥21፤ 2ኛ ቆሮ 7፥1፤ 1ኛ ጴጥ 2፥17
ለእያንዳንዳችሁ...የተገዛችሁ ሁኑ ኤፌ 5፥22፣24፤ ዘፍ 16፥9፤ 1ኛ ዜና 29፥24፤ ሮሜ 13፥ 1-5፤ 1ኛ ቆሮ 16፥16፤ ፊል 2፥3፤ 1ኛ ጢሞ 2፥11፤ 1ኛ ጢሞ 3፥ 4፤ ዕብ 13፥17፤ 1ኛ ጴጥ 2፥13፤ 5፥5

5፡22 ሚስቶች ሆይ ለጌታ እንደምትገዙ ለባሎቻችሁ ተገዙ

ጆንፊሊፕ፡ይህ ጥቅስ ከተፃፈበት አውድ ውጭ እየተመነዘረ ብዙ ባሎች ሚስቶቻቸውን እንዲጨቁኑ ብዙ ሚስቶችም እንዲያምፁና በጥላቻ የተሞሉም እንዲሆኑ ምክንያት ሆኗል፡፡ ጥቅሱ ለብቻው ተነጥሎ ከታየ ፍርደገምድል እና ሚዛናዊ ያልሆነ ይመስላል፡፡ ነገር ግን ብቻውን ተነጥሎ አይታይም፡፡ አንድም የመጽሐፍ ቅዱስ ጥቅስ ለብቻው ተነጥሎ

አይታይም ከጥቅሱ በፊት እንደኛችን ለሌላችን በእግዚአብሔር ፍርሀት እንድንገዛ የሚያሳስብ ትዕዛዝ አለ፡፡ሰባኪዎች ግን ለባልና ለሚስት ግንኙነት ተከታታይ መልዕክት ማስተላለፍ ሲጀምሩ ይህን አውድ የመዘንጋታቸወ ሁኔታ የሚያሳዝን ነው፡፡

ዋረን ዋየርስቢ፡- የቤተክርስቲያን አንድነትን የቤተሰብ ኅብረት ሁለቱም በመንፈስ ላይ የቆሙ ናቸው፡፡ ቤተክርስቲያንን ቤተሰብን ያጣመራቸውም ከውስጥ ያለ ኃይል እንጂ ከውጭ የሚመጣ ግፊት አይደለም፡፡(የመጽሐፍ ቅዱስ ትርጓሜ ኮሜንታሪ, በዎረን. ዊዊስ. ዋርስቤ)

ሚስቶች ተገዙ፡-ሚስት ለጌታ ስትገዛለባሏ መገዛት አይቸግራትም ጥቅሱም ሚስት ከባሏ ታንሳለች ወይም ባሪያትሁ ነው አይልም፡፡ 21ኛው ጥቅስ ላይ ባል ደግሞ ለጌታ ይገዛ ይላልና፡፡ በመንፈስ የተሞሉን ባልና ሚስቶች ፈቅደው ለጌታ ከተገዙ በትዳራቸው ውስጥ የሚኖራቸው ፈቃድ አንድነት፣ ኅብረትና ተጣጥሞሽ ነው፡፡ እዚህ ላይ አማኝ የሆነ ያላመነ እንዳያገባ ለምን እንደሚከለከል በግልጽ ማየት ይቻላል፡፡ (25 ቆሮ 6÷14፣ 15፣ 16፣ 17፣ 18)

ዋይን ባርበር፡- ሁፖታስ (ተገዙ) ስለ ችሎታ አያወራም ምናልባት ሚስት ሁሉም ዓይነት ችሎታ ያላትና የተዋጣላት ልትሆን ትችላለች፡፡ እግዚአብሔር ግን እንዲህ ይላል “ሚስቶች ሆይ የፈለጋችሁትን ያህል እውቀት ቢኖራችሁ፣ መንፈሳዊ ስጦታ ቢኖራችሁ፣ ኃይል ቢኖራችሁ እንዲሁም ከባሎቻችሁ ይልቅ የተሻላችሁ ብትሆኑ እኔን አይመለከተኝም፡፡ ሚስቶች ለባሎቻችሁ ተገዙ” “ግን እኮ እግዚአብሔር ባሌ በጥባጭ ነው ለእርሱ እንድገዛ አትፈልግም፣ ትፈልጋለህ እንዴ? እግዚአብሔር “አዎ እፈልጋለሁ ለባልሽ ተገዥ”

ሴቶች በሦስት ባህሎች ውስጥ፡- አይሁድ ግሪክ እና ሮማን፡- ጳውሎስ ሚስቶች ለባሎቻቸው እንዲገዙ ጥሪያቄ የቀረበበትን ባህላዊ አውድ መረዳት ጠቃሚ ነው፡፡ በመጀመሪያው ክፍለ ዘመን እርስ በርስ የሚቀራረቡ ሦስት ባህሎች ነበሩ እነርሱም የአይሁድ የግሪክ እና የሮ ማንናቸው በሦስቱም ባህሎች ውስጥ ሴቶች የነበራቸው መብት ምንም ወይም እጅግ በጣም የተወሰነ ነበር፡፡

በአይሁድ ባህል፡- በአይሁድ ባህል ውስጥ ሴት እንደ ቁስ እንጂ እንደ ሰው አትታይም ነበር፡፡ በዚህም ምክንያት ልክ እንደበጎችና እንደፍየሎቹ ሚስት የባሏ ንብረትናት፡፡ እንደፈቀደው የሚያደርጋት ንብረቱም ስለሆነች እርሱ በማንኛውም ቅፅበት ሊያባርራት ይችላል፡፡ እርሷ ግን በማንኛውም ምክንያት ጥላው መሄድ አትችልም፡፡ ከብዙ በጥቂቱ

ባሉሳይቀይር ለሚስት ሀይማኖቷን መቀየር የማይታሰብ ነው፡፡ አይሁዶች ለሴት የነበራቸው አመለካከት ዝቅተኛ ነበር፡፡ አህዛብ፣ ባሪያ፣ ወይም ሴት ያላደረከኝ እያሉ ወንዶች በማለት ፀሎታቸው ላይ ለፈጣሪ ምስጋና ያቀርቡ የነበረበት ሁኔታም ለዚህ ማስረጃ ነው፡፡ በአጠቃላይ የአይሁድ ሴቶች ምንም ዓይነት ሕጋዊ መብት አልነበራቸውም፡፡

የግሪክ ባህል፡- በግሪክ ባህል ደግሞ የሴት ድርሻ የነበረው ቤት ቁጭ ብላ ባሏን መታዘዝ ብቻ ነው፡፡ ምንም አስተያየት፣ አለመስጠት፣ አለመጠየቅ የመልካም ሴት ምልክት ነበር፡፡ ምንም የሆነ የግል ሕይዋትም ሆነ የራሷ የሆነ አይምሮ ያልነበራት ሲሆን ባሏም ጥሎሿን እስከመለሰ ድረስ ያለምንም ምክንያት ሊፈታት ይችል ነበር፡፡ በእርግጥ በጥንት የግሪክ ሥነጽሑፍ ውስጥ ስለ ጋብቻ የተፃፉ ታላላቅ ሐሳቦችን ማንበብ የሚመስጥ ነው ሆኖም እነዚህ ሐሳቦች ከነበረው ገሀድ እውነት ጋር የሚጋጩ ነበሩ፡፡ የግሪክ ባህል ሴት ቤትን ካስተዳደረችው ይሞታል የሚል ባህል ነበር፡፡

የሮማ ባህል፡- በሮማ ባህል ውስጥ ሴቶች ምንም ዓይነት ሕጋዊ መብት አልነበራቸውም፡፡ እንዲያውም በሕጉ ውስጥ ሴት ትታይ የነበረው የማታድግ ሕፃን ሆና ነው፡፡በአባቷ ሥር ሳለች «ፓትሪያፓቴስታስ» በተባለው የሮማ ሕግ ትገዛለች፡፡ ይህም በሕይወቷና በሞቷ ሳይቀር እንዲያዝበት ለአባቷ መብት የሚሰጥ ሕግ ነው፡፡ ስታገባ ደግሞ የዛኑ ያህል በባሏ ቁጥጥር ሥር ትወድቃለች፡፡ በባሏም ይሁንታ ብቻ የምትኖርናት፡፡ ካቶዘሴንሰር የተባለ ሮማዊ ሲጽፍ «ሚስትህ ስትዘሙት ብታገኛት፡፡ ያለምንም ፍርድ ልትገላት ትችላለህ ሕግም አይጠይቅህም» ብሏል፡፡በአጠቃላይ የጥንቱ ሥልጣኔ አመለካከት ማንም ሴት ለራሷ መወሰን አትችልም የሚልነበር፡፡በቤተሰብ ግንኙነት አውድ ውስጥ ልጆች ለወላጆቻቸው፣ ባሪያዎችም ለጌቶቻቸው በሚያደርጉት አግባብ ሚስት ለባሏ ልትገዛና ልትታዘዝ አልተጠራችም፡፡ ባልም ሚስቱን እንዳሻው ሊያዛት አልተሰጠም፡፡ ሚስት ይሄን ሥሪ፣ ያንን አምጪ፣ ያንን አስተካክይ የሚል ትዕዛዝ የምትጠብቅ ባሪያ አይደለችምና! መገዛት ማለትም ይህ አይደለም፡፡

ጴጥሮስ ሴቶች በመገዛት ውስጥ ስለሚኖራቸው ሚና አፅንኦት ሰጥቶ ሲጽፍ

እንዲሁም እናንተ ሚስቶች ወይ ከባሎቻችሁ አንዳንዱ ለትምህርት የማይታዘዙ ቢኖሩ በፍርሀት ያለውን ንፁሁን ኑሯችሁን እየተመለከቱ ያለትምህርት ለሚስቶቻቸው ኑሮ እንዲገኙ ተገዙላቸው፡፡ለእናንተም ጠጉርን በመሸረብና ወርቅን በማንጠልጠል ወይም ልብስን በመጎናፀፍ በውጭ የሆነሽ ልማት አይሁንላችሁ ነገር ግን በእግዚአብሔር ፊት ዋጋና

እጅግ የከበረ የዋህና ዝቅተኛ መንፈስ ያለውን የማይጠፋውን ልብስ ለብሶ የተሰወረ የልብ ሰው ይሁንላችሁ (1ኛጴ 3÷1 - 4)፡፡

የጴጥሮስ ጥሪ ከፍርሀት ለሆነ መገዛት አይደለም፡፡ አንዱ እንዳለው በፈቃደኝነት ራስን ስለመስጠት ነው፡፡ የዚህ ዓይነቱ መገዛትም ኩራት ሲሞትና ሌላውን የማገልገል ምኞት ደግሞ ሲወለድ ፍፁም ከሆነ ፍቅር የሚመጣ ነው መገዛት ነው! የበታችነትም እኩል አለመሆን አይደለም፡፡መገዛት የበታችነትን እንደማያመለክት ጳውሎስ በግልጽ አስቀምጦታል፡፡ ነገር ግን የወንድ ሁሉ ራስ ክርስቶስ፣ የሴትም ራስ ወንድ የክርስቶስም ራስ እግዚአብሔር እንደሆነ ልታውቁ እወዳለሁ፡፡ (1ኛ ቆሮ 11÷3) እንግዲህ እኩልነት ባለበት በመለኮት ዘንድ እንኳ ክርስቶስ ከአባቱ በታች እንደሆነ እናያለን በተመሳሳይ ሚስቶችም ደግሞ ከባሎቻቸው በታች ናቸው፣ በባህሪው አንድ ናቸው አብ ለወልድ የበላይ እንዳልሆነ ባልም ለሚስቱ የበላይ አይደለም፡፡ ነገር ግን በሥላሴ መካከል እንኳ የመለኮት ሥርዓት እንዳለ እንዲሁ እግዚአብሔር በቤተሰብ ውስጥም አምላካዊ ሥርዓት ይኖር ዘንድ አዟል፡፡ ይህንንም ሥርዓት አዳምን ሲያበጀው ጀምሮ ያቆመው ነው፡፡አዳም ቀድሞ ተፈጥሯልና በኋላም ሔዋን ተፈጠረች (1ኛ ጢሞ 2÷13)ሙሴ እንደፃፈው ዘፍጥረትም በወንድና በሴት መካከል ያለውን እኩልነት በአፅንኦት የሚያይ ነው፡፡እግዚአብሔርም ሰውን በመልኩ ፈጠረ በእግዚአብሔር መልክ ፈጠረው፣ ወንድና ሴት አድርጎ ፈጠራቸው፡፡ (ዘፍ 1÷27) አስተያየት፡- ወንድና ሴት ከእንስሳት በተለየ መንፈሳዊ ባህሪን ይጋራሉ፡፡ ይህ ቃልም በመንፈሳዊ ማንነታቸው ውስጥ ያለውን እኩልነት በግልጽ የሚያስቀምጥ ነው‹‹በመልኩ ፈጠረ›› ማለትም ይሄው ነው፡፡በሴትና በወንድ መካከል ያለው ይህ መንፈሳዊ እኩልነት አዲስ ኪዳን ውስጥም በጳውሎስ አፅንኦት የተሰጠው ነው፡፡

በእምነት በኩል ሁላችሁም በክርስቶስ እየሱስ የእግዚአብሔር ልጆች ናችሁና፤ ከክርስቶስ ጋር አንድ ትሆኑ ዘንድ የተጠመቃችሁ ሁሉ ክርስቶስን ለብሳችኋልና አይሁዳዊ ወይም የግሪክሰው የለም ወንድም ሴትም የለም፣ ሁላችሁ በክርስቶስ እየሱስ አንድናችሁና፡፡ እናንተም የክርስቶስ ከሆናችሁ እንኪያስ የአብርሃም ዘር እንደ ተስፋውምቃልወራሾች ናችሁ፡፡ (ገላትያ 3÷26 - 29) ጳውሎስ በግልጽ እየተናገረ ያለው አማኝ ለሆኑ ቤተሰቦች ሲሆን፣ በክርስቶስ አንድ የሆኑት ሁሉ መንፈሳዊ እኩልነት ያላቸው መሆኑን እያስቀመጠ ነው፡፡ (ቅድመ-አስቲን ድህረ ገፅ)

የቢሊቨርስ ስተዲ ባይብል ጽሑፍ፡- ይህ በሰውነት ያለው እኩልነትና በግብር ያለው ልዩነት በመለኮት ግሩም ተደርጎ የተለገፀ ነው፤ አብ ወልድና መንፈስ ቅዱስ እኩል ናቸው (ዮሐንስ 10÷30 ፡ 14÷9)፡፡ እንዲያም ሆኖ በግብር ወልድ ለአብ ሲገዛ መንፈስ ቅዱስ ደግሞ ስለ

ወልድ ሊመሰክርና ወልድን ሊያከብር በአብ ተልኳል (ዮሐንስ 14÷26፤ 15÷26፤16÷13፣ 14)፡፡ እንግዲህ በባልና በሚስት መካከል መለኮት ይኑር ያለው ግንኙነትም በአምላክ ዘንድ ካለው ግንኙነት ጋር ተመሳሳይ ነው፡፡ በቤተሰቡ ውስጥ ለሚኖረው ሥርዓት ንድፉም ይሄው በስላሴ አካላት መካከል ያለው ግንኙነት ነው፡፡ (ክሪስዌል, ዋር. አ. የ አማኝ የጥናት መጽሐፍ ቅዱስ፡ ዘ ኒው ኪንግ ጀምስ ቨርሽን 1991) ቶማስ ኔልሰን

ሞሪስ፡- በሰውነት አንድ መሆንን በግብር መለያየትን ሁኔታ አስመልክቶ ይህ የእግዚአብሔር የራስ ድንጋጌ ነው እንጂ አንዳንዶች እንደሚሉት ፀረ ሴት የተባለው ሀዋርያ የፈጠረው ነገር አይደለም ይህ ማለት ግን በእግዚአብሔር ፊት ወንድ ከሴት ይበልጣል ማለት አይደለም፡፡ ሁለቱም በእግዚአብሔር መልክ ተፈጥረዋልና አንድ ናቸው (ዘፍጥረት 3÷27)፡፡ በክርስቶስም እንዲሁ አንድ ናቸው፡፡ (ገላትያ 3÷28) በአንፃሩ እያንዳንዳቸው ደግሞ ለተለየ ዓላማና ተግባር ተፈጥረዋል፡፡ ያለዚህ አንዳቸውም ከቶ ሙሉ አይሆኑም፡፡ (ተሟጋቾች ጥናት መጽሐፍ ቅዱስ)

ዋረን ዋየርስቢ ስለ ክርስቲያን ቤተሰቦች ሲጽፍ፡-"ገጣሚውዊልያምኮፐር ቤተሰብን ከአዳም ውድቀት የተረፈብቸኛው የገነት ፍስሃ" ብሎታል፡፡ ነገር ግን ብዙ ቤተሰብ የሲኦል የጦር ሰፈር እንጂ የገነት ቁራሽ መሆንአ ልቻለም፡፡ (የመጽሐፍ ቅዱስ ትርጓሜ ኮሜንታሪ, በዎረን ዊዊስ ዋየርስቢ)

ሚስቶች፡-በግሪክ ጉኔ gynḗ / goo-nay' ሲሆን፣ ይህም ጋይነኮሎጂ የሚለውን የሕክምና ቃል ይሰጠናል፡፡ በመንፈሳዊ አውድ ውስጥ ጋይን ሁሉንም አማኝ ሚስቶች የሚወክል ቃል ነው፡፡(መጽሐፍ ቅዱስ ጥቅሶች የብሉይና / የአዲስ ኪዳን ግሪክ መዝገበ ቃላት. የቲየር ትርጉም)

የራሴ፡- በግሪክ ኢዲዮስ idios / id'-ee-os ይሰኛል ትርጓሜው የሕዝብ ንብረት ያልሆነ የብቻ፣ የተናጠል የሆነ ማለት ነው፡፡ (መጽሐፍ ቅዱስ ጥቅሶች የብሉይና / የአዲስ ኪዳን ግሪክ መዝገበ ቃላት. የቲየር ትርጉም)

ባሎች! የሚስቶቻችሁ ናችሁ! በጣም ብዙ ባሎች ሕይወታቸውን በተለይም የሥራ ሕይወታቸውን የሚመሩት የሕዝብ ንብረት መስለው ነው ከዛም "ሚስቶቻችን ግን ለምን የመገለል ስሜት ይሰማቸዋል?" ሲሉ ይደነቃሉ! በዚህም አንዳንድ ሚስቶች ባሎቻቸው የግሪኩን ኢዲዮስ ሳይሆን የእንግሊዝኛውን ኢዲየት አድርገው ይቆጥሯቸዋል፡፡ እርግጥ አንዳንድ ባሎችም እንደዚያ ሊያዙ የሚገባቸው ነው፡፡

ባሎች:- በግሪክ አኔር anḗr / an'-ayr ይሰኛል ይህም በፆታ ወንድ የሆነን ቢጋብቻ አውድ ደግሞ ባልን የሚያመለክት ቃል ነው፡፡(መጽሐፍ ቅዱስ ጥቅሶች የብሉይና / የአዲስ ኪዳን ግሪክ መዝገበ ቃላት. የቲየር ትርጉም)

ለጌታ እንደምትገዙ:- እንደ የሚለው ቃል ለማነፃፀር የሚጠቅም ቃል ሲሆን፣ ትዕዛዙን ከፍወዳለና ወደተቀደሰ ደረጃ ያነሳዋል፡፡ ስለሆነም ተገዙ የሚለው እጅግ ወሳኝ ነው በመጀመሪያ ደረጃ የሚስት ለባሏ መገዛት የሚመነጨው ሚስት ለክርስቶስ ካላት መገዛት ሲሆን፣ ባሏም እንዲሁ ለጌታ የሚገዛ መሆኑ የግድ ነው፡፡ እንዲህ ሲሆን፣ ከክርስቶስ ጋር የሰመረ አካሄድ ያለው ቤተሰብስ ለሚፈጥሩ እርስ በርሳቸውም ግንኙነታቸው የሰመረ ይሆናል፡፡ 'ለጌታ እንደምትገዙ' የሚለው ሀረግ ሚስት ለባል ያላት መገዛት በእግዚአብሔር ፈቃድ ክልል ውስጥ መሆኑንም የሚጠቁም ስለሆነ ሚስትን የሚጠብቅ ነው፡፡ (ቅድመ-አስቲን)

ጌታ:-በግሪክ **ኪይሪዎስ** kýrios / koo'-ree-os ነው፡፡ የሚያመለክተውም የማይገዳደሩት ሥልጣን ያለውን ነው፡፡

ዋይን ባርበር:- ለጌታ እንደምትገዙ የሚለው ላይ አስተያየቱን ሲያቀርብ 'ጌታን በማይበት ዓይን ባሌን ተመልከቸው ነው የምትለኝ? 'ሚስቶች ሆይ ለጌታ እንደምትገዙ ለባሎቻችሁ ተገዙ' የሚለውስ እንደ ዚህ ነው?' ሲሉ ሰዎች ጠይቀውኛል፡፡ መልሴ አይደለም ነው በርካታ ባሎች እንደዚህ እንዲያዙ ይፈልጋሉ ጳውሎስ የሚለው ግን ይህን አይደለም፡፡

የምትገዙት ለጌታ ካላችሁ ፍቅርነው፡፡ ጌታ ለቤታችሁ ጤና ይሆነው ዘንድ ለሚላችሁ ታዘዙ ነው፡፡ ይህም ባሎቻህ ትሁን ስለምትወዱ ሳይሆን ክርስቶስን ስለምትወዱ ነው፡፡ የእግዚአብሔር መንፈስ ሕይወታችሁን ስለሚቆጣጠረው መጽሐፍ የሚለውንም ደግሞ ስለገለጠላችሁ ነው፡፡ ቁልፉ ይሄ ነው፡፡ በበኩሌ ጌታ ክርስቶስን ስለምወደው አድርግ የሚለኝን ሁሉ ለማድረግ ፈቃደኛ ነኝ፡፡ አቃናው (wont, 7) ትዳርዎ የተቃና አይደለም? አይዞዎ በማንኛውም የሰመረ ትዳር ውስጥ ስምሪቱን የሚየመጡት ሰዎቹ እንጂ ግንኙነቱ ራሱ አይደለም፡፡ በሌላው ላይ የማይቻል ሸክም እየጫን ከሆነ ወይም ደግሞ ስለራሳችን እውነቱን ለማየትግትሮች ሆነን ከሆነና ችግሩን ወደ ሌላው በመግፋት ፀንተን ከሆነ እግዚአብሔር አብረ ነው እንድናስብና እንድንሠራ እየጠራን ነው ለትዳራችን ስኬት --- የሆነው መለኮታዊ ትዕዛዙም ኤፌሶን 5÷23 – 33 ላይ ቀርቦልናል፡፡ ስለሆነም ሁላችንም ይህን ትዕዛዝ የትዳር አጋራችንን የአፈፃፀም ውጤት ለመፈተሽ እንደመገምገሚያ ቅፅ ሳየሆን የየራሳችንን ሚና እንደምንለይበት የሥራ መዘርዝር አድርገን እንጠቀምበት፡፡ 'በደግ ቀን

በከፉም ቀን በሚያስጨንቅ በሚያሰጋ፣ ከኑሮ ጋር ብንፋለም ከበሽታም ብንዋጋ፣ አለንና የአምላክ ጸጋ፣ እንገባለን በፊቱ ቃል፣ መሀላችን ይጠበቃል፡፡

ሬያሊዝም እና ሮማንስ፡- መልካም ትዳሮች ሚዛን አላቸው፣ ገሀድ የሆነው ኑሯቸው ውበቱ የሚጨምረውም አንዱ በሌላኛው ፍቅር ያለማቋረጥ በሚወድቁበት ደስታና ደመነፍስ ነው፡፡ (ዲ. ሲ. ካስላንድ : የእኛ የየዕለቱ ዳቦ, አርቢሲ. ሚኒስትሪ, ግራንድ ራፒድስ, ሚአ.)

5፡23 ክርስቶስ ደግሞ የቤተ ክርስቲያን ራስ እንደ ሆነ እርሱም አካሉን የሚያድን እንደ ሆነ ባል የሚስት ራስ ነውና።

ባል የሚስት ራስ ነውና፡- ይህ ቃል በእንግሊዝኛው 'for' ለሚለው ነው በአማርኛ ትርጉም ላይ በግልጽ ስለማይገኝ እንግሊዝኛውን ማየት ጠቃሚ ይሆናል፡፡ For the husband is the head of the wife as Christ also is the heal of the church ስለዚህ - ና ወይም for ሴት ለምን ለባሏ እንደምትገዛ ይገልጻል፡፡ ባል ለሚስት ራስ ነው የሚለው ሥርዓትን እንጂ የበላይነትም ሆነ የበታችነትንም አያሳይም፡፡ ጳውሎስ ነገር ግን የወንድ ሁሉ ራስ ክርስቶስ የሴትም ራስ ወንድ የክርስቶስም ራስ እግዚአብሔር እንደሆነ ልታውቁ እወዳለሁ (1ኛ ቆሮንቶስ 11፥3) ሲልም ሴት ለወንድ የበታቹናት እያለ አይደለም፡፡ ጳውሎስ በዚህ ደብዳቤ ውስጥ እየተናገረ ያለው ስለመለኮታዊ ሥርዓት ሲሆን፣ ይህም የትዳር ተጣማሪዎቹ 'በሰላም ማሰሪያ የመንፈስን አንድነት ለመጠበቅ ይተጉ" ዘንድ ከባቢውን የሚፈጥርላቸው ሥርዓት ነው፡፡ (ኤፌሶን 4፥3 ይመልከቱ) ጳውሎስ ጨምሮም 'ገር ግን በጌታ ዘንድ ሴት ያለ ወንድ ወንድም ያለ ሴት አይሆንም ሴት ከወንድ እንደሆነች እንዲሁ ወንድ ደግሞ በሴት ነውና ሁሉም ከእግዚአብሔር ነው' (1ኛ ቆሮንቶስ 11፥11 - 12) ይላል፡፡ ሴቶችና ወንዶች ተደጋጋፊ ናቸው፡፡ ሁሉንም የሚወልዱት እነርሱ ስለሆኑም ሴቶች ለወንዶች የበታች አይደሉም፡፡

ክርስቶስ ደግሞ የቤተ ክርስቲያን ራስ እንደ ሆነ

ቤተክርስቲያን፡- በግሪክ **ኤክሌሲያ ekklēsía/ ek-klay-see'-ah** ነው፡፡ ኤክሊዝያ በጥሬው የተጠሩት ማለት ነው ግሪኮች ኤክሊዝኛን የከተማ ንግድ ለማካሄድ ተጠርተው የተሰባሰቡ ለመግለጽ ተጠቅመውበታል፡፡ ኤክሊዥያ የሰዎችን ስብስብ የሚያመለክት እንደመሆኑ ቤተክርስቲያን ህያው ብልቶች ተሳስረው ያሉባትና ክርስቶስ የሚኖርባት፣ አላማውንም የሚፈጽምባት ሕይወት ያላት አካል ናት፡፡ ቤተክርስቲያን በመንፈስ ቅዱስ ጥምቀት የሚገባበት መንፈሳዊ አካል ናት (1ኛ ቆሮንቶስ 12፥13) የዳነ ሁሉ የክርስቶስ አካል ሲሆን፣ ክርስቶስ አለማቀፍ ቤተክርስቲያን ነው፡፡ አለም አቀፉ ቤተክርስቲያን ደግሞ በየአካባቢው ባሉት ቤተክርስቲያኖች የሚወከል ነው፡፡

እርሱም አካሉን የሚያድን እንደ ሆነ፡- ቤተክርስቲያን የዋናው ቤተክርስቲያን ማለትም የክርስቶስ ንጉስ አካልናት፡፡ ቤተክርስቲያን በመንፈስ ቅዱስ ምሪት ሥር ልትንቀሳቀስ ያሻል፡፡ ለዚህ ደግሞ የቤተክርስቲያኑ መስራችና ጌታ የሆነው ክርስቶስ እስከ ሚመለስ ሊጠብቃትና ሊያስጠብቃት ዋስትና ሰጥቷታል፡፡

እርሱም አካሉን የሚያድን እንደሆነ ይህ ሀረግ በአፅንኦት የሚገልፀው ነጥብ ይህ ነው- ራስ በመሆን ክርስቶስ ከባል ጋር ቢመሳሰልም በአዳኝነቱ ባለው ሚና ደግሞ ከባል ይለያል፡፡ ምክንያቱም ባል የሚስቱ አዳኝ አይደለምና ነው፡፡ ባል የሚስቱ ራስ ነው በዚህ ሚና ክርስቶስን ይመስለዋል፡፡

ቪንሰንት - ሲጽፍ የቤተክርስቲያን ራስ በሆነውና የሚስት ራስ በሆነው መካከል ያለው ውድድር የሚያስኬድ አይደለም ምክንያቱም ውድድሩ ያለው በራስነት ብቻ ነው፡፡ ባል ለሚስቱ የሚሰጠው ፍቅርና የሚያደርግላት ጥበቃ ድህነት (መዳን) ተደርጎ አይወሰድም፡፡ በዚህ ረገድ ሲታይ ክርስቶስ ብቻውን ይቆማል፤ መሰል የለውም፡፡ (የቪንሰንት. የቃላት ትምህርት)

አዳኝ፡- በግሪክ **ሶቶር sōtḗr / so-tare'** ይሰኛል ሶተር ደግሞ ሶዞከ ተሰኘ ሌላ ቃል የመጣ ሲሆን፣ ሶዞ ከአደጋ መታደግ የሚልፍች አለው፡፡ (መጽሐፍ ቅዱስ ጥቅሶች የብሉይና / የአዲስ ኪዳን ግሪክ መዝገበ ቃላት. የቲየር ትርጉም)

አዳኝ ወይም **ሶቶር** የማዳን ተግባር ፈፃሚ የሆነውን አካል ወይም ታዳጊውን የሚገልጽ ነው፡፡ የማዳን ተግባር የሚፈጽም ማንም ሶተር ተብሎ ሊጠራ ይችላል፡፡ መጽሐፍ ቅዱስ ደግሞ ሶተር የሚው ለው የድህነት ምንጭ የሆነው እግዚአብሔርን እንዲሁም ልጁን ለመግለጽ ነው፡፡

23 ክርስቶስ ደግሞ የቤተ ክርስቲያን ራስ እንደ ሆነ እርሱም አካሉን የሚያድን እንደ ሆነ ባል የሚስት ራስ ነውና።
ክርስቶስ ደግሞ የቤተ ክርስቲያን ራስ እንደ ሆነ ኤፌ1÷22፣23፤ 4÷15፤ ቆላ 1÷18
እርሱም አካሉን የሚያድን እንደ ሆነ ኤፌ5÷25፣26፤ ሐዋ 20÷28፤ 1ኛ ተሰ 1÷10፤ ራዕይ 5÷9
ባል የሚስት ራስ ነውና 1ኛ ቆሮ 11÷ 3-10

5÷24 ዳሩ ግን ቤተክርስቲያን ለክርስቶስ እንደምትገዛ እንዲሁ ሚስቶች ደግሞ በሁሉ ለባሎቻቸው ይገዙ

ክርስቶስ፡- ይህ ስም በግሪክም ያው ኪሪስቶስ Christós / khris-tos' ሲሆን፣ የተገኘው ግን ክሪዮ ከተሰኘ ሌላ ቃል ነው፡፡ ክሪዮ ማለት ዘይት መቀባት፣ በዘይት ማሸት፣ ወይም ለሹመት መቀባት ነው፡፡ በተመሳሳይ ክርስቶስ ማለት ደግሞ የተቀባው መሲሁ ማለት ነው፡፡ ክርስቶስ ለሚለው የግሪክ ቃል የእብራይስጡ አቻው መሲህ ነው፡፡(መጽሐፍ ቅዱስ ጥቅሶች የብሉይና / የአዲስ ኪዳን ግሪክ መዝገበ ቃላት. የቲየር ትርጉም)

ሚስቶች ደግሞ በሁሉ ለባሎቻቸው ይገዙ፡- በሁሉ ለባሎቻቸው፡መገዛት በአንድ ገፁ ወሰን የሌለው ነው ይህም ማለት ሚስቶች ለባሎቻቸው እንዲገዙ ይደነግጋል በሌላ ገፁ ደግሞ ከእግዚአብሔር ፈቃድ ልክ አልፎ እንደማይሄድ ይናገራል ይህም ለጌታ እንደምትገዙ በሚል ለጌታ በሚገዙበት ሁኔታ ብቻ ለባሎቻቸወ እንደ ሚገዙ ስለተወሰነ ነው፡፡

ዋይን ባርበር፡- "ለሴቲቱም አለ በፀነሰሽ ጊዜ ጭንቅሽን እጅግ አበዛለሁ፡፡ በጭንቅ ትወልጃለሽ ፈቃድሽም ወደ ባልሽ ይሆናል እርሱም ገዥሽ ይሆናል" (ዘፍጥረት 3÷16) በዚህ እርግማን ውስጥ ፈቃድ (ምኞት) ተብሎ የተተረጎመው ቃል ሐሳቡን የስሜትን ፈቃድ (የገብር ሥጋ ምኞት) አስመስሎታል ፈቃድ ለሚለው የዕብራይስጡ ስርወ ቃል በዚህ አገባው ውስጥ ያለው ትርጉም ግን በባል ላይ መንገስ ወይም መቆጣጠር መፈለግ የሚል ነው፡፡ (ዘፍጥረት 4÷7) ይህን ትርጉም የበለጠ የሚያስረዳ ነው፡፡ *"መልካም ብታደርግ ፊትህ የሚበራ አይደለምን? መልካም ባታደርግ ግን ሀጢያት በደጅታ ደባለች፡፡ ፈቃድዋም ወደ አንተ ነው አንተ ግን በእርሷ ንገስባት"* ይህ በሌላ አባባል የሀጢያት ፈቃድ በአንተ ላይ መንገስ ነውና አንተ ራስህ ልትነግስባት ይገባል ነው፡፡ ከዚህ አኳያ ፈቃድ የሚለው ቃል ትርጉም ሴቶች ከአዳም ጋር በወደቀ ስጋቸው ውስጥ ያላቸው በባል ላይ መንገስ የመፈለግ ፈቃድ ስለሆነ ለባሎቻቸው ይገዙ ዘንድ 'መንፈሳዊ ኃይል ያስፈልጋቸዋል ይህም

456

እግዚአብሔር ለጋብቻ ባሰናዳው እቅድ ውስጥ የቀረበው ነው፡፡ የእግዚአብሔር እቅድ ደግሞ የእግዚአብሔር እቅድ ነው የማያስችለው ነገር የለም፡፡'

ዘኔት መፅሐፍ ቅዱስ:- (ዘፍጥረት 3÷16) ላይ ላለው ፈቃድ በዕብራይስጥ ያለውን ትርጉም አስመልክቶ በርካታ ተርጓሚዎች የስጋ ፈቃድ (ፍትወት) የማያመለክት ነው ሲሉ ይደመድማሉ፡፡ ለዚህም ምክንያት የሚያደርጉት አንዱና ቃሉ የተነገረው ከባልና ሚስት ግንኙነት ጋር በተያያዘ ነው የሚል ሲሆን፣ ሁለተኛው ደግሞ ይሄው ቃል መኃልየ መኃልይ ዘሰሎሞን ላይ 'እኔ የውዴ ነኝ የእርሱም ምኞት ወደ እኔ ነው' ስለሚል የፍቅር ትርጉም ይዞ ገብቷል የሚለውን ነው፡፡ ነገር ግን ይህ ክርክር በሚከተሉት ምክንያቶች አጥጋቢ አይሆንም ሲሉ:- በመጀመሪያ ትርጓሜው (ዘፍጥረት 3÷16) ላይ ምንም ትርጉም አይኖረውም 'እርሱም ገዝሽ ይሆናል' ከሚለው ጋር የሚስማማ አይደለም፡፡ሁለተኛ ደግሞ ቃሉ በ(ዘፍጥረት 4÷7) ላይ ያለውን አገባብም እንዲሁ ትርጉም የሚያሳጣ ነው፡፡ሶስተኛው ምክንያትም የስጋ ፈቃድ ከመጀመሪያው አልነበረም የሚል ይመስላል፡፡ አዳምና ሄዋን ግን ብዙ ተባዙ ተብለዋል፡፡

24 ዳሩ ግን ቤተ ክርስቲያን ለክርስቶስ እንደምትገዛ እንዲሁ ሚስቶች ደግሞ በሁሉ ለባሎቻቸው ይገዙ።

ሚስቶች ደግሞ በሁሉ ለባሎቻቸው ይገዙ ኤፌ5÷33፤ዘፀአት 23÷13፤ 29÷35፤ቆላስይስ 3÷20፣22፤ቲቶ 2÷ 7፣9

5÷25-26 ባሎች ሆይ፥ ክርስቶስ ደግሞ ቤተ ክርስቲያንን እንደ ወደዳት ሚስቶቻችሁን ውደዱ፤ በውኃ መታጠብና ከቃሉ ጋር አንጽቶ እንዲቀድሳት ስለ እርስዋ ራሱን አሳልፎ ሰጠ፤

የባልነት ኃላፊነትንም አሁንም ሐዋርያ ከቤተ ክርስቲያን ጋር ያያይዘዋል፡፡ ከቁጥር 25-32 ባሉት ቁጥሮች ውስጥ የባልን ኃላፊነት ይተነትናል፡፡ በዚህ ኃላፊነት ውስጥ ቁልፉ ጉዳይ ፍቅር፣ መውደድ ነው፡፡ በክርስቶስና በቤተ ክርስቲያን መሃከል ያለው ፍቅር በባልም ሕይወት ውስጥ ተቀምጧል፡፡ ሚስቶች ከእህል ውኃና ከሌሎችም የቁሳቁስ ስጦታዎች በበለጠ የባላቸውን ፍቅር ይጠማሉ፡፡ መጽሐፍ ቅዱስም የክርስቶስን ምሳሌነት በማሳየት ባሎችም ለሚስቶቻቸው እንዲኖሩ፣ እንዲወዷቸው፣ ሕይወታቸውን እስከ ሞት ድረስ በመስጠት ፍቅርን እንዲያሳዩ ያዛል፡፡ በዚህ ግንኙነት ውስጥ ባልና ሚስት የየራሳቸውን ድርሻ ይወጣሉ እንጂ ባል እስካልታዘዘችኝ አልወዳትም ሊል አይችልም፡፡ ሚስትም ደግሞ በበኩሏ እርሱ ፍቅርን እስካላሳየኝ ድረስ አልታዘዘውም ማለት አይችሉም፡፡

ክርስቶስ ቤተ ክርስቲያንን መውደዱን በተግባር ራሱን ለሞት አሳልፎ በመስጠት ገለጠ፡፡ ይህ እጅግ ከባድ ፍቅር ነው፡፡ በዚህ ፍቅር ውስጥ ቅድስና ተገለጸ፡፡ ይህ ቅድስና ከእግዚአብሔር ቃል የተገኘ ነው፡፡ ውኃውም የመንፈስ ቅዱስንና የቃሉን መንጻት ያመለክታል፡፡ (ዮሐ. 3÷5) “. . . ማንም ከውኃና ከመንፈስ ካልተወለደ በቀር ወደ እግዚአብሔር መንግሥት ሊገባ አይችልም፡፡” (ዮሐ. 15÷3) “ከነገርኋችሁ ቃል የተነሳ እናንተ አሁን ንጹሐን ናችሁ”፡፡ጌታ ኢየሱስ ከፍቅር የተነሳ ቃሉን ላከ፣ መንፈሱንም ላከ፡፡ ቃሉም መንፈሱም በውኃ ተመስለ ዋል፡፡ እነኚህ ሁለቱ እንደ ውኃ እያጠጡ ማንጻትን ይችላሉ፡፡ ክርስቶስ ኢየሱስ ለሰው ልጆች፣ ለአካሉ፣ ለቤተ ክርስቲያን በመጀመሪያ ከታላቅ ፍቅሩ የተነሳ ታዞ ነፍሱን ሰጠ፡፡ ቀጥሎም በእውነተኛ መታዘዝ ውስጥ መንፈሱ ተለቀቀ፡፡ ቃሉም ብዙዎችን የሚያነጻ ሆነ፡፡

ፍቅር መንጻትን መፈወስን ያመጣል፡፡ ፈውስን መቀደስን ያመጣል፡፡ በትዳር ሕይወት ውስጥም ፍቅር ትልቁን ድርሻ ይወስዳል፡፡ ፍቅር ባለበት ማንኛውም ችግር መፍትሄን ያገኛል፡፡ የእግዚአብሔር ጉብኝትና በረከትም ይለቀቃል፡፡በቤተ ክርስቲያን እና በክርስቶስ ኢየሱስ መሃከል ያለው ኅብረት ፍቅር፣ መታዘዝ፣ ድስና ያለበት እንደ ሆነ ሁሉ በባልና ሚስት መሃከል ያለውም ግንኙነት እነኚህኑ ነገሮች ይፈልጋል፡፡ በዚህ ኅብረት ውስጥም የእግዚአብሔር ቃልና መንፈሱ ይለቀቃል፡፡ ቃሉና መንፈሱ በሙላት በሚሰሩባት ቤተ ክርስቲያን ትልቅ የጸሎት ተጋድሎ፣ ኅብረት፣ የወንጌል ሥርጭትና የቤተ ክርስቲያንን ማደግ ይሆናል፡፡ ይህን በመሰለችው ቤተ ክርስቲያን ውስጥ ሕያው አካል ያላት የምታድግ ቤተ ክርስቲያን ትፈጠራለች፡፡ ቤተ ክርስቲያን ታድጋለች፣ ትሰፋለች፡፡ እንደ ሰናፍጭ ቅንጣት ዘር አድጋ ትልቅ ዛፍ ሆና እጅግ ብዙ ፍሬንም ትሰጣለች፡፡

በትዳር ሕይወት ውስጥ እነኚህ ነጥቦች እጅግ አስፈላጊ ናቸው፡፡ ለቃሉ፣ ለጸሎት፣ ለመንፈስ ቅዱስ እድሉን ሰጥተው፣ በቅድስና በመታዘዝ ሚመላለሱ ባልና ሚስት በረከቱን ለመውረስ የተዘጋጁ ይሆናሉ፡፡

ባሎች ሆይ ክርስቶስ ደግሞ ቤተክርስቲያንን እንደወደዳት እና ስለ እርሷ ራሱን አሳልፎ እንደሰጠ ሚስቶቻችሁን ውደዱ

ባሎች ውደዱ፡- በዚህ ክፍል ጳውሎስ ባሎችን ሦስት ጊዜ ሚስቶቻቸው እንዲወዱ ያዛል (ኤፌሶ 5÷25፣ 28፣ 33) (ቆላስያስ 3÷19) ላይም ጳውሎስ ተመሳሳይ ትዕዛዝ ለክርስቱያን ባሎች ይሰጣል፡፡ባሎች ሆይ ሚስቶቻችሁን ውደዱ መራርም አትሁኑባቸው (1ኛ ጴጥሮስ 3÷7) እንዲሁም እናንተ ባሎች ሆይ ደካማ ፍጥረት ስለሆኑ ከሚስቶቻችሁ ጋር በማስተዋል

አብራችሁ ኑሩ። ጸሎታችሁ እንዳይከለከል አብረው ደግሞ የሕይወትን ጸጋ እንደሚወርሱ አድርጋችሁ አክብሯቸው።

ፍቅር፡- በግሪክ አጋፔ ነው። አጋፔ ማለት ያለምንም ቅድመሁኔታራስንም አሳልፎ እስከመስጠት በእግዚአብሔር ፍቅር መውደድ ነው። በኤፌሶን መልዕክት ውስጥ ይህ የመለኮት ፍቅር አንዱ የመንፈስ ፍሬ እንደ መሆን አዲሱን ልብስ በለበሱና በመንፈስ በተሞላ ባሎች ውስጥ አለ። አጋፔ ፍቅርን በራስ የግል ጥንካሬና ጥረት ለማሳየት (ለመግለጥ) የሚደረግ ማንኛውም ጥረት ግን መውደቁ የማይቀር ነው። ስለሆነም ክርስቶስ ቤተክርስቲያንን በወደደበት ሚስቶቻቸውን ሊወዱ የሚገባቸዙወ ባሎች በመንፈስ ቅዱስ መመራትን አጥብቀው ሊፈልጉ ያሻቸዋል።አጋፔራስ ወዳድ ያልሆነን፣ እንዲሁም ውለታ የማይጠብቅን ንፁህ ፍቅር የሚገልጽ ሲሆን፣ የዚህ ዓይነቱን ፍቅር ጳውሎስ ተጨባጭ በሆነ መንገድ አብራርቶታል።

ኢ.ቢ.ስ.፡- በግሪክ-ሮማውያን ማኅበረሰብ ውስጥ ሚስቶች ለባሎቻቸው ግዴታ የነበረባቸው ሲሆን፣ ባሎች ግን ለእነርሱ ምንም ግዴታ አልነበረባቸውም። ክርስትና ሲጀመር ግን በዚህ ዓይነቱ የትዳር ግንኙነት ውስጥ ስርነቀል የሆነ ለውጥ አስከተለ። በዚህም የባልና ሚስትን ማብቶች እኩል ከማድረጉ በተጨማሪ ትዳርራ እንደተቋ ምክምንጊዜውም በተሻለ መሠረት ላይ ተከለው አሁን የሚስትን ሚና አንድ ቃልይገልፀዋል "ተገዥ" የባልንም እንዲሁ አንድ ቃል ያሳጥረዋል 'ውደድ'። ይህ ፍቅርን ለመግለጽ ፍፁም ክርስቲያናዊ የሆነ ቃል ነው። ጳውሎስ ኤሮስ (የፍትወት ፍቅር) እና ፊሊያ (የቤተሰብ ፍቅር) ከሚሉት ታላቅ አጋፔ የሚለውን ቃል ይመርጣል። ይህም የክርስቲያን ባልና ሚስት ፍቅር ክርስቶስ ለቤተክርስቲያን የዘረጋው የእግዚአብሔር ፍቅር ነፀብራቅ መሆን አለበት ከሚል ነው(ጌበላይን, ኤፍ, አርታኢ:. ኤክሲፖዚተርስ ባይብል ኮሜንታሪ. አዲስ ኪዳን ዞንደርቫን ህትመት)

ክርስቶስ ደግሞ ቤተክርስቲያንን እንደወደዳት፡- ክርስቶስ ደግሞ ቤተክርስቲያንን እንደወደዳት፡- ጳውሎስ ባል ለሚስቱ ሊያሳይ የሚገባውን ፍቅር ሲተረጉም የክርስቶስ አይነት ፍቅር ይላል። የዚህ ዓይነቱ ፍቅር በመንፈስ ከተሞላ ሰው ብቻ የሚገኝ ፍሬ ነው በራስ የተፈጥሮ አቅም እንደክርስቶስ ለመውደድ መሞከር የዋህነት ነው። (ቅድመ-አስቲን)

ዋይን ባርበር፡-የክርስቶስ ዓይነቱ ፍቅር ለተሰጠን የምንከፍለው ፍቅር አይደለም። ስለዚህ 'ሚስቴ ከወደደችኝ እወዳታለሁ' የሚሠራ አይደለም። የክርስቶስ ፍቅር ለሚወዱት እጅግ መልካም የሆነውን ብቻ ለማድረግ የሚጥር ለዚህም ማንኛውንም ዋጋ ለመክፈል ዝግጁ

የሆነ ፍቅር ነው ከጀፍተኛ የሕይወት ዘይቤ ምነው፡- ራሱን አሳልፎ የሚሰጥ፣ ሁኔታዎችን የማያይ፣ እጅግ መልካም የሆነው ብቻ ለሚስቴ የሚል ነው፡፡ (ኤፌሶን 5÷ 25-31) በመንፈስ የተሞሉ ቤተሰቦች)

ወደዳት (ወደደ) (አጋፔ)፡- በዚህ አውድ ውስጥ ቃሉ ራስን አሳልፎ የሚሰጥ ተፈጥሮን ያሳያል፡፡ባል እንዲህ ያለውን ክርስቶሳዊ ፍቅር እንዲያሳይ ግን ከላይ የሆነ ምንጭ ያስፈልገዋል፡፡ እርሱም መንፈስ ቅዱስ ነው፡፡ የራሱ ፍቅር በውስጣችን እንዲፈስከ ማድረግ ውጭ ግን እኛ እንደ ክርስቶስልን ወድ የምንችልበት ምንም ዓይነት መንገድ የለም፡፡ (መጽሐፍ ቅዱስ ጥቅሶች የብሉይና / የአዲስ ኪዳን ግሪክ መዝገበ ቃላት. የቲየር ትርጉም)

ስለ እርሷም ራሱን አሳልፎ እንደሰጠ - ይህ ሀረግ የባል ፍቅር መስዋዕትነት የመከፈል ተፈጥሮ ያለው መሆኑን ያስረዳል፡፡ ራስን ለሌላው ሲል ይጥላልና፡፡

ኢ.ቢ.ስ፡- ሆዋሪያው በጋብቻ ውስጥ ያለውን ግንኙነት ክርስቶስ ከቤተክርስቲያን ካለውግንኙነት ጋር ያወዳድራል፡፡ (ኤፌ 5÷22፣ 23 24)ጌታችን ለሙሽራው ራሱን አሳልፈ የሰጠው በመስቀል ላይ ነበር፡፡ ቤተክርስቲያን (ኤክሊዥያ) የሴት ጾታ ስላላት ምስስሎቾ በጣም ገላጭ ነው፡፡ በአዲስ ኪዳን ውስጥ እውቅና ያልተሰጠው ይቅርታው ክፍልም ይህ ነው፡፡ ጳውሎስ ራሱ ክርስቶስ ለሀጢያታችን ሕይወቱን አሳልፎ እንደሰጠ ተናግሯል **ለኛ** (ሮማ 4÷25 ገላትያ 1÷4) **ለእኔ** (ገላትያ 2÷20) ወይም **ለኛ ለሁላችን** (ሮሜ 8÷32) ማለት ነው፡፡ ለእርሷ ማለትም ለቤተክርስቲያን ነው ሲል ያስረግጣል (ጌበላይን, ኤፍ, አርታኢ:. ኤክሲፖዚተርስ ባይብል ኮሜንታሪ. አዲስ ኪዳን ዞንደርቫን ህትመት)

አንደበተ እርቱ ሰባኪ **ክሪዩሶስቶም** (ወርቃማ አንደበት ማለት ነው) ከ347 – 407 ዓ.ም.የኖረ ሲሆን ይህን መልዕክት እንዲህ ያብራራዋል፡፡ «የመታዘዝን ልክ አይታችኋል? የፍቅር ልክ ደግሞ እነሆ ቤተክርስቲያን ለክርስቶስ እንደምትገዛ ሚስቶቻችሁ እንዲገዙላችሁት ፈልጋላችሁ? እንግዲያው ክርስቶስ ለቤተክርስቲያን እንደሚያስብ ለሚስቶቻችሁ አስቡላቸው፡፡ ልትሞቱላቸው አስፈላጊ ቢሆን ወይም ሺሕ ቦታ ልትቆራረጡላቸው ወይም ምንም ነገር እንቢ አትበሉ፡፡ ክርስቶስ ቤተክርስቲያንን ያስገዛት በዛቻ፣ በፍርሀት ወይም በሌላ ሳይሆን በከፍተኛ እንክብቤ ነው ስለዚህ እናንተም ለሚስቶቻችሁ እንዲሁ ሁኑላቸው»

ሰጠ፡- በግሪክ ፓራዲዶሚ paradídōmi / par-ad-id'-o-mee ሲሆን ፓራከ ጎንዲዶሚ ደግሞ ሰጠ ማለት ነው፡፡ በተመሳሳይ ፓራዲዶሚ ማለት ከጎን መስጠት ማለት ነው፡፡

የቃሉ ዋና ሀሳብ ከራስ እጅ ለሌላው ሰው ወይም ለሌላው ነገር መስጠት ሲሆን ሙብትን ወይም ሥልጣንን የሚያሳይ ነው፡፡ ይህ ሐሳብ ዲያብሎስ ክርስቶስን ለፈተነበት አጋጣሚ የተብራራ ነው፡፡ዲያብሎስም ይህ ሥልጣን ሁሉ ከብራቸውም ለእኔ ተሰጥቷል (ፓራዲዶሚ) ለምወደውም ለማንም እሰጠዋለሁና ለአንተ እሰጥሀለሁ (ሉቃስ 4÷6) (መጽሐፍ ቅዱስ ጥቅሶች የብሉይና / የአዲስ ኪዳን ግሪክ መዝገበ ቃላት. የቲየር ትርጉም)

በጥንቱ ዘመን (ፓራዲዶሚ) ፍርድ ቤቶችና ፖሊሶች የሚጠቀሙበት የሙያ ቃል የነበረ ሲሆን፣ ትርጉሙም ለ... አሳልፎ መስጠት የሚል ነበር፡፡ ይህም ጥፋተኛ የተባለን ሰው ለሚቀጣው አካል አሳልፎ መስጠት ወይም አንድን ግለሰብ ለጠላት አሳልፎ መስጠትና ሰለባ ማድረግ ነው፡- በክርስቶስ ተላልፎ መስጠት፣ በዕስራቱና በፍርድ ሒደቱ እንደታየው ማለት ነው፡፡

ቫይን፡-ፓራዲዶሚ (ሰጠ) የሚለው ቃል የእግዚአብሔር የዘላለም ፍቅሩ የታየበት የአማኞች መዳንም የተገኘበት ብቸኛው የፅድቅ ሥራ ነው፡፡(ቫይን, ደብሊዩ ኢ. ቫይን የናዝቪል ስብስቦች ቶማስ ኔልሰን)

ፐሪቸርስ ኮሜንታሪ፡- ክርስቶስ ስለእኛ ራሱን መስጠቱን በዚህ ታሪክ ያስረዳል በቻይና በ1948 የፈነዳውን የኮምኒስት አቢዮት ስኬትን ተከትሎ ሁለት ወጣቶች የክርስቲያን ፀሎት ቤቶችን የማጥፋት ሥራ ተሰጧቸው ነበር፡፡ አንድምሽት ወጣቶቹ አንድ አነስ ያለ የፀሎት ቤት ካፈራረሱ በኋላ እዛው ቤት ውስጥ ለማደርወሰ ነው ይተኛሉ፡፡ ወለሉ ላይ ተንጋለወ ባሉበትም አንዱ ክርስቶስ ተሰቅሎ የሚያሳይ ምስል ጋር ይፋጠጣል፡፡ ምስሉ በቤቱ ግድግዳው ላይ ከፍብሎ በመስቀሉ ከወጣቶቹ ጥቃት የተረፈ ነበር፡፡ 'በእንጨት ላይ የተሰቀለውን ፈጣሪ ታየዋለህ' ሲል ምስሉን ያየው ወጣት ጠየቀ፡፡ (ብሪስሲ, ዲ. ኤስ., እና አግሊቪ, ኤል. ጄ., አስተያት, አዲስ ኪዳን በ 2003; ቶማስ ኔልሰን)

'አዎ' ታዲያ ምነው? አለው ጓደኛው "ታውቃለህ ስቃይ የተቀበለ ፈጣሪ ከአሁን ቀደም አይቼ አላውቅም፡፡" ሲል ተገርሞ ተናገረ፡፡ በፈቃዱ ስታይን የሚቀበል አፀዳኝ ይህ እውነትም አዲስ ነገር አይደለም! እየሱስ ዓላማውን ለደቀመዛሙርቱ ሲገልጽ ... የሰው ልጅ ሊያገለግል ነፍሱንም ለብዙዎች ቤዛ ሊሰጥ እንጂ እንዲያገለግሉት አልወጣም (ማቲዎስ 20÷28) በዮሐንስም እየሱስ እንዲህ ብሏል፡- መልካም እረኛ እኔ ነኝ፡፡ መልካም እረኛ ነፍሱን ስለበጎቹ ያኖራል ... ነፍሴን ደግሞ አነሳት ዘንድ አኖራለሁና ስለዚህ አብ ይወደኛል እኔ በፈቃዴ አኖራታለሁ እንጂ ከእኔ ማንም አይወስዳትም፡፡ ላኖራት ሥልጣን አለኝ ደግሞም ላነሳት ሥልጣን አለኝ ይህችን ትዕዛዝ ከአባቴ ተቀበልኩ (ዮሐንስ 10÷11፣ 17 - 18)

አንፅቶ (ክሊንስድ)፡- በግሪክ **ካታሪዞ** katharízō / kath-ar-id'-zo ይሰኛል፡፡ ካታሪዞ ንፁህ፣ ያልተቀየጠ ከሚለው ካታሮስ የመጣ ሲሆን፣ ትርጉሙም ንፁህ ማድረግ ማንፃት ማለት ነው፡፡ በመንፈሳዊ ትርጉሙ ደግሞ ከሀጢያት እድፍ ወይም እደማንፃት ይሆናል መንፈሳዊ ባልሆ ነው ግሪክ ካታሪዞ ባህላዊ የመንፃት *ሥነ-ሥርዓት* ያሳያል፡፡(መጽሐፍ ቅዱስ ጥቅሶች የብሉይና / የአዲስ ኪዳን ግሪክ መዝገበ ቃላት. የቲየር ትርጉም)

መታጠብ (ዋሽድ)፡- በግሪክ **ሎትሮን** loutrón / loo-tron' ይሰኛል፡፡ ሎትሮን የመታጠብን ድርጊት የሚገልጽ ቃል ነው፡፡ የመታጠቢያ ገንዳ የሚልትርጉምም አለው፡፡ እዚህ ላይ ብዙ የጥንት ቋንቋዎች መዝገበ ቃላት 'ሎትሮንን የውኃ ጥምቀት ብለው የሚተረጉሙት ሲሆን፣ የታወቁት የግሪኮቹ መዝገበ ቃላት ደግሞ ይህን ዓይነቱን ትርጉም አይቀበሉትም፡፡(መጽሐፍ ቅዱስ ጥቅሶች የብሉይና / የአዲስ ኪዳን ግሪክ መዝገበ ቃላት. የቲየር ትርጉም)

ኒው ኢንተርናሽናል ዲክሽነሪ ኦፍ ኤን ቲ ቲኦሎጂ፡- **(ሎትሮን)** ጋር የተያያዘ ትርጉም ያላቸውን ቃላት እንዲህ ያስቀምጣል፡- በግሪክ *ሥነጽሑፍ* ውስጥ (louo) ማለት ሙሉ ሰውነትን መታጠብ **ኒፕቶ** (nipto) ማለት የሰውነትን ክፍል መታጠብ ክንድን፣ ራስን፣ ወዘተ **ፕሉኖ** (pluno) ሕይወት አልባ ለሆኑ ነገሮች በተለይም ለልብስ መታጠብ **ሎትሮን** (loutron) የገላ መታጠቢያ ቦታን ማለት ሲሆን፣ ቤቱን፣ውኃውን፣ወይም መታጠቡን ሊያመለክት ይችላል፡፡ በመጽሐፍ ቅዱስ ውስጥ ሎትሮን አራት ጊዜ ብቻ የተጠቀሰ ሲሆን ፣ እርሱም ሁለት ጊዜ በሰፕቱዋጀንት (LXX) ሁለት ጊዜ ደግሞ በአዲስ ኪዳን ውስጥ ነው፡፡ የአዲስ ኪዳኑ (ኤፌሶን 5÷25-26 እና ቲቶ 3፡5) ላይ ነው፡፡ (መኃል የመኃልየ 4÷2)*«ጥርሶችሽ ታጥበው (ሎትሮ) እንደተሸለቱ ሁሉም መንታ እንደወለዱ ከእነርሱም መካን እንደሌለባቸው መንጎች ናቸው»* (መሐልየ መኃልይ 6÷6)

ውኃ በግሪክ **ሁዶር** hýdōr ይሰኛል፡፡ ሁዶር መዝገበ የሚል ትርጉም ካለው ሁአ የተሰኘ ቃል የመጣ ነው፡፡ ሁዶር ጥሬ ትርጉሙ ተፈጥሯዊውን ውኃ የሚገልጽ ሲሆን፣ በአዲስ ኪዳን ውስጥ አዘውትሮ የገባው ግን የመንፈስ ቅዱስን አነቃቂነት፣ አዳሽነትና አፅናኝነት ለመወከል ነው፡፡ በነብዩ ሕዝቅኤል እግዚአብሔር ለእስራኤል ተስፋ ሲሰጥ (ይህ በፍሬ ነገሩ አዲሱን ኪዳን የሚወክል ነው) *ከአህዛብም መካከል አወጣችዝኋለሁ ከየአገሩም ሁሉ እሰበስባችኋለሁ ወደ ገዛ ምድራችሁም አመጣችኋለሁ ጥሩ ውኃንም እረጭባችኋለሁ እናንተም ትጠራላችሁ ከእርኩሰታችሁም ሁሉ ከጣኦቶቻችሁም ሁሉ አጠራችኋለሁ (ካታሪዞ)፡፡ አዲስም ልብ እሰጣችኋለሁ አዲስም መንፈስ በውስጣችሁ አኖራለሁ የድንጋዩንም ልብ ከስጋችሁ አወጣለሁ፤ የስጋንም ልብ እሰጣችኋለሁ፡፡*(ሕዝቅኤል 36÷24-

27) (መጽሐፍ ቅዱስ ጥቅሶች የብሉይና / የአዲስ ኪዳን ግሪክ መዝገበ ቃላት. የቲየር ትርጉም)

ቃል፡- በግሪክ ሬማ rhēma / hray'-mah ይባላል፡፡ ሬማ መናገር፣ ማለት ቃል ማውጣት የሚል ትርጉም ካለው ሬዎ (rheo) የተሰኘ ቃል የመጣ ነው ሬማ በጥሬው ህያው ከሆነ ድምፅ የሚወጣ ማንኛውም ትርጉም ያለው የንግግር ቃል ወይም ድምፅ ነው፡፡ 'እርሱም ከዚህ ነገር ምንም አላስተዋሉም ይህ ቃል(ሬማ) ተሰውሮባቸው ነበር፡፡ የተናገረውንም አላወቁም (ሉቃስ 18፥34) ሬማ በተጨማሪም ሰዎች ያበወሩበትን ነገር (የተወራለትን ነገር) ጉዳይ ሊሆን ይችላል ክስተት ወይም ቁስ እርሱን ለማመልከትም ይገባል፡፡ (መጽሐፍ ቅዱስ ጥቅሶች የብሉይና / የአዲስ ኪዳን ግሪክ መዝገበ ቃላት. የቲየር ትርጉም)

በአዲስ ኪዳን ውስጥ ሬማ እንደየ አውዱ የተለያዩ ትርጊሞችን ሊያሳይ ይችላል፡፡

1. **ትንቢትን፡-** በቅዱሳን ነቢያትም ቀድሞ የተባለውን ቃል (ሬማ) በሀዋርያቶቻችሁም ያገኛችዝኅትን የጌታንና የመድህኒትን ትዕዛዝ እንድታስቡ ... (2ኛ ጴጥሮስ 3፥2)
2. **ክስን፡-** ገዥዎች እስኪደነቁ ድረስ አንዲት ቃል (ሬማ) እንኳን አልመለሰለትም (ማቴ 27፥14) ለአንዲቷ **ክስ (ሬማ)** እንኳ አልመለሰለትም፡፡
3. **መልዕክትን፡-** ... "በአፍህ በልብህም ሆኖ ቃሉ (ሬማው) ቀርቦልሀል) ይህም የምንሰብከው የዕምነት ቃል (ሬማ) ነው፡፡" (ሮሜ 10፥8)
4. **ስፋን፡-** "ማርያምም እነሆኝ የጌታ ባሪያ **እንደቃልህ (ሬማ)** ይሁንልኝ አለች መልአኩም ከእርሷ ሄደ (ሉቃስ 1፥38)" ጌታ ሆይ አሁን እንደቃልህ (ሬማ) ባሪያህን በሰላም ታሰናብተዋለህ፡፡

ትዕዛዝን፡- ሰው ከእግዚአብሔር አፍ በሚወጣ ቃል (ሬማ) ሁሉ እንጂ በእንጀራ ብቻ አይኖርም (ማቲዎስ 4፥4) ስምኦንም መልሶ አቤቱ ሌሊቱን ሁሉ አድረን ስንደክም ምንም አልያዝንም ነገር ግን በቃልህ (ሬማ) መረቦቹን እጥላለሁ አለው (ሉቃስ 5፥5)

25-26 ባሎች ሆይ፥ ክርስቶስ ደግሞ ቤተ ክርስቲያንን እንደ ወደዳት ሚስቶቻችሁን ውደዱ፤ በውኃ መታጠብና ከቃሉ ጋር አንጽቶ እንዲቀድሳት ስለ እርስዋ ራሱን አሳልፎ ሰጠ፤
ክርስቶስ ደግሞ ቤተ ክርስቲያንን እንደ ወደዳት ኤፌ 5፥2፤ ማቴ 20፥28፤ ሉቃ 22፥19፤20፤ ዮሐ 6፥51፤ ሐዋ 20፥28፤ ገላ 1፥ 4፤ 2፥20፤ 1ኛ ጢሞ 2፥6፤ 1ኛ ጴጥ 1፥18-21 ፤ ራዕ 1፥5 ፤ 5 9

ባሎች ሆይ ሚስቶቻችሁን ውደዱ ኤፌ5÷28፤ ዘፍጥረት 2 24፤ 24÷67፤ 2ኛ ሳሙ 12÷ 3 ፤ ምሳ 5÷ 18፣19፤ ቆላ 3÷19፤ 1ኛ ጴጥ 3÷7

በውኃ መታጠብና ሕዝ 16÷9፤ 36÷25፤ ዘካ 13÷1፤ ዮሐ3÷5፤ ሐዋ 22÷16፤ ቲቶ 3÷ 5-7፤ ዕብ 10÷22፤ 1 ጴጥ 3÷21፤1 ዮሐ 5 6

ከቃሉ ጋር ዮሐ 15÷ 8; 17÷7፤ ያዕ 1÷18፤ 1ኛ ጴጥ 1÷ 22፣23

አንጽቶ እንዲቀድሳት ዮሐ 17÷ 17-19፤ ሐዋ 26÷18፤ 1ኛ ቆሮ 6÷11፤ ቲቶ 2÷14፤ ዕብ 9÷14፤ 10÷10፤ 1ኛ ጴጥ 1÷2፤ይሁ 1÷1

5÷27 እድፈት ወይም የፊት መጨማደድ ወይም እንዲህ ያለ ነገር ሳይሆንባት ቅድስትና ያለ ነውር ትሆን ዘንድ ክብርት የሆነችን ቤተ ክርስቲያን ለራሱ እንዲያቀርብ ፈለገ።

ክርስቶስ ለራሱ ሊያደርጋት የወደደው ቤተ ክርስቲያን እድፈት የሌለባት፣ የፊት መጨማደድ የማይታይባት፣ ቅድስና የሚታይባት፣ ያለ ነውር የሆነች፣ ክብርት ቤተ ክርስቲያንያንን ነው፡፡ እነኚህን በዝርዝር እንመልከታቸው፡፡

እድፈት የሌለባት ሲል ከቆሻሻ የጸዳች፣ አቧራና ጭቃ፣ መወርዛት የማይታይባት ለማለት ነው፡፡ ይህ እድፈት የቅድስና መጓደልንም ያሳያል፡፡ ቀድሞ ከዓለም ይዛው የመጣችውንም መርከስ ያመለክታል፡፡

እድፈት፡- በግሪክ **ስፒሎስ spílos/ spee'-los** ነው ስፒሎስ መጀመሪያ የነበረው ትርጉም አለት ወይም ገደል ማለት ነበር፡፡ ኋላ ላይ አንድ ነገር ላይ የሚገኝ ቆሻሻ ነቁጥ፣ጉድፍ፣ እንከን የሚል ትርጉም ያዘ፡፡በዚህ ጥቅስ ውስጥ (ኤፌ5÷27) ስፒሎስ (እድፈት) የሚጠቀመው የግብረገብ እርኩሰትን፣ ነውረኛነት ነው ከዚህ ትርጉሙ አኳያ ጴጥሮስም ተጠቅሞበታል፡፡(መጽሐፍ ቅዱስ ጥቅሶች የብሉይና / የአዲስ ኪዳን ግሪክ መዝገበ ቃላት. የቲየር ትርጉም)

የፊት መጨማደድ የማይታይባት ሲል በሌላ አንጻር ደስተኛ መሆኗን፣ አለመበሳጨትን፣ ከሃዘን ነጻ መሆንን ያመለክታል፡፡ **የፊት መጨማደድ፡-ግሪኩ ሩቲስ** ይለዋል፡፡ ሩቲስ በጥሬው ሲታ የቆዳ ወይም የጨርቅ መሸብሸብ መጨራመት ነው፡፡ በዚህ (ኤፌሶን 5÷27) ጥቅስ ላይ ብቻ የሚገኘው ሩቲስ አውዳዊ ፍችው የሆነ ዓይነት ጉድለትን የሚያሳይ ነው፡፡ ኅብረትና ምስክርነት የሚያጠፉትን ነገሮች ለማመላከት ገብቷል፡፡ (መጽሐፍ ቅዱስ ጥቅሶች የብሉይና / የአዲስ ኪዳን ግሪክ መዝገበ ቃላት. የቲየር ትርጉም)

ቅድስና ያለ ነውር የሆነች- እግዚአብሔር መታዘዝን፣ መለየትን፣ ከኃጢአት ርኩሰት መራቅን፣ ዓለማዊነትን ዓለማንጸባረቅን፣ ተለይቶ በጽድቅ ሕይወት መመላለስን ያሳያል፡፡ ነውር የሚታፈርበት ነው፡፡ ነውር የሙሴን ሕግ በመጣስ፣ ዝሙትንና ሌሎች ኃጢአቶችን በመፈጸም፣ ከባሕሉ ውጪ በመሆን ለምሳሌ በእሥራኤላውያን ሴት ልጅ ሳትከናነብ መገኘቷ ወይም የወንድ አለባበስ መልበሷ ባህላቸው አይደለም፡፡

ቅድስትና ያለ ነውር ትሆን ዘንድ

ጳውሎስ የክርስቶስንና የቤተክርስቲያንን ግንኙነት በጋብቻ መስሎ የሚያቀርብበት ነው፡፡ ክርስቶስ እንደ ሙሽራ ራሱ ቅድስትን ያለነውር የሚያደርጋት ቤተክርስቲያን ደግሞ እንደ ሙሽሪት፡፡ ይህን ታሳቢ አድርጎ በምሥራቁ ዓለም ጥንታዊ ጋብቻ ምን ይመስል እንደነበር ማየት ይጠቅማል፡፡

በመጽሐፍ ቅዱስ ዘመን የነበሩ ያሰርግ ልማዶች

1. የልጁን ሚስት (ሙሽራ) የሚመርጠው አባት ነው፡፡ ይህም አብ ዓለም ሳይፈጠር በፊት ቅዱሳንና ያለነውር እንሆን ዘንድ በክርስቶስ እንደመረጠን ነው (ኤፌሶን 1፥4) ማጨቱ
2. ቃልኪዳን ማሰሩ እና መፈራረሙ ከጋብቻ መጠናቀቅ በፊት ይደረጋል፡፡ በእግዚአብሔር ቅንአት እቀናላችኋለሁና እንደንፅህት ድንግል እናንተን ለክርስቶስ ላቀርብ ለአንድ ወንድ አጭቻችኋለሁና (2ኛ ቆሮ 11፥2)
3. ሊጋብቻ በተቀጠረው ቀን ሥነሥርዓቱ የሚጀመረው እኩለ ሌሊት ሲሆን፣ በሚደረግ የሰርገኛው ሰልፍ ነው፡፡ ነገርግን ወንድሞች ሆይ ተስፋ እንደሌላቸው እንደሌሎች ደግመ እንዳታዝኑ አንቀላፍተው ስላሉቱ ታውቁ ዘንድ እናዝናለን፡፡
4. ሙሽራውና ሚዜዎቹ ወደ ሙሽሪት ቤት ሄደው እርሷንና ሚዜዎቹን ወደ ሙሽራው ቤት ይዘው ይመጡ ነበር፡፡ (ማቴዎስ 25፥1፣ 2፣ 3፣ 4፣ 5፣ 6፣ 7፣ 8፣ 9፣ 10፣ 11፣ 12፣ 13) ወደ ሙሽራው አባት ቤት ሄደ ባሏ ፊት መሀላ ትፈጽማለች፡፡ የበጉ ሰርግ ስለደረሰ ሚስቱም ራስዋን ስላዘጋጀች ደስ ይበለን ሐሴትም እናድርግ ክብርንም ለእርዙሰ እናቅርብ፡፡ ያጌጠና የተጣራ ቀጭን የተልባ እግር ልብስ እንድትጎናፀፍ ተሰጥቶአታል፡፡ ቀጭኑ የተልባ እግር የቅዱሳን ፅድቅ ሥራ ነውና (ራዕ 19፥7፣ 8)
5. ግብዣ ይጀምራል (የሰርጉውራት) - ግብዣው በወንዱ ቤት የሚከናወ ሲሆን ከ3 – 7 ቀን ይቆያል፡፡ የመጨረሻው ቀነ የሚደረገው ግብዣ ከሁሉም የሚልቀው ነው፡፡ የሰርጉ ራት አስቀድማ የታወቀችው ሙሽራ ቃልኪዳን ወደ አሰረላት ባሏ በይፋ መምጣቷን ለማብሰር የሚደረግ ነው እንግዳች ይጋበዛሉ፡፡ እርሱም ወደ በጉ ሰርግ እራት የተጠሩ ብፁአን ናቸው ብለህ ጻፍ አለኝ፡፡ ደግሞም ይህ የእግዚአብሔር

እውነተኛ ቃል ነው አለኝ (ራዕ 19÷9)፡፡ አብርሀም ይስሀቅና ያዕቆብ ለክርስቶስና ለቤተክርስቲያን ሰርግ ከተጠሩት እንግዶች መካከል ናቸው፡፡እየሱስም ሰምቶ ተደነቀና ለተከተሉት እንዲህ አለው እውነት እላችኋለሁ በእስራኤል እንኳ እንዲህ ያለ ትልቅ እምነት አላገኘሁም፡፡ እላችኋለሁም ብዙዎች ከምሥራቅና ከምዕራብ ይመጣሉ ከአብርሀምና ከይስሀቅ ከያዕቆብ ጋር በመንግሥተ ሰማይ ይቀመጣሉ፤ የመንግሥት ልጆች ግን በውጭ ወደአለው ጨለማ ይጣላሉ በዚያ ልቅሶና ጥርስ ማፋጨት ይሆናል (ማቴ8÷10) (ቅድመ-አስቲን)

ክብርት የሆነች - ይህ ክብር ግርማ ሞገስ ነው፡፡ ለምሳሌ የንግሥት አስቴርን ሕይወት እንደ ምሳሌ መውሰድ ያመቻል፡፡ ይህቺ ንግሥት ንጽህና በጥንቃቄ በመኖሯ በንጉሱ ዘንድ ሞገስ አገኘች፤ ከበረች፡፡ ሰዎች ከመልካም ማንነታችን ተነስተው ያከብሩናል፡፡

ጌታ ኢየሱስ ቤተ ክርስቲያን እንዲህ እንድትሆንለት ፈለገ፡፡ ይህን የፈለገውን ለማግኘት ደግሞ እርሷ የሚጠበቅባት ቢኖርም እርሱ የከፈለው ዋጋ ግን እጅግ ከባድ ነው፡፡ ለእርሷም አቅም የሰጣት እርሱ የከፈለው ዋጋ ነው፡፡ በነፍሱ ተወራርዶ፣ ስቃይን ተቀብሎ፣ እንደ ሚታረድ በግ ሆኖ የውርደት ሞትን በመስቀል ላይ ተሰቅሎ አዳናት፡፡

በትዳር ሕይወት ውስጥም የሚሆነው ይኸው አይደለምንበመፈለግ ብቻ የሚሆን ውጤት የለም፡፡ ውጤቱ ዋጋን ያስከፍላል፡፡ ዋጋን ስንከፍል ውጤቱ ጣፋጭ ፍሬ ይሆናል፡፡ እግዚአብሔርም እጅግ ደስ ይሰኝበታል፡፡

አቀረበ፡- በግሪክ ፓሪስቴሚ ሲሆን፣ (ፓራ) እና (ሂስቴሚ) የሚሉት ጥምር ነው፡፡ (ፓራ) ማለት አጠገብ ሲሆን (እስተሚ) ደግሞ አስቀመጠ የሚል ትርጉም አላቸው፡፡ ከዚህ አኳያ ፓሪስቴሚ በጥሬው ሲፈታ ሰው ሊጠቀምበት የሚችል ቅርብ ስፍራ ማኖር፣ ማስቀመጥ ማለት ነው፡፡(ፓሪስቴሚ) ራስን በአገልግሎት ማቅረብ ማለትም ነው በሰፕናቲጀንት (የእብራይስጥ ብሉይ ኪዳን የግሪክ ትርጉም) ፓሪስቴሚ የሙያ ቃል ሆኖ የገባ ሲሆን፣ እርሱም የካህኑን መስዋዕት በመሰዊያ ላይ ማስቀመጥ የሚገልጽ ነው፡፡ (መጽሐፍ ቅዱስ ጥቅሶች የብሉይና / የአዲስ ኪዳን ግሪክ መዝገበ ቃላት. የቲየር ትርጉም)

---

27 እድፈት ወይም የፊት መጨማደድ ወይም እንዲህ ያለ ነገር ሳይሆንባት ቅድስትና ያለ ነውር ትሆን ዘንድ ክብርት የሆነችን ቤተ ክርስቲያን ለራሱ እንዲያቀርብ ፈለገ።
እድፈት ወይም የፊት መጨማደድ ወይም እንዲህ ያለ ነገር ሳይሆንባት ማሕ 4÷7፤ ዕብ 9÷14፤ 1ኛ ጴጥ 1÷19፤ 1÷19፤ 2ኛ ጴጥ 3÷14

ቅድስትና ያለ ነውር ትሆን ዘንድ ኤፌ1÷4፤ 2ኛ ቆሮ 11÷ 2፤ ቆላ 1÷22፣28፤ 1ኛ ተሰ 5÷23፤ ይሁ 1÷21፤ራዕይ 21 27

ክብርት የሆነችን ቤተ ክርስቲያን መዝ 45÷13፤ 87 3፤ ኢሳ 60÷15-20፤ 62÷3፤ ኤር 33÷ 9፤ ዕብ 12÷ 22-24፤ ራዕ 7÷9-17፤ 21÷10-26

ለራሱ እንዲያቀርብ ፈለገ 2ኛ ቆሮ 4÷14፤ 11÷2፤ ቆላ 1÷22፣28፤ ይሁ 1÷24

5፡28 እንዲሁም ባሎች ደግሞ እንደ ገዛ ሥጋቸው አድርገው የገዛ ሚስቶቻቸውን ሊወዱአቸው ይገባቸዋል። የገዛ ሚስቱን የሚወድ ራሱን ይወዳል፤

የገዛ ሥጋን እንደ ምሳሌ አድርጎ በባልና ሚስት መሃከል ያለውን ግንኙነት ይገልጸዋል:: የገዛ ሥጋችን የራሳችን አካል ነው:: እንዲጠቀም፣ እንዲደሰት፣ እንዲመቸው እንጂ አደጋ እንዲደርስበት አንፈልግም:: በሚቻለው ሁሉ እንንከባከበዋለን:: ሲርበው አብልተን፣ ሲደክመው አርፈን፣ አደጋ ሲያጋጥመው እንዲያመልጥ አድርገን. . . ወዘተ:: የገዛ ሥጋችንን እንይዘዋለን:: የሥጋችን ማንኛውም ስሜቱ ቅርባችን ነው:: ወዲያውም ርምጃ እንወስዳለን::

ክርስቶስ ኢየሱስ በቤተ ክርስቲያን ውስጥ አካል ነው:: እኛ እያንዳንዳችንም የአካሉ ልዩ ልዩ ክፍሎች ነን:: ክርስቶስ ኢየሱስ ለአካሉ የሚገባውን እንክብካቤ ከፍቅር የተነሳ ያደርጋል:: በባልና ሚስት መሃከልም ያለው ግንኙነት ይህንኑ እንደ ሚመስል ያብራራል::

እንዲሁ:- በግሪኩ ሆቶ houtō / hoo'-to የሚለው ቃል ነው ትርጊም እንዲሁ፣ በዚሁ አግባብ በዚሁ ሁኔታ ማለት ነው:: የቀደመ ነገር መኖሩን ይጠቁማል::

እንዲሁ ባሎች ደግሞ እንደገዛ ሥጋቸው አድርገው የገዛ ሚስቶቻቸውን ሊወዷቸው ይገባል የሚለው ዓረፍተ ነገር ኤፌሶን 5፡ 31 ላይ በቀረበው ግልጽ ተደርጓል:: ጳውሎስ ከዘፍጥረት 2÷24 ጠቅሶ ባልና ሚስት አንድ ሥጋ ስለሚሆኑ ባል ለሚስቱ ያለው ፍቅር ለራሱ ካለው ፍቅር የሚለይ እንዳልሆነ ይነግረናል::

ይገባል:- ስለዚህም ሰው አባቱንና እናቱን ይተዋል ከሚስቱም ጋር ይተባበራል ሁለቱም አንድ ሥጋ ይሆናሉ (ኤፌሶን 5÷31)

በግሪክ ኦፌይሎ opheilō / of-i'-lo, *of-i-leh'*-ዐይሰኛል:: ብርቱ ግዴታን ለማሳየት የሚገባ ሲሆን፣ አንድ ግለሰብ የግልና የሞራል ኃላፊነት ያለበት መሆኑን የሚያስገነዝብ

የሕ.ፈ.በ.ሕ. አገልግሎት / የኤፌሶን መልእክት ትምህርት

ነው፡፡አፌይሎ (ይገባል) ከተቀመጡ ሁኔታዎች የሚመጣ አስገዳጅነትን የሚያስረዳ ነው፡፡ በገባበት ቦታም ባል ሚስቱን የመውደድ አለታዊ ተግባሩ (ግዴታው) ምንጭ እንዳለው ያመላክታል፡፡(መጽሐፍ ቅዱስ ጥቅሶች የብሉይና / የአዲስ ኪዳን ግሪክ መዝገበ ቃላት. የቲየር ትርጉም)

ወደደ፡- በግሪኩ አጋፓው (agapao) - በነፃ ያለምንም ቅድመ ሁኔታ እግዚአብሔር የሚሰጠውን ፍቅር ይገልጻል፡፡ (መጽሐፍ ቅዱስ ጥቅሶች የብሉይና / የአዲስ ኪዳን ግሪክ መዝገበ ቃላት. የቲየር ትርጉም)

አጋፓዎ፡- ለምርጫና በግምገማ ላይ የተመሠረተ ፈቃድና ድርጊት ያለበትን ፍቅር ይገልጻል፡፡የሚወደውን ብቻ ሳይሆን የጠላውን ወይም የማይገባው አካል (ሰው) ጭምር የሚወድን ፍቅር ይገልጻል፡፡ ምላሽ አይጠብቅም ስሜታዊ አይደለም፡፡

የቶሪአ ርዕስት ሲያብራራ ባሎች ያለባቸው ኃላፊነት፡- አንድ ሚስት ብቻ ሊኖራቸው ይገባል (ዘፍጥረት 2÷24፤ ማርቆስ 10÷ 6፤ 7፤ 8 1ኛቆሮንቶስ 7÷ 2፤3፤ 4) ፡፡ በሚስቶቻቸው ላይ ሥልጣን (authority) አላቸው (ዘፍጥረት 3÷16፤ 1 ቆሮንቶስ 11÷3፤ኤፌ 5÷23)

ለሚስቶቻቸው ያለባቸው ኃላፊነት

- ሊያከብሯቸው (1ኛ ጴጥሮስ 3÷7)
- ሊወዷቸው (ኤፌሶ 5÷25፤ 26፤ 27፤ 28፤ 29፤ 30፤ 31፤ 32፤ 33፤ ቆላስያስ 3፡19)
- እንደራሳቸው ሊያይዋቸው (ዘፍጥረት 2÷23፤ማቴ 19÷5)
- ታማኝ ሊሆኑላቸው (ምሳሌ 5÷19)
- ሊያፅናኗቸው (comfort) (1ኛ ሳሙኤል 1÷8)
- ሊያማክሯቸው (ዘፍጥረት 31÷4፤ 5፤ 6፤ 7፤)
- ላይተዋቸው (የማያምኑእንኳቢሆኑ) (1ኛ ቆሮ 7÷11፤ 12፤ 14፤ 16)
- ለክርስቶስ ካላቸው ነገር እንዳያሰናክሏቸው (ሉቃስ 14÷26 ማቴ 19÷29) የጥሩነት ምሳሌ (Good Exemplified)

መልካም ባል በምሳሌ ሲገለጥ

- ይስሀቅ (ዘፍጥረት 24÷67)
- ህልቃና (1ኛ ሳሙኤል 1÷4፤5) የመጥፎ (ባል) ምሳሌ

- ሰለሞን (1ኛ ነገስት 11÷1፣2፣3፣ 4፣ 5፣ 6፣ 7፣ 8፣ 9፣ 10፣ 11)
- አርጤክስስ (አስቴር 1÷10፣11)

28 እንዲሁም ባሎች ደግሞ እንደ ገዛ ሥጋቸው አድርገው የገዛ ሚስቶቻቸውን ሊወዱአቸው ይገባቸዋል። የገዛ ሚስቱን የሚወድ ራሱን ይወዳል፤
እንደ ገዛ ሥጋቸው አድርገው ኤፌ.5÷31፣33፤ ዘፍጥረት 2÷21-24፤ ማቴዎስ 19÷5

5÷29-30 ማንም የገዛ ሥጋውን የሚጠላ ከቶ የለምና፥ ነገር ግን የአካሉ ብልቶች ስለሆንን፥ ክርስቶስ ደግሞ ለቤተ ክርስቲያን እንዳደረገላት፥ ይመግበዋል ይከባከበውማል።

ና፡- በግሪክ ጋር (gar) ይሰኛል፡፡ ይህ በአማርኛ ቅጥያ ሲሆን ከቃል ጋር ሲጣመር አንድን ነገር ቆም ተብሎ እንዲጤን ለማድረግ የሚጠቅም ነው፡፡ ጳውሎስ በተጠቀመበት አግባብ ባሎች ሚስቶቻቸውን ለመውደድ ለምን እንደማያስቸግራቸው ሲገልፁ ምክንያቱን በአፅንኦት ለማቅረብ ተጠቅሞበታል፡፡(መጽሐፍ ቅዱስ ጥቅሶች የብሉይና / የአዲስ ኪዳን ግሪክ መዝገበ ቃላት. የቲየር ትርጉም)

ማንም፡-በግሪክ ኡዲየስ oudeís / oo-dice' ሲሆን ትርጉሙ አንድስ እንኳ የለም ማለት ነው፡፡(መጽሐፍ ቅዱስ ጥቅሶች የብሉይና / የአዲስ ኪዳን ግሪክ መዝገበ ቃላት. የቲየር ትርጉም)

የሚጠላ (ጠላ)፡- በግሪክ ሚሴኦ miséō / mis-eh'-o ሲሆን ለአንድ ነገር ያለ ከፍተኛ ጥላቻ ማለት ነው፡፡ እዚህ ላይ በአማርኛውና በእንግሊዝኛ ትርጉም ላይ ልዩነት መኖሩን ማጤን ይጠቅማል እንግሊዝኛው ቃሉን በኃላፊ ጊዜ አስቀምጦታል - ጠልቶ የሚያውቅ (ever hated) ብሎ ሊያስቀምጠው አማርኛው ደግሞ የሚጠላ ከቶ ሲል በአሁን ጊዜ አቅርቦታል፡፡(መጽሐፍ ቅዱስ ጥቅሶች የብሉይና / የአዲስ ኪዳን ግሪክ መዝገበ ቃላት. የቲየር ትርጉም)

ስጋ፡-በግሪክ ሳክስsárx / sarx ነው፡፡ ሳርክስ (ስጋ) በአዲስኪዳን ውስጥ በርካታ አገባቦች ስላሉት የየስፍራውን ትርጉም ለማወቅ አውዱን ማጤን ያስፈልጋል፡፡ (መጽሐፍ ቅዱስ ጥቅሶች የብሉይና / የአዲስ ኪዳን ግሪክ መዝገበ ቃላት. የቲየር ትርጉም)

ይመግበዋል ይንከባከበዋል፡- ሁለቱም ቃላት ስሜት-ገብ ናቸው፡፡ ለሌላው መሳሳትን፣ መሰብን ያመለክታሉ፡፡

ይመግበዋል በግሪክ **ኤክትሬፎ** ektréphō /ek-tref-oሲሆን፣ ከልጅነት አንስቶ በሁለመናው እየመገበ አሳደገ ተንከባከበ ፤ ለሙሉ ሰውነት ከደረሰ ማለት ነው። ኤክትሬፎ (መገበ) ምገባው ለረዥም ጊዜና በበቂ መጠን መሆኑን የሚገልጽ ትርጉም ያለው ነው። (መጽሐፍ ቅዱስ ጥቅሶች የብሉይና / የአዲስ ኪዳን ግሪክ መዝገበ ቃላት. የቲየር ትርጉም)

ተንከባከበ፡- በግሪክ **ታልፖ** thálpō / thal'-po ይሰኛል። ታልፓ መጀመሪያ የነበረው ትርጉም ማሞቅ፣ መታቀፍ በሙቀት ማለስለስ የሚል ነው። እዚህም ያለው ትርጉም በፍቅርና በጥሩ አያያዝ መንከባከብ ማንደላቀቅ ነው።(መጽሐፍ ቅዱስ ጥቅሶች የብሉይና / የአዲስ ኪዳን ግሪክ መዝገበ ቃላት. የቲየር ትርጉም)

ኒው ፊልድስ፡- ለ(ኤክትሬፎ) እና (ታልፓ)፡- በሌላ ስነጽሑፍ ውስጥ እነዚህ ሁለት ግሶች (**ኤክትሬፎታልፓ**) በጋብቻ ውል ውስጥ ባል ለሚስቱ የሚኖርበትን ኃላፊነት ይደነግጋሉ። (Gnilka, 258, perkins: 134) እዚህ ላይ ግን ባል ለሚስቱ ሊኖረው የሚገባውን የእንክብካቤ ጥልቀት የሚያስረዱ ናቸው እንዲህ ያለው እንክብካቤ የሚለካው ሁሉም ለራሱ ስጋ ባለው ፍቅር ነው። በይበልጥ ደግሞ ክርስቶስ ለራሱ ስጋ ለቤተክርስቲያን ባለው ፍቅር ይለካል።(ኒውፋልድ, ቲ.ኤ. ኤ. ኤፌሶን, አማኞች የቤተክርስቲያን የመጽሐፍ ቅዱስ ሐተታ) እስካተዴል, ፒ.ኤ: ሄራልድ ፐረስ)

እንደ (እንዳደረገላት)፡- በግሪክ **ኬቶስ** ነው። እዚህ ቦታ ባለው አገባብ ባል ለሚስቱ የሚሰጠው እንክብካቤ ደረጃውና ባህሪው ክርስቶስ ለቤተክርስቲያን ካደረገው ጋር የሚስተካከል፣ ልክ እንደዛው የሆነ የሚል ትርጉም አለው።

ነገር ግን የአካሉ ብልቶች ስለሆንን፥

ሰው አካሉን የሚያዝበት አያያዝ ክርስቶስ ቤተክርስቲያን ከያዘበት ጋር የሚናበብ ነው።

ሆጂ፡- በክርስቶስና የእርሱ በሆኑት ሕዝቡ መካከል ያለው ኅብረት፡- ሚስጥራዊ ነው። ሊብራራ ይችለል ተሟልቶ ግን ሊገለጽ አይችልም። አንድ ስጋ በተባሉት ባልና ሚስት መካከል ካለው ኅብረት ጋር ይመሳሰላል። ምክንያቱም ሄዋን ከአዳም ከስጋው ተገኝታለችና ነው። ግንኙነታቸው ተመሳሳይ ስለሆነም ለአንዱ የሚባለው ለሌላው እንደተባለ ሊሆን ይችላል። ይሄን ለማረጋገጥና የቋንቋውን አጠቃቀም በምክንያት ለመናገሩ ጳውሎስ ዘፍጥረት 2÷24 ላይ የሰፈረውን የእግዚአብሔርን ቋንቋ ይጠቅሳል። (ሆጂ. ኮሜንተሪ)

ብልቶች፡- ጆን ኤዲ፡ ሀዋርያው ትዳርንና ግንኙነቱን አየ። የባልና የሚስትን የመጀመሪያ ኅብረት የተረከበ የመጀመሪያ ተቋም ነው። ስለዚህ በክርስቶስና በቤተክርስቲያን መካከል ያለውን ኅብረት የኅብረቱንም መነሻ ለመተረክ ይህን ተቋም ምሳሌ አድርጎ

ተጠቀሙበት፡፡ ሄዋን ከሥጋው ሥጋ፣ ከአንቱም አጥንት ወስዳ ከአዳም እንደተገኘች ሁለትነታቸውም ከአንድነት እንዲመጣ በትዳርም መልሶ ደግሞ ወደ አንድነት እንደ ተመለሰ ልክ እንዲሁ ቤተክርስቲያን ከክርስቶስ ውስጥ ተገኘች መልሳ ከእርሱ ጋር አንድ ሆነች፡፡ ሄዋን ሕይወቷን ከአዳም እንዳገኘች አካሏም የእርሱ አካል እንደሆነ እንዲሁ አማኞችም የክርስቶስ አካል ናቸው፡፡ በፍጥረት ከእርሱ ጋር አንድ ስለሆነ ሕይወታቸውንና ያገኙት ከእርዙስ ስለሆነ ከእትሱ ጋር ተቆራኝተዋል፡፡ ይህ ግን መንፈሳዊ ኅብረት በምንለው ብቻ አይደለም ይልቁንም ከዚሁም ቅርብ በሆነና ጳውሎስ ሚስጥር ብሎ በሚጠራው መንገድም ጭምር እንጂ፡፡ (የጳውሎስ መልእክቱ ከኤፌሶን ምእራፍ የግሪክ ጽሑፍ አኳያ.በጆን ኤዲ)

ኤክስፖዚተርስ ግሪክ ቴስታመንት ከክርስቶስ የተለየን አይደለንም ያለን ልዩ ግንኙነት ብቻም አይደለም፡፡ እርሱ ራሱ የሆነበት የእርሱ አካል እውነተኛ ክፍሎች ነን፤ ቤተክርስቲያንንም የሚመግበውና የሚንከባከበው ለዚህ ነው፡፡

29-30 ማንም የገዛ ሥጋውን የሚጠላ ከቶ የለምና፥ ነገር ግን የአካሉ ብልቶች ስለሆንን፥ ክርስቶስ ደግሞ ለቤተ ክርስቲያን እንዳደረገላት፥ ይመግበዋል ይከባከበውማል።

ማንም የገዛ ሥጋውን የሚጠላ ከቶ የለምና ኤፌ5÷31፤ምሳ 11÷17፤መክብብ 4÷5፤ሮሜ 1÷31

ነገር ግን የአካሉ ብልቶች ስለሆንን፥ [እኛ የአካል ክፍሎች ነን፤ የእሱ አካል (ሰውነቱ ሲጋው) እንዲሁም የአጥንትነን] ኤፌ1÷23፤ ዘፍ 2÷23፤ ሮሜ 12÷5፤ 1ኛ ቆሮ 6÷15፤ 12÷12-27፤ ቆላ 2÷19

ይመግበዋል ይከባከበውማል ኢሳ 40÷11፤ ሕዝ 34 14፣15፣27፤ ማቴ 23÷37፤ ዮሐ 6÷50-58

5፡31 ስለዚህ ሰው አባቱንና እናቱን ይተዋል ከሚስቱም ጋር ይተባበራል ሁለቱም አንድ ሥጋ ይሆናሉ።

በተፈጥሮ ሂደትም ሆነ በአዲስ ኪዳን የሐዋርያው ትምህርት ውስጥ ሰው ከአባትና ከእናቱ ተለይቶ ከሚስቱ ጋር ተባብሮ ሁለቱ ደግሞ አንድ ሥጋ ሆነው እንዲኖሩ ታዟል፡፡ ይህ ውህደት የመንፈስ ውህደት ነው፡፡ አንዳንድ ባልና ሚስቶች በዚህ ቃል መሠረት በጣም ከመዋሃዳቸው የተነሳ በብዙ መንገድ የሃሳብ መገጣጠም፣ የፍላጎት መጣጣም፣ የምርጫ አንድነት ውስጥ የራዕይ መደጋገፍና መያያዝ ውስጥም ይገባሉ፡፡

ስለዚህ ለሚለው ላይ ሆጂ፡- የባልና የሚስት የሚስት ግንኙነት በወላጆችን በልጆች መካከል ካለውም ግንኙነት እጅግ የቀረበ ነው፡፡ ስለዚህ ለባል ማንኛውም ዓይነት ሌላ ግንኙነት በሁለተኛ ደረጃ የሚታይ ግንኙነት ይሆናል፡፡ (ሆጂ. ኮሜንተሪ)

ጄ. ቬርነን. ኤም. ሲጂ፡- እዚህ ጋር ጳውሎስ የሚጠቅሰው ግንኙነት ኤደን ገነት ውስጥ በአዳምና በሄዋን መካከል የነበረውን ነው እነዛ የመጀመሪያ ጥንዶች ለወደፊቱ የክርስቶስና የቤተክርስቲያን ኅብረት ምስያዎች ነበሩ፡፡ ሄዋን ለአዳም ረዳት ሆና ተፈጠረች የተወሰደችው ከጎኑ ነው እንጂ እንደ እንስሳቱ ከምድር አልተቀረችም፡፡ አብራው እስከ ትሆን ድረስ አዳም ጎዶሎ ነበር፡፡ እግዚአብሔር መልክ ሰጣት እንደሚመስለኝ ወደ አዳም ይዛት ሲመጣ ከፍጥረት ሁሉ ቆንጆ የዋነበረች፡፡ አንድ ቀልደኛ ሄዋን ያማረች መሆንም ነበረባት እግዚአብሔር እኮ እርሷን ሲሠራት በአዳም ተለማምዶል ልምድ አግኝቶ ነበር ብሏል፡፡ ሄዋን አዳም የጎደለውን ሞልታለች ለሱ ተሰርታለችና ምልሰው አንድ ሆኑ በእብራይስጥ ወንድ ማለት ኢሽ ሲሆን፣ ሴት ማለት ደግሞ ኢሻ ቃሉም አንድ ነው ከእርሱ ወጥታለችና፡፡ (ማክጂ, ጄ እስ. የመጽሐፍ ቅዱስ ኮሜንተሪ: ቶማስ ኔልሰን)

ተወ(ይተዋል)፡- በግሪክ **ካታሌፓ** kataleípō / kat-al-i'-po ሲሆን፣ ጥሎ መሄድ ማለት ነው፡፡ እናትና አባቱን ይተዋል በሚለው ውስጥ ካታሌይፓ (ተወ) ሲል የባልየው ፍቅርና ታማኝነት ከወላጆቹ ወደ ሚስቱ መዞሩን የሚያሳይ ነው፡፡ (መጽሐፍ ቅዱስ ጥቅሶች የብሉይና / የአዲስ ኪዳን ግሪክ መዝገበ ቃላት. የቲየር ትርጉም)

ኤክስፓዚተርስ፡- ከማንኛው የሰው ግኝት ግንኙነት በላይ የጋብቻ ትስስር ቅድሚያውን ይወስዳል፡፡ በዚህም ምክንያት የማይጣስ ተደርጎ ሊታሰብ ያሻዋል፡፡ እንዲያም ሆኖ የመለኮት ትዕዛዝ የሆነ ነገር ሁሉ የጋራ ለሆነ ደስታና እርካታ በቸርነት የታቀደ ነው፡፡

ተጣበቀ፡- በግሪክ **ፕሮስኮላኦ** proskolláō /pros-kol-lay'-o ይለዋል፡፡ በጥሬው ሲፈታ አንዱን ነገር ከሌላው ማጣበቅ ማለት ነው፡፡ አንድ ማድረግ ነው፡፡ በዚህ መልዕክት ውስጥ በትዳር መተሳሰርን ለመግለጽ ውሏል፡፡ ስለዚህ በቅርብ መከተልን፣ በታማኝነት ማፍቀር የሚለውንም ያጠቃልላል፡፡(መጽሐፍ ቅዱስ ጥቅሶች የብሉይና / የአዲስ ኪዳን ግሪክ መዝገበ ቃላት. የቲየር ትርጉም)

(ፕሮስኮላኦ)፡- የቁስልን መጣበቅ ለመግለጽ ይውል የነበረ የሕክምና ቃል ነበር፡፡ እዚህ የጳውሎስ መልክት ውስጥ ይህ ጥምር እጅግ ቅርብ አንድነትን የሚያመለክት ነው፡፡ የባልና የሚስትን ፎቶግራፎች ውሰዱና በማጣበቂያ አጣብቋቸው ማጣበቂያው እስኪ ደርቅም ጠብቁ ቆይታችሁ ፎቶግራፎቹን ለመለያየት ብትሞክሩ ምን የሚፈጠር ይመስላችኋል? እግዚአብሔር ስለ ትዳር ኪዳን መፍረስ የሚለውን ታያላችሁ?

ሂውስ አስተያየት ሲሰጥ ጋብቻ አንድ ዓይነት የሆኑ ሁለት ሰዎችን የሚፈጥር ነው በትዳር ውስጥ ያሉ ክርስቲያኖች አንድ ጌታ፣ አንድ ቤተሰብ አንድ ተስፋና አንድ ዕጣ ፈንታ ያላቸው ናቸው፡፡(ሂዊስ, አርክቲቭ ኤ. ኤፌሶን: የክርስቶስ አካል ምሥጢር, ክሮስዌይ መጻሕፍት)

ሁለቱም አንድ ሥጋ ይሆናሉ

ጆን ኤዲ፡- ልጅ ለእናቱና ለአባቱ ያለው ፍቅር ከጊዜ በኋላ በሌላ በሚበልጥ ጥፍቅር ይሸነፋል፡፡ ፍቅር ቤተሰብን አንድ የማድረጉን ያህል ይበትናልምና ይተዋቸዋል፡፡ ከዛም እነርሱ ጋር ካለው ኅብረት በሊልቅና በጠበቀ ቁርኝት ከሚስቱ ጋር ይጣበቃል"አንድ ሥጋ"ይሆናል፡፡ ይህም በመንፈስ በፍቅር ወይም በሙያ ሳይሆን አቻ እና አንድ"ዓይነት በሆነ እሳት"በተሞላ ሰብዕና ነው፡፡ (ጆን ኤዲ፡ ኮሜንተሪ)

ሬይስቴድ ማን ስለባሎችና ሚስቶች ከፃፈው፡- ሁለቱም አንድ ሥጋ ይሆናሉ የተዋበ ቋንቋ ምሳሌ ብቻ አይደለም፡፡ መሠረታዊ እውነት ከጀርባው አለ የእውነትም ባል ሚስቶች መጠለያ የሚጋሩ ሁለት ሰዎች አይደሉም፡፡ ሕይወታቸው ተቀይጦ አንድ የሚሆኑ ናቸው እንጂ ስለሆነም የገዛ ሰውነቱን በመዶሻ መቶ ሕመም የማይሰማው ሰው እንደ ሌለ ሚስትን የሚጎዲ ነገር ባል የውራም የሚጎዳ መሆኑ እውነት ነው፡፡ ለዚህ መሰለኝ ከባለቤታችሁ ጋር በማይረባ ነገር ስትነታረኩ ቀኑን ሥራ መሥራት የሚያቅታችሁ፡፡ በትዳር ውስጥ ሳሉ ባልም ሆነ ሚስት ለክርስቶስ ያለባቸውን ኃላፊነት መውጣት አለባቸው ጳውሎስ በጨረሻ የሚያነሳው ነጥብም ይሄው ነው፡፡ሆኖም ከእናንተ ደግሞ እያንዳንዱ የገዛ ሚስቱን እንዲህ እንደራሱ አድርጎ የወደዳት ሚስቱም ባልዋን ትፍራ (ኤፌ.5÷33)

መሠረታዊ ነገር ይህ ነው"መጀመሪያ ይውደደኝ ከዛ እገዛለታለሁ"ወይም 'እስኪ ቀድማ ትገዛልኝና ቀጥሎ እኔ እወዳታለሁ"አይደለም ሌላው ምንም ቢያደርግ ይህ ለክርስቶስ በግል ያለብን ኃላፊነት ነው፡፡ እንዲህ ማድረጉ በትዳር ውስጥ የሚኖረው የግጭት አዙሪት ሰብሮ ሰላምን ይመልሳል፡፡ እንዲህ ያለው በተናጠል ኃላፊነትን የመወጣት ታዛዥነትም ተአምር ሲሠራ ተመልክቻለሁ፡፡ አመፃና ግጭት መከፋፈልም የነገሰባቸው ብዙ ትዳሮች ውስጥ ጸጋ ጠፍቷል ሰላምሰፍኗል፡፡ ስለዚህ ባሎች ሚስቶቻችሁን እንደራሳችሁ ውደዱና ሚስትም ባሏን ታከብር ዘንድ ተዋት፡፡

---

31 ስለዚህ ሰው አባቱንና እናቱን ይተዋል ከሚስቱም ጋር ይተባበራል ሁለቱም አንድ ሥጋ ይሆናሉ።

ዘፍጥረት 2÷24፤ ማቴዎስ 19÷5፤ ማር 10÷7፣8፤ 1ኛ ቆሮ 6÷16

5፥32ይህ ምሥጢር ታላቅ ነው፥ እኔ ግን ይህን ስለ ክርስቶስና ስለ ቤተ ክርስቲያን እላለሁ።

ጸሓፊው ይህ ምስጢር ታላቅ ነው ይላል:: ቀደም ባሉት ምእራፎች እንዳየነው ይህ ምስጢር ቀደም ብሎ ለብዙዎች ጭራሽ የማይገባ፣ የተከደነ ነበር:: በክርስቶስ ግን ይህ ምስጢር ተገልጧል::

"ወንድሞች ሆይ ልባሞች የሆናችሁ እንዳይመስላችሁ ይህን ምስጢር ታውቁ ዘንድ እወዳለሁ . . ." ሮሜ 11፥25:: በርካታ የሃይማኖት መምህራን ይህ ምስጢር አልተገለጠላቸውም:: ጌታ ኢየሱስ በምድር አገልግሎቱ በመካከላቸው ሆኖ እያስተማረም ለእነርሱ ግን የሚናገረው አይገባቸውም:: ኒቆዲሞስ የሃይማኖት መምህር ነው:: ጌታ የተናገረው ምን እንደ ሆነ ስላልገባው በአደባባይ እንዳይጠይቀው አፍሮ ተደብቆ ወደ ኢየሱስ መጣና ጠየቀው:: "ሰው ከውኃና ከመንፈስ ሊወለድ ይገባዋል" ብለህ ስትል ምን ማለት ነው" ብለው ጠየቁት:: ዛሬም በርካታ የሃይማኖት ሊቃውንት ሳይንቲስቶች ምስጢሩ አልገባቸውም:: ተከድኖባቸዋል::

ዛሬም እንኳን ድነናል ብለን የምንል አማኞችም ሳንቀር ሁሉንም ነገር ጨርሰናል ብለን እንዳናስብ እንጠንቀቅ:: በኤፌሶን የሚገኙ አማኞችም ግር የተሰኙበት አንድ እውነት ይህ አይደለምን; በተገረዙትና ባልተገረዙት መሃከል ያለው ልዩነትም ግልጽ አልሆነላቸውም:: የተገለጠልን እውነት ከእኛ ሳይሆን ከእግዚአብሔር ምህረት የተነሳ ፤ በክርስቶስ አማካኝነት በመንፈስ ቅዱስም የተገኘ ነው::

የትዳር ሕይወትን ለማሳየት የክርስቶስና የቤተ ክርስቲያንን ግንኙነት በምሳሌነት ማቅረቡ እንዴትስ ጥልቅ ምስጢር አይሆንም፤ ክርስቶስ ሕይወቱን የሰዋለትን ቤተ ክርስቲያን ከባልና ሚስት ጋር ማስተያየት ትዳርን የቱን ያህል የከበረ እንደ ሆነም የሚያሳየን ነው:: በመንፈሳዊ ሕይወት ውስጥ የክርስቶስና የቤተ ክርስቲያንን ውህደት በአካል ብልቶች መልክ ተገልጾዋል:: ይህ የብልቶች መያያዝ የመንፈስ ቅዱስ ሥራ ነው:: የአካል ውህደትም ነው:: "አካል ብዙ ብልቶች እንጂ አንድ ብልት አይደለምና:: እግር እኔ እጅ አይደለሁምና የአካል ክፍል አይደለሁም ብትል ይህን በማለትዋ የአካል ክፍል መሆንዋ ይቀራልን; . . . አሁን ግን እግዚአብሔ እንደ ወደደ ብልቶችን እያንዳንዳቸው በአካል አድርጓል" 1ኛ ቆሮ. 12፥14-18:: "... እናንተም የክርስቶስ አካል ናችሁ፤ እያንዳንዳችሁም ብልቶች ናችሁ . . " 1ኛ ቆሮ. 12፥12-27:: ይህ የአካል ውህደት የተገኘው ክርስቶስ ኢየሱስ በመስቀል ላይ ከከፈለልን ዋጋ የተነሳ ነው::

በባልና ሚስት መሃከል ያለው ግንኙነትም ይህንኑ የሚያመላክት ነው። ሁለቱ የትዳር ጓደኞቹ በእግዚአብሔ መንፈስ፣ በክርስቶስ ኢየሱስ ደም አንድ ሆነው ተዋህደዋል። ይህ ውህደት ዘይትና ውኃ ለመቀላቀል ብንሞክር እንደ ሚሆነው አይነት አይደለም። ዘይትና ውኃን እንቀላቅል ብለን በአንድ ጠርሙስ ውስጥ ብንጨምራቸው በጠርሙሱ ውስጥ አብረው ቢቀመጡም በጭራሽ ግን የሚዋሃዱ አይሆንም። ነገር ግን ስኳርንና ውኃን ብናደባልቃቸው ስኳሩ በውኃው ውስጥ ቀስ በቀስ እየሟሟ ፈጽሞ ይደባለቃሉ። የውኃውም ጣዕም ይቀይራል። በትዳር ውስጥም ውህደቱ እንደ ውኃና ስኳሩ ነው። አንድ ሆነው ጣዕማቸው የበለጠ ወደ ጣፋጭነት ይቀይራል።

ይህ ምስጢር ታላቅ ነው፤ እኔ ግን ይህን ስለክርስቶስና ስለቤተክርስቲያን እላለሁ።

ይህ ምስጢር ታላቅ ነው፡- ሚስት ለባሏ እንደሆነች ቤተክርስቲያንም ለክርስቶስ ነች። ጋብቻም በክርስቶስና በቤተክርስቲያን መካከል አለው ለዚህ አስደናቂ የአንድነት ምስጢር መስተዋት ነው ይህም እስከ አዲስ ኪዳን ድረስ ፈጽሞ የታወቀ አልነበረም።

ማካርተር ሲጽፍ፡- የቤተክርስቲያን ቅድስና ከጋብቻ ቅድስና ጋር ተጋብቷል። ስለዚህ በትዳራችሁ ለክርስቶስና ለቤተክርስቲያኑ ወይ ተምሳሌት ወይም ክህደት ናችሁ። (ጆን ኤፍ. ማክአርተር ቺካጎ: ሙዲ ፕሬስ)

ጆን ፓይፐር እንዲሁ አስተያየት ሲሰጥ፡- ጋብቻ እግዚአብሔር ከሕዝቡ ጋር ላለው ግንኙነት ተምሳሌት እንደሆነ የሚያስረዱ ተቋሚዎች በብሉይ ኪዳን ውስጥ ነበሩ። የጋብቻ ምስጢር በዝርዝር የፈሰሰው ግን ክርስቶስ ሲመጣ ነው። ስለሆነም ጋብቻ ወንድና ሴት አንድ ሥጋ የሚሆኑበት ነው ከሚለው በላይ በክርስቶስና በቤተክርስቲያን መካከል ያለውን ግንኙነት የሚወክል ቅኔ ነው። ወርቁም ክርስቶስና ቤተክርስቲያን እርስ በርስ የሚገናኙበት ህያው ድራማ የመሆኑ ጉዳይ ነው።(ጆን ፓይፐር. ወንድና ሴት አድርጎ በእግዚአብሔር መልክ ፈጠራቸው)

ስፐርጆን እንዲህ ሲል ጽፏል ራሱን ከሕዝቡ ጋር አንድ ካደረገው ክርስቶስ ጋር አንድነን። የጋብቻ ኅብረት ፍሬ ነገሩም ይሄው ነው - አንድነት።

ኮንስታብል፡- በባልና በሚስት መካከል ያለው ግንኙነት በክርስቶስና በቤተክርስቲያን መካከል ካለው ጋር አንድነው ሚስት ለባሏ በመንፈስ እንዳላት ቤተክርስቲያንም ከክርስቶስ ጋር በመንፈስ የዚያኑ ያህል ቅርብ ትስስር አላት።

ሎይድ ጆንስ፡- የመጀመሪያዎቹን ወንድና ሴት ንድፍ በተመለከተ ይህ ልክ ነው፡፡ እግዚአብሔር አዳምን አፐራሲዮን አድርጎ ሴት በመጀመሪያ ተፈጥራለች፡፡ ቤተክርስቲያንስ የምትፈጠረው እንዴት ነው ይህ ደግሞ እግዚአብሔር በቀራኒዮ ከፍታ በሁለተኛ ሰው ላይ ባደረገው አፐራሲዎን አማካኝነት ነው፡፡ በአዳም ላይ ጥልቅ እንቅልፍ ወደቀ፡፡ በሰው ልጅም ላይ እንዲሁ ጥልቅ እንቅፍ ወደቀና መንፈሱን አሳልፎ ሰጠ፡፡ ሞተም ከዚህ አፐራሲዎን ውስጥም ቤተክርስቲያን ተወለደች ሴት ከአዳም እንደወጣች ቤተክርስቲያንም ከክርስቶስ ወጣች፡፡ ሴት ከአዳም ከጎኑ እንደወጣች ቤተክርስቲያንም ከክርስቶስ ከደማውና ከቆሰለው ጎኑ ወጣች፡፡

ምስጢር - በግሪክ **መስቴሪየን** mystḗrion / moos-tay'-ree-onይሰኛል፡፡ መስቴሪያን እግዚአብሔር በመንፈሱ በአካሉ በኩል ሲገልጥልን ብቻ የምንረዳው የእግዚአብሔር እቅድ አካል የሆነ እውነት ነው፡፡ የእግዚአብሔር የምክሩ ምስጡር እርሱን ከማያመልኩት የተደበቁነው እርሱን የሚያመልኩት ሲሰጣቸው ግን ምስጢራቱን ይረዳሉ፡፡ የእግዚአብሔር እውነት ምስጢር የሚሆነው እውነቱ ለመፍታት የሚከብድ ስለሆነ አይደለም፡፡ እግዚአብሔር ምርቱን ካልሰጠ ከነጭራሹ የሚሞከር ስላልሆነ ነው እንጂ እግዚአብሔር ሲገልጠው ግን እውነቱ በጣም ቀላል ሆኖ ይገኛል፡፡ (ዘ ኤክስፖዚተርስ ግሪክ ኪዳን የመጽሐፍ ቅዱስ ኮሜንተሪ ኤፌሶን 5)

ምስጢራት በመጽሐፍ ቅዱስ ውስጥ ሁለት ምድብ አላቸው፡፡ የተወሰኑት ከምስጢርነት ፀጥታው የተገለጡ ሲሆን፣ እነዚህም የክርስቶስ ሥጋ መልበስ እና የኃጢያተኞች ድህነት ናቸው ሌሎቹ ደግሞ ገና የሚገለጡት ናቸው፡፡ የሙታን መነሳት፣ የክርስቶስ ተቃዋሚ መምጣት የመጨረሻ ቀን ጥፋት ከፊት አለ፡፡ መዳናችንን የተሸከሙትም ምስጢራት በሙሉ ለመጽሐፍ ቅዱስ አንባቢዎች የተገለጡ መሆናቸው የሚያጽናና ነው፡፡(ቅድመ-አስቲን)

ቪንሰንት፡-ሚስቴሪዮን (ምስጢር) ሲገልጸው ምስጢር በተቀጠረለት ቀን እስኪገለጥ ድረስ ተደብቆ የነበረው፣ እንዲሁም ለሥጋ አይን የተሰወረውና በመለኮት መገለጥ ግን የሚታወቀው ነው፡፡

ኤፍ. ቢ. ሜየር፡- ምስጢርስ እነሆ ያየኤደኑ ትዕይንት ምሳሌ ነው ክርስቶስ ብቻውን ይሆን ዘንድ መልካም አልነበረም፡፡ ፍቅር ሰጥቶ ፍቅር መቀበል ሲያስፈልገው ግን ካልወደቁት መላዕከት መካከል ሊመልስለት የሚችል አንድም አልነበረም፡፡ በመገህነም አባቱ እግዚአብሔር ከሰው ሰዎች መካከል ሙሽራን መረጠለት ሁለተኛዋንም ሄዋን በኤደን መቃብር ውስጥ ተኝቶ እንዳለ ከቆሰለው የሁለተኛው ሰው ጎን አዘጋጀለት፡፡ እንግዲህ

የዳኑት ሰዎች ያች ሙሽራ ናቸው ለመጀመሪያ ጊዜ ንፁህና ጨዋ ሴት እንደሚወድ ሰው አዳኙ ይወዳቸዋል የሚወዳቸው ግን ትክክለኛ ሊያደርጋቸው እንጂ ትክክለኛ ስለሆኑ አይደለም፡፡ ፍቅሩንም ሰው በመሆን ራሱንም ለሞት አሳልፎ በመስጠት አረጋግጧል፡፡ አሁን በደሙ በቃሉና በመንፈሱም ለራሱ እየቀደሳቸው ይገኛል፡፡ የዚህ ሒደቱ ረዥምም ብርቱም ነው፡፡ ነገር ግን ሰው ለቆሰለ አካሉ እንደሚያደርገው ያመነባቸዋል ይንከባከባቸዋል፡፡ ቆይቶ ይህች ሙሽራ በቁጥርና በውበት ተሟልታ ስትገኝ የሸፈናት ምስጢር ተገልጦ ያለዕድፈት ያለፉት መጨማደድ ወይም እንዲህ ዓይነት ነገር ሳይሆን በትበፍጥረት ደስታ መካከል ለራሱ ያቀርባታል፡፡ እርሷም ስሙን ደረጃውን፣ ቦታውን ሀብቱን ኃይሉንና ክብሩን ለዘላለም ትወርሳለች፡፡ እርሱ ከእርሷ እርሷም ከእርሱ ይጠበቃሉ፡፡ ያኔ ሙሽራው ክርስቶስ ራሱ በመከራው ሰዓት የፀለየው ፀሎቱ ይፈፀማል"እኛም አንድ እንደሆንን አንድ ይሆኑ ዘንድ እኔም በእነርሱ አንተም በእኔ ስትሆን በአንድ ፍፁማን እንዲሆኑ የሰጠኸኝን ክብር እኔሰጥቻቸዋለሁ..." (ዮሐንስ 17÷22)

---

32 ይህ ምሥጢር ታላቅ ነው፥ እኔ ግን ይህን ስለ ክርስቶስና ስለ ቤተ ክርስቲያን እላለሁ።
ይህ ምሥጢር ታላቅ ነው ኤፌ 6÷19፤ቆላ 2÷2፤ 1ኛ ጢሞ 3÷8፣ 16
እኔ ግን ይህን ስለ ክርስቶስና ስለ ቤተ ክርስቲያን እላለሁ መዝ 45÷9-17፤ማቴ 1÷ 1-8፤ኢሳ54÷5; 62÷4፣5፤ዮሐ 3÷29፤ 2ኛ ቆሮ 11÷ 2፤ራዕ 19÷7፣8፤ 21÷2

5÷33 ሆኖም ከእናንተ ደግሞ እያንዳንዱ የገዛ ሚስቱን እንዲህ እንደ ራሱ አድርጎ ይውደዳት፥ ሚስቱም ባልዋን ትፍራ።

በሁለቱ ባልና ሚስት የመጨረሻው የማሠሪያ ትዕዛዝን በመስጠት ምዕራፉ ይዘጋል፡፡ ባል የገዛ ሚስቱን እንደ ራሱ አድርጎ ይውደዳት፡፡ እርሱ ለራሱ የተመቸን ሁኔታ እንደ ሚፈልግ ለእርሷም እንዲሁ ያድርግላት፡፡ አንዳንድ ባሎች በሆዳቸው እንኳን ሳይቀር ሚስታቸውን ይበድላሉ፡፡ እነርሱ ከፍተኛ ገንዘብ አውጥተው ትልልቅ ሆቴል ውስጥ ሲመገቡ ሚስት ግን ሽሮም ያርባታል፡፡ እነርሱ ከአንድም ሁለት ሦስት መኪና ሲነዱ ሚስት ግን በታክሲ ትመላለሳለች፡፡ ይህ አድሎ ከክርስቲያኖች መሃከል መወገድ አለበት፡፡ ወንዱ ለራሱ የሚያደርገውን ሁሉ ለእርሷም እኩል ማድረግ አለበት፡፡

በገጠሪቱ ኢትዮጵያ በአብዛኛው ቦታ ሚስት የማጀቱን ከመሥራቷ ባሻገር አልፎ አልፎም በግብርናውም ሥራ ትሳተፋለች፡፡ እንጨት መፍለጡን፣ ከብት ማገዱን፣ ውኃ መቅዳቱን፣ ምግብ ማብሰሉን፣ ልጆች መንከባከቡን ሁሉ ሴቷ ትሠራለች፡፡ ይህ አግባብ አይደለም፡፡ በግብርናው ሥራ ላይ ወንድው ትልቅ ድርሻ ቢኖረውም ሴቶች ጉልበታቸው የወንድን

ያህል ባለመሆኑ ሊታገዙ ይገባል፡፡ በዚህ ቁጥር ላይ ባል የገዛ ሚስቱን እንደ ራሱ አድርጎ ይውደዳት የሚለን ትልቅ ኃላፊነት ነው፡፡ በሌላ አባባል ለራሱ የሚያስበውን ያህል ለእርሷም ያስብላት ማለት ይሆናል፡፡ ለባል ይህን ኃላፊነት የመስጠቱን ያህል ሚስትም ባሏን በማክበር እንድትመላለስ መጽሐፍ ቅዱስ ያዛል፡፡ ይህ ማክበር ከጭንቀትና ከመሸማቀቅ የመጣ አይደለም፡፡ ይልቅስ ክርስቶስ የቤተ ክርስቲያን ራስ እንደ ሆነ፣ ባልዋም የቤቷ ራስ እንደ ሆነ በመረዳት አክብሮት ሊኖራት ይገባል፡፡

በከተሜው ኅብረተሰብ ውስጥ የሴቶችን እኩልነት ሙብት የሚሚገቱና ስለ ሴቶች ሙብት እንታገላለን የሚሉ ሰዎች ይህን እግዚአብሔር በድንቅ አሠራሩ ያስቀመጠውን የቤተሰቡን ሥርዓት በማፍረስ የሴቷን የበላይነት ለማስጠበቅ በሚል የብዙዎችን ትዳር እያናጉ ይገኛሉ፡፡ ምንም እንኳን የሴቶችን ጭቆና እንቃወማለን የሚለው መነሻ አቋማቸው ተገቢ ቢሆንም አለ አግባብ ከመከረሩ የተነሳ ግን በወንዱና በሴቷ መሃከል ጥላቻ እንዲያመረቅዝ፣ እንደ ግብረሰዶም፣ ሌዝቢያኒዝም የመሳሰሉ ርኩሰቶች በዓለም ዙሪያ ሁሉ እዲያቆጠቁጥ እንዲስፋፋም የራሱን ተጽዕኖ አምጥቶአል፡፡

አንዳንዶቹ በዚህ እንቅስቃሴ ውስጥ ያሉ ሰዎች ከኤፌሶን መጽሐፍ ጋር ፈጽሞ የተፋረሰ ዓመለካከት አላቸው፡፡ የእግዚአብሔርን በወንድ ጾታ መጠራትን አይደግፋም፡፡ ይህ አከራካሪ አቋማቸው ለጥፋት የተዘጋጀ ትምህርት ነው፡፡

በባልና ሚስት የቤት ውስጥ ኑሮ ውስጥ እየተሳሰቡ መኖርን መጽሐፍ ቅዱስ አይቃወምም፡፡ በአሁኑ ዘመን ካለው የኑሮ ክብደት የተነሳ ባልና ሚስት ተጋግዘው፣ ወንድም ማጀት ገብቶ ምግብ አብስሎ ለቤተሰቡ ማቅረቡ በሁለቱ መሃከል ያለውን የወንዱንና የሴቷን መከባበርን የሚለውጠው አይሆንም፡፡ መጽሐፍ ቅዱስ እንዳስቀመጠው ወንዱ ራስ ሆኖ ቤቱን መምራት፣ ሚስቱን መውደድ፤ ሴቲቱም ባሏን በማክበር፣ በመታዘዝ መኖር ይገባቸዋል፡፡ ይህ ሲሆን በዚያ ቤተሰብ ውስጥ እግዚአብሔር በረከቱን ያዛል፡፡

አንዳንድ ወንዶች እግዚአብሔር በእነርሱ ላይ ያስቀመጠውን የራስነት ወይም የመምራት ኃላፊነት እንደሚገባ ባለመወጣት በቤተሰባቸው ላይ ትልቅ ውድቀትን ያስከትላሉ፡፡

ስለዚህም ቤተሰቦች የእግዚአብሔር ቃል ባስቀመጠው ትዕዛዝ መሠረት ሥርዓቱን ጠብቀው የሚጓዙ ሊሆኑ ይገባል፡፡

ሶፑርጅን፡- እንግዲህ የእግዚአብሔር መንፈስ ወደ ቤታችን ይከተለናል፡፡ ለእግዚአብሔር ክብርም እንዴት እንደ ምንኖር ያስተምረናል ስለክርስቶስ ይህ ይሆን ዘንድ ይርዳን አሜን፡፡

ኤምሲጂ፡- ጳውሎስ አንባቢውን ወደ ተለመደው የቤት ውስጥ አኗኗሩ ይመልሰዋል"እያንዳንዱ የገዛ ሚስቱን እንዲህ እንደራሱ አድርጎ ይውደድ"ይህ ሚስት የምትገዛለት ባል ምን ዓይነት እንደሆነ ያሳያል፡፡ የሚመጣውን ክብር ምስጢር ባልና ሚስት በባርነት ቤት ውስጥ ይጀምሩታል፡፡ ፍፁም የሆነው ፍቅር ወደ ተግባር የሚገለጠውም እንዲህ ነው እርሱ (ባልየው) ውብ የሆነውን ፍቅርን ወደ ገሀድ ያመጣዋል፡፡

ከእናንተ ደግሞ እያንዳንዱ ጳውሎስ እያንዳንዱን ባል በተናጠል ያናግራል፡፡ እያንዳንዱም ሚስቱን እንደ ራሱ ይወዳት ዘንድ ያበረታታል፤ ባሎች እግዚአብሔር የሚያዘውን አስታውሱ እርሱ ሁሌም ያስችላል ሚስቶቻችንን በራሳችን ጥንካሬ ልንወዳቸው አንችልም፡፡ በውስጣችን በሚኖረው መንፈስ በሚሰጠን ጸጋና ኃይል ግን እንወዳቸዋለን፡፡ ልትሞቱላቸው ፈቃደኛ እስከ ምትሆኑ ድረስ ሚስቶቻችሁን ልትወዱ ሞክሩና በራሳችሁ ብርታት እስከየትመዝለቅ እንደምትችሉ እዩ፡፡ማክዶናልድ እንደ ራስ ሚስትን ስለመውደድ ሲናገርሰው ሚስቱን ሊወድ የሚገባው ራሱን ሊወድ እንደሚችለው ብቻ አይደለም የሚወዳት ከራሱ ጋር አንድ መሆኗን በማወቅም ጭምር ነው፡፡(ቅድመ-አስቲን)

ጂን. ኤዲ አስተያየት ሲሰጥየሚስት ድርሻም ለባሏ በጌታ የሚገባውን ከበሬታ መስጠት ነው (ኤፌ 5÷22 ኤፌሶን 5÷21) ግልጽ እንዳደረገውም እንዲህ ያለው ከበሬታ ለክርስቶስ በሚሰጥ አክብሮት (ፎቦስ) የሚለመድ ነው፡፡ ይህ ባልም እንዲህ ያለው አክብሮት እንደሚገባው ሆኖ ሚስቱን መውደድ አለበት የሚለውንም ይይዛል፡፡ ጳውሎስ ሚስቶች ባላቸውን ይወዱ ዘንድ አይናገርም ብለው ግራ የሚገባቸው ግን ምስስሎሹን ፍፁማዊ ትክክለኛነት ሳይረዱ ይቀራሉ፡፡ ክርስቶስ ቤተክርስቲያንን ይወዳል ቤተክርስቲያን ለክርስቶስ ያላት መውደድ ደግሞ በመገዛትና በመታዘዝ ይገለጻል፡፡ (ኤፌ 5 ሀተታ)

---

33 ሆኖም ከእናንተ ደግሞ እያንዳንዱ የገዛ ሚስቱን እንዲህ እንደ ራሱ አድርጎ ይውደዳት፥ ሚስቱም ባልዋን ትፍራ።

እያንዳንዱ የገዛ ሚስቱን እንዲህ እንደ ራሱ አድርጎ ይውደዳት፥ ኤፌ5÷25፣28፣29፤ቆላ 3÷19፤ 1ኛ ጴጥ 3÷7

ሚስቱም ባልዋን ትፍራ ኤፌ5÷22፤ 1ኛ ነገ 1÷31፤አስ 1÷20፤ዕብ 12÷9፤ 1ኛጴጥ 3÷2-6

ማጠቃለያ

አማኞች በመንፈሳዊ ሕይወታቸው አኗኗር በቅድስናና እግዚአብሔርን በመምሰል ካልተመላለሱ አካሉ ከመታወኩ ባሻገር፣ መንፈስ ቅዱስ በቤተ ክርስቲያን ውስጥ እንዳይሠራ፣ የጸጋ ስጦታዎችም እንዳይገለጡ እንቅፋት ይሆናል፡፡ በቅዱሳን መካከልም መከባበር ከሌለና ሥርዓት አልበኝነት ከነገሰ በቤተሰብ፣ በቤተ ክርስቲያንና በሃገር ደረጃም በርካታ የተመሰቃቀሉ ነገሮች ይከሰታሉ፡፡ ቤተሰብ እርስ በእርስ በመከባበር አንዱ ለሌላው ራሱን በመስጠት የሚኖር ከሆነም፣ ለቤተ ክርስቲያን ሆነ ለሃገር በረከት ይገኛል፡፡ ሠይጣንም ይህንን በመረዳት ቤተሰብን ማናጋት አይነተኛ ዓላማው ነው፡፡የአዲስ ኪዳን አማኞች ይህን ታላቅ እውነት አውቀው ለጠንካራ ቤተሰብ መፈጠር ሊሠሩ ይገባል፡፡

ምዕራፍ ስድስት

የመጨረሻ የሆነው ይህ ምዕራፍ ከምዕራፍ አምስት የሚቀጥል የልጆችን አስተዳደግ የሚመለከት ትምህርትን በመስጠት ይጀምራል፡፡ መጽሐፍ ቅዱስ በልጆች አስተዳደግ ላይ ጠንካራ ትምህርትን ከሚሰጥባቸው ክፍሎች አንዱ ይህ ነው፡፡

ከዚያ በመቀጠልም በቤት ውስጥ ሠራተኞችና በአሠሪዎቻቸው መካከል ስላለው ግንኙነትም ያስገነዝባል፡፡ ይህን መርህ በቤት ውስጥ ብቻ ሳንገድበው በመሥሪያ ቤት ውስጥም በአለቃና በሠራተኞች መካከል ብንጠቀምበትም ያስኬዳል፡፡

ሦስተኛው የምዕራፉ ሃሳብ ከቁጥር 10-18 ያለው ስለ መንፈሳዊ ውጊያና፣ ስለ እግዚአብሔር የጦር ዕቃ የሚያወሳው ክፍል ነው፡፡

የመጨረሻው የመጽሐፉ የመዝጊያ ሃሳብ ከቁጥር 19-24 ያለው ሲሆን፤ በዚህ የመዝጊያ ክፍልም ሐዋርያው የኤፌሶን አማኞች ስለ እርሱ እንዲጸልዩለት በመጠየቅና የመጨረሻ ሰላምታ መልዕክቱን ይዘጋል፡፡

6:1 ልጆች ሆይ፥ ለወላጆቻችሁ በጌታ ታዘዙ፥ ይህ የሚገባ ነውና።

በምዕራፍ አምስት ላይ የጀመረውን የቤተሰብ አስተዳደር ምክር በዚህ ምዕራፍ ላይ ባሉት አራት ቁጥሮች ቀጥሎታል፡፡ ሐዋርያው የሚሰጠውም ምክር አጭር፣ ግልፅና ጠንካራ

ነው፡፡ ልጆች ለወላጆቻችሁ ታዘዙ ይላቸዋል፡፡ የሚታዘዙዋቸው ትዕዛዝም በጌታ ላይ መሠረት ያደረገ እንጂ ወላጆች ያሉዋቸውን ሁሉ ይፈጽማሉ ማለት አይደለም፡፡ ያለ ጌታ የሆነ ትዕዛዝ እንዳለ እዚህ ላይ ልብ እንበል፡፡

በሃገራችን ውስጥ ባለው የወንጌል ሥራ፣ መንፈስ ቅዱስ ወጣቶችን ለወንጌል ምርኮኛ እያደረገ ይገኛል፡፡ በዚህ እንደ ሰደድ እሳት እየተቀጣጠለ ባለ የወንጌል ሥራ ውስጥ ብዙ ልጆችና ወጣቶች ወደ ወንጌል ቢመጡም ወላጆቻቸው ግን ለዚህ ፈቃደኞች አልሆኑም፡፡ ይልቁንም ከዚህ በባሰ በዓመጽና በክፋት ልጆቻቸው ለወንጌል እንዳይኖሩ እንቅፋት ይሆኑባቸዋል፡፡ ኢየሱስን የምትከተል ከሆነ ከቤቴ ውጣልኝ ተብለው የተሰደዱ፣ ተደብቀው ጌታን የሚያመልኩ፣ ቤት ውስጥ እንዳይጸልዩ የሚከለከሉ ልጆች ጥቂቶች አይደሉም፡፡ ስለዚህም ጌታ በወንጌል ውስጥ (ሉቃ. 12÷42-53) በተናገረው ቃል መሠረት *"በምድር ላይ እሳት ልጥል መጣሁ. . . ልጅም በአባቱ ላይ . . . ተነስተው ይለያያሉ"* ያለው ቃል ስለ ወንጌል ሲባል ይፈጸማል፡፡ ስለዚህ ክርስቲያን ልጆች ለወላጆቻቸው ከጌታ የተነሳ መታዘዝ እንዳለባቸው ቃሉ ያስተምረናል፡፡ ይህ መታዘዝ ግን ወንጌልን ያማከለ፣ ጌታን ያከበረ፣ ስለ ጌታ የሆነ ሊሆን ይገባዋል፡፡ (ዘፍ 28÷7፤ 37÷13፤ አስር 2÷20፤ ምሳ 1÷8፤ 6÷20፤ 23÷22፤ 30÷17፤ ሉቃ 2÷51፤ ቆላ 3÷20-25)

ልጆች፦በግሪክ ቴክኖን téknon/ tek'-non ይሰኛል፡፡ የወለዱት ልጅ ቴክኖን በብዙ ቁጥር ሲሆን፣ ዘርን ወይም ትውልድንም ያሳያል፡፡

በዚህ ጥቅስ ውስጥ ጳውሎስ **ልጆች** የሚላቸው ሕፃናት **ልጆችን** ነው መንፈሳዊ ባልሆነው በግሪክ ጽሑፎች ውስጥ ቴክኖን ሰዎችን በፍቅር ለማናገርም ይሆን ነበር፡፡ ትልልቅ ሰዎችም ቢሆኑም ልጄ ብሎ መጥራት የተለመደ ነበር፡፡(መጽሐፍ ቅዱስ ጥቅሶች የብሉይና / የአዲስ ኪዳን ግሪክ መዝገበ ቃላት. የቲየር ትርጉም)

ቴክኖን (ልጆች)፦ የሚለው ቃል ልጅነትን የሚገልፀው ከቤተሰቡ ወይም ከወላጆቹ ጋር ባለው ግንኙነት ነው ይህ አተረጓጎምም በአዲስ ኪዳን ወሳኝ ሆኖ እናገኘዋለን ከመንፈሳዊ አመለካከት አኳያ ሁሉም የሰው ዘር ሁለት ቤተሰቦች ምድብ ውስጥ የሚካተት ነው አንዱ የእግዚአብሔር ቤተሰብ ሲሆን፣ ሌላኛው የዲያብሎስ ቤተሰብ ነው፡፡ ይህን ሲናገር ብዙዎች በእርሱ አመኑ (ዮሐ 8÷30) ስለዚህ ሊወግሩት ድንጋይ አነሱ፡፡ እየሱስ ግን ተሰወባራቸው ከመቅደስም ወጥቶ በመካከላቸው አልፎሄደ (ዮሐ8÷59)

ታዘዙ፦ በግሪክ ሁፓኮ hypakoúō / hoop-ak-oo'-o ሲሆን፣ በጥሬው በጥሞና አዳምጦ መልስ መስጠት ማለት ነው፡፡ ውስጣዊ የሆነ አክብሮት እንዲሁም ውጫዊ የሆነና በድርጊት

የሚገለጽ ታዛዥነትን ያመለክታል፡፡(መጽሐፍ ቅዱስ ጥቅሶች የብሉይና / የአዲስ ኪዳን ግሪክ መዝገበ ቃላት. የቲየር ትርጉም)

ለወላጆቻችሁ በጌታ ታዘዙ … በሚለው ጥቅስ ውስጥ ታዘዙ (ሁፓኮ) ማለት ልጆች ለወላጆቻቸው ቃልና ሥልጣን ሁል ጊዜ ዝቅ የሚሉ በእነርሱ ትዕዛዝም ለመስማትና ለመቀበል ዘወትር የተዘጋጁ ሊሆኑ ይገባል የሚል ነው፡፡

ሂውስ፡- ታዛዥነት በጥቃት ማድመጥን የሚፈልግ ነው፡፡ በአግባቡ ካልሰማችሁ መታዘዝ አትችሉም ለዚህ ነው ወላጆች "አድምጠኝ" የሚሉት፡፡ ስለዚህ መታዘዝ የሚነገረውን ነገር ለመረዳት በተዘጋጀ ልብ አድምጦ ማድረግ ነው፡፡ እርግጥ ይህ በአብዛኛው ይህ አመለካከት በበጎ ፈቃደኝነት ላይ የተመሰረተ ጉዳይ ነው፡፡ መታዘዝ ማለት ረብሾ አስተማሪው ጥግ እንዲቀመጥ እንዳዘዘው ተማሪ መሆን አይደለም፡፡ እያቅማማ ይታዘዝ ይሆናል ዝቅ ማለቱ በልቡ መታዘዙ ግን አብረውት አይደሉም፡፡

የእምነት መታዘዝ እምነትና መታዘዝ በጥብቅ የተቆራኙ ናቸው፡፡

ሲ.ኤች. ስፑርጅን፡- እምነትና መታዘዝ በአንድ እቅፍ ውስጥ ተቆራኝተዋል እግዚአብሔርን የሚታዘዝ እግዚአብሔርን ያምናል እግዚአብሔርን የሚያምን ደግሞ እግዚአብሔርን ይታዘዛል ክርስቶስ የማይጠፋ እንግዳችሁ እንዲሆን ከተመኛችሁ የልባችሁን ቁልፍ ሁሉ ስጡት አንድ መሳቢያ እንኳ ሳትቆልፉበት የየክፍሉን መጠን የየጓዳውን ቁልፍ ሁሉ ስጡት፡፡

ኤልዛቤት ኤሊየት፡- በመጽሐፍ ቅዱስ ውስጥ ዳር እስከ ዳር እግዚአብሔር ሰውን እንዲህ አድርግ ብሎ ሲያዘው ዘዴው መንገዱ መሣሪያውና የአሠራር መመሪያው አብሮ ስጥቶታል ፡፡ ከሰውየው የሚጠበቀው አንድ ነገር ብቻ ነበር መታዘዝ፡፡

ወላጆች፡- በግሪክ ጎኒውስ goneús / gon-yooce'ሲሆን፣ ወደ አባት ወይ እናትን ማለት ነው፡፡ እዚህ በቀረበበት አውድ ግን ብዙ ቁጥር ስለሆነ ሁለቱንም ወላጆች የሚመለከት ነው፡፡

በጌታ፡- ጥቂት የግሪክ ጽሑፎች ይህን ሀረግ ይዘሉታል ያለው በርካታ መረጃ ግን ትክክለኝነቱን የሚደግፍ ነው የጳውሎስ ሀሳብ ልጆች ወላጆቻቸውን ያክብሩ የሚለው ትዕዛዝ ወላጆቹ አማኝ ቢሆኑም ባይሆኑም ልጆች ለክርስቶስ ያለባቸው ግዴታ ነው የሚል ነው፡፡ በጌታ የሚለውም ሀረግ የመታዘዙን ዋጋ የሚያሳይ ነው፡፡ ጳውሎስ በተናገረበት አውድም ይህ መታዘዝ በመንፈስ የተሞላና ከጌታ ጋር ኅብረት ያለውን ልጅ መታዘዝ

የሚገልጽ ነው፡፡ ጌታችን በመንፈስ ከተሞሉ ልጆች የሚጠበቀውን መታዘዝ ያሳየን ምሳሌያችን ነው፡፡ከእነርሱም ጋር ወርዶ ወደ ናዝሬት መጣ ይታዘዝላቸውም ነበር እናቱም ይህን ነገር ሁሉ በልቧ ትጠብቀው ነበር (ሉቃ2÷51) “ምንም ልጅ ቢሆን ከተቀበለው መከራ መታዘዝን ተማረ” (ዕብ 5÷8) (ቅድመ-አስቲን)

ጆን ኤዲ፡- ኢየሱስ ልጆችን አቅፎ ሲባርካቸው ለእነርሱ ያሳየው ፍቅር እርሱ ልጆች ወላጆቻቸውን በፍቅር መንፈስ እንዲያከብሩ የሚያዟቸውንም በቅድስና እንዲመለከቱ ሊገፋፋቸው ይገባል፡፡ በወላጆች አገዛ እንዲህ ያለው ታዛዥነትም መንገድ እየሰጡትና እየተቆጣጠሩት በመንፈስ ኃይል ካደገ የማያስከፋ ሳይሆን የሚያስደስት፣ የልግም ሳይሆን የልብ፣ የአንድ ወቅት ሳይሆን የሁል ጊዜ የሆነ ፅኑ ባህሪ ይሆናል፡፡ (ጆን ኤዲ. ኮሜንተሪ)

ብሌይኪ፡- በጌታ የሚለው የሚገልጸው ወላጆችን ሳይሆን ታዘዙ የሚለውን ቃል ነው፡፡ ይህም በክርስቶስ ኅብረት ውስጥ ልጆች እንኳ የሚመሩት ሕይወት እንዲህ ያለውን ታዛዥነት ቀላል እንደሚያደርገው የሚጠቁም ነው፡፡(ፑልፒት ኮሜንታሪ ኤፌሶን 6)

ቪንሰንት፡- ከወላጆቻቸው ጋር በጌታ የሆኑ ልጆች በሃይማኖታዊ ግዴታ ሊኮተኮቱ ይገባል፡፡(ቪንሰንት, ማርቪን አር ዲ.ዲ. "ኤፌሶን ላይ ትንታኔ)

ይህ የሚገባ ነውና

የሚገባ ነው፡- ሲል እንዲሁ ነገሩ ትክክል ስለሆነ በሚል ስሜት አይደለም፡፡ የሚገባ ነው ሲል የእግዚአብሔር ፃድቅ ዕቅድ ስለሆነ ነው፡፡ የልጆች ለወላጆች መታዘዝ ለተቃና የቤተሰብ ሕይወት እግዚአብሔር ያዘጋጀው ዕቅድ ነው፡፡ ዛሬ ማንኛውም ማኅበረሰብና ባህል ሲገነባ ልጆች ወላጆቻቸውን ሊያከብሩና ሊታዘዙ ይገባል በሚል መነሻ ላይ የሚቆምበት እምነትም ከዚሁ የመነጨ ነው፡፡ በተፈጥሮ ውስጥ ለማንኛውም ድርጊት ትክክለኛነት የሚቆረቆር በእግዚአብሔር የታወጀ ሥርዓት ዓለም ይህ ነው፡፡

---

1 ልጆች ሆይ፥ ለወላጆቻችሁ በጌታ ታዘዙ፥ ይህ የሚገባ ነውና።
ልጆች ሆይ፥ ለወላጆቻችሁ...ታዘዙ ዘፍ 28÷7፤ 37÷13፤ዘሌ 19÷3፤ዘዳ 21÷18፤ 1ኛሳሙ 17÷20፤ አስ2÷20፤ምሳ 1÷8፤ 6÷20፤ምሳ 23÷22፤ 30÷11፣17፤ኤር 35÷14፤ ሉቃ 2÷51፤ ቆላ3÷20-25
በጌታ ኤፌ 5፣6፤ሮሜ 16÷2፤ 1ኛ ቆሮ 15÷58; ቆላ 3÷16፣17፣23፣24፤ 1ኛጴጥ 2÷13
ይህ የሚገባ ነውና ነህ 9:13፤ኢዮ 33÷27፤መዝ 19÷8; 119÷75፣128፤ሆሴ 14÷9፤ሮሜ 7÷12፤ 12 2፤ 1ኛጢሞ 5÷4

6፡2-3 መልካም እንዲሆንልህ ዕድሜህም በምድር ላይ እንዲረዝም አባትህንና እናትህን አክብር፤ እርስዋም የተስፋ ቃል ያላት ፊተኛይቱ ትእዛዝ ናት።

አባትንና እናትን ማክበር በአንድ ማኅበረሰብ ውስጥ ሥርዓትን የጠበቀ አካሄድ እንዲኖር ከተፈለገ ሊኖር የሚገባ መለከኮታዊ ትዕዛዝ ነው፡፡ በዚህ ዘመን በምዕራባውያኑ ዘንድ እየጠፋ ያለው ይህ መለኮታዊ ትዕዛዝ አይደለምን?

በ2011 ላይ በእንግሊዝ ሃገር፣ በዋናው ከተማ ለንደን ውስጥ በእንግሊዝ ምድር ታይቶ የማይታወቅ የወጣቶች ዓመጽ ተቀሰቀሰ፡፡ ከእነኚህ ወጣቶች አብዛኞቹ ከ12-20 ዓመት እድሜ ክልል ውስጥ ያሉቱ ናቸው፡፡ ለዓመጹ መቀስቀስ ምክንያቱ አንድ በእነርሱው እድሜ ክልል ውስጥ ያለ ወጣት በፖሊስ በግፍ ተገድሏል የሚል ነው፡፡ በዓመጹ ጊዜ ግን የእንግሊዝን ሕዝብ ያስደነገጠው እነኚህ ታዳጊ ወጣቶች በከተማዋ ውስጥ ያደረጉት ዝርፊያ ነው፡፡ ብዙ ሱቆች ተዘረፉ፡፡ በነጮች መሃከል እንዲህ ያለ አሳፋሪ ተግባር ሲፈጸም ለማመን ይከብዳል፡፡ በወቅቱ የነበሩት ጠቅላይ ሚኒስቴር ሲናገሩ “*በእንግሊዝ ምድር የልጆቻችን አስተዳደግ ተረስቶአል፣ ከእንግዲህ ወላጆች ልጆቻችሁን ማስተማር፣ በሥነ ምግባር ኮትኩታችሁ ማሳደግ ይጠበቅባችኋል አሉ*”፡፡

የስልጣኔው ጫፍ ላይ ደርሰናል የሚሉት ምዕራባውያን መጽሐፍ ቅዱስን እንደ ጥንት አባቶቻቸው አያቶቻቸው ማክበሩን ትተውታል፡፡ ድሮ በትምህርት ቤቶች ውስጥ በምዕራባውያኑ ዘንድ የመጽሐፍ ቅዱስ ትምህርት ይሰጥ ነበር፡፡ አሁን ግን ይህ ትምህርት እንዲቋረጥ በመንግሥት ተደርጎአል፡፡ በዚህም ምክንያት ዛሬ ምዕራባውያኑ የትውልድ ዝቅጠት ውስጥ እንደ ገቡ ብዙም ያስተዋሉት አይመስሉም፡፡ በእውቀታቸውና በገንዘባቸው ተመክተው የአያቶቻቸውን አምላክ ከረሱት ቆየት ብለዋል፡፡ ልጆቻችን በመልካም ሥነ ምግባር ታንጸው እንዲያድጉ ከፈለግን መጽሐፍ ቅዱስን የሕይወት መመሪያቸው እንዲያደርጉት ማድረግ ትልቅ ማስተዋል ነው፡፡ ቃሉም ልጆች አባትና እናታቸውን እንዲያከብሩ ያስተምራል፡፡ የትውልድ መባረከ የሚጀምረው በዚህ ባርኮት ውስጥ ነው፡፡

ልጆች አባትና እናታቸውን በማክበራቸው መልሰው ተጠቃሚ የሚሆኑት እነርሱ ናቸው፡፡ በሃገራችን ኢትዮጵያ ውስጥ ሆነ በውጭ ጠንካራ የማኅበራዊ ግንኙነትን ብንመለከትም ጠንካራ የሆነ አባትና እናትን፣ ታላላቆችን የማክበር ሥርዓት ግን እየጠፋ በመሄድ ላይ ይገኛል፡፡ ይህ ሥርዓት እንዲጠፋ በዋነኛነት ተጠያቂ የሚሆኑት አባቶች እንደ ሆኑ የታወቀ ነው፡፡ ይሁንና ግን አባቶች ራሳቸው፣ የዛሬ ዘመን ልጆች አይታዘዙም እያሉ ልጆቻቸውን ሲያማርሩ ይታያል፡፡ እንደ እውነቱ ከሆነ ግን በአብዛኛው የበቀለው የተዘራው ነው፡፡

አባቶችና እናቶች ትዳራቸውንና ቤታቸውን ጊዜ የማይሰጡት ከሆነ ልጆች ያለ አሳዳጊ የማደግ ያህል አስተዳደግ ይኖራቸዋል፡፡ መረን ሆኖ ያደገ ልጅ ሲጎረምስ በእናትና በአባቱ ላይ ይነሳል፡፡ ጠቢቡ ሰለሞን "ልጅን በሚሄድበት መንገድ ምራው በሸመገለም ጊዜ ከእርሱ ፈቀቅ አይልም" የሚለን ይህንኑ አይደለምን፡፡ (ምሳ 22÷6)

ይህ የወላጆች የቤት ሥራ በሚገባ ካልተሠራ ዘመናዊነትና ነጻነት በሚል ሰበብ ልጅን እንደሚገባ አሰልጥነን ሳናሳድግ ከተገኘ፣ በአባቶች አባባል "አሳዳጊ የበደለው"ይባላል፡፡ እውነትም ይህ ትልቅ በደል ነው፡፡ ለልጆቻችን ምግብ፣ ልብስ፣ ትምህርት እንደምናስብ ሁሉ ሥነምግባርንም የማስተማር ትልቅ ኃላፊነት በወላጆች ላይ ተቀምጧል፡፡ በዚህ ዘመን ይህን ኃላፊነት መወጣት ለወላጆች እጅግ የከበደ ሆኖአል፡፡ ምክንያቱም ልጆችን የሚያባብሉና ከመስመር የሚያስወጡዋቸው በርካታ የሸንገላ መንገዶች ተዘጋጅተውላቸዋል፡፡ የማኅበረሰቡ ሞራልም ከጊዜ ወደ ጊዜ እየዘቀጠ በመሄዱ ወላጆች ልጆቻቸው ከአቻ ጓደኞቻቸው ግፊትም የመጠበቅ ትግላቸው ከፍተኛ ሆኖአል፡፡ እነርሱ በቤት ውስጥ የገነቡትን ሥነምግባር የሚያፈርስባቸው ተግዳሮት ከደጅ ይጠብቃቸዋል፡፡ ከጎረቤት፣ ከአካባቢ፣ ከትምህርት ቤት የሚያጋጥማቸው ተግዳሮት ቀላል ግምት የሚሰጠው አይደለም፡፡

በሌላ አንጻር አንድ ወጣት ልጅ አባትና እናቱን በማክበሩ ምክንያት የሚያጋጥመውን ሽልማት ሐዋርያው አስቀምጦልናል፡፡ "መልካም እንዲሆንልህ፣ እድሜህ በምድር ላይ እንዲረዝም" የሚለው በረከት ይጠብቃቸዋል፡፡ በሚሠሩት ሥራ ሁሉ መልካም የሆነ ነገር ያጋጥማቸዋል፡፡ ወላጆቻቸውን በማክበራቸው ስኬት ይሆንላቸዋል ማለት ነው፡፡ በመቀጠልም እድሜያቸው በምድር ላይ ይረዝማል፡፡

2-3 መልካም እንዲሆንልህ ዕድሜህም በምድር ላይ እንዲረዝም አባትህንና እናትህን አክብር፤ እርስዋም የተስፋ ቃል ያላት ፊተኛይቱ ትእዛዝ ናት።

አባትህንና እናትህን አክብር ..እርስዋም የተስፋ ቃል ያላት ፊተኛይቱ ትእዛዝ ናት ዘጸ 20÷12፤ ዘዳግ27÷16፤ ምሳ20÷20፤ ኤር 35÷18፤ ሕዝ 22÷7፤ ሚል 1÷6፤ማቴ 15÷4-6፤ ማር 7÷9-13፤ ሮሜ 13÷7

መልካም እንዲሆንልህ ዕድሜህም በምድር ላይ እንዲረዝምዘዳ 4÷40፤ 5÷16፤ 6÷3፤18፤ 12 25፤28፤ 22÷7፤ ሩት 3÷1፤ መዝ 128÷1፤2፤ ኢሳ 3÷10፤ ኤር 42÷6

6፡4እናንተም አባቶች ሆይ፥ ልጆቻችሁን በጌታ ምክርና በተግሣጽ አሳድጉአቸው እንጂ አታስቆጡአቸው።

ሐዋርያው በዚህ ቁጥር ላይ የሰጠው ምክር የአባትና የልጅን ግንኙነት ሚዛናዊ ያደርገዋል፡፡ ልጅ ለወላጆቹ እንደ ሚታዘዝ ሁሉ አባት ደግሞ ልጁን እንዳያስቆጣው፣ ይልቅስ ምክርን በመስጠት እንዲያሳድገው ተግሳጽንም እንዲሰጠው ያዛል፡፡ ማስቆጣት ማለት ከሚገባው በላይ አልፎ ልጁ እንዲማረር፣ እንዲያዝን ማድረግ ነው፡፡ በልጆች ላይ ከመጠን በላይ ጫና ማድረግና ማስጨነቅ ተገቢም አይደለም፡፡

በሃገራችን ባሕል ልጆችን አሳንሶ መመልከት በብዛት ይታያል፡፡ ተረቶቻችን ሁሉ ልጅን አሳንሰው የሚመለከቱ ናቸው፡፡ *"ልጅ ያቦካው ለራት አይበቃም፣ የልጅ ነገር ሁለት ፍሬ አንዱ ብስል አንዱ ጥሬ፣ ልጅ ያለ ልጅ አከለ፤. . .* የሚሉትና ሌሎችም እጅግ የበዙ ምሳሌያዊ አባባሎች ትውልዱን ለዘመናት ገድለውታል፡፡ ከዚህ የተነሳ ኢትዮጵያውያን በአብዛኛው ጥሩ ችሎታ ቢኖረንም በራስ የመተማመን አቅማችን አዋቂ ከሆንን በኋላም ተጽዕኖ ያሳድርብናል፡፡

በልጆች አስተዳደግ ላይ ጥንቃቄ ማድረግ አስተዋይነት ነው፡፡ ትውልዱ ጠንካራና፣ በሥነምግባር የታነጸ፣ መብትና ግዴታውንም የሚያውቅ ሆኖ እንዲያድግ ከፈለግን ልጆች አስተዳደግ ላይ ጥንቃቄ ማድረግ አለብን፡፡ አንድ ቤተሰብ ልጆቹን አሳንሶ ሳይመለከት ከተወለደበት ጊዜ ጀምሮ እንዴት አድርጎ እንደ ሚያሳድጋቸው ጥንቃቄ የተሞላውን አካሄድ በመሄድ ልጆቹን ማሳደግ ይኖርበታል፡፡ በአሁኑ ወቅት ትውልዱ በከፍተኛ ደረጃ እየተበላሸ በመምጣቱም የወላጅና የልጅ ዓመራር በመንግሥት፣ በቤተ ክርስቲያን፣ በግል እያንዳንዳችንም በጥልቀት ልናስብበትና የማስተካከያ እርምጃም ሊወሰድበት የሚገባ ጉዳይ ነው፡፡

---

4 እናንተም አባቶች ሆይ፥ ልጆቻችሁን በጌታ ምክርና በተግሣጽ አሳድጉአቸው እንጂ አታስቆጡአቸው።

እናንተም አባቶች ሆይ ልጆቻችሁንአ ....ታስቆጡአቸውዘፍ 31÷14፣15፤ 1ኛሳሙ 20÷30-34፤ ቆላ 3÷21

በጌታ ምክርና በተግሣጽ አሳድጉአቸው ዘፍ 18÷19፤ ዘጸ 12÷26፣ 27፤ 13÷14፣15፤ ዘዳ 4÷9፤ 6÷7፣20-24፤ 11÷19-21፤ ኢያ 4÷6፣ 7፤ 4÷21-24፤ 24:15፤ 1ኛዜና 22÷10-13፤ 28÷9፣ 10፣ 20፤ 29÷19፤ መዝ 71÷17፤ መዝ 71÷18፤ 78: 4-7፤ ምሳ 4÷1-4፤ 19÷18፤ 22÷6፣15፤ 23÷13፣14፤ 29 15,17፤ኢሳ 38÷19፤ 2ኛጢም 1÷5፤ 3÷15፤ ዕብ 12÷7-10

6፡5 ባሪያዎች ሆይ፥ ለክርስቶስ እንደ ምትታዘዙ በፍርሃትና በመንቀጥቀጥ በልባችሁ ቅንነት በሥጋ ጌቶቻችሁ ለሆኑ ታዘዙ፤

የስ.ፌ.በ.ስ. አገልግሎት / የኤፌሶን መልእክት ትምህርት

"ባሪያዎች" መጽሐፍ ቅዱስ በተጻፈበት ዘመን በሰው ልጆች መሃከል የባርነት ሥርዓት ነግሶ ነበር። ሰው ባሪያ ተብሎ ሲጠራ በዚያን ዘመን አውድ ትርጉሙ የሚከብድ አይደለም። (ዘፍ 16÷9 መዝ 123÷2 ሚል1÷6 ማቴ 6÷24 ፤ 8÷9 1ኛ ጢሞ 6፡1-3 ቲቶ 2÷9-10 1ኛ ጴጥ 2፡18-21)።

> መጽሐፍ ቅዱሳችን ፤ ባሮች ሆነው ይገዙ ዘንድ ፍጹም ፈቃዱ እንደ ሆነ አያስተምርም። ሆኖም ግን በስልጣን ላይ ያሉትን እንድናከብር ቃሉ ያዘናል። ገዢዎቻም ከበታቻቸው ያሉትን በፍቅር ያስተዳድሩ ዘንድ ትዕዛዝን ይሰጣል። ግፍና በደልን ያደርጉ ዘንድ ፈቃዱ እንዳልሆነ ቃሉን ላይ እናገኛለን። (ዘፀ 3÷7-10 ኢሳ 3÷13-15 ኤር 22÷13-14 ምሳሌ 14÷31 ሉቃ 4÷18-19)

ጌታችን አየሱስ መንግሥቱ በዚህች ዓለም ሲሰፍን ሰላምና ፍትህ እኩልነት ምድሪቱን ያጥለቀልቃል። ክርስቲያኖች የእርሱን ኮቴ ተከትለው ይመላለሱ ዘንድ በአገልጋይና በተገልጋይም መካከል ፈቃዱን ያደርጉ ዘንድ ሐዋርያቱን ያዛቸዋል። ማር. 10÷35-45ሰዎች በሰዎች ላይ እንዲሰለጥኑ በማስመረር እንዲገዙአቸው ፈቃዱ አይደለም። አዳማዊ ባሕርይ ያመጣው ወጤት ነው። ለምሳሌ ብንወስድ ለእሥራኤላውያን ጌታ ንጉሳቸው ይሆን ዘንድ ፍጹም ፈቃዱ ነበር። ሕዝቡ ሳአልን ሲመርጥ ግን አስጠንቅቆአቸው እንደ ነበረ እናስተውላለን። 1ኛ ሳሙ 8÷1-20

ከ18ተኛው ክፍለ ዘመን በዓለም በአውሮፓና በአሜሪካ የባሪያው ንግድ እየቀረ፣ የሰው ልጆች መብትም መከበር እንዳለበት መንግሥታት በሕጎቻቸው አስቀምጠዋል። በአሁኑ ጊዜ በአሜሪካን ሃገር የሚገኙ ጥቁር አሜሪካውያን ቅደመ አያቶቻቸው በባሪያ ንግድ ምክንያት ተሸጠው ወደ አሜሪካ እንደ ተወሰዱና ብዙ ግፍም እንደ ተፈጸመባቸው ታሪካቸው ያወሳል። ዛሬ ግን ይህ ሁሉ አልፏል። ባሪያ የሚለውን ቃል በአዲሱ መደበኛ ትርጉም መጽሐፍ ቅዱስም ሳይቀር ባሪያ በሚል ሰፍሮ እናገኛለን። በግሪኩ ቃል ''Dolos'' ማለት ሲሆን በዚያ ዘመን ትርጉምም "ሠራተኛ" ወይም ተቀጥሮ ለሌላው የሚያገለግል የሚል አቻ ፍቺ ይኖረዋል።

በኢትዮጵያ ውስጥ የባርነት ሥርዓት ከቀረ ግን ከስድሳ ዓመታት በላይ እየሆነ ነው። የኮሙኒዝም ሥርዓት በሃገራችን በሰፈነበት ዘመን ከኮሚኒስቶች የቅስቀሳ መንገዶች አንዱ መጽሐፍ ቅዱስ የበዝባዦች መጽሐፍ ነው፤ ጭቆናን ይፈቅዳል፣ ባሪያ እያለ የሰው ልጆችን ይጠራል የሚል ነበር። እንደ እውነቱ ከሆነ በዚህ ዘመን ባሪያ የሚለውን መጠሪያ ከዘመኑ

488

ትረጉም አንጻር ባንጠቀምበት መልካም በሆነ፡፡ እንደዚያም ሆኖ ታዲያ መጽሐፍ ቅዱስ ለቃሉ የሚሰጠውን ትርጉም ልብ ማለት ይገባል፡፡ ከቃሉ ትርጉም አኳያ ባሪያ ማለት የእድሜ ልክ አገልጋይ የሚለውን ትርጉም ይይዛል፡፡ ከዚህ ተነስተን አማኞች ሁላችንም እኔ የኢየሱስ "የዘለዓለም ባሪያ ነኝ" ለማለት አይከብደንም፡፡

ሐዋርያው በዚህ ቁጥር ላይ ግን አንድ ትልቅ ሊያስጨብጠን የሚፈልገው እውነት "በሥጋ ጌቶቻችሁ ለሆኑት፣ **በፍርሃትና በመንቀጥቀጥ ታዘዙ** በሚል ነው፡፡ ታዛዥነት በየትኛውም ዘመንና ሥርዓት ለሰው ልጅ አስፈላጊ ነው፡፡ በቢሮ ውስጥ ለአለቆችን የማንታዘዝ ከሆነ ሥርዓተ አልበኝነት ይነግሳል፡፡ በቤተሰብ ውስጥም መታዘዝ ከሌለ ቤት ይፈርሳል፡፡ የቤት ሠራተኞችም የቤቱን ባለቤት ለመታዘዝ ፈቃደኛ ሲሆኑ ብቻ ነው እዚያ ቤት ውስጥ መቀመጥ የሚችሉት፡፡ ሥርዓት እንዲሰፍን ሕዝብ ለመንግሥት መታዘዝ ይኖርበታል፡፡ በዚህ ክፍል ላይ የሚያዘው ትዕዛዝም ዋነኛ ትርጉሙ መታዘዝ ነው፡፡ የቤት ሠራተኞች ለአሠሪዎቻችሁ ታዘዙ፡፡ (1ኛ ቆሮ 2÷3 ፤ 2ኛ ቆሮ 7÷15 ፊል2÷12 1ኛ ጴጥ 3÷2)

ባሪያዎች፡- በግሪክ ዶሎስ doûlos / doo'-los ይሰኛል፤ ትርጉሙ ለሌላው አገልጋይ የሆነ ማለት ሲሆን፣ ያለግለ ሰው ፈቃድና በቋሚነት የሚሰጥን አገልግሎት የሚገልጽ ነው፡፡ በሮማውያን ዘመን ባርነት እጅግ የተስፋፋ ስለ ነበር ክርስቲያኖች በቆጠቆጡበት የመጀመሪያው ወቅት ከሁለት ሰዎች አንዱ ባሪያ ነበር ከ3000 አ.አ. ጀምሮ ባሮች የሚሆኑት የጦር ምርኮኞች ሲሆኑ እነርሱም አረመኔ ጌቶችን የሚያገለግሉ ክርስቲያኖች ነበሩ፡፡ ዶሎስ፡- በግሪኮች አጠቃቀም ባሪያ ሆኖ የተወለደ ባሪያ ሆኖ የሚሞት ለጌታው ከማደር ውጭ የራሱ ፈቃድ ምኞትም የሌለው የሚል ትርጉም የሚያመለክት ነው፡፡(መጽሐፍ ቅዱስ ጥቅሶች የብሉይና / የአዲስ ኪዳን ግሪክ መዝገበ ቃላት. የቲየር ትርጉም)

ባርነት በአዲስ ኪዳን

የአዲስ ኪዳን ጸሐፊዎች በሮማ የንጉሠ ነገሥት ግዛት ይኖሩ ነበር፣ ደግሞም እነርሱ በተመሳሳይ ስለ ስፋት በስፋት የተሰራጨን ዝንባሌ እንደ ሌሎቹ ሁሉ ወስደው ነበር፡፡ አንዳንድ የአዲስ ኪዳን ምንባቦች ባሮች ሰነፎች ናቸው በሚል የተዛባ አሉታዊ አስተሳሰብ ላይ ተመርኩዘው እንመለከታለን (ማቴዎስ 25÷26)፡፡ ሌሎች ምንባቦች ባርነትን የታማኝነት ተምሳሌታዊ መግለጫ አድርገው ይጠቀማሉ፡፡ ጳውሎስ የመስጠት ምልክት አድርጎ ራሱን የኢየሱስ ክርስቶስ ባሪያ ሲል ይጠራል (ሮሜ 1÷1)፡፡ ኢየሱስ ሁለት ጌቶችን ማገልገል የማይቻልበበትን አስቸጋሪ የባርነት ተግባር ያነጻጽራል፤ ስለዚህም ባሪያ በእግዚአብሔር እና በገንዘብ መካከል ለየቱ መገዛት እንዳለበት መምረጥ ይኖርበታል ሲል

ይናገራል (ማቴዎስ 6፥24፤ ሉቃስ 16፥13)። ብዙ ምንባቦች ባርነትን አስመልክተው በቀጥታ ይናገራሉ። ይህም በቀደመው በኢየሱስ እንቅስቃሴ የተማረኩ ስለ መሆናቸው ማስረጃ ነው (1ኛ ቆሮ. 7፥21፤ 1ኛ ጢሞ. 6፥1፤ 1ኛ ጴጥ. 2፥18)። ክርስቲያን የሆኑ ባሮች ውስብስብ የሆነውን የባርነትን ዓለም በአዲሱ እምነታቸው ይመረምሩታል።

በአዲስ ኪዳን ውስጥ እጅግ ታዋቂ የሆነው ባሪያ አናሲሞስ ነው። በአጭሩ ደብዳቤው ጳውሎስ አናሲሞስን እንደ ተወደደ ወንድም እንዲቀበለው ፊልሞናን ይለምነዋል (ፊልሞና 16)። ጳውሎስ የአናሲሞስን ነፃነት ይፈልገው የነበረ መሆኑ አከራካሪ ጉዳይ ነው፣ ምክንያቱም ጳውሎስ ግልጽ በሆነ መልኩ የአናሲሞስን ነፃነት እየጠየቀ አልነበረም። ሌሎች የአዲስ ኪዳን ደብዳቤዎች ባሮች ጌቶቻቸውን እንዲታዘዙ ማስገደድ ባለበት ሁኔታ ያዝዛሉ (ኤፌ፣ 6፥5-8፣ ቆላስ. 3፥22-24፣ 1ኛ ጢሞ. 6፥1-2፣ 1ኛ ጴጥ. 2፥18፣ ቲቶ 2፥9-10)። አንዳንድ ምንባቦች ጌቶች ባሮቻቸውን በተሻለ መንገድ እንዲንከባከቡ የሚያዝዙ ሲሆን፣ ይህም አንዳንድ ክርስቲያኖች ባሮቻቸውን ጥሩ ባልሆነ መንገድ የሚይዙ መሆኑን የሚያመለክት ነው (ኤፌ. 6፥9፤ ቆላስ. 4፥1)።

ባሮች አልፎ አልፎ በወንጌላት እና በሐዋርያት ሥራ ውስጥ አናሳ ገጸ-ባሕርያት ሆነው ቀርበዋል። ኢየሱስ የታወቀውን የሮማ መቶ አለቃ ባሪያ ፈውሶታል (ሉቃስ 7፥1-10)። ኢየሱስ ሲያዝ ከተከታዮቹ አንዱ የሊቀ ካህናቱን ባሪያ ጆሮ ቈረጠ። ምንም እንኳ ኢየሱስ ይህን የኃይል ጥቃት በአራቱም ወንጌላት የተቃወመ ቢሆንም፣ ኢየሱስ ያንን ባሪያ ስለ መፈወሱ የምናገኘው አንድ ዘገባን ብቻ ነው (ሉቃስ 22፥51)። አጋጣሚው ባሮች የማንኛውም ሰው ቁጣ ማብረጃ ስለባ መሆናቸውን ያስምርበታል። በሐዋርያት ሥራ፣ ጴጥሮስ ከእስራቱ ነፃ መሆኑን ሮጣ ለሌሎች የነገረች ሮዴ የተባለች ባሪያ ነበረች። ባሮች ታማኝ አይደሉም የሚል አስተሳሰብ ስለ ነበራቸው አላመኑዋትም (የሐዋ. 12፥12-17)።

ኢየሱስ በምሳሌዎቹ ዘወትር ባሮችን ይጠቅስ ነበር። በጠፋው ልጅ ምሳሌ ውስጥ ባሮች የተለመደ አሰልቺ ሥራዎችን ይሠሩ ነበር (ሉቃስ 15፥22፤ ሉቃስ 15፥26)። ሌሎች ምሳሌዎች፣ ለምሳሌም ያህል በክፉዎቹ ምሳሌ ውስጥ ባሮች በጭካኔ የሚያዙ መሆናቸው ተገልጿል። ባሮች ተጠቅመውባቸው የሚጥሉዋቸው ናቸው:- በገበሬዎቹ ዕጆች ይደበደቡም ሆነ ይገደሉ ነበር (ማቴዎስ 21፥33-44፤ ማርቆስ 12፥1-2፤ ሉቃስ 20፥9-18)። አንዳንድ የአዲስ ኪዳን ጸሐፊያን በእነዚህ ምሳሌዎች እንደሚታየው በባሮች ላይ የሚካሄድ የኃይል ጥቃትን እንደ ተለመደ አድርገው ይመለከቱታል (ማቴ.18፥23-25፤ ሉቃስ 19፥11-27)

አዲስ ኪዳን ባርነትን ስለ መቃወም የሚያወሩ ብዙ ምንባቦችን ይዟል፡፡ የባሮች ነጋዴዎች ሕገ-ወጥ በሆኑ ሰዎች ዝርዝር ውስጥ ተካትተዋል፤ ይህም ምናልባት ብዙዎች ባሮችን ሕጋዊ ባልሆነ መንገድ ሳይይዙ ባለመቅረታቸው ሳቢያ ነው (1ኛ ጢሞ. 1፥10)፡፡ ሌላው ምንባብ በሮማ የንጉሠ ነገሥት ግዛት ውስጥ የድሎት ዕቃዎችን ከሥነ ምግባር ባፈነገጠ መልኩ መሸጥን ይኮንናል፡፡ ባሮችን አመልካች በሆነው አካላት በተሰኘው ምሥጢራዊ ቃል ይደመድማል (ራዕ 18፥13)፡፡ ይህ የባሮች ንግድ የክስ ማስረጃ ያልተለመደ፣ ነገር ግን በአዲስ ኪዳን ውስጥ ተቀባይነት ያለው ሆኖ የሚታይ ነው፡፡፡(በካቲ ኢ. ባሌንታይን)

አዲስ ኪዳን ስለ ምን ባርነትን አይኰንንም?

ዊሊያም ኒብ፣ እንግሊዛዊ የወንጌል መልእክተኛ ሲሆን፣ በቅኝ ግዛት ለተያዘችው ጃማይካ ከአገሩ ሆኖ የጻፈው፡- የተረገመው የባርነት መስፋፋት ልክ እንደ ወረርሽኝ እያንዳንዱን ምግባራዊ ዕምቡጥ አበባ እያጠወለገ የሚሄድ ነው፡፡ የቱም ሰው እንዲህ ካለው ጭራቅ ጋር፣ እንዲህ ካለው የገሃነም ልጅ ጋር የሚኖረው ኅብረትን በተመለከተ ምን እንደሚሰማው አላውቅም፡፡ ለዚህም ውስጤን የሚያቃጥል የጥላቻ ስሜት ይሰማኛል፣ ደግሞም ምድር ሞገስ እንድታጣ ከሚያደርጉ እጅግ ከሚጮኹ አውሬዎች መካከል አንዱ እንደ ሆነ እቈጥረዋለሁ፡፡

ብዙዎቻችን ክርስቲያኖች በአሥራ ዘጠነኛው ምዕተ ዓመት ባርነትን ስለ መቃወማቸው አንገረምም፡፡ ዛሬም እንደዚሁ ክርስቲያኖች የሰዎች ሕገ-ወጥ ዝውውርን በመቃወም ረገድ የየመሪነቱን ሥፍራ ስለ መያዛቸው እየተገረምን አይደለም፡፡ ለመሆኑ ምንድን ነው የሚያገርመው? ይሁን እንጂ፣ ጳውሎስ በኤፌሶን ላሉ ባሮች የባርነት ቀንበርን ሰብረው እንዲጥሉ በመንገድ ፈንታ፣ ለጌቶቻቸው እንዲገዙ ይነግራቸዋል፡፡ ሕይወት በኤፌሶን ምን ይመስል እንደ ነበረ ለመመልከት ስለ ጉዳዩ በጥልቀት ምርመራ ማድረግ ይኖርብናል፡፡

ጳውሎስ ስለ ታሪካዊ ምክንያቶች ሲል ባርነትን በግልጽ አልኰነነም፡- ከ1492-1807 ዓ.ም ድረስ ባሉት ጊዜያት ሦስት ሚሊዮን የሚሆኑ ጥቁር አፍሪካውያን አትላንቲክን እንዲሻገሩ የተደረገበትን አስደንጋጭ ሽግግር ስናስብ ባርነት የሚለውን ቃል ከአንደበታችን አውጥተን መናገር የማይቻል ነገር ነው ማለት ይቻላል፡፡ በሮም የነበረው ባርነት ከዚህ በጣም የተለየ ነበር፡፡ ብዙዎቹ ባሮች የጦር ምርኮኞች ነበሩ፣ ደግሞም እነዚህ ምርኮኞች ባሮች ባይደረጉ ኖሮ በዚህ ፈንታ በእርግጠኝነት ይታረዱ ነበር፡፡ በአዲሲቱ ዓለም ያሉ ባሮች ለሕይወት ዘመን ባሮች የሚደረጉ ሲሆን፣ ብዙዎቹ ሮማውያን ባሮች ነፃነታቸውን በአሥር ዓመት ጊዜ ውስጥ መልሰው ማግኘት ይችሉ ነበር፡፡ ይህ ሲባል ግን ነገሩ ትክክል ነው ማለት አይደለም፣

ነገር ግን የገዛ ራሳችንን ባህላዊ ልምምዶች ሳናውቅ እንዚህን ምናባቦች ማገበብ ስሕተት ነው ለማለት ነው፡፡

ጳውሎስ ስለ ተግባራዊ ምክንያቶች ሲባል ባርነትን በጽኑ አልኰነነም፡- የታሪክ ምሁራን በአንደኛው ምዕተ-ዓመት በነበረችው በኤፌሶን ሕዝብ ሁኔታ ላይ ሊስማሙ አይችሉም፤ ነገር ግን አንዳንዶች ነፃ የሆኑ 250ሺህ ዜጎችን የሚበልጡ እስከ 400ሺህ የሚደርሱ ባሮች እንደ ነበሩ ይገምታሉ፡፡ ጳውሎስ ፈጥነው እንዲነሣሡ እነርሱን ማንቃት ሊያጠፋቸው የሚችል ነገር መሆኑን አስተውሏል፡፡ የሮማውያን ባርነት በጣም ባለጠጎች የሆኑ ሰዎች በጣም ድሆች ለሆኑ ሰዎች የሚሆን ነገርን ለማቅረብ ፍላጎት ያለውም ጭምር ነው፡፡ ሲሴሮ የተባለው ሮማዊ የሆነ አንደበተ ርዕቱ የሆነ የንግግር ሰው እጅግ በጣም ድሆች የሆኑ ብዙ ሠራተኞች ያሉበት ሁኔታ ከባሮች የኑሮ ሁኔታ እጅግ በጣም የከፋ እንደ ሆነ በምሬት ተናግሯል፣ ደግሞም “የሚከፈላቸው ደመወዝ ባርነትን እንዲሹ የሚያደርግ ነበር፡፡” ፍሬደሪክ ኤንጅልስ በኢንዱስትሪ አብዮት ወቅት ተመሳሳይ የሆነ ነገር በመናገር ተከራክሯል፡፡

ባሪያ ለአንዴ እና ለመጨረሻ ጊዜ ይሸጣል፡፡ ወዛደሩ ራሱን በየቀኑ እና በየሰዓቱ መሸጥ ይኖርበታል፡፡ የጌታው ንብረት የሆነ አንድ ግለሰብ ባሪያ ያለበት ሁኔታ የቱንም ያህል አሳዛኝ ቢሆን በጌታው ፍላጎት ምክንያት የመኖር ዋስትናው የተረጋገጠ ነው፡፡ የመላው የከበርቴ መደብ፣ ማለትም ጕልበቱን ብቻ የሚገዛው አካል ንብረት የሆነ ወዛደር አንድ ሰው ሲፈልገው ብቻ የሚቀጥረው ስለሆነ፣ የመኖር ዋስትና የለውም፡፡ … ስለሆነም ከወዛደር ይልቅ ባሪያ የተሻለ የመኖር ዋስትና ሊኖረው ይችላል ፡፡ ጳውሎስ ሕጋዊ በሆነ መልኩ ነፃነትን መቀዳጀት በኤፌሶን ላሉ ባሮች ዕውነተኛውን ነፃነት ሊያቀዳጃቸው እንደማይችል ማየት ችሏል፡፡

ጳውሎስ ባርነትን ስለ ነገረ መለኮታዊ ምክንያቶች ሲል አልኰነነውም፡- በመላው መልእክቶቹ ውስጥ የማያምኑ ሰዎች የኃጢአት ባሮች እንደሆኑ ስለዚህም ደግሞ ወንጌል ሰዎችን ከውስጣዊ ባርነት ነፃ እንደሚያደርጋቸው ይነግረናል፡፡ ስለዚህም እርሱ በፈቃዳቸው የኢየሱስ ክርስቶስ ባሮች እንደ ሆኑ አድርገው ሥራቸውን ሲሠሩ ከጌቶቻቸው ይልቅ እነርሱ ነፃ የሆኑ ሰዎች መሆናቸውን እንዲያዩ በኤፌሶን ያሉ ባሮችን ይረዳቸዋል፡፡ እነርሱም ጭምር የክርስቶስ ባሮች በመሆናቸው ምክንያት በጥሩ ሁኔታ ግዴታቸውን ሲወጡ ብቻ ዕውነተኛውን ነፃነት እንደሚረዱ በማሳየት ይረዳቸዋል፡፡ የአሥራ ዘጠነኛው ክ/ዘ ፈላስፋ በሐሰተኛ መንገድ ስለ ነፃነታቸው ከሚናገሩ ሰዎች በላይ ተስፋ-ቢስ በሆነ መልኩ ባሪያ የሆነ ሰው የለም” የሚለውን ልብ ብሏል፡፡ ጳውሎስ በኤፌሶን ያሉ ባሮች

ከላይ ከላይ የሆነ ነፃነትን በአጭር ጊዜ እንደቀዳጁ አይፈልግም፡፡ በውስጣዊ ሕይወታቸው እንዴት ነፃ ሊሆኑ እንደሚችሉ በዕውነተኛ መልኩ ነፃ ሊሆኑ እንደሚችሉ ያስተምራቸዋል፡፡

ለዚህም ነው ክርስቲያኖች በእነዚህ ምንባቦች መበሰጫጨት የሌለባቸው፡፡ ልክ ለዛሬዎቹ አሠሪዎች እና ሠራተኞች ከሁለት ሺህ ዓመታት በፊት የተሰጡት ትእዛዛት እንዲሆኑ አድርገው ሊመለከቱዋቸው ይገባል፡፡ የቱንም ያህል አስቸጋሪ ቢሆንም፣ ዕለታዊ የሆነ የሥራ ክንዋኔያችንን ወንጌል እንዴት እንደሚለውጠው ያስተምሩናል፡፡ ከሰኞ እስከ አርብ የምናከናውነውን ዕለታዊ ሥራችንን እሑድ እንደምናደርገው በዝማሬ እግዚአብሔር አምላካችንን የማምለክ ተግባር አድርገን እንድንቈጥረው ይነግሩናል፡፡

ስለዚህ ጳውሎስ ባሮች ሆነው ሳሉ ዕውነተኛውን ነፃነት እንዲለማመዱ ባሮችን ያስተምር ነበር፡፡ ነገር ግን ሊመጡ ባሉት አሥር ዓመታት ውስጥ የሚወገድበትን ዘር በዚያም ወቅት ጭምር ይዘራ ነበር፡፡ ሰዎች የክርስቲያኖችን መልካም ባሕርያት በሚመለከቱበት ጊዜ ጳውሎስ የባሪያ ነጋዴዎች ክፉ ስለ መሆናቸው (1ኛ ጢሞ. 1÷10)፣ የሚችሉ ከሆኑ ባሮች ነፃነታቸውን ሊያገኙ የሚገባ ስለ መሆኑ (1ኛ ቆሮ. 7÷21)፣ ጌቶች ባሮቻቸው ከእነርሱ ጋር ዕኩል እንደ ሆኑ እንዲመለከቱ (ኤፌሶን 6÷9 እና ገላትያ 3÷28)፣ ደግሞም በተገቢው ጊዜ ነፃ ሊያወጡዋቸው እንደሚገባ (ፊልሞና 16) የተናገረውን ነገር በቁም-ነገር መውሰድ ይጀምራሉ፡፡ ምንም እንኳ መንግሥታት የእርሱን አስተምህሮዎች ለበርካታ ዓመታት የተቃወሙ ቢሆንም፣ የታሪክ ምሁሩ ሮድኔይ ስታርክ በመጨረሻም የጳውሎስ ትምህርት አሸናፊ የሆነበት ቀን መጣ ሲል ይከራከራል፡-

በዓለም ካሉ ሃይማኖቶች ሁሉ፣ ሦስቱንም የአንድ አምላክ አምልኮ አስተምህሮ ባለቤቶች ጨምሮ ሰዎችን ባሪያ ማድረግ ኃጢአት እና ሊወገድ የሚገባ ነገር እንደ ሆነ የሚያስተምረው አሳብ የጎለበት በክርስትና ውስጥ ብቻ ነው፡፡ ምንም እንኳ ይህን መካድ እንደ ፋሽን እየተወሰደ ያለ ነገር ቢሆንም፣ የሮም አገዛዝ እንደ ወደቀ ምንም ያህል ጊዜ ሳይወስድ ባሪያ ማድረግን የሚቃወሙ አስተምህሮዎች በክርስቲያናዊ ነገረ መለኮት መስክ እየጎለበቱ መታየት ጀመሩ፤ ደግሞም ባርነት ሙሉ በሙሉ በጠፋበት ሁኔታ ታጀቡ፡፡ ነገር ግን ይህ የሆነው ክርስቲያን በሆነችው በአውሮጳ አኅጉር ነው፡፡ አውሮጳውያን ከዚህ ቀጥሎ በአዲሱ ዓለም ባሪያ ማድረግን ሲጀምሩ ይህን ያደርጉ የነበሩት ጠንካራ የነበረን የጳጳስ ተቃውሞ አልፈው ሲሆን፣ ይህም እስከ ቅርብ ጊዜ ድረስ ከታሪክ ጠፍቶ የነበረ ዕውነታ ነበር፡፡ በመጨረሻም የአዲሱ ዓለም ባርነት መወገድም ክርስቲያን በሆኑ አንቀሳቃሽ ኃይላት የተጀመረ እና ለውጤት የበቃ ጉዳይ ነው፡፡

ባርነት በአዲስ ኪዳን ለምን ተፈቀደ?

በአዲስ ኪዳን ዘመን የነበረው የባርነት ታሪክ የተወሳሰበ ነው፡፡ ብዙዎች የጥንትዋ ቤተ ክርስቲያን ስለ ምን ዓለም አቀፍ በሆነ መልኩ ባርነትን አላወገዘችም ሲሉ ይጠይቃሉ፤ ነገር ግን እንዲህ ያለውን ቀላልና ነገርዬውን ጠራርጎ የሚወስድ ምላሽ ለመስጠት የባርነት ጠባዮች ዓለም አቀፋዊነትን የተላበሱ አልነበሩም፡፡ በአዲስ ኪዳን ዘመን የነበረው ባርነት የቀድሞውን የአሜሪካ በንብረትነት መልኩ የሆነ ባርነት፣ ዘመናዊ የሆነውን የሕገ-ወጥ ሴትኛ አዳሪነት ዝውውርን፣ የብሉይ ኪዳንን የዕዳ-አመጣሽ ባርነት፣ እንዲሁም የመስከ ትምህርትና ተሞክሮ መውሰጃ የመሰለ ገጽታ የነበረው ነው፡፡

አንዳንድ ባሮች የታገቱ ነበሩ፣ ሌሎች ባሮች ደግሞ የገዛ ራሳቸው ባሮች ይኖሩዋቸው ነበር፡፡ አንዳንዶች መላው ሕይወታቸውን ከባድ የሆነ የጉልበት ሥራ በመሥራት ያሳልፉ ነበር፡፡ ሌሎች ደግሞ ከጌቶቻቸው ጋር ያላቸው ግንኙነት የንግድ ሽርክና ዓይነቱ ነበር፡፡ እነዚህ በጣም የተለያዩ ለየቅል የሆኑ ሁኔታዎች ብያኔዎችን የሚጠይቁ ናቸው፡፡

ክርስቲያናዊ ምላሽ

በኋለኞቹ ዘመናት ክርስቲያኖች ባሮችን ነፃ ለማድረግ ረጅም ርቀት ሄዱ - አንዳንዴ ደግሞ ሌሎች ነፃ ለማድረግ የሚሆን ገንዘብ ለማሰባሰብ ራሳቸውን እንኳ ለባርነጽ ሸጡ፡፡ ክርስቲያኖች ከዊሊያም ዊልበር ፎርስስ ጥረት እስከ ኢንተርናሽናል ጀስቲስ ሚሽን ድረስ ባርነትን በሚያስወግዱ እንቅስቃሴዎች ሁሉ ላይ ግንባር ቀደም ተሰላፊዎች ነበሩ፡፡ ባርነትን በተመለከተ እግዚአብሔር ከተከታዮቹ የሚጠብቃቸው ነገሮች ከቶ አልተለወጡም፡- ከባርነት እንዲወጡ ድሆችን መርዳት፣ ድሆችን በመልካም እና ቸርነት ባለበት መልኩ መያዝ እንዲሁም ለተማረኩት ነፃነትን እንዲሁም ለእስረኞች መፈታትን አሁንም ይሻቸዋል፡፡

በጥንቱ የአዲስ ኪዳን ባርነት (አኪባ) እና ይበልጥ በምንጠላው የቅርብ ዘመን ወይም የአዲሱ ዘመን ባርነት (አዘባ) መካከል ልዩነት ካለ ለማየት የባርነትን የጋራ የሆኑ ባሕርያት እንመልከት፡-

1. **ከባርነት በስተጀርባ ባለ ልባዊ አሳብ ረገድ ልዩነት አለ፡-** እየመረመርነው ባለ በእያንዳንዱ ጉዳይ ላይ ባርነት ለምን ኖረ? የሚለውን በቅድሚያ መረዳት ይኖርብናል፡፡ በአዲሱ ዘመን ባርነት (አዘባ) ጌቶቻቸው የተሻለ ሕይወት ይኖራቸው

ዘንድ (የምጣኔ ሀብት ለማግኘት) ባሮች ይወሰዳሉ፤ ነገር ግን በአዲስ ኪዳን ባርነት (አኪባ) ባርነት ያስፈለገበት ቀዳሚ የሆነው ልባዊ አሳብ ለባሮቹ ምጣኔ-ሀብታዊ ዕረፍትን ለማጎናጸፍ ነው፡- (ዘሌዋውያን 25÷35-37)፡፡

2. **ሰዎች ወደ ባርነት የሚገቡበት ሁኔታ ልዩነት አለው፡-**በቀጣይ ልንረዳው እጅግ የሚያስፈልግ ነገር አዘባን በምንረዳበት በአሜሪካውያን ዕይታ ሰዎች ወደ ምርኮኝነት (እና ባርነት) የሚወሰዱት ፈቃዳቸው በሚጣስበት ሁኔታ ነው የሚለውን ነው፡፡ ወይ ይታገታሉ አሊያም ደግሞ ባሪያ ከተደረጉ ቤተ ሰቦቻቸው በባርነት ውስጥ ይወለዳሉ፡፡ ነገር ግን በጥንቱ የ (አኪባ) ልምምድ ሰዎች ወደ ባርነት በብዙ መንገድ የሚገቡበት ሁኔታ በብዙዎች ጉዳዮች ላይ በፈቃደኝነት ላይ የተመሠረተ ነው፡፡ በብሉይም ሆነ በአዲስ ኪዳን ብዙ ዐይነት አገልጋይነቶች ወይም ባርነቶች ነበር፡፡

በሕጋዊ ውል ባለው መልኩ በፈቃደኝነትና በጊዜያዊነት ግልጋሎት የሚሰጡ ዕብራውያን አገልጋዮች ዕርዳታ የሚፈልጉ ወይም ዕዳዎቻቸውን መክፈል የማይችሉ ሰዎች በፈቃደኝነት ላይ ወደ ተመሠረተ አገልጋይን ይገባሉ፡፡ እንዲህ ላለው በፈቃደኝነት ለሚገባበት አገልጋይነት መጽሐፍ ቅዱስ የሚሰጣቸው መመሪያዎች አሉት (ዘጸአት 21÷2፤ ዘዳግም 15÷12-15)

በፈቃደኝነት ቋሚ በሆነ መልኩ የሚያገለግሉ ዕብራውያን ባሮችበጊዜያዊነት እያገለገሉ ያሉ ሎሌዎች በጌታቸው ዘንድ አገልግሎት እየሰጡ መቆየቱን የሚሹበት ሁኔታ ያልተለመደ ነገር አይደለም፡፡ (የባርነትን ምንነት በቅርቡ በምትመለከቱት በአዘባ የባርነት ዕይታ መልኩ እንዳሉ ባሮች በሚያስመርር መልኩ የሚያዙ አልነበሩም፡፡) የቤተ ሰቡ አካል የሆኑትን እንደዚህ ዐይነት ባሮች ወይም አገልጋዮች በተመለከተ መጽሐፍ ቅዱስ የሚሰጠው መመሪያ አለ፡- (ዘጸአት 21÷5-6፤ ዘዳግም 15÷16-17)፡፡ ደግሞም እስራኤላውያን ከፈቃዳቸው ውጭ በወንድሞቻቸው ባሮች እንዳይደረጉ የሚከለክሉ ጥብቅ የሆኑ መጽሐፍ ቅዱሳዊ ሕጎች አሉ፡- (ዘዳግም 247)፡፡

ፈቃደኛ ያልሆኑ ዕብራውያን እና በካሳ መክፈል ውስጥ ያሉ ከአሕዛብ ወገን የሆኑ ወንጀለኞችልክ እንደ አሁኑ ዘመን ሁሉ አንድ ሰው ወንጀል መሥራቱን ማመኑን ተከትሎ በቅጣት መልክ ካሳ እንዲከፍሉ የሚጠየቁ በርካታ ወንጀለኞች ነበሩ፡፡ ነገር ግን ወንጀለኛው ለተጠቂው ሰው ካሳ መክፈል የማይችል ከሆነስ? በሚገባ የተመሠረተ እስር ቤት በሌለበት ዓለም ወንጀለኞች እንዴት ሊቀጡ ይችላሉ? በእነዚህ ሁኔታዎች ሰዎች ያለባቸውን

የማኅበረሰቡንም ሆነ የእግዚአብሔርን ቅጣታዊ ዕዳ በባርነት እየከፈሉ ሳሉ ራሳቸውን ያገኙታል፡፡ (ዘጸ. 22÷1-3)

በቋሚነት ባሮች የሆኑ ጣዖት አምላኪያን ጥንታውያን ዕብራውያን ሰዎች አይሁድ ካልሆኑ በዙሪያቸው ካሉ ሕዝቦች በቋሚነት ባሮች ይኖሩዋቸው ነበር፡፡ እነዚህ ወገኖች የእነርሱ ንብረት የሚሆኑት በጦርነት በመማረክ ነው (ዘሌዋ. 25÷44-46)፡፡

ነገር ግን ይህ ማለት እስራኤላውያን ሰውን (ጣዖት አምላኪ ሰውን እንኳ) ከፈቃድ ውጭ ወይም እነርሱን ለመሸጥ እንዲያግቱ ተፈቅዶላቸዋል ማለት አይደለም (ዘጸአት 21÷16) ባሮች ሳይፈልጉት ከሚገቡበት ከአዲሱ ዓለም ባርነት ጋር በተቃረነ መልኩ ጥንታዊው የአዲስ ኪዳን አገልጋይነት እጅግ የተለያየ እና ብዙውን ጊዜ በፈቃደኝነት ላይ የተመሠረተ ነው፡፡

3. አንድ ጊዜ ባሮች ከሆኑ በኋላ ለሰዎቹ በሚያደረግ የአያያዝ መንገድ ላይ ልዩነት አለ፡-እንደገናም በአዲሱ ዓለም እና በጥንቱ የቅርብ ምሥራቅ መካከል ባሮች ሁኔታ ላይ ታላቅ ልዩነት አለ፡፡ ሁላችንም ቢሆን ባሮች የሚያዙበትን አስከፊና የጭካኔ አያያዝ ከሚተርከው ከአሜሪካ ታሪክ ጋር የምንተዋወቅ ነን፡፡ ባሮች እጅግ ዝቅ ያለ ግምት እንዳለው ንብረት ይቈጠሩ ነበር፤ ደግሞም ሰው እንዳልሆኑ በሚቈጠሩበት ሁኔታ ይያዙ ነበር፡፡ ዳሩ ግን አኪባ የሚነግረን ሌላ ታሪክን ነው፡፡ ሰዎች እንደ ሰው ነው የሚቈጠሩት፤ ደግሞም እነርሱ የሚያዙበት መንገድ በመጽሐፍ ቅዱሳዊ ሕግ የተደነገገና ቁጥጥርም የሚደረግበት ነበር፡፡

ባሮች ይያዙ ስለ ነበሩበት ሁኔታ ጥቂት ሕጋዊ መስፈርቶችን ተመልከቱ፡-

- ባሮች በጭቆና ሊያዙ አይገባም ነበር፤ እንደ ሰውም ሆነ በአክብሮት ይያዙ ነበር፡- (ዘሌዋውያን 25÷43፣ 46፣ 53፤ ዘዳግም 15÷18)
- ባሮች ከጌቶቻቸው ጋር መኖርን በተመለከተ ውሳኔ እንዲያደርጉ ተፈቅዷላቸው ነበር፡- (ዘጸአት 21÷5፤ ዘዳግም 15÷16)፡፡ ብዙውን ጊዜ ባሮች ነፃ ይደረጉ ነበር፣ ደግሞም ይህ በሚደረግበት ጊዜ ባሪያ ካለው ንብረት ሁሉ ጋር ነበር ነፃ የሚደረገው (ዘዳግም 15÷12)፡፡
- ባሮች ሃይማኖታዊ ነገሮቻቸውን እንዲያራምዱ ይፈቀድላቸው ነበር፡፡ ከእያንዳንዱ ሰው ሁሉ ጋር እንዲሁ ሰንበትን ያርፉ ነበር፡- (ዘጸአት 20÷9-10፤ ዘጸአት 23÷12፤ ዘዳግም15÷3-14)፡፡

➢ ባሮች እንደዚሁ ሌሎች ሃይማኖታዊ በዓላትን እና ዓመት በዓሎችን ማክበር ይፈቀድቸው ነበር፡- (ዘዳግም 12÷12፤ 12÷18)፡፡ ባሮቻቸውን በሚይዙበት ሁኔታ ጌቶች ኀላፊነት አለባቸው፡፡ (ዘጸአት 21÷20)፡፡

➢ ደግሞም አንድ ሰው ሴት ወይም ወንድ ባሪያውን በበትር ቢመታውና ቢሞት፣ ሊቀጣ ይገባዋል፡፡ (ዘዳግም 23÷1-3፤ ምሳሌ 10÷30፤ ምሳሌ 26÷3፤ ምሳሌ 13÷24፤ ዘጸአት 21÷26-27)፡፡ ባዕዳን የሆኑ ባሮች በመጽሐፍ ቅዱስ ሕጎች እንዲገዙ ይጠየቁ ነበር፡፡ እንደ ዕቃም አይያዙም ነበር (ዘዳግም 23÷15)፡፡

➢ በዕውነቱ ባሮች ወደ አይሁድ ቃል ኪዳን እንዲገቡ ይደረጉ ነበር፡፡ እንዲመጡ ይደሩ እናከጌቶቻቸው ጋር አይሁዳውያን አማኞች ይሆኑ ነበር፡- (ዘጸአት 43÷44፤ ዘፍጥረት 17÷12-13፤ ዘሌዋውያን 22÷10-11)፡፡

➢ ባሮች በጌቶቻቸው ቤት ውስጥ ልክ እንደ ቤተ ሰብ አካል መብቶች ነበራቸው፡፡ ውርስን እንኳ ሊካፈሉ ይችላሉ፡- (ዘጸአት 24÷2፤ ምሳሌ17÷2)

4. **ሰዎች ራሳቸውን ነፃ በሚያደርጉበት ሁኔታ ልዩነት አለ፡-** በመጨረሻም ሰዎች በጥንት ዘመን እንዴት ራሳቸውን ከባርነት ነፃ ለማድረግ እንደሚችሉ እንመልከት፣ ደግሞም እኛ በሚገባ ከተለማመድነው የቅርብ ዘመን የባርነት እሳቤ ጋር ይህን እናወዳድረዋለን፡፡ እዚህ አሜሪካ ባለው የአዲሱ ዓለም ባርነት ባሮች ከጌቶቻቸው ራሳቸውን ነፃ ለማድረግ የሚችሉበት ሀብት-ነክ ነገር ኢምንት ነው፤ ነገር ግን በጥንቱ (የ) አኪባ መሰሉ አደረጃጀት ወደ ነፃነት የሚወስዱ በርካታ መንዶች አሉ፡-ዕዳችሁን በመክፈል ብቻ አንድ የቤተሰብ አካል ነፃ ሊያደርጋችሁ ይችላል፡- (ዘሌዋውያን 25÷47-49)፡፡ ባሮች ብሔራዊ በሆነ የዕዳ ስረዛ በዓላቸው እና በየሰባት ዓመተ በሚኖር ዕረፍት ነፃ ይደረጋሉ፡- (ዘጸአት 21÷2፤ ዘዳግም 15÷12-13)፡፡ አንድ ባሪያ በሚጎዳበት ጊዜ ይህ ለዚያ ባሪያ የገዛ ራሱን ነፃነት የሚቀዳጅበትን በር ይከፍትለታል (ዘጸአት 21÷26)፡፡

ጥንታውያን የሆኑ እስራኤላውያን ባሮች ያሉዋቸው መሆኑ ግልጽ ሆኖ ሳለ፣ ባሮች ያሉዋቸው የሚሆኑበት ምክንያት፣ ባሮችን የሚይዙበት መንገድ እንዲሁም ባሮች ነፃ የሚደረጉበት መንገድም ጭምር በቅርብ ዘመን ውስጥ በአውሮጳም ሆነ በአሜሪካ ካለ የባርነት ሁኔታ በጣም የተለየ መሆኑም ጭምር ግልጽ ነው፡፡ አሜሪካውያን የባሪያ አሳዳሪዎች ልምምዳቸው ተገቢ ስለ መሆኑ መጽሐፍ ቅዱስን ዋቢ ባደረጉ ጊዜ ወይ የአዲስ ኪዳን የባርነት ባሕርይን በተመለከተ ምንም የሚያውቁት ነገር አልነበረም አሊያም ደግሞ በአዲስ ኪዳን የአገልጋይነት ምንነት ውስጥ ያለን ዕውነታ ሆን ብለው ከደውታል፡፡ እነዚህ የባሪያ አሳዳሪዎች ስለ ሕጋዊ ባለ ይዞታነታቸው መጽሐፍ ቅዱስን በዋቤነት ለመጠቀም

ጥረው ይሆናል፤ ነገር ግን ይህን በማድረግ የቅዱሳት መጻሕፍትን መሻትም ሆነ ትርጉም በግልጽ ጠምዝዘውታል። ይህም አንዱን የባርነት ዐይነት ለሁሉም ዐይነት ባርነቶች ገቢራዊ እንደ ሆነ በማድረግ የተፈጸመ ነው። የመጽሐፍ ቅዱሱ እግዚአብሔር ዛሬ ይበልጥ ዘመናዊ በሆነ መንገድ በምንረዳው መልኩ ያለን ባርነት ይደግፋል ብሎ መናገር በጎ ነገር አይደለም። ይህ መሰሉ ባርነት በመጽሐፍ ቅዱስ ዘመን ካለው አገልጋይነት/ ሎሌነት ጋር ያለው ዝምድና ኢምንት ነው። ይሁን እንጂ፣ አንድ ያልተመለሰ የመጨረሻ ጥያቄ ይቀራል። ይህም ለምንድን ነው እግዚአብሔር የቱንም ዐይነት ባርነት ወይም ሎሌነት የፈቀደው? የሚል ነው። (በፊልሙር -ግንቦት20፣ 2014 እ.ኤ.አ ድህረ ገፅ)

ታዘዙዑጎኮ hupóakoúo /hupakouo፡- ለትዕዛዝ መገዛት (ትዕዛዝን መስማት) የሌላውን ሰው በተለይም የእግዚአብሔርን ፈቃልና ፈቃድ መፈፀም። ስለ መገዛትን የሕይወት ዘይቤው ልምዱ እንዴት አድርጎ ሊኖረው ይችላል? ጳውሎስ ባስተማረበት አውድ ይህ የሚሆነው በመንፈስ ቅዱስ በመሞላት ነው።(መጽሐፍ ቅዱስ ጥቅሶች የብሉይና / የአዲስ ኪዳን ግሪክ መዝገበ ቃላት. የቲየር ትርጉም)

ጆን ኤዲ፡- ሀዋርያው ባርነት የሚያስርፃቸው ከባርነትም ተነጥለው የመማይታዩ መጥፎ ምግባሮች ይነካል። ባርነት ለስንፍና ለግዴለሽነት የሚደረግ ነው ሰው የተኮነነ መሆኑ ሲሰማው ከዕቃ የማይሻል ሆኖ ሲዋረድና ወደ ሥራ ሲነዳ በማንኛውም ሰዓትም እንደ ከብት ሊሸጥ እንደሚችል ሲያውቅ ለመታዘዝ የሚተርፈው ከቶ ምን ዓይነት ጉልበት እንዴት ያለ ምክንያት በውስጡ ሊኖር ይችላል? (ጆን ኤዲ ኮሜንተሪ)

ባርክሌይ፡- ጳውሎስ ለባሪያዎች ሲጽፍ፡- እንዲያምፁ አይነግራቸውም ባሉበት ሆነው ክርስቲያን እንዲሆኑ እንጂ ለያአንዳንዱ ሰው ትልቁ የክርስትና መልዕክት የክርስቲያን ሕይዋታችን መምራት ያለብን እግዚአብሔር ባስቀመጠን ስፍራ ሆነን ነው የሚለው ነው ሁኔታዎች ሁሉ ይቃወሙን ይሆናል ነገር ግን ክርስትና ሁኔታዎችን እንድናመልጥ አያደርገንም ክርስትና የሚያደርገን ሁኔታዎችን እንድናሸንፍ ነው። (ባርክሌይ, ደብሊው ዴይሊ ስተዲስ ተከታታይ, ሪቨርስ ፊላደልፊያ: ዌስትሚንስተር ፕሬስ)

ጌቶች፡-ኩሪዎስ - ባሪያዎች የሚገዙ በእነርሱም ላይ ፍፁም የሆነ ሥለጣን ያላቸውን ይገልጻል።(መጽሐፍ ቅዱስ ጥቅሶች የብሉይና / የአዲስ ኪዳን ግሪክ መዝገበ ቃላት. የቲየር ትርጉም)

በስጋ፡-የባሪያዎቹን ምድራዊ ጌቶች ከሰማያዊው ክርስቶስ ለመለየት የገባ ሀረግ ነው።

በፍርሀትና በመንቀጥቀጥ፡- ይህ ሀረግ ጳውሎስ በተጠቀመበት አውድ ሌሎችን ስናገለግል የጌቶች ጌታ የንግሥች ንጉሥ የሆነውን እንደምናገለግል ከማወቅ የሚመነጭ የአክብሮት ስሜት ይኑረን የሚል ነው፡፡ ለስጋዊ ጌቶቻችሁ ተንቀጥቀጡላቸው ተርበድበዱላቸው የሚል ፍች አይደለም፡፡ ይህንንም ደግሞ ስናደርግ ከራሳችን እንደማናደርገው የጌታ ጉልበት እንዳለን ጳውሎስ ለፊሊጵስዮስ በጻፈው ደብዳቤ አረጋግጦልናል፡፡ ስለዚህ ወዳጆቼ ሆይ ሁልጊዜ እንደታዘዛችሁ በእናንተ ዘንድ በመኖሬ ብቻ ሳይሆን ይልቁንም አሁን ስንርቅ በፍርሀትና በመንቀጥቀጥ የራሳችሁን መዳን ፈጽሙ፡፡ ስለ በጎፈቃዱ መፈለግንም ማድረግንም የሚሠራ እግዚአብሔር ነውና፡፡ ፍርሀት ወይም በግሪክ ፎቦስ (ኤፌ 6÷5) ላይ 'አክብሮት' የሚል ትርጉም ይዞ የገባ ነው መሸበርንና መታወክን አይገልጽም፡፡

ፍርሀት፡- **ፎቦስ** phóbos / fob'-os፡- ፍርሀት ስም ሲሆን በዘፍጥረት 31÷53 *"የአብርሃም አምላክ የናኮርም አምላክ የአባታቸውም አምላክ በእኛ መካከል ይፍረድ። ያዕቆብም በአባቱ በይስሐቅ ፍርሃት ማለ"* «በአባቱ ፍርሀት» የሚለው ሀረግ ውስጥ 'ፍርሀት' የእግዚአብሔር ስም ሆኖ ገብቷል፡፡(ቅድመ-አስቲን)

መንቀጥቀጥ፡- በግሪክ **ትሮምስ** trómos / trom'-osይለዋል፤ ከፍርሀት ጋር የተያያዘ የሰውነት መራድ ነው ኤፌሶን 6÷5 ላይ ግን ትርጉሙ የአክብሮት ስሜት የሚል ነው፡፡ (መጽሐፍ ቅዱስ ጥቅሶች የብሉይና / የአዲስ ኪዳን ግሪክ መዝገበ ቃላት. የቲየር ትርጉም)

ቅንነት፡- በግሪክ **ሀፐሎቴስ** haplótēs / hap-lot'-aceይሰኛል ፤ ሀፐሎቴስ ገርነት ቀጥተኛነት አዕምሯዊ ታማኝነት ማለት ሲሆን፣ ማስመሰል፣ ማጭበርበር ወይም ስውር አላማ የሌለበት ምግባር የሚገልጽ ነው፡፡ኤፌሶን 6÷5 ላይ ሀፐሎንተስ (ቅንነት)-በስጋዊ ጥቅም ላይ ሳይሆን ክርስቶስን በማስደሰት ላይ አነጣጥሮ መታዘዝ ማለት ነው፡፡(መጽሐፍ ቅዱስ ጥቅሶች የብሉይና / የአዲስ ኪዳን ግሪክ መዝገበ ቃላት. የቲየር ትርጉም)

ኤምሲጂ፡- በቅንነት ማለት የሳር ውስጥ እባብነት የሌለበት ማለት ነው ፤ ቀጣሪ ሲኖር ጫማ መላስ ዘወር ሲል ከጀርባው መውጋት መደረግ የሌለበት ነው ፡፡ እንዲህ ያለው ምግባር በክርስቲያን ሕይወት ውስጥ ፈጽሞ ሊኖር አይገባም፡፡(ኤምሲጂ, ጄ ቫይ: የመጽሐፍ ቅዱስ ሐተታ ላይ: ቶማስ ኔልሰን)

ኤዲ፡- ባሪያዎች ለጌቶቻችሁ ታዘዙ ሲል የጳውሎስ ምክር አንድ ዓላማ ይዛችሁና ባልተከፋፈለ ልብ ሆናችሁ ለክርስቶስ እንደምታደርጉት ስሩ ነው፡፡(ጆን ኤዶ, ዲ., ኤል. ኤል.ዲ. የጳውሎስ መልእክቶች ወደ ኤፌሶን ሰዎች)

ማክዶናልድ፡- የጳውሎስ ምክር ሌሎችን ስናገለግል በአለማዊውና በተቀደሰው መካከል ክፍፍል ሊኖር አየገባም ነው፡፡ ይልቁንም የምናደርገው ሁሉ እርሱን ለማስደሰትና ለማክበር ሌሎቹንም ወደ እርሱ ለመማረክ ለእርሱ የምናደርገው መሆን አለበት ነው፡፡ በሕይወት ውስጥ እጅግ ተራ የተባሉ ሥራዎች እንኳ ለእግዚአብሔር ክብር ሲሠሩ የተከበሩ ይሆናሉ፡፡ የቤት እመቤቶች ወጥቤት ውስጥ የሰቀሉትን ማስታወቂያ አንብባችኋል 'እዚህ የመለኮት አገልግሎት በቀን ሦስት ጊዜ ይሰጣል'

5 ባሪያዎች ሆይ፥ ለክርስቶስ እንደምትታዘዙ በፍርሃትና በመንቀጥቀጥ በልባችሁ ቅንነት በሥጋ ጌቶቻችሁ ለሆኑ ታዘዙ፤

ባሪያዎች ሆይ ...በሥጋ ጌቶቻችሁ ለሆኑ ታዘዙ ዘፍ16÷9 ፤ መዝ 123÷2 ፤ ሚል 1÷6 ፤ ማቴዎስ 6÷24፤8÷9፤ ሐዋ.10÷7፤8 ፤ ቆላ 3÷22፤ 1ኛ ጢሞ 6÷1-3፤ ቲቶ 2÷9፤10፤ 1ኛ ጴጥ 2÷ 18-21

ለክርስቶስ እንደምትታዘዙ 1ኛ ቆሮ 7÷22፤ ቆላ 3÷17-24

በፍርሃትና በመንቀጥቀጥ 1ኛ ቆሮ 2÷3፤ 2ኛቆሮ 7÷15፤ፊል 2÷12፤ 1ኛጴጥ 3÷2

በልባችሁ ቅንነት ኢያ 24÷14፤ 1ኛ ዜና 29÷17፤ መዝ 86÷11፤ ማቴ 6÷22፤ ሐዋ 2÷46፤ 2ኛ ቆሮ 1÷12 ፤ 2ኛ ቆሮ 11÷2፤3

6፡6 የእግዚአብሔርን ፈቃድ እንደ ሚያደርጉ እንደ ክርስቶስ ባሪያዎች እንጂ ለሰው ደስ እንደ ምታሰኙ ለታይታ የምትገዙ አትሁኑ።

የታይታ መታዘዝ፣ የግብዝነት ሕይወትን ያሳያል፡፡ አንዳንድ ሰዎች ሠራተኞ የሚመስሉት አለቃቸው በቢሮ ውስጥ እስካለ ድረስ ነው፡፡ አለቃ ሲኖር ታዛዦች ናቸው፡፡ አለቃቸውን የሚሰሙት የሚመስሉ ቢመስሉም በሌለበት ግን ያሙታል፡፡ በሥራቸው ይለግማሉ፡፡ ታይታ ለክርስቲያን በተለይ አሳፋሪ ተግባር ነው፡፡ ሰዎች ፊት ቅዱስ መስለን መታየት፣ የጸሎት ሰው፣ መንፈሳዊ ሰው በመምሰል ማስመሰል ግብዝነት ነውና እንደ ክርስቲያን ከዚህ መሰል ኃጢአት መቆጠብ ይገባል፡፡ ኤር 3÷10 ሮሜ 6÷17

ለታይታ፡- በግሪክ **አፍታልሞዱሊያ** ophthalmodouleía / of-thal-mod-oo-li'-ah ይሰኛል፡፡ (አፍታልሞስ) ወይም **አይን** እና (ዶሊያ) ወይም **አገልግሎት** ከሚሉት የተገኘ ቃል ነው፡፡ አፍታልሞዶሊያ በጥሬው የአይን ባርነት ወይም አለቃ ሲኖር መሥራት ዘወር ሲል ደግሞ ማላገጥ ማለት ነው፡፡ ከአንገት በላይ የሆነ፣ ምንም ዓይነት ውስጣዊ ተነሳሽነትና ፍቅር ሳይኖር በእኛ ዘመን አገላለጽ ለፊርማ የሚደረግ ተግባር ነው፡፡

የሰ.ፌ.በ.ስ. አገልግሎት / የኤፌሶን መልእክት ትምህርት

ኤክስፓዚተርስ ግሪክ ቴስታመንት፡- በታይታ የሚሆን ጌታው ብቻ ሲኖር ያልተገባ ጥቅም ለማግኘት የሚሠራ ሥራ ነው ወይም ከውርደት ለመዳን የምናሳየው ታዛዥነት ነው፡፡

ለሰው ደስ የሚያሰኙ፡- ይህ በግሪክ አንትሮፓሬስኮስ ይሰኛል፡፡ 'አንትሮፖስ' ወይም 'ሰው' እንዲሁም 'አሬስኮ' ወይም 'አስደሰተ' ከሚሉት የተገኘ ነው፡፡ አንተርፖሬስኮስ በጥሬው አስመሳይ ማለት ነው፡፡ የክርስቶስ ባሪያዎች፡- በመንፈስ የተሞላ ባሪያ በጌታ ፊት እንደሚሠራ ይሠራል ለሚለው አፅንኦት ለመስጠት ነው፡፡ ጌታ ራሱ ባሪያ ሆኖ እንደ ነበር እናስታውስ እንዲሁ የሰው ልጅም ሊያገለግልና ነፍሱን ለብዙዎች ቤዛ ሊሰጥ እንጂ እንዲያገለግሉት አልመጣም (ማርቆስ 10÷45) (መጽሐፍ ቅዱስ ጥቅሶች የብሉይና / የአዲስ ኪዳን ግሪክ መዝገበ ቃላት. የቲየር ትርጉም)

የእግዚአብሔር ፈቃድ እንደሚያደርጉ

ማክዶናልድ፡- አለቃ ሲያየን ብቻ ሳይሆን የሰማዩ አዛዣችን እያየን መሆኑን አወቅን ሁሌም ታዛዥ ልንሆን ይገባል፡፡ ቀጣሪ ዘወር ሲል ሸርተት ማለት የተፈጥሯዊ ዝንባሌ ቢሆንም በሌላ ጎኑ እምነት አጉዳይነት ነው የክርስቲያን የሥራ ክንውን መስፈርት በአለቃው መልክአምድራዊ አቀማመጥ(አድራሻ) የሚለዋወጥ መሆን የለበትም፡፡ (ማክዶናልድ, ወ እና ፋርስታድ, ኤ. አማኝ የመጽሐፍ ቅዱስ ኮሜንታሪ: ቶማስ ኔልሰን)

ጆን. ኤዲ፡- ለሰው ጌታ ባሪያዎች ሲሆኑም በክርስቶስ አገልጋይነት ባህሪ ሊኖሩና ሊሠሩ ይገባቸው ነበር፡፡ ይህም የእግዚአብሔር ፈቃድ ከልባቸው እንዲፈጽሙ ያደርጋቸዋል፡፡ የነበሩበት የሥራ መስክ የእግዚአብሔርም ደባ ነበርና ኃላፊነታቸውን ሲወጡ ሰውን እንደሚያስደስቱ ሳይሆን የእግዚአብሔርን ፈቃድ እንደሚያደርጉ እርሱን ለማስደሰት ነበር፡፡ እንዲህ ያለው አሻራ ምንም ዓይነት ተጨማሪ ክፍያም ይሁን ቅጣት አመንጭቶት የማያውቅ የሥራ መነሳሳት መፍጠር አለበት፡፡(ጆን. ኤዲ ኮሜንተሪ)

ፈቃድ በግሪክ ቴሌማthélēma / thel'-ay-mah ሲሆን ከልብ ወይም ከስሜት የሚወጣ ምኞት ወይም ደግሞ ወደምንወደው ነገር ያለን ዝንባሌ ማለት ነው፡፡ የእግዚአብሔር ፈቃድ የደግነት ጠበዩን የሚያመለክት ነው፡፡(መጽሐፍ ቅዱስ ጥቅሶች የብሉይና / የአዲስ ኪዳን ግሪክ መዝገበ ቃላት. የቲየር ትርጉም)

6 የእግዚአብሔርን ፈቃድ እንደሚያደርጉ እንደ ክርስቶስ ባሪያዎች እንጂ ለሰው ደስ እንደምታሰኙ ለታይታ የምትገዙ አትሁኑ።

የእግዚአብሔርን ፈቃድ ኤፌ 5÷17፤ ማቴ 7÷21፤ 12÷50፤ ቆላ 1÷9፤ 4÷12፤ 1ኛ ተሰ 4÷3፤ ዕብ 10÷36፤13÷21፤ 1ኛ ጴጥ 2÷15፤ 4÷2፤ 1ኛ ዮሐ2÷17
(ከልብ በመፈፀም) እንደሚያደርጉ ኤር3÷10፤ 24÷7፤ ሮሜ 6÷17፤ ቆላ 3÷23
ለሰው ደስ እንደምታሰኙ ለታይታ የምትገዙ አትሁኑ ፊል 2÷12፤ ቆላ 3÷22፤ 1ኛተሰ 2÷4

6:7 ለሰው ሳይሆን ለጌታ እንደ ምትገዙ በትጋትና በበጎ ፈቃድ ተገዙ፤

ለሰው ሳይሆን ለጌታ መታዘዝ:: ይህ ምክር በሌሎችም አቅጣጫዎች የሚጠቅመን ነው:: ሁሌም መልካምን የምናደርገው ለሰው ሳይሆን ለእግዚአብሔር ክብር እንደ ሆነ ልናምን ይገባናል:: ትሁትና ታዛዥ የምንሆነው፣ ሥራችንንም በወቅቱና በሰዓቱ የምናጠናቅቀው ለሰው ሳይሆን ለእግዚአብሔር እንደ ሆነ እንመን:: በየትኛውም መልኩ ሰዎችን እንዳገለገልን ሊሰማን አይገባም:: አንዳንድ ሰዎች የጉልበት ብዝበዛም እንደ ተደረገባቸው አድርገው ሊቆጥሩ ይችላሉ:: መልካምን ማድረግ ግን ሁልጊዜም ጠቀሜታው ለራስ ነው:: "*እኔ ባለኝ ጉልበቴ ሁሉ አባታችሁን እንዳገለገልሁ ታውቃላችሁ። ... ሀያ ዓመት ሙሉ ከአንተ ጋር ነበርሁ፤ በጎችህና ፍየሎችህ አልጨነገፉም፤ የመንጎችህንም ጠቦቶች አልበላሁም፤ አውሬ የሰበረውን አላመጣሁልህም ነበር፤ እኔ ስለ እርሱ እከፍልህ ነበርሁ፤ በቀንም በሌሊትም የተሰረቀውን ከእጄ ትሻው ነበርህ።*" (ዘፍ 31÷6 38-40 ፤ 2ኛነገ 5÷2-3 ፣13)

7 ለሰው ሳይሆን ለጌታ እንደምትገዙ በትጋትና በበጎ ፈቃድ ተገዙ፤
ለሰው ሳይሆን ለጌታ እንደምትገዙ ኤፌ6÷5፣6፤ 1ኛቆሮ 10÷31
በትጋትና በበጎ ፈቃድ ተገዙ ዘፍ 31÷6፣38-40፤ 2ኛ ነገ 5÷2፣3፣13

6:8 ባሪያ ቢሆን ወይም ጨዋ ሰው፥ እያንዳንዱ የሚያደርገውን መልካም ነገር ሁሉ ከጌታ በብድራት እንዲቀበለው ታውቃላችሁና።

ቁጥር ሰባት ላይ የሰጠው ምክር ውጤቱ ምን እንደ ሆነ በዚህ ቁጥር ላይ ይገልጸዋል:: እያንዳንዱ የሚያደርገውን መልካም ነገር ከጌታ በብድራት ይቀበለዋል:: በሌላ በኩል መልካም ባደረግን ቁጥር መልሰን ተጠቃሚዎች የምንሆነው እኛ ራሳችን ነን:: የዘራነውን ያንኑ መልካም ነገር መልሰን እናጭደዋለን:: በሃገራችን ያለው ድኅነት አንዱ ምክንያት ይህ እንደ ሆነ አስባለሁ:: መልካምን ማድረግ ስለ ጠፋ፣ ብዙዎች ክፋትን መመሪያቸው አድርገው ስለ ያዙ በብድራት የሚያገኙትም የዘሩትን ክፋት ይሆናል:: የአንዳንድ ሰው

ክፋትም የልብ፣ የውስጥ ክፋት ነው፡፡ የሐዋርያው ምክር እንደ ሕይወት መመሪያ አድርገን ልንይዘው የሚገባን ነው፡፡ መልካምን ባደረግን ቁጥር መልሰን የምንጠቀመው እኛው እራሳችን ነን፡፡ አንዳንድ ሠራተኞች አሠሪዎቻቸው መልካም ሆነው ሲያምኗቸውም ንብረታቸውን በመዝረፍና በሌሉበት ቤታቸውን መቀለጃ በማድረግ መንደር ውስጥ በመዞር በደልን ይፈጽማሉ፡፡ ይህ ሁሉ በእግዚአብሔር ፊት ያስጠይቃል፡፡ *"ለሰው ሳይሆን ለጌታ እንደ ምታደርጉ፥ የምታደርጉትን ሁሉ በትጋት አድርጉት፥ ከጌታ የርስትን ብድራት እንድትቀበሉ ታውቃላችሁና። የምታገለግሉት ጌታ ክርስቶስ ነውና።"* (ምሳ 11÷18 ኢሳ 3÷11) *"እንደ እጁ ሥራ ፍዳው ይደረግበታልና ለበደለኛ ወዮ! ክፉም ደርሶበታል።"* (ማቴ 5÷12 2ኛ ቆሮ 5÷10 ቆላ 3÷22-24)

---

8 ባሪያ ቢሆን ወይም ጨዋ ሰው፥ እያንዳንዱ የሚያደርገውን መልካም ነገር ሁሉ ከጌታ በብድራት እንዲቀበለው ታውቃላችሁና።

ባሪያ ቢሆን ወይም ጨዋ ሰው ገላ 3÷28፤ ቆላ 3÷11

እያንዳንዱ የሚያደርገውን መልካም ነገር ሁሉ ምሳሌ 11÷18፤ 23÷18፤ ኢሳ 3÷11፤ ማቴ 5÷12፤ 6÷1፣4፤ 10÷41፣42፤ 16÷27፤ ሉቃ 6÷35፤ ሉቃ 14÷14፤ ሮሜ 2÷6-10፤ 2ኛ ቆሮ 5÷10፤ ቆላ 3÷24፤ ዕብ 10÷35፤ 11÷26

6፡9 እናንተም ጌቶች ሆይ፥ ዛቻውን ትታችሁ እንዲሁ አድርጉላቸው፥ በእነርሱና በእናንተ ላይ የሚገዛው ጌታ በሰማይ እንዳለ ለሰው ፊትም እንዳያደላ ታውቃላችሁና።

አሠሪዎችን ጌቶች ይላቸዋል ፤ ለእነርሱም የተሰጣቸው ትዕዛዝ ሚዛናዊነቱን የጠበቀ ነው፡፡ እንዲሁ አድርጉላቸው ሲል - በጎነትን መልካምን በእነርሱ ላይ አድርጉ ማለቱ ነው፡፡ እናንተም ክፋትን የምትፈጽሙ ከሆነ የዘራችሁትን የምታጭዱ ትሆናላችሁ ማለቱ ነው፡፡ ምክንያቱም አሠሪዎችንም ሆነ ሠራተኛውን ሁለቱንም የሚመለከትና ከበላይ ሆኖ የሚያስተዳድር ፍርዱንም የሚሰጥ አምላክ አለ፡፡

በሃገራችን በቤት ሠራተኞች ላይ የሚደርሰው ግፍ ከፍተኛ ነው፡፡ ደሞዛቸውን በመከልከል፣ ያለ እረፍት በማሠራት፣ ትምህርት እንዳይማሩና እንዳያድጉ በመከልከል፣ በቤት ውስጥ የተዘጋጀውን እነርሱው ያበሰሉትን ምግብ እንዳይበሉ በመንፈግ ወዘተ... ብዙ ግፍ ይሠራል፡፡ ይህም ከአሠሪዎች አልፎ በምድራችንም ላይ እርግማንን ሊያመጣ ይችላልና ይህን የሚፈጽሙ ሁሉ ንስኃ ሊገቡ ይገባል፡፡ የቤት ሰራተኞችን መብት በመጠበቅ ብናከብራቸው መልሰን ተጠቃሚ የምንሆነው እኛው ነን፡፡

9 እናንተም ጌቶች ሆይ፥ ዛቻውን ትታችሁ እንዲሁ አድርጉላቸው፥ በእነርሱና በእናንተ ላይ የሚገዛው ጌታ በሰማይ እንዳለ ለሰው ፊትም እንዳያደላ ታውቃላችሁና።

እናንተም ጌቶች ሆይ ዘሌ19፥13፤ 25፥39-46፤ ዘዳ 15፥11-16፤ 24፥14፣15፤ ነህ 5፥5፣8፣9፤ ኢዮ 24፥10-12፤ኢዮ 31፥13-15፤ ኢሳ47፥6፤ 58፥3-6፤ አሞ 8፥4-7፤ ሚል 3፥5፤ ቆላ 4፥ 1፤ ያዕ 5፥4

ዛቻውን ትታችሁ ዘሌ25፥43፤ 1ኛሳሙ 15፥17፤ዳን3፥6፣15፤ 5፥19፣20

እንዲሁ አድርጉላቸው ማቴ7፥12፤ ሉቃ 6፥31፤ ያዕ 2፥8፣13

በእናንተ ላይ የሚገዛው ጌታ በሰማይ እንዳለ ታውቃላችሁና 1ኛቆሮ 1፥2፤ ፊል 2፥10፣11፤ መዝ 140፥12፤መክ 5፥8፤ ማቴ 22፥8፣10፤ 24 48፣51፤ ሉቃ 12፥45፣46፤ ዮሐ13፥13፤ 1ኛቆሮ 7፥22

ለሰው ፊትም እንዳያደላ ሐዋ 10፥34፤ ሮሜ 2፥11፤ ቆላ3፥25

6፡10 በቀረውስ ጌታና በኃይሉ ችሎት የበረታችሁ ሁኑ።

“በቀረውስ” ብሎ ይጀምራል፣ በአዲሱ መደበኛ ትርጉም “በተረፈ” ብሎ ይህን መግቢያ ይጀምረዋል፡፡ በርካታ ትምህርቶችን ካስተማረ በኋላ “በተረፈ” ሲል የመሰናበቻ መልእክቱ መሆኑን ያመለክታል፡፡ የቀረው መልእክቴ ይሄ ነው እስከ አሁን ብዙ ነገሮችን አሳይቼአችኋለሁ፡፡ የተረፈው፣ የቀረው መልእክቴ መንፈሳዊ ውጊያውን እንድትዋጉ በጌታና በሃይሉ ችሎት የበረታችሁ ሁኑ የሚል ይመስላል፡፡ *እሥራኤል ሆይ፥ ስሙ፤ ዛሬ ጠላቶቻችሁን ለመውጋት ትቀርባላችሁ፤ ልባችሁ አይታወክ፥ አትፍሩ፥ አትንቀጥቀጡ፥ በፊታቸውም አትደንግጡ፤ ከእናንተ ጋር የሚሄድ፥ ያድናችሁም ዘንድ ጠላቶቻችሁን ስለ እናንተ የሚወጋ አምላካችሁ እግዚአብሔር ነውና። ዘዳ 20፥3-4*

እስከ አሁን በነበረው የምዕራፉ መግቢያ ላይ ማኅበራዊ ሕይወትን የሚነኩ ነጥቦችን አስፍሮ ነበር፡፡ አሁን ግን መንፈሳዊውን ገጽታ ሊያሳያቸው የፈለገ ይመስላል፡፡ በጌታና በኃይሉ ችሎት እንጂ በራሳችሁ ብርታት የምትችሉት አይደለምና በእርሱ ጠንክሩ፣ በእርሱ ተደገፉ የሚል ምክር ነው፡፡ መቼም ቢሆን የእግዚአብሔር ሰው በጌታ ኃይል እንጂ በራሱ ማንነት በጉልበቱ ፣ በብልጠቱ ፣ በልምዱ ወዘተ እንዲታመን አልተፈቀደለትም፡፡ በኃይሉ ችሎት እንዲደገፍ ይመከራል፡፡ መበርታት በእርሱ ብቻ ነው፡፡ (ኢሳ 35፥3-4 ፤ 40፥28-31 1ኛ ቆሮ 16፥13 ኤፌ 1፥19)

ሰማያዊውን በረከት በመውረስ ከዚህ ዓለም የእርኩሰት ሕይወት በመራቅ በእግዚአብሔር አጀንዳ ውስጥ የእርሱን ክብር እየገለጽን መመላለስ የምንችለው በመለኮታዊ ኃይሉ ስንታመን ብቻ ነው፡፡ የኃይሉ ታላቅነት ከእኛ ማንነት ሳይሆን ከእርሱ ምሕረት የተነሳ በእኛ ላይ ይገለጣል፡፡

በቀረውስ፡- በዚህ ክፍል ጳውሎስ ስለ ሕይወት በተለይም ከክርስቲያን ሕይወት ጋር በተገናኘ የራሱን ትንተና ያቀርባል፡፡ በትንተናውም ሕይወት ትግልና ጦርነትናት እናም ሁሉ ክርስቲያን እውነትን ታጥቆ ለጦርነት በጀግንነት እንድንነሳሳ አስቸኳይ ጥሪ ያቀርባል፡፡ እናስታውስ ድላችን ቀራኒዮ ላይ ቀድሞ የተገኘ ነው፡፡ የእኛ ዘመቻ በተረጋገጠው የእውነት ብርሃን መጓዝ፣ መኖርንና መዋጋትን መማር ነው፡፡ (ቅድመ አስቲን)

ሩት ፓክስን ሲጽፍ፡- እግዚአብሔር መንፈሳዊ ለሆነ የሰላም አቀንቃኝ ቦታ የለውም፡፡ እያንዳንዱ ክርስቲያን ለመከላከልና ለማጥቃት ጦርነት የተመለመለ ነው፡፡ እርሱም ሁሉን ቅዱሳን ለጥቅም ይጠራል፡፡ "የተጠራነው ወደ እስፖርት ወይም የሃይማኖት መጫወቻ ሜዳ አይደለም የተጠራነው አስቃቂ፣ አስደንጋጭና ደም አፋሳሽ ወደሆነ ግጭት ነው፡፡ (ፓክስሰን, ሩት፡ የክርስትና ሀብት, የእግር ጉዞ እና ጦርነት 1939. ሪቨል)

ዋርሰቤ ሲጽፍ፡- የክርስቲያን ሕይወት የጦርነት ሜዳ እንጂ የመጫወቻ ሜዳ አለመሆኑ ለአዲስ ክርስቲያን የሚያስደነግጥ ነው በእኔ አገልግሎት ውስጥ አዲስ ክርስቲያን እያደገ ሲመጣ መለየት እችል ነበር፡፡ ምክንያቱም እንዲህ ያለው ሰው ውጊያ ውስጥ ገብቶ ስለሚገኝ ነው፡፡ እንዲህ ያለው ጉዳይ በጎ ምልክት ነው፡፡ ስፑርጅን ይል እንደነበረው ‹ሰይጣን የሞተ ፈረስ አይራገጥም›

ማክዶናልድ ለሁሉ አማኞች ሲጽፍ፡- እያንዳንዱ እውነተኛ የእግዚአብሔር ልጅ በቶሎ የሚማረው ነገር የክርስቲያን ሕይወት ጦርነት መሆኑን ነው፡፡ የሥይጣን ሠራዊት የክርስቶስን ሥራ ለማስተጓጎልና እያንዳንዱን ወታደር ከግጥሚያ ውጭ ለማድረግ የቆረጡ ናቸው ሠይጣን ለስመ ክርስቲያን ጥይት አያባክንም በተለይ አማኝ ለጌታ አብልጦ ሲበረታ የጠላት አረመኔያዊ ጥቃትም የዛኑ ያህል የበረታ ይሆናል፡፡ ስለዚህ ዘወትር በጌታ የበረታን በእርሱም በጽናት የምንታመን መሆናችን ወሳኝ ነው፡፡ የእግዚአብሔር ምርጥ ወታደሮች የራሳቸውን ደካማነት ተገንዝበው በእርሱ የሚመኩት ናቸው፡፡ (ቢሊቨርስ የመፅሐፍ ቅዱስ ኮሜንተሪ)

የበረታችሁ፡-በግሪክ ኤንዱናሞበ endynamóō / en-doo-nam-o'-o ይሰኛል ትርጉሙ ኃይል መጨመር ማለት ነው ቃሉ አካላዊ ብርታትን ሊያመለክት ይችላል፡፡ በአብዛኛው ግን መንፈሳዊ እናግብረገባዊ ጥንካሬን ፣ ብርታትን፣ ለመግለጽ የሚገባ ነው፡፡ ለእግዚአብሔርም ክብር እየሰጠ የሰጠውንም ተስፋ ደግሞ ሊፈጽም እንዲችል አጥብቆ እየተረዳ በእምነት በረታ እንጂ በአለማመን ምክንያት በእግዚአብሔር ተስፋ ቃል

አልተጠራጠረም (ሮሜ 4÷20) (መጽሐፍ ቅዱስ ጥቅሶች የብሉይና / የአዲስ ኪዳን ግሪክ መዝገበ ቃላት. የቲየር ትርጉም)

ዴቪድ ኩዚክ፡- ኤፌሶን ላይ የቀረበው የመንፈሳዊ ጦርነት ዝርዝር ትምህርት ሁለት ዋና ክፍሎች አሉት፡፡ የመጀመሪያው በጌታና በኃያሉ መበርታት አለብህ የሚለው ሲሆን ሁለተኛው ደግሞ የእግዚአብሔርን እቃ ጦር በሙሉ መልበስ አለብህ ነው፡፡ ሁለቱም ወሳኞች ናቸው በክርስቲያን ጦርነት ላይ የሚሰጡ በርካታ ትምህርቶች ግን የመጀመሪያውን ችላ ይሉታል አቅመ ቢስ የሆነን ሰው ወስዳችሁ አለ የሚባለውን የጦር ዕቃ ብታስታጥቁት በቀላሉ ከመሸነፍ አይድንም ስለሆነም ክርስቲያን ለጦርነት መዘጋጀት በጌታ ኃይል ራስን ከማጠንከር የሚጀምር መሆን አለበት፡፡

ጆን ኤዲ፡-ይህ በጌታ ኃይል የበረታችሁ የሚለው ትዕዛዝ ቅድሚያ የሚሰጠው ነው፡፡ ምንም ዓይነት መሣሪያ ቢቀርብለት ሰውየው ወታደር የመሰለው በልብሱ ብቻ ከሆነና የልብ ብርታት ከሌለው ከንቱ ነው፡፡ ስለዚህ ወኔውም መሣሪያውም መንፈሳዊ መሆኑ ሊታወቅ ይገባል፡፡ በተጨማሪም በመሪው ከህሎት እምነት ያለው በጀግንነቱም በኃያሉ ችሎታ የሚታመን ወታደር አይበገርም፡፡ 'የእግዚአብሔርን ሙሉ ትጥቅ ልበሱ(ወኔውም መሣሪያውም)'፡፡

በኃይሉ ችሎት፡- የእግዚአብሔር ኃይል ይህን ዕውቀት በማወቅና በማስታወስ ብቻ አይገኝም፡፡

ጉዚክ እንዲህ ያስቀምጠዋል፡- ይህ ድግምት ወይም አስማት አይደለም፡፡ ዝም ብለህ በጌታና በኃይሉ ችሎታ የበረታችሁ ሁሉ እያልክ ስለደጋገምክ የሚሆን ነገር የለም፡፡ ክርስትናም "በየቀኑ በየሁኔታው እየተሻሻልኩ ነው" እያልክ የምትዞርበት የስነልቦና ቁማር አይደለም፡፡ እንዲህ የመሳሰሉት የአይምሮ ጨዋታዎች የሚያሳኩት ነገር ይኖራል፤ ጳውሎስ እዚህ የሚለው ግን ይህን አይደለም፡፡

---

10 በቀረውስ በጌታና በኃይሉ ችሎት የበረታችሁ ሁኑ።

በቀረውስ 2ኛ ቆሮ 13÷11፤ ፊል 3÷1፤ 4÷8፤ 1ኛ ጴጥ 3÷8

በጌታና በኃይሉ ችሎት የበረታችሁ ሁኑ ኤፌ 1÷19፤ 3÷16፤ ዘዳ 20÷3፣4፤ 31÷23፤ ኢያ 1÷6፣ 7፣9፤ 1ኛ ሳሙ23÷16፤ 1ኛዜና 28÷10፤ 20፤ 2ኛዜና 15÷7፤ መዝ 138÷3፤ ኢሳ35÷3,4፤ 40÷28፣ 31፤ ሐጌ 2 4፤ዘካ8÷9፣13፤ 1ኛቆሮ 16÷13፤ 2ኛ ቆሮ 12÷9፣10፤ ፊል4÷13፤ ቆላ 1÷11፤ 2ኛጢሞ 2÷1፤ 4÷17፤ 1ኛ ጴጥ 5÷10

ቁጥር 11 የዲያብሎስን ሽንገላ ትቃወሙ ዘንድ እንዲቻላችሁ የእግዚአብሔርን ዕቃ ጦር ሁሉ ልበሱ።

የዲያቢሎስ ሽንገላ ከአዳም ጀምሮ በሰው ልጅ ላይ እንዳነጣጠረ ነው፡፡ ዘወትር ይዘረናል፡፡ የሚያባብል ቃሉ ምኞታችንን ሥጋዊ መሻታችንን ለመቆጣጠር፣ እኛን ከእግዚአብሔር ሃሳብና ፈቃድ ለማውጣት፣ እንደ ማር በሚጣፍጡ አባባይ ነገሮች ይመጣብናል፡፡ ሰይጣን ከሚመጣባቸው ዋና ዋና የሽንገላ መንገዶቹ ዝሙት፣ ገንዘብና ክብር ዋነኛዎቹ ናቸው፡፡ ከአዳም ጀምሮ እስከ አሁን ድረስ ብዙ መንፈሳውያን ሰዎች የወደቁት፣ የተሸነገሉት በእነኒህ ሦስት አደገኛ ወጥመዶች ነው፡፡

ብዙዎቻችን በአንድም ይሁን በሌላ መንገድ እነኒህ ሦስት ወጥመዶች ብዙ ጊዜ ይዘጋጁልናል፡፡ ለአንዳንዶች የተቃራኒ ጾታ ወጥመድ፣ ለሌሎች ስጦታ በሚመስል መንገድ የገንዘብ ወጥመድ ተዘጋጅቶላቸዋል፡፡ አንዳንዶች ደግሞ በሦስቱም ወጥመዶች ተሸንግለዋል፡፡ ይህን ሽንገላ መቃወም እንድንችል ሐዋርያው የሚመክረን የእግዚአብሔር ዕቃ ጦር ሁሉ እንድንለብስ ነው፡፡ (ሮሜ 13÷12 2ኛ ቆሮ 6÷7 ፤ 10÷14 1ኛ ተሰ 5÷8)

በአዲሱ መደበኛ ትርጉም ላይ *"የዲያቢሎስን የተንኮል ሥራ መቋቋም ትችሉ ዘንድ የእግዚአብሔርን ሙሉ የጦር ዕቃ ልበሱ"* ይላል፡፡ ዲያቢሎስ ሸንጋይ ነው፤ ተንኮለኛም ነው፡፡ ሸንጋይነትና ተንኮለኛነት ተመሳሳይነት ቢኖራቸውም ልዩ ልዩ ትርጉምም አላቸው፡፡ ሸንጋይነት እያሞጋገሰ፣ በለሰለሰ ቃል የሚያታልልን ነው፤ ሸንጋይነት ብዙ ጊዜ ከንግግር፣ ከአንደበት ቃል ጋር ይያያዛል፡፡ ተንኮለኛነት ደግሞ አንደበትም ድርጊትንም ያካትታል፡፡ በተንኮል ወጥመድን ያዘጋጅልናል፡፡ በማባባል፣ ወጥመዱ ውስጥ እንድንገባ ያደርገናል፡፡ ተንኮሉ ረቂቅ ነው፡፡ ሰውን ምን ያህል ጠንካራ ቢሆን ያታልለዋል፡፡ በአንድ ቀን ውድቀት በእድሜ ዘመኑ የደከመበት አገልግሎቱ ሁሉ ገደል ይገባል፡፡ (2ኛ ቆሮ 2÷11 ፤ 4÷4 ፤ 11÷3 2ኛ ተሰ 2÷9-11 1ኛ ጴጥ 5÷8)

በሃገራችን አንዳንዶች ታላላቅ አገልጋዮች እግዚአብሔር በድንቅ መንገድ ተጠቅሞባቸው መጨረሻ ላይ ግን በዲያቢሎስ ወጥመድ ውስጥ ገብተዋል፡፡ ብዙዎችን አስተምረው፣ አገልግለው እነርሱ ግን ይህ ሥጋቸው አሸንፏቸዋል፡፡ አንድ ቀን በድንገት አዳለጣቸውና ወደቁ፡፡ ከዚያ በኋላ ደግሞ መነሳት ለእነርሱ አዳጋች ሆነ፡፡ ልብ ቢሉ ከጌታ ጋር ጊዜ ቢሰጡ፤ በተሐድሶና በልዩ ቅባት አገልግለው በክብር እንደ ቀደሙት አባቶች ይሰበሰቡ ዘንድ ይችላሉ፡፡ ከእነዚያ ውስጥ ንጉስ ዳዊትን መጥቀስ እንችላለን (1ኛ ቆሮ. 10÷13)፡፡

(ይሁዳ 24) ስለዚህ ዘወትር በጌታ መጠንከር እጅግ ያስፈልጋል፡፡ ራስን ይቅር ማለት ያለፈውን ወደ ኋላ ትቶ ወደፊት መዘረጋት ዳገት የሚያደርገው የዲያብሎስ ሽንገላ ነው፡፡

ቅድሳንም (የክርስቶስ አካል) የወንድሞቻቸውን ድካም ካለማንሳትና ከዲያብሎስ ሽንገላ ጋር ካለመተባበር ጋር አብረው ሊሰለፉ ይገባል፡፡ ወንድማቸው ይህንን ሽንገላአሸንፎ በተሓድሶ እና በልዩ ቅባት እንዲቆም በውጊያው መስከ መደመር (መተባበር - ታጥቆ መነሳት - አብሮ መቆም) አስፈላጊ ነው፡፡

በውጊያ አለም ወስጥ ቆስሎ መውደቅ ሆነ መሞት በጠላት መንደር የሚታይ መሆን አለበት እንጂ ማንም ከራሱ ወገን በጠላት ተመትቶ በሜዳ ወድቆ እንዲቀር የሚፈልግ ወታደር የለም፡፡ አንዳንድ ግዜ አማኝ ወንድሙን ከማነፅ ይልቅ ከጠላት ጋር ለመወገን ሊሰለፍ ይችላል፡፡ ይህ የሚሆነው የአካል መጎዳት በስተመጨረሻ ዞሮ ዞሮ የእርሱም መጎዳት መሆኑን ስላልተረዳ እንዲሁም የእግዚአብሔር መንግስት ሚስጥርና የወንጌል ብርሃን ሰላለበራለት ነው፡፡ ይህን የዲያቢሎስን ሽንገላ ለመቋቋም የእግዚአብሔርን ዕቃ ጦር ሁሉ ልበሱ ይለናል፡፡ ዕቃ ጦሩ ምን እንደ ሆነ በሚቀጥሉት ቁጥሮች ላይ ይዘረዝርልናል፡፡

11 የዲያብሎስን ሽንገላ ትቃወሙ ዘንድ እንዲቻላችሁ የእግዚአብሔርን ዕቃ ጦር ሁሉ ልበሱ።
የዲያብሎስን ሽንገላ ኤፌ4÷14፤ ማር 13÷22፤ 2ኛ ቆሮ 2÷11፤ 4÷4፤ 11÷3፤13-15፤ 2ኛ ተሰ 2÷9-11፤ 1ኛ ጴጥ 5÷8፤ 2ኛ ጴጥ 2÷1-3፤ ራዕ 2÷24፤ 12÷9፤ 13÷11-15፤ 19÷20፤ 20÷2፤3፤7፤8
ትቃወሙ ዘንድ እንዲቻላችሁ ኤፌ6÷13፤ ሉቃ 14÷29-31፤ 1ኛ ቆሮ 10÷13፤ ዕብ 7÷25፤ ይሁ 1÷24
የእግዚአብሔርን ዕቃ ጦር ሁሉ ኤፌ6÷13፤ ሮሜ 13÷12፤ 2ኛ ቆሮ 6÷7፤ 10÷4፤ 1ኛ ተሰ 5÷8
ልበሱ ኤፌ6÷4፡24፤ ሮሜ 13÷14፤ ቆላ3÷10

6፡12 መጋደላችን ከደምና ከሥጋ ጋር አይደለምና፥ ከአለቆችና ከሥልጣናት ጋር ከዚህም ከጨለማ ዓለም ገዦች ጋር በሰማያዊም ሥፍራ ካለ ከክፋት መንፈሳውያን ሠራዊት ጋር ነው እንጂ።

እኛ የምንጋደለው ከደምና ከሥጋ ጋር አይደለም ፤ ደምና ሥጋ የሰው ልጅ ነው፡፡ ብዙውን ጊዜ ከሰዎች ጋር እንጋጫለን፡፡ በቤተሰብ ውስጥ፣ በቤተ ክርስቲያን፣ በጎረቤት፣ በመሥሪያ ቤት ሌላው ቀርቶ በሃገር ደረጃ ግጭት ይነሳል፡፡ ሁልጊዜም ግጭቶች ሲነሱ ቶሎ የምንመለከተው እከሌ የተባለ ሰው ወይም የተወሰነ ቡድን ግጭቱን እንዳስነሳ ነው፡፡ እነማን በተንኮልና በግጭቱ ውስጥ እጃቸው እንዳለበትም እንዘረዝራለን፡፡ ይሁንና ግን

ዲያቢሎስ ከጀርባ እንዳለ መዘንጋት የለብንም፤ ተጋድሎአችን ከሰው ጋር አይደለም፡፡ በውጊያው ስልት ጥንቁቆች ከሆንን የውጊያውን አቅጣጫ አበጥረን በመለየት ዲያቢሎስን በምንዋጋበት አሰላለፍ እንቆማለን፡፡ አለዚያ ግን በቀላሉ የምንሸነገል እንሆናለን፡፡ በአሁኑ ወቅት በብዙ አብያተ ክርስቲያናት ጠብና ግጭት እየበረከተ ነው፡፡ በዚህ የግጭት ወቅት እነኚህ ወንድሞች ጠብና ግጭታቸው በሰዎች ላይ ያነጣጠረ ይሆናል፡፡ ከመጸለይም ይልቅ ችግሩን ለመፍታት የሚጥሩበት አቅጣጫ ይበረከታል፡፡ በስብሰባ፣ በመመካከር፣ ጠቡን ካነሱት ሰዎች ጋር በመነታረክ የሚጠፋው ጊዜ ረጅም ነው፡፡ አብዛኛውን ጊዜ በመከፈቻና በመዝጊያ ላይ ከሚደረገው ጸሎት ውጪ የጸሎት ተጋድሎም ደካማ ነው፡፡ ከዚህ የተነሳ ችግሩ እየተባባሰ ይሄዳል እንጂ መፍትሄ ሲያገኝ አይታይም፡፡ ዲያቢሎስና ሠራዊትን መጽሐፍ ቅዱስ የጨለማ ዓለም ገዢዎች ይላቸዋል፡፡

እርሱ በጨለማ ውስጥ ይመላለሳል፤ በጨለማ ውስጥ የሚገኙ ሁሉም የእርሱ መጠቀሚያዎች ናቸው፡፡ ክርስቲያኖች ሆነንም የማንጸልይ፣ በእግዚአብሔር ቃል የማንታጠቅ፣ በእምነት የማንበረታ ሕይወታችንም በቅድስና የማይገኝ ከሆነ የጨለማው ገዢ መሣሪያዎች በመሆን እርሱ ይጠቀምብናል፡፡

በዚህ የጨለማ ዓለም ውስጥ ሥልጣናት፣ ኃይላት አሉ፡፡ እንዲሁም የእርኩሳን መናፍስት ሠራዊት አሉ፡፡ እነኚህ ዓላማቸው ሰዎችን ማሳት፣ መሸንገል፣ ተንኮል መሥራት፣ በዚህ ዓለም ላይ አስመስለው በሚያቀርቡት ብልጭልጭ ነገር ሰዎችን ማታለል ነው፡፡ ማስታወቂያው፣ ቪላ ቤቱ፣ እጅግ የሚያማምሩት መኪናዎች፣ ብሩ፣ ወርቁ የመሳሰሉት ቁሳዊ ነገሮች የሰውን ልጅ ያታልሉታል፡፡ ዓለም ውብ መስላ ትታያለች፤ እንደ ማርም የምትጣፍጥ ትመስላለች፤ ፍጻሜዋ ግን ሞት ነው፡፡ ከጌታ የሆነውን ምድራዊ በረከትና እና ከጠላት የሚመጣውን መታለል ለይተን ማወቅ ይኖርብናል፡፡

የአማኝ ተጋድሎው ከእነኚህ ማራኪ የዓለም ብልጭልጭ ነገሮች ጋር ነው፡፡ አንድን አገልጋይ እጅግ ውብ የሆኑ ቆነጃጅት ሊማርኩት ተዘጋጅተውለታል፤ ብሩና ወርቁ የሚያጓጓ ነው፡፡ እነኚህ እርኩሳን ሠራዊቶች ያዘጋጁልንን ይህን ከላይ ሲታይ መልካም መዓዛ ያለው የሚመስል መርዝ እንቢ የምንልበት አቅም የኃይሉ ብርታትና ተጋድሏችን ነው፡፡

ይህን ስንል አንድ ጥንቃቄ ማድረግ ያለብን ጉዳይ ግን ሁሉንም ነገር ከዲያቢሎስ ጋር ማገናኘት እንደ ሌለብን ነው፡፡ የተበላ፣ የተጠጣውን ሳይቀር ከዲያቢሎስ ጋር ማገናኘት፣ አንዳንዴ የራሳችንንም ስህተት በእርሱ ማላከክ ተገቢ አይደለም፡፡ ባለቤቱ አስተማማኝ

የሆነ መሳርያ ሰጥቶናል፡፡ እርሱ እንዳለን ከተራመድን ያለጥርጥር ድላችን በእርሱ ይገኛል (ሮሜ 8፥38፤ ቆላ 2፥15፤ 1ኛ ጴጥ 3፥22)፡፡

12 መጋደላችን ከደምና ከሥጋ ጋር አይደለምና፥ ከአለቆችና ከሥልጣናት ጋር ከዚህም ከጨለማ ዓለም ገዦች ጋር በሰማያዊም ስፍራ ካለ ከክፋት መንፈሳውያን ሠራዊት ጋር ነው እንጂ።

መጋደላችን ሉቃ 13፥24፤ 1ኛ ቆሮ 9፥25-27፤ 2ኛ ጢሞ 2፥5፤ ዕብ 12፥1፤4

ከደምና ከሥጋ ጋር አይደለምና ማቴ 16፥17፤ 1ኛ ቆሮ 15፥50፤ ገላ 1፥16

ከአለቆችና ከሥልጣናት ጋር ኤፌ1፥21፤ 3፥10፤ ሮሜ 8፥38፤ቆላ2፥15፤ 1ኛ ጴጥ 3፥22

ከዚህም ከጨለማ ዓለም ገዦች ጋር ኤፌ 2፥2፤ ኢዮ2፥2፤ሉቃ 22፥53፤ ዮሐ 12፥31፤ 14:30፤ 16፥11፤ ሐዋ 26፥18፤ 2ኛ ቆሮ 4፥4፤ ቆላ 1፥13

በሰማያዊም ስፍራ ካለ ከክፋት መንፈሳውያን ሠራዊት ጋር ኤፌ1፥3

6:13 ስለዚህ በክፉው ቀን ለመቃወም፥ ሁሉንም ፈጽማችሁ ለመቆም እንድትችሉ የእግዚአብሔርን ዕቃ ጦር ሁሉ አንሡ።

ክፉው ቀን የሚለው የመከራው፣ ብዙ ፈተና በእኛ ላይ ተፈራርቆ የሚመጣበት ጊዜ ነው፡፡ ይህ ክፉ ቀን እምነታችን የሚናጥበት፣ ትዕግስታችንም የሚለካበት ነው፡፡ ኢዮብ በመከራ ውስጥ እስከ መጨረሻ ድረስ ታገሰ፡፡ ጸንቶ ቆመ፤ ወዳጆቹ የሚመስሉ ሰዎች እንኳን ሳይቀሩ ቢፈርዱበትም እስከ መጨረሻ ድረስ ጽድቁን ጠብቆ ቆመ፡፡

ቀን፡- በግሪክ **ሄሜራ** hēméra / hay-mer'-ah ሲሆን የ24 ሰዓት መደብ ያለውን ቀንና ሌሊት ያመለክታል፡፡(መጽሐፍ ቅዱስ ጥቅሶች የብሉይና / የአዲስ ኪዳን ግሪክ መዝገበ ቃላት. የቲየር ትርጉም)

በክፉው ቀን፡- ክፉ የተባለው ቀን የሚያመለክተው ሰይጣን ሊቃወመን እንደጎርፍ የሚመጣበትን ማንኛውንም ጊዜ ሊሆን ይችላል፡፡ ተቃውሞው እንደ ማዕበል ወደ ፈተና ወደ ኋላ እያለ የሚመላለስ ስለሆነ ሸሽቶ የነበረው ተመልሶ ሲመጣ ቀኑ ክፉ ነው፡፡ (ማክዶናልድ, ወ እና ፋርስታድ, ኤ. አማኝ የመጽሐፍ ቅዱስ ኮሜንታሪ: ቶማስ ኔልሰን)

ክፉ፡- በግሪክ **ፓኔሮስ** የሚባል ሲሆን ትርጉሙ መልካም የሆነውን ሁሉ የሚቃወምና የሚያበላሽ ጎጂ ኃይል ማለት ነው፡፡ የፓኔሮስ ስርወ ቃል ጭንቀትና ሕመም ያለበትን ልፋትና ከባድ ሥራ የሚያመላክት ነው፡፡(መጽሐፍ ቅዱስ ጥቅሶች የብሉይና / የአዲስ ኪዳን ግሪክ መዝገበ ቃላት. የቲየር ትርጉም)

ብራቸር፡- እዚህ ክፉ ቀን የተባለው በእግዚአብሔርና በክፋው ኃይሎች መካከል ጦርነት የሚደረግበትን የመጨረሻው ቀን ሳይሆን ክርስቲያን ከክፉ መንፈስ ጋር ውጊያ ውስጥ የሚገባበት ማንኛውም ቀን ነው፡፡ በተጨማሪ ክፉ ቀን ሲባል መጥፎ ክስተቶች የሚስተናገዱበት (የሚፈጠሩበት) ቀን ለማለት ነው፡፡ በራሱ ክፉ የሆነ ቀን የለም፡፡ ስለዚህ ክፉ ቀን የሚለው "የመጥፎ ክስተት ቀን" ወይም "ክፉ ጥቃት የሚሰነዝርበት ቀን" ተብሎ ሊተረጎም ይችላል፡፡ (የተባበሩት የመጽሐፍ ቅዱስ ማኅበራት 'የአዲስ ኪዳን መጽሐፍ ተከታታይ)

ኤክስፖዚተርስ፡- ‹የክፉ ቀን› ሞት የቀረበበት ቀን የመጨረሻው ቀን ወይም የአሁኑ ዘመን ማለት አይደለም፡፡ ክፉ ቀን በዲያብሎስ ሽንገላ ምክንያት ነገሮች እጅግ መጥፎ የሚሆኑበት ነው፡፡ (ጌቤሊን, ኤፍ, አርታኢ-የአሳታሚው የመጽሐፍ ቅዱስ ሐተታ 6-ጥራዝ ኒው ቴስታመንት.)

ካልቪን፡- ክፉ ቀን በሚለው ገለፃ ጳውሎስ ክርስቲያኖች ከባድ አስቸጋሪና አደገኛ ለሆነ ትግል ራሳቸውን እንዲያዘጋጁ ያነሳሳቸዋል፡፡ አስቸጋሪው ሁኔታም ውስጥ ምንም ስለማይሆኑ በድል ተስፋም ያበረታታቸዋል፡፡ እንግዲህ ስለዚህ ነገር ምን እንላለን? እግዚአብሔር ከእኛ ጋር ከሆነ ማን ይቃወመናል? (ሮሜ 8÷31)

መቃወም፡- ሲል የጠላትን ሥራ ማፍረስ ነው፡፡ በእኛ ላይ በተለያዩ መንገዶች ሰልፍን የሚያስነሳብንን ጠላታችንን ጠንክረን የምንዋጋበት፣ የዲያቢሎስን አሠራር የምናፈርስበት ስልት ነው፡፡ ክርስቲያን ሁልጊዜም በሰልፍ ላይ የሚኖር ነው፡፡ አንዱን ሰልፍ ተወጥተን ጨረስን ብለን ስንል ሌላ አይነት ሰልፍ ይጠብቀናል፡፡ በክፉው ቀን ለመቃወም የሚያስችለን የእግዚአብሔር ጸጋ በእኛ ላይ ሆኖ ውጊያውን እንታገላለን፡፡ መጽሐፍ ቅዱስ "ባላጋራችሁ ዲያቢሎስ የሚውጠውን ፈልጎ እንደ ሚያገሳ አንበሳ ይዞራልና. . . በእምነት ጸንታችሁ ተቃወሙት" ይላል (1ኛ ጴጥ. 5÷8)፡፡(ቅድመ አስቲን)

ተቃወመ፡- በግሪክ **አንቲስቴሚ** anthístēmi / anth-is'-tay-mee ሲሆን፣ በጥሬው በተቃራኒ ቆመ በመቃወም ቆመ ማለት ነው፡፡ ተቃውሞው የአመለካከት ብቻ ሳይሆን የባህሪ ተቃውሞንም የሚያጠቃልል ነው፡፡ ቃሉ በጦርነት ወቅት ከጠላት በተቃራኒ መሰለፍን የሚያመለክት ነበር፡፡(መጽሐፍ ቅዱስ ጥቅሶች የብሉይና / የአዲስ ኪዳን ግሪክ መዝገበ ቃላት. የቲየር ትርጉም)

ዉወስት፡- አንቲስቴሚ (ተቃወመ) ተቋቋመ፣ የሌላውን ጥቃት እየተቃወመ ጸና ማለት ነው፡፡ ክርስቲያን ዲያብሎስን መዋጋት እንደማይችል በሚገባ ያውቃል፡፡ እግዚአብሔር ከፈጠራቸው መላዕክት እጅግ ኃይለኛውና አዋቂው የነበረው ዲያብሎስ አብዛኛው ኃይሉና ጥበቡ አሁን ድረስ አብሮት ስለሆነ በዕርሱ ላይ ጥቃት መሰንዘር አይቻልም፡፡ እንዲያም ሆኖ ጥቃቶቹን መቋቋም ይቻላል፡፡ ልበሙሉነት እንጂ ፍርሃት ሰይጣንን አያሸንፈውም፡፡ (ዉወስት ኬ. ኤስ፡ ዉወስት የቃል ጥናቶች ከግሪክ አዲስ ኪዳን፡ ኢርድማንስ)

ግራንት ሪችሰን፡- አንቲስቴሚ መከላከልን እንጂ ማጥቃትን የሚገልጽ ቃል አይደለም፡፡ ክርስቲያን ጦርነት ውስጥ መሆኑን አውቆ የእምነትን ምሽግ መገንባት አለበት፡፡ በራሳችን ሰይጣንን ልንዋጋው እንደማንችል አውቀን ዕቃ ጦራችሁን አንሱ ለሚለው ትዕዛዝ በመገዛት እንቋቋመዋለን፡፡ (ሪቻርድ, ጂ፡ የዛሬው ቃል)

ዘ ኔት ባይብል፡- አንቲስቴሚ አንድን ነገር ወይም ሰውን የመቋቋምንና የመቃወምን ሐሳብ የሚገልጽ ቃል ነው፡፡ (ዘ ኔት የመጽሐፍ ቅዱስ ማሳሰቢያዎች. መጽሐፍ ቅዱሳዊ ጥናቶች ፐሬስ)

ኮንስታብል፡- እግዚአብሔር ሰይጣንን እንቃወመው ዘንድ ዓለምን እንድንተውና የስጋን ምኞት እንድንክድ ሲያዝዘን የሰይጣን ምኞት ደግሞ እግዚአብሔር የተናገረውን እንድንጠራጠር፣ እንድንክድ፣ ችላ እንድንለውና ለእርሱም አንታዘዝምእንድንል ማድረግ ነው፡፡ (የቶም. ኮንስታብል. የሰጠው ትንታኔ፡ በመጽሐፍ ቅዱስ ላይ)

ዋረን ዋየርስቢ፡- ከሰይጣን ፊት ከመቆማችን በፊት በእግዚአብሔር ፊት እንንበርከክ፡፡ ጴጥሮስ ጌታን ተቃውሞ መጨረሻው ለሰይጣን እጅ መስጠት ሆኗልና፡፡

ፍርሃት የክርስቲያንን ሕይወት ስለት የሚያሳጣ ነው፡፡ ሰይጣንም ያልበረቱ ክርስቲያኖችን ከእምነት ሕይወት የሚያስወጣቸው በፍርሃት ነው፡፡ አንበሳ መንጋ እንደሚያሳድድ ከመንጋውም ደከማውን እንደሚሰብረው ሰይጣንም በፍርሀት ሸብቦ አስቀድሞ የሚይዘው ያልበረታውን ክርስቲያን ነው፡፡ በክርስትና አረማመድ ወደፊት እንዳንዘልቅ አቅም የሚያሳጣን ፍርሃት ነው፡፡ (ዋረን ዋየርስቢ፡ የመጽሐፍ ቅዱስ ትርጓሜ ኮሜንታሪ 1989 እ.ኤ.አ. ቪክቶር)

የተቃውሞ ጸሎት የኢየሱስን ስም በመታመንና በመጥራት የምንጸልየው ነው፡፡ ብዙውን ጊዜ ይህ ጸሎት ግን በቤተ ክርስቲያንን ውስጥ ተገቢ ባልሆነ መንገድ ይገለጻል፡፡ ሕይወት

ሳይስተካከል "በኢየሱስ ስም!" ብሎ በመጮኽ ብቻ የተቃውሞ ጸሎትን ማድረግ በሃገራችን በብዛት ይታያል፡፡ አንዳንድ ጊዜም አገልጋዮች በስብከታቸው መሃል አጋንንት ከጮኸ ጉባኤውን ሁሉ በኢየሱስ ስም! እያላችሁ ተቃወሙ ይላሉ፡፡ ሰው ሁሉ በአንድ ድምጽ "በኢየሱስ ስም!" ይላል፡፡ ጉሮሮ እስኪተረተር ድረስ ተጮኾ ምንም ለውጥ የማይታይበት ሁኔታ አለ፡፡ ዲያቢሎስን በመገሰጽ መጸለይ ስህተት የለውም፡፡ ሆኖም እንደ ኢያሪኮ ግንብ በድምጽ ብዛት ዲያቢሎስን እንዋጋለን ብሎ ማሰብ ስህተት ነው፡፡ ዲያቢሎስ በመጀመሪያ ደረጃ መቃወም የሚኖርብን ወደ እግዚአብሔር በመቅረብ ነው፡፡ "ለእግዚአብሔር ተገዙ፣ ዲያቢሎስን ግን ተቃወሙ ከእናንተም ይሸሻል፤ ወደ እግዚአብሔር ቅረቡ ወደ እናንተም ይቀርባል" ያዕ. 4÷7፡፡

ዲያቢሎስን ለመቃወም በመጀመሪያ ለእግዚአብሔር መገዛት ተገቢ ነው፡፡ ለእግዚአብሔር የተገዛና የተቀደሰ ሕይወት ካለን እኛ ባለንበት ዲያቢሎስ ዝር አይልም፣ ወይም በነጻነት አይሰለጥንም፡፡ እግዚአብሔርም ወደ እርሱ በቀረብን መጠን ወደ እኛም የሚቀርብ አምላክ ነው፡፡ ወደ እግዚአብሔር አብዝተን በቀረብን መጠን የዲያቢሎስም ክፉ ሥራ እየወደቀ ይመጣል፡፡ አንድሪው ሙሬ የተባለ አገልጋይ ሕይወቱ በቅድስናና በእግዚአብሔር ክብር የተሞላ ከመሆኑ የተነሳ እርሱ ወደ መድረክ ወጥቶ ሲቆም ከመቅጽፈት በጉባኤው መካከል ትልቅ የመንፈስ ቅዱስ መነካት ይሆናል፣ ሰዎችም የመቀደስና የእግዚአብሔር ፍርሃት ያልፍባቸዋል፡፡ የሚያስፈልገው እውነት ይህ ነው፡፡

ሁሉንም ፈጽማችሁ መቆም፡- ሲል ምን ማለቱ ነው? የእግዚአብሔርን መንግሥት ሃሳብ፣ የአምላካችሁን ፈቃድ፣ የቃሉን ትዕዛዝ፣ ዘለዓለማዊ እቅዱን ፈጽማችሁ መገኘት ነው፡፡ በእግዚአብሔር ዘለዓለማዊ እቅድ ውስጥ እንድንቆም ተጠርተናል፡፡ "መቆም" መጽናትን፣ አለመናወጥን ያመለክታል፡፡ ክፉው ሁኔታ ሲመጣ፣ ዓለማዊነት ዙሪያችንን ከቦ ሲያባብለን እንቢ ብለን እንደ አምላካችን ፈቃድ መኖር አብዝተን ወደ እግዚአብሔር መቅረብን ያመለክታል፡፡

በክፉው ቀን ለመቃወምና በጽናት ለመቆም የሚያስችለንም የእግዚአብሔር እቃ ጦር እንደ ሆነ ይናገራል፡፡ የእግዚአብሔር ዕቃ ጦር የሚባሉት ምን ምን እንደሆኑም በሚቀጥሉት ቁጥሮች ላይ ዘርዝሮልናል፡፡ (መክ 12÷1 ፤ ሉቃ 8÷13 ፤ ኤፌ.5÷16 ፤ ራዕ3÷10 ፤ ሉቃ21÷36)

ሁሉንም በግሪክ ፓን ሲሆን፣ ትርጉሙ ቀውሱ የሚጠይቀውን ነገር በጠቅላላ ማለት ነው፡፡ (መጽሐፍ ቅዱስ ጥቅሶች የብሉይና / የአዲስ ኪዳን ግሪክ መዝገበ ቃላት. የቲየር ትርጉም)

ፈጽማችሁ፡- በግሪክ **ካቴርጋዞማይ** katergázomai / kat-er-gad'-zom-ahee ሲሆን ትርጉሙ ጨርሶ መሥራት፣ ከግብ መድረስ የተጀመረውን ማጠናቀቅ ማለት ነው፡፡ (መጽሐፍ ቅዱስ ጥቅሶች የብሉይና / የአዲስ ኪዳን ግሪክ መዝገበ ቃላት. የቲየር ትርጉም)

ዊሊየን ጋነል፡- በመንግሥተ ሰማይ የምንታየው የክብር ልብስ ለብሰን እንጂ ዕቃ ጦር ለብሰን አይደለም፡፡ እዚህ ግን ቀንም ሌሊትም፣ ስንራመድም ስንሠራም ሆነ ስንተኛ ዕቃ ጦራችንን ለብሰን ነው፡፡ ያለበለዚያ የክርስቶስ እውነተኛ ወታደሮች አይደለንም፡፡ በእግዚአብሔር ዕቃ ጦር አንተማመንም ፤ የምንተማመነው ዕቃ ጦሩን በሰጠን በእግዚአብሔር ነው፡፡ የዚህ ምክንያቱ ደግሞ ሁሉም የጦር እቃችን ብርቱ የሚሆነው በእግዚአብሔር ስለሆነ ነው፡፡ (ባርክሌይ, ደብሊው ዴይሊ ስተዲስ ተከታታይ ተከታታይ, ሪቨርስ ፊላደልፊያ: ዌስት ሚንስተር ፕሬስ)

ሁሉን ፈጽማችሁ የሚለው የእግዚአብሔር ዕቃ ጦር መልበስንና ሰይጣንን መቃወምን ይጨምራል፡፡ የጎረቤታችንን ያህል ወይም በጠቅላላው የተሻለ ለመሥራት አልተጠራንም የተጠራነው በመንፈሳዊ ጦርነት አሸናፊ የሚያደርገንን በሙሉ ለመሥራት ነው፡፡

ሮማውያን ካቴርጋዞማይ የሚለውን ቃል ማዕድን መቆፈርን የእርሻ ሥራን ለመግለጽ ይጠቀሙበት ነው፡፡ በሁለቱም ሥራዎች መትጋት ድካምን የሚያስረሳ ፍሬ ያስገኛል፡፡ ከማዕድኑ የከበረው ከእርሻውም ያማረው ፍሬ ይሰበሰባል፡፡ ዊልራንባርክሌይ እንደሚለው ካቴርጋዞሚ ከፍጻሜ ማድረስ የሚል ሐሳብ ያለው ነው፡፡ (ኪተል, ሰ, ፍሪድሪክ, ሰ, እና ብሪምሊ, ጂ. ደብሊው. ቲኦሎጂካል. ዲክሽነሪ. ኦቭ. ዘ. ኒው. ቴስታመንት)

ኤክስፖዚተርስ፡- የአደጋ ጊዜው ሲያልፍ ስንዝር መሬት እንዳለተሰጠ ይታወቃል፡፡ ክርስቲያኖች ለትግሉ በመዘጋጀት ብቻ ሳይሆን ውስጡ በመቆየትም ሁሉን ይፈጽማሉ፡፡ ካቴርጋዞሚ በጦርነትም ይሁን በጨዋታ ከውጤት ጋር የሚያያዝ ነው፡፡ (ጌበላይን, ኤፍ, አርታኢ: ኤክሲፖዚተርስ ባይብል ኮሜንታሪ . አዲስ ኪዳን. ዞንደርቫን ህትመት)

ቁም፡- በግሪክ **ሂስቴማ** hístēmi / his'-tay-mee ነው፡፡ በመልዕክቱ ውስጥ ያለው ትርጉም ቦታን ሳይለቁ መያዝ ወይም መተከል ማለት ነው፡፡ አማኞች ጠላትን ፊት ለፊት ይጋጠሙታል እንጂ ጀርባቸውን አይሰጡትም፡፡ እርሱን የተጋፈጥንበት የመጀመሪያው ቅፅበት የድላችን መጀመሪያ ነው፡፡ ድል አሸንፈን የምናገኘው ሳይሆን አስቀድሞ ቀራኒዮ

514

የሰ.ፌ.በ.ስ. አገልግሎት / የኤፌሶን መልእክት ትምህርት

ላይ የተሰጠን ነገር ነው (ቆላስይስ 2÷15)፡፡ (መጽሐፍ ቅዱስ ጥቅሶች የብሉይና / የአዲስ ኪዳን ግሪክ መዝገበ ቃላት. የቲየር ትርጉም)

አማኞች ከድል ተነስተው ይዋጋሉ እንጂ ለድል አይዋጉም

ጆን ፓይፐር፡- በቴሌቪዥን የሚታዩ ማስታወቂያ ሥራዎች ቅድሚያ የሚሰጡት ነገርም ሆነ የንግድ ሥራ እሴቶችና ስልቶች ለነፍስ ይጠቅማሉ ብለን አናስብም፡፡ ከእነዚህ አንዱም ደግሞ እግዚአብሔር የሚከብርበት ነው ብለንም አናስብም፡፡ ይህ አይነቱ ዘመናት ያከበሩትና የተስማሙበት ጥበብም የእግዚአብሔር ጥበብ ነው ብለን አናስብም፡፡ ይልቁንም ቆም ብለን በማሰብ ከሃገራችን ከመንግሥተ ሰማያት ጥበብ ምክርን እንጠይቃለን፡፡ አቅጣጫችንንም ከእግዚአብሔር ከቃሉ ውስጥ እናገኛለን፡፡ ራሳችሁን ከመንግሥተ ሰማይ እንደመጣ ስደተኛና ጸጉረ ልውጥ አድርጋችሁ ስታዩት ከነፋሱ ጋር መንፈስን ታቆማላችሁ፡፡ በሁሉም ነገር ለነፍስ መልካም የሆነውና እግዚአብሔር የሚከብርበት የትኛው ነው ስትሉ ትጠይቃላችሁ፡፡ ምግብ፣ መኪና፣ የዋና ልብስ፣ የወሊድ መቆጣጠሪያ፣ የመኝታ ጊዜ፣ በፍጥነት ማሽከርከር፣ ቁጠባ፣ የልጆች ትምህርት ሌላው? ፀጉረ ልውጦች ምልክት የሚያገኙት ከዓለም ሳይሆን ከእግዚአብሔር ነው፡፡

ጉዚክ፡- ብዙ ክርስቲያኖች ስለመንፈሳዊ ውጊያ ያላቸው አስተሳሰብ የተሳሳተ ነው፡፡ በመሆኑም በሐሳባቸው የክርስቲያን ሠራዊት የሲያልን መንግሥት ሲያጠቃአና እየዞረ አጋንንትን ሲያሳድድ ይስሉታል፡፡ እውነታው ግን ይህ አይደለም፡፡ ኢየሱሱ እየዞረ አጋንንትን አይፈልግም ነበር፡፡ አባቱ እንዲፈጽም የሚፈልገውን ያውቅ ስለነበር .. ሥራው ላይ ተሰማርቶ ሊያደናቅፈው ሲሞክር ብቻ ያስቆመው ነበር፡፡ እኛም እግዚአብሔር የሰጠንን ተልዕኮ እንዳንወጣ ሊያቆመን ሲሞክር ብቻ እንቃወመዋለን እንጂ ዲያብሎስን ፍለጋ አንሰማራም፡፡ ይህ እርሱን እቅዳችን ከማድረግ የሚቆጠር ነው፡፡ ዲያብሎስን ደግሞ እቅዳችን ልናደርገው አንችልም፡፡ የጌታን ሥራ በመሥራት እንበረታለን እንጂ፡፡

በእምነትና በመንፈሳዊ ጦርነት ለመጽናት እንችል ዘንድ እግዚአብሔር የሚሰጠን ድንቅ መቆሚያ

1. በፀጋ እንቆማለን (ሮሜ 5÷2)
2. በወንጌል እንቆማለን (1ኛ ቆሮ 15÷1)
3. በጥንካሬና በልበ-ሙሉነት እንቆማለን (1ኛ ቆሮ 16÷13)
4. በእምነት እንቆማለን (2ኛ ቆሮ 1÷24)
5. በክርስቲያን ነፃነት እንቆማለን (ገላ 5÷1)

6. በክርስትና አንድነት እንቆማለን (ፊል 1÷27)
7. በጌታ እንቆማለን (ፊል 4÷1)
8. በእግዚአብሔር ፈቃድ ፍፁምና ሙሉ ሆነን እንቆማለን (ቆላ 4÷12)

- በአጠቃላይ "ትቃወሙ ዘንድ" በሚለው ውስጥ ብዙ ነገር ተከማችቶ ይገኛል፡፡
- ትቃወሙ ዘንድ ማለት
- ጥቃት ሊሠነዘርብን ነው ማለት ነው
- መፍራት የለብንም ማለት ነው
- በትግሉ ግማሽ ልብ በመሆን መድከምና መዝለፍለፍ የለብንም ማለት ነው
- ንቁ ሆነን ቦታችንን ይዘናል ማለት ነው
- ማፈግፈግ የሚሉት ነገር ጨርሶ ወደ ሃሳባችን አይመጣም ማለት ነው፡፡ (ቅድመ አስቲን)

ጆን ማካርተር፡- ማርቲን ሉተር ሰው በክርስቶስ ብቻ አምኖ ይድናል ብሎ በመናገሩ ተወንጅሎ ከዳይት ኦፍ ወርምስ ፊት ሲቆም "ህሊናዬ በእግዚአብሔር ቃል እስረኛ ነው፡፡ በያዝኩት እፀናለሁ እንጂ ሌላ የማደርገው ነገር የለም" ብሎ ነበር፡፡ ለእግዚአብሔር ቃል ታማኝ የሆነ እያንዳንዱ አማኝም ጸንቶ ከመቆም (እውነቱን ሊያስጥለው የሚመጣውን ኃይል ከመቃወም ውጭ) ሌላ የሚያደርገው ነገር የለም፡፡

አንሱ፡- በግሪክ አናላምባኖ analambánō /an-al-am-ban'-o ይሰኛል ፤ አናላምባኖ ቃል በቃል ሲተረጎም ማንሳት፣ መያዝ ማለት ነው፡፡ (መጽሐፍ ቅዱስ ጥቅሶች የብሉይና / የአዲስ ኪዳን ግሪክ መዝገበ ቃላት. የቲየር ትርጉም)

ጳውሎስ አማኞች የጦር እቃቸውን እንዲያነሱ ሲያዝዝ ልክ የጦር ጀኔራል ወታደሮቹን እንደሚያዝዝ ነው፡፡ ከአጻጻፉ እንደሚታወቀው ትዕዛዙ ጥድፊያ የተመላበት ሲሆን ይህም ሳትዘገዩ አሁኑኑ አንሱ የሚል መንፈስ ያለው ነው፡፡

ዉወስት፡- ጳውሎስ በጻፈበት የግሪክ ቋንቋ የአረፍተ ነገር ግስ (አዎሪስት) ለአንዴና ለመጨረሻ ጊዜ እንዲከበር ድርቅ ባለ ወታደራዊ ድምፅ የሚሰጥ ትዕዛዝን የሚያሳይ ነው፡፡ ይህም ክርስቲያኖች የእግዚአብሔርን ዕቃ ጦር አንስተው ያለማወላወል እንደጸኑ፤ ዘወትርም ራሳቸውን እንዲጠብቁ የሚያስገነዝብ ነው፡፡(ዉወስት ኬ. ኤስ፡ ዉወስት የቃል ጥናቶች ከግሪክ አዲስ ኪዳን፡ ኢርድማንስ)

የኢ.ፌ.ቤ.ክ. አገልግሎት / የኤፌሶን መልእክት ትምህርት

ዕቃ ጦር ሁሉ፡- በግሪክ ፓኖፕሊ panoplía / pan-op-lee'-ah ይሰኛል። ፓኖፕሊ በጥሬው ሙሉ ትጥቅ የታጠቀ ማለት ሲሆን እግረኛ ወታደር በማጥቃትና በመከላከል ጦርነት የሚያስፈልገውን የተሟላ ትጥቅ ያመለክታል። (መጽሐፍ ቅዱስ ጥቅሶች የብሉይና / የአዲስ ኪዳን ግሪክ መዝገበ ቃላት. የቲየር ትርጉም)

እግዚአብሔር ባዶ እጃችንን ወደ ጦርነት አልላከንም። የሚያስፈልገንን ዕቃ ጦር ሁሉ አንድም ሳያስቀር አቅርቦልናል። ጦርነቱን ተገንዝበ በእምነትና በመታዘዝ ዕቃ ጦሩን ማንሳት ደግሞ የኛ ፈንታ ነው። ሁሌም ማስታወስ ያለብን ግን ለጀርባ የሚሆን ዕቃ ጦር የሌለን መሆኑ ነው። ስለሆነም ጠላትን ፊት ለፊት እንገጥመዋለን እንጂ ዞረን መሸሽ አንችልም።

ቲዎሎጂካል ዲክሽነሪ ኦቭ ዘ ኒው ቴስተመንት ቶማስ ብሩክስ፡- ቀዳሚ ተደርገው እጅግ ሊጠኑ እና ሊመረመሩ የሚያነሳቸው አራት ዋና ነገሮች አሉ። እነርሱም ክርስቶስ፣ መፅሐፍ ቅዱስ፣ የራሳችሁ ልብና የሰይጣን መሳሪያዎች ናቸው። ስለሆነም እንደ ክርስቲያንነቴ በተለይም ደግሞ ነቅቶ እንደሚጠብቅ ዘብ የክርስቶስን ሙላት እና የአታላዩን ወጥመዶች ለማወቅ የተቻለኝን ሁሉ ማድግ ሥራዬ ነው።(ኪተል, ሰ, ፍሪድሪክ, ጂ., እና.ብሮሚሊይ, ወ.ሕ. ቲኦሎጂካል ዲክሽነሪ ኦቭ ዘ ኒው ቴስታመንት. ኢርድማንስ)

---

13 ስለዚህ በክፉው ቀን ለመቃወም፥ ሁሉንም ፈጽማችሁ ለመቆም እንድትችሉ የእግዚአብሔርን ዕቃ ጦር ሁሉ አንሡ።
ስለዚህ በክፉው ቀን ለመቃወም ኤፌ5÷6፤16፤ መክ 12÷1፤ አሞ 6÷3፤ ሉቃ 8÷13፤ ራዕ 3÷10
ሁሉንም ፈጽማችሁ ለመቆም እንድትችሉ ሚል 3÷ 2፤ ሉቃ 21÷36፤ ቆላ 4÷12፤ራዕ 6÷17
አንሡ ኤፌ 6÷11-17፤ 2ኛ ቆሮ 10÷4

6፡14-17 እንግዲህ ወገባችሁን በእውነት ታጥቃችሁ፥ የጽድቅንም ጥሩር ለብሳችሁ፥ በሰላም ወንጌልም በመዘጋጀት እግሮቻችሁ ተጫምተው ቁሙ፤ በሁሉም ላይ ጨምራችሁ የሚንበለበሉትን የክፉውን ፍላጻዎች ሁሉ ልታጠፉ የምትችሉበትን የእምነትን ጋሻ አንሡ፤ የመዳንንም ራስ ቁር የመንፈስንም ሰይፍ ያዙ እርሱም የእግዚአብሔር ቃል ነው።

ከላይ ከፍ ብለን የተመለከትነው የተቃውሞ ተጋድሎና በጽናት የመቆም ሕይወትን የምንጎናጸፈው የእግዚአብሔርን ዕቃ ጦር በማንሳት ነው። ይህ የእቃ ጦር ምን እንደ ሆነም ከቁጥር (14-17) ዘርዝሮ ያስቀምጥልናል። እነኚህን የዕቃ ጦሮች ከአንድ ሮማዊ ወታደር

517
የሰ.ፌ.በ.ሰ. አገልግሎት / የኤፌሶን መልእክት ትምህርት

የትጥቅ አልባሳት ጋር ዓመሳስሎታል፡፡ ዋና ዋናዎቹ የትጥቅ ልብሶችም፤መታጠቂያ ወይም ዝናር፣ ጥሩር፣ ጋሻ፣ ሰይፍ እና መጫሚያው ናቸው፡፡ እነኚህን አልባሳት በውጊያው ውስጥ ለመከላከልና ለመዋጋትም እንጠቀምባቸዋለን፡፡ እነኚህ አልባሳት ወደ መንፈሳዊ ትርጉም አዙረን ስንፈታቸው ሦስቱ የመንፈሳዊ ሕይወት የውጊያ መሣሪያዎቻችን ጸሎት፣ ቃሉና የመንፈስ ቅዱስ ልምምድ መሆናቸውን እንረዳለን፡፡ *ወገባችሁ የታጠቀ መብራታችሁም የበራ ይሁን፤* (ሉቃ 12÷35 2ኛ ቆሮ 6÷7) *እኛ ግን ከቀን ስለ ሆንን፥ የእምነትንና የፍቅርን ጥሩር የመዳንንም ተስፋ እንደ ራስ ቁር እየለበስን በመጠን እንኑር፤*1ኛ ተሰ 5÷8

አንድ ክርስቲያን እነኚህ ሦስቱ ከሕይወቱ ከጎደሉ ሙት ሕይወትን እየመራ ነው፡፡ እንኳንስ በውጊያ ውስጥ ተሰልፎ ሊዋጋ ቀርቶ ጥቂትም የጠላትን ፍላጻ የሚቃወምበት አቅም አይኖረውም፡፡ ከሌሎቹ አልባሳት ከጠላት ወገን የሚወረወረውን ፍላጻ ለመከላከል የሚያገለግሉ ሲሆን ማለትም ጥሩር፣ ጋሻ፣ መጫሚያው ለመከላከል ሲጠቅሙ፤ መታጠቂያው ወይም ዝናሩ፣ ሰይፍና ለመከላከል የዋለው መጫሚያው አሁንም ጠላትን ለመዋጋት ትልቅ ድርሻ ይኖራቸዋል፡፡ በመንፈሳዊ ትርጉም ስንፈታቸው፤ ጸሎት፣ ቃሉና መንፈስ ቅዱስ የጠላትን ፍላጻ ለመከላከል፣ እንደ ገናም የምላሹን ውጊያ ለማካሄድ ለሁለቱም ያገለግላሉ፡፡ በ(ኢሳ. 59÷16-17) ድረስም እግዚአብሔር ራሱም እነኚህን አልባሳት ለብሶ የጠላትን ውጊያ ሲዋጋ እናነባለን፡፡

እግዚአብሔር በመንፈሳዊ ሕይወታችን ውጊያ እንደ ሚጠብቀን ያውቃል፡፡ ስለዚህም ይህ ውጊያችን ምን እንደ ሚመስልና እንዴት በመዋጋት ድል ነሺዎች እንደምንሆን በዚህ ክፍል ውስጥ በግልጽ አስረድቶናል፡፡ ውጊያው ከደምና ከሥጋ ጋር አይደለም፣ ይህም ማለት የምንዋጋው ከሰው ልጆች ጋር አይደለም ማለት ነው፡፡

በዚህ የሐዋርያው መልእክት ውስጥ የምንመለከተው ውጊያ መንፈሳዊ ውጊያ ነው፡፡ የሚከናወነውም በቅዱሳኖች እና በዲያቢሎስ መሃከል ነው፡፡ በአሁኑ ጊዜ ግን ይህ ውጊያ በእግዚአብሔር ልጆች መሃከል የተጧጧፈ ይመስላል፡፡ በተለይም በሃገራችን ብዙ ቤተ ክርስቲያንና ቅዱሳኖች እርስ በእርስ እየተጋጩ ቤተ ክርስቲያንያን በአሳዛኝ ሁኔታ ውስጥ ትገኛለች፡፡ የሚጋጩበት ዋና ዋና ምክንያትም ጥቅም፣ የዓመራር ክህሎት እጦትና የመንፈሳዊ ሕይወት ድንዛዜ ናቸው፡፡

በመንፈሳዊ ውጊያ ውስጥ ግን ቅዱሳኖች ቢጋራ ሆነው፣ በእውነተኛ ፍቅር በመተሳሰር መንፈሳዊውን ውጊያ በትጋት እንዲዋጉ የእግዚአብሔር ቃል ያስተምረናል፡፡ በዚህ የኤፌሶን

መልእክት መግባደጃ ላይም ቅዱሳኖች የሰይጣንን ጥቃት እንዴት መከላከል እንደ ሚችሉ ሐዋርያው ዋና ዋናዎቹን ነጥቦች አስቀምጧል። እስቲ በዝርዝር እንመልከታቸው።

የመጀመሪያው መከላከያ የእውነት ዝናር፣ መቀነት ነው። ይህ መከላከያ መሣሪያ ለአንድ የሮማ ወታደር ትልቅ ግልጋሎት የሚሰጥ ነው። ምናልባት ለአንዳንዶቻችን እንደ ቀላል መሣሪያ ገምተነው ከሆነ ተሳስተናል። ይህ የሚታጠቁት መቀነት በውጊያ ጊዜ የለበሱት ወታደራዊ አልባሳት እንዳይወድቅ አጥብቆ ከመያዙ ባሻገር የተሸፈኑበት አልባስ ያለ መቀነቱ ዋጋ ቢስ ነው። በመቀነቱ ዙሪያም ሌሎች የጦር መሣሪያዎችን በመታጠቅም ጠላትን ለመከላከልና ለመዋጋትም ትልቅ ድርሻ ይኖረዋል።

በሌላ አንጻር ይህ መቀነት - የእውነት መቀነት ተብሏል። ጠላት ዲያቢሎስ ደግሞ የውሸት፣ የሐሰት አባት እንደ ሆነ ቃሉ ይነግረናል። እኛ ደግሞ አንድንታጠቅ የታዘዝነው የእውነትን መቀነት ነው። (ዮሐ. 8÷44) የሐሰት አባት የሆነው ዲያቢሎስ ቅዱሳኖች ውሸትን እንዲያምኑ በማድረግ በከፍተኛ ደረጃ ያታልላቸዋል። አስተዋይና በቃሉ እውነት ላይ ጠንቅቀው የማይቆሙ ከሆነ በቀላሉ ከመስመር እንዲወጡም ያደርጋቸዋል። ከአዳምና ከሔዋን ዘመን ጀምሮ ሰውንና እግዚአብሔርን በሐሰት የማታለያ ዘዴው በማጋጨት፣ እውነትን ባልታጠቁ የዋህ ክርስቲያኖች እየተጠቀመ የጥፋት ሥራውን ይሠራል። መቀነት ወገብን ቀጥ አድርጎ በመደገፍም በውጊያው ጊዜ አንድ ወታደር እንዳይዝለፈለፍ ይረዳዋል። አንድን ክርስቲያንም በጽናት ጠንክሮ እንዲቆም የሚያግዘው የቃሉ እውነት ነው።

እውነት፡- በግሪክ **አሌቲያ** alḗtheia /al-ay'-thi-a ይሰኛል። አሌቲያ ከተፈጠረው፣ ከተወራው፣ ከተፈፀመው፣ ወይም ከሆነው ነገር ጋር አንድ የሆነ ወይም የሚስማማ ነው። (መጽሐፍ ቅዱስ ጥቅሶች የብሉይና / የአዲስ ኪዳን ግሪክ መዝገበ ቃላት. የቲየር ትርጉም)

የእግዚአብሔርን ቃል እውነት ጨብጠን በሕይወታችን ውስጥ ሁሉን በዚህ እውነት እየመዘንን መኖርን መፅናት አለብን። ውሸታሙን ሰይጣንም መቃወም ያለብን በእግዚአብሔር እውነት ነው። ጳውሎስ በኖረበት ዘመን ሰዎች የሚንዘረፈፍ ልብሳቸውን በቀበቶና (በመቀናት) ሰብስበው ይይዙት እንደነበር በእኛም ሕይወት ውስጥ ሁሉንም ሰትሮ መያዝ ያለበት የእግዚአብሔር እውነት ነው። እውነትን ልናፈቅርና ልንኖረው ይገባናል። ልጆቼ በእውነት እንዲሄዱ ከመስማት ይልቅ የሚበልጥ ደስታ የለም (3ኛ ዮሐንስ 1÷4)።

የኢ.ፌ.በ.ስ. አገልግሎት / የኤፌሶን መልእክት ትምህርት

ዋረን ዋየርስቢ፡- በእውነት ካልተነሳሳንና ካልተመራን በጠላት እንሸነፋለን ፤ ምንም ዓይነት ማታለል (ማጭበርበር) ወደ ሕይወታችን እንዲገባ ከፈቀድን አቋማችንን አዳከመናልና ውጊያውን በአሸናፊነት መፈጸም አንችልም፡፡ የእውነት ቀበቶ አማኝ በሰይጣን ጥቃት እንዳይጎዳ ይጠብቀዋል፡፡ (ሰይጣን ስትራቴጂ አግኝ እና እንዴት ነው እርሱን ለማሸነፍ ዋረን ዋየርስቢ)

ማክዶናልድ፡- የክርስቲያን ወታደሮች የእግዚአብሔርን ቃል እውነት በመያዝ ታማኞች መሆን አለብን፡፡ የእርሱ እውነትም እኛን ሊይዘን ያስፈልጋል፡፡ በሕይወታችን ልንመራበት ሁሉንም በእውነቱ ልንፈትን ግድ ይለናል፡፡ ሁሉን በእግዚአብሔር እውነት ስንፈትን ደግሞ በውጊያችን ብርታትና ጥበቃ እናገኛለን፡፡ (ብሊቨርስ የመጽሐፍ ቅዱስ ኮሜንተሪ)

ታጥቃችሁ በግሪክ ፔሪዞኑሚ perizṓnnymi / per-id-zone'-noo-mee ሲሆን ቃል በቃል ሲተረጎም መታጠቂያ አድርጋችሁ ማለት ነው፡፡ ጳውሎስ በተጠቀመበት አገባብ ደግሞ ለተግባር ዝግጁ ሆናችሁ የሚል ትርጉም ይይዛል፡፡ (መጽሐፍ ቅዱስ ጥቅሶች የብሉይና / የአዲስ ኪዳን ግሪክ መዝገበ ቃላት. የቲየር ትርጉም)

ሬይ ስቴድማን፡- በጥንቱ የሮማውያን ሠራዊት ውስጥ አዛዦች ቀሚስ የሚለብሱ ሲሆን፣ ከቀሚሱ ላይ ካባ ይደርቡበታል፡፡ ወደ ውጊያ ሲገቡ ግን ካባቸውን በቀበቷቸው ውስጥ ያስገቡታል፡፡ ይህን የሚያደርጉት እግራቸውን ነፃ ለማድረግና እንቅስቃሴያቸው እንዳይደናቀፉ ነው፡፡ በዚህ የተነሳ ቀበቶ ማሰር ለውጊያ መዘጋጀትን ያመላክት ነበር፡፡ ጳውሎስ ስለታጠቅ ያወራውም ከዚህ አኳያ ነው፡፡ የእውነት መቀነት ሳትታጠቁ መዋጋት አትችሉም፡፡ በዕለት ተዕለት ሕይወታችን ይህ ምን ማለት ነው? በአጭሩ እንዲህ ማለት ነው፡፡ ተስፋ መቁረጥ፣ ድብርት ወይም ሌላ ማንኛውም መጥፎ ስሜት ሲፈታተናችሁ መጀመሪያ እውነትን ታጥቃችሁ ክርስቲያን መሆናችሁን በማስታወስ ትዋጉታላችሁ ወደ ክርስቶስ ስትመጡ የዓለማቱ ምስጢር መንገድ እውነትና ሕይወት የሆነውን እንዳገኛችሁት ለራሳችሁ ታስታውሱታላችሁ፡፡

ወገብ በግሪክ ኦስፉስ osphŷs / os-foos' የሚሰጥ ሲሆን፣ በጥሬው ቀበቶ ወይም መቀነት የሚታሰርበት የሰውነት ክፍል ነው፡፡ በአዲስ ኪዳን ውስጥ ወገብን መታጠቅ ለአገልግሎት ወይም ለፍልሚያ መዘጋጀትን የሚገልጽ ነው፡፡(መጽሐፍ ቅዱስ ጥቅሶች የብሉይና / የአዲስ ኪዳን ግሪክ መዝገበ ቃላት. የቲየር ትርጉም)

ዋረን ዋየርስቢ፡- የእግዚአብሔር ተስፋዎች የአረኛ በትሮች እንጂ መከዳዎች (ትራሶች) አይደሉም፡፡

ማርቪን ቪንሰንት፡- ወገብ የዋና ዋናዎቹ ዕቃ ጦሮች መገናኛ ቦታ ሲሆን መቀነቱ (ቀበቶው) ደግሞ የሁሉም የጋራ ማሠሪያቸው ነው፤ እንዲሁ እውነት ለተለያየ ጸጋ አንድነትን ለባህሪ ደግሞ ወጥነትን ይሰጣል፡፡ ሁሉም ጸጋዎች የሚተገበሩት በእውነት ማዕቀፉ ውስጥ ነው፡፡ (ቪንሰንት, ኤም አር አር ስውስ ስተዲስ ኢን ዘ ኒው ቴስታመንት, ጥራዝ 3፤ገጽ 1-408)

ዋረን ዋየርስቢ፡- ወገብ የድርጊት የእንቅስቃሴ የአቅጣጫ ቦታ ነው፡፡ ወገቡ የተሰበረ ወታደር ጥቅም የለውም፡፡ በእውነት ካልተነሳሳንና ካልተመራን በጠላት እንሸነፋለን፡፡ ማንኛውም ዓይነት ማታለል ወደ ሕይወታችን እንዲገባ ከፈቀድን አቋቋማችን ስላደከመን ውጊያችንን እንደ አሸናፊ መዋጋት አንችልም፡፡

ኬነት ዉወስት፡- ልብስን በቀበቶ የመታጠቅ ዓላማው ላለመደናቀፍና ጉዞን ለማሳመር ከሆነ የልቦናን (አይምሮ) ወገብ የመታጠቅ ዓላማም በክርስትና ግስጋሴ ውስጥ የአይምሮን ነፃነት በሚገፉ ስሜቶች (ጭንቀት፣ ፍርሀት፣ ቅናት፣ ጥላቻ ይቅር አለ ማለት እርኩሰት) ላለመደናቀፍ ነው፡፡

በአይምሮ (ልቦና) የሚያዙ እነዚህ ስሜቶች መንፈስ ቅዱስ ቦታውን በአግባቡ እንዳይጠቀምበት ስለሚያደርጉ ክርስቲያን በሕይወቱ ዕድገት እንዳያሳይ ያደርጉታል፡፡ ጴጥሮስ ይህን ያለውም ለዚህ ነው፡፡

ስለዚህ የልቦናችሁን ወገብ ታጥቃችሁና በመጠን ኖራችሁ ኢየሱስ ክርስቶስ ሲገለጥ የምታገኙትን ጸጋ ፈጽማችሁ ተስፋ አድርጉ (1ኛ ጴጥሮስ 1÷3)፡፡

ጴጥሮስ ... የልቦናችሁን ወገብ ታጥቃችሁ ... ሲል ይህን ማድረግ እግዚአብሔር ከአማኝ የሚጠብቀው ግዴታ ነው በሚል ነው፡፡ በዚህ አግባብ አማኝ ራሱን ሙሉ በሙሉ ለመንፈስ ቅዱስ አገልግሎት ሲያስገዛ መንፈስ ቅዱስ በእግዚአብሔር ቃል አማካኝነት ክርስቲያናዊ ቀና አመለካከትን በሕይወቱ ውስጥ ይፈጥርለታል፡፡ በዚህም ክርስቲያኑ ሁሌም እጅግ መልካም እንዲሆንለት የሚጠብቅ ሰው ይሆናል፡፡

በተጨማሪም በመንፈስ ቅዱስ ዕርዳታ አዕምሮው (ልቦናውን) የሚያደናቅፉ ነገሮችን ከመንገድ ለማስወጣት ይችላል፡፡ ይህ ሲሟላም ክርስቲያኑ የማይጨነቅ "አይምሮንና

ክርስቲያናዊ ቀና አመለካከትን" ይዞ ነፃ ይወጣል፡፡ ይህ ማለት ግን የሕይወትን ከባድነትና ኃላፊነቶቿን ይክዳል ወይም መረዳት ያቆማል ማለት አይደለም፡፡ ይህ ማለት በፍርሃትና ሌሎች ተያያዥ አመለካከቶች በድን የሆነና የተሰነካከለ አይምሮ አይኖረውም ማለት ነው፡፡ አማኝ እንዲህ ያለው የተባረከ የአይምሮ ሁኔታ ውስጥ ሲገኝ ደግሞ ሐዋርያው የሚሰጠውን ምክር ለመቀበል የተዘጋጀ ይሆናል፡፡ (ዉወስት.ኬኔት፡ ዉወስት የቃል ጥናቶች ከግሪክ አዲስ ኪዳን)

ኤክስፖዚተርስ ግሪክ ቴስታመንት፡- ወታደር ደረቱን ከጉዳት ለመጠበቅ ጥሩር እንደሚለብስ ክርስቲያንም ልቡንና ፈቃዱን ከመንፈሳዊ አጥቂዎቹ ጦር ለመጠበቅ ፅድቅን ይከናነባል፡፡(ኤክስፖዚተርስ ግሪክ ቴስታመንት. ዊሊያም ሮበርትሰን ኒኮል)

በዚህ ዘመን ዲያቢሎስ ቤተ ክርስቲያንና ቅዱሳንን የሚያምሰው በሐሰተኛ ትምህርትና በሃሰተኛ አሠራር ነው፡፡ ሐሰተኛ ትምህርት የክርስቶስን ወንጌል የሚመስል ፣ ለጆሮ የሚጥም ነገር ግን ሰውር በሆነ መንገድ የክርስቶስን አዳኝነት የሚክድ ነው፡፡ ሐሰተኛ አሰራሩ ደግሞ መንፈሳዊነት በሚመስል አስመሳይነት ቤተ ክርስቲያናት በድብቅ ቅድስናቸው ጠፍቶ የሃሰተኛው መንፈስና ዓለማዊነት እኔነት ነግሶባቸው፣ መዝሙሩ እየተዘመረ፣ አምልኮው ደምቆ የዚያኑ ያህል ደግሞ ዓለማዊነት፣ ባዕድ አምልኮው፣ እርኩሰቱ ስውር በሆነ መንገድ በቤተ ክርስቲያን ውስጥ በሙሉ ጉልበቱ የሚሠራበት ነው፡፡ ይህ እንዲያውም እጅግ አደገኛው የቤተ ክርስቲያን መጥፊያ ነው፡፡ ሰዎች እየሳቁ፣ ሃሌሉያ እያሉ፣ እየተዘመረ፣ እየተጸለየ፣ ኮንፍራንስ እየተደረገ የሚታረዱበት የከፋው የዲያቢሎስ አሠራር ነው፡፡ ይህን አሠራር ለመቃወም በእውነት መቀነት መታጠቅ በእጅጉ አስፈላጊ ነው፡፡

ይህን ችግር ለመቋቋም በዚህ በቤተ ክርስቲያን ውስጥ የደቀ መዝሙር አገልግሎት ጠንክሮ መቀጠል ይገባዋል፡፡ መሪዎች፣ አገልጋዮችና ምዕመናን ወደ እግዚአብሔር ቃል በመመላለስ የእውነተኛ ደቀመዝሙር ሕይወትን በመኖር ዲያቢሎስን መዋጋት ይኖርባቸዋል፡፡ ይህ ስልት ምንም አማራጭ የሌለው እውነት ነው፡፡

ጽድቅ ጥሩር :- ይህ መሣሪያ በሮማውያን ወታደሮች ዘንድ የተለመደ ነው፡፡ ከጠላቶቻቸው የሚሰነዘረውን ፍላጻ ለመከላከል ከብረት፣ ከነሃስ ወይም ከከብት ቆዳ የተዘጋጀ ጠንካራ ከአንገት በታች የደረት መከላከያ ሆኖ እስከ ወገብ ድረስ የሚለበስ ነው፡፡ አካልን ከአደጋ ከመከላከል አንጻር ሮማውያን በአጥጋቢ መንገድ ይጠቀሙበታል፡፡ ሐዋርያው በመንፈሳዊው ትርጉምም ይህን ጥሩር የጽድቅ ጥሩር ይለዋል፡፡ ጽድቅና ጥሩር ያላቸውን

ግንኙነት ስናጤን የሐዋርያው ትርጓሜ ያስደንቀናል፤ ጥሩር በምንለብስበት ጊዜ በአካላችን ውስጥ ያሉት ዋና ዋና ብልቶች፤ ሳንባ፣ ልብ፣ ጉበት፣ ኩላሊት ሌሎችም ከአደጋ ይሸፈናሉ። እነኚህን የአካል ክፍሎች በጽድቅ እንሸፍናቸው ይላል። ይህ ጽድቅ ደግሞ በክርስቶስ ኢየሱስ የመስቀል ሥራ የተገኘ ነው። በሌላ አባባል ለእኛ ጽድቃችን ክርስቶስ ኢየሱስ ነው። ከእርሱ ውጪ ጽድቅ የለንም። የእኛ ጽድቅ ያለ እርሱ እንደ መርገም ጨርቅ እንደ ሆነ ቃሉ ይናገራል። ጠላታችን በሐሰት ስማችንን ለማጥፋት ብዙ ይጥራል፤ ይሞግታል። ኃጢአተኞች እንደ ሆንን በማሳየትም የብልቶቻችንን መርከስ፣ የማንነታችንን መርከስ በመግለጥ በሐሰት ሊከሰን ባለ በሌለ ኃይሉ ይሞግታል። ለእኛ ግን ክርስቶስ ኢየሱስ እንደ ጽድቅ ጥሩር ሆኖ ሽፋን ይሆንልናል።

ሰይጣን እኛን የመክሰስ ስልጣን የለውም። ከሳሻችን ዲያቢሎስ ተጥሎአል። በሌላ አንጻር እኛ ክርስቲያኖች የጽድቅን ሕይወት በመኖርም ጠላታችንን እንመክተዋለን። እርሱ በውሸት ወደ እኛ በቀረበ መጠን እኛም የጽድቅን ሕይወት በመኖር የጨለማውን ሥራ እንገልጣለን። የእኛ የቅድስና ሕይወት ወደ እኛ እንዳይቀርብ ተከላካያችን ይሆናል። ሠይጣን በእኛ ላይ ሊሰለጥንና ሊያጠቃን የሚችለው በኃጢአት የረከሰ ሕይወት ሲያገኝ ነው። ቅድስናችንን ለመጠበቅ የማንጠነቀቅ ግዴለሾች ከሆንን እርሱ እንደ ፈለገ ይጫወትብናል። ሌባው ሊያርድ ሊሰርቅ፣ ፤ ሊያጠፋ ይመጣል። ቅድስና ባለበት አጠገብ የመድረስ አቅም የለውም። በኃጢአት የተነከረ አማኝን ካገኘ ግን ቦጫጭቆ ይበላዋል። ዲያቢሎስ እንደሚያገሳ አንበሳ ሆኖ ይዞረናል። ለእግዚአብሔር አምላካችን በመታዘዝና ቅድስና፣ በእምነትም የማንመላለስ ከሆነ ለበቀል ይወጣል። ኃይለኛ ጥቃትንም ይፈጽምብናል። በሁለት ሃሳብ በመሆን የምንወላውል ያንቀላፋን ክርስቲያኖች ከሆንን በቀላሉ የጥቃቱ ሰለባዎች እንሆናለን። የሠራነውን ሥራችንን ድካማችንን፣ ጥረታችንን በማውደም ይዋጋናል። ቤተሰባችን እንዲበጠበጥ ያደርጋል። ሰላማችንን በማደፍረስ ራሳችንን እስከንጠላ ሊያደርሰን ይችላል።

በርካታ ክርስቲያኖች ከኃጢአት ያልተላቀቀ ሕይወት ስላላቸው ጠላት ጥቃትን ይፈጽምባቸዋል፤ ያሰቃያቸዋል። በእንቅልፍ ተሸንፈው ለእግዚአብሔር ቃል ጊዜ እንዳይኖራቸው በማድረግ፣ በልባቸው ላይ የተዘራውን ቃሉን ቶሎ ከልባቸው ላይ በመልቀም እውነቱን እንዳያስተውሉ በማታለል፣ በሽንገላ ዘዴው ያታልላቸዋል። ከመጀመሪያው ጊዜ ጀምሮ አዳምና ሔዋንም ያታለላቸው በዚሁ ሽንገላው ነው። ዛሬም ብዙ የማታለያ መንገዶች አሉት። ቅዱሳኖች ከአምላካቸው ጋር ኅብረት እንዳይኖራቸው በተለያዩ መንገዶችና ዘዴዎች ጊዜያቸውን እየበላ ሙት የሆነ ሕይወት እንዲኖሩ በማድረግ፣ የመከላከያ ጥሩራቸውን በማስጣል፣ ፍላጻውን ወርውሮ ይገድላቸዋል። ትውልዳቸው

የእግዚአብሔርን በረከት እንዳይቀበል፣ ትዳራቸው እንዲናጋ፣ አደጋ እንዲደርስባቸው፣ ሁልጊዜ የሚያዝኑበትንና የሚማረሩበትን ነገር በማድረግ፣ በጠብና በጭቅጭቅ ኑሮአቸውን እንዲመሩ በማድረግ ያስቃያቸዋል፡፡ ስለዚህ የእግዚአብሔር ሰው በጽድቅ በመኖር የጽድቅ ጥሩር በመልበስ፣ ከጠላት ጥቃት ሊያመልጥ ይገባዋል፡፡

መጀመሪያ ወንጌልን ስናምን በእምነት ጽድቀናል ይህም በእምነት የተቆጠረልንን ፅድቅ የሚገልጽ ነው፡፡ ጳውሎስ እዚህ እየተናገረ ያለው ግን በእምነት ስለተቆጠረልን ጽድቅ ሳይሆን በየቀኑ በኑሮአችን ስለሚገለጠው የጽድቅ ምልልስ ነው፡፡ በመንፈስ ቅዱስ ኃይል ተማምነን በእግዚአብሔርና በሰው ፊት እነደሚገባ ስለመውጣታችን ስለመግባታችን ነው፡፡

ፋይል ኒውተን፡- ስንታዘዝ ለእግዚአብሔር ሕግ ትኩረት አለመስጠታችን በጠላት ፊት ይጥለናል፡፡

ዴቪድ ጉዚክ፡- ጳውሎስ በ(ኤፌሶን 6÷14) የሚገልፀው በዕምነት የተቀበልነው እንጂ በሥራ ያገኘነው ጽድቅ አይደለም፡፡ ይህም በታችንን እንድናውቅ አጠቃላይ መተማመን የሚሰጠን ነው፡፡ አንዳንድ ጊዜ ግን “ለጌታ ያደረኩትን ሁሉ ተመልከት” ብለን ለሰይጣን ልንነግረው ይቃጣናል፡፡ እንዲህ ያለው ደስ ቢያሰኝም አስተማማኝ መቆሚያ አይደለም፡፡ አስተማማኝ የማይሆነው ደግሞ የተሰማንም የቀመስነው በጣም ተለዋዋጭ ስለሆነ ነው፡፡ ስለሆነም መንፈሳዊነት ከስሜት ጋር እንዳይወርድ አስተማማኝ የሆነው ጋሻ የጽድቅ ጥሩራችንን መልበሱ ነው፡፡

በአጠቃላይ በእምነት የተቆጠረልን ጽድቅ ወደ ውጊያውም ለመግባት የመጀመሪያውና ወሳኙ ቅድመ ሁኔታ ቢሆንም ጳውሎስ እየተናገረ ያለው ግን በፍርሃትና በመንቀጥቀጥ በየዕለቱ ልንፈጽመው ስለሚገባን የቅድስና ጽድቅ ነው፡፡

- ❖ ‹ሰው ፅድቅን በተግባር ሲለብሰው የማይበገር ይሆናል፡፡ ሕይወት እንጂ ቃላት የከስ መቃወሚያ አይሆኑምና›

ልበስ (ልበሱ)፡- በግሪክ **ኤንዱኦ** endýō / en-doo'-o ሲሆን፣ በጥሬው መልበስ ወይም ማልበስ ይሆናል፡፡ አባቱ ግን ባሪያዎቹን አለ ፈጥናችሁ ከሁሉ የተሻለ ልብስ አምጡና **አልብሱት** ... (ሉቃስ 15÷22)፡፡ (መጽሐፍ ቅዱስ ጥቅሶች የብሉይና / የአዲስ ኪዳን ግሪክ መዝገበ ቃላት. የቲየር ትርጉም)

ጥሩር፡- በግሪክ ቶራክስ thṓrax / tho'-rax ይሰኛል፡፡ ቶራክስ ደረትን ወይም በጦርነት ጊዜ ደረት የሚሸፈንበትን መሳሪያ የሚገልፅ ነው፡፡ ደረት የሚሸፈንበት መሣሪያ የልብ መጠበቂያ በሚል ይታወቅ የነበረ ሲሆን፣ ከነሃስ የሚሠራ ነበር፡፡ ሃብታም የሆኑ የጦር መኮንኖች ግን በሰንሰለት የሚሠራ ጥሩር ይለብሱ ነበር፡፡ ጥሩር ከአንገት እስከ ወገብ የሚለበስ ነው፡፡ (መጽሐፍ ቅዱስ ጥቅሶች የብሉይና / የአዲስ ኪዳን ግሪክ መዝገበ ቃላት. የቲየር ትርጉም)

ቲዎሎጂካል ዲክሽነሪ ኦፍ ዘ ኒው ቴስታመንት፡- በግሪክ ብረት ጣል ጣል ተደርጎባቸው በቆዳ ከሚሠሩት አንስቶ በነሃስ እስከሚሠሩት የተለያዩ የጦር ልብሶች እናገኛለን፡፡ ሮማውያንም ቀላልና ጠንካራ የሆኑ የብረት ልብሶችን ይጠቀሙ ነበር፡፡ የብረት ልብስ ወደ ግብጽ የሚገዛው ከውጭ ነበር፡፡ ፍልስጤማዊው ጎልያድም የብረት ልብስ ለብሷል፡፡ በእስራኤል የብረት ልብስ መልበስ ለመኳንንቶች መብት የነበረ ቢሆንም ኋላ ላይ ግን በአዝያን ዘመን ሁሉም የሚጠቀሙበት ሆኗል፡፡ (ኪተል, ሰ, ፍሪድሪክ, ሰ, እና ብሪምሊ., ጂ. ደብሊው. ቲኦሎጂካል. ዲክሽነሪ. ኦቭ. ዘ. ኒው. ቴስታመንት)

ፅድቅ፡- በግሪክ ዲካዮሱኔ dikaiosýnē / dik-ah-yos-oo'-nay ሲሆን፣ ቀጥተኝነት የግል ትርጉም ካለው ስርዎ ቃል የመጣ ነው፡፡ ዲካዮሱን ከእግዚአብሔር ቅድስና ጋር የሚስማማን ሁኔታ ያመለክታል፤ ቅድስና የግብረገብ ፅንሰ ሐሳብም ነው፡፡ የእግዚአብሔር ባህሪ የሁሉም ቅድስና ምንጭና ትርጉም ሲሆን፣ የሰዎች ቅድስና የሚገለፀውም ከእግዚአብሔር ቅድስና አኳያ ነው፡፡ በመጽሐፍ ቅዱስ ጽድቅ የሚባለውም እንዲሁ በእግዚአብሔር ዘንድ ተቀባይነት የሚያገኘውን ጽድቅ ነው፡፡ (መጽሐፍ ቅዱስ ጥቅሶች የብሉይና / የአዲስ ኪዳን ግሪክ መዝገበ ቃላት. የቲየር ትርጉም)

በእምነት በሆነ ጸጋ በክርስቶስ ጽድቅ ፀድቀናል፡-

ነገር ግን የሚመካ በእግዚአብሔር ይመካ ተብሎ እንደተፃፈው ይሆን ዘንድ ከእግዚአብሔር ዘንድ ጥበብና ፅድቅ ቅድስናም ቤዛነትም በተደረገልን በክርስቶስ ኢየሱስ የሆናችሁ ከእርሱ ነው (1ኛ ቆሮ 1÷30) ፡፡ እኛ በእርሱ ሆነን የእግዚአብሔር ጽድቅ እንሆን ዘንድ ኃጢያት ያላወቀውን እርሱን ስለ እኛ ኃጥያት አደረው (2ኛ ቆሮ 5÷21)፡፡ ጻድቅ በእምነት ይኖራል ተብሎ እንደተፃፈ የእግዚአብሔር ፅድቅ ከእምነት ወደ እምነት በእርሱ ይገለጣልና (ሮሜ 1÷17)፡፡ አዎን በእውነት ከሁሉ ይልቅ ስለሚበልጥ ስለ ክርስቶስ ኢየሱስ ስለ ጌታዬ እውቀት ነገር ሁሉ ጉዳት እንዲሆን እቆጥራለሁ፡፡ ስለ እርሱ ሁሉን ተጎዳሁ ክርስቶስንም አገኝ ዘንድ

በክርስቶስም በማመን ያለው ጽድቅ ማለት በእምነት ከእግዚአብሔር ዘንድ ያለው ጽድቅ እንጂ ከሕግ ለእኔ ያለው ጽድቅ ሳይሆንልኝ በእርሱ እገኝ ዘንድ ሁሉን እንደ ጉድፍ እቆጥራለሁ። (ፊል 3÷8-9)። ጽድቅን ለበስሁ እርሱዋም ለበሰችኝ ፍርዴም እንደ መጎናጸፊያ እንደ ኩፋር ነበር (ኢዮብ 29፡14)። ካህናቶችህ ጽድቅን ይልበሱ ቅዱሳንህም ደስ ይበላቸው (መዝሙር 132÷9)።

ማክዶናልድ፡- እያንዳንዱ አማኝ የእግዚአብሔርን ፅድቅ ለብሷል (2ኛ ቆ 5÷21) በግል ሕይወቱም አንድነትና ትክክለኛነትን ማሳየት አለበት። አንድ ሰው፡- ሰው ፅድቅን በተግባር ሲለብሰው የማይበገር ይሆናል። ሕይወት እንጂ ቃላት የክስ መቃወሚያ አይሆኑምና› ሲል ተናግሯል። ህሊናችን በእግዚአብሔርና በሰው ፊት የማይከሰን ከሆነ ሰይጣን የሚተኩስበት ስፍራ የለውም።

ሰይጣን ከሳሽ ነውና ኃጢያታችንን በማስታወስ ያጠቃናል። ይህ እንዳይሆን በእምነት በተቀበልነው ፅድቅና የክርስቶስን ሕይወት በመኖር በምናገኘው ፅድቅ መካከል ያለውን ልዩነት በትክክል ማስመር ያስፈልጋል። በእምነት ያገኘነው ፅድቅ (እንዲሁ የተቆጠረልን) በክርስቶስ አምነን ደግሞ ስንወለድ ያገኘነው ፅድቅ ሲሆን፣ ይህ የክርስቶስ የራሱ ፅድቅና በእኛ ሁኔታ የማይለወጥ ፅድቃችን ነው። በሌላ በኩል የክርስቶስን ሕይወት በመኖር የምናገኘው ፅድቅ በየዕለቱ ሕይወታችን እንደ እግዚአብሔር ሐሳብና ፈቃድ በመመላለስ ልንፈጽመው የሚገባ የምንቀድስበት ፅድቅ ነው።

ስለዚህ ይህኛው ድነትን ካገኘን በኋላ ከጌታ ጋር እየተራመድንና ለመንፈሱ እየተገዛን ክርስቶስን የምንመስልበት አኗኗርና ቅድስና ነው። እኛም በፍርሃትና በመንቀጥቀጥ ዕለት በዕለት ልንፈጽመው የሚገባን ነው። ከዚህ አኳያ ቅድስናን እየፈፀምን ካልኖርን ሰይጣን ለክስ አሰፍስፎ ስለሚጠብቀን ዕርምጃችን ክርስቶስን ወደ መምሰል እንደሚገሰግስ ክርስቲያን መሆን አለበት። (ብሊቨርስ የመጽሐፍ ቅዱስ ኮሜንተሪ)

ዉወስት፡- (ኤፌሶን 6÷15) ላይ ያለው ፅድቅ የመንፈስ ቅዱስ ፍሬ የሆነው የመቀደስ ፅድቅ ነው። በመሆኑም የግብረገብ ትክክለኝነት ተብሎ ሊገለፅ ይችላል።

ሬይ ስቴድማን፡- ክርስቲያኖች በአንድም በሌላም (ዉወስት ኬ. ኤስ፡ ዉወስት የቃል ጥናቶች ከግሪክ አዲስ ኪዳን፡ ኢርድማንስ) በእግዚአብሔር ፊት ዋጋ ቢሶች እንደሆኑ ይሰማቸዋል። በክርስትና ሕይወት የወደቁ ሲመስላቸው እግዚአብሔርም የተዋቸውና የማይፈልጋቸው ሆኖ ይሰማቸዋል። በእርግጥ እንደ ክርስቲያን ሁልጊዜም የሚጎድለንን

526

እናውቃለን፡፡ ዕድገትም በጣም ዝግ ብሎ የሚመጣ ይመስላል፡፡ መጀመሪያ ስናምን ያገኘነው ደስታ እየደበዘዘ ሲሄድ ከነአካቴው እግዚአብሔር ከእኛ ጋር መሆኑን መጠራጠር፣ ይቅርታ ማግኘታችንንም መጠራጠር ወና ውስጣችን እየዘለቀ ህሊናችን በጥፋተኝነት ስሜት እየተቀጣ ደስታችንን እናጣዋለን፡፡ እግዚአብሔርም የሚወቅሰን ይመስለናል፡፡ ይህ ግን የሰይጣን ጥቃት ነው፡፡ እንዲህ ሲሰማችሁ የፅድቅን ጥሩር መልበሳችሁን ማስታወስ ጠቃሚ ነው፤ ወትሮም በራሳችሁ ወደ እግዚአብሔር ስላልመጣችሁ አሁን ውጤትህ ቀንሷልና ዞር በልልኝ ብሎ እግዚአብሔር የሚለወጥበት ሁኔታ የለም፡፡ የለበስነውም የማይቀየረውን የክርስቶስ ጽድቅ ነው፡፡ የእርሱ ጽድቅ ደግሞ ማንኛውንም የሠይጣን ፍላፃ ለመመለስ ጽኑ ነው፡፡

ዶክተር ቻርላስ አር ኤርድመን፡- ቅዱስ በሆነው የእግዚአብሔር ፈቃድና ሕግ ራሱን የታጠቀ ነፍስን የሚያጠፋ የቁጣ ሰይፍ አያገኘውም፡፡ መሳሳቱን የሚያውቅ ሰው ፈሪ ነው ትክክል መሆኑን የሚያውቅ ግን ሰዎችን ሊቋቋም ያለፍርሃት ወደ ጦርነት ይገባል፡፡

ጽድቅ በዘላቂነት የልብ ጉዳይ ነው፡፡ በአታላይነትና ተመጻዳቂነት በሳምንት አንድ ቀን የምንሰለፍበት አይደለም፡፡ ልብና አይምሮ ከማንኛውም ክፉና ርኩስ ሐሳብ ነፅቶ ሁሌም ንፁህ ታማኝነት ያስፈልጋል፡፡ ክርስቲያኖች ጻድቅና በሥነ ምግባርም የታነፁ ሊሆኑ ይጠበቃል፡፡ ይህም ከፃድቅ ውጭ ሌላው የማያደርገው ነው፡፡

የሰላም ወንጌልን መጫማት፡- አንድ የሮማ ወታደር ለጦርነት ተግባሩ የሚያውለው ልዩ ጫማ አለው፡፡ ይህ ጫማው ቋጥኙን፣ ገደላገደሉን፣ ሥርጓጓጡን የሚያዳልጠውን መንገድ ሁሉ ቆንጠጥ አድርጎ በመርገጥ ሳይንሸራተት በጥንካሬ እንዲጓዝ ይረዳዋል፡፡ የሮማውያን ወታደሮች ጫማ ልክ እንደ አሁን ዘመን የኳስ ተጫዋቾች ሥሩ ላይ እንደሚስማር ወጣ ወጣ ያሉ ጥርሶች አሉት፡፡ ይህም አንሸራታች መንገድ ላይ ቆንጠጥ አድርገው እንዲይዙ ይጠቅማቸዋል፡፡ *የምሥራች የሚናገር፥ ሰላምንም የሚያወራ፥ የመልካምንም ወሬ የምሥራች የሚናገር፥ መድኃኒትንም የሚያወራ፥ ጽዮንንም። አምላክሽ ነግሦአል የሚል ሰው እግሩ በተራሮች ላይ እጅግ ያማረ ነው* (ኢሳ. 52÷7፤ ሮሜ 10÷15፤ 2ኛ ቆሮ 5÷18-21)፡፡ *ጌታ እግዚአብሔር ኃይሌ ነው፤ እግሮቼን እንደ ዋላ እግሮች ያደርጋል፤ በከፍታዎችም ላይ ያስሄደኛል* (ዕንባ 3÷19)፡፡

በተመሳሳይ መንገድ ለአንድ አማኝ ወንጌል ከመንሸራተት የሚጠብቀው በመልካም ምሳሌነት እንዲመላለስ የሚረዳው ነው፡፡ የወንጌሉ ቃል በትክክል የገባውና በቃሉ መሠረት ላይ የቆመ አማኝ ቋጥኙን፣ ገደላ ገደሉን እየተቆናጠጠ ተሻግሮ ያልፋል፡፡ የሚያዳልጠው

የአ.ፊ.በ.አ. አገልግሎት / የኤፌሶን መልዕክት ትምህርት

መንገድም አንሸራቶ አይጥለውም:: ይህን የወንጌል ቃል ያልተጫማው አማኝ በመጣው ነፋስ ሁሉ ይወሰዳል፤ ተንሸራቶም ይወድቃል::

በወንጌሉ ቃል ላይ የቆመ አማኝ የአሸናፊነትን ሕይወት ይለማመዳል:: የእግዚአብሔ ጸጋም በእርሱ ላይ ይሆናል:: በዚህ ዘመን ብዙ ክርስቲያኖች ከዝማሬ ያለፈ የእግዚአብሔር ቃል እውቀት የላቸውም:: ከዚህም የተነሳ የጽድቅን ሕይወት መኖር አልቻሉም:: እንኳን ለሌሎች ሊተርፉ ለራሳቸውም የሚበቃ ሕይወት የላቸውም:: የመጣው ነፋስ ሁሉ ጠራርጎ ይወስዳቸዋል:: በስህተት ትምህርትና በስህተት አሠራሮችም በቀላሉ ይሸነገላሉ:: በኤፌሶን መጽሐፍ ውስጥ በአጠቃላይ የዳሰስናቸው እውነት የወንጌሉን እውነት የሚያዩ ናቸው:: "*. . ሁላችን የእግዚአብሔርን ልጅ በማመንና በማወቅ ወደሚገኝ አንድነት፣ ሙሉ ሰውም ወደ መሆን፣ የክርስቶስም ሙላት ወደሚሆን ወደ ሙላቱ ልክ እስከንደርስ ድረስ፣ ቅዱሳን አገልግሎትን ለመሥራትና ለክርስቶስ አካል ሕንጻ ፍጹማን ይሆኑ ዘንድ*" (ኤፌ. 4÷13) የሚለው ቃል በትክክል የሚፈጸመው አማኝ በወንጌሉ እውነት ላይ ተጫምቶ ሲቆም ነው::

ወንጌል፡- በግሪክ ዩዋንጌልዮን euangélion / yoo-ang-ghel'-ee-on የሚሰኝ ሲሆን፣ በጥሬው መልካም መልዕክት ማለት ነው:: በአንደኛው ክፍለ ዘመን ማንኛውንም ዓይነት መልካም ወሬ ለማመልከት ይውል ነበር:: (መጽሐፍ ቅዱስ ጥቅሶች የብሉይና / የአዲስ ኪዳን ግሪክ መዝገበ ቃላት. የቲየር ትርጉም)

ብሉይ ኪዳን ውስጥ እንዳለው በግሪኮችም ዘንድ ዩዋንጌልዮን የድል ወሬን እና የጠላትን ሽንፈት ወይም መማረክ ለማወጅ የሚገለገሉበት ቃል ነበር:: ወሬው በደብዳቤ ወይም በጦር ግንባር ከሆን በመርከብ በፈረስ ወይም በፈጣን ሯጭ ከመጣ በኋላ በጉጉት ለሚጠባበቀው ከተማ ይታወጃል::

ጳውሎስ ስለ ክርስቲያን ዕቃ ጦር ሲያብራራ ወንጌልን የሚጠቅሰው ሰዎች የሚድኑበትን መንገድ ለማሳየት ብቻ አይደለም:: በእምነቱ ጠንክረንና እግሮቻችንን በወንጌሉ እውነት ላይ ተክለን ለማንኛውም ጦርነት ዝግጁ እንድንሆን ሊያስታውሰንም ጭምር ነው፤ በየዕለቱ በክርስቶስ የድል ሕይወት መኖር እንችላለን:: ብዙ ክርስቲያኖች ግን ድነዋል እንጂ አሁንም ገና ድልን አልቀመሱም::

ሰላም፡- በግሪክ ኤይረኔ eirḗnē / i-rah'-nay ሲሆን ትርጉሙ ተለያይቶ ወይም ተከፋፍሎ የነበረውን መልሶ አንድ ላይ በማድረግ ማሰርን የሚያሳይ ነው:: **ኤይሮ፡-** የሚለው የግሪክ

ቃል ትርጉሙ የተለያየውን አንድ ላይ ማሰር ማለት ነው:: ሰላም የጠብ ተቃራኒ እንደመሆኑ የጠብን አለመኖር ወይም ፍፃሜ ያመለክታል:: (መጽሐፍ ቅዱስ ጥቅሶች የብሉይና / የአዲስ ኪዳን ግሪክ መዝገበ ቃላት. የቲየር ትርጉም)

ሄንሪ ሞሪስ፡- ኤፌሶን 6÷10 – 18 ባለው ክፍል ውስጥ ክርስቲያኖች ቆመው እንጂ ሲገሰግሱ አይታይምና "በሰላም ወንጌል በመዘጋጀት" የሚለው ይህኛው ጥቅስ ስለ ወንጌል ሥርጭት የሚናገር አይደለም፤ ይልቁንም የአማኙን ጽናትና ከወንጌል የማይንሸራተት መሆን የሚያመለክት ነው:: ይህም በተጋድሎው መቆም ይችል ዘንድ ሰላም የሚሰጠው ነው::

ብሌይኪ፡- የዘይቤው አጠቃቀም ለመረዳት ትንሽ የሚከብድ ነው:: እግር በሰራዊት ውስጥ እንደሚሆነው ሊጫማ ያስፈልገዋለ:: ጫማው የሰላም ወንጌል ዝግጁነት ነው:: ሐሳቡ፡- አይምሮ በሰላም ወንጌል አማካኝነት ይፅና ከፍርሃትና ግራ ከመጋባትም ይጠበቅ ማለት ይመስላል:: መልካሙ ዜና እግዚአብሔር ከእኛ ጋር ሰላም ነውና እንግዲህ "እግዚአብሔር ከእኛ ጋር ከሆነ ማን ይቃወመናል" ነው:: የሮማውያን ጫማ ተዳፋት የሆነ የሚያንሸራትት በሆነ ስፍራ እንኳ መሬቱን ቆንጥጦ የሚይዝ ሚስማር ያለው ነበር:: መልካሙ ዜናም እንዲሁ ቀጥ አድርጎ ይይዘናል:: (ዘ ባይብል ኖውሌጅ ኮሜንታሪ)

ኤክስፖዚተርስ ግሪክ ቴስታመንት፡- እዚህ ሰላም የተባለው ከእግዚአብሔር ጋር የሆነውን ሰላም መሆኑ ጥርጥር የለውም (ሮሜ 5÷1):: የነፃነት ስሜት የሚሰጠን፣ ከሸክም የሚያሳርፈንና ከከፉው ጋር ላለው ተጋድሎ በጀግንነት የመዘጋጀትን መንፈስ የሚሰጠን ከእግዚአብሔር ጋር የሆነው ይኸው ሰላም ብቻ ነው:: "የሰላም ወንጌል" የሚለው ሃረግ ሌላ ቦታ ላይ የተሰበከ መልዕክት ከሚለው ሐሳብ ጋር ይያያዛል (ኢሳያስ 5÷7 ናሆም 1÷5 ሮሜ 10÷5):: እዚህ ግን ዝግጁ የመሆኑ ጉጉት ወንጌሉን ለማወጅ ሳይሆን ከገድሉ ጋር ተያይዞ ያለውን ፍጥነት (ለድርጊት መነሳት) ነው:: በወንጌል የምንነሳሳበት ዝግጁነትና ጥቃት ለኛ ከለላችንን መሣሪያችን ነው፤ በዚህም ጠላትን በጀግንነትና በፍጥነት ለመግጠም እንደገፍበታለን:: (ኤክስፖዚተርስ ግሪክ ቴስታመንት. ዊሊያም ሮበርትሰን ኒኮል)

ማካርተር፡- በኤፌሶን ጽሑፍ ውስጥ ጳውሎስ የሚያወራው ስለ መስበክ ወይም ስለማስተማር ሳይሆን መንፈሳዊ ውጊያን ስለመዋጋት ነው:: እንዲሁ ፀንቶ ስለመቆም እንጂ ስለመጓዝም አያወራም (ኤፌ 6÷11-14):: ርዕሰ ጉዳዩ ለጠፉት ስለመመስከር ሳይሆን ዲያብሎስን ስለመዋጋት ነው:: በዚህ መልዕክት የሰላም ወንጌል የተባለው አማኞች ከእግዚአብሔር ጋር ሰላም የመሆናቸውን መልካም ወሬ ነው:: ስለሆነም ለሰላም ወንጌል በማዘጋጀት እግሮቻችን ሲጫሙ እግዚአብሔር ለእኛ ባለው ፍቅር ተማምነን

የአ.ፌ.በ.አ. አገልግሎት / የኤፌሶን መልእክት ትምህርት

እንቆማለን:: ከእኛ አንድ በመሆኑ ሊዋጋልንም ዝግጁ በመሆኑ ላይ እንቆማለን:: በእግዚአብሔር ኃይል ላይ የሚቆም አማኝ ደግሞ ለማንኛውም ጠላት መፍራት አያስፈልገውም:: ሰይጣን ሊያጠቃን ሲመጣ ጽኑ መሬት በሆነው የሰላም ወንጌል ላይ እግሮቻችን ጠልቀው ተተክለዋልና አንነቃነቅም:: (ማከአርተር, ጆ ኤች ኤሽ. ቺካጎ ሙዲ ፕሬስ)

ቦይስ፡- ጳውሎስ ወንጌሉንና ሰላምን እንድንጫማ ነው የሚፈልገው? ወይስ ወንጌሉን በማሳወቅ ዝግጁነት እንድን ጫማ ነው የሚፈልገው? እንደኔ መረዳት ትኩረቱ ያለው ወንጌሉን በማሳወቅ ዝግጁነት ላይ ነው:: ማንኛውም ክርስቲያን ወንጌሉን ያውቃል ያለዚያ ክርስቲያን አይሆንም:: ስለዚህ ይህ ከማወቅ አልፎ መልካሙን ወሬ ለሌሎች ወደ ማሳወቅ ዝግጁነት ማደግ አለበት:: በተጨማሪም ጳውሎስ ወንጌሉን ከወታደር ጫማ ጋር ያያይዘዋል ይህም ጫማ ከቦታ ወደ ቦታ የሚወስደን ከመሆኑ ጋር ተያይዞ ስለክርስቶስ ለማፍራት ዝግጁ እንሆን ዘንድ ከቦታ ወደ ቦታ የምንሄደው እኛ መሆናችንን የሚያመላክት ነው? (ቦይስ, ጄ ኤም: ኤፌሶን: ትንታኔ ኮሜንታሪ)

ተጫምተው፡- በግሪክ ሂፖዲዮ hypodéō / hoop-od-eh'-o ሲሆን ቃል በቃል ጫማ ማድረግ ነው:: (መጽሐፍ ቅዱስ ጥቅሶች የብሉይና / የአዲስ ኪዳን ግሪክ መዝገበ ቃላት. የቲየር ትርጉም)

ወታደር ጠንክሮ እንዲቆም አስተማማኝ መርገጫ ያስፈልገዋል:: ጳውሎስ ተጫምተው ሲል በብዙ ቁጥር የተጠቀመው መልዕክቱ ለቤተክርስቲያን በአጠቃላይ ማለትም ለአይሁዶችም ለአሕዛብም መሆኑን የሚያሳይ ነው:: የእውነትን ቃል እርሱም የመዳናቸውን ወንጌል በመስማትና በመቀበል አሕዛብ በክርስቶስ ደም ከአይሁድ አማኞች ጋር ቀርበዋል:: ወንጌል የመሠረተው ሰላምም በአንድ ራስ ስር የተሰባሰቡ የአማኝ ሠራዊት ፈጥሯል:: እንግዲህ ይህ ሠራዊት በሰላም ማሰሪያ አንድነቱን ጠብቆ ወደፊት ሊገሰግስ ኃላፊነት አለበት:: ሰይጣን የክርስቲያንን ሠራዊት መሠረት መከፋፈልና ማፋለስ ከቻለ ግን ቀጥሎ ደግሞ እያንዳንዳችንን በነፍስወከፍ ጦርነት የሚያሸንፍበትን ዕድል ያገኛል::

ዉወስት፡- የክርስቲያን ወታደር የአጋንንትን ጥቃት መክቶ መቆም ካለበት እግሮቹ በአግባቡ መሸፈናቸውን ማረጋገጥ ይኖርበታል:: ሮማውያን ወታደሮች በቁርጭምጭሚታቸው ዙሪያ የሚታሰር ነጠላ ጫማ ያደርጉ ነበር:: የጫማቸው ሶል በሚስማር የሚጠቀጠቅ ሲሆን፣ ይህም የሚደረገው መሬት ረግጦ እንዲይዝ ስለሚፈለግ ነው:: ልክ እንደዚሁ የክርስቲያን ወታደርም ረግጦ የሚይዝ ጫማውን እርሱም "ለሃጢያተኛ ልብ ሰላምን

የሚሰብክ የምሥራች" ሊጫማ ይገባዋል፡፡ ኢየሱስ ክርስቶስ በደሙ ሰላምን አድርጓልና ኃጢያተኛም ቅዱስ ወደሆነው እግዚአብሔር ዳግም ይቀርብ ዘንድ መንገድን አበጅቷልና!(ዉወስት ኬ. ኤስ፡ ዉወስት የቃል ጥናቶች ከግሪክ አዲስ ኪዳን፡ ኢርድማንስ)

ባርነስ፡- የእግርና የቁርጭምጭሚት መሸፈኛው ሁለት ዓይነት ነው (1) እግርን እንዲሸፍን የተሠራው ጫማ ሲሆን፣ ይህም መሬትን ቆንጥጦ እንዲይዝ ሚስማር ወይም የሾለ ብረት የሚመታበት ነው፡፡ (2) ከእግር ጋር የሚጣበቅ የብረት ገንባሌ ነው፡፡ ይህም ለባሹን ከማንኛው አደጋ እንዲጠበቀው ታስቦ ከነሃስ የሚሠራ ነበር፡፡ የብረት ገንባሌ በግሪኮችም በሮማውያኑም ዘንድ የተለመደ ነበር፡፡ (አልበርት ባርንዝ በርኔስ ኒ ኮሜንታሪ)

የሮማ ወታደሮች ካሊጋ፡- የሚሰኝ ጫማ ያደርጉ ነበር፡፡ የጫማው ስር በፌሮ (ችካል) የሚጠቀጠቅ ሲሆን፣ ይህም በውጊያ ጊዜ መሬቱን ነክሶ እንዲይዝ ለማድረግ ነው፡፡

ካሊጋ፡- ተራ ሮማዊ ወተደር ይለብሰው የነበረ ኩርንችት የሚጠቀጠቅበት ጫማ ነው፡፡ ካሊጋ የሚለብሰው ወታደር ካሊጋቲ ተብሎ ይጠራል፡፡ በአንድ ወቅት ጀርማኒካስ የተባለ የሮማ ወታደር ነበር፤ ወታደሮች መሃል እያለ ካሊጋውን ልጁ ላይ በማስቀመጡ ትንሹ ቦት ጫማ የሚል ቅፅል ስም ይወጣለታል፡፡ ኋላ ላይ ይኸው ጀርማኒካስ (ትንሹ ቦቲ ጫማ) ካሊጉላ ተብሎ ንጉሠ ነገሥት   ይሆናል፡፡ ከፍተኛ ማዕረግ ያላቸው ወታደሮች ይለብሱት የነበረው ጫማ ካልሲየስ ይሰኛል፡፡ በእነዚህ ጫማዎች ላይ የሚጠቀጠቀው ኩርንችት ሦስት ጥቅሞች ነበሩት፡፡ 1ኛ.ጫማውን ያጠነክረዋል 2ኛ. ለወታደሩ እንቅስቃሴ ኃይል ይጨምራል 3ኛ. በጠላት ላይ ጥቃት ለመሰንዘሪያ ይሆናል(በመራገጥ)፡፡

ጳውሎስ ክርስቲያኖችን የእግዚአብሔርን ዕቃ ጦር በሙሉ ልበሱ ሲል፣ በሰላም ወንጌል በመዘጋጀት እግሮቻችሁ ተጫምተው ቁሙ ሲል እንግዲህ ፅኑ በሆነው የወንጌል መሠረት ግዳጅ ላይ እንዳለ ወታደር ሳንነቃነቅ እንቆም ዘንድ ነው፡፡

ዝግጅት፡- በግሪክ **ሄቶይማሲያ** hetoimasía / het-oy-mas-ee'-ah ይሰኛል፡፡ ትርጉሙ ዝግጁነት ብቁነት ንቃት ማለት ነው፡፡ (መጽሐፍ ቅዱስ ጥቅሶች የብሉይና / የአዲስ ኪዳን ግሪክ መዝገበ ቃላት. የቲየር ትርጉም)

ኤክስፖዚተር ግሪክ ቴስታመንት፡- ሄቶይማሳያ (ዝግጅት) መልክቱ ሰለዓለም ከሆነው ወንጌል የሚሆን ዝግጅት ነው፡፡ (ኤክስፖዚተርስ ግሪክ ቴስታመንት. ዊሊያም ሮበርትሰን ኒኮል)

ዋይን ባርበን፡- ይህ የግሪኩ ቃል ሄቶይማሲያ የአንድን ነገር ፅኑ መርገጫ መሠረት የሚያመላክት ነው፡፡ ይህም የክርስቶስን ወንጌል በጥልቅ መረዳት እንድተከል ያደርገኛል ማለት ነው፡፡ ዲያብሎስ ማጭበርበሩን ይዞ ሲመጣ መረዳቱ አለኝ በወንጌል እውነት ላይም በፅኑ ተተክያለሁ ማለት ነው፡፡ በአማኝ መጫሚያ ላይ ያለው ፌሮ (ችካል) ጳውሎስ የሰላም ወንጌል ያለው የክርስቶስ ወንጌል ምን ስለመሆኑ የጠለቀ መረዳትን ይሰጠዋል፡፡ (ከዌንስ ባርበር ስብከት የተወሰደ ውይይት)

የሚንበለበሉትን የክፉውን ፍላፃዎች ልታጠፉ የምትችሉበትን ሁሉ

የምትችሉበትን፡- በግሪክ ዱናማይ dýnamai / doo'-nam-ahee ሲሆን፣ የተፈጥሮ በሆነ ችሎታ ኃይል ማግኘት ማለት ነው፡፡ ተደራጊ አምዱ ሌላ የሚያስችል አካል መኖሩን ይጠቁማል እርሱም ደግሞ የእግዚአብሔር መንፈስ ነው፡፡ (መጽሐፍ ቅዱስ ጥቅሶች የብሉይና / የአዲስ ኪዳን ግሪክ መዝገበ ቃላት. የቲየር ትርጉም)

ሌህማን ስትራውስ፡- በመንፈሳዊ ውጊያ በራስ ላይ መተማመንን ስለመጣል እምነታችንን በስጋ ላይ ካደረግን የዲያብሎስን ፍላፃዎች እንመክታለን ብለን ተስፋ ማድረግ አንችልም፡፡ በድል እንወጣለን ብለን መጠበቅ የምንችለው ወደ ተባረከው ጌታችን ስናይና የእርሱን ብርታትም ያለማቋረጥ ስናስብ ነው፡፡ የአማኙ ትልቅ ጋሻ በኃያሉ አምላክ ላይ ያለው እምነት ነው፡፡ ምንም ዓይነት የፍርሃትና የፈተና ፍላፃ የእምነት ጋሻ የያዘችን ነፍስ በስቶ አይገባም፡፡ በጌታ በኢየሱስ ክርስቶስ ያለቀ ሥራ እግዚአብሔር ጋሻን አቅርቦልናል፡፡ እኔና እናንተ ግን ማመን አለብን፡፡(ኤፌሶን ኮሜንታሪ፡ሌህማን ስትራውስ)

ማርቪን ቪንሰንት፡- ሰይጣን የሚያጠቃው ቀጥተኛ ባልሆነ መንገድ ነው፡፡ ምንም ክፉ በማይጠረጠርበት መልካም ነገር በኩል ይመጣል፡፡ ሲያዙለትም አንዱ ኃጢያት ሌላውን እያስከተለ እሳት የተነከረው ፍላፃ ይሠራጫል፡፡ ፈተና በደካማ ነገሮች ላይ ይሠራል፡፡ በራስ መተማመንም ተቀጣጣይ ነው፡፡ በአንፃሩ እምነት በራስ ላይ ያለንን ትምክህት እያጠፋ የፍላፃውን ነዳጅ ይወስድበታል፡፡

አጠፋ፡- በግሪክ ስቤኑሚ sbénnymi / sben'-noo-mee የሚል ሲሆን፣ በጥሬው መብራት ወይም እሳት ማጥፋት ማለት ነው፡፡ በዘይቤያዊ ፍቺው ግን ማጨናገፍ ወይም እንቅስቃሴን ማገድ ማለት ነው፡፡ (መጽሐፍ ቅዱስ ጥቅሶች የብሉይና / የአዲስ ኪዳን ግሪክ መዝገበ ቃላት. የቲየር ትርጉም)

የሚንበለበል፡- በግሪክ ፑሮ pyróō / poo-ro'-o ሲሆን፣ በጥሬው መቀጣጠል በእሳት መያያዝ መቃጠል ማለት ነው፡፡ ጳውሎስ ግን ፑሮን የተጠቀመው በዘይቤያዊ መልኩ ሲሆን፣ እርሱም አፈር ወይም ፍላፃ የሚሉትን ለመግለጽ ነው፡፡ ፍላፃ የተሰኘው ደግሞ ያለጥርጥር ሐሳብን ነው፡፡ (መጽሐፍ ቅዱስ ጥቅሶች የብሉይና / የአዲስ ኪዳን ግሪክ መዝገበ ቃላት. የቲየር ትርጉም)

- ለመሆኑ የሰይጣን የእሳት ፍላፃዎች እነማን ናቸው?

❖ የሚያባብሉ ፈተናዎች	* ፍትወት
❖ ጥርጥር	* ስስት
❖ ፍርሀት	* ግብዝነት
❖ መመኘት	* የአይን አምሮት
❖ የስጋ ምኞት	* ስለ ገንዘብ መመካት
❖ ራስ ወዳድነት	* የእርኩሰት እና ሌሎችም ናቸው፡፡

ፍላፃዎች፡- በግሪክ **ቤሎስ**bélos / bel'-os ሲሆን ቃል በቃል የተወረወረ ነገር ማለት ነው፡፡ ሹል የሆነ መሣሪያ ፍላፃ፣ ቀስት ሊሆን ይችላል፡፡ (መጽሐፍ ቅዱስ ጥቅሶች የብሉይና / የአዲስ ኪዳን ግሪክ መዝገበ ቃላት. የቲየር ትርጉም)

ቲዎሎጂካል ዲክሽነሪ ኦፍ ዘ ኒው ቴስታመንት፡- ቤሎስ ‹የተሳሉ መሣሪያዎች› ‹ጦሮች› ‹ፍላጻዎች› ማለት ነው፡፡ መብረቅንና የፀሐይ ጨረርንም ለመግለጽ ይሆናል፡፡ በብሉይ ኪዳን ቀስተ ደመና የእግዚአብሔር ቀስት ነበር (ዘፍ 9፥13)፡፡ መብረቅ የሚቃጠል ፍላፃ (መዝ 7፥13) ሲሆን፣ የፀሐይ ፍላፃወቹም ድርቅ አማጮች ናቸው (መዝ 90)፡፡ ክፉዎችን በፍላጻ ይመታል (ሰቆ 3፥12 ኢዮ 6፥4)... በአዲስ ኪዳን (ኤፌ 6፥16) እና (ኢሳ 59፥17) ጻድቃን የእግዚአብሔር ተዋጊዎች ሆነው ሲታጠቁ እናያለን፡፡ ክርስቲያኖች በሚንበለበሉት የክፉው ፍላፃዎች ይጠቃሉ፤ ነገር ግን ከእግዚአብሔር ጋር አንድ ላይ አንድ በሆኑበት የእምነት ጋሻ ይመከቱታል፡፡

ፍላፃዎቹ ድንገተኛና በጣም መጥፎ የሆነው የሰይጣን ጥቃቶችን ይመስላሉ፤ ይህም ለመጠራጠር ወይም የእግዚአብሔርን ስም ለመሳደብ ምክንያት የሌለው ግፊትን፣ የራስን ሁኔታ፣ የመለኮትን ባህሪ መወንጀል ሊሆን ይችላል፡፡ የሉተር እና የባንያን የሕይወት ታሪኮች ተስማሚ ምሳሌን ያቀርባሉ፡፡

የእምነት ጋሻ አገልግሎቱ ፍላፃዎች ለመመከት ነው፡፡ ፍላፃዎቹ ከታገዱም ጦረኛው ክርስቲያን ምንም አይሆንም፡፡ በእግዚአብሔር ላይ ያለው እምነት ከመቁሰል በጨካኝ ጠላቶቹ እጅ ምርኮኛ ከመሆን ያድነዋል፡፡ ምንም ቢፈጠር ፍንከች አያደርገውም፡፡ እምነቱ ከሽንፈትና ከተስፋ መቁረጥ ያድነዋል፡፡(ኪተል, ሰ, ፍሪድሪክ, ሰ, እና ብሪምሊ, ጂ. ደብሊው. ቲኦሎጂካል. ዲክሽነሪ. ኦቭ. ዘ. ኒው. ቴስታመንት)

ብሌይኪ፡- የሚንበለበሉት (የእሳት) ፍላፃዎች ተቀጣጣይ ነገር ውስጥ የሚነከሩ መሣሪያዎች ናቸው፡፡ ይህም በዘይቤአዊ አነጋገር ከሰይጣን የሚመነጩትን የሚቃጠል ምኞት፣ ኩራት፣ በቀል፣ ሌሎች ክፉ ስሜቶች የሚያመለክት ነው፡፡ እንዲህ ዓይነቱ ሐሳብ አልፎ አልፎ አይምሮ ውስጥ ብልጭ የሚለው መንፈሳዊ ልምምድ ውስጥ እያሉ ሲሆን፣ ለእያንዳንዱ ክርስቲያን የሚያሳዝን ተሞክሮ ነው፡፡ በክርስቶስ ላይ ያለ እምነት ግን የሚንበለበሉት ፈተናዎች ያጠፋቸዋል፡፡ (ዘ. ፑልፒት ኮሜንታሪ: አዲስ ኪዳን፤ ብሉይ ኪዳን፤ ኤጅስ. ሶፍትዌር)

ዋረን ዋየርስቢ፡- ሰይጣን የሚተኩስብን የሚንለበሉት ፍላፃዎች ምንድን ናቸው? ለኔ በአንድም በሌላም ፍርሃት ጥርጥር ጭንቀት የመሳሰሉት ሐሳቦች ናቸው፡፡ አንዳንድ ጊዜ ተመስጬ ቃሉን እያጠናሁ ባለበት ወቅት እንኳ መጥፎ ሐሳብ አይምሮየን ድንገት ይወረዋል፡፡ በእርግጥ ሰይጣን ለዚህ ተጠያቂዎች ራሳችን ነን ብለን እንድናስብ ይፈልጋል፡፡ የዚህ ምክንያቱም እንዲህ ብሎ ማሰብ ተስፋ ስለሚያስቆርጠን ነው፡፡ ተጠያቂው ግን ራሱ ነው፡፡ ቃሉን እያስተማርኩ ባለበት የሚንበለበሉት ፍላፃዎች ተወርውረውብኛል፡፡ እነዚህ ካላጠፋናቸው የሚነኩትን ሁሉ እያያያዙ ለማጥፋት ከባድ የሚያስቸግር እሳት ይፈጥሩብናል፡፡ በሌላ በኩል የእግዚአብሔር ተስፋዎችን ማመንና ቃሉን መያዝ የነበልባል ፍላፃዎችን ለማጥፋት ብቸኛው መንገዳችን ነው ሰይጣንን ፍላፃ ከመወርወር ልናስቆመው አንችልም፤ ፍላጻዎቹ እሳት እንዳያስነሱ ማስቆም ግን እንችላለን፡፡

አንድ ታላቅ አማኝ እንዲህ ብሏል (ማርቲን ሉተር ይሆን?)፡- ድንቢጦች በእናቴ ላይ እንዳይበሩ መከልከል አልችልም፡፡ ጸጉሬ ውስጥ ጎጇቸውን እንዳይሠሩ ግን መከላከል እችላለሁ፡፡ ዋናው ነገር ፍላፃውን ወዲያው ማጥፋቱ ስለሆነ በተወረወረበት ቅፅበት ወደ ክርስቶስ በእምነት ቀና ብሎ የተስፋውን ቃል ማስታወስና ማመን ነው፡፡ (የሰይጣን ስልት- እንዴት አድርጎ መለየት እና ማሸነፍ! ዋረን ዋየርስቢ)

ክፉ፡- በግሪክ ፓኔሮስ ponērós / pon-ay-ros' ነው፤ ክፉኛ ጎጂ የሆነ ማለት ነው፡፡ ፓኔሮስ ሰይጣን ፍፁም መጠፎ መሆኑን የሚገልጽ ቃል ነው፡፡ (መጽሐፍ ቅዱስ ጥቅሶች የብሉይና / የአዲስ ኪዳን ግሪክ መዝገበ ቃላት. የቲየር ትርጉም)

ዉወስት፡- ክፉው ወይም ጎጅው በራሱ ጥፋት መጥፋት ያልረካውና ለዘላለም ወደ ተደገሰለት ጥፋቱ ሁሉንም ይዞ መውረድ የሚፈልገው ነው፡፡ የሚንበለበሉት ፍላፃዎች ደግሞ ይህ ክፉ ቅዱሳንን የሚያጠቃበትን ፈተና የሚወክሉ ናቸው፡፡ (ዉወስት ኬ. ኤስ፡ ዉወስት የቃል ጥናቶች ከግሪክ አዲስ ኪዳን፡ ኢ.ርድማንስ)

ፓኔሮስ (ክፉኛ ፣ ጎጂ) የሚለውን ቃል ክርስቶስም ሰይጣንን ለመግለጽ ተጠቅሞበታል፡፡ *«እኔ ቃልህን ሰጥቻቸዋለሁ እኔም ከዓለም እንዳይደለሁ ከዓለም አይሉምና ዓለም ጠላቸው፤ **ከክፉ (ፓኔሮስ)** እንድትጠብቃቸው እንጂ ከዓለም እንድታወጣቸው አልለምንም፡፡ እኔ ከዓለም እንዳይደለሁ ከዓለም አይደሉም በእውነት ቀድሳቸው ቃልህ እውነት ነው»* (ዮሐ 17÷14-17)፡፡

የመዳን ቁር፡-ቁር በእንግሊዘኛው ሄልሜት የሚባለው ነው፡፡ በጥንታውያኑ የሮማ ወታደሮች ዘንድም ሆነ በአሁኑም ዘመናዊ የወታደራዊ አሰላለፍ ቁር ትልቅ ድርሻ አለው፡፡ በዚያን ዘመን ቀስትን፣ ሰይፍን፣ ጦርን የሚከላከል ሲሆን በአሁኑ ዘመን ደግሞ አናትን ከጥይት ይጠብቃል፡፡

አዕምሮ የአስተሳሰብ ሚዛናችን የሚጠበቅበት የእውቀትና የመረዳት ምንጭ፣ የማሰብ አቅማችን ሁሉ የሚለካበት ነው፡፡ አንድ ሰው የአዕምሮው ሚዛን ከተዛባ፣ ወይም አዕምሮው ማሰብ ካቆመ ትክክለኛ ውሳኔውን መስጠት የማይችል፣ የሚጠቅምና የሚጎዳውን የማያውቅ፣ ማስተዋሉም የተወሰደበት ይሆናል፡፡ መጽሐፍ ቅዱስ "በአዕምሮአችሁ መታደስ ተለወጡ" የሚለንም ለዚህ ነው፡፡

በዚህ እያጠናነው ባለው የኤፌሶን መጽሐፍም *"እንግዲህ አሕዛብ ደግሞ በአዕምሮአቸው ከንቱነት እንደ ሚመላለሱ ከእንግዲህ ወዲህ እንዳትመላለሱ እላለሁ፤ በጌታም ሆኜ እመክራለሁ፡፡"* (ኤፌ. 4÷17) ይለናል፡፡ ክርስቲያኖች ደኅንነታችንን ከተቀበልን በኋላ ከአዕምሮ ከንቱነት ነጻ ወጥተናል፡፡ በክርስቶስ ኢየሱስ ደም ከኃጢአታችን ከነጻን በኋላ አስተሳሰባችን ሁሉ ተለውጧል፡፡ ቀድሞ የክፋት ልጆች ነበርን፡፡ ዛሬ ግን አሮጌው ሰው ተወግዶ አዲስ ፍጥረት ሆነናል፡፡ ይህም የአዕምሮ መለወጥ ነው፡፡

የሕ.ፌ.በ.ስ. አገልግሎት / የኤፌሶን መልእክት ትምህርት

ዲያቢሎስ ሁልጊዜ ሰዎችን የሚያጠቃው መጀመሪያ አስተሳሰባቸውን በመጉዳት ነው፡፡ ለዚህ ነው የማያምኑ ሰዎች በአብዛኛው በክፋት፣ በጭካኔ፣ ተንኮልን መሥራት የሚሞሉት፡፡ አንድ ደኅንነትን የተቀበለ ክርስቲያን ግን አዕምሮው ተለውጧል፡፡ በእርሱ አስተሳሰብ ውስጥ እነኚህ ክፉ አስተሳሰቦች የሚሰለጥኑ ከሆነ ማንነቱ ጥያቄ ውስጥ የሚገባ ይሆናል፡፡ አዕምሮአችን ሁልጊዜ በጠላት እንዳይጠቃ ሮማዊው ወታደር የራስ ቁርን እንደሚያደርግ እኛም በእግዚአብሔር መንፈስ ቅዱስ ጥላ ሥር ተከልለን ልንኖር ይገባናል፡፡

የመዳንን ራስ ቁር፡- በግሪኩ ጽሑፍ የሚለው የራስ ቁር እርሱም ድነት ነው፡፡ (መጽሐፍ ቅዱስ ጥቅሶች የብሉይና / የአዲስ ኪዳን ግሪክ መዝገበ ቃላት. የቲየር ትርጉም)

ጳውሎስ እያወራ ያለው ለዳኑት ስለሆነ ንግግር ድነትን ስለማግኘት አይደለም፡፡ ሆኖም ሰይጣን የአማኙን የእምነት ማረጋገጫ በጥርጥርና ተስፋ በማስቆረጥ ማጥፋት ይፈልጋል፡፡ መያዣው እውነት ነው ማረጋገጫው ግን ወደሚታዘዝ ክርስቲያን የሚመጣ ስሜት ነው፡፡ የዕብውያን መልእክትም ይህን በአፅንኦት ያየዋል፡፡ *በእምነትና በትዕግስትም የተስፋውን ቃል የሚወርሱትን እንድትመስሉ እንጂ ዳተኞች እንዳትሆኑ ተስፋ እስኪሞላ ድረስ እያንዳንዳችሁ ያን ትጋት እስከ መጨረሻው እንድታሳዩ እንመኛለን፡፡ (ዕብ 6፡11)*

ሞል፡- ራስ ከለላ የሚያስፈልገው ወሳኝ ብልት ስለሆነ ብቻ ሳይሆን የአይን መቀመጫም ስለሆነ ነው፡፡ አማኙ "ቤዛው ሲቀርብ አሻቅቦ ራሱን ያነሳል" (ሉቃ 21÷28) ክርስቶስ የድነት ሠራተኛ ሆኖ የራስ ቁሩን ለብሷል (ኢሳያስ 59፡17) ታጥቋልም፡፡ የክርስቲያኑ ተዋጊ ደግሞ የድነቱ ወራሽ ሆኖ ያንኑ የራስ ቁር ይለብሳል ይታጠቃልም፡፡ የራስ ቁሩ የድነት ተስፋ ነው (1ኛ ተሰሎንቄ 5÷8) ይህም ለመጨረሻውና ለዋናው ድነት መግቢያ ብቻ ነው፡፡

ስቲቨን ኮል፡- የራስ ቁር ከሰውነት ክፍል ዋና የሆነውን ራስ የሚከልል ነው፡፡ በሕይወታችን ሁሉን ነገር የሚወስነውም የሚቆጣጠረውም ራስ እንደመሆኑ በእርሱ ላይ የሚደርስ ጉዳት ጠንቁ ብዙ ነው፡፡ ስለሆነም ራስን መከለልና ከጉዳት መጠበቅ ሌላውን ሁሉ እንደመከለል ነውና የራስ ቁር እናደርጋለን፡፡ በተመሳሳይ ድነትን እንደ ራስ ቁር መልበስም እንዲሁ በሕይወታችን ውስጥ ሌላውን ሁሉ ለመጠበቅ የሚያስችለን ነው፡፡ ራስ የሰውነታችንን ተግባራት እንደሚቆጣጠር እንደሚመራ ድህነታችንም የመንፈሳዊ ሕይወታችን ራስ ነውና የክርስትና አኗኗራችን ይቆጣጠራል ይመራል፡፡ ለዚህም ነው ጳውሎስ የድነትን ራስ ቁር አንሱ ሲል "ራሳችሁን ሳትሸፍኑ ወደ ዓለም አትውጡ ራሳችሁን ጠብቁ" የሚለን፡፡ (ወደ ኤፌሶን ሰዎች 6÷17 ራስህን አስብ! ስቲቨን ኮል)

ዉወስት፡- እነዚህ ቅዱሳን (ኤፌሶናውያን) የዳኑት ከክርስቶስ በሆነ ፅድቅ ነው፡፡ ስለሆነም እዚህ እየተወራ ያለው ድነት ከኃጢያት ኃይልና ከሰይጣን ጥቃት መከለል ጋር ስለዚያ ድነት መሆን አለበት፡፡ (ዉወስት ኬ. ኤስ፡ ዉወስት የቃል ጥናቶች ከግሪክ አዲስ ኪዳን፡ ኢ.ርድማንስ)

የራስ ቁር፡- በግሪክ **ፔሪኬፋላያ** perikephalaía / per-ee-kef-al-ah'-yah ሲሆን ትርጉሙ በጥሬው በአናት ዙሪያ ወይም ራስን ከብቦ ማለት ነው፡፡ እናም የራስ ቁር ይሰኛል፡፡ (መጽሐፍ ቅዱስ ጥቅሶች የብሉይና / የአዲስ ኪዳን ግሪክ መዝገበ ቃላት. የቲየር ትርጉም)

የራስ ቁሩን ያጣ ሮማዊ ወታደር ለከፋ ጉዳት የተጋለጠ ሲሆን፤ ሁኔታውም በጦርነቱ ውስጥ ከጥቅም ውጭ የሚያደርገው ነው፡፡ በተመሳሳይ የድነት ማረጋገጫ የሌለው ክርስቲያን ሰይጣንን ለመቋቋም ድፍረት አይኖረውም፡፡

ተወዳጆች ሆይ ዛሬ የራስ **ቁራችሁን** ሳታደርጉ ከቤት አትውጡ፡፡ እንዲያውም ከነጭራሹ አታውልቁት፡፡ ወደ መኝታ ስትሄዱ እንኳ ቢሆን አታውልቁት፡፡ የመዳን ራስ ቁር እንደ አስፈላጊነት የምናወልቀውና መልሰን የምናደርገው ቅጥያ ሳይሆን የሙሉ ጦር ዕቃችን ዋና ክፍል ነው፡፡ (ቅድመ አስቲን)

ጆን ማካርተር፡- የሮማ ወታደር ራሱን ከትልቅ ሰይፍ መጠበቅ ነበረበት፡፡ የሰይጣን ትልቅ ሰይፍ ደግሞ ሁለት አፍ አለው፡፡ ሁለቱ አፍ **ተስፋ መቁረጥ** እና **ጥርጥር** ናቸው፡፡ **ተስፋ ሲያስቆርጥም** "እግዚአብሔር በሕይወትህ ምን እየሠራ ነው? ለዓመታት ቤተክርስቲያን ተመላለስክ፣ የመጽሐፍ ቅዱስን ቃል በየዕለቱ አነበብክ፤ ጥቂት ከመባረክ በቀር ምን አተረፍክ! ሚስትህ እንደ ድሮው ነጭናጫ ናት ልጆችህ አክብሮት አልጨመሩልህ! ሥራህንም እኮ አጥተሀል" ይላችኋል፡፡ **ሲፈልግ ደግሞ በጥርጥርም ይመጣል** "ክርስቲያን መሆንህን በምን ታውቃለህ? ለመዳንህ ግን እርግጠኛ ነህ? አንተማ ክርስቲያን አይደለህም፤ ያደረከውን እስኪ ተመልከት! አሁን ይሄ የክርስቲያን ምግባር ነው ብለህ ታስባለህ? አንተን ብሎ ክርስቲያን" ይላችኋል፡፡ ይህንን ሁሉ ውጊያ የምንከላከለው የመዳን ራስ ቁርን በመልበስ ነው፡፡ (ጆን ኤፍ. ማከአርተር ቺካጎ፡ ሙዲ ፕሬስ)

ቪንሰንት፡- መጀመሪያ የራሱ ቁር ይሠራ የነበረው ከቆዳ ሲሆን፣ በነሃስ ወይም በሌላ ብረት እንዲጠናከር ያደርጋል፡፡ አናቱም ላይ ከፈረስ ጋማ በሚሰጥ ቁንጮ የተጌጠ ምስል ያደርግለታል ፊትን የሚሸፍን ቆብም ነበረው፡፡

537

የሰ.ፌ.በ.ሰ. አገልግሎት / የኤፌሶን መልእክት ትምህርት

የመዳን ራስ ቁር አይምሯችንን በመከለል ከተስፋ መቁረጥ፣ ከጥርጥርና ከመሳሰሉት ጠብቆ ተስፋ ይሰጠናል፡፡ ተስፋ የሚሰጠንም መዳናችንን በማወቃችን ብቻ ሳይሆን በየዕለቱም እንደምንድን (ቅድስናችን) እና ወደፊትም እንደምንድን (የሚጠብቀንን ክብር) በማሳወቅ ነው፡፡

ድነት፡- በግሪክ ሶቴሪዮስ sōtḗrion / so-tay'-ree-on ይሰኛል፡፡ ሶቴሪዎስ ቅፅል ሲሆን ከፍተኛ ከሆነ አደጋ ማትረፍ፣ ማዳን ወይም መፈወስን የሚገልጽ ነው፡፡ ቲቶ 2፥11 ላይ ባለው የግሪኩ ዋና ቅጅ ሶቴሪዮስ ማዳን ወይም ድነትን ማምጣት የሚል ትርጉም አለው፡፡ የማዳኑ ጸጋ ውጤትም የሚጠቅም መሆኑን ቃሉ ጨምሮ ይገልፃል፡፡ (ጀን ኤፍ. ማክአርተር ቺካጎ: ሙዲ ፕሬስ)

ዋረን ዋየርስቢ፡- የራስ ቁር ክርስቶስ ሲመለስ አማኝ ያለውን ተስፋ የሚያመለክት ነው፡፡ ሰይጣን እኛን ለመቃወም የሚገለገለው ተስፋ በማስቆረጥ ነው፡፡ የበለጠ ተጋላጭ የምንሆነውም ተስፋ ስንቆርጥ ነው፡፡ የስንፍ ውሳኔ እንወስናለን፤ ለፈተናዎች ሁሉም ክፍት እንሆናለን፤ አይምሯችን የተባረከውን የክርስቶስ መመለስ ተስፋ ሲጠብቅ ግን ሰይጣን ሊያጠቃንና ሊያሸንፈን ተስፋ ማስቆረጥን መሣሪያ አድርጎ መጠቀም አይሆንለትም፡፡ ተስፋ ማስቆረጥ በጠላት እጅ ያለ ሕይወትን የሚያጠፋ መሣሪያ መሆኑን እንዳይዘነጉ፡፡ ሙሴና ኤልያስ ተስፋ ቆርጠው እግዚአብሔር እንዲገድላቸው ለመጠየቅ ደርሰዋል፡፡ መዝሙርም ዳዊት ‹በጥልቁ› እንደነበር በእግዚአብሔር ብቻም ተስፋ እንደሚያደርግ መዝግቧል፡፡ ነፍሴ ሆይ ለምን ታዝኛለሽ? ለምንስ ታውኪኛለሽ? የፊቴን መድኃኒት አምላኬን አመሰግነው ዘንድ በእግዚአብሔር ታመኚ (መዝሙር 43፡5)፡፡(የሰይጣን ስልት-እንዴት አድርጎ መለየት እና ማሸነፍ! ዋረን ዋየርስቢ)

ጆን ኤዲ፡- ድነት ተስፋው ሳይሆን ራሱ የራስ ቁር ሆኖ ቀርቧል፡፡ ይህም በእጃችን ጨብጠነዋል ነው፡፡ ስለዚህ ራስን የሚጠብቀው ይህን ድነት የመፈለጉ እምነት ነው፡፡ ደህና መሆኑን፣ ይቅርታ የተቀበለ መሆኑንና መቀደሱን የሚያውቅ (የተረዳ) እንዲሁም የሚሰማው (በእምነት እጅ የጨበጠው ወይንም የወረሰ) የራስ ቁሩን ለብሷል፡፡ በቅንፍ ያለው ሐሳቡን ለማብራራት የተጨመረ ነው፡፡ (ጆን ኤዲ, ዲ., ኤል. ኤል.ዲ. የጳውሎስ መልእክቶች ወደ ኤፌሶን ሰዎች)

ሬይ ስቴድማን፡- የመዳን ተስፋ ስለ ነፍስ መዳን የሚናገር አይደለም፡፡ ወደ ኋላ ተመልሶ ዳግመኛ ስንወለድ ያለውን ድነት የሚያመለክት አይደለም፡፡ የመጀመሪያዎቹ ሦስት የጦር

ዕቃዎች አዎ መጀመሪያ ስንድን ያለውን ያነሳሉ፤ የራስ ቁርን ጨምሮ ቀጥለው ያሉት ሦስት የጦር መሣሪያዎች ግን ወደኋላ ሳይሆን ወደ ፊት የሚያዩ ናቸው። ጳውሎስ ወደፊት ስለሚሆን ድነት እያወራ ነው፤ ይህም ሮሜ ውስጥ እንደሚጠቅሰው ነው። ከእንቅልፍም የምትነሱበት ሰዓት አሁን እንደ ደረሰ ዘመኑን እወቁ። ካመንበት ጊዜ ይልቅ መዳናችን ዛሬ ወደ እኛ ቀርቧልና። (ሮሜ 13፡11)

ስለሆነም እንደ ክርስቲያን የመዳን ራስ ቁር፣ የወደፊት ተስፋ አለን። እግዚአብሔር ዓላማውን እየፈፀመ እንደሆነም ስለምናውቅ ሰው መርሃ ግብሮች ቢከሽፉና ሁሉም ነገር ቢጠምም እኛ አንታወከም። ‹አዲሱ ውል› ትክክለኛው ስምምነት፣ ታላቁ ማኅበረሰብ፣ አዲሱ ሥርዓተ ዓለም ወዘተ የሚሉት አያስደነግጡንም። እስከመጨረሻው ጦርነትና የጦርነት ወሬን እንደምንጠብቅ ተምረናል። የሀሰት ትምህርቶች የሀሰት ፍልስፍናዎችን፣ አስማቶችንና ኑፋቄዎችንም ገፍ እንጠብቃለን። *አቤቱ ጌታዬ የመድሃኒቴ ጉልበት በሰልፉ ቀን ራሴን ሸፈንህ (መዝሙር 140፡7)* (የመዳን ተስፋ፡ ሬይ ስቴድማን)

ም፡- በግሪክ ካይ በእንግሊዘኛው (ኤንድ) ሲሆን ሁለቱን የጦር ዕቃ የሚያያይዝ ድህረ ግንድ ቅጥያ ነው በእንግሊዝኛው ኤንድ (And) ከሚለው ጋር አቻ ነው። (መጽሐፍ ቅዱስ ጥቅሶች የብሉይና / የአዲስ ኪዳን ግሪክ መዝገበ ቃላት. የቲየር ትርጉም)

ያዝ፡- በግሪክ ዴኮማይ déchomai / dekh'-om-ahee ሲሆን ቶሎ መቀበል ማለት ነው። በዚህ አገባብ የድነት መሣሪያ የሆኑትን ተቻኩሎ በፍጠነት ከመቀበል፣ ከመያዝ ጋር የተያያዘ ነው። (መጽሐፍ ቅዱስ ጥቅሶች የብሉይና / የአዲስ ኪዳን ግሪክ መዝገበ ቃላት. የቲየር ትርጉም)

ኤክስፖዚተርስ፡- ያዝ ተቀበል ወይም ውሰድ ነው። የቀደሙት የጦር ዕቃዎች ቁጭ ብለው ወታደሩ የሚያነሳቸው ነበሩ የእምነትን ጋሻ አንሱ እንደተባለው። የራስ ቁርና ሰይፍ ግን በባለሟል ወይም በመሣሪያ ተሸካሚው በኩል ለወታደሩ በእጁ የሚሰጡ ናቸው። ይህም ያዝ በመባሉ ነው። (ጌበላይን, ኤፍ, አርታኢ: ኤክሲፖዚተርስ ባይብል ኮሜንታሪ . አዲስ ኪዳን. ዞንደርቫን ህትመት)

የመንፈስ ሰይፍ፡- የመጨረሻው ሮማዊው ወታደር የሚጠቀምበት የጦር መሳሪያው ሰይፍ ነው። አንድ ሮማዊ ወታደር ያለ ሰይፍ ምንም ማለት ነው። በዘመናዊው የውትድርና ዓለም ጠመንጃ እንደ መያዝ ማለት ነው። አንድ ወታደር ጠመንጃ፣ ቦምብና ሽጉጥ ጥይት እና እራሱን የሚከላከልበት ትጠቅ መታጠቁን እርግጠኛ ሲሆን ያኔ ነው ወደ ጦር ሜዳ

የሚሄደው። በዘመናዊው የጦር ኃይልም ከጠመንጃው በተጨማሪ ሌሎች በርካታ የጦር መሣሪያዎች ይኖሩታል።

ሐዋርያው እነኚህ የውጊያ መሣሪያዎች እንደ ማያስፈልጉም ይናገራል። በመንፈሳዊው ዓለም መሣሪያዎቹ መንፈስ ቅዱስ፣ ጸሎትና ቃሉ ናቸው። እነኚህን መንፈሳዊ መሣሪያዎች አጥብቀን በመያዝ የጠላትን መንደር እናሸብራለን።

እነኚህ መሣሪያዎች በተሟላ ሁኔታ ውጤታማ እንዲሆኑም አማኙ ከጌታው ጋር ያለው ግንኙነት የተስተካከለ ሊሆን ይገባዋል። በዘፈቀደ የሚመራ ሕይወት፣ በዓለማዊነት በተዋጣ ሕይወት ጦርነቱን መፋለም የማይሞከር ነው። መሣሪያዎቹ በትክክል ውጤታማ የሚሆኑት አንድ አማኝ ከጌታው ጋር መልካም ግንኙነት በሚኖረው ጊዜ ነው።

ቃሉ በራሱ የመንፈስ ሰይፍ ነው። በዕብራውያን መጽሐፍ ውስጥ ሁለት አፍ ካለው ሰይፍ ይልቅ የተሳለ ነው ይለዋል። ይህ ሰይፍ በብርቱ ኃይል የጠላትን ሠራዊት የሚያርበደብድ ነው። የእግዚአብሔር ቃል በሙላት በሕይወታችን ውስጥ በሚሠራበት ጊዜ ዲያቢሎስ ይህን መቋቋም አይችልም። የእግዚአብሔር ቃል በሕይወታችን እንደ ምግብ ከመሆኑ ባሻገር፣ ለጥያቄዎቻችንም ምላሽን የምናገኝበት በመሆኑ ፤ዲያቢሎስ በተቻለው አቅም የቃሉ ኃይል በሕይወታችን እንዳይሠራ የተቻለውን ያህል ትግል ያደርጋል። የእግዚአብሔር ቃል በሙላት በውስጣችን ሲኖር ለቅድስናም ያዘጋጀናል። የቅድስና ጉልበት ይሆነናል። ውስጣችንም በአምላካችን ያርፋል።

ቶማስ ጉትሪ፡- መጽሐፍ ቅዱስ የሰማይ መሣሪያዎች ግምጃ፣ የፍቱን መድሀኒቶች ሌላ ሙከራና፣ የማይሟጠጥ የማይነጥፍ የሀብት መዝገብ ነው። በተጨማሪም የሁሉ መንገድ መመሪያ፣ የሁሉም ባህር ካርታ፣ የሁሉ በሽታ መድሃኒት፣ የሁሉ ቁስልም ቅባት ነው። መጽሐፉችንን ብትሰርቁን ከሰማይ ላይ ፀሐይ ጠፍታብናለች ማለት ነው።

ዘ ኔት ባይብል፡- ሰይፍ ተብሎ የተተረጎመው የግሪክ ቃል ማካይራ ሁለት ጫማ ከስልሳ ሳንቲም የሚረዝመውንና አጭሩን የሮማውያን ግላዲየስ ሰይፍ የሚጠቅስ ነው። ግላዲየስ ቅርብ ለቅርብ ለሆነ የጨበጣ ውጊያ የሚጠቀሙበት ሰይፍ ሲሆን፣ በጳውሎስ የጦር ዕቃ ዝርዝር ውስጥ ብቸኛው የማጥቂያ መሣሪያ ነው።

ቪንሰንት፡- የእግዚአብሔር ቃል ጠላትን ለማጥቃትም ለመከላከልም የሚያገለግል ነው። ክርስቶስም በተፈተነበት ሰዓት ተጠቅሞበታል። ቃሉ የእግዚአብሔር መንፈስ የሚሰጠንና

የሚያሳስበን ስለሆነ የመንፈስ ሰይፍ ነው፡፡ ለመረዳትም የመንፈስ ድጋፍ የሚያሻው ነው፡፡ (የሐንስ 14፥10 እንዲሁም ዕብራውያን 4፥12 ያነፃዋል)፡፡ (ቨንሰንት, ኤም አር አርተር ስተዲስ ኢን ዘ ኒው ቴስታመንት 3፥410)

ዴቪድ ጉዚክ፡- መንፈስ ሰይፍ ይሰጣችኋል፤ ሰይፉም የእግዚአብሔር ቃል ነው፡፡ ልትጠቀሙበት ከፈለጋችሁ ቃሉን እንደ እግዚአብሔር ቃልነቱ ማየት ያስፈልጋል፡፡ መጽሐፍ ቅዱስን እንደ አስማት መጽሐፍ ወይም አንገት ላይ እንደሚታሰር ክታብ የምናየው ከሆነ አያስኬድም፡፡ ቃሉን እንደ እግዚአብሔር ቃልነቱ ስናየው መንፈስ ይገልጥልናል በውስጡ ያለውን እውነትም ያስታጥቀናል፡፡ እንደ ሰይፍነቱ ደግሞ የት እንዴት መቼ እንደምንጠቀምበት ያስተምረናል፡፡ አስቀድሞ ያልተለማመደ ተዋጊ (ግላዲያተር) ሰይፉን ወሳኝ ሰአት ላይ ሰንዝሮ ተጋጣሚውን ድል ማድረግ አይችልም፡፡ ሰይፉን በአስፈላጊው ቦታና ሰአት በአግባቡ ለመጠቀም መለማመድና ልምምድንም ማስታወስ ይጠይቃልና ነው፡፡ ለዚህ ዋነኛው ምሳሌ ኢየሱስ ክርስቶስ ነው (ማቴዎስ 4፥4-11) (ዴቪድ ጉዚክ፡ ኮሜንተሪ)

ሰይፍ፡- በግሪክ ማካይራ máchaira / makh'-ahee-rah ሲሆን ለመቁረጫና ለመውጊያ የሚሆን አጭር ሰይፍ (ሳንጃ) ነው፡፡ ሰይፉ መንታ ስለት ያለውና እጅም ላይ በቀላሉ ሊያሾሩት የሚቀል ስለሆነ በመሣሪያው አጠቃቀም የሠለጠነ ወታደርን መግጠም ከባድ ነው፡፡ በመንፈሳዊ ጦርነት ውስጥ ይህ ያለው አንድምታ መንታ ስለት ካለው ሰይፍ በሚልቅ መንፈስ የሚመሩ ደግሞ እንዴት የዲያብሎስን ሽንገላ ሊቋቋሙ አቅም እንደሚያገኙ ነው፡፡ (መጽሐፍ ቅዱስ ጥቅሶች የብሉይና / የአዲስ ኪዳን ግሪክ መዝገበ ቃላት. የቲየር ትርጉም)

ኤክስፖዚተርስ ግሪክ ቴስተመንት፡- በዕቃ ጦር (ፓኖፕሊ) ውስጥ ካሉት ሰይፍ ብቸኛው የማጥቂያ መሣሪያ ሲሆን፤ እርሱም የግድ መኖር ያለበት ነው፡፡ የክርስቲያን ወታደር በዋናነት በመከላከል ጠባዩ ቢታይም ቦታን ለማስከበር ደግሞ መውጋትና መቁረጥ ያስፈልጋል፡፡ የተሰበከው ወንጌል “የእግዚአብሔር ኃይል” (ሮማ 1፥16 1 ቆሮ 1፥18) የአጥቂውን ስንዘራ ለመመከትና መልሶም ለመምታት በመንፈስ የተሰጠ መሣሪያ ነው፡፡ (ዘ ኤክስፖዚተርስ ግሪክ ኪዳን ዊሊያም ሮበርትሰን ኒኮል)

ብሌይኪ፡- ጌታችን ከሰይጣን እንዲሁም ከፃህፍት ፈሪሳውያን ጋር በነበረው አተካራ ይህን መሣሪያ (የቃል ሰይፍ) በማጥቃት ለመከላከልም እንዴት ልንጠቀምበት እንደሚገባ ከእነ

አስደናቂ ውጤቱ አስተምሮናል፡፡ (ዘ. ፑልፒት ኮሜንታሪ፡ አዲስ ኪዳን; ብሉይ ኪዳን; ኤጅስ. ሶፍትዌር)

ቃል፡- በግሪክ ሬማrhēma / hray'-mah ይሰኛል - (መጽሐፍ ቅዱስ ጥቅሶች የብሉይና / የአዲስ ኪዳን ግሪክ መዝገበ ቃላት. የቲየር ትርጉም)

እዚህ ጋር ጳውሎስ ቃል ሲል ተጽፎ የተቀመጠውን ሳይሆን አሁን ሕያው በሆነ ድምጽ የሚነገረውን ቃል ማለቱ ነው፡፡ ልክ ሰይፍን አልመን ለመግደል ወሳኝ የሆነ የሰውነት ክፍል ላይ እንደምንሰነዝረው ሁሉ የቃሉንም ሰይፍ በሕይወታችን ውስጥ ለሚገጥመን ውጊያ ቀጥታ ለመግጠም የሚያስችለንን ቃል መርጠን ነው መጠቀም ያለብን፡፡ መንፈሳዊውን ሰይፍ የመጠቀም ብቃትህ ምን ያህል ነው? ሙሉ የሆነ የመጽሐፍ ቅዱስ እውቀት አለህን? በሚገባ ልትጠቀመውስ ትችላለህን? በትክክል ልትጠቀመው ከቻልክ ቃሉ ለሚገጥምህ ፍልሚያ ሁሉ ወሳኝና ድልን የሚያቀዳጅ መሳሪያ ሆኖ ያገለግልሃል፡፡ ነገር ግን ቃሉን ትተህ ሌሎች ሰው ሰራሽ መሳሪያዎችን በመጠቀም ጊዜህን ብታጠፋ በመንፈሳዊ ውጊያ ውስጥ ራስህን መከላከል እንኳ አቅቶህ ትዝለፈለፋለህ፡፡

ማካርተር፡- ጳውሎስ በዚህ ክፍል ውስጥ ሎጎስ የሚለውን ቃል አልተጠቀመም፡፡ ሎጎስ አጠቃላዩን የእግዚአብሔር ሃሳብ የሚወክል ሲሆን ሬማ ግን የተለያዩ እውነቶችን አንድ በአንድ ስለማወቅ እና በጊዜያቸው ስለመጠቀም የሚያመለክት ቃል ነው፡፡ በመንፈሳዊ ጦርነት ውስጥ ለማሸነፍ አጠቃላይ የሆነ የእግዚአብሔር ቃል እውቀት በቂ አይደለም፡፡ የመጣብንን ፈተና በቀጥታ ለመጋፈጥ የሚያስችል ዝርዝር የቃል እውቀት ያስፈልገናል፡፡

ሬማ፡- ኢየሱስ በዲያብሎስ በተፈተነ ጊዜ መልስ ለመስጠት ሬማ ሲጠቀም እናየዋለን፡፡ ለምሳሌ ድንጋዩን እንጀራ እንዲሆን እዘዘው ብሎ ሲፈትነው፣ ኢየሱስ - ሰው ከእግዚአብሔር አፍ በሚወጣ ቃል (ሬማ) እንጂ በእንጀራ ብቻ አይኖርም - ብሎ መለሰለት (ማቴዎስ 4÷4)፡፡ (ጆን ኤፍ. ማክአርተር ቺካጎ፡ ሙዲ ፕሬስ)

ሬይ ስቲድማን፡- ጳውሎስ የእግዚአብሔር ቃል ብሎ ሲናገር መጽሐፍ ቅዱስን በሙሉ ማለቱ አይደለም፡፡ ቃል ተብለው የሚተረጎሙ ሁለት የግሪክ ቃላት አሉ፡፡ አንዱ ብዙውን ጊዜ የምናገኘው እንዲሁም ዮሐንስ በወንጌሉ መክፈቻ ላይ - በመጀመሪያ ቃል (ሎጎስ) ነበረ - ብሎ ሲጽፍ የተጠቀመበት ሲሆን፤ ሌላኛው ደግሞ ሬማ ነው፡፡ ሎጎስ የእግዚአብሔር ቃል ወይም የእግዚአብሔር ንግግር በሙሉ ሲሆን ሬማ ግን እግዚአብሔር ለአንድ የተለየ ጉዳይ ወይም ለገጠመን ፈተና የሚሰጠን ቃል ነው፡፡ የመንፈስ ሰይፍ የሚባለውም ቃሉን

በዚህ መንገድ በተጠቀምነው ጊዜ ነው፡፡ ለምሳሌ ኃጢያት እንድትሰራ የሚገፋፋ ሃሳብ ወይም ፈተና መጣብህ እንበል፡፡ በፈተናው ውስጥ ሳለህ ግን ለዚህ ፈተና ቀጥተኛ መልስ የሚሰጥ ቃል አእምሮህ ውስጥ ብልጭ ብሎ ይመጣል፡፡ ይህ ብልጭ ብሎ የመጣው ቃል ከእግዚአብሔር ለአንተ የተላከልህ ሬማ ነው፡፡

አራተኛው የሮማውያን **የመከላከያ መሣሪያ** ጋሻ ነው፡፡ የሮማ ወታደር ራሱን የሚከላከልበት ትልቁ ጋሻ ነበረው፡፡ በአሁኑ ዘመንም ባለው ዘመናዊ የፖሊስ ትጥቅ ውስጥ ይህን መሰሉ ጋሻ ሥራ ላይ ይውላል፡፡ ኢትዮጵያውያንም በጥንታዊ ጦርነት ወቅት የጣሊያን ወታደር የተዋጉበት ጋሻ ነበራቸው፡፡ ሐዋርያው ይህን ጋሻ በእምነት ለመግለጽ ተጠቅሞበታል፡፡

መጽሐፍ ቅዱስ ያለ **እምነት** እግዚአብሔርን ደስ ማሰኘት አይቻልም ይለናል፡፡ እምነታችን የጠላትን አሠራር ለመከላከል፣ የሰማነው የሰላም ወንጌል ቃል በሕይወታችንና በሌሎች ሰዎች ሕይወት ውስጥም ተግባራዊ ሥራን እንዲሠራ ያደርገዋል፡፡ ጌታ ሲያስተምር "ሳያዩ የሚያምኑ ብጽዓን ናቸው" ብሎ የእምነትን ሕይወት ያደፋፍራል፡፡ "የሰሙት ቃል ከሰሚዎቹ ጋር በእምነት ስላልተዋሃደ አልጠቀማቸውም" ይለናል የዕብራዊያኑ ጸሓፊ፡፡ እምነት የክርስትና ልምምዳችን ወሳኝ ነው፡፡

እምነት፡- በግሪክ **ፒስተስ** pístis / pis'-tis ይሰኛል፡፡ እምነት ፈተና፣ ጥርጥር፣ ፍርሃት ከመሳሰሉት የእሳት ቀስቶች የሚጠብቅ ሁነኛ ከለላ ነው፡፡ እምነት ሰው በእግዚአብሔር ላይ የሚኖረው የማያወላውል አቋም ነው፡፡ ነገር ግን ማመንን ከመታዘዝ መለየት አይገባም፡፡ አጋንንት አይታዘዙም እንጂ ያምናሉ፡፡ እናምናለን ብለን አለመታዘዝና እንመርጥ ይሆናል ፤ ይህ ሲሆን የእምነትን ጋሻ አንስተናል የምንል ከሆነ ራሳችንን እያታለልን ነው፡፡ ይህም ብቻ አይደለም የራሳችንን ከንቱና የማይረባ ስሜት ጋሻ አድርገን አንስተናል ማለት ነው፡፡ ከዛም የፍርሃት የተስፋ መቁረጥ የጥርጥርና የመሳሰሉ ወንጭፍ ለምን ይመታኛል ልንል ነው፡፡ ወዳጆች ሆይ እምነትን ከመታዘዝ በሚነጥል ትምህርት አትሞኙ፡፡ (መጽሐፍ ቅዱስ ጥቅሶች የብሉይና / የአዲስ ኪዳን ግሪክ መዝገበ ቃላት. የቲየር ትርጉም)

አሊዮት፡- እምነት ዲያብሎስ ምንም ሊያደርግበት የማይችል የክርስቲያን ጋሻ ነው፡፡ እምነት ሲኖር የሚያስፈራ ነገር የለም፡፡ ታዲያ እምነት ምንድነው? እምነት እግዚአብሔር የተናገረውን፣ ስለተናገረው ብቻ ማመን ነው፤ ቃሉን ማመን ነው፡፡ በተጨማሪም እምነት ትምህርቱን መቀበል፣ ለትዕዛዞቹ መታዘዝ እንዲሁም ዛቻዎቹን መስማትና ተስፋዎቹን

መጨበጥ ነው፡፡ እምነት ባለበት ሽንፈት አይታወቅም፡፡ እምነት አይበገርም፡፡ (በክርስቶስ ሕያው ነው: ኤፌሶን በቀላሉ ተብራርቶ፡ አሊዮት)

ስትራውስ፡- ጋሻችን ንጉሠ ነገሥት የሆነው አምላካችን ነው፡፡ እምነትን መለማማድ የሰው ኃላፊነት ነው፡፡ እዚህ ጋር ግን እምነት ሲባል ያ አንዴ ለቅዱሳን ስለተሰጠው እና እኛም ‹ስለምንጋደልለት› (ይሁዳ 3) የክርስቲያን ሥርዓተ ትምህርት አይደለም፡፡ እምነት ዶክተር አይረንሳይድ እንዳለው የምናምነው ነገር ሳይሆን የምናምንበት መንገድ ነው፡፡ እኛ ማንንስ ነው የምናምነውየሚለውን መጨመር ሊያስኬደን ይችላል፡፡

ፑልፒት ኮሜንተሪ፡- እምነት በሰፊ ትርጉሙ እግዚአብሔርን እንደ አባት ክርስቶስን እንደ አዳኝ መንፈስ ቅዱስን እንደ አፅዳቂና ብርታት ሰጭ ማመን ነው፡፡ በተጨማሪም በሁሉም ተስፋዎች በተለይም የዮሐንስ ራዕይ ውስጥ ያሉትን ማመን ነው፡፡

ስፐርጅን፡- እምነት ከሁሉም ዓይነት ጠላት ይጠብቃል፡፡ ከሁሉ በላይ የእምነትን ጋሻ እንድናነሳ ተነግሮናል፤ የክፉው ፍላፃዎች የሚለው ሰይጣንን የሚገልጽ ነው? እምነት ይመልሰዋል፡፡ ክፉ ሰዎችን የሚመለከት ነው? እምነት ይከላከላቸዋል፡፡ የገዛ ራስን ክፉ ጎን ማለት ነው? እምነት ያሸንፈዋል፤ ዓለሙን በሙሉ የሚመለከት ነው? «ዓለምንም የሚያሸንፈው እምነታችን ነው»፡፡ የጠላታችን ምንነት ወይም ማንነት ችግር የለውም፤ ቢያስፈልግ ምድር ሁሉ ትታጠቅ፤ ይህ እምነት የሚንበለበሉትን የክፉውን ፍላፃዎች ሁሉ ማጥፋት ይችላል፡፡ ስለዚህ ከሁሉም በላይ የእምነትን ጋሻ አንሱ፡፡

ጀሪ ብሪጅስ፡- እምነት መካድንም መተማመንንም ይይዛል፡፡ መጀመሪያ በእግዚአብሔር ፊት ለሚኖረን ተቀባይነት በራሳችን ብቃት ላይ ያለንን እምነት በሙሉ እንክዳለን፤ በራሳችን ብቃት ሲባል "እግዚአብሔር የተቀበለን በራሳችን በጎ ሥራ ነው" ወይም "በእግዚአብሔር ዘንድ ተቀባይነት ያጣነው ያልተቀበለን በራሳችን ኃጢያት ነው" የሚለውን ማለት ነው፤ ሁለቱንም እንክዳለን፡፡ ቀጥለን መተማመናችንን በክርስቶስ ሞት ላይ እናደርጋለን፡፡ ይህም ጥሩ ስንሆንም ሆነ መጥፎም ስንሆን በእግዚአብሔር ፊት የምንቀርብበት ብቸኛው መሠረት ነው፡፡

እግዚአብሔር ‹ትክክል የሆነውን አድርግና እባርክሀለሁ› ይላል፡፡ ሰይጣን በተራው ‹ስህተት የሆነው አድርግ ደስታን አጣጥም› ይላል፡፡ ማንን ታምናለህ? እግዚአብሔርን ካመንክ እና ሳታወላውል በመታዘዝ ከገፋህ የእምነትን ጋሻ አንስተህ የጠላትን ውሸት መከተኃል ማለት ነው፡፡ አስታውስ፤የሚታዘዝ እምነት የማይበገር ግንብ ያደርግሃል፡፡

ጆን ማካርተር፡- ጆን ፓተን ደቡብ ባህር ደሴት ውስጥ ለሚገኝ ጎሳ መጽሐፍ ቅዱስ በመተርጎም ላይ ሳለ ያገሬው ቋንቋ እምነት ለሚለው ቃል ምትክ እንደሌለው ይረዳል፡፡ አንድ ቀን ግን የቦታው ተወላጅ የሆነ ሰው ወይ ሃይማኖት አስተማሪው ቤት ሲሮጥ ይመጣና ትልቅ ወንበር ላይ ዘፍ ብሎ ይቀመጣል፡፡ ከዛም "ክብደቴን በሙሉ እዚህ ወንበር ላይ ማሳረፉ ምንኛ መልካም ነው" ይላል፡፡ ይሄኔ ጆን ፓተን ቀበል አድርጎ "ይሄ ነው፡፡ አሁን እምነትን «የራስን ሙሉ ክብደት እግዚአብሔር ላይ ማሳረፍ» ብዬ እተረጉመዋለሁ" አለ፡፡ (ጆን ኤፍ. ማክአርተር ቺካጎ፡ ሙዲ ፕሬስ)

በጦርነት ቀጠና ውስጥ ነን፤ ጦርነቱም ለአይምሯችን ነው፡፡ ሰው እንደሚያስበው እንደዛው ደግሞ ያደርጋል፡፡ እግዚአብሔር አይምሯችሁን ለማደስ ይፈልጋል፡፡ በዲያብሎስ ጥቃት ፊት መቆም እንድንችል የሚያበረታንም ይሄው ነው፡፡

በጦርነት ቀጠና ውስጥ ነዎት፤ በጨለማ መንግሥት ውስጥ ተወልደው ነበር፡፡ በሕይወትዎ ምን እየሆነ ነው? ጋሻቸውን ዝቅ አድርገው የከፉውን የእሳት አሩር በመቀበላቸው የቆሰሉ በርካታ ቅዱሳን እንዳሉን አረጋግጥልዎታለሁ፡፡ ለማመንና ለመታዘዝ መቁረጥ አለብዎ፤ ለክርስቶስ ሲታዘዙ ሁሉም ጥቃት ይቆማል፡፡ ጦርነቱ የእውነት እንጂ የኃይል ትግል አይደለም፡፡

ጠላት ዲያቢሎስ እኛን ለመጣል ከሚጠቀምባቸው ዘዴዎቹ አንዱ እምነታችንን መሸርሸሩ ነው፡፡ እንደ ማንጠቅም አድርጎ በማስወራት፣ እግዚአብሔር እንደ ተወን በማስመሰል የሐሰት ወሬውን ሹክ ይለናል፡፡ እምነታችን ጽኑ ካልሆነና አምላካችንን በሙሉ መታመን ካልተደገፍንበት በቀላሉ የጠላት ወሬ ያሸብረናል፡፡ እሥራኤላውያን በእግዚአብሔር ላይ መታመን አቅቷቸው፣ የግብጽን ፈርዖን ድምጽ መስማት በጀመሩ ጊዜ ተናወጡ፡፡ ለእኛ በግብጽ መሆን ይሻለናል ብለው መሪያቸው ሙሴ ላይ አጉረመረሙበት፡፡ እምነታችን የተናወጠ በመሰለን ጊዜና ተስፋ ስንቆርጥ የአማኞችን የጸሎት ድጋፍ መጠየቅና የእግዚአብሔርን ቃል ማጥናት እጅግ ጠቃሚ ነው፡፡ አንዳንድ አገልጋዮችም ወንድሞቻቸውን የመደገፍና የማነቃቃት ጸጋ ስላላቸው በእነርሱ ጸጋ መደገፍ አስተዋይነት ነው፡፡ ከቅዱሳን ኅብረት በመራቅ ብቻችንን መሆን ካበዛን እምነታችን የሚወድቅባቸው በርካታ ቀደዳዎች ይከፈታሉ፡፡ እምነት በአማኝ ሕይወት ውስጥ ቁልፍ ጉዳይ ነው፡፡ ከደኅንነታችን ጀምሮ በየዕለት ሕይወታችን እንቅስቃሴ፣ ጸሎታችን፣ ከመንፈስ ቅዱስ ጋር ያለን ኅብረት፣ አገልግሎታችንም በእምነት ላይ የተመሠረተ ነው፡፡ የእምነት ሰው ሁልጊዜም ከአምላኩ ጋር የጠበቀ ቅርርብ ያለው ነው፡፡ ዲያቢሎስ በእርሱ ሕይወት ውስጥ የሚወረውራቸው ፍላጻዎች ሁሉ በእምነት ጋሻው ይመለከታሉ፡፡ እምነት በእርግጠኝነት

ያለ ምንም መወላወል በአምላካችን ላይ እንደ ተደገፍን ያሳያል፤ ሌላ መደገፊያችንም ከእጃችን እንዲወድቅ አጥብቆ ይተጋል፡፡

አማኝ እምነቱን ለማሳደግ በእግዚአብሔር ቃል ላይ በጥልቀት መመሥረት አለበት፡፡ ቃሉን በዕለት ሕይወታችን እያጠናን የምንለማመደው ከሆነ የእግዚአብሔርን ድምጽ ወደ መስማት ልምምድ እንሸጋገራለን፡፡ እምነት እንዲሁ በአየር ላይ የሚፈጠር ሳይሆን እግዚአብሔር አምላካችንን በማዳመጥ እርሱን በመስማት የምናዳብረው ነው፡፡

ጌታ ኢየሱስ በምድር አገልግሎቱ ላይ በነበረበት ጊዜ የብዙዎችን እምነት በማየት ያደንቅ ነበር፡፡ ከእምነታቸው የተነሣም ተዓምራቱ ይፈጸማል፡፡ ሰዎችም ከእምነታቸው የተነሳ የለመኑትም ሲፈጸምላቸው እናነባለን፡፡ “ልጄ ሆይ እምነትሽ አድኖሻል፣ በሰላም ሂጂ” ማር. 5÷34 ላይ የተባለላት ሴት 142 ዓመታት ደም ሲፈሳት የኖረች ብዙ ሥቃይንም ያየች ሴት ናት፡፡ ልክ እንደ እርሷ ሁሉ በሰላም ሂዱ የተባሉ የእምነት ሰዎች ብዙዎች ናቸው፡፡ እምነታችን በቃሉ መሠረት ላይ እስከ ቆመ ድረስ የዲያቢሎስን መንግሥት የሚያፍረከርክ ትልቅ ኃይል አለው (ዘፍ 15÷1 ፤ ምሳ 18÷10፤ 2ኛ ቆሮ 1÷24 ዕብ 6÷17-18፤ 1ኛ ዮሐ 5÷4-5)፡፡

በመንፈሳዊ ሕይወታችን ውስጥ ጥንካሬና ትጋት ኖሮን ብርቱ አማኞች እንድንሆን የጸሎት፣ የቃሉ ጥናትና የመንፈስ ቅዱስ ልምምድ አስፈላጊዎች ናቸው፡፡ ጸሎት ጥያቄዎቻችንንና አምልኮአችንን ለእግዚአብሔር የምናቀርብበት ልምምድ ነው፡፡ ይሁንና ግን በቃሉ መሠረት ላይ ያልቆመ ጸሎት ባዶ ጩኸት ነው፡፡ መንፈስ ቅዱስም ቃሉን በመግለጥና የእግዚአብሔርን አብሮነት እንድንለማመድ በመንፈስ እንድንጸልይ ትልቅ ድርሻ አለው፡፡

ጸሎት በመንበርከክ የሚደረግ ተጋድሎ መሆኑ በትክክል ቢታመንም በቃሉና በመንፈስ ቁጥጥር ሥር ያለ አማኝ ግን ዘወትር በመንፈስ ቁጥጥር ሥር በመሆን በሥራ ቦታው ላይም ሆኖ ሥራውን እየሠራ ይጸልያል፡፡ ብዙ ክርስቲያኖች በዚህ ዘመን በጸሎት ሲተጉ ቢታይም የጸሎታቸውን ያህል ፍሬ ሲሰበስቡ ግን አይታዩም፡፡ ለዚህም ዋነኛው ምክንያት ጸሎታቸው በቃሉ መሠረትና በመንፈስ ቅዱስ ቁጥጥር ሥር የዋለ ባለመሆኑ ነው፡፡ የሚጸልዩት ለገዛ ምኞታቸው ነው እንጂ እግዚአብሔር በጸሎታቸው ውስጥ አልፎ ሁለንተናቸውን በመግዛት ሥራውን እንዲሠራ የተዘጋጀ ሕይወት የላቸውም፡፡

አንሱ፡- በግሪክ አናላምባኖ analambánō / an-al-am-ban'-o ሲሆን በጥሬው ማንሳት ነው፡፡(መጽሐፍ ቅዱስ ጥቅሶች የብሉይና / የአዲስ ኪዳን ግሪክ መዝገበ ቃላት. የቲየር ትርጉም)

ሃሪ አይረንሳይድ፡- (መዝሙር 30÷5) ላይ እነዚህ ጥቅሶች ውስጥ የተገለፁ ሁለት ትልልቅ እውነቶች አሉ፡፡ የመጀመሪያው የእግዚአብሔር ቃል ፍጽምና ሲሆን ሁለተኛው የቃሉ በቂ መሆን ነው፡፡ መጽሐፍ ቅዱስ በጠቅላላ የእግዚአብሔር ቃል ወይም ንግግር ነው፡፡ መጽሐፍ ቅዱስ የእግዚአብሔር እስትንፋስ ያለበት፣ እያንዳንዱ ክፍልም በመለኮት አነሳሽነት የተፃፈ ነው፡፡ በመሆኑም ንፁህና በራሱ ፍፁም የሆነ ነው (መዝሙር 12÷6፣ 19÷7)፡፡ የሚደገፉበት ሁሉም ለነፍሳቸው የመሸሸጊያ ቦታ ለጠላት ጥቃትም መከላከያን ቃሉን ከፃፈው ከእግዚአብሔር ዘንድ ይገኙበታል፡፡ እግዚአብሔር ለሚተማመኑበት ከለላ ይሆናል፡፡ የቃሉን እውነትነት የሚጠራጠሩና የሚጠይቁ ግን እርሱን አያምኑትም፡፡

ስፐርጅን፡- በ(መዝሙር 18÷30) ላይ የእግዚአብሔር ቃል ብር በእሳት እንደሚፈተን ተፈትኗል ይላል፡፡ ሕጎቹ ታላቅ መመሪያዎቹ ንፁህ ተስፋዎቹ የታመኑ መገለጡ ሁሉም ፀጋና እውነት የተሞሉ ናቸው፡፡ ዳዊት ፈትኖት ነበር፡፡ በሺህዎች ፈትነውታል፡፡ እኛም ፈትነነው አልከሸፈብንም፡፡

ጋሻ፡- በግሪክ **ቱሬዎስ** thyreós / thoo-reh-os' ይሰኛል ፤ ቱሪዎስ መጀመሪያ ላይ ለመዝጊያነት የሚያገለግል አራት ማዕዘን ድንጋይ መጠሪያ የነበረ ሲሆን፣ ኋላ ላይ ጋሻ ማለት ሆኗል፡፡ ይህ ጋሻ (ቱሪዎስ) አራት በሁለት ነጥብ አምስት ጫማ የሆነ ትልቅና አራት ማዕዘን ያለው ጋሻ ነው፡፡ ጋሻው ትልቅ ከመሆኑ የተነሳ ሌሎቹን የጦር ዕቃዎች ሁሉ የሚሸፍን፣ ወታደሩም ሙሉ በሙሉ ሊከለልበት የሚችል ነው፡፡ ይህ የክርስቲያን ወታደር ጋሻም እምነት ይባላል፡፡ በእግዚአብሔር ቃል ላይ ያለ እምነት በጌታ በኢየሱስ ክርስቶስ ላይ ያለ እምነት ዓለት ላይ የተተከለው የዚህ ዓይነቱ እምነት ከክፉው የእሳት ፍላፃዎች ለማምለጥ የሚያስተማምን መከላከያ ነው፡፡ (መጽሐፍ ቅዱስ ጥቅሶች የብሉይና / የአዲስ ኪዳን ግሪክ መዝገበ ቃላት. የቲየር ትርጉም)

ዘ ኔት ባይብል፡- የእሳት ፍላፃዎች በሚወነጨፉበት ውጊያ ወታደሮች የጋሻቸውን የቆዳ መለበጫ በውሃ ያረጥቡታል፡፡ ይህን የሚያደርጉት የእሳት ቀስቶቹን ለማጥፋት ነው፡፡ የሮማውያን ክፍለ ጦሮች ተጠጋግተው በመሰለፍ በጋሻዎቻቸው አጥር ይሠሩ ነበር፡፡ በመጀመሪያው እረድፍ ያለው ጋሻውን መሬት አስነክሶ የጦሩን ፊት ሲጋርድ የኋለኛው ረድፍ ደግሞ የሁሉንም አናት ይከልላል፡፡ በዚህ ዓይነት አሰላለፍ ሠራዊቱ ከፍላፃ

547

የአ.ፌ.በ.አ. አገልግሎት / የኤፌሶን መልእክት ትምህርት

ከድንጋይም ሆነ ከጦር ይጋረዳል። (ዘ ኔት የመጽሐፍ ቅዱስ ማሳሰቢያዎች. መጽሐፍ ቅዱሳዊ ጥናቶች ፕሬስ)

ብራቸር እና ናይዳ፡- የተለያየ መጠን ያላቸው ጋሻዎች ነበሩ። በዚህ አውድ ስላለው ዓይነት ግን በርካታ ሀተታ ሰጭዎች የሚሉት ትልቁ ጋሻ እንደሆነ ነው። እንደ ጥንቱ የታሪክ ፀሐፊ ፖሊቢስ እንዲህ ያለው ጋሻ ለሙሉ ሰውነት ከለላ የሚሰጥ ነው። ጋሻው ከሁለት ድርብ እንጨት የሚሠራና የሚሸፈን ሲሆን፣ ከውጭ ደግሞ በቆዳ የሚለበጥ ነው። ቆዳው ከጦርነት በፊት በውሀ እንዲረጥብ ሲደረግ የጠላትን እሳት የሚተፉ ፍላፃ ለማጥፋት ያገለግላል። (ዩ. ቢ. ኤስ. ፡ አፍ ዘ ኒው ቴስታመንት)

ኤክስፖዚተርስ፡- **ቱሪዎስ** (ጋሻ) **ቱራ** ወይም **በር** ከሚለው ቃል የመጣ ሲሆን አራት ማዕዘን ወይም ሞላላ ቅርፅ ያለው ሮማዊ ወታደር ለከለላ የሚይዘው ጋሻ ነው። ጋሻው ከሁለት እንጨቶች የሚሠራ፣ በገበርና በቆዳ የሚለበጥ እንዲሁም በብረት የሚታሰር ነው። ወታደሮች በጋሻዎቻቸው ጠንካራ ግድግዳ (ቴስቱዶ) ፈጥረው ጎን ለጎን ሆነው ይፋለማሉ ጋሻው ግን ብቸኛ ተፋላሚንም ቢሆን በሚገባ የሚከልል ነው። እንግዲህ ጳውሎስ በዚህ ምሳሌ ነው የአንድ ነጠላ የጦር ዕቃ የሚኖረውን ተፅዕኖ የሚያመላክተው። እንዲህ ባለው ጋሻ አማኝ በዲያብሎስ የሚወነጨፍ ማንኛውንም እሳት ማጥፋት ይችላል። (ጌበላይን, ኤፍ, አርታኢ፡ ኤክሲፖዚተርስ ባይብል ኮሜንታሪ . አዲስ ኪዳን. ዞንደርቫን ህትመት)

ቲዎሎጂካል ዲክሽነሪ አፍ ዘ ኒው ቴስታመንት፡- የጥንቱ ባለ አራት ማዕዘን ጋሻ የተለያየ ቅርፅ አለው። ጳውሎስ የሚያነሳው ግን የሬክታንግል ቅርፅ ያለውን የግሪኩን ጋሻ ነው። ይህ ጋሻ (ወይም የሚዘዋወር ግድግዳ ማለት ይሻላል) ሰውየውን ሙሉ በሙሉ የሚሸፍን ነው። በእርግጥ ጋሻው ጥንካሬና ቅለትን የማስታረቅ ከባድ ችግር የሚያስነሳ ነው። (ኪተል, ሰ, ፍሪድሪክ, ሰ, እና ብሩምሊ, ጂ. ደብሊው. ቲኦሎጂካል. ዲክሽነሪ. ኦቭ. ዘ. ኒው. ቴስታመንት)

ጉዚክ፡- በጥንታዊ ጦርነት እነዚህ እሳት ያዘሉ ቀስቶች በጥቃቱ መክፈቻ ላይ በብዛት እንዲወነጨፉ ይደረግ ነበር። ይህም የሚደረገው ጠላትን ለመጉዳት ሳይሆን በየአቅጣጫው በማስወንጨፍ ጠላትን ለማስበርገግና ለማደናገር ነው። በተመሳሳይ አሁን በእኛም ላይ ሰይጣን ሐሳቦችን፣ ስሜቶችን ምግቦችን ፍርሃቶችንና ውሸቶችን እሳት እንዳዘሉት ቀስቶች ሊያስፈነጥርብን ይችላል።

14-15 እንግዲህ ወገባችሁን በእውነት ታጥቃችሁ፥ የጽድቅንም ጥሩር ለብሳችሁ፥ በሰላም ወንጌልም በመዘጋጀት እግሮቻችሁ ተጫምተው ቁሙ፤

እንግዲህ ወገባችሁን በእውነት ታጥቃችሁ ኤፌ5÷ 9፤ ኢሳ 11÷ 5፤ ሉቃ 12÷35፤ 2ኛ ቆሮ 6÷7፤ 1 ጴጥ 1÷13
የጽድቅንም ጥሩር ለብሳችሁ ኢሳ 59÷17፤ 1 ተሰ 5÷ 8፤ ራዕ 9÷9፣ 17
በሰላም ወንጌልም በመዘጋጀት ኢሳ 52÷ 7፤ ሮሜ 10 15፤ 2 ቆሮ 5÷18-21
እግሮቻችሁ ተጫምተው ቁሙ ዘዳ 33÷25፤ ማሕ 7÷1፤ ዕንባ 3÷19፤ ሉቃ 15÷22
16 በሁሉም ላይ ጨምራችሁ የሚንበለበሉትን የክፉውን ፍላጻዎች ሁሉ ልታጠፉ የምትችሉበትን የእምነትን ጋሻ አንሡ፤
የእምነትን ጋሻ አንሡ ዘፍ 15÷1፤ መዝ 56÷3፣4፣10፣11፤ ምሳ 18÷10፤ 2ኛ ቆሮ 1÷24፤ 4÷ 16-18፤ ዕብ6÷17፣18፤ ዕብ 11÷24-34፤ 1ኛ ጴጥ 5÷8፣9፤ 1ኛ ዮሐ 5÷4፣5
17 የመዳንንም ራስ ቁር የመንፈስንም ሰይፍ ያዙ እርሱም የእግዚአብሔር ቃል ነው።
የመዳንንም ራስ ቁር 1ኛ ሳሙ 17÷ 5፣58፤ ኢሳ 59÷17፤ 1ኛ ተሰ 5÷8
የመንፈስንም ሰይፍ ያዙ ኢሳ 49÷2፤ ዕብ 4÷12፤ራዕ 1÷16፤ 2÷16፤ 19÷15
እርሱም የእግዚአብሔር ቃል ነው ማቴዎስ 4÷4፣7፣10፣11፤ ዕብ 12÷5፣ 6፤ 13÷5፣6፤ ራዕ 12÷11

6:18 በጸሎትና በልመናም ሁሉ ዘወትር በመንፈስ ጸልዩ፤ በዚህም አሳብ ስለ ቅዱሳን ሁሉ እየለመናችሁ በመጽናት ሁሉ ትጉ፤

በመንፈስ ጸልዩ የሚለውን ሃሳብ አንዳንዶች በልሳን መጸለይ ነው ብለው ይደመድማሉ:: እርግጥ አንድ በመንፈስ ቅዱስ ልምምድ ውስጥ ያለ አማኝ በመንፈስ ቅዱስ እየተመራ፣ በልሳንም ሊጸልይ ይገባዋል:: ይሁንና ግን በመንፈስ መጸለይ በልሳን መጸለይ ብቻ ነው ብለን መደምደም ተገቢ አይደለም::

አማኝ በመንፈስ መጸለይን እንደ ዋነኛ የውጊያ መሣሪያ በማድረግ ሊለማመደው ይገባል:: ከጨለማው ገዢ ጋር በሚደረገው ውጊያ ውስጥ ጸሎት ትልቁን ድርሻ ይወስዳል:: በሃገራችን የጸሎት ልምምድ ውስጥ ስለ ጸሎት ያለው መረዳት በብዙ ቦታዎች በተሳሳተ መንገድ ሲደረግ ይታያል::

በመንፈስ መጸለይ ከመንፈስ ቅዱስ አሠራርና ልምምድ ጋርም የተያያዘ ነው:: የእግዚአብሔር መንፈስ በሙላት ሁለንተናችንን እየተቆጣጠረ፣ በውስጣችን ሃሳቡን ፈቃዱን እየፈጸመ የምንጸልየው ጸሎት ነው:: መንፈስ ቅዱስ በቤተ ክርስቲያን ውስጥም ሆነ በግል ሕይወታችን፣ በብሉይ ኪዳን ዘመንም ሆነ ዛሬም በአዲስ ኪዳን ዘመንም ትልቅ ድርሻ አለው:: ከሥላሴ ውስጥ አንዱ የሆነው ይህ መንፈስ፣ የእግዚአብሔር ማንነት ለሰው ልጅ በመግለጽ ሰውን ወደ እውነት ሁሉ በመምራት ትልቅ ሥራን ይሠራል:: ከፍጥረት መፈጠር ጊዜ አንስቶም የእግዚአብሔርን ሰማያዊ ምስጢር በመግለጽ፣ ቃሉን በመተርጎም፣ የጸጋ ስጦታዎች በቤተ ክርስቲያን ውስጥ ሥራ ላይ ውለው ቅዱሳንን ለማነጽ እንዲውሉም በማድረግ ትልቅ ሥራን ይሠራል:: (መዝ. 104÷33፤ ኢዮ. 26÷13)

ማንኛውም ሰው በጌታችንና በመድሃኒታችን በክርስቶስ ኢየሱስ በማመን እንዲድን መንፈስ ቅዱስ የግለሰቡን ልብ በማዘጋጀት ለተላለፈው ቃል ልቡ እንዲከፈት በመርዳትም ድርሻ አለው፡፡ ቀጥሎም ሰውየው አዲስ ፍጥረት ሆነ ተወለደ ስንል ከመንፈስ ቅዱስ ዳግመኛ ተወለደ ማለታችን ነው፡፡ ይህ ውልደት በመንፈስ ቅዱስ የሚከናወን ነው፡፡ ዳግም የተወለደው አማኝ ውልደቱን ሲያገኝ በመንፈስ ቅዱስ ተጠመቀ እንላለን (ማቴ. 3÷11)፡፡ ከጥምቀት በኋላ የሚቀጥለው ልምምድ በመንፈስ መሞላት ነው፡፡ አንድን አማኝ በመንፈስ ጸለየ ብለን ስንል እንግዲህ ይህ የመንፈስ ሙላት ዘወትር በየቀኑ በሕይወቱ ሲፈጸም ነው፡፡

ጸሎት በመንፈስ ቅዱስ ሙላት ውስጥ ሆነን የምናደርገው እንጂ በሥጋ የምንፈጽመው ልምምድ አይደለም፡፡ ለዚህም ነው ብዙ አማኞች በመንፈስ ቅዱስ ስላልተሞሉ ተግተው ለረጅም ጊዜ መጸለይ የሚያዳግታቸው፤ ረጅም ሰዓት ለመጸለይ ሲሞክሩ ሃሳባቸው ይበታተናል፤ እንቅልፍ ይታገላቸዋል፤ ጉልበታቸው ይዝላል፡፡ የመንፈስ ቅዱስ ሙላት በሚመጣበት ጊዜ ግን እርሱ ራሱ በውስጣችን ይቃትታል፡፡ ያን ጊዜም ጸልየን አንጠግብም (ሮሜ 8÷26-27 ፤ ሮሜ 12÷11)፡፡

ይህ በመንፈስ የመቀጣጠል ሕይወት በሚኖርበት ጊዜ ለቅድስና ሕይወትም ጉልበት እናገኛለን፡፡ ከሌላው ወንድማችን ጋር ተኳርፈን በድፍረት የምንጸልይበትም አቅም አይኖረንም፡፡ መንፈስ ቅዱስ በአማኙ ሕይወት ውስጥ የእግዚአብሔርን ፍርሃትና አምልኮንም ይሰጠዋል (ቆላ. 3፡16፤ ዮሐ. 4÷23-24)፡፡ የመንፈስ ቅዱስ ፍሬም በሕይወታችን ይገለጣል (ገላ. 5÷22-23)፡፡

ለቅዱሳን ሁሉ በመለመን ጽናት ትጉ፡፡ ዛሬ በሃገራችን ቤተ ክርስቲያን ውስጥ ለቅዱሳን መጸለይም የቀረ ይመስላል፡፡ ይህ ጸሎት በእኔነት ተተክቷል፡፡ ሐዋርያው ግን ለወንድሞቻችሁ በጸሎት ጸንታችሁ ትጉ ነው የሚለን፡፡ *ሁሉንስ በሚችል አምላክ ደስ ይለዋልን? እግዚአብሔርንስ ሁልጊዜ ይጠራልን? ኢዮብ 27÷10እንግዲህ ሊመጣ ካለው ከዚህ ሁሉ ለማምለጥ፥ በሰው ልጅም ፊት ለመቆም እንድትችሉ ስትጸልዩ ሁል ጊዜ ትጉ።* ሉቃ 21÷36 ***ሌትና ቀን በልመናዬ ሳላቋርጥስለ ማስብህ እንደ አባቶቼ አድርጌ በንጹሕ ሕሊና የማመልከውን እግዚአብሔርን ዓመሰግናለሁ፤*** *(2ኛ ጢሞ 1÷3 ሥራ* 1÷14 ፤ 6፡4 ፤ 10÷2 ፤ 12÷5 ሮሜ 12÷12 ኤፌ. 1÷16 ፊሊ. 4÷6)

ማካርተር፡- ስለ ጸሎት በእውነት ታጥቀን፣ የፅድቅንም ጥሩር ለብሰን፣ የሰላም ወንጌልን ተጫምተን የእምነትንም ጋሻ ሆነ ራስ ቁር ወይም መዳንን ይዘን በምንዋጋበት ጊዜ ሁሉ

መጸለይ ይኖርብናል፡፡ ጸሎት የክርስቶስ ወታደር የሚተነፍሰው አየር ነው ፤ ነገሩ ጦርነትን የሚዋጉበት ስፊ ስልት ነው፡፡ የሚገርመው የኤፌሶን መልዕክት ወደ ላይ ወደ ሰማየ ሰማያት አንስቶን ይጀምርና ደግሞ ቁልቁል መልሶ በጉልበታችን አንበርክኮን ይጨርሳል፡፡ (ጆን ኤፍ. ማክአርተር ቺካጎ: ሙዲ ፐሬስ)

ኤክስፖዚተርስ ግሪክ ቴስታመንት፡- ይህ ለጦርነት ዝግጁ ሆኖ የመቆሙ ጉዳይ የተሳካ የሚሆነው ከሙሉ የጦር ዕቃው (ፓኖፕሊ) ላይ መንፈሳዊ ፀሎት ሲታከልበት ነው፡፡ (ኤክስፖዚተርስ ግሪክ ቴስታመንት. ዊሊያም ሮበርትሰን ኒኮል)

ኢ . ኤም ባውንድስ፡- ዛሬ ቤተክርቲያን የማያስፈልጓት ነገሮች አዳዲስ ዘዴዎች የተሻሻሉ መሣሪያዎች ወይም አዳዲስ ድርጅቶች ሳይሆኑ መንፈስ ቅዱስ የሚሠራባቸው የጸሎት ሰዎች ናቸው፡፡ መንፈስ ቅዱስ በሰዎች እንጂ በዘዴዎች ውስጥ አያልፍም፡፡ ሰዎች ላይ እንጂ መሣሪያዎች ላይ አይወርድም የሚቀባውም ዕቅዶችንና አጀንዳዎችን ሳይሆን ሰዎችን ነው፡፡

ኤ ሲ ኤይቤሌይን፡- ጸሎትን ከእግዚአብሔር ዕቃ ጦር ጋር መለየት አንችልም፡፡ የዕቃ ጦሩ ጋር የሚመደብ ነው፡፡ በፀሎትና በልመና ሁሉ ዘወትር በመንፈስ መፀለይ ከመንፈስ ሰይፉ ቀጥሎ ዲያብሎስንና ክፉ ሠራዊቱን ለመቃወም ኃይለኛው መሣሪያ ነው፡፡ ቃሉና ፀሎት ስለማይነጣጠሉ ቃሉን እያነበብን መፀለይ አለብን፡፡ ፀሎት በእግዚአብሔር ላይ መደገፍ ነው፡፡ ስንፀልይም የክርስቶስን አካል ብልቶች የእጆቹንም ድንቅ ሥራ ልናስታውስ ይገባናል፡፡ (አንኖቴትድ. ባይብል .ኮሜንተሪ፡ ኤ. ሲ. ኤይቤሌይን)

ኤች ኤ ኬንት፡- አማኝ ለእያንዳንዱ የፍልሚያ ወቅት ከአዛዡ ጋር ቋሚ ግንኙነት ማድረግ አለበት፡፡ የጌታውንም ምሪት መከተል የሚችለው በዚህ መንገድ ብቻ ነው፡፡ (ኬን, ኤች ኤ. 1971 ኤፌሶን: የቤተ-ክርስቲያን ክብር ገፅ 119. ቺካጎ, : ሙዲ ፐሬስ)

ጆን ፓይፐር፡- ፀሎት የጦር ሜዳ መገናኛ ሬዲዮ እንጂ የውስጥ መገናኛ ዘዴ (ኢንተርኮም) አይደለም፡፡ ክርስቶስ (ዮሐ 15÷16) እኔ መረጥኋችሁ እንጂ እናንተ አልመረጣችሁንም፡፡ አብም በስሜ የምትለምኑትን ሁሉ እንደሰጣችሁ ልትሄዱ ፍሬ ልታፈሩ ፍሬያችሁም ሊኖር ሾምኋችሁ ይላል፡፡ ፀሎት ለተልዕኮ ነው በተለይም ውጊያው ከተፋፋመበት ግንባር ላይ ያሉት ከማዘዣያ ጣቢያ ድጋፍ እንዲጠይቁበት ለእነርሱ ነው፡፡

ፀሎት፡- በግሪክ ፕሮሴውኄ proseuchḗ / pros-yoo-khay' ይሰኛል ለእግዚአብሔር ለሚደረግ ፀሎት ብቻ የምንጠቀምበት ነው፡፡ (መጽሐፍ ቅዱስ ጥቅሶች የብሉይና / የአዲስ ኪዳን ግሪክ መዝገበ ቃላት. የቲየር ትርጉም)

ጄጂ ፊንድሌይ፡- ፀሎት እግዚአብሔርን በአምልኮ የምናነጋግርበት የተለመደ (የጋራ) ቃል ነው፡፡ በየጦርነቱ ምዕራፍ አስቸኳይ በሆኑ የሕይወት አጋጣሚዎች ዕርዳታ ያስፈልገናል እንፀልያለን፡፡ የክርስቲያን ፀሎት ደግሞ ሁልጊዜም በመንፈስ ነው፡፡ ለቀቅሁና, ጆርጅ ጂ (ለኤፌሶን መልእክት፡ ጄጂ ፊንድሌይ ትንታኔ)

ባርነስ፡- ለክርስቲያን ወታደር ፀሎት ሁለት ጊዜ የማይታሰብበት ጉዳይ ነው፡፡ የጦር ዕቃው ቢሟላ ምን ሥልጠና ቢኖረንና ጀግኖች ብንሆን ያለ ፀሎት ድል እንደማናገኝ እርግጠኛ መሆን እንችላለን፡፡ ድልን የሚሰጥ እግዚአብሔር ብቻ ነውና ወደ እርሱ በፀሎት የሚያይ ሁሉ ማሸነፉን አረጋግጦ ይመለሳል፡፡ ፀሎት አልፎ አልፎም የሚደረግ ሳይሆን ዘወትር የሚተጋበት ነው፡፡ (አልበርት ባርንዝ በርኔስ ኒ ኮሜንታሪ)

ዘወትር፡- ሁልጊዜ ክርስቶስ ደቀ መዛሙርቱን ዘወትር እንዲፀልዩ ይገፋፋል፡፡ ሳይታክቱም ዘወትር ሊፀልዩ እንዲገባቸው የሚል ምሳሌን ይነግራቸዋል(ሉቃስ 18)፡፡

ዋርን ዋየርስቢ፡- በብሉይ ኪዳን ታቦት ማደሪያ ከመጋረጃው ፊት የሚቆም ትንሽ የወርቅ መሰዊያ አለ፡፡ ካህኑ ዕጣኑን የሚያጥነው እዚህ ላይ ነው፡፡ እጣኑ የፀሎት ምሳሌ ነው፡፡ እግዚአብሔር እንዳዘዘው የሚቀመም እንጂ በሰው ፍላጎት ተቀምሞ የሚዘጋጅ አይደለም፡፡ መሰዊያው ላይ ያለው እሳት ደግሞ የመንፈስ ቅዱስ ምሳሌ ነው፡፡ እርሱም ፀሎታችንን ወስዶ በእግዚአብሔር ፈቃድ የሚያቃጥለው ነው፡፡ እንግዲህ ቢጋለ ስሜት በስጋ ጸልዮ እግዚአብሔር ጋር አለመድረስ አለ፡፡ በዝምታ በመንፈስ ጸልዮ ደግሞ የእግዚአብሔር እጅ በድንቅ ሲዘረጋ ማየት አለ፡፡ (የመጽሐፍ ቅዱስ ትርጓሜ ኮሜንታሪ, በዋርን ዋየርስቢ)

ጆን ማካርተር፡- በመንፈስ መፀለይ ማለት በክርስቶስ ስም መፀለይ ነው፡፡ ከእርሱ ባህሪና ፈቃድ ጋር ስምሙ ሆኖ መፀለይ ማለት ነው፡፡ በተጨማሪም በመንፈስ መፀለፀይ ማለት ከመንፈስ ጋር አብሮ መፀለይ ማለት ነው፡፡ "እንዲሁ ደግሞ መንፈስ ድካማችንን ያግዛል እንዴት እንድንፀልይ እንደሚገባን አናውቅምና ነገር ግን መንፈስ ራሱ በማይነገር መቃተት ይማልድልናል፡፡" መንፈስ ቅዱስ ያለማቋረጥ ስለሚፀልይልን እኛ በትክክል ፀለይን

የሚባለው ልመናችን፣ ፈቃዳችን፣ ምኞታችንን ከእርሱ እንደሚፀልየው ስንፀልይ ነው፡፡ ሮሜ 8÷26, 27(ጀን ኤፍ. ማክአርተር ቺካጎ: ሙዲ ፕሬስ)

ጀን ኤዲ፡- ወታደር ጀግንነት፣ ንቃትና ክህሎት ያስፈልጉታል፡፡ ስለሆነም "እጆቹን ሰልፍን ለጣቶቹም ዘመቻን ለሚያስተምርለት" የሠራዊትን ጌታ እግዚአብሔር ዘወትር በፀሎትና በልመና ሊቀርብ ይገባል፡፡ ታዲያ እንዲህ ሆኖ ውጊያው ሲጠናቀቅና ጠላትም ሲሸነፍ ሰይፉን ያበጀው እጅ ዘንባባ ይይዛል፡፡ ቁር የደፋው አናት ደግሞ ዘላለማዊ የዘውድ ጉንጉን በዘፈኑ ፊት ይጭናል፡፡ (ጀን ኤዲ ኮሜንተሪ)

በዚህም ሐሳብ ትጉ

ትጉ፡- በግሪክ አግሩፕኔኦ agrypnéō / ag-roop-neh'-o ሲሆን፣ ቃል በቃል ሲፈታ ያለ እንቅልፍ መሆን እንቅልፍ ማጣት፣ መንቃት፣ እንቅልፍን ማባረር፣ ሳይተኙ ማደር፣ በእንቅልፍ እጦት መሰቃየት ማለት ነው፡፡ በመጽሐፍ ቅዱስ ደግሞ አግሩፕኒዮ ተግባር ለመፈፀም ነቅቶ መቆየት፣ አደጋ ወይም ስጋት መኖሩን ለማወቅ ንቁ መሆን፣ በተጠንቀቀ መጠበቅ ወይም ዘብ መቆም ነው፡፡ ጠላት በማንኛው ሰዓት ሊያጠቃ ስለሚችል መንፈሳዊ አይኖቻችሁ አይከደኑ፡፡ ሁልጊዜ ንቁ መሆን የምንችለው ደግሞ ሁልጊዜ ኃይል በሚሰጠን በመንፈስ ቅዱስ ስንሞላ ነው፡፡ በመንፈሳዊ ጉዳይ ብቃታችን የክርስቶስ ብቃት ነውና፡፡ አግሩፕኒዮ (ትጉ) የእንቅልፍ አለመኖር ሲሆን የመፍዘዝ ተቃራኒ የሆነ ንቁነት ነው፡፡ (መጽሐፍ ቅዱስ ጥቅሶች የብሉይና / የአዲስ ኪዳን ግሪክ መዝገበ ቃላት. የቲየር ትርጉም)

ማንም ወታደር በጠላቱ ፊት አይኑን ሊጨፍን አይችልም፡፡ ከዚህ ጋር በተያያዘ አይን የሚጨፈንበት ራስ የሚደፋበትና እጅ የሚጣመርበት የፀሎት አቋቋም በመጽሐፍ ቅዱስ ውስጥ የለም፡፡ አይሁዶችም የሚፀልዩት እጆቻቸውን አይኖቻቸውን ወደ ሰማይ አቅንተው ነው፡፡ ‹እያየህ ፀልይ› ጌታችን ደቀ መዛሙርቱን በተደጋጋሚ የገሰፀበት ነው (ማርቆስ 13÷33፣ 14÷38)፡፡ ዲያብሎስ ለሚሠራው ነቅተህ ቁም ያለበለዚያ እየፀለይክ ሳለ ያጠቃሀል፡፡

ቪንሰንት፡- የግሩፕኒዮ አግሩ ወይም ማዳን እና ሁፕኖስ ወይም እንቅልፍ ከሚሉት የተገኘ ቃል ሲሆን፣ በአንድ ላይ እንቅልፍን ማሳደድ የሚለውን ይሰጠናል፡፡ ስለዚህ ንቁ፣ ዕረፍት የማያውቅ ማለት ነው፡፡ (ቪንሰንት, ኤም አር አርተር ስተዲስ ኢን ዘ ኒው ቴስታመንት 1÷224)

ማካርተር፡- አገሩፕኒዮ ነቅቶ መቆየትን የሚያመለክት ነው፡፡ የጥንት እረኞች ማታ ማታ ከብቶቻቸውን ሲጠብቁ እንቅልፍ እንዳይጥላቸው አይናቸውን በትምባሆ ውሃ ያሹት ነበር፡፡ ዕርምጃቸው ከባድ ቢሆንም ይህን የሚያደርጉት የከብቶቹ ደህንነት በማረጋገጥ ለጌታቸው ጥቅም ሲሉ ነው፡፡ እኛስ ለጌታችንና ለሌሎች ጥቅም ስንል በፀሎት መፅናት እንችላለን?

የብኤሮታዊውም የሬሞን ልጆች ሬካብና በኢና ቀኑ ሲሞቅ ወደ ኢያዙበስቴ ቤት መጡ እርሱም በቀትር ጊዜ በምንጣፍ ላይ ተኝቶ ነበር፡፡ በረኛይቱም ስንዴ ታበጥር ነበር አንቀላፍታም ተኝታ ነበር፡፡ ሬካብና ወንድሙ በአናም በቀስታ ገቡ ወደ ቤትም በገቡ ጊዜ በምንጣፍ ላይ ተኝቶ ሳለ መቱት ገደሉትም ራሱንም ቆርጠው ወሰዱት በአርባም መንገድ ሌሊቱን ሁሉ ሄዱ (2ኛ ሳሙ5-7) (ጆን ኤፍ. ማከአርተር ቺካጎ: ሙዲ ፕሬስ)

በዚህም ሐሳብ ስለቅዱሳን ሁሉ እያለመናችሁ ሁሉ

መፅናት- በግሪክ **ፕሮስካርቴርሰሲስ** proskartérēsis / pros-kar-ter'-ay-sis ሲሆን ትርጉሙ ተግቶ መሥራ፣ ችግርም ቢኖር በፅናት፣ በቁርጠኝነት መሥራት ማለት ነው፡፡ ቃሉ በተገለፀበት (ኤፌ 6÷18) ደግሞ ለፀሎት ያለን ፅኑ ጥሞና፣ ታማኝነትንና የማይቀዘቅዝ ፍቅር የሚያመለክት ነው፡፡(መጽሐፍ ቅዱስ ጥቅሶች የብሉይና / የአዲስ ኪዳን ግሪክ መዝገበ ቃላት. የቲየር ትርጉም)

ልመና፡- በግሪክ ዴኢሲስ déēsis / déēsis ይሰኛል፡፡ ፍላጎትን ለማሟላት ለእግዚአብሔር ብቻ የሚቀርብን አስቸኳይ ጥያቄ ወይም ተማፅኖን ያመለክታል፡፡ (መጽሐፍ ቅዱስ ጥቅሶች የብሉይና / የአዲስ ኪዳን ግሪክ መዝገበ ቃላት. የቲየር ትርጉም)

መልአኩም እንዲህ አለው ዘካርያስ ሆይ **ፀሎትህ** (ዴሲስ) ተሰምቶልሃልና አትፍራ ሚስት ኤልሳቤጥም ወንድ ልጅ ትወልድልሃለች ስሙንም ዮሐንስ ትለዋለህ፡፡ (ሉቃ 1÷13) ሁልጊዜ በፀሎቴ (ዴሲስ) ሁሉ ስለ እናንተ ሁሉ በደስታ እየፀለይኩ (ዴሲስ) ከፍተኛው ቀን እስከ ዛሬ ድረስ ወንጌልን በመስበክ አብራችሁ ስለሠራችሁ ባሰብኳችሁ ጊዜ ሁሉ አምላኬን አመሰግናለሁ፡፡ (ፊል 1÷3-5)

ዴቪድ ጉዚክ፡- ማንኛውም ዓይነት ፀሎት ይሁን ልንጠቀምበት፣ (ልንሳተፍበት) ይገባል፡፡ የግል ፀሎት፣ የቡድን ፀሎት በዝምታ ወይም በጩኸት የሚፀልዩት ይሁን፣ እየተራመዱ ወይም ተንበርክከው የሚፀልዩት ፀሎት ይሁን፣ በተባ ቋንቋ አልያም በማንቋረር የሚፀልዩት

ፀሎት ይሁን፣ ቋሚ ፀሎት ወይ በግለት የሚፀልዩት ፀሎት ብቻ ይሁን መፀለይ ይገባናል፡፡ ብዙ ጊዜ የማንፀልየው በራሳችን ችሎታ ያለልክ ስለምንተማመን ነው፡፡ በ2ኛው የዓለም ጦርነት መጀመሪያ ላይ ዊንስተን ቸርችል ለሀገሩ እንግሊዝ እንዲህ ብሎ ነበር፡- *"አንድ የማስጠንቀቂያ ቃል ጣል ማድረግ አለብኝ፡፡ ከፈሪነትና ከሀገር ከሀደት ቀጥሎ በጦርነት ጊዜ የሚፈፀም ከፍተኛው ወንጀል ወደ ሰነፍነትና ችላ ወደ ማለት የሚመራው ከልክ ያለፈ በራስ መተማመን ነው፡፡"*

ጆን ዌስሊ፡- ለክርስቶስ ያለኝን ፍቅር የሚያቀዘቅዝብኝ ዓለም ነው፤ ፀሎት ግን ነፍስ በብርድ ተንዘፍዝፋ እንዳትሞት ሙቀቷን የሚጠብቅ ነው፡፡

አዶናይራም ጃድሰን፡- በፀሎት ቆራጦች ሁኑ፡፡ ለእርሱ የሚያስፈልገውን ዋጋ ከፈሉ፡፡ ጊዜ አጭር መሆኑን ካሰባችሁ ሥራ እና ድርጅት ፈጣሪያችሁን እንዲዘርፏችሁ ሊፈቀድላቸው አይገባም፡፡

ማክስ ሉካዶ፡- ከእግዚአብሔር ርቄ እንዴት መኖር እችላለሁ? የማይታይ እጁ ትከሻየን ሲነካኝ የማይሰማ ድምፁም ወደ ጆሮዬ ሲቀርብ እንዴት መለየት እችላለሁ? እኔና እናንተ፡፡

የእግዚአብሔርን ድምፅ እንዴት እንለምደዋለን?

ጥቂት መመሪያ እነሆ፡-

1. የቀኑን መጀመሪያ ለእግዚአብሔር ስጥ፤ ከአልጋህ ሳትወርድ ቀኑንም ሳታየው ከእርሱ ጋር ተነጋገር፤
2. በቀኑ ውስጥ ያለህን ጊዜ ከፍት ሙሉጊዜ ቃሉን ለማንሰላሰል እና ጽድቅን ለመፈፀም ለእግዚአብሔር ስጥ - በጥሞና ከእርሱ ጋር ጊዜ ይኑርህ፤
3. በውስጥህ የምታስበውን ለእግዚአብሔር ስጥ - እያንዳንዷን ቅፅበት፤
4. የቀኑን መጨረሻ ለእግዚአብሔር ስጥ - ቀኑ ሲጠናቀቅ አይምሮህን እርሱ ላይ አሳርፍ ቀኑንም በጀመርክበት ሁኔታ ትጨርሰው ዘንድ ከእግዚአብሔር ጋር ተነጋገር፤ ኢየሱስንም ውደድ፡፡ (ቅድመ አስቲን)

---

18 በጸሎትና በልመናም ሁሉ ዘወትር በመንፈስ ጸልዩ፤ በዚህም አሳብ ስለ ቅዱሳን ሁሉ እየለመናችሁ በመጽናት ሁሉ ትጉ፤

በጸሎትና ኤፌ1÷16፤ ኢዮ 27÷10፤ መዝ 4÷1፤ 6÷9፤ ኢሳ26÷16፤ ዳን 6÷10፤ ሉቃ 3÷26፤37፤ 18÷1-7፤ ሉቃ 21÷36፤ ሐዋ 1:14፤ 6÷4፤ 10÷2፤ 12÷5፤ ሮሜ 12÷12፤ ፊል 4÷6፤ ቆላ 4÷2፤ 1ኛ ተሰ 5÷17፤ 2ኛ ጢሞ 1÷3

በልመናም ሁሉ 1ኛ ነገ 8÷52፤54፤59፤ 9÷3፤አስ4÷8፤ዳን9÷20፤ሆሴ 12÷4፤ 1ኛ ጢሞ 2÷ 1፤ ዕብ. 5 7

ዘወትር በመንፈስ ጸልዩ ኤፌ2÷22፤ዘካ 12÷10፤ ሮሜ 8÷ 15፤26፤27፤ገላያ 4÷6፤ ይሁ 1÷20

ስለ ቅዱሳን ሁሉ እየለመናችሁ ኤፌ6÷19፤ 1÷16፤ 3÷8፤18፤ ፊል 1÷4፤ 1ኛ ጢሞ 2÷1፤ ቆላ 1÷ 4፤ፊል 1÷5

በመጽናት ሁሉ ዘፍ 32÷24-28፤ ማቴ 15÷25-28፤ ሉቃ 11÷5-8፤ 18÷ 1-8

ትጉማቴ 26÷41፤ ማር 13÷33፤ 14÷38፤ ሉቃ 21÷36፤ 22÷46፤ ቆላ 4÷2፤ 1ኛ ቆሮ 4÷ 7

6፡19-20 ደግሞ የወንጌልን ምሥጢር በግልጥ እንዳስታውቅ አፌን በመክፈት ቃል ይሰጠኝ ዘንድ ስለ እኔ ለምኑ፤ ስለ ወንጌልም በሰንሰለት መልእክተኛ የሆንሁ፥ መናገር እንደሚገባኝ ስለ እርሱ በግልጥ እናገር ዘንድ ለምኑ።

ጳውሎስ ስለ መንፈሳዊ ውጊያን ጸሎት በሰፊው ካስተማራቸው በኋላ ለእኔ ደግሞ ጸልዩ እያለ ይማጠናል፡፡ ጸሎት ለማንኛውም የሰው ልጅ፣ በየትኛውም ደረጃ ላለው ሁሉ ያስፈልጋል፡፡ ጳውሎስ የበረታ አገልጋይ ነው፡፡ እንዲያውም ፊት ለፊት የቆመ ቀዳሚ መሪ ነው፡፡ ብዙዎችን ያስተማረ፣ ያሰለጠነ፣ ብዙ ነገሮችን የሚያውቅ ነው፡፡ የኤፌሶን ክርስቲያኖች መንፈሳዊ ደረጃ፣ ማንነት ሳያሳስበው ስለ እኔ ጸልዩ እያለ እርዳታቸውን ይጠይቃል፡፡ ብዙ መሪዎች እንደ ጳውሎስ ለማለት ይቸግራቸዋል፣ ያስተማሩትን በመጋቢነት የመሩትን ሕዝብ ዝቅ ብለው ለእኔም ጸልዩ የሚለውን ቃል ከአንደበታቸው ለማውጣት ይከብዳቸዋል፡፡ ጳውሎስ ግን ለዚህ አልተቸገረም፡፡ (ሮሜ 15÷30 2ኛ ቆሮ 1÷11 ፊሊ 1÷11 ቆላ 4÷3 1ኛ ተሰ 5÷25 2ኛ ተሰ 3÷1 ዕብ 13÷18

የሐዋርያው የጸሎት ጥያቄ "የወንጌልን ምስጢር በግልጥ እንዲያስታውቅ፣ አንደበቱ እንዲከፈት፣ ቃልም እንዲሰጠው፣ መናገር እንደሚገባው ስለ አምላኩ በግልጥ እንዲናገር ነው፡፡

ለአንድ እግዚአብሔርን በመምሰል መመላለስን ለመረጠ የወንጌል አገልጋይ እነኚህ ጥያቄዎች እጅጉን መሠረታዊ ናቸው፡፡ በዘመናችን ብዙዎቻችን ከተጠላለፍንባቸው ሁኔታዎች የተነሳ፣ በውጪና በውስጥ ካሉ ነገሮች የተነሣ የወንጌልን ምስጢር በግልጥ ላለመናገር የምናመቻምችባቸው ሁኔታዎች ብዙ ናቸው፡፡ የሰዎችን ፊት አይተን፣ ወይም የቤተ ክርስቲያናችን የገቢ ምንጭ እንዳይደርቅ በሚልም ሰበብ፣ በሰዎች እንዳንጠላ፣ ወይም

556

የሰ.ፌ.በ.ስ. አገልግሎት / የኤፌሶን መልእክት ትምህርት

የምንወዳቸው ሰዎች እንዳያዝኑብን፣ ስማችንም እንዳይጠፋ በሚል የማመቻመች ወንጌል ይሰበካል፡፡

የጌታን አገልግሎት ስንመለከት ግን እንዳችም ማባባል በውስጡ የለም፡፡ ፈሪሳውያኑ የነበራቸውን ጉድለት ባለ ሥልጣን ናቸው ብሎ ሳይፈራ በግልጽ ይነግራቸው ነበር፡፡ ፈሪ የነበረው ጴጥሮስም የወሰደው የድፍረት እርምጃ ይህንኑ ያሳየናል፡፡ (ሐዋ. 4) ፈሪው ጴጥሮስ በአንዲት የቤት ሠራተኛ ፊት እንዳልተርበደበደ ሁሉ መንፈስ ቅዱስ በእርሱ ላይ በመጣበት ወቅት ግን በድፍረት ወንጌልን ለብዙዎች እንደ ተናገረ እናያለን፡፡ በብሉይ ኪዳን የነበሩ ነብያትም ተመሳሳይ የድፍረት አገልግሎትን ሰጥተዋል፡፡ ሐዋርያውም የወንጌልን ምስጢር በግልጥ እንዲያስታውቅ ሲል በአንድ በኩል በድፍረት መናገር እንዲችል፣ ምስጢሩን ፍርሃት ሳያድርበትና ሳይቀባባ መናገር እንዲችል የእነርሱን የጸሎት ድጋፍ ጠይቋል፡፡ (ሐዋ 4÷13፣29፣31 ፤ ፊሊ 1÷20 2ኛ ቆሮ 3÷12 ፤ 1ኛ ተሰ 2÷2 ሐዋ 9÷27፣29 ፤ 13÷46 ፤ 14÷3 ፤ 18÷26 ፤ 19÷8 ፤ 28÷31)

የወንጌልን ምስጢር መግለጥ የሚለው ቃል በሌላ በኩል አሳክቶ መናገርንም ይመለከታል፡፡ በሃገራችን ተረትና ምሳሌ “ከአያያዝ ይቀደዳል፤ ከአነጋገር ይፈረዳል” እንደ ሚባል ሁሉ ምስጢሩን ሲያብራራ ግልጥልጥ አድርጎ ሰዎች በሚረዱትና ለልባቸው ሊደርስ በሚችል መንገድ መናገር እንዲችል ቃል ይሰጠው ዘንድ፣ አንደበቱ ይከፈት ዘንድ ጸልዩልኝ ይላቸዋል፡፡ የወንጌል ሰባኪ የንግግር ሰው ነው፡፡ የሚናገረውን ትክክል አሳክቶ እንዲናገር አንደበተ ርቱዕ እንዲሆን የመንፈስ ቅዱስ አሠራር በውስጡ ሊገለጥ ይገባል፡፡

በሃገራችን የስብከት አገልግሎት ውስጥ ይህ በየመድረኩ የምናስተውለው ትልቅ ችግር ነው፡፡ ብስለት የጎደላቸው፣ የቅደም ተከተል ተዋረድ ሳይኖራቸው የተዘበራረቁ መልእክቶችን የምንሰማባቸው አጋጣሚዎች የበረከቱ ናቸው፡፡ በዚህ የጸሎት ጥያቄ ውስጥ ከሁሉም የሚያስገርመው ጳውሎስ ይህን መልእክት የጻፈው በእሥር ቤት ውስጥ ሆኖ ሳለ የራሱን መከራ ረስቶ የወንጌሉን ምስጢር ለመግለጥ ጸልዩልኝ ሲል ቆራጥነቱን ያመለከታል፡፡

ለመለመን አትኩሩ፤ ፀልይ፤ ይህ ቃል ለወጥነት ተብሎ በተርጓሚዎች የታከለ ነው እንጂ በዋናው የግሪክ ቅጅ ውስጥ የለም፡፡ የምሥራቹን ለመመስከር የተፈታ ነበር፡፡ እንዲህ መንፈስ የተቆጣጠረውና ለመንፈሳዊ ውጊያ አሟልቶ የታጠቀ ሰው አስተሳሰብ እንዲህ ነው፡፡

ስለ እኔ፡- በግሪክ ሁፐኤር hypér / hoop-er' ይሰኛል፡፡ ሁፐር ስለ እኔ ለእኔ ማለት ነው፡፡ ለራሳችንም ሆነ ለቤተሰቦቻችን እንዲሁም ለሌሎች ሁሉ መጽሐፍ ቅዱሳዊ ፀሎቶችን መፀለይ ግሩም ነው፡፡ ለምሳሌ (ኤፌሶን 3÷14፣ 15፣ 16፣17፣ 18፣ 19፣ 20፣20፣ ቆላስይስ 1÷9፣ 10፣ 11፣ 12) ይገኙበታል፡፡ እነዚህ ፀሎቶች እግዚአብሔር ለአማኞች ያለውን ፈቃድ የሚገልፁ ናቸው፡፡ እግዚአብሔር ለሰዎች ያለው ፈቃድ በጎ ደስ የሚያሰኝና ፍፁም እንደመሆኑ ስንፀልይ እንሰማለን፡፡ እንዲህ እንደተባለ በእርሱ ዘንድ ያለን ድፍረት ይህ ነው እንደ ፈቃዱ አንዳች ብንለምን ይሰማናል፡፡ የለመነውንም ሁሉ እንዲሰማልን ብናውቅ ከእርሱ የለመነውን ልመና እንደተቀበልን እናውቃለን፡፡ (1ኛ ዮሐንስ 5÷14,15)

አፌን በመከፈት ቃል ይስጠኝ ዘንድ

ቃል፡- በግሪክ **ሎጎስ** lógos / log'-os ይሰኛል፡፡ መናገር የሚለውን ሐሳብ በጥቅል ለመግለጽ እንጠቀምበታለን ነገር ግን በዋናነት ሎጎስ የሚገልፀው ሐሳብ የተሸከመ ንግግርን ነው፡፡ ሐሳብ የተሸከመ በሚለው ውስጥ ሐሳቡን የምንገለጽበት ቃል (ቃላት) አለ፡፡ እንደገና ደግሞ ሐሳቡ ውስጥ ፍሬ ነገር አለ፡፡ ስለዚህ ሎጐስ ቃልን ሳይሆን ጽንሰ ሐሳብን የሚወክል ነው፡፡ (መጽሐፍ ቅዱስ ጥቅሶች የብሉይና / የአዲስ ኪዳን ግሪክ መዝገበ ቃላት. የቲየር ትርጉም)

ተሰጠ (ይሰጠኝ)፡- በግሪክ **ዲዶሚ** dídōmi / did'-o-mee ለአንድ ሰው ዕድል ወይም አጋጣሚ መስጠት ነው፡፡ (መጽሐፍ ቅዱስ ጥቅሶች የብሉይና / የአዲስ ኪዳን ግሪክ መዝገበ ቃላት. የቲየር ትርጉም)

መከፈት፡- በግሪክ **አኖይክሲስ** ánoixis / an'-oix-is ሲሆን፣ በጥሬው የመከፈት ድርጊት ነው በዘይቤያዊ ትርጉሙ ደግሞ የመልዕክት መናገርን ንግግር መጀመርን ያመለክታል፡፡ (መጽሐፍ ቅዱስ ጥቅሶች የብሉይና / የአዲስ ኪዳን ግሪክ መዝገበ ቃላት. የቲየር ትርጉም)

አፍ፡- በግሪክ **ስቶማ** stóma / stom'-a ይሰኛል፤ አንዳንድ ጊዜ አፍ (ስቶማ) ንግግርን ለማመልከት ሊገባ ይችላል፡፡ ይህ ሕዝብ በከንፈሩ (**ስቶማ**) ያከብረኛል (ማቴ 15÷8) የወንጌልን ምስጢር በግልጥ እንዳስታውቅ፡፡ (መጽሐፍ ቅዱስ ጥቅሶች የብሉይና / የአዲስ ኪዳን ግሪክ መዝገበ ቃላት. የቲየር ትርጉም)

እንዳስታውቅ፡- በግሪክ **ግኖሪዞ** gnōrízō / gno-rid'-zo ሲሆን፣ ወሬን ማሳወቅ፣ መግለጥ፣ መግለጽ፣ ቀድሞ ያልታወቀን መንገር፣ የታወቀውን ማስረገጥ፣ ግልጽ ማድረግ ማለት

ነው፡፡(መጽሐፍ ቅዱስ ጥቅሶች የብሉይና / የአዲስ ኪዳን ግሪክ መዝገበ ቃላት. የቲየር ትርጉም)

በግልጥ፡- በግሪክ ፓርሄሲያ parrhēsía / par-rhay-see'-ah የሚሰኝ ሲሆን፣ በጥሬው የነፃነት መንፈስን በሚገልጽ መልኩ ምንም ሳይደብቁ ምንም ሳይዘሉ መናገር ነው፡፡ (መጽሐፍ ቅዱስ ጥቅሶች የብሉይና / የአዲስ ኪዳን ግሪክ መዝገበ ቃላት. የቲየር ትርጉም)

ምስጢር፡- በግሪክ **ሚስቴሪዮን** mystḗrion /moos-tay'-ree-on ይሰኛል፡፡ በጥሬው በጥቂቶች ብቻ የሚታወቅ ማለት ነው፡፡ በመጽሐፍ ቅዱስ ግን ‹ምስጢር የሚባለው የእግዚአብሔር ዓላማ ነው፡፡(መጽሐፍ ቅዱስ ጥቅሶች የብሉይና / የአዲስ ኪዳን ግሪክ መዝገበ ቃላት. የቲየር ትርጉም)

ቪንሰን፡- **ሚስቴሪዮን** (ምስጢር) እንዲገለጥ እስከተቀጠረበት ጊዜ ድረስ ከዓለም ተሰውሮ የነበረ ለስጋ አይኖችም የማይታይ ነገር ግን በመለኮት ገላጭነት የሚታወቀው ነው፡፡

ማካርተር፡- ምስጢር በአዲስ ኪዳን ውስጥ ያለው ትርጉም በቀደመው ጊዜ ስውር የነበረ አሁን ግን የታወቀ የሚል ነው በተለይ በአሮጌው ኪዳን ውስጥ ያልተገለጠ ወይም በከፊል የተገለጠን የእግዚአብሔር እውነት የሚገልጽ ነው፡፡ (ማክአርተር, ጄ: ሮም 1-8 ቺካጎ, ሙዲ ፕሬስ)

አንገር፡- ምስጢር የሚለው ቃል በአዲስ ኪዳን ውስጥ ያለው አጠቃቀም እስካሁን ድረስ ያልተገለጸውን የተወሰነ የእግዚአብሔር እቅድ የሚጠቅስ ነው፡፡ መስቴሪያን ይፋ የሚሆንን እንጂ ተይዞ የሚቆይን ምስጢር የሚጠቁም አይደለም፡፡ በተጨማሪም ልዕለ ሰብ የሆነውን ባህሪ አጠቃሎ የሚገልጽ ቃል ነው፡፡ (መጽሐፍ ቅዱስ ጥቅሶች የብሉይና / የአዲስ ኪዳን ግሪክ መዝገበ ቃላት. የቲየር ትርጉም)

ስለወንጌልም በሰንሰለት መልዕክተኛ የሆንሁ መናገር እንደሚገባኝ በግልጥ እናገር ዘንድ ለምኑ

መልዕክተኛ፡- በግሪክ **ፕሬስቤው** presbeúō /pres-byoo'-o ሲሆን ለመንግሥት ወይም ለንጉሥ የሚቆም ወኪል ነው፡፡ (መጽሐፍ ቅዱስ ጥቅሶች የብሉይና / የአዲስ ኪዳን ግሪክ መዝገበ ቃላት. የቲየር ትርጉም)

ኤዲ፡- መልዕክተኛ የሚሆን ሰው በዓለም አቀፍ ሕግ መሠረት ቅዱስና (ለጥሪው የተለየ) መብቱ የማይገፈፍ ነው:: እንግዲህ እግዚአብሔር በእኛ እንደሚማልድ ስለ ክርስቶስ መልዕክተኞች ነን ከእግዚአብሔር ጋር ታረቁ ብለን ስለ ክርስቶስ እንለምናለን (2ኛ ቆሮ 5÷20)

ሰንሰለት፡- በግሪክ **ሀሉሲስ** hálysis / hal'-oo-sis ሲሆን በጥሬው ሰንሰለት እግረ ሙቅ ማለት ነው:: ቃሉ በተለይ ከካቴና ጋር የሚያያዝ ሲሆን መንፈሳዊ ባልሆነው ግሪክ ደግሞ የአንባር የመሳሰለውን የሴቶች ጌጥ ለመግለጽም ይጠቀሙበት ነበር::

ማክ ዶናልድ፡- መልዕክተኛ በአጠቃላይ ያለመያዝና ያለመታሰር መብት የተሰጠው ዲፕሎማት ነው ነገር ግን ሰዎች ወንጌልን ከማይታገሱ ሌላ ማንኛውንም ነገር መታገስ ይቀላቸዋል:: ሌላ ምንም ጉዳይ እንዲህ ያለ ስሜት ጥላቻ ጥርጣሬና አይቀሰቅስም:: ስደትም አያመጣም እንዲህ ያለው የክርስቶስ ወኪልም የሰንሰለት መልዕክተኛ ነበር:: (ማክዶናልድ, ወ እና ፋርስታድ, ኤ. አማኝ የመጽሐፍ ቅዱስ ኮሜንታሪ: ቶማስ ኔልሰን)

ጉዚክ፡- በእርግጥ ሰንሰለት ለሚለው የጥንቱ የግሪክ ቃል ትርጉሙ የእስረኛ እግረ ሙቅ ማለት ነበር:: ነገር ግን ባለጠጎችና ሥልጣን ያላቸው አንገታቸውና እጃቸው ላይ የማያደርጉት የወርቅ ጌጥም ይገለጥበታል:: በልዩ በዓላት መልዕክተኞች የሚወክሉት መንግሥት ኃይል ሀብትን ክብር ለማሳየት ሰንሰለት ያደርጉ ነበር:: የክርስቶስ መልዕክተኛው ጳውሎስም የእስረኛ ሰንሰለቱን እንደዚያው ጌጥ አድርጎ ቆጥሮታል::

መናገር እንደሚገባኝ በግልጥ እናገር ዘንድ

በግልጥ ተናገረ፡- በግሪክ **ፓሪሄዚአዞማይ** parrhēsiázomai / par-hray-see-ad'-zom-ahee ሲሆን በንግግር ግልጽ መሆን ወይም ሲናገሩ በመንፈስና በሁኔታ ደፋር መሆን ነው::(መጽሐፍ ቅዱስ ጥቅሶች የብሉይና / የአዲስ ኪዳን ግሪክ መዝገበ ቃላት. የቲየር ትርጉም)

---

19 ደግሞ የወንጌልን ምሥጢር በግልጥ እንዳስታውቅ አፌን በመክፈት ቃል ይሰጠኝ ዘንድ ስለ እኔ ለምኑ፤

ወንጌልን ምሥጢር በግልጥ እንዳስታውቅ ኤፌ1÷9፤ 3÷3፣4፤ 1ኛ ቆሮ 2÷7፤ 4÷1፤ ቆላ 1÷26፣ 27፤ 2÷2፤ 1ኛ ጢሞ 3÷16

አፌን በመክፈት ሐዋ 4÷13፣29፣31፤ 9÷27፣29፤ 13÷46፤ 14÷3; 18÷26፤ 19÷8፤ 28÷31፤ 2ኛ ቆሮ 3÷12፤ 2ኛ ቆሮ 7÷4፤ ፊል 1÷20፤ 1ኛ ተሰ፤ 2÷ 2

ቃል ይሰጠኝ ዘንድ ሐዋ ፤ 2÷4፤ 1ኛ ቆሮ 1÷5፤ 2ኛ ቆሮ 8÷7

የሲ.ፌ.ቢ.ስ. አገልግሎት / የኤፌሶን መልእክት ትምህርት

ስለ እኔ ለምኑ፤ ሮሜ 15÷30፤ 2ኛ ቆሮ 1÷11፤ ፊል፤ 1:19፤ ቆላ፤ 4÷3፤ 1ኛ ተሰ፤ 5÷25፤ 2ኛ ተሰ፤ 3÷1፤ ፊል 1÷22፤ ዕብ፤ 13÷18

20 ስለ ወንጌልም በሰንሰለት መልእክተኛ የሆንሁ፥ መናገር እንደሚገባኝ ስለ እርሱ በግልጥ እናገር ዘንድ ለምኑ።

ስለ ወንጌልም...መልእክተኛ የሆንሁ ምሳ 13÷17፤ ኢሳ 33÷7፤ 2ኛ ቆሮ 5÷20

በሰንሰለት ኤፌ3÷1፤ 4÷1፤ 2ኛ ሳሙ 10÷2-6፤ ሐዋ 26÷29፤ 28÷20፤ፊል 1 ÷7፣13፣14፤ 2ኛ ጢሞ 1÷16፤ 2÷9፤ ፊል1÷10

መናገር እንደሚገባኝ ስለ እርሱ በግልጥ እናገር ዘንድ ኤፌ6÷19፤ ኢሳ 58÷ 1፤ ኤር 1÷7፣8፣17፤ ሕዝ 2÷4-7፤ ማቴ 10÷27፣28፤ ሐዋ 5÷29; 28÷31፤ ቆላ 4÷4፤ ፊል 1÷20፤ 1ኛ ተሰ 2÷2፤ 1ኛ ዮሐ 3÷16፤ ይሁ 1÷3

6፡21-22 ነገር ግን እናንተ ደግሞ እንዴት እንዳለሁ ኑሮዬን እንድታውቁ የተወደደ ወንድምና በጌታ የታመነ አገልጋይ ቲኪቆስ ሁሉን ያስታውቃችኋል፤ወሬአችንን እንድታውቁና ልባችሁን እንዲያጽናና ወደ እናንተ የምልከው ስለዚህ ምክንያት ነው።

ይህ የመልእክት የመጨረሻ መደምደሚያና የሰላምታ ክፍል ሲሆን ለትምህርታችን የተጻፈ ቁምነገር በውስጡ ይዟል፡፡ ጳውሎስ ያለው በእሥር ቤት ውስጥ ነው፡፡ ስለ ራሱ ብዙ አላወራም፡፡ የኤፌሶን ክርስቲያኖችም ሊያስጨንቃቸው ብዙ አዳምቆ ሊናገርም አልፈለገም፡፡ ቲኪቆስ ሁሉን ይነግራችኋል በሚል ሃሳቡን ይቋጫል፡፡

ቲኪቆስ የጳውሎስ ረዳት የሆነ አገልጋይ በመሆን በተለያዩ ቦታዎች እንደ ተዘዋወረና ፤ መልእክተኛም እንደ ሆነ ከመጽሐፍ እናነባለን (2ኛ ጢሞ. 4÷12 ፤ ቆላ. 4÷7 ፤ ቲቶ 3÷12)፡፡

ወደ ኤፌሶን ክርስቲያኖች የሚላከውም የጳውሎስን ሁኔታ እንዲያውቁና ልባቸው እንዲበረታ ነው፡፡ ገንዘብ ሰብስቦ እርዳታ እንዲልኩለትም አይደለም፡፡ የጳውሎስ ጥንካሬ እንዴት የሚደንቅ ነው! የሌሎች ልብ እንዲበረታታ አብዝቶ ይጥር ነበር፡፡

ጳውሎስ በወንጌል አገልግሎቱ ውስጥ ያለው አንዱ ጥንካሬ ከዓላማው ጋር አብረው የቆሙ የታመኑ የወንጌል አርበኞች የሆኑ አገልጋዮችን ማፍራቱ ነው፡፡ ከእነኚህ ውስጥ አንዱ ቲኪቆስ ነው፡፡ በዚህ ለግል ሕይወትም አስፈሪ በሆነ ሁኔታ ውስጥ ቲኪቆስ ግን ታማኝ ሆኖ ከጳውሎስ ጋር በእሥር ቤትም በማሳለፍ፣ ከዚያም ወደ ኤፌሶን ተልኮ ሌሎችን የማበረታት አገልግሎትን ፈጽሞአል፡፡ ከጳውሎስ ረዳት አገልጋዮች ውስጥ ጥቂቶቹ ጢሞቴዎስ፣ ቲቶ፣ አፍሮዲጡን . . . ወዘተ ናቸው፡፡ አገልጋይ ረዳትና ተተኪ የሆኑ ሌሎች

አገልጋዮችን የሚያፈራ ሲሆን ለቀጣዩ የወንጌል ሥራ የዱላ ቅብብሎሹ በትክክል እንደ ተሰራበት ያመላክታል፡፡

ጆን ማካርተር፡- ሌሎች አማኞች በመከራ ውስጥ ሲያልፉ ስናይ ሰይጣን ተስፋ ሊያስቆርጠን ይፈትነናል፡፡ ጳውሎስ እርሱ በመታሰሩ የኤፌሶን ሰዎች የተሰማቸውን ከልብ የሆነ ጭንቀት ተገንዝበ "ስለዚህ ስለ እናንተ ስላለ መከራዬ እንዳትታክቱ እለምናችኋለሁ ክብራችሁ ነውና" ብሏቸዋል፡፡ ሰይጣን በእግዚአብሔር ባለን አገልግሎት ውጤት ሳናይ ስንቀርም ይፈትነናል፡፡ እንዲህ ያለውን ችግር የገላትያ አማኞች ሲገጥማቸው ደግሞ ጳውሎስ ባንዝልም በጊዜው እናጭዳለንና መልካም ሥራን ለመሥራት አንታክት› ብሏቸዋል (ገላትያ 6÷9) (ጆን ኤፍ. ማክአርተር ቺካጎ ሙዲ ፕሬስ)

---

21 ነገር ግን እናንተ ደግሞ እንዴት እንዳለሁ ኑሮዬን እንድታውቁ የተወደደ ወንድምና በጌታ የታመነ አገልጋይ ቲኪቆስ ሁሉን ያስታውቃችኋል፤

ነገር ግን እናንተ ደግሞ እንዴት እንዳለሁ ኑሮዬን እንድታውቁ ፊል 1÷12፤ ቆላ 4÷7

የተወደደ ወንድምና ቆላ 4÷9፤ ፊል 1÷16፤ 2ኛ ጴጥ 3÷15

በጌታ የታመነ 1ኛ ቆሮ 4÷17፤ ቆላ 1÷7፤ 1ኛ ጢሞ 4÷6፤ 1ኛ ጴጥ 5÷12

ቲኪቆስ ሐዋ 20÷4፤ 2ኛ ጢሞ 4:12፤ቲቶ 3÷12

22 ወሬአችንን እንድታውቁና ልባችሁን እንዲያጽናና ወደ እናንተ የምልከው ስለዚህ ምክንያት ነው።

ፊል2÷19፣25፤ ቆላ 4÷7፣8፤ 1ኛ ተሰ 3÷2፤ 2ኛ ተሰ 2÷17

6፡23-24 ከእግዚአብሔር አብ ከጌታም ከኢየሱስ ክርስቶስ ሰላምና ፍቅር ከእምነት ጋር ለወንድሞች ይሁን። ጌታችንን ኢየሱስ ክርስቶስን ባለመጥፋት ከሚወዱ ሁሉ ጋር ጸጋ ይሁን፤ አሜን።

ሐዋርያው ጳውሎስ እርሱ በእሥር ቤት መከራን እየተቀበለ ስለ ሌሎች ሰላም፣ ፍቅር ይናገራል፡፡ የሐዋርያውን ጽኑነት ያመላክተናል፡፡ የእሥር ቤት ሕይወት በብዙ አቅጣጫ አይመችም፡፡ ሐዋርያው ይህን አልተናገረም፤ ይልቅስ ሌሎችን ማበረታታቱን፣ የእግዚአብሔር ሰላም በእነርሱ ላይ መሆኑን፣ ፍቅር በእነርሱ ላይ መንገሱን በመመኘት መልእክቱን ይደመድማል፡፡ የሰላም ሰው መቼም ቢሆን ስለ ሰላም ማውራት አይከብደውም፡፡ በሌላ አንጻር ጳውሎስ በብዙ መከራና ሰላምን በሚያደፈርስ የጭንቀት ጊዜ ላይ ያለ በመሆኑም የሰላምንና የፍቅርን ዋጋ ከማንም በላይ ያውቃታል፡፡ የውኃን ጥም በደንብ የሚያውቀው የውኃ እጥረት ባለበት በምድረበዳ ውስጥ የኖረ ሰው ነው፡፡

በደጋማው አካባቢ የሚኖረው ሰው በቆላ አካባቢ የሚኖረውን ሰው ያህል እንደሚገባ አይረዳውም፡፡ ጳውሎስም የሆነው በዚሁ መልክ ነው፡፡

ጌታ ኢየሱስ ክርስቶስን በማይጠፋ ፍቅር መውደድ የሚለው የመጨረሻ ቃል ሁልጊዜ ሳይጠፋ እንደ ሚነድድ የችቦ ወይም የጧፍ ወይም የሻማ እሳት ይመስላል፡፡ በመሠረቱ ችቦም ሆነ ሌሎቹም የማቀጣጠያ አይነቶች ይጠፋሉ ያልቃሉ፡፡ መጽሐፍ ቅዱስ ፍቅር ግን እንደ ማያልቅና እንደ ማይጠፋ ሁሌም ጸንቶ እንደ ሚኖር ይናገራል፡፡ አማኝ ይህ ፍቅር መቼም በውስጡ እየነደደ እንዲቀጥል የእግዚአብሔር ፍቅር ሊኖረው ይገባል፡፡

---

23 ከእግዚአብሔር አብ ከጌታም ከኢየሱስ ክርስቶስ ሰላምና ፍቅር ከእምነት ጋር ለወንድሞች ይሁን።

ከጌታም ከኢየሱስ ክርስቶስ ሰላምና ሮሜ 1÷7፤ 1ኛ ቆሮ 1÷3፤ ዘፍ 43÷23፤ 1ኛ ሳሙ 25÷6፤ መዝ 122÷6-9፤ ዮሐ 14÷27፤ ገላ 6÷16፤ 1ኛ ጴጥ 5÷14፤ ዮሐ 1÷4

ፍቅር ገላ 5÷6፤ 1ኛ ጢሞ 1÷3፤ 5÷8፤ 2ኛ ተሰ 1÷3፤ 1ኛ ጢሞ 1÷14፤ ፊል 1÷5-7

24 ጌታችንን ኢየሱስ ክርስቶስን ባለመጥፋት ከሚወዱ ሁሉ ጋር ጸጋ ይሁን፤ አሜን።

ባለመጥፋት (በማይጠፋ) - ማቴ 22÷37፤ 2ኛ ቆሮ 8÷8፤12 ፤ ቲቶ 2÷7

ከሚወዱ (ፍቅር ለሚወዱ - ፍቅር) ዮሐ 21÷15-17፤ 1ኛ ቆሮ16÷22

ጸጋ ይሁን 1ኛ ቆሮ 16÷23፤ 2ኛ ቆሮ 13÷14፤ ቆላ 4÷18፤ 2ኛ ጢሞ4÷22፤ ቲቶ 3÷15፤ ዕብ 13÷25

አሜን ማቴ 6÷13፤ 28÷20

ማጠቃለያ

በአማኞች መካከል በፍቅር መመላለስ የማስፈለጉን ያህል ሥርዓት ያለው መከባበርና መታዘዝም ከሌለ ፍቅር ሸንገላ ይሆናል፡፡ ወላጆች ልጆቻቸውን ሊወዱና ሊያከብሯቸው፣ ሊንከባከቧቸው እንደሚያስፈልግ ሁሉ ልጆችም ለወላጆቻቸው በፍቅር መታዘዝ ያስፈልጋቸዋል፡፡ ወጣቶች በቤተ ክርስቲያን አገልግሎት ውስጥ በስፋት የመሰማራታቸውን ያህል ወላጆቻቸውን ሳይታዘዙና ሳያከብሩ በቤተ ክርስቲያን አገልግሎት ውስጥ ዋና ቢሆኑ ቃሉን አለማክበር ነው፡፡

አማኞች መንፈሳዊውንም ተጋድሎ በጸሎት፣ በእግዚአብሔር ቃል፣ በመንፈስ ቅዱስ ኃይልና በቅድስናም ዕለት ዕለት ሊጋደሉት ይገባል፡፡ በተለይም በዚህ የመጨረሻ ዘመን አማኞች

የኢ.ፌ.ቢ.ስ. አገልግሎት / የኤፌሶን መልእክት ትምህርት

የከፋት መንፈሳዊያን ሠራዊት የማፍረሱን ብቃት እንዲኖራቸው እነኚህ ነገሮች የሕይወታቸው ዋና ነገሮች ናቸው፡፡

ለማጣቀሻነት የተወሰዱ

- ዘ መሴጅ / መጽሐፍቅዱስ በፒተርሰን
- ኒው ኢንትርናሽናል ባይብል (ዓለምአቀፍትርጉም)
- ኒው ኪንግ ጀምስ (አዲሱየኪንግጀምስትርጉም)
- ኒውአሜሪካንስታንዳርድመደበኛትርጉምእትም
- የኪንግጀምስትርጉም.
- አሜሪካን ስታንዳርድ ቨርሽን
- አምፕሊፋይድ (የተብራራ) መጽሐፍቅዱስ
- ዳርቢ መጽሐፍ ቅዱስ
- ዘ ሊቪንግ ባይብል
- ኒውአሜሪካንስታንዳርድባይብል
- ኒው ሊቨንግ ተራንስሌሽን
- ኒው ሪቫይዝድ እስታንደርድ ቨርዥን
- ቱደይስ ኢንግሊሽ ቨርዡን

የስ.ፈ.በ.ስ. ስገስግሎት / የኤፌሶን መፅሀፍት ትምህርት

ለማጣቀሻነት የተወሰዱ ኮመንተሪና መዝገበ በቃላት

- ኤፌሶን ግልጽ የሆነ ማብራሪያ በሀሩልድ ደብሊው.ሆይንስ 2002
- የኤፌሶን መልእክት በፒተር ተ. ኦብርይን ፒላር 1999
- የአዲስ ኪዳን ማብራሪያ ደሳለኝ ደምሴ ደወል የወንጌል ስልጠና መመሪያ
- ዶ/ር.ኤፍ.ኤፍ ብሩስ የመጽሀፍ ቅዱስ ማብራሪያ (አዲሱ መደበኛ ትርጉም 1986)
- ኢርል ራድሜቸር ሮናልድ ቢ.ኢሌን ኤች. የኔልሰን አዲስ የመጽሀፍ ቅዱስ ማብራሪያ ዋይን ሀውስ
- ጀምስ አስትሮንግ. ኤል.ኤል. ዲ.፣ ኤስ. ቲ.ዲ፣ በዋረን ቤከር የተሻሻለ የአስትሮንግ ሙሉ የቃላት ዝርዝር ጥናት
- ስፓይሮስ ዞድ.ሄትስ፣ ቲ.ኤች.ዲ.፣ የአዲስ ኪዳን ሙሉ የቃላት ጥናት ፤ (የቃላት ጥናት ዝርዝሮች 1992)
- ዋልተር.ኤ.ኤልዌል፣ ቤከር የመጽሀፍ ቅዱስ መንፈሳዊ መዝገበ ቃላት (በ2002 የተሸሻለ)

- ወ.ኢ.ቫልን፣ ቫይስ ኮንሳይስ የመጽሀፍ ቅዱስ ቃላት መዝገበ ቃላት 1999
- ዋረን ደብሊው. ዋይርስ ባይ፣ የመጽሀፍ ቅዱስ ማብራሪያ ማሳያ ቁጥር 1
- ዞድ ሄትስ የብሉይ ኪዳን ቃል ጥናት በቃላት ጥናት ዝርዝሮች 1994
- የአደም ክላርከስ ማብራሪያዎች 1996 2003 2005
- የባርንስ ማስታወሻ 1997 2003 2005
- የመጽሀፍ ቅዱስ እውቀት ማብራሪያ/ ብሉይ ኪዳን 1983፣2002፣ኩክ የመገና ብዙሃን ሚኒስተር፣ የመጽሀፍ ቅዱስ እውቀተ ጥናት/አዲስ ኪዳን 1983፣2000 ኩክ የመገናኛ ብዙሃን ሚኒስተር
- የጄኔቫ ማስታወሻዎች 2003 የጄሚሰን ፣ ፋውሴት እና የብራውል ማብራሪያዎች 1997‹2003‹2005
- ኬል እና ዴሊትዝች የብሉይ ኪዳን ማብራሪያዎች በሄንድሪክሰን ማተሚያ በ1996 ተሻሽሎ የቀረበ
- የማቲው ሄንሪስ ሙሉ የመጸሀፍ ቅዱስ ማብራሪያ ፣ በሄንድሪክሰን ማተሚያ ዘመናዊ ማሻሻያ ተደርጎ በ1991 የቀረበ
- ኤች ዋይ ክሊፍ መጽሀፍ ቅዱስ ማብራሪያ 1992 በሙዲ ፕሬስ
- የአደም ክላርክ ሰን ማብራሪያዎች 1996 2003 2005
- ብሮድ ማን ፕሬስ ዩቢ.ኤስ አዲስ ኪዳን መጽሀፍት 1961 እስከ 1997፣ በዮናይትድ ባይብል ሶሳይቲስ
- የቪንሰንት አዲስ ኪዳን ቃላት ጥናት 1997 2003 2005
- የዊስት የቃል ጥናት ከአዲስ ኪዳን በግሪክ የተጻፈ 1940 እስከ 1955 በደብሊው ኤም. ቢ. ኤርድ ማተሚያ ድርጅት
- በአዲስ መልክ 1968 እስከ 1973 በጄኔቴ አይ ዊስት
- የቫይን የመጽሀፍ ቅዱሳዊ ቃላት ማሳያ መዝገበ ቃላት 1985 ቶማስ ኤልሰን ማተሚያ
- ታየርስ ግሪክ መዝገበ ቃላት 2000-2003

- የብሉይ ኪዳን መንፈሳዊ ጽሁፎች 1980 ሙዲ የመጽሀፍ ቅዱስ ጥናት /ቺካጎ/
- ቅድመ-አስቲን ዶት ኮም ድህረ ገፅ
- ብሮን ድራይቨር ብሪግስ ሙሉ የእብይስጥ እና እንግሊዘኛ መዝገበ ቃለት 2000 – 2003
- እስተዲላይት አርግ ድህረ ገፅ
- በአዲስ መልክ 1968 እስከ 1973 በጄኔቴ አይ ዊስት
- የሮቤርት ሰን የአዲስ ኪዳን የቃላት ይዘት 1997 2003 የሮቤርት ሰን የአዲስ ኪዳን የቃላት ይዘት 1985
- ጄምስ ሞንትጎመሪ ቦይስ ኤፌሶስ: የትርጓሜ
- ባይብል እስተዲ ቱልስ ዶት ኮም
- ባይብል ጌት ዌይ ዶት ኮም
- ባይብል ሀብ ዶት ኮም
- ፊሊፕስ, ኤች ኤፍ. ክረማል 2002
- ማክአርተር, ጆ. ኤፌሶን. ቺካጎ: ሙዲ ፕሬስ
- መጽሐፍ ቅዱስ ጥቅሶች የብሉይና / የአዲስ ኪዳን ግሪክ መዝገበ ቃላት. የቲየር ትርጉም
- ዘ ኤክስፖዚተርስ ግሪክ ኪዳን የመጽሐፍ ቅዱስ ኮሜንተሪ ኤፌሶን
- ፊሊፕስ, ዮሐንስ: ኤፌሶን ማሰስ: ኤክስፖዚተሪ ኮሜንታሪ
- ዉወስት ኬ. ኤስ፡ ዉወስት የቃል ጥናቶች ከግሪክ አዲስ ኪዳን: ኢርድማንስ
- ባርተን, ቢ, ኢት. አል. [ኤን. አይ. ቪ] ላይፍ አፕልኬሽን ኮመንተሪዎች: ቲንደል
- አልበርት ባርንዝ በርኔስ ኒ ኮሜንታሪ

- ማክዶናልድ, ወ አና ፋርስታድ, ኤ. አማኝ የመጽሐፍ ቅዱስ ኮሜንታሪ: ቶማስ ኔልሰን

- ጆን ኤፍ. ማክአርተር ቺካጎ: ሙዲ ፐሬስ

- ዋረን ዋየርስቢ: የመጽሐፍ ቅዱስ ትርጓሜ ኮሜንታሪ 1989 እ.ኤ.አ. ቪክቶር

- የመጽሐፍ ቅዱስ ኮሜንታሪ፡ የዶ/ር ቶማስ ኮንስታብል ግልጽ መግለጫ ማስታወሻዎች

- ሂዊስ, አርክቲቭ ኤ. ኤፌሶን: የክርስቶስ አካል ምሥጢር, ክሮስዌይ መጻሕፍት

- ቫይን, ደብሊዩ ኢ. ቫይን የናዝቪል ስብስቦች ቶማስ ኔልሰን

- ቪንሰንት, ማርቪን አር ዲ.ዲ. "ኤፌሶን 4፡4 ላይ ትንታኔ

- ቪን, ደብሊዩ ኢ. ቫይን የናዝቪል ስብስቦች ቶማስ ኔልሰን

- ፓክስሰን, ሩት: የክርስትና ሀብት, የእግር ጉዞ እና ጦርነት 1939. ሬቭል

- ዘ ኤክስፖዚተርስ ግሪክ ኪዳን :ዊሊያም ሮበርትሰን ኒኮል

- ጆን ኤዲ ኮሜንተሪ

- ቪንሰንት. የመጽሐፍ ቅዱስ ኮሜንተሪ. ቃል ጥናቶች

- ኦብራይን,ኤፍ. ቲ. የኤፌሶን ሰዎች. ደብልዩ ቢ. ኢርድማንስ. 1999

- ኪተል, ሰ, ፍሪድሪክ, ሰ, እና ብሪምሊ, ጂ. ደብሊው. ቲኦሎጂካል. ዲክሽነሪ. ኦቭ. ዘ. ኒው. ቴስታመንት

- ጌበላይን, ኤፍ, አርታኢ: ኤክሲፖዚተርስ ባይብል ኮሜንታሪ . አዲስ ኪዳን. ዞንደርቫን ህትመት

- ብሊቨርስ የመጽሐፍ ቅዱስ ኮሜንተሪ

- አልበርት ባርንዝ በርኔስ ኒ ኮሜንታሪ

- ኤክስፖዚተርስ ግሪክ ቴስታመንት. ዊሊያም ሮበርትሰን ኒኮል

- ቦይስ, ጄ ኤም: ኤፌሶን: ትንታኔ ኮሜንታሪ

- ዘ ኔት የመጽሐፍ ቅዱስ ማሳሰቢያዎች. መጽሐፍ ቅዱሳዊ ጥናቶች ፕሬስ
- ኤፌሶን ኮሜንታሪ፡ሌህማን ስትራውስ
- የሰይጣን ስልት-እንዴት አድርጎ መለየት እና ማሸነፍ! ዋረን ዋየርስቢ
- ጆን ኤዶ, ዲ., ኤል. ኤል.ዲ. የጳውሎስ መልእክቶች ወደ ኤፌሶን ሰዎች
- ዘ. ፑልፒት ኮሜንታሪ: አዲስ ኪዳን; ብሉይ ኪዳን; ኤጅስ. ሶፍትዌር
- የመጽሐፍ ቅዱስ ትርጓሜ ኮሜንታሪ, በዎረን ዊዊስ ዋርስቤ
- EBC (ጌበላይን, ኤፍ, አርታኢ:. ኤክሲፖዚተርስ ባይብል ኮሜንታሪ. አዲስ ኪዳን ዞንደርቫን ህትመት)
- ኤምሲጂ, ጄ ቫይ: የመጽሐፍ ቅዱስ ሐተታ ላይ: ቶማስ ኔልሰን
- ቢሊቨርስ የመፅሐፍ ቅዱስ ኮሜንተሪ
- ኤምሲጂ, ጄ ቫይ: የመጽሐፍ ቅዱስ ሐተታ ላይ: ቶማስ ኔልሰን
- መጽሐፍ ቅዱስ ጥቅሶች የብሉይና / የአዲስ ኪዳን ግሪክ መዝገበ ቃላት. የቲየር ትርጉም - ትንታኔ በቅድመ አስቲን)
- ባርከሌይ, ደብሊው ዴይሊ ተከታታይ ባይበል ስተዲስ ጥናት, ፊላደልፊያ: ዌስትሚንስተር ፕሬስ

የስ.ፈ.በ.ስ. አገልግሎት / የኤፌሶን መወስከት ትምህርት

የስ.ፌ.በ.ስ. ስገልግሎት / የኤፊሶን መልእክት ትምህርት

የስ.ፊ.ቢ.ስ. ስገግንሱት / የኢፌሶን መስስከት ትምህርት

Lightning Source UK Ltd.
Milton Keynes UK
UKHW011931060821
388460UK00001B/95

9 780578 529301